भारताचे परराष्ट्र धोरण

नवीन प्रवाह

डॉ. शैलेंद्र देवळाणकर

(प्रसिद्ध परराष्ट्र धोरण विश्लेषक, पी.एच.डी. जवाहरलाल नेहरू विद्यापीठ, दिल्ली)

सकाळ प्रकाशन

सकाळ प्रकाशन

भारताचे परराष्ट्र धोरण
नवीन प्रवाह

प्रथम आवृत्ती : डिसेंबर २०१७

प्रकाशक
सकाळ पेपर्स प्रा. लि.
५९५, बुधवार पेठ, पुणे २.

मांडणी
आर्ट ॲडव्हर्टायझिंग, पुणे

संपर्क :
पुस्तक प्रकाशन विभाग, सकाळ पेपर्स लि.,
८८८८८ ४९०५० / ०२०-२४४०५६७८

ISBN 978-93-86204-90-5

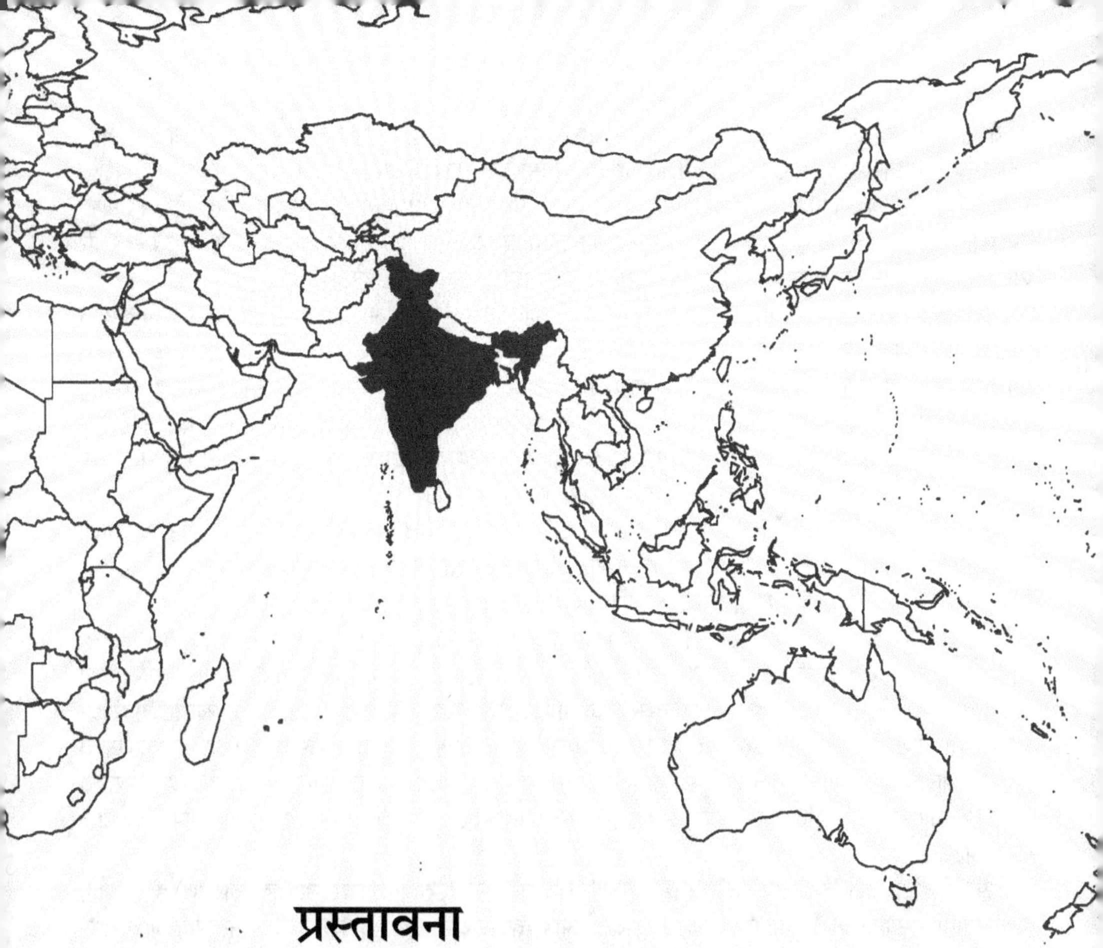

प्रस्तावना

परराष्ट्र धोरण हा एक आंतरज्ञानशाखीय असा विषय आहे. तो केवळ राज्यशास्त्रापुरता मर्यादित नसून त्याचा संबंध इतर ज्ञानशाखांशीही आहे. हा विषय दैनंदिन मानवी जीवनावर परिणाम करणारा आहे. आजचे जग हे जागतिकीकरणाचे जग आहे आणि या काळात कोणतेही राष्ट्र त्यापासून स्वतःला अलिप्त ठेवू शकत नाही. आंतरराष्ट्रीय समुदायामध्ये १९३ देश आहेत. हे सर्वच देश परस्परांना एकमेकांपासून दूर ठेवू शकत नाहीत. प्रत्येकाला आपल्या गरजांसाठी परस्परांवर विसंबून राहावे लागते आणि त्यासाठी परराष्ट्र धोरण हे अतिशय महत्त्वाचे आहे. कारण त्याचे नाव परराष्ट्र धोरण असले तरी त्यामधून तुमचे अंतर्गत जीवन परावर्तित होत असते. त्यामुळे प्रत्येक व्यक्तीला परराष्ट्र धोरणाचे ज्ञान असणे गरजेचे आहे. स्वयंपाकाच्या गॅसच्या किमती, पेट्रोल-डिझेलच्या किमती, शेतकऱ्यांना दिले जाणारे अनुदान किंवा सार्वजनिक वितरण प्रणालीमध्ये अन्न खरेदी करण्याची प्रक्रिया या सर्व गोष्टींवर परराष्ट्र धोरणाचा प्रभाव पडत असतो. त्यामुळे याबाबतचे निर्णय आता तुमचे शासन घेत नाही. आंतरराष्ट्रीय पातळीवर विभागीय व्यापार संघ ठिकठिकाणी निर्माण झालेले असल्यामुळे, आंतरराष्ट्रीय संघटनांचे महत्त्व वाढत असल्यामुळे राष्ट्रांना त्यांचे अनुसरण करण्यावाचून पर्याय नाही. परिणामी, समाजातील सर्वच घटकांना परराष्ट्र धोरणाची माहिती असणे आवश्यक बनले आहे.

परराष्ट्र धोरणनिर्मितीची प्रक्रिया ही सर्वसमावेशक प्रक्रिया आहे. ती केवळ परराष्ट्र धोरण मंत्रालयापुरती मर्यादित नाही. त्यामध्ये समाजातील प्रत्येक

घटकाचे योगदान असणे गरजेचे आहे. कारण समाजातील प्रत्येकाला प्रभावित करणारा हा घटक आहे. त्यामुळेच सत्ताधारी पक्ष, विरोधी पक्ष, प्रसारमाध्यमे, सामाजिक गट, विचार गट यांचे आणि त्यांच्या अपेक्षांचे प्रतिबिंब परराष्ट्र धोरणामध्ये पडू लागलेले आहे. माजी पंतप्रधान मनमोहन सिंग यांनी स्पष्ट केल्याप्रमाणे, भविष्यातील भारताचे परराष्ट्र धोरण हे सामान्य भारतीयांच्या आर्थिक आशा-आकांक्षांचे प्रतिनिधीत्व करणारे असेल. यातून सामान्य माणूस व परराष्ट्र धोरण यांच्यातील परस्पर संबंध स्पष्ट होतो.

भारताच्या परराष्ट्र धोरणाचा विकास हा स्वातंत्र्यपूर्व काळापासून घडत आलेला आहे. हा विकास प्रामुख्याने स्वातंत्र्यपूर्व कालखंड, स्वातंत्र्योत्तर कालखंड आणि शीतयुद्धोत्तर कालखंड अशा तीन टप्प्यांमध्ये घडून आलेला आहे. हे कालखंड जाणून घेणे गरजेचे झाले आहे. १९९१ नंतर भारतीय परराष्ट्र धोरणाचे स्वरूप, त्याची उद्दिष्टे यामध्ये बदल झालेला आहे. भारत हा आता केवळ दक्षिण आशियापुरता मर्यादित राहिलेला नाही. भारत आता आपला प्रभाव आशिया खंडाच्या राजकारणावर आणि संपूर्ण आंतरराष्ट्रीय समुदायावर पाडण्याचा प्रयत्न करत आहे. त्यामुळे आता भारतीय परराष्ट्र धोरणाची उद्दिष्टे, परराष्ट्र धोरण ठरवणारे घटक आणि त्याचे स्वरूप या सर्वांमध्येच बदल झालेला आहे. सध्याचे पंतप्रधान नरेंद्र मोदी हे परराष्ट्र धोरणावर अधिकाधिक भर देत असून त्यांच्या अनेक परराष्ट्र दौऱ्यांचे आयोजन केले जात आहे. भारताच्या आर्थिक विकासाच्या गरजा पूर्ण करण्यासाठी परराष्ट्र धोरणाचा एक साधन म्हणून ते उपयोग करत आहेत.

परराष्ट्र धोरणाचे वाढते महत्त्व लक्षात घेता तो आता केवळ सामाजिक शास्त्रांपुरता मर्यादित विषय राहिलेला नाही. विज्ञान, व्यवस्थापन, नागरीसेवांमध्ये आणि मुख्य म्हणजे स्पर्धा परीक्षांमध्ये परराष्ट्र धोरणाच्या घटकाचे महत्त्व खूप वाढलेले आहे. युपीएससीच्या पूर्व तसेच मुख्य परीक्षेमध्ये आणि मुलाखतीमध्येदेखील परराष्ट्र धोरणाशी निगडित मुद्द्यांवर अनेक प्रश्न विचारले जात आहेत. यामध्ये भारताचे शेजारी राष्ट्रांबरोबरचे धोरण, भारताचा आर्थिक राजनय, भारताचे महासत्तांबरोबरचे संबंध, आंतरराष्ट्रीय संघटनांबरोबरचे संबंध आदी विषयांवरील प्रश्न विचारले जात आहेत. त्यामुळे आपल्याला या विषयाचे ज्ञान असणे खूप आवश्यक ठरत आहे.

अलीकडील काळात वर्तमानपत्रांमधूनही परराष्ट्र धोरणाशी निगडित विषयांवर अधिक लिखाण होत आहे. हे करताना नेमकेपणाने विश्लेषण करणे आवश्यक आहे. त्यामध्ये अनेक तांत्रिक बाबींचे सुलभीकरण करणे, त्या सोप्या शब्दांत मांडणे गरजेचे आहे. त्यामुळे या पुस्तकाचा उपक्रम हाती घेण्यात आला आहे. या पुस्तकामध्ये भारताच्या परराष्ट्र धोरणाशी निगडित बहुसंख्य विषय विश्लेषणात्मक पद्धतीने आणि तांत्रिक बाबींची सोप्या शब्दांत उकल करून समाविष्ट करण्यात आलेले आहेत. त्यामुळे या पुस्तकाचा उपयोग स्पर्धा परीक्षांचा अभ्यास करणाऱ्या विद्यार्थ्यांसाठी तर आहेच; परंतु परराष्ट्र धोरण आणि आंतरराष्ट्रीय विषयांचा अभ्यास करणारे पदवी व पदव्युत्तर विद्यार्थी, प्राध्यापक तसेच या विषयांवर लिखाण करणाऱ्या पत्रकारांनाही काही महत्त्वाची माहिती आणि विश्लेषण या पुस्तकाच्या माध्यमातून उपलब्ध होणार आहे. त्यामुळे परराष्ट्र धोरणाबाबत जाणून घेण्यात स्वारस्य असणाऱ्या सर्वांना या पुस्तकाचा उपयोग होणार आहे.

या पुस्तकामध्ये १३७ लेख असून त्याची विभागणी भारत आणि त्याची शेजारी राष्ट्रे, भारत आणि पूर्व आशिया, भारत आणि पश्चिम आशिया, भारत आणि प्रभावी सत्ता, भारत आणि दहशतवाद, भारत आणि आंतराष्ट्रीय संघटना अशा स्वरुपात करण्यात आलेली आहे. तसेच यामध्ये इतरही काही उपयुक्त माहिती, टेबल्स, नकाशे यांचाही समावेश करण्यात आलेला आहे. या पुस्तकाचा उपयोग सर्वांना होईल आणि त्याचे स्वागत सर्वजण करतील, अशी अपेक्षा आहे.

या पुस्तकामध्ये समाविष्ट करण्यात आलेल्या अनेक विषयांवर मी यापूर्वी इतर वृत्तपत्रांमध्ये लिखाण केलेले आहे. ते विषयही यामध्ये अधिक तपशीलासह घेण्यात आलेले आहेत.

या पुस्तकाची संकल्पना मांडल्याबद्दल आणि हा उपक्रम हाती घेतल्याबद्दल 'सकाळ प्रकाशन'चे मनःपूर्वक आभार.

– डॉ. शैलेंद्र देवळाणकर
परराष्ट्र धोरण विश्लेषक,
पी.एच.डी. जवाहरलाल नेहरू विद्यापीठ, दिल्ली

अ नु क्र म

विभाग १ : भारताचे नवीन परराष्ट्र धोरण

विभाग २ : भारत व त्याचे शेजारी

विभाग ५ : भारत व प्रभावी सत्ता

विभाग ६ : भारत व आंतरराष्ट्रीय संघटना

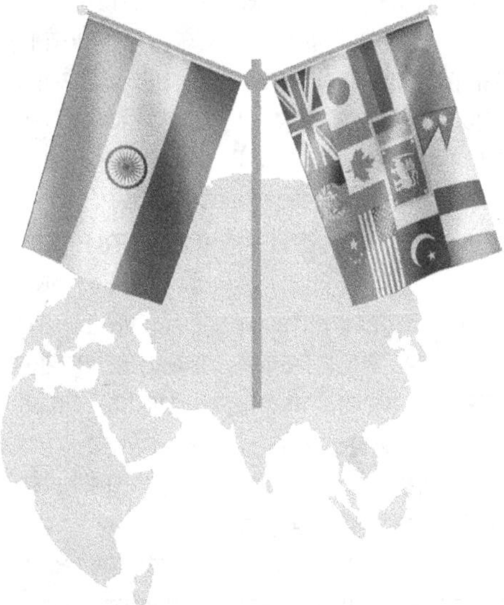

विभाग १

भारताचे नवीन परराष्ट्र धोरण

भारताचे परराष्ट्र धोरण : एक दृष्टिक्षेप

भारतीय परराष्ट्र धोरणाचा विकास प्रामुख्याने तीन टप्प्यांमध्ये झालेला दिसतो. यातील पहिला टप्पा हा १८८५ ते १९४७ म्हणजे भारताच्या स्वातंत्र्यापूर्वीच्या काळातील आहे. याला भारतीय राष्ट्रीय काँग्रेसचे परराष्ट्र धोरण असे म्हणता येईल. १८८५ मध्ये भारतीय राष्ट्रीय काँग्रेसची स्थापना झाली. त्याकाळात ब्रिटिशांची राजवट होती. त्यामुळे भारतीय राष्ट्रीय काँग्रेसने ब्रिटिशांच्या परराष्ट्र आणि विशेषतः संरक्षण धोरणावर निरीक्षणे मांडण्यास व त्याचे टीकात्मक परीक्षण करण्यास सुरुवात केली. यामध्ये प्रामुख्याने ब्रिटिशांच्या युद्धखोर, विस्तारवादी धोरणावर तसेच भारतातील पैसा लष्करी आधुनिकीकरणावर केला जाणारा खर्च, भारताच्या शेजारी प्रांतांवर आक्रमण करण्याचे त्यांचे धोरण यांवर त्यांनी टीका करायला सुरुवात केली. त्याचप्रमाणे पहिल्या महायुद्धाच्या काळात वसाहतवादाला विरोध आणि पहिल्या महायुद्धानंतर इटली, जर्मनी यांसारख्या राष्ट्रांमधून अस्तित्वात आलेल्या हुकुमशाही राजवटींवर भारतीय राष्ट्रीय काँग्रेसने टीका केली.

स्वातंत्र्यापूर्वी काहीच्या गोष्टींबाबत एकमान्यता होती. त्याकाळात वंशवादाला विरोध,वसाहतवादाला विरोध, शस्त्रास्त्र स्पर्धेला विरोध, शांततेच्या मार्गाने जगाशी संबंध जोडले जाणे, इतर राष्ट्रांवर आक्रमण न करणे ही महात्मा गांधी, पंडित जवाहरलाल नेहरू, रविंद्रनाथ टागोर यांच्या आदर्शवादी व मूल्याधिष्ठित विचारांमधून आणि तसेच भारताच्या ऐतिहासिक वारशामधून आणि प्रभावातून निर्माण झालेली तत्त्वे होती; पण त्यामधून विशिष्ट अशा परराष्ट्र धोरणाचे संहतीकरण (कोडिफिकेशन) या काळात भारतात झाले नाही. परिस्थितीनुरुप भारतीय राष्ट्रीय काँग्रेस आणि राष्ट्रीय चळवळीतील नेते याविषयी निर्णय घेत गेले. तथापि, परराष्ट्र धोरणाची सूत्रबद्ध, संघटित अशी सैद्धांतिक अशी चौकट नव्हती. याविषयीचे विचार हे प्रामुख्याने विखुरलेले होते.

यानंतर १९४७ ते १९९० या काळातील म्हणजे भारताला स्वातंत्र्य मिळाल्यापासून शीतयुद्धाच्या अखेरपर्यंतच्या काळातील टप्पा हा परराष्ट्र धोरणाचा दुसरा टप्पा म्हणता येईल. या टप्प्याला भारताचे शीतयुद्धकालीन परराष्ट्रधोरण किंवा नेहरूवादी परराष्ट्र धोरण असे म्हणतात. याचे कारण जवाहरलाल नेहरू हे स्वतंत्र भारताचे पहिले पंतप्रधान होते. त्यांनी पंतप्रधानपदाबरोबरच जवळपास १६ वर्षे परराष्ट्र खातेही आपल्याकडे ठेवले होते. त्यामुळे स्वतंत्र भारताचे नवीन परराष्ट्र धोरण बनवण्यामध्ये पंडित नेहरूंचा वाटा खूप मोठा होता. म्हणूनच भारताच्या परराष्ट्र धोरणाचे शिल्पकार म्हणून नेहरूंना ओळखले जाते. त्या काळामध्ये परराष्ट्र धोरणाची जाण असणारा, ओळख असणारा, त्याचे धागेदोरे माहीत असणारा एकमेव नेता म्हणजे नेहरू हे होते. पंडित नेहरू अनेक आंतरराष्ट्रीय सभांमध्ये, परिषदांमध्ये भाग घेत असत. त्यामुळे आंतरराष्ट्रीय प्रश्नांची त्यांना उत्तम जाण होती. त्यातूनच त्यांनी भारताच्या परराष्ट्र धोरणाची आखणी करण्यास सुरुवात केली.

नेहरूंचे परराष्ट्र धोरण :

नेहरूंचे परराष्ट्र धोरण हे काही आदर्शवादी तत्त्वांवर आधारलेले होते. या परराष्ट्र धोरणात मूल्यांना अधिक महत्त्व होते. साधारणपणे परराष्ट्र धोरणाचा मुख्य उद्देश हा कोणत्याही राष्ट्राचे हितसंबंधांचे रक्षण करणे हा असतो. जेव्हा राष्ट्राचे हितसंबंध आणि मूल्यांमधील संघर्ष निर्माण होतो त्यावेळी राष्ट्रे हितसंबंधांना प्राधान्य देतात. कारण परराष्ट्र धोरण मूल्यांपेक्षा हितसंबंधांना महत्त्व देणारे असते. परंतु नेहरूंच्या परराष्ट्र धोरणामध्ये हितसंबंधांच्या रक्षणापेक्षा विचारसरणीला अधिक महत्त्व दिले गेले. त्यांचे परराष्ट्र धोरण हे लोकशाही समाजवादाच्या तत्त्वावर आधारलेले होते. त्यांनी परराष्ट्र धोरणाच्या माध्यमातून दोन गोष्टी साधण्याचा प्रयत्न केला. यातील पहिली गोष्ट होती ती सर्वसमावेशक सुरक्षा योजना (कॉम्प्रिहेन्सिव्ह सिक्युरिटी पॉलिसी). केवळ सीमारेषा संरक्षित करून भारताचे प्रश्न सुटणार नाहीत तर त्यासाठी भारताचा आर्थिक विकासदेखील होणे आवश्यक आहे, असे नेहरूंचे मत होते. नेहरूंच्या परराष्ट्र धोरणामध्ये राष्ट्रीय सुरक्षेबरोबर मानवीसुरक्षेला (ह्युमर सिक्युरिटी) तेवढे महत्त्व होते. त्यांची सुरक्षेची संकल्पना ही केवळ बाह्यसुरक्षेशी निगडित नव्हती, तर अंतर्गत सुरक्षेलाही तेवढेच महत्त्व होते. देशाच्या सीमारेषा संरक्षित करण्याबरोबरच सामान्य माणसाच्या अन्न, वस्त्र आणि निवाऱ्याच्या गरजा पूर्ण करणे हेदेखील परराष्ट्र धोरणाचे मुख्य उद्दिष्ट असल्याचे नेहरूंचे मानणे होते. त्यामुळे त्यांनी परराष्ट्र धोरणाबरोबरच अंतर्गत सुरक्षेच्या विकासाच्या धोरणावरही भर दिला. कारण त्यांच्या दृष्टीने मानवी विकास, मानवी सुरक्षा, माणसाचे प्रश्न महत्त्वाचे होते. नेहरूंनी आपल्या परराष्ट्र धोरणामध्ये संरक्षणसज्जता साधनाताच दुसरीकडे परराष्ट्र धोरणाच्या माध्यमातूनच आर्थिक विकासाचे उद्दिष्ट डोळ्यापुढे ठेवले. दुसरे वैशिष्ट्य म्हणजे ज्या राष्ट्रांमध्ये लोकशाही आहे, धर्मनिरपेक्षता आहे, बहुलतावाद आहे अशा राष्ट्रांबरोबर भारताचे संबंध विकसित करण्यावर नेहरूंनी भर देण्याचे ठरवले होते. यालाच नेहरू 'एनलायटंड नॅशनल इंटरेस्ट' असे म्हणत असत. या ठिकाणी नेहरूंनी हितसंबंधांची सांगड मूल्यांशी घालण्याचा प्रयत्न केलेला दिसतो. नेहरूंनी केवळ भारताच्या परराष्ट्र धोरणाचा विचार केला नाही तर संपूर्ण आशिया खंडाच्या राजकारणाच्या दृष्टिकोनातून भारताच्या परराष्ट्र धोरणाचा विचार केला. केवळ भारताचे हितसंबंध राखणे एवढाच संकुचित दृष्टिकोन न ठेवता संपूर्ण आशिया खंडाचे हितसंबंध कसे सुरक्षित ठेवता येतील, सुधारता येतील यावर नेहरूंनी भर दिला. थोडक्यात, सामूहिक परराष्ट्र धोरण ही संकल्पना पुढे आणण्याचा नेहरूंचा प्रयत्न होता.

आशिया खंडातील वसाहतवादातून मुक्त झालेल्या देशांचे सामाजिक, आर्थिक, राजकीय प्रश्न हे कमी-अधिक फरकाने सारखेच आहेत आणि भारत हा यातील सर्वांत प्रथम स्वतंत्र झालेला देश आहे. त्यामुळे या देशांचे नेतृत्त्व करणे हे भारताचे नैतिक कर्तव्य आहे असे नेहरू मानत होते. त्यामुळेच या देशांच्या प्रश्नांचे प्रतिनिधीत्त्व भारताच्या परराष्ट्र धोरणातून झाले पाहिजे, अशी नेहरूंची धारणा होती. वंशवाद, वसाहतवाद, आर्थिक विकास हे या देशांचे महत्त्वाचे प्रश्न होते. हे प्रश्न नेहरूंनी भारताच्या परराष्ट्र धोरणातून मांडायला सुरुवात केली. थोडक्यात, नेहरूंचा भर सामूहिक परराष्ट्र धोरणाच्या विकासावर

- आणखी एक महत्त्वाची गोष्ट म्हणजे, अमेरिकेमध्ये सर्वसमावेशक परराष्ट्र धोरणाची आखणी केली गेली. त्यासाठी एक चौकट आखली गेली. यामध्ये शीतयुद्धाच्या काळात अमेरिकेचे परराष्ट्र धोरण कसे असेल, शीतयुद्धानंतर ते कसे असेल, एकविसाव्या शतकात ते कसे असेल यासंदर्भात अमेरिकेमध्ये सूत्रबद्ध लिखित स्वरुपाची मांडणी शासनाकडून केली गेली. यासाठी अमेरिकेमध्ये दर २० वर्षांनी नॅशनल सिक्युरिटी ॲक्ट पास केला जातो. भारतामध्ये अशा स्वरूपाने परराष्ट्र धोरणाची सूत्रबद्ध आखणी केली गेली नाही. प्रत्येक शासन जस जसे बदलत गेले तसतसे परराष्ट्र धोरण बदलत गेले.

सुरक्षाधोरणातील अडचणी :

परराष्ट्र धोरणाबरोबरच भारताच्या सुरक्षाधोरणामध्येही अशाच प्रकारच्या अडचणी निर्माण झाल्या. कारण भारताचे स्पष्ट असे सुरक्षा धोरण नव्हते. आजपर्यंत भारतामध्ये एकही नॅशनल सिक्युरिटी ॲक्ट पारित झालेला नाही. थोडक्यात, परराष्ट्र धोरण आणि सुरक्षा धोरण यांकडे आजवर आपले दुर्लक्ष झालेले आहे. सुरक्षा धोरणाची चर्चा जेव्हा आक्रमणे झाली त्यावेळीच फक्त झाली. त्यामध्ये सुधारणा करण्याच्या गोष्टी झाल्या. परंतु नंतर जेव्हा परिस्थिती शांत झाली तेव्हा या चर्चा हवेत विरल्या वा मागे पडल्या.

अण्वस्त्र धोरणाबाबतही असाच प्रकार झाला. भारतामध्ये सुरुवातीला म्हणजे नेहरू, महात्मा गांधी यांच्या काळात भारत हा कधीही अण्वस्त्र बाळगणार नाही, अशी भूमिका घेतली गेली. पण १९७४ मध्ये भारताने पोखरणमध्ये अणुचाचणी घेतली. त्यावेळी भारतावर आर्थिक निर्बंध लादले गेले. विशेष म्हणजे अणुचाचणी करूनही भारताने अण्वस्त्रांचा विकास केला नाही. यासाठी २४ वर्षे वाट पहावी लागली. हा एक प्रकारचा विरोधाभास होता. वास्तविक, जगामध्ये आपण जर पाहिले तर सर्व लोकशाही देशांमध्ये राजकारण्यांकडून शास्त्रज्ञांवर अण्वस्त्र बनवण्याबाबत दबाव आणला गेल्याची उदाहरणे दिसतात. पाकिस्तानात झुल्फिकार अली भुत्तो यांनी आपल्याकडे अणूबॉम्ब (ज्याला ते 'इस्लामिक बॉम्ब' म्हणायचे) असला पाहिजे, तो बनवा यासाठी तेथील शास्त्रज्ञांवर दबाव आणला. पण आपल्याकडे असे झाले नाही. शास्त्रज्ञ अण्वस्त्रे विकसित करण्यासाठी अनुकूल होते; परंतु राजकारणी तयार नव्हते. १९७४ मध्येच अण्वस्त्रांचा विकास केला असता तर भारत एनपीटी (न्युक्लिअर नॉन - प्रोलिफिरेशन ट्रीटी) कराराचा भाग बनला असता. वस्तुतः अण्वस्त्र प्रसार बंदी करार आणि सर्वसमावेशक अणुचाचणी बंदी करारावर स्वाक्षरी केलेली नसल्यामुळे भारतावर कोणताही दबाव नव्हता. त्यामुळे १९७४ मध्येच भारत हा अण्वस्त्रे बनवू शकला असता. पण पुन्हा एकदा प्रतिमानिर्मितीच्या प्रयत्नात भारताने अण्वस्त्रनिर्मिती टाळली. भारताने स्वतःहून असे निर्बंध टाकून घेण्याची गरज नव्हती; मात्र तरीही आपण अण्वस्त्रे विकसित केली नाहीत. भारताचे परराष्ट्र धोरण हे मवाळ आहे. त्याला 'रिस्क ॲव्हर्जन फॉरेन पॉलिसी' म्हणतात. ही पॉलिसी जैसे थे परिस्थिती कायम ठेवणारी, कोणताही धोका न पत्करणारी आहे. त्यामुळेच भारताने अमेरिकेसारख्या कोणत्याही देशाबरोबर सामरिक युती करण्याबाबत नकार दिला होता. परराष्ट्र धोरणाबाबतच्या या सर्व समस्या शीतयुद्धाच्या काळामध्ये दूर करता आल्या असत्या; पण तसे झाले नाही.

शीतयुद्धोत्तर परिस्थिती :

परराष्ट्र धोरणाचा तिसरा टप्पा हा शीतयुद्धोत्तर काळातील म्हणजे १९९१ ते आजपर्यंतच्या कालावधीतील आहे. हा शीतयुद्धोत्तर परराष्ट्र धोरणाचा टप्पा अतिशय महत्त्वाचा आहे. याला 'पोस्ट नेहरुवियन पॉलिसी' म्हणतात. या काळात आंतरराष्ट्रीय राजकारणाची समीकरणे पूर्णपणे बदलून गेली होती. कारण शीतयुद्धाचा शेवट झाला होता. त्यामुळे अमेरिका-रशिया, पूर्व युरोप आणि पश्चिम युरोप यांच्यामधील विचारसरणीवर आधारित जो संघर्ष होता तो संपुष्टात आला आणि त्यामुळे सहकार्याचा मार्ग मोकळा झाला. त्यातूनच सर्व राष्ट्रे सहकार्याकडे वळली. दुसरी गोष्ट म्हणजे याच काळामध्ये जागतिकीकरणाच्या प्रक्रियेने वेग धरला आणि राष्ट्रांमध्ये आर्थिक एकीकरणाची प्रक्रिया वाढीस लागली. अनेक व्यापार संघ अस्तित्वात आले. विभागीय पातळीवर राष्ट्रे एकत्र येऊ लागली. एकीकरणाच्या प्रक्रियेमुळे रिजनल ब्लॉक्स ज्याला ट्रेड ग्रुप किंवा व्यापारसंघ असे

म्हणतात. ते निर्माण झाले. हा जागतिकीकरणाच्या प्रक्रियेचा एक भाग होता. राष्ट्रांनी आपल्या अर्थव्यवस्था मुक्त करण्या सुरुवात करून आर्थिक विकास आणि आर्थिक सहकार्यावर भर देण्यास सुरुवात केली. या आर्थिक सहकार्यातून परस्परावलंबित्त्व (इकॉनॉमिक इंटरडिपेन्डन्स) वाढले. हे परस्परावलंबित्त्व इतके वाढले, की आता राष्ट्रे परस्परांशी युद्ध करायला तयार नाहीत. याबाबत अमेरिका आणि चीनचे उदाहरण घेता येईल. अमेरिका हा भांडवलवादी विचारसरणीचा पुरस्कर्ता आहे, तर चीन हा साम्यवादी विचारांचा पुरस्कर्ता आहे. परंतु दोघांमधला व्यापार हा ४०० अब्ज डॉलर एवढा आहे. त्यामुळे भविष्यात जर अमेरिकेने चीनच्या विरोधात जाण्याची भूमिका घेतली तर ते आर्थिक परस्परावलंबित्त्वामुळे आणि चीनमध्ये अमेरिकेचे व्यापारी हितसंबंध गुंतलेले असल्यामुळे शक्य होणार नाही. कारण अमेरिकेचे गुंतवणूकदार, व्यापारी यांची प्रचंड मोठी गुंतवणूक चीनमध्ये आहे. त्यामुळे ते याला विरोध करतील. अशीच परिस्थिती अनेक राष्ट्रा-राष्ट्रांमध्ये निर्माण झाली आहे आणि होत आहे. त्यामुळे युद्धाच्या शक्यता मावळत चालल्या आहेत.

आंतरराष्ट्रीय समुदायाने शेवटचे युद्ध अनुभवले ते १९९०-९१ मध्ये. त्यावेळी इराकने कुवेतवर आक्रमण केले. त्यानंतर आजवर युद्ध झालेले नाही. अमेरिकेने इराक आणि अफगाणिस्तानमध्ये केले त्याला युद्ध म्हणता येत नाही. तो एकतर्फी लष्करी हस्तक्षेप होता. युद्धामध्ये दोन राष्ट्रांचे सैन्य समोरासमोर येते. तसा प्रकार गेल्या २४ वर्षांमध्ये घडला नाही. कारण युद्धाचे महत्त्व कमी होत चालले असून आर्थिक एकीकरण वाढू लागले आहे. जग हे एकीकरणाच्या उंबरठ्यावर येऊन ठेपले आहे. राष्ट्राराष्ट्रांमधील आर्थिक सहकार्य आणि परस्परावलंबित्त्व वाढले आहे. सर्वसाधारणपणे युद्ध केव्हा होते, जेव्हा दोन राष्ट्रांमध्ये संवादाचे साधन नसते. पहिले वा दुसरे महायुद्ध का झाले, तर त्यावेळी संवादासाठी आवश्यक व्यासपीठ नव्हते. आता विभागीय पातळीवर आणि आंतरराष्ट्रीय पातळीवर अनेक संस्था, संघटना निर्माण झालेल्या आहेत. या संस्था-संघटनांमुळे राष्ट्रे परस्परांशी संवाद साधू शकतात. यासाठी भारत आणि चीनचे उदाहरण घेऊ. भारत आणि चीन दरम्यान १९६२चे युद्ध का झाले? कारण हे दोन्हीही देश त्यावेळी कोणत्याही आंतरराष्ट्रीय संघटनेचे सदस्य नव्हते. त्यामुळे दोघांमध्ये परस्परांशी बोलण्याशिवाय संवादासाठी दुसरे व्यासपीठ उपलब्ध नव्हते. आता हे दोन्ही देश ब्रिक्ससारख्या अनेक आंतरराष्ट्रीय संघटनांचे सदस्य आहेत. या माध्यमातून दोन्हीही देशांचे नेते एकत्र येतात. तशा संधी त्या काळात उपलब्ध नव्हत्या. त्यामुळे हे युद्ध झाले. आता विविध व्यासपीठे उपलब्ध आहेत.

दुसरा एक बदल म्हणजे आता राष्ट्रांनी विचारसरणीपेक्षा, राजकीय हितसंबंधांपेक्षा आर्थिक आणि व्यापारी हितसंबंधांच्या रक्षणाला प्राधान्य दिलेले आहे. प्रत्येक देश आज आर्थिक विकासाच्या गोष्टी करत आहे. त्यातूनच परराष्ट्र धोरण आणि राजनय यांचा वापर आर्थिक हितसंबंध वाढवण्यासाठी करण्यात येऊ लागलेला आहे.

आणखी एक गोष्ट म्हणजे १९९० नंतर लोकशाहीचा प्रसार झपाट्याने झालेला दिसतो. सोव्हिएत संघाच्या विघटनानंतर १५ राज्ये निर्माण झाली. त्यानंतरही अनेक राष्ट्रांमधून वांशिक संघर्ष झाले, यादवी युद्धे झाली आणि अनेक छोटी-छोटी राष्ट्रे निर्माण झाली. या सर्व राष्ट्रांनी लोकशाही व्यवस्था स्वीकारली. लोकशाहीच्या प्रसारामुळे युद्धाचे वातावरण कमी झाले आणि आर्थिक विकासाला चालना मिळाली. आणखी एक महत्त्वाचा बदल म्हणजे, आजवर आंतरराष्ट्रीय राजकारणात राष्ट्रे ही प्रभावी होती. त्यामुळे राष्ट्रांच्या दृष्टिकोनातूनच आंतरराष्ट्रीय धोरणांचा आणि आर्थिक हितसंबंधांचा विचार केला जात असे; पण आता मात्र राष्ट्रांपेक्षाही इतर काही घटक वरचढ ठरू लागले. ते घटक इतके महत्त्वाचे बनले, की त्यांनी आता त्या राष्ट्रांचे परराष्ट्र धोरण आणि आंतरराष्ट्रीय राजकारणाच्या दिशा ठरवण्यास सुरुवात केली. त्यांना इंग्रजीमध्ये नॉन स्टेट ॲक्टर्स व मराठीत राज्यक असे म्हणतात. बिगर शासकीय आंतरराष्ट्रीय संघटना, विभागीय व्यापार संघ, आंतरराष्ट्रीय राजवटी, दहशतवादी संघटना, बहुराष्ट्रीय कंपन्या यांचा या राज्यकांमध्ये समावेश होतो. यातील दहशतवादाचे उदाहरण घेतले, तर आज जगभरातील ११० राष्ट्रांना दहशतवादाच्या समस्येने ग्रासले आहे. ती राष्ट्रे हतबल झालेली

आहेत. भारताकडे १० लाख सैन्य आहे, जवळपास साडे चार लाखांहून अधिक पोलिस फौज आहे; पण मूठभर दहशतवादी येतात आणि धुमाकूळ घालून निघून जातात, आपण त्यावर नियंत्रण ठेवू शकत नाही. तसाच प्रकार बहुराष्ट्रीय कंपन्यांबाबतही झाला आहे. अनेक बहुराष्ट्रीय कंपन्यांची उलाढाल ही त्या राष्ट्रांच्या अर्थव्यवस्थेच्या आकारापेक्षाही मोठी झालेली आहे. त्यामुळे त्यांनी आता परराष्ट्र धोरण ठरवण्यास सुरुवात केलेली आहे. उदाहरणार्थ भारताला जर शेतकऱ्यांना देत असलेल्या अनुदानाबाबतचा एखादा निर्णय घ्यायचा असेल तर त्यासाठी विश्व व्यापारी संघटनेची परवानगी घ्यावी लागते. म्हणजे या गोष्टी भारताच्या अखत्यारित राहिलेल्या नाहीत. त्या राज्यकांच्या हाती गेलेल्या आहेत. या संघटनांनी अनेक करार केलेले आहेत. या करारांचे, नियमांचे पालन भारताला करावे लागते. त्यामुळे राष्ट्रे ही अनियंत्रित राहू शकत नाहीत. राष्ट्रांपेक्षाही काही घटक मोठे बनले आहेत आणि ते लोकांवर तसेच आंतरराष्ट्रीय संबंधांवर परिणाम करू लागले आहेत. त्यामुळे परराष्ट्र धोरणांवर त्याचे परिणाम होत आहेत.

भारताच्या परराष्ट्र धोरणाचे बदलते स्वरूप :
१९९० नंतर आंतरराष्ट्रीय राजकारणातील हे बदलते प्रवाह लक्षात घेऊन गेल्या दोन दशकांत भारताने आपले परराष्ट्र धोरण बदलण्यास सुरुवात केलेली आहे. त्याचा सगळ्यात पहिला प्रयत्न पी. व्ही. नरसिंहराव यांच्या कार्यकाळात झाला. त्या काळात भारतीय अर्थव्यस्था मुक्त होण्यास सुरुवात झाली. त्यावेळी पहिल्यांदा शीतयुद्धोत्तर परराष्ट्र धोरणाची काही उद्दिष्टे ठरवण्यात आली. त्यातील पहिले उद्दिष्ट म्हणजे परराष्ट्र धोरणाचा वापर हा भारताच्या आर्थिक हितसंबंधांचे रक्षण करण्यासाठी केला जाईल. दुसरे म्हणजे भारताच्या परराष्ट्र धोरणामध्ये राजकीय हितसंबंधांपेक्षा आर्थिक हितसंबंध महत्त्वाचे बनले. तिसरे म्हणजे, भारताचे परराष्ट्र धोरण विचारसरणीपेक्षा हितसंबंधांवर भर देऊ लागले. चौथे म्हणजे, हे धोरण समाजवादाकडून भांडवलवादाकडे झुकल्यासारखे वाटू लागले. भारताच्या परराष्ट्र धोरणामध्ये व्यावसायिकपणा येऊ लागला. हितसंबंधांना महत्त्व दिले जाऊ लागल्यामुळे परराष्ट्र धोरण वास्तववादी बनू लागले. नरसिंहरावांच्या काळात आणखी दोन महत्त्वाच्या घडामोडी घडल्या. भारताने लुक ईस्ट पॉलिसी सुरू केली. तत्पूर्वी भारत हा केवळ पश्चिमी राष्ट्रांकडेच आपल्या आर्थिक, व्यापारी व संरक्षण हितसंबंध साधण्यासाठी किंवा उद्दिष्टपूर्तीसाठी पाहात होता. प्रामुख्याने त्यांच्याबरोबरच भारताचे आर्थिक व्यवहार चालत असत. किंबहुना, राजकीय संबंधही भारताने पश्चिमी राष्ट्रांबरोबरच विकसित करण्यास सुरुवात केली होती. नरसिंहराव यांच्या काळामध्ये पहिल्यांदा भारताने आपले लक्ष पूर्वेकडील राष्ट्रांकडे वळवले. कारण पूर्वेकडील राष्ट्रे ही व्यापाराच्या दृष्टीने महत्त्वाची आहेत. या राष्ट्रांचा एक गट आहे, ज्याला आसियान म्हणतात. हा एक फार मोठा व्यापार संघ आहे. १९८४ मध्ये इंदिरा गांधी पंतप्रधान असताना या व्यापारसंघाचे सदस्य बनण्याचा प्रस्ताव भारताला देण्यात आला होता; परंतु भारताने तो नाकारला. कारण तो शीतयुद्धाचा काळ होता व आसियान संघटना ही अमेरिकेच्या प्रभावाखाली शीतयुद्धाच्या राजकारणाचा भाग म्हणून निर्माण झाली असल्याचा भारताचा समज होता. त्यामुळे भारताची अशी भूमिका होती, की हा व्यापार संघ अमेरिकेच्या प्रभावाखाली आहे. पण नंतर हा संघ इतका मोठा बनला, की गेल्या २४ वर्षांपासून भारत या व्यापारी संघाचे सदस्यत्त्व घेण्यासाठी प्रयत्न करत आहे; पण त्यांच्याकडून ते देण्यात येत नाहीये. विचासरणीच्या आधारावर केलेल्या चुकीचा हा परिपाक आहे. 'लूक ईस्ट पॉलिसी'बरोबरच नरसिंहराव यांनी इस्त्राईलसोबतचे संबंध सुधारण्यास सुरुवात केली.

इंद्रकुमार गुजराल यांचे परराष्ट्र धोरण :

- **विश्वास निर्मिती प्रक्रियेला प्रारंभ :**

परराष्ट्र धोरणाला दिशा देण्याचा दुसरा महत्त्वपूर्ण प्रयत्न झाला इंद्रकुमार गुजराल यांच्याकडून. त्यांच्या कार्यकाळात पहिल्यांदा भारताच्या इतिहासामध्ये परराष्ट्र धोरणाचे सैद्धांतिकरण करण्याचा प्रयत्न झाला. याला थेअरायझेशन ऑफ फॉरेन पॉलिसी म्हणतात. परराष्ट्राची सूत्रे विकसित केली गेली. गुजराल यांनी दोन प्रकारची सूत्रे विकसित केली. भारताचे शेजारी राष्ट्रांबरोबरचे संबंध सुधारण्यावर गुजराल यांचा प्रामुख्याने भर होता. त्यांनी दोन प्रकारची तत्त्वे विकसित केली. त्यातील पहिले तत्त्व

ज्याला इंग्रजीत कोअर आणि पेरीफरी व मराठीत केंद्र बाह्य वर्तुळ तत्त्व असे म्हणतात. कोअर म्हणजे गाभा आणि पेरीफरी म्हणजे बाह्यवर्तुळ. हे सूत्र प्रामुख्याने भारत आणि पाकिस्तान यांच्यासंदर्भातील आखले गेलेले होते. या दोन देशांचे संबंध कशा पद्धतीने सुधारता येतील, याविषयी गुजराल यांनी काही मते मांडली होती. त्यानुसार, काही राजकीय विषयांमुळे भारत-पाकिस्तानचे संबंध सुधारण्यामध्ये अडथळा येत आहे. यामध्ये काश्मीर हा कोअर म्हणजे गाभ्याचा वा कळीचा प्रश्न आहे. त्याच्यामुळे दोन देशांतील संबंधांमध्ये तणाव निर्माण झाला आहे. यावर गुजराल यांचे म्हणणे होते, की काश्मीर हा प्रश्न तूर्तास बाजूला ठेवला जावा आणि पेरीफेरील किंवा बाह्यवर्तुळातील विषय आहेत त्यांबाबत सहकार्य करण्यास सुरुवात करावी. यामध्ये सांस्कृतिक, शैक्षणिक, व्यापारी या संबंधांमध्ये सहकार्य करण्यास सुरुवात केली जावी. यामुळे दोन देशांमध्ये विश्वासनिर्मिती होऊन काश्मीरसारखे प्रश्न सोडवण्याचा मार्ग मोकळा होऊ शकेल. ही बाब गुजराल यांनी अतिशय उत्तम पद्धतीने समजावून सांगितली. या धोरणाचा भाग म्हणूनच गुजराल यांच्या काळामध्ये ट्रॅक टू डिप्लोमसीला वेग आला. त्यातूनच नुसरत फतेह अली खान यांच्यासारखे अनेक गायक भारतात आले, भारताचे अनेक चित्रपट पाकिस्तानात प्रदर्शित होऊ लागले. भारत व पाकिस्तानध्ये क्रिकेट सामने सुरू झाले. पाकिस्तानने भारताकडून साखर व वीज आयात करण्यास सुरुवात केली. १९९६ नंतर पाकिस्तानची क्रिकेट टीम भारतात आली, आपला क्रिकेट संघ पाकिस्तानला गेला. त्यातूनच दोन्ही देशांमधील लोकांच्या पातळीवरील संवाद वाढायला सुरुवात झाली. ही विश्वासनिर्मितीची एक प्रक्रिया असते. लोकांमधील संवाद वाढतो तेव्हा विश्वासनिर्मिती वेगवान होते. या प्रक्रियेची सुरुवात गुजराल यांच्या कार्यकाळात झाली.

- **सुत्रबद्ध मांडणीचा प्रयत्न** :

गुजराल यांचे दुसरे तत्त्व होते त्याला तरंग सिद्धांत म्हणता येईल. त्यानुसार, भारताच्या परराष्ट्र धोरणाचे गुजराल यांनी आभासी तरंग वर्तुळ तयार केले. यातील पहिले जे वर्तुळ होते त्यामध्ये त्यांनी दक्षिण आशियाचा समावेश केला. त्यानुसार प्रथम दक्षिण आशियातील देशांशी संबंध विकसित करण्याचे ठरवले. यासाठी त्यांनी प्रिन्सिपल ऑफ नॉनरिसिप्रॉसिटीचे धोरण अवलंबले. म्हणजे काय, तर आपल्या शेजारच्या राष्ट्रांना एक भीती वाटत होती, की आपली अर्थव्यवस्था जर भारतासाठी खुली केली तर आपल्या देशातील रोजगार संपून जाईल, आपली सगळी बाजारपेठ भारताच्या मालाने भरून जाईल. गुजराल यांनी असे सांगितले, की या देशांकडून कोणतीही अपेक्षा न करता त्यांना प्रचंड आर्थिक मदत देण्याचे ठरवले. त्यामुळे या राष्ट्रांचा विश्वास संपादन करता येईल आणि ती चीनकडे वळणार नाहीत, हा यामागचा हेतू होता. यातून त्यांनी शेजारी राष्ट्रांशी संबंध सुधारण्यास सुरुवात केली. त्यानंतरच्या दुसऱ्या वर्तुळाला त्यांनी 'इंडियन ओशन रिम' असे नाव दिले. म्हणजे काय, तर हिंदी महासागराला लागून असलेली जी राष्ट्रे आहेत त्यांचा एक आर्थिक संघ आहे त्याचे पुनरुज्जीवन करण्याचे गुजराल यांनी सांगितले. त्यामागे भारताचा समुद्र मार्गातून व्यापार वाढेल, हा हेतू होता. तिसरे वर्तुळ पूर्वेकडील राष्ट्रांशी, आसियान या व्यापार संघांशी संबंध वाढवण्यासाठी प्रयत्न करणे. चौथे म्हणजे गल्फमधील ओपेक राष्ट्रांशी, ओआयसी (ऑर्गनायझेशन ऑफ इस्लामिक कंट्रीज)शी व्यापार वाढावण्यासाठी प्रयत्न करणे आणि पाचवा म्हणजे युरोपियन युनियनशी व्यापार वाढवण्यासाठी प्रयत्न करणे. अशा प्रकारे गुजराल यांनी भारताच्या परराष्ट्र धोरणाला आकार देण्याचा प्रयत्न केला. पहिल्यांदा ही सूत्रबद्ध मांडणी केली गेली.

वाजपेयी यांचे परराष्ट्र धोरण :

यानंतर १९९८ ते २००३ या काळात अटलबिहारी वाजपेयी यांच्या नेतृत्वातील राष्ट्रीय लोकशाही आघाडीचे सरकार केंद्रात आले. या काळामध्ये पहिल्यांदा भारतीय परराष्ट्र धोरणावरून नेहरूंचा पगडा कमी करण्याचा प्रयत्न केला गेला. भारताचे परराष्ट्र धोरण वास्तववादी बनवण्याचा प्रयत्न वाजपेयी यांच्याकडून झाला. त्यामध्ये दोन महत्त्वाच्या गोष्टी घडल्या. एक म्हणजे भारताने अण्वस्त्रे बनवली आणि स्वतःला अण्वस्त्रधारी राष्ट्र म्हणून घोषित केले. दुसरी गोष्ट म्हणजे नेहरूंचा कोणत्याही राष्ट्राबरोबर सामरिक युती करण्यास विरोध होता; परंतु अटलबिहारी वाजपेयींनी अमेरिकेशी प्रचंड जवळीक केली आणि त्यांच्याशी संबंध घनिष्ट करण्याचा प्रयत्न केला. भारत व

अमेरिका वाजपेयींच्या काळात एक सामरिक युती विकसित करण्याच्या प्रयत्नात होते.

'पी ५' संकल्पना :

यानंतर अटलबिहारी वाजपेयींनी 'पी ५' नावाची संकल्पना मांडली. त्यामध्ये त्यांनी असे सांगितले, की संयुक्त राष्ट्र संघटनेच्या सुरक्षा परिषदेचे कायम सदस्य असलेले जे पाच देश आहेत त्यांच्यासोबत आपले संबंध विकसित करण्याचा भारत प्रयत्न करेल. त्याचबरोबर वाजपेयींच्या काळात भारताने पहिल्यांदा आपले अण्वस्त्र धोरण जाहीर केले आणि ते सूत्रबद्ध पद्धतीने मांडले. त्यामधून भविष्यात भारताचे अण्वस्त्र धोरण कसे असेल हेही स्पष्ट केले. त्यानुसार, भारत प्रथम अण्वस्त्राने दुसऱ्या देशावर कधीही हल्ला करणार नाही, भारत भविष्यामध्ये आणखी अणूपरीक्षण करणार नाही, भारताची भूमिका ही जबाबदार अण्वस्त्रधारी राष्ट्राची असेल आणि भारत कोणत्याही देशाला अणुतंत्रज्ञान वा अण्वस्त्र देणार नाही ही प्रमुख तत्त्वेही विषद केली.

युपीए शासनाच्या काळातील परराष्ट्र धोरण

यानंतर २००४ ते २००९ या काळात मनमोहन सिंग यांच्या नेतृत्वाखालील युपीएचे पहिले सरकार सत्तेमध्ये आले. या काळात भारत-अमेरिका संबंध विकसित करण्यावर खूप भर दिला गेला. त्यातूनच या दोन देशांमधील नागरी अणुकरार प्रत्यक्षात कसा येईल यासाठी प्रयत्न केले गेले. हा करार मंजूर झाला नाही तर मी राजीनामा देईन, हे सांगण्यापर्यंत मनमोहन सिंग यांनी कसोशीने प्रयत्न केले. तसेच चीन आणि पाकिस्तानसोबत महत्त्वपूर्ण करार झाले. मात्र २००९ नंतरच्या काळात म्हणजे युपीए-२च्या कार्यकाळात भारताच्या परराष्ट्र धोरणाला उतरती कळा लागली. त्यातूनच परराष्ट्र धोरणात काही नकारात्मक प्रवाह येऊ लागले. परराष्ट्र धोरणाच्या या अधोगतीमध्ये आणि नकारात्मक प्रवाहांच्या विकासामध्ये युपीए शासनातील सहकारी पक्षांचा, घटक पक्षांचा वाटा मोठा होता. कोणत्याही राष्ट्राचे परराष्ट्र धोरण हे एकच असते आणि ते केंद्र शासन ठरवते. पण भारतामध्ये २००९ नंतर एकाच वेळी दोन प्रकारची परराष्ट्र धोरणे दिसू लागली. एक आहे केंद्राचे आणि दुसरे आहे घटक राज्यांचे. म्हणजे घटक राज्ये परराष्ट्र धोरण ठरवू लागली. याचे कारण या घटक राज्यातील प्रादेशिक पक्ष हे सरकारमध्ये सहभागी होते. या प्रादेशिक पक्षांनी आपल्या हितसंबंधांसाठी केंद्र सरकारवर दबाव टाकण्यास सुरुवात केली. उदाहरणादाखल, भारत आणि श्रीलंकेचे संबंध. तामिळनाडूमधील डीएमके सारख्या प्रादेशिक पक्षाने युपीए शासनावर प्रचंड दबाव आणून मानवाधिकारांच्या मुद्द्यावर श्रीलंकेच्या विरोधात भूमिका घेण्यास भाग पाडले. या दबावाला झुकून २०१२ मध्ये श्रीलंकेत झालेल्या राष्ट्रकुल परिषदेमध्ये पहिल्यांदा भारताचे पंतप्रधान अनुपस्थित राहिले. मनमोहनसिंग यांनी या परिषदेला जाण्यास नकार दिला आणि त्यांच्याऐवजी परराष्ट्र मंत्री सलमान खुर्शिद यांना पाठवले गेले. भारताच्या परराष्ट्र धोरणाला बसलेला फार मोठा धक्का होता. म्हणजे भारताचे परराष्ट्र धोरण संकुचित प्रादेशिक हितसंबंधांसाठी काम करायला लागले. ज्यामुळे भारताचे शेजारील राष्ट्रांशी संबंध तणावपूर्ण बनले. तसाच प्रकार बांगलादेशबाबत झाला. भारत आणि बांगलादेश यांच्यात दोन महत्त्वाचे करार झाले. पहिला करार होता लँड बॉर्डर ॲग्रीमेंट आणि दुसरा तिस्ता नदीच्या पाणीवाटपाचा. यातील तिस्ता नदीच्या पाणीवाटपाचा करार भारत-बांगलादेश संबंध सुधारण्यासाठी अतिशय महत्त्वाचा होता. हा करार २०११ मध्ये युपीए सरकारमध्ये सहभागी असलेल्या तृणमूल काँग्रेसच्या नेत्या ममता बॅनर्जी यांनी हा करार हाणून पाडला. परिणामी, बांगलादेशाशी संबंध बिघडले. प्रादेशिक पक्षांच्या या वाढत्या प्रभाव आणि दबावामुळे आंतरराष्ट्रीय पातळीवर भारताची प्रतिमा बिघडू लागली. एक मवाळ किंवा कणखर परराष्ट्र धोरण नसलेला देश म्हणून भारताकडे पाहिले जाऊ लागले.

दुसरा नकारात्मक प्रवाह म्हणजे, आतापर्यंत पाकिस्तान भारतासोबत सहकार्य करायला तयार नव्हता. त्यांच्याकडून अटी टाकल्या जात असत. यामध्ये काश्मीरचा प्रश्न सोडवण्याची अट प्रामुख्याने असायची. त्यानंतरच आम्ही तुमच्यासोबत चर्चा करू असे पाकिस्तानचे म्हणणे होते; परंतु २००९ नंतर भारताने अटी घालण्यास सुरुवात केली. यामध्ये मुंबईवर झालेल्या दहशतवादी हल्ला करणाऱ्या दहशतवाद्यांना तुम्ही पकडत नाही, सियाचिन आणि सर क्रिकचा

संबंध सोडवत नाही, दहशतवादाला समर्थन देणे थांबवत नाही, तोपर्यंत आम्ही चर्चा करणार नाही अशी भूमिका भारताने घेतली. त्यामुळेच युपीए शासनाच्या १० वर्षांच्या काळामध्ये मनमोहन सिंग एकदाही पाकिस्तानला गेले नाहीत. तिसरी गोष्ट म्हणजे, युपीए-२च्या काळात भारत-अमेरिका संबंध कमालीचे बिघडले. याचे कारण नागरी अणूकरार संसदेत संमत झाला नाही. तसेच भारताशी व्यापार करण्यासाठी काही करार मंजूर केले जाणे अमेरिकेला आवश्यक वाटत होते. ते झाले नाहीत. यामध्ये आण्विक उत्तरदायित्त्वाचा करार, विमा सुरक्षा विधेयक, रिटेलमधील विदेशी गुंतवणुकीचे विधेयक यांचा समावेश होतो. तसेच देवयानी खोब्रागडे प्रकरण याच काळात घडले. या सर्वांमुळे भारत-अमेरिका संबंध तणावपूर्ण बनले. याशिवाय, नेपाळ, बांगलादेश, श्रीलंका, भूतान, म्यानमार या शेजारील राष्ट्रांकडेही या १० वर्षांच्या काळात कमालीचे दुर्लक्ष झाले. परिणामी या राष्ट्रांमध्ये चीनबाबतचे आकर्षण निर्माण झाले आणि त्याचा फायदा घेत चीनने या राष्ट्रांवर आपला प्रभाव वाढवण्यास सुरुवात केली. तसेच चीनने या राष्ट्रांच्या माध्यमातून भारताला घेरण्यासही सुरुवात केली. या सर्वांमुळे भारताच्या परराष्ट्र धोरणाला एक प्रकारचा सेट बॅक बसला.

मात्र या काळात काही महत्त्वाच्या आणि स्वागतार्ह गोष्टीही घडल्या. यापैकी एक म्हणजे मनमोहन सिंगांनी परराष्ट्र धोरणाची सूत्रे सांगितली. भविष्यातील भारताचे परराष्ट्र धोरण हे भारतातील सामान्य नागरिकांच्या आर्थिक आकांक्षांचे आणि अपेक्षांचे प्रतिनिधीत्त्व करणारे असेल असे त्यांनी सांगितले. तसेच भारताला आंतरराष्ट्रीय राजकारणात जे स्थान आहे ते आर्थिक विकासामुळे आहे. त्यामुळे भारत हा आर्थिक विकासाचा कार्यक्रम पुढे चालू ठेवेल आणि त्यासाठी परराष्ट्र धोरणाचा साधन म्हणून वापर करेल. तसेच आंतरराष्ट्रीय राजकारणात ज्या महासत्ता आहेत, लोकशाहीवादी, धर्मनिरपेक्षवादी देश आहेत त्यांच्याशी भारत आपले संबंध घनिष्ट करण्याचा प्रयत्न करेल, हा तिसरा मुद्दा त्यांनी मांडला. दुसरी महत्त्वाची गोष्ट म्हणजे भारताचे व्यापारी हितसंबंध परराष्ट्र धोरणाच्या माध्यमातून साधण्यास सुरुवात झाली. जसे भारतामध्ये इतर राष्ट्रे गुंतवणूक करतात, त्याचप्रमाणे इतर राष्ट्रांमध्ये भारताने गुंतवणूक करण्यास सुरुवात केलेली आहे. ही गुंतवणूक जवळपास ५० अब्ज डॉलरहून अधिक आहे. या गुंतवणुकीचे रक्षण परराष्ट्र धोरणाच्या माध्यमातून करण्याचे त्यांनी ठरवले. त्यातूनच परराष्ट्र व्यवहार मंत्रालय आणि वाणिज्य मंत्रालय यांना एकत्र करण्याचा प्रस्ताव आला, इतके आपले व्यापारी हितसंबंध आणि परराष्ट्र धोरणातून निर्माण झालेले हितसंबंध वाढले.

मोदी सरकारचे परराष्ट्र धोरण :

या पार्श्वभूमीनंतर २०१४ मध्ये केंद्रात नरेंद्र मोदी यांचे पूर्ण बहुमत असणारे सरकार सत्तेत आले. मोदी यांच्या परराष्ट्र धोरणाचा विकास हा तीन टप्प्यांत होणार आहे. पहिला टप्पा आहे दक्षिण आशियाचा. भारताला आपल्या सात शेजारी राष्ट्रांशी ज्यांना सार्क कंट्रीज असे म्हटले जाते त्यांच्याशी आपले संबंध घनिष्ट करायचे आहेत. मोदी यांनी त्यांच्या निवडणूक प्रचारात दक्षिण आशियातील विकासाचा आणि गरिबीचा प्रश्न हे दोन प्रश्न उचलून धरले होते. आपण दक्षिण आशियावर भर का देतो? कारण भारताचा आर्थिक विकास आणि भारताची अंतर्गत सुरक्षा ही भारताच्या शेजारील राष्ट्रांमधील शांतता, तेथील लोकशाहीचे अस्तित्व, राजकीय स्थैर्य व त्यांच्या आर्थिक विकासाशी निगडित आहे. या राष्ट्रांमध्ये लोकशाही नांदली, शांतता प्रस्थापित झाली, त्यांचा विकास झाला तर भारतात शांतता आणि स्थैर्य निर्माण होईल. कारण भारताच्या सीमा या राष्ट्रांना जोडलेल्या आहेत. त्यामुळे या राष्ट्रांबरोबर आर्थिक विकास सुधारणे, या राष्ट्रांच्या आर्थिक विकासामध्ये योगदान देणे हे आता भारताने आपले प्रमुख आर्थिक उद्दिष्ट ठरवले आहे. शेजारी राष्ट्रांबरोबर आर्थिक संबंध घनिष्ट करण्यासाठी मोदी यांनी प्रथम भूतान आणि नंतर नेपाळ या राष्ट्रांची भेटीसाठी निवड केली. हे त्यांचे पहिले वर्तुळ आहे. यानंतर त्यांनी दक्षिण पूर्व आशियाई राष्ट्रे आणि उत्तर पूर्व आशियाई राष्ट्रांशी संबंध विकसित करण्याचे ठरवले आहे. यासाठीच परराष्ट्रमंत्री सुषमा स्वराज या म्यानमार आणि सिंगापूरच्या दौऱ्यावर गेल्या होत्या. दुसरीकडे राष्ट्रपती प्रणव मुखर्जी हे व्हिएतनाम दौऱ्यावर जाऊन आले. स्वतः नरेंद्र मोदी हे जपानच्या दौऱ्यावर गेले होते. हा दुसरा टप्पा झाला. तिसऱ्या

टप्प्यामध्ये अमेरिकेसारख्या विकसित राष्ट्रांशी संबंध विकसित करण्याचे मोदी सरकारने ठरवले आहे. त्यासाठी मोदी यांचा अमेरिका दौरा संपन्न झाला.

▪ **आर्थिक विकासाला प्राधान्य :**

नरेंद्र मोदी यांनी परराष्ट्र धोरणामध्ये आर्थिक विकासाला प्राधान्य दिले आहे. मोदींसमोर जपान, दक्षिण कोरिया, सिंगापूर आणि चीन या चार देशांचे मॉडेल्स आहेत. या चार देशांनी आपला विकास अतिशय सूत्रबद्ध पद्धतीने पूर्ण केला आहे. या देशांच्या आर्थिक विकासाचे रहस्य त्यांच्या उत्पादनाच्या निर्यातीमध्ये आहे. यातील दक्षिण कोरियाचा विचार केला तर त्यांच्या अर्थव्यवस्थेमध्ये मॅन्युफॅक्चरिंग गुडस्‌चा वाटा हा तब्बल ८६ टक्के आहे. चीनमध्ये तो ५५ टक्के आहे आणि जपानमध्ये ६० टक्के आहे. म्हणून हे देश प्रचंड निर्यात करतात. त्यामुळे त्यांना प्रचंड परकीय चलन मिळते. भारतात मॅन्युफॅक्चरिंग इंडस्ट्रीचा वाटा फक्त २३ टक्के आहे. त्यामुळे भारतातून निर्यात फार मोठ्या प्रमाणावर होत नाही. भारतात सेवा क्षेत्राचा अर्थव्यवस्थेमधील वाटा ५२ टक्के आहे; परंतु या क्षेत्रामध्ये काम करणाऱ्या लोकांचे प्रमाण केवळ तीन टक्के आहे. याचाच अर्थ असा होतो, की सेवाक्षेत्रात रोजगारनिर्मिती मर्यादित आहे. पण मॅन्युफॅक्चरिंग इंडस्ट्रीमध्ये काम करणाऱ्या लोकांचे प्रमाण सध्या २६ टक्के आहे. हे वाढवता येऊ शकते. म्हणजेच उत्पादन निर्मितीच्या क्षेत्रात रोजगारनिर्मितीचे प्रचंड सामर्थ्य आहे आणि मोदी यांना तूर्तास दोन कोटी भारतीयांसाठी रोजगारनिर्मिती करायची आहे. त्यासाठीच त्यांनी उत्पादननिर्मितीच्या क्षेत्रावर भर देण्यास सुरुवात केली आहे.

▪ **परदेशी गुंतवणुकीला आकर्षित करण्याचा प्रयत्न**

याचा परराष्ट्र धोरणाशी संबंध कसा आहे? तर मॅन्युफॅक्चरिंग इंडस्ट्रीच्या विकासासाठी साधनसंपत्तीचा म्हणजे रेल्वे पूल, रस्ते, पूल यांचा विकास होणे आवश्यक आहे आणि त्यासाठी परकीय गुंतवणुकीची आवश्यकता आहे. कारण आपल्याकडे त्यासाठी भांडवल उपलब्धता नाही. दक्षिण कोरिया आणि चीनने सुरुवातीच्या काळात अशाच प्रकारे परकीय गुंतवणूक आकर्षित केली आणि त्यानंतर मॅन्युफॅक्चरिंग इंडस्ट्रीचा मोठ्या प्रमाणावर विकास केला. त्यामुळेच भारतातील साधनसंपत्तीच्या विकासासाठी परकीय गुंतवणूक आकर्षित करणे हे मोदी यांच्या परराष्ट्र धोरणाचे उद्दिष्ट आहे. यातून उत्पादनक्षेत्राचा विकास आणि रोजगारनिर्मिती ही दोन्ही उद्दिष्टेही साधली जाणार आहेत. रस्तेबांधणी, रेल्वेवाहतूक, पूल उभारणे या कामांमधून अनेकांना रोजगार उपलब्ध होणार आहे. त्यातून बेरोजगारीचा प्रश्न सुटण्यास मदत होणार आहे. त्यामुळेच ते परराष्ट्र धोरणाचा वापर विदेशी गुंतवणूक आकर्षित करण्यासाठी करत आहेत. त्यांचा मूळ उद्देश मॅन्युफॅक्चरिंग इंडस्ट्री वाढवणे हा आहे आणि त्यासाठी त्यांनी 'मेक इन इंडिया' नामक प्रोजेक्ट हाती घेतला आहे. भारतात गुंतवणूक करणाऱ्यांच्या जमीन, वीज आणि पर्यावरणासंबंधीचे ना-हरकत प्रमाणपत्र मिळणे या तीन प्रमुख मागण्या असतात. शासन या तीनही गोष्टी देण्यासाठी वेगाने प्रयत्न करण्यास तयार आहे. या तीन गोष्टी मिळाल्यानंतर परकीय गुंतवणूकदारांकडून भारतामध्ये उत्पादन केले जाईल, त्यावर भारताचे ब्रँडिंग असेल आणि त्या वस्तू निर्यात केल्या जातील असे यामागचे उद्दिष्ट आहे.

▪ **परदेशी भांडवल व तंत्रज्ञानावर भर :**

सध्या भारत हा आयातदार देश आहे. भारताची निर्यात खूप कमी आहे. त्यामुळे आपल्याकडे व्यापारी आणि वित्तीय तूट मोठ्या प्रमाणावर निर्माण झाली आहे. ही कमी करण्यासाठी, अर्थव्यवस्थेची पत वाढवण्यासाठी असेल तर परकीय गुंतवणूक वाढवणे आवश्यक आहे. त्यातून उत्पादननिर्मिती वाढेल, निर्यात वाढेल. मोदी यांना परदेशातून भांडवल आणि तंत्रज्ञान हवे आहे. मॅन्युफॅक्चरिंग इंडस्ट्रीच्या विकासासाठी आवश्यक असलेल्या या दोन गोष्टी भारताकडे नाहीत. त्यामुळेच मोदी हे तंत्रज्ञानाची मागणी चीन, जपान आणि अमेरिका आदी देशांकडे करत आहेत. भारताला आगामी पाच वर्षांमध्ये मॅन्युफॅक्चरिंग इंडस्ट्रीच्या विकासासाठी ५०० अब्ज डॉलरची गरज आहे. त्यापैकी त्यांनी ३५ अब्ज डॉलरचे आश्वासन जपानकडून, २० अब्ज डॉलरचे आश्वासन चीनकडून आणि ५० अब्ज डॉलर गुंतवणुकीचे आश्वासन अमेरिकेकडून मिळवले आहे. त्याचबरोबर अमेरिकन

भांडवलदारांना भारतात गुंतवणूक करण्यासाठी आवाहन केले. यासाठी त्यांनी जमीन, वीज आणि पर्यावरणीय सूट देण्याबरोबरच देशांतर्गत कामगार कायद्यांमध्ये आणि कररचनेमध्ये बदल करून त्यातील क्लिष्टता दूर करण्याचे ठरवले आहे. तसेच उद्योग सुरू करण्यासाठी आवश्यक असणारे सर्व ना-हरकत दाखले ७२ तासांमध्ये मिळवून दिले जातील, असे आश्वासन परदेशी गुंतवणूकदारांना दिले. परदेशी गुंतवणुकीच्या आड येणारे जुने कायदे रद्द करण्यासही त्यांनी प्रारंभ केला आहे. हे सगळे मॅन्युफॅक्चरिंग इंडस्ट्रीच्या विकासासाठी केले जात आहे.

- **आरोग्य क्षेत्रावर भर :**

याचबरोबर मोदी यांनी आरोग्य क्षेत्रावर भर देण्यात सुरुवात केली आहे. यामागचे कारण म्हणजे भारतात सध्या ३० कोटी म्हणजे एक चतुर्थांश नागरिक हे कायमस्वरुपी आजारी आहेत. त्यामुळे आपल्याकडील कामगारक्षमता कमी झालेली आहे. त्यामुळे आरोग्य सुधारण्यासाठी मोदी यांनी शौचालये उभारण्यापासून स्वच्छता मोहीमेपर्यंत सर्व बाबी हाती घेतल्या आहेत. कारण आरोग्य सुधारले की क्रिएटिव्हिटी, उत्पादनक्षमता वाढण्यास मदत होते. थोडक्यात, गेल्या चार ते पाच महिन्यांमध्ये मोदी यांनी परराष्ट्र धोरणाचा वापर हा परकीय भांडवल भारतात आणण्यासाठी करण्यास सुरुवात केली. यासाठी देशांतर्गत कायदे यासाठी बदलण्याचे धोरण स्वीकारले.

- **राष्ट्रीय सुरक्षा व हितसंबंधांचे रक्षण :**

दुसरीकडे मोदी यांनी परराष्ट्र धोरणाबाबत काही लक्ष्मणरेषा आखण्यास किंवा चौकट तयार करण्यास सुरुवात केली आहे. या लक्ष्मण रेषांचा उद्देश भारताच्या राष्ट्रीय सुरक्षेशी निगडित हितसंबंधांचे रक्षण करण्याचा आहे. याचाच अर्थ पाकिस्तान किंवा चीनबरोबर सहकार्य वाढवण्यासाठी भारताच्या सुरक्षेचा बळी दिला जाणार नाही, हे मोदींनी स्पष्ट केले आहे. यासाठी पाकिस्तानचे उदाहरण घेता येईल. पाकिस्तानला त्यांनी स्पष्टपणे सांगितले, की आम्ही तुमच्याशी बोलणी करू, पण त्यासाठी आमचे काही नियम आहेत. हुर्रियतशी चर्चा करणार असाल तर आम्ही तुमच्याशी चर्चा करणार नाही. तसेच तुम्ही गोळीबार केला तर आम्हीही करू. अशाच प्रकारे त्यांनी चीनलाही सांगितले आहे, की आम्ही तुमच्याशी इतर मुद्द्यांवर सहकार्य, चर्चा करू; पण ते करत असताना आम्ही सीमेवर साधनसंपत्तीचा विकास करू. याचप्रमाणे त्यांनी अमेरिकेलाही अशा लक्ष्मणरेषा आखून दिल्या आहेत. त्यानुसार भारत आणि अमेरिका यांच्यातील संबंध कितीही सुधारले तरी अमेरिकेची प्रत्येक गोष्ट भारत स्वीकारणार नाही. जसे चीन व तैवान यांच्यातील संघर्षाविषयी, इराण किंवा सीरियाच्या प्रश्नाविषयी भारताची आपली स्वतंत्र व अमेरिकेच्या विरोधात जाणारी भूमिका आहे. तसेच आम्ही आमचे शांतीसैनिक तुम्ही म्हणाल तिथे पाठवणार नाही, आम्ही चीनला उघडपणे विरोध करणार नाही, असे मोदी यांनी अमेरिकेलाही सांगितले आहे.

थोडक्यात, परराष्ट्र धोरणासाठी मोदी यांनी लक्ष्मणरेषांच्या चौकटीमध्ये परराष्ट्र धोरण बसवले आहे. या धोरणाचे शेवटचे वैशिष्ट्य म्हणजे त्यांनी आर्थिक विकास आणि संरक्षण सिद्धता या दोन्ही गोष्टी एकाच वेळी साधण्याचे ठरवले आहे. एकूणच, पंडित नेहरूंची मुलभूत आर्थिक सुधारणांवर भर देणारी जी सर्वसमावेशक परराष्ट्र धोरणाची योजना होती त्याचे प्रतिबिंब, इंद्रकुमार गुजराल यांच्या दक्षिण आशियाई राष्ट्रांशी प्रथम संबंध घनिष्ट करण्याची भूमिका होती त्याचे प्रतिबिंब आणि विकसित राष्ट्रांशी संबंध घनिष्ट करण्याची अटलबिहारी वाजपेयी यांची जी भूमिका होती त्याचे प्रतिबिंब मोदी यांच्या परराष्ट्र धोरणामध्ये पडल्याचे दिसते.

नरेंद्र मोदींचे पाकिस्तानबाबतचे धोरण

नरेंद्र मोदी यांच्या पाकिस्तानबाबतच्या धोरणाची तीन प्रमुख वैशिष्ट्य आहेत जी पूर्वीच्या सरकारपेक्षा वेगळी आहेत.

१) सिमला करार आणि लाहोर करार यांमध्ये काश्मीर प्रश्न हा द्विपक्षीय प्रश्न मानला गेला आहे. त्यामुळे या मुद्द्यांबाबत भारत पाकिस्तानशी द्विपक्षीय चर्चेसाठीच तयार असेल. तिसऱ्या कोणालाही समावेश घेण्यास भारत नकार देईल.

२) पाकिस्तान काश्मीर प्रश्नाला आंतरराष्ट्रीय प्रश्न बनवण्याचा प्रयत्न करत आहे. त्यासाठी त्यांनी संयुक्त राष्ट्र संघाच्या आमसभेत हा मुद्दा उपस्थित केला. पण भारत ही बाब गांभीर्याने घेणार नाही. त्यामुळेच नरेंद्र मोदी यांनी न्यूयॉर्कमध्ये

संयुक्त राष्ट्र संघाच्या आमसभेमध्ये पाकिस्तानच्या टीकेला उत्तर देणे टाळले.

३) आजवर पाकिस्तानकडून सीमेवर गोळीबार केला जात होता; पण भारताकडून त्याला प्रत्युत्तर दिले जात नव्हते. याचे कारण सीमेवर तणाव वाढेल आणि त्याचे अण्वस्त्रयुद्धामध्ये रुपांतर होऊ शकेल, अशी भारताला भीती होती. परंतु मोदी यांच्या कार्यकाळात आता हे धोरण बदलून जशास तशी भूमिका स्वीकारली. म्हणजे पाकिस्तानने गोळीबार केला तर त्याला भारताने सडेतोड प्रत्युत्तर दिले.

या तीन बदलांमुळे अणुयुद्धाच्या भीतिने भारताला सातत्याने ब्लॅकमेल करण्याच्या पाकिस्तानच्या भूमिकेची कोंडी झाली.

या काळात पाकिस्तानचे नैराश्य वाढले. कारण मोदींनी पाकिस्तानकडे दुर्लक्ष करून जागतिक पातळीवर इतर राष्ट्रांशी संबंध सुधारण्याचा सपाटा लावला. तसेच चीनची भूमिका बदलण्यातही ते यशस्वी ठरले. त्यामुळेच आजवर चीनचे राष्ट्राध्यक्ष भारतभेटीवर आल्यानंतर इथून ते पाकिस्तानला जात असत. पण शी झिनपिंग यांनी भारतभेटीनंतर पाकिस्तानला जाणे टाळून त्यांच्या भूमिकेतील बदल दाखवून दिला. त्यामुळे राजनैतिक दृष्ट्या विभागीय पातळीवर पाकिस्तानला अलिप्त करण्यात, वेगळे पाडण्यात मोदींचे परराष्ट्र धोरण यशस्वी ठरले असे सध्या दिसत आहे.

भारतीय राष्ट्रीय काँग्रेसचे परराष्ट्र धोरणाची वैशिष्टे

- वसाहतवाद, हुकुमशाही आणि वंशवादाला विरोध
- उदारमतवादी लोकशाहीचा पुरस्कार
- आफ्रो-आशियाई राष्ट्रांना संघटित करणे आणि त्यांच्या सामूहिक विकास साधण्यासाठी प्रयत्न करणे
- आशिया व आफ्रिका खंडातील राष्ट्रातील मैत्रीचे व सहकार्याचे संबंध प्रस्थापित करणे
- युद्धाला विरोध करणे
- शांतता आणि सहकार्याच्या माध्यमातून राष्ट्रांमधील राजकीय स्वरुपाचे प्रश्न सोडवणे
- विभागीय व आंतरराष्ट्रीय सुरक्षितता प्रस्थापित करणे

भारतीय राष्ट्रीय काँग्रेसचे परराष्ट्र धोरणातील महत्त्वाचे निर्णय

- १८८५ मध्ये ब्रिटिशांनी ब्रह्मदेशावर केलेल्या आक्रमणाचा निषेध केला.
- ब्रिटिशांकडून भारताच्या सीमारेषेवर होणाऱ्या लष्करी कारवायांना विरोध केला.
- ब्रिटिशांकडून इतर शेजारी राष्ट्रांच्या अंतर्गत कारभारामध्ये होणाऱ्या हस्तक्षेपाला विरोध केला.
- पहिल्या महायुद्धानंतर झालेल्या वर्सायचा तहामध्ये भारतीय राष्ट्रीय काँग्रेसचा समावेश होता.
- पहिल्या महायुद्धानंतर स्थापन झालेल्या राष्ट्रसंघाचे सदस्यत्त्व भारताने स्वीकारले.
- १९२० मध्ये स्थापन झालेल्या आंतरराष्ट्रीय कामगार संघटनेचे सदस्य भारताने स्वीकारले
- वसाहतवादाविरुद्ध लढणाऱ्या सर्व राष्ट्रांना सहकार्य करण्याचे भारतीय राष्ट्रीय काँग्रेसने जाहीर केले.
- महिलांच्या व्यापारावर बंदी, लहान मुलांचे अधिकार यांसारख्या करारांवर त्यांनी स्वाक्षरी केली.
- १९२८ मध्ये काँग्रेसने आपल्या व्यासपीठावरून स्वतंत्र परराष्ट्र विभाग निर्माण केला.
- जर्मनी आणि इटलीमधील लष्करी हुकुमशाहीचा विरोध केला.
- १९३९ मध्ये झालेल्या राष्ट्रीय काँग्रेसच्या त्रिपुरा अधिवेशनामध्ये भारताला स्वतंत्र परराष्ट्र धोरण असावे अशा स्वरुपाचा निर्णय घेतला.
- १९४५ मध्ये सॅनफ्रान्सिस्को कॉन्फरन्समध्ये भारताचा सहभाग होता.
- १९४७ मध्ये नवी दिल्लीमध्ये भारताने एशियन रिलेशन कॉन्फरन्स आयोजित केला होता.

भारताच्या परराष्ट्र धोरणावर प्रभाव टाकणाऱ्या विचारधारा

- महात्मा गांधींचा अहिंसावाद आणि शांततेचा पुरस्कार
- स्वातंत्र्यानंतर आशिया आणि आफ्रिका खंडातील राष्ट्रांसाठी, सामूहिक हितसंबंधांच्या रक्षणासाठी भारताने जे सामूहिक परराष्ट्र धोरण बनवण्याचा प्रयत्न केला त्यावर रविंद्रनाथ टागोरांच्या आंतरराष्ट्रीयवादाच्या संकल्पनेचा प्रभाव होता. महर्षी अरविंदो यांचा अध्यात्मवादही प्रभाव टाकणारा होता.
- जवाहरलाल नेहरूंचा लोकशाही समाजवाद याचा भारताच्या परराष्ट्र धोरणावर सर्वाधिक प्रभाव पडला. या संकल्पनेमध्ये एकीकडे स्वातंत्र्य आणि समता अपेक्षित आहे, तर दुसरीकडे समाजातील विषमता नष्ट करण्यावर भर देण्यात येतो. ही विषमता नष्ट करण्यासाठी प्रामुख्याने खासगी मालकीचे समान वितरण करण्याचा प्रयत्न केला जातो. तसेच या लोकशाही समाजवादामध्ये गरिबी, बेरोजगारी, मागासलेपणा नष्ट करण्यासाठीदेखील उपाययोजना करणे अपेक्षित आहे. या सर्वांचा प्रभाव भारताच्या परराष्ट्र धोरणावर झालेला दिसतो.

नेहरूंचे परराष्ट्र धोरण

नेहरूंचे परराष्ट्र धोरण हे शांतता, विकास, निःशस्त्रीकरण आणि परस्परावलंबित्व या चार तत्त्वांवर आधारलेले होते. त्यांनी आपल्या परराष्ट्र धोरणामध्ये इतर राष्ट्रांच्या अंतर्गत कारभारात हस्तक्षेप न करणे, आपली इच्छा इतर राष्ट्रांवर लादण्याचा प्रयत्न न करणे, वसाहतवादाचे निर्मूलन करणे आणि सामाजिक भावना प्रस्थापित करणे या चार गोष्टींवर भर दिला.

शीतयुद्धकालीन परराष्ट्र धोरणाची वैशिष्ट्ये

स्वातंत्र्योत्तर काळात भारताचे जे शीतयुद्धकालीन परराष्ट्र धोरण होते त्यामध्ये नववसाहतवादाला विरोध, वंशवादाला विरोध, शस्त्रास्त्र स्पर्धेला विरोध, अण्वस्त्रांना विरोध, अणुचाचण्यांना विरोध यांचा प्रामुख्याने समावेश होता. त्याचबरोबर यामध्ये शांततामय सहजीवन, आंतरराष्ट्रीय सहकार्याच्या माध्यमातून आर्थिक व सामाजिक विकास साधणे ही महत्त्वाची तत्त्वे होती. तसेच संयुक्त राष्ट्रसंघटनेला त्यांच्या कार्यामध्ये मदत करणे हेदेखील त्यामध्ये अंतर्भूत होते. याशिवाय आफ्रो आशियाई राष्ट्रांच्या विकासाचे प्रश्न सोडवण्यासाठी प्रयत्न करणे, तसेच भारताचे या राष्ट्रांबरोबर मिळून एक धोरण तयार करता येते का यासंदर्भात प्रयत्न करणे, शेजारील राष्ट्रांच्या अंतर्गत कारभारामध्ये हस्तक्षेप न करणे, परराष्ट्र धोरणातील निर्णयांमध्ये स्वायत्तता टिकवून ठेवण्यासाठी प्रयत्न करणे, कोणाच्याही दबावाला बळी न पडता परराष्ट्र धोरण बनवणे आणि युद्ध टाळण्यासाठी व विभागीय आणि आंतरराष्ट्रीय शांतता टिकवण्यासाठी प्रयत्न करणे ही या परराष्ट्र धोरणाची वैशिष्ट्ये होती.

शीतयुद्धोत्तर परराष्ट्र धोरण

शीतयुद्धोत्तर काळातील भारताच्या परराष्ट्र धोरणात विचारसरणीपेक्षा राष्ट्रीय हितसंबंधांना महत्त्व प्राप्त झाले. राजकीय हितसंबंधांपेक्षा आर्थिक हितसंबंधांना महत्त्व प्राप्त झाले. भारताने राजकीय संघर्ष आणि आर्थिक सहकार्य यामध्ये फारकत करण्यास सुरुवात केली. भारताच्या परराष्ट्र धोरणामध्ये देशाच्या आर्थिक हितसंबंधांची जपणूक करणे, भारताचे व्यापारी हितसंबंध साधणे याला प्राथमिकता दिली गेली. आर्थिक उदारीकरणाच्या कार्यक्रमांतर्गत परराष्ट्र व्यापार वाढवणे, परकीय गुंतवणूक वाढवणे यासाठी परराष्ट्र धोरणाचा कसा वापर करता येईल यादृष्टीने विचार करण्यात आला. त्याचबरोबर या काळात भारताच्या परराष्ट्र धोरणाचा प्रवास समाजवादाकडून भांडवलवादाकडे सुरू झाल्याचे दिसून येते. तसेच पूर्वी भारत आशिया-आफ्रिका राष्ट्रांचे हितसंबंध जोपासणे, तिसऱ्या जगातील राष्ट्रांशी हितसंबंध जोपासणे यावर भर देत होता. त्याऐवजी व्यक्तिगत हितसंबंध जोपासण्यावर भर देण्यास सुरुवात केली. याच काळात भारताचे परराष्ट्र धोरण भावनिकतेपेक्षा व्यावसायिकतेकडे जास्त झुकले. भारतीय परराष्ट्र धोरणामध्ये आदर्शवादापेक्षा वास्तवतावादावर भर देण्यास सुरुवात झाली. तसेच भारत विभागीय मुद्द्यांऐवजी जागतिक मुद्द्यांवर भूमिका घेऊ लागला. पूर्वी भारतीय परराष्ट्र धोरण केवळ पाकिस्तान केंद्रित होते. पण शीतयुद्धोत्तर काळात त्यामध्ये बदल होऊन संपूर्ण आशिया खंडाची सुरक्षितता, पर्यावरणाचे रक्षण, मानवाधिकार, आंतरराष्ट्रीय व्यापार, दहशतवाद, निःशस्त्रीकरण, अण्वस्त्रांचा प्रसार रोखणे यांसारख्या जागतिक मुद्द्यांना भारताच्या परराष्ट्र धोरणामध्ये महत्त्व प्राप्त झाले.

शीतयुद्धोत्तर काळातील भारतीय परराष्ट्र धोरणाचा प्रवास

- **१९९१ ते १९९८** : या काळामध्ये भारताची आर्थिक उद्दिष्टे महत्त्वाची होती. त्यामुळे परराष्ट्र धोरणामध्ये राष्ट्रीय हितसंबंधांपेक्षा आर्थिक हितसंबंधांवर भर द्यायला सुरुवात केली होती. त्यासाठी आर्थिक विकास साधण्यासाठी, आर्थिक हितसंबंध जपण्यासाठी आणि भारताच्या आर्थिक उदारीकरणाचा कार्यक्रम यशस्वी करण्यासाठी परराष्ट्र धोरणाचा कसा वापर करता येईल यावर भर देण्यास सुरुवात केली.
- **१९९९ ते २००३** : या टप्प्यामध्ये भारताने आण्विक प्रश्न आणि दहशतवादावर विशेष भर द्यायला सुरुवात केली. आण्विक प्रश्न यासाठी कारण १९९८ मध्ये भारताने अणूपरीक्षण केले आणि भारताने स्वतःला अण्वस्त्रधारी राष्ट्र म्हणून घोषित केले. हे करत असतानाच सीटीबीटी (कॉम्प्रेहेन्सिव्ह न्युक्लिअर - टेस्ट - फॉर बॅन ट्रीटी) आणि एनटीपी (न्युक्लिअर नॉन - प्रोलिफिरेशन ट्रीटी) या करारांवर भारताने काही आक्षेप नोंदवले आणि त्यावर स्वाक्षरी करण्यास नकार दिला. याच काळात या दोन्ही करारांवर स्वाक्षऱ्या करण्याबाबत भारतावर मोठा दबाव आला. पण तो दबाव भारताने फेटाळून लावला आणि भारताने सांगितले, की हे दोन्हीही करार पक्षपाती आहेत. यामध्ये जगामध्ये जी अण्वस्त्रधारी राष्ट्रे आहेत त्यांचेच हितसंबंध जोपासले जात आहेत. तसेच या करारांमधून निःशस्त्रीकरणाचे उद्दिष्ट साध्य होणार नाही. त्यामुळे भारताने या करारांवर स्वाक्षरी न करण्याची भूमिका कायम ठेवली. याच काळात दहशतवादाच्या प्रश्नालाही भारताच्या परराष्ट्र धोरणामध्ये प्राथमिकता प्राप्त झाली. भारत आणि अमेरिका यांच्यातील दहशतवादाच्या प्रश्नावरील सहकार्य वाढले. अमेरिकेने दहशतवादाविरुद्ध आंतराष्ट्रीय पातळीवर सुरू केलेल्या युद्धमोहिमेला अप्रत्यक्ष सहकार्य करत पाठिंबा दर्शवला. कारण याच काळात भारताच्या संसदेवर भीषण हल्ला झाला. तसेच भारतात इतरही काही ठिकाणी दहशतवादी हल्ले झालेले असल्याने भारताच्या परराष्ट्र धोरणामध्ये दहशतवादाचा मुद्दा गंभीर बनला.
- **२००४ ते २०१४** : या काळात विभागीय महासत्ता बनण्याच्या भारताच्या महत्त्वाकांक्षेवर भर दिला गेला. त्यासाठी भारताने अनेक राष्ट्रांबरोबर, मोठ्या महासत्तांबरोबर संबंध विकसित करून विभागीय घटनांवर प्रभाव टाकण्याचे प्रयत्न सुरू केले. अमेरिकेचे आणि भारताचे सहकार्य वाढले. या काळामध्ये चीनचे लष्करी आधुनिकीकरणाचे प्रयत्न, चीनचा विस्तारवाद, चीनची आक्रमकता खूप वाढली. चीनचे अनेक देशांबरोबर सीमावाद सुरू झाले. आशिया खंडातील चीनचा विस्तारवाद रोखण्यासाठी भारताला

'काऊंटरवेट' म्हणून पुढे करण्यास अमेरिकेने सुरुवात केली. आशिया खंडातील सत्तासमतोलाच्या राजकारणामध्ये अमेरिकेने भारताला एक विभागीय महासत्ता म्हणून पुढे आणण्याचे प्रयत्न सुरू केले.

- **२०१३ आणि २०१४ :** या काळात भारतीय परराष्ट्र धोरणामध्ये प्रामुख्याने दक्षिण आशियातील भारताचे जे शेजारी राष्ट्र आहेत त्यांच्याशी संबंध घनिष्ट करण्यावर भर दिला गेला. कारण भारताची अंतर्गत सुरक्षा या शेजारील राष्ट्रांच्या अंतर्गत सुरक्षिततेशी निगडित आहे. त्याचबरोबर या राष्ट्रांकडे दुर्लक्ष झाल्यामुळे तेथे चीनचा प्रभाव वाढत गेला आणि ते भारतासाठी धोक्याचे होते. त्यामुळे भारताने या राष्ट्रांना फार मोठ्या प्रमाणावर आर्थिक मदत देण्यास सुरुवात केली. त्यांच्याबरोबर विविध प्रकारचे करार केले. तसेच या देशांमधील साधनसंपत्तीच्या विकासासाठी गुंतवणूक करण्यास सुरुवात केली. दुसरे उद्दिष्ट होते ते दक्षिण पूर्व आशियाबरोबर आर्थिक संबंध घनिष्ट करणे. यासाठी 'लूक ईस्ट' पॉलिसीचे रुपांतर ॲक्ट ईस्ट पॉलिसीमध्ये केले. त्यातून आपला आर्थिक व्यापार वाढवण्यावर भर देण्याचे ठरवले. तिसरे उद्दिष्ट होते समुद्रमार्गांमधील स्वातंत्र्याचे. याबाबतची मागणी भारताने प्रामुख्याने दक्षिण चीन समुद्रासाठी केली. कारण जागतिक व्यापारापैकी बराचसा व्यापार हा दक्षिण चीन समुद्रामधून होतो. त्यामुळे तेथे भारतासह सर्वच राष्ट्रांना सागरी स्वातंत्र्य असावे (फ्रीडम ऑफ नेव्हिगेशन) अशी मागणी भारताने लावून धरली. तसेच महत्त्वाच्या समुद्रमार्गांचे रक्षण करणे हेदेखील भारताच्या परराष्ट्र धोरणाचे उद्दिष्ट बनले. हिंदी महासागरामध्ये चीनच्या वाढता नाविक हस्तक्षेपाचे प्रतिरोधन करण्याचे भारताने ठरवले. तसेच दहशतवादाचा सामना करण्यालाही प्राथमिकता दिली गेली. संयुक्त राष्ट्राच्या सुरक्षा परिषदेचे जे पाच सदस्य आहेत (पी५) त्यांच्याशी संबंध घनिष्ट करण्यावर भर दिला गेला. चीनबरोबर आर्थिक सहकार्य वाढवण्यासाठी प्रयत्न करण्याला प्राधान्य दिले गेले.

मनमोहन सिंग यांच्या परराष्ट्र धोरणाची आधारभूत तत्त्वे

- आर्थिक विकास ही भारताची प्राथमिकता आहे. शांततेशिवाय आर्थिक विकास शक्य नाही. त्यामुळे परराष्ट्र धोरणात आक्रमकता टाळणे.
- आर्थिक हितसंबंध आणि राजकीय हितसंबंध यात फारकत करणे. राजकीय स्वरूपाचे संघर्ष आर्थिक सहकार्याच्या आड येता कामा नये याची काळजी घेणे.
- आर्थिक सहकार्यातून निर्माण होणाऱ्या परस्पर विश्वासामुळे राजकीय स्वरूपाचे प्रश्न, समस्या सोडवण्यासाठी अनुकूल परिस्थिती निर्माण होते.
- चीन आणि पाकिस्तानबरोबरचा छोट्यात छोटा संघर्षही भारताच्या आर्थिक विकासात बाधा निर्माण करणारा आहे. त्यामुळे संघर्षापेक्षा संवादावर अधिक भर देणे.
- संवाद, चर्चा सहकार्य आणि भागीदारीच्या माध्यमातून इतर राष्ट्रांबरोबरचे संघर्ष सोडवणे शक्य आहे.

मनमोहन सिंग यांच्या परराष्ट्र धोरणातील जमेच्या बाजू

- २००५ चा भारत-चीन सीमा सुरक्षा करार
- पाकिस्तानबरोबर व्यापार आणि पारपत्रासंबंधीच्या अटी शिथिल करण्यासंबंधीचा करार
- अमेरिकेकडून घनिष्ठ संरक्षण सहकाऱ्याचा दर्जा प्राप्त करून घेण्यात यश
- अणुइंधन, शस्त्रास्त्रे, संरक्षण साहित्य आणि उपकरणे रशियाकडून प्राप्त करून घेण्यासंबंधी यशस्वी करार

मनमोहन सिंग यांच्या परराष्ट्र धोरणातील त्रुटी

- आण्विक उत्तरदायित्वाचे विधेयक मंजूर करून घेण्यात अपयश
- बांगलादेशबरोबर भूसीमा करार व तिस्ता नदी पाणीवाटप करार पूर्णत्वाला नेता आले नाहीत.
- आपल्या पंतप्रधानपदाच्या कार्यकाळात मनमोहन सिंग यांनी एकदाही पाकिस्तानला भेट दिलेली नाही. माजी पंतप्रधान अटलबिहारी वाजपेयी यांनी आपल्या पंतप्रधानपदाच्या पाच वर्षांच्या काळात दोनदा पाकिस्तानला भेट दिली.
- पाकिस्तानबरोबर सर क्रिक आणि सियाचीन प्रश्नासंबंधी बोलण्यात प्रगती होऊ शकलेली नाही.
- भारत-चीन सीमेवर सैन्यांच्या हालचालीसाठी आवश्यक साधनसंपत्तीच्या विकासात ढिलाई.
- अमेरिकेबरोबरचा नागरी अणु करार पूर्णत्वास येऊ शकलेला नाही.
- आसियान संघटनेबरोबर मुक्त व्यापार करार करण्यासंबंधीच्या चर्चेत प्रगती नाही.

भारतीय परराष्ट्र धोरणातील महत्त्वाची तत्त्वे

- **पंडित नेहरूंची सर्वसमावेशक सुरक्षा योजना** : नेहरूंनी या तत्त्वानुसार केवळ भारताच्या सीमारेषांचे रक्षण न करता भारतातील सामान्य जनतेच्या अन्न, वस्त्र, निवाऱ्याच्या गरजा कशा पूर्ण करता येतील याचा विचार केला. तसेच त्यांनी अंतर्गत सुरक्षेच्या प्रश्नामध्ये मानवी सुरक्षेला अधिक महत्त्व दिले. माणसाचे मुलभूत प्रश्न सोडवण्यासाठी परराष्ट्र धोरणाचा वापर केला पाहिजे असे तत्त्व नेहरूंनी मांडले. याचा वापर नरेंद्र मोदीही करताना दिसत आहेत.
- **एनलायटन नॅशनल इंटरेस्ट** : लोकशाही, धर्मनिरपेक्षता, बहुलता असणाऱ्या राष्ट्रांशीच भारत मैत्रीसंबंध प्रस्थापित करेल. तसेच परराष्ट्र धोरणाबाबत राज्यघटनेमध्ये असणाऱ्या मार्गदर्शक मूल्यांच्या आधारावरच भारत आपले हितसंबंध साध्य करेल. त्यासाठी युद्धाच्या मार्गाचा, इतर राष्ट्रांमध्ये हस्तक्षेप करण्याचा किंवा आंतरराष्ट्रीय कायद्यांचा भंग करण्याचा मार्ग कदापि वापरणार नाही.
- **राजकीय संघर्ष आणि आर्थिक सहकार्य यामध्ये फारकत करणारे तत्त्व** : हे तत्त्व पी. व्ही. नरसिंहराव यांनी मांडले. १९९१ ते १९९५ या काळात पी. व्ही. नरसिंहराव यांनी भारताच्या परराष्ट्र धोरणाला व्यावसायिक बनवण्याचा प्रयत्न केला आणि आर्थिक सहकार्यावर भर दिला. त्यांनी जे धोरण स्वीकारले त्याला 'कन्स्ट्रक्टीव्ह इकॉनॉमिक एंगेजमेंट' असे म्हणतात. त्यानुसार त्यांनी असे सांगितले, की राजकीय संघर्ष आर्थिक सहकार्याच्या आड येणार नाहीत. नरसिंहराव यांनी भारतीय परराष्ट्र धोरण व्यावसायिकतेकडे नेले याचे उत्तम उदाहरण म्हणजे इस्त्राईल आणि पॅलेस्टाईनचा प्रश्न. भारत हा इस्त्राईलकडे पॅलेस्टाईनच्या दृष्टिकोनातून पहात होता. नरसिंहराव यांनी पहिल्यांदाच असे सांगितले, की पॅलेस्टाईनबरोबरचे संबंध आमचे आहे तसेच राहतील. पण त्याचवेळी इस्त्राईलशी आमचे असलेले संबंध खंडित होणार नाहीत. दोन्ही देशांबरोबरचे संबंध कायम ठेवण्याचा भारत प्रयत्न करेल.
- **केंद्रबाह्य वर्तुळ तत्त्व** : या तत्त्वाचा विकास इंद्रकुमार गुजराल यांनी केला. भारत-पाकिस्तानसंदर्भात हे तत्व मांडले गेले. भारत-पाकिस्तान यांच्यात काश्मीर हा गाभ्याचा प्रश्न असून तो सहजासहजी सुटता येण्यासारखा नाही. पण त्याचा इतर क्षेत्रातील सहकार्यावरही परिणाम झाला आहे. गुजराल यांनी असे सांगितले की, केंद्रस्थानी असणारा काश्मीरचा प्रश्न काही काळासाठी बाजूला ठेवा आणि आर्थिक, व्यापारी, सांस्कृतिक, क्रीडा या बाह्यवर्तुळातील विषयांमध्ये वा क्षेत्रांमध्ये सहकार्य करण्यास सुरुवात करा. त्याचा एक फायदा विश्वासनिर्मितीची प्रक्रिया सुरू होण्यात होईल. ज्यावेळी विश्वासनिर्मिती होईल तेव्हा काश्मीरसारखे केंद्रस्थानी असणारे प्रलंबित प्रश्न सोडवण्यासाठी आवश्यक असे पोषक वातावरण निर्माण होईल.
- **प्रिन्सिपल ऑफ नॉन रेसिप्रॉसिटी** : हे तत्त्वही गुजराल यांनी मांडले. या तत्त्वाचा अर्थ कोणत्याही परतफेडीची अपेक्षा न ठेवता आपल्या शेजारी राष्ट्रांना सहकार्य करत राहा असा होतो. भारताच्या शेजारी राष्ट्रांमध्ये भारताविषयी अनेक गैरसमज आहेत. कारण दक्षिण आशियात भारताचे आकारमान

प्रचंड मोठे आहे. एकूण दक्षिण आशियाच्या जवळपास ७० टक्के भूभाग भारताने व्यापलेला आहे. त्यामुळे भारताला 'मोठा भाऊ' असे संबोधले जाते, त्यातूनच भारत हा आपल्यावर त्यांची धोरणे लादेल असे अनेक गैरसमज वा भीती, असुरक्षितता इतर राष्ट्रांमध्ये आहे. ही भीती दूर करण्यासाठी भूतान, नेपाळ, श्रीलंका, बांगला देश या शेजारी राष्ट्रांना कोणत्याही परतफेडीची अपेक्षा न करता सहकार्य करणे, पाहिजे तेवढी आर्थिक मदत देणे आणि त्यातून त्यांचा विश्वास संपादन करणे यावर गुजराल यांनी भर दिला.

- **अटलबिहारी वाजपेयींचे पी-५ तत्त्व** : या तत्त्वानुसार वाजपेयींनी असे सांगितले, की आपले विभागीय महासत्तेचे स्वप्न साकार करण्यासाठी सुरक्षा परिषदेचे पाच कायम सदस्य आहेत त्यांच्याशी संबंध घनिष्ट करण्याचा प्रयत्न करेल. त्यांच्या माध्यमातून आर्थिक विकास साधण्याचा भारत प्रयत्न करेल.
- **मनमोहनसिंग डॉक्टरिंग** : मनमोहनसिंग यांनी तीन महत्त्वाची तत्त्वे मांडली.

अ) आंतरराष्ट्रीय राजकारणात भारताचे जे प्रतिष्ठेचे स्थान आहे त्याचे श्रेय आर्थिक उदारीकरणाच्या कार्यक्रमाला असेल.

ब) भविष्यामध्ये भारताचे परराष्ट्र धोरण हे भारताच्या सामान्य माणसाच्या आर्थिक अपेक्षांचे प्रतिनिधीत्त्व करणारे असेल.

क) भारताला आपली आंतरराष्ट्रीय प्रतिमा आणखी वाढवायची असेल तर आर्थिक उदारीकरणाचा कार्यक्रम सुरू ठेवावा लागेल.

- **नरेंद्र मोदींची फास्ट ट्रॅक डिप्लोमसी** : नरेंद्र मोदींच्या परराष्ट्र धोरणाला फास्ट ट्रॅक डिप्लोमसी म्हणतात. या धोरणाचा मुख्य उद्देश संपूर्ण आंतरराष्ट्रीय आणि विभागीय घडामोडी आहेत त्यांवर प्रभाव टाकण्याची भारताची क्षमता विकसित करणे हा आहे. या धोरणाचा विकास प्रामुख्याने चार टप्प्यांमध्ये आहे.

अ) सर्वप्रथम भारताच्या शेजारी राष्ट्रांशी संबंध विकसित करणे.

ब) त्यानंतर आसियान आणि दक्षिण पूर्व आशियातील राष्ट्रांशी संबंध घनिष्ट करणे.

क) पश्चिम आशियातील राष्ट्रांशी विशेषतः इस्लामिक राष्ट्रांशी संबंध सुधारण्याचा प्रयत्न करणे

ड) जपान, दक्षिण कोरिया, ऑस्ट्रेलिया, दक्षिण आफ्रिका, चीन या राष्ट्रांबरोबर संबंध विकसित करणे.

इ) अमेरिका, रशिया आणि युरोपियन महासंघ यांच्याशी संबंध सुधारण्यावर भर देणे.

अलिप्ततवाद कालबाह्य ठरला आहे का?

या प्रश्नाकडे दोन दृष्टिकोनातून पाहणे आवश्यक आहे. पहिला म्हणजे अलिप्ततावाद हे धोरण आणि दुसरा म्हणजे अलिप्ततावाद एक चळवळ. अलिप्ततवादाच्या धोरणानुसार परराष्ट्र धोरण निर्मितीमध्ये स्वायत्तता असणे आणि सर्व राष्ट्रांबरोबर सहकार्याच्या आणि सलोख्याचे संबंध निर्माण करणे अपेक्षित आहे. या पार्श्वभूमीवर धोरण म्हणून अलिप्ततावादाची आजही उपयुक्तता आहे. कारण भारत परराष्ट्र धोरणातील स्वातंत्र्य जोपासण्याचा प्रयत्न आजही करत आहे. भारताला आजही सर्वांबरोबर सहकार्याचे संबंध हवे आहेत. परंतु अलिप्ततावाद चळवळ म्हणून मागे पडलेले आहे. कारण भारताची अलिप्ततावादाची चळवळ ज्या हेतूने निर्माण झालेली होती त्यातील बहुसंख्य उद्दिष्टे आता साध्य झालेली आहेत. शीतयुद्ध संपलेला आहे, वंशवाद, वसाहतवाद संपलेला आहे. निःशस्त्रीकरणासाठी अनेक करार झालेले आहेत. त्यामुळेच अलिप्ततावाद चळवळ म्हणून मागे पडलेला आहे. अनेक विभागीय व्यापारसंघ निर्माण झाल्यामुळे आणि अलिप्ततावादाची सर्व सदस्य राष्ट्रे आहेत त्यांनी या विभागीय व्यापारसंघांचे, विश्व व्यापार संघाचे सदस्यत्त्व स्वीकारल्यामुळे उत्तर-दक्षिण संवादासारख्या संकल्पना मागे पडलेल्या आहेत. जागतिकीकरणाच्या प्रक्रियेमध्ये आर्थिक परस्परावलंबित्त्व वाढत असल्यामुळेही या संकल्पना कालबाह्य ठरल्या आहेत. तसेच सर्वच राष्ट्रांनी आर्थिक उदारीकरणाचे कार्यक्रम हाती घेतलेले असल्याने त्यांची आर्थिक स्थिती सुधारल्याचे

दिसत आहे. तसेच ही राष्ट्रे आपल्या आर्थिक हितसंबंधांच्या रक्षणासाठी प्रयत्न करत आहेत. थोडक्यात, बहुतांश उद्दिष्टे साध्य झाल्यामुळे अलिप्ततवादाची चळवळ मागे पडली आहे.

भारतातील बरेचसे अभ्यासक अलिप्ततावादाकडे भारताच्या परराष्ट्र धोरणाचे तत्त्व म्हणून पाहतात. पण ते चुकीचे आहे. कारण अलिप्ततावादाचा मुख्य उद्देश शीतयुद्धाच्या राजकारणापासून भारताचे रक्षण करणे हा होता. पण त्यामुळे एखाद्या राष्ट्राने भारतावर आक्रमण केले असते तर अलिप्ततावाद कामाला येणार नव्हता. म्हणजेच नॉन अलायनमेंट कामी न येता अलायनमेंट वा युती कामाला येणार होती. त्यामुळे नॉन-अलायनमेंटमुळे भारताच्या हितसंबंधांचे रक्षण झाले असे म्हणणे चुकीचे ठरणारे आहे. तसेच अलिप्ततावादामुळे भारताचे हितसंबंध वाढलेदेखील नाहीत. सध्या परराष्ट्र धोरणाबाबत नवीन तत्त्वांची गरज नाही, कारण आपल्याकडे अलिप्ततावाद आहे, असे काहींचे म्हणणे आहे; परंतु अलिप्ततावादातून भारताचे शीतयुद्धोत्तर काळातील हितसंबंध साधले जाणे शक्य नाही. उदाहरणार्थ, भारतावर चीन आणि पाकिस्तानने एकत्रित आक्रमण केले तर अलिप्ततावादाचे धोरण भारताच्या कामी येणार नाही. मात्र त्याचवेळी भारताला अमेरिकेसोबतची वा रशियासोबतची युती उपयोगी ठरू शकते. म्हणजेच अलिप्ततावाद हा भारताचा आधार बनू शकत नाही.

भारतीय परराष्ट्र धोरणनिर्मिती

भारतीय राज्यघटनेतील कलम २४६ नुसार परराष्ट्र धोरण ठरवण्याचा अधिकार संसदेला देण्यात आलेला आहे. संसद या अधिकाराची अंमलबजावणी चार प्रकारे करते. एक, आंतरराष्ट्र प्रश्नांवर, घडदामोडींवर ठराव पारित करणे; दोन, आवश्यक अर्थसाहाय्य मंजूर करणे; तीन, परराष्ट्र धोरणासंबंधी शासकीय संस्थांची उभारणी करणे आणि चार, सरकारला सल्ला, सूचना देण्याचे कार्य करणे. या कार्यासाठी परराष्ट्र व्यवहारविषयक सल्लागार समितीची (Consultative Committee of Parliament of External Affairs) निर्मिती करण्यात आली आहे. याशिवाय भारतीय राज्यघटनेतील कलम २५३ नुसार आंतरराष्ट्रीय तह, करार, संकेत, आंतरराष्ट्रीय परिषदांमधील ठरावांबाबत निर्णय घेण्याचा, परराष्ट्र धोरणांवर नियंत्रण ठेवण्याचा अधिकार संसदेला देण्यात आला आहे. पंतप्रधान आणि संसद यांशिवाय केंद्रीय मंत्रिमंडळ, परराष्ट्र व्यवहार मंत्रालय, लोकमत, प्रसारमाध्यमे, विरोधी पक्ष, परराष्ट्र धोरणनिर्मितीमध्ये महत्त्वाची भूमिका बजावतात. मंत्रिमंडाळाच्या परराष्ट्र व्यवहारविषयक आणि संरक्षणविषयक स्थायी समित्यांची भूमिकादेखील परराष्ट्र धोरणनिर्मितीमध्ये महत्त्वाची आहे. परराष्ट्र व्यवहार मंत्रालय आंतरराष्ट्रीय घडामोडींचे निरीक्षण व विश्लेषण करून परराष्ट्र मंत्र्यांना आवश्यक ती माहिती पुरवण्याचे कार्य करते. या कार्यासाठी मंत्रालयामध्ये १९विभाग निर्माण करण्यात आले आहेत.

भारतीय परराष्ट्र मंत्रालयाची रचना

↓

परराष्ट्रमंत्री

↓

परराष्ट्र व्यवहारविषयक राज्यमंत्री

↓

परराष्ट्र सचिव

सचिव १ | सचिव २

अतिरिक्त सचिव १ | अतिरिक्त सचिव २ | अतिरिक्त सचिव ३

↓

इतर कर्मचारीवर्ग

■

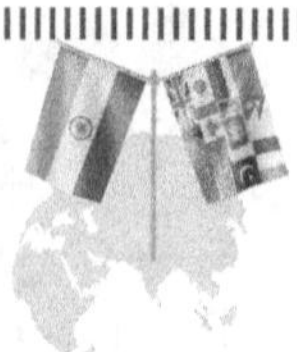

पंतप्रधान नरेंद्र मोदींपुढील विभागीय व आंतरराष्ट्रीय आव्हाने

भारतामध्ये मे २०१४ मध्ये केंद्रात सत्तांतर झाले व राष्ट्रीय लोकशाही आघाडीचे (एनडीए) शासन सत्तेत आले. २६ मे, २०१४ रोजी नरेंद्र मोदी यांनी पंतप्रधान पदाची सूत्रे आपल्या हाती घेतली. मोदींनी पंतप्रधानपदाची सूत्रे अशा वेळी हातात घेतली आहेत, की ज्यावेळी विभागीय व आंतरराष्ट्रीय राजकारणाची समीकरणे झपाट्याने बदलत आहेत. एकीकडे अमेरिका आणि युरोपियन राष्ट्रांमधून आर्थिक समस्यांमुळे अलिप्ततेची, तटस्थतेची मानसिकता बळावत चालली आहे; तर दुसरीकडे चीनचा संरक्षणखर्च, लष्करी आधुनिकीकरणाची प्रक्रिया, विस्तारवाद, आक्रमकता वाढते आहे. परिणामी अनेक आशियाई राष्ट्रांमधून असुरक्षिततेचे वातावरण आहे. रशियाने ज्या पद्धतीने क्रीमियाचे विलिनीकरण करून युक्रेनपासून त्याला तोडले ते पाहता आशियाई राष्ट्रांमधली असुरक्षितता अधिकच वाढली आहे. क्रीमियाच्या प्रश्नात अमेरिका आणि युरोपियन राष्ट्रांनी केवळ बघ्याची भूमिका घेतली. रशियाला थोपवण्यात या राष्ट्रांना सपशेल अपयश आले.

रशियाप्रमाणेच जर आशियात विशेषत: आग्नेय आशियात चीनने लष्करी बळाचा वापर करून काही वादग्रस्त भूभाग किंवा बेटे आपल्या घशात टाकली तर अमेरिका आणि युरोपियन राष्ट्रे आपल्या मदतीला येतील का याविषयी कमालीची साशंकता निर्माण झाली आहे. अशा प्रसंगी आशियाई राष्ट्रांना आपल्या सुरक्षेसाठी एखादी पर्यायी व्यवस्था उभी करावी लागणार आहे. चीनपासून धोका असलेल्या या राष्ट्रांमध्ये जपान, दक्षिण कोरिया, फिलिपिन्स, इंडोनेशिया, मलेशिया या राष्ट्रांबरोबरच भारताचाही समावेश होतो.

नरेंद्र मोदींपुढील आव्हाने :

नरेंद्र मोदींपुढचे पहिले महत्त्वाचे आव्हान आहे ते चीनच्या वाढत्या आक्रमकतेचे, विस्तारवादी वृत्तीचे व्यवस्थापन कशा पद्धतीने करायचे? या संदर्भात मोदी यांच्यापुढे तीन मुख्य पर्याय आहेत. एक म्हणजे भारताचे संरक्षण सामर्थ्य वाढवणे. त्यात आण्विक प्रतिरोधन बळकट करण्याचा भाग आला. दोन, चीनच्या आक्रमकतेमुळे असुरक्षित बनलेल्या राष्ट्रांची संरक्षण युती (सिक्युरिटी अलायन्स)

बसवून त्यात सहभागी होणे. आणि शेवटचा पर्याय म्हणे चीनबरोबर संवादाची प्रक्रिया चालू ठेवणे. या तिन्ही पर्यायांमध्ये योग्य समतोल साधून चीनच्या आव्हानांचे व्यवस्थापन मोदी यांना करावे लागणार आहे.

१. संबंध मजबूत करणे

भारताचे जपानबरोबरचे संबंध युपीए शासनाच्या दहा वर्षांच्या कालावधीत सुधारले. ते मोदी यांच्या काळात अधिक बळकट होण्याची शक्यता आहे. आशियाई राष्ट्रवादाचे प्रतिनिधित्व करणाऱ्या जपानचे आकर्षण भारतीय जनता पक्षाला सुरुवातीपासूनच राहिले आहे. मोदी आपल्या परराष्ट्र धोरणात जपानबरोबर आर्थिक व संरक्षण अशा दोन्ही पातळ्यांवर संबंध मजबूत करण्यावर भर देतील असे वाटते. विशेष म्हणजे मोदी यांनी यापूर्वीच जपान, चीन आणि सिंगापूर या राष्ट्रांचा दौरा केलेला आहे. भारताच्या आर्थिक विकासासाठी आग्नेय आशियाई राष्ट्रांचे महत्त्व मोदींना चांगल्या प्रकारे माहीत असल्यामुळे त्यांच्या काळात भारताचे लूक इस्ट (Look East) धोरण अधिक मजबूत होईल.

२. पाकिस्तानचे व्यवस्थापन करणे :

नरेंद्र मोदी यांच्यापुढचे दुसरे महत्त्वाचे आव्हान असणार आहे ते पाकिस्तानच्या व्यवस्थापनाचे. पाकिस्तानच्या व्यवस्थापनाचा सध्या भारताकडे एकमेव पर्याय उपलब्ध आहे आणि तो म्हणजे शांतता बोलण्याचा. या पर्यायाचा पायाच मुळात राष्ट्रीय लोकशाही आघाडी शासनाच्या काळात तत्कालीन पंतप्रधान अटलबिहारी वाजपेई यांनी घातला. पाकिस्तान बरोबरचा कोणताही प्रश्न हा युद्धाच्या मार्गाने सोडवता येणार नाही. कारण आता दोन्ही अण्वस्त्रधारी राष्ट्रे आहेत आणि त्यांच्यातील कोणताही छोटा संघर्ष हा अणुयुद्धाचे रूप धारण करू शकतो. त्यामुळे शांतता प्रक्रिया चालू ठेवणे हा एकमेव पर्याय आहे. दुर्दैवाने ही शांतता प्रक्रिया २००८ पासून खंडित झाली आहे. पाकिस्तानमध्ये मागच्याच वर्षी सार्वत्रिक निवडणुका होऊन लोकशाही शासन प्रस्थापित झाले आहे. पाकिस्तानचे पंतप्रधान नवाझ शरीफ यांनी शांतता बोलणी चालू करण्यासंबंधी अनुकूलता दाखवली आहे. ही शांतता बोलणी त्वरित सुरू करणे हे मोदींपुढचे महत्त्वाचे आव्हान आहे. त्याचप्रमाणे नरेंद्र मोदींनी लवकरच पाकिस्तानला भेट देऊन दोन्ही राष्ट्रांमधील परस्पर विश्वास वृद्धिंगत करायला हवा. मनमोहन सिंग यांनी आपल्या पंतप्रधानपदाच्या कार्यकाळात एकदाही पाकिस्तानला भेट दिलेली नव्हती हे मोदींनी लक्षात घेऊन ही चूक सुधारायला हवी.

३. परस्पर हितसंबंध जोपासणे

भारतीय परराष्ट्र धोरणाच्या क्षेत्रात नरेंद्र मोदी यांच्यापुढचे तिसरे मुख्य आव्हान असणार आहे ते भारतातील प्रादेशिक अस्मिता व राष्ट्रीय हितसंबंध यांच्यात समतोल साधण्याचे. भारताच्या परराष्ट्र धोरणाच्या क्षेत्रात एक नवीन प्रवाह गेल्या काही वर्षांत बळावताना दिसतो आहे. परराष्ट्र धोरण ठरवण्याचा अधिकार हा केंद्रशासनाचा आहे आणि या धोरणांचा मुख्य उद्देश भारताच्या राष्ट्रीय हितसंबंधांच्या रक्षणाचा आहे. तथापि, गेल्या काही वर्षांपासून भारतातील घटकराज्ये आणि तेथील प्रादेशिक पक्ष परराष्ट्र धोरण ठरवण्याचा, नाकारण्याचा, त्यात आडकाठी आणण्याचा प्रयत्न करताना दिसत आहेत. केंद्रात स्पष्ट बहुमत असलेल्या पक्षाच्या सरकारचा अभाव असल्यामुळे आणि युती शासनाच्या अस्तित्वामुळे प्रादेशिक पक्षांनी सौदेबाजीचे राजकारण करत परराष्ट्र धोरणातील अनेक महत्त्वांच्या निर्णयावर यापूर्वी नकाराधिकार वापरला होता. त्यामुळे भारताचे श्रीलंका, बांगलादेशबरोबरचे संबंध दुखावले गेले. नरेंद्र मोदी यांच्या शासनाला स्पष्ट बहुमत असल्यामुळे असा नकाराधिकाराचा प्रश्न भविष्यात उपस्थित होणार नाही. तथापि, मोदी यांनी आपल्या निवडणूक प्रचारादरम्यान परराष्ट्र धोरण निर्णय निर्मितीप्रक्रियेत आपण घटकराज्यांना समाविष्ट करून घेणार असल्याचे स्पष्ट केले होते. परिणामी राष्ट्रीय हितसंबंध आणि प्रादेशिक अस्मिता यांची सांगड कशी घालायची हा त्यांच्यापुढचा मोठा प्रश्न आहे.

४. अमेरिकेसोबत मैत्रीपूर्ण संबंध प्रस्थापित करणे :

मोदी यांच्यापुढचे चौथे आव्हान असणार आहे ते अमेरिकेबरोबर संबंध सुधारण्याचे. युपीए शासनाच्या दुसऱ्या कालखंडात अमेरिकेबरोबरच्या संबंधात फारशी प्रगती झाली नाही. अमेरिकेला आर्थिक आणि व्यापारी नफा मिळवून देणारी विमा सुधार

विधेयक, आण्विक उत्तरदायित्व विधेयक पंधराव्या लोकसभेत मंजूर होऊ शकले नाही. सीरिया, इराण, क्रीमिया, श्रीलंकासंबंधी प्रश्नांवर भारताने घेतलेली भूमिका अमेरिकेच्या भूमिकेच्या विरोधात जाणारी होती. एकीकडे ही पार्श्वभूमी असताना दुसरीकडे गुजरातमधील जातीय दंगलीच्या पार्श्वभूमीवर अमेरिकेने नरेंद्र मोदींना व्हिसा नाकारल्यामुळे मोदी आता अमेरिकेसंबंधी कोणती भूमिका स्वीकारतील याविषयी तर्कवितर्क लावले जात आहेत. तथापि, मोदी यांनी हे लक्षात घेणे गरजेचे आहे, की भारत-अमेरिका संबंध मजबूत होण्याची प्रक्रिया राष्ट्रीय लोकशाही आघाडी शासनाच्या काळात पंतप्रधान वाजपेयी यांच्या नेतृत्वाखाली झाली होती. आर्थिक आणि सामरिक अशा दोन्ही दृष्टिकोनातून अमेरिकेची मैत्री भारतासाठी भविष्यात आवश्यक आहे. त्यादृष्टीने मोदी यांना पावले उचलावी लागणार आहेत.

राष्ट्रीय पातळीवर वाढता दहशतवादी हिंसाचार, नक्षलवाद, बांगलादेशी घुसखोर यांसारख्या समस्यांविषयी स्पष्ट धोरण ठरवावे लागणार आहे. अंतर्गत आणि बाह्य सुरक्षेशी निगडित आव्हानांचे व्यवस्थापन करण्यासाठी एक सूत्रबद्ध, सर्वसमावेश राष्ट्रीय सुरक्षा धोरण आखणे गरजेचे आहे. त्यादृष्टीने मोदींना पावले उचलावी लागतील. ■

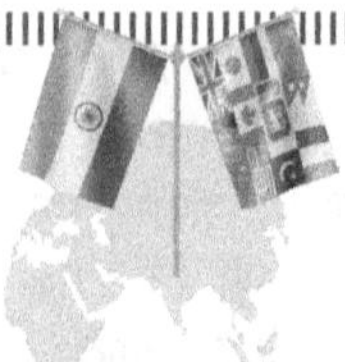

लोकराजनय किंवा पब्लिक डिप्लोमसी

पंतप्रधान नरेंद्र मोदी यांच्या अमेरिका दौऱ्यादरम्यान आणखी एक गोष्ट पुढे आली ती म्हणजे लोकराजनय. (पब्लिक डिप्लोमसी) परदेशात स्थायिक झालेल्या भारतीय वंशाच्या लोकांचा उपयोग भारताच्या हितसंबंधांसाठी कसा करता येईल, याचा विचार करणे, याला लोकराजनय असे म्हणता येईल. हा उपक्रम अमेरिकेच्या दृष्टीने महत्त्वाचा ठरलेला आहे. याचे कारण म्हणजे अमेरिकेमध्ये सध्या ३० लाख भारतीय स्थायिक आहेत. यापैकी १७ लाख भारतीयांना अमेरिकेचे ग्रीन कार्ड म्हणजेच नागरिकत्व मिळालेले आहे. अमेरिकेत जगभरातील विविध देशांमधून आलेल्या लोकांच्या मोठ्या समुदायांमध्ये भारतीयांचा समुदाय हा तिसरा सर्वात मोठा समुदाय आहे. अमेरिकेतील ४४ टक्के हॉटेल इंडस्ट्री या भारतीय वंशाच्या नागरिकांच्या हाती आहे. या ३० लाख भारतीयांचे दरडोई उत्पन्न हे ८३ हजार डॉलर्स इतके आहे. यावरून हा वर्ग किती धनिक किंवा श्रीमंत आहे याची कल्पना येते. विशेष म्हणजे, अमेरिकेमध्ये राहणाऱ्या चिनी लोकांपेक्षा आणि ज्यू लोकांपेक्षाही हे भारतीय श्रीमंत झालेले आहेत.

हे लोक गेल्या काही वर्षांमध्ये राजकीयदृष्ट्या संघटित होऊ लागले आहेत. त्यातून ते आता अमेरिकेच्या निवडणुकांवर तसेच भारत-अमेरिका संबंधावर परिणाम करत आहेत. विशेष करून, ज्यावेळी अमेरिकेने पाकिस्तानला शस्त्रास्त्रे देण्याचा निर्णय घेतला त्यावेळी या भारतीयांच्या समुदायाने खूप मोठा आवाज उठवला होता. तसेच भारत आणि अमेरिका यांच्यामध्ये नागरी अणुऊर्जा करार झाला, तो होण्यासाठीही या समूहाने दबाव टाकला होता. त्यामुळेच भारतीयांचा हा मोठा समुदाय एक लॉबी म्हणून कसा विकसित होऊ शकतो, होऊ शकेल का हे पाहणे किंवा त्याची चाचपणी करणे हा नरेंद्र मोदी यांच्या अमेरिका भेटीमागचा एक प्रमुख उद्देश होता. त्यासाठीच मोदी यांनी मॅडिसन स्क्वेअर येथे भाषण केले. या भाषणासाठी २० हजार भारतीय एकत्र आले होते.

अमेरिकेमध्ये अशा प्रकारचे अनेक दबाव गट (लॉबी) सध्या सक्रिय आहेत. हे दबाव गट अमेरिकन जनमत व काँग्रेसमधील प्रतिनिधींना प्रभावित करण्याच्या प्रयत्नात असतात. यापैकी ज्यू लोकांची लॉबी इस्त्राईल संबंधांबाबत नेहमीच तेथील काँग्रेसवर दबाव आणत असते. किंबहुना, अमेरिकेची इस्त्राईलशी जी घनिष्ठ मैत्री आहे ती

याच लॉबीमुळे आहे. त्यांच्या दबावामुळेच अमेरिका इस्त्राईलविरोधात कोणताही निर्णय घेऊ शकत नाही. तशाच प्रकारे भारतीयांची लॉबी भारत-अमेरिका संबंध अधिक घनिष्ठ करण्यासाठी कामी येऊ शकते का याचा विचार सध्या मोदी सरकार करत आहे. या ३० लाख भारतीयांना आवाहन करून भारतात गुंतवणूक करण्यासाठी आणि अमेरिकेचा भारताबाबतचा दृष्टिकोन बदलण्यासाठी हा समूह कसा उपयोगात आणता येऊ शकतो याची चाचपणी मोदी सरकारकडून केली जात आहे. याला पब्लिक डिप्लोमसी किंवा लोकराजनय असे म्हणतात.

व्हिजन डॉक्युमेंट

पंतप्रधान नरेंद्र मोदी यांच्या अमेरिका भेटीदरम्यान एक व्हिजन डॉक्युमेंटवर स्वाक्षऱ्या करण्यात आल्या. या व्हिजन डॉक्युमेंटमध्ये पुढील प्रमुख बाबी आहेत.

- व्हिसा ऑन अराईव्हलची सुविधा अमेरिकन लोकांसाठी उपलब्ध करून देण्यात आली.
- भारत आणि अमेरिकेमधील व्यापार वाढावा यासाठी २०१५पर्यंत अमेरिका त्यांच्याकडील दोन तंत्रज्ञान मोहिमा भारताला भेट देणार आहे. यानुसार भारतामध्ये कशा प्रकारे स्मार्ट सिटीज विकसित करता येतील, पायाभूत सुविधांचा विकास करता येईल याची पाहणी केली जाणार आहे. त्यानंतर अमेरिका या क्षेत्रामध्ये गुंतवणूक वाढवणार आहे.
- अक्षय ऊर्जा (रिन्युएबल एनर्जी) किंवा पर्यावरण या क्षेत्रामध्ये सहकार्य करणे.
- अमेरिकेची गुंतवणूक वाढावी यासाठी भारत आपला आर्थिक विकासाचा कार्यक्रम अधिक व्यापक आणि लवचिक बनवेल आणि कररचनेमध्ये सुधारणा करेल.
- या भेटीमध्ये पहिल्यांदा भारत आणि अमेरिकेने अल् कायदा, लष्कर ए तैय्यबा, जैश ए महम्मद, हक्कानी आणि दाऊद इब्राहीम आणि त्यांची टीम अशा काही दहशतवादी संघटनांचा विरोध करण्याचे, निषेध करण्याचे तसेच त्यांच्या कारवाया थांबवण्यासाठी संयुक्तरित्या प्रयत्न करण्याचे ठरवले गेले. अमेरिकेने पहिल्यांदा या दहशतवादी संघटनांच्या विरोधात काम करण्याची घोषणा केली. याचा समावेश या व्हिजन डॉक्युमेंटमध्ये समावेश करण्यात आला.
- त्याचबरोबर दोन्ही देशांदरम्यानचा द्विपक्षीय व्यापार वाढून साधारणपणे तो २०० अब्ज डॉलरपर्यंत जाण्यासाठी दोन्ही देश प्रयत्न करतील असे उद्दिष्ट ठेवण्यात आले. ■

बुद्धीस्ट जगाच्या नेतृत्त्वाच्या दिशेने वाटचाल

भारतामध्ये मे २०१४ मध्ये केंद्रात नवीन शासन प्रस्थापित झाले आणि तेव्हापासून परराष्ट्र धोरणाला काही नवे आयाम देण्यात येऊ लागले. आजवर परराष्ट्र धोरणांमध्ये ज्या गोष्टी पाहायला मिळाल्या नाहीत, त्यांचा अंतर्भाव नरेंद्र मोदी यांच्या नव्या सरकारच्या परराष्ट्र धोरणाच्या कालबद्ध कार्यक्रमातून दिसून येऊ लागल्या. भारतात नवीन शासन आल्यापासून पंतप्रधान नरेंद्र मोदींनी चीनच्या प्रभावाचा सामना हा केवळ संरक्षण आणि आर्थिक आघाड्यांवर न करता सांस्कृतिक क्षेत्रामधील चीनच्या प्रभुत्त्वाला आणि वर्चस्वालाही आव्हान देण्यास सुरुवात केली आहे. यासाठी लोकराजनयाचा उपयोग करून घेतला जात आहे. यामध्ये भारताचे सांस्कृतिक आणि ऐतिहासिक पैलू हाताशी धरण्याचा प्रयत्न केला जात आहे. नरेंद्र मोदींनी भूतान, नेपाळ आणि जपान अशा तीनही देशांच्या दौऱ्यांमध्ये भगवान गौतम बुद्धांचा उल्लेख केला होता. भगवान बुद्धांचे

शांततेसाठीचे योगदान, शांततेबाबतचे विचार हे मोदींनी प्रामुख्याने बोलून दाखवले. श्रीलंकेच्या दौऱ्यामध्येही मोदींनी केवळ राजकीय प्रमुखांची भेट न घेता तेथील बुद्धीस्ट धर्मगुरूंची भेट घेतली. या धर्मगुरूंना महानायक असे म्हणतात. श्रीलंकेमध्ये असे चार प्रमुख बुद्धीस्ट महानायक आहेत. या महानायकांचा श्रीलंकेच्या राजकारणावर आणि समाजकारणावर, बुद्धीस्ट समाजावर फार मोठा प्रभाव आहे. या सर्वांच्या भेटी त्यांनी घेतल्या. तसेच तेथील बोधीवृक्षाला भेट दिली आणि तेथे प्रार्थनाही केली. यातून दक्षिण पूर्व आशियाई राष्ट्रे आणि उत्तर पूर्व आशियाई राष्ट्रे यांच्याशी भारताचे संबंध घनिष्ट करण्यासाठी मोदींनी बुद्ध धर्माचा ऐतिहासिक वारसा वापरण्यास सुरुवात केली आहे. याचा वापर आर्थिक अंगाने केला जात आहे, ज्यामुळे दक्षिण पूर्व आशियामध्ये भारताचे स्थान बळकट होण्यास मदत होणार आहे. तसेच यातून चीनचे या क्षेत्रातील प्रभुत्त्व कमी करण्याचाही त्यांचा इरादा आहे.

बुद्ध धर्माचा जन्म आणि विकास हा भारतात झाला. भारतातून हा धर्म जगभर पसरला. असे असूनही भारताला इतर बुद्धीस्ट देशांशी संबंध सुधारण्यासाठी या गोष्टीचा फारसा उपयोग करून घेता आला नाही. चीनने मात्र याचे अचूकपणे भांडवल केले. 'चीनने वर्ल्ड फेलोशिप ऑफ बुद्धीस्ट' नावाची एक महत्त्वाची संस्था स्थापन केली. या संस्थेची दरवर्षी एक वार्षिक बैठक भरवली जाते. या बैठकीला जगभरातील बुद्धीस्ट प्रतिनिधी एकत्र येतात. या संस्थेला चीनकडून प्रचंड मोठी आर्थिक मदत केली जाते. त्यामुळे एकंदरीतच बुद्धीस्ट राष्ट्रांमध्ये चीनचा एक प्रकारे दबदबा निर्माण झाला आहे. या प्रभावाला आणि दबदब्याला आव्हान देण्याचा प्रयत्न मोदींनी केला आहे. त्याची उघड सुरुवात श्रीलंकेच्या दौऱ्यापासून करण्यात आली.

बुद्ध धर्मामध्ये विविध परंपरा आणि प्रवाह आहेत. यापैकी थेरवादा हा एक प्रमुख प्रवाह आहे. हा प्रवाह श्रीलंका, म्यानमार, लाओस, थायलंड या देशांमध्ये अतिशय प्रभावी आहे. दुसरा प्रमुख प्रवाह आहे तो नालंदा किंवा हिमालयीन प्रवाह. हा प्रवाह प्रामुख्याने भारत, तिबेट, नेपाळ आणि भूतान या चार देशांत प्रभावी आहे. या दोन्ही प्रवाहांमधील शेवटची बैठक ही इसवी सन सातव्या शतकामध्ये झालेली होती. त्यानंतर या दोन्ही प्रवाहांमध्ये संयुक्त बैठक वा संवाद झालेला नव्हता; पण आता मार्च २०१५ मध्ये या दोन्ही प्रवाहांची एक संयुक्त बैठक भारतामध्ये झाली. या बैठकीला श्रीलंकेत असलेल्या चार प्रमुख महानायकांपैकी तीन महानायक उपस्थित होते. ही बैठक एका बिगर शासकीय संस्थेमार्फत भरवण्यात आली आणि तिला केंद्र सरकारने पूर्ण पाठिंबा दिला होता. त्यामुळे थेरवादा आणि हिमालयीन या दोन्ही प्रवाहांना एकत्र आणण्याचे आणि त्यांना व्यासपीठ मिळवून देण्याचे काम भारतातर्फे केले जात आहे, ही एक महत्त्वाची घडामोड आहे. कारण आजवर असे प्रयत्न चीनकडून केले जात होते. पण आता भारताने त्यामध्ये पुढाकार घेतला आहे. या बैठकीमध्ये श्रीलंकेतील महानायकांची भेट तिबेटमधील धर्मगुरू दलाई लामा यांच्याशी घडवून आणली गेली. हे चीनसाठी एक मोठे आव्हान होते. इतकेच नव्हे तर दलाई लामा यांच्या नेतृत्त्वाखालील तिबेटमधील वेगवेगळ्या समूहांना, गटांना एकत्र आणण्याचे काम भारतातर्फे केले जात आहे. यासंदर्भात आणखी एक महत्त्वाची घडामोड घडली ती म्हणजे भारतामध्ये नालंदा विद्यापीठाची पुन्हा एकदा स्थापना होणे. या विद्यापीठाच्या निमित्ताने पुन्हा एकदा बुद्धीस्ट धर्माचा अभ्यास नव्याने सुरू करण्याचा प्रयत्न केला जाणार आहे.

या सर्वांचा त्वरित फायदा भारताला श्रीलंकेमध्ये दिसून येणार आहे. श्रीलंकेमध्ये नुकत्याच झालेल्या राष्ट्राध्यक्ष पदाच्या निवडणुकीत चीनधार्जिणे असलेल्या राजेपक्षे यांचा पराभव झाला आणि सिरीसेना यांचा विजय झाला. आता लवकरच श्रीलंकेमध्ये संसदीय निवडणुका होणार आहेत. या निवडणुकांमध्ये पुन्हा एकदा राजेपक्षे यांच्या पक्षाला बहुमत मिळाले तर ते श्रीलंकेचे पंतप्रधान बनू शकतात. तसे झाले तर ते भारतासाठी पुन्हा एकदा मोठे आव्हान ठरणार आहे. श्रीलंकेमध्ये राष्ट्राध्यक्षपदासाठी झालेल्या निवडणुकांमध्ये बुद्धीस्ट मते बरोबरीने विभागली गेली. अर्धी मते सिरीसेना यांना पडली, तर अर्धी मते राजेपक्षे यांना मिळाली; परंतु सिरीसेना यांना अल्पसंख्यांकांची मते मिळाल्यामुळे त्यांचा विजय झाला. आता भारताने श्रीलंकेतील बुद्धीस्ट नेत्यांना

आपलेसे करून, त्यांच्याशी संवाद साधण्यास व, त्यांच्यासोबत घनिष्ट संबंध निर्माण करण्यास प्रयत्न सुरू केल्यामुळे याचा परिणाम श्रीलंकेतील संसदीय निवडणुकांवर होण्याची शक्यता आहे. त्यातून राजेपक्षे यांच्याऐवजी सिरीसेना यांच्या पक्षाला बहुमत मिळण्याची शक्यता नाकारता येत नाही.

थोडक्यात, या सर्वांमधून बुद्धीस्ट राष्ट्रांसोबत भारताचे संबंध अधिक दृढ करण्याचा आणि चीनचा प्रभाव कमी करून त्यांना सांस्कृतिक क्षेत्रातही आव्हान देण्याचा प्रयत्न होत आहे. आजवर भारताने यासंदर्भातील ऐतिहासिक संधी गमावलेली होती. आता मात्र ती संधी साधली जात आहे आणि संपूर्ण बुद्धीस्ट जगामध्ये भारताकडून एक नेता म्हणून पुढे येण्याचा प्रयत्न केला जात आहे. ■

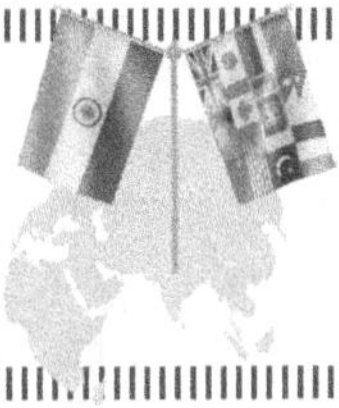

संघराज्याचे बदलते स्वरुप व त्याचा परराष्ट्र धोरणावरील परिणाम

देशाच्या आर्थिक विकासासाठी, उत्पादनक्षेत्राला चालना मिळण्यासाठी विदेशी गुंतवणूक आकर्षित करण्यावर सध्या केंद्र सरकारचा मोठा भर असल्याचे दिसत आहे. यासाठी त्यांनी 'मेक इन इंडिया'सारखा उपक्रम हाती घेतला आहे, तर दुसरीकडे राज्यांनाही विदेशी गुंतवणूकदारांना आकर्षित करण्यासाठी उद्युक्त केले जात आहे. काही वर्षांपूर्वीपर्यंत भारतामध्ये परकीय गुंतवणुकीला आकर्षित करण्यामध्ये केवळ केंद्र शासनच अग्रेसर असायचे. केंद्र सरकारच्या विविध मंत्रालयांमधील वाणिज्य मंत्री, अर्थमंत्री, परराष्ट्र मंत्री हे वेगवेगळ्या देशांच्या दौऱ्यांवर जात असत आणि केंद्राकडूनच परकीय गुंतवणुकीबाबतचे करार होत असत. आता परिस्थिती फार वेगळी दिसत आहे.

परकी गुंतवणुकीसाठी राज्यांमध्ये स्पर्धा

अलीकडील काळात परकीय गुंतवणुकीसाठी, व्यापार वाढीसाठी, बहुराष्ट्रीय कंपन्यांना आकर्षित करण्यासाठी राज्ये स्वतःहून पुढाकार घेत आहेत आणि या गुंतवणूकदारांना विविध सुविधा देऊ करत आहेत. त्यामधून आता एकीकडे केंद्र आणि राज्यांमध्ये आणि दुसरीकडे राज्याराज्यांमध्ये परकीय गुंतवणूक खेचून आणण्यासाठी स्पर्धा निर्माण झालेल्या दिसत आहेत. त्याचाच एक भाग म्हणजे देशातील विविध राज्यांनी उद्योजकांसाठी गुंतवणुकीची संमेलने भरवण्यास सुरुवात केलेली आहे. मध्यंतरी, पश्चिम बंगालने अशा प्रकारचे संमेलन आयोजित केले होते. त्यानंतर मध्य प्रदेशनेही असे संमेलन भरवले होते. उत्तर प्रदेशचे मुख्यमंत्री अखिलेश यादवही अशा प्रकारचे संमेलन भरवण्याच्या विचारात आहेत. महाराष्ट्रामध्येही अशा प्रकारे गुंतवणुकदारांसाठीचे संमेलन भरवण्यात येणार असल्याचे मुख्यमंत्री देवेंद्र फडणवीस यांनी सांगितले आहे. दक्षिणेकडे आंध्र प्रदेशमध्ये चंद्राबाबू नायडू यांनी १९९० च्या दशकातच अशा प्रकारचा उपक्रम सुरू केला होता. तसेच राज्यांचे मुख्यमंत्री विविध देशांच्या भेटींवर जात आहेत. राज्यांनी अशा प्रकारे विदेशी भांडवलासाठी पुढाकार घेण्याची प्रक्रिया १९९१ पासून प्रामुख्याने सुरू झाली; पण त्या काळात त्याला फारशी गती नव्हती. आता ही प्रक्रिया गतिमान झाल्याचे पाहायला मिळत आहे. त्यामुळेच राज्या-राज्यांमध्ये याबाबत चढाओढ निर्माण झालेली आहे. गुंतवणूकदारांना पायघड्या घातल्या जात आहेत. त्यांना जमीन, सुरळीत वीजपुरवठा आणि आवश्यक ते मनुष्यबळ उपलब्ध करून देण्यासाठी राज्ये विविध योजना आखत आहेत. १९९५ पासून ही प्रक्रिया गतिमान झाली. यामध्ये आधी चंद्राबाबू नायडूंनी पुढाकार घेतला आणि त्यानंतर मोदींनी पुढाकार घेत त्यामध्ये सातत्य राखले.

व्हायब्रंट गुजरात उपक्रमाची सुरुवात

नरेंद्र मोदी यांनी गुजरातचे मुख्यमंत्री असताना जपान, दक्षिण कोरिया, चीन या देशांना भेटी दिल्या होत्या आणि त्या देशांमधून आपल्या राज्यामध्ये परकीय गुंतवणूक आकर्षित करण्यासाठी त्यांनी प्रयत्न केलेला होता. २००३ मध्ये गुजरातने 'व्हायब्रंट गुजरात' नामक उपक्रमाची सुरुवात

व्हायब्रंट गुजरात संमेलन २०१५

केली. या सर्वामागे पहिले उद्दिष्ट होते विकासाचे आणि दुसरे होते रोजगारनिर्मितीचे. मोदी यांनी घेतलेल्या पुढाकाराचा किंवा प्राधान्याचा त्या राज्याला मोठा फायदा झालेला दिसून येतो. त्यामुळेच चीनसारख्या देशाची भारतात असलेल्या एकूण गुंतवणुकीपैकी ३३ टक्के गुंतवणूक गुजरातमध्ये आहे.

गेल्या दोन दशकांमध्ये देशात प्रामुख्याने महाराष्ट्र, गुजरात, आंध्र प्रदेश आणि मध्य प्रदेश चार राज्यांमध्येच सर्वाधिक परकीय भांडवल आलेले आहे. याचे कारण या राज्यांनी कसोशीने त्यासाठी प्रयत्न केले. याउलट बिहार, उत्तर प्रदेश, हिमाचल प्रदेश आणि ईशान्येकडील राज्यांमध्ये तसे प्रयत्न न झाल्यामुळे, गुंतवणूक न आल्यामुळे ही राज्ये कमालीची मागासलेली राहिली आहेत. सर्वांत कमी गुंतवणूक बिहारमध्ये झालेली आहे; तर महाराष्ट्र, गुजरात, पश्चिम बंगाल या राज्यांनी गुंतवणूकदारांना आकर्षित करण्यामध्ये यश मिळवलेले आहे. त्यामुळे देशामध्ये प्रादेशिक असमतोल अधिक ठळकपणे जाणवू लागला आहे. परकी गुंतवणुकीचा ओढा अधिक असलेल्या राज्यांमध्ये विकास झाल्यामुळे, रोजगारसंधी अधिक निर्माण झाल्यामुळे ही राज्ये तुलनेने अधिक प्रगती करताना दिसत आहेत. त्यामुळेच आता याबाबतीत पिछाडीवर राहिलेली राज्ये अशा प्रकारची संमेलने भरवणे, त्यासाठीजगभरातील गुंतवणूकदारांना भेटी देणे, परदेश दौऱ्यावर जाणे या 'गुजरात मॉडेल'चा अंगिकार करताना दिसत आहेत.

यंदाच्या संमेलनात काय झाले?

व्हायब्रंट गुजरातचे यंदाचे संमेलन जानेवारी २०१५ मध्ये पार पडले. या कार्यक्रमासाठी जवळपास १०० देशांचे प्रतिनिधी उपस्थित होते. यामध्ये प्रामुख्याने अमेरिकेचे परराष्ट्रमंत्री जॉन केरी, संयुक्त राष्ट्र संघटनेचे सरचिटणीस बान की मून, भूतान आणि मॅसिडोनियाचे पंतप्रधान, विश्व बँकेचे अध्यक्ष यांचा समावेश होता. या संमेलनामध्ये नरेंद्र मोदींनी आपल्या भाषणामध्ये अनेक महत्त्वाचे मुद्दे मांडले. जगाच्या एकूण लोकसंख्येच्या एक षष्ठांश लोकसंख्या भारतात आहे. म्हणजेच जगामध्ये प्रत्येक सहा व्यक्तींमागे एक भारतीय आहे. विश्व बँक, आएससी यांनी २०१५ मध्ये 'डूईंग बिझनेस रिपोर्ट' नामक एक सर्वेक्षण केले होते. व्यवसाय-व्यापार करण्यासाठी, बहुराष्ट्रीय कंपन्यांना गुंतवणूक करण्यासाठी, कोणते देश अधिक सुरक्षित आणि सुरळीत आहेत यासाठी १८९ देशांचे सर्वेक्षण करण्यात आले. त्यामध्ये भारताचा क्रमांक १४२ वा आहे. यावरून भारतामध्ये व्यवसाय करणे हे सुरळीत नसल्याचे (डूईंग बिझनेस विथ इज) समोर आले. पुढील पाच वर्षांमध्ये भारताचा क्रमांक पहिल्या ५० मध्ये नेण्याचे उद्दिष्ट ठेवण्यात आल्याचे मोदींनी सांगितले. त्यासाठी अंतर्गत पातळीवर कराव्या लागणाऱ्या सुधारणा आम्ही करत असल्याचेही त्यांनी सांगितले.

परकी गुंतवणुकीतील अडथळे

सध्या परकी गुंतवणुकीसाठी सर्वात मोठा अडथळा आहे तो भूसंपादनाचा. जमीन मिळवण्यासाठी अनेक प्रकारचे नियम आहेत, त्यासाठी अनेक परवानग्या घ्याव्या लागतात, तसेच जमिनीचे मूल्यांकन, त्याचा बाजारभाव यांबाबत अनेक अडथळे आहेत, तसेच जमीन हस्तांतरित झाल्यानंतर निर्माण होणारा पुनर्वसनाचा प्रश्न आहे. या सर्वांमुळे जमीन मिळवण्याची प्रक्रिया ही प्रदीर्घ काळ चालणारी, क्लिष्ट आणि वेळखाऊ आहे. हे लक्षात घेऊन सरकारने भूसंपादनाच्या कायद्यामध्ये बदल करण्याचे ठरवले. दुसरी गोष्ट म्हणजे, संरक्षण, विमा या क्षेत्रांमध्ये थेट विदेशी गुंतवणुकीची मर्यादा वाढवली आहे. तसेच रेल्वेमध्ये तर १०० टक्के एफडीआयला मान्यता देण्यात आली आहे. तसेच 'मेक इन इंडिया' नामक एक प्रकल्प हाती घेण्यात आला आहे. तसेच परकी गुंतवणूकदारांना उद्योग उभारणीसाठी आवश्यक असणारे वेगवेगळ्या प्रकारचे क्लिअरन्स वा परवाने अत्यंत जलदगतीने आणि सुलभरित्या मिळतील यासाठी एक खिडकी योजनेसारख्या संकल्पना

सध्या राज्ये आपल्या विकास योजना आणि प्राथमिकता ठरवत आहेत. त्यांच्या या योजनांवर भविष्यातील भारताचा आर्थिक विकास हा अवलंबून आहे. राज्यांच्या या विकास योजनांमध्ये केंद्राची भूमिका फॅसिलीटेटरची आहे. 'व्हायब्रंट गुजरात'सारख्या संमेलनांमधून राज्यांना गुंतवणूकदारांबरोबर चर्चा करण्याची संधी मिळते. त्यामुळेच या संमेलनांचे चांगले परिणाम दिसून आले आहेत. पश्चिम बंगालमध्ये झालेल्या अशाच प्रकारच्या गुंतवणूक मेळ्यामध्ये २ लाख ४३ हजार १०० कोटी रुपयांचे गुंतवणुकीचे प्रस्ताव आले आणि गुजरातमधील यंदाच्या गुंतवणूकदार संमेलनामध्ये १२१ करार झाले आणि त्यानुसार २५ लाख कोटी रुपयांच्या गुंतवणुकीचे प्रस्ताव आले आहेत.

आणून वेगाने पावले टाकण्यास सुरुवात केली आहे. केंद्राने तयार केलेली 'मेक इन इंडिया'ची संकल्पना राज्य पातळीवर राबवली जावी, अशी अपेक्षा मोदी यांनी व्यक्त केली आहे. यासाठीच 'व्हायब्रंट गुजरात'मध्ये त्यांनी 'मेक इन इंडिया'ची एक प्रकारे जाहिरात केली. भारत आता बदलतो आहे, परकी गुंतवणुकीसाठी भारत हे आता सर्वोत्तम ठिकाण ठरणारे आहे असे सांगितले. 'व्हायब्रंट गुजरात' सारख्या उद्योजकांच्या संमेलनांमधून परकी गुंतवणुकदारांमध्ये विश्वासनिर्मिती करण्याचे मोठे काम करण्यात येत आहे.

विदेशी गुंतवणूकदारांसाठी '३डी'

मोदी यांनी या संमेलनामध्ये आंतरराष्ट्रीय नाणेनिधीचा आणि आर्थिक सहकार्य व विकास संघटना (ओईसीडी)च्या सर्वेक्षणांचा उल्लेख केला. त्यानुसार २०२५ मध्ये भारत हा जगातील तिसऱ्या क्रमांकाची अर्थव्यवस्था असणार आहे. त्यादृष्टीने प्रत्येक राज्याने आपले प्रकल्प आखावेत, असे आवाहन त्यांनी केले. विदेशी गुंतवणूकदारांनी भारतामध्ये का गुंतवणूक करावी याविषयी मोदी यांनी तीन सूत्रे सांगितले, त्याला '३डी' असे संबोधले. यातील पहिला डी म्हणजे डेमोक्रसी. भारतामध्ये लोकशाही शासनव्यवस्था आहे. दुसरा मुद्दा म्हणजे डेमोग्राफी. डेमोग्राफी म्हणजे भारताचे लोकसंख्येचे स्वरुप. भारतामध्ये सध्या ६५ टक्के लोकसंख्या ३५ वर्षांपेक्षा कमी वयाची आहे. त्यामुळे हा देश तरुणांचा देश आहे. तसेच इतर राष्ट्रांच्या तुलनेत भारतात कमीत कमी दरामध्ये मनुष्यबळ उपलब्ध होणार आहे आणि ही भारताची सर्वात मोठी जमेची बाजू आहे. याबाबत चीनचे उदाहरण घेता येईल. साधारण २० वर्षांपूर्वी चीनने अशाच प्रकारे परकीय गुंतवणुकीच्या माध्यमातून त्यांच्या देशामध्ये उत्पादननिर्मितीचे असंख्य प्रकल्प उभे केले होते. त्यावेळी चीनने आपल्या लोकसंख्येच्या स्वरुपाचे भांडवल केले होते. त्याकाळात चीनमध्ये तरुणांची संख्या अधिक होती आणि कमी मोबदल्यामध्ये मनुष्यबळ उपलब्ध होत होते. त्यामुळे परकीय गुंतवणूकदारांनी चीनमध्ये गुंतवणूक केली. परंतु आता चीनमध्ये श्रममोबदला प्रचंड वाढला आहे. त्यामुळे उत्पादननिर्मितीचा खर्चही वाढला आहे. परिणामी, गुंतवणूकदार नव्या पर्यायाच्या शोधात आहेत. हे लक्षात घेऊन मोदींनी आता या गुंतवणूकदारांना भारतात येण्यासाठी आवाहन केले आहे. लेबर इंटेन्सिव्ह इंडस्ट्री (यंत्रांवर नव्हे तर कामगारांवर आधारलेले उद्योग) विकसित होण्यासाठी मोठा वाव आहे. तिसरा डी म्हणजे डिमांड. भारतामध्ये प्रचंड मोठी मागणी आहे. ४२ कोटी लोकांच्या मध्यमवर्गीय बाजारपेठेला सतत काही ना काही नवीन गोष्टी हव्या असतात. याचा फायदा या गुंतवणूकदारांना होऊ शकतो. डेमोक्रसी, डेमोग्राफी आणि डिमांड या 'थ्रीडी'चे कॉम्बिनेशन जगात एकत्रितरित्या कुठेही पाहायला मिळत नाही. जिथे लोकशाही आहे तिथे मागणी किंवा कुशल आणि अल्प मोबदल्यातील मनुष्यबळाची वानवा आहे, जिथे अशा प्रकारचे मनुष्यबळ उपलब्ध आहे तिथे लोकशाही नाही अशी स्थिती आहे. त्यामुळेच भारताला गुंतवणूकदारांनी प्राधान्य द्यावे असे मोदी यांनी या संमेलनामध्ये सांगितले.

सहकार्यात्मक संघराज्य आणि स्पर्धात्मक संघराज्य

यासाठी राज्यांसाठी त्यांनी दोन प्रकारच्या संकल्पना मांडल्या. त्यानुसार, भारतामध्ये सहकार्यात्मक संघराज्य आणि स्पर्धात्मक संघराज्य अपेक्षित आहे. सहकार्यात्मक संघराज्यासाठी नीती आयोगाची स्थापना केली गेली. त्यासाठी राज्यांनी

आपापल्या योजना बनवाव्यात असे निर्धारित केले गेले. दुसरीकडे या योजनांच्या मार्केटिंग करून गुंतवणूक आकर्षित करण्यासाठी राज्या-राज्यांमध्ये सकारात्मक स्पर्धा निर्माण व्हावी असे सांगितले. म्हणजे एकीकडे सहकार्यात्मक संघराज्य आणि दुसरीकडे स्पर्धात्मक संघराज्य निर्माण व्हावे अशी अपेक्षा त्यांनी व्यक्त केली. सध्याचे युग भारताच्या संघराज्याच्या दृष्टिने अत्यंत महत्त्वाचे मानले सध्या राज्ये आपल्या विकास योजना आणि प्राथमिकता ठरवत आहेत. त्यांच्या या योजनांवर भविष्यातील भारताचा आर्थिक विकास हा अवलंबून आहे. राज्यांच्या या विकास योजनांमध्ये केंद्राची भूमिका फॅसिलीटेटरची आहे. 'व्हायब्रंट गुजरात'सारख्या संमेलनांमधून राज्यांना गुंतवणूकदारांबरोबर चर्चा करण्याची संधी मिळते. त्यामुळेच या संमेलनांचे चांगले परिणाम दिसून आले आहेत. पश्चिम बंगालमध्ये झालेल्या अशाच प्रकारच्या गुंतवणूक मेळ्यामध्ये २ लाख ४३ हजार १०० कोटी रुपयांचे गुंतवणुकीचे प्रस्ताव आले आणि गुजरातमधील यंदाच्या गुंतवणूकदार संमेलनामध्ये १२१ करार झाले आणि त्यानुसार २५ लाख कोटी रुपयांच्या गुंतवणुकीचे प्रस्ताव आले आहेत. जाते. कारण संघराज्याचे स्वरुप बदलले आहे. तीन टप्प्यांमध्ये भारतीय संघराज्याचा विकास होतो आहे. यापूर्वी राजकीय स्वरुपाचे संघराज्य होते. आता सहकार्यात्मक संघराज्य आणि भविष्यात स्पर्धात्मक संघराज्य निर्माण होणार आहे. यासाठी अर्थातच सर्व राज्यांनी पुढाकार घेणे आवश्यक आहे. यातून राज्यांचाही फायदा होणार आहे.

परदेशातील भारतीयांचे सहकार्य गरजेचे

आज अनेक राज्यांमधील नागरिक परदेशामध्ये स्थायिक झालेले आहेत. ही संख्या अडीच कोटी इतकी असून हे भारतीय ११६ देशांमध्ये राहात आहेत. या परदेशात गेलेल्या भारतीयांकडून दरवर्षी ७० अब्ज डॉलर्स इतकी गुंतवणूक भारतात केली जाते. याला फॉरेन रेमिटेन्स म्हणतात. अशा लोकांना भावनिक आवाहन करून त्यांच्याकडील भांडवल आणि तंत्रज्ञान

आपल्या राज्यात आणण्यासाठी प्रयत्न केले जाणे आवश्यक आहे. अशा प्रकारचा प्रयत्न होतही आहे. अमेरिकेमध्ये गेलेल्या बिहारमधील काही तरुणांनी पुन्हा आपल्या गावाकडे परतून त्यांनी तेथील वीजेच्या प्रश्नावर तोडगा काढण्यासाठी तांदळाच्या भुशापासून वीजनिर्मितीचा प्रकल्प सुरू केला आहे. ही वीजनिर्मिती अत्यंत कमी दरामध्ये होत आहे. असे प्रयत्न, उपक्रम इतर राज्यांमध्ये मोठ्या प्रमाणावर होणे अपेक्षित आहे. तसेच महाराष्ट्राप्रमाणे इतर राज्यांनी विदेशामध्ये आपल्या लॉबीज तयार करून त्यांच्या माध्यमातून तेथील गुंतवणूकदारांना आकर्षित करण्यासाठी प्रयत्न केले जाण्याची आवश्यकता आहे. अशा प्रकारे सर्व राज्यांमध्ये गुंतवणूक खेचून आणण्यासाठी स्पर्धा निर्माण झाली तर त्यातून निश्चितच देशाचा विकास होणार आहे.

असे असले तरी जमीन, पायाभूत सुविधा आणि कररचना यांबाबतच्या सध्याच्या धोरणांमुळे भारतातील गुंतवणूकदारच देशात गुंतवणूक करण्यास तयार नसल्याचे आणि ते बाहेरच्या देशात गुंतवणूक करत असल्याचे दिसत आहे. त्यामुळे परकीय गुंतवणूकदारांना आपण कसे आकर्षित करणार हा प्रश्नच आहे. भारत हा सर्वांत कमी जागतिकीकरण झालेला देश आहे. म्हणजेच आपण अजून फार मागे आहोत. त्यामुळे अशा प्रकारचे 'व्हायब्रंट' प्रकल्प हाती घेतले जात नाहीत तोपर्यंत परकीय गुंतवणूकदार भारतात येण्याचे प्रमाण वाढणार नाही. ■

परराष्ट्र धोरणातून उद्दिष्टपूर्तीकडे...

मागील सरकारांच्या काळात परराष्ट्र धोरणाकडे मोठ्या प्रमाणावर दुर्लक्ष झाले होते. नव्या सरकारने मात्र परराष्ट्र धोरणावर मुख्य लक्ष केंद्रित केल्याचे गेल्या वर्षभरात दिसून आले. या सरकारने प्रामुख्याने परराष्ट्र धोरणाच्या माध्यमातून भारताचा आर्थिक विकास साधण्याचे उद्दिष्ट ठेवले आहे. त्यासाठीच पंतप्रधान स्वतः अनेक देशांना भेटी देत आहेत आणि त्यांना भारतात गुंतवणूक करण्यासाठी आवाहन करत आहेत.त्याचवेळी या सरकारच्या परराष्ट्र धोरणामध्ये अनेक अभिनव घटक दिसून आले आहेत. परराष्ट्रधोरणातील नवे प्रवाह आणि त्यातून काय साधले याचा धांडोळा घेताना आंतरराष्ट्रीय स्तरावर भारताचे महत्त्व वाढणे, भारतासंदर्भात एक प्रकारचे सकारात्मक चित्र निर्माण होणे, विश्वासतुट कमी होणे, परकीय गुंतवणूक वाढणे, चीनच्या विस्तारवादाला शह देणे यांबाबत फार मोठे यश प्राप्त झाल्याचे दिसते आहे.

केंद्रामध्ये सत्तांतर होऊन राष्ट्रीय लोकशाही आघाडीचे सरकार सत्तेमध्ये स्थापन झाले त्याला आता एक वर्ष पूर्ण होत आहे. या वर्षपूर्तीच्या निमित्ताने शासनाच्या प्रगती अहवालांबाबत सर्वत्र चर्चा होत आहे. वर्षभरातील कामगिरीचे मूल्यांकन करताना असे लक्षात येते की, परराष्ट्र धोरणाच्या क्षेत्रात या सरकारने सर्वात भरीव कामगिरी केलेली आहे. इतिहासात डोकावून पाहता ही कामगिरी ऐतिहासिक स्वरुपाची म्हणावी लागेल. याचे कारण केंद्रात सर्वाधिक काळ सत्तेत असणाऱ्या काँग्रेसच्या ५७ वर्षांच्या कार्यकाळामध्ये पाच पंतप्रधान होऊन गेले. यामध्ये पंडित जवाहरलाल नेहरू, इंदिरा गांधी, राजीव गांधी, पी. व्ही. नरसिंहराव आणि मनमोहनसिंग यांचा समावेश होतो. यांपैकी कोणत्याही पंतप्रधानांच्या कार्यकाळामध्ये पहिल्या वर्षी परराष्ट्र धोरणाकडे इतके लक्ष देण्यात आले नव्हते. किंबहुना, त्याकडे गांभीर्याने पाहिले गेलेले नव्हते. परंतु नरेंद्र मोदी सरकारच्या पहिल्या वर्षभराच्या कार्यकाळात मात्र परराष्ट्र धोरण हेच केंद्रस्थानी राहिले असल्याचे दिसते. आतापर्यंत एका वर्षांमध्ये नरेंद्र मोदी यांनी जवळपास १५ देशांना भेटी दिल्या आहेत आणि त्यांचा परदेश दौऱ्यांचा एकूण कालावधी हा ४५ दिवसांचा राहिला. आजपर्यंत भारताच्या इतिहासात कोणत्याही पंतप्रधानांनी पहिल्या वर्षी १५ देशांना भेटी दिलेल्या नव्हत्या. तसेच एवढा काळ कोणतेही पंतप्रधान परदेश दौऱ्यांसाठी बाहेर राहिलेले नव्हते. पंडित जवाहरलाल नेहरूंशी तुलना करायचीच झाली तर ते १६ वर्षे भारताचे पंतप्रधान होते. त्यांचा परराष्ट्र धोरणावर विशेष भर होता, तसेच त्यांचा या क्षेत्रातील अभ्यासही मोठा होता; असे असतानाही परराष्ट्र धोरणाबाबत त्यांच्याकडून इतका भर दिला गेला नाही. त्यामुळे मोदींनी पहिल्याच वर्षभरात केलेले परदेश दौरे ही भारतासाठी अभिनव अशी घटना ठरली. तसेच अभिनव घटना असल्यामुळे त्यासंदर्भात बऱ्याच प्रमाणात गैरसमजही निर्माण झाले. याचे कारण परराष्ट्र धोरण हे भारतामध्ये सुरुवातीपासूनच दुर्लक्षित राहिले होते. परिणामी, एखाद्या राष्ट्राच्या विकासासाठी परराष्ट्र धोरण कसे योगदान देऊ शकते यासंदर्भात भारतीयांमध्ये पुरेसे ज्ञान पोहोचलेले नव्हते. तसेच आजही बहुसंख्य भारतीयांचे परराष्ट्र धोरणाबाबतचे ज्ञान हे दक्षिण आशियापुरते आणि त्यातही पाकिस्तान आणि चीनपुरते मर्यादित होते. दुसरीकडे भारतात थिंक टँकची संस्कृती नसल्यामुळे परराष्ट्र धोरणाचे लोकशाहीकरण झालेले नव्हते. या पार्श्वभूमीवर नरेंद्र मोदी यांनी ज्या झपाट्याने आणि प्राथमिकतेने परराष्ट्र धोरणाकडे लक्ष केंद्रित केले त्यामुळे लोकांमध्ये काही गैरसमज निर्माण झाले. वास्तविक, सरकारची यामागची भूमिका आणि देशाच्या आर्थिक विकासासाठी, संरक्षणासाठी परराष्ट्र धोरण किती महत्त्वाचे असते हे समजून घेणे आवश्यक आहे.

केंद्रातील नव्या सरकारने परराष्ट्र धोरणावर भर का दिला?

गतवर्षी लोकसभा निवडणुकांच्या प्रचारादरम्यान नरेंद्र मोदींनी जवळपास ४५० भाषणे दिली. या सर्व भाषणांमध्ये त्यांनी परराष्ट्र धोरणावर फारसा भर दिलेला नव्हता. केवळ दक्षिण आशियातील भारताच्या शेजारी राष्ट्रांसंदर्भातील आणि चीनसंदर्भातील उल्लेख झाल्याचे दिसून आले होते. मात्र त्यांच्या संपूर्ण निवडणूक प्रचार मोहिमेमध्ये आर्थिक विकास आणि त्यातून रोजगारनिर्मिती यावर भर देण्यात आला होता. याला पार्श्वभूमी होती ती त्यांच्या गुजरातमधील मुख्यमंत्रीपदाच्या कारकिर्दीची. नरेंद्र मोदी हे गुजरातचे मुख्यमंत्री असताना त्यांनी पुढाकार घेऊन अनेक देशांचे दौरे केलेले होते आणि त्यातून त्यांनी मोठ्या प्रमाणावर परकीय गुंतवणूक गुजरातमध्ये आकर्षित केलेली होती. एकट्या चीनला त्यांनी जवळपास तीन वेळा भेट दिलेली होती. याशिवाय जपान आणि इतर दक्षिण पूर्व आशियाई देशांच्या भेटीवर ते जाऊन आलेले होते. या सर्व दौऱ्यांत त्यांनी या देशांनी आपला आर्थिक विकास कसा साधला याचा अभ्यास केला होता, निरीक्षण केले होते. खास करून चीनच्या आर्थिक विकासाच्या आणि प्रगतीच्या मॉडेलने त्यांना प्रभावित केले होते. तसेच दक्षिण पूर्व आशियाई देशांनी आर्थिक प्रगती कशी साधली आणि त्यांनी 'एशियन टायगर' म्हणून कसा नावलौकिक मिळवला तसेच दुसऱ्या महायुद्धात बेचिराख झालेल्या जपानसारख्या देशाने १९७० च्या दशकात जगातील दुसरी अर्थव्यवस्था बनण्यापर्यंत कशी भरारी घेतली यासंदर्भातील बऱ्याच गोष्टींचा अभ्यास त्यांनी केलेला होता. त्यामुळे निवडणूक निकालांनंतर जेव्हा एनडीएचे शासन प्रस्थापित झाले मोदींनी पंतप्रधानपदाची सूत्रे हाती घेतली तेव्हा त्यांनी भारताच्या आर्थिक विकासासाठी एक मॉडेल विकसित केले. हे मॉडेल प्रामुख्याने 'मेक इन इंडिया'चे होते आणि त्या आधारावर मेक इन इंडिया केंद्रस्थानी ठेवून त्यांनी आपली आर्थिक धोरणे आणि परराष्ट्रनीती आखली. 'मेक इन इंडिया'च्या माध्यमातून देशातील उत्पादनक्षेत्राचा आणि उद्योगधंद्यांचा विकास करणे, त्यातून आर्थिक विकास दर वाढवणे आणि मुख्य म्हणजे रोजगाराला चालना देणे अशा प्रकारचे उद्दिष्ट तयार करून त्यानुसार त्यांनी आखणी केली. त्यानुसार या सरकारचे पूर्ण परराष्ट्र धोरण हे 'मेक इन इंडिया'या संकल्पनेभोवतीच फिरताना दिसते आहे. या परराष्ट्र धोरणाचा गाभा हा भारताचा आर्थिक विकास हा आहे. जरी 'मेक इन इंडिया'च्या दृष्टिकोनातून त्यांनी परराष्ट्र धोरणाकडे पाहिले असले तरी या परराष्ट्र धोरणामध्ये अनेक नवीन प्रवाह दिसून येतात. या प्रवाहांचा उहापोह करणे येथे औचित्याचे आहे.

१) आर्थिक हितसंबंधांच्या पूर्ततेचे ध्येय :

शीतयुद्धाच्या काळामध्ये भारताचे परराष्ट्र धोरण हे राजकीय उद्दिष्टांनी प्रेरित होते. त्यामुळे परराष्ट्र धोरणाच्या माध्यमातून भारतामध्ये परकीय गुंतवणूक आणणे, इतर देशांच्या बाजारपेठा भारतासाठी मिळवणे, इतर देशांबरोबर आर्थिक भागीदारी विकसित करणे, भारताच्या आर्थिक विकासासाठी आवश्यक असणाऱ्या इतर गोष्टी मिळवणे या दृष्टिकोनातून विचारच झाला नव्हता. त्याकाळी भारताच्या परराष्ट्र धोरणामध्ये राजकीय मुद्द्यांना फार महत्त्व दिले गेलेले होते. शीतयुद्धोत्तर काळामध्ये म्हणजे पी. व्ही. नरसिंहराव पंतप्रधान असतानाच्या काळात यामध्ये थोडासा बदल होण्याची प्रक्रिया सुरू झाली. पण आज आर्थिक उद्दिष्टे केंद्रस्थानी मानून आणि भारताच्या औद्योगिक विकासावर भर देणाऱ्या 'मेक इन इंडिया'वर भर देऊन या सरकारने परराष्ट्र धोरणाची आखणी केली आहे. पाच वर्षांच्या कार्यकाळामध्ये भारतात साधारणपणे ५०० अब्ज डॉलर्स इतकी परकी गुंतवणूक आणण्याचे उद्दिष्ट सरकारने ठेवलेले आहे. त्यासाठीच पंतप्रधान स्वतः हे आर्थिकदृष्ट्या प्रगत असणाऱ्या देशांना भेटी देत आहेत आणि त्या राष्ट्रांना भारतात गुंतवणूक करण्यासाठी आवाहन करत आहेत. त्या देशांचे भांडवल आणि तंत्रज्ञान हे भारताच्या आर्थिक विकासासाठी कसे उपयोगी ठरू शकते, यासाठी या सरकारचे प्रयत्न सुरू आहेत.

२) परराष्ट्र धोरणाच्या लोकशाहीकरणाचा प्रवाह :

आतापर्यंत भारताचे परराष्ट्र धोरण हे परराष्ट्र मंत्रालय आणि तेथील नोकरशहा यांच्यापुरते

मर्यादित राहिलेले होते. त्यामुळे परराष्ट्र धोरण म्हणजे केवळ दोन देशांच्या राष्ट्रप्रमुखांमधील भेटी-चर्चा किंवा राजनैतिक पातळीवरील संबंध, त्यांच्यामधील क्रिया-प्रतिक्रिया या स्वरुपाचेच होते. परंतु परराष्ट्र धोरणाला दिल्लीच्या बाहेर घेऊन येणे फार गरजेचे होते. परराष्ट्र धोरणामध्ये सामान्य माणसांच्या आर्थिक आकांक्षा, अपेक्षा यांचे प्रतिबिंब पडणे किंवा परराष्ट्र धोरणाने त्यांचे प्रतिनिधीत्त्व करणे आवश्यक होते. याचे कारण हा केंद्राचा विषय असला तरी भारतामध्ये संघराज्य व्यवस्था असल्यामुळे राज्यांबरोबर त्यासंदर्भात संवाद साधला जाणे गरजेचे होते. त्यादृष्टीने या सरकारने सहकार्यात्मक आणि स्पर्धात्मक संघराज्य या संकल्पना पुढे आणल्या. त्यामुळेच परकीय गुंतवणूक आकर्षित करण्यासाठी प्रत्येक राज्य हे सक्रिय झाल्याचे, पुढे आल्याचे गेल्या वर्षभरात दिसून आले. त्यासाठी बिहार, उत्तर प्रदेश, पश्चिम बंगाल, गुजरात, महाराष्ट्र, मध्य प्रदेश येथे प्रवासी भारतीयांची संमेलने आयोजित केली गेली. त्याचप्रमाणे राज्यांचे मुख्यमंत्री हे गुंतवणूक आकर्षित करण्यासाठी देशाबाहेर जाऊ लागले. अलीकडेच चीन, मंगोलिया, दक्षिण कोरिया या तीन देशांच्या दौऱ्यावर पंतप्रधानांसोबत गुजरातच्या मुख्यमंत्री आणि महाराष्ट्राचे मुख्यमंत्री देवेंद्र फडणवीस यांचा सहभाग असल्याचे दिसून आले. अशा प्रकारे परदेश दौऱ्यावर राज्यांच्या मुख्यमंत्र्यांना घेऊन जाणे आणि तेथे त्यांना परकीय गुंतवणूक आकर्षित करण्यासाठी संधी देणे हा प्रकार अभिनव असून तो पहिल्यांदाच पाहायला मिळाला. त्यामुळे नवी दिल्लीच्या परीक्षेत्रामधून परराष्ट्र धोरणाला बाहेर काढणे आणि ते सर्वाधिक सर्वसमावेशक बनवणे, त्यामध्ये सर्वसामान्यांच्या आकांक्षांचे प्रतिबिंब पडण्यासाठी प्रयत्न करणे या परराष्ट्र धोरणाच्या लोकशाहीकरणाच्या दृष्टीने महत्त्वाच्या असलेल्या गोष्टी गेल्या वर्षभरात आपल्याला पाहायला मिळाल्या.

३) सांस्कृतिक प्रवाह :

भारताने आजवर सांस्कृतिक अंगाने कधीही परराष्ट्र धोरणाचा विचार केलेला नव्हता. तो विचार या सरकारच्या काळामध्ये मुख्यत्वे करून सुरू झाला. या एक वर्षांच्या काळामध्ये नरेंद्र मोदी सरकारने बुद्धिस्ट देशांबरोबर संबंध विकसित करून भारताचे आर्थिक हितसंबंध साधण्याचा प्रयत्न केलेला आहे. बुद्ध धर्माचा उगम आणि विकास भारतामध्ये झाला; परंतु आज बुद्धिस्ट देशांचे नेतृत्त्व हे प्रामुख्याने चीनकडे आहे. वर्ल्ड बुद्धिस्ट फेलोशिपला आर्थिक साहाय्यही चीनकडूनच दिले जात आहे. परंतु पहिल्यांदाच या चीनच्या वर्चस्वाला आव्हान देण्याचा प्रयत्न भारताकडून केला जात असल्याचे गेल्या वर्षभरातील अनेक घटनांवरून दिसून आले आहे. जाणीवपूर्वक बुद्धिस्ट देशांना भेटीसाठी निवडणे, बुद्धिस्ट धर्मस्थळांना भेटी देणे, त्यांच्या धर्मगुरूंसोबत चर्चा करणे, त्या धर्मगुरूंना भारतात बोलावणे, भारतामध्ये त्यांच्या विशेष बैठकांचे आयोजन करणे या सर्वांमधून बुद्धिस्ट राष्ट्रांमध्ये भारताबाबतचा एक सकारात्मक संदेश जात आहे. थोडक्यात, आपल्या सांस्कृतिक अंगाचा वापर करून आर्थिक विकास साधण्याचा आणि विविध देशांशी संबंध विकसित करण्याचा प्रयत्न या सरकारने वर्षभराच्या काळात केलेला दिसत आहे.

४) लोकराजनयाचा प्रवाह :

परराष्ट्र धोरण हे दोन देशांमधील राजकीय प्रमुखांमधील संभाषणे, चर्चा-परिषदा एवढ्यापुरते मर्यादित न ठेवता त्याला एक नवा आयाम देण्याचा प्रयत्न या सरकारने केला आहे. त्यानुसार राजकीय पातळीवरील संबंधांखेरीज या देशातील लोकांचे त्या देशातील लोकांशी (पीपल टू पीपल), उद्योगपतींचे उद्योगपतींशी संबंध प्रस्थापित करणे, त्यांच्यामध्ये चर्चा घडवून आणणे या माध्यमातून लोकराजनयाचा अतिशय उत्तम वापर नरेंद्र मोदी यांनी आपल्या परराष्ट्र धोरणामध्ये करण्यास सुरुवात केली आहे. त्यासाठी जगभरातील देशांमध्ये असणाऱ्या भारतीयांना त्यांनी साद घालण्यास सुरुवात केली आहे. आज जवळपास अडीच कोटी भारतीय हे सुमारे १०० हून अधिक देशांमध्ये स्थायिक झालेले आहेत. या भारतीयांचे आर्थिक विकासामध्ये मोठे योगदान राहिले आहे. हे भारतीय प्रतिवर्षी ७० अब्ज डॉलर्स इतका प्रचंड पैसा भारतात पाठवतात, ज्याला आपण फॉरेन रेमिटन्स असे म्हणतो. हा पैसा अनेकदा आपल्याला आर्थिक संकटाच्या काळामध्ये कामी येतो. हा पैसा

बॉण्डस्च्या रुपाने आपल्याकडे उपलब्ध असतो. काही वर्षांपूर्वी संपूर्ण आशिया खंडामध्ये आर्थिक मंदी आली होती (याला एशियन करन्सी क्रायसिस म्हणतात) त्यावेळी अनिवासी भारतीयांच्या या पैशाचा आपल्या अर्थव्यवस्थेला मोठा आधार मिळाला होता. आताही संपूर्ण युरोपमध्ये मोठ्या प्रमाणावर आर्थिक मंदी आहे आणि अशा परिस्थितीत अनिवासी भारतीयांकडून येणारा पैसा आपल्यासाठी महत्त्वाचा ठरत आहे. त्यामुळे मोदींनी या लोकांकडे विशेष लक्ष देण्यास सुरुवात केली. आपल्या परदेश दौऱ्यांदरम्यान तेथील भारतीयांचे संमेलन भरवणे, त्यांना एकत्र आणणे आणि त्यांना भावनिक साद घालून भारतामध्ये गुंतवणुकीसाठी आवाहन करणे याला पंतप्रधानांनी प्राधान्य दिल्याचे दिसते. पंतप्रधानांच्या या आवाहनाला जबरदस्त प्रतिसादही मिळाल्याचे दिसून आले.

५) परराष्ट्र धोरणातील लक्ष्मणरेषा :

भारताने आपली काही उद्दिष्टे आणि हितसंबंध निर्धारित केले असून कोणत्याही परिस्थितीमध्ये या हितसंबंधांना धक्का लागणार नाही यासाठी विशेष काळजी घेतली जात आहे. विविध देशांचे दौरे करताना आणि विविध देशांशी संबंध विकसित करत असताना कोणत्याही परिस्थितीमध्ये भारताचे परराष्ट्र धोरणातील निर्णयस्वातंत्र्य अबाधित राहण्यासाठी आणि भारताचे जे गाभ्याचे हितसंबंध आहेत त्यांना धक्का न लागण्यासाठी या सरकारने काही लक्ष्मणरेषा आखल्या आहेत. उदाहरणच द्यायचे तर, विश्व व्यापार संघटनेबरोबरच्या ट्रेड फॅसिलिटेशन ॲक्टसंदर्भात भारताने अतिशय कडक स्वरुपाचे धोरण स्वीकारत नकाराधिकाराचाही वापर केला. तशाच प्रकारची कडक भूमिका त्यांनी पाकिस्तानबाबत घेतलेली दिसते. काश्मीरचा प्रश्न हा केवळ भारत आणि पाकिस्तान या दोन देशांमधील असून तिसऱ्या पक्षाला यामध्ये हस्तक्षेप करू दिला जाणार नाही अशी कठोर भूमिका घेत आपली लक्ष्मणरेषा दाखवून दिली. असाच प्रकार चीनबाबतही दिसून येतो. चीनशी आर्थिक हितसंबंध विकसित करण्यासाठी प्रयत्न करत असतानाच या सरकारने भारत-चीन सीमेवर साधनसंपत्तीचा विकास करण्यास सुरुवात केली आहे. थोडक्यात, 'कॅरेट अँड स्टिक' म्हणजेच एकीकडे गाजरही दाखवायचे आणि दुसरीकडे हातात काठीही ठेवायची अशा स्वरुपाचे धोरण या सरकारने अवलंबल्याचे दिसते आहे.

६) दक्षिण आशियावर भर :

मोदी सरकारने आपल्या परराष्ट्र धोरणाचा प्रमुख भर हा दक्षिण आशियावर दिल्याचे दिसते आहे. याची दोन कारणे आहेत. एक म्हणजे भारताचा आर्थिक विकास आणि भारताची सुरक्षा या दोन्हीही गोष्टी शेजारी राष्ट्रांशी निगडित आहेत. त्यामुळे या शेजारी राष्ट्रांकडे दुर्लक्ष करून चालणार नाही. आजवर त्यांच्याकडे दुर्लक्ष झाल्याचा फायदा चीनने घेतला आणि या राष्ट्रांना मोठ्या प्रमाणावर आर्थिक मदत देऊन चीनने भारताला घेरण्याचा प्रयत्न केला. त्यामुळे आता या सरकारने या देशांशी असणारे संबंध वाढवण्यावर भर दिला आहे. याचे दुसरे कारण म्हणजे भारतालाही नवीन बाजारपेठांची गरज आहे. तसेच भारताला आर्थिक विकास साधण्यासाठी ऊर्जेची मोठी गरज आहे. ही गरज पूर्ण करण्यासाठी भारताचे शेजारी देश उपयोगी ठरू शकतात. त्यामुळे दक्षिण आशियामध्ये कनेक्टिव्हिटीचा मार्ग मोकळा झाला तर भारताच्या आर्थिक गरजा पूर्ण होण्याबरोबरच ऊर्जेची गरजही पूर्ण होणार आहे. त्यादृष्टीने नव्या सरकारने आपल्या परराष्ट्र धोरणामध्ये दक्षिण आशियाला प्राथमिकता दिल्याचे दिसते आहे.

वर्षभरामध्ये काय साधले?

परराष्ट्र धोरण ही एक दीर्घकाळ चालणारी प्रक्रिया आहे. परराष्ट्र धोरणाच्या माध्यमातून कधीही तात्काळ परिणाम किंवा फळे मिळत नाहीत. असे असतानाही या सरकारने एक वर्षामध्ये जो भर दिला त्याचे अनेक सकारात्मक परिणाम दिसायला लागले आहेत. याचा सर्वात मोठा परिणाम म्हणजे आशिया खंडाबरोबरच संपूर्ण जगामध्ये भारताची प्रतिमा सुधारत आहे. आजवर परराष्ट्र धोरणाबाबत एक मवाळ देश, ठोस परराष्ट्र धोरण ठरवता न येणारा देश, घटक राज्यांच्या प्रभावाखालील परराष्ट्र धोरण असणारा देश, जोखीम न घेणारा देश अथवा कडक धोरण न अवलंबणारा देश अशी काहीशी भारताची प्रतिमा बनली होती. ती गेल्या वर्षभराच्या काळात पूर्णपणे बदलून गेली आहे. आज आशिया खंडातील घडामोडींवर प्रभाव पाडण्याची भारताची क्षमता वाढली आहे, ही एक फार मोठी

उपलब्धी आहे. त्यामुळे आंतरराष्ट्रीय स्तरावरील आर्थिक आणि राजकीय संस्थांनी भारताची दखल घेण्यास सुरुवात केली आहे. उदाहरणार्थ, वर्ल्ड बँकेने अलीकडेच सांगितले आहे की, २०२० मध्ये भारताचा आर्थिक विकासाचा दर हा चीनपेक्षा जास्त असणार आहे. तसेच 'मूडीज'सारख्या जागतिक पातळीवरील रेटिंग देणाऱ्या संस्थांनी भारताची आंतरराष्ट्रीय प्रत वाढल्याचे दर्शवले आहे. त्याचप्रमाणे एप्रिल २०१४ ते फेब्रुवारी २०१५ या काळामध्ये भारतात आलेली परकीय गुंतवणूक ३९ टक्क्यांनी वाढलेली आहे. फेसबुक, मायक्रोसॉफ्ट यांसारख्या अनेक मोठ्या कंपन्या भारतामध्ये गुंतवणूक करत आहेत. अलीकडेच गुगलनेदेखील भारतामध्ये एक मोठा कॅम्पस उभारण्याची इच्छा व्यक्त केली आहे. जागतिक पातळीवर भारताबाबतचा विश्वास निर्माण करण्याचे काम या सरकारने अतिशय यशस्वीपणे पूर्ण केले आहे, हे यातून स्पष्ट होते.

दुसरी गोष्ट म्हणजे गेल्या वर्षभराच्या काळामध्ये जगभरातील प्रमुख राष्ट्रांचे राष्ट्रप्रमुख आणि महत्त्वाचे नेते यांनी भारताला भेट दिली. यामध्ये अमेरिकेचे राष्ट्राध्यक्ष बराक ओबामा, रशियाचे राष्ट्राध्यक्ष ब्लादीमिर पुतीन, चीनचे अध्यक्ष शी झिनपिंग या सर्वांबरोबर मोदींची चर्चा झाली आणि ते भारतभेटीवर येऊन गेले. यातून या सर्व देशांमध्ये भारताचे महत्त्व वाढल्याचे अधोरेखित होत आहे.

तिसरी गोष्ट म्हणजे, मेक इन इंडियाच्या माध्यमातून आर्थिक विकास साधण्यासाठी या सरकारने ५०० अब्ज डॉलर्सच्या परकीय गुंतवणुकीचे उद्दिष्ट ठेवले आहे. त्यापैकी वर्षभरात काय झाले? तर जपान हा पुढील पाच वर्षांमध्ये जवळपास ३५ अब्ज डॉलर्सची गुंतवणूक करणार आहे, त्याचप्रमाणे चीन २० अब्ज डॉलर्सची गुंतवणूक भारतात करणार आहे, अमेरिका भारतातील साधनसंपत्तीच्या विकासासाठी ५ अब्ज डॉलर्सची गुंतवणूक करणार आहे, तसेच फ्रान्स हा देश एक अब्ज युरोची गुंतवणूक भारतात करणार आहे. तशा प्रकारची आश्वासने या देशांनी भारताला दिलेली आहेत. मेक इन इंडियासंदर्भात जवळपास १०० अब्ज डॉलर्सचे करार हे या देशांशी भारताचे झालेले आहेत. या माध्यमातून भारतामध्ये इंडस्ट्रियल कॉरीडॉर, रेल्वेचा विकास, माहिती-तंत्रज्ञानाचा विकास, रस्ते बांधणी यांसारख्या क्षेत्रांमध्ये गुंतवणूक केली जाणार आहे. या सर्व गोष्टी सकारात्मकच आहेत.

चौथी उपलब्धी म्हणजे, गेल्या वर्षभराच्या काळात भारताचे शेजारील राष्ट्रांमध्ये त्यांच्या आर्थिक सहकार्याने अनेक विकास प्रकल्प सुरू होत आहेत. यामध्ये प्रामुख्याने उल्लेख करावा लागेल तो भूतानचा. भूतानमध्ये भारताच्या आर्थिक मदतीने चार जलविद्युत प्रकल्प सुरू होत आहेत. अशाच प्रकारे भारताच्या मदतीने नेपाळमध्ये सर्वांत मोठा जलविद्युत प्रकल्प सुरू होत आहे. या ग्रीन एनर्जीचा वापर भारतालाही होणार आहे. आणखी एक उपलब्धी म्हणजे, गेल्या ४० वर्षांपासून भारत-बांगला देश यांच्यातील भू-सीमारेषा कराराशी संबंधित विधेयक प्रलंबित होते. हे विधेयक दोन्ही सभागृहांमध्ये संमत होऊन, त्याला मंत्रीमंडळाची मान्यता मिळाली आहे. नव्या सरकारने दाखवलेल्या राजकीय परिपक्वपणामुळेच हे घडून आले आहे. त्याचप्रमाणे श्रीलंका, मॉरिशस, सेशेल या हिंदी महासागरातील बेटांना मोठ्या प्रमाणावर आर्थिक आणि संरक्षण क्षेत्रात मदत देण्यास भारताने सुरुवात केली आहे आणि ही बाब अतिशय महत्त्वाची आहे. याचे कारण चीनने हिंदी महासागरातील आपला प्रभाव वाढवण्यासाठी या देशांना आर्थिक मदत देऊन आपल्या प्रभावाखाली आणले होते. हा प्रभाव कमी करण्यासाठी भारताने प्रयत्न सुरू केले आहेत. या सर्वांमधून शेजारी राष्ट्रांमध्ये असणारा अविश्वास, विश्वासतूट आता कमी होऊ लागली आहे आणि त्यातून अप्रत्यक्षरित्या दक्षिण आशियातील व हिंदी महासागरातील चीनच्या विस्तारवादाला आव्हान दिले जात आहे.

दुर्लक्षित देशांकडे लक्ष :

भारताच्या परराष्ट्र धोरणामध्ये आजवर काही देशांकडे दुर्लक्ष झाले होते. याचे कारण त्यांचे महत्त्व भारत ओळखू शकला नव्हता. हे दुर्लक्ष गेल्या वर्षभरात कमी झाल्याचे दिसून आले. व्हिएतनामसारखा देश आजवर भारताच्या परराष्ट्र धोरणात दुर्लक्षित राहिला होता. गेल्या वर्षभरात मात्र या सरकारने या देशाबरोबर अतिशय घनिष्ट संबंध प्रस्थापित केले आहेत. त्यातूनच भारतातील

ओएनजीसी या कंपनीला दक्षिण चीन समुद्रामध्ये तेलाच्या उत्खननाचे अधिकार दिले आहेत. त्याचप्रमाणे जवळपास ४५ वर्षांनंतर भारताचे पंतप्रधान कॅनडाच्या भेटीवर गेले. कॅनडा हा युरेनियमच्या दृष्टीने भारतासाठी महत्त्वाचा ठरू शकतो याचा विचारच आजवर कधी झाला नव्हता. त्यामुळे १९७४ मध्ये इंदिरा गांधी कॅनडाच्या भेटीवर गेल्या होत्या. त्यानंतर आता मोदींनी कॅनडाला भेट दिली. अशाच प्रकारचे दुर्लक्ष मंगोलियाच्याबाबतही दिसून येते. आजपर्यंतच्या इतिहासात भारताचा एकही पंतप्रधान मंगोलियाला भेटीसाठी जाऊ नये हे आश्चर्यजनक आहे. युरेनियमच्या उत्पन्नामध्ये जगभरातील पहिल्याच पाच देशांमध्ये मंगोलियाचा समावेश आहे. दुसरे म्हणजे या देशाचे सामरिक महत्त्व मोठे आहे. जसा चीन भारताविरुद्ध पाकिस्तानचा वापर करत आला आहे, तशाच प्रकारे आपण मंगोलियाचा वापर चीनविरोधात करू शकतो, असा विचार आजपर्यंत एकदाही झाला नाही. हा विचार मोदी सरकारच्या काळात झाला आणि अलीकडेच त्यांनी मंगोलियाचा दौरा केला व या देशाला १ अब्ज डॉलर्सची मदत घोषित केली. त्याचप्रमाणे मनमोहनसिंगांच्या काळामध्ये जरी नागरी अणुकरार झालेला असला तरी तो करार अनेक कारणांमुळे संसदेत प्रलंबित राहिला होता. यासंदर्भात अमेरिकेची जी ताठर भूमिका होती त्यामध्ये लवचिकता आणण्याचे काम मोदी सरकारने केले आहे. त्यामुळे या कराराचा मार्ग सुकर झाल्याचे दिसत आहे.

गेल्या २० वर्षांपासून भारत संयुक्त राष्ट्रसंघाच्या सुरक्षा परिषदेच्या कायम सदस्यत्त्वासाठी प्रयत्न करत आहे. या एका वर्षामध्ये सुरक्षा परिषदेच्या पाच कायम सदस्यांनी भारताच्या मागणीला पाठिंबा दर्शवला आहे. प्रामुख्याने यासंदर्भात चीनचा जो नकारात्मक दृष्टिकोन होता तोही बदलल्याचे दिसत आहे. केवळ सुरक्षा परिषदच नव्हे तर एशिया पॅसिफिक इकॉनॉमिक कोऑपरेशन, शांघाय सहकार्य संघटना या संघटनांचे सदस्यत्व भारताला मिळण्यासंदर्भातील प्रक्रिया या वर्षभरात सुरू झाली आहे.

गेल्या वर्षभरात भारताने शेजारच्या राष्ट्रांवर प्रभाव टाकण्यास सुरुवात केली असून याचे सर्वांत मोठे उदाहरण म्हणून श्रीलंकेकडे पाहिले जात आहे. अलीकडेच तेथे झालेल्या अध्यक्षपदाच्या निवडणुकीत झालेल्या सत्तांतरामध्ये भारताची भूमिका मोठी होती असे बोलले जात आहे. सीआयए या अमेरिकेच्या गुप्तचर संघटनेने अलीकडेच असे सांगितले आहे की, 'रॉ' या भारताच्या गुप्तचर संघटनेने श्रीलंकेच्या राष्ट्राध्यक्ष पदाच्या निवडणुकीमध्ये अतिशय महत्त्वाची भूमिका बजावली आणि त्यामुळेच चीनधार्जिणे असलेले मावळते राष्ट्राध्यक्ष राजेपक्षे यांना पायउतार व्हावे लागले. यापार्श्वभूमीवर आपण एक गोष्ट लक्षात घेतली पाहिजे की, भारताचे राष्ट्रीय सुरक्षा सल्लागार अजित गोयल यांची पार्श्वभूमीवर ही गुप्तचर संघटनांशी जोडलेली आहे. अनेक देश आपल्या गुप्तचर संघटनांचा वापर आपला प्रभाव वाढवण्यासाठी करत होते, तसाच भारतही करत होता. परंतु १९९७ परदेशातील 'रॉ'च्या कारवायांवर निर्बंध टाकण्यात आले. ते निर्बंध गेल्या वर्षभरात शिथील करण्यात आले आहेत आणि आता रॉ बाहेरच्या देशांमध्ये आपली भूमिका पार पाडू लागली आहे.

एकूणच, आंतरराष्ट्रीय स्तरावर भारताचे महत्त्व वाढणे, भारतासंदर्भात एक प्रकारचे सकारात्मक चित्र निर्माण होणे, विश्वासतुटीचा जो गंभीर प्रश्न होता तो सुटणे, भारतामध्ये परकीय गुंतवणूक वाढणे, चीनला आव्हान देणे आणि त्यांच्या विस्तारवादाला शह देणे या पार्श्वभूमीवर गेल्या वर्षभरात या सरकारच्या परराष्ट्र धोरणाला फार मोठे यश प्राप्त झालेले आहे. आणखी चार वर्षे या सरकारच्या हाती आहेत. या काळात परराष्ट्र धोरणाची निर्धारित उद्दिष्टे पूर्ण केली जातील. अर्थातच, परराष्ट्र धोरणातून उद्दिष्टपूर्ती होण्यासाठी या सरकारला आर्थिक सुधारणांसाठी आवश्यक असणारी करसुधारणा विधेयक, रिटेलमधील एफडीआयचे विधेयक, आण्विक उत्तरदायित्वाचे विधेयक यांसारखी विधेयके दोन्ही सभागृहांमध्ये पारित करून घेण्याची कसोटी पार करावी लागणार आहे. ■

विभाग २

भारत व त्याचे शेजारी

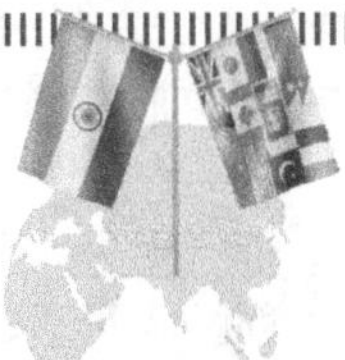

भारत-चीन यांच्यातील सीमावाद

भारत आणि चीन यांच्यातील सीमावाद हा प्रचंड गुंतागुंतीचा आणि दोन्ही देशांच्या निर्मितीपासून प्रलंबित राहिलेला प्रश्न आहे. यामुळे १९५० च्या दशकापासूनच दोन्ही देशांमधील संबंध तणावपूर्ण बनण्यास सुरुवात झाली.

तीन मुद्द्यांवरून भारत आणि चीन यांच्यामध्ये सीमावाद आहे.

१) मॅकमोहन सीमारेषा

२) अक्साई चीन

३) अरुणाचल प्रदेश आणि सिक्कीम

म्हणजेच या सीमावादाची तीन भागात विभागणी झालेली दिसते. आपण उत्तर पश्चिमेकडे गेलो तर अक्साई चीन आहे, मध्यभागी मॅकमोहन सीमारेषा आहे आणि पूर्वेकडे अरुणाचल प्रदेश आणि सिक्कीमवरून वाद आहेत.

सीमा उल्लंघनाचे परस्परांवर आरोप :

भारताच्या जवळपास ९० हजार वर्ग किलोमीटर व्याप्तीच्या भूखंडावर चीनने आपला दावा सांगितलेला आहे.

मॅकमोहन सीमारेषेवरून मोठा वाद दोन्ही देशांदरम्यान आहे. ही मॅकमोहन सीमारेषा ८९० किलोमीटरची आहे. १९१३ मध्ये भारतातील तत्कालीन ब्रिटिश शासन, तिबेट आणि चीनचे प्रतिनिधी यांच्यादरम्यान झालेल्या बैठकीमध्ये ही सीमारेषा निर्धारित करण्यात आली. पण आता चीनला ती पूर्णपणे अमान्य आहे. कारण चीनच्या निर्मितीच्या पूर्वी ती तयार करण्यात आलेली आहे. १९६२ च्या युद्धामध्ये चीनने भारताच्या लडाख प्रांतातील ३८ हजार वर्ग किलोमीटर एवढा प्रदेश बेकायदेशीरपणे गिळंकृत केला. त्यानंतर १९६३मध्ये चीन आणि पाकिस्तानमध्ये एक सीमा करार झाला. त्यानुसार पाकिस्तानने पाकव्याप्त काश्मीरमधील ५,१८० वर्ग किलोमीटरचा भूप्रदेश हा चीनला देऊ केला. त्यामुळे भारत आणि चीनचा सीमावाद अधिकच गंभीर बनला. सध्या चीन सिक्कीम आणि अरुणाचल प्रदेशवर आपला

दावा सांगत आहे. या सीमावादावरून तणाव वाढण्यामागचे सर्वांत महत्त्वाचे कारण म्हणजे भारत आणि चीन यांच्यातील सीमारेषा ही अधोरेखित (रिमार्केशन) करण्यात आलेली नाही. त्यामुळे अनेकदा सीमेचे उल्लंघन होते आणि चिनी सैन्य भारतीय हद्दीमध्ये येते. अशाच प्रकारचे आरोप चीनचे भारताकडून होत असतात. भारताकडूनही चीनच्या सीमेचे उल्लंघन होते, असे चीनचे म्हणणे आहे. यातील मूळ प्रश्न आहे तो सीमेच्या अधोरेखिकरणाचा आहे. सीमा अधोरेखित न केल्यामुळे हे प्रश्न निर्माण होतात.

चर्चेतून तोडगा काढण्याचा प्रयत्न :

सीमावादावरून १९६२ मध्ये भारत-चीन यांच्यादरम्यान युद्ध झाले असले तरी त्यानंतरच्या काळात दोन्ही देशांनी सीमावाद शांततेच्या, चर्चेच्या माध्यमातून सोडवण्याचा निर्णय घेतला. त्यानुसार १९८८ मध्ये एका संयुक्त कार्यकारी गटाची स्थापना केली गेली. ज्या गटाच्या आतापर्यंत चर्चेच्या १८ फेऱ्या झालेल्या आहेत. पण त्यामधून फारसे काही हाताशी लागलेले नाही. याशिवाय दोन देशांदरम्यान सीमावाद सोडवण्यासाठी १९९३, १९९६, २००५ आणि २०१२ यावर्षी चार प्रमुख करार झालेले आहेत; पण या चारही प्रमुख करारांनुसार हा प्रश्न शांततेच्या आणि सहकार्याच्या माध्यमातून सोडवला जावा याविषयी सांगितले गेले आहे. हे चार करार झालेले असतानादेखील दोन्ही देशांदरम्यानचा तणाव कमी झालेला नाही. चीनकडून होणारी घुसखोरी, सीमेवरील गोळीबार या घटना सुरूच आहेत.

याचे कारण म्हणजे या चारही करारांमध्ये सीमा अधोरेखित करण्यासंदर्भातील कोणतीही तरतूद नव्हती.

चीनचा सीमावाद अनेकांची डोकेदुखी :

चीन हा जगातील एकमेव असा देश आहे ज्याचे १५ देशांबरोबर सीमावाद आहेत. सीमावादासंदर्भात चीनची काही धोरणे आहेत. त्यानुसार चीन हा सीमेवरचा आपला दावा कधीही सोडत नाही. दुसरी गोष्ट म्हणजे ज्या भूभागांवर चीनने दावा सांगितलेला आहे तो मिळवण्यासाठी चीन कोणत्याही पातळीपर्यंत म्हणजे अगदी युद्धापर्यंतही जाऊ शकतो. तिसरी गोष्ट म्हणजे, चीन अनेकदा सीमावादावरून संघर्ष सुरू करतो आणि काही काळ तो तसाच चिघळत ठेवतो. त्यानंतर मग शत्रूला गाफिल ठेवून चीन त्याच्यावर हल्ला करतो, अशा प्रकारचेही त्यांचे धोरण आहे. याचा उल्लेख हेन्री किसिंजर यांनी चीनवर लिहिलेल्या 'ऑन चायना' या पुस्तकात आढळतो. त्यांनी चीनच्या या धोरणाला 'ॲग्रेसिव्ह डेटरन्स पॉलिसी' म्हणजे आक्रमक प्रतिरोधनाचे धोरण असे म्हटले आहे. म्हणजेच त्यांनी असे म्हटले आहे, की भारताने चीनशी कितीही व्यापारी किंवा आर्थिक संबंध सुधारले तरीही सीमावादाबाबत चीनचे धोरण हे नेहमीच आक्रमक राहील. तिथे भारताला चीन कोणतीही सूट देणार नाही. याचाच अर्थ भारत आणि चीन यांच्यादरम्यानच्या सीमावादावरून आता दोन प्रकारचे चित्र दिसते. एकीकडे भारत-चीन यांच्यातील आर्थिक सहकार्य प्रचंड वाढत आहे आणि दुसरीकडे सीमावादावरून तणावही तितकाच प्रचंड वाढत आहे. पण दोन्हीही देश या तणावाचे रुपांतर युद्धात होऊ देणार नाहीत याची काळजी घेतील.

भारत आणि चीन यांच्यामध्ये भविष्यात सीमावादावरून युद्ध होण्याची शक्यता का नाही?

- १९६२ मध्ये या दोन देशांदरम्यान युद्ध झाले त्यावेळी आर्थिक विकास हा दोघांचाही उद्देश नव्हता. आर्थिक उदारीकरणाचे धोरण दोघांनीही सुरू केलेले नव्हते.
- भारत आणि चीन हे दोन्हीही देश विभागीय किंवा आंतरराष्ट्रीय संघटनांचे, समुदायांचे सदस्य त्यावेळी नव्हते. त्यामुळे दोन्ही देशांदरम्यान चर्चेसाठी, वाटाघाटींसाठी फारशी व्यासपीठे उपलब्ध नव्हती.
- दोन्हीही देश त्यावेळी अण्वस्त्रधारी नव्हते. आता हे दोन्हीही देश अण्वस्त्रधारी बनलेले आहेत. त्यामुळे दोन्ही देशांमध्ये युद्ध झाल्यास ते आण्विक स्वरुपाचेच असेल याची दोघांनाही कल्पना आहे. त्यामुळेच भविष्यात दोन्ही देशांदरम्यान युद्ध होणार नाही; पण सीमावादावरून तणाव मात्र कायम राहील.

सीमावाद सोडवण्यासाठी दोन्हीही देशांनी आपापली आडमुठी भूमिका सोडून देऊन लवचिक भूमिका घेणे फार गरजेचे आहे. १९७० च्या दशकामध्ये भारताला चीनने एक प्रस्ताव दिला होता.

भारताच्या दौऱ्यावर असताना चीनचे अध्यक्ष शी झिनपिंग भारताचे पंतप्रधान नरेंद्र मोदी यांच्यासोबत

त्यानुसार चीनचे असे म्हणणे होते, की १९६२ च्या युद्धात भारताचा जो भाग चीनने जिंकलेला आहे त्याला भारताने चीनचा भाग म्हणून मान्यता द्यावी आणि त्याच्या मोबदल्यामध्ये सिक्कीम आणि अरुणाचल प्रदेश यांना भारताचा भाग म्हणून चीन मान्यता देईल. परंतु याला भारताने तात्काळ नकार दिला. कारण त्यावेळी भारताला सीमावाद सोडवण्याची घाई नव्हती. तसेच लडाख, सिक्कीम आणि अरुणाचल प्रदेश हे भारताचेच भाग आहेत. त्यामुळेच भारताने या प्रस्तावावर चर्चा करण्यास नकार दिला. आता परिस्थिती अशी निर्माण झाली आहे, की भारताला सीमावाद सोडवायचा आहे आणि चीनला तो सोडवण्यामध्ये सध्या रस नाही. म्हणजे सीमावाद सोडवण्याबाबत सुरुवातीला चीन तयार होता, पण भारत तयार नव्हता; आता भारत तयार आहे, तर चीन तयार नाही.

मग यातून मार्ग कसा निघू शकेल?

- पहिला मुद्दा म्हणजे दोन्ही देशांनी लवचिक भूमिका घेणे, दोन-दोन पावले मागे जाणे आणि वाटाघाटी करणे आवश्यक आहे.
- दुसरा मुद्दा म्हणजे सीमारेषा अधोरेखित करण्यासंदर्भात प्रयत्न करावे लागणार आहे.

गेल्या २० वर्षांमध्ये चीनने भारताला गाफिल ठेवत मॅकमोहन सीमारेषेवर तसेच पूर्वेकडील सीमारेषेजवळ मोठ्या प्रमाणावर साधनसंपत्तीचा विकास केलेला आहे. रस्तेबांधणी केली आहे, पूलबांधणी केली आहे, रेल्वे रूळ टाकलेले आहेत. तसेच तिबेटची राजधानी लासा आणि नेपाळची राजधानी काठमांडू यांच्यादरम्यानही रस्तेबांधणी आणि रेल्वेमार्गांचा विकास करण्यात आलेला आहे. त्यामुळे आता अगदी थोड्या अवधीमध्ये चीन आपले जवळपास ५० टक्के लष्कर सीमेवर आणू शकतो. पण यादरम्यान भारताकडून मात्र अशा प्रकारचे प्रयत्न झाले नाहीत.

२००५ मध्ये भारताने सीमारेषांवर साधनसंपत्तीच्या विकासाबाबतचे धोरण हाती घेतले. पण त्यासंदर्भातील जे प्रकल्प होते त्यापैकी ९० टक्के प्रकल्प हे पर्यावरण मंत्रालयाचा ना-हरकत परवाना न मिळाल्यामुळे, नोकरशाहीच्या संथ कारभारामुळे पूर्ण होऊ शकले नाहीत. आता नरेंद्र मोदी यांनी सत्तेत आल्यानंतर हे प्रकल्प तात्काळ पूर्ण करण्याबाबत पावले टाकण्यास सुरुवात केलेली आहे. या डोंगराळ भागात जर रस्ते, रेल्वे आदी साधनसंपत्तीचा विकास केला तर लोकांचे जाणे-येणे वाढेल आणि त्यातून आपल्याला चीनी सैनिकांच्या कारवायांबाबत, घुसखोरीबाबत माहिती मिळण्यास मदत होईल. सध्या हा प्रदेश मोकळा असल्यामुळे, तेथे वस्ती नसल्यामुळे चीनचे सैनिक तेथे घुसखोरी करतात. याउलट त्या भागात जर लोकवस्ती निर्माण झाली, लोहमार्ग, रस्तेमार्ग तयार झाले तर चीनच्या सैन्याकडून असे धाडस होणार नाही. त्यामुळे तेथे साधनसंपत्तीचा विकास करणे अत्यंत महत्त्वाचे आहे.

■

भारत-चीन संबंध

एकविसाव्या शतकामध्ये भारत-चीन यांच्या संबंधांचा जो प्रवास आहे तो मुख्यत्वे करून तणावाकडून सहकार्याकडे आणि संघर्षाकडून-स्पर्धेकडे जातो आहे. शीतयुद्धाच्या काळात अर्थात १९५० ते १९९० या चाळीस वर्षांच्या काळामध्ये भारत-चीन यांच्यातील संबंध हे तणावपूर्ण होते. त्या तणावाची अनेक कारणे होती. यामध्ये प्रमुख कारण होते दोन देशांमधील सीमावाद, चीन आणि पाकिस्तानमधील साटेलोटे, भारताचे तिबेटविषयीचे धोरण, दलाईलामांना भारताने दिलेला राजाश्रय, आशिया खंडामध्ये प्रभाव टाकण्यासाठी दोन देशांमध्ये असलेली स्पर्धा, साम्यवादी विचारसरणीच्या चीनकडून भारताकडे भांडवलवादाचा पुरस्कर्ता देश किंवा अमेरिकेच्या मागे फिरणारा देश अशा विचारसरणीच्या दृष्टिकोनातून पाहिले जाणे या सर्वांमुळे दोन्ही देशांमधील संबंध सातत्याने तणावपूर्ण राहिले. १९६२च्या युद्धामुळे हा तणाव आणखी वाढला. भारत-चीन संबंधांचे वर्णन 'प्रिझनर्स ऑफ पास्ट' असे केले जाते. म्हणजे आपल्या भूतकाळाचे हे दोन कैदी आहेत. १९६२ च्या युद्धादरम्यान निर्माण झालेल्या तणावातून बाहेर येण्याची मानसिकता अद्यापही दोन्हीही देशांमध्ये दिसत नाही, असे म्हटले जाते. मात्र १९९१ नंतर परिस्थितीमध्ये बदल घडलेला आहे.

हा बदल घडण्यामागे कुठली कारणे होती?

एक म्हणजे दोन्हीही देश आर्थिक उदारीकरणाच्या प्रक्रियेचा भाग बनलेले आहेत. दोन्हीही देशांनी आर्थिक विकासाला प्राधान्य दिलेले आहे आणि शांततेशिवाय आर्थिक विकास हा होऊ शकत नाही. त्यामुळे सहकार्य आणि सहकार्याच्या माध्यमातून आर्थिक विकास हा या दोन्ही देशांचा उद्देश आहे. दुसरे कारण म्हणजे आता हे दोन्हीही देश ईस्ट एशिया समिट, ब्रिक्स , जी-२० यांसारख्या अनेक विभागीय आणि आंतरराष्ट्रीय संघटनांचे सदस्य बनलेले आहेत. त्यातूनच दोन्हीही देशांमध्ये संवादाची आणि चर्चेची अनेक व्यासपीठे निर्माण झालेली आहेत. या व्यासपीठांवर होणाऱ्या चर्चेच्या माध्यमातून दोन्हीही देश आपले प्रश्न सोडवू शकतात. १९६२ च्या वेळी ही व्यासपीठे उपलब्ध नव्हती. तिसरे कारण म्हणजे दोन्हीही देशांनी आपले राजकीय संघर्ष आणि आर्थिक सहकार्य यांच्यामध्ये फारकत केलेली आहेत. राजकीय स्वरूपाचे संघर्ष भविष्यातही चालूच राहतील; परंतु त्याचा परिणाम आर्थिक सहकार्यावर होणार नाही याची काळजी दोन्हीही देश घेत आहेत. भारताच्या अमेरिकेबरोबर झालेल्या घनिष्ट संबंधांमुळे चीनचा भारताकडे पाहण्याचा दृष्टिकोन बदलला आहे. त्याचबरोबर

भारत-चीन मुद्द्यांवर चर्चा करताना भारताचे पंतप्रधान नरेंद्र मोदी आणि चीनचे अध्यक्ष शी झिनपिंग

चीनलाही आता दहशतवादाच्या समस्येने ग्रासलेले असल्यामुळे त्यांच्या आणि पाकिस्तानच्या संबंधांमध्ये या प्रश्नावरून तणाव निर्माण झालेला आहे. त्यातूनच दहशतवादाच्या मुद्द्यावर भारत आणि चीन एकत्र येण्याच्या शक्यताही आता काही प्रमाणात दिसू लागल्या आहेत. थोडक्यात, दोन्ही देशांमधील संघर्षाची जागा सहकार्याने घेतलेली आहे आणि हे सहकार्य प्रामुख्याने चार क्षेत्रांबाबतचे आहे. ही क्षेत्रे खालील प्रमाणे आहेत.

१)संरक्षण २) अणूऊर्जा क्षेत्र ३) आर्थिक व व्यापारी संबंध वाढवणे ४) दहशतवाद. या मुद्द्यांवर

सहकार्य वाढण्याची शक्यता निर्माण झालेली आहे.

भारत-चीन संबंधांमधील गुणात्मक बदल

भारत-चीन संबंधांची जागा संघर्षाऐवजी सहकार्याने घेतलेली आहे, दुराव्याची जागा भागीदारीने घेतली आहे, राजकीय हितसंबंधांची जागा आर्थिक व व्यापारी हितसंबंधांनी घेतलेली आहे आणि आता दोन्ही देशांदरम्यान आशियाच्या राजकारणावर प्रभाव पाडण्याची चढाओढ निर्माण झालेली आहे. त्याचबरोबर आता दोन्ही देशांमध्ये दहशतवाद, मानवाधिकार, मानवी सुरक्षेचा प्रश्न, संयुक्त राष्ट्रांचे लोकशाहीकरण, बहुध्रुवीय विश्वरचना आणि आंतरराष्ट्रीय व्यापाराचे नियम ठरवणे या मुद्द्यांबाबत एकवाक्यता निर्माण झालेली आहे.

चीनची आर्थिक भरारी

चीनच्या अर्थव्यवस्थेचा आकार सध्या अंदाजे ६७.७२ खर्व (ट्रिलियन) डॉलर्स इतका आहे. चीन हा २०२५ पर्यंत अमेरिकेला मागे टाकेल आणि जगातील क्रमांक एकची अर्थव्यवस्था बनेल, अशी अपेक्षा व्यक्त केली जात होती; पण आता २०१९ पर्यंतच चीन हा टप्पा गाठेल, अशी शक्यता निर्माण झाली आहे. याचे कारण म्हणजे अमेरिका व युरोपियन अर्थव्यवस्थांमधील आर्थिक मंदीचे वातावरण. त्यावेळी अमेरिका दुसऱ्या स्थानावर आणि भारत तिसऱ्या स्थानावर असेल. त्यामुळे चीनचे महत्त्व वाढत चालले आहे. चीनच्या आर्थिक उदारीकरणाच्या कार्यक्रमाने ३० वर्षे पूर्ण केलेली आहेत. चीनमध्ये जी मॅन्युफॅक्चरिंग इंडस्ट्रीचा म्हणजेच उत्पादननिर्मिती क्षेत्राचा विकास हा प्रचंड मोठ्या प्रमाणात आणि वेगाने झालेला आहे. भारताच्या जवळपास दुप्पट मॅन्युफॅक्चरिंग इंडस्ट्री चीनमध्ये आहे. चीनच्या एकूण अर्थव्यवस्थेमध्ये या इंडस्ट्रीचा वाटा जवळपास ५० टक्के आहे. त्यामुळे चीनकडून निर्यात मोठ्या प्रमाणावर केली जात आहे. भारत आणि चीन या दोन देशांची लोकसंख्या जगाच्या एकूण लोकसंख्येच्या एक तृतियांश इतकी आहे. त्यामुळे या दोन देशांनी जर सहकार्य केले तर हे दोन्ही देश मिळून संपूर्ण आशिया खंडाच्या राजकारणावर प्रभाव टाकू शकतात.

■

भारत-चीन व्यापार संबंध

चीनच्या भूमिकेबाबत भारतीयांच्या मनात नेहमीच साशंकता राहिली आहे. याचे कारण एकीकडे व्यापारी संबंधांसाठी मैत्रीचा हात पुढे करतानाच चीन सीमेवरील घुसखोरी, सीमावादाबाबतचा आक्रमकपणा, जागतिक पातळीवर भारताला घेरण्यासाठीचे प्रयत्न हे सुरू असतात. नुकत्याच झालेल्या शी झिनपिंग यांच्या भारतभेटीनंतर अशाच प्रकारचे वातावरण दिसून येत आहे. जगभरात सध्या आर्थिक आणि व्यापारी माध्यमातून परस्परांमधील तणाव कमी करण्याचा प्रवाह आहे. भारतानेही तोच मार्ग अवलंबण्याच्या दिशेने पावले टाकली आहेत; मात्र हे करत असताना भारताने जराही गाफिल राहता कामा नये.

चीनचे संबंध सुधारण्यासाठीचे प्रयत्न

चीनचे अध्यक्ष शी झिनपिंग यांच्या भारत दौऱ्यातून नेमके काय साध्य झाले हे जाणून घेण्यापूर्वी चीनच्या अध्यक्षांच्या भारतभेटीमागची कारणे जाणून घेणे महत्त्वाचे आहे. अलीकडील काळात चीनचा भारताकडे पाहण्याचा दृष्टीकोन बदललेला आहे, हे मागील काही महिन्यांमागील घटनांकडे पाहिल्यावर लक्षात येते. नरेंद्र मोदी यांनी २६ मे रोजी पंतप्रधानपदाची सुत्रे हाती घेतली. त्यानंतर ९ जूनला पहिल्यांदा चीनचे परराष्ट्रमंत्री भारतभेटीवर आले. त्यानंतर काही दिवसांनी ब्राझीलमध्ये ब्रिक्सची परिषद झाली. या परिषदेमध्येही चीनने भारताबाबत सकारात्मकता दर्शवली. गेल्या दोन दशकांपासून भारत शांघाय

को-ऑपरेशन ऑर्गनायझेशन म्हणजेच शांघाय सहकार्य संघटना आणि एशिया पॅसेफिक इकॉनॉमिक को-ऑपरेशन या दोन संघटनांचा सदस्य बनण्यासाठी प्रयत्न करत आहे. पण आजपर्यंत भारताला कधीही यश आले नाही. ब्रिक्स परिषदेमध्ये भारत या संघटनांचा सदस्य बनावा यासाठी चीन प्रयत्न करेल, असे चीनच्या अध्यक्षांनी सांगितले. त्यानंतर तीन महिन्यांनी चीनचे अध्यक्ष पहिल्यांदा भारतात आले. आजवर ज्या-ज्या वेळी चीनचे अध्यक्ष भारतात आले त्या-त्या वेळी भारतानंतर लगेच पाकिस्तानला गेले आहेत; परंतु या वेळी मात्र पहिल्यांदा असे घडले, की चीनचे अध्यक्ष भारतात आले; पण त्यानंतर ते पाकिस्तानला गेले नाहीत. म्हणजे त्यांना भारताला नाराज करायचे नव्हते. अलीकडील काळात चीनचा भारताबाबत दृष्टिकोन बदलला आहे. अर्थातच त्याला खालील कारणे आहेत.

आक्रमक विस्तारवादी धोरणात बदल

चीनने त्यांच्या संरक्षणखर्चात केलेली प्रचंड वाढ आणि त्यांचे आक्रमक विस्तारवादी धोरण यांमुळे आशिया खंडातील राष्ट्रे असुरक्षित बनली होती. त्यामुळे चीनकडून संपूर्ण आशिया खंडाला धोका आहे, अशा प्रकारची प्रतिमा तयार झाली आणि चीनचा हा विस्तारवाद रोखण्यासाठी आशियातील काही देश अमेरिकेकडे मदतीसाठी वळू लागले. आता शी झिनपिंग यांना यातील दोष दिसू लागले आहेत. त्यामुळे त्यांनी धोरण बदलण्याबाबत विचार सुरू केला आहे आणि त्यातूनच ते आशियाई राष्ट्रांना विश्वासात घेण्याचा प्रयत्न करत आहेत. त्याची सुरुवात ते भारतापासून करत आहेत. कारण सर्वांत जास्त असुरक्षितता भारतात आहे.

जपानसोबतचा सीमावाद

चीनचा जपानबरोबर सेनकाकू या बंदराच्या मुद्द्यावरून वाद सुरू आहे. हा वाद इतक्या पराकोटीला पोहोचला आहे की दोन्ही देशांदरम्यान युद्ध होऊ शकते. चीनचे असे धोरण आहे की एका देशाबरोबर सीमावाद गंभीर बनलेला असताना दुसऱ्या देशाबरोबर सीमावाद तीव्र करायचा नाही. म्हणूनच जपानबरोबरचा सीमावाद सोडवणे पूर्ण होत नाही तोपर्यंत भारताला त्रास द्यायचा नाही, भारताबरोबर शांतता संबंध ठेवण्याचे धोरण त्यांनी अवलंबले आहे.

चीनविरोधी युती आणि भारताचा संभाव्य समावेश

तिसरे कारण म्हणजे चीनच्या विस्तारवादाविरुद्ध एक प्रकारची युती आशिया खंडात आकाराला येत आहे. या युतीमध्ये जपान, दक्षिण कोरिया, व्हिएतनाम, फिलिपिन्स, इंडोनेशिया आणि ऑस्ट्रेलियापर्यंतची राष्ट्रे एकत्र येण्याचा प्रयत्न करत आहेत. अलीकडेच पंतप्रधान नरेंद्र मोदी जपानला जाऊन आले आणि त्यामुळे भारत या युतीमध्ये सामील होईल की काय अशी चिंता चीनला वाटत आहे. या युतीमध्ये समाविष्ट होऊ नये म्हणून भारताची मनधरणी करणे चीनला गरजेचे वाटत होते.

युरोपातील आर्थिक फटका

चौथे कारण म्हणजे चीनमध्ये मॅन्युफॅक्चरिंग इंडस्ट्री प्रचंड मोठ्या प्रमाणावर आहे. चीनच्या जीडीपीमध्ये या इंडस्ट्रीचा वाटा सर्वांत मोठा आहे. या इंडस्ट्रीमधून बाहेर पडणारा माल युरोपमध्ये मोठ्या प्रमाणावर निर्यात केला जात होता; परंतु युरोपमध्ये सध्या आर्थिक मंदीचे वातावरण असल्याने चीनला तेथे व्यापारावर मर्यादा आलेल्या आहेत. त्यामुळे चीनला आता भारताबरोबर व्यापार वाढवायचा आहे आणि त्यातून युरोपमधील मंदीमुळे झालेले आर्थिक नुकसान त्यांना भरून काढायचे आहे.

सिल्क रूटच्या पुनरुज्जीवनासाठी

पाचवे कारण म्हणजे पूर्वीच्या काळी आशियाचा भूखंड हा एकच होता, त्यामध्ये वेगवेगळी राष्ट्रे नव्हती. त्याकाळी समुद्रमार्गाने संपूर्ण आशियामध्ये व्यापार चालत असे. या समुद्रमार्गांना 'सिल्क रूट' असे म्हणत असत. हा व्यापार प्रामुख्याने हिंदी महासागरातून चालत असे. हा व्यापार इतक्या मोठ्या प्रमाणावर होता की जागतिक व्यापारामध्ये त्याचा वाटा सर्वाधिक होता. आता शिनपिंग यांना या सिल्क रूटचे पुनरुज्जीवन करायचे आहे. त्यासाठी हिंदी महासागरांशी सीमारेषा जोडलेल्या सर्व राष्ट्रांशी भेट घेऊन त्यांचे सहकार्य घेण्याचा प्रयत्न करत आहेत. त्यामुळेच श्रीलंका आणि मालदीवलाही ते जाऊन आले. आता त्यांना भारताकडून या सिल्क रूटसाठी समर्थन हवे आहे. थोडक्यात, या पाच प्रमुख कारणांमुळे चीनचे अध्यक्ष भारतात आले होते.

दौऱ्याबाबत पंतप्रधान मोदी का उत्साही होते?

आता मुद्दा असा उपस्थित होतो, की पंतप्रधान मोदी यांनी त्यांच्याविषयी इतका उत्साह का दाखवला? याचे एक कारण म्हणजे चीनचे जे विकासाचे मॉडेल आहे ते मोदींना खूप प्रभावित करणारे आहे. स्किल, स्केल आणि स्पीड ही चीनच्या या आर्थिक विकासाच्या मॉडेलची त्रिसूत्री आहे आणि मोदी यांना ती भारतात आणायची आहे. भारतामध्ये मॅन्युफॅक्चरिंग इंडस्ट्री वाढली पाहिजे असे मोदी यांचे म्हणणे आहे. ही इंडस्ट्री वाढण्यासाठी पायाभूत सुविधांचा विकास होणे आवश्यक आहे आणि त्यासाठी परकीय गुंतवणूकदारांची आणि परकीय भांडवलाची खूप मोठी गरज आहे. कारण आपल्याकडे ते नाही. चीननेही गेल्या २० वर्षांत याच माध्यमातूनच आपला विकास घडवून आणलेला आहे. चीनने थेट परकीय गुंतवणुकीचा (एफडीआय) आधार घेत पायाभूत सुविधांचा विकास केला, ग्रामीण भागापर्यंत रस्ते आणि इतर सोयी पोहोचवल्या आणि मग तेथे उद्योगांचे जाळे उभे राहिले. त्यातूनच त्यांना निर्यात करता येणे शक्य झाले. इलेक्ट्रॉनिक्स वस्तूंच्या निर्यातीमध्ये अग्रेसर असलेल्या दक्षिण कोरियानेही हेच मॉडेल स्वीकारलेले आहे. हेच मॉडेल मोदींनीही आपल्यासमोर ठेवले आहे आणि त्यामुळेच त्यांनी परकीय भांडवलासाठी प्रयत्न चालवले आहेत. नुकत्याच झालेल्या जपानदौऱ्यामध्ये त्यांनी जपानसोबत ३५ अब्ज डॉलरच्या गुंतवणुकीचा करार केला. आता आगामी पाच वर्षांमध्ये चीन भारतात पायाभूत सुविधांमध्ये १०० अब्ज डॉलरची गुंतवणूक करणार आहे. यामध्ये रस्तेबांधणी, ऊर्जाक्षेत्र, इंडस्ट्रीय कॉरीडॉर उभारणे, रेल्वेचा विकास करणे आणि स्मार्ट सिटीज उभारणे यामध्ये चीन गुंतवणूक करणार आहे.

चीन-भारत व्यापारातील तूट कमी होणार?

चीन आणि भारत या दोन्ही देशांमध्ये सध्या ८० अब्ज डॉलरचा व्यापार आहे आणि यामध्ये भारताच्या बाजूने ३५ अब्ज डॉलरची व्यापार तूट आहे. म्हणजे चीनकडून भारताकडे मोठ्या प्रमाणात माल येतो; पण भारताकडून चीनकडे होणारी निर्यात कमी आहे. याचे कारण चीनने अनेक व्यापारी बंधने घातलेली आहे. शिनपिंग यांनी आता एक पाच वर्षांची योजना बनवली असून त्यानुसार चीन भारताला अनेक व्यापारी संधी देणार आहे. जेणेकरून ही व्यापारी तूट भारत भरून काढू शकणार आहे. यामध्ये औषधनिर्मिती आणि माहिती-तंत्रज्ञान या दोन क्षेत्रांमध्ये भारताला ही संधी मिळणार आहे. परंतु प्रश्न असा निर्माण होतो की केवळ व्यापारी संबंध वाढवल्याने, भारताला आर्थिक सवलती देण्याने किंवा भारतामध्ये पायाभूत सुविधेत गुंतवणूक केल्याने खऱ्या अर्थाने भारताचा विश्वास संपादन करणे शक्य आहे का?

चीनच्या भारतविरोधी कारवाया

शिनपिंग ज्यावेळी भारत दौऱ्यावरती होते त्याचवेळी चीनी लष्कराकडून मोठ्या प्रमाणावर घुसखोरी झाली आणि त्यामुळे तणावाची परिस्थिती निर्माण झाली होती. सीमावादाबरोबरच चीन हिंदी महासागरामध्ये भारताला घेरण्याचा प्रयत्न करत आहे. शिनपिंग यांनी भारतभेटीपूर्वी श्रीलंका आणि मालदीव या हिंदीमहासागरातील मोठ्या राष्ट्रांना भेटी दिल्या. भारताच्या सुरक्षेच्या दृष्टीने ही दोन्ही राष्ट्रे सामरिकदृष्ट्या महत्त्वाची आहेत आणि चीन तेथे बंदरांचा, पायाभूत सुविधांचा विकास करत आहे, त्यांना लष्करी आणि आर्थिक मदत करत आहे. ही भारतासाठी धोक्याची घंटा आहे. ही सर्व परिस्थिती लक्षात घेता केवळ आर्थिक-व्यापारी हितसंबंध सुधारून चीनबाबत भारतात विश्वास निर्माण होण्याची शक्यता नाही. जोपर्यंत चीन सीमावादाबाबत लवचीक भूमिका घेत नाही, हा वाद सोडवण्यासाठी सकारात्मक पुढाकार घेत नाही, भारतीय सरहद्दीमध्ये घुसखोरी करणे थांबवत नाही, काश्मीरमधील लोकांना स्टेपल्ड व्हिसा देणे थांबवत नाही, पाकिस्तानला लष्करी आणि आर्थिक मदत करणे आणि पाकिस्तानचा अण्वस्त्रविकास कार्यक्रम विकसित करणे थांबवत नाही, नेपाळ, तिबेट या भारताच्या शेजारी राष्ट्रांमध्ये असलेला आर्थिक आणि व्यापारामध्ये सुरू असलेला हस्तक्षेप थांबवत नाही तोपर्यंत भारत-चीनमधील तणाव कमी होणार नाही, विश्वासनिर्मितीची प्रक्रिया होणार नाही. केवळ आर्थिक आणि व्यापारी संबंधातून विश्वास संपादन करता येणार नाही. म्हणूनच भारताचे जनमत चीनच्या विरोधात आहे.

भारतापुढे पर्याय काय आहेत?

आता प्रश्न असा येतो, की भारतापुढे पर्याय काय आहेत? सध्या जगभरात आर्थिक आणि व्यापारी माध्यमातून राजकीय प्रश्न सोडवण्याचा प्रवाह आहे.

अमेरिका आणि चीननेही तेच केले आहे. अमेरिकेपुढे चीनचे मोठे आव्हान आहे. पण त्याचे व्यवस्थापन करण्यासाठी अमेरिकेने त्यांच्यासोबत व्यापार वाढवला. अमेरिका हे भांडवलवादी राष्ट्र आहे आणि चीन हे साम्यवादी राष्ट्र आहे; पण या दोघांमधला व्यापार ५०० अब्ज डॉलरचा आहे. म्हणून चीनचा विस्तारवाद कितीही वाढला तरी अमेरिका चीनच्या विरुद्ध जाऊ शकत नाही आणि चीनही अमेरिकेच्या विरुद्ध जाऊ शकत नाही. याला 'पॉलिसी ऑफ इकॉनॉमिक एंगेजमेंट' म्हणतात आणि त्याचे अनुकरण आता भारताला करावे लागणार आहे. त्यातून विश्वासनिर्मिती होणार आहे.

दुसरा मुद्दा म्हणजे चीनने भारताला गाफील ठेवण्याचा प्रयत्न केला आहे. चीनने भारतासोबत १९८६, २००५ आणि २०१२ साली असे तीन करार केलेले आहेत. हे तिन्ही करार करून चीनने भारताकडून वेळ मागून घेतला आणि या काळात चीनने सीमेवरती मोठ्या प्रमाणात रस्तेबांधणी, रेल्वेबांधणी आदी साधनसामग्रीचा विकास केला. त्यामुळेच आज २४ तासांच्या आत चीनचे ७० टक्के चिनी लष्कर सीमेवर येऊ शकते. पण भारत मात्र या काळात गाफील राहिला. भारताने सीमेवर कोणत्याही साधनसामग्रीचा विकास केलेला नाही. त्यामुळे भारताने आता यापुढे गाफील न राहता सीमेवर पायाभूत सुविधांचा विकास करणे गरजेचे आहे.

तिसरी गोष्ट म्हणजे चीन भारतापेक्षा बराच प्रगतिशील आहे. त्यामुळे चीनशी लष्करी स्पर्धा करण्यापेक्षा चीनविरोधात जी युती आकाराला येत आहे त्यामध्ये भारताने सहभागी होण्याची गरज आहे. चौथी गोष्ट म्हणजे अमेरिकेशी संबंध घनिष्ठ करणे. त्यातून चीनवर आपोआपच दबाव येण्याचे काम होईल. म्हणजेच चीनविषयीच्या समस्येचे व्यवस्थापन हे एकाच माध्यमातून न करता ते चार ते पाच माध्यमातून करावे लागेल.

■

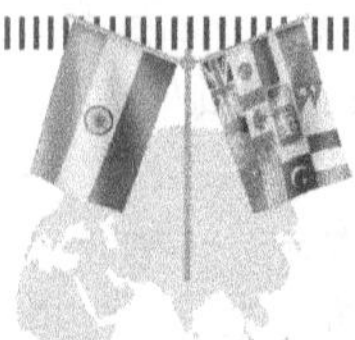

चीनचा नाविक राजनय आणि मॅरिटाइम सिल्क रूट

चीनने आता आपले लक्ष आपल्या समुद्र किनाऱ्यापेक्षाही दूरपर्यंत केंद्रित करण्याचा प्रयत्न सुरू केला आहे. विशेषतः हिंदी महासागरामध्ये नाविक हस्तक्षेप करण्यावर त्यांचा भर अधिक आहे. मुख्य म्हणजे, चीनला सागरी मार्गाच्या माध्यमातून आपला व्यापार वाढवायचा आहे. याला ते 'सिल्क रोड' किंवा 'सिल्क रूट' असे म्हणतात. यासाठी चीनने एक धोरण आखले आहे. या धोरणानुसार चीनने भारताच्या शेजारील राष्ट्रांच्या अनेक बंदरांचा विकास कार्यक्रम आपल्या हातामध्ये घेतलेला आहे. यामध्ये एक म्हणजे पाकिस्तानमधील ग्वादर या बंदराचा विकास केलेला आहे, दुसरे म्हणजे श्रीलंकेतील हंबनतोता या बंदराचाही त्यांनी विकास केलेला आहे. तसेच चीनचे राष्ट्राध्यक्ष भारताच्या दौऱ्यावर येण्यापूर्वी श्रीलंका आणि मालदीवच्या दौऱ्यावर गेले होते. मालदीव आणि श्रीलंकेमधील आणखी काही बंदरांचा विकास करण्याचे कंत्राटही चीनने आपल्या हाती घेतलेले आहे. चीन हा म्यानमारमध्येही काही बंदरांचा विकास करण्याच्या प्रयत्नात आहे. अशा प्रकारे चीन हा सागरी मार्गांमधून भारताला घेरण्याचा प्रयत्न करत आहे. यालाच 'स्ट्रिंग ऑफ पर्ल' असे म्हणतात.

याशिवाय, हिंदी महासागरामधील सागरी वाहतूक मार्गांवरील महत्त्वाच्या बंदरांचा (ग्रीनफिल्ड बंदरे) विकास करण्याचा चीनचा प्रयत्न आहे. पनामा कालव्याच्या आधुनिकीकरणाबाबतही चीन प्रयत्नशील आहे. दक्षिण आणि उत्तर चीन समुद्रामध्येही काही बेटांवर साधनसामग्रीचा विकास करण्याचे चीनचे प्रयत्न आहेत. हे सर्व भारतासाठी धोकादायक आहे. कारण भारताचे ऊर्जाक्षेत्रामधील आर्थिक आणि व्यापारी हितसंबंधांवर याचा नकारात्मक परिणाम होऊ शकतो. चीनचे हे उद्देश अटलबिहारी वाजपेयी यांनी १९९८ मध्येच

ओळखले होते. त्यामुळेच त्यांनी सागरमाला नावाचा प्रकल्प पुढे आणला होता. त्यानुसार भारताच्या समुद्रकिनाऱ्याचे आधुनिकीकरण करणे, भारताच्या बंदरांचा विकास करणे यांचा या धोरणामध्ये समावेश होता. पण त्याचा फारसा काही विकास झालेला नाही. चीनला आता ब्ल्यू वॉटर नेव्ही विकसित करायची आहे. तसेच शी झिनपिंग यांना 'ट्रॅडिशनल सिल्क रूट'ही विकसित करायचा आहे.

विश्वासतुटीचा प्रश्न (ट्रस्ट डेफिसिट)

सध्या भारत आणि चीन यांच्यामधील मुख्य प्रश्न हा विश्वास तुटीचा आहे. चीनचा संरक्षणावरील वाढता खर्च, लष्करी आधुनिकीकरणाचे प्रयत्न, भारताला सागरी माध्यमातून घेरण्याचा चीनचा प्रयत्न, चीनचे पाकिस्तानला असणारे समर्थन, सीमेवरील तणाव, चीनी लष्कराची भारतीय सीमेवर सातत्याने होणारी घुसखोरी यामधून हा विश्वासतुटीचा प्रश्न निर्माण झालेला आहे. भारताची असुरक्षितता वाढलेली आहे आणि त्यातूनच भारतदेखील आपला संरक्षणावरील खर्च वाढवत आहे. त्यातूनच दक्षिण आशियामध्ये एक शस्त्रास्त्र स्पर्धा आकाराला येऊ लागलेली आहे. ही शस्त्रास्त्र स्पर्धा केवळ दोन देशांसाठी नाही तर संपूर्ण दक्षिण आशियासाठी धोकादायक आहे. त्यामुळेच या विश्वासतुटीकडे गांभीर्याने पाहण्याची गरज निर्माण झालेली आहे.

आर्थिक भागीदारीतून, व्यापार वाढवण्यातून ही विश्वास तूट कमी करता येईल, असे चीनचे सध्या म्हणणे आहे; पण ही तूट कमी होईल, पूर्णपणे जाणार नाही. कारण आर्थिक भागीदारी हा एकच मार्ग आहे; मात्र दोन्ही देशांमध्ये इतर अनेक मुद्द्यांवरून तणाव आहे. हे मुद्दे लवकरात लवकर निकालात काढावे लागतील. त्यासाठी चीनला सीमावादाचा प्रश्न, सीमा अधोरेखित करण्याचा प्रश्न यांबाबत लवचिक भूमिका घ्यावी लागेल. चीनचे राष्ट्राध्यक्ष शी झिनपिंग हे भारतभेटीवर आले होते, त्यावेळी याबाबत एक सकारात्मक घटना मध्यंतरी घडली. ही घटना म्हणजे आजवर ज्या-ज्यावेळी चीनचे राष्ट्राध्यक्ष भारतभेटीवर येत असत तेव्हा ते भारतानंतर पाकिस्तानला भेट देत असत. परंतु झिनपिंग यांनी पहिल्यांदा या परंपरेला छेद दिला आणि भारताचा विश्वास संपादन करण्यासाठी त्यांनी पाकिस्तानला जाणे टाळले. यावरून दहशतवादाच्या मुद्द्यावरून पाकिस्तान आणि चीनमधील गंभीर बनलेले तणावाचे संबंध समोर येतात. भारत-चीन यांच्यामधील विश्वास तूट दूर करण्यासाठी दोन्हीही देशांनी प्रयत्न करणे गरजेचे आहे.

चीनचा मॅरिटाइम सिल्क रूट

सागरी मार्ग व त्याचा व्यापारासाठी वापर हा प्रकार चौदाव्या शतकामध्ये होता. या व्यापारी मार्गांच्या माध्यमातून आशिया खंडाचे एकीकरण साधले गेल्याचे बोलले जाते. आता त्याचे पुनरुज्जीवन करण्याचे चीनने ठरवलेले असून त्यानुसार त्यांना नवीन सागरी सिल्क मार्ग विकसित करायचा आहे. त्यामध्ये संपूर्ण आशिया खंड सागरी मार्गाने जोडला जाणे (कनेक्टिव्हिटी) आणि त्यातून व्यापार वाढणे (ट्रेड) हे यामागचे मुख्य उद्देश आहेत. चीनचे सध्याचे राष्ट्राध्यक्ष शी झिनपिंग ऑक्टोबर २०१३मध्ये दक्षिण पूर्व आशियाच्या दौऱ्यावर गेले होते. त्यावेळी त्यांनी ही कल्पना बोलून दाखवली होती. आतापर्यंत आपण सिल्क रूट ही संकल्पना जमिनीवरील ऐकलेली आहे. साधारण एक हजार वर्षांपूर्वी लँड सिल्क रूट आशिया खंडामध्ये होता आणि तो व्यापाराचा प्रमुख मार्ग होता; पण सागरी मार्गांमध्ये असा मार्ग चौदाव्या शतकात होता आणि त्या माध्यमातून सर्व आशियाई राष्ट्रे परस्परांना जोडली गेलेली होती, असे चीनचे म्हणणे आहे. आता या मार्गाचे पुनरुज्जीवन करण्याचे त्यांनी ठरवले असून त्यानुसार अरबी समुद्र, हिंदी महासागर, बंगालचा उपसागरापासून दक्षिण चीन, उत्तर चीन समुद्र ते पॅसिफिक समुद्रापर्यंत सागरी मार्ग चीनला विकसित करायचे आहेत. विशेष म्हणजे त्यासाठी चीनने एका नव्या निधीची तरतूद केलेली आहे. या निधीला सागरी मार्ग सहकार्य निधी (मॅरिटाईम कोऑपरेशन फंड) असे म्हणतात. हे समुद्रमार्ग प्रत्यक्षात आणण्यासाठी उभारला गेलेला हा निधी ४९५ दशलक्ष डॉलर्स इतका आहे.

सिल्क रूटच्या माध्यमातून चीनला काय साधायचे आहे?

गेल्या दशकामध्ये चीनच्या नौदलाची ताकद प्रचंड वाढलेली आहे. सध्या चीनने हिंदी महासागरावर आपले लक्ष केंद्रित केले असून तेथे

त्यांचे नौदल पाय पसरण्याचा प्रयत्न करत आहे. चीनला हिंदी महासागराच्या जवळची भारत, श्रीलंका, बांगलादेश, पाकिस्तान ही राष्ट्रे तसेच भारताच्या पश्चिमेला असलेली आखाती प्रदेशातील राष्ट्रे, भारताच्या पूर्वेची दक्षिण पूर्व आशियाई राष्ट्रे यांना जोडणारा अरेबियन समुद्र, बंगालचा उपसागर यांना जोडणारा सागरी मार्ग विकसित करायचा आहे. हिंदी महासागरावर चीनचा भर का आहे? तर चीनच्या एकूण व्यापारापैकी ५० टक्के व्यापार हा हिंदी महासागरातून होतो. चीनला तेलाचा आणि आखाती देशांमधून होणारा ऊर्जेच्या स्त्रोतांचा पुरवठा हा हिंदी महासागराच्या माध्यमातून होतो. या सिल्क रूटच्या प्रकल्पांतर्गत हिंदी महासागर, दक्षिण चीन समुद्र, बंगालचा उपसागर, अरेबियन समुद्र याच्याशी निगडित राष्ट्रांमधील बंदरांचा विकास करायचा आहे. या बंदरांचा फायदा घेऊन किनाऱ्यालगतच्या देशांशी चीनला व्यापार वाढवायचा आहे.

चीनचे 'स्ट्रिंग ऑफ पर्ल' धोरण :

चीनने ही प्रक्रिया सुरू केलेली असून त्यानुसार त्यांनी पाकिस्तानमधील ग्वादर, श्रीलंकेतील हंबनतोता यांसह म्यानमारमधील काही बंदरांचा विकास करण्यास चीनने सुरुवात केलेली आहे. मागील दोन वर्षांपूर्वी चीनने एक धोरण आखले होते. या धोरणाला 'स्ट्रिंग ऑफ पर्ल' असे म्हणतात. या धोरणानुसार चीनने नौदलाच्या साहाय्याने सागरी मार्गांच्या माध्यमातून भारताला घेरण्याचा प्रयत्न सुरू केला आहे. त्यासाठी भारताच्या शेजारी राष्ट्रांवर आपला प्रभाव वाढवण्यास सुरुवात केली आहे. त्यासाठीच चीनने त्या राष्ट्रांमधील बंदरांचा विकास करणे, तेथील साधनसंपत्तीचा विकास करणे अशी मोहीम सुरू केली आहे. अनेक अभ्यासकांचे असे म्हणणे आहे की, सिल्क रूट हे या स्ट्रिंग ऑफ पर्ल ऑपरेशनचे नवीन नाव आहे. स्ट्रिंग ऑफ पर्ल ऑपरेशनमुळे केवळ भारतामध्येच नव्हे तर आशियातील अनेक राष्ट्रांमध्ये असुरक्षितता निर्माण झाली होती. त्यामुळे चीनने त्याचे नामांतरण करून सहकार्याचा नारा दिला; पण चीनचा मुख्य उद्देश हा संपूर्ण हिंदी महासागरावर लष्करी सामर्थ्य, वर्चस्व निर्माण करणे हाच आहे. कारण चीनचे नाविक सामर्थ्य प्रचंड वाढले असून त्याचे प्रदर्शन त्यांना करायचे आहे.

'सिल्क रूट'च्या माध्यमातून सहकार्य :

गेल्या दोन वर्षांपासून चीनचे अनेक राष्ट्रांबरोबर

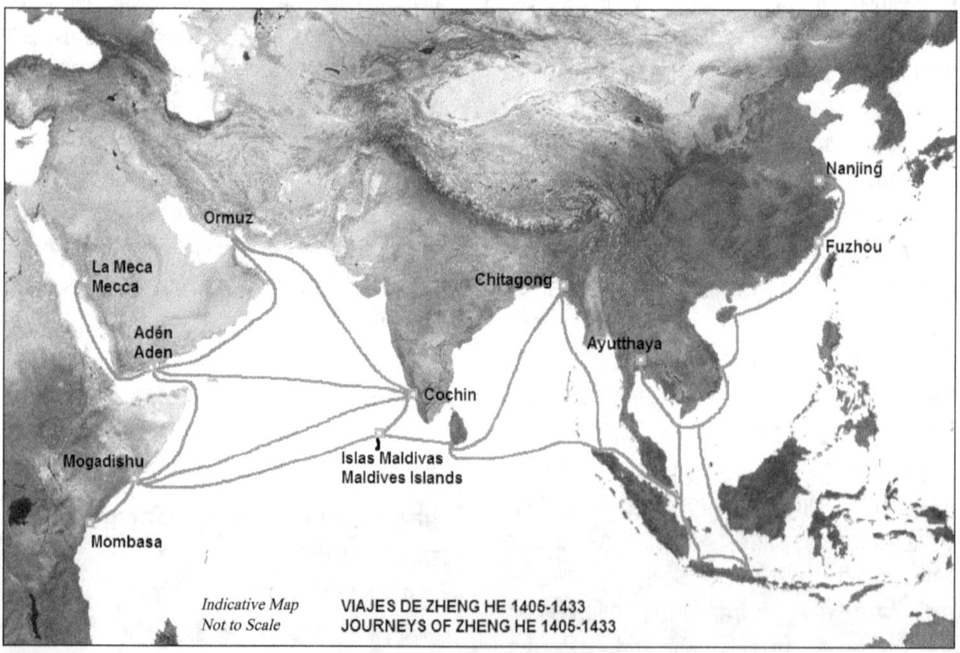

सिल्क रूटने जोडली गेलेली बंदरे

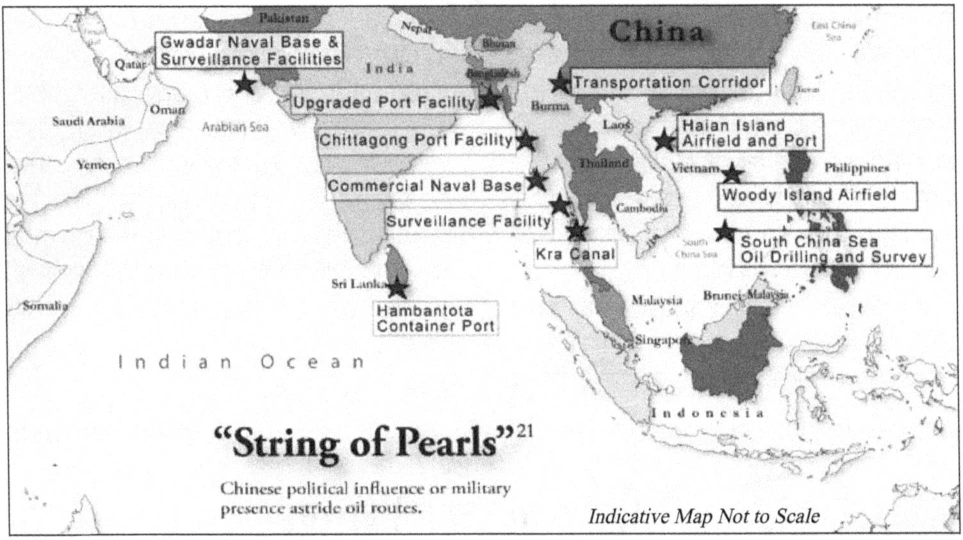

स्टिंग ऑफ पर्ल-सागरी मार्गांच्या माध्यमातून चीनचा भारताला घेरण्याचा प्रयत्न

सीमाप्रश्नावरून वाद सुरू झाले आहेत. यामध्ये जपान, फिलिपिन्स, दक्षिण कोरिया, व्हिएतनाम, मलेशिया, भारत या राष्ट्रांचा समावेश आहे. या सीमावादांबाबतच्या चीनच्या धोरणामुळे या राष्ट्रांमध्ये असुरक्षिततेचे वातावरण निर्माण झालेले आहे. 'सिल्क रूट'च्या माध्यमातून सहकार्याचा नारा देत आता चीनने आता सर्व राष्ट्रे मिळून विकासावर भर देऊया, व्यापारवाढीवर भर देऊया आणि त्यातून सर्वांचाच विकास साधूया असे सांगून या आशियाई राष्ट्रांमधील असुरक्षितता दूर करण्याचा प्रयत्न करण्यास सुरुवात केलेली आहे. म्हणजे जुन्या समुद्रमार्गांचे पुनरुज्जीवन करणे, व्यापार वाढवणे आणि चीनविषयी असणारे संशयाचे, भीतीचे, असुरक्षिततेचे वातावरण दूर करणे या हेतूने ही सिल्क रूटची संकल्पना मांडली. चीनचे राष्ट्राध्यक्ष शी झिनपिंग हे मध्यंतरी भारत भेटीवर आले होते; पण त्यापूर्वी ते श्रीलंकेला आणि मालदीवला गेले होते. तेथे हा सिल्क रूट विकसित करण्यासाठी सहकार्य करण्याबाबत या दोन्ही देशांकडून त्यांनी समर्थन घेतले. विशेष म्हणजे भारतानेही या प्रस्तावाला होकार दिला असून आम्हीही तुम्हाला हा सिल्क रूट विकसित करण्याबाबत सहकार्य करू असे आश्वासन दिले आहे. चीन हा भारताचा सर्वांत मोठा दुसरा व्यापारी भागीदार देश आहे आणि त्यामुळेच भारताने या प्रस्तावाला मान्यता दिली; परंतु चीनची ही योजना यशस्वी होईल का, याचे उत्तर पुढील काही गोष्टींवर अवलंबून आहे.

- चीनने सर्वप्रथम ज्या-ज्या राष्ट्रांबरोबर सीमावाद सुरू आहेत ते सोडवणे आवश्यक आहे. कारण त्या सीमावादांमुळे संशय निर्माण झालेला आहे.
- चीनच्या विस्तारवादाच्या आणि लष्करी आधुनिकीकरणाच्या धोरणामुळे अनेक आशियाई राष्ट्रांमध्ये असुरक्षिततेचे वातावरण निर्माण झालेले आहे. ही असुरक्षितता त्यांना दूर करावी लागणार आहे.
- चीन हा पारदर्शक म्हणून कधीच ओळखला जात नाही. म्हणजेच त्यांच्या कोणत्याही निर्णयामागे, धोरणामागे एक प्रकारची रहस्यमयता असते. त्यामुळे चीनने या सिल्क रूटसंदर्भातील नेमके उद्देश काय असणार आहेत, त्याची रचना कशी असणार आहे, त्यातून इतर राष्ट्रांचा कसा फायदा होणार आहे या सर्व गोष्टी स्पष्ट करणे आवश्यक आहे.

चीनने १९८० मध्ये एक विकासाचा आराखडा तयार केला होता. या आराखड्याला कोअर मॉडर्नायझेशन प्रोग्राम असे म्हणतात. या प्रोग्राममध्ये त्यांनी 'गो ग्लोबल' असा नारा दिला होता. म्हणजेच चीनने जगाबरोबर संबंध विकसित करावेत, असे यानुसार ठरवण्यात आले होते.

सध्याची सिल्क रूटची संकल्पना ही यावरच आधारलेली आहे. त्यामुळेच भारताने याकडे सावधतेने पाहणे आवश्यक आहे. या सागरी मार्गाच्या पुनरुज्जीवनामागचा उद्देश केवळ आर्थिक आणि व्यापारीच आहे की लष्करीही आहे, हे तपासून पाहिले पाहिजे. कारण वरून आर्थिक आणि व्यापारी फायद्यांचा मुलामा देऊन आतमध्ये लष्करी उद्देश असण्याची शक्यताही नाकारता येत नाही.

या सिल्क रूटमागे आणखीही एक कारण आहे. ते म्हणजे, सध्या संपूर्ण युरोपमध्ये मंदीचे वातावरण असल्यामुळे चीनच्या व्यापारावर बऱ्याच मर्यादा आलेल्या आहेत. चीनला बराच आर्थिक फटकाही सोसावा लागलेला आहे. त्यामुळेच दक्षिण आशिया, दक्षिण पूर्व आशिया आणि उत्तर आशिया, तसेच आखाती राष्ट्रांबरोबर चीनला आता व्यापार वाढवायचा आहे. हा व्यापार वाढवायचा असेल तर समुद्रमार्ग हा उत्तम मार्ग आहे. त्यामुळेच चीनने त्यांच्या आर्थिक फायद्यासाठी ही सिल्क रूटची संकल्पना अधिक वेगाने रुजवण्यास आणि ती पूर्णत्वास नेण्यासाठी हालचाली करण्यास सुरुवात केलेली आहे. ■

चीनचे बदललेले धोरण

चीनने गेल्या काही वर्षांमध्ये आपल्या आशिया खंडाविषयीच्या धोरणामध्ये बदल केलेला आहे. शीतयुद्धाच्या काळापासून अमेरिकेच्या वर्चस्वाखाली- असलेली जी संपूर्ण आशिया खंडाची रचना होती ती जुनी झालेली आहे. आता आशिया खंड हा आशियाई लोकांसाठी आहे. या आशियाई लोकांनी आणि देशांनी आता आशिया खंडाचे व्यवस्थापन केले पाहिजे. युरोपियन लोकांनी किंवा अमेरिकेने बाहेरून येऊन आशियाई देशांचे व्यवस्थापन करता कामा नये, असे चीनचे म्हणणे आहे. थोडक्यात, चीन जुनी शीतयुद्धकालीन अमेरिकेच्या प्रभावाखालील आशियातील सत्तासमतोल रचना कालबाह्य ठरवू पाहत आहे आणि त्यामुळेच त्यांना आता संपूर्ण आशिया खंडातील देशांच्या सहकार्याची आवश्यकता आहे, असे चीनचे मानणे आहे. त्यामध्ये भारताच्या सहकार्याचीही गरज आहे.

असुरक्षितता दूर करण्याचा प्रयत्न :

शी झिनपिंग हे दोन वर्षांपूर्वी जेव्हा चीनचे राष्ट्राध्यक्ष बनले तेव्हा चीनने आक्रमक परराष्ट्र धोरणाचा स्वीकार केला आणि त्यांनी विस्तारवादावर भर देण्यास सुरुवात केली. त्याचबरोबर त्यांनी संरक्षण क्षेत्राच्या आधुनिकीकरणावर भर द्यायला सुरुवात केली. चीनने आपल्या संरक्षण क्षेत्रावरील खर्च प्रचंड वाढवला. २००१ मध्ये चीनचा संरक्षणावरील खर्च हा साधारण १४ अब्ज डॉलर्स इतका होता, तो आता १२१ अब्ज अमेरिकन डॉलर्स एवढा झालेला आहे. त्याचबरोबर चीनने जपान, फिलिपिन्स, व्हिएतनाम या देशांबरोबर सीमावाद उकरून काढलेले आहेत. दक्षिण चीन समुद्र, उत्तर चीन समुद्र, तसेच आशिया प्रशांत क्षेत्र यामध्ये अनेक बंदरांवर आणि बेटांवर त्यांनी आपला दावा सांगायला सुरुवात केलेली आहे. त्यामुळे त्यांचे दक्षिण पूर्व आशियाई आणि उत्तर पूर्व आशियाई राष्ट्रांशी संबंध तणावपूर्ण बनलेले आहेत.

परिणामी, या सर्व आशियाई राष्ट्रांमध्ये असुरक्षिततेची भावना निर्माण झाली आणि ते अमेरिकेकडे वळू लागले. त्यांनी अमेरिकेकडे चीनचा आक्रमकपणा थोपवण्यासाठी तुम्ही हस्तक्षेप करावा, अशी मागणी करण्यास सुरुवात केली. मग अमेरिकेने २०११ साली एक नवीन धोरण जाहीर केले. या धोरणाला 'पिव्हॉट टू एशिया' असे म्हणतात. त्यानुसार असे सांगितले गेले, की चीनच्या वाढत्या विस्तारवादाचा आणि आक्रमकपणाचा मुकाबला करण्यासाठी अमेरिका आपल्या नौदल शक्तीपैकी २० टक्के नौदल आशिया प्रशांत क्षेत्रामध्ये आणेल आणि ज्या-ज्या राष्ट्रांना चीनकडून धोका आहे त्या

राष्ट्रांना अमेरिका आर्थिक आणि लष्करी मदत देईल. त्याचबरोबर या राष्ट्रांबरोबर सामूहिक सुरक्षिततेच्या आधारावर अमेरिकेने काही करार करण्यास प्रारंभ केला. त्यानुसार जपान, दक्षिण कोरिया, व्हिएतनाम, फिलिपिन्स या देशांवर जर चीनने आक्रमण केले तर ते अमेरिकेवर आक्रमण केले असे गृहित धरले जाईल, असे त्यावेळी बराक ओबामा यांनी जाहीर केले. आशियाई राष्ट्रांमधील वाढत्या असुरक्षिततेमुळे चीन एकटा पडायला सुरुवात झाली आणि चीनच्या विरोधामध्ये आशियाई राष्ट्रे अमेरिकेच्या नेतृत्वाखाली एकत्र यायला सुरुवात झाली. त्यातूनच ही असुरक्षितता दूर करण्याचे, त्यांना विश्वासात घेण्याचे आणि त्यांना विश्वासात घेऊन एक नवी रचना निर्माण करून अमेरिकेचे महत्त्व कमी करण्याचे चीनने आता ठरवले आहे.

चीनचे बदलते धोरण :

आमचा आर्थिक विकास हा भारतावर नकारात्मक परिणाम करणारा नाही, आमच्या लष्करी आधुनिकीकरणामुळे आशियाई राष्ट्रांनी असुरक्षित होण्याची गरज नाही. कारण आम्हाला सर्व राष्ट्रांसोबत शांततेचे संबंध प्रस्थापित करायचे आहेत, असे चीनने सांगण्यास सुरुवात केली आहे. त्याची सुरुवात म्हणून सर्वप्रथम त्यांनी आपले लक्ष भारतावर केंद्रित केले आहे. त्यामुळेच नरेंद्र मोदी यांनी पंतप्रधानपदाची शपथ घेतली त्यानंतर दहा दिवसांनी चीनने आपल्या परराष्ट्र मंत्र्यांना भारतात पाठवले आणि मोदी यांना चीनच्या भेटीचे निमंत्रण दिले. यामागे प्रामुख्याने तीन कारणे होती.

- पहिले कारण म्हणजे चीनच्या विस्तारवादाविरुद्ध एक प्रकारची युती आशिया खंडात आकाराला येत आहे. या युतीमध्ये जपान, दक्षिण कोरिया, व्हिएतनाम, फिलिपिन्स, इंडोनेशिया आणि ऑस्ट्रेलियापर्यंतची राष्ट्रे एकत्र येण्याचा प्रयत्न करत आहेत. अलीकडेच पंतप्रधान नरेंद्र मोदी जपानला जाऊन आले आणि त्यामुळे भारत या युतीमध्ये सामील होईल की काय अशी चिंता चीनला वाटत आहे. या युतीमध्ये समाविष्ट होऊ नये म्हणून भारताची मनधरणी करणे चीनला गरजेचे वाटत होते.
- दुसरे कारण म्हणजे युरोपमध्ये सध्या आर्थिक मंदीचे वातावरण असल्याने चीनला तेथे व्यापारावर मर्यादा आलेल्या आहेत. त्यामुळे चीनचे मोठे नुकसान झालेले आहे. हे आर्थिक नुकसान त्यांना भारताबरोबर व्यापार वाढवून भरून काढायचे आहे.
- तिसरे कारण म्हणजे चीनबाबत भारताच्या मनामध्ये अविश्वासाचे वातावरण आहे. हा अविश्वास त्यांना आर्थिक सहकार्य आणि भागीदारीच्या माध्यमातून दूर करायचा आहे. भारत दौऱ्यामध्ये प्रामुख्याने आर्थिक आणि व्यापारी सहकार्यावर भर देण्यात आला.

भारत-चीन यांच्यातील पंचशील धोरण

भारत-चीन यांच्यातील पंचशील धोरणाला ६० वर्षे पूर्ण झाली. १९५४ मध्ये भारत आणि चीन यांच्या दरम्यान एक करार झाला होता. त्या करारामध्ये या पंचशील धोरणाचा स्वीकार केला गेला होता. त्याबाबत दोन्ही देशांनी एक संयुक्त प्रतिपादन (जॉईंट स्टेटमेंट) केलेले होते. हे पंचशील धोरण भारत आणि चीन यांच्यामध्ये झालेल्या एका व्यापार कराराची प्रस्तावना म्हणून या पंचशील धोरणाचा स्वीकार केला गेला होता. भविष्यात तिबेट जरी चीनमध्ये समाविष्ट झाला तरीही तेथे व्यापार करण्याच्या संधी भारताला उपलब्ध व्हाव्यात. म्हणजेच व्यापारी सवलती मिळवण्यासाठी म्हणून आखले गेले होते. दोन देशांमध्ये सहकार्याचे आणि शांततेचे संबंध कसे असावेत, कशा पद्धतीने असावेत हे सांगणारे हे धोरण आहे. या धोरणामध्ये ज्या पाच तत्त्वांचा समावेश करण्यात आलेला आहे.

१) परस्परांच्या राष्ट्रीय सार्वभौमत्त्वाचा आणि भौगोलिक एकात्मतेचा आदर करणे.

२) आक्रमण न करणे.

३) परस्परांच्या अंतर्गत कारभारात हस्तक्षेप न करणे.

४) परस्पर सहकार्य.

५) शांततापूर्ण सहजीवन.

त्यानंतर १९५५ मध्ये झालेल्या आफ्रो-आशियन राष्ट्रांच्या परिषदेमध्ये हे पंचशील धोरण मांडले गेले आणि बहुसंख्य राष्ट्रांनी ते स्वीकारण्याचे मान्य केले. त्यानंतर १९६१ मध्ये बेलग्रेड येथे झालेल्या अलिप्ततावादी संघटनेच्या परिषदेमध्ये या पंचशील धोरणाला मान्यता देण्यात आली. आता या पंचशील धोरणाच्या आधारे पुन्हा एकदा भारत आणि चीन यांचे संबंध सुधारण्याचा प्रयत्न होत आहे.

तशी इच्छा चीनच्या राष्ट्राध्यक्षांची आहे. आशियाई खंडाचे व्यवस्थापन आशियातील देशांनी करण्याचा चीनच्या राष्ट्राध्यांचा जो हेतू आहे त्यासाठी त्यांना आशिया खंडामध्ये नवीन सामरिक व्यवस्था निर्माण करायची आहे. त्याचा आधार म्हणून ते पंचशील धोरणाकडे पाहत आहे. म्हणूनच त्यांनी असे म्हटले की, "In the final analysis it is for people of Asia to run Asian affairs, solve their problems by using their wisdom and credibility, they can strengthen the relation." चीनच्या राष्ट्राध्यक्षांच्या मनात असलेल्या या नव्या व्यवस्थेचा प्रमुख उद्देश हा अमेरिकेचा हस्तक्षेप नाकारणे हा आहे.

■

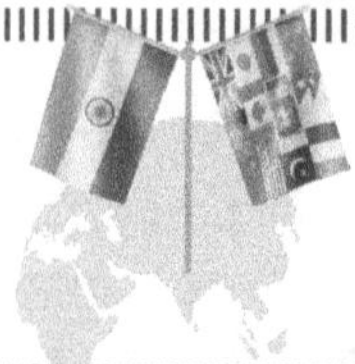

भारताला चीनकडून अपेक्षा

भारताच्या आर्थिक विकासामध्ये चीन भागीदार बनावा, अशी भारताची इच्छा आहे. त्यासाठी चीनच्या भांडवलाची भारताला गरज आहे. कारण चीनचा ज्या पद्धतीने आर्थिक विकास झाला त्यापद्धतीने चीनकडे भांडवल फार मोठ्या प्रमाणावर आहे. या भांडवलाचा उपयोग भारताला देशातील साधनसामग्रीचा आणि पायाभूत सुविधांचा विकास करण्यासाठी करून घ्यायचा आहे. त्यामुळेच झिनपिंग यांच्या भारत दौऱ्यामध्ये आर्थिक बाबींवरच भर दिला जाणार हे स्वाभाविक होते. त्यानुसार शी झिनपिंग आणि नरेंद्र मोदी यांच्या भारतातील भेटीमध्ये चार मुद्द्यांवर चर्चा झाली आणि चार प्रमुख करार झाले. पहिला मुद्दा होता चीन पुढच्या पाच वर्षांमध्ये भारतामध्ये २० अब्ज अमेरिकन डॉलर्स इतकी आर्थिक गुंतवणूक करणार आहे. या आर्थिक गुंतवणुकीचा उपयोग भारतामध्ये साधनसंपत्तीच्या विकासासाठी केला जाणार आहे. त्यामध्ये रस्तेबांधणी, पूल बांधणी, रेल्वे रुळांची बांधणी तसेच इंडस्ट्रीयल पार्कस् उभ्या केल्या जाणार आहेत. यापैकी एक इंडस्ट्रीयल पार्क गुजरातमध्ये उभी केली जाणार आहे आणि एक इंडस्ट्रीयल पार्क महाराष्ट्रात उभी केली जाणार आहे. दुसरा मुद्दा होता तो व्यापार तुट कमी करण्याचा. तिसरा मुद्दा होता, अफगाणिस्तान, पश्चिम आशिया, मध्य आशिया आणि आफ्रिका यामध्ये दोन्ही देशांनी संयुक्तपणे भूमिका कशा प्रकारे पार पाडावी याबाबतचे धोरण ठरवणे. चौथा मुद्दा होता दहशतवादाच्या निर्मूलनासाठी दोन्ही देश कसे प्रयत्न करू शकतील याबाबतची दिशा ठरवणे आणि पाचवा मुद्दा होता बहुध्रुवीय विश्वरचनेच्या निर्मितीसाठी प्रयत्न करणे.

भारत–चीन यांच्यामध्ये सध्याचे प्रश्न कोणते आहेत?

भारत आणि चीन यांच्यामध्ये सध्या काही मुद्द्यांवरून तणावाचे वातावरण कायम आहे.

- सीमावाद - चीनच्या लष्कराकडून भारतीय हद्दीमध्ये सातत्याने घुसखोरीचे जे प्रकार घडतात त्यामुळे या दोन्ही देशांच्या संबंधांमध्ये तणाव आहे.
- अरुणाचल प्रदेश हा आमचा भाग आहे, असे सांगत चीनने या भागावर आपला दावा सांगितलेला आहे, ज्याला भारताचा कडाडून विरोध आहे.
- पाकिस्तानला चीनकडून मिळणारे समर्थन. विशेषतः पाकिस्तानच्या अण्वस्त्रांच्या विकासामध्ये चीनकडून दिले जाणारे योगदान थांबवले जावे अशी भारताची मागणी आहे.
- दोन्ही देशांदरम्यानचा व्यापार असमतोल आणि व्यापार तूट.
- स्टेपल्ड व्हिसा प्रकरण.
- चीनकडून भारतामध्ये प्रचंड मोठ्या प्रमाणात निर्यात होत आहे. या चिनी वस्तू या अत्यंत स्वस्त दरात भारतात येत असल्यामुळे आपल्याकडील उद्योगांवर त्याचा विपरीत

परिणाम होत आहे.

भारत-चीन संबंधांमधील तणाव कसा दूर करता येईल?

- दोन्ही देशांनी प्रथम सीमावाद लवकरात लवकर सोडवण्याचा प्रयत्न केला पाहिजे.
- दुसरी गोष्ट म्हणजे चिनी लष्कराकडून सातत्याने होणारे सीमाउल्लंघन चीनच्या राजकीय नेतृत्वाने तातडीने थांबवणे आवश्यक आहे.
- भारताला चीनमध्ये आर्थिक गुंतवणूक करण्यासाठी, व्यापार वाढवण्यासाठी जी आर्थिक बंधने चीनने घातलेली आहेत ती तात्काळ दूर केली जावीत.
- भारत सध्या संयुक्त राष्ट्र संघाच्या सुरक्षा परिषदेध्ये कायमस्वरुपी सदस्यत्त्व मिळवण्यासाठी प्रयत्न करत आहे. त्याला चीनने तात्काळ पाठिंबा द्यायला हवा.
- शांघाय सहकार्य संघटना आणि एशिया पॅसिफिक इकॉनॉमिक कोऑपरेशन या दोन्ही संघटनांचे सदस्य बनण्यासाठी भारत गेल्या काही वर्षांपासून प्रयत्न करत आहे. त्यासाठी चीनने भारताला पाठिंबा देणे गरजेचे आहे.

या पाच उपाययोजना केल्या तर दोन्ही देशांमधील संबंध सुरळीत होण्यास मदत होऊ शकते.

भारत-चीनमधील व्यापार असमतोल

भारत आणि चीन यांच्यामधील व्यापारतुटीचा प्रश्न हा दोन्ही देशांमध्ये तणाव निर्माण करणारा आहे. दोन्ही देशांनी २०१० नंतर परस्परांतील व्यापार वाढवण्याचे धोरण अवलंबले होते. त्यानुसार २०१५ पर्यंत दोन्ही देशांमधील व्यापार हा १०० अब्ज अमेरिकन डॉलर्स इतका असेल असे ठरवण्यात आले. तथापि, आज दोन देशांमधील व्यापार हा ७४ अब्ज डॉलर्सवर आहे. त्यापैकी जी व्यापार तूट आहे ती जवळपास ३७ अब्ज डॉलर्स इतकी आहे. त्यामुळे भारताचे प्रचंड मोठे नुकसान होत आहे. याचे कारण चीनकडून भारताला मोठ्या प्रमाणावर निर्यात होत आहे; पण भारताकडून चीनला मोठ्या प्रमाणावर निर्यात होत नाही. चीनकडून जो भारतामध्ये माल येतो ते अतिशय कमी किमतीमध्ये येतो आहे. चीन भारताला जे निर्यात करत आहे ते मॅन्युफॅक्चर गुडस् किंवा वस्तूउत्पादन आहे. पण भारताकडून चीनला फक्त कच्चा मालच पाठवला जात आहे. व्यापार तूट वाढण्यामागचे आणखी एक कारण म्हणजे चीनने काही व्यापारबंधने टाकून ठेवलेली आहेत. विशेषतः दोन क्षेत्रे अशी आहेत ज्यामध्ये ही बंधने अधिक आहेत. एक आहे फार्मास्युटिकल म्हणजे औषधनिर्मितीचे क्षेत्र आणि दुसरे आहे आयटी म्हणजे माहिती-तंत्रज्ञानाचे क्षेत्र. या दोन क्षेत्रांमध्ये भारताची बऱ्यापैकी मक्तेदारी आहे. पण चीनने या क्षेत्राबाबत त्यांच्या देशात अनेक बंधने टाकलेली असल्याने भारताला व्यापारावर मर्यादा येत आहेत. परिणामी व्यापार तूट वाढत आहे. चीनचे राष्ट्राध्यक्ष शी झिनपिंग यांच्या भारत दौऱ्याच्या वेळी झालेल्या चर्चेमध्ये ही व्यापार तूट कमी करण्याबाबत गांभीर्याने विचार करण्यात आला. त्यानुसार पुढील पाच वर्षांमध्ये ही व्यापार तूट कमी करण्यासाठी पावले उचलली जातील असे ठरवण्यात आले. तसेच औषधनिर्मिती आणि माहिती-तंत्रज्ञान या दोन क्षेत्रांमध्ये अधिकाधिक सूट द्यावी, अशी भारताने चीनकडे मागणी केलेली आहे.

भारताची सध्याची एकूण व्यापार तूट म्हणजे १६ प्रमुख राष्ट्रांबरोबरच्या व्यापारादरम्यानची व्यापार तूट, जी ६५ अब्ज डॉलर इतकी आहे. त्यापैकी ३७ अब्ज डॉलर ही एकट्या चीनबरोबर आहे. ही व्यापार तूट कमी करायची असेल तर सर्वप्रथम भारताला निर्यातीवर भर द्यावा लागेल.

■

चीनच्या आव्हानांचे व्यवस्थापन

भारत चीनमधील सीमावादाचा प्रश्न, चीनचा संरक्षणावरील वाढता खर्च, चीनी लष्कराची भारतीय सीमेवर होणारी घुसखोरी, चीनचे पाकिस्तानला असणारे समर्थन यासारखी अनेक आव्हाने आज भारतापुढे आहेत. या आव्हानांचे व्यवस्थापन करण्यासाठी भारताला काही ठोस पावले उचलण्याची गरज आहे.

- सध्या भारत दोन पद्धतींचा अवलंब करत आहे. एक म्हणजे चीनमध्ये आर्थिक आणि व्यापारी भागीदारी वाढवणे आणि हे करत असताना आपली संरक्षण सज्जता वाढवणे. यालाच मोदी सरकारचे दुहेरी धोरण असे म्हणतात.
- भारताला अमेरिकेबरोबरचे संबंध विकसित करणे गरजेचे आहे. अमेरिकेचा उद्देश हा भारताला चीनचा काऊंटरवेट म्हणून पुढे करण्याचा आहे. भारत आणि अमेरिकेचे संबंध सुधारल्यामुळे चीनचा भारताकडे पाहण्याचा दृष्टिकोनही बदललेला आहे.
- भारताने जपानबरोबर आपले संबंध घनिष्ट करणे गरजेचे आहे. कारण जपान आणि चीनमध्ये सध्या सेनकाकू बंदरावरून मोठा वाद सुरू आहे. दोन्ही देशांमध्ये संबंध कमालीचे तणावपूर्ण बनले आहेत. त्यातूनच भविष्यात चीन आणि जपानमध्ये युद्ध होण्याचीही शक्यता आहे. त्यामुळेच भारताला चीनच्या समस्येचे व्यवस्थापन करण्यासाठी जपानची मोठी मदत होणार आहे.
- चीनच्या विरोधात एक युती आशिया खंडात आकाराला येत आहे. भारत त्या युतीचा भाग बनण्याचा विचार करू शकतो.
- भारत आणि चीनमध्ये दहशतवादाचा प्रश्न, संयुक्त राष्ट्रांच्या लोकशाहीकरणाचा प्रश्न, बहुध्रुवीय विश्वरचना निर्माण करण्याचा प्रश्न, ऊर्जासुरक्षेचा प्रश्न या मुद्द्यांवरून दोन्ही देशांत वाद आहेत. त्यामुळे परस्पर हितसंबंधांची व्यापकता लक्षात घेऊन संयुक्तरित्या प्रयत्न करणे गरजेचे आहे.
- भारताने सीमेवर गाफिल न राहता तिथे साधनसामग्रीचा विकास करणे आवश्यक आहे.
- भारताने चीनप्रमाणेच आपले कोअर इंट्रेस्ट म्हणजेच मुख्य हितसंबंध अधोरेखित करणे गरजेचे आहे. तिबेट, तैवान, सेनकाकू बंदर, दक्षिण आणि उत्तर चीन समुद्र हे चीनने आपल्या हितसंबंधांचे मुख्य भाग म्हणून घोषित केलेले आहेत. त्यानुसार या भूभागांच्या रक्षणासाठी कोणत्याही हद्दीपर्यंत जाऊ शकते, हे चीनने जाहीर केलेले आहे. २०१२ मध्ये चीनने संरक्षणाबाबत आपली श्वेतपत्रिका काढली. त्यानुसार चीन या भूभागांच्या रक्षणासाठी अण्वस्त्रांचादेखील वापर करू शकते. भारताने मात्र अशा प्रकारे कोणतेही मुख्य हितसंबंध अधोरेखित केलेले नाहीत.
- भारताने आपल्या आर्थिक विकासावर भर देणे, मॅन्युफॅक्चरिंग इंडस्ट्री वाढवणे आणि निर्यात वाढवणे गरजेचे आहे. भारताला सध्या यासाठी पोषक परिस्थिती आहे. कारण ज्यावेळी चीनमध्ये मॅन्युफॅक्चर इंडस्ट्रीचा विकास झाला त्यावेळी तेथे लेबर कॉस्ट खूप कमी होती. परंतु आता चीनमध्ये लेबर कॉस्ट प्रचंड वाढलेली आहे. त्यामुळे तेथील आर्थिक गुंतवणूक मोठ्या प्रमाणावर भारतात यायला सुरुवात झालेली आहे. या पार्श्वभूमीवर भारताने आपल्याकडे लालफितीचा जो कारभार आहे तो सुधारणे, आपला आर्थिक उदारीकरणाचा कार्यक्रम अधिक व्यापक बनवणे, तसेच आर्थिक धोरणांमध्ये लवचिकता आणणे गरजेचे आहे. त्यातून भारतात आर्थिक गुंतवणूक वाढण्यास मदत होईल, मॅन्युॅफक्चरिंग इंडस्ट्री वाढेल आणि भारत निर्यातदारांचा देश बनेल.

- भारताची सध्या ६० कोटी लोकसंख्या ही १९ ते ४५ वयोगटातील आहे. यापैकी २० कोटी लोक हे १९ ते २५ वयोगटातील आहेत. पुढच्या दहा वर्षांमध्ये भारतीयांचे सरासरी वय २७ वर्षे असणार आहे. म्हणजेच बहुसंख्य भारतीय हे साधारणतः २७ वर्षांचे असतील. त्याचवेळी चीनमध्ये बहुसंख्य चीनी हे ४५ वर्षांचे असतील, बहुसंख्य अमेरिकन हे ५४ वर्षांचे असतील आणि बहुसंख्य ऑस्ट्रेलियन हे ६० वर्षांचे असतील. याचा अर्थ भारत हा तरुणांचा देश राहणार आहे. हे लक्षात घेऊन या तरुण वर्गाला भारताने 'परफॉर्मिंग ॲसेट'मध्ये रुपांतरित केले पाहिजे. यासाठी २० कोटी लोकांना रोजगार देणे आवश्यक आहे आणि त्यादृष्टीने मॅन्युफॅक्चरिंग इंडस्ट्री वाढवणे आवश्यक आहे.
- भारताच्या अर्थव्यवस्थेमध्ये कृषीक्षेत्राचा वाटा अवघा १३ टक्के आहे, तर सेवाक्षेत्राचा वाटा सर्वाधिक म्हणजे ५० टक्के आहे; पण सेवाक्षेत्रातून निर्माण होणाऱ्या रोजगारसंधींचे प्रमाण तीन टक्के आहे. म्हणजेच तिथे रोजगारवृद्धीला वाव नाही. याउलट मॅन्युफॅक्चरिंग इंडस्ट्रीचा अर्थव्यवस्थेतील वाटा २० टक्के आहे; पण या क्षेत्रात सध्या एकूण रोजगाराच्या ३६ टक्के रोजगारनिर्मिती होत आहे. म्हणजेच उत्पादननिर्मितीच्या क्षेत्राला चालना दिली, हे क्षेत्र विस्तारले तर रोजगाराच्या संधी वाढतील. त्यामुळेच पंतप्रधान मोदी हे मॅन्युफॅक्चरिंग इंडस्ट्रीच्या विस्तारासाठी प्रयत्न करताना दिसत आहेत. यासाठी भारताला आपले कामगार कायदे सुधारावे लागतील. तसेच नागरिकांची क्रयशक्ती वाढवावी लागेल आणि अधिकाधिक भर हा निर्यातीवर द्यावा लागेल. यासाठी साधनसंपत्तीचा विकास होणे आवश्यक आहे आणि सध्या नरेंद्र मोदी यांचे त्यासाठीच प्रयत्न सुरू आहेत. मोदी यांना चीन आणि दक्षिण कोरियाचे विकासाचे मॉडेल प्रचंड भावलेले आहे. त्यामुळेच चीनकडून आपण प्रामुख्याने स्किल, स्केल आणि स्पीड या तीन गोष्टी शिकणार आहोत. तसेच स्मार्ट सिटीज् उभारण्याची कल्पना ही चीन, सिंगापूर, दक्षिण कोरिया आणि जपानकडून घेतली आहे आणि त्यानुसार भारतात या स्मार्ट सिटीज उभारण्यात येणार आहेत.

चीनबाबतच्या पंतप्रधान मोदींच्या सध्याच्या दुहेरी धोरणाला 'स्वीट अँड सोअर पॉलिसी' असे म्हणतात. म्हणजेच एकीकडे सहकार्य वाढवायचे आणि दुसरीकडे आपल्या संरक्षण साधनसामग्रीचा विकासही करायचा, अशी या धोरणाची उद्दिष्टे आहेत. या सर्व माध्यमातून आपण चीनबरोबरच्या संबंधांमधील ताणाचे व्यवस्थापन करू शकतो. ■

मालदीवमधील नाट्य आणि चीन

मालदीवचे महत्त्व

मालदीव हे हिंदी महासागरातील अतिशय प्रमुख बेट आहे. याचा प्रत्यक्ष संबंध भारताच्या सुरक्षिततेसाठी येतो. गेल्या काही वर्षांपासून चीनने आपले लक्ष पूर्णपणे या बेटाकडे वळवले आहे. चीनला मालदीवमध्ये आपला नाविक तळ तयार करायचा आहे. चीनला मालदीवमध्ये उत्सुकता असण्यामागचे कारण म्हणजे, शी झिनपिंग यांना आशिया खंडाच्या एकीकरणासाठी आणि व्यापार वाढवण्यासाठी आशिया खंडामध्ये एक महत्त्वाकांक्षी 'मॅरिटाईम सिल्क रूट' बनवायचा आहे. यासाठी मालदीवचा फार मोठ्या प्रमाणावर वापर होणार आहे. दुसरी गोष्ट म्हणजे चीनने अलीकडील काळात हिंदी महासागरावर वर्चस्व प्रस्थापित करण्यासाठी कसोशीने प्रयत्न सुरू केले आहेत. यासाठीही त्यांना मालदीवची फार मोठी मदत होणार आहे. मालदीवबरोबरच श्रीलंका, मॉरिशस आणि सेशल

या बंदर असलेल्या आणखी तीन महत्त्वाच्या देशांवर चीन आपले वर्चस्व प्रस्थापित करण्याच्या प्रयत्नात आहे. यापूर्वीच चीनने श्रीलंकेमध्ये साधन संपत्तीच्या, तसेच बंदरांच्या विकासांचे करार केलेले आहेत. हे चारही देश म्हणजे बेट आहेत. सामरिक संरक्षणाच्या दृष्टीने ही बेटे फार महत्त्वाची आहेत. २००१ पासून चीनने आपल्या नौदलाच्या विकासासाठीची तरतूद ३० टक्क्यांनी वाढवली आहे. या अंतर्गत या चार बेटांमध्ये साधन संपत्तीचा विकास करण्यासाठी चीन प्रयत्न करत आहे. या चार देशांवर चीनने आपले नाविक तळ निर्माण केले तर संपूर्ण हिंदी महासागरावर चीनचे वर्चस्व निर्माण होणार आहे.

मालदीवमधील राजकीय अस्थिरता

गेल्या तीन वर्षांपासून म्हणजे २०१२ पासून मालदीवमध्ये अंतर्गत राजकीय अस्थिरता निर्माण झाली आहे. मालदीवमध्ये २००८ मध्ये पहिल्यांदा लोकशाही मार्गाने निवडणुका झाल्या. त्यापूर्वी तीस वर्षे तेथे अब्दुल गयुम यांची एकतर्फी हुकूमशाही राजवट होती. या दरम्यान मालदीवच्या लोकांना देखील खूप त्रास झाला होता. २००८ मध्ये झालेल्या पहिल्या सावत्रिक निवडणुकांमध्ये महंमद नाशिद यांचा 'मालदीव डेमॉक्रेटीक पार्टी' हा पक्ष बहुमताने विजयी झाला आणि नाशिद हे मालदीवचे लोकशाही मार्गाने निवडून आलेले पहिले राष्ट्राध्यक्ष बनले. त्यांनी चार वर्षे सत्ता सांभाळली. पण २०१२ मध्ये त्यांनी मालदीवमधील एका न्यायाधिशाला भ्रष्टाचाराच्या आरोपावरून अटकेचे आदेश दिले. त्यानंतर मालदीवमध्ये लष्कराने उठाव केला. त्यामुळे नाशिद यांनी राजीनामा दिला. त्यानंतर २०१३ मध्ये पुन्हा निवडणुका झाल्या. त्यामध्ये अब्दुल यामीन यांची राष्ट्राध्यक्ष म्हणून निवड झाली. यामीन यांनी, न्यायाधिशाला अटक करण्याचे आदेश देताना नाशिद यांनी सत्तेचा दुरूपयोग केल्याचा आरोप केला होता. पण या आरोपातून अलीकडेच नाशिद यांची मुक्तता झाली होती. ही मुक्तता झाल्यानंतरही पुन्हा नव्याने दहशतवाद निर्मूलन कायद्यांतर्गत त्यांच्यावर आरोप लावण्यात आले आणि त्यांना पुन्हा तुरूंगात डांबण्यात आलेले आहे. हा मुद्दा आता फक्त मालदीवच्या अंतर्गत राजकारणापुरता मर्यादित राहिलेला नाही. तर या घटनेचे प्रत्यक्ष परिणाम हे भारताच्या सुरक्षिततेवर होणारे असल्यामुळे भारतासाठी ही गंभीर बाब आहे.

अब्दुल यामीन मालदीवचे राष्ट्राध्यक्ष

मालदीवमध्ये एक बेट खूप महत्त्वाचे आहे. त्या बेटाला 'माराओ बेट' असे म्हणतात. यावर चीनचे लक्ष आहे. या बेटावर चीनला नाविक तळ उभा करायचा आहे. मालदीवचे यापूर्वीचे राष्ट्राध्यक्ष गयुम यांच्याशी चीनचे घनिष्ट संबंध होते. त्यांच्याच काळात म्हणजे २०११ मध्ये माराओ हे बेट चीनला देऊन टाकण्याचे ठरवण्यात आले होते. पण त्यावेळी अमेरिकेने हस्तक्षेप केला. अमेरिकेने हस्तक्षेप केला नसता तर मराओ आयलंड हा चीनला भाडेतत्त्वावर दिला जाणार होता. तसे झाले असते तर भारताच्या सुरक्षेवर थेट परिणाम झाला असता. कारण तेथेही चीनने श्रीलंकेप्रमाणेच आण्विक पाणबुड्या उतरवल्या असत्या.

नाशिद यांना डांबण्याचे मुख्य कारण

२०११ पर्यंत चीन सातत्याने मालदीववर प्रभाव वाढविण्याच्या प्रयत्नात होता. पण २०१२ मध्ये ज्यावेळी मोहम्मद नाशिद निवडून आले, तसे त्यांनी चीनचा प्रभाव कमी करण्याचा प्रयत्न केला आणि त्यांनी भारताला जवळ केले. नाशिद यांनी 'या महासागराचे नाव हिंदी महासागर म्हणजे इंडियन ओशन आहे. म्हणजेच तो भारताचा समुद्र आहे. त्यामुळे त्यावर भारताचा प्रभाव असला पाहिजे, चीनचा नको' असे सांगत चीनशी दुरावा केला आणि भारताशी जवळीक साधण्याचा प्रयत्न केला. परिणामी, नाशिद यांच्या कारकीर्दीत भारत आणि मालदीव यांचे संबंध खूप घनिष्ट झाले आणि त्याचबरोबर लष्करी संबंधही घनिष्ट झाले. भारताची मालदीवमधील गुंतवणूक वाढली. पण आज नाशिद हे मालदीवमध्ये सत्तेत नाहीत. तेथे यामीन सत्तेत आलेले आहेत आणि ते पुन्हा एकदा पाकिस्तान

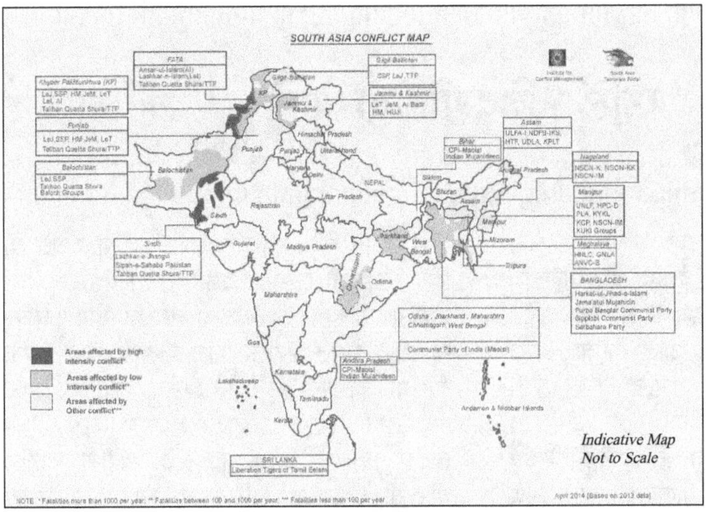

दक्षिण आशियायी विवादित भूभाग

आले. तेथेही लष्करी विकास मोठ्या प्रमाणावर केला जात आहे. तसेच श्रीलंकेवर चीनचा वाढता प्रभाव कमी करण्याचाही मोदींनी चाणाक्षपणे प्रयत्न केला आहे. श्रीलंकेमध्ये झालेल्या सत्ता परिवर्तनामध्ये म्हणजेच सिरिसेना यांच्या निवडीमागे भारताचा मोठा प्रभाव असण्याची शक्यता नाकारता येत नाही. भारतीय गुप्तचर संघटनेने सिरीसेना यांना मदत केल्याचे

आणि चीन यांना जवळ करण्याचा प्रयत्न करत आहेत. त्याविरूद्ध नाशिद यांनी आवाज उठवलेला आहे. नाशिद हे विरोधी पक्ष नेते आहेत. त्यामुळे ते सातत्याने यामीन यांना विरोध करत आहेत. यातूनच नाशिद यांना डांबून ठेवण्यात आले आहे.

चीन-मालदीव संबधांमध्ये पाकिस्तानची भूमिका

या घडामोडी घडत असतानाच अलीकडेच यामीन हे पाकिस्तानच्या दौऱ्यावर गेले होते. हे भारतासाठी फार महत्त्वाचे आहे. कारण चीन आणि मालदीवला जवळ आणण्यामागे पाकिस्तानने महत्त्वाची भूमिका निभावलेली आहे. त्यासाठी पाकिस्तानने आपले इस्लामिक कार्ड वापरले आहे. शीतयुद्धामध्ये असाच प्रकार पाकिस्तानने अमेरिका आणि चीनला जवळ आणण्यासाठी केला होता. तशाच प्रकारे आता पाकिस्तान मालदीव व चीनला जवळ आणण्यासाठी महत्त्वाची भूमिका निभावत आहे.

चीनची भारतावर कुरघोडी

सध्या जी नाशिद यांना वागणूक मिळते आहे, ती कदाचित चीनच्या राजकारणाचा भाग असण्याची शक्यता आहे. याचे कारण नरेंद्र मोदींनी सत्तेत आल्यानंतर चीनला प्रत्यक्ष व अप्रत्यक्ष आव्हान द्यायला सुरूवात केलेली आहे. त्यांनी थेट भारत-चीन सीमेवर रस्ते बनवण्यास सुरूवात केली. अलीकडेच मोदी हे अरुणाचल प्रदेशच्या दौऱ्यावर जाऊन

वृत्त प्रसारित झाले आहे. चीनला शह देण्यासाठी भारताची ही एक छुपी चाल असल्याचेही बोलले जात आहे. दुसरीकडे मोदी यांनी म्यानमारलाही जवळ करण्याचा प्रयत्न केला. म्यानमारवरही मागील काळापासून चीनचा प्रभाव होता. थोडक्यात, ज्या ज्या ठिकाणी चीनचा प्रभाव होता, त्यांना या प्रभावापासून मुक्त करण्यासाठी नरेंद्र मोदी प्रयत्न करत आहेत.

नरेंद्र मोदी यांच्या या भूमिकेमुळे चीनला आता गाफिल राहून चालणार नव्हते. त्यामुळेच चीनने यामीन यांच्यावर दबाव आणून भारताचे समर्थक असणाऱ्या नाशिद यांची अटक घडवून आणण्याची शक्यता आहे. त्यामुळे मालदीवमध्ये सर्व प्रकरणामध्ये चीनची भूमिका नाकारता येण्यासारखी नाही. आमचा मालदीववर प्रभाव आहे आणि येथील भारतप्रेमी माजी राष्ट्राध्यक्षांना फरफटत नेऊन तुरुंगात डांबून ठेवण्याइतपत मालदीवमध्ये आमचा हस्तक्षेप आहे आणि आम्ही हे घडवू शकतो, हा चीनने भारताला दिलेला इशाराच आहे. असा इशारा देण्यामागचे कारण म्हणजे, भारताने चीनच्या मनाविरूद्ध सिरीसेना यांना निवडून आणले. त्यामुळे चीनला मोठा धक्का बसला. त्याला प्रत्युत्तर वा त्याचा बदला म्हणून चीनने मालदीवमध्ये हे कृत्य घडवून आणून एक प्रकारे कुरघोडी केली आहे, असा निष्कर्ष काढण्यास पूर्ण वाव आहे.

■

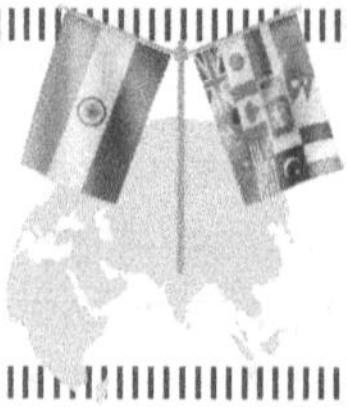

फलित त्रिदेशीय दौऱ्याचे

पंतप्रधान नरेंद्र मोदी यांचा चीन, मंगोलिया आणि दक्षिण कोरिया या तीन देशांचा दौरा नुकताच संपन्न झाला. हा दौरा प्रामुख्याने आर्थिक उद्दिष्टे डोळ्यापुढे ठेवून आखण्यात आला होता आणि त्यामध्ये अनेक करार झाले असले तरीही तिन्ही देशांच्या भेटीदरम्यान राजकीय मुद्देही उपस्थित करण्यात आले. खास करून चीनभेटीमध्ये सीमावादाचा मुद्दा, नद्यांच्या पाण्याचा मुद्दा आणि सुरक्षा परिषदेतील कायम सदस्यत्वाचा मुद्दा मांडण्यात आला. मंगोलियाला भेट ही एक 'जशास तसे' स्वरुपाची राजकीय खेळी आहे. चीन ज्याप्रमाणे दक्षिण आशियामध्ये पाकिस्तानशी मैत्री वाढवून भारतावर दबाव आणत आहे, तसा हा प्रकार आहे. दक्षिण कोरियातील भेटीदरम्यान दक्षिण चीन समुद्रामधील नाविक स्वातंत्र्याच्या महत्त्वाच्या राजकीय मुद्यावर एकमत होऊन दोन्ही देशांनी त्याची मागणी पुन्हा एकदा केली आहे.

पंतप्रधान नरेंद्र मोदी यांचा अतिशय महत्त्वाकांक्षी तीन देशांचा दौरा नुकताच पार पडला. त्यामध्ये चीन, मंगोलिया व दक्षिण कोरीया या तीन देशांचा समावेश होता. दौऱ्यासाठी या तिन्ही देशांची निवड ही प्रामुख्याने आर्थिक दृष्टिकोनातून जास्त करण्यात आली होती. त्यामध्ये सरकारचा 'मेक इन इंडिया' हा प्रकल्प अतिशय महत्त्वाचा होता. परंतु ते करत असतानाच या संपूर्ण दौऱ्याकडे आर्थिक आणि राजनैतिक दृष्टीने महत्त्वाचा म्हणून बघितले जाते. तसेच सांस्कृतीक राजनय आणि लोकराजनय या दोन्ही दृष्टिकोनातून अतिशय महत्त्वाचे स्थान होते. या दोन्ही दृष्टिकोनातून या तीन देशांच्या दौऱ्याकडे बघितले पाहिजे.

या दौऱ्याची सुरुवात चीनपासून झाली. विशेष म्हणजे चीनमधील शिऑन नावाच्या शहरापासून पंतप्रधानांनी दौऱ्याची सुरुवात केली. शिऑन ही चीनची प्राचीन राजधानी आहे. ते ऐतिहासिक शहर आहे आणि भारतामध्ये ज्या वेळी ह्युॲन संग हे चीन प्रवासी आले होते. त्यांचे स्मारक शिऑनमध्ये आहे. तसेच शिऑन हे चीनचे सध्याचे राष्ट्राध्यक्ष शी झिंग पिंग यांचे जन्मगाव आहे. त्यांचे वंशज देखील याच गावात होते. ज्या वेळेला शी झिंग पिंग सप्टेंबर महिन्यात भारत भेटीला आले होते त्यावेळी त्यांनी त्यांच्या दौऱ्याची सुरुवात नरेंद्र मोदींच्या मूळ गावापासून म्हणजे अहमदाबादपासून केली होती. तशाच प्रकारची सुरुवात नरेंद्र मोदींनी देखील चीनच्या दौऱ्याच्या वेळी केली. त्यामुळे शिऑनची जी भेट होती ती सांस्कृतीक दृष्टिकोनातून फार महत्त्वाची होती. बुद्ध धर्मामध्ये देखील शिऑन या शहराला अतिशय महत्त्व आहे. पंतप्रधानांनी शिऑन येथील प्राचीन बुद्ध मंदिराला भेट दिली. त्यामुळे चीनची संस्कृती जाणून घेणे हा प्रामुख्याने यामागचा उद्देश होता.

पंतप्रधानांच्या भेटीचा दुसरा दिवस हा बिजिंगमध्ये गेला. बिजिंग ही चीनची राजधानी असून येथे ते प्रामुख्याने चीनचे पंतप्रधान ली गछियांग यांना भेटले या भेटीदरम्यान काही महत्त्वाच्या मुद्यांवर चर्चा झाली. हा दौरा आर्थिक दृष्टिकोनातून अथवा उद्देशाने महत्त्वाचा असला तरीसुद्धा या दिवसात पंतप्रधानांनी चार प्रकारचे राजकीय प्रश्न उपस्थित केले. त्यातील पहिला प्रश्न सीमावादाच्या संदर्भातील होता. सीमावाद सोडवण्यासाठी चीनने सकारात्मक पुढाकार घ्यावा असे त्यात म्हटले. कारण अलीकडच्या काळात सीमावाद संपण्यास चीन फारसा उत्साही नाही. त्याचे कारण म्हणजे चीनचे इतर देशांबरोबर सीमावाद सुरू आहेत. विशेष करून जपानबरोबर, दक्षिण पूर्व राष्ट्रांबरोबर सीमावाद सुरु आहेत. त्यामुळे भारताने याबाबत चीनकडे आग्रह धरला.

दुसरा प्रश्न म्हणजे चीनच्या ज्या काही भूमिका आहेत. त्या भूमिकांवर चीनने पुनर्विचार करावा अशी मागणी भारताने केली. या भूमिका दोन दृष्टिकोनातून महत्त्वाच्या आहेत. त्यापैकी एक म्हणजे चीनकडून पाकिस्तानला मोठ्या प्रमाणावर लष्करी आणि आर्थिक मदत होत आहे. त्यासंदर्भात

भारताने अप्रत्यक्षपणे हा प्रश्न उपस्थित केला आणि सांगितले की चीनने याबाबत पुनर्विचार करावा. तसेच भारत सध्या संयुक्त राष्ट्रसंघाच्या सुरक्षा परिषदेमधील कायम सदस्यत्वासाठी प्रयत्न करत आहे. चीनने भारताला अद्यापही स्पष्ट पाठिंबा किंवा समर्थन दिलेले नाही. त्यामुळे चीनने याबाबतही पुनर्विचार करावा अशा स्वरुपाची मागणी भारतातर्फे लावून धरण्यात आली. मोदी यांच्या भेटीमध्ये आणखी एक मुद्दा उपस्थित केला गेला ,तो म्हणजे नद्यांसंदर्भातील माहितीचा. सतलज, ब्रह्मपुत्रा यांसारख्या नद्या चीनमधून भारतात वहात येतात. वारंवार मागणी करूनही या नद्यांच्या सदंर्भातील माहिती चीनकडून भारताला दिली जात नाही. हा अनेक वर्षांपासून वादग्रस्त मुद्दा आहे. ज्यावेळी या नद्यांना पूर येतो तेव्हा तुरळक स्वरुपाची माहिती चीनकडून दिली जाते; परंतु इतर वेळी मात्र ती दिली जात नाही. या नद्यांवर चीनने मोठी धरणे बांधलेली आहेत, अशी माहिती आहे. त्याचा फटका भारताला बसू शकतो. त्यामुळे यासंदर्भातील मागणीही पंतप्रधानांच्या भेटीमध्ये चीनकडे पुन्हा एकदा करण्यात आली.

या चर्चेमधील पुढचा मुद्दा हा व्यापार तुटीचा होता. भारत आणि चीनमध्ये जवळपास ७० अब्ज डॉलर्सचा व्यापार आहे. यामध्ये ३७ अब्ज डॉलर एवढी प्रचंड व्यापार तूट आहे. यामागचे महत्त्वाचे कारण म्हणजे, चीनच्या बाजारपेठेत भारतीय गुंतवणुकीसाठी अनेक निर्बंध आहेत. भारताची बाजारपेठ ज्याप्रमाणात चीनसाठी खुली करण्यात आली आहे, तेवढ्या प्रमाणात चीनची बाजारपेठ भारतासाठी खुली करण्यात आलेली नाही. विशेष करून औषध आणि माहिती तंत्रज्ञान या क्षेत्रांवर चीनने मोठ्या प्रमाणात आर्थिक निर्बंध टाकलेले आहेत. हे निर्बंध दूर व्हावेत, अशी मागणी या भेटीदरम्यान पुन्हा एकदा करण्यात आली आहे. तसेच दोन्ही देशांदरम्यान असणारी व्यापार तूट कमी करण्यासाठी चीनने भारताला काही व्यापारी सवलती द्याव्यात अशी मागणी देखील केली गेली.

पंतप्रधानांच्या दौऱ्याचा तिसरा दिवस शांघायपासून सुरू झाला. शांघाय ही चीनची आर्थिक राजधानी आहे. चीनने जो औद्योगिक विकास साधला आहे आणि उद्योगधंद्यात जी प्रगती केली आहे, त्याचे दर्शन हे शांघायमध्ये घडते. त्यामुळे आर्थिक, राजनैतिक दृष्टीने हा तिसरा दिवस महत्त्वाचा होता. या दौऱ्यादरम्यान भारत आणि चीनमध्ये २४ करारांवर स्वाक्षऱ्या झाल्या. हे करार जवळपास १० अब्ज डॉलर्सचे आहेत. या दौऱ्यात नरेंद्र मोदी भारतीय उद्योगपतींचे मोठे पथक आपल्या सोबत घेऊन गेले होते. त्यामुळे भारतीय उद्योगपती आणि चीनी उद्योगपती यांच्यामध्ये फार मोठ्या प्रमाणात चर्चा आणि सामंजस्य करार झाले. त्याचबरोबर चीनमधील अलीबाबा, हवाई, शिओमी या कंपन्यांचे सीईओ आणि इतर २२ उद्योगांचे प्रमुख यांची भेट झाली. या भेटीमध्ये त्यांना भारताची परिस्थिती कशी बदल आहे आणि चीनने भारतात अधिकाधिक गुंतवणूक करावी यासंबंधी आवाहन करण्यात आले. या दौऱ्याचे महत्त्वाचे वैशिष्ट्य म्हणेज शी झिनपिंग यांनी सप्टेंबर महिन्यातील भारतभेटीदरम्यान गुजरात आणि महाराष्ट्रामध्ये औद्योगिक परिक्षेत्र निर्माण करण्याचा प्रस्ताव मांडला होता. चीनच्या आर्थिक मदतीने हा बिझनेस कॉरिडॉर उभा केला जाणार असल्यामुळे या दोन्ही राज्यांच्या मुख्यमंत्र्यांनाही पंतप्रधानांनी सोबत नेले होते. त्यासंदर्भातील काही करारही करण्यात आले. एकूणच, पंतप्रधानांच्या चीन दौऱ्यामागचा मुख्य उद्देश हा प्रामुख्याने राजकीय कारणांमुळे दोन्ही देशांमध्ये निर्माण झालेली विश्वासतूट आर्थिक समन्वयाच्या माध्यमातून कशी कमी करता येईल हे चाचपण्याचा प्रयत्न होता. राजकीय स्वरुपाचे मुद्दे इतक्या लवकर सुटणार नाहीत. पण ते सुटले नाहीत तरी आर्थिक सहकार्यामध्ये मात्र कोणत्याही प्रकारचे अडथळे येऊ नयेत. कारण आर्थिक सहकार्य वाढले की त्यातून राजकीय प्रश्न सुटतील, असे सूत्र सरकारने आखले आहे. त्यादृष्टीने या दौऱ्यामध्ये प्रयत्न करण्यात आले.

चीनभेटीनंतर पंतप्रधानांनी मंगोलियाचा एक दिवसाचा दौरा केला. नरेंद्र मोदी हे मंगोलियाच्या भेटीवर जाणारे पहिले भारतीय पंतप्रधान आहेत. यापूर्वी भारताच्या एकाही पंतप्रधानाने मंगोलियाला भेट दिलेली नाही. केवळ २०११ मध्ये तत्कालीन राष्ट्रपती प्रतिभाताई पाटील यांनी मंगोलियाला भेट दिली होती. मंगोलिया आणि भारत यांच्यातील राजनैतिक संबंधांना साठ वर्षे पूर्ण होत असल्यामुळे या देशाची निवड करण्यात आली आहे. त्याचबरोबर या निवडीमागे मंगोलियाचे

सामरीक महत्त्व हे देखील कारण होते. मंगोलिया हा चीन आणि रशिया दरम्यानचा देश आहे. या देशाचे सध्या चीनशी असणारे संबंध अतिशय तणावपूर्ण आहेत. दक्षिण आशियामध्ये भारत आणि पाकिस्तानमधील तणावाचा वापर दबावतंत्र म्हणून चीनकडून केला जात आहे. तशीच रणनीती भारताने आखली आणि त्यानुसार मंगोलियाला मोदी यांनी भेट दिली. इतकेच नाही, तर राष्ट्रपती प्रणव मुखर्जी यांनी व्हिएत्नामच्या भेटीवर असताना ज्याप्रमाणे शंभर दशलक्ष डॉलर्सची मदत जाहीर केली होती, त्याचप्रमाणे पंतप्रधानांनी मंगोलियाला एक अब्ज डॉलर्सची मदत घोषित केली. त्याचबरोबर मंगोलियाच्या सुरक्षा व्यवस्थेमध्ये भारताच्या मदतीने फायबर सुरक्षा व्यवस्था प्रस्थापित करण्यात येणार आहे. तसेच मंगोलिया आणि भारतामध्ये ऊर्जा, शिक्षण, माहिती तंत्रज्ञान या तिन्ही क्षेत्रांसंदर्भात महत्त्वपूर्ण करार झाले. पंतप्रधानांच्या भेटीमधून या देशाला विश्वासात घेण्याची मोठी भूमिका पार पडली. मंगोलिया हा बुद्धिस्ट देश आहे. सध्या बुद्धिस्ट देशांचे नेतृत्त्व हे चीनकडे आहे; परंतु हे नेतृत्त्व भारताकडे कसे येईल यासाठी मोदी सरकारने अलीकडील काळात धोरणात्मक पावले टाकण्यास सुरुवात केली आहे. त्यासाठी बुद्धिस्ट राष्ट्रांना जवळ करणे, बुद्धिस्ट संस्कृतीचा वापर करून या देशांशी आर्थिक संबंध विकसित करणे असे प्रयत्न हे सरकार करताना दिसत आहे. या प्रयत्नांना मंगोलियाभेटीतून बळ मिळाले आहे.

या दौऱ्याचा तिसरा टप्पा दक्षिण कोरियाचा होता. दक्षिण कोरियाची भेट ही प्रामुख्याने आर्थिक कारणांसाठी होता. मोदी सरकारने हाती घेतलेल्या 'मेक इन इंडिया'या प्रकल्पाची संकल्पना दक्षिण कोरियाकडून घेतलेली आहे. दक्षिण कोरियातील सॅमसंग, एलजी, व्हर्लपूल, ह्युंदाई या महत्त्वाच्या कंपन्या होम अप्लायन्सेस, ऑटोमोबाईल या क्षेत्रात अतिशय नावाजलेल्या आहेत. भारत आणि दक्षिण कोरियातील राजनैतिक संबंध ते १९७३ साली सुरू झाले होते. परंतु त्यामध्ये जास्त प्रगती नव्हती. १९९१ नंतर भारत आणि दक्षिण कोरिया यांचे संबंध सुधारण्यास सुरुवात झाली. हे संबंध खऱ्या अर्थाने विकसित झाले ते २००५ नंतर. आज भारत आणि दक्षिण कोरिया यांच्यामधील व्यापार हा साधारण १६ अब्ज डॉलर्स एवढ्या रकमेचा आहे. चीन प्रमाणेच कोरिया बद्दलच्या व्यापाराबाबतही व्यापार तूट आहे. ही व्यापार तूट भरून काढण्यासाठी औषधे आणि माहिती तंत्रज्ञान या दोन क्षेत्रांसाठी कोरियामध्ये जास्तीत जास्त वाव मिळावा यासाठी पंतप्रधानांनी प्रयत्न केले. तसेच त्यांनी कोरियामध्ये तेथील उद्योगपतींना भारतात गुंतवणूक करण्याचे आवाहन केले. या भेटीदरम्यान साधारणतः १५ महत्त्वाच्या करारांवर स्वाक्षऱ्या झाल्या आहेत. आणखी एक महत्त्वाची गोष्ट म्हणजे गेल्या काही काळापासून आपण दक्षिण कोरियाकडून शस्त्रास्त्रे विकत घेत आहोत. त्याचप्रमाणे भारतात गुंतवणूक करणाऱ्या देशांमध्ये दक्षिण कोरिया हा पाचव्या क्रमांकाचा देश आहे. त्यामुळे संरक्षण क्षेत्रात आपल्याला आयातीच्या दृष्टिकोनातून काही महत्त्वपूर्ण करार या भेटीदरम्यान झाले. दोन्ही देशांमधील व्यापार वाढवून २५ अब्जांपर्यंत कसा नेता येईल याबाबत चर्चा झाली.

या आर्थिक आणि व्यापारी मुद्दयांबरोबरच दक्षिण चीन समुद्रामधील नाविक स्वातंत्र्याच्या महत्त्वाच्या राजकीय मुद्यावर एकमत होऊन त्याची मागणी पुन्हा भारत व दक्षिण कोरियाकडून पुन्हा एकदा केली गेली. त्यामुळे ही प्रामुख्याने आर्थिक भेट असली तरी काही राजकीय आणि सामरीक असणारे महत्त्वाचे मुद्दे उपस्थित केले गेले. साधारणपणे ४५ अब्ज डॉलरपर्यंतचे करार या दौऱ्यादरम्यान झाले आहेत. एकूणच, आर्थिक, सामारिक आणि राजनैतिक दृष्ट्या पंतप्रधानांचा हा दौरा सकारात्मक ठरणारा होता. मुख्य म्हणजे या दौऱ्यातून गुंतवणूक आकर्षित करतानाच व्यापारतूट आणि विश्वासतूट कमी करण्यावर भर देण्यात आला आहे. ■

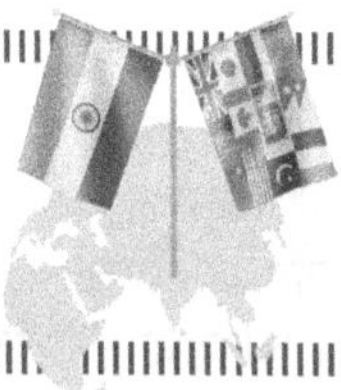

भारत-पाकिस्तान सीमावाद :
शस्त्रसंधी उल्लंघनास सावध प्रतिकाराची गरज

भारत व पाकिस्तानमधील प्रत्यक्ष नियंत्रणरेषा व आंतरराष्ट्रीय सीमारेषेवर पाकिस्तानकडून शस्त्रसंधीच्या उल्लंघनाचे प्रकार गेल्या काही दिवसांपासून मोठ्या प्रमाणावर वाढले आहे. केवळ जुलै व ऑगस्ट महिन्यात पाकिस्तानकडून शस्त्रसंधी उल्लंघनाच्या पंचवीसहून अधिक घटना घडल्या आहेत. पाकिस्तानकडून होणाऱ्या सीमापार गोळीबाराच्या आणि बॉम्बहल्ल्यात दोन भारतीय नागरिकांना व चार जवानांना आपला प्राण गमवावा लागला आहे. भारत व पाकिस्तानमध्ये जम्मू काश्मीर राज्यात ७७८ किलोमीटर लांबीची प्रत्यक्ष नियंत्रणरेषा व १९८ किलोमीटर लांबीची आंतरराष्ट्रीय सीमारेषा आहे. या दोन्ही सीमारेषांवर गेल्या सहा महिन्यात पाकिस्तानकडून शस्त्रसंधी उल्लंघनाच्या ९६ घटना घडल्या आहेत. या शस्त्रसंधी उल्लंघनाच्या घटनांबरोबरच पाकिस्तानकडून भारतीय हद्दीत घुसखोरी करणाऱ्या दहशतवाद्यांचे प्रमाणदेखील वाढले आहे. केवळ २०१४ मध्ये ५० वेळा पाकिस्तानकडून घुसखोरीचे प्रकार झाले आहेत. मागच्या वर्षी म्हणजे २०१३ मध्ये पाकिस्तानकडून शस्त्रसंधी उल्लंघनाच्या ३४७ घटना घडल्या; तर घुसखोरीच्या २७७ घटना घडल्या. पाकिस्तानकडून होणाऱ्या या कुरापतींमुळे दोन्ही देशांमधील संबंध हे सातत्याने तणावपूर्ण बनत आहेत.

पाकसोबत सहकार्याची भावना

भारतात केंद्रात नरेंद्र मोदी यांच्या नेतृत्वाखाली एनडीए शासन सत्तेत आल्यानंतर पाकिस्तानबरोबर मैत्री व सहकार्य वाढवण्यासाठी प्रयत्न सुरू झाले. नरेंद्र मोदींनी आपल्या शपथविधी समारंभासाठी पाकिस्तानचे पंतप्रधान नवाज शरीफ यांना आमंत्रित केले. दोन्ही नेत्यांनी २००८ पासून खंडीत झालेली शांतताप्रक्रिया पुन्हा एकदा सुरू करण्याची तयारी दाखवली. त्याचबरोबर भविष्यात दोन्ही देशांमधील चर्चेमध्ये कशा पद्धतीने प्रगती साधली जावी यासाठी परराष्ट्र सचिव पातळीवर एका विशेष बैठकीचे आयोजन २५ ऑगस्ट २०१४ रोजी करण्यात आले होते. तसेच मोदी व शरीफ यांनी सप्टेंबर महिन्यात न्यूयॉर्कमध्ये होणाऱ्या संयुक्त राष्ट्राच्या आमसभेच्या वार्षिक बैठकीच्या निमित्ताने परस्पर चर्चा करण्यासाठी अनुकूलता दाखवली होती. एकीकडे यासारख्या सकारात्मक घडामोडी घडत असताना व आशेचे चित्र निर्माण होत असताना दुसरीकडे मात्र पाकिस्तानकडून शस्त्रसंधी उल्लंघनाच्या घटना वारंवार घडत होत्या. पाकिस्तानच्या या विरोधाभासाने भरलेल्या भारताविषयीच्या धोरणामुळे नरेंद्र मोदींवर पाकिस्तानसंबंधी कडक धोरण स्वीकारण्यासाठी अंतर्गत दबाव वाढत होता. विरोधी पक्षांकडून पाकिस्तानविषयी नरेंद्र मोदी मवाळ धोरण स्वीकारत असल्याचा आरोप होत होता. या वाढत्या दबावामुळे नरेंद्र मोदींनी आपल्या काश्मीर भेटी दरम्यान पाकिस्तानवर भारताविरुद्ध छुपे युद्ध सुरू केल्याचा आरोप केला.

पाकिस्तानच्या दुटप्पी प्रतिसादामागची कारणे :

याठिकाणी एक महत्त्वाची गोष्ट लक्षात घेणे गरजेचे आहे आणि ती म्हणजे भारताकडून मैत्री व सहकार्यासाठी घेतल्या जाणाऱ्या पुढाकाराला पाकिस्तानकडून असा दुटप्पी प्रतिसाद का मिळत आहे? याचे विश्लेषण केल्यास तीन मुख्य कारणे अशा दुटप्पी प्रतिसादामागे असल्याचे दिसून येते. यातील पहिले कारण म्हणजे पाकिस्तानचे भारताविषयीचे जे धोरण आहे ते निर्धारित करण्याचा अधिकार केवळ तेथील राजकीय नेतृत्वाला नाही. हे धोरण ठरवण्यात पाकिस्तानी लष्कर, तेथील धर्मगुरु व जिहादी संघटना यांची भूमिका महत्त्वाची आहे. किंबहुना हेच पाकिस्तानचे भारताविषयीचे धोरण ठरवतात. ज्या ज्या वेळी पाकिस्तानातील राजकीय नेतृत्व भारतविषयी धोरण ठरवण्यात पुढाकार घेते त्यावेळी त्यात आडकाठी टाकण्याचा प्रयत्न या तीन गटांकडून होतो. या मागचे कारण म्हणजे या तीन गटांचा भारताबरोबर पाकिस्तानचे संबंध सुधारण्याच्या प्रक्रियेला सातत्याने विरोध राहिला आहे. परिणामी भारताबरोबर शांतताप्रक्रिया

सुरू करण्याचा निर्णय ज्यावेळी तेथील राजकीय नेतृत्व घेते त्यावेळी हे तीन गट प्रत्यक्ष अप्रत्यक्षपणे हा उपक्रम हाणून पाडण्याचा प्रयत्न करतात.

वारंवार अडथळा व संघर्षमय वातावरण :

१९९८ साली पाकिस्तानचे तत्कालीन पंतप्रधान नवाज शरीफ यांनी भारताबरोबर संबंध सुधारण्याचा प्रयत्न सुरू केला होता. त्याचा प्रतिकार म्हणून पाकिस्तानी लष्कराने कारगील युद्ध भारतावर लादले. आज जेव्हा असाच प्रयत्न पंतप्रधान नवाज शरीफ यांच्याकडून होतो आहे त्यात पुन्हा शस्त्रसंधी उल्लंघनाच्या घटनांच्या माध्यमातून अडथळा निर्माण करण्याचा प्रयत्न पाकिस्तानी लष्कर व जिहादी संघटना करण्याचा प्रयत्न करत आहेत. विशेष म्हणजे गेल्या काही महिन्यांपासून पाकिस्तानात नवाज शरीफ व पाकिस्तानी लष्कर यांच्यातील संबंध तणावपूर्ण बनले आहेत. अफगाणिस्तानमध्ये हस्तक्षेप न करण्याचा शरीफ यांचा निर्णय, भारताबरोबर संबंध सुधारण्यासाठी शरीफ यांच्याकडून होत असलेले प्रयत्न, पाकिस्तानचे माजी लष्करी हुकूमशहा परवेज मुशर्रफ यांच्या विरोधात राजद्रोहाचा खटला पुढे चालू ठेवण्याविषयी शरीफ यांनी दाखवलेली इच्छाशक्ती यामुळे पाकिस्तानी लष्कराबरोबर त्यांचे संबंध संघर्षमय बनले आहेत. याचा परिणाम म्हणूनच पाकिस्तानी लष्कराने अप्रत्यक्षपणे शरीफ यांच्याविरुद्ध एक मोहीम उघडली आहे. या मोहिमेत पाकिस्तानी लष्कर, पाकिस्तान-तेहरीक-ए-इन्साफ पक्षाचे नेते इम्रान खान व मूळ पाकिस्तानी असलेले पण सध्या कॅनडात वास्तव्यासाठी असणारे शाहीद कादरी यांना हाताशी धरले आहे. या दोघांनीही शरीफ यांच्या विरोधात १४ ऑगस्ट, २०१४ पासून एक जनआंदोलन सुरू केले आहे. लष्कर व आयएसआयच्या मदतीने जवळपास १ लाखाहून अधिक लोकांना इस्लामाबादामध्ये शरीफ यांच्या विरोधात संघटित करण्यात इम्रान खान व कादरी यांना यश आले आहे. त्यांनी शरीफ यांच्या राजीनाम्याची व पाकिस्तानात पुन्हा सार्वत्रिक निवडणुका घेण्याची मागणी केली आहे. यामुळे शरीफ यांची परिस्थिती अतिशय अवघड बनली आहे. शरीफ यांनी पाकिस्तानी लष्कराची मदत मागितली असून लष्काराने काही अटी घालून शरीफ यांना मदत करण्याचे जाहीर केले आहे. त्यापैकी एक महत्त्वाची अट म्हणजे पाकिस्तानचे भारताविषयीचे धोरण ठरवण्यात लष्कराला प्राधान्य दिले जाईल. या सर्व प्रकारावरून असे दिसून येते की, पाकिस्तानमधील अंतर्गत अस्थिरता व भारत-पाकिस्तान सीमारेषेवरील शस्त्रसंधी उल्लंघनाच्या घटना यांच्या पाठीशी पाकिस्तानी लष्करच आहे व त्यांना भारताबरोबरच्या संबंधात सकारात्मक प्रगती नको आहे.

शस्त्रसंधी उल्लंघनाच्या घटनांमागचे दुसरे कारण म्हणजे सध्या पाकिस्तानमध्ये दहशतवाद्यांविरुद्ध खुले युद्ध सुरू आहे. पाकिस्तानी तालिबानांच्या वाढत्या हिंसक कारवाया रोखण्यासाठी पाकिस्तानी लष्कराने आपल्या पश्चिम सीमारेषेवरील उत्तर व दक्षिण वझिरीस्तानमध्ये लष्करी मोहीम उघडली आहे. पाकिस्तानने जवळपास १ लाखाहून अधिक सैन्य सध्या या भागात तैनात केले आहे. पाकिस्तानची अफगाणिस्तानबरोबरची सीमारेषा सध्या कमालीची तणावग्रस्त बनली आहे. पाकिस्तानी लष्कराची ही मोहीम चालू असताना त्यांना आपण पूर्वेकडील भारताबरोबरच्या सीमारेषेवर गाफील नसल्याचे किंवा आपल्या धोरणात लवचीकता आणली नसल्याचे दाखवायचे आहे. त्यामुळे शस्त्रसंधी उल्लंघनाच्या घटनांच्या माध्यमातून पाकिस्तानी लष्कर भारताला पूर्वेकडील सीमारेषेवर आपल्या आक्रमक अस्तित्वाची जाणीव करून देत असते.

शस्त्रसंधी उल्लंघनाच्या घटनांमागचे तिसरे कारण म्हणजे पाकिस्तानी लष्कराला काश्मीर प्रश्नाचे आंतरराष्ट्रीयकरण करून संपूर्ण जगाचे लक्ष्य या प्रश्नाकडे आकर्षित करायचे आहे. शस्त्रसंधी उल्लंघनाच्या घटनांच्या माध्यमातून भारताला तीव्र प्रतिक्रियेसाठी उद्युत करण्याचा त्यांचा प्रयत्न आहे. भारताने या घटनांच्या विरोधात आक्रमक प्रतिकार केला म्हणजे सीमारेषेवरील तणाव वाढेल व पुन्हा एकदा जगाचे लक्ष काश्मीर प्रश्नाकडे ओढले जाईल. हा या मागचा पाकिस्तानी लष्कराचा छुपा उद्देश आहेत. परिणामी भारताने पाकिस्तानचा हा डाव ओळखून अतिशय सावध पद्धतीने या घटनांचा प्रतिकार करायला हवा. त्याबरोबर पाकिस्तानात राजकीय नेतृत्वाचे महत्त्व वाढण्यासाठी व लष्कराचे महत्त्व कमी करण्यासाठी लवकरच शांतताप्रक्रिया पाकिस्तानबरोबर सुरू करायला हवी. ■

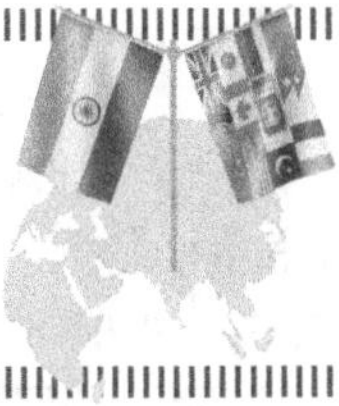

सियाचीन आणि सर क्रिकचा प्रश्न

सध्या भारत आणि पाकिस्तानमध्ये चार मुद्दे असे आहेत ज्यावरून प्रामुख्याने वाद आहेत. यापैकी पहिला मुद्दा आहे काश्मीरचा, दुसरा मुद्दा आहे सीमापार दहशतवादाचा आहे, तिसरा मुद्दा सियाचीनचा आहे आणि चौथा मुद्दा सर क्रिकचा आहे. यातील सियाचीन आणि सर क्रिक या मुद्द्यांवर पुढील पाच वर्षांमध्ये लक्ष केंद्रित असणार आहे. केवळ सियाचीन आणि सर क्रिक या प्रश्नांबाबत पाकिस्तानने लवचिक भूमिका घेतली नाही म्हणून युपीए सरकारच्या काळामध्ये मनमोहन सिंग यांनी पाकिस्तानला जाणे टाळले आणि भारताकडून याबाबत अटी ठेवण्यात आल्या. वास्तविक, यापूर्वी पाकिस्तान अटी ठेवत असे. त्यांचे म्हणणे असे, की जोपर्यंत काश्मीरचा मुद्दा सोडवला जात नाही तोपर्यंत आम्ही चर्चा करणार नाही; परंतु २००८ नंतर पहिल्यांदाच भारताकडून अटी घातल्या गेल्या. या अटींमध्ये मुंबईवर झालेल्या दहशतवादी हल्ल्यातील दोषींना शिक्षा देण्याबरोबरच आणखी दोन महत्त्वाच्या अटींचा समावेश होता. त्या अटी म्हणजे सियाचीन आणि सर क्रिकचा मुद्दा सोडवण्यासाठी पाकिस्तानने लवचिक भूमिका घेणे गरजेचे आहे, असे भारताने सांगितले.

ते दोन प्रश्न कुठले ?

सियाचीन हा एक प्रचंड मोठा हिमनग (ग्लेशियर) आहे. हा हिमनग लदाखमधील सियाचीन या भागामध्ये वसलेला आहे. हा हिमनग काराकोरम पर्वतरांगेला लागून आहे. याची लांबी ७४ किलोमीटर आणि रुंदी दोन ते चार किलोमीटर इतकी आहे. उंचीच्या आणि लांबीच्या दृष्टीने हा जगातील दुसऱ्या क्रमांकाचा हिमनग आहे. तिथे साधारणतः उणे ५० अंश सेल्सियस इतके नीचांकी तापमान असते. वास्तविक, हा पूर्ण हिमनग पूर्णपणे भारताच्या हद्दीमध्ये आहे; परंतु तरीही पाकिस्तान त्यावर आपला दावा सांगत असतो. भारत आणि पाकिस्तान यांच्यामध्ये आतापर्यंत जे जे करार झाले, त्यामध्ये सियाचीनचा उल्लेख कधीच नव्हता. १९४७-४८ मध्ये भारत आणि पाकिस्तानमध्ये झालेल्या 'कराची करारा'मध्येही सियाचीन संदर्भामध्ये कोणताही उल्लेख नव्हता. त्यानंतर १९६५ चे युद्ध झाले, १९७१ चे युद्ध झाले त्यानंतर जे करार झाले त्यामध्ये सियाचीनची जी सीमा आहे ती अधोरेखित करण्याबाबत कोणताही मुद्दा समाविष्ट झाला नाही. १९६२ नंतर सियाचीनसंदर्भातील वाद चिघळला. १९६२ मध्ये पाकिस्तानने चीनबरोबर एक करार केला. त्यामध्ये सियाचीनच्या उत्तरकेडील साधारण दोन हजार चौरस फूट एवढा भूप्रदेश चीनला देऊन टाकला. त्यामुळे चीन आणि पाकिस्तानमधील संबंध घनिष्ट झाले. त्यांना परस्परांमध्ये संवाद साधणे शक्य झाले; पण त्यामुळे भारतासाठी खूप मोठा धोका निर्माण झाला. कारण या हिमनगामुळे १९६२ च्या युद्धातील चीनने जिंकलेला भारताच्या लदाख प्रांतातील भाग जो अख्ताई चीन म्हणून ओळखला जातो तो आणि पाकव्याप्त काश्मीर हे दोन्हीही एकमेकांना जोडले गेलेले आहेत.

दोन प्रमुख मुद्द्यांवर वाद :

सध्या या हिमनगाबाबत दोन प्रमुख मुद्दे आहेत. एक म्हणजे या हिमनगाबाबत सीमारेषा अधोरेखित करणे जी आजपर्यंत झालेली नाही. दुसरी गोष्ट म्हणजे तिथे भारत आणि पाकिस्तान या दोन्हीही देशांनी मोठ्या प्रमाणावर तैनात ठेवलेले सैन्य कमी करणे. थोडक्यात, सीमारेषा अधोरेखित करणे आणि सैन्याची संख्या कमी करण्याबाबत करार होणे म्हणजेच निर्लष्करीकरण होणे गरजेचे आहे. याबाबत दोन्ही देशांना लवचिक भूमिका घ्यावी लागणार आहे.

भारत-पाकिस्तानमधील दुसरा संघर्षाचा मुद्दा आहे सर क्रिक. सर क्रिक ही समुद्रधुनी आहे. त्याची लांबी ९८ किलोमीटर इतकी आहे. ही

समुद्रधुनी अरबी समुद्रामध्ये उगम पावते आणि कच्छच्या आखातामध्ये ती येते. या समुद्रधुनीमुळे गुजरातमधील कच्छचा प्रदेश आणि पाकिस्तानमधील सिंधचा प्रदेश हे विभागले गेलेले आहेत. पूर्वी ही समुद्रधुनी बाणगंगा या नावाने ओळखली जात होती. हा सर्व समुद्र किनाऱ्याचा प्रदेश असल्यामुळे तेथे सीमारेषा अधोरेखित करणे अत्यंत कठीण आहे. १९६५ मध्ये भारत आणि पाकिस्तानमध्ये जे युद्ध झाले ते प्रामुख्याने सर क्रिकच्या मुद्यावरून झाले. काश्मीरवरून झालेले नाही. या समुद्रधुनीवरील जवळपास नऊ हजार वर्गकिलोमीटरच्या भागावर पाकिस्तानने दावा सांगितलेला आहे आणि भारत त्यासाठी तयार नाही.

विल्सन आयोग :

१९६५ च्या युद्धानंतर या मुद्दयाबाबत इंग्लंडने मध्यस्थी केली. त्यावेळी इंग्लंडचे पंतप्रधान हेरॉल्ड विल्सन यांनी एक आयोग नेमला. त्याला 'विल्सन आयोग' म्हणतात. या आयोगाने १९६८ मध्ये आपला अहवाल प्रकाशित केला. त्यानुसार पाकिस्तानने ज्या ९ हजार वर्गकिलोमीटरवर आपला दावा सांगितला होता, त्यापैकी १० टक्के भाग त्यांनी पाकिस्तानला दिला. तेवढाच भाग पाकिस्तानच्या हद्दीत येत असल्याने नऊ हजार वर्गकिलोमीटरच्या भागाची मागणी ही चुकीची असल्याने या आयोगाने स्पष्ट केले. हे मान्य नसल्यामुळे नाराज होऊन पाकिस्तानने हा निवाडा नाकारला. त्यानंतर १९६९ पासून २०१२ पर्यंत भारत आणि पाकिस्तान यांच्यामध्ये सर क्रिकच्या मुद्दयावरून चर्चेच्या ८ फेऱ्या झाल्या. या आठही फेऱ्यांमध्ये सर क्रिकच्या मुद्दयावरून कोणताही तोडगा निघालेला नाही.

थोडक्यात, सियाचीनप्रमाणे इथेही दोन प्रश्न महत्त्वाचे आहेत. एक म्हणजे सर क्रिकबाबत सीमारेषा अधोरेखित करणे आणि दुसरे म्हणजे या भागातून दोन्ही देशांनी सैन्य काढून घेणे. यासाठीही दोन्ही देशांनी लवचिक भूमिका घेणे अपेक्षित आहे. ■

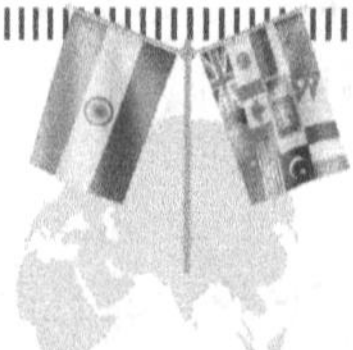

भारताचे पाकिस्तान धोरण : स्पष्टतेचा अभाव

भारत आणि पाकिस्तानमध्ये परराष्ट्र सचिव पातळीवर २५ ऑगस्ट, २०१४ रोजी होणारी बैठक भारताकडून रद्द करण्यात आली होती. भारताकडून घेण्यात आलेला हा निर्णय जरी संयुक्तिक आणि आवश्यक असला तरी त्यामुळे भारत व पाकिस्तामधील संबंध पुन्हा एकदा अनिश्चिततेच्या गर्तेत लोटले गेले आहेत. नरेंद्र मोदी भारताचे पंतप्रधान बनल्यानंतर त्यांनी पाकिस्तानचे पंतप्रधान नवाझ शरीफ यांना आपल्या शपथविधीस उपस्थित राहण्याचे आमंत्रण दिले. नवाझ शरीफ यांनी मोदी यांच्या या सकारात्मक पुढाकारास प्रतिसाद देत शपथविधी समारंभाला हजेरी लावली. त्यामुळे उभय देशामधील संबंध भविष्यात सुधारतील या विषयी एक आशेचे चित्र निर्माण झाले.

भारत व पाकिस्तानमध्ये परस्पर चर्चा व विश्वास निर्मितती शांतता प्रक्रिया २००८ नंतर खंडीत झाली. २००८ मध्ये मुंबईवर झालेल्या भीषण दहशतवादी हल्ल्यातील गुन्हेगारांना पाकिस्तान जोपर्यंत शिक्षा देत नाही तोपर्यंत पाकिस्तानबरोबर चर्चा करण्यास भारत अनुकूल नव्हता. युपीए शासनाच्या दहा वर्षांच्या दीर्घ कालावधीत पंतप्रधान मनमोहनसिंग यांनी पाकिस्तानला भेट देण्याचे टाळले. त्यामागचे मुख्य कारण देशांतर्गत दबावाचे होते. पाकिस्तानकडून सातत्याने होणारे शस्त्रसंधीचे उल्लंघन, सीमापार घुसखोरीला पाकिस्तानकडून मिळणारे प्रोत्साहन, पाकव्याप्त काश्मीरमधील भारत विरोधी दहशतवादी संघटनांच्या मुक्त कारवायांकडे पाकिस्तानकडून होणारी डोळेझाक, २००८ या मुंबईवरील हल्ल्यातील मुख्य सूत्रधार हाफिज सईद याचा पाकिस्तानमधील मुक्त संचार, सीमेवरील गोळीबाराच्या, भारतीय सैनिकांच्या निर्घृण हत्येच्या घटना यामुळे भारतातील जनमत पाकिस्तानच्या

भारत-पाकिस्तानमध्ये शांतता प्रस्थापित व्हावी या हेतूने एकत्र आलेले दोन्ही देशांचे पंतप्रधान

विरोधात गेले होते. जनमताचा हा विरोध डावलून पाकिस्तानच्या भेटीवर जाणे मनमोहनसिंग यांना महागात पडले असते. या सर्व घटनांचा परिणाम म्हणून भारत व पाकिस्तानमध्ये कोणत्याही प्रकारची शांतता चर्चा गेल्या सहा वर्षात झाली नव्हती. २०१३ मध्ये पाकिस्तानमध्ये सार्वत्रिक निवडणुका झाल्या व लोकशाही मार्गाने सत्तांतर होऊन नवाझ शरीफ यांच्या नेतृत्वाखालील मुस्लिम लीगचे शासन सत्तेत आले. पाकिस्तानच्या इतिहासात पहिल्यांदाच एका लोकशाही शासनाकडून दुसऱ्या लोकशाही शासनाकडे सत्ता हस्तांतरीत झाली. शरीफ यांच्यापूर्वी पाकिस्तानमध्ये पाकिस्तान पिपल्स पार्टीचे लोकशाही मार्गाने निवडून आलेले शासन होते आणि विशेष म्हणजे पाकिस्तानच्या इतिहासात पहिल्यांदाच लोकशाही मार्गाने निवडून आलेल्या शासनाने आपला पाच वर्षांचा निर्धारित कालखंड पूर्ण केला. खरे तर पाकिस्तानमध्ये २००८ पासून लोकशाही शासन सत्तेत असल्यामुळे भारताला चर्चा सुरू करण्यासाठी वाव होता. पण भारताने चर्चेसाठी अटी टाकल्या व त्यांची पूर्तता पाकिस्तानकडून न झाल्यामुळे चर्चेत कोणतीही प्रगती झाली नाही. नरेंद्र मोदींनी सत्तेत आल्याबरोबर पाकिस्तानबरोबर संबंध सुधारण्याविषयी जी अनुकूलता दाखवली त्यामुळे दक्षिण आशियात एक आशावाद बळावला होता.

२५ ऑगस्ट रोजी सचिव पातळीवर जी बैठक नियोजित होती त्यामध्ये भविष्यातील शांतता बोलणीचा आकृतिबंध तयार केला जाणार होता. भारत व पाकिस्तानमध्ये सध्या काश्मीर, सियाचीन, सरक्रिक, सीमापार दहशतवाद, पाकिस्तानकडून भारतासाठी प्रलंबित असणारा मोस्ट फेवर्ड नेशनचा दर्जा, व्यापार व पारपत्र (पासपोर्ट) संबंधितांच्या अटींच्या शिथिलीकरणाची प्रक्रिया यासारखे राजकीय व आर्थिक स्वरूपाचे प्रश्न प्रलंबित आहेत. यावर चर्चेच्या माध्यमातून तोडगा कसा काढला जाईल यासंबंधीचा एक आकृतिबंध २५ ऑगस्टच्या बैठकीत ठरणार होता. तसेच गेल्या १० वर्षांपासून भारतीय पंतप्रधानांची पाकिस्तान भेट प्रलंबित होती. याविषयीदेखील काही मार्ग निघण्याची शक्यता या बैठकीत होती. विशेष म्हणजे २००८ नंतर पहिल्यांदाच दोन देशांमध्ये अधिकृत पातळीवर चर्चेला सुरुवात होणार होती. याला गालबोट लागले ते पाकिस्तानच्या भारतातील उपायुक्तांनी काश्मीरी फुटीरतावाद्यांची २०१४ मध्ये घेतलेली भेट. अशा स्वरूपाची हालचाल ही पूर्णत: अनपेक्षित होती.

जम्मू आणि काश्मीर राज्यात विधानसभेच्या निवडणुका शांततेच्या मार्गाने पार पाडणे ही शासनाची सर्वांत मोठी प्राथमिकता असते. काश्मीरमधील निवडणुकांचा इतिहास पाहता असे दिसते की, तेथील हुर्रियत कॉन्फरन्ससारख्या फुटीरतावादी गट निवडणुका पार पाडण्यात अडथळा निर्माण करतात. २०१४ ची निवडणूक नजरेसमोर ठेवून या गटाच्या नेत्यांनी पाकिस्तानच्या उपायुक्तांची घेतलेली भेट ही प्रस्तावित निवडणुकीच्या पार्श्वभूमीवरच होती. त्यातून निवडणुकीदरम्यान अडथळा निर्माण करण्याचे या गटांचे उद्दिष्ट स्पष्ट होते. याची दखल एनडीए शासनाला घेणे आवश्यक होते. म्हणूनच या भेटीला भारताचाच विरोध होता. भारताच्या परराष्ट्र सचिव सुजाता सिंग यांनी पाकिस्तानी उपायुक्तांना हुर्रियत नेत्यांची भेट घेऊ नये असा इशारा दिला होता. पण तो डावलून या भेटी झाल्या. त्याचप्रमाणे गेल्या दीड महिन्यात पाकिस्तानकडून शस्त्रसंधीच्या उल्लंघनाच्या वीसहून अधिक घटना घडल्या. परिणामी भारतातील जनमत हे मोठ्या प्रमाणावर पाकिस्तानच्या विरोधात गेले होते. याची

दखल घेणेदेखील केंद्र शासनाला आवश्यक होते. याशिवाय पाकिस्तानमधील सध्याची राजकीय अस्थिरतादेखील ही बैठक रद्द करण्याच्या निर्णयाला खतपाणी घालणारी होती. पाकिस्तानमध्ये सध्या नवाज शरीफ विरोधात इम्रान खानच्या नेतृत्वाखाली जनआंदोलन तीव्र झाले आहे. विशेष म्हणजे या जनआंदोलनाला पाकिस्तानी लष्कराचा छुपा पाठिंबा आहे. गेल्या काही महिन्यांपासून पाकिस्तानमध्ये लष्कर व नवाझ शरीफ यांच्यात सुंदोपसुंदी चालू आहे. नवाझ शरीफ यांचे अनेक निर्णय पाकिस्तानी लष्कराला आवडणारे नव्हते. त्यापैकी एक निर्णय भारताबरोबर संबंध सुधारण्याचादेखील होता. परिणामी नरेंद्र मोदींना याची जाणीव होती, की पाकिस्तानमधील या राजकीय अस्थिरतेमुळे २५ ऑगस्टच्या बैठकीत ठोस असे काही घडणार नाही. या सर्व वस्तुस्थितीचा विचार करून २५ ऑगस्टची बैठक रद्द करण्याचा निर्णय भारताकडून झाला.

चर्चा हाच एकमेव पर्याय

भारत व पाकिस्तानमधील प्रस्तावित बैठक जरी रद्द झाली असली तरी अनेक प्रश्न अद्यापही अनिर्णीत आहेत. भारताने प्रामुख्याने एक गोष्ट लक्षात घेणे गरजेचे आहे आणि ती म्हणजे पाकिस्तानच्या समस्येचे व्यवस्थापन किंवा पाकिस्तानबरोबर प्रलंबित असणारे सर्व प्रश्न केवळ आणि केवळ चर्चेच्या माध्यमातूनच सुटू शकतात. चर्चेला पर्याय केवळ युद्धाचा आहे आणि ते उभय देशांना परवडणारे नाही. आज भारत व पाकिस्तान दोघेही अण्वस्त्रधारी देश आहेत. त्यांच्यातील छोटा संघर्षही अणुयुद्धाचे रूप धारण करू शकतो व त्याची किंमत केवळ या दोन देशांनाच नाही तर संपूर्ण दक्षिण आशियाला भोगावी लागू शकते. १९९८ च्या पूर्वीची परिस्थिती वेगळी होती. त्यावेळी भारताकडे युद्धाचा पर्याय उपलब्ध होता कारण दोन्ही देश अण्वस्त्रधारी नव्हते. भारताचे पारंपरिक संरक्षण सामर्थ्य पाकिस्तानपेक्षा मोठे असल्यामुळे भारत पाकिस्तानला हरवू शकला असता. तथापि आता या देशांमधील भविष्यातील कोणताही संघर्ष हा पारंपारिक स्वरूपाचा नसेल. त्यात लष्कर नव्हे, तर अण्वस्त्रे समोरासमोर येतील. अण्वस्त्रांनी प्रथम हल्ला न करण्याच्या तत्त्वाशी भारत बांधील आहे. तथापि पाकिस्तानची अशी बांधीलकी नाही. त्यामुळे भारताकडून केल्या गेलेल्या छोट्यात छोट्या लष्करी कारवाईचे (सर्जिकल ऑपरेशन) प्रतिउत्तर पाकिस्तान अण्वस्त्रांनी देऊ शकतो, हे अटलबिहारी वाजपेयींनी १९९८ ते २००३ या दरम्यानच्या एनडीए शासनाच्या काळात ओळखले होते. या काळात कारगिल युद्ध झाले, भारतीय संसदेवर दहशतवादी हल्ला झाला. असे असतानाही पंतप्रधान अटाबिहारी वाजपेयींनी पाकिस्तानबरोबर चर्चेचा मार्ग सोडला नाही. त्यांच्या पाच वर्षांच्या काळात ते दोनदा पाकिस्तानला जाऊन आले. यातून एक गोष्ट स्पष्ट होते, ती म्हणजे पाकिस्तानबरोबर चर्चेशिवाय पर्याय नाही. परिणामी नरेंद्र मोदींनी पाकिस्तानसंदर्भात एक स्पष्ट धोरण आखणे गरजेचे आहे. त्यानुसार दोन्ही देशांदरम्यान राजकीय प्रश्नांवरून कितीही मतभेद किंवा वाद निर्माण झाले तरी उभय देशांमध्ये चर्चा खंडीत व्हायला नको. केवळ चर्चेच्या माध्यमातूनच पाकिस्तानच्या समस्येचे व्यवस्थापन केले जाऊ शकते. चर्चेसाठी अटी टाकण्याची युपीए शासनाची परंपरा जर नरेंद्र मोदींनी पुढे चालू ठेवली तर पाकिस्तानचा प्रश्न अधिकच गंभीर होण्याची शक्यता आहे. आणखी एक महत्त्वाची गोष्ट म्हणजे पाकिस्तानचे भारताविषयीचे धोरण केवळ तेथील राजकीय नेतृत्व ठरवत नाही, तर या धोरणावर तेथील लष्कर, धर्मगुरु व जिहादी संघटना प्रभाव पाडण्याचा प्रयत्न करत असतात. विशेष म्हणजे केवळ तेथील राजकीय नेतृत्वालाच भारताबरोबर सलोख्याचे संबंध हवे आहेत. उर्वरित तत्त्वांवर भारताबरोबर संबंध सुधारण्यास नेहमीच विरोध राहिला आहे. जर चर्चेची प्रक्रिया खंडीत झाली तर या भारतविरोधी तत्त्वांचा विजय होणार आहे याचा गंभीर विचार केंद्र शासनाने करून लवकरच पाकिस्तानबरोबर चर्चेची प्रक्रिया सुरू करणे आवश्यक आहे. ■

पाकिस्तानमधील अंतर्गत दहशतवादाची समस्या

गेल्या काही महिन्यांमध्ये पाकिस्तानमध्ये अंतर्गत दहशतवादाने थैमान घातले आहे. मध्यंतरी कराचीच्या विमानतळावर दहशतवाद्यांनी भीषण हल्ला करण्यात आला होता. त्यावेळी संपूर्ण कराची विमानतळ ताब्यात घेण्याचा अतिरेक्यांचा डाव होता. त्यानंतर अलीकडेच वाघा सीमेजवळ पाकिस्तानी लष्कराच्या 'बिटिंग द रिट्रीट' या एका महत्त्वपूर्ण सोहळ्यादरम्यान अशाच प्रकारचा भीषण हल्ला अतिरेक्यांकडून करण्यात आला.

पाकिस्तानमध्ये उत्तर वझिरीस्तान आणि दक्षिण वझिरीस्तानमध्ये तेहरिक-इ-तालिबान-पाकिस्तान दहशतवादी संघटनेमध्ये आणि पाकिस्तानी लष्करामध्ये तुंबळ युद्ध सुरू आहे. दक्षिण वझिरीस्तानातील स्वात खोऱ्यात (स्वॅट व्हॅली) या संघटनेचे मुख्यालय आहे. पाकिस्तान आणि अफगाणिस्तानची सीमारेषा ड्युरंड लाईनने विभागली गेलेली आहे. या ड्युरंड लाईनच्या आसपासच्या प्रदेशाला फटा (फेडरली ॲडमिनिस्टर्ड ट्रायबल एरिया FATA) असे म्हणतात. हा ब्रिटिश काळात तयार झालेला भाग आहे. पाकिस्तानच्या निर्मितीनंतर हा भाग त्यांच्या राष्ट्राध्यक्षांच्या अधिपत्याखाली आला. आजही या भागाचे व्यवस्थापन हे तेथील स्थानिक प्रशासनाकडून केले जाते.

पाकिस्तानी शासनाचे या क्षेत्रात सैल नियंत्रण असल्यामुळे 'फटा'मध्ये १९८० पासून इस्लामिक चळवळी गतिमान होण्यास सुरुवात झाली. याचे कारण म्हणजे त्यावेळी अफगाणिस्तानमध्ये सोव्हिएत फौजा घुसलेल्या होत्या. त्यांना हुसकावून लावण्यासाठी या फटा भागामध्ये इस्लामिक प्रशिक्षणाचे केंद्र सुरू झाले. त्याकाळात या चळवळींनी सोव्हिएत फौजांविरुद्धही अनेक कारवाया केल्या. याकडे अमेरिका आणि पाकिस्तानने जाणीवपूर्वक दुर्लक्ष केले.

पाकिस्तानच्या भोवती असलेल्या पश्तून, उज्बेक आणि चेचेन या भागातील लोक 'फटा'मध्ये एकत्रित झालेले आहेत. 'फटा'चे उत्तर वझिरीस्तान आणि दक्षिण वझिरीस्तान असे दोन भाग पडतात. यातील दक्षिण वझिरीस्तानच्या भागावर तेहरिक-ए-तालिबान-पाकिस्तानचे लक्ष अधिक आहे. त्यांच्यासोबत उज्बेक आणि चेचन योद्धे आहेत. त्यांना तेथे प्रशिक्षणही दिले जात आहे. उत्तर वझिरीस्तानमध्ये हक्कानी या समूहाचे जाळे विस्तारलेले आहे. हा हक्कानी समूह पाकिस्तानच्या लष्कराचा मित्र होता. त्यामुळे पाकिस्तानी लष्कराने या उत्तर वझिरीस्तानमध्ये कारवाई केलेली नव्हती. पण २००९ मध्ये त्यांनी दक्षिण वझिरीस्तानमध्ये कारवाई केली. कारण तेथे तेहरिक-इ-तालिबान-पाकिस्तान या संघटनेच्या कारवाया वाढल्या होत्या. बतुउल्लाह मसूद याने २००७ मध्ये या संघटनेची स्थापना केली. या संघटनेचा मुख्य उद्देश हा संपूर्ण 'फटा' क्षेत्रामध्ये कडवी इस्लामिक राजवट निर्माण करण्याचा आहे. या संघटनेने जनरल परवेझ मुशर्रफ यांच्यावरही काही वर्षांपूर्वी हल्ला करण्याचा प्रयत्न केला होता.

२००९ पासून पाकिस्तानने या संघटनेविरुद्ध अप्रत्यक्ष कारवाई सुरू केली होती. त्यांच्या काही नेत्यांची धरपकड केली होती. २०१३ मध्ये पंतप्रधान बनल्यानंतर नवाझ शरीफ यांनी या संघटनेसोबत चर्चा सुरू केली. या चर्चेमध्ये तेहरिक-इ-तालिबान-पाकिस्तानने पकडण्यात आलेल्या नेत्यांना सोडण्याची मागणी केली. पण त्यातून काही निष्पन्न झाले नाही. कराची विमानतळावरील हल्ल्यामागेही याच संघटनेचा हात होता. या संघटनेविरोधात पूर्ण ताकदीने लष्करी कारवाई किंवा युद्ध करण्याची मागणी पाकिस्तानी लष्कराने नवाझ शरीफ यांच्याकडे केली होती. ही लष्करी कारवाई केवळ दक्षिण वझिरीस्तानमध्येच नव्हे तर उत्तर वझिरीस्तानमध्ये हक्कानी समूहाविरुद्धही करावी, असे लष्कराचे म्हणणे होते. त्यासाठी ते शरीफ यांच्यावर दबाव आणत होते. सुरुवातीला शरीफ हे तयार नव्हते;

पण नंतर त्यांनी याला अनुमती दिली आणि १५ जून २०१४ रोजी त्यांनी एक युद्धमोहीम सुरू केली. या युद्धमोहिमेचे नाव होते 'झर्ब-ई-अज्ब'. या युद्धमोहिमेचा भाग म्हणून ३० हजार सैनिक या भागांमध्ये पाठवले. या युद्धादरम्यान पाकिस्तानी लष्कराने जोरदार गोळीबार आणि बॉम्बहल्ले केले. त्यातून या भागातील पाच लाख लोक विस्थापित झाले. पाकिस्तानने या लोकांवर दबाव आणून त्यांना अफगाणिस्तानात हुसकावून लावण्यास सुरुवात केली.

पाकिस्तानने एवढी तात्काळ ही लष्करी कारवाई का केली? तर डिसेंबर २०१४ पर्यंत अफगाणिस्तानमध्ये अमेरिका आणि नाटोच्या फौजा आहेत. त्यामुळे याच काळात या दहशतवाद्यांना नेस्तनाबूत करणे गरजेचे होते. अमेरिका आणि नाटोच्या फौजा अफगाणिस्तानातून गेल्यानंतर अफगाणिस्तानातील दहशतवादी आणि हे दहशतवादी एकत्र येण्याची शक्यता होती आणि तसे झाले असते तर त्यांना नेस्तनाबूत करणे कठीण होऊन बसणार आहे, हे पाकिस्तानने ओळखले आणि त्यामुळेच त्यांनी या दहशतवाद्यांविरोधात कारवाईचा निर्णय घेतला. विशेष म्हणजे, यासाठी पाकिस्तानने पहिल्यांदाच अमेरिकेची मदत मागितली. अमेरिकेकडून ड्रोनने हल्ला आणि पाकिस्तानी सैन्याकडून जमिनीवरून मारा अशा दुहेरी प्रकारे हे 'झर्ब-ई-अज्ब' ही मोहीम राबवली गेली. अमेरिकेने पाकिस्तानला आतापर्यंत ३० अब्ज डॉलरची आर्थिक मदत केली आहे. ही मदत प्रामुख्याने दहशतवाद्यांवर नियंत्रण आणण्यासाठी केलेली आहे; परंतु पाकिस्तानचे शासन आणि लष्कर त्यांच्याविरुद्ध कारवाई करत नसल्यामुळे अमेरिकेने मदत थांबवली होती. या मदतीचे दोन हप्ते होते. पहिला होता ३० दशलक्ष डॉलर आणि दुसरा हप्ता होता ९०० दशलक्ष डॉलर जो २०१४ मध्ये देण्यात येणार होता. परंतु पाकिस्तानने उत्तर आणि दक्षिण वझिरीस्तानामध्ये दहशतवाद्यांच्या विरोधात युद्धमोहीम छेडणार असाल तरच आम्ही ही मदत देऊ, अशी अट अमेरिकेच्या काँग्रेसने घातली. साहजिकच, त्यामुळे पाकिस्तानचे शासन आणि लष्कर यांच्यावरील दबाव वाढला आणि त्यातूनच त्यांनी ही लष्करी मोहीम सुरू झाली. या लष्करी मोहिमेमुळे तेहरिक-इ-तालिबान- पाकिस्तानचे खूप मोठे नुकसान झाले. त्यांना बॅकफूटवर जावे लागले. या युद्धमोहिमेचा बदला घेण्यासाठी ही संघटना आक्रमक बनली असून या दहशतवाद्यांनी पाकिस्तानी लष्कराला लक्ष्य करण्यास सुरुवात केली आहे.

या पार्श्वभूमीवर आता पाकिस्तान सरकारला, लष्कराला, आयएसआयला आणि त्यांच्या गुप्तचर संघटनांना हे लक्षात घ्यावे लागेल की, त्यांचा खरा शत्रू हा भारत नाही, तर त्यांचा अंतर्गत दहशतवाद हा आहे आणि या दहशतवादाने आता अतिशय उग्र रूप धारण केलेले आहे. या दहशतवाद्यांचे लक्ष्य आता पाकिस्तानातील आण्विक केंद्रांवर ताबा मिळवणे, अण्वस्त्रे हस्तगत करणे हे आहे. २००८ ते २०१४ या काळात पाकिस्तानच्या

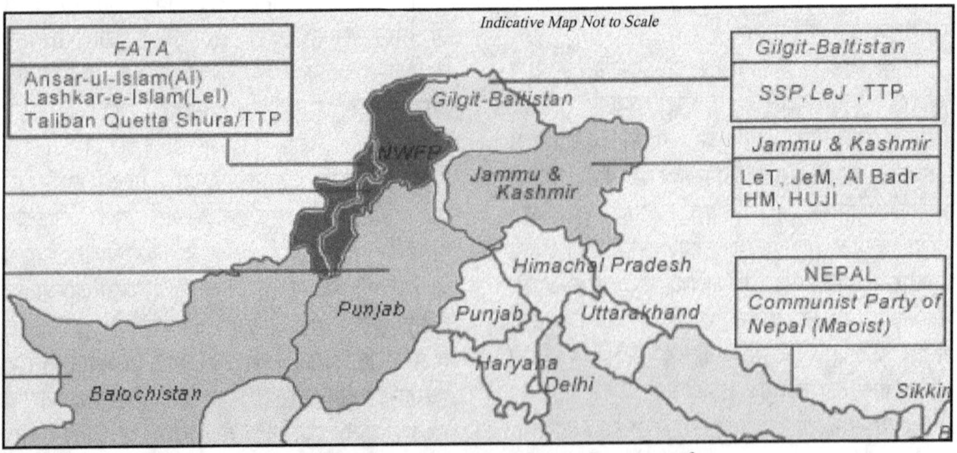

'FATA' मध्ये कार्यरत असणाऱ्या काही इस्लामिक चळवळी

आण्विक केंद्रांवर सात हल्ले झाले आहेत. यापुढील काळात त्यांचा हा प्रयत्न अधिक तीव्र होईल आणि या दहशतवाद्यांच्या हाती जर अण्वस्त्रे लागली तर संपूर्ण जगासाठी खूप मोठा धोका निर्माण होईल.

अंतर्गत दहशतवाद हाच आपला शत्रू असल्याचे आता पाकिस्तानी लष्कराच्याही पचनी पडू लागले आहे. परंतु, त्यांच्याकडून एक चूक होते आहे. ती म्हणजे, पाकिस्तानी लष्कर हे केवळ त्यांच्याविरुद्ध कार्यरत असणाऱ्या दहशतवाद्यांवरच कारवाई करण्यासाठी पावले टाकत आहे; पण पाकिस्तानातच वावरणाऱ्या आणि भारताविरुद्ध कारवाया करणाऱ्या दहशतवाद्यांना, दहशतवादी संघटनांना मात्र त्यांनी मोकळे रान दिलेले आहे. लष्कर-ए-तैय्यबा, जैश-ए-महम्मद या संघटना आणि त्यांचे हाफिज सईद यांच्यासारखे नेते उजळ माथ्याने पाकिस्तानमध्ये हिंडत आहेत. वाघा सीमेवरील हल्ल्यानंतर तरी आता पाकिस्तानने लक्षात घ्यायला हवे की पाकिस्तानविरुद्ध कारवाई करणारे असोत किंवा भारताविरुद्ध कारवाई करणारे असोत, हे दहशतवादी एकच आहेत. ते पाकिस्तानमधूनच बाहेर पडत आहेत. आज जरी ते भारताविरुद्ध असले तरी उद्या ते पाकिस्तानविरुद्धही कारवाई करू शकतात. म्हणूनच त्यांनी सर्व दहशतवाद्यांविरोधात कारवाई करणे गरजेचे आहे. कारण दहशतवाद हाच पाकिस्तानचा खरा शत्रू आहे आणि तो त्यांच्या आर्थिक प्रगतीच्या आड येणाराही प्रमुख मुद्दा आहे.

सध्या पाकिस्तानचे तुकडे पडण्याची शक्यता आहे. कारण तेथे सध्या फटा या भागाचा नवीन वझिरीस्तान देश बनवण्याचे प्रयत्न दहशतवाद्यांमार्फत सुरू आहेत. हाच त्यांचा मुख्य उद्देश आहे. त्यातूनच भविष्यामध्ये पाकिस्तानमध्ये याहून अधिक भीषण हल्ले होण्याची शक्यता आहे. एकीकडे तेहरिक-इ-तालिबान-पाकिस्तान या संघटनेचा पाकिस्तानमध्ये फुटून बाहेर पडण्यासाठी प्रयत्न सुरू असतानाच दुसरीकडे पाकिस्तानातील भारतविरोधी दहशतवाद्यांना कडवे इस्लामिक राज्य आणायचे आहे. असे राज्य आले तरीदेखील त्याचा धोका पाकिस्तानातील मवाळ वर्गाला, मध्यमवर्गीयांना आणि लष्करालाही आहे. ■

व्यापारीसंबंध सुधारणेतून भारत-पाकिस्तान दरम्यान विश्वासनिर्मिती

व्यापारीसंबंध सुधारणेतून विश्वासनिर्मिती :

पाकिस्तानकडून ताबा रेषेवर आणि आंतरराष्ट्रीय सीमारेषेवर होणाऱ्या गोळीबारामुळे भारत आणि पाकिस्तान यांच्यातील संबंध सध्या तणावग्रस्त बनलेले आहेत. तसेच मध्यंतरी पाकिस्तानने संयुक्त राष्ट्रामध्ये भारताच्या विरोधात मानवाधिकारासंबंधित एक निवेदन सादर केले होते. पाकिस्तानच्या संसदेनेदेखील भारताविरूद्ध एक ठराव मंजूर केलेला आहे. हा ठराव भारताचा निषेध करणारा असून, त्यामध्ये आम्ही भारताविरूद्ध आंतरराष्ट्रीय मोहीम उघडणार आहोत असे म्हटले गेले आहे. दोन्ही देशांमधला संवादही थांबलेला आहे. थोडक्यात एक प्रकारचा डेड लॉक तयार झालेला आहे.

या परिस्थितीमुळे चिंताग्रस्त होऊन दोन्ही देशांमधील शासकीय पातळीव्यतिरिक्त असणाऱ्या प्रतिष्ठित व्यक्तींची, व्यापारींची, प्राध्यापकांची, डॉक्टरांची एक प्रकारची बैठक मध्यंतरी दुबईमध्ये झाली. त्यामध्ये हे संबंध असेच तणावग्रस्त राहिले तर त्याचे रूपांतर एखाद्या मोठ्या युद्धामध्ये होण्याची भीती वर्तवली गेली. २००२ मध्ये भारतीय संसदेवर हल्ला झाला तेव्हाही अशाच स्वरूपाची परिस्थिती निर्माण झाली होती. तसेच कारगिल युद्धापूर्वीही अशीच परिस्थिती होती. त्यामुळे तशाच प्रकारची पुनरावृत्ती होते की काय? अशी शंका उपस्थित होत आहे.

दोन्ही राष्ट्रांची भूमिका काय असावी?

या पार्श्वभूमीवर ही परिस्थिती कशा प्रकारे

निवळली जाईल, हे पाहणे महत्त्वाचे ठरते. याचे कारण दोन्ही देशातील जनतादेखील बऱ्यापैकी भावनिक बनलेली आहे. काश्मीर, सियाचीन किंवा सर क्रिक या प्रश्नांवरून दोन्ही देशांत कमालीचे वाद आहेत आणि या तीनही प्रश्नांवर त्वरीत तोडगा निघेल अशी परिस्थिती सध्या तरी नाही. त्यामुळे हे संबंध असेच ताणले जाण्याची शक्यता आहे. यामधून तोडगा निघण्याचा एक उत्तम मार्ग शोधून दोन्ही देशातील संवाद तरी निदान सुरू होणे आवश्यक आहे. यासाठी एक गोष्ट करता येण्यासारखी आहे, ती म्हणजे व्यापाराच्या माध्यमातून सहकार्य वाढविण्याची सुरुवात करता येऊ शकते.

मध्यंतरी पाकिस्तानमध्ये एक सर्वेक्षण घेतले गेले. त्या सर्वेक्षणात जवळपास ७० टक्के लोकांनी असे सांगितले, की भारताबरोबर व्यापारी संबंध वाढवण्यास हरकत नाही. गेल्याच आठवड्यात झालेले हे महत्त्वाचे सर्वेक्षण होते. भारतात जसा मध्यमवर्ग आहे, तसा तो पाकिस्तानमध्येदेखील आहे. भारतातील मध्यमवर्गाला जशा आर्थिक विकासाच्या अपेक्षा आहेत, तशाच प्रकारच्या अपेक्षा पाकिस्तानातील मध्यमवर्गाला देखील आहेत. या वर्गाने नेहमीच भारताबरोबर व्यापारी हितसंबंध चांगले ठेवण्याबाबत आणि सहकार्य वाढवण्याबाबत सातत्याने इच्छा व्यक्त केलेली आहे आणि त्याचे प्रतिनिधित्व सध्या नवाझ शरीफ करत आहेत.

भारत आणि पाकिस्तान या दोन्ही देशांनी काही वर्षांपूर्वी दक्षिण आशिया मुक्त व्यापार क्षेत्र या करारावर स्वाक्षऱ्या केलेल्या आहेत. हे मुक्त व्यापार क्षेत्र मागील वर्षी म्हणजे २०१३ पर्यंत अस्तित्वात येणार होते. त्याअंतर्गत भारताने पाकिस्तानला मोस्ट फेवर्ड नेशनचा दर्जा दिलेला आहे. परंतु पाकिस्तान मात्र अजूनही भारताला मोस्ट फेवर्ड नेशनचा दर्जा द्यायला तयार नाही. भारत आणि पाकिस्तानमधील या दुराव्यामुळे किंवा संघर्षामुळे हे मुक्त व्यापार क्षेत्र अस्तित्वात येऊ शकलेले नाही. त्यातून तोडगा हवा म्हणून पाकिस्तानने नॉन डिस्क्रमिनेटरी म्हणजे व्यापार करताना कोणत्याही प्रकारच्या भेदभावाची वागणूक न देण्याचा दर्जा भारताला देण्याचे बोलून दाखवले. पण अद्याप त्यामध्ये कुठल्याही प्रकारची प्रगती झालेली नाही. मागील पाच वर्षात पाकिस्तानमध्ये असिफ अली झरदारींचे शासन होते. ते बऱ्यापैकी लोकशाही मार्गाने शासन चालवत होते. तसेच भारताबरोबर त्यांचे संबंध चांगले होते. त्यांच्या काळात पाकिस्तान भारताला मोस्ट फेवर्ड नेशनचा दर्जा देईल असे वाटत होते. पण त्यांच्या काळातही दर्जा दिला गेलेला नाही. मात्र त्यांच्या कार्यकाळात एक अतिशय महत्त्वाचा करार व्यापार उदारीकरणाच्या संदर्भात दोन्ही देशात झाला होता. या करारानुसार भारताकडून निर्यात होणाऱ्या वस्तूंवर घातलेले निर्बंध पाकिस्तान काढून घेणार होता. भारत पाकिस्तानाला ६,८०० वस्तू निर्यात करतो. त्यापैकी बऱ्याचशा वस्तूंवरील निर्बंध पाकिस्तानकडून हटवले जाणार होते. याबाबतची तयारी दाखवल्यामुळे पाकिस्तान भारताला मोस्ट फेवर्ड नेशनचा दर्जा देईल, असे वाटले होते; पण त्या काळात देखील तो दिला गेलेला नाही.

सध्या भारत आणि पाकिस्तानमधील व्यापार हा अंदाजे ३ अब्ज अमेरिकन डॉलर्स एवढा आहे. दोन्ही देशांमधील हा व्यापार सुरळीतपणे सुरू झाला तर पुढच्या दोन ते तीन वर्षांमध्ये दोन्ही देशांमधील व्यापार हा पंधरा अब्ज अमेरिकन डॉलर्सपर्यंत जाण्याची शक्यता आहे. त्यासाठी काही महत्त्वाच्या गोष्टी देन्ही देशांना कराव्या लागणार आहेत. त्यापैकी एक महत्त्वाची गोष्ट म्हणजे, सध्या दोन्ही देशांमधील व्यापाराची समस्या ट्रेड इम्बॅलन्स म्हणजे व्यापार असमतोलाची आहे. भारताकडून पाकिस्तानला मोठी निर्यात होत आहे. पण पाकिस्तानकडून भारताला निर्यात होत नाही. त्यामुळे व्यापाराची तूट निर्माण झालेली आहे. दुसरी गोष्ट म्हणजे, काही वस्तूंवर पाकिस्तान आणि भारत या दोन्ही देशांकडून निर्बंध घालण्यात आलेले आहेत. तसेच वस्तूंवर लावली जाणारी जकातही मोठी आहे. तसेच नॉन टेरिफ बॅरियर ही देखील दोन्ही देशातील अडचण आहे. मात्र दोन्ही देशांनी थोडी लवचिक भूमिका घेतली तर या समस्या सहज दूर होऊ शकतात. यासाठी पाकिस्तानने भारताला मोस्ट फेवर्ड नेशन किंवा नॉन डिस्क्रिमिनेटरचा दर्जा तरी दिला पाहिजे. कारण त्या एका गोष्टीमुळेही बऱ्याचशा समस्या सुटण्याची शक्यता आहे.

स्टिफन कोहेन यांचे 'शूटिंग फॉर द सेन्चुरी, फाईंडिंग आन्सर टू इंडिया-पाकिस्तान कॉन्ड्रॉन' हे पुस्तक २०१३ मध्ये प्रकाशित झाले होते.

हे पुस्तक भारत-पाकिस्तान संबंधांबाबत खूप महत्त्वाचे मानले जाते. यामध्येदेखील लेखकाने हेच सांगितले आहे, की या दोन देशांना भविष्यात संबंध सुधारायचे असतील तर त्यांना प्रथम व्यापाराच्या माध्यमातून ते सुधारावे लागतील. याच स्वरूपाची सूचना अठरा वर्षांपूर्वी म्हणजे १९९६ मध्ये इंद्रकुमार गुजराल यांनी दिली होती. इंद्रकुमार गुजराल हे भारताचे माजी पंतप्रधान आणि परराष्ट्र मंत्री होते. भारत-पाकिस्तान संबंधांसंदर्भात त्यांनी एक महत्त्वाचे सूत्र सांगितले होते. या सूत्रानुसार भारत आणि पाकिस्तानने व्यापारी संबंध सुधारावेत असे सांगितले होते. ते सुधारले गेले तर दोन्ही देशांमध्ये आर्थिक विश्वास निर्मिती होईल. या विश्वास निर्मितीनुसार पुढे राजकीय स्वरूपाचे प्रश्न सोडवण्याचा मार्ग मोकळा होईल. मात्र, वीस वर्षांपूर्वी सांगितलेल्या कारगिलचे युद्ध, मुंबईवरील दहशतवादी हल्ला, भारतीय संसदेवरील हल्ला या घटनांमुळे यात सातत्याने अडथळे निर्माण झाले. परिणामी दोन्ही देशातील व्यापार संबंध सुधारू शकले नाहीत. त्यामुळे 'सार्क'सारखी जी संघटना आहे, ती देखील आपल्या उद्दिष्टांमध्ये सफल होऊ शकली नाही.

नेमकी समस्या कुठे आहे?

ही समस्या आहे ती पाकिस्तानच्या बाजूने. पाकिस्तानमधील राजकीय नेतृत्व हे भारताबरोबर आर्थिक आणि राजकीय संबंध सुधारण्याच्या प्रयत्नात आहेत. पण पाकिस्तानचे जे लष्करी नेतृत्व आहे त्यांना मात्र भारतासोबत व्यापारी नेतृत्व नको आहे. पंजाबचे सध्याचे मुख्यमंत्री शहानवाझ शरीफ आहेत. त्यांनी मध्यंतरी एक महत्त्वाचे वक्तव्य केले होते. त्यानुसार पाकिस्तानी लष्कर हे भारत आणि पाकिस्तान यांच्यामधील व्यापारातील सर्वात मोठा अडथळा आहे. पाकिस्तानी लष्कराचा व्यापाराला का विरोध आहे याचे कारण जाणून घेणे आवश्यक आहे. व्यापारी संबंध सुधारले तर भारत पाकिस्तानच्या माध्यमातून मध्य आशियामध्ये आपले पाय पसरायला सुरुवात करेल, अशी पाकिस्तान लष्कराला भीती आहे. मध्य आशिया हा तेलाचा, नैसर्गिक वायूचा, खनिज संपत्तीचा फार मोठा साठा आहे आणि भारताला सध्या मध्य आशियाची फार गरज आहे. पाकिस्तान हा मध्य आशियामध्ये फिरण्यासाठी मार्ग आहे. दुसरे म्हणजे भारताचा अफगाणिस्तानवर प्रभाव वाढेल, अशीही लष्कराला भीती वाटते आणि या दोन्ही गोष्टी त्यांना नको आहेत. त्यामुळे तेथील लष्कर हे सातत्याने व्यापारी संबंध सुधारण्यासाठी विरोध करत आहे. या पार्श्वभूमीवर नवाझ शरीफ हे कशाप्रकारे राजकीय इच्छाशक्ती दाखवतात हे महत्त्वाचे ठरते.

वास्तविक, पाकिस्तानने देखील आपल्यासारखा आर्थिक उदारीकरणाचा कार्यक्रम सुरू केलेला आहे. पाकिस्तानला भारताच्या मदतीची खूप गरज आहे. भारताच्या गुंतवणुकीची गरज आहे, तसेच भारताबरोबरच्या व्यापाराचीही गरज आहे. एकीकडे भारताने इतर शेजारी राष्ट्रांबरोबर आपले व्यापारी संबंध खूप घनिष्ट केलेले आहेत. केवळ पाकिस्तानच या प्रक्रियेत बाजूला पडलेला आहे. त्यामुळेच सध्या अशी परिस्थिती आहे, की पाकिस्तान भारताकडून प्रत्यक्ष माल आयात करत नाही, त्याऐवजी भारत पश्चिम आशियाला ज्या वस्तू निर्यात करतो त्या पाकिस्तान आपल्याकडे मागवून घेतो. साहजिकच, यासाठी त्यांना जास्त कर भरावा लागतो. त्याऐवजी पाकिस्तानने भारताबरोबर प्रत्यक्ष करार केले तर कदाचित त्यांना या समस्यांना तोंड द्यावे लागणार नाही. हा फायदा होणार असला तरी व्यापारी संबंध सुधारले तर काश्मीर संदर्भातील आमचे जे धोरण आहे, त्यामध्ये मवाळपणा येईल, अशी भीती पाकिस्तान लष्कराला वाटते. त्यामुळेच हा मुद्दा अडलेला आहे.

उपाय म्हणून काय करायला हवे?

असे असले तरी दोन्ही देशांमधील एकमेव असे क्षेत्र आहे, की ज्यामध्ये दोन्ही देश सहकार्य करू शकतात. यामध्ये लवचिकता आणणे सहज सोपे आहे. या दोन्ही देशांमधील व्यापारी संबंध सुधारले तर 'सार्क'सारख्या संघटनेला यश येण्यास मदत होईल. दक्षिण आशियामध्ये मुक्त व्यापार सुरू करण्याचे जे उद्दिष्ट होते ते पूर्ण होऊ शकेल. त्यामुळे आता पाकिस्तानने भारताला थोडे लवचिक धोरण स्विकारून मोस्ट फेवर्ड नेशनचा दर्जा देणे आणि भारताने देखील पाकिस्तानची आपल्याकडे आयात वाढावी या दृष्टीने काही व्यापारी सूट देणे अशा प्रकारचे काही प्रयत्न केले तर कदाचित यामधून परस्परांमध्ये विश्वास निर्मितीची प्रक्रिया सुरू होऊ शकते. तसेच दोन देशांमध्ये खंडित

झालेला संवाद व्यापाराच्या माध्यमातून सुरू करता येऊ शकतो.

यासाठी पाकिस्तानमध्ये या लष्कराचा प्रभाव कसा कमी होऊ शकतो हे पाहिले पाहिजे. त्यासाठी एक मार्ग म्हणजे, पाकिस्तानच्या ज्या जनतेला आर्थिक विकास हवा आहे, त्याच जनतेने लष्कराला बाजूला करणे गरजेचे आहे. इंडोनेशिया आणि बांगलादेश या दोन्ही मुस्लिम देशात पहिल्यांदा लष्करी राजवट होती. पण लष्कराला बाजूला सारून लोकशाही शासनव्यवस्थेलाच प्राधान्य द्यायचे, असा निर्णय तेथील जनतेने घेतला. म्हणून हे दोन्ही देश आता आर्थिक विकास उत्तम पद्धतीने साधण्याचा प्रयत्न करत आहेत. पाकिस्तानमध्ये मात्र अद्यापही जनतेने लष्कराला बाजूला करण्याचे ठरवलेले नाही. पण विकासाच्या दृष्टीने लष्कर हा अडथळा असेल तर जनतेने पुढाकार घेऊन लष्कराला बाजूला करणे आवश्यक आहे.

दुसरे म्हणजे, पाकिस्तानचे लष्कर अमेरिका, चीन, सौदी अरेबिया या तीन राष्ट्रांच्या बळावर पुढे जात आहे, या तिन्ही राष्ट्रांनी पाकिस्तानमधील लष्कराचे महत्त्व कमी कसे होईल या दृष्टीने प्रयत्न करणे आवश्यक आहे. म्हणजेच पाकिस्तानमधील लोकशाही मार्गांना बळकटी देणे आवश्यक आहे. त्यासाठी एकीकडे लष्काराचे महत्त्व कमी करणे आणि दोन्ही देशातील व्यापार वाढवणे आवश्यक आहे. कारण व्यापार वाढला तरच विश्वास वाढणार आहे आणि विश्वासनिर्मिती झाली तरच काश्मीर, सियाचीन आणि सर क्रिकचा प्रश्न सुटणार आहे.

■

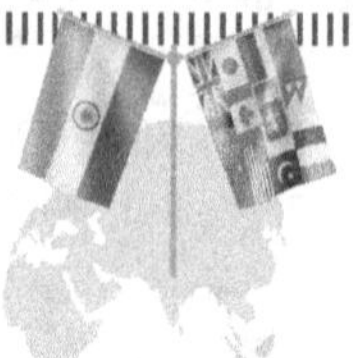

भारताचे पाकिस्तानविषयीचे बदलते धोरण

नरेंद्र मोदी यांच्या नेतृत्वाखालील राष्ट्रीय लोकशाही आघाडीने शासन सत्तेत आल्यानंतर भारत-पाकिस्तान संघर्ष अटळ आहे आणि जगाला आणखी एक अणुयुद्ध पाहायला मिळणार हा बहुतेक पश्चिमी प्रसार माध्यमांमधील प्रतिक्रियांचा सूर काही दिवसांपूर्वी होता. पण घडले मात्र त्याच्या एकदम विरूद्ध. १६ मे, २०१४ पासून मोदींनी परराष्ट्र धोरणाच्या क्षेत्रात घेतलेले निर्णय केवळ पश्चिमी राष्ट्रांनाच नाही तर भारताच्या शेजारील राष्ट्रांनाही आश्चर्याचा धक्का देणारे होते. आपल्या शपथविधी सोहळ्यास सर्व दक्षिण आशियाई राष्ट्रप्रमुखांना निमंत्रण देणे, दक्षिण आशियाई राष्ट्रांबरोबर आर्थिक भागीदारी विकसित करण्याची योजना, या राष्ट्रांमधील गरिबी आणि विकासाचे प्रश्न सामुहिक पद्धतीने कसे सोडवता येतील याविषयी प्रयत्न, कोणत्याही पूर्वअटींशिवाय पाकिस्तानसोबत शांतता बोलणी पुन्हा सुरू करण्याची तयारी, पाकिस्तानबरोबर आर्थिक आणि व्यापारी संबंध घनिष्ट करण्याच्या योजना, भारत भेटीवर आलेल्या चीनच्या परराष्ट्र मंत्र्यांना चीन बरोबर शांततापूर्ण आणि मित्रत्वाचे संबंध प्रस्थापित करण्याचे दिलेले आश्वासन, पहिल्या परराष्ट्र दौऱ्यासाठी भूतानसारख्या छोट्या दक्षिण आशियाई राष्ट्राची केलेली निवड, भूतानच्या आर्थिक विकासासाठी भारत कटिबद्ध असल्याची मोदींची घोषणा, अफगाणिस्तानचे राष्ट्राध्यक्ष हमीद करझाई यांना तेथील अंतर्गत सुरक्षा बळकट करण्यासाठी आणि अफगाणिस्तानच्या आर्थिक विकासासाठी सहकार्य करण्याचे आश्वासन अशा अनपेक्षित निर्णयांनी अनेकांना विशेषत: पश्चिमी प्रसार माध्यमांना आपल्या युक्तिवादांवर पुनर्विचार करायला भाग पाडले. केवळ आर्थिक विकास हेच भारताचे उद्दिष्ट आहे आणि या उद्दिष्टाच्या पूर्ततेसाठी भारताला आपल्या शेजारी राष्ट्रांबरोबर संघर्षाचे नाही तर शांततेचे संबंध हवे आहेत असा स्पष्ट संकेत आंतरराष्ट्रीय समुदायाला मोदींनी दिला.

शांतता हीच प्राथमिकता :

माजी पंतप्रधान अटलबिहारी वाजपेयी यांच्या परराष्ट्र धोरणाचा स्पष्ट प्रभाव मोदींवर दिसून येतो.

१९९८ ते २००३ या राष्ट्रीय लोकशाही आघाडी शासनाच्या काळात वाजपेयी यांनी भारत-पाकिस्तान मधील शांतता प्रक्रियेचा पाया एकीकडे घातला तर दुसरीकडे आर्थिक भागिदारीच्या माध्यमातून चीनबरोबर संबंध सुधारण्याचा प्रयत्न केला. वाजपेयी यांना एका गोष्टीची पूर्ण खात्री होती, की पाकिस्तान आणि चीन ही भारतापुढची अशी आव्हाने आहेत की ज्याचा सामना संघर्ष किंवा युद्धाच्या माध्यमातून भविष्यात करता येणार नाही. ही राष्ट्रे आता अण्वस्त्रधारी झालेली असून भारताचा त्यांच्याबरोबरचा भविष्यातील कोणताही संघर्ष हा पारंपरिक युद्धाच्या स्वरूपाचा नसेल, तर तो आण्विक युद्धाचा असेल आणि त्याचे भयंकर दुष्परिणाम संपूर्ण आशिया खंडाला भोगावे लागतील. त्यामुळे शांतता बोलणी, चर्चा आणि विश्वास निर्मिती प्रक्रियेच्या माध्यमातूनच प्रलंबित राजकीय प्रश्न सोडवायचे हा एकमेव पर्याय भारतापुढे उपलब्ध असल्याची जाणीव वाजपेयींना होती. म्हणूनच त्यांनी आपल्या पाच वर्षांच्या कार्यकाळात दोनदा पाकिस्तानला भेट दिली, लाहोर करार घडवून आणला, कारगिल युद्धासाठी नवाज शरीफ यांना नाही तर पाकिस्तानी लष्कराला दोष दिला. वाजपेयी यांचे हेच शांतता प्रक्रियेचे धोरण मनमोहन सिंग यांनी पुढे एक दशक चालू ठेवले. दहशतवादी हिंसाचारामुळे, सीमेवरील तणावामुळे शांतता बोलणी अनेकदा खंडीत झाली. तणाव वाढला पण त्या तणावाचे रूपांतर युद्धात झाले नाही. किंबहुना परिस्थिती चिघळणार नाही याची विशेष खबरदारी मनमोहन सिंग यांनी घेतली. हेच धोरण पुढे चालू ठेवण्याशिवाय मोदींकडे दुसरा पर्याय नाही. त्यामुळे त्यांनी ही शांतता प्रक्रिया पुनर्जिवित करण्याचा प्रयत्न सुरू केला आहे.

पण... शांतता प्रक्रिया खंडित :

भारत आणि पाकिस्तानमधील शांतता बोलणी २००८ पासून खंडित झाली होती. त्या वर्षी मुंबईवर झालेल्या दहशतवादी हल्ल्यातील पाकिस्तानी गुन्हेगारांना जोपर्यंत पाकिस्तान शिक्षा करत नाही, दाऊद इब्राहिम सारख्या आंतरराष्ट्रीय गुन्हेगार आणि माफियांना भारताच्या स्वाधीन करत नाही, सियाचिन आणि सरक्रिकचा प्रश्न सोडवण्यासाठी काही सकारात्मक पावले उचलत नाही, तोपर्यंत पाकिस्तान बरोबर चर्चा करायची नाही हे धोरण संयुक्त पुरोगामी आघाडी शासनाचे होते. या अटींची पूर्तता होत नसल्यामुळे पंतप्रधान मनमोहन सिंग यांनी आपला पाकिस्तान दौरा अनेकदा टाळला. असिफ अली झरदारींपासून तर नवाज शरीफ पर्यंतच्या पाकिस्तानी नेतृत्वाने सिंग यांना पाकिस्तान भेटीचे निमंत्रण दिले. पण भारताकडून प्रतिसाद मिळाला नाही. पाकिस्तानच्या इतिहासात पहिल्यांदाच एका लोकशाही पद्धतीने निवडून आलेल्या असिफ अली झरदारी यांच्या नेतृत्वाखालील पाकिस्तान पिपल्स पार्टीच्या शासनाने आपला निर्धारित पाच वर्षांचा कालावधी (२००८-२०१३) पूर्ण केला आणि २०१३ मध्ये लोकशाही मार्गाने निवडून आलेल्या नवाज शरीफ यांच्या नेतृत्वाखालील मुस्लिम लीगकडे सत्ता हस्तांतरीत केली. पण भारत आपल्या अटींवर अडून बसल्यामुळे द्विपक्षीय संबंधात कोणतीही प्रगती झाली नाही.

ही कोंडी फोडणे आवश्यक होते. ते काम नरेंद्र मोदींनी सत्ता सुत्रे हातात घेतल्यापासूनच सुरू केले. तथापि त्यामुळे पाकिस्तानमधील अनेक घटक नाराज झाले आणि त्यांनी हिंसक मार्गाने भारत आणि पाकिस्तानमधील शांतता प्रक्रियेच्या पुनर्जिवनाचा विरोध करायला सुरुवात केली. पाकिस्तानी लष्कराचा विरोध पत्करून नवाज शरीफ मोदींच्या शपथविधीला उपस्थित राहिले. एवढेच नाही, तर दोन्ही नेत्यांदरम्यान पाऊण तास चर्चाही झाली. दोन देशांमधील राजकीय पातळीवरचे संबंध सुधारत आहेत हे पाहून पाकिस्तानमधील अनेक घटकांच्या पोटात दुखायला लागले. त्याचे हिंसक पडसाद अफगाणिस्तान आणि पाकिस्तानात उमटले. अफगाणिस्तानमधील हेरात येथील भारतीय वकिलातीवर दहशतवादी हल्ला झाला. हा हल्ला लष्कर-ए-तैय्यबा या दहशतवादी संघटनेने केल्याचे नंतर निष्पन्न झाले. ही दहशतवादी संघटना पाकिस्तानी लष्कर, गुप्तचर संघटना आयएसआय यांच्या इशाऱ्यावर नाचणारी आहे. त्यानंतर लागलीच पाकिस्तानमधील सर्वात मोठे नागरी विमानतळ कराची एअरपोर्ट वर भीषण दहशतवादी हल्ला झाला. हा हल्ला थांबतो ना थांबतो तोच भारत-पाकिस्तान सीमेवर शस्त्रसंधीचे पाकिस्तानी लष्कराकडून उल्लंघन झाले आणि गोळीबारीच्या घटना घडल्या. केवळ

तीन आठवड्यांच्या कालावधीत घडलेल्या या सर्व घटना पूर्वनियोजित होत्या आणि दक्षिण आशियात नव्याने सुरू झालेल्या शांतता प्रक्रियेचा परिणाम म्हणून घडल्या होत्या.

भारत–पाक संबंधांतील अडथळे :

पाकिस्तानच्या अंतर्गत राजकारणाचे चार मुख्य सूत्रधार आहेत. एक म्हणजे, पाकिस्तानमधील राजकीय नेतृत्व. दोन, पाकिस्तानी लष्कर. तीन, पाकिस्तानमधील धार्मिक मूलतत्त्ववादी गट आणि चार, पाकिस्तानातील दहशतवादी संघटना. या चार गटांमध्ये सत्तेवर प्रभाव पाडण्यासाठी सातत्याने सुंदोपसुंदी चालू असते. त्यापैकी केवळ पाकिस्तानमधील राजकीय नेतृत्वालाच भारताबरोबर संबंध पुन्हा एकदा सुरळीत व्हावेत असे वाटते. इतर तीन घटकांचा भारत-पाकिस्तान संबंध सुधारण्याला स्पष्ट विरोध आहे. हे तीन घटक भारताला 'मुख्य धोका' (एक्झिस्टेन्शियल थ्रेट) मानतात. याच तीन गटांनी हाफिज सईद आणि ए.क्यू. खान यांना हिरो तर मलाला हिला व्हिलन ठरवले आहे. पाकिस्तानचे अमेरिकेतील माजी राजदूत आणि प्रसिद्ध लेखक हुसेन हक्कानी यांच्यामते या तीन गटांनी पाकिस्तानातील सामान्य जनतेची मने भारत, अमेरिका आणि इस्त्राईल विरोधाने कलुषित केली आहेत. त्यांच्या नकारात्मक प्रचारामुळे पाकिस्तानी जनता दहशतवादाला नाही तर भारत, अमेरिका आणि इस्त्राईलला पाकिस्तानचा अंतर्गत सुरक्षेपुढील मोठा धोका मानतात. या ती घटकांना सातत्याने एक भीती जाणवते, की जर भारत आणि पाकिस्तान संबंध सुधारले तर भारताचा केवळ पाकिस्तानवरच नाही तर अफगाणिस्तान आणि मध्य आशियावर देखील प्रभाव वाढेल. भारत सध्या अफगाणिस्तानात मोठी विकासात्मक भूमिका बजावत आहे. भारताने २०११ मध्ये अफगाणिस्तानबरोबर एक महत्त्वपूर्ण संरक्षण करार देखील केला होता. राष्ट्राध्यक्ष हमीद करझाई यांची भारताची अफगाणिस्तानातील भूमिका वाढावी अशी इच्छा आणि प्रयत्न आहेत. नरेंद्र मोदींच्या शपथविधीलाही ते उपस्थित होते. या सर्व गोष्टी पाकिस्तानी लष्कर, धार्मिक मूलतत्त्ववादी आणि दहशतवाद्यांना खटकणाऱ्या गोष्टी आहेत. पाकिस्तानमधील पंजाब प्रांताचे मुख्यमंत्री आणि पंतप्रधान नवाझ शरीफ यांचे लहान बंधू शहानवाझ शरीफ यांनी देखील पाकिस्तानी लष्कराचा भारत-पाकिस्तान संबंध सुधारण्याला असलेला विरोध बोलून दाखवला होता. भारत-पाकिस्तान संबंधांचे अभ्यासक स्टीफन कोहेन यांनी आपल्या नुकत्याच प्रकाशित झालेल्या 'शूटिंग फॉर ए सेंच्यूरी : फाइंडिंग अन्सर टू इंडिया-पाकिस्तान कॉन्ड्रॉन' या पुस्तकात भारत-पाकिस्तान संबंध सुधारण्यात या तीन घटकांचा कसा अडथळा आहे हे स्पष्ट करत आर्थिक भागिदारीतून उभय देशांमधील संबंध कसे सुधारू शकतात याचे विश्लेषण केले आहे.

पाकिस्तानी लष्कराचा हस्तक्षेप :

भारत, अमेरिका, इराण आणि इस्त्राईल या राष्ट्रांसंबंधी पाकिस्तानचे परराष्ट्र धोरण ठरवण्यात सातत्याने पाकिस्तानी लष्कराचा पुढाकार राहिला आहे. पाकिस्तानमधील राजकीय नेतृत्वाला याबाबतीत फारशी लुडबुड करू दिली जात नाही. ज्यावेळी पाकिस्तानमधील राजकीय नेतृत्वाने लष्कराला डावलून या राष्ट्रांविषयी विशेषत: भारताविषयी काही धोरणे ठरवण्याचा प्रयत्न केला त्यावेळी लष्कराने प्रत्यक्ष-अप्रत्यक्षपणे हिंसाचार करून त्यात अडथळे आणण्याचा प्रयत्न केला. कारगिलचा संघर्ष त्याचे उत्तम उदाहरण आहे. यावेळी देखील नवाझ शरीफ यांनी पाकिस्तानी लष्कराला डावलून भारताच्या सहकार्याच्या हाकेला प्रतिसाद देण्याचा प्रयत्न केला आहे. इतिहासाची पुनरावृत्ती करत लष्करानेही अडथळे निर्माण करण्याचे आपले काम सुरू केले आहे. त्यांच्या याच प्रयत्नाचा भाग म्हणून येणाऱ्या काळात पाकिस्तान, अफगाणिस्तान आणि भारतातही दहशतवादी हिंसाचार वाढण्याची शक्यता नाकारता येत नाही.

आता प्रश्न असा आहे, की लष्कराचा, मूलतत्त्ववाद्यांचा, दहशतवाद्यांचा विरोध आहे म्हणून भारत आणि पाकिस्तानने राजकीय पातळीवरचा संवाद थांबवायचा का? गेली पाच वर्षे ज्यावेळी हा संवाद खंडित होता त्यावेळी या तिन्ही गटांचे महत्त्व पाकिस्तानात वाढले होते. आता जर त्यांचे महत्त्व कमी करायचे असेल तर कोणत्याही परिस्थितीत नरेंद्र मोदी आणि नवाझ शरीफ यांना संवादावर आधारीत शांतता प्रक्रिया पुढे न्यावीच लागणार आहे. या गटांच्या ब्लॅकमेलिंग टॅक्टिक्सना बळी न

पडता दोन्ही पंतप्रधानांनी संवाद चालू ठेवण्याची राजकीय इच्छाशक्ती दाखवायला हवी. या दोन राष्ट्रांमधील शांतता प्रक्रियेवर दक्षिण आशियातील शांतता आणि सुरक्षितता अवलंबून आहे. या दोन राष्ट्रांमधील तणावपूर्ण संबंधांमुळे दक्षिण आशियाई राष्ट्रांची विभागीय संघटना सार्क गेल्या तीन दशकात कोणतीही प्रगती करू शकलेली नाही. त्यामुळे शांतता प्रक्रिया पुढे घेऊनच जावी लागणार. त्याला पर्याय नाही.

■

पाकिस्तानमधील दहशतवादाचे रौद्र रूप

पाकिस्तानातील पेशावर येथील लष्कर पुरस्कृत एका शाळेमध्ये तालिबानी दहशतवाद्यांनी हिंसक हल्ला करून या शाळेतील सुमारे १३२ विद्यार्थी आणि ९ कर्मचाऱ्यांना ठार केले. अत्यंत घृणास्पद, मानवतेला-माणुसकीला काळीमा फासणारी ही घटना होती. या हल्ल्याची जबाबदारी तेहरिक-ए-तालिबानी-पाकिस्तानी या दहशतवादी संघटनेने घेतली. पेशावरमधील या भीषण हल्ल्याचा जगभरातून तीव्र शब्दांमध्ये निषेध करण्यात आला; मात्र एक गोष्ट आपण लक्षात घेतली पाहिजे की, पाकिस्तानने आजवर ज्या दहशतवादाला खतपाणी घातले तोच आता त्यांच्यावर उलटला आहे. आपल्याकडे 'पेराल ते उगवते' अशी आपल्याकडे एक म्हण आहे, त्याचप्रमाणे आजवर पाकिस्तानने दहशतवादाचीच पेरणी केली आणि त्यातूनच ही विषवल्ली फोफावली, बळावली आणि आता तिच खुद्द पाकिस्तानसाठीच भीषण समस्या होऊन बसली आहे. थोडक्यात, आपल्या कर्मांची फळे पाकिस्तानला आता मिळत आहेत. जगाला पाकिस्तानची ओळख ही दहशतवादाची, फुटिरतावादाची निर्यात करणारा देश म्हणूनच आहे. नेहमीच पाकिस्तानने दहशतवादाचा एक साधन म्हणून वापर केलेला आहे.

'झर्ब-ए-अज्ब' मोहीम

सध्या पाकिस्तानमध्ये लष्कर आणि दहशतवादी यांच्यामध्ये एक तुंबळ युद्ध किंवा संघर्ष पाहायला मिळत आहे. १५ जून २०१४ पासून नवाझ शरीफ यांनी पाकिस्तानातून दहशतवादाचे निर्मूलन करण्यासाठी एक संयुक्त मोहीम सुरू केली. या मोहिमेला 'झर्ब-ए-अज्ब' असे नाव देण्यात आले. ही मोहीम फटा (फेडरली ॲडमिनिस्टर्ड ट्रायबल एरिया)भागामध्ये सुरू करण्यात आली. फटा हा भाग म्हणजेच उत्तर व दक्षिण वझिरीस्तान. या दोन्ही ठिकाणी ही मोहीम एकाच वेळी सुरु करण्यात आली. १९८०च्या दशकापासून उत्तर आणि दक्षिण वझिरीस्तान हे इस्लामिक आणि कट्टरतावादी चळवळींचे केंद्रस्थान बनलेले आहे. सोव्हिएत रशियाने अफगाणिस्तानमध्ये केलेल्या लष्करी हस्तक्षेपाचा विरोध करण्यासाठी या दहशतवादी संघटनांना पाकिस्तानचे लष्कर आणि आयएसआय यांच्या मदतीने चालना देण्यात आली. १९७९ ते १९८९ असे दहा वर्षे सोव्हिएत रशियाचे सैन्य अफगाणिस्तानमध्ये होते. या दहा वर्षांमध्ये या सर्व कट्टरतावादाकडे पाकिस्तानने दुर्लक्ष केले आणि त्यांचा वापर सोव्हिएत रशियाच्या विरुद्ध करून घेतला. १९८९ मध्ये अफगाणिस्तानमधून सोव्हिएत रशियाचे सैन्य निघून गेले. यानंतर या सर्व संघटनांपुढे आता काय करायचे हा प्रश्न होता. त्यावेळी त्यांनी इतर देशांमध्ये दहशतवाद पसरवण्यास सुरुवात केली आणि मूलतत्त्ववादावर आधारित आपल्या कारवाया सुरू केल्या. त्या काळात या फटा भागामध्ये अनेक मदरसे सुरू झाले आणि इस्लामिक चळवळी आकाराला येऊ लागल्या. हा फटा एरिया केवळ पाकिस्तानी-तालिबानी लोकांचे मुख्यालय न बनता उज्बेक, चेचेन आणि अफगाणिस्तान येथील अनेक कडवे

अतिरेकी तेथे येऊन राहायला लागले, आश्रय घेऊ लागले. तेथे एक मोठे दहशतवादी प्रशिक्षण केंद्र सुरू झाले. मात्र तरीही पाकिस्तान लष्कराने त्यांच्याकडे जाणीवपूर्वक दुर्लक्ष केले. याचे कारण पाकिस्तानला पुन्हा एकदा अफगाणिस्तानमध्ये तालिबानची राजवट प्रस्थापित करायची होती.

तेहरिक-ए-तालिबान-पाकिस्तान

त्या काळात या भागात अनेक लहान-मोठ्या दहशतवादी संघटना तयार झाल्या. त्यांनी वेगवेगळी नावे धारण केली आणि दहशतवादी कारवाया करण्यास सुरुवात केली. या सर्वांना बतुउल्लाह मसूद नावाच्या व्यक्तीने एकत्र केले आणि एक संघटना स्थापन केली, ही संघटना म्हणजेच तेहरिक-ए-तालिबान-पाकिस्तान. या संघटनेचा मुख्य उद्देश हा संपूर्ण फटा क्षेत्रामध्ये आणि पाकिस्तानमध्ये कडवी इस्लामिक राजवट निर्माण करण्याचा आहे. पाश्चिमात्य विचारांचा विरोध, महिला शिक्षणाला विरोध, लोकशाही विचारांचा विरोध ही यांची प्रमुख विचारसरणी आहे. या संघटनेने जनरल परवेझ मुशर्रफ यांच्यावरही काही वर्षांपूर्वी हल्ला करण्याचा प्रयत्न केला होता. तसेच पाकिस्तानच्या माजी पंतप्रधान बेनझीर भुत्तो यांची हत्याही याच तेहरिक-ए-तालिबान-पाकिस्तान संघटनेने केली होती. कारण भुत्तो या लोकशाही विचारांचे प्रतिनिधीत्त्व करणाऱ्या होत्या. तसेच याच संघटनेच्या लोकांनी मलालावरही हल्ला केला. दुर्दैवाने, या दोघींकडेही अमेरिकेचे हस्तक म्हणून पाकिस्तानच्या जनतेने पाहिले. त्यामुळेच भुत्तो यांच्या हत्येप्रकरणी अद्यापही कोणती ठोस कारवाई झालेली नाही. एक गोष्ट आपण लक्षात घेतली पाहिजे की, कोणताही दहशतवाद हा राजाश्रयाशिवाय मोठा होऊ शकत नाही. कोणत्याही देशाच्या राजकीय व्यवस्थेचे आर्थिक, नैतिक आणि राजकीय पाठबळ मिळेपर्यंत दहशतवाद आणि दहशतवादी मोठा होत नाही. पाकिस्तानमध्ये दहशतवादाला राजाश्रय असल्याखेरीज तेथे अशा प्रकारचे दहशतवाद्यांचे ट्रेनिंग कॅम्पस् चालणे शक्यच नाही. पाकिस्तानातील लष्कराने आणि राजकारण्यांनी अंतर्गत राजकारणाचा भाग म्हणून धार्मिक मूलतत्त्ववादाचा, दहशतवादाचा वापर करून घेतला गेला.

दहशतवाद्यांविरुद्ध मोहीम का सुरू केली?

पाकिस्तानच्या माजी पंतप्रधान बेनझीर भुत्तो

आता प्रश्न असा निर्माण होतो की पाकिस्तानने च या दहशतवाद्यांना प्रोत्साहन दिलेले असताना अचानकपणे तेथील सरकार आणि लष्कराने या दहशतवाद्यांविरुद्ध कारवाई का सुरू केली? याचे कारण अमेरिकेने पाकिस्तानवर दबाव आणला हे आहे. अमेरिकेने दबाव का आणला? तर याच दहशतवाद्यांमुळे अफगाणिस्तानात तालिबानी राजवट आली. तसेच तेहरिक-ए-तालिबान-पाकिस्तान या संघटनेने अमेरिकेला आपला शत्रू मानून त्यांना लक्ष्य केले होते. अमेरिकेविरोधी अत्यंत कडवा आणि विखारी प्रचार या संघटनेमार्फत केला जात होता. इतकेच नाही तर अमेरिकेमध्ये बॉम्बस्फोट घडवून आणून विध्वंस घडवण्यासाठी अनेक योजना आखल्या होत्या. त्यामुळे आमच्याकडून आर्थिक मदत हवी असेल तर आधी फटा भागातील या दहशतवाद्यांविरुद्ध कारवाई करा, असा दबाव अमेरिकेने पाकिस्तानवर आणला. त्यातूनच २००९ मध्ये पहिल्यांदा तेहरिक-ए-तालिबानविरुद्ध कारवाई झाली. या कारवाईमध्ये अमेरिकेने फटा भागामध्ये ड्रोन हल्ले करण्यास सुरुवात केली आणि या हल्ल्यामध्ये बतुउल्लाह मसूद मारला गेला. तसेच शेकडो लोकांची धरपकड करण्यात आली आणि त्यांना पाकिस्तानच्या तुरुंगामध्ये डांबण्यात आले. तेव्हापासून ही संघटना सातत्याने पाकिस्तानमध्ये बॉम्बस्फोट घडवून आणत आहे, आत्मघाती हल्ले करत आहे. आपल्या पकडलेल्या लोकांना सोडावे, ही या संघटनेची मुख्य मागणी आहे.

२०१३ मध्ये पाकिस्तानच्या पंतप्रधानपदी विराजमान झाल्यानंतर या संघटनेसोबत बोलण्याची तयारी नवाझ शरीफ यांनी दर्शवली

आणि त्यानुसार चर्चा सुरू झाली. परंतु या संघटनेच्या मागण्या अतिशय विक्षिप्त आणि अवाजवी असल्यामुळे या चर्चेला यश येऊ शकले नाही. मात्र ही चर्चा सुरू असतानाच या दहशतवाद्यांनी कराची विमानतळावर भीषण हल्ला केला. कराचीचे विमानतळ हे पाकिस्तानातील सर्वात गर्दीचे विमानतळ आहे. अशा विमानतळावर स्वरुपाचा हल्ला करण्यात आल्यानंतर पाकिस्तानी लष्कराने शरीफ यांना चर्चेचे गुऱ्हाळ बंद करण्यास सांगितले. तसेच लष्करी कारवाईची परवानगी देण्यासही सांगितले आणि त्यानुसार या फटा भागामध्ये जोरदार युद्धमोहीम सुरू झाली. जवळपास ३० हजार सैनिक या भागांमध्ये पाठवले. या युद्धादरम्यान पाकिस्तानी लष्कराने जोरदार गोळीबार आणि बॉम्बहल्ले केले.

युद्धमोहिमेचा बदला

विशेष म्हणजे ही युद्धमोहीम पहिल्यांदा पाकिस्तानच्या लष्कराच्या पुढाकारातून झाली. त्यामुळेच तालिबानी संघटनांनी लष्कराला आपले टार्गेट बनवले. त्यातूनच या दहशतवाद्यांनी लष्कराला टार्गेट करत वाघा बॉर्डरवर पाकिस्तानी सैन्यावर पहिला हल्ला केला. त्यामध्ये ५० पाकिस्तानी सैनिक मारले गेले. त्यानंतर पेशावरमधील शाळेवर भीषण हल्ला करण्यात आला. पाकिस्तानच्या युद्धमोहिमेनंतर म्हणजे १५ जूनपासून आजपर्यंत तेहरिक-ए-तालिबान-पाकिस्तान या संघटनेचे २००० हून अधिक सदस्य मारले गेल्याचे सांगण्यात येते. त्यामुळेच 'पेशावरमधील हल्ला आमच्यावरील कारवाईचा बदला आहे आणि ज्याप्रमाणे आम्ही वेदना सहन करतो आहोत तशाच वेदना तुम्ही सहन करा. ज्याप्रमाणे तुम्ही आमची मुले मारली आहेत त्याचप्रमाणे आम्ही तुमची मुले मारत आहोत' असा इशारा या दहशतवाद्यांनी पाकिस्तान सरकारला आणि लष्कराला दिला आहे.

पाकिस्तानची दुटप्पी भूमिका

ही सर्व परिस्थिती असतानाही पाकिस्तानी सरकारने आणि लष्कराने यातून धडा घेतलेला नाही. ही लष्करी मोहीम सुरू करताना 'आम्हाला आमच्या देशातील दहशतवादाचे समूळ उच्चाटन करावयाचे आहे, ही मोहीम सर्वसमावेशक आहे, यामध्ये विषमता नाही' असे पाकिस्तानकडून सांगण्यात येत असले तरी वास्तव मात्र तसे नाही. याचे कारण पाकिस्तानला संपूर्ण दहशतवादाचे निर्मूलन करायचे असेल तर त्यांनी जमात-उल-दवा या संघटनेला कराचीमध्ये प्रचंड मोठी परिषद घेण्याची परवानगी का दिली? या परिषदेसाठी पाकिस्तान सरकारने दोन स्वतंत्र रेल्वे उपलब्ध करून दिल्या. यावरूनच ही बाब स्पष्ट होते की, पाकिस्तानविरुद्ध कारवाया करणाऱ्या संघटनांविरुद्धच तेथील लष्कर आणि सरकार कारवाई करतआहे; भारताविरुद्ध कारवाया करणाऱ्या दहशतवाद्यांना चालना देण्याची त्यांची पूर्वापार चालत आलेली भूमिका आजही कायम आहे. मात्र सर्व दहशतवादी संघटनांचा उद्देश हा एकच आहे, ही बाब पाकिस्तान विसरत आहे. आज जरी जमात-उल-दवा, जैश-ए-महम्मद, लष्कर-ए-तैय्यबा यांसारख्या संघटना पाकिस्तानच्या लष्कराच्या ईशाऱ्यावर भारताविरुद्ध कारवाया करत असल्या तरी त्या उद्या पाकिस्तानवरच उलटणार आहेत हे नक्की आहे, हे पाकिस्तानने लक्षात घेणे गरजेचे आहे.

जनतेने पुढाकार घेण्याची गरज

पाकिस्तानमध्ये चाललेल्या या भीषण दहशतवादाची सर्वात मोठी किंमत तेथील सामान्य नागरिकाला चुकवावी लागत आहे. लष्कर, राजकीय पुढारी, नेते यांच्या राजकारणामुळे चाललेल्या या क्रूर खेळामध्ये सर्वसामान्य जनतेची मुले मारली गेली आहेत. या पार्श्वभूमीवर आता तेथील जनतेने याचा विचार करण्याची गरज आहे. याचे कारण दहशतवाद फोफावण्यास राजाश्रयाप्रमाणे समाजाश्रयही कारणीभूत असतो. दहशतवादाला जेव्हा समाजातून आश्रय मिळतो, थारा दिला जातो तेव्हा दहशतवाद संपुष्टात येऊ शकत नाही. हीच बाब पाकिस्तानमध्ये दिसून येत आहे. पाकिस्तानी जनतेने धार्मिक मूलतत्त्ववादी संघटनांना, कट्टरतवादी विचारसरणीला लोकाश्रय दिलेला आहे. त्यामुळेच हाफिज सईदच्या परिषदेला लाखो लोक उपस्थित असल्याचे दिसतात. पेशावरमधील या दुर्दैवी घटनेनंतर आता लोकांनी

पाकिस्तानची अण्वस्त्रसुरक्षा ऐरणीवर

पाकिस्तान ज्या वेगाने अण्वस्त्रांचा विकास करत आहे ते पाहता पाकिस्तान हा जगातील चौथ्या क्रमांकाचा सर्वाधिक अण्वस्त्रे असणारा देश बनणार आहे. सर्वाधिक अण्वस्त्रांबाबत सध्या अमेरिका पहिल्या स्थानावर, त्याखालोखाल रशिया आणि त्याखालोखाल चीनचा क्रमांक लागतो. आता चीन खालोखाल पाकिस्तानचा क्रमांक लागण्याची शक्यता नाकारता येत नाही. काही संरक्षण विश्लेषक तर असेही म्हणतात की भारतापेक्षा जास्त अण्वस्त्रे पाकिस्तानकडे आहेत. अनेक पाश्चिमात्य आणि अमेरिकन अभ्यासक अशी शक्यता व्यक्त करतात की, जर पाकिस्तानात भविष्यात इस्लामिक क्रांती घडून आली आणि जर पाकिस्तान कट्टर इस्लामिक राष्ट्र बनले तर पाकिस्तानच्या लष्कराकडून ही अण्वस्त्रे आणि अण्वस्त्र तंत्रज्ञान जिहादी लोकांकडे वा कट्टरतवादी लोकांकडे हस्तांतरित केले जाण्याची शक्यता आहे. गेल्या काही वर्षापासून पाकिस्तानच्या अण्वस्त्रांच्या सुरक्षेबाबत प्रश्नचिन्ह उमटायला सुरुवात झालेली आहे. आता पुन्हा एकदा हा मुद्दा ऐरणीवर आलेला आहे. याचे कारण पाकिस्तानच्या लष्कराने नुकतेच काही अधिकाऱ्यांना अचानकपणे सेवेमधून बडतर्फ केले. २००३ पासून या अधिकाऱ्यांकडे प्रामुख्याने पाकिस्तानातील अण्वस्त्रांच्या संरक्षणाची जबाबदारी होती.

पाकिस्तानातील अण्वस्त्रे ही भारताप्रमाणे नागरी नेतृत्त्वाखाली नसून लष्करी नेतृत्त्वाखाली आहेत. त्यामुळे ही अण्वस्त्रे सुरक्षित असून, त्यासंदर्भातील योग्य ती उपाययोजना आम्ही केली असल्याचे पाकिस्तानकडून सांगितले जाते. अमेरिकेने यासाठी १०० दशलक्ष डॉलर इतकी मदत पाकिस्तानला दिलेली आहे. अमेरिकेच्या मदतीने पाकिस्तानने तीन टप्प्यांमधील सुरक्षाकवच निर्माण करण्यात आले आहे. असे असले तरी ते सुरक्षाकवच हाताळणाऱ्या व्यक्ती अथवा या सुरक्षाकवचाची जबाबदारी असणारे लष्कराचे अधिकारी फितूर झाले आणि त्यांच्याकडून धोका निर्माण झाला तर त्यांचे रक्षण कोण करणार हा मोठा प्रश्न आहे. सध्या बडतर्फ करण्यात आलेल्या अधिकाऱ्यांकडून अशाच प्रकारचा धोका पाकिस्तानातील अण्वस्त्रांना संभवतो आहे. याचे कारण पाकिस्तानातील लष्करापैकी बहुतांश अधिकारी हे धार्मिक मूलतत्त्ववादाच्या विचारसरणीने प्रभावित झालेले आहेत, ज्यांना आपण जिहादीस्ट असे म्हणतो. या अधिकाऱ्यांचा फार मोठा पाठिंबा हा तालिबान्यांना आहे. त्यामुळे त्यांच्या कमिटमेंटविषयी आजवर अनेकदा प्रश्नचिन्ह उपस्थित केले गेले आहे.

मागच्याच वर्षी पाकिस्तानातील नौसेनेचे झुल्फिकार नामक एक जहाज अचानकपणे बेपत्ता झाले होते. या जहाजाचे अपहरण करण्यात आले होते. हे अपहरण मूलतत्ववाद्यांनी केले होते. त्या जहाजामध्ये काही अण्वस्त्रे असण्याची शक्यता वर्तवली गेली होती. या अपहरणामध्ये पाकिस्तानच्या वायूसेनेचे काही अधिकारी सामील असल्याची धक्कादायक माहिती समोर आलेली होती.

पाकिस्तानातील उत्तर-पूर्वेकडील भागामध्ये ही सर्व अण्वस्त्रे ठेवली असल्याचे सांगण्यात येते. हा उत्तर पूर्व पाकिस्तानचा भाग प्रामुख्याने तालिबानच्या प्रभावाखाली असणारा भाग आहे. त्यामुळे भविष्यात या अण्वस्त्रांवर तालिबान कधीही कब्जा मिळवू शकते. बाह, सरगोधा आणि कामरा या तीन ठिकाणी पाकिस्तानची अण्वस्त्रे ठेवली असण्याची शक्यता असून या तीनही ठिकाणी गेल्या काही वर्षात अनेकदा हल्ले झालेले आहेत. दोन वर्षांपूर्वी मेहरून नामक नाविक तळावर दहशतवाद्यांचा मोठा हल्ला झाला होता. हे ठिकाण अण्वस्त्र ठेवण्यात आलेल्या कामरा भागापासून अवघ्या १५ किलोमीटर अंतरावर आहे. त्यावेळी हा हल्ला उधळून लावण्यात यश आले असले तरीही लष्करातील अधिकारी दहशतवाद्यांना सामील झालेले असतील तर त्यातून फार मोठा गंभीर प्रश्न निर्माण होणार आहे. मागील काळापासून समोर येणाऱ्या घटना पाहता, अण्वस्त्रांसंबंधीची गुप्त माहिती दहशतवाद्यांपर्यंत पोहोचल्याच्या बातम्या पाहता पाकिस्तानच्या लष्करातील काही अधिकाऱ्यांचे दहशतवाद्यांशी लागेबांधे असण्याची दाट शक्यता निर्माण झाली आहे. त्यामुळेच मोठे चिंतेचे वातावरण तयार झालेले आहे. पाकिस्तानातील अण्वस्त्रांच्या असुरक्षिततेचा प्रश्न हा भारतासाठी अतिशय चिंतेची बाब आहे. याचे कारण भारत आणि पाकिस्तान या दोन्ही देशांच्या सीमारेषा परस्परांना भिडलेल्या आहेत. दोन्ही देशांना युद्धाचा इतिहास आहे. त्यामुळे शेजारच्या राष्ट्रातील संहारक अस्त्रांची असुरक्षितता ही भारतासाठीही धोक्याची आहे हे लक्षात घ्यावे लागेल.

पुढाकार घेऊन दहशतवादी संघटनांना संपुष्टात आणण्यासाठी आणि लष्कराला त्यांची जागा दाखवून देण्याची वेळ आली आहे.

जनतेने एकजुटीने पुढाकार घेतल्यास दहशतवाद किंवा एकाधिकारशाहीवादी राजकीय व्यवस्था यांचे उच्चाटन करणे शक्य आहे, हे इंडोनेशिया आणि बांगला देश या दोन देशांच्या उदाहरणांवरून दिसून येते. या दोन्हीही देशांमध्ये प्रदीर्घ काळ लष्करी हुकुमशाही राजवट होती. ज्या-ज्या देशात लष्करी हुकुमशाही असते तेथे दहशतवाद पसरणे स्वाभाविक असते; मात्र बांगलादेश आणि इंडोनेशिया या देशांमधील जनतेने पुढाकार घेऊन लष्कराला लष्कराची जागा दाखवून दिली. त्यामुळेच आज या देशांमध्ये लोकशाही शासनव्यवस्था नांदत आहे. विशेष म्हणजे ही दोन्हीही इस्लामिक राष्ट्रे आहेत. त्यांचा आदर्श घेऊन पाकिस्तानातील जनतेने आता पुढाकार घेऊन भारताविरुद्ध दहशतवादी कारवाया करणाऱ्यांना आश्रय देणे बंद करण्याची आणि दहशतवादाचे उच्चाटन करण्याची वेळ आलेली आहे. तसेच भारत हा आपला शत्रू नसून दहशतवाद हाच आपला खरा शत्रू आहे हे पाकिस्तानने समजून घेण्याची गरज आहे. ■

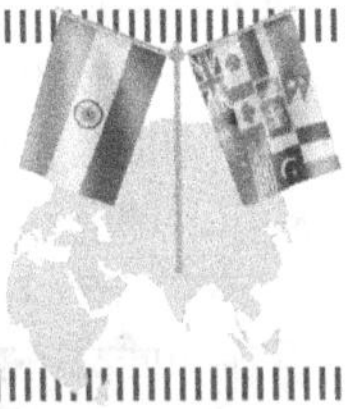

पाकिस्तानातील दहशतवादाचा प्रश्न : लखवीच्या सुटकेमागचे राजकारण

मुंबईवर २६ नोव्हेंबर २००८ रोजी झालेल्या दहशतवादी हल्ल्यामध्ये १६६ निरपराध नागरिक मारले गेले होते. या कटाचे संपूर्ण नियोजन झाकी-उर रेहमान लखवी याने पाकिस्तानातून केले होते. या संदर्भातील अतिशय सुस्पष्ट असे पुरावे उपलब्ध आहेत. अजमल कसाब हा हल्ला सुरू असताना लखवीसोबत संभाषण करत होता. त्या संभाषणाचे रेकॉर्डिंगही उपलब्ध असून हे सर्व पुरावे भारतातर्फे पाकिस्तान सरकारकडे सादर केले गेले होते. असे असतानाही पाकिस्तान सरकारकडून सबळ पुरावे दिले जात नसल्यामुळे लखवीची अटक आणि सुटका हे नाट्य वारंवार घडताना दिसत आहे. लखवीला ताबडतोब अटक करावी अशी भारताने पाकिस्तानकडे मागणी केली होती. भारताचे परराष्ट्र सचिव यश जयशंकर यांनीही नुकत्याच झालेल्या पाकिस्तान दौऱ्यामध्ये मुंबईवरील हल्ल्यातील दोषींना तात्काळ शिक्षा केली जावी, ही मागणी पुन्हा एकदा केली. खरे तर यापूर्वी मुंबईवरील हल्ल्यासंदर्भात भारताने दिलेल्या पुराव्यांची फेरतपासणी करण्यासाठी पाकिस्तानमधील न्यायव्यवस्थेचे काही अधिकारी आणि इतर तज्ज्ञ भारतामध्ये येऊन गेले होते. त्यांच्यासमोरही सर्व साक्षी-पुरावे मांडण्यात आले होते. त्यांनी ते सर्व पुरावे एकत्र करून पाकिस्तानकडे सोपवले होते. त्या आधारावरच २००८ मध्ये लखवीला अटक करण्यात आली होती. तेव्हापासून तो तुरुंगात होता. भारतातर्फे देण्यात आलेले पुरावे स्पष्ट आणि भक्कम असल्यामुळे त्याच्या सुटकेसंदर्भात कोणत्याही प्रकारची कारवाई केली गेलेली नव्हती. अलीकडेच अमेरिकेनेदेखील लखवी हा मुंबईवरील हल्ल्याचे सूत्रसंचालन पाकिस्तानमध्ये बसून कसे करत होता यासंबंधीचे ठोस पुरावे पाकिस्तानला सादर केले आहेत. हा खटला प्रदीर्घ काळ सुरू आहे. या संदर्भातील अंतिम निकाल यापूर्वीच लागणे अत्यंत आवश्यक होते; परंतु तसे झाले नाही. ही प्रक्रिया लांबवली गेली.

वास्तविक पाहता, पेशावरचा हल्ला झाल्यापासून लखवीच्या सुटकेसंदर्भातील प्रयत्न अधिक वेगाने सुरू झाले होते. त्यानंतर अत्यंत नाट्यमय घटना घडत आहेत. लखवी तुरुंगातून सुटण्यासाठी सातत्याने प्रयत्न करत आहे, जामिनासाठी अर्ज करत आहे. परंतु त्याला जामीन मिळू नये, त्याचा जामीन तात्काळ रद्द व्हावा यासाठी आवश्यक असणारी कायदेशीर प्रक्रियांबाबतची तत्परता आणि गांभीर्य पाकिस्तान सरकार दाखवत नाही. यामागचे नेमके कारण काय

आहे? पेशावरच्या हल्ल्यानंतर हा मुद्दा अचानक का चर्चेत आलेला आहे? तसेच लखवी जर तुरुंगातून बाहेर पडला तर त्याचे कोणकोणते परिणाम होणार आहेत? या गोष्टींचा अभ्यास करणे औचित्याचे आणि गरजेचे आहे.

लखवीबाबत बोटचेपे धोरण का?

पेशावरमध्ये झालेल्या भीषण हल्ल्यानंतर पाकिस्तानने तेहरिक-एतालिबान-पाकिस्तान या संघटनेच्या अतिरेक्यांविरुद्धची कारवाई तीव्र केली आहे. पाकिस्तानात दहशतवाद्यांचे विविध गट आहेत. हे सर्व गट कमी-अधिक फरकाने एका समान विचारधारेचे आहेत; मात्र तरीही पाकिस्तान सरकारकडून त्यांचे 'गुड तालिबानी' आणि 'बॅड तालिबानी' असे वर्गीकरण करण्यात येत आहे. यापैकी पाकिस्तानी लष्कराला आणि सरकारला लक्ष्य करत आहेत ते बॅड तालिबानी असे त्यांचे म्हणणे आहे पाकिस्तान सरकारकडून पूर्वेकडील प्रांतातील दहशतवादी आणि पश्चिमेकडील प्रांतातील दहशतवादी यांमध्ये फरक करण्यात येत आहे. पूर्वेकडच्या दहशतवाद्यांमध्ये प्रामुख्याने लष्करे तैय्यबा, जैश-ए-महम्मद, हरकत-उल-मुजाहिद्दिन आणि जमात-उल-दवा या चार संघटना महत्त्वाच्या आहेत आणि लखवी, मौलाना मसूद अझहर, सय्यद सलाउद्दीन आणि हाफिज सईद हे या संघटनांचे नेते आहेत. हे चार नेते आणि त्यांच्या या संघटना जर पाकिस्तानातील पश्चिमेकडच्या तालिबानी दहशतवाद्यांना जाऊन मिळाल्या तर एक भयंकर मोठी युती तयार होण्याची शक्यता आहे आणि ही युती पाकिस्तानसाठी फार धोकादायक असणार आहे. याची भीती खुद्द पाकिस्तान सरकार आणि तेथील लष्करालाही आहे. त्यामुळेच त्यांच्याकडून या दहशतवाद्यांमध्ये फारकत केली जात आहे. या सर्व संघटना आपल्या उद्दिष्टातील प्रमुख अडथळा म्हणून पाकिस्तानी लष्कराकडे पहात असतात. कारण पाकिस्तानमध्ये कडवे इस्लामिक राष्ट्र निर्माण करण्यास तेथील लष्कराचा विरोध आहे. त्यामुळेच या संघटनांची युती होऊ नये यासाठी एकीकडे तेहरीक-ए-तालिबानच्या दहशतवाद्यांविरुद्ध कठोर कारवाई करतानाच दुसरीकडे पूर्वेकडील संघटनांच्या लखवींसारख्या नेत्यांना थोडी ढिल देऊन त्यांना एक प्रकारे गोंजारण्याचा प्रयत्न पाकिस्तानकडून केला जात आहे. त्याचाच भाग म्हणून लखवीला तुरुंगातून बाहेर पडण्यासाठी अनुकूल वातावरण निर्मिती केली जात आहे. थोडक्यात, स्वतःच्या स्वार्थासाठी, सोयीसाठी पाकिस्तानकडून अतिशय घातक अशी राजकीय खेळी खेळली जात आहे.

पाकिस्तानकडून चुकांची पुनरावृत्ती

विशेष म्हणजे, पेशावरमध्ये झालेल्या हल्ल्यानंतर पाकिस्तानने एकूणच दहशतवाद्यांच्या विरोधात कठोर पावले उचलणे अपेक्षित होते; परंतु पाकिस्तान सरकार आणि लष्कराने यातून कोणताही धडा घेतल्याचे दिसत नाही. त्यामुळे ते पुन्हा पूर्वीचीच चूक करत आहेत. पेशावरमधील हल्ल्यामध्ये निरपराध मुलांची हत्या करण्यात आल्यानंतर पाकिस्तानमधील मध्यमवर्ग तरी पेटून उठेल आणि दहशतवाद्यांना व त्यांना पोसणाऱ्या लष्कराला, सरकारला त्यांची जागा दाखवून देईल असे वाटले होते; परंतु तसे घडताना दिसत नाही. इतकेच नाही, तर पाकिस्तानमधील प्रसारमाध्यमांनीही पेशावरमधील हल्ल्यातून कोणताही बोध घेतलेला नाही, हे लखवीच्या प्रकरणातून स्पष्ट होत आहे. २००८ पासून लखवीच्या विरूद्ध सुरू असलेला खटला हा इन कॅमेरा सुरू आहे. त्यापासून प्रसारमाध्यमांना पूर्णपणे अलिप्त ठेवण्यात आले आहे. माध्यमांमधून यासदंर्भातील बातम्या येऊ दिल्या जात नाहीत. त्यामुळेच लखवीच्या जामिनाबाबत, त्याच्या सुटकेबाबत तेथील माध्यमांमधूनही फारशी चर्चा घडवली जात नाहीये. वास्तविक पाहता, पाकिस्तानी प्रसार माध्यमांनी या संदर्भात पुढाकार घेण्याची आवश्यकता होती. माध्यमे आणि जनता यांनी एकत्रितरित्या दबाव आणून पाकिस्तान सरकार आणि लष्कर गुड तालिबान आणि बॅड तालिबान असे वर्गीकरण करून जे सोयीचे आणि घातक राजकारण करत आहे, त्याला अटकाव करण्यासाठी प्रयत्न करण्याची आवश्यकता आहे. कारण लखवीसारख्या मूलतत्त्ववादी, कट्टरतावादी दहशतवाद्यांमुळे भविष्यात संपूर्ण पाकिस्तानला धोका आहे. हे पेशावरच्या घटनेने समोर आले आहे.

लखवीबाबत भारत काय करू शकतो?

लखवीची सुटका ही भारतासाठीही धोक्याची

पाकिस्तान हे इस्लामिक राष्ट्र असले तरी कडव्या इस्लामिक राष्ट्राची जी वैशिष्ट्ये असतात ती पाकिस्तानमध्ये नाहीत. आखाती प्रांतातील इतर इस्लामिक राष्ट्रांच्या तुलनेत पाकिस्तान बऱ्यापैकी लोकशाहीवादी राष्ट्र आहे. बॅ. जीना यांच्या मृत्यूनंतर पाकिस्तानला कडवे इस्लामिक राष्ट्र बनवावे ही मागणी तेथील मूलतत्त्ववाद्यांकडून सातत्याने होत आलेली आहे. ही मागणी सर्वप्रथम जमाते इस्लामी या दहशतवादी संघटनेकडून करण्यात आली होती. ही संघटना पाकिस्तानी लष्कर आणि सरकारवर सातत्याने टीका करत आलेली आहे. त्यांना शरीअतवर चालणारे कडवे इस्लामिक राष्ट्र पाकिस्तानात प्रस्थापित करायचे आहे. परंतु पाकिस्तानातील लोकनिर्वाचित सरकारांनी आणि लष्करशाहांनी या मागणीकडे फारसे गांभीर्याने पाहिले नाही. त्यामुळे पाकिस्तानमध्ये धार्मिक मूलतत्त्ववादी आणि राजकीय नेतृत्व यांच्यामधला संघर्ष सातत्याने चालत आलेला आहे. मात्र झिया-उल-हक या एकमेव व्यक्तीने या धार्मिक मूलतत्त्ववादी विचारांना सकारात्मक प्रतिसाद देत पाकिस्तानात कडवे इस्लामिक राष्ट्र निर्माण होण्यासाठी प्रयत्न केला होता. झिया-उल-हक यांच्या काळातच जम्मू आणि काश्मीर प्रांतामध्ये दहशतवादी कारवाया सुरू झाल्या होत्या व पाकिस्तानने त्यांच्याच काळात दहशतवाद व धार्मिक मूलतत्त्ववाद यांची निर्यात करायला सुरुवात केली होती. आता जमाते-इस्लामीची इस्लामिक राजवटीची मागणी आता तेहरिक-ए-तालिबान पाकिस्तान ही संघटना करत आहे. त्यामुळे जुनाच वाद परत उफाळून आलेला आहे आणि त्यातूनच मूलतत्त्ववाद्यांनी लष्कर आणि राजकीय नेतृत्वाविरुद्धच जिहाद पुकारला आहे. या वादाने मोठे रूप घेऊ नये, यासाठी पाकिस्तानने गुड तालिबान आणि बॅड तालिबान अशी फारकत करण्यास सुरुवात केलेली आहे; परंतु त्यातून दहशतवाद हा मूळ प्रश्न सुटणार नाहीये.

आहे. याचे कारण तुरुंगातून बाहेर पडल्यानंतर आपल्याविरुद्धचे सर्व पुरावे नष्ट करू शकण्यात लखवी यशस्वी होण्याची शक्यता आहे. तसे झाले तर मुंबईवरील दहशतवादी हल्ल्याच्या खटल्यावर त्याचा नकारात्मक परिणाम होणार आहे. इतकेच नाही, तर या खटल्यासंदर्भात अटक करण्यात आलेल्या सर्वांना पुराव्यांअभावी सोडावे लागण्याची शक्यताही नाकारता येत नाही. असे होऊ नये, गुन्हेगारांना शिक्षा व्हावी यासाठी लखवी तुरुंगातच राहणे आवश्यक आहे. या पार्श्वभूमीवर भारत काय करू शकतो, हे जाणून घेणे गरजेचे आहे. सध्या भारताकडे याबाबत तीन मार्ग आहेत. एक म्हणजे नरेंद्र मोदी यांच्या अमेरिका भेटीदरम्यान भारत आणि अमेरिकेने एक संयुक्त निर्णय घेतला होता. त्यानुसार, जमातउल-दवा, लष्करे तैय्यबा, दाऊद इब्राहिम यांच्या विरोधामध्ये कारवाई करण्यासाठी आम्ही भारताला सहकार्य करू असे आश्वासन अमेरिकेतर्फे देण्यात आले होते. याचा आधार घेत भारताने पाकिस्तानवर दबाव आणण्यासाठी अमेरिकेची मदत घेण्याची गरज आहे. कारण अमेरिका, चीन आणि सौदी अरेबिया ही तीनच राष्ट्रे पाकिस्तानवर दबाव आणू शकतात. या पार्श्वभूमीवर लखवीला न सोडण्यासाठी अमेरिकेने कुठल्याही प्रकारे पाकिस्तानवर दबाव टाकावा यासाठी प्रयत्न करणे हा भारतापुढील पहिला पर्याय आहे.

दुसरी गोष्ट लखवीच्या प्रकरणाबाबत भारताला संयुक्त राष्ट्र संघाकडेही धाव घेता येईल. संयुक्त राष्ट्र संघाने लखवीला आंतरराष्ट्रीय दहशतवादी म्हणून यापूर्वीच घोषित केलेले आहे. त्यामुळे त्यांचा दबाव हा महत्त्वाचा ठरू शकतो. आजवर संयुक्त राष्ट्र संघटनेने दहशतवादाच्या विरूद्ध अनेक ठराव मंजूर केलेले आहेत. त्यानुसार ज्या दहशतवादी संघटनांवर बंदी घातलेली आहे त्यापैकी अनेक संघटना या पाकिस्तानात कार्यरत आहेत. त्यामुळे यासंदर्भात आपण युनोशीही चर्चा करू शकतो. तसेच सुरक्षा परिषदेच्या मदतीनेही पाकिस्तानवर आंतरराष्ट्रीय दबाव आणण्याचा प्रयत्न करता येणे शक्य आहे.

तिसरा मार्ग म्हणजे, अलीकडील काळात चीन आणि रशियाबरोबर भारताचे संबंध सुधारलेले आहेत आणि या तीनही देशांना सध्या पाकिस्तान पुरस्कृत धार्मिक दहशतवादाची झळ सोसावी लागत आहे. रशियामधील चेचेन्या प्रांत दहशतवादाने बाधित आहे, तर चीनमधील झिनशियांग भागामध्ये दहशतवादी कारवाया वाढलेल्या आहेत. या पार्श्वभूमीवर चीन, रशिया आणि भारत मिळून संयुक्तरित्या पाकिस्तानवर दबाव आणण्यासाठी प्रयत्न करू शकतात. ■

भारत-पाकिस्तान संबंध : चालू घडामोडी

भारत-पाकिस्तान संबंधांमध्ये मार्च महिन्याच्या उत्तरार्धात चमत्कारिक घडामोड घडल्याचे दिसून आले आहे. केंद्रातील राष्ट्रीय लोकशाही आघाडी सरकारने पाकिस्तानविषयीच्या आपल्या धोरणामध्ये अचानकपणे बदल आणलेला आहे. यापूर्वी चर्चा करण्यासाठी, संवाद प्रस्थापित करण्यासाठी, विश्वासनिर्मितीच्या प्रक्रियेसाठी ज्या अटी टाकण्यात आलेल्या होत्या त्यासंदर्भात लवचिक भूमिका घेतली आहे आणि चर्चेची तयारी दाखवली आहे. पाकिस्तानच्या 'नॅशनल डे' ला (२३ मार्च २०१५ रोजी) पहिल्यांदा परराष्ट्र खात्याचे राज्यमंत्री जनरल व्ही. के. सिंग हे उपस्थित राहिले. या कार्यक्रमाला हुर्रियतचे नेतेही उपस्थित राहिले. तत्पूर्वी पाकिस्तानच्या भारतातील उच्चायुक्तांनी हुर्रियत नेत्यांची भेट घेतली होती आणि भारताचे परराष्ट्र सचिव यश जयशंकर यांच्या पाकिस्तानभेटीमध्ये काय चर्चा झाली याची कल्पना या नेत्यांना दिली. या भेटीसंदर्भात कोणताही आक्षेप भारताकडून घेण्यात आला नाही. दुसरीकडे पाकिस्ताननेदेखील भारतीय मच्छिमारांच्या ५७ बोटी परत केल्या. ही महत्त्वपूर्ण घडामोडी ठरली. या बोटी लाखो रुपये किमतीच्या असतात. म्हणजेच एकीकडे नरेंद्र मोदी यांच्या धोरणामध्ये बदल घडून आलेला दिसतो आहे, तर दुसरीकडे पाकिस्तानच्या धोरणामध्येही लवचिकता निर्माण झाल्याचे दिसते आहे.

या घटना घडण्यापूर्वी मार्च २०१५ च्या सुरुवातीला भारताचे परराष्ट्र सचिव यश जयशंकर यांनी दोन दिवसांचा पाकिस्तान दौरा पूर्ण केला. हा दौरा अतिशय महत्त्वपूर्ण ठरला. याचे कारण मागील सात महिन्यांपासून दोन्ही देशांमधील द्विपक्षीय पातळीवरील संवाद अथवा शांतताचर्चा ही पूर्णपणे खंडित झालेली होती. पाकिस्तानच्या राजदूतांनी हुर्रियत नेत्यांशी न बोलता थेट सरकारशी बोलावे, अशी अट भारताने घातली होती; मात्र तरीही पाकिस्तानकडून हुर्रियत नेत्यांशी संवाद साधण्यात आल्यामुळे भारताकडून पाकिस्तानशी चर्चा करणे थांबवले होते. त्यानंतर सप्टेंबर २०१४ मध्ये दोन्ही देशांचे प्रमुख नेते न्यूयॉर्क येथे एकाच व्यासपीठावर उपस्थित होते; मात्र त्या दोघांमध्ये द्विपक्षीय पाळीवरील चर्चा वा बोलणे झाले नाही. तसेच काठमांडू येथे झालेल्या १८ व्या सार्क परिषदेमध्येही नरेंद्र मोदी आणि नवाझ शरीफ हे दोन्ही नेते एकत्र आले होते. तेथे त्यांनी परस्परांना हस्तांदोलन केले, काही संवादही झाला; परंतु तेव्हाही द्विपक्षीय चर्चा झाली नाही. या पार्श्वभूमीवर भारताचे परराष्ट्र सचिव पाकिस्तान दौऱ्यावर गेल्यामुळे त्याला ऐतिहासिक महत्त्व प्राप्त झाले होते. तसेच त्याच वेळी दोन्ही देशांदरम्यान चर्चेद्वारे विश्वासनिर्मितीची परंपरा सुरू होणार असल्याचे संकेत मिळाले होते.

परराष्ट्र सचिव जयशंकर यांचा पाकिस्तान दौरा हा त्यांच्या सार्क यात्रेचा एक भाग होता. मध्यंतरी झालेल्या १८ व्या सार्क परिषदेत सार्क सदस्य देशांच्या परस्पर सहकार्यसंबंधांविषयी काही निर्णय घेण्यात आले होते. तसेच रस्तामार्ग उभारणी, हवाई वाहतूक आणि जलवाहतूक सुरू करणे यासंदर्भात करारही झाले होते. हे करार पूर्णत्वास जाण्यासाठी, त्यांवर कार्यवाही सुरू होण्यासाठी सर्व देशांची सहमती आवश्यक आहे. त्यासाठी भारताने पुढाकार घेणे आवश्यक होते. भारतातर्फे ही सहमती आणि पुढाकार घेण्यासाठी जयशंकर यांच्या सार्क संघटनेच्या आठही सदस्य देशांच्या दौऱ्याची आखणी करण्यात आली. या दौऱ्याची सुरुवात भूतानपासून करण्यात आली. त्यानंतर ते बांगला देशला गेले आणि तेथून ते पाकिस्तान भेटीवर गेले. तेथे त्यांनी पकिस्तानचे परराष्ट्र सचिव एझाज चौधरी यांच्याशी चर्चा केली. भारत-पाकिस्तान यांच्यामध्ये सात महिन्यांनंतर झालेली ही पहिली द्विपक्षीय सचिव पातळीवरील चर्चा होती.

दौऱ्यादरम्यान काय ठरले?

या दौऱ्या दरम्यान तीन ते चार महत्त्वाच्या घडामोडी झाल्या. दोन्ही देशांनी दोन गोष्टी मान्य केल्या आहेत. पहिली म्हणजे २००३ साली दोन्ही देशांदरम्यान झालेला शस्त्रसंधीच्या कराराचा आदर करायचा. त्यानुसार सीमापार गोळीबार होऊ द्यायचा नाही आणि शस्त्रसंधीचे उल्लंघन होऊ द्यायचे नाही. याबाबत पहिल्यांदा दोन्ही देशांची एकवाक्यता झाली. दुसरी गोष्टी म्हणजे दोन्ही देशांनी स्फोटक वक्तव्य देखील करायची नाहीत. विशेषतः अधिकाराच्या पदावर असणाऱ्या व्यक्तींनी हे पथ्य पाळण्याचे ठरवण्यात आले आहे. कारण अशा स्फोटक वक्तव्यांमुळे विश्वासनिर्मितीला तडा जातो. तसेच पाकिस्तानने सीमापार दहशतवाद तात्काळ थांबवला पाहिजे, ही मागणी भारताने आग्रहीपणाने अधोरेखित केली आहे. दुसरीकडे, चर्चेमध्ये सातत्य राखले गेले पाहिजे आणि चर्चा कोणत्याही अटींशिवाय झाली पाहिजे, अशी मागणी पाकिस्तानकडून करण्यात आली.

शांतता चर्चांची गरज आणि इतिहास

दोन्ही देशांदरम्यान असलेल्या काश्मीर, सियाचीन, सर क्रिक यांसारख्या दीर्घकाळापासून प्रलंबित असलेल्या प्रश्नांची सोडवणूक ही चर्चेच्या माध्यमातूनच होऊ शकते. कारण चर्चेतून विश्वासनिर्मिती होईल आणि पुढे प्रश्न सुटण्यासाठी अनुकूल वातावरण तयार होऊ शकते. या स्वरूपाची दूरदृष्टी ही १९९८ मध्ये तत्कालीन पंतप्रधान अटलबिहारी वाजपेयी यांनी ठेवली होती. वाजपेयी यांनी ही शांतता प्रक्रिया सुरू केली. कारगिल युद्धाच्या पूर्वी आणि युद्ध झाल्यानंतरही वाजपेयींनी पाकिस्तानला भेटी दिल्या. तसेच कारगिल युद्धाचे खापर त्यांनी पाकिस्तानच्या राजकीय नेतृत्वावर फोडले नाही.

२००३ मध्ये या दोन्ही देशांदरम्यान शस्त्रसंधीचा एक महत्त्वपूर्ण करार झाला. २००४ ते २००९ या युपीए सरकारच्या पहिल्या कालखंडात २००८ पर्यंत ही शांतता प्रक्रिया व्यवस्थित सुरू राहिली. पण २००८ मध्ये मुंबईवर दहशतवादी हल्ला झाला आणि त्यानंतर भारताने शांतता चर्चा खंडित केली. यापूर्वी अशा प्रकारच्या द्विपक्षीय पातळीवरील चर्चांसाठी किंवा संबंध सुधारण्यासाठी प्रामुख्याने पाकिस्तानकडून अटी घातल्या जात असत. काश्मीरचा प्रश्न सुटत नाही, तोपर्यंत भारताबरोबर कोणतीही सखोल चर्चा होऊ शकत नाही अशी पाकिस्तानची हट्टी भूमिका होती. पण २००८ नंतर पहिल्यांदा भारताने चर्चेसाठी अटी टाकण्यास सुरूवात केली.मुंबईवरील दहशतवादी हल्ल्याशी संबंधित असणाऱ्या हाफिज सईद, सईद लखवी आदी दहशतवाद्यांवर खटले चालवून त्यांना शिक्षा दिली जात नाही, तसेच सीमापार दहशतवादाला प्रोत्साहन देणे जोपर्यंत पाकिस्तान थांबवत नाही, तसेच सर क्रिक आणि सियाचिनच्या प्रश्नावर पाकिस्तान लवचिक भूमिका घेत नाही तोपर्यंत आम्ही चर्चा करणार नाही, असे भारताकडून सांगण्यात आले.

त्यामुळेच युपीए शासनाचा पहिला कालखंड हा तुलनेने बरा होता. पण दुसरा कालखंड मात्र भारत-पाकिस्तान संबंधांसाठी अतिशय वाईट राहिला. दोन्ही देशातील चर्चा खंडित झाली आणि त्यात थोडीही प्रगती होऊ शकली नाही. विशेष म्हणजे युपीए शासनाच्या दहा वर्षांच्या कालावधीत पंतप्रधान मनमोहन सिंग एकदाही पकिस्तान दौऱ्यावर गेले नाहीत. जेव्हा जेव्हा दौऱ्याचा विषय उपस्थित झाला तेव्हा अंतर्गत दबावामुळे त्यांनी तो दौरा टाळला. एकीकडे दोन्ही देशातील चर्चा खंडित झालेली असतानाच दुसरीकडे सीमावर्ती भागात पाकिस्तानकडून होणारा गोळीबार सातत्याने सुरू होता. तसेच पाकिस्तानकडून जम्मू-काश्मीरमधील दहशतवादाला प्रोत्साहन देणेही सुरूच होते.

मोदी सरकारचे पाकिस्तानविषयीचे धोरण

२०१४ मध्ये नरेंद्र मोदी यांचे शासन सत्तेत आले. हे शासनही एनडीएचेच असल्यामुळे अटलबिहारी वाजपेयी यांच्याप्रमाणे तेदेखील शांततेची प्रक्रिया सुरू करतील असे वाटले होते. असे वाटण्यामागचे एक प्रमुख कारण म्हणजे, नरेंद्र मोदी यांनी आपल्या शपथविधी सोहळ्यासाठी पाकिस्तानचे पंतप्रधान नवाझ शरीफ यांना आमंत्रित केले होते. त्यामुळे एक प्रकारचे आशादायी चित्र निर्माण झाले होते. परंतु भाजपा शासनाकडून दोन्ही देशातील परराष्ट्र पातळीवरची चर्चा अचानकपणे खंडीत करण्यात आली. त्यानंतर पाच महिन्यात पाकिस्तानकडून जवळपास २५० वेळा शस्त्रसंधीचे उल्लंघन झालेले आहे. सीमेवरील गोळीबारामध्ये निष्पाप लोक मारले गेले आहेत. परिणामी, दोन्ही

देशातील संबंध अतिशय तणावपूर्ण बनले होते. मोदी सरकारने पाकिस्तानबाबतचे धोरण बदलून 'जशास तसे' धोरण अवलंबले होते. गोळीबाराचे उत्तर गोळीबारानेच दिले पाहिजे, अशी भूमिका घेतली होती. तसेच द्विपक्षीय चर्चा ही फक्त दोन्ही देशांदरम्यानच व्हावी, त्यामध्ये हुर्रियतला स्थान दिले जाणार नाही, याबाबतच्या भूमिकेवर भारत ठाम राहिला. दुसरीकडे आंतरराष्ट्रीय पातळीवर पाकिस्तानची दुटप्पी भूमिका उघड केली. त्यामुळे पाकिस्तान एकटा पडत असल्याचे चित्र होते. चीनचे अध्यक्ष शी झिनपिंग, अमेरिकेचे राष्ट्राध्यक्ष बराक ओबामा यांनी भारत दौऱ्यानंतर पाकिस्तानला जाणे टाळले. या सर्व घडामोडींमुळे आंतरराष्ट्रीय पातळीवर पाकिस्तान बाजूला पडला होता. मोदी सरकारचे हे धोरण जवळपास आठ महिने चालले. या काळात मोदी हे वाजपेयींच्या शांतता प्रक्रियेचा मार्ग पुढे चालू ठेवत नाहीयेत, असे म्हणत या सरकारवर टीकाही झाली. मात्र तरीही या धोरणामध्ये बदल झाला नव्हता. तसेच चर्चा आणि शांतता प्रक्रिया भारताने खंडित केली असल्याने पुढाकार भारतानेच घ्यावा, अशी पाकिस्तानची भूमिका होती.

चर्चेसाठी अंतर्गत आणि बाह्य दबाव

याचदरम्यान २६ जानेवारी रोजी बराक ओबामांची भारत भेट झाली. त्यांनी भारत भेटीनंतर दहशतवाद निर्मूलनासाठी करत असलेल्या प्रयत्नांबाबत पाकिस्तानला चांगली पावती दिली. भारत आणि पाकिस्तान या दोन्ही देशांवर अमेरिकेचा चांगला प्रभाव आहे. तसेच जम्मू आणि काश्मीरमध्ये पीडीपी आणि भाजपाचे संयुक्त सरकार स्थापन झाले. भारत आणि पाकिस्तानमध्ये चर्चा सुरू राहावी, ही पीडीपीची सातत्याने मागणी राहिली आहे. त्यामुळे एकीकडे बाह्य दबाव आणि दुसरीकडे अंतर्गत पातळीवर होणारी मागणी या पार्श्वभूमीवर जयशंकर यांची पाकिस्तानभेट घडून आली. या भेटीपूर्वी क्रिकेट विश्वचषक स्पर्धांची सुरुवात झाली. त्यावेळी पंतप्रधान नरेंद्र मोदी यांनी नवाझ शरीफ यांना दूरध्वनीद्वारे विश्वचषकाच्या शुभेच्छा दिल्या होत्या. यातून दोन्ही देशाच्या मानसिकतेत बदल घडून येत आहे याची झलक दिसून आली होती.

चर्चा का गरजेची?

दोन्ही देशांदरम्यान चर्चा सुरू होणे खूप गरजेचे होते. कारण बरेचदा चर्चा खंडीत झाल्यानंतर तणावाचे वातावरण निर्माण होते. तसेच दोन्ही देशांदरम्यान चर्चा खंडीत व्हावी ही पाकिस्तानच्या लष्कराची नेहमीच इच्छा राहिलेली आहे. नवाझ शरीफ हे मोदी यांच्या शपथविधीला उपस्थित राहिले तेव्हाही त्यांना मोठ्या अंतर्गत विरोधाला सामोरे जावे लागले होते. पाकिस्तानमधील लष्कर आणि पाकिस्तानी दहशतवादी संघटना हे भारताबरोबर चर्चा सुरू होऊ नये, संघर्ष वाढावा यासाठी सातत्याने प्रयत्नशील असतात. पाकिस्तानी राजकीय नेतृत्वाला मात्र भारताबरोबर संवाद सुरू व्हावा असे वाटते. पण तो खंडीत झाल्यामुळे लष्कराला जास्त महत्त्व प्राप्त झाले होते. पाकिस्तानमधील लष्कर, दहशतवादी गट यांचे महत्त्व कमी करायचे असेल तर तेथील राजकीय नेतृत्वाबरोबर चर्चा सुरू ठेवणे हे भारतासाठी गरजेचेच आहे.

दुसरी गोष्ट म्हणजे भारत आणि पाकिस्तानमधील जे प्रलंबित प्रश्न आहेत, ते कुठल्याही परिस्थितीत युद्धाच्या मार्गाने सुटू शकत नाहीत. कारण आज दोन्हीही देश अणवस्त्रधारी देश बनलेले आहेत. या दोन्ही देशांदरम्यान युद्धाचा इतिहास आहे. त्यामुळे दोन्ही देशातील छोटा संघर्षही अणुयुद्धाचे रूप धारण करू शकतो. म्हणूनच दोन्ही देशांनी सातत्याने चर्चा करत राहणे आणि चर्चेतून, संवादातूनच समस्यांची उकल करणे, प्रश्न मार्गी लावणे गरजेचे आहे. या दोन्ही देशांमध्ये विश्वास असणे खूप महत्त्वाचे आहे. अमेरिका आणि रशिया यांसारख्या देशांनीही चर्चेचा मार्ग अवलंबण्यालाच प्राधान्य दिले आहे. अगदी शीतयुद्धाच्या काळातही अमेरिका आणि सोव्हिएत रशिया या दोन्ही देशात पराकोटीचे शत्रुत्व होते. पण तरीही दोन्ही देशांमधील आण्विक संवाद सातत्याने सुरू होता. भारत आणि पाकिस्तानच्या बाबतीत तसे घडत नाही. हा संवाद सातत्याने खंडित होत असतो. परंतु एक गोष्ट लक्षात घेतली पाहिजे की, संवाद खंडीत झाल्यास प्रलंबित प्रश्न सोडविण्यासाठी दुसरा पर्यायच नाही. म्हणूनच दोन्ही देशातील चर्चा सुरू राहणे महत्त्वाचे आहे. त्यादृष्टीने जयशंकर यांचा दौरा महत्त्वाचा होता.

परराष्ट्र पातळीवर अशा प्रकारच्या चर्चा होतात त्यावेळी बरेचदा ती एका मोठ्या भेटीची नांदी असते. त्यामुळे नरेंद्र मोदी आणि नवाझ शरीफ यांच्यातील भविष्यातील भेटीची ही पूर्वतयारी होती, असे मानले जाते. या दृष्टीकोनातून परराष्ट्र सचिव पातळीवरील या भेटीकडे पाहिले गेले.

का बदलली दोन्ही देशांची भूमिका?

आता प्रश्न असा निर्माण होतो की, मोदी सरकारने आणि पाकिस्तानने आपल्या भूमिकेत बदल का घडून आला? याचे पहिले कारण म्हणजे नरेंद्र मोदी आणि नवाझ शरीफ या दोन्ही राजकीय नेत्यांना याची कल्पना आहे की दोन्ही देशांमध्ये असणारा प्रत्येक प्रलंबित प्रश्न हा केवळ शांतता आणि शांततेच्या चर्चेच्या माध्यमातूनच सोडवला जाऊ शकतो.चर्चेला पर्याय हा फक्त युद्धाचा आहे आणि दोन्ही देश अण्वस्त्रधारी असल्यामुळे युद्ध करणे दोन्हीही देशांना परवडणारे नाही. तसेच दोन्ही देशांमधील छोटासा संघर्ष हा अणुयुद्धाचे स्वरुप धारण करू शकतो. त्यामुळे चर्चेला पर्याय नाही. तसेच रालोआ सरकारनेच शांतता चर्चेचा पाया घातला असल्याने मोदी सरकारवर चर्चा सुरू करण्याबाबत अंतर्गत आणि बाह्य दबाव होता. तिसरी गोष्ट म्हणजे, ज्यावेळी भारत पाकिस्तानच्या राष्ट्रीय नेतृत्त्वासोबत चर्चा थांबवतो तेव्हा त्याचा फायदा दहशतवादी गट, धार्मिक मूलतत्त्ववादी गट आणि पाकिस्तानचे लष्कर यांच्याकडून उठवला जातो. या तिघांनाही भारत-पाकिस्तान संबंध सुधारावेत, त्यांच्यात शांतता चर्चा व्हावी असे वाटत नाही. त्यामुळे चर्चा बंद करून या तीन गटांचाच फायदा होत होता. तसेच त्यांचे पाकिस्तानातील महत्त्वही वाढू लागले होते. पाकिस्तानच्या धोरणांमधील या तीन घटकांचा प्रभाव कमी करायचा असेल तर त्यांच्या राजकीय नेतृत्त्वाला चर्चेमध्ये गुंतवणे भारतासाठी अपरिहार्य आहे. चौथी गोष्ट म्हणजे नरेंद्र मोदींना दक्षिण आशियातील देशांना एकत्र घेऊन भारताला नेतृत्त्व म्हणून पुढे आणायचे आहे. तसेच त्यांना सार्कला नवजीवन द्यायचे आहे आणि भारत-पाकिस्तान यांच्यातील संघर्ष हेच सार्कच्या अपयशाचे महत्त्वाचे कारण आहे, याची कल्पना मोदींना आहे.

दुसरीकडे पाकिस्तानच्या धोरणात बदल होण्याचे कारण म्हणजे पुढील सार्क परिषद ही इस्लामाबादमध्ये होणार आहे. भारत-पाकिस्तानचे संबंध सुधारत नाहीत तोपर्यंत ही परिषद यशस्वी होऊ शकत नाही, याची शरीफ यांना कल्पना आहे. या परिषदेसाठी भारताचे सहकार्य ही पाकिस्तानसाठी महत्त्वाची आणि आवश्यक बाब आहे. दुसरे कारण म्हणजे २०१३ पासून म्हणजे नवाझ शरीफ यांनी सत्तासूत्रे हाती घेतल्यापासून पाकिस्तानमध्ये सरकार आणि लष्कर यांच्यामध्ये प्रचंड सुंदोपसुंदी सुरू आहे. सहा महिन्यांपूर्वी शरीफ यांच्याविरोधात झालेला प्रचंड मोठा उठाव हा लष्कर पुरस्कृत होता. त्यामुळे पाकिस्तानातील लष्कराचे महत्त्व कमी करणे हे शरीफ यांच्यासाठीही गरजेचे आहे. तिसरी गोष्ट म्हणजे पाकिस्तानातील युवापिढी ही आर्थिक विकासामध्ये स्वारस्य असणारी आहे. ते भारताशी त्यांच्या देशाची तुलना करत आहेत. आर्थिक सुधारणांमुळे भारताचा झालेला कायापालट पाहून ते पाकिस्तानातील स्थितीबाबत नाराज आहेत. पाकिस्तानामध्येही भारताप्रमाणेच मध्यमवर्ग आणि तरुणांचे प्रमाण वाढत आहे आणि या तरुणांना आर्थिक विषयांमध्ये बदल हवा आहे. तसेच पाकिस्तानातील एकूण जनमत हे दहशतवादाच्या विरोधात चालले आहे. आजवर हा बहुतांश पाकिस्तानी नागरिक हे भारताला आपला सर्वांत पहिला शत्रू मानत होते; पण पेशावरमधील निर्घृण हल्ल्यानंतर पाकिस्तानातील जनतेच्या मानसिकतेत बदल घडून येत आहे.

चर्चेमध्ये अडसर कोणते?

वर उल्लेख केलेल्या कारणांमुळे दोन्ही देशांच्या राजकीय नेतृत्त्वाने चर्चेच्या दिशेने पावले टाकली असली तरी त्यामध्ये दोन प्रमुख बाधा आहेत. एक म्हणजे यासंदर्भात पाकिस्तानी लष्कर कोणती भूमिका घेते हे पहावे लागेल. दुसरी गोष्ट म्हणजे भारतामध्ये साधारणपणे एप्रिल आणि मे महिन्यामध्ये मोठ्या प्रमाणावर घुसखोरी होते. कारण या भागात बर्फ वितळण्याचे प्रमाण वाढते. अलीकडेच म्हणजे मार्च महिन्यातच जम्मू-काश्मीर भागात दोन दहशतवादी हल्ले झाले. या हल्ल्यांचा परिणाम दोन्ही देशांच्या शांतता चर्चेवर होतो का, हे पहावे लागेल. त्यामुळे केवळ चर्चा सुरू झाली म्हणजे सर्व काही आलबेल झाले आहे असे मानण्याचे कारण नाही. पाकिस्तान सीमापार दहशतवाद थांबवणार का हेही पहावे लागणार आहे. भारतीय संरक्षण खात्याच्या

वार्षिक अहवालामध्ये असे म्हटले गेले आहे की, पाकिस्तानात सध्या ४३ दहशतवादी कॅम्प सक्रिय आहे. त्यापैकी बहुतांश कॅम्प हे पाकव्याप्त काश्मीरमध्ये आहेत आणि सहा कॅम्प हे २४ बाय ७ सक्रिय असून ते मोठ्या प्रमाणावर भारतामध्ये घुसखोर पाठवण्याच्या प्रयत्नामध्ये आहेत. ही घुसखोरी थांबली नाही तर या शांतता चर्चेबाबत पुन्हा एकदा प्रश्नचिन्ह उपस्थित होऊ शकते.

लष्कराशी चर्चा करावी?

आतापर्यंत भारत हा पाकिस्तानच्या राजकीय नेतृत्त्वाशी चर्चा करत आला आहे; पण आता नरेंद्र मोदींनी लष्करी नेतृत्त्वाला या चर्चेमध्ये गुंतवून ठेवणे आवश्यक आहे. याचे कारण अमेरिका, इस्त्राईल, इराण, अफगाणिस्तान आणि भारत या देशांबाबतचे पाकिस्तानचे धोरण हे राजकीय नेतृत्त्व ठरवत नसून ते लष्कराकडूनच ठरवले जाते. त्यामुळे राजकीय नेतृत्त्वाशी चर्चा करून काहीही साध्य होत नाही. कारण लष्कराची त्याला मान्यता नसते. त्यामुळे लष्कराशी चर्चा करण्याच्या पर्यायाचा विचार केला जाणे आवश्यक आहे. अलीकडेच अफगाणिस्तानचे नूतन अध्यक्ष अश्रफ गनी यांनी पाकिस्तानचे लष्करप्रमुख राहील शरीफ यांची भेट घेऊन अफगाणिस्तानमधील शांततेविषयी त्यांच्याशी चर्चा केली. असाच प्रकार भारताकडून केला गेला तर कदाचित भारताच्या योजनांना त्यांचे सहकार्य मिळू शकेल. याबाबत कारगिलचे उदाहरण आपल्यासमोर आहे. अटलबिहारी वाजपेयींनी नवाझ शरीफ यांच्याशी शांतता चर्चा सुरू केली होती; पण परवेझ मुशर्रफ यांनी म्हणजेच लष्कराने ती हाणून पाडली आणि त्यातून कारगिलचे युद्ध झाले. आताही मोदींनी शरीफ यांच्याशी संबंध सुधारले, द्विपक्षीय चर्चा झाल्या तरी लष्कर त्यामध्ये बाधा आणू शकते. म्हणूनच लष्कराला या शांतता चर्चेमध्ये सामील करून घेणे आवश्यक आहे. ते होत नाहीत तोपर्यंत सीमापार दहशतवाद थांबणार नाही.

■

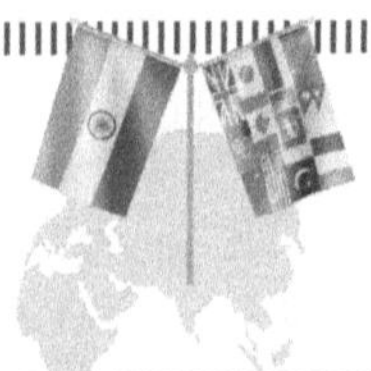

श्रीलंकेमधील मानवाधिकारांचा प्रश्न

श्रीलंकेच्या मानवाधिकारांचा प्रश्न सध्या गाजतो आहे. या मानवाधिकाऱ्यांच्या प्रश्नावरून संयुक्त राष्ट्रांच्या मानवाधिकार सभेने (ह्युमन राईटस् कौन्सिल) आतापर्यंत तीन ठराव श्रीलंकेच्या विरोधात मंजूर केले आहेत आणि ते मंजूर झाले आहेत. त्यामुळे श्रीलंकेला आंतरराष्ट्रीय पातळीवरून प्रचंड मानहानीचा, नाचक्कीचा आणि अपमानाचा सामना करावा लागला आहे. त्यापैकी दोन ठरावांवर भारताने श्रीलंकेच्या विरोधात मतदान केलेले आहे; तर एका ठरावाच्या वेळी भारत अनुपस्थित राहिला.

श्रीलंकेमधील मानवाधिकारांचा हा प्रश्न काय आहे?

श्रीलंकेमध्ये एलटीटीई आणि सिंहली या वांशिक गटांमध्ये यादवी संघर्ष होता. हा संघर्ष जवळपास ३० वर्षे चालला आणि तो २००९ मध्ये संपुष्टात आला. तत्पूर्वी म्हणजे २००५ ते २००९ या चार वर्षांच्या काळात श्रीलंकेच्या सरकारने तामिळांच्या विरुद्ध म्हणजे एलटीईच्या विरुद्ध एका युद्धमोहिमेची सुरुवात केली. ही युद्धमोहीम इतकी भयंकर होती, की त्यामध्ये जवळपास ३० ते ४० हजार निष्पाप तामिळी लोक मारले गेले आणि मानवाधिकारांचे मोठ्या प्रमाणावर उल्लंघन झाले. ही लष्करी मोहीम २००९ मध्ये यशस्वी झाली. कारण एलटीटीईचा म्होरक्या किंवा नेता असलेला प्रभाकरन हा या युद्धमोहिमेमध्ये मारला गेला. तो मारला गेल्यामुळे एलटीटीईचा पराभव झाला आणि श्रीलंकेमधील वांशिक संघर्ष संपला. परंतु वांशिक संघर्ष संपला असला तरी या चार वर्षे चाललेल्या लष्करी युद्धमोहिमेमध्ये जे निष्पाप लोक मारले गेले आणि प्रचंड मोठ्या प्रमाणात जे मानवाधिकारांचे हनन झाले त्याबाबत आंतरराष्ट्रीय

समुदायाने श्रीलंकेला प्रश्न विचारण्यास सुरुवात केली. त्यावर या संपूर्ण युद्धमोहिमेची चौकशी करू आणि जे दोषी असतील त्यांना शिक्षा करू असे श्रीलंकेकडून सांगण्यात आले. या मोहिमेची चौकशी करण्यासाठी म्हणून श्रीलंकेने एका आयोगाची स्थापना केली. या आयोगाला 'लेसन्स लर्नट अँड रिकन्सिलेशन कमिशन' असे म्हणतात. हा आयोग २०१०मध्ये स्थापन केला गेला आणि २०११मध्ये या आयोगाने आपला अहवाल सादर केला. त्यानुसार त्यांनी श्रीलंकेमधील अनेक लष्करी अधिकाऱ्यांना दोषी धरले. कारण त्यांच्याकडून मानवाधिकारांचे उल्लंघन झाले. हा अहवाल श्रीलंकेने त्यांच्या संसदेपुढे मांडला आणि त्यावर चर्चा सुरू झाल्या; पण त्या अहवालाकडे दुर्लक्ष झाले व राष्ट्राध्यक्ष राजेपक्षे यांनी या अहवालाच्या अंमलबजावणीसाठी आवश्यक राजकीय इच्छाशक्ती दाखवली नाही.

या नरसंहाराबाबत श्रीलंकेवर प्रचंड मोठ्या प्रमाणात टीका करण्यात आली. त्यानंतर श्रीलंकेचे राष्ट्राध्यक्ष यांनी तामिळ लोकांना जास्तीत जास्त राजकीय अधिकार देण्याची घोषणा केली. हे राजकीय अधिकार देण्यासाठी त्यांनी श्रीलंकेच्या संसदेमध्ये घटना दुरुस्ती विधेयक मांडले. त्याला १३ वी घटना दुरुस्ती म्हणतात. ही राज्यघटना दुरुस्ती श्रीलंकेत राजकीय विकेंद्रीकरणासाठी त्यानुसार श्रीलंकेतील प्रांतांना स्वायत्तता दिली जाण्याची तरतूद आहे. या राज्यघटनेचा फायदा उत्तर श्रीलंकेत स्थित असलेल्या तमिळ अल्पसंख्यांकांना त्यांच्या राजकीय व आर्थिक सबलीकरणासाठी होणार आहे. पण ही राज्यघटना दुरुस्ती अद्यापही मंजूर झालेली नाही. कारण याला श्रीलंकेमधील अनेक गटांचा, मुख्यत्वे करून सिंहली लोकांचा, बुद्धीस्ट लोकांचा विरोध आहे. म्हणजे एक तर श्रीलंकेने लेसन्स लर्नट अँड रिकन्सिलेशन कमिशनने सुचवलेल्या शिफारशींवर कोणतीही कारवाई केलेली नाही, त्याची दखल घेतलेली नाही अणि दुसरीकडे १३ राज्यघटना दुरुस्तीही मंजुरी झालेली नाही. त्यामुळे सिंहलींच्या पुनर्वसनाचा ऐरणीवर असलेला प्रश्न अद्यापही सुटू शकलेला नाही, तो तसाच प्रलंबित आहे.

अजूनही तमिळ लोकांना तिथे आवश्यक राजकीय, प्रशासकीय व आर्थिक अधिकार मिळालेले नाही. त्यांचे आर्थिक शोषण अद्यापही सुरूच आहे. श्रीलंकेमधील हा मानवाधिकारांचा प्रश्न दोन गोष्टींशी निगडित आहे. एक तर आयोगाच्या शिफारशींनुसार कारवाई करणे आणि या वंशसंहारामधील दोषींवर कारवाई करणे आणि राज्यघटना दुरुस्ती लवकरात लवकर मंजूर करणे. जेणे करून श्रीलंकेतील तामिळींना त्यांचे राजकीय अधिकार मिळतील, त्यांना राजकीय प्रक्रियेत समाविष्ट करून घेता येईल आणि त्यांचा आर्थिक विकास घडून येईल. यालाच राजकीय विकेंद्रीकरण असे म्हटले जाते.

■

का झाले श्रीलंकेत सत्तांतर?

श्रीलंकेमध्ये राष्ट्राध्यक्ष पदासाठी झालेल्या निवडणुकांचे निकाल जानेवारी २०१५ मध्ये समोर आले. या निवडणुकांमध्ये गेल्या दहा वर्षांपासून अध्यक्षपदावर असलेल्या महिंद्रा राजेपक्षे यांचा पराभव होऊन सिरीसेना यांची राष्ट्राध्यक्षपदी निवड झाली. राजेपक्षे यांचा कार्यकाळ हा बऱ्यापैकी वादग्रस्त आणि एकाधिकारशाहीच्या दिशेने राहिल्यामुळेच जनतेने हे सत्तांतर घडवून आणले. एखाद्या व्यक्तीच्या हातात सत्तेचे केंद्रीकरण होते आणि त्याच्याकडून सत्तेचा अतिदुरुपयोग होऊ लागतो तेव्हा जनता त्या व्यक्तीला त्याची जागा दाखवून देते, हा लोकशाहीचा एक अलिखित सिद्धांत आहे. श्रीलंकेतील निकालांनी याला पुष्टी दिली. हे सत्तांतर भारतासाठी लाभदायक ठरणारे आहे. श्रीलंकेमध्ये राष्ट्राध्यक्षांचा कार्यकाळ सहा वर्षांचा असतो. सहा वर्षांपैकी चार वर्षे पूर्ण

झाल्यानंतर पुढील निवडणुकांसंदर्भातील निर्णय घोषित करता येतो. असे असताना श्रीलंकेमध्ये मध्यंतरी निवडणूक कालावधी संपण्यापूर्वीच घेण्यात आली. वास्तविक, ही निवडणूक २०१६ मध्ये निर्धारीत करण्यात आली होती. कारण यापूर्वीचे अध्यक्ष महिंद्रा राजेपक्षे यांचा कार्यकाळ २०१६ मध्ये संपणार होता. पण त्यांनी दोन वर्षांपूर्वीच निवडणुका घेण्याचा निर्णय घेतला. श्रीलंकेच्या राज्यघटनेनुसार केवळ दोन वेळाच एखाद्या व्यक्तीला अध्यक्षपदाची निवडणूक लढवता येते किंवा दोनदाच अध्यक्ष बनता येते. २०१० मध्ये राजेपक्षे दुसऱ्यांदा अध्यक्ष बनले होते; मात्र तरीही ते तिसऱ्यांदा निवडणूक लढवू शकले याचे कारण २०१२ मध्ये त्यांनी एक महत्त्वाची घटना दुरुस्ती केली. त्या घटना दुरुस्तीला अठरावी घटना दुरुस्ती असे म्हणतात. या घटना दुरुस्तीनुसार त्यांनी एखाद्या व्यक्तीला राष्ट्राध्यक्ष पदाची निवडणूक तिसऱ्यांदाही लढवता येऊ शकेल, अशी तरतूद करून घेतली आणि त्याआधारावरच ते पुन्हा एकदा यंदाच्या निवडणुकीच्या रिंगणात उतरले होते. पण त्यांना पराभव पत्करावा लागला आणि तेथे सत्तापालट झाला. हा सत्तापालट श्रीलंकेच्या दशकभराच्या राजकारणातील राजकीय इतिहासातील महत्त्वाची घटना ठरला आहे.

निवडणुकीची वैशिष्ट्ये

या निवडणुकीचे महत्त्वाचे वैशिष्ट्य म्हणजे ही निवडणूक प्रामुख्याने विद्यमान राष्ट्राध्यक्ष राजेपक्षे आणि त्यांचे विरोधक मैथ्रीपाल सिरीसेना या दोन व्यक्तींमध्येच झाली. सिरीसेना हे दोनच महिन्यांपूर्वी राजेपक्षे यांच्या पक्षातून फुटून बाहेर पडले. राजेपक्षे यांच्या सरकारमध्ये ते आरोग्य मंत्री होते. सिरीसेना यांच्या पक्षाचे नाव आहे फ्रिडम पार्टी. मुळात सिरीसेना हे सिंहली आहेत. राजेपक्षे यांच्या पक्षातून फुटल्यानंतर त्यांनी इतर महत्त्वाच्या पक्षांबरोबर करार करून न्यू डेमोग्राफीक फ्रंट नावाची एक आघाडी तयार केली. याध्ये सिरीसेना यांना माजी पंतप्रधान आणि युनायटेड नॅशनल पक्षाचे नेते रानिल विक्रमसिंघे यांचा आणि माजी राष्ट्राध्यक्ष चंद्रिकाकुमार तुंगा यांचा महत्त्वाचा पाठिंबा मिळाला. पहिल्यांदाच श्रीलंकेमध्ये मोठे राजकीय पक्ष राजेपक्षे यांच्या विरुद्ध एकत्र आले. या निवडणुकीचे महत्त्वाचे वैशिष्ट्ये म्हणजे श्रीलंकेतील तामिळ, मुस्लिम आणि ख्रिश्चन अल्पसंख्याक या तिन्ही समुदायांनी न्यू डेमोग्राफिक फ्रंटमध्ये भाग घेत राजेपक्षे यांच्या विरुद्ध मतदान केले. सिंहलींचा गटही फुटला गेला. श्रीलंकेमध्ये अल्पसंख्याक आणि बहुसंख्याक अशी दुही आहे. सिंहली हे बहुसंख्याक आहेत; तर अल्पसंख्याकांमध्ये तमीळ, मुस्लिम आणि ख्रिश्चन यांचा समावेश होतो. चंद्रिकाकुमार तुंगा, रनिल विक्रमसिंगे आणि सिरीसेना हे तिघेही सिंहली आहे. सिंहलींची मते ही नेहमी एक गठ्ठा मते असत. पण सिरीसेना फुटल्यामुळे सिंहलींमधील एक मोठा गट न्यू डेमोग्राफीक फ्रंटच्या पाठीमागे उभा राहिला. म्हणजे एकीकडे सिंहलींची मते विभागली गेली आणि दुसरीकडे अल्पसंख्याकांनी एकजुटीने सिरीसेना यांना मतदान केले. त्यामुळे या निवडणुकीत संपूर्ण मतदान राजेपक्षे यांच्या विरोधात गेले.

राजेपक्षे यांना का नाकारले गेले?

राजेपक्षे हे दोन वेळा निवडून आले होते. या दोन्हीही वेळी श्रीलंकेमधील सिंहली आणि तमिळ अल्पसंख्याक यांच्यामधील संघर्षाची पार्श्वभूमी होती. २०१०मध्ये राजेपक्षे निवडून आले तेव्हा श्रीलंकेमध्ये ३० वर्षांपासून सुरू असलेला वांशिक संघर्ष नुकताच संपलेला होता. २००५ ते २००९ हा प्रभाकरनच्या नेतृत्त्वाखालील तमिळ अल्पसंख्याकांची संघटना लिट्टे आणि सिंहेलीमधील संघर्षाचा अंतिम टप्पा होता. या काळात राजेपक्षे यांच्या अध्यक्षतेखाली एलटीटीईच्या विरुद्ध लष्करी मोहीम सुरु करण्यात आली. या मोहिमेदरम्यान २००९ मध्ये प्रभाकरन मारला गेला आणि त्यानंतर एलटीटीई पूर्णपणे संपली. या वांशिक संघार्षामध्ये श्रीलंका जिंकली असे म्हणावे लागते. या विजयाचे भांडवल करत राजेपक्षे दुसऱ्यांदा निवडून आले. मात्र त्यानंतरच्या काळात राजेपक्षे यांनी ज्याप्रकारे राज्यकारभार केला त्यातून श्रीलंकेमध्ये एक प्रकारचे हुकमशाही नेतृत्व तयार झाले. त्यांनी राष्ट्राध्यक्ष पदाच्या निवडणुकीबाबतच्या घटनादुरुस्तीबरोबरच आणखी एक घटना दुरुस्ती अशी घडवून आणली. त्यानुसार तेथील न्यायाधीशाच्या नेमणुकांमध्ये अध्यक्षाला स्थान देण्यात आले. म्हणजेच त्यांनी न्यायव्यवस्थेमध्येही हस्तक्षेप केला आणि आपल्या मर्जीतील न्यायाधीश नेमता यावेत अशी सोय केली. थोडक्यात, त्यांनी आपल्या हातात सत्ता एकवटवली.

मैत्रीपालसिरीसेना- विद्यमान श्रीलंका राष्ट्राध्यक्ष

साहजिकच, यातून त्यांची एकाधिकारशाही वाढत गेली. त्याचबरोबर त्यांच्या काळात भ्रष्टाचार प्रचंड वाढला. तसेच अल्पसंख्यांकांवर प्रचंड प्रमाणात अन्याय होऊ लागले. त्यांच्या काळामध्ये मुस्लिम अल्पसंख्याकांवर ३५० हिंसक हल्ले झाले; तर ख्रिश्चन अल्पसंख्याकांवर १५० हिंसक हल्ले झाले. त्यामुळे त्यांच्याविषयीचा असंतोष कमालीचा वाढला होता.

तमिळ अल्पसंख्यांकांमध्ये नाराजी

उत्तर श्रीलंकेमध्ये तमिळ अल्पसंख्याकांचे प्रमाण अधिक आहे. त्यांना मुख्य प्रवाहात आणण्यासाठी 'नॉर्दन प्रॉव्हिन्शियल कौन्सिल'ची स्थापना करण्यात आली होती. परंतु तिला अधिकार कोणतेच नव्हते. त्यांना प्रशासकीय,राजकीय आणि आर्थिक अधिकार देणारी विकेंद्रीकरण करण्यासंदर्भातली घटनादुरुस्ती श्रीलंकेमध्ये करण्यात येणार होती. तिला तेरावी घटनादुरुस्ती म्हणतात. आपल्या कार्यकाळामध्ये ही तेरावी घटना दुरुस्ती करण्यात येईल असे वचन राजेपक्षे यांनी दिले होते. ती मंजूर झाली असती तर तमिळ अल्पसंख्याकांना मोठे प्रशासकीय, राजकीय अधिकार मिळाले असते. त्यांना मुख्य प्रवाहात येण्याचा मार्ग मोकळा झाला असता. परंतु राजेपक्षे यांनी हे वचन पाळले नाही आणि ती घटनादुरुस्ती झाली नाही. दुसरी गोष्ट म्हणजे उत्तर श्रीलंकेमधील तमिळ बहुसंख्याक भागामध्ये अद्यापही मोठ्या प्रमाणात लष्कराचा प्रभाव आहे. तेथून लष्कर अद्यापही हटवण्यात आलेले नाही. हे एक प्रकारे राजेपक्षे यांचे अपयश मानले गेले. या सर्वांमुळे तमिळ अल्पसंख्याकांमध्ये राजेपक्षे यांच्याविषयी प्रचंड नाराजी पसरली होती. तिसरी महत्त्वाची गोष्ट घडली ती म्हणजे २००५ ते २००९ या काळात राजेपक्षे यांनी तमिळ अल्पसंख्याकांच्या विरुद्ध केलेल्या लष्करी मोहिमेदरम्यान मोठ्या प्रमाणावर युद्ध नियमांचे, मानवाधिकारांचे उल्लघंन झाले. या मोहिमेमध्ये ४२ हजार निष्पाप तमिळी मारले गेले. त्यामुळे या संपूर्ण मोहिमेची चौकशी व्हावी अशी मागणी संयुक्त राष्ट्राच्या सुरक्षा समितीकडूनही सातत्याने होत होती. या प्रकरणातील दोषी लष्करी अधिकाऱ्यांना शिक्षा होण्यासाठी श्रीलंकेवर आंतरराष्ट्रीय दबाव होता. संयुक्त राष्ट्राच्या मानवाधिकार समितीने श्रीलंकेविरुद्ध तीन ठराव मंजूर केलेले होते. पण तरीही दोषी अधिकाऱ्यांना शिक्षा झाली नाही. या युद्धगुन्ह्यांची चौकशी करण्यासाठी २०१० मध्ये एक महत्त्वाचा आयोग नेमला गेला. या आयोगानेदेखील दोषी लष्करी अधिकाऱ्यांना शिक्षा करण्याच्या सूचना दिल्या; पण तरीही राजेपक्षे यांनी त्याबाबत कोणतीही पावले टाकली नाहीत. या सर्व गोष्टी निवडणुकीत त्यांच्याविरुद्ध गेल्या. तमिळ, मुस्लिम आणि ख्रिश्चन अल्पसंख्याक हे तिघे एकत्र आले. तसेच सिंहलीतला मोठा गट फुटलेला होता. त्या सर्वांचा फायदा घेत सिरीसेनांचा विजय सुकर झाला.

श्रीलंकेतील सत्तापालट आणि भारत

भारताचे श्रीलंकेमध्ये प्रामुख्याने तीन प्रकारचे हितसंबंध आहेत.

१) श्रीलंकेमधील अल्पसंख्याक तमिळींचे प्रश्न मार्गी लागले पाहिजेत, ही भारताची पहिली अपेक्षा आहे. हा प्रश्न तीन दशके प्रलंबित आहे आणि त्याचे परिणाम भारतात उमटत असतात. भारतातील मोठा गट त्यांना समर्थन देणारा असल्यामुळे अनेकदा भारताच्या परराष्ट्र धोरणावर त्याचे परिणाम होतात.

२) श्रीलंकेसोबत आपला व्यापार वाढला पाहिजे यासाठी भारत नेहमीच प्रयत्नशील राहिला आहे.

३) श्रीलंकेवर वाढत चाललेला चीनचा प्रभाव भारतासाठी फार धोकादायक आहे.

राजेपक्षे यांच्या कार्यकाळामध्ये या तिनही बाबतीत भारताची निराशा झाली. श्रीलंकेतील तमिळींना राजकीय,प्रशासकीय,आर्थिक अधिकार मिळावेत यासाठी तेरावी घटना दुरुस्ती मंजूर केली

जावी ही मागणी भारत सातत्याने करत होता; पण ती झाली नाही. त्यामुळे तमिळ अल्पसंख्याकांना मिळाले नाहीत. त्यामुळे भारत नाराज होता. दुसरीकडे, व्यापारामध्येही फारशी प्रगती झालेली नाही. भारत आणि श्रीलंका यांच्यातला सध्या ३.६० अब्ज डॉलर्स इतकाच व्यापार आहे, जो अतिशय कमी आहे. भारताला श्रीलंकेबरोबर सर्वसमावेशक भागीदारीचा करार करायचा आहे. पण राजेपक्षे यांच्या कार्यकाळात तो होऊ शकलेला नाही. त्यामुळे व्यापारामध्ये फारशी प्रगती झालेली नव्हती. तिसरी गोष्ट म्हणजे तमिळ अल्पसंख्याक प्रश्नावर भारताने श्रीलंकेवर दबाव टाकू नये यासाठी राजेपक्षे यांनी चीनची मदत घेतली. भारतावर दबाव यावा यासाठी त्यांच्या काळामध्ये श्रीलंका हा चीनच्या फार जवळ ओढला गेला. श्रीलंकेमधील हंबनतोतासारख्या अनेक बंदरांचा विकास करण्याची परवानगी चीनला देण्यात आली. तसेच काही महिन्यांपूर्वी राजेपक्षे यांनी श्रीलंकेतील एका बंदरामध्ये चीनच्या आण्विक पाणबुड्यांना प्रवेश करण्याची अनुमती दिली. चीनने तेथे आपल्या दोन आण्विक पाणबुड्या उतरवल्या. ही बाब भारतासाठी धोक्याची आहे. कारण तो भारताला सरळसरळ इशारा होता. मात्र तरीही भारतावर दबाव आणण्यासाठी राजेपक्षे यांनी चीनचा वापर केला आणि चीनलाही ते हवेच होते. कारण त्यांना भारताला चहूबाजूंनी घेरायचे आहे आणि यामध्ये श्रीलंका खूप महत्त्वाची भूमिका बजवणार आहे. एकीकडे चीनच्या प्रभावाखाली जातानाच दुसरीकडे राजेपक्षे यांनी पाकिस्तानबरोबरही संबंध घनिष्ट केले. राजेपक्षे यांच्या कार्यकाळामध्ये प्रथमच पाकिस्तानला व्हिसा ऑन अरायवल ही सुविधा देण्यात आली. अशा प्रकारची सुविधा पाकिस्तानला फार कमी देशांनी दिलेली आहे. अशी सुविधा देणारा श्रीलंका पहिला मुस्लिमेतर देश ठरला. श्रीलंकेच्या या निर्णयाचा गैरफायदा पाकिस्तानमधल्या दहशतवादी संघटनांनी आणि आयएसआयने भारतविरोधी कारवायांसाठी करून घ्यायला सुरुवात केली. श्रीलंकेच्या भूमीचा वापर भारतविरोधी कारवाईसाठी केला जाऊ लागला. भारताने याचा निषेध नोंदवल्यानंतर राजेपक्षे यांनी हे धोरण मागे घेतले. एकूणच, राजेपक्षे यांच्या कार्यकाळात भारत-श्रीलंका संबंध सुधारण्याऐवजी तणावाचेच बनत चालले होते. तसेच मानवाधिकार सभेमध्ये भारताने राजेपक्षे यांच्या विरोधात दोन वेळा मतदान केले. त्यामुळेही दोन्ही देशांमधील तणाव वाढला होता. या पार्श्वभूमीवर राजेपक्षे यांच्या हातून सत्ता जाणे आणि सिरीसेना यांचे निवडून येणे हे भारतासाठी उपकारकच आहे, असे म्हणावे लागेल.

सिरीसेना यांच्या समोरील आव्हाने

आता नव्याने राष्ट्राध्यक्ष बनलेल्या सिरीसेना यांच्यापुढे प्रामुख्याने काही आव्हाने आहेत. पहिले आव्हान म्हणजे राजेपक्षे यांच्या काळात झालेल्या राष्ट्राध्यक्षांची अतिरेकी सत्ता वाढवणाऱ्या घटना दुरुस्ती सिरीसेना यांना नाकाराव्या लागतील. म्हणजेच नवीन राज्यघटनेचा त्यांना समतोल साधावा लागेल. दुसरी गोष्ट भ्रष्टाचाराच्या विरुद्ध त्यांना फार कडक कायदे करावे लागतील. त्याचबरोबर अल्पसंख्याकांना मुख्य प्रवाहामध्ये आणण्यासंदर्भामध्ये त्यांना ठोस पावले उचलावे लागतील. त्यासाठी नॉर्दन प्रोव्हिन्शियल कौन्सिलला अधिकार देण्यासाठी तेरावी राज्यघटना दुरुस्ती मंजूर करावी लागेल. तसेच अल्पसंख्याकांवर होणारे हल्ले थांबवावे लागतील. शिवाय तमिळ बहुसंख्याक भागामध्ये असलेला लष्करी प्रभाव आणि लष्कराचे वास्तव्य कमी करावे लागेल. तमिळींच्या विरुद्ध युद्धमोहिमेमध्ये झालेल्या युद्धनियमांचे उल्लघंनाची निःपक्ष चौकशी करुन दोषी अधिकाऱ्यांना शिक्षा दिली पाहिजे. ■

सिरीसेनांची भारतभेट : फलनिष्पत्ती काय ?

श्रीलंकेचे नूतन अध्यक्ष सिरीसेना यांनी निवडून आल्यानंतर आपल्या परदेश दौऱ्याची सुरुवात भारतापासून केली. त्यांचा तीन दिवसांचा भारतदौरा फेब्रुवारी २०१५ मध्ये पार पडला. पहिल्या परदेश दौऱ्यासाठी त्यांनी भारताची निवड करणे यातून सिरीसेना यांना भारताबरोबरचे संबंध सुधारायचे आहेत हा दृष्टिकोन स्पष्ट होतो. त्या दृष्टीने ही भेट अतिशय महत्त्वाची होती. या भेटीमध्ये काही प्रमुख मुद्दे चर्चिले जाणे अपेक्षित होते आणि तसे झालेही.

दौऱ्याकडून अपेक्षा काय होत्या?

अनेक दिवसांपासून भारत आणि श्रीलंकेदरम्यान काही मुद्दे हे प्रलंबित राहिलेले आहेत. त्यापैकी सर्वांत महत्त्वाचा मुद्दा म्हणजे आपल्या देशामध्ये श्रीलंकेमधून आलेल्या निर्वासितांचा. श्रीलंकेमध्ये वांशिक संघर्ष झाला तेव्हा तेथील अनेक तामिळियन निर्वासित भारतात आश्रयाला आले होते. त्यापैकी अनेक जण अजूनही निर्वासितांच्या छावण्यांमध्ये राहत आहेत. त्यामुळे त्यांना परत पाठविण्याचा प्रश्न फार मोठा आहे. दुसरा प्रश्न हा श्रीलंकेमधील अल्पसंख्यांक तमिळांना राजकीय, आर्थिक आणि प्रशासकीय अधिकार देण्याचा होता. या दृष्टीने मैथ्रीपाल यांच्या भेटीदरम्यान चर्चा होणे गरजेचे होते. कारण भारत हा सुरुवातीपासूनच अल्पसंख्यांकांच्या प्रश्नांबाबत संवेदनशील राहिलेला आहे. अल्पसंख्यांकांना न मिळालेले राजकीय अधिकार हा भारतासाठी महत्त्वाचा मुद्दा होता. त्यामुळे श्रीलंकेच्या संसदेमध्ये प्रलंबित असलेली तेरावी राज्यघटना दुरूस्ती लवकरात लवकर करण्याची मागणी भारताने करणे अपेक्षित होते. ही घटना दुरुस्ती श्रीलंकेमधील अल्पसंख्यांकांना राजकीय, आर्थिक आणि प्रशासकीय अधिकार देण्यासंबंधातील आहे आणि ती खूप महत्त्वाची आहे. त्याचप्रमाणे श्रीलंकेतील नॉर्दन अलायन्स भागामध्ये तमिळ अल्पसंख्यांकांची संख्या मोठी आहे. या तमिळांचे आर्थिक सबलीकरण कसे करता येईल, त्यांना कशा प्रकारचे अधिकार दिले श्रीलंकेतील सत्तांतरानंतर नव्याने अध्यक्ष बनलेले सिरीसेना हे भारतासाठी अनुकूल आहेत. पूर्वीचे अध्यक्ष राजेपक्षे हे चीनधार्जिणे होते. त्यामुळे त्यांच्या काळात दोन्ही देशांचे संबंध तणावपूर्ण बनले; परंतु सिरीसेना यांनी भारताशी संबंध घनिष्ट करण्याचे ठरवले आहे. त्यामुळेच त्यांनी आपल्या पहिल्या परदेशदौऱ्यासाठी भारताची निवड केली. फेब्रुवारी २०१५ मध्ये त्यांचा भारतदौरा संपन्न झाला. त्यांच्या भेटीदरम्यान दोन्ही देशांमध्ये झालेला नागरी अणुकरार, व्यापार तूट दूर करण्यासंदर्भातील करार आदी गोष्टी महत्त्वाच्या ठरल्या असून येत्या काळात दोन्ही देशांमधील संबंध सुधारण्याच्या आणि मुख्य म्हणजे श्रीलंकेवरील चीनचा प्रभाव कमी होण्याच्या आशा यामुळे पल्लवीत झाल्या आहेत. जातील यासंदर्भात भारत हा नेहमीच आग्रही राहिला आहे. सिरीसेना यांच्यापूर्वीच्या राजेपक्षे यांच्या शासनकाळात तमिळींमधील वांशिक संघर्ष जरी संपुष्टात आला असला तरी तमिळ अल्पसंख्यांकांच्या पुनर्वसनासाठी व सक्षमीकरणासाठी राजेपक्षे यांच्याकडून कोणताही पुढाकार घेण्यात आला नव्हता. परिणामी, भारताने यासंदर्भात राजेपक्षे यांच्यावर दबाव आणण्याचाही प्रयत्न केला होता. भारताच्या या दबावाचा सामना करण्यासाठी किंवा भारताने या प्रश्नावर अधिक दबाव टाकू नये यासाठी श्रीलंकेचे यापूर्वीचे अध्यक्ष राजेपक्षे यांनी चीनशी जवळीक साधण्याचा प्रयत्न केला होता. आता मात्र सिरीसेनांच्या कालावधीत भारताने यासंदर्भातील मागणी करणे हे आवश्यक होते.

तिसरा महत्त्वाचा मुद्दा हा व्यापारासंदर्भातील होता. भारत आणि श्रीलंकेमधील सध्याचा व्यापार ३.७ अब्ज डॉलर्सचा आहे. पण या व्यापारामध्ये असमानता आहे. यामध्ये श्रीलंकेच्या बाजूने व्यापार तूट आहे. याचे कारण भारताकडून श्रीलंकेला

मोठ्या प्रमाणात निर्यात होते. पण त्या प्रमाणात श्रीलंकेकडून भारतात आयात होत नाही. ही व्यापार तूट दूर होणे गरजेच आहे. वास्तविक, राजेपक्षेंच्या कार्यकाळामध्ये यासंदर्भात दोन्ही देशांमध्ये एक आर्थिक सहकार्य करार (इकॉनॉमिक कोऑपरेशन ॲग्रीमेंट) स्वाक्षरी करण्याचे ठरवण्यात आले होते; पण राजेपक्षे त्यासाठी तयार नव्हते. मैथ्रीपाल यांच्या भेटीदरम्यान हा करार होणे अपेक्षित होते.

नालंदा विद्यापिठ बोधचिन्ह

चौथा महत्त्वाचा मुद्दा म्हणजे, राजेपक्षेंच्या काळात काही महत्त्वाच्या विकास कामांची कंत्राटे चीनला देण्यात आली. यामध्ये विशेषतः बंदरांचा विकास करणे, साधन संपत्तीचा विकास करणे अशा प्रकारच्या कामांची कंत्राटे चीनला मिळाली. सिरीसेना यांनी ते करार पुन्हा नव्याने करावेत अशी भारताची मागणी होती. त्यातील महत्त्वाचा करार होता तो कोलंबा बंदराच्या विकासाच्या कंत्राटाचा होता. हे कंत्राट १.४ अब्ज डॉलर्सचे असून ते चीनला दिले गेले आहे. त्याचे परीक्षण पुन्हा एकदा सिरीसेनांनी करावे अशी भारताची मागणी आहे.

पाचवा महत्त्वाचा मुद्दा म्हणजे, भारताने तमिळनाडूमध्ये कुडानकुलम येथे रशियाच्या मदतीने दोन अणुभट्ट्या सुरू केलेल्या आहेत. या प्रकल्पाबाबत राजेपक्षे यांनी हरकत घेतली होती. हे गाव श्रीलंकेच्या नजिक असल्यामुळे या प्रकल्पामधून जर भविष्यात किरणोत्सर्ग झाल्यास त्याचा श्रीलंकेला फटका बसू शकतो, असे राजेपक्षे यांचे म्हणणे होते. वास्तविक, अशा प्रकारचा कोणताही त्रास कधीही होणार नाही, असे भारताकडून सातत्याने सांगण्यात येत होते; पण राजेपक्षेंचा त्याला विरोधच होता. त्यामुळे सिरीसेना यांच्या भेटीत भारताकडून पुन्हा या प्रकल्पाबाबतची सुरक्षितता श्रीलंकेला पटवून देण्यात येणार होती.

दौऱ्यामधून अपेक्षापूर्ती झाली का?

मैथ्रीपाल सिरीसेना यांच्या भेटीनंतर भारत व श्रीलंकेच्या दोन्ही नेत्यांनी प्रसिद्ध केलेल्या संयुक्त निवेदनामध्ये तमिळ निर्वासितांच्या मुद्दयाचा उल्लेख नाही. तसेच १३ व्या घटना दुरुस्तीचा उल्लेखही या संयुक्त निवेदनात असणे अपेक्षित होते; पण हा उल्लेखही यामध्ये नाही. असे असले तरी या भेटीचे सर्वांत मोठे वैशिष्ट्य ठरले ते म्हणजे दोन्ही देशांदरम्यान झालेला नागरी अणुकरार. हा करार अतिशय महत्त्वाचा आहे. भारत आणि अमेरिकेमध्ये नागरी अणुकराराबाबत ज्याप्रमाणे सहमती झाली तशाच प्रकारचा हा करार असणार आहे; मात्र भारत श्रीलंकेला अणुसंयंत्रे देण्यात येणार नसून अणुऊर्जेचा कृषी क्षेत्रासाठी, आरोग्य क्षेत्रासाठी कसा वापर होऊ शकतो यासंदर्भातील आवश्यक तंत्रज्ञान, साधनसंपत्ती भारताकडून श्रीलंकेला देण्यात येणार असल्याचे या करारानुसार ठरवण्यात आले आहे. या तंत्रज्ञानाचा आणि साधनसंपत्तीचा वापर श्रीलंकेतील वीज निर्मितीसाठी आणि वैद्यकीय कामासाठी करण्यात येणार आहे. प्रामुख्याने या करारामध्ये आण्विक तंत्रज्ञानाचे हस्तांतरण करणे गरजेचे आहे. विशेष म्हणजे, आजवरच्या इतिहासात पहिल्यांदा श्रीलंकेने एखाद्या देशाशी अशा प्रकारचा करार केला आहे. राजेपक्षे यांच्या काळात चीनशी घनिष्ठ संबंध झालेले असूनही असा करार मात्र झालेला नव्हता. त्यामुळेच आता झालेल्या कराराचे महत्त्व हे वेगळे आहे.

या करारानुसार भविष्यामध्ये आण्विक साधनसंपत्तीचे हस्तांतरण करण्यात येणार आहे. त्याचबरोबर या संदर्भातील प्रशिक्षण आणि आण्विक क्षेत्रातील विकास श्रीलंकेत व्हावा यासाठी भारत श्रीलंकेला मदत करणार आहे. श्रीलंकेला भारतातील कुडानकुलम येथील आण्विक प्रकल्पाबाबत जी भीती होती त्यासंदर्भात सुरक्षेच्या दृष्टीने भारताकडून श्रीलंकेला आपत्कालीन व्यवस्थापन व्यवस्था देण्यात येणार आहे. म्हणजे दुर्दैवाने या आण्विक प्रकल्पामध्ये भविष्यात जर काही अपघात झाला तर या आपत्कालीन परिस्थितीमध्ये श्रीलंकेमध्ये कोणते सुरक्षा उपाय केले जातील या संदर्भातील आवश्यक तंत्रज्ञान भारताकडून श्रीलंकेला देण्यात येणार आहे.

या भेटीचे दुसरे वैशिष्ट्य म्हणेज दोन्ही देशांनी व्यापार वाढविण्यासाठी आणि व्यापार तूट कमी करण्यासाठी काही महत्त्वपूर्ण पावले

उचलण्याचे ठरविले आहे. भारत आणि श्रीलंकेदरम्यान मुक्त व्यापार करार आहे; मात्र आजवर त्यामध्ये सेवाक्षेत्राचा समावेश नव्हता. आता या मुक्त व्यापार करारामध्ये सेवा क्षेत्राचा समावेश केला जाणार आहे. सेवाक्षेत्र हे खूपच महत्त्वाचे असून त्यामध्ये विमा, बँकिंग, सॉफ्टवेअर आदीं क्षेत्रांचा त्यामध्ये समावेश आहे. याचा फायदा श्रीलंकेला मोठ्या प्रमाणावर होणार आहे. तसेच दोन्ही देशांदरम्यान असणारी व्यापार तूट कमी होण्यासही यामुळे मदत होणार आहे.

तिसरी महत्त्वाची गोष्ट म्हणजे, भारत सध्या बुद्धीस्ट देशांबरोबर आर्थिक संबंध विकसित करण्यासाठी प्रयत्न करत आहे. त्यासाठी पब्लिक डिप्लोमसी अर्थात लोकराजनयाचा आधार घेतला जाणार आहे. त्या उद्देशाने भारताने आता नालंदा विद्यापीठाचा विकास करण्याचे ठरवले आहे. नालंदा विद्यापीठाच्या विकास प्रकल्पात अनेक बुद्धीस्ट देशांना सहभागी करून घेतले जात आहे. आतापर्यंत यामध्ये चीन, जपानचा समावेश होता; पण श्रीलंकेचा समावेश नव्हता. सिरीसेना यांच्या भेटीदरम्यान आता श्रीलंकेचाही समावेश करण्यावर शिक्कामोर्तब झाले आहे.

सिरीसेना यांच्या भेटीदरम्यान आणखी एका महत्त्वाच्या मुद्यावर समझोता झाला असण्याची शक्यता वर्तवली जात आहे. त्यानुसार संयुक्त राष्ट्रसंघाच्या मानवाधिकार सभेमध्ये भविष्यात जेव्हा पुन्हा एकदा श्रीलंकेविरूद्ध ठराव मांडला जाईल तेव्हा भारत श्रीलंकेच्या विरोधात भूमिका घेणार नाही, अशी दाट शक्यता आहे. यापूर्वी भारताने दोन वेळा श्रीलंकेच्या विरोधात भूमिका घेतली होती. मात्र आता तसे होणार नाही, असे दिसते आहे.

या भेटीदरम्यान आणखी एक महत्त्वाची गोष्ट घडली, ती म्हणजे भारत आणि श्रीलंका यांच्या दरम्यान होणाऱ्या नाविक कवायतींमध्ये आता मॉरिशसचा समावेश करून घेण्याचे निश्चित करण्यात आले आहे. म्हणजेच भारत, श्रीलंका आणि मॉरिशस असे तिघे मिळून नाविक कवायती करणार आहेत. ही बाबही अत्यंत महत्त्वाची आहे. याचे कारण श्रीलंका आणि मॉरिशस हे हिंदी महासागराच्या क्षेत्रातील अतिमहत्त्वाचे देश आहेत. या क्षेत्रात विस्तारण्यासाठी आणि प्राबल्य निर्माण करण्यासाठी चीन सध्या आक्रमकपणाने पावले टाकत आहे. या पार्श्वभूमीवर भारत, मॉरिशस आणि श्रीलंका या तिघांच्या संयुक्त नाविक कवायती होणे ही महत्त्वाची बाब आहे. याशिवाय, भारताचे अनेक मच्छिमार श्रीलंकेकडून पकडले जात असतात. त्यांच्या सुटकेचा प्रश्न हाही महत्त्वाचा आहे. त्यासंदर्भातही लवचिक धोरण स्विकारण्याचे दोन्ही देशांनी मान्य केले आहे.

एकूणच, तामिळ विस्थापितांचा प्रश्न, व्यापार आणि चीनचे श्रीलंकेवर वाढत गेलेले वर्चस्व या दृष्टीने ही भेट अतिशय महत्त्वाची ठरली आहे. मुख्य म्हणजे, चीनच्या दबावापासून श्रीलंका मुक्त होत आहे, ही भारतासाठी अनुकूल बाब आहे. त्यामुळे भारताला श्रीलंकेमधील साधनसंपत्तीचा विकास करण्यासंदर्भातील अनेक करार मिळण्याची शक्यता आहे.

■

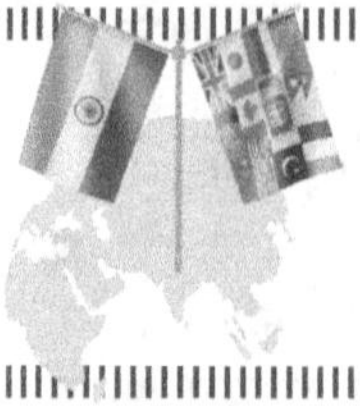

भारत-श्रीलंकेतील मच्छिमारांचा प्रश्न

भारत आणि श्रीलंकेमधील मच्छिमारांचा प्रश्न गेल्या तीस-चाळीस वर्षांपासून प्रलंबित आहे. यासंदर्भात कोणत्याही प्रकारचा करार दोन्ही देशांदरम्यान होऊ शकलेला नाही. आता हा प्रश्न पुन्हा एकदा स्फोटक बनलेला आहे. याचे कारण श्रीलंकेचे पंतप्रधान रणील विक्रमसिंघे यांनी अलीकडेच श्रीलंकेच्या दूरचित्रवाहिनीला मुलाखत दिली होती. त्यामध्ये त्यांनी श्रीलंकेच्या हद्दीमध्ये येणाऱ्या भारतीय मच्छिमारांवर श्रीलंकेच्या नौदलाकडून केल्या जाणाऱ्या गोळीबाराचे समर्थन केले. अशा स्वरूपाचा गोळीबार कायद्याच्या दृष्टिकोनातून संयुक्तिक आहे आणि आम्ही तो करू, आमचे घर फोडणाऱ्यावर प्रतिहल्ला करण्याचा आम्हाला अधिकार आहे. यासाठी आमचा कायदा आणि आंतरराष्ट्रीय कायदा आम्हाला मान्यता देतो असेही ते म्हणाले. त्यांच्या या धक्कादायक वक्तव्यामधून आणि एक प्रकारच्या इशाऱ्यातून श्रीलंकन नौदलाला भारतीय मच्छिमारांवर गोळीबार करण्यास परवानगी दिली गेली असल्याचे स्पष्ट होत आहे. भारताच्या परराष्ट्रमंत्री सुषमा स्वराज श्रीलंकेच्या दौऱ्यावर असतानाच रणिल यांनी हे वक्तव्य केले. खरे तर सिरीसेना राष्ट्राध्यक्ष बनल्यानंतर दोन्ही देशात संबंध सुधारण्याची प्रक्रिया सुरू झालेली होती. पण विक्रमसिंघे यांच्या वक्तव्यामुळे त्या प्रक्रियेवर एक प्रकारे पाणी पडल्यासारखे झालेले आहे. भारताने यासंदर्भात काही तरी पुढाकार घेणे आणि मच्छिमारांच्या प्रश्नामुळे दोन्ही देशांचे संबंध बिघडू नयेत, यासाठी काळजी घेणे महत्त्वाचे आहे.

भारत आणि श्रीलंका यांच्यामधील मच्छिमारांच्या प्रश्नावरून झालेल्या संघर्षात आतापर्यंत श्रीलंकेच्या नौदलाकडून ६०० भारतीय मच्छिमार मारले गेले आहेत. सध्या श्रीलंकेच्या ताब्यात ८६ मच्छिमार आणि त्यांच्या पंधरा बोटी आहेत. तसेच काही महिन्यांपूर्वीच आपल्या पाच मच्छिमारांना श्रीलंकेने पकडेल होते आणि त्यांना मृत्युदंडाची शिक्षा दिली होती. त्यावेळी नरेंद्र मोदींनी हस्तक्षेप केल्यामुळे आणि विनंती केल्यामुळे त्यांची मुक्तता करण्यात आली. म्हणूनच हा प्रश्न अतिशय गंभीर आहे.

मच्छिमारांवर आरोप

२००९ पर्यंत प्रामुख्याने हे ६०० मच्छिमार मारले गेले, याचे कारण म्हणजे २००९ पर्यंत श्रीलंकेमध्ये वांशिक संघर्ष चालू होता. श्रीलंकेचा असा आरोप आहे की, या मच्छिमारांकडून अनेकदा तेथील तमिळ अल्पसंख्यांकांना शस्त्रास्त्रांचा पुरवठा होतो. बरेचदा तमिळनाडूमधून गेलेले हे तमिळ मच्छिमार श्रीलंकेतील 'लिट्टे'ला शस्त्रास्त्र पुरवठा करतात. या संशयामुळेच त्याकाळात अनेक भारतीय मच्छिमारांना मारलेले आहे. आता हा वंशिक संघर्ष मिटला असला तरी वाद मात्र कायम आहे. श्रीलंकेप्रमाणेच पाकिस्तानच्या बाबतीतही भारतीय मच्छिमारांचा प्रश्न गंभीर आहे. पाकिस्तानच्या ताब्यात सध्या भारताचे ५०० मच्छिमार आणि त्यांच्या ५० हून अधिक बोटी आहे. त्यामुळे या संदर्भात भारताला काही निर्णय घेणे आवश्यक आहे.

मच्छिमारीसाठीची निर्धारित सागरी सीमारेषा

प्रत्येक देशाला १२ नॉटिकल मैल इतकी समुद्र सीमारेषा असते. यानंतरचे पुढचे २०० नॉटिकल मैल ही आंतरराष्ट्रीय सीमारेषा असते. याला इंटरनॅशनल मॅरिटाईम बॉर्डर असे म्हटले जाते. समुद्रकिनाऱ्यापासून सात नॉटिकल मैलपर्यंतच्या संरक्षणाचे काम सागरी पोलिसांचे असते. त्यानंतरच्या ७ ते ५० नॉटिकल मैलांवरील संरक्षणाची जबाबदारी तटरक्षीय दलाकडे दिलेली असते आणि ५० ते २०० नॉटिकल मैलापर्यंतची जबाबदारी नौदलाकडे असते. थोडक्यात, २०० नॉटिकल मैल अंतराच्या आपल्या सीमारेषेमध्ये आपण मच्छिमारी करू शकतो. ही सीमारेषा संयुक्त राष्ट्रसंघाने प्रत्येक देशाला आखून दिलेली आहे.

आंतरराष्ट्रीय कायद्यानुसार प्रत्येक देशाला २०० पैकी १८० नॉटिकल मैल अंतरापर्यंतच मासेमारी करता येते. त्यापुढे जाता येत नाही. १८० ते २०० नॉटिकल मैला पर्यंतच्या भागाला 'बफर झोन' म्हणतात. त्यामध्ये जाता येत नाही. या भागात जाणारे मच्छीमार बहुतेक वेळा अशिक्षित असतात. एका सर्वेक्षणानुसार असे आढळले आहे की, आपण किती किलोमीटर दूर आलो हे जाणून घेण्यासाठी जीपीएस प्रणाली बसवणे, त्याचे आकलन करून घेणे ती वाचता येणे त्यांना जमत नाही. त्यामुळे अनेकदा ते सीमारेषा पार करून पुढे जातात.

मच्छिमारांकडून सीमा का ओलांडली जाते?

पाकिस्तानबाबत बरेचदा आपल्या मच्छिमारांना पाकिस्तानी मच्छिमार समोरून येताना दिसतात. या दोन्ही देशाच्या मच्छिमारांमध्ये एक समजूतदारपणा असतो. त्यामुळे ते समोरच्याला सूचना देतात. परिणामी, हे मच्छिमार परत फिरतात. समजूतदारपणा असला तरीही प्रश्न असा निर्माण होतो मच्छिमारांना एवढे दूर का जावे लागते? अभ्यासकांच्या मते, त्याची दोन प्रमुख कारणे आहेत. एक म्हणजे अलीकडील काळात सर्व समुद्रकिनारे प्रदुषणग्रस्त झालेले आहेत आणि उष्णताही प्रचंड वाढलेली आहे. त्यामुळे १२ नॉटिकल मैलपर्यंतच्या भागात फारसे मासे आढळून येत नाहीत. परिणामी, मच्छिमारांना मासे मिळवण्यासाठी दूरवर समुद्रात जावे लागते. हे अंतर १५० नॉटिकल मैलांहून अधिक असते. दुसरी गोष्ट म्हणजे बाजारात अधिक किंमत असणाऱ्या प्रजातीचे मासे किनाऱ्याजवळ मिळतच नाही. त्यासाठीही खोल समुद्रात जावे लागते. त्याचबरोबर मासेमारीच्या क्षेत्रात भारतात प्रचंड स्पर्धा आहे. मासेमारीसाठी अत्याधुनिक बोटी वापरल्या जातात. वाढत्या स्पर्धेमुळेही मासे फार कमी उरतात. परिणामी, मच्छिमारांना निर्धारित सीमेच्या पुढे जाऊन मासेमारी करावी लागते.

आणखी एक कारण म्हणजे बॉटम ट्रॉलर या बोटींना जगात जगभरात बंदी घातली गेली आहे. कारण, या बोटींमुळे निर्धारित मर्यादेपेक्षा अधिक मासेमारी होते. भारताने मात्र या बोटीवर बंदी घातलेली नाही. त्यामुळेही भारतात १०० ते १५० नॉटिकल मैल भागात मासेमारी प्रचंड प्रमाणात झालेली आहे आणि माशांचे प्रमाण कमालीचे घटत चालले आहे. म्हणून या मच्छिमारांना मासेमारी करण्यासाठी सीमारेषा पार करावी लागते. भारतातून पाकिस्तान आणि श्रीलंकेच्या सीमारेषेमध्ये जाणाऱ्या मच्छिमारांपेक्षा त्या देशातून भारताच्या हद्दीत येणाऱ्या मच्छिमारांचे प्रमाण खूप कमी आहे. त्यामुळे भारताला या प्रश्नामधून मार्ग काढणे अत्यावश्यक आहे. परराष्ट्र मंत्री सुषमा स्वराज यांनी मानवतावादी दृष्टिकोनातून याकडे पाहिले जावे, असे सांगितले आहे. कारण मासेमारी हा या लोकांच्या उत्पन्नाचा प्रमुख स्त्रोत आहे. या प्रश्नातून मार्ग काढण्यासाठी दोन्ही देशांतील मच्छिमारांच्या संघटनांच्या बैठका होणे अत्यंत गरजेचे आहे. याचा फायदा म्हणजे अनेकदा हे मच्छिमार परस्परांना सीमारेषा पार होत असल्यास एकमेकांना सावध करू शकतात. एवढा समजूतदारपणा यामुळे निर्माण होऊ शकतो. पण सध्या अशा बैठकाच होत नाहीत.

मच्छिमार संघटनाच्या बैठकांची गरज

'पाकिस्तान इंडिया पीपल फोरम फॉर पीस अॅन्ड डेमोक्रसी' या संघटनेचे जनरल सेक्रेटरी जतिन देसाई यांनी आपल्या देशाची हद्द पार करून दुसऱ्या देशांच्या सागरी हद्दीत जाणाऱ्या मच्छिमारांना तुम्ही अटकच करू नका, समजूत घालून त्यांना परत पाठवून द्या, अशी भूमिका मांडली आहे. हा प्रकार पाकिस्तानच्या बाबतीत अनेकदा घडतो. एखाद्या वर्षानंतर त्यांना सोडून देतो. सर्वांत महत्वाचे म्हणजे त्यांच्या बोटी सोडल्या जाणे आवश्यक आहे. कारण देसाई यांच्या मते, मासेमारीसाठीची ही एक बोट जवळपास ५० लाख रुपये किमतीची असते. मच्छिमारांचा सर्व उदरनिर्वाह या बोटींवर अवलंबून असतो. त्यामुळे स्थानिक पातळीवर अर्थात दोन्ही देशांच्या मच्छिमारांच्या संघटनाच्या बैठका घेऊन हा प्रश्न सोडवणे गरजेचे आहे. त्यासंदर्भात एक समजुतीचे वातावरण, अनौपचारीक प्रणाली सुरू करणे खूप गरजेचे आहे. त्यामुळे हा प्रश्न बंदुकीच्या गोळीपेक्षा मानवतावादी दृष्टीकोनातून सोडवणे फार महत्वाचे आहे. त्याचबरोबर भारताने आपल्या मच्छिमारांना सीमारेषा पार न करण्याच्या स्पष्ट सूचना देणे आवश्यक आहे. त्यासाठी भारताच्या नौदलाची भूमिका महत्वाची राहणार आहे. अन्यथा दोन देशातील संबंध बिघडू शकतात. म्हणून दोन्ही देशांनी समजूतदारपणे हा प्रश्न हाताळला तर यातून मार्ग निघू शकतो. ■

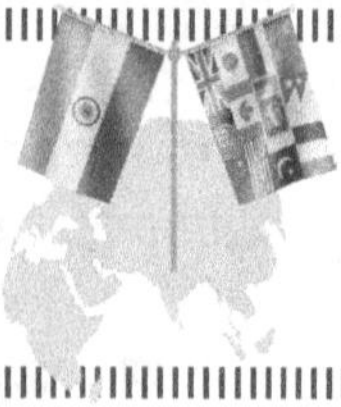

मोदींचा सेशेल्स, मॉरिशस आणि श्रीलंका दौरा

नरेंद्र मोदी सरकारच्या हिंदी महासागराविषयीच्या किंवा सागरी सुरक्षा धोरणाची विभागणी प्रामुख्याने तीन टप्प्यामध्ये होणार आहे. यातील पहिल्या टप्प्यामध्ये पूर्वेकडील राष्ट्रांशी म्हणजे ऑस्ट्रेलिया आणि जपान या दोन देशांशी घनिष्ट संबंध करण्याचे निर्धारित करण्यात आले. त्यानुसार नरेंद्र मोदींनी या दोन्ही देशांचा दौरा केला. दुसऱ्या टप्प्यामध्ये श्रीलंका, मालदीव, मॉरिशस आणि सेशेल्स यांचा समावेश आहे. या चार देशांचा दौरा मोदी यांना करायचा होता; परंतु मालदीवमध्ये सध्या राजकीय अस्थिरता निर्माण झाल्यामुळे त्यांनी सेशेल्स, मॉरिशस आणि श्रीलंका या तीन देशांचा पाच दिवसीय दौरा केला. या धोरणाच्या तिसऱ्या टप्प्यामध्ये पश्चिम आशियातील ओमानचा समावेश आहे आणि त्यानुसार येत्या काळात मोदी हे ओमान भेटीवर जाण्याची शक्यता आहे. सेशेल्स, मॉरिशस आणि श्रीलंका हे तीनही देश हिंदी महासागरामधील अतिशय महत्त्वाचे देश आहेत. या तीन देशांवर ज्यांचा प्रभाव आहे, त्यांचा हिंदी महासागरावर प्रभाव आहे. भारताच्या सागरी सीमारेषेच्या दृष्टीने या तीनही देशांचे अतिशय महत्त्वाचे स्थान आहे. त्यामुळे हा दौरा जाणीवपूर्वक आखलेला दौरा होता. सामरिक आणि आर्थिक अशा दोन्ही दृष्टिकोनातून हा दौरा महत्त्वाचा होता. या दौऱ्यामध्ये काय घडले हे जाणून घेण्यापूर्वी भारताचे हिंदी महासागराबाबतचे आजवरचे धोरण कसे होते हे पाहणे आवश्यक आहे.

हिंदी महासागर आणि भारत

भारताला मोठी सागरी सीमारेषा लाभलेली आहे; परंतु स्वातंत्र्यानंतर भारताचे लक्ष हे मुख्यत्वे करून भूसुरक्षेवर अधिक होते. याचे कारण पाकिस्तान आणि चीनशी भारताचे भूसीमारेषेसंदर्भातील वाद आहेत. भारतावर सागरी मार्गाने हल्ला झालेला नसल्याने अथवा तशा प्रकारे कोणीही आव्हान दिलेले नसल्याने सागरी सीमारेषेच्या सुरक्षेकडे काहीसे दुर्लक्ष झाले. त्यामुळेच हिंदी महासागराचा आपल्या सुरक्षेवर कसा परिणाम होतो आहे आणि हिंदी महासागराचा आर्थिक वा संरक्षणात्मक दृष्टीने कसा उपयोग करून घेता येईल याबाबतचा फारसा विचारही झाला नाही. 'इंडियन ओशन रिम' नावाची संघटना गेल्या अनेक वर्षांपासून अस्तित्त्वात असूनही भारताने याकडे गांभीर्याने पाहिले नाही. वास्तविक, 'इंडियन ओशन'मध्ये ऑस्ट्रेलियाच्या पश्चिम भागापासून पश्चिम आशियातील ओमान आणि आफ्रिकेतील मोझाम्बिक एवढ्या प्रचंड पट्ट्याचा समावेश आहे. या संपूर्ण पट्ट्यावर आपला प्रभाव असणे गरजेचे आहे. १९९१ नंतर या परिस्थितीत थोडासा बदल झाला आणि भारताने सागरी सीमारेषेकडे लक्ष द्यायला सुरुवात केली. याचे कारण भारताने 'लूक ईस्ट' धोरण आखले आणि त्यानुसार दक्षिण पूर्व आशियाई देशांशी असणारा व्यापार हा प्रामुख्याने सागरी मार्गाने होणारा आहे. त्यामुळे केवळ आर्थिक दृष्टिकोनातून याचा विचार केला गेला. १९९८ ते २००३ या काळात म्हणजे अटलबिहारी वाजपेयींच्या नेतृत्त्वाखालील राष्ट्रीय लोकशाही आघाडी सरकारच्या कार्यकाळात त्यांनी सुरक्षेच्या दृष्टिकोनातून हिंदी महासागराचा विचार करण्यास सुरुवात झाली. या काळात 'सागरमाला' नावाचा एक महत्त्वाकांक्षी प्रकल्प हाती घेण्यात आला. त्यानुसार सागरी सीमारेषा सुरक्षित करण्याचे आणि हिंदी महासागरातील महत्त्वाच्या देशांबरोबर आर्थिक आणि संरक्षणसंबंध घनिष्ट करण्याचे मान्य केले गेले; परंतु हा प्रकल्प नंतरच्या काळात मागे पडला. आता हा प्रकल्प नव्याने एका वेगळ्या दृष्टिकोनातून मांडला जात आहे.

हिंदी महासागरात चीनचे तगडे आव्हान

हिंदी महासागराकडे भारताचे दुर्लक्ष झाल्याचा फायदा चीनने घेतला आहे. गेल्या १० वर्षांमध्ये आर्थिक प्रगती साधतानाच चीनने आपला

संरक्षणावरील आणि खास करून नौदलावरील खर्च वाढवला. त्याचबरोबर चीनने हिंदी महासागरामध्ये हस्तक्षेप करण्यास, पाय पसरण्यास सुरुवात केली. ते करत असताना चीनने मालदीव आणि श्रीलंका या भारताच्या शेजारी देशांवर लक्ष केंद्रित केले. या देशांना मोठ्या प्रमाणावर आर्थिक मदत देण्यास, तेथे साधनसंपत्तीचा विकास करण्यास सुरुवात केली. त्याचबरोबर सेशेल्स, मॉरिशस यांसारख्या बेटांनाही चीनने मोठ्या प्रमाणावर आर्थिक मदत केली. मागील वर्षामध्ये चीनचे एक मोठे शिष्टमंडळ मॉरिशस आणि सेशेल्स या देशांच्या भेटीवर गेले होते. चीनने हाती घेतलेल्या 'मॅरिटाईम सिल्क रूट' या प्रकल्पामध्ये त्यांना हिंदी महासागरातील या चारही देशांच्या मदतीची गरज आहे. हिंदी महासागरातील चीनच्या या वाढत्या विस्तारवादामुळे भारताला धोका निर्माण झाला होता. चीनने श्रीलंकेच्या बंदरामध्ये आपल्या आण्विक पाणबुड्या उतरवून भारताच्या सागरी सुरक्षेला एक प्रकारे मोठे आव्हान दिले होते. 'स्ट्रिंग ऑफ पर्ल'सारखे धोरण आखून चीनने भारताला सागरी मार्गातून घेरण्याचा प्रयत्न सुरू केला होता. मागील काळात आघाडीचे सरकार असल्यामुळे चीनच्या या आव्हानाचा मुकाबला करण्यास अडथळे निर्माण होत होते. आता बहुमतातील सरकार आल्यामुळे नरेंद्र मोदी सरकारने चीनला प्रत्येक ठिकाणी आव्हान देण्यास सुरुवात केली आहे. याचाच एक भाग म्हणून त्यांनी या तीन देशांचा दौरा केला.

'मेक इन इंडिया'साठीही फायदेशीर दौरा

मोदी सरकारने हाती घेतलेल्या मेक इन इंडियाच्या या महत्त्वाकांक्षी प्रकल्पाच्या दृष्टिकोनातूनही हा दौरा महत्त्वाचा आहे. या प्रकल्पामध्ये प्रामुख्याने संरक्षण आणि बांधकाम या दोन क्षेत्रांवर भर देण्यात आला आहे. या दौऱ्यामध्ये मोदी यांना रेल्वे, रस्ते, बंदरे उभारणीसंदर्भातील काही कंत्राटे हाती घ्यायची होती. त्यानुसार सेशेल्स, मॉरिशस आणि श्रीलंका या तीनही देशांमध्ये काही करार करण्यात आले. दुसरी गोष्ट म्हणजे, संरक्षणक्षेत्रातील निर्यातीची बाजारपेठ म्हणूनही या देशांकडे पाहिले जात आहे. भारताने पहिल्यांदा युद्धनौकांचे उत्पादन करण्यास सुरुवात केली आहे आणि या युद्धनौकांची पहिली निर्यात मॉरिशसला करण्यात आली. सध्या आपण दोन युद्धनौका मॉरिशसला दिल्या आहेत आणि येत्या काळात उर्वरित १० युद्धनौका देण्यात येणार आहेत.

दौऱ्यात नेमके काय घडले?

या दौऱ्याची सुरुवात सेशेल्सपासून झाली. ३३ वर्षांनंतर भारतीय पंतप्रधान सेशेल्स दौऱ्यावर गेले होते. सेशेल्समध्ये प्रामुख्याने चार महत्त्वपूर्ण करार करण्यात आले. यातील पहिल्या करारानुसार भारताकडून ड्रॉनियर एअरक्राफ्ट हे विमान सेशेल्सला भेट देण्यात आले. तसेच सागरी सुरक्षेसाठीच्या एका टेहाळणी रडाराचे उद्घाटन नरेंद्र मोदींनी केले. त्याचबरोबर सेशेल्समधील काही बंदर विकासांचे प्रकल्प भारताने हाती घेतले आहेत. चौथ्या करारानुसार भारताकडून ५०० दशलक्ष डॉलर्सची मदत सेशेल्सला केली. तसेच सागरी अर्थशास्त्राच्या दृष्टीनेही काही करार दोन्ही देशांदरम्यान झाले. मॉरिशसच्या राष्ट्रीय दिवसाला (नॅशनल डे) प्रमुख पाहुणे म्हणून नरेंद्र मोदी यांनी उपस्थिती लावली. यादरम्यान मोदींनी मॉरिशसला जास्तीत जास्त संरक्षणमदत, जास्तीत जास्त युद्धनौका देण्यासंदर्भात आणि हायड्रोग्राफी (समुद्रातील संशोधनासंदर्भातील) संदर्भातील काही करार करण्यात आले. मॉरिशस आणि सेशेल्समधील प्रत्येकी एका बंदराच्या विकासाचे कंत्राट भारताला मिळाले आहे.

श्रीलंका भेटीतून काय साधले?

या भेटीचा तिसरा टप्पा हा श्रीलंका भेटीचा होता. १३ आणि १४ मार्च रोजी नरेंद्र मोदींनी श्रीलंकेला भेट दिली. ही भेट अनेक अर्थांनी महत्त्वपूर्ण होती. २८ वर्षांनंतर पहिल्यांदा भारतीय पंतप्रधान श्रीलंका दौऱ्यावर गेले होते. मच्छिमारांच्या प्रश्नांवरून दोन्ही देशांचे संबंध तणावपूर्ण बनले होते; पण सिरीसेना यांची राष्ट्राध्यक्षपदी निवड झाल्यामुळे आशेचा किरण निर्माण झाला होता. श्रीलंका भेटीचे तीन प्रमुख उद्देश होते. पहिला उद्देश होता तो श्रीलंकेवरील चीनचा प्रभाव कमी करणे. दुसरी गोष्ट म्हणजे मागील काळात श्रीलंकेतील साधनसंपत्तीच्या विकासासंदर्भातील जी कंत्राटे चीनला दिली गेली आहेत, त्याचा सिरीसेना यांनी पुनर्विचार करावा

अशी मागणी भारताकडून करण्यात येत होती. त्यादृष्टीने या दौऱ्यामध्ये महत्त्वपूर्ण चर्चा झाली. तिसरी गोष्ट म्हणजे, वांशिक संघर्षादरम्यान श्रीलंकेतून भारतात आलेल्या निर्वासितांना परत पाठवण्यासंदर्भातील महत्त्वाची बोलणी या दौऱ्यादरम्यान झाली. या दौऱ्याचा सर्वांत महत्त्वाचा भाग म्हणजे श्रीलंकेच्या तमिळ अल्पसंख्याकांचे बाहुल्य असणाऱ्या श्रीलंकेच्या उत्तरेकडील जाफना भागाला भेट देणारे मोदी हे पहिले भारतीय पंतप्रधान ठरले. जाफना हा वांशिक संघर्षाचे केंद्रस्थान होता. तमिळ अल्पसंख्यांकांच्या पुनर्वसनाविषयी हे शासन अतिशय संवेदनशील आणि गंभीर आहे असा संदेश मोदी यांच्या भेटीतून गेला आहे. श्रीलंकेने १३ वी घटनादुरुस्ती पारित करावी, त्याचप्रमाणे तमिळ अल्पसंख्यांकांना आर्थिक, राजकीय आणि प्रशासकीय अधिकार बहाल करावेत यासाठी मोदी यांनी या भेटीदरम्यान श्रीलंकेवर दबाव टाकला.

एकूणच, आर्थिक आणि संरक्षण दृष्टिकोनातून हा दौरा महत्त्वाचा होताच; पण त्याचबरोबर चीनच्या आव्हानाचा सामना करणे आणि भूसुरक्षेकडून सागरी सुरक्षेकडे लक्ष केंद्रित करणे हेदेखील या भेटीचे उद्दिष्ट होते. ■

नेपाळमधील निवडणुका आणि राजकीय बदल

हिमालयाच्या कुशीत वसलेल्या आणि भारतासाठी सामरिकदृष्ट्या महत्त्वाच्या असणाऱ्या नेपाळमध्ये लोकशाहीच्या प्रस्थापनेचा आणि राजकीय स्थैर्य निर्माण करण्याचा मार्ग अद्यापही काटेरीच असल्याचे दिसते. १९ नोव्हेंबर, २०१३ रोजी नेपाळमध्ये घटनासभेसाठी झालेल्या दुसऱ्या सार्वत्रिक निवडणुकांचे निकाल घोषित झाले. २४० जागांसाठी झालेल्या थेट मतदानात कोणत्याही राजकीय पक्षाला स्पष्ट बहुमत मिळाले नसले तरी या निवडणुकीत नेपाळमधील माओवादी पक्षाची (युनिफाइड कम्युनिस्ट पार्टी ऑफ नेपाळ - माओइस्ट) झालेली पिछेहाट अनेक दृष्टीने महत्त्वाची आहे. या निवडणुकीत नेपाळी काँग्रेस या पक्षाला सर्वाधिक जागा मिळाल्या. त्या खालोखाल कम्युनिस्ट पार्टी ऑफ नेपाळ - युनिफाइड मार्क्सिस्ट - लेनिनिस्ट या पक्षाने दुसरे स्थान पटकावले. नेपाळमधील अतिशय प्रभावी असणाऱ्या आणि २००८ मध्ये झालेल्या सार्वत्रिक निवडणुकांमध्ये बहुमत प्राप्त करणाऱ्या पुष्पकमल दहल प्रचंड यांच्या नेतृत्वाखालच्या माओवादी पक्षाला तिसऱ्या स्थानावर समाधान मानावे लागले. पराभव पत्करावा लागल्यामुळे प्रचंड यांनी निवडणुकीत गैरप्रकार झाल्याचा आरोप करत त्यांच्या पक्षातर्फे निवडून आलेल्या उमेदवारांना घटनासभेच्या सदस्यत्वाची शपथ न घेण्याचा आदेश दिला आहे. त्यामुळे नेपाळमध्ये पुन्हा एकदा अनिश्चिततेचे वातावरण निर्माण झाले असून नवीन राज्यघटनेच्या निर्मितीवर प्रश्नचिन्ह निर्माण झाले आहे.

पहिल्यांदाच लोकशाही शासन :

२००८ साली नेपाळमध्ये राजेशाही संपुष्टात आली आणि लोकशाही शासन प्रस्थापनेचा मार्ग मोकळा झाला. तथापि नेपाळमधील १२७ लहान-मोठ्या राजकीय पक्षांमील सुंदोपसुंदीने लोकशाहीची स्थापना अवघड बनवून टाकली. हे सर्व राजकीय पक्ष नेपाळमधील राजेशाही संपुष्टात यावी म्हणून एकत्र आले होते. नेपाळच्या राजकीय इतिहासात पहिल्यांदाच नेपाळमधील लोकशाहीवादी पक्ष आणि बंडखोर माओवादी राजेशाहीच्या विरोधात एकत्र आले. या सर्व राजकीय पक्षांच्या एकीपुढे राजेशाहीला झुकावे लागले. राजेशाही आणि लोकशाही आघाडी यांच्यात एक १२ कलमी करार झाला आणि लोकशाही स्थापनेचा मार्ग मोकळा झाला. पुढे २००७ मध्ये नेपाळसाठी हंगामी राज्यघटना बनवण्यात आली. ही राज्यघटना राजेशाहीचे अधिकार मर्यादित करणारी होती. २००८ मध्ये नेपाळमध्ये सार्वत्रिक निवडणुका झाल्या. या निवडणुकांनंतर नेपाळमधील राजेशाही बरखास्त झाल्याचे घोषित करण्यात आले. नेपाळ

'धर्मनिरपेक्ष गणराज्य' बनल्याची घोषणा करण्यात आली. तथापि त्यानंतर मात्र नेपाळ राजकीय अस्थिरतेच्या गर्तेत लोटला गेला. नेपाळमधील लोकशाहीवादी पक्ष आणि माओवादी यांच्यातील वर्चस्वाच्या लढाईमुळे नेपाळमध्ये स्थिर शासन प्रस्थापित होणे दुरापास्त झाले.

पूर्वस्थिती व जबाबदार घटक :

गेल्या सात वर्षांमध्ये नेपाळमध्ये सहा पंतप्रधान होऊन गेले. नेपाळमध्ये लोकशाही, धर्मनिरपेक्ष गणतंत्र निर्माण करण्यासाठी पाच वर्षांपूर्वी निवडण्यात आलेल्या बहुपक्षीय घटनासभेला राजकीय पक्षांमधील वर्चस्वाच्या राजकारणामुळे आणि सहमतीच्या अभावामुळे कोणतेही ठोस काम करता आलेले नाही. ही घटनासभा केवळ अंतरिम राज्यघटना नेपाळसाठी निर्माण करू शकली. या घटनासभेचे गेल्या पाच वर्षातील एकमेव योगदान म्हणजे नेपाळला धर्मनिरपेक्ष राष्ट्र म्हणून घोषित करणे. या घटनासभेपुढे दोन मुख्य आव्हाने होती. एक म्हणजे त्यांना नेपाळसाठी संघराज्य शासन पद्धतीची निर्मिती करायची होती. त्यासाठी संघराज्याची रचना निर्धारित करण्याचे आव्हान होते. तथापि या आव्हानांच्या संदर्भात कोणतीही प्रगती गेल्या पाच वर्षांत झालेली नाही. घटनासभेपुढचे दुसरे आव्हान होते ते माओवादी पक्षाच्या सशस्त्र सेनेच्या पुनर्वसनाचा प्रश्न हाताळण्याचे. नेपाळमध्ये १९९४ साली पुष्पकमल दहल प्रचंड यांनी माओवादी पक्षाची स्थापना केली आणि चीनप्रमाणेच नेपाळमध्येदेखील सशस्त्र क्रांतीच्या माध्यमातून एकाधिकारशाहीवादी शासन निर्माण करण्याची घोषणा केली. आपली स्वतंत्र सेना निर्माण करून माओवादी पक्षाने १२ वर्षे राजेशाही लष्कराविरुद्ध सशस्त्र लढा दिला. २००६ साली माओवाद्यांनी सशस्त्र लढ्याचा मार्ग सोडून देत लोकशाही मार्गाने राजेशाहीविरुद्ध आंदोलने करण्याचे मान्य केले. माओवाद्यांनी सशस्त्र लढ्याचा मार्ग सोडून दिल्यामुळे त्यांनी निर्माण केलेल्या सशस्त्र सेनेचे काय करायचे हा मोठा प्रश्न होता. या सैन्याचे पुनर्वसन करणे घटनासभेपुढचे मोठे आव्हान होते. तथापि याबाबतीतही निश्चित प्रगती घटनासभेत झाली नाही. घटनासभेला मुदतवाढ देण्यास नेपाळमधील सर्वोच्च न्यायालयाने स्पष्टपणे नकार दिला. त्यामुळे दुसऱ्या सार्वत्रिक निवडणुका घेण्याशिवाय पर्याय नव्हता. नुकत्याच पार पडलेल्या दुसऱ्या सार्वत्रिक निवडणुकीतही कोणत्याच पक्षाला बहुमत न मिळाल्यामुळे आणि माओवादी पक्षाने आडमुठे धोरण स्वीकारल्यामुळे नवीन घटनासभा नेपाळसाठी अंतिम घटना बनवू शकेल का यावर प्रश्नचिन्ह निर्माण झाले आहे.

नेपाळमधील घटनासभेची रचना

एकूण सदस्यसंख्या : ६०१
थेट मतदानाने निवडून येणारे सदस्य : २४०
प्रपोर्शनेट मतदान पद्धतीने निवडले जाणारे सदस्य : ३३५
शासनातर्फे नियुक्त सदस्य : २६

नेपाळमधील लोकशाही स्थित्यंतरातील राजकीय घटनाक्रम

- राजेशाहीविरुद्ध माओवाद्यांनी १९९४ पासून चालवलेला सशस्त्र संघर्ष २००६ साली संपला. माओवाद्यांनी राजेशाही विरुद्ध लोकशाही मार्गाने संघर्ष करण्यास मान्यता दिली.
- २००६ मध्ये लोकशाही आघाडी आणि राजेशाही यांच्यात एक बारा कलमी करार झाला.
- २००७ नेपाळसाठीच्या हंगामी राज्यघटनेस मंजुरी
- २००८ सार्वत्रिक निवडणुका
- नेपाळ एक धर्मनिरपेक्ष गणराज्य म्हणून घोषणा
- २००९ पंतप्रधान पुष्पकमल दहल प्रचंड यांचा राजीनामा
- २०१२ नेपाळमधील सर्वोच्च न्यायालयाचा घटनासभेस मुदतवाढ देण्यास नकार
- २०१३ नेपाळमध्ये घटनासभेसाठी दुसऱ्या सार्वत्रिक निवडणुका

भारतावरील पडसाद :

या सर्व घडामोडींचे परिणाम भारतावर होणे स्वाभाविक आहे. भारत आणि नेपाळचे भौगोलिक स्थानच असे आहे, की दोन्ही देशांमधील अंतर्गत घडामोडींचा प्रभाव हा परस्परांवर पडल्याशिवाय राहणार नाही. नेपाळ हा भौगोलिकदृष्ट्या पूर्णतः जमिनीने वेढलेला (Land Locked Country)

असून उत्तरेला चीन तर दक्षिणेला भारत अशा दोन बलाढ्य राष्ट्रांमध्ये स्थिरावला असल्यामुळे सामरिकदृष्ट्या भारतासाठी नेपाळ अतिशय महत्त्वाचा आहे. नेपाळमधील माओवाद्यांचा वाढता प्रभाव आणि राजकीय अस्थिरता भारतासाठी धोकादायक तर चीनसाठी उपकारक आहे. नेपाळमध्ये स्थिर आणि लोकशाहीवादी शासन प्रस्थापित होणे भारतासाठी आवश्यक आहे. राजेशाहीविरुद्धच्या नेपाळमधील लोकशाही आघाडीला आणि जन आंदोलनाला भारताने पाठिंबा दिला होता. नेपाळमध्ये लवकरात लवकर राज्यघटना निर्माण होऊन स्थिर शासन प्रस्थापित होणे आवश्यक आहे. ■

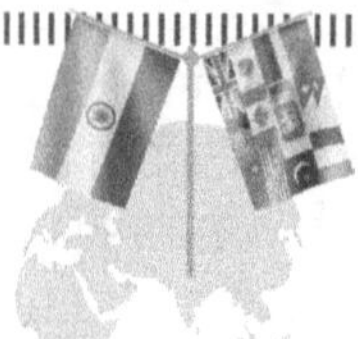

नेपाळची वादग्रस्त राज्यघटना निर्मिती

नेपाळमध्ये राजेशाहीविरुद्ध लोकशाही चळवळ गतीमान बनली आणि २००८ मध्ये तेथील राजेशाही संपुष्टात आली. ज्याप्रमाणे नेपाळचे राजेशाहीकडून लोकशाहीकडे संक्रमण झाले त्याचप्रमाणे त्यांचा माओवाद्यांच्या बंडखोरीकडून कायद्याच्या राज्याकडे प्रवास झाला. नेपाळ हे पूर्वी हिंदू राष्ट्र होते. हिंदू धर्म हा नेपाळचा राष्ट्रीय धर्म होता. पण लोकशाही आल्यानंतर तेथील काँग्रेसने नवी राज्यघटना बनवण्याचा निर्णय घेतला. २००८ मध्ये राज्यघटना निर्मितीसाठी घटना समितीची स्थापना झाली. या घटना समितीची पाच वर्षे २०१३ मध्ये पूर्ण झाली. पण या पाच वर्षांमध्ये नेपाळला सर्वसंमत अशी घटना बनवता आली नाही. त्यामुळे तेथील राजकीय अस्थिरता वाढली आणि पुन्हा एकदा नेपाळ राजेशाहीकडे जातो की काय अशी परिस्थिती निर्माण झाली. त्यामुळे पुन्हा निवडणुका होऊन २०१३ मध्ये दुसरी घटना परिषद निवडण्यात आली आणि सध्या ही परिषद घटनानिर्मितीचे काम पहात आहे. नेपाळची घटना लोकशाही गणतंत्र आणि धर्मनिरपेक्ष असेल, अशी घोषणा तेथील संसदेने २००८ मध्येच केली. त्याचबरोबर ती संघराज्यात्मक असेल, असेही संसदेने सांगितले. घटनानिर्मितीच्या प्रक्रियेला विलंब होण्यामागचे कारण म्हणजे काही मुद्द्यांवरून तेथे सहमत होत नाहीये.

- यातील पहिला मुद्दा म्हणजे संघराज्यात्मक संदर्भातील आहे. कारण नेपाळमध्ये पूर्वी राजेशाहीची केंद्रिकृत (युनिटरी) शासनव्यवस्था होती. आता त्याचे रूपांतर संघराज्यांमध्ये करताना घटक राज्यांची आखणी करणे आवश्यक आहे. ही आखणी करण्याचे काम अतिशय क्लिष्ट आणि समस्यापूर्ण आहे. कारण नेपाळमध्ये अनेक वांशिक समूह आहे. हे समूह अनेकदा विस्थापित झालेले आहेत. त्यामुळे तेथे राज्ये तयार करण्याचे काम अवघड होऊन बसले आहे. घटक राज्यांची संख्या किती असावी, ती राज्ये वांशिक आधारावर बनवायची की प्रशासकीय आधारावर बनवायची की आर्थिक आधारावर बनवायची याबाबत सहमती होणे कठीण बनले आहे.
- दुसरा मुद्दा म्हणजे राष्ट्रपती आणि पंतप्रधान यांच्यातील अधिकारांची विभागणीसंदर्भात तेथे एकमत होत नाहीये.
- तिसरा मुद्दा आहे तो तेथे निवडणूक प्रक्रिया कोणती असावी याबाबत मतमतांतरे आहेत. प्रप्रोर्शन इलेक्ट्रोल सिस्टिम असावी अशी काहींची मागणी आहे.
- चौथा मुद्दा म्हणजे नेपाळ हे पुन्हा एकदा हिंदू राष्ट्र व्हावे अशी काहींची मागणी आहे. त्यामुळे धर्मनिरपेक्षता हा वादाचा मुद्दा बनला आहे.
- नेपाळमध्ये अप्पर हिल कास्ट, जनजाती, मधेशी आणि दलित हे चार महत्त्वाचे समूह आहेत. नेपाळमध्ये एकूण १२६ राजकीय पक्ष असून त्यामध्ये या चारही राजकीय पक्षांचा समावेश आहे. तसेच काही वांशिक आणि धार्मिक गटांचे राजकीय पक्ष आहेत. या १२६ पक्षांच्या मागण्या वेगवेगळ्या असल्यामुळे त्यांच्यात सहमती घडून येत नाहीये. परिणामी, घटनानिर्मितीचे काम गेली सहा वर्षे रखडलेले आहे.
- नेपाळमध्ये राज्यघटना बनत नाही

तोपर्यंत राजेशाही आणि माओवादी यांच्या पुनरुज्जीवनाची शक्यता नाकारता येत नाही.

- आता नव्या रचनेनुसार असे ठरवण्यात आले आहे, की २०१७ पर्यंत या राज्यघटनेचा मसुदा तयार केला जाणार असून तो जनतेपुढे सार्वमतासाठी मांडण्यात येणार आहे.
- नेपाळच्या या घटनानिर्मितीच्या प्रक्रियेबाबत चीननेही आपली मते व्यक्त करण्यास सुरुवात केलेली आहे. नेपाळमध्ये कमीत कमी राज्ये असावीत, असे चीनचे म्हणणे आहे.
- नेपाळ हा भारताच्या दृष्टीने संरक्षण आणि आर्थिक दृष्ट्या महत्त्वाचा असल्याने तिथे राज्यघटना निर्माण होणे, राजकीय व्यवस्था निर्माण होणे हे भारतासाठी आवश्यक आहे.

■

भारत-नेपाळसंबंधांचे नवे पर्व

पंतप्रधान नरेंद्र मोदी यांचा २०१४ मध्ये झालेला नेपाळ दौरा अनेक अर्थांनी महत्त्वपूर्ण ठरला आहे. या दौऱ्यादरम्यान एका महत्त्वाच्या जलविद्युत करारावर स्वाक्षऱ्या करण्यात आल्या आहेत. मागील काही वर्षांपासून नेपाळचे भारताविषयी अनेक गैरसमज होते. त्यातच गेल्या १७ वर्षांपासून भारताच्या एकाही पंतप्रधानांनी नेपाळला भेट दिलेली नव्हती. भारताची नेपाळबाबत असलेली ही असंवेदनशीलता आणि नेपाळचे भारताबाबत असलेले गैरसमज दूर करण्यात मोदी यांना यश आले आहे. आतापर्यंत नेपाळच्या संसदेमध्ये परराष्ट्रांच्या केवळ दोन नेत्यांनी भाषण केलेले आहे. यातील दुसरे भाषण मोदी यांचे होते. मोदी यांच्यावर टीका करण्यामध्ये अग्रेसर असणारे नेपाळमधील माओवादी पक्षाचे नेते प्रचंड यांनी मोदी यांनी आपल्या भाषणातून संपूर्ण नेपाळी नागरिकांची मने जिंकली आहेत असे सांगितले आहे. त्यामुळे भारत आणि नेपाळ यांच्यामध्ये मैत्रीचे एक नवे पर्व सुरू झाले आहे.

तब्बल १७ वर्षांनंतर भेट :

भारताचे पंतप्रधान नरेंद्र मोदी हे २०१४ मध्ये दोन दिवसांच्या नेपाळ दौऱ्यावर जाऊन आले. मोदी हे १७ वर्षांनंतर नेपाळ दौऱ्यावर जाणारे भारताचे दुसरे पंतप्रधान होते. १७ वर्षांपूर्वी म्हणजे १९९७ साली इंद्रकुमार गुजराल हे नेपाळ दौऱ्यावर गेले होते. त्यानंतर २००२ साली रालोआ सरकारच्या काळात पंतप्रधान अटलबिहारी वाजपेयी हे काठमांडू येथे झालेल्या सार्क परिषदेला उपस्थित राहिले होते. पण तो त्यांचा नेपाळ दौरा नव्हता. २००४ ते २०१४ या दहा वर्षांच्या काळात मनमोहनसिंग यांनी नेपाळला एकदाही भेट दिलेली नाही. मोदी यांचा दौरा अनेक अर्थांनी महत्त्वपूर्ण ठरला आहे. भारताची नेपाळबाबतची असलेली ही असंवेदनशीलता आणि नेपाळचा भारताबाबत असलेला गैरसमज दूर करण्याचा प्रयत्न या भेटीतून सफल झाला आहे.

राजकीय अस्थिरता व चीनचा वाढता प्रभाव

१७ वर्षांच्या काळात एकदाही भारताच्या पंतप्रधानांनी नेपाळला भेट दिलेली नव्हती. या काळात नेपाळ राजकीय स्थित्यंतरामधून जात होता. २००८ पासून नेपाळमध्ये राजकीय अस्थिरता आहे. २००८ मध्ये तेथील राजेशाही संपली; पण पर्यायी शासनपद्धती कोणती असावी याविषयी अद्यापही एकमत झालेले नाही. गेल्या दहा वर्षांपासून तेथे राज्यघटना निर्मितीचे काम सुरू आहे; पण याविषयीही एकमत नाही. तेथे एकूण १२५ राजकीय पक्ष असून या प्रत्येकाच्या वेगवेगळ्या मागण्या आहेत. त्यामुळे राज्यघटना निर्माण होत नसून याचा परिणाम शासन न टिकण्यात होत आहे. गेल्या पाच वर्षांत तेथे चार वेळा शासन बदलले आहे. या संपूर्ण काळामध्ये भारताने नेपाळबाबतीमध्ये अलिप्तता बाळगली होती. या काळामध्ये भारताने दाखवलेल्या असंवेदनशीलतेचा फायदा चीनने घेतला. चीनने

नेपाळमध्ये आपला प्रभाव जोरदारपणे वाढवण्यास सुरुवात केली. भारत आणि नेपाळमध्ये जशी मुक्तरेषा आहे तशी नेपाळच्या उत्तरेला असलेल्या आणि चीनचा भाग असलेल्या तिबेटमध्येही मुक्तरेषा आहे. या मुक्त सीमारेषेला जोडण्याचे काम चीनने केले आहे. तिबेटची राजधानी ल्हासापासून काठमांडूपर्यंत रस्तेबांधणीचे काम वेगाने सुरू केले. २००५ साली हे काम पूर्ण झाले. त्यानंतर आता त्यांनी रेल्वेमार्ग उभारणीचे काम हाती घेतले आहे. आता मोदींनी 'हिट' (एचआयटी : हायवे, इन्फर्मेशन आणि ट्रान्स्पोर्ट) हा प्रकल्प हाती घेतला आहे.

भारताचे पंतप्रधान नरेंद्र मोदी यांच्या सोबत नेपाळचे पंतप्रधान सुशील कोईराला

विश्वास संपादन करण्याचा प्रयत्न :

मोदींच्या भेटीमागचे एक महत्त्वाचे कारण होते ते नेपाळला विश्वासात घेणे. कारण नेपाळला भारताविषयी नेहमीच संशय वाटत आलेला आहे. याचे एक कारण भारताचे प्रचंड मोठे आकारमान हे आहेच; पण दुसरे म्हणजे नेपाळ हा 'बफर स्टेट' आहे. बफर स्टेट म्हणजे दोन बलाढ्य देशांमधील एक छोटा देश. तसेच तो लँडलॉक कंट्री आहे. तो संपूर्ण जमिनीने वेढला गेलेला असून त्याला कोठेही समुद्रकिनारा नाही. त्याच्या उत्तरेला चीन आहे आणि दक्षिणेला भारत आहे. या दोहोंच्यामध्ये नेपाळचे भौगोलिक स्थान आहे. म्हणूनच नेपाळशी कोणत्याही प्रकारचा संपर्क करण्यासाठी, व्यवहार करण्यासाठी भारताच्या माध्यमातूनच जावे लागते. थोडक्यात, नेपाळच्या सुरक्षेचा संबंध हा भारताच्या सुरक्षेशी प्रत्यक्षपणे आहे. त्यामुळेच पंडित जवाहरलाल नेहरू यांनी नेपाळसोबत १९५० साली एक करार केला. या करारानुसार नेपाळने आपले परराष्ट्र धोरण ठरवताना, संरक्षण संबंधांबाबतचे धोरण ठरवताना, संरक्षण करार करताना, शस्त्रखरेदी करताना भारताची परवानगी घेणे बंधनकारक आहे. हा करार म्हणजे आमच्या अंतर्गत कारभारामध्ये हस्तक्षेप करणारा आहे, असे नेपाळचे म्हणणे होते. त्यामुळेच नेपाळ आणि भारतामध्ये संशयाचे वातावरण निर्माण झाले. हा करार बदलण्याची मागणी नेपाळकडून खूप दिवसांपासून होत होती. आता नरेंद्र मोदी यांनी नेपाळच्या संसदेमध्ये भाषण करताना भारत हा करार बदलण्यास तयार असल्याचे सांगितले. भारताला तुमच्या अंतर्गत कारभारात हस्तक्षेप करण्यात रस नसून उलट नेपाळसोबत समानतेचे संबंध हवे आहेत, तुमचे सार्वभौमत्व आणि स्वातंत्र्य अबाधित राहील यासाठी भारत प्रयत्न करेल, असे मोदी यांनी आपल्या भेटीदरम्यान स्पष्ट केले. भारताकडून अधिकृतरीत्या प्रथमच असे सांगण्यात आले, की हा करार बदलून भारत समानतेवर आधारित करार करायला तयार आहे. भारताने दर्शवलेली तयारी ही फार मोठी घडामोड आहे. कारण त्यामुळे नेपाळचा भारतावरचा विश्वास वाढलेला आहे.

आर्थिक विकासाला चालना :

मोदी यांच्या दौऱ्यामध्ये भारत आणि नेपाळ यांच्यादरम्यान एका महत्त्वाच्या ऊर्जा करारावर स्वाक्षरी करण्यात आली. हा ऊर्जा करार जलविद्युत निर्मितीसंदर्भातील आहे. नेपाळमध्ये ४० हजार मेगावॅट इतकी जलविद्युत निर्मितीची क्षमता आहे. त्यापैकी सध्या नेपाळकडून केवळ ६०० मेगावॅट इतकीच वीजनिर्मिती होत आहे. ही जलविद्युत निर्मितीची प्रक्रिया वाढवण्यासाठी भारताला

तेथे आर्थिक गुंतवणूक करण्याची इच्छा होती. या प्रक्रियेतून निर्माण होणारी वीज प्रथम नेपाळ वापरेल आणि उर्वरित वीज भारताला देईल. पण या करारामध्ये एक अट घालण्यात आली होती. त्यानुसार, भविष्यामध्ये भारत हा एकमेव असा देश असेल, की जो नेपाळमध्ये जलविद्युत क्षेत्रामध्ये आर्थिक गुंतवणूक करेल. इतर कोणत्याही देशाला या क्षेत्रात गुंतवणूक करण्यास परवानगी असणार नाही. भारताने अशी अट घालण्यामागेही एक कारण होते. सध्या नेपाळमध्ये जलविद्युत निर्मितीच्या क्षेत्रामध्ये चीन मोठ्या प्रमाणावर गुंतवणूक करत आहे. यासंदर्भात २०१२ मध्ये चीनने नेपाळसोबत करारही केला. चीनच्या मदतीने नेपाळमध्ये १००० मेगावॅट वीजनिर्मितीच्या प्रकल्पांचे कामही सुरू आहे आणि भारताला ते नको होते. मात्र, भारताच्या या भूमिकेला नेपाळमधील माओवादी गटाने कडाडून आक्षेप घेतला होता आणि या मार्गाने भारत पुन्हा एकदा नेपाळवर प्रभाव टाकण्याचा प्रयत्न करत असल्याचे म्हटले होते. भारताच्या परराष्ट्रमंत्री सुषमा स्वराज यांनी २०१४ मध्ये झालेल्या नेपाळ दौऱ्यामध्ये याबाबतचा गैरसमज दूर केला आणि त्यानंतर आता ही अट काढून टाकत भारत आणि नेपाळ यांच्यादरम्यान एका नव्या करारावर स्वाक्षऱ्या करण्यात आल्या. आता भारताच्या करारानुसार नेपाळमध्येही अशाच पद्धतीने गुंतवणूक झाल्यास त्याचा नेपाळला आर्थिक फायदा होणार आहे. गेल्या काही वर्षांपासून नेपाळचा आर्थिक विकास खुंटलेला आहे. परंतु भारताच्या मदतीने जर तेथे जलविद्युत निर्मिती प्रकल्प उभे राहिले, तर नेपाळ त्यांची गरज भागवून उर्वरित वीज भारताला विकू शकेल आणि त्यातून त्यांचा आर्थिक विकास वाढेल.

नेपाळच्या आर्थिक विकासामध्ये भारताचे हितसंबंध गुंतलेले आहेत. म्हणूनच पंतप्रधान नरेंद्र मोदी यांनी नेपाळमध्ये साधनसंपत्तीचा विकास होणे गरजेचे असल्याचे सांगितले आणि त्यासाठी भारताने एक अब्ज डॉलर इतकी आर्थिक मदत नेपाळला देण्याची घोषणा केली. त्याचबरोबर नेपाळमधून भारतात शिक्षणासाठी येणाऱ्या विद्यार्थ्यांना देण्यात येणारी स्कॉलरशिप वाढवण्याचीही घोषणा केली. नेपाळमध्ये जर भारताने गुंतवणूक केली तर तेथे पर्यटनाचा विकास होईल. भारतामधून अनेक जण पशुपतीनाथाच्या दर्शनासाठी नेपाळला जात असतात. नेपाळने पर्यटनाचा विकास करण्यासाठी भारत गुंतवणूक करायला तयार असल्याचेही मोदी यांनी सांगितले. याचा फायदा नेपाळला मोठ्या प्रमाणावर होणार आहे. सध्या भारताचा नेपाळसोबतचा व्यापार ४४१ दशलक्ष डॉलर इतका आहे. तो आता एक अब्ज डॉलरपर्यंत नेण्याची भारताची इच्छा आहे. 'सबका साथ आणि सबका विकास' ही मोदी यांची कार्यपद्धती या दौऱ्यामधून दिसून आली आहे.

वचनांची पूर्तता आवश्यक :

आतापर्यंत नेपाळच्या संसदेमध्ये परराष्ट्रांच्या केवळ दोन नेत्यांनी भाषण केलेले आहे. पहिले भाषण जर्मनीचे चान्सलर हेल्मेट कौल यांनी केले होते आणि त्यानंतर दुसरे भाषण नरेंद्र मोदी यांनी केले आहे. त्याशिवाय कोणालाही परवानगी देण्यात आलेली नव्हती. मोदी यांच्यावर टीका करण्यामध्ये अग्रेसर असणारे नेपाळमधील माओवादी पक्षाचे नेते प्रचंड यांनीही मोदी यांनी आपल्या भाषणातून संपूर्ण नेपाळी नागरिकांची मने जिंकली आहेत असे सांगितले आहे. त्यामुळे भारत आणि नेपाळ यांच्यामध्ये मैत्रीचे एक नवे पर्व सुरू झाले आहे. यापुढील काळात मोदी यांनी दिलेली सर्व वचने पूर्ण करणे हे भारताचे कर्तव्य आहे. कारण अशाच प्रकारचे वचन यूपीए सरकारच्या काळात भारताने बांगलादेशालाही दिले होते. पण ती भारताने पाळलेली नाहीत. बांगलादेशासोबतचे दोन महत्त्वपूर्ण करार भारताने पूर्ण केलेले नाहीत. नेपाळच्या बाबतीत असे घडायला नको. जी वचने मोदी यांनी दिलेली आहेत त्यांची पूर्तता न झाल्यास चीन नेपाळवरती प्रभाव वाढवेल आणि त्याचे परिणाम भारताच्या सुरक्षेवर होतील.

■

भारत -नेपाळमधील जलविद्युत करार

भारताच्या विकासाच्या गरजा लक्षात घेता वीजेचे उत्पादन ही आपल्यासाठी फार महत्त्वाची आहे. त्यामुळे भारताने यासाठीचे आपले धोरण आता बदलले आहे. भारताने आता दक्षिण आशियाई राष्ट्रे आणि दक्षिण पूर्व आशियाई राष्ट्रे यांच्याकडे वीजेचा विशेषतः जलविद्युत क्षमतेचा स्त्रोत म्हणून पाहायला सुरुवात केलेली आहे. त्यामुळेच नरेंद्र मोदी यांनी प्रथम भूतानबरोबर एक वीजेबाबतचा करार केला. भूतानमध्ये २० हजार मेगावॅट वीजनिर्मितीची क्षमता आहे. तिथे भारत पुढील पाच वर्षांमध्ये १० अब्ज डॉलरची गुंतवणूक करणार आहे. बांगलादेशासोबतही भारताने अशाच प्रकारचा एक करार केलेला आहे. त्यानुसार भारत बांगलादेशला वीजेचा पुरवठा करणार आहे. बांगलादेशच्या पुढे असलेल्या म्यानमारमध्ये ४० हजार मेगावॅट वीजनिर्मितीची क्षमता आहे आणि तिथेही भारत आता गुंतवणूक करण्याच्या प्रयत्नात आहेत. वीजेची गरज पूर्ण करण्यासाठी सुरू असलेल्या या प्रयत्नांमधील आणखी एक महत्त्वाचा टप्पा म्हणजे अलीकडेच भारताने नेपाळसोबत केलेला विद्युत व्यापार करार (पॉवर ट्रेडिंग ॲग्रीमेंट अर्थात पीटीए). या नव्या करारानुसार पुढील पाच वर्षांमध्ये नेपाळमध्ये ८००० मेगावॅट वीजेची निर्मिती करण्यात येणार आहे.

पंतप्रधान नरेंद्र मोदी यांच्या २०१४ मध्ये झालेल्या नेपाळ दौऱ्यावेळी या करारावर स्वाक्षऱ्या करण्यात आल्या. दोन्ही देशांच्या राजनैतिक संबंधांच्या इतिहासातील ही पहिली घटना आहे. भारताच्या सर्व शेजारी राष्ट्रांमध्ये नेपाळमध्ये जलविद्युतनिर्मितीची क्षमता सर्वाधिक आहे. नेपाळची जलविद्युतनिर्मितीची क्षमता ४२ हजार मेगावॅट इतकी म्हणजेच म्यानमारपेक्षाही अधिक आहे. यापैकी केवळ पाच टक्केच क्षमता नेपाळकडून वापरली जात आहे. तसेच नेपाळच्या ५० टक्के भागापर्यंत आजही वीज पोहोचलेली नाही. विशेष म्हणजे, इतकी क्षमता असूनही नेपाळकडून त्यांना आवश्यक असणारी सर्व वीज आयात केली जाते. कारण नेपाळमध्ये जलविद्युत प्रकल्पांचा वीजेसाठी विकास झाला नाही. यामागील कारणे ही प्रामुख्याने राजकीय स्वरुपाची आहेत. तेथील राजेशाहीने या प्रकल्पांचा जाणीवपूर्वक विकास केला नाही. कारण नेपाळमध्ये ज्या नद्या वाहतात त्या सर्व भारतामध्ये येतात आणि या प्रकल्पांचा विकास केला तर त्याचा बहुतांश फायदा भारत उचलेल. या संपूर्ण वीजेच्या प्रकल्पांवर भारत आपली मक्तेदारी तयार करेल, अशी भीती त्यांना वाटत होती.

थोडक्यात, भारतद्वेषातून किंवा भारताविरुद्ध तयार झालेल्या राष्ट्रवादातून त्यांनी या प्रकल्पांबाबत विचार केला नाही. पण नेपाळ आणि भारतामध्ये आतापर्यंत अनेक नद्यांच्या पाणीवाटपाचे करार झालेले आहेत. यापैकी शारदा, कोसी, गंडक, करवाली यांसारख्या काही नद्यांचे करार हे ब्रिटिश काळापासून झालेले आहेत. १९९७ मध्ये महाकाली नदीच्या पाणीवाटपासंदर्भात एक करार झाला होता. या करारामध्ये जलविद्युत निर्मिती करण्याची आणि त्याचा व्यापार करण्याची तरतूद होती; पण नेपाळमधील राजकीय अस्थिरता, भारताविषयीचे गैरसमज यांमुळे याबाबत अंमलबजावणी झाली नाही.

भारत आणि नेपाळमध्ये यापूर्वी वीजेच्या व्यापारासंबंधात करार झालेले आहेत. भारतामधून वीज निर्यात करणाऱ्या पॉवर कॉर्पोरेशन ऑफ इंडिया आणि नेपाळ शासन यांच्यादरम्यान हे करार झालेले आहेत; परंतु दोन शासनांमधील करार हा यंदा पहिल्यांदाच झाला. या करारामधून नेपाळची मानसिकता बदलल्याचे दिसून आलेले आहे. कारण या करारानुसार भारताने नेपाळला असे सांगितले आहे, की सुरुवातीच्या काळात आम्ही

तेथे आर्थिक गुंतवणूक करण्यास तयार आहोत. तेथे वीजनिर्मिती झाल्यानंतर आवश्यक असणारी वीज वापरून नेपाळ अतिरिक्त वीजेची विक्रीही करू शकणार आहे. नेपाळमध्ये जलविद्युत प्रकल्प उभारणाऱ्या परकीय गुंतवणुकदारांशी नेपाळ सरकार प्रोजेक्ट डेव्हलपमेंट ॲग्रीमेंट म्हणजेच प्रकल्प विकास करार करणार आहे. नेपाळमध्ये जलविद्युत प्रकल्प उभारण्यासाठी अनुकूल जागा शोधण्यासाठी भारतातील २८ कंपन्यांना परवाने देण्यात येणार आहेत. त्यामुळे नेपाळ आता आर्थिक विकासाच्या दृष्टिकोनातून वीजेच्या व्यापाराकडे पाहू लागलेला आहे, हे स्पष्ट होते. ■

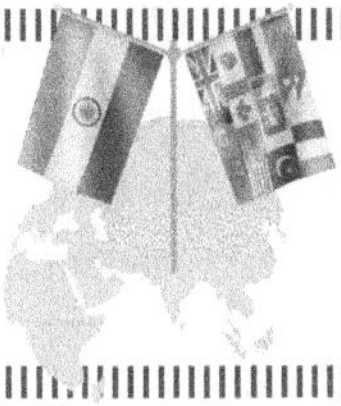

बांगलादेशातील अंतर्गत राजकारण व भारत-बांगलादेश संबंध

बांगलादेशाच्या राजकीय इतिहासात पहिल्यांदाच २०१३ मध्ये विरोधी पक्षांनी टाकलेल्या संपूर्ण बहिष्काराच्या वातावरणात सार्वत्रिक निवडणुका पार पडल्या. अनेक मतदान केंद्रावर शून्य टक्के मतदान झाल्यामुळे ही निवडणूक विलक्षणच ठरली. बहिष्काराबरोबरच या निवडणुकीला हिंसेचेही गालबोट लागले. नोव्हेंबर २०१३ मध्ये सार्वत्रिक निवडणुकांची घोषणा झाल्यापासूनच बांगलादेशमधील प्रमुख विरोधी पक्ष - बांगलादेश नॅशनल पार्टीने या निवडणुकांवर बहिष्कार टाकण्याची घोषणा केली. निवडणुका निष्पक्ष वातावरणात पार पाडाव्यात यासाठी काळजीवाहू शासन प्रस्थापित करण्याची १९९६ पासून चालत आलेली परंपरा पंतप्रधान शेख हसीना यांनी घटनादुरुस्तीद्वारे खंडीत केल्यामुळे त्याचा निषेध म्हणून विरोधकांनी सार्वत्रिक निवडणुकीवर बहिष्कार टाकल्याची घोषणा केली. सत्ताधारी अवामी लीग व विरोधी पक्ष बांगलादेश नॅशनल पार्टी यांच्यात समेट घडवून आणण्याचा संयुक्त राष्ट्राच्या शिष्टमंडळाने केलेला प्रयत्न अपयशी ठरला. अमेरिका, इंग्लंड तसेच भारतानेही बांगलादेश नॅशनल पार्टीचे मन वळवण्याचा प्रयत्न केला. पण या सर्व प्रयत्नांना अपयश आले. विरोधकांचा बहिष्कार असल्यामुळे ३०० मतदारसंघांपैकी १५३ मतदारसंघात बिनविरोध निवड झाली. केवळ १४७ मतदारसंघात मतदान झाले. तिथेही सत्ताधारी युती शासनाचेच उमेदवार निवडून येणार असल्यामुळे ही निवडणूक एकतर्फीच झाली. शेख हसीना आणि त्यांचा अवामी लीग पुन्हा सत्तेत येणार हे आता निश्चितच आहे.

धर्मनिरपेक्षतावाद विरुद्ध धार्मिक मूलतत्त्ववाद

बांगलादेशमधील सध्याचे राजकारण हे वैचारिक संघर्षावर आधारलेले आहे. हा संघर्ष आहे दोन परस्परविरोधी विचारसरणींचे प्रतिनिधित्व करणाऱ्या शक्तींमधला. या विचारसरणी आहेत धर्मनिरपेक्षतावाद विरुद्ध धार्मिक मूलतत्त्ववाद. बांगलादेशाचे स्वरूप एक धर्मनिरपेक्षवादी राष्ट्र म्हणून ठेवायचे की एक इस्लामिक राष्ट्र हा संघर्षामधील प्रमुख मुद्दा आहे. शेख हसीना आणि त्यांचा अवामी लीग पक्ष धर्मनिरपेक्षतावादाचे प्रतिनिधित्व करत आहेत; तर दुसरीकडे खलिदा झिया आणि त्यांचा बांगलादेश नॅशनल पार्टी हा राजकीय पक्ष धार्मिक मूलतत्त्ववादी विचारसरणीचे आणि शक्तींचे प्रतिनिधित्व करत आहे. बांगलादेश नॅशनल पार्टीचा मुख्य सहकारी पक्ष जमात-ए-इस्लामी अतिशय कट्टरवादी राजकीय पक्ष म्हणून ओळखला जातो. बांगलादेशाला एक कडवे इस्लामिक राष्ट्र बनवण्याचे जमातचे उद्दिष्ट आहे. बांगलादेशात इस्लाम धर्माच्या प्रसारात या पक्षाचे मोठे योगदान आहे. त्यांनी बँक, आरोग्य सेवा, विमा अशा विविध क्षेत्रात प्रवेश केला असून असंख्य धार्मिक संस्था, संघटनांचे जाळे संपूर्ण बांगलादेशात विणले आहे. विशेष म्हणजे

या पक्षाचे दक्षिण आशियातील अनेक दहशतवादी संघटनांबरोबर संबंध आहेत. या पक्षाच्या शेकडो सदस्यांनी पाकिस्तानमध्ये जाऊन दहशतवादी प्रशिक्षण घेतले आहे. काही वर्षांपूर्वी पाकिस्तानची गुप्तहेर संघटना आयएसआयच्या मदतीने जमातचे शेकडो सदस्य पाकिस्तानमध्ये दहशतवादी हिंसाचाराचे प्रशिक्षण घेण्यासाठी गेले होते. मुंबईवरील दहशतवादी हल्ल्यातील प्रमुख आरोपी हाफिज सईदबरोबर या पक्षाच्या नेत्यांचे संबंध आहेत. या पक्षाच्या आशीर्वादाने बांगलादेशात हरकत-उल-जिहाद-अल्-इस्लामी अर्थात हूजी या कट्टर दहशतवादी संघटनेने आपले पाय पसरवले. भारतात गेल्या दोन दशकात झालेल्या अनेक दहशतवादी हल्ल्यांमागे हूजी या संघटनेचा हात आहे. एवढेच नाही, तर भारतातील उल्फासारख्या फुटीरतावादी संघटनेबरोबर जमात आणि हूजीचे संबंध असल्याचे निष्पन्न झाले आहे. उल्फा संघटनेच्या सदस्यांना बांगलादेशात प्रशिक्षण देण्यात, त्यांना शस्त्रास्त्रे आणि दारूगोळा पुरवण्यात या संघटनांचा हात आहे.

जमात-ए-इस्लामीचा प्रभाव :

जमात-ए-इस्लामी हा सुरुवातीपासूनच पाकिस्तानधार्जिणा राजकीय पक्ष आहे. या पक्षाच्या काही नेत्यांनी १९७१ च्या बांगलादेश स्वातंत्र्ययुद्धात पाकिस्तानला मदत केली होती. अशा प्रकरणांची चौकशी करण्यासाठी शेख हसीना यांनी २०१० साली युद्ध गुन्हा लवादाची स्थापना केली. या लवादाने जमातचा वरिष्ठ नेता अब्दुल कादीर मुल्ला याला युद्ध गुन्ह्यासाठी दोषी मानत फाशीची शिक्षा सुनावली. याच्या तीव्र प्रतिक्रिया केवळ बांगलादेशातच नव्हे तर पाकिस्तानातही उमटल्या. पाकिस्तानच्या संसदेने मुल्ला यांच्या फाशीविरोधात निषेध ठराव मंजूर केला. यावरून जमातचे पाकिस्तानबरोबरचे संबंध किती घनिष्ठ आहेत हे स्पष्ट होते.

जमात-ए-इस्लामीसारख्या पाकिस्तान धार्जिण्या, कडव्या इस्लामी पक्षाबरोबर खलिदा झिया यांच्या बांगलादेश नॅशनल पार्टीचे संबंध असल्यामुळे झिया आणि त्यांच्या पक्षाविषयी भारताची नाराजी आहे. बांगलादेशमध्ये सन २००१-२००६ या काळात खलिदा झिया यांच्या नेतृत्वाखालील बांगलादेश नॅशनल पार्टीचे युती शासन होते. या शासनात जमात-ए-इस्लामीचे दोन मंत्री होते. खलिदा झिया यांच्या कारकिर्दीत बांगलादेशमधील भारतविरोधी कारवाया वाढल्या होत्या. झिया यांची जमातबरोबरची युती अद्यापही कायम असल्यामुळे त्या पुन्हा सत्तेत येणे भारतासाठी धोक्याचे होते.

बांगलादेशचे आर्थिक आणि सामरिक महत्त्व

बांगलादेश हा भारताच्या सुरक्षेच्या दृष्टीने फार महत्त्वाचा देश आहे. कारण भारताची सर्वात मोठी सीमा रेषा या देशाला लागून आहे. ईशान्य भारताच्या विकासासाठी, शांतता आणि सुरक्षेसाठी म्यानमारप्रमाणेच बांगलादेशचा खूप मोठा उपयोग आहे. बांगलादेशच्या सीमेचा वापर ईशान्य भारतातील उल्फासारख्या संघटना आणि इस्लामिक दहशतवादी संघटना भारतविरोधी कारवायांसाठी करतात. भारतामध्ये आजवर जे दहशतवादी हल्ले झाले त्यामध्ये हुजी या संघटनेचे नाव प्रामुख्याने पुढे आले आहे. हुजी ही प्रामुख्याने बांगलादेशमधील संघटना आहे. ही संघटना भारतामध्ये अनेकदा धुमाकूळ घालण्याचा, अतिरेकी कारवाया करण्याचा प्रयत्न करत आहे.

बांगलादेशमध्ये २००८ पासून शेख हसीना यांचे शासन आहे. शेख हसीना या बांगलादेशमध्ये लोकशाही आणण्याच्या प्रयत्नामध्ये आहेत. त्यापूर्वी तेथे खलिदा झियांचे शासन होते. त्याकाळात तेथे धार्मिक मूलतत्त्ववाद वाढायला लागला होता. तेथील धार्मिक मूलतत्त्ववादी विचारसरणीचा जमात-ए-इस्लामी या पक्षाचा प्रभाव खलिदा झियांच्या काळात वाढू लागला होता. कारण हा पक्ष खलिदा झियांच्या शासनामध्ये सरकारचा भाग होता. शेख हसीना यांनी सत्तेवर आल्यानंतर जमात ए इस्लामी या पक्षावर अनेक बंधने आणली. त्यांनी बांगलादेशला धार्मिक मूलतत्त्ववादाच्या पाशामधून मुक्त करण्याचा प्रयत्न सुरू केला. त्याचबरोबर त्यांनी उल्फासारख्या संघटनांवर जबरदस्त बंधने आणली. बांगलादेशची भूमी भारतविरोधी कारवायांसाठी वापरली जाणार नाही हे त्यांनी स्पष्ट केले. म्हणजे शेख हसीना यांचे शासन भारतासाठी उपकारक आहे. अमेरिकेने अफगाणिस्तानवर लष्करी कारवाई केली तेव्हा अल्-कायदा या दहशतवादी संघटनेचे अनेक दहशतवादी अफगाणिस्तानातून पळाले आणि

नंतर त्यांनी पाकिस्तान आणि नेपाळच्या मार्गे बांगलादेशात प्रवेश केला आणि तेथे आपले जाळे विस्तारायला सुरुवात केली होती. आधीपासूनच तेथे जमात ए इस्लामीसारखा पक्ष, हुजीसारख्या संघटना होत्या. त्यांना अल्-कायदा येऊन मिळाल्यामुळे तिथे खूप मोठे दहशतवाद्यांचे जाळे निर्माण झाले होते आणि ते भारतासाठी धोकादायक होते. पण शेख हसीना यांनी याविरोधात पावले टाकण्यास सुरुवात केली. त्यामुळे त्यांचे शासन सत्तेत राहणे भारतासाठी महत्त्वाचे आहे. म्हणूनच भारताने बांगलादेशसोबत व्यापार वाढवण्यासाठी, बांगलादेशाला व्यापारी सूट देण्यासाठी, तेथे साधनसंपत्तीचा विकास करण्यासाठी आर्थिक गुंतवणूक करण्यास सुरुवात केली. त्यासंदर्भात गेल्या दोन-तीन वर्षांत भारताने बांगलादेशाशी महत्त्वपूर्ण करार केलेले आहेत. पण आता जर बांगलादेशाशी संबंध सुधारायचे असतील तर प्रथम लँड बॉर्डर ॲग्रीमेंट आणि तिस्ता पाणीवाटप करार हे दोन्हीही होणे आवश्यक आहे. ■

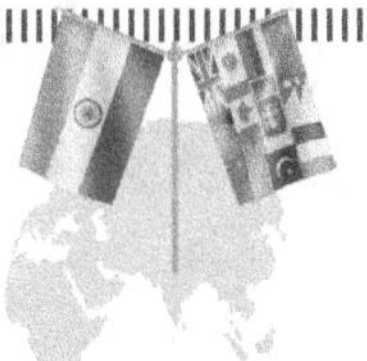

भारत-बांगलादेश लँड बॉर्डर ॲग्रीमेंट आणि तिस्ता नदी पाणीवाटपाचा करार

बांगलादेश संदर्भातील आणखी दोन महत्त्वाचे करार पाहणेही आवश्यक आहे. यातील एक म्हणजे 'लँड बॉर्डर ॲग्रीमेंट.' या करारावरून सध्या भारत आणि बांगलादेश यांच्यातील संबंध तणावपूर्ण बनलेले आहेत. कारण हा करार व्हावा अशी बांगलादेशची खूप वर्षांपासूनची इच्छा आहे. या कराराबाबतचे विधेयक भारतीय संसदेमध्ये प्रलंबित होते; परंतु मनमोहन सिंग सरकारच्या कार्यकाळात म्हणजे १५ व्या लोकसभेमध्ये हे विधेयक मंजूर होऊ शकले नाही. त्यामुळे नरेंद्र मोदी यांच्या कार्यकाळामध्ये हे विधेयक मंजूर होईल, अशी अपेक्षा आहे. हा करार मंजूर झाला तर भारत आणि बांगलादेश यांच्या संबंधांमधील तणाव दूर होऊन दोन्ही देशातील संबंध सुधारण्यास मदत होणार आहे.

हा करार काय आहे?

भारत आणि बांगलादेशमध्ये ४०९६ किलोमीटरची सीमारेषा आहे; परंतु ही सीमारेषा पूर्णतः सुरळीत नाही. याचे कारण बांगलादेशच्या हद्दीमधील काही भूखंड भारताच्या हद्दीमध्ये आलेले आहेत आणि भारताच्या हद्दीमधील काही भूखंड हा बांगलादेशाच्या हद्दीमध्ये गेलेले आहेत. असे १६६ वादग्रस्त भूखंड आहेत ज्यांची अदलाबदल करायची आहे व त्यासाठी हा करार केला गेला. या करारानुसार आता असे ठरले होते, की भारताच्या मालकीचे जे भूखंड बांगलादेशाच्या हद्दीत आहेत ते त्यांनी भारताच्या स्वाधीन करायचे आणि भारताने आपल्या हद्दीतील बांगलादेशाच्या मालकीचे भूखंड त्यांच्या स्वाधीन करायचे. म्हणजे सीमारेषा ही सुरळीत होईल. सध्या या सीमारेषेतील अडथळ्यामुळे दोन्ही देशांचे परस्परांच्या हद्दीतील जे भूखंड आहेत त्यांचा विकास होऊ शकलेला नाही. ते तोडले गेलेले आहेत. या भूखंडांमध्ये जे लोक राहतात त्यांना खूप मोठ्या समस्यांचा सामना करावा लागत आहे. त्यामुळे हा करार व्हावा ही फार जुनी मागणी आहे. इंदिरा गांधींच्या काळापासून चालत आलेला हा प्रश्न आहे. पण त्यामध्ये करार होऊ शकलेला नाही.

■ **लँड बॉर्डर ॲग्रीमेंट** :

बांगलादेशाचे १११ भूखंड भारताच्या हद्दीत आहेत, तर भारताचे ५५ भूखंड बांगलादेशच्या हद्दीत आहेत. लँड बॉर्डर ॲग्रीमेंटनुसार या भूखंडांची अदलाबदल केली जाणार आहे. ही अदलाबदल होत असताना ६००० एकर जमिनीची अदलाबदल होणार आहे. ही अदलाबदल होत असताना साडे सहा किलोमीटरची जी सीमारेषा आहे जी या भूखंडांमुळे सुरळीत बनलेली नव्हती त्या सीमारेषेची पुनर्आखणी केली जाणार आहे. भारताच्या भूमीचा काही भाग जेव्हा इतर देशांना

भारत बांगलादेश सीमाप्रदेश

द्यावा लागतो त्यावेळी राज्यघटना दुरुस्ती करावी लागते. त्यासाठी हे विधेयक संसदेमध्ये मांडून दोन तृतीयांश बहुमताने ते मंजूर करावे लागते. त्यानंतर त्याला भारतातील अर्ध्या राज्यांची मान्यता घ्यावी लागते. युपीए सरकारच्या काळात राज्यसभेत सरकार अल्पमतात होते. तेथे भाजपाचे बहुमत होते आणि भारताचा काही भाग बांगलादेशला देण्यास भाजपाचा विरोध होता. त्यांना हा करार नामंजूर होता. त्यांनी या विधेयकाला समर्थन न दिल्यामुळे हा करार पूर्णत्त्वास येऊ शकला नाही. पण बांगलादेशमध्ये २०१३ मध्ये झालेली निवडणूक ही या कराराच्या मुद्द्यावर लढवली गेली. सध्याच्या बांगलादेशच्या पंतप्रधान शेख हसीना यांनी हा मुद्दा प्रतिष्ठेचा बनवला होता. त्यांनी हा करार मंजूर करावा, अशी भारताला सातत्याने विनंती केली होती. पण भारताने तो मंजूर केलेला नव्हता. आता सोळाव्या लोकसभेत तो पुन्हा मांडला जाईल. अलीकडेच भारताच्या परराष्ट्र मंत्री सुषमा स्वराज या बांगलादेश दौऱ्यावर गेलेल्या असताना त्यांनी या कराराबाबत सकारात्मक निर्णय घेण्याचे आश्वासन शेख हसीना यांना दिले आहे.

- **तिस्ता नदी पाणीवाटप करार** :

दुसरा जो प्रलंबित करार आहे तो तिस्ता नदी पाणीवाटपाचा करार. हा करार २०११ मध्येच झाला. तिस्ता नदीच्या पाणीवाटपासंदर्भातील हा करार आहे. तिस्ता नदी ही सिक्कीममध्ये उगम पावते आणि ती दार्जिलिंग, जलपायगुडी, कुछबिहारमधून बांगलादेशमध्ये प्रवेश करते. बांगलादेशमधील सिंचनासाठी आणि पिण्याच्या पाण्यासाठी या नदीचा फार मोठा उपयोग आहे. या नदीचे पाणी बांगलादेशने किती वापरायचे आणि भारताने किती वापरायचे यासंदर्भातील हा करार होता. परंतु या कराराला तृणमूल काँग्रेसच्या नेत्या ममता बॅनर्जी यांनी विरोध केला. त्यांचा पक्ष केंद्रातील युपीए-२ मध्ये सहभागी असल्यामुळे हा करार पूर्णत्त्वाला येऊ शकलेला नाही. भारत आणि बांगलादेशमध्ये अशा ५६ नद्या वाहतात. मात्र आतापर्यंत या दोन देशांमध्ये गंगानदी पाणीवाटपामध्ये यशस्वी करार झालेला आहे. तिस्ता नदी पाणीवाटपाचा करार हा अतिशय महत्त्वाचा असल्याने तो आता मोदी सरकारच्या काळात पूर्ण होणे गरजेचे बनलेले आहे. ■

भारत-बांगलादेश व्हिसा करार आणि गुन्हेगारांच्या हस्तांतरणाचा करार

बांगलादेश हा भारताचा शेजारी देश आहे. भारताची सगळ्यात मोठी सीमा रेषा ही बांगलादेशला लागून आहे. ही सीमारेषा साधारणपणे ४०९६ किलोमीटर इतकी आहे. मागील वर्षी बांगलादेश बरोबर भारताचे दोन मोठे करार झाले. यातील एक करार होता व्हिसा करार आणि दुसरा करार होता गुन्हेगारांच्या हस्तांतरणाचा करार. या दोन्हीही ऐतिहासिक करारांवर २०१३ मध्ये स्वाक्षऱ्या झाल्या. यापूर्वी बांगलादेशबरोबर उद्योग, व्यापार, नद्यांच्या पाणीवाटपासंदर्भात, सीमारेषेच्या व्यवस्थापनासंदर्भातील करार झालेले आहेत. पण पहिल्यांदाच बांगलादेशबरोबर व्हिसा करार आणि गुन्हेगारांच्या हस्तांतरणाचा करार झालेले आहेत.

व्हिसा कराराचे महत्त्व :

व्हिसा करार व्हावा अशी मागणी दोन्ही देशांमधून होत होती. या करारामुळे दोन्ही देशांमधील आर्थिक, व्यापारी, शैक्षणिक आणि सांस्कृतिक संबंध घनिष्ठ होणार आहेत. या करारामुळे दोन्ही देशातील उद्योगपती आणि व्यावसायिकांना, पर्यटकांना, ज्येष्ठ नागरिकांना, लहान मुलांना व्हिसा मिळण्याची प्रक्रिया सोपी होणार आहे. त्याचप्रमाणे औषधोपचारासाठी बांगलादेशातून भारतात येतात त्यांना आता भारतात येण्याचा मार्ग सोपा होणार आहे. या करारामध्ये दोन महत्त्वाचे मुद्दे आहेत. एक म्हणजे बहुविध प्रवेश व्हिसा (मल्टिपल एंट्री व्हिसा) आणि दुसरे म्हणजे व्हिसा ऑन अरायव्हल. या दोन्हींमुळे पर्यटन, व्यापार आणि उद्योगाला मोठ्या प्रमाणात चालना मिळणार आहे. या कराराला ट्रॅक टू डिप्लोमसीचा भाग म्हटले जाते. अशा प्रकारे व्हिसा करारामध्ये लवचिकता आणल्यामुळे भारतातील नागरिक तेथे जाऊ शकतात, बांगलादेशातील नागरिक भारतात येऊ शकतात आणि त्यातून लोकांचा लोकांशी संपर्क वाढतो. विश्वासनिर्मितीची प्रक्रिया वाढते. विश्वासनिर्मितीमुळे दोन देशांमधील संबंध सुरळीत बनतात. भारताने अशाच प्रकारचा व्हिसा करार पाकिस्तानसोबत केलेला आहे. यामागचेही कारण तेच होते. या करारासंदर्भातील आणखी एक महत्त्वाची गोष्ट म्हणजे भारताला बांगलादेशबरोबर आर्थिक आणि संरक्षण भागीदारी निर्माण करायची आहे. यामध्ये या कराराचे योगदान मोठे असणार आहे.

गुन्हेगारांच्या हस्तांतरणाच्या कराराचे महत्त्व

भारत आणि बांगलादेश यांच्यामध्ये दुसरा जो करार झाला तो होता गुन्हेगारांच्या हस्तांतरणाचा. या कराराची मागणीही सातत्याने केली जात होती. हा करार भारताच्या अंतर्गत सुरक्षेच्या दृष्टीने खूप महत्त्वाचा आहे. याचे कारण ईशान्य भारतामध्ये अस्थिरता आणि असुरक्षितता निर्माण करणाऱ्या अनेक फुटिरतावादी संघटना या बांगलादेशच्या भूमीचा वापर भारतविरोधी कारवायांसाठी करतात. त्यातील एक महत्त्वाची संघटना म्हणजे उल्फा. उल्फा संघटनेने गेल्या अनेक वर्षांपासून बांगलादेशमध्ये आपला तळ ठोकला असून तेथे या संघटनेमार्फत प्रशिक्षण केंद्रे चालवली जात आहेत. तसेच सीमालगतच्या भागाचा वापर करून बांगलादेशातून भारतामध्ये बेकायदेशीर शस्त्रास्त्रांचा पुरवठा केला जात आहे. उल्फा संघटनेचे अनेक नेते बांगलादेशामध्ये आहेत. या संघटनेचा जो म्होरक्या आहे त्याचे नाव आहे अनुप चेतिया. हा अनुप चेतिया अनेक वर्षांपासून बांगलादेशात लपून बसलेला आहे. गुन्हेगारी हस्तांतरण करारामुळे या चेतियाला भारताकडे हस्तांतरण करणे बांगलादेशला सोपे होणार आहे. त्याचबरोबर भारतामध्ये दहशतवादी कारवाया करणारे अनेक अतिरेकी बांगलादेशामध्ये लपून बसलेले आहेत. त्यांचे भारताकडे हस्तांतरण करणेही बांगलादेशला यापुढील काळात सोपे होणार आहे. या करारामुळे भारताच्या ईशान्य भागामध्ये शांतता आणि सुरक्षितता निर्माण होण्यामध्ये मदत होणार आहे. त्यामुळे भारताच्या सुरक्षेसाठी हा करार अत्यंत महत्त्वपूर्ण ठरणार आहे.

■

अफगाणिस्तानमधील अंतर्गत राजकारण : सत्ता विभागणीतून राजकीय स्थैर्य

अफगाणिस्तानमध्ये सप्टेंबर २०१४ मध्ये एक सत्ता विभागणी करार होऊन त्यानुसार अश्रफ घनी यांना राष्ट्राध्यक्ष तर अब्दुल्ला अब्दुल्ला यांना मुख्य कार्यकारी अधिकारी म्हणून घोषित करण्यात आले. या कराराने अध्यक्षपदासाठीची एप्रिल महिन्यापासून चालू असलेली अनिश्चितता संपली. अफगाणिस्तानचे माजी राष्ट्राध्यक्ष हमीद करझाई यांनी राष्ट्राध्यक्ष म्हणून दोनदा कार्यभार सांभाळला. अफगाणिस्तानच्या राज्य घटनेनुसार एका व्यक्तीला दोनपेक्षा अधिक वेळा राष्ट्राध्यक्ष बनता येत नाही. करझाई यांचा कार्यकाळ संपल्यामुळे एप्रिल २०१४ मध्ये राष्ट्राध्यक्ष पदासाठी मतदान घेण्यात आले. त्यात ८० लाख अफगानी नागरिकांनी मतदानाचा अधिकार बजावजा. तथापि कोणत्याही उमेदवारास घटनात्मक आवश्यकतेनुसार ५० टक्क्यांपेक्षा अधिक मताधिक्य न मिळाल्यामुळे पुनर्मतदानाची वेळ आली. जून २०१४ मध्ये पुनर्मतदान घेण्यात आले. तथापि तेदेखील वादाच्या गर्तेत अडकले. अध्यक्षपदासाठी दावेदार असणाऱ्या अश्रफ घनी व अब्दुल्ला अब्दुल्ला यांनी परस्परांवर निवडणुकीमध्ये गैरप्रकार झाल्याचे आरोप लावले. त्यामुळे अध्यक्ष निवडीची प्रक्रिया ही लांबत चालली होती. अफगाणिस्तानात राजकीय अस्थिरतचे संकट आल्याचे दिसत होते. या राजकीय अस्थिरतेची सर्वाधिक चिंता अमेरिकेला होती. त्यामुळे ही राजकीय अस्थिरता दूर होऊन लवकरात लवकर अफगाणिस्तानला नवीन राष्ट्राध्यक्ष मिळावा यासाठी अमेरिका प्रयत्नशील होता. अमेरिकेने परराष्ट्र मंत्री जॉन केरी यांना या प्रकरणातून मार्ग काढण्याची विशेष जबाबदारी सोपवली होती. केरी यांनी आपले राजनैतिक वजन खर्च करून अश्रफ घनी व अब्दुल्ला अब्दुल्ला यांच्यात सत्ता विभागणीचा एक करार घडवून आणला. त्यानुसार घनी राष्ट्राध्यक्ष बनले तर अब्दुल्ला यांच्याकडे मुख्य कार्यकारी अधिकाऱ्याची जबाबदारी देण्यात आली. मुख्य कार्यकारी अधिकारी हे पंतप्रधान पदाच्या समकक्ष असणारे पद आहे. म्हणजेच अब्दुल्ला हे एक प्रकारे अफगाणिस्तानचे पंतप्रधान असतील. सत्ता विभागणीचा हा करार अतिशय व्यापक अशा स्वरूपाचा आहे. या करारामध्ये राष्ट्राध्यक्ष व मुख्य कार्यकारी अधिकारी यांच्यातील सत्ता विभागणी बरोबरच एका राज्यघटना सुधारणा आयोगाच्या स्थापनेशी, नागरी सेवा सुधारणा आयोगाची तरतूद करण्यात आली आहे. अफगाणिस्तानच्या इतिहासात पहिल्यांदाच अशा स्वरूपाचा सत्ता विभागणी करार होऊन मुख्य कार्यकारी अधिकाऱ्याचे पद निर्माण करण्यात आले. ही नवीन रचना कशा पद्धतीने कार्य करते किंवा यशस्वी होते हे पुढील दोन वर्षे पाहिले जाईल. त्यानंतर अफगाणिस्तानच्या संसदेचे म्हणजेच लोया जिर्गाचे विशेष अधिवेशन बोलावले जाईल व त्यात या नवीन रचनेला मान्यता दिली जाईल.लोया जिर्गाने जर याला मान्यता दिली तर घटनादुरुस्ती करून मुख्य कार्यकारी अधिकारी किंवा पंतप्रधानांचे पद घटनात्मक बनवले जाईल. अशा स्वरूपाच्या तरतुदी या करारामध्ये आहेत.

पहिल्यांदाच लोकशाही मार्गाने सत्तांतर :

अफगाणिस्तानमधील सामाजिक रचना पाहता अशा स्वरूपाची सत्ता विभागणी आवश्यक असल्याचे दिसून येते. अफगाणिस्तानच्या सामाजिक व राजकीय जीवनात पश्तून व ताजीक या वंशिक गटाचे प्राबल्य आहे. या देशातील राजकीय अस्थिरता बऱ्याच प्रमाणात या दोन गटांच्या सत्ता समतोलावर अवलंबून असते. त्यामुळे या दोनही गटांचा राज्य कारभारात समावेश असणे आवश्यक आहे. अश्रफ घनी हे पश्तून गटाचे तर अब्दुल्ला हे ताजीक गटाचे आहेत. या दोघांमध्ये झालेल्या सत्ता विभागणीने या दोन वंशिक गटात समतोल साधला गेला आहे. जर हा समतोल साधला गेला नसता तर त्याचा फायदा तालिबान, अल्-कायदा, हक्कानी यांसारख्या मूलतत्त्ववादी घटकांना झाला असता व त्यामुळे अफगाणिस्तानात राजकीय अनिश्चितता कायम राहिली असती. या सत्ता विभागणीचे आणखी एक

वैशिष्ट्य म्हणजे अफगाणिस्तानच्या इतिहासात पहिल्यांदाच लोकशाही मार्गाने सत्तांतर घडून आले आहे. अफगाणिस्तानच्या जनतेने अध्यक्षपदासाठी मतदान केले व त्यांना अध्यक्षांबरोबर पंतप्रधानही मिळाले. आता प्रश्न आहे तो घनी व अब्दुल्ला येत्या काळात अफगाणिस्तानपुढच्या प्रश्नांना कशाप्रकारे हाताळतात.

अफगाणिस्तानची अर्थव्यवस्था डबघाईला आलेली आहे. गरिबी, बेरोजगारी यांचे प्रमाण वाढले आहे. करांचे उत्पन्न घटले आहे. डिसेंबर २०१४ पर्यंत अमेरिका व तिच्या नेतृत्वाखालील नाटो संघटना आपले सैन्य अफगाणिस्तानमधून काढून घेणार आहे. त्यानंतर अफगाणिस्तानला आतापर्यंत मिळालेले संरक्षण व आर्थिक कवच संपुष्टात येणार आहे. तालिबान, अल्-कायदा तसेच हक्कानीसारख्या जिहादी गटांनी आत्तापासूनच आपली मोर्चेबांधणी सुरू केली आहे. अफगाणिस्तानमधील नव्याने निर्माण करण्यात आलेया राष्ट्रीय सैन्य हे अफगाणिस्तानच्या रक्षणासाठी अद्यापही परिपक्व झालेले नाही. अफगाणिस्तानच्या संरक्षण खचपैकी फार मोठा हिस्सा अमेरिका उचलत होता. पण डिसेंबर २०१४ नंतर संरक्षण खर्च भागवण्याचे आव्हान नवीन शासनापुढे असेल.

भारतासाठीही फायदेशीर :

सत्ता विभागणीचा हा करार घडवून आणण्यात अमेरिकेने विशेष पुढाकार घेतला. त्यामागचे महत्त्वाचे कारण म्हणजे अमेरिकेला अफगाणिस्तानबरोबर एक नवीन संरक्षण करार करायचा आहे. या कराराला 'स्टेटस ऑफ फोर्सेस ॲग्रीमेंट' असे म्हणतात. या करारानुसार २०२४ पर्यंत साधारणत: २० हजार अमेरिकन सैन्य अफगाणिस्तानात राहील. तसेच हा करार झाल्यास अमेरिकेकडून सरंक्षणक्षेत्रासाठी मोठी आर्थिक मदत अफगाणिस्तानला मिळेल. या कराराचा प्रस्ताव अमेरिकेने अफगाणिस्तानचे माजी राष्ट्राध्यक्ष हमीद करझाई यांच्या पुढे ठेवला होता. तथापि करझाई यांनी या करारावर स्वाक्षरी करण्यास नकार दिला. परिणामी करझाई व अमेरिका यांच्यातील संबंध तणावपूर्ण बनले. आता हा प्रस्ताव पुन्हा एकदा नवीन राष्ट्राध्यक्षांपुढे ठेवला जाईल. हा करार लवकरात लवकर व्हावा यासाठी नवीन राष्ट्राध्यक्ष निवडला जाणे आवश्यक होते. म्हणून अमेरिकेने हा करार घडवून आणण्यात पुढाकार घेतला. हा करार अफगाणिस्तानमधल्या अमेरिकन सैनिकांना संरक्षण पुरवणारा आहे. जर भविष्यात या सैनिकांकडून जीवितहानी झाली तरी अफगाणिस्तान त्यांच्यावर कायदेशीर कारवाई करू शकणार नाही. हा करार व्हावा अशी भारताचीदेखील इच्छा होती. कारण जोपर्यंत अफगाणिस्तानमध्ये लोकशाही मजबूत होत नाही, अफगाणिस्तानमधील राष्ट्रीय सैन्य त्या देशाच्या संरक्षणासाठी पूर्णपणे प्रशिक्षित होत नाही तोपर्यंत काही अमेरिकन सैन्यांचे अफगाणिस्तानमधील वास्तव्य केवळ त्या देशासाठीच नाही तर भारतासाठीदेखील उपकारक ठरणार आहे. जर अमेरिकेने आपले पूर्ण सैन्य अफगाणिस्तानातून काढून घेतल तर तिथे पुन्हा एकदा तालिबान, अल्-कायदा व हक्कानी सारखे गट आपले डोके वर काढण्याची शक्यता आहे. ज्याचा मोठा धोका भारतासाठीदेखील आहे. म्हणून अफगाणिस्तान व अमेरिकेमध्ये अशा स्वरूपाचा करार व्हावा ही भारताचीदेखील इच्छ होती. अफगाणिस्तानमधील नवीन शासनापुढचे पहिले मोठे आव्हान या करारावर स्वाक्षरी करण्याचे आहे.

अफगाणिस्तानमधील सत्ता विभागणी कराराचे भारताने स्वागत केले आहे. अफगाणिस्तानमध्ये लोकशाही, शांतता व राजकीय स्थैर्य टिकून राहणे भारताच्या सुरक्षेसाठी आवश्यक आहे. भारत अफगाणिस्तानच्या आर्थिक विकासात मोठे योगदान देत आहे. २०१२ मध्ये भारताने अफगाणिस्तानबरोबर एक सामरिक भागीदारीचा करार केला होता. अफगाणिस्तानची मुख्य मागणी ही भारताने शस्त्रास्त्र पुरवठा करण्याची आहे. तथापि भारत सध्यातरी या विषयी गंभीर नाही. भारत अफगाणिस्तानमध्ये पायाभूत सुविधांच्या विकासासाठी मोठी आर्थिक गुंतवणूक करत आहे. अफगाणिस्तानमध्ये पुन्हा एकदा लोकशाही शासन अस्तित्वात आल्यामुळे भारताने सुटकेचा निश्वास टाकला आहे. ■

अर्धशतक माओंच्या क्रांतीचे

चीनमध्ये माओ त्से तुंग (Mao-tse-tung) यांनी सुरू केलेल्या सांस्कृतिक क्रांतीला अलीकडेच ५० वर्षे पूर्ण झाली. चीनमध्ये भांडवलवादी प्रवृत्तींचा पूर्णपणे बिमोड करणे, भांडवलवादाच्या प्रभावातून चीनला मुक्त करणे आणि संपूर्ण चीनमध्ये साम्यवादाचा पगडा मजबूत करणे हा या सांस्कृतिक क्रांतीचा मुख्य उद्देश होता. माओंनी सांस्कृतिक क्रांतीच्या माध्यमातून ज्या पद्धतीची राजकीय व्यवस्था आणण्याचा प्रयत्न केला होता त्याच स्वरुपाची राजकीय व्यवस्था चीनचे सध्याचे राष्ट्राध्यक्ष शी झिनपिंग (Xi Jingping) यांच्याकडून आणण्याचा प्रयत्न होत आहे. भविष्यात चीनमध्ये व्यक्तिस्वातंत्र्याचा विजय होतो की साम्यवादाच्या पगड्याचा यावरून या सांस्कृतिक क्रांतीचा प्रभाव ठरणार आहे.

चीनमध्ये १६ मे १९६६ रोजी एका सांस्कृतिक क्रांतीची सुरुवात झाली होती. या क्रांतीला लास्ट बॅटल ऑफ माओ असे म्हटले गेले. कारण माओ त्से तुंग यांच्या कारकिर्दीमधील ही शेवटची क्रांती होती. १९७६ मध्ये त्यांचा मृत्यू झाला, तोपर्यंत ही क्रांती सुरू राहिली. ही सांस्कृतिक क्रांती म्हणजे माओ त्से तुंग यांनी सुरू केलेली शुद्धीकरणाची प्रक्रिया होती. १९६९ मध्ये ही क्रांती संपली असे अधिकृतरित्या माओंनी घोषित केले खरे; परंतु जवळपास चीनचे एक दशक या क्रांतीमध्ये व्यतीत झाले.

सांस्कृतिक क्रांतीचा इतिहास

चीनच्या राजकारणामध्ये, अर्थकारणामध्ये आणि समाजकारणामध्ये असणाऱ्या काही भांडवलवादी प्रवृत्तींनी त्या काळात तोंड वर काढायला सुरुवात केली होती. माओंनी सुरू केलेल्या सांस्कृतिक क्रांतीची प्रक्रिया प्रामुख्याने भांडवलवादी प्रभावापासून चीनला शुद्ध करण्याच्या हेतूने केली होती. चीनमध्ये साम्यवादाचा कमी होत गेलेला प्रभाव पुन्हा एकदा मजबूत करणे हा त्यामागील मुख्य उद्देश होता. भांडवलवादी प्रवृत्तींचा पूर्णपणे बिमोड करणे, भांडवलवादाच्या प्रभावातून चीनला मुक्त करणे आणि संपूर्ण चीनमध्ये साम्यवादाचा पगडा मजबूत करणे हा विचार यामध्ये केंद्रस्थानी होता.

भांडवलवादाच्या बिमोडासाठी हिंसा

या क्रांतीने दहा वर्षे संपूर्ण चीनला ढवळून काढले. यामध्ये सर्वप्रथम विद्यार्थ्यांना, नंतर कामगारांना आणि नंतर सैन्याला आळीपाळीने वापरण्यात आले. ज्या-ज्या ठिकाणी भांडवलवादी तत्त्वे आढळली तेथे तेथे त्यांचा अतिशय हिंसक पद्धतीने बिमोड करण्यात आला. लाखो लोकांना तुरुंगात डांबण्यात आले. हजारो लोकांना मारण्यात आले. एकंदरीतच, अत्यंत क्रूर आणि हिंसक पद्धतीने ही शुद्धीकरणाची चळवळ चीनमध्ये राबवली गेली. साम्यवादाची पकड मजबूत करण्याबरोबरच चीनवरील परकीय किंवा भांडवलवादाचा प्रभाव चीनमध्ये येऊ नये यासाठी नियोजनबद्धत आखणी करून केलेले हे कृत्य होते.

पन्नास वर्षांनंतरही क्रांतीच्या खुणा

आज पन्नास वर्षांनंतर या सांस्कृतिक क्रांतीमधून चीन काय शिकला आहे, या क्रांतीच्या वेळी असणारा चीन आजही तसाच आहे का, या क्रांतीमधून माओने जी मूल्ये प्रस्थापित करण्याचा प्रयत्न केला होता ती मूल्ये आजही टिकून आहेत का, आजचा चीन हा सांस्कृतिक क्रांतीचेच अपत्य आहे का, तीच तत्त्वे किंवा मूल्ये आज चीन जोपासतो आहे का या सर्व प्रश्नांची उत्तरे शोधणे औचित्याचे ठरेल. यासंदर्भात इतिहासकारांची मते पाहिली तर त्यामध्ये बरीच मतभिन्नता आढळते. काही इतिहासकार या सांस्कृतिक क्रांतीचे दशक म्हणजे चीनच्या आर्थिक विकासाच्या, राजकीय-सामाजिक वाटचालीतील अतिशय वाईट काळ मानतात. आजदेखील चीनमध्ये अधिकृतरित्या

सांस्कृतिक क्रांतीवर चर्चा किंवा वादविवाद केले जात नाहीत. तसे करण्याची परवानगी तेथील जनतेला नाही. अशा प्रकारची चर्चा सुरू केल्यास चीनमधील माओच्या परंपरेला खिळ बसेल आणि चीनमधील साम्यवादी पक्षाची एकपक्षीय राजवट कमकुवत होईल अशी मानसिकता तेथे आहे. त्यामुळेच लोकांना उघडपणे या विषयावर बोलण्याची अनुमती नाही. प्रसारमाध्यमांनाही नाही. आज चीनमध्ये सांस्कृतिक क्रांतीच्या पन्नाशीची चर्चाही तेथे पाश्चिमात्य माध्यमांमधून होते आहे हे आपण लक्षात घेणे गरजेचे आहे आणि त्या दृष्टिकोनातूनच या क्रांतीचा प्रभाव तपासून पाहणे आवश्यक आहे.

माओ त्से तुंग

सांस्कृतिक क्रांतीचे दूरगामी परिणाम

या सांस्कृतिक क्रांतीचा पहिला परिणाम म्हणजे या क्रांतीने डेंग शियाओपेंग (Deng Xiaoping) यांच्या नेतृत्त्वाच्या उदयाला पोषक अशा प्रकारची पार्श्वभूमी तयार केली. १९७६ मध्ये माओंचा मृत्यू झाल्यानंतर डेंग यांच्या हाती सत्तेची सूत्रे आली. वास्तविक, डेंग हे या सांस्कृतिक क्रांतीला बळी पडलेले नेते होते. या क्रांतीच्या काळात त्यांच्यावर मोठा अन्याय झाला होता. परंतु याच डेंग यांनी या सांस्कृतिक क्रांतीच्या नकारात्मक प्रभावातून चीनला बाहेर काढण्याचा प्रयत्न केला. त्यांच्याच काळात साम्यवादाकडून भांडवलवादाच्या दिशेने चीनचा प्रवास सुरू झाला. बंदिस्त अर्थव्यवस्थेकडून खुल्या अर्थव्यवस्थेकडे चीन वळला. डेंग यांच्या काळातच चीनमध्ये आर्थिक उदारीकरणाचे, काही प्रमाणात खासगीकरणाचे वारे वाहू लागले. याच डेंग यांनी चीनच्या विकासाचा २० वर्षांचा आराखडा आखला आणि या आराखड्यामध्ये शियाओपेंग यांनी पाश्चिमात्य अर्थतज्ज्ञांनी मांडलेल्या विकासाच्या नव्या तत्त्वांनुरुप चीनच्या अर्थव्यवस्थेचा विकास करण्याचा प्रयत्न केला. भांडवलवादी तत्त्वांवर चीनचा कशा पद्धतीने विकास करता येईल हे डेंग यांनी दाखवून दिले. त्यातूनच संपूर्ण चीनची अर्थव्यवस्था कृषीप्रधानतेकडून उद्योगप्रधानतेकडे परावर्तित झाली. आज चीनचे पश्चिमी जगताबरोबर आणि अमेरिकेबरोबर असणारे व्यापारीसंबंध हे खूप व्यापक बनलेले आहेत. अमेरिकेबरोबर चीनचा असणारा व्यापार सुमारे ५०० अब्ज डॉलर्स इतका आहे. पाश्चिमात्य देशांनी चीनमध्ये अब्जावधी डॉलर्सची गुंतवणूक केलेली आहे. चीननेही या देशांमध्ये प्रचंड गुंतवणूक केलेली आहे. चीनमधील अनेक नागरिक आज परदेशांमध्ये कार्यरत आहेत.

आर्थिक दृष्ट्या चीन बदलला; पण...

माओंच्या काळातील चीन आज उरलेला नाही. आज चीन हा भांडवलवादाकडे झुकलेला दिसत आहे. चीनी नागरिक हा व्यक्तिगत अधिकारांविषयी सजग बनलेला दिसत आहे, जो माओच्या सांस्कृतिक क्रांतीच्या काळामध्ये नव्हता. आज चीनच्या अर्थव्यवस्थेमध्ये जो प्रचंड बदल घडलेला दिसत आहे, त्याला ही सांस्कृतिक क्रांती कारणीभूत ठरली आहे. कारण या क्रांतीच्या काळात चीनमध्ये औद्योगिक उत्पादन कमालीचे घटले होते. चीनचा व्यापार घटला होता. गरिबी प्रचंड वाढली होती. त्यामुळे चीनने जी भांडवलवादी आर्थिक विकासाची तत्त्वे स्वीकारली त्याची पार्श्वभूमी या क्रांतीने तयार केली होती. आर्थिक दृष्ट्या चीन पूर्णपणे बदललेला असला तरी राजकीय दृष्ट्या विचार करता माओंच्या सांस्कृतिक काळातील चीन आजही तसाच दिसून येतो.

माओ आणि झिनपिंग

माओंनी सांस्कृतिक क्रांतीच्या माध्यमातून ज्या पद्धतीची राजकीय व्यवस्था आणण्याचा प्रयत्न केला होता त्याच स्वरुपाची राजकीय व्यवस्था चीनचे सध्याचे राष्ट्राध्यक्ष शी झिनपिंग यांच्याकडून आणण्याचा प्रयत्न होत आहे. माओंनी ज्याप्रमाणे साम्यवादाची पकड मजबूत करण्याचा प्रयत्न केला त्याचप्रमाणे शी झिनपिंग हे आपला व्यक्तिगत प्रभाव मोठ्या प्रमाणावर वाढवण्याचा आणि साम्यवादाची पकड घट्ट करण्याचा प्रयत्न करत आहेत. आजही चीनमध्ये विरोधी पक्षांना स्थान नाही. प्रसारमाध्यमे, न्यायव्यवस्था मुक्त नाहीत. आजही चीनमध्ये लोकांना आपली मते मुक्तपणाने मांडण्याचा अधिकार नाही. आजही चीनमध्ये

अल्पसंख्यांकांची आंदोलने हिंसक पद्धतीने दडपली जातात. शिनशियाँग, तिबेट यांसारख्या भागातील अल्पसंख्यांकांचे उठाव हिंसक मार्गाने दाबून टाकले जातात. आज चीनमध्ये साम्यवादी पक्षाशिवाय इतर कोणत्याही पक्षाला स्थान नाही.

झिनपिंग यांची दडपशाही

आज चीनमध्ये प्रामुख्याने दोन अतिशय महत्त्वाच्या समस्या आहेत. पहिली समस्या भ्रष्टाचाराची आहे. दुसरी समस्या म्हणजे, सरकारविरुद्ध टीका करण्याच्या लोकांच्या प्रवृत्तीविरुद्ध शी झिनपिंग यांनी अघोषित अंतर्गत युद्ध सुरू केले आहे. भ्रष्टाचाराच्या आरोपाखाली हजारो लोकांना तुरुंगात डांबण्यात आले आहे. त्याचप्रमाणे देशांतर्गत कारभारावर टीका करणारे परदेशात स्थायिक झालेल्या चिनी नागरिकांना संपवण्याचा प्रयत्न शी जिनपिंग यांच्याकडून होत आहे. आजही चीनमध्ये गुगल, फेसबुक यांसारख्या नवसमाजमाध्यमांवर कडक निर्बंध घालण्यात आले आहेत. प्रसारमाध्यमांनाही शासनावर टीका करण्याची परवानगी नाही. चीनमधील साम्यवादी पक्षाने ९० वर्षे पूर्ण केली आहे. २०२१ मध्ये हा पक्ष शंभरी पूर्ण करत आहे. इतक्या वर्षांत हा पक्ष बळकट बनत चाललेला आणि त्याचा प्रभाव दिवसेंदिवस वाढतच जाताना दिसत आहे.

माओंचा उद्देश साध्य होतोय?

मुळात चीनमध्ये झालेली सांस्कृतिक क्रांती ही परराष्ट्रांच्या प्रभावातून या देशाला मुक्त करण्यासाठी होती. आजघडीला शी झिनपिंग हे अमेरिकेच्या माध्यमातून होणाऱ्या भांडवलशाही आणि भांडवलवादी तत्त्वांचे बीजारोपणाविषयी चिंताग्रस्त आहेत. आजही परकीय प्रभावापासून चीनला, तिथल्या नागरिकांना, साम्यवादी पक्षाला अलिप्त ठेवण्यासाठी तेथील राज्यकर्ते मोठ्या प्रमाणावर प्रयत्नशील असल्याचे दिसत आहेत. याचाच अर्थ माओंचा उद्देश आज इतक्या वर्षांनंतरही साध्य होताना दिसतो आहे. सांस्कृतिक क्रांतीच्या प्रक्रियेत चीनमध्ये सैन्याचा मोठ्या प्रमाणात वापर केलेला दिसतो. त्या दृष्टीने माओंच्या रेड आर्मीला खूप महत्त्व प्राप्त झाले होते. आजही चीनमध्ये पीपल्स लिबरेशन आर्मीला खूप मोठ्या प्रमाणावर महत्त्व दिले जात आहे. या सैन्याच्या आधुनिकीकरणाचे प्रयत्न अत्यंत झपाट्याने सुरू झालेले दिसून येतात. म्हणजेच माओच्या काळापासून सुरू असलेले सैन्याचे महत्त्व वाढवण्याचा प्रयत्न आजही कायम असल्याचे दिसून येते.

झिरो–सम गेम

मध्ययुगीन काळापासून चालत आलेली झिरो-सम गेम ही विचारसरणी चीनमध्ये आजही प्रभावी आहे. सांस्कृतिक क्रांतीच्या दरम्यान याच विचारसरणीच्या आधारावर माओने विरोधकांना संपवण्याचा प्रयत्न केला होता. या विचारसरणीनुसार प्रत्येक गोष्टीकडे हार आणि जीत याच दृष्टिकोनातून पाहिले जाते. ही मानसिकता कायम असल्यामुळेच चीन आजही आपले विस्तारवादी धोरण आक्रमक पद्धतीनेच अवलंबत होता. दक्षिण पूर्व आशिया, उत्तर पूर्व आशियामधील चीनचा विस्तारवाद हेच दर्शवतो की चीन आजही हारणे किंवा जिंकणे याच दृष्टिकोनातून जगाकडे पाहात आहे. आर्थिक उदारीकरणामुळे चीनच्या सामाजिक व्यवस्थेवर त्याचा नक्कीच परिणाम झाला आहे. परंतु राजकीय दृष्ट्या विचार करता माओच्या काळातला चीन आजही कायम आहे.

सांस्कृतिक क्रांतीचा भविष्यातील प्रभाव

आज चीनमध्ये एकाच वेळी दोन प्रवाह दिसून येताहेत. एकीकडे शी झिनपिंग साम्यवादाचा, स्वतःचा आणि लष्कराचा प्रभाव वाढण्याचा प्रयत्न करताना दिसताहेत तर दुसरीकडे आर्थिक विकासामुळे इतर जगाबरोबर वाढलेल्या संवादामुळे तिथे व्यक्तिस्वातंत्र्याचे वारे वाहू लागले आहेत. त्यामुळे एकीकडे साम्यवादाची बंदिस्त पकड आणि दुसरीकडे व्यक्तिस्वातंत्र्य यांमध्ये समतोल साधण्याचा प्रयत्न चीनमधील राजकीय नेतृत्त्वाला करावा लागत आहे. भविष्यात या सांस्कृतिक क्रांतीचा प्रभाव कसा असेल हे पाहताना चीनमध्ये व्यक्तिस्वातंत्र्याचा विजय होतो की, साम्यवादाच्या पगड्याचा हे पाहावे लागेल. पुढील एका दशकाच्या काळात चीनचे आंतरराष्ट्रीय अर्थव्यवस्थेशी कशा प्रकारे एकीकरण होते व चीनमध्ये व्यक्तिस्वातंत्र्याच्या चळवळी कशा पद्धतीने आकार घेतात यावर सांस्कृतिक क्रांतीचा भविष्यातील प्रभाव अवलंबून असेल.

■

चीनचे शक्तीप्रदर्शन आणि आशियातील सत्तासमतोल

सत्तराव्या जपान विजय दिनाच्या निमित्ताने चीनने जोरदार शक्तीप्रदर्शन केले. यामागे चीनची फार वेगळी उद्दिष्टे होती. मुळातच चीनच्या राष्ट्राध्यक्ष पदाची सूत्रे हाती घेतल्यापासून शी झिनपिंग यांनी आशिया खंडातील सत्तासमतोलाच्या राजकारणामध्ये अमेरिकेचा हस्तक्षेप असता कामा नये, अशी भूमिका मांडण्यास सुरुवात केली आहे. दुसरीकडे, चीनच्या आक्रमक विस्तारवादामुळे असुरक्षित बनलेल्या देशांनी अमेरिकेकडे धाव घेतली असून त्यांच्या मदतीने चीनविरुद्धची एक युती आशिया खंडात आकाराला येत आहे. या परिप्रेक्ष्यातून चीनच्या शक्तीप्रदर्शनाकडे पाहणे आवश्यक आहे. या शक्तीप्रदर्शनातून चीनने भारताला नव्हे तर अमेरिका आणि जपानला आव्हान देण्याचा प्रयत्न केल्याचे दिसून आले.

दुसऱ्या महायुद्धात म्हणजेच १९४५ मध्ये चीनने जपान पराभव केला होता. ३ सप्टेंबर २०१५ रोजी या पराभवाला ७० वर्षे पूर्ण झाली. या 'जपान विजय दिना'निमित्त चीनकडून एका भव्य समारंभाचे आयोजन करण्यात आले होते. या सोहळ्यासाठी ७० देशांच्या प्रमुखांना येण्यासाठी चीनचे राष्ट्राध्यक्ष शी झिनपिंग यांनी निमंत्रण दिले होते. या समारंभसोहळ्यादरम्यान चीनने फार मोठ्या प्रमाणावर लष्करी शक्तीप्रदर्शन केले. हे शक्तीप्रदर्शन सर्व जगाला आश्चर्यचकित करणारे होते. वस्तुतः, हे शक्तीप्रदर्शन केवळ भारताला घाबरवण्यासाठी होते असे नाही. यामागे चीनची फार वेगळी उद्दिष्टे होती. त्यांना चीनच्या इतर देशांशी असणाऱ्या संबंधांची किनार होती. विशेषतः, ज्या जपानचा दुसऱ्या महायुद्धात चीनने पराभव केला त्या जपानबरोबर सध्या चीनचे प्रचंड वाद सुरू आहेत. हे वाद प्रामुख्याने भूखंडावरून तसेच सागरी सीमांवरून सुरू आहेत. प्रशांत महासागरातील सेनकाकू (Senkaku) या बंदराच्या मुद्द्यावरून चीन आणि जपानमध्ये युद्धजन्य परिस्थिती निर्माण झालेली आहे. जपान विजयदिनानिमित्तच्या शक्तीप्रदर्शनाला ही पहिली आणि मुख्य पार्श्वभूमी होती.

चीनचे हितसंबंध

दुसरी गोष्ट म्हणजे, २०१२ मध्ये शी झिंगपिंग हे चीनचे राष्ट्राध्यक्ष बनले. राष्ट्राध्यक्ष पदाची सूत्रे स्वीकारल्यानंतर काही काळातच त्यांनी एक अतिशय महात्त्वाकांक्षी संकल्पना आशियाई देशांपुढे मांडली. आशिया खंड हा केवळ आशियाई लोकांसाठी आहे, हा या संकल्पनेचा गाभा आहे. तसेच आशिया खंडात सध्या सुरू असलेली सत्तासमतोलाची व्यवस्था शीतयुद्धकालीन आहे. ती तशीच राखण्यामागे अमेरिकेचा सर्वांत मोठा सहभाग आहे. यामध्ये अमेरिका मोठी भूमिका बजावत आहे आणि त्यांचा हस्तक्षेपही फार मोठा आहे. झिंगपिंग यांना अमेरिकेचा हा हस्तक्षेप नको आहे. त्यामुळेच ते आशियाई देशांच्या भेटी घेऊन त्यांना 'आपण आशियाई राष्ट्रांनी हा सत्तासमतोल साधला पाहिजे आणि हा समतोल साधण्याचा प्रयत्न चीन करणार आहे,' अशी संकल्पना मांडत आहेत. तसेच आता आपण नव्याने पुढाकार घेणार आहोत, असेही ते सांगत आहेत. यासाठी चीनने आपल्या हितसंबंधांविषयीची घोषणा केली आहे. आपल्या हितसंबंधांची घोषणा करून त्या आधारावर आपले परराष्ट्र आणि संरक्षण विषयक धोरण ठरवणारा चीन हा एकमेव देश आहे. या धोरणानुसार, तैवान, हाँगकाँग आणि दक्षिण चीन समुद्र हा चीनच्या मुख्य हितसंबंधांचा भाग आहे. सेनकाकू हा आपल्या हितसंबंधांचा भाग आहे आणि आमच्या हितसंबंधांच्या रक्षणासाठी आम्ही कोणत्याही थराला जाऊ शकतो; प्रसंगी अण्वस्त्रांचा वापर करायलाही आम्ही मागेपुढे पाहणार नाही, अशा स्वरुपाची भूमिका चीनकडून मांडण्यात आली आहे.

चीन अमेरिका सत्तासंघर्ष

शी झिनपिंग यांनी २०१३ मध्ये आणखी एक महत्त्वाचे पाऊल उचलताना संरक्षणावर श्वेतपत्रिका (व्हाईट पेपर ऑन डिफेन्स) काढली. यानुसार चीन दक्षिण चीन समुद्रात पहिले लक्ष केंद्रित करेल आणि तेथे कुणी हस्तक्षेप केला तर चीन अण्वस्त्रांचा वापर करण्यासही मागेपुढे पाहणार नाही, असे सांगण्यात आले. या दोन घोषणांनंतर मॅरिटाईम सिल्क रुट,एशियन इन्फ्रास्टक्चर बँक, ब्रिक्समधील एशियन बँक अशा अनेक संकल्पना चीनकडून मांडल्या गेल्या आहेत. या सर्वांमधून संपूर्ण आशिया खंड एकत्र येण्यासाठी चीनने आखणी करायला सुरुवात केल्याचे स्पष्ट होते.

आशिया खंडाचे एकीकरण ही बाब वरकरणी स्वागतार्ह वा स्तुत्य वाटत असली तरीही त्यामागे चीनचा मूळ हेतू आहे तो अमेरिकेला आव्हान. अमेरिकेचा आशिया खंडातील हस्तक्षेप कसा नियंत्रित करता येईल यासाठीची ही मोर्चेबांधणी वा साखरपेरणी आहे. चीनच्या आक्रमक विस्तारवादामुळे अमेरिकेचे आशियातील व्यापारी आणि संरक्षण विषयक हितसंबंध अतिशय धोक्यात आलेले आहेत. मुळातच, आशिया खंडातील सत्तासमतोलाच्या राजकारणात अमेरिकेचा हस्तक्षेप वाढण्यास चीनचा विस्तारवाद कारणीभूत आहे. १९८०च्या दशकामध्ये चीनने आधुनिकीकरणाला प्रारंभ केला. यासाठी त्यांनी योजनाबद्ध पद्धतीने पाच-पाच वर्षांसाठीच्या योजना आखल्या. यामध्ये प्रथम शेतीचा विकास, उद्योगधंद्यांचा विकास, व्यापाराचा विकास आणि मग संरक्षणाचा विकास अशा प्रकारे त्यांनी आधुनिकीकरणाचा व्यापक कार्यक्रम आखून व तो शिस्तबद्ध पद्धतीने राबवावा आणि आपल्या संरक्षण क्षेत्राचा विकास केला. २००१ ते २०११ या काळात चीनने आपला संरक्षणावरील खर्च जवळपास पाच पटींनी वाढवला. आज चीनचा खर्च साधरणतः १४२ अब्ज डॉलर इतका म्हणजे जवळपास भारताच्या खर्चापेक्षा तिप्पट आहे. संरक्षणावरील खर्च वाढवत चीनने लष्कराच्या आधुनिकीकरणास प्रारंभ केला. हे आधुनिकीकरण वेगाने सुरू ठेवतानाच आक्रमकपणाने विस्तारवादी भूमिका मांडण्यास सुरुवात केली. यासाठी दक्षिण चीन समुद्रातील अनेक बेटांवर चीनने दावे सांगितले. त्यासाठी त्यांनी आपल्या नाविक दलाच्या शक्तीप्रदर्शनास सुरुवात केली होती. यामुळे दक्षिणपूर्व आशिया तसेच उत्तर पूर्व आशियामधील जवळपास सर्वच राष्ट्रे असुरक्षित बनली.

चीनच्या विस्तारवादाविरुद्ध आणि वाढत्या लष्करी आधुनिकीकरणामुळे संपूर्ण आशिया खंडामध्ये शस्त्रास्त्र स्पर्धा वाढीला लागेल, यासाठी सर्वांनी अमेरिकेकडे मदत मागितली. यामुळे

एकीकडे जपान विजयदिनानिमित्त प्रचंड असे शक्तीप्रदर्शन करणाऱ्या चीनने तीन लाख सैन्य कमी करण्याचा निर्णय घेतल्यामुळे अनेक जण आश्चर्यचकित झाले आहेत. वास्तविक यामध्ये आश्चर्य वाटण्याजागे काही नाही. आजच्या काळातील आणि भविष्यातील युद्धांची शक्यता लक्षात घेता पारंपरिक युद्ध होण्याच्या शक्यता धुसर बनल्या आहेत. जगातील सर्वांत मोठे भूदल हे चीनकडे आहे. चीनकडे असणाऱ्या सैन्याची संख्या एक कोटी इतकी आहे. भारतातील भूदलाची संख्या १० लाख इतकी आहे. तसेच १० लाख निमलष्करी जवान आहेत. १९९१ नंतर पारंपरिक युद्ध ज्यामध्ये सैनिक समोरासमोर येऊन युद्ध करतात अशी युद्धे होत नाहीत. भविष्यातही युद्ध झाल्यास क्षेपणास्त्रे, अण्वस्त्रे यांचाच वापर अधिक होण्याची शक्यता आहे. त्यामुळेच इतक्या प्रचंड संख्येने असणाऱ्या सैन्यामध्ये कपात करणे हे चीनसाठी फार गरजेचे होते. ही कपात जागतिकीकरणाला धरूनच आहे. चीनची सध्याची आर्थिक स्थितीही त्यासाठी कारणीभूत असू शकते. कारण या अफाट भूदलाचा खर्च चीनला परवडणारा नाही. अमेरिका आपले सैन्य इतर देशांमध्ये पाठवून त्या देशांकडून त्या सैन्याचा खर्च करवून घेते. तशी वेळ आता चीनवर येण्याची शक्यता आहे. सैन्याच्या पगारावर आणि पेन्शनसाठी होणारा खर्च अशा पद्धतीने कमी करून तो शस्त्रास्त्रांच्या आधुनिकीकरणाकडे वळवला जातो. यावरून चीन संरक्षणावर लक्ष देत नाही असा होणार नाही. सैन्यकपात केली तरी चीनने शस्त्रास्त्रांचे आधुनिकीकरण, अण्वस्त्र निर्मिती, क्षेपणास्त्र विकास, नाविक दलाचा विकास सुरूच ठेवलेला आहे. केवळ सैन्यातील मनुष्यबळ कमी केलेले आहे.

अमेरिकेने २०११ मध्ये 'पिव्हॉट टू एशिया' असे धोरण जाहीर केले. या धोरणांतर्गत अमेरिकेने त्यांचे जवळपास २० टक्के नाविक सामर्थ्य प्रशांत महासागरात उतरवण्याची घोषणा केली. यातून अमेरिका आणि चीन यांच्यात एक शह-काटशहाचे राजकारण सुरू झाले. याचाच एक भाग म्हणून अमेरिकेच्या राष्ट्राध्यक्षांनी चीनपासून धोका असणाऱ्या राष्ट्रांचे दौरे केले. जपान, दक्षिण कोरिया, व्हिएतनाम आदी देशांना भेटी देऊन अमेरिका त्यांच्या पाठिशी असल्याचे सांगितले. याला प्रत्युत्तर म्हणून चीनने 'जपान विजय दिनी' जोरदार शक्तीप्रदर्शन केले. या शक्तीप्रदर्शनातून आशियातील सत्तासमतोल राखण्याचे काम चीन करणार आहे, अमेरिका नाही, हे आशिया खंडातील देशांना चीनला दाखवायचे होते.

चीनकडून धोका असलेल्या देशांची एक युती बनवण्यासाठी सध्या अमेरिका प्रयत्नशील आहे. या युतीत व्हिएतनाम, जपान, दक्षिण कोरिया, फिलिपाईन्स, इंडोनेशिया, मलेशिया यांचा समावेश आहे. ऑस्ट्रेलियालाही यात समाविष्ट करून घेण्याचा प्रयत्न केला जात आहे. त्यामुळेच आपण किती सामर्थ्यवान आहोत हे दाखवण्याशिवाय चीनला पर्याय नव्हता. म्हणूनच चीनने हे शक्तीप्रदर्शन केले. त्यामुळे यामागचा हेतू हा भारताला धमकावणे हा नसून जपान आणि अमेरिकेला आपले सामर्थ्य दाखवणे हा होता, हे लक्षात घ्यायला हवे. अमेरिका आणि जपान या दोघांच्या युतीविरोधातील हे शक्तीप्रदर्शन होते.

नवी सत्तासमीकरणे व भारताची भूमिका

चीनने या समारंभासाठी भारताच्या राष्ट्रप्रमुखांना निमंत्रण दिले होते. पण भारतातर्फे राष्ट्रपती प्रणव मुखर्जी किंवा पंतप्रधान नरेंद्र मोदी हे उपस्थित राहिले नाहीत. परराष्ट्र राज्यमंत्री व्ही.के. सिंग यांना या सोहळ्यासाठी पाठवण्यात आले. याचे कारण आशिया खंडात सध्या नवी सत्तासमीकरणे आकाराला येत आहेत. यामध्ये एक प्रकारे ध्रुवीकरण होत चालले आहे. एकीकडे चीन आणि दुसरीकडे अमेरिका अशा प्रकारे होणाऱ्या या ध्रुवीकरणामध्ये भारताला कोणा एकाच्या बाजूने जायचे नाहीये. त्यामुळेच भारत पुन्हा एकदा गटनिरपेक्ष धोरण किंवा अलिप्ततावादी धोरणाचा अवलंब करताना दिसतो आहे. तसेच भारताला चीन आणि जपान यांच्या संघर्षातही भाग घ्यायचा नाहीये. कारण ही दोन्हीही राष्ट्रे भारतासाठी जवळची आहेत. भारताला या दोघांकडून आर्थिक मदतीची गरज आहे. देशातील साधनसंपत्तीच्या विकासासाठी, 'मेक इन इंडिया'साठी आपल्याला मोठ्या प्रमाणावर परकीय गुंतवणूक हवी आहे आणि अशी मदत आपण चीन आणि जपान या दोन्ही देशांकडून घेत आहोत. त्यामुळेच भारतातर्फे या समारंभाला जाणे टाळणे वा राष्ट्रपतींना पाठवणे अशा दोन्हीही गोष्टी न करता परराष्ट्र राज्यमंत्र्यांना या समारंभासाठी पाठवण्यात आले आणि त्या समारंभाबाबत कोणतीही अधिकृत टीकाटिप्पणीही भारताने केली नाही.

■

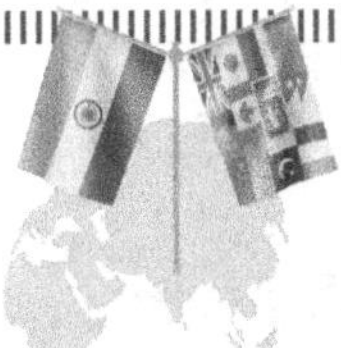

अमेरिका-पाकिस्तान प्रस्तावित अणुकरार

पाकिस्तानातील अस्थिर लोकशाही, लष्कराचे प्राबल्य आणि धार्मिक मूलतत्त्ववाद्यांचा वाढता प्रभाव यांमुळे तेथील अण्वस्त्रांच्या सुरक्षिततेविषयीची काळजी जगभरातून व्यक्त होत आहे. ही अण्वस्त्रे दहशतवादी संघटनांच्या हाती पडल्यास त्यातून जगाला धोका निर्माण होऊ शकतो. या चिंतेतूनच अमेरिका पाकिस्तानबरोबर नागरी अणुसहकार्य करार करणार असल्याची चर्चा सुरू आहे. मध्यंतरी याबाबतचे वृत्त 'वॉशिंग्टन पोस्ट'मध्ये प्रसिद्ध झाले होते. या प्रस्तावित अणुकरारातून चीन आणि पाकिस्तानमध्ये असलेले आण्विक साटेलोटे बंद करण्याचा अमेरिकेचा प्रयत्न राहणार आहे. भारताने मात्र या संभाव्य कराराबाबत तीव्र नाराजी दर्शवली आहे. याचे कारण पाकिस्तान हा

बेजबाबदार अण्वस्त्रधारी देश आहे.

अमेरिकेने २००६ मध्ये भारताबरोबर ऐतिहासिक असा नागरी अणुसहकार्य करार केला होता. त्याच धर्तीवर आता अमेरिका पाकिस्तानबरोबरही अशाच प्रकारचा अणुकरार करणार असल्याचे वृत्त मध्यंतरी अमेरिकेच्या वॉशिंग्टन पोस्ट या दैनिकात प्रसिद्ध झाले होते. या वृत्तामुळे बराचसा गदारोळ झाला. अमेरिकेने भारताप्रमाणेच आमच्याबरोबरही अणुकरार करावा ही पाकिस्तानची जुनी आणि सातत्यापूर्ण मागणी राहिली आहे. अमेरिका आणि पाकिस्तान यांच्यामध्ये अशा स्वरुपाचा अणुकरार जर झाला तर त्यातून काय साध्य होणार आहे, त्याचे परिणाम कोणते होऊ शकतात हे जाणून घेणे गरजेचे आहे. त्याचबरोबर अमेरिका पाकिस्तानशी अशा प्रकारचा अणुकरार करण्यासाठी का घाई करताना दिसत आहे हे पाहणेही महत्त्वाचे आहे.

अमेरिकेचा पुढाकार का?

पाकिस्तानसोबत अणुकरार करण्यासाठी अमेरिका घेत असलेल्या पुढाकाराचे मुख्य कारण म्हणजे पाकिस्तानातील अण्वस्त्रांची वाढती संख्या आणि त्यांची असुरक्षितता. पाकिस्तानच्या अण्वस्त्रांवर कशा प्रकारे नियंत्रण आणता येईल यासाठी अमेरिका प्रयत्नशील आहे. सध्या पाकिस्तानचे अर्थकारण हे अत्यंत डबघाईला आलेले आहे आणि अण्वस्त्र संरक्षण ही एक फार खर्चिक बाब आहे. २००० ते २०१५ या दीड दशकाच्या कालावधीमध्ये अमेरिकेने २० अब्ज डॉलर्स इतकी प्रचंड मोठी आर्थिक मदत पाकिस्तानला देऊ केलेली आहे. या मदतीतील बहुतांश रक्कम ही पाकिस्तानी अण्वस्त्रांच्या संरक्षणासाठी, सुरक्षेसाठी वापरली गेलेली आहे. मात्र इतका खर्च करूनही ही अण्वस्रे सुरक्षित आहेत, असे ठामपणाने सांगण्यासारखी स्थिती दिसून येत नाही. काही महिन्यांपूर्वी इस्लामिक स्टेट या आंतरराष्ट्रीय दहशतवादी संघटनेने असे म्हटले होते की पाकिस्तानी लष्करातील काही अधिकारी आणि काही शास्त्रज्ञ यांच्याबरोबर अण्वस्त्र तंत्रज्ञान मिळवण्यासाठी आमची बोलणी सुरू आहेत. ही बाब अतिशय धोकादायक आहे. तसे झाले तर संपूर्ण जगासाठी फार धोकादायक असणार आहे. सध्याच्या एकूणच वातावरणामध्ये ज्याप्रकारे अण्वस्त्रधारी दहशतवाद ही संकल्पना किंवा भीती आकाराला येते आहे, ती पाहता पाकिस्तान सरकारने अण्वस्त्रांचा वापर केला नाही, तरी तेथील अस्थिर लोकशाही, लष्कराचे प्राबल्य आणि धार्मिक मूलतत्त्ववाद्यांचा वाढता प्रभाव ह्या तिन्ही गोष्टी लक्षात घेता तेथील अण्वस्त्रे अतिशय धोकादायक अवस्थेत आहेत. पाकिस्तानात लष्कराचे प्राबल्य वाढले की लष्करी प्राबल्याच्या नेतृत्वाखाली धार्मिक मूलतत्त्ववादही वाढू शकतो. त्यातून पाकिस्तान धार्मिक क्रांतीला बळी पडू शकतो. तसे झाल्यास तेथील सर्व दहशतवादी संघटनांना सहजपणे अण्वस्त्रे प्राप्त होतील. त्यामुळेच या अण्वस्त्रांवर कसे नियंत्रण मिळवायचे ही अमेरिकेची चिंता आहे.

पाकिस्तानने अण्वस्त्र प्रसारबंदी करार (एनपीटी-न्युक्लिअर नॉन प्रॉलिफरेशन ट्रीटी) किंवा सर्वंकष अण्वस्त्र चाचणी बंदी (सीटीबीटी-कॉम्प्रीहेन्सिव्ह टेस्ट बॅन ट्रीटी) अशा दोन्ही करारावर स्वाक्षऱ्या केलेल्या नाहीत. दुसरीकडे आजवर पाकिस्तानने किमान ५० वेळा अण्वस्त्र वापरण्याच्या धमक्या दिलेल्या आहेत. त्याचप्रमाणे २००४मध्ये पाकिस्तानातील अणवस्त्रांचे जनक ए.क्यू.खान हे इतर काही देशांना अणवस्त्र तंत्रज्ञान काळ्या बाजारात विकत असल्याचे लक्षात आलेले होते. या सगळ्या गोष्टी आणि पाकिस्तानचा इतिहास पाहता पाकिस्तानी अण्वस्त्र कार्यक्रमावर नियंत्रण ठेवणे अत्यंत गरजेचे आहे. त्यामुळे अमेरिका अशा स्वरुपाचा करार करण्याच्या प्रयत्नात आहे. अशाच प्रकारचा करार काही महिन्यांपूर्वी अमेरिकेने इराणबरोबरही केला. त्यामागेही इराणचा आण्विक विकासाचा वाढता आणि घातक कार्यक्रम रोखणे हाच अमेरिकेचा हेतू होता.

करारात जाचक अटींची शक्यता

अशा प्रकारचा करार झाला तर पाकिस्तानच्या अणुकार्यक्रमाची विभागणी दोन गटात केली जाईल. एक म्हणजे नागरी अणुकार्यक्रम आणि दुसरा म्हणजे लष्करी अणुकार्यक्रम. पाकिस्तानच्या अणुभट्ट्या नागरी अणुभट्ट्या आणि लष्करी अणुभट्ट्या अशा प्रकारात विभागल्या जातील. यातील नागरी अणुभट्ट्या आयएईए म्हणजे इंटरनॅशनल ॲटोमिक एनर्जी एजन्सीच्या नियंत्रणाखाली येतील. या संस्थेच्या पर्यवेक्षकांना नागरी अणुभट्ट्यांना

कोणत्याही क्षणी भेट देण्याचे आणि त्याचे परीक्षण करण्याचे अधिकार मिळतील. अमेरिका काही अटी टाकून अशा स्वरुपाचा करार करण्याची शक्यता आहे. या अटींमध्ये पाकिस्तानने अण्वस्त्र प्रसारबंदी करार (एनपीटी) आणि अणुचाचणी बंदी करार (सीटीबीटी) वर स्वाक्षऱ्या करणे ही पहिली अट असेल. तसेच म्हणजे पाकिस्तानने आपले अण्वस्त्र धोरण ठरवून आपल्याकडे किती अण्वस्त्रे असावीत याची संख्या निर्धारित करण्यास भाग पाडले जाईल. याखेरीज आम्ही प्रथम अण्वस्त्रांनी हल्ला करणार नाही, असे त्यांनी घोषित करणे गरजेचे आहे. चौथा मुद्दा म्हणजे, पाकिस्तान हे एक जबाबदार अण्वस्त्रधारी देश कसा बनेल यासाठी आणखी काही अटी अमेरिकेकडून टाकल्या जाण्याची शक्यता आहे. दुसरीकडे, अणुइंधन पुरवठा करणाऱ्या किंवा अणू व्यापारावर नियंत्रण असलेल्या न्युक्लिअर सप्लायर ग्रुप (एनएसजी) या आंतरराष्ट्रीय संघटनेचे सदस्यत्व पाकिस्तानला हवे आहे. तशी मागणीही त्यांच्याकडून करण्यात आलेली आहे. अनेक प्रकारच्या अटी-शर्थी-नियमांची चौकट आखून अमेरिकेकडून हे सदस्यत्व पाकिस्तानला दिले जाण्याची शक्यता आहे.

पाकिस्तानला अणुकरारातून काय साधायचे आहे?

पाकिस्तानला अमेरिकेसोबतच्या या संभाव्य आणि प्रस्तावित अणुकरारातून दोन गोष्टी साधायच्या आहेत. एक म्हणजे, पाकिस्तान हा प्रत्येक गोष्टीत भारताची बरोबरी करण्याचा प्रयत्न करत असतो, हे आजवरच्या अनेक घटनांमधून दिसून आले आहे. भारताने अणुचाचणी केली त्यापाठोपाठ पाकिस्ताननेही केली; क्षेपणास्त्र चाचणीबाबतही असेच घडत आले आहे. अणुकराराबाबतही हीच बरोबरी करण्याची वृत्ती कारणीभूत आहे. भारताबरोबर अमेरिकेने करार केला तसाच आमच्याबरोबरही केला पाहिजे, असा पाकिस्तानचा हट्ट आहे. थोडक्यात, यातून पाकिस्तान आपल्या इगोचे समाधान करून घेत आहे. तसेच या कराराच्या माध्यमातून पाकिस्तानला अणुइंधनाच्या व्यापार क्षेत्रामध्ये प्रवेश करायचा आहे. मात्र अशा प्रकारचा अणुकरार होताना दिसत नाहीये हे लक्षात आल्यावर पाकिस्तानने सामरिक रणनीती वापरत चीनशी जवळीकीचे धोरण अवलंबले आहे. चीननेही पाकिस्तानला आण्विक मदत करणे सुरू केले आहे. त्यामुळे अमेरिकेची चिंता आणखी वाढली आहे. या अणुकरारातून चीन आणि पाकिस्तानमध्ये सुरू असलेले आण्विक साटेलोटे बंद करण्याचा किंवा त्यावर निर्बंध आणण्याचा अमेरिकेचा प्रयत्न राहणार आहे.

या कराराबाबत अद्यापही कोणतीच स्पष्टता आलेली नाही. या कराराबाबत अजूनही अधिकृतपणे कोणतेही वक्तव्य करण्यात आलेले नाही. तरीदेखील 'वॉशिंग्टन पोस्ट'मधील वृत्ताची गंभीर दखल घेत भारताने याबद्दल विरोध दर्शवला आहे. याबाबत भारताकडून असे सांगितले गेले की, भारत हा एक जबाबदार अण्वस्त्रधारी देश असला तरी पाकिस्तान हा जबाबदार देश नाही. त्याचबरोबर पाकिस्तानचा इतिहास बघता पाकिस्तानहा कोणत्याही प्रकारे अण्वस्त्र कराराच्या लायकीचा देश नाही. ज्या जॉर्ज बुश ज्युनिअर यांनी या अण्वस्त्र कराराचा पाया रचला होता त्यांनी स्पष्ट शब्दात असे सांगितले होते की, अमेरिका कोणत्याही स्वरुपात पाकिस्तानबरोबर असा करार करणार नाही आणि हा करार फक्त भारताबरोबर होणार आहे. असे असताना जर अमेरिकेने पाकिस्तानसोबत अणुकरार केल्यास त्याचे भारत-अमेरिका संबंधांवर अतिशय नकारात्मक परिणाम होतील. त्यामुळे अमेरिकेने अशा प्रकारचे पाऊल उचलू नये अशी अपेक्षा भारताकडून व्यक्त केली जात आहे.

■

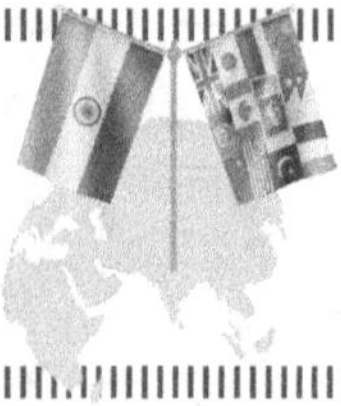

भारत-अफगाणिस्तान 'फ्रेंडशिप'

गेल्या काही वर्षांमध्ये भारत आणि अफगाणिस्तान या दोन्ही देशांचे संबंध दिवसागणिक घनिष्ट होत चाललेले दिसून येत आहेत. भारताकडून मिळणारी आर्थिक मदत हा या मैत्रीचा आधार आहे. आत्तापर्यंत भारताने अफगाणिस्तानला ११ अब्ज डॉलर्स इतकी मदत केली आहे. इतर कोणत्याही दक्षिण आशियाई देशाला भारताने इतकी मदत केलेली नाही, हे लक्षात घ्यायला हवे. पंतप्रधान नरेंद्र मोदींच्या काळात आर्थिक मदत केल्या गेलेल्या देशांमध्ये दुसऱ्या स्थानावर अफगाणिस्तान आहे. पंतप्रधानांची पहिली पसंती भुतान देश आहे. या देशाला आपण सर्वाधिक निधी दिला आहे. अफगाणिस्तानमध्ये १९९६- २००१ या काळात तालिबानचे शासन होते. अमेरिकेच्या हस्तक्षेपानंतर हे शासन संपुष्टात आले. अफगाणिस्तानात तालिबानचा पाडाव झाल्यांतर तत्कालीन केंद्र सरकारने अफगाणिस्तानसाठी स्वतंत्रपणे एक धोरण आखले. हे परराष्ट्र धोरण प्रामुख्याने अटलबिहारी वाजपेयींच्या नेतृत्त्वाखाली आखण्यात आले. त्यानुसार भारताने अफगाणिस्तानला विकासात्मक कामासाठी मदत करण्याचा निर्णय घेतला. प्रामुख्याने चार क्षेत्रांमध्ये ही मदत देण्याचे निर्धारित करण्यात आले.

- अफगाणिस्तानातील साधनसंपत्तीचा विकास करण्यासाठी
- मानवतावादी साहाय्य
- सामुदायिक जीवनासाठी आवश्यक असणाऱ्या छोट्या प्रकल्पांसाठी
- मनुष्यबळ विकासासाठी
- शिक्षणप्रसार करण्यासाठी

नंतरच्या काळात संयुक्त पुरोगामी आघाडी सरकारनेही वाजपेयी सरकारचे हे धोरण फारसे बदल न करता पुढे चालू ठेवले. आता नरेंद्र मोदींनीही तेच धोरण बदल न करता अवलंबलेले दिसते.

फ्रेंडशिप डॅम

जून २०१६ मध्ये पंतप्रधान मोदी यांनी अफगाणिस्तानला भेट दिली. भारताने दिलेल्या ७५० कोटींच्या मदतनिधीतून उभारण्यात आलेल्या अफगाणिस्तानच्या संसदेच्या उद्घाटनासाठी पंतप्रधान मोदी तेथे गेले होते. भारताने जवळपास १७०० कोटी रुपये खर्च करून अफगाणिस्तानातील सलमा धरणाची पुनर्बांधणी केली आहे. या धरणाला भारत - अफगाणिस्तान मैत्रीसंबंध म्हणून 'फ्रेंडशिप डॅम' असे नाव देण्यात आले आहे. हे धरण बांधण्यासाठी गेल्या काही वर्षांपासून १५०० भारतीय अभियंते अफगाणिस्तानात काम करत होते. अफगाणिस्तानच्या एकूण सिंचनाची आणि उर्जेची गरज लक्षात घेता हे धरण अत्यंत महत्त्वाचे आहे. या धरणामुळे अफगाणिस्तानातील १७ हजार हेक्टर जमीन सिंचनाखाली येणार आहे. त्याचबरोबर या धरणाच्या माध्यमातून जवळपास ४२ मेगावॅट वीजेची निर्मिती करण्यात येणार आहे.

गेल्या दीड दशकात भारताची अफगाणिस्तानकडे पाहाण्याची दृष्टी बदललेली नाही. अफगाणिस्तानला मोठ्या प्रमाणात विकासात्मक आणि आर्थिक मदत करण्याचे धोरण भारत अवलंबत असल्यामुळे अफगाणिस्तानात भारताने आदराचे स्थान मिळवले आहे. या आदराचे प्रतीक म्हणून पंतप्रधान नरेंद्र मोदींना आमीर अमानउल्ला खान हा अफगाणिस्तानातील सर्वोच्च नागरी सन्मान बहाल केला आहे. यावरून या संबंधाचे महत्त्व लक्षात येते. भारताने इराणमध्ये सामरिक दृष्ट्या महत्त्वाच्या असलेल्या चाबहार बंदराच्या (Chabahar Port) विकासाचे कंत्राटही घेतले आहे. त्या माध्यमातून भारत परिवहन परिक्षेत्र विकसित करणार आहे. तसेच त्यातून अफगाणिस्तानला काही साधनसंपत्तीचा पुरवठा करण्यात येणार आहे. इराणच्या माध्यमातून भारत अफगाणिस्तानात महत्त्वाची भूमिका बजावणार आहे. त्यामुळे भारताचा

मोदी रुहानी व अश्रफ गणींसोबत

हा राजनैतिक विजय आहे असे म्हणता येईल.

अफगाणिस्तनला भारताकडून अपेक्षा

अफगाणिस्तानला भारताकडून फार मोठ्या अपेक्षा आहेत. या अपेक्षा प्रामुख्याने संरक्षण क्षेत्रातील आहेत. त्या पूर्ण करण्याबाबत भारत अनुकूल नाही. २०११ मध्ये भारत आणि अफगाणिस्तान यांच्या दरम्यान एक सामरिक करार झाला होता. त्या कराराला स्ट्रॅटेजिक पार्टनरशीप ॲग्रीमेंट म्हटले जाते. या करारानुसार भारताने अफगाणिस्तानसंदर्भातील संरक्षण भूमिका अप्रत्यक्षपणे मान्य केली होती. या करारान्वये अफगाणिस्तानच्या सैन्याला, पोलिस दलाला प्रशिक्षित करण्याचे, त्यांची क्षमता वाढवण्यासाठी मदत करण्याचे भारताने मान्य केले होते. मात्र भारताने काही प्रमाणात लष्करी साधनसामुग्रीचा पुरवठा करावा, त्याचप्रमाणे अत्यल्प प्रमाणात का होईना भारतीय सैन्य अफगाणिस्तानात तैनात करावे अशी अफगाणिस्तानची इच्छा आहे. भारताने मात्र त्याला दुजोरा दिलेला नाही. सध्या अशा प्रकारची संरक्षक भूमिका अमेरिका आणि अन्य काही राष्ट्रे अफगाणिस्तानात पार पाडत आहेत. मात्र भारताने तशी भूमिका घेण्याचे मान्य केलेले नाही. आमची भूमिका ही विकासात्मक असेल असे भारताने सांगितले आहे आणि त्यावर आपण ठाम राहिलो आहोत. आज भारत स्ट्रॅटेजिक पार्टनरशिप ॲग्रीमेंटनुसार अफगाणिस्तानला अप्रत्यक्ष मदत करत आहे.

पाकिस्तानची पोटदुखी

अफगाणिस्तानातील भारताच्या भूमिकेचे वाढत असलेले महत्त्व पाकिस्तानला खुपत आहे. भारताच्या अफगाणिस्तानातील भूमिकेला पाकिस्तानचा विरोध आहे. तसेच अफगाणिस्तानवरून भारत आणि पाकिस्तान यांच्यामध्ये एक प्रकारची स्पर्धा सुरू आहे. ही स्पर्धा प्रभाव वाढवण्याची आहे. भारताला या स्पर्धेला तोंड देत पुढे वाटचाल करावी लागत आहे. अफगाणिस्तानात लोकशाही टिकली नाही, शांतता, स्थैर्य टिकले नाही तर तालिबानच्या माध्यमातून अफगाणिस्तानात पाकिस्तानचा प्रभाव वाढू शकतो. असे झाल्यास अफगाणिस्तान हे पाकिस्तानच्या हातातले खेळणे बनण्याची आणि पाकिस्तानकडून अफगाणिस्तानचा भारताविरुद्ध केला जाण्याची शक्यता आहे. किंबहुना, हेच पाकिस्तानचे उद्दीष्ट आहे. ते साध्य होऊ न देण्यासाठी भारताचे प्रयत्न सुरू आहेत. त्याचबरोबर पाकिस्तानच्या माध्यमातून चीनही अफगाणिस्तानात प्रभाव वाढविण्याचा प्रयत्न करत आहे. त्यासाठी चीनने अफगाणिस्तानात मोठ्या प्रमाणात गुंतवणूक करण्यासही सुरूवात केली आहे. मध्य आशियाच्या संदर्भामध्ये पाकिस्तान आणि चीनला अफगाणिस्तानची गरज लागणार आहे. मध्य आशियाच्या संदर्भात पाकिस्तान आणि चीनला अफगाणिस्तानची गरज लागणार आहे. मध्य आशिया हे भूगर्भ वायू, खनिज तेलाचे फार मोठे केंद्र आहे. त्यामुळे साऱ्या जगाचे लक्ष मध्य आशियाकडे आहे. अफगाणिस्तान हा मध्य आशियाचे प्रवेशद्वार आहे. अफगाणिस्तानवर प्रभाव असणाऱ्या देशाला मध्य आशियात वाव मिळणार आहे. म्हणूनच अफगाणिस्तानात शांतता आणि स्थैर्य नांदले गेले पाहिजे, असे भारताचे धोरण आहे आणि त्यासाठीच भारत अफगाणिस्तानातील सामाजिक आणि राजकीय व्यवस्था बळकट करण्यासाठी प्रयत्नशील आहे. ही भूमिका घेऊनच भारताला मध्य आशियातील आपले हितसंबंध प्रस्थापित करायचे आहेत. अफगाणिस्तानात संरक्षणासंदर्भात कोणतीही भूमिका पार पाडण्याची भारताची इच्छा नाही; मात्र भविष्यात तेथे पाकिस्तान व चीनचा प्रभाव वाढत असल्याचे लक्षात आल्यास भारत, अमेरिका आणि इराण हे तीनही देश तेथे संयुक्तपणे सक्रिय संरक्षण भूमिका पार पाडण्याचा विचार करू शकतात.

■

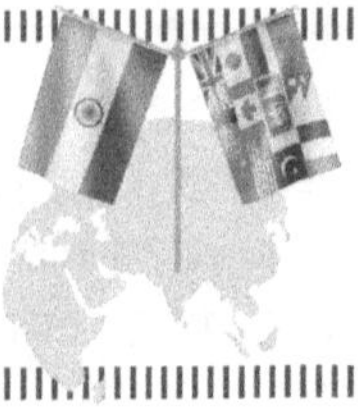

राजनाथसिंगांचा पाकिस्तान दौरा

रशियातील उफा येथे मोदी आणि शरीफ यांच्या भेटीमध्ये भारत आणि पाकिस्तान यांच्यातील विश्वासनिर्मितीची रुपरेषा ठरली होती. मात्र पाकिस्तानच्या लष्कराने शरीफ यांच्यावर दबाव आणल्यामुळे या रुपरेषेला कचऱ्याची टोपली दाखवण्यात आली. त्यानंतर मोदींनी अचानक पाकिस्तानला भेट देऊन भारत संवादासाठी तयार असल्याचे संकेतही दिले. मात्र पाकिस्तानचा आडमुठेपणा कायम राहिला. उलट पठाणकोट हल्ला, काश्मीरमधील हिंसाचार या माध्यमातून पाकिस्तानकडून दोन्ही देशांच्या संवादप्रक्रियेत बाधा आणल्या जात आहेत. ऑगस्ट २०१६ मध्ये सार्क देशांच्या गृहमंत्र्यांच्या बैठकीला उपस्थित राहून गृहमंत्री राजनाथ सिंग यांनी यासाठी पुन्हा प्रयत्न केले; मात्र पाकिस्तानने आपली हटवादी भूमिका न सोडल्यामुळे भारताचे प्रयत्न विफल ठरले.

दक्षिण आशियाई देशांच्या 'सार्क' संघटनेतील सहभागी देशांच्या गृहमंत्र्यांच्या चौथ्या परिषदेच्या निमित्ताने भारताचे केंद्रीय गृहमंत्री राजनाथ सिंह हे ऑगस्ट २०१६ मध्ये पाकिस्तान दौऱ्यावर गेले होते. 'सार्क'च्या गृहमंत्र्यांच्या बैठकीचा हा महत्त्वाचा उपक्रम २००४ मध्ये सुरु झाला. यंदाच्या परिषदेचा मुख्य विषय दहशतवाद होता. दहशतवादाशी निगडीत अंमली पदार्थांचा व्यापार, सायबर क्राईम, मानवी तस्करी आदी गंभीर मुद्द्यांवर चर्चा करण्यासाठी ही परिषद आयोजित केली गेली.

दौऱ्यापूर्वीची पार्श्वभूमी

राजनाथ सिंग हे या परिषदेला उपस्थित राहण्यामागे एक पार्श्वभूमी होती. भारत आणि पाकिस्तान यांच्यामध्ये खंडित झालेली संवादप्रक्रिया, काश्मिरमध्ये धुमसणारा हिंसाचार, पाकिस्तानचे पंतप्रधान नवाझ शरीफ यांचे 'काश्मिर हा पाकिस्तानचा भाग बनवू' हे वक्तव्य, त्याला भारताच्या परराष्ट्र मंत्री सुषमा स्वराज यांनी 'जोपर्यंत हे जग अस्तित्वात आहे तोपर्यंत काश्मिर हे पाकिस्तानचा भाग बनणे हे दिवास्वप्न राहील' असे म्हणत दिलेले सडेतोड उत्तर या सर्व पार्श्वभूमीवर राजनाथसिंगांचा पाकिस्तान दौरा संपन्न झाला. दोन्ही देशातील वाढता तणाव कमी करणे आणि थांबलेली संवादप्रक्रिया सुरू करण्यासाठी प्रयत्न करणे हा त्यांच्या दौऱ्याचा मुख्य हेतू होता.

राजनाथ सिंग यांनी मांडलेले मुद्दे

त्याचदरम्यान 'जमात-उद-दवा' या दहशतवादी संघटनेचा पाकिस्तानस्थिते म्होरक्या हाफिज सईद याने राजनाथसिंग यांच्या दौऱ्यावर बहिष्कार टाकावा, त्यांना येऊ देऊ नये असे आवाहन पाकिस्तानमध्ये केले होते. या परिषदेच्या स्थानीही मोठ्या प्रमाणात निदर्शने करण्यात आली. एवढेच नव्हे तर आपल्या केंद्रीय गृहमंत्र्यांना तिथे अपमानास्पद वागणूकही दिली गेली. असे असूनही राजनाथसिंग यांनी अत्यंत महत्त्वाचे मुद्दे सार्कच्या या बैठकीच्या व्यासपीठावरुन मांडले. पहिला मुद्दा म्हणजे, पाकिस्तानने चांगले दहशतवादी आणि वाईट दहशतवादी असा फरक करणं प्रथमतः थांबवले पाहिजे, असे त्यांनी निक्षून सांगितले. गेल्या वर्षी पाकिस्तानने दहशतवादाविरोधात युद्ध पुकारले होते. ते त्यांनी प्रामुख्याने उत्तर आणि दक्षिण वझिरिस्तानमध्ये सुरू आहे. तेथील हक्कानी नेटवर्क आणि पाकिस्तानी तालीबान्यांविरोधात पाकिस्तानने मोठ्या प्रमाणावर लष्करी मोहीम हाती घेतली आहे. मात्र हे करत असताना पाकिस्तानच्या पश्चिमेकडे असणाऱ्या हाफिज सईद आणि त्याच्या संघटनांकडून होणाऱ्या कारवाया, मुंबईवरील हल्ल्याचा मास्टर माईंड

झाकीर-उर-रहमान-लखवी याच्या कारवाया या सर्वांकडे पाकिस्तान सरकार सोयीस्कर दुर्लक्ष करताना दिसत आहे. त्याअनुषंगाने राजनाथसिंग यांनी हा मुद्दा उपस्थित केला.

पाकिस्तानचा आडमुठेपणा

दहशतवादाविरुद्ध उत्तम पद्धतीने लढण्यासाठी सार्क हे महत्त्वपूर्ण व्यासपीठ आहे. सार्क परिषदेतील सहभागी आठ देशांपैकी चार देश हे दहशतवादाला बळी पडलेले आहे. त्यामध्ये अफगाणिस्तान, बांगलादेश, भारत आणि पाकिस्तानचाही समावेश आहे. त्यामुळे सार्कने दहशतवादाविरोधात पुढाकार घेणे गरजेचे आहे. वास्तविक, यासंदर्भातील मागणी १९८७ मध्ये करण्यात आली होती. सार्कने दहशतवाद विरोधी मोठा ठराव मंजूर केला आहे. त्यानंतर अनेक यंत्रणा संघटना उभारण्यात आल्या; मात्र त्या सर्व अपयशी ठरल्या. त्याचे कारण पाकिस्तानने त्यामध्ये आडकाठी आणली. सार्कअंतर्गत असणाऱ्या दोन महत्त्वाच्या ठरावांचा उल्लेख राजनाथ सिंग यांनी केला. यापैकी एक आहे. सार्क कन्व्हेन्शन ऑन म्युच्युअल असिस्टंस ऑन क्रीमिनल मॅटर्स अर्थात गुन्हेगारी विषयांबाबत परस्पर सहकार्याचा करार. हा ठराव थेटपणे दहशतवादाशी निगडीत आहे. दहशतवादी कृत्य झाल्यानंतर आणि त्याच्याशी निगडीत सर्व मुद्यांवर सहकार्य करण्यासंदर्भात हा ठराव आहे. मात्र पाकिस्तानने या ठरावाला मान्यता दिली नाही. त्याशिवाय सार्क अंतर्गत दोन व्यासपीठे तयार करण्यात आली आहेत. १) सार्क टेररिस्ट ऑफेन्स मॉनिटरिंग डेस्क म्हणजे दहशतवादी कारवायांवर नजर ठेवणारा मंच आणि २) सार्क ड्रग्ज ऑफेन्सेस मॉनिटरिंग डेस्क म्हणजे अमली पदार्थांच्या चोरट्या व्यापारावर देखरेख ठेवणारा मंच. या दोन्हींसंदर्भातील ठरावांवरही पाकिस्तानने स्वाक्षरी केलेली नाही. याचाच अर्थ सार्कच्या बहुराष्ट्रीय व्यासपीठाचा वापर दहशतवादाविरोधात करण्याचे निर्धारित केलेले असले तरीही पाकिस्तानची मान्यता न मिळाल्याने ते साध्य होत नाहीये. याचा उल्लेख राजनाथसिंह यांनी जाणीवपूर्वक केला. या सर्व गोष्टींवरून द्विपक्ष पातळी असो की बहुराष्ट्रीय व्यासपीठ; दहशतवादाच्या मुद्यावरून पाकिस्तान भारताला सहकार्य करायला तयार नाही.

वास्तविक पाहता, सार्क ही अत्यंत उपयुक्त यंत्रणा ठरु शकते. या व्यासपीठावरून दहशतवादविरोधात, दहशतवादनिर्मुलनासाठी खूप चांगले आणि उपयुक्त निर्णय घेतले गेले आहेत. पण त्याची अंमलबजावणी होत नाही. सार्क संघटनेतील भारत, पाकिस्तान आणि बांगलादेश हे दहशतवादाला बळी पडलेले देश जगभरातील दहशतवाद विरोधातील कारवायांमध्ये शांतीसैनिक पुरवत असतात. अशा स्वरुपाच्या शांतिसैनिकांची यंत्रणा (ज्याला स्थानिक सुरक्षा सेना म्हटले जाते) दहशतवादाने ग्रस्त असणाऱ्या देशांमध्ये उत्तम पद्धतीने काम करत आहेत. आफ्रिकी देशांच्या व्यासपीठांवरून अशी स्थानिक सुरक्षा सेना निर्माण करण्यात आली असून ती उत्तम रितीने काम करते आहे. एखाद्या देशांत वांशिक हिंसाचाराच्या घटना होतात त्या थांबवण्यासाठी ही सेना काम करते. अशाच प्रकारची सेना सार्कच्या व्यासपीठावरुनही निर्माण होऊ शकते. पण त्यासाठी पाकिस्तानला आपले आडमुठे धोरण सोडावे लागेल.

भारताच्या प्रयत्नांवर पाणी

भारत -पाक दरम्यान द्विपक्षीय चर्चा होत नसेल तर बहुराष्ट्रीय मंचाचा वापर करुन आपण चर्चा सुरु करु शकतो या उद्देशाने केंद्रीय गृहमंत्र्यानी या बैठकीला उपस्थिती लावली; मात्र पाकिस्तानने आपली हटवादी भूमिका न सोडल्यामुळे भारताचे प्रयत्न विफल ठरले.वास्तविक, भारत आणि पाकिस्तान यांच्यातील विश्वासनिर्मितीची रुपरेषा एक वर्षापूर्वी रशियातील उफा येथे शांघाय सहकार्य संघटनेची बैठकीच्या निमित्ताने झालेल्या मोदी आणि शरीफ यांच्या भेटीमध्ये ठरली होती. त्यानंतर दोन्ही देशांदरम्यानची खंडीत झालेली संवादप्रक्रिया पुन्हा सुरु करण्याच्या दृष्टीने प्रयत्न सुरु झाले होते. मात्र पाकिस्तानच्या लष्कराने शरीफ यांच्यावर दबाव आणल्यामुळे उफामध्ये ठरलेल्या रुपरेषेला कचऱ्याची टोपली दाखवण्यात आली. त्यानंतर पंतप्रधान नरेंद्र मोदींनी पुढाकार घेऊन पाकिस्तानला अचानक भेट दिली. त्यातून भारत हा संवादासाठी तयार असल्याचे संकेतही दिले. त्यानंतर संवाद सुरु

होईल असे वाटत असतानाच पठाणकोटचा हल्ला झाला. हा हल्ला पाकिस्ताननने घडवल्याचे सिद्ध झाले. परंतु यातील दहशतवाद्यांना पकडण्यासाठी पाकिस्ताननने कोणतीही पावले उचलली नाहीत. एकूणच, भारताने कितीही प्रयत्न केले तरी पाकिस्तानकडून ते हाणून पाडले जात आहेत.

पाकिस्तानबाबत भारताची त्रिसूत्री

पाकिस्तानशी बोलणी करण्यासाठी भारताची तीन सुत्रे आहेत. भारताला पाकिस्तानबरोबर शांततासंबंध हवे आहेत. मात्र दहशतवाद आणि चर्चा (टेरर अँड टॉक) या दोन्ही गोष्टी एकत्र चालू शकत नाहीत. त्यामुळे चर्चा सुरु ठेवायची असेल तर दहशतवाद थांबवायला लागेल आणि तिसरे सूत्र म्हणजे दोन्ही देशांच्या संबंधांमधील प्रलंबित विषय द्विपक्षीय चर्चेनेच सोडवले गेले पाहिजे. त्यामध्ये कोणत्याही तिसऱ्या पक्षाचा हस्तक्षेप असता कामा नये. या त्रिसूत्रीवर केंद्र सरकार सातत्याने ठाम राहिले आहे. असे असताना काश्मिर खोऱ्यात पाकिस्तानच्या मदतीने मोठ्या प्रमाणात उठाव सुरु आहे. सार्कसारख्या बहुराष्ट्रीय देशांच्या व्यासपीठावरून भारत या समस्येतून मार्ग काढण्याचा प्रयत्न करत असता त्यालाही पाकिस्तानचे सहकार्य लाभत नाहीये, ही वस्तुस्थिती आहे. ■

भस्मासूर उलटतोय

पाकिस्तानमध्ये दहशतवादी हल्ल्यांचे प्रमाण वाढलेले दिसून येत आहे. २०१७ वर्षाच्या सुरुवातीला म्हणजेच फेब्रुवारी महिन्यामध्ये पाकिस्तानातील सिंध प्रांतातील सेहवान शहरातील सुफी दरगाहमध्ये झालेल्या आत्मघातकी हल्ल्यामध्ये सुमारे १०० जण ठार झाले आहेत. तत्पूर्वी लाहोर येथील विधानसभेजवळ झालेल्या दहशतवादी हल्ल्यांमध्ये १३ जणांना प्राण गमवावे लागले. यानंतरही अशा प्रकारचे अनेक हल्ले पाकिस्तानात घडले आहेत. हे वाढते हल्ले पाहता पाकिस्तान हा दहशतवादाला बळी पडलेला देश आहे हे निर्विवाद सत्य आहे. सिंध प्रांतात झालेल्या हल्ल्याची जबाबदारी आयसिसने घेतली आहे. मात्र त्यांनी जबाबदारी घेतली याचा अर्थ प्रत्यक्षात आयसिसच्या दहशतवाद्यांनी येऊन हल्ला केलेला नाही. पाकिस्तानमधील आयसिसच्या समर्थकांनी, पुरस्कर्त्यांनी हा हल्ला घडवून आणलेला आहे. म्हणजेच हे दहशतवादी पाकिस्तानातीलच आहेत. कदाचित ते पाकिस्तानचे नागरिकही असू शकतात; पण ते आयसिसशी निगडीत आहेत आणि त्यांना पाकिस्तानी लष्कराचे समर्थन मिळते आहे. त्यामुळे आयसिससारखी संघटना पाकिस्तानच्या भूमीचा वापर पुन्हा एकदा दहशतवादासाठीच करताहेत, हे लक्षात घेणे आवश्यक आहे.

२०१६ मध्ये पाकिस्तानात दहशतवादी हल्ल्यांमध्ये सर्वाधिक लोक मारले गेले होते. आजवर जगभरात दहशतवादाचे बीज पाकिस्तानकडून पेरण्यात आले. आता तेच त्यांच्या अंगणात उगवताना दिसत आहे, असे म्हणावे लागेल आणि ते स्वाभाविकच होते. दहशतवादाला खतपाणी घातल्याची किंमत पाकिस्तानला भोगावी लागणारच होती. अमेरिकेच्या माजी परराष्ट्रमंत्री आणि राष्ट्राध्यक्षपदाच्या उमेदवार असलेल्या हिलरी क्लिंटन यांनी मध्यंतरी पाकिस्तानच्या दहशतवादाच्या भूमिकेबाबत जाहीरपणाने एक टिप्पणी केली होती. त्याची प्रचिती येताना दिसत आहे. त्या म्हणाल्या होत्या की, पाकिस्तान आपल्या घराच्या मागच्या अंगणात पाळलेल्या सापाला दूध पाजत आहे; पण तोच साप आज ना उद्या पाकिस्तानवरच उलटणार आहे. त्यांचे हे वक्तव्य आज खरे होताना दिसत असून पाकिस्तानातील धुरिणांना त्याची आठवण निश्चितच होत असावी.

गेल्या काही वर्षांपासून पाकिस्तानची ओळख हा दहशतवादाची निर्यात करणारा देश, दहशतवादाची फॅक्टरी अशीच आहे. केवळ भारतातच नव्हे तर

जगभरात झालेल्या दहशतवादी हल्ल्यांचे धागेदोरे हे कुठे ना कुठे तरी पाकिस्तानशी जोडलेले असतात, हे आजवर अनेकदा सिद्ध झाले आहे. अनेक दहशतवादी हल्ल्यांचे कट हे पाकिस्तानच्या भूमीत शिजले गेले आहेत आणि त्यासाठीचे अर्थसाहाय्य व इतर सर्व मदत पाकिस्तानातूनच दिली गेली आहे. पाकिस्तानचे लष्कर आणि आयएसआय ही त्याची गुप्तहेर संघटना उघडपणे दहशतवाद्यांना प्रोत्साहन देत असतात. दहशतवाद्यांना प्रशिक्षण देणे, त्यांना शस्त्रास्त्रे देणे, त्यांची माथी भडकावणे, त्यांना आर्थिक रसद देणे इतकेच नव्हे तर प्रत्यक्ष दहशतवादी कारवाया घडवून आणण्यापर्यंत सर्व गोष्टींसाठी आयएसआय आणि पाकिस्तानी लष्कराचा सक्रिय सहभाग राहिला आहे.

आज पाकिस्तानात प्रशिक्षित झालेले दहशतवादी जगभर दहशतवाद पसरवत आहेत. पाकिस्तानचा हा खरा चेहरा उघड करण्याचा प्रयत्न भारताने आजवर अनेकदा केला आहे. खुद्द अमेरिकेनेही पाकिस्तानला याबाबत अनेकदा तंबी दिली आहे. त्यामुळेच २५ जून २०१४ रोजी पाकिस्तानने दहशतवादाविरुद्ध झर्ब-ए-अज्ब नावाची एक लष्करी मोहिम सुरु केली. मात्र या लष्करी मोहिमेच्या अंमलबजावणीमध्ये पाकिस्तानने चांगले दहशतवादी आणि वाईट दहशतवादी असा फरक करत दुटप्पी धोरण अवलंबले. पाकिस्तानवर जे दहशतवादी हल्ला करतात ते वाईट आणि इतर देशांवर विशेषतः भारताविरुद्ध जे दहशतवादी कारवाया करतात त्यांना चांगले दहशतवादी मानण्यात आले. त्यामुळे या मोहिमेअंतर्गत केवळ पाकिस्तानविरोधात कारवाया करणाऱ्या दहशतवाद्यांनाच लक्ष्य करण्यात आले. पाकिस्तानच्या अफगाणिस्तानलगतच्या पश्चिम सीमारेषेवर वझिरीस्तान हा प्रदेश आहे. या भागामध्ये पाकिस्तानची तहरीके - पाकिस्तान - ए - तालिबान, हक्कानी नेटवर्क या संघटनांचे जाळे आहे. या संघटनांविरुद्ध पाकिस्तानने लष्करी मोहीम सुरू केली. त्यामध्ये अनेक दहशतवादी मारण्यात आले. तसेच या मोहिमेचा गवगवा करुन पाकिस्तानने अमेरिकेकडून प्रचंड पैसाही उकळला; मात्र पाकिस्तानच्या पुर्वेला विशेषतः उत्तर पूर्वेला काश्मिरमध्ये दहशतवादी कारवाया करणाऱ्या संघटनांबाबत मात्र पाकिस्तानने बोटचेपी भूमिका घेत कानावर हात ठेवले. जैश-ए-मोहम्मद, लष्करे तय्यब्बा आणि जमात-उद-दवा यांसारख्या संघटनांविरोधात ठोस भूमिका घेतली नाही. कारण या तीनही संघटना भारताविरुद्ध काम करतात. या संघटनांना पाक लष्कराकडून उघडपणाने मदत केली जाते. पाकिस्तानचे माजी लष्करप्रमुख परवेझ मुशर्रफ यांनीही ही गोष्ट जाहीरपणाने मान्य केली होती. जमात उद दवावर बंदी घालण्यात आली असली आणि हाफिज सईदला दहशतवादी म्हणून घोषित करण्यात आले असले तरी या संघटना वेगळ्या नावाने कार्यरत होतात, हे आजवरचा पाकिस्तानातील इतिहास पाहता लक्षात येते.

पाकिस्तानचे माजी लष्करप्रमुख राहिल शरीफ यांनीही जाहीरपणाने याबाबतचे वक्तव्य केले होते. त्यानुसार पाकिस्तानचा पहिल्या क्रमांकाचा शत्रु भारत नसून तो दहशतवाद आहे. ही गोष्ट पाकिस्तानने आता ओळखणे आवश्यक आहे; मात्र अद्यापही पाकिस्तान बदलायला तयार नाहीये. १९८०च्या दशकापासून म्हणजेच झिया - उल - हक यांच्या काळापासून दहशतवादाला समर्थन देणे हे पाकिस्तानचे अधिकृत धोरण राहिले आहे. त्या धोरणाच्या अंमलबजावणीची सुरुवात त्यांनी भारतापासून केली आहे. कारण भारताशी पारंपरिक मार्गाने युद्ध करून जिंकता येणे आणि काश्मिर प्रश्न सोडवणे पाकिस्तानला शक्य नव्हते. त्यामुळे त्यांनी काश्मिरमध्ये छुपे युद्ध (प्रॉक्सी वॉर) सुरु केले. त्यासाठी पाकिस्तानने त्यांच्या भूमीत दहशतवादी तयार केले, पोसले आणि वाढवले. याच दहशतवाद्यांना प्रशिक्षण देता देता पाकिस्तानात अनेक आंतरराष्ट्रीय दहशतवादी तयार झाले. अलीकडील काळात पाकिस्तानच्या भूमीचा फायदा अल् कायदा आणि आयसिससारख्या आंतरराष्ट्रीय दहशतवादी संघटना घेऊ लागल्या आहेत.

आज पाकिस्तानातील अनेक संघटनांमध्ये रस्सीखेच सुरु झाली आहे. अल कायदा संघटनेचा ऱ्हास झाल्यानंतर पाकिस्तानातील दहशतवादी हे स्थानिक पातळीवरच राहतील, असा अंदाज वर्तवण्यात आला होता; परंतु आयसिसमुळे ही परिस्थिती बदलली आहे. पाकिस्तानातील दहशतवादाला आंतरराष्ट्रीय स्वरुप आले आहे आणि ते पाकिस्तानसाठीच नव्हे तर संपूर्ण जगासाठी धोक्याचे आहे. पाकिस्तानने ही बदलती परिस्थिती ओळखणे गरजेचे आहे. पाकिस्तानात धार्मिक मूलतत्त्ववाद्यांचा प्रभाव मोठा असून तो दिवसेंदिवस वाढत आहे. आज पाकिस्तान एक कडवा इस्लामिक देश बनण्याच्या

वाटेवर आहे. त्यामुळेच पाकिस्तानातील धार्मिक आणि भाषिक दोन्ही प्रकारचे अल्पसंख्यांक आहेत त्यांना अत्यंत वाईट पद्धतीची वागणूक पाकिस्तानात दिली जाते आहे. त्यांच्या हत्त्या करण्याचे प्रकार सर्रास सुरू आहेत. २०१६ मध्येही अशाच प्रकारे बॉम्बस्फोट घडवून या अल्पसंख्यांकांचा हत्या करण्यात आल्या आहेत. यामध्ये शिया अल्पसंख्यांक, ख्रिश्चन अल्पसंख्यांक यांना लक्ष्य करण्यात आले आहे. त्यामुळे पाकिस्तान ही आज कोणत्याही नागरिकांसाठी सुरक्षित भूमी राहिलेली नाही, हे सत्य समोर येत आहे. ■

भारताचा राजनैतिक विजय

आजवर नेहमी दुटप्पी भूमिका घेणारा, कोलांटउड्या मारणारा, बेसावध ठेवून वार करण्याचा प्रयत्न करणारा आणि अमेरिकादी महासत्तांना आपल्या भौगोलिक स्थानामुळे निर्माण झालेल्या महत्त्वाचा फायदा घेत ब्लॅकमेल करणारा पाकिस्तान अलीकडील काळात कोंडीत सापडत चालला आहे. विशेषतः भारतामध्ये सत्तांतर झाल्यानंतर मोदी सरकारने पाकिस्तानला एका बाजूला लक्ष्मणरेषा आखून देताना दुसऱ्या बाजूला ती उल्लंघित केल्याच्या कारणावरुन आंतरराष्ट्रीय पातळीवर कोंडीत पकडले आहे. उरी हल्ल्यानंतर ही कोंडी अधिक घट्ट होत गेली. मात्र तरीही पाकिस्तानच्या भूमिकेत फार मोठा बदल होताना दिसला नाही. मात्र अमेरिकेतील सत्तांतरानंतर आणि डोनाल्ड ट्रम्प यांच्या नव्या धोरणांमुळे पाकिस्तानच्या भूमिकेत बदल होताना दिसत आहे. ही बाब काही घटनांवरुन स्पष्ट होत आहे. पाकिस्तानने कुख्यात दहशतवादी आणि मुंबईवर २६ नोव्हेंबर २००८ रोजी झालेल्या हल्ल्याचा मास्टरमाईंड असलेल्या हाफिज सईद याला दहशतवादी म्हणून घोषित केले आहे.

कोण हा हाफिज सईद?

हाफिज सईद हा जमात उद दवा या दहशतवादी संघटनेचा म्होरक्या आहे. ही दहशतवादी संघटना पाकिस्तानातील लष्करे तैय्यबा, जैश-ए-मोहम्मद यांसारख्या अनेक छोट्या-मोठ्या दहशतवादी संघटनांना आर्थिक रसद पुरवण्याचे काम करत आहे. या दहशतवादी संघटनांमधील दहशतवाद्यांना जमात उद दवाच्या छताखाली प्रशिक्षण दिले जात आहे. त्यांना सामरिक मदत केली जात आहे. त्यामुळे ही एक अम्ब्रेला ऑर्गनायझेशन असून पाकिस्तानच्या भूमीत पोसल्या जाणाऱ्या आणि तेथून जगभरात निर्यात होणाऱ्या दहशतवाद्यांना पाठबळ देण्यासाठी ही संघटना कार्यरत आहे. अशा संघटनेचा म्होरक्या असणाऱ्या हाफिज सईदचा भारतातील संसदेवर झालेल्या हल्ल्यापासून ते अलीकडील काळात उरी, पठाणकोट आणि इतर दहशतवादी हल्ल्यांमध्ये हात असल्याचे स्पष्ट झाले आहे. तो भारताचा 'मोस्ट वाँटेड टेररिस्ट' आहे. सातत्याने भारताविषयी गरळ ओकणे, चिथावणीखोर वक्तव्ये करणे, अण्वस्त्रांच्या धमक्या देणे, जम्मू-काश्मीर खोऱ्यात अशांतता पसरवणे यांमुळे हाफिज सईद नेहमी चर्चेत राहिला आहे.

कारवाईस विलंब का?

हाफिज सईदवर कारवाई करावी, जमात - उद - दवावर बंदी घालण्यात यावी अशा स्वरुपाच्या मागण्या भारताकडून आजवर अनेकदा केल्या गेल्या आहेत. आंतरराष्ट्रीय पटलावरही भारताने हाफिज सईदचा मुद्दा मांडला आहे. तो केवळ भारतामध्ये विघातक कारवाया करणाऱ्या दहशतवादी संघटनांना समर्थन देणारा नसून तो आंतरराष्ट्रीय दहशतवादी संघटनांशीही निगडित आहे, त्यामुळे त्याला तात्काळ अटक करून शिक्षा करावी ही मागणी गेल्या दोन वर्षांपासून भारतीय केंद्र सरकारने सातत्याने लावून धरली होती. मात्र तरीही पाकिस्तान शासनाकडून त्याला अभय आणि संरक्षण देण्यात येत होते. त्याला अटक करण्यात आली तरी तात्काळ त्याची मुक्तता करण्यात येत होती. एवढेच नव्हे तर या संघटनेवर बंदी घातली जायची त्यावेळी दुसऱ्या

नावाने हाफिज सईदच्या दहशतवादी संघटना कार्यरत होत असत. त्यामुळे हाफिज सईद उजळ माथ्याने पाकिस्तानमध्ये हिंडतफिरत होता. मागील काळात काश्मीर सीमेनजीक तो येऊन गेल्याच्या बातम्याही प्रसिद्ध झाल्या होत्या. त्यामुळे त्याच्या मुसक्या आवळल्या जाणार की नाही याबाबत एक प्रश्नचिन्ह निर्माण झाले होते. मात्र मध्यंतरी पाकिस्तानने हाफिज सईद आणि त्याच्या चार साथीदारांना नजरकैदेत ठेवण्याचा निर्णय घेतला. ही घोषणा झाल्यानंतर काही दिवसांनी पाकिस्तानने हाफिज सईदला दहशतवादी म्हणून घोषित केले. ही घोषणा एका अर्थाने क्रांतिकारी होती. पाकिस्तानच्या भूमिकेत अचानक झालेल्या बदलाची कारणे काय आहेत, हे जाणून घेणे आवश्यक आहे.

का बदलली पाकिस्तानची भूमिका?

हाफिज सईदचा अत्यंत विश्वासू सहकारी असणाऱ्या रहमान मक्कीने एका भारतीय वृत्तवाहिनीला मध्यंतरी एक मुलाखत दिली. त्यामध्ये या सर्व घडामोडींचा काहीसा उलगडा केला. त्यातून पाकिस्तानच्या या बदललेल्या भूमिकेमागे दोन प्रमुख कारणे आहेत. एक म्हणजे भारताचे पंतप्रधान नरेंद्र मोदी आणि दुसरी गोष्ट म्हणजे अमेरिकेचे राष्ट्राध्यक्ष डोनाल्ड ट्रम्प. या दोघांच्या दबावामुळे पाकिस्तानने हा निर्णय घेतलेला आहे. हा एक प्रकारे भारताचा राजनैतिक विजय आहे. त्याचप्रमाणे ट्रम्प आणि मोदी यांच्यामध्ये एकवाक्यता निर्माण झाली आहे. तसेच दहशतवादाच्या प्रश्नाबाबत दोघांमध्ये हितसंबंधांची परस्परव्यापकता दिसून येऊ लागली आहे, असे म्हणता येईल. डोनाल्ड ट्रम्प हे दहशतवादविरोधामध्ये भारतासोबत आहेत, असेही संकेत यानिमित्ताने मिळत आहेत.

अमेरिकेमध्ये ४५ वे राष्ट्राध्यक्ष म्हणून सत्तासूत्रे हाती घेतल्यानंतर डोनाल्ड ट्रम्प यांनी जे निर्णय घेतले त्यातील काही निर्णय हे मुस्लिम राष्ट्रांच्या विरोधामध्ये जाणारे होते. ट्रम्प हे सुरुवातीपासूनच जिहादी दहशतवादाच्या कट्टर विरोधामध्ये आहेत. त्यांनी सात मुस्लिमबहुल देशांमधील नागरिकांना अमेरिकेमध्ये प्रवेशबंदी जाहीर केली. त्याबाबत काही कायदेशीर बाबी प्रलंबित असल्या तरीही ट्रम्प हे आपल्या निर्णयावर ठाम आहेत. इतकेच नव्हे तर ट्रम्प प्रशासनानने पाकिस्तानलाही यासंदर्भात धमकीवजा इशारा दिला. आहे. या धमकीनुसार बंदी घालण्यात आलेल्या मुस्लिमबहुल देशांच्या यादीमध्ये पाकिस्तानचे नावही समाविष्ट होऊ शकते. त्यामुळे पाकिस्तान चांगलाच बिथरला आणि भेदरला आहे. पूर्वीसारखी परिस्थिती राहिलेली नाही, अमेरिकेचे धोरण आता बदलले आहे, याची जाणीव पाकिस्तानला झाली आहे. तेथील लष्करालाही हे काही प्रमाणात कळून चुकले आहे.

दहशतवादाच्या मुद्द्यावरुन पाकिस्तानला फार मोठ्या प्रमाणावर आर्थिक आणि सामरिक मदत अमेरिकेकडून दिली जात असते. गेल्या दीड दशकांमध्ये सुमारे १५ अब्ज डॉलर्सहून अधिक आर्थिक मदत अमेरिकेने पाकिस्तानला दिली आहे. यातील बराचसा पैसा हा पाकिस्तानी लष्कराच्या आधुनिकीकरणासाठी वापरला जातो. त्यामुळे पाकिस्तानचे लष्कर हे एक प्रकारे अमेरिकेच्या दबावाखाली आहे. या मदतीबाबत अलीकडील काळात अमेरिकेत विरोधी मतप्रवाह जोर धरत आहे. विशेषतः, डोनाल्ड ट्रम्प यांचे शासन आल्यानंतर या आर्थिक मदतीबाबत आणि एकूणच अमेरिकेच्या पाकिस्तानविषयीच्या भूमिकेबाबत काही महत्त्वपूर्ण बदल होण्याच्या शक्यता निर्माण झाल्या आहेत. त्यामुळेच पाकिस्तानी लष्कराने एक पाऊल मागे घेतल्याचे दिसत असून हाफिज सईदला दहशतवादी घोषित करणे हे त्याचेच एक उदाहरण आहे.

अमेरिकेची आणखी एक चपराक

पाकिस्तानला अमेरिकेने आणखी एक चपराक दिली आहे. जैश - ए - मोहम्मद या दहशतवादी संघटनेचा म्होरक्या मौलाना मसूद अझहर याला आंतरराष्ट्रीय दहशतवादी म्हणून घोषित करण्याचा प्रस्ताव संयुक्त राष्ट्रसंघाच्या सुरक्षा परिषदेमध्ये अमेरिकेकडून मांडण्यात आला. त्यामुळे मसूद अझहरला अमेरिकाही आंतरराष्ट्रीय दहशतवादी मानते हे स्पष्ट झाले आहे. हीदेखील भारतासाठी एक महत्त्वाची उपलब्धी ठरली असून दुसऱ्या बाजूला तो पाकिस्तानसाठी जख्खड इशारा आहे. पाकिस्तानच्या भूमीवर वाढलेले, पोसलेले आणि आज उजळ माथ्याने वावरणाऱ्यांविरोधात आता कारवाई करावीच लागेल, असा या इशाऱ्यातील गर्भितार्थ आहे. हा गर्भितार्थ

पाकिस्तानातील सत्ताधाऱ्यांनी आणि लष्कराने ओळखला आहे. आगामी काळात पाकिस्तानला पूर्वीप्रमाणे उघडपणाने दहशतवादाला समर्थन देता येणार नाही. अमेरिकेच्या बदलत्या धोरणानुसार आणि आंतरराष्ट्रीय राजकारणातील बदलती समीकरणे पाहता पाकिस्तानला आता पडती भूमिका घ्यावी लागणार आहे. नजिकच्या काळात डोनाल्ड ट्रम्प आणि नरेंद्र मोदी संयुक्तपणाने काही पावले उचलण्याची शक्यता आहे. यामुळे पाकिस्तान भेदरला आहे.

आगामी काळ महत्त्वाचा

या सर्व गोष्टी भारतासाठी दिलासा देणाऱ्या असल्या तरी आपण गाफिल राहून चालणार नाहीये, हेही तितकेच खरे आहे. याचे कारण दहशतवादाबाबतचे पाकिस्तानचे धोरण हे सुरवातीपासूनच दुटप्पी राहिले आहे. तसेच तेथील शासनावर आणि लष्करावर धार्मिक मूलतत्त्ववाद्यांचा प्रभाव मोठा आहे. त्यामुळे एकाएकी पाकिस्तान भारताविषयीची भूमिका बदलेल आणि दहशतवादाला खतपाणी घालणे थांबवेल, अशा भाबड्या आशेवर राहता येणार नाही. एखाद्या दहशतवादी संघटनेवर बंदी घातली, त्यांची बँक खाती गोठवली तरी ती संघटना दुसऱ्या नावाने पुढे येते, हे पाकिस्तानात घडत आलेले आहे. याचे कारण पाकिस्तानी लष्कर आणि तेथील गुप्तचर यंत्रणा आयएसआय यांचे या दहशतवादी गटांना सर्वतोपरी समर्थन-सहकार्य राहिले आहे. त्यामागे त्यांचे भारताविषयीचे पारंपरिक धोरण कारणीभूत आहे. प्रत्यक्ष युद्धात भारताशी जिंकता येत नाही, हे लक्षात आल्यापासून पाकिस्तानने दहशतवादी हल्ल्यांचा मार्ग धोरण म्हणून निवडला आहे. त्यामुळे पाकिस्तानच्या लष्करावर नियंत्रण आणले जात नाही तोपर्यंत दहशतवादाची निर्यात होतच राहणार आहे. हे नियंत्रण आणण्याचे काम केवळ डोनाल्ड ट्रम्प हेच करू शकतात. त्यांना देण्यात येणाऱ्या आर्थिक साहाय्यावर बंदी घातली जाऊ शकते. आज अमेरिकेत याबाबत वादळी चर्चा होत आहे. जो देश जगभरात दहशतवादाची निर्यात करतो, जो देश दहशतवादाची फॅक्टरी बनला आहे, त्याच देशातील नागरिकांवर ट्रम्प प्रशासन का बंदी आणत नाहीये हा मुद्दा अमेरिकेमध्ये विचारला जात असून त्याबाबत दबावही निर्माण होत आहे. त्यामुळे आगामी काळात पाकिस्तानने दहशतवादाबाबतची आपली दुटप्पी भूमिका बदलली नाही तर कदाचित ट्रम्प एखादे कठोर पाऊलही उचलू शकतात.

■

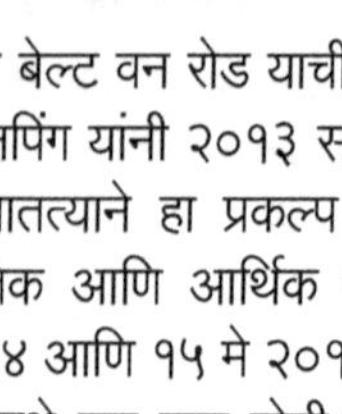

चीनचा महत्त्वाकांक्षी प्रकल्प वन बेल्ट वन रोड

वन बेल्ट वन रोड याची घोषणा चीनचे राष्ट्राध्यक्ष शी जिनपिंग यांनी २०१३ साली केली होती. त्यानंतर चीन सातत्याने हा प्रकल्प प्रत्यक्षात आणण्यासाठी राजनैतिक आणि आर्थिक दोन्ही दृष्टीने प्रयत्नशील आहे. १४ आणि १५ मे २०१७ रोजी चीनची राजधानी बीजिंग इथे एक फार मोठी परिषद भरवण्यात आली होती. या परिषदेच्या यशासाठी अध्यक्ष शी जिनपिंग यांनी आपली प्रतिष्ठा पणाला लावली होती. त्यात वन बेल्ट वन रोड हा प्रकल्प पूर्णत्वास नेण्यासाठी प्रयत्न या परिषदेत केले गेले. २९ देशांच्या प्रमुखांसह १३० देशांच्या प्रतिनिधींनी या परिषदेला उपस्थिती लावली होती. त्यात संयुक्त राष्ट्रांचे महासचिव अंतानिओ गटर्स, जागतिक बँकेचे अध्यक्ष जिम यॉंग किम आणि आयएमएफच्या संचालक क्रिस्तिन लागार्ड यांचादेखील समावेश होता. युरोप, अशिया आणि आफ्रिकेतील ६८ देशांना एकमेकांशी जोडणाऱ्या या प्रकल्पामुळे जगाची दोन तृतीयांश लोकसंख्या एक सामायिक बाजारपेठ होऊ शकेल. यामध्ये खालील मार्ग आहेत.

१. पश्चिम चीनला व तुर्कस्तानला जोडणारा चीन-मध्य आशिया-पश्चिम आशिया हमरस्ता.
२. उत्तर चीनला व पूर्व रशियाला जोडणारा चीन-मंगोलिया-रशिया हमरस्ता.
३. दक्षिण चीनला व सिंगापूरला जोडणारा चीन-इंडोचायना-द्वीपकल्प हमरस्ता.

४. दक्षिण चीनला व म्यानमारला जोडणारा चीन-म्यानमार-बांगलादेश-भारत हमरस्ता
५. पश्चिम चीनला पाकिस्तानशी जोडणारा चीन पाकिस्तान आर्थिक हमरस्ता.
६. चिनी बंदरातून सिंगापूर व भूमध्य सागराला जोडणारा सागरी रेशीम रस्ता.
७. पश्चिम चीन व पश्चिम रशियाला जोडणारा नवा युरेशियन भू-सेतू.

हा संपूर्ण प्रकल्प ६५ खर्व डॉलर खर्च अपेक्षित आहे त्यापैकी चीन ५७ खर्व डॉलर देणार आहे उरलेले साडेचार खर्व डॉलर हे या पासष्ट देशांमधून उभे करण्यासाठी प्रयत्न केले जाणार आहेत. पुढच्या पाच वर्षांत हा प्रकल्प पूर्ण केला जाणार आहे.

प्रकल्पाचे उद्दिष्ट

या प्रकल्पामुळे का साधले जाईल? तर तीन खंड यामुळे एकमेकांशी जोडले जाणार आहेत. आशिया, युरोप आणि अफ्रिका हे तीन खंड जोडले जाणार आहेत. त्यामाध्यमातून आशिया हा आफ्रिका आणि युरोपला जोडला जाणार आहेच पण प्रामुख्याने चीन हा आफ्रिका आणि युरोप या देशांना जोडण्याचा हा प्रकल्प आहे. युरोप आणि आफ्रिका यांना सहा पद्धतींनी चीन जोडला जाईल. त्यातील पहिला मार्ग आहे नवा युरेशियन जमिनीवरील पूल- हा मार्ग पश्चिम चीनमधून पश्चिम रशियापर्यंत जाणार आहे. दुसरा मार्ग आहे, चीन-मंगोलिया-रशिया. हा मार्ग उत्तर चीनमधून पूर्व रशियापर्यंत जाणार आहे. तिसरा मार्ग आहे चीन- मध्य आशिया- प. आशिया. हा मार्ग प. चीनमधून टर्कीपर्यंत जाणार आहे. चौथा मार्ग आहे, चीन- इंडोचायना. हा मार्ग दक्षिण चीन ते सिंगापूर असा असेल. पाचवा मार्ग आहे, चीन-पाकिस्तान. हा मार्ग नैऋत्य चीनपासून पाकिस्तानपर्यंत येणार आहे. सहावा मार्ग आहे, बांगलादेश-चीन-भारत-म्यानमार. हा मार्ग दक्षिण चीनपासून भारतापर्यंत येणार आहे. याशिवाय चीनच्या किनाऱ्यापासून सिंगापूर आणि भारतातून भूमध्य समुद्रापर्यंत जाणारा सिल्क रोडही आहे.

ह्या मार्गांच्या आधारे चीन युरोप, आशियाशी जोडला जाईल. या प्रकल्पात रस्तें, बंदर, रेल्वे, पूल अशा स्वरुपाच्या साधनसंपत्तीची उभारणी केली जाणार आहे. यासाठी जो खर्च येईल तो आहे ७ खर्व डॉलर. या प्रकल्पातून नेमके काय साधले जाणार आहे. या प्रकल्पाचा सर्वाधिक फायदा हा चीनला होणार आहे किंबहुना चीनला केंद्रस्थानी ठेवून आखलेला हा प्रकल्प आहे. या प्रकल्पात चीनी अर्थव्यवस्थेला प्रोत्साहन मिळणे, आर्थिक विकास होणे हा सर्वांत महत्त्वाचा उद्देश आहे. गेल्या काही वर्षांमध्ये चीनच्या विकासाचा दर घटलेला आहे. त्यामुळे चीनच्या अर्थव्यवस्थेला उभारी द्यायची असेल तर चीनला त्यांच्या उत्पादनांच्या विक्रीसाठी मोठ्या बाजारपेठेची गरज आहे. चीन नव्या बाजारपेठांच्या शोधात आहे आणि त्या बाजारपेठा युरोप आणि आफ्रिका या खंडांमध्ये मिळाव्या असा चीनचा प्रयत्न आहे. वन बेल्ट वन रोड या प्रकल्पांतर्गत युरोप आणि आफ्रिका इथे मोठ्या प्रमाणात साधनसंपत्तीचा विकास करुन तिथे आपल्या मालासाठी बाजारपेठा तयार करणे हा चीनचा सर्वात महत्त्वाचा उद्देश आहे. त्यासाठी चीनला आपली निर्यात वाढवायची आहे आणि निर्यातीआधारेच चीन आर्थिक विकास घडवून आणायचा आहे.

हा संपूर्ण प्रकल्प आणखी एका संकल्पनेवर आधारलेला आहे मिडल किंग्डम थिअरी अशी ती संकल्पना आहे. म्हणजे जगाच्या नकाशात चीन हा जगाच्या मध्यस्थानी आहे. त्यामुळे संपूर्ण जगाला नेतृत्त्व प्रदान करण्याची इच्छा चीनला आहे. त्यात प्रामुख्याने आर्थिक नेतृत्त्वाचे प्राबल्य असेल. वन बेल्ट वन रोड या माध्यमातून चीन एक पर्यायी आंतरराष्ट्रीय व्यवस्था निर्माण करण्याचा प्रयत्न करतो आहे. ही व्यवस्था अमेरिकाधार्जिण्या अर्थव्यवस्थेला आव्हान देणारी किंवा अमेरिकाधार्जिण्या व्यवस्थेला पर्याय म्हणून विकसित करण्याचा पर्याय आहे. जी ७ या राष्ट्रांच्या गटालाही पर्याय म्हणून पाहता येईल. जगातील सर्व श्रीमंत राष्ट्रांचा समावेश असलेला जी ७ हा गट आहे. त्यात चीनचा समावेश नाही. त्यामुळे चीन स्वतःच्या नेतृत्त्वाखाली पर्यायी व्यवस्था निर्माण करतो आहे त्याचे नेतृत्त्वही चीनकडे असेल आणि चीनचा आर्थिक विकासही शक्य होईल. यासाठी चीन अनेक देशांना कर्जही उपलब्ध करुन देणार आहे.

यातील सर्वांत महत्त्वाची गोष्ट म्हणजे या प्रकल्पाबाबत अमेरिकेने संशय व्यक्त केला आहे आणि अमेरिका या प्रकल्पात समाविष्ट झालेली नाही. जपान आणि भारत यांनीही आपले प्रतिनिधी या परिषदेसाठी पाठवलेले नाहीत. भारताच्या प्रतिनिधी न पाठवण्याच्या भूमिकेमागे ठोस असे कारण आहे ते म्हणजे वन बेल्ट वन रोड या अंतर्गतच चीनने चीन-पाकिस्तान आर्थिक परिक्षेत्र विकासाची घोषणा

केली आहे. त्यातील एक मार्ग पाकिस्तानकडून आखाताकडे जाणार आहे तो मार्ग म्हणजेच ह्या परिक्षेत्रातील मार्ग आहे. ह्या परिक्षेत्राची घोषणा चीनने गेल्यावर्षी केली आणि त्याचे काम वेगाने सुरु केले आहे. ह्या प्रकल्पाचा मार्ग हा वादग्रस्त पाकव्याप्त काश्मिरातील गिलगिट बाल्टीस्तानमधून जातो. हा सर्वच भाग मूळ भारताचा आहे तो पाकिस्तानने बळकावला आहे. आता हा मार्गही वन रोड वन बेल्ट या अंतर्गत समाविष्ट होतो. त्यामुळे वन बेल्ट वन रोड याला भारताने मान्यता दिली तर पर्यायाने भारताने चीन पाकिस्तान आर्थिक परिक्षेत्र विकासांतर्गत सुरु असणाऱ्या या मार्गाला आणि आर्थिक परिक्षेत्राला मान्यता दिल्यासारखेच आहे.

पाकव्याप्त काश्मिर हा भारताच्या सार्वभौमत्वाचा प्रश्न आहे त्यावर पाकिस्तानने बेकायदेशीर कब्जा केला आहे त्यामुळे भारत या प्रकल्पाला मान्यता द्यायलाच तयार नाही. कारण हा प्रश्न सार्वभौमत्वाचा असल्याने वन बेल्ट वन रोड या प्रकल्पाला मान्यता देणे शक्य नाही. चीन पाकिस्तान आर्थिक परिक्षेत्र विकासाच्या निमित्ताने चीनचे लष्कर गिलगीट बाल्टीस्तान परिसरात आलेले आहे आणि तिथे विकासाची कामे सुरु केली आहेत. अर्थातच त्यामुळे भारताची सुरक्षितता धोक्यात आली आहे. या सर्व पार्श्वभूमीवर वन बेल्ट वन रोड या परिषदेत सहभागी न होण्याचा निर्णय भारताने घेतला आहे.

अमेरिका आणि जपान या सर्वाकडे संशयाने पाहात आहेत. कारण चीनच्या भूमिकेविषयीच त्यांना संशय आहे. चीनने २००० सालापासूनच आपल्या लष्कराचे आधुनीकीकरण सुरु केले, लष्करी सज्जतेवर खर्चही वाढवला आहे त्यानंतर चीनचा विस्तारवाद वाढू लागला आहे. अनेक देशांबरोबर सीमावादाला गृहित धरून वाद उकरून काढतो आहे आणि या संपूर्ण प्रकरणात चीनच्या वाढत्या सरंक्षणावरील खर्चामुळे किंवा चीनच्या एकंदर विस्तारीकरणाच्या प्रकल्पामुळे जे जे देश घाबरले आहेत ते सर्वच या प्रकल्पापासून दूर राहून ते या प्रकल्पाकडे संशयाने पहात आहे.

या सर्व पार्श्वभूमीवर भारताची भूमिका काय राहिली पाहिजे? चीनच्या वक्तव्यानुसार भारत या प्रकल्पात सामील झाला नाही तर भारत एकटा पडेल किंवा भारत बाहेर फेकला जाईल. त्यामुळे भारताचे नुकसान होणार आहे. त्यामुळे भारताने अमेरिका आणि जपान यांच्या मदतीने पर्यायी व्यवस्था विकसित करणे फार महत्त्वाचे आहे. तशी पर्यायी व्यवस्था तयार होऊ शकते. अमेरिका आणि जपान तर बाहेरच आहेत परंतु चीनच्या विस्तारीकरणामुळे ज्या देशांना दहशत आहे, असुरक्षित वाटते त्या सर्व देशांना एकत्र येऊन या प्रकल्पाला पर्याय निर्माण करता येऊ शकतो. चीनने आपल्या आर्थिक सामर्थ्याचे दर्शन घडवले आहे. अमेरिकेत ट्रम्प आल्यानंतर जागतिकीकरणाला खीळ बसलेली आहे. अशा परिस्थितीत एकतर अमेरिका हा संकुचित होत असताना जागतिकीकरणासाठी असणाऱ्या अमेरिकेच्या नेतृत्त्वाची जागा घेण्याचा चीनचा प्रयत्न आहे. थोडक्यात या सर्व प्रक्रियेत चीन अमेरिकेसाठी आव्हान देत आहे. मात्र भारताने या सर्व परिस्थितीत सावधगिरीची भूमिका घेतली पाहिजे आणि सावधगिरीने पावले टाकली पाहिजेत. ■

मोदींचा श्रीलंका दौरा

पंतप्रधान नरेंद्र मोदी यांचा श्रीलंका दौरा १२ आणि १३ मे २०१७ रोजी पार पडला. श्रीलंकेत बारा तारखेला विसाख दिन होता त्यानिमित्ताने बौद्ध परिषद श्रीलंकेत आयोजित करण्यात आली होती त्यात सहभागी होण्यासाठी नरेंद्र मोदी तिथे गेले होते. या बौद्ध परिषदेला जगभरातून चारशे प्रतिनिधी आले होते. ह्या परिषदेत श्रीलंकेचे राष्ट्राध्यक्ष सिरीसेना आणि पंतप्रधान विक्रमसिंघे उपस्थित होते. पंतप्रधान नरेंद्र मोदी यांनी वाढत्या दहशतवाद, हिंसाचार, अशांतता, यादवी युद्धाला पर्याय म्हणून बौद्ध तत्वज्ञान असू शकते किंवा बौद्ध तत्वज्ञानामधून शांततेचा जो संदेश दिला जातो तो या हिंसाचारावरचे उत्तर आहे अशा स्वरुपाचे मत मांडले. पंतप्रधान जाणीवपूर्वक या परिषदेला गेले होते असे आपण म्हणू शकतो. मागील

श्रीलंका दौऱ्यातही पंतप्रधानांनी बौद्ध लोकांना भेट दिली होती. श्रीलंकेतील बौद्ध धर्मगुरु, नेत्यांच्यासोबत पंतप्रधानांनी चर्चा केली होती. गतवर्षी भारतात नालंदा इथे बौद्ध परिषदेचे आयोजन करण्यात आले होते. त्या परिषदेत श्रीलंकेतील महानायकांना आमंत्रित करण्यात आले होते. बौद्ध तत्त्वज्ञानामधील परंपरा किंवा प्रवाह आहेत त्यांना एकत्र आणण्याचे काम नालंदा परिषदेने केले. थोडक्यात हा सांस्कृतिक राजकारणाचा भाग आहे.

बौद्ध धर्माचा जन्म भारतात झाला आणि त्याचा प्रसार भारतातून जगात झाला त्या बौद्ध धर्माच्या माध्यमातून श्रीलंका, म्यानमार आणि आग्नेय आशियाई देश यांच्याबरोबर आपले संबंध घनिष्ट करण्याचा प्रयत्न करतो आहे. म्हणून पहिल्यांदा सांस्कृतिक राजकारणाचा वापर हा संरक्षण, आर्थिक आणि राजकीय संबंध घनिष्ट करण्यासाठी केला जाताना आपल्याला पहायला मिळतो आहे. अशा प्रकारचा पुढाकार हा महत्त्वाचा आहेच पण मोदी सरकारच्या कार्यकाळातील परराष्ट्र धोरणाचे हे एक वैशिष्ट्य म्हणायला हवे. यामुळे भारत आणि श्रीलंका यांच्यातील संबंध घनिष्ट होत आहेत.

पंतप्रधान या दौऱ्यात तमिळ ईलम किंवा तमिळ बहुसंख्याक भागाला भेट दिली तेथील तमिळ अल्पसंख्याकांबरोबर पंतप्रधानांनी संवाद साधला. त्याच्या समोर पंतप्रधानांनी भाषणही केले. त्याचबरोबर श्रीलंकेतील तामिळींचे मन जिंकलेच भारतातील तमिळनाडूतील तामिळ लोकांचे आणि राजकीय पक्षांचे मन जिंकले आहे. आताचे भाजप सरकार श्रीलंकेला अधिक महत्त्व देताना दिसते आहे. त्याचे कारणही तसेच आहे. गेल्या युपीए काळात श्रीलंकेच्या संबंधांकडे दुर्लक्ष झालेले होते आणि श्रीलंकेच्या बाबतीतले परराष्ट्र धोरण हे भारतातील प्रादेशिक पक्षांमुळे पूर्णत्त्वास जात नव्हते. त्याचप्रमाणे तामिळनाडूतील राजकीय पक्ष श्रीलंकेच्या बाबतीतील धोरण प्रभावित करत होते त्यामुळे राष्ट्रीय हितसंबंधांपेक्षा प्रादेशिक अस्मितेला अधिक महत्त्व दिले जात होते. आता मात्र परिस्थिती वेगळी आहे. भाजपचे विद्यमान सरकार बहुमताने निवडून आलेले असल्याने ते राष्ट्रीय हितसंबंधांचा विचार करुनच श्रीलंकेकडे पाहात आहेत. गेल्या सरकारच्या काळातील श्रीलंकेच्या संबंधात झालेल्या दुर्लक्षाचा फायदा चीनने घेतला आहे. चीनने फार मोठ्या प्रमाणात आर्थिक मदत श्रीलंकेला देऊ केली. महिंद्रा राजेपक्षे हे श्रीलंकेचे पहिले राष्ट्राध्यक्ष होते त्यांच्या काळात चीन आणि श्रीलंका यांचे संबंध घनिष्ट झाले. चीनमधील बंदरांचा विकास हा चीनने करायला सुरुवात केली. श्रीलंकेतील हंबनतोता या बंदराच्या विकासाचे अधिकारही चीनने आपल्याकडे घेतले. त्याचप्रमाणे श्रीलंकेच्या मोठ्या जमिनी, बंदरे चीनने लीजवर घेतल्या आहेत. श्रीलंकेवरील कर्जापैकी ८० टक्के कर्ज हे चीनने देऊ केलेले आहे. त्यामुळे श्रीलंका या कर्जाच्या ओझ्याखाली पूर्णपणे दबलेला आहे. या कर्जाच्या निमित्ताने श्रीलंकेवर दबाव टाकत आहे श्रीलंकेकडून अनेक फायदे करून घेण्याचा प्रयत्न करते आहे. त्यातील एक गोष्ट म्हणजे गेल्या वर्षी आण्विक पाणबुडी कोलंबो बंदरात आणली होती. अशाच प्रकारचा प्रयत्न चीनने एप्रिल २०१७ मध्येही केला. मात्र श्रीलंकेने त्याला परवानगी नाकारली. त्यामागे भारताने श्रीलंकेबरोबरचे संबंध घनिष्ट करण्यावर दिलेले लक्ष किंवा प्रयत्न आहेत. याअंतर्गत श्रीलंकेबरोबरील विश्वासतूट कमी करण्याचा प्रयत्न आपण करत आहोत. त्यामुळे चीनचे पाय श्रीलंकेत पसरण्यात थोडा अटकाव निर्माण झाला आहे. चीनला तिथे सहज प्रवेश राहिला नाही.

मोदी यांची श्रीलंका भेट ही संपूर्णपणे सांस्कृतिक राजनयाच्या दृष्टीने आखलेली होती. तसेच चीनचा वाढता हस्तक्षेप रोखणे हाही एक उद्देश होता. भारत श्रीलंकेला विकासासाठी जी मदत करत आहे त्या अंतर्गत एका मोठ्या रुग्णालय (डिकोया हॉस्पीटल) चे उद्घाटन करण्यात आले त्यासाठी भारताने पन्नास कोटी रुपयांची मदत केली आहे. अशा स्वरुपाचे विकास प्रकल्प भारताने श्रीलंकेत हाती घेतले आहेत. भारताच्या सुरक्षेला चीनकडून धोका असल्याने शेजारील राष्ट्र म्हणून भारताला श्रीलंकेकडे लक्ष देणे गरजेचे आहे. शिवाय सांस्कृतिक दृष्ट्या श्रीलंकेलाही भारतच चीनपेक्षा अधिक जवळचा वाटतो, यातही शंका नाही. केवळ श्रीलंकाच नव्हे तर पाकिस्तानसहीत भारताच्या सगळ्याच शेजारी देशांचे भारताशी सांस्कृतिक संबंध अधिक दृढ आहेत. पाकिस्तानने भारताशी शत्रुत्व ओढवून घेतले आहे, मात्र प्रत्यक्षात पाकिस्तानची संस्कृती भारताशी जोडलेली आहे. श्रीलंका, भूतान, म्यान्मार या देशांत बौद्ध धर्माचे प्राबल्य आहे. त्यामुळे भारत त्यांच्यासाठी पवित्र भूमीच आहे. सांस्कृतिकदृष्ट्या भारताशी या देशांची जवळीक अधिक आहे. श्रीलंकेतील तामिळी प्रश्नामुळे

भारत आणि त्या देशात तणाव निर्माण झाला होता. एलटीटीईचा दहशतवाद निपटून काढण्यासाठी राजीव गांधींच्या काळात श्रीलंकेत झालेला थेट हस्तक्षेप हे संबंध ताणण्यास अधिक कारणीभूत झाला. नंतरच्या काळात भारताचेच नाही तर आंतरराष्ट्रीय दडपणही झुगारून देत श्रीलंकेने एलटीटीईला नेस्तनाबूत केले. तेथील एलटीटीईचा दहशतवाद संपला पण तेथील तामिळींचे प्रश्न संपलेले नाहीत. ते सोडवण्यासाठी, श्रीलंकेच्या मुख्य प्रवाहात त्यांना मिसळण्यासाठी भारताचा सकारात्मक दबाव श्रीलंकेवर असण्याची गरज आहे. पण हा दबाव टाकताना त्या देशाच्या सार्वभौमत्वाच्या अधिकाराला कुठे धक्का बसत नाही ना याची काळजी घेण्याची आवश्यकता आहे. पंतप्रधान मोदींनी श्रीलंकेतील तामिळींशी संवाद साधताना त्या देशासाठी तामिळींनी दिलेल्या योगदानाची आठवण करून दिली. तामिळींचे मनोबल उंचावण्यासाठी मोदींच्या भाषणाचा नक्की उपयोग होईल, पण त्याचबरोबर तामिळींना मुख्य प्रवाहात सामावून घ्या हा संदेशही श्रीलंकेच्या व्यवस्थेला त्यांनी दिला आहे, हे महत्वाचे आहे. तामिळींनी श्रीलंकेसाठी दिलेले योगदान श्रीलंकेच्या बहुसंख्यांकांनी विसरू नये हेच मोदींनी आपल्या भाषणातून सांगितले.

भारताच्या सगळ्याच शेजाऱ्यांना भारताशी सौहार्दपूर्ण आणि आश्वस्त असे नाते हवे आहे. एका बाजूला मोठ्या भावाची भूमिका बजावताना भारतीय उपखंडाची सुरक्षा आणि सांस्कृतिक अखंडता अबाधीत ठेवण्याचे आव्हान भारतासमोर आहे. चीनचा दडपशाहीचा विस्तारवाद या लहान राष्ट्रांच्या मुळावर येऊ शकतो. भारताची लोकशाहीप्रधान व्यवस्था त्यांना अधिक जवळची वाटणे स्वाभाविक आहे. सांस्कृतिक राजनैतिक डावपेच आखत मोदींनी या देशांशी भावनिक नातेही जोडण्याचा प्रयत्न सुरू केला आहे आणि त्याला यश येईल असे दिसत आहे. हिंदी महासागरामध्ये भारताची दक्षिणेकडील सुरक्षा ही श्रीलंकेवर अवलंबून आहे. त्यामुळे श्रीलंकेवर लक्ष केंद्रीत करणे आणि तो चीनच्या कह्यात जाणार नाही याकडे लक्ष देणे भारतासाठी अत्यंत गरजेचे आहे. त्यामुळे भारताने भविष्यातही श्रीलंकेला अशाच प्रकारे मदत केली पाहिजे आणि परस्पर देशातील विश्वासतूट भरून काढणे गरजेचे आहे. ■

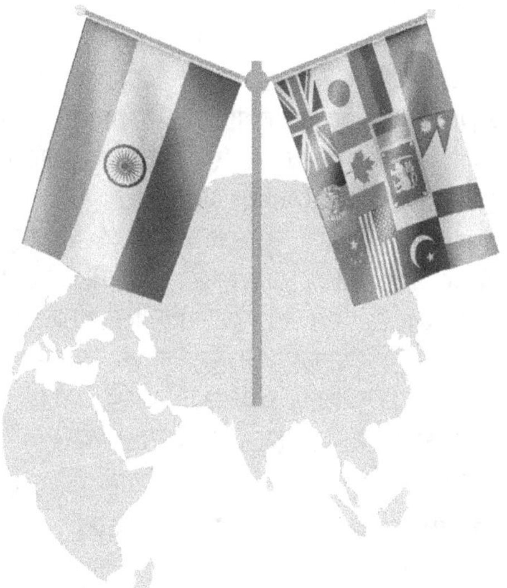

विभाग ३

भारत व दक्षिण-पूर्व आशिया

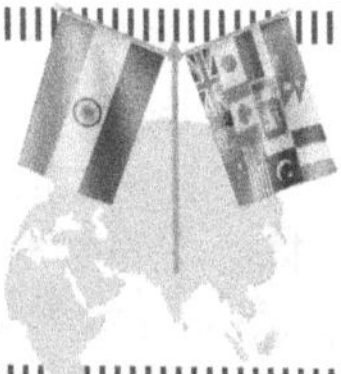

भारत आणि व्हिएतनाम संबंध

व्हिएतनामशी जवळीक भारतासाठी का महत्त्वाची?

भारताचे राष्ट्रपती प्रणव मुखर्जी यांचा व्हिएतनाम दौरा २०१४ मध्ये पार पडला. हा दौरा भारतासाठी अनेक अर्थांनी महत्त्वपूर्ण ठरला. व्हिएतनाम आसियान या अतिशय मोठ्या आणि बलशाली अशा व्यापारी संघाचा सदस्य देश आहे. दक्षिण पूर्व आशियाई देशांमध्ये (साऊथ ईस्ट एशियन नेशन) व्हिएतनाम हा असा एकमेव देश आहे ज्या देशाने भारताला त्यांच्या सागरी हद्दीतील एक्सक्ल्युझिव्ह इकॉनॉमिक झोनमध्ये (ईईझेड) तेल उत्खननाची संधी आणि अधिकार दिलेले आहेत. एक्स्क्ल्युझिव्ह इकॉनॉमिक झोन म्हणजे प्रत्येक देशाचे आपली अशी एक हक्काचे सागरी क्षेत्र असते. या क्षेत्राच्या हद्दीमध्ये त्या-त्या देशांना उत्खनन करणे, मासेमारी करणे किंवा इतर काही प्रकल्प राबवण्याचे अधिकार असतात. अशा विशेष आर्थिक क्षेत्रामध्ये तेल उत्खनन करण्यासाठी व्हिएतनामने आता भारतातील ओएनजीसीसारख्या तेलकंपन्यांना निमंत्रण दिले आहेत.

व्हिएतनाम-चीनमधील सीमावाद :

व्हिएतनामचे जे भौगोलिक स्थान आहे ते दक्षिण चीन समुद्रामध्ये आहे. याच दक्षिण चीन समुद्रामधील व्हिएतनामच्या ईईझेडमध्ये चीननेदेखील तेल उत्खननाचे प्रकल्प हाती घेतलेले आहेत. परंतु व्हिएतनामचा त्याला विरोध आहे. याचे कारण हा भाग आमच्या हद्दीत येतो, असे व्हिएतनामचे म्हणणे आहे; तर तो भाग आमचाच असल्याचा चीनचा दावा आहे. थोडक्यात, चीनने सुरू केलेल्या प्रकल्पावरून व्हिएतनाम आणि चीन यांच्यामध्ये सागरी सीमा निर्धारित करण्यासंबंधी वाद सुरू आहे. दक्षिण चीन समुद्राला चीनला आपल्या अधिपत्याखाली ठेवायचे आहे आणि इतर कोणत्याही राष्ट्राचा हस्तक्षेप चीनला या क्षेत्रामध्ये नको आहे. तथापि, आता

व्हिएतनामने भारताला या क्षेत्रात उत्खननाची संधी देण्याचा निर्णय घेतल्यामुळे चीनने भारताला इशारा देण्यास सुरुवात केली आहे. चीनच्या मते भारत त्यांच्या अंतर्गत कारभारामध्ये हस्तक्षेप करण्याचा प्रयत्न करत आहे. त्यामुळेच भारताने इथे नाक खुपसण्याचा प्रयत्न करू नये, असे चीनने सांगितले आहे. दक्षिण चीन समुद्र हा अतिशय वादग्रस्त मानला जातो. या समुद्रामध्ये चीनचा दक्षिण पूर्व आशियामधील राष्ट्रांशी समुद्र सीमावाद सुरू आहे. हा वाद अतिशय गुंतागुंतीचा आहे. या सीमावादाबाबत चीनने अतिशय आक्रमक धोरण स्वीकारलेले आहे. दक्षिण चीन समुद्र हा आमच्या प्रमुख हितसंबंधांचा (कोअर इंटरेस्ट) भाग आहे आणि कोणत्याही परराष्ट्राने त्यामध्ये हस्तक्षेप करू नये, असे चीनने नुकतेच घोषित केले आहे.

चीनला इशारा :

या पार्श्वभूमीवर राष्ट्रपती प्रणव मुखर्जी आणि व्हिएतनामचे पंतप्रधान यांनी संयुक्तरित्या एक प्रतिपादन केले. त्यानुसार दक्षिण चीन समुद्रामध्ये सागरी वाहतुकीचे स्वातंत्र्य (फ्रीडम ऑफ नेव्हिगेशन) हे प्रत्येक राष्ट्राला हवे आहे. प्रत्येक राष्ट्राने सागरी सीमारेषेसंदर्भातील वाद संयुक्त राष्ट्र संघटनेच्या लॉ ऑफ द सी म्हणजे समुद्र कायदेसंदर्भातील करारांतर्गत तो सोडवला पाहिजे, आक्रमक मार्गाने सोडवता कामा नये, असे या प्रतिपादनामध्ये नमूद करण्यात आले. हे प्रतिपादन म्हणजे एक प्रकारे चीनला दिलेला इशारा आहे. सागरी सीमारेषेसंदर्भातील संयुक्त राष्ट्रांमध्ये १९८२ मध्ये एक ठराव झाला होता. या ठरावानुसार जवळपास सर्वच राष्ट्रे समुद्र सीमारेषेचा वाद सोडवण्याचा प्रयत्न करतात; परंतु चीन मात्र या ठरावानुसार हा वाद सोडवण्याचा प्रयत्न न करता त्यासाठी आक्रमक लष्करी मार्गाचा, दबाव तंत्राचा मार्ग अवलंबत आहे.

भारतासाठी व्हिएतनाम आणि त्यांच्या सागरी हद्दीतील उत्खननाचे अधिकार हे अत्यंत महत्त्वाचे आहेत. याचे कारण भारताच्या 'लूक ईस्ट' या पॉलिसीमध्ये दक्षिण पूर्व आशियाई देशांबरोबरचे व्यापार वाढवण्याला व आपले आर्थिक हितसंबंध जोपासण्याला अग्रक्रम देण्याचा मुद्दा प्रथम स्थानी आहे. या लूक ईस्ट पॉलिसीमध्ये दुसरा मुद्दा आहे तो ऊर्जासुरक्षा (एनर्जी सिक्युरिटी) आणि तिसरा आहे कनेक्टिव्हिटी. कनेक्टिव्हिटी म्हणजे जमिनीच्या मार्गाने आणि सागरी मार्गाने भारत दक्षिण पूर्व आशियांशी जोडणे आवश्यक आहे, कारण त्यामुळे व्यापाराच्या संधी वाढण्यास मदत होणार आहे. भारताच्या ईशान्येकडील भागाला दक्षिण पूर्व आशियामध्ये एक मोठी बाजारपेठ उपलब्ध होणार आहे. त्यामुळे या भागाचा विकासही होणार आहे. कारण या राष्ट्रांशी जी कनेक्टिव्हिटी केली जाणार आहे ती ईशान्येकडील भागातूनच होणार आहे. त्यामुळेच आपल्याला या लूक ईस्ट पॉलिसीमध्ये अधिक रुची आहे आणि त्यादृष्टीने व्हिएतनामसोबतचे आपले संबंध महत्त्वाचे मानले जातात.

चीनचा हस्तक्षेप रोखण्यासाठी प्रयत्न :

चीनचा दक्षिण चीन समुद्रातील वाढता हस्तक्षेप रोखण्यासाठी तसेच व्हिएतनाम, फिलिपिन्स, मलेशिया या राष्ट्रांशी असलेला चीनचा सीमावाद उग्र रूप धारण करत आहे त्याला अटकाव करण्यासाठी या क्षेत्रातील सर्व राष्ट्रांनी मिळून एक कोड ऑफ कंडक्ट किंवा नियमावली तयार करावी, असा प्रस्ताव व्हिएतनामकडून ठेवण्यात आला होता. हा प्रस्ताव २०१२ साली झालेल्या आसियानच्या बैठकीमध्ये मांडला गेला. हा प्रस्ताव चुकीचा नव्हता; परंतु आसियान संघटनेतील काही देश चीनच्या बाजूने झुकलेले असल्याने त्यांनी तो हाणून पाडला. सीमावादाच्या वादग्रस्त प्रश्नावरून २०१२ची आसियान बैठकही अपयशी ठरली. चीनला दक्षिण चीन समुद्रामध्ये केवळ आपली मक्तेदारी हवी आहे; परंतु भारताने तेथे प्रवेश करण्यास सुरुवात केल्याने चीनने भारताला इशारा देण्यास सुरुवात केली आहे.

प्रणव मुखर्जी यांच्या व्हिएतनाम भेटीमध्ये दक्षिण चीन समुद्राबाबतचे काही प्रमुख करार झाले. यातील पहिला करार हा सागरी मार्गांचे रक्षण करणे म्हणजेच मॅरिटाईम सिक्युरिटी यासंदर्भातील आहे. यामध्ये समुद्री मार्गांची सुरक्षितता कशी वाढवता येईल यावर लक्ष देणे, तसेच समुद्री चाच्यांचा सामना करणे, तेलउत्खननासाठी किंवा इतर प्रकल्पांसाठी समुद्रामध्ये केल्या जाणाऱ्या शोधमोहिमांना (सर्च ऑपरेशन्स) संरक्षण देणे आणि रेस्क्यु ऑपरेशन म्हणजे समुद्री चाच्यांकडून

जेव्हा जहाजांवरील लोकांचे अपहरण केले जाते त्यांची सोडवणूक करणे यांचा समावेश आहे. दुसरा करार हा ऊर्जासुरक्षा करार आहे. तिसरा करार हा कृषीक्षेत्रामध्ये एक समझोत्याचा करार झाला. त्याचप्रमाणे सागरी वाहतुकीच्या संदर्भातही एक करार झाला.

लष्करी सहकार्य :

व्हिएतनाम आणि भारतामध्ये लष्करी पातळीवरील सहकार्य वाढू लागले आहे. एकेकाळी व्हिएतनामचे लष्कर हे जगातील पाचव्या क्रमांकाचे लष्कर होते. कारण त्यांना शीतयुद्धाच्या काळातील एक सहकारी म्हणून पूर्वीच्या सोव्हिएत रशियाकडून खूप मोठ्या प्रमाणात लष्करी सहकार्य मिळत होते. त्यामुळे व्हिएतनामला संरक्षण साहित्य, रणगाडे आणि इतर लष्करी सामग्री मिळत होती. या लष्करी सामुग्रीच्या दुरुस्तीचे आणि देखभालीचे काम भारताकडे होते. कारण भारतालाही सोव्हिएत रशियाकडून लष्करी साहित्य मिळत होते. थोडक्यात, भारत आणि व्हिएतनाम या दोन्ही देशांचे रशियावर लष्करी परावलंबित्त्व होते. १९९० नंतर मात्र सोव्हिएत रशियाने व्हिएतनामला लष्करी मदत करणे थांबवले. त्यानंतर व्हिएतनाम हा भारताकडे वळवला. आता व्हिएतनाम भारताकडून मिलिटरी हार्डवेअर विकत घेण्याचा प्रयत्न करत आहे. त्याचबरोबर भारताकडून त्यांना लष्करी प्रशिक्षण देणे, संयुक्त कवायती करणे अपेक्षित आहे. परंतु भारताकडून लष्करी साहित्य किंवा उपकरणे विकत घेऊ शकेल, इतका पैसा व्हिएतनामकडे नाही. हा त्यांचा कमकुवतपणा आहे. म्हणून प्रणव मुखर्जी यांनी १०० दशलक्ष डॉलरचे कर्ज व्हिएतनामला देण्याची घोषणा केली. या कर्जातून व्हिएतनाम भारताकडून लष्करी साहित्याची मोठ्या प्रमाणावर खरेदी करणार आहे. त्यामुळे भारत आणि व्हिएतनाम यांच्यातील लष्करी सहकार्य वाढणार आहे. भारताला दक्षिण पूर्व आशियामध्ये पाय रोवण्यासाठी व्हिएतनामशी वाढती मैत्री ही महत्त्वाची असणार आहे. ■

भारत आणि सिंगापूर संबंध

वैभवशाली सहकार्याची पन्नाशी

भारत आणि सिंगापूर यांच्यामधील राजनैतिक संबंधांना २०१४ मध्ये ५० वर्षे पूर्ण झाली आहेत. त्यामुळे हे दोन्ही देश आपल्या संबंधांचे ५० वे वर्ष साजरे करत आहेत. भारताच्या परराष्ट्रमंत्री सुषमा स्वराज या सप्टेंबर २०१४ मध्ये सिंगापूर दौऱ्यावर गेल्या होत्या. त्यांची सिंगापूर भेट ही आर्थिक व सामरिक दृष्टिकोनातून अतिशय महत्त्वाची होती. सिंगापूर हा दक्षिण पूर्व आशियामधील भारतासाठी भौगोलिक, आर्थिक व संरक्षणाच्या दृष्टीने महत्त्वाचा देश असून तो आसियान (ASEAN) या जगातील शक्तीशाली व्यापार संघाचा सदस्य देश आहे. भारताच्या दृष्टीने आसियानचे प्रवेशद्वार म्हणून सिंगापूरकडे पाहिले जाते. म्हणून भारताच्या 'लूक ईस्ट' पॉलिसीमध्ये सिंगापूरचे फार महत्त्व आहे.

जुन्या संबंधांना नवी वाटचाल :

सिंगापूर आणि भारत यांच्यामध्ये ऐतिहासिक काळापासून संबंध आहेत. मुख्य म्हणजे दोन्ही देशांमध्ये बहुविविधतावादी समाजव्यवस्था आहे. त्यामुळे भारत आणि सिंगापूर या दोन्ही देशांसमोरचे प्रश्न, समस्या आणि आव्हाने ही कमी-आधिक प्रमाणात सारखीच आहेत. १९९४ नंतर भारत आणि सिंगापूर यांचे संबंध सुधारण्यास सुरुवात झाली. कारण याच काळात भारताने आपले 'लूक ईस्ट' हे महत्त्वाकांक्षी धोरण आखले आणि त्यानुसार दक्षिण पूर्व आशियावर लक्ष केंद्रित करून तिथे आपले आर्थिक, व्यापारी व सामारिक हितसंबंध साधण्यासाठी विशेष परराष्ट्र धोरणाची आखणी करण्यास सुरुवात केली. योगायोगाने सिंगापूरचे तत्कालीन पंतप्रधान गोह चोक तोंग यांनीदेखील भारताविषयी सहकार्याचे धोरण

सिंगापूरचे परराष्ट्रमंत्री के शानमुगम यांच्यासोबत सुषमा स्वराज.

स्वीकारत 'इंडिया पार्टनरशिप' नावाचा एक प्रकल्प हाती घेतलेला होता. परिणामी, दोन्ही देशांना संबंध विकसित करण्यासाठी अनुकूल परिस्थिती निर्माण झाली होती. त्याअंतर्गत सिंगापूरने भारतासोबत व्यापारी आणि ऊर्जासुरक्षेसंदर्भातील संबंध घनिष्ट करण्यास सुरुवात केलेली होती. त्यानंतर हे संबंध सातत्याने सुधारत राहिले.

आर्थिक सहकार्य करार :

२००५ मध्ये द्विपक्ष पातळीवर संबंध सुधारण्याच्या दिशेने आणखी एक महत्त्वाचे पाऊल पडले. यावर्षी दोन्ही देशांनी एक सर्वसमावेशक आर्थिक सहकार्य करार केला. या करारांतर्गत दोन्ही देशांनी व्यापारवृद्धीसाठी काही क्षेत्रे निश्चित केली. त्यानंतर या दोन देशांमधील व्यापार वाढण्यास सुरुवात झाली. हा करार भविष्यात दोन्ही देशांमध्ये आर्थिक व व्यापारी संबंध घनिष्ट करण्यासाठी एक मार्गदर्शक तत्त्व म्हणून सिद्ध झाला. या कराराचा एक सकारात्मक परिणाम म्हणून २०१३-१४ मध्ये या दोन देशांमध्ये होणाऱ्या व्यापाराने २० अब्ज अमेरिकन डॉलरचा आकडा गाठला आहे. सध्या संपूर्ण दक्षिण पूर्व आशियामध्ये असणाऱ्या व आसियान संघटनेचे सदस्य असणाऱ्या १० राष्ट्रांमध्ये सिंगापूर हा भारताचा सर्वांत मोठा व्यापारी भागीदार देश आहे. जवळपास ५०० भारतीय कंपन्यांनी सिंगापूरमध्ये व्यापारासाठी नोंदणी केलेली आहे. आपली अधिकाधिक गुंतवणूक ही सिंगापूरमध्ये आहे, तर सिंगापूरचीही सर्वाधिक गुंतवणूक भारतामध्ये आहे.

आता भारताच्या परराष्ट्रमंत्री सुषमा स्वराज यांच्या सिंगापूर दौऱ्यामध्ये पाच क्षेत्रे (फाईव्ह एस) अशी निवडण्यात आली ज्यामुळे भविष्यकाळात या दोन देशांमधील व्यापार आणखी वाढणार आहे. या पाच क्षेत्रांमध्ये पहिले आहे कनेक्टिव्हिटी. सिंगापूर आणि भारत हे सागरी आणि जमिनी मार्गाने जोडले जाण्यासंदर्भातील पावले उचलणे. दुसरे आहे स्मार्ट सिटीज. सिंगापूरने त्यांच्या देशात काही स्मार्ट सिटीज विकसित केल्या आहेत आणि आता नरेंद्र मोदी सरकार भारतामध्ये १०० स्मार्ट सिटीज उभारणार आहे. या स्मार्ट सिटीजचे मॉडेल आपण सिंगापूरकडून घेतलेले आहे. भारतामध्ये विकसित करण्यात येणाऱ्या या १०० स्मार्ट सिटीजमध्ये, त्यांच्यासाठीच्या साधनसंपत्तीच्या विकासामध्ये सिंगापूर गुंतवणूक करणार आहे. तिसरे क्षेत्र म्हणजे आहे शहरी विकास. भारत आणि सिंगापूर हे दोन्ही देश शहरी विकासामध्ये परस्परांना सहकार्य करणार आहेत. चौथे आहे वॉटर मॅनेजमेंट म्हणजेच जलव्यवस्थापन आणि पाचवे महत्त्वाचे क्षेत्र म्हणजे कौशल्य विकास किंवा स्किल डेव्हलपमेंट. याशिवाय काही सांस्कृतिक, शैक्षणिक क्षेत्रातील करारही या दोन देशांदरम्यान झालेले आहेत. या सर्वांमुळे आगामी काळात या दोन देशांमधील व्यापारी संबंध अधिक विस्तारणार असून त्यातून दोन्ही देशांनाही फायदा होणार आहे. ■

भारत-म्यानमार संबंध

म्यानमार हा दक्षिण आशिया आणि दक्षिण पूर्व आशिया यांना जोडणारा दुवा आहे. भारत आणि चीन या दोन देशांमधला 'सँडविच स्टेट' म्हणूनदेखील ओळखला जातो. सध्या चीन हा म्यानमारच्या माध्यमातून हिंदी महासागरामध्ये नाविक हस्तक्षेप वाढवण्याचा प्रयत्न करत आहे. म्यानमारमध्ये अँग सँग स्यू की यांच्या नेतृत्वाखाली जी लोकशाही चळवळ मूळ धरू लागली होती ती तेथील लष्करी राजवटीने हाणून पाडली होती; परंतु आता या लष्करी राजवटीचे पाश हळूहळू सैल होऊ लागले आहेत आणि म्यानमार हा संसदीय लोकशाहीच्या संक्रमणाच्या अवस्थेतून जात आहे. तेथील लष्करशहांनी अँग स्यँग स्यू की यांची नजरकैदेतून मुक्तता केली आहे. तसेच लवकरच तेथे लोकशाही पद्धतीने निवडणुका होतील आणि त्यामध्ये अँग सँग स्यू की यांच्या पक्षाला सहभागी होता येईल, अशी घोषणा केली आहे. एकूणच, म्यानमारमध्ये लोकशाही प्रक्रियेचे वारे वाहायला लागले आहेत. त्यामुळे आंतरराष्ट्रीय समुदायाचा म्यानमारकडे पाहण्याचा दृष्टिकोन बदलला आहे.

भारताचे दुर्लक्ष व पाकिस्तानची जवळीक :

म्यानमारमध्ये लष्करी हुकुमशाही आल्यामुळे आणि त्यांनी लोकशाही प्रक्रिया दूर सारल्यामुळे जगातील पश्चिमी देशांनी म्यानमारवर बहिष्कार टाकले होते. भारतानेही अशाच विचारसरणीच्या दृष्टिकोनातून म्यानमारकडे पाहण्यास सुरुवात केली होती. भारताचे म्यानमारबाबतचे आजवरचे धोरण हे आदर्शवाद आणि वास्तववाद यांमध्ये अडकलेले होते. म्यानमारमध्ये लष्करी हुकुम-शाही असल्यामुळे आणि अँग सँग स्यू की यांच्या लोकशाही चळवळीला समर्थन असल्यामुळे भारताने आजवर म्यानमारकडे दुर्लक्ष केले. पण हे दुर्लक्ष करताना ते विचारसरणीच्या आधारावर केले आणि त्यातूनच आपण हितसंबंध डावलले. पण भारताच्या आणि पश्चिमी राष्ट्रांच्या या दुर्लक्षाचा फायदा घेत चीनने म्यानमारवर प्रभाव वाढवण्यास वाढवण्यास सुरुवात केली. चीनने म्यानमारशी जवळीक वाढवली. म्यानमारबरोबर आर्थिक आणि व्यापारी संबंध घनिष्ट केले. म्यानमारमध्ये प्रचंड मोठी आर्थिक गुंतवणूक करून साधनसंपत्तीचा विकास केला. म्यानमारची अनेक बंदरे चीनकडून विकसित केली गेली. या बंदरांच्या माध्यमातून चीन हिंदी महासागरामध्ये आपले पाय पसरण्याचा प्रयत्न करत आहे. आता भारताला आपली चूक कळालेली आहे. त्यामुळे गेल्या पाच वर्षांच्या काळात भारताने म्यानमारकडे पुन्हा एकदा गांभीर्याने लक्ष देण्यास सुरुवात केली आहे.

भारत-म्यानमार सीमारेषा :

भारतासाठी आर्थिकदृष्ट्या म्यानमार हा अतिशय महत्त्वाचा देश आहे. म्यानमार हा भारताच्या सीमेलगतचा देश आहे. भारतातल्या ईशान्येकडील चार राज्यांची सीमारेषा ही म्यानमारशी जोडली गेलेली आहे. म्यानमारबरोबर भारताचे व्यापारी संबंध वाढल्यामुळे या ईशान्येकडील राज्यांचा विकास मोठ्या प्रमाणावर होणार आहे. या भागात सडक विकास झाल्यास ईशान्येकडील देशांना मोठी बाजारपेठ उपलब्ध होणार आहे. त्यामुळे सडक विकासासाठी म्यानमारसोबत संबंध सुधारणे आवश्यक आहे. म्यानमारमध्ये तेलाचे आणि नैसर्गिक वायूचे साठे मोठ्या प्रमाणावर आहेत. याचा भारताची ऊर्जेची मोठी गरज भागवण्यासाठी मोठा फायदा होणार आहे. भारत आणि म्यानमारमधील व्यापार सध्या दोन अब्ज अमेरिकन डॉलर्स इतका आहे. २०१५ पर्यंत हा व्यापार तीन अब्ज डॉलरपर्यंत जाण्याची शक्यता आहे.

आर्थिक मदत व सहकार्य करार :

गेल्या पाच वर्षांमध्ये भारताने म्यानमारमध्ये साधनसंपत्तीच्या विकासामध्ये प्रचंड गुंतवणूक करण्यास सुरुवात केली आहे आणि

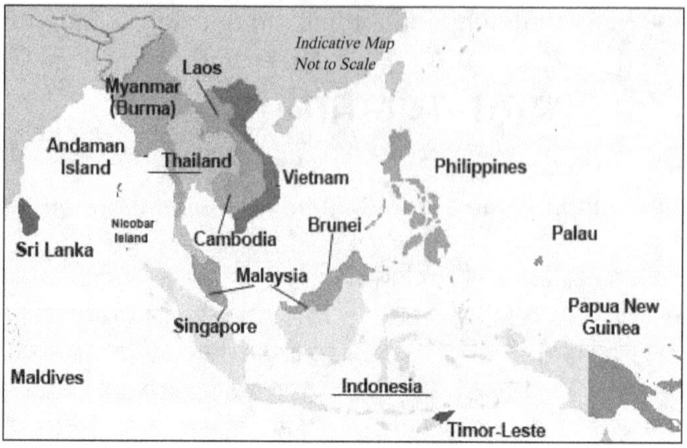

म्यानमार आणि दक्षिण आशिया

म्यानमारला मोठी आर्थिक मदतही भारताने केलेली आहे. म्यानमारमधील पाटबंधारे, रेल्वे, परिवहन आणि वीज या क्षेत्रांमध्ये असलेली गुंतवणूक वाढवण्यास सुरुवात केलेली आहे. २०१२ मध्ये भारताचे तत्कालीन पंतप्रधान मनमोहनसिंग यांनी म्यानमारला भेट दिली. २५ वर्षांनंतर म्यानमारला जाणारे ते दुसरे भारताचे पंतप्रधान होते. या भेटीदरम्यान १२ महत्त्वपूर्ण करारांवर स्वाक्षऱ्या झाल्या. त्यामध्ये ऊर्जा, शिक्षण आणि परिवहन या तीन क्षेत्रांमध्ये सहकार्य करण्याचा करार झाला. तसेच भारतामध्ये ज्याप्रमाणे आयआयटी आहेत, त्याच-प्रमाणे भारताच्या मदतीने तेथे म्यानमार इन्स्टिट्युट ऑफ इन्फर्मेशन अँड टेक्नॉलॉजी स्थापन करण्याचे प्रयत्न सुरू झाले. तसेच भारत आणि म्यानमारमधील महत्त्वपूर्ण असलेला सडक विकास प्रकल्प २०१६ पर्यंत पूर्ण करण्यात येईल, असे ठरवले गेले. आता म्यानमारदेखील भारताला सहकार्य करण्याच्या मनस्थितीत आहे. हा देश चीनवरील अवलंबित्त्वाला कंटाळला आहे. कारण चीनकडून त्याचा गैरफायदा घेतला जात होता. चीनवरील हे अवलंबित्त्व कमी करण्यासाठी, सहकार्याचे आणि आर्थिक स्त्रोत यांबाबत पर्याय शोधण्यासाठी म्यानमारला आता भारताची गरज आहे. दुसरीकडे, भारताची जी लूक ईस्ट पॉलिसी आहे ती म्यानमारशी संबंध घनिष्ट झाल्याखेरीज पुढे जाणार नाही, याची जाणीव झाल्यामुळे भारतदेखील म्यानमारबरोबर संबंध सुधारण्याच्या प्रयत्नात आहे.

फुटिरता वाद्यांवर नियंत्रण शक्य :

म्यानमार आणि भारतामध्ये असलेल्या सीमारेषेमुळे आपल्याकडील मिझोराम आणि अरुणाचल प्रदेशातील फुटिरतावादी चळवळीच्या नेत्यांनी म्यानमारमध्ये आश्रय घेतला होता. तेथे त्यांनी प्रशिक्षण केंद्रे चालवायला सुरुवात केली होती. त्या प्रशिक्षण केंद्रांमधून प्रशिक्षित केलेले दहशतवादी भारतात पाठवायला सुरुवात केली होती. ते भारतात मोठा हिंसाचार घडवून आणत होते. आता आपले म्यानमारसोबतचे संबंध सुधारल्यास या फुटिरतावाद्यांवर नियंत्रण प्रस्थापित करणे शक्य होईल. विशेषतः, नागालँड आणि मणिपूरमधील फुटिरतावाद्यांना शस्त्रास्त्र पुरवठा म्यानमारमधून होत होता. आपले म्यानमारशी संबंध सुधारल्यानंतर या फुटिरतावाद्यांच्या कारवायांवर आळा घालणे शक्य होईल.

चीनचा म्यानमारवरील आणि हिंदी महासागरावरील प्रभाव कमी करण्यासाठी, भारताची ऊर्जेची गरज भागवण्यासाठी, ईशान्य भारताच्या विकासासाठी, ईशान्य भारतातील फुटिरतावादी चळवळींवर नियंत्रण आणण्यासाठी भारताला म्यानमारची गरज आहे. म्हणजेच आर्थिक आणि सामरिक अशा दोन्ही दृष्टीने म्यानमार भारतासाठी महत्त्वाचा आहे. त्याचप्रमाणे म्यानमारलादेखील भारताच्या सहकार्याची व मदतीची गरज आहे. चीनचा आपल्यावरील अतिरेकी प्रभाव कमी करण्यासाठी, आपल्या देशातील साधनसंपत्तीचा विकास करण्यासाठी, प्रगत तंत्रज्ञानासाठी, कुशल मनुष्यबळासाठी, प्रशिक्षणासाठी, आर्थिक विकासासाठी व व्यापार वृद्धीसाठी म्यानमारलादेखील भारताची गरज आहे. ■

दक्षिण चीन समुद्र

सध्या आंतरराष्ट्रीय समुदायाचे लक्ष हे दक्षिण चीन समुद्राकडे आहे. हा समुद्र आर्थिक, व्यापारी आणि संरक्षणदृष्ट्या महत्त्वाचे क्षेत्र आहे. दक्षिण चीन समुद्राचे आर्थिक, भौगोलिक आणि सामरिक स्थान महत्त्वाचे आहे. मुख्य म्हणजे दक्षिण चीन समुद्रामध्ये तेल आणि वायूचे मोठे साठे आहेत. या समुद्रामध्ये मासेमारीला प्रचंड वाव आहे. सामरिक दृष्टिकोनातून पाहता, पश्चिम आशियातून येणारी सर्व तेलवाहू जहाजे ही हिंदी महासागरातून दक्षिण चीन समुद्रात जातात आणि तिथूनच त्यांना पॅसिफिक समुद्राकडे म्हणजे जपानकडे जाता येते. त्यामुळे हा एक ट्रांझिट रूट आहे.

मालकी हक्कावरून वाद :

हिंदी महासागर आणि पॅसिफिक महासागर यांना जोडणारा दुवा म्हणजे दक्षिण चीन समुद्र आहे. पार्टली बेट आणि पॅरासल बेट या दोन समुद्रांमध्येच दक्षिण चीन समुद्र आहे. सर्व जहाजे आणि युद्धनौका या दोन बेटांमधूनच जातात. सध्या या दोन बेटांच्या मालकी हक्कावरून चीन आणि दक्षिण पूर्व आशियामध्ये संघर्ष सुरू आहे. या संघर्षामध्ये चीन, व्हिएतनाम, फिलिपिन्स, मलेशिया आणि भारत तसेच तैवान, ब्रुनेई या राष्ट्रांचे आर्थिक आणि संरक्षण हितसंबंध गुंतलेले आहेत. परंतु या बेटांच्या मालकी हक्कावरून व्हिएतनाम आणि चीन यांच्यातील संघर्ष अधिक तीव्र आहे. संपूर्ण दक्षिण चीन समुद्र हा आमच्या अधिकारक्षेत्रामध्ये येतो, तेथे आम्हाला तेल उत्खननाचे आणि मासेमारीचे अधिकार आहेत, असे चीनचे म्हणणे आहे; पण आंतरराष्ट्रीय समुद्र कायद्यानुसार प्रत्येक देशाचे समुद्रामधील विशेष आर्थिक क्षेत्र हे २०० नॉटिकल मैल इतके असते. ही २०० नॉटिकल मैलची समुद्ररेषा आणि चीनने दावा सांगितलेले सागरी क्षेत्र किंवा त्यांची समुद्ररेषा हे दोन्हीही एकमेकांना भिडणारे आहे. त्यामुळे आमच्या विशेष आर्थिक क्षेत्रावर चीन दावा सांगत आहे, असे या देशांचे म्हणणे आहे. कारण चीनकडून या समुद्रामध्ये मासेमारीसाठी, तेलउत्खननासाठी जहाजे पाठवली जात आहेत. त्यामुळे दक्षिण पूर्व आशियाई राष्ट्रे आणि चीन यांच्यातील संघर्ष वाढला आहे.

चीनने स्वतःचा हक्क सांगितलेला दक्षिण चीन समुद्रातील प्रदेश

भारतासाठी दक्षिण चीन समुद्र का महत्त्वाचा आहे?

१) आशिया प्रशांत क्षेत्रामधील एकूण व्यापारापैकी ५५ टक्के व्यापार हा दक्षिण चीन समुद्रातून होतो.

२) दक्षिण चीन समुद्र हा बंगालच्या उपसागराला लागून आहे आणि तिथून मोठ्या प्रमाणात व्यापार चालत असल्यामुळे भारताला या समुद्रामध्ये अधिक रस आहे.

भविष्यात भारताने याकडे अधिक लक्ष दिल्यास भारताचा व्यापार वाढणार आहे. त्यामुळे या क्षेत्रामध्ये भारताला समुद्रस्वातंत्र्य किंवा फ्रीडम ऑफ नेव्हिगेशन हवे आहे. याबाबतची मागणी भारत सातत्याने करत आलेला आहे.

चीनविरुद्ध एकसंघ :

दक्षिण चीन समुद्रामध्ये असलेल्या व्हिएतनामने अलीकडेच भारताला तेलउत्खननाचे अधिकार दिले आहेत. त्यामुळे चीन आणि व्हिएतनामचे संबंध आणखी ताणले गेलेले आहेत. तसेच भारताने या सागरीक्षेत्रात येऊ नये असा इशारा चीनने दिला आहे; मात्र दोन महिन्यांपूर्वी भारताचे राष्ट्रपती प्रणव मुखर्जी हे व्हिएतनामला गेले होते तेव्हा त्यांनी दक्षिण चीन समुद्राचा वाद हा १९८२च्या संयुक्त राष्ट्र संघाच्या सागरी सीमारेषा तंटे सोडवण्याबाबतच्या करारानुसारच सोडवला गेला पाहिजे. तसेच या क्षेत्रामध्ये प्रत्येकाला सागरी वाहतुकीचे स्वातंत्र्य असले पाहिजे, अशी स्पष्ट शब्दांत घोषणा केली आणि तसा प्रस्तावही व्हिएतनामसोबत तयार केला आहे. भारताच्या या भूमिकेला चीनचा आक्षेप आहे.

व्हिएतनाम, जपान आणि भारत या तीन राष्ट्रांचा एक संघ तयार होत आहे आणि अमेरिका व ऑस्ट्रेलिया हे दोन देशही यामध्ये लवकरच सामील होणार आहेत. दक्षिण चीन समुद्रावर चीनचे प्रभुत्त्व आणि प्रभाव वाढू नये अशी या सगळ्यांची मागणी आहे. चीनचा प्रभाव वाढल्यास या सर्व राष्ट्रांना त्याचा त्रास होणार आहे. कारण अपेक, आसियान, ईस्ट एशिया समिट या तीनही संघटना दक्षिण चीन समुद्राशी निगडित आहेत.

■

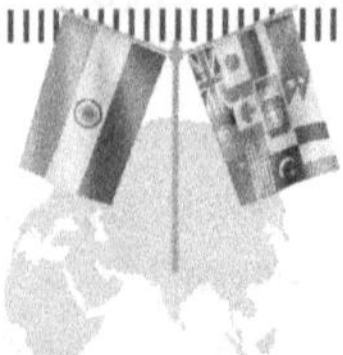

भारत-आसियान सहकार्याची दोन दशके

आसियान हा जगातील एक मोठा व्यापारसंघ आहे. हा व्यापारसंघ १९६७ मध्ये स्थापन झाला. याची सदस्य संख्या हळूहळू वाढत गेली. या व्यापारसंघामध्ये दक्षिण पूर्व आशियातील १० राष्ट्रे सदस्य आहेत आणि म्यानमार हा शेवटचा सदस्य देश आहे. जागतिक व्यापारामध्ये त्यांचा हिस्सा मोठा आहे. दक्षिण पूर्व आशियाई देशांच्या आर्थिक विकासातदेखील आसियानचे महत्त्व मोठे आहे. आशिया खंडातील व्यापाराचे केंद्र म्हणून दक्षिण पूर्व आशिया आणि आशिया प्रशांत क्षेत्र उदयाला आलेले आहेत. संपूर्ण जगाचे लक्ष या परिक्षेत्राकडे लागून राहिलेले आहे. याच क्षेत्रामध्ये असे अनेक संघ सध्या तयार झालेले आहेत जे व्यापारीदृष्ट्या महत्त्वाचे आहेत. आसियान, आशिया-पॅसेफिक, ईस्ट एशिया समिट या समूहांचा यामध्ये समावेश होतो.

संबंध कसे वाढीस लागले?

स्वातंत्र्यानंतर भारताने प्रामुख्याने पश्चिमेकडील राष्ट्रांकडे अधिक लक्ष दिले होते. त्यामुळेच भारताचे आसियानबाबतचे जे धोरण होते ते बऱ्यापैकी दुर्लक्षित स्वरूपाचे होते. याला शीतयुद्धाचे राजकारण हेदेखील कारणीभूत होते. या आसियान संघाने सदस्यत्त्व देण्याबाबतचा एक प्रस्ताव भारताला १९८४ मध्ये दिलेला होता. पण तो भारताने नाकारला. याचे कारण भारत या संघाकडे आर्थिक किंवा राजकीय हितसंबंधांच्या दृष्टिकोनातून न पाहता विचारसरणीच्या दृष्टिकोनातून पाहत होता. १९९४ नंतर म्हणजे पी. व्ही. नरसिंहरावांच्या काळात भारताने आसियान आणि दक्षिण पूर्व आशियाकडे आपले लक्ष वळवले. दक्षिण पूर्व आशियाबरोबर भारताचे आर्थिक, व्यापारी, संरक्षण संबंध घनिष्ट व्हावेत यासाठी १९९४ मध्ये भारताने 'लूक ईस्ट पॉलिसी' म्हणजे लक्षवेध पूर्वेकडे असे धोरण सुरू केले. त्यानुसार भारताने या राष्ट्रांबरोबरचा व्यापार वाढवण्यास सुरुवात केली. आसियान आणि भारतादरम्यान अनेक करार झाले. त्यामुळे या दोघांमधील व्यापार वाढला. सध्या या

दोघांमधील व्यापार ७६ अब्ज अमेरिकन डॉलर्स इतका आहे. पण आसियानचा जगाबरोबरचा व्यापार पाहता भारताचा व्यापार अवघा तीन टक्के म्हणजेच खूपच कमी आहे. त्यामुळे तो वाढवणे खूप आवश्यक आहे. २०१५ पर्यंत हा व्यापार १०० अब्ज डॉलर्सपर्यंत घेऊन जाण्याचा प्रस्ताव आहे.

भारताचा मुक्त व्यापार करार :

सप्टेंबर २०१४ मध्ये भारताने या आसियान संघाबरोबर एक मुक्त व्यापार करार केलेला होता. हा करार सुविधा आणि गुंतवणुकीसंदर्भातील होता. नरेंद्र मोदी यांनी सत्तेत आल्यापासून पुन्हा एकदा दक्षिण पूर्व आशियाकडे नव्याने लक्ष द्यायला सुरुवात केलेली आहे. त्यांनी आपल्या परराष्ट्र धोरणाच्या विकासाची जी आखणी केलेली आहे त्यामध्ये तिसऱ्या टप्प्यावर दक्षिण पूर्व आशियाचे स्थान आहे. म्हणजे दक्षिण आशियानंतर दक्षिण पूर्व आशियाकडे लक्ष केंद्रित केले जाणार आहे. त्यादृष्टीने त्यांनी महत्त्वाची पावले उचलण्यास सुरुवात केलेली आहे. यापैकी एक म्हणजे भारताच्या 'लूक ईस्ट पॉलिसी'चे नाव बदलून त्यांनी 'अ‍ॅक्ट ईस्ट पॉलिसी' असे ठेवले आहे. म्हणजेच केवळ पूर्वेकडे लक्ष देऊ नका, तर त्याबाबत प्रत्यक्ष कृती करा असे त्यांनी ठरवलेले आहे. याचाच भाग म्हणून त्यांनी नुकत्याच म्यानमारमध्ये झालेल्या ४७ व्या आसियान परिषदेसाठी भारताचे प्रतिनिधीत्व करण्यासाठी परराष्ट्रमंत्री सुषमा स्वराज यांना पाठवले. त्याचबरोबर त्यांनी राष्ट्रपती प्रणव मुखर्जी यांना व्हिएतनाम दौऱ्यावर पाठवले. त्यातूनच आता भारत आसियानसोबत द्विपक्षीय आणि बहुपक्षीय करार करणार आहे.

१२ नोव्हेंबर रोजी भारत आणि आसियान यांच्यात एक महत्त्वाची परिषद झाली. आसियान आणि भारत यांच्यामध्ये परस्परांमध्ये व्यापार वाढवण्यासाठी ११ परिषदा झालेल्या आहेत. यंदाच्या १२ व्या परिषदेसाठी पंतप्रधान नरेंद्र मोदी उपस्थित राहिले होते. या परिषदेमध्ये काही महत्त्वाचे निर्णय घेण्यात आले.

- या परिषदेमध्ये २०१६ ते २०२१ या पाच वर्षांसाठीचा एक कृतीआराखडा तयार करण्यात आला. त्यानुसार भारत आणि आसियान हे पुढील पाच वर्षांमध्ये प्रामुख्याने व्यापार, संरक्षण आणि लोकराजनय या तीन क्षेत्रांवर लक्ष केंद्रित करणार आहेत आणि त्यासंबंधात काही कार्यक्रम हाती घेतले जाणार आहेत.
- डिसेंबर २०१४ पर्यंत आसियान आणि भारत यांच्यामध्ये एक मुक्त व्यापार क्षेत्र निर्माण करण्यात येणार आहे.
- सौरऊर्जेच्या संदर्भात संशोधन वाढावे आणि त्याचा विकास व्हावा यासाठी एक विशेष प्रकारचा प्रकल्प हाती घेण्यात आलेला आहे.
- भारत ते थायलंड यांच्यादरम्यान म्यानमारच्या माध्यमातून २०१७ पर्यंत ३२०० किलोमीटर लांबीचा एक सडकमार्ग विकसित करण्याचा प्रकल्प हाती घेण्यात आला होता. आता २०१८ पर्यंत तो पूर्ण करण्याचे उद्दिष्ट ठेवण्यात आले आहे. हा प्रकल्प पूर्ण झाल्यास भारतातील ईशान्येकडील राज्यांना याचा मोठा फायदा होणार आहे. तसेच आसियान राष्ट्रांशी रस्तेमार्गाने होणारा भारताचा व्यापार वाढण्यास मदत होणार आहे.
- भारत या आसियान देशांमध्ये मनुष्यबळ विकासासाठी योगदान देण्याचे या परिषदेत ठरवण्यात आले.

भारताकडून सहकार्याची अपेक्षा :

भारत हा आसियानचे पूर्ण सदस्यत्त्व घेण्यासाठी प्रयत्न करत आहे; परंतु आसियान भारताला पूर्ण सदस्यत्व बनवून घेत नाहीये. वास्तविक, दक्षिण पूर्व आशियाच्या सुरक्षेच्या दृष्टीने आणि संरक्षण हितसंबंधांसाठी आसियान संघाचा एक भाग म्हणून 'एशियन रिजनल फोरम' (एआरएफ) एक नवा गट स्थापन करण्यात आला. या फोरमचा भारत सदस्य आहे; पण आसियानमध्ये भारताचे स्थान हे 'सेक्टोरल डॉयलॉग पार्टनर' म्हणून आहे. आसियान हा भारतासाठी आर्थिक आणि व्यापाराच्या दृष्टिकोनातूनच नव्हे, तर संरक्षणाच्या दृष्टिकोनातूनही महत्त्वाचा आहे. कारण चीनचे दक्षिण पूर्व आशियाई राष्ट्रांबरोबर समुद्रसीमारेषा निर्धारित करण्याबाबत वाद सुरू आहेत. त्यातूनच दक्षिण पूर्व आशियातील अनेक भागांवर आणि बेटांवर चीनने दावा सांगण्यास सुरुवात केलेली आहे. तसेच चीनच्या वाढत्या संरक्षणखर्चामुळे, आक्रमक विस्तारवादामुळे ही राष्ट्रे भयभीत झालेली आहेत. अशा स्थितीत ही राष्ट्रे भारताकडे अपेक्षेने पाहात आहेत. चीनच्या आव्हानाचा सामना करण्यासाठी

त्यांना भारताच्या मदतीची अपेक्षा आहे.

सध्या भारत, सिंगापूर, व्हिएतनाम या राष्ट्रांना संरक्षण दृष्ट्या मदत करत आहे. पण इतरही अनेक क्षेत्रांमध्ये या देशांशी संबंध विकसित करण्यास वाव आहे. त्यातून भारताला फायदा होणार आहे. उदाहरणार्थ, ऊर्जेच्या क्षेत्रात म्यानमारशी संबंध विकसित केल्यास त्यातून भारतातील ऊर्जासंकट कमी होण्यास मदत होणार आहे. कारण म्यानमारमध्ये ४० हजार मेगावॅट उर्जानिर्मितीची क्षमता आहे. हे लक्षात घेऊन त्यादृष्टीकोनातूनच नरेंद्र मोदींचा दौरा आखण्यात आला होता आणि ते प्रथम म्यानमारला गेले होते. म्यानमार हा दक्षिण आशिया आणि दक्षिणपूर्व आशिया यांना जोडणारा दुवा आहे. त्यामुळेच भारताने म्यानमारवरही लक्ष केंद्रित केले आहे. आगामी काळात भारत आणि आसियान पर्यावरण, ऊर्जा, वित्त, शिक्षण, नैसर्गिक आपत्ती निवारण, रस्तेजोडणी, तेल आणि नैसर्गिक वायू या क्षेत्रांमध्ये आपले संबंध विकसित करणार आहेत.

एकूणच, भारत आणि आसियान यांच्यातील संबंधांना दोन दशके पूर्ण झाल्यानंतर आता तिसऱ्या दशकात या संबंधांचा नवा अध्याय सुरू होत आहे.

■

आसियान संघटनेची ४७ वी बैठक

ही बैठक ८ ते १० ऑगस्ट २०१४ या दरम्यान म्यानमारमध्ये झाली. ही बैठक पहिल्यांदाच म्यानमारमध्ये संपन्न झाली. आसियान (ASEAN) या संघटनेची स्थापना १९६७ मध्ये झाली. स्थापनेच्या वेळी केवळ पाच देश या संघटनेचे सदस्य होते. नंतरच्या काळात आसियानने आपला विस्तार करण्यास सुरुवात केली. त्याचाच एक भाग म्हणून सन २००० मध्ये म्यानमारला आसियानचे सदस्यत्व मिळाले. म्यानमार हा आसियानचा शेवटचा सदस्य देश ठरला. कारण सन २००० नंतर आसियानने विस्तार न करण्याची भूमिका घेतली.

यंदाच्या ४७ वी आसियान संघटनेची बैठक म्यानमारमध्ये घेण्यामागे काही कारणे होती.

१) म्यानमारमध्ये सध्या लोकशाही स्थित्यंतरे सुरू आहेत. तेथील लष्करी राजवटीने आपल्या धोरणांमध्ये लवचिकता आणत म्यानमारमध्ये लोकशाहीच्या पुनर्स्थापनेला अनुकुलता दर्शवली आहे. तेथील लोकशाहीवादी नेत्या ऑंग सँग स्यू की यांची नजरकैदेतून मुक्तता केली आहे. त्यामुळे म्यानमारविषयीचा आंतरराष्ट्रीय समुदायाचा दृष्टिकोन बदलला आहे.

२) म्यानमारचे भौगोलिक स्थान हे आशिया खंडातील सत्तासमतोलाच्या राजकारणाच्या दृष्टीने अत्यंत महत्त्वाचे आहे. म्यानमारमुळे दक्षिण आशिया आणि दक्षिणपूर्व आशिया एकमेकांशी जोडले जातात. त्याचबरोबर म्यानमार हा भारत आणि चीन या दोन बलाढ्य देशांमधील 'सँडविच कंट्री' आहे.

३) म्यानमारमध्ये ऑईल, पेट्रोल, गॅसचे व नैसर्गिक साधनसंपत्तीचे प्रचंड मोठे साठे आहेत. तसेच अलीकडील काळात म्यानमारच्या माध्यमातून चीन हिंदी महासागरामध्ये पाय पसरण्याचा प्रयत्न करत आहे. दुसरीकडे पश्चिमेकडील राष्ट्रे, विशेषतः अमेरिकेचे लक्षही आता म्यानमारकडे वळलेले आहे.

एकूणच, म्यानमारच्या वाढत्या महत्त्वामुळेच यंदाची आसियान परिषद तेथे घेण्यात आली.

महत्त्वपूर्ण निर्णय :

ही फार महत्त्वाची परिषद मानली जाते. यंदाच्या परिषदेमध्ये पाच महत्त्वाचे निर्णय घेण्यात आले.

१) यातील पहिला निर्णय मानवाधिकारांच्या क्षेत्राबाबत झाला. आसियान संघटनेने अलीकडेच इंटरगव्हर्नमेंटल कमिशन ऑन ह्युमन राईटस् म्हणजेच आंतरशासकीय मानवाधिकार आयोग या

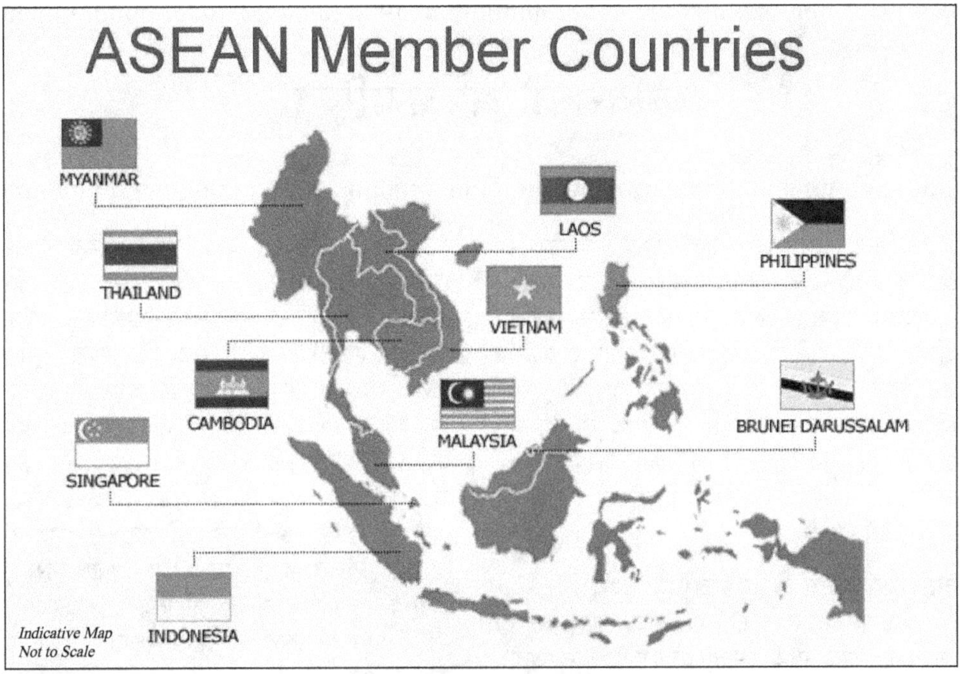

आसियानची सदस्य राष्ट्रे

मानवाधिकाराबाबतच्या एका आयोगाची स्थापना केली आहे. या आयोगाने लवकरात लवकर आपला अहवाल सादर करावा आणि त्याची कार्यप्रणाली कशी असेल याबाबतचा एक ठराव या परिषदेमध्ये संमत करण्यात आला.

२) दुसरा निर्णय म्हणजे दक्षिण पूर्व आशियाला अण्वस्त्रमुक्त प्रदेश म्हणून घोषित करण्यासाठी प्रयत्न करण्याचा निर्णय झाला.

३) तिसरा निर्णय हा भारताशी संबंधित आहे. या निर्णयानुसार चीन आणि भारत या दोन देशांबरोबर आसियान संघटना एक मुक्त व्यापार क्षेत्र तयार करणार आहे. हे मुक्त व्यापार क्षेत्र (फ्री ट्रेड एरिया) लवकरात लवकर तयार केले जाण्यासंदर्भात आणि २०१४च्या अखेरीपर्यंत भारताशी याबाबत करार करण्यासंदर्भातील निर्णय या परिषदेत घेण्यात आला. या परिषदेमध्ये एशियन इन्फ्रास्ट्रक्चर डेव्हलपमेंट बँक (आसियान साधनसंपत्ती विकास बँक) स्थापन करण्याबाबतच्या प्रस्तावावर चर्चा झाली. हा प्रस्ताव चीनकडून देण्यात आला होता.

४) त्याचबरोबर भारतासंदर्भातील आणखी एक सर्वांत महत्त्वाचा निर्णय घेण्यात आला. तो म्हणजे थायलंड, म्यानमार आणि भारत अशा तीन देशांमध्ये एक सडक मार्ग विकसित करणे आणि तो पुढे लाओस आणि कंबोडियापर्यंत घेऊन जाणे. त्याचबरोबर एक इकॉनॉमिक कॉरिडॉर तयार करण्याबाबत या परिषदेमध्ये निर्णय घेण्यात आला. याला मेकाँग इंडिया इकॉनॉमिक कॉरीडॉर असे म्हटले जाते.

५) शेवटचा जो निर्णय झाला तो म्हणजे 'आसियान प्लस थ्री' या संकल्पनेबाबत आहे. यातील प्लस थ्रीमध्ये जपान, चीन आणि दक्षिण कोरियाचा समावेश होतो. या तीन देशांबरोबर व्यापारी संबंध कसे विकसित करता येतील याचा विचार आसियान संघटनेने सुरू केला आहे. ■

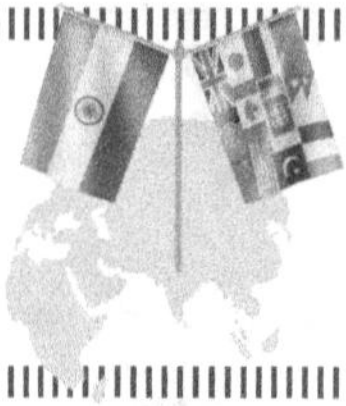

बाविसावी अपेक परिषद

आशिया पॅसेफिक इकॉनॉमिक कॉर्पोरेशन (अपेक) हा २१ देशांचा व्यापार संघ आहे. प्रामुख्याने आशिया आणि प्रशांत क्षेत्रातील म्हणजे दक्षिण पूर्व आशिया, उत्तर पूर्व आशियामधील राष्ट्रे आणि अमेरिका व युरोपमधील काही राष्ट्रे या व्यापारसंघाचे सदस्य आहेत. ही सर्व राष्ट्रे श्रीमंत आहेत. या सर्व राष्ट्रांची बाविसावी परिषद १० आणि ११ नोव्हेंबर, २०१४ रोजी चीनची राजधानी बीजिंग येथे पार पडली.

आशिया प्रशांत क्षेत्रावर जगाचे लक्ष्य :

आशिया प्रशांत क्षेत्रावरून सध्या चीन आणि अमेरिका यांच्यामध्ये शीतयुद्धासारखी परिस्थिती निर्माण झालेली आहे. दोन्हीही देश या क्षेत्रावर आपला प्रभाव पाडण्यासाठी प्रयत्न करत आहेत. कारण आशिया प्रशांत क्षेत्र हे संपूर्ण जगाचे प्रमुख व्यापार क्षेत्र बनलेले आहे. कारण जागतिक व्यापाराच्या ८० टक्के व्यापार या क्षेत्रातून होतो. त्यामुळे चीन या क्षेत्रावर आपला प्रभाव पाडण्यासाठी जोरदार प्रयत्न करत आहे आणि ते अमेरिकेला नको आहे.

चीनच्या या क्षेत्रावरील प्रभावाचा मुकाबला करण्यासाठी आणि या क्षेत्रामध्ये आपल्याला पाय पसरता यावेत यासाठी या क्षेत्रांतर्गत येणाऱ्या काही राष्ट्रांसोबत अमेरिकेने एक करार केलेला आहे. याला 'ट्रान्स पॅसिफिक पार्टनशिप' असे म्हणतात. वास्तविक, हा एक उपक्रम असून त्यानुसार एकविसाव्या शतकामध्ये अमेरिका आशिया प्रशांत क्षेत्रातील ११ देशांबरोबर व्यापारी करार करणार आहे. हा करार पूर्णत्त्वास येईल त्यावेळी अमेरिकेतील कामगार, उद्योगपती, शेतकरी यांना आशिया प्रशांत क्षेत्रामध्ये व्यापाराच्या, गुंतवणुकीच्या, उद्योगाच्या संधी मिळणार आहेत. त्यामुळेच या करारासाठी अमेरिकेने खास पुढाकार घेतला आहे. यासंदर्भातील एक बैठक २७ ऑक्टोबर, २०१४ रोजी ऑस्ट्रेलियातील सिडनीमध्ये झाली. या बैठकीत दोन महत्त्वाचे करार झाले. पहिला करार होता मार्केट ॲक्सेस ॲग्रीमेंट. या क्षेत्रांतर्गत येणाऱ्या देशांच्या बाजारपेठांमध्ये अमेरिकेला प्रवेश मिळावा यासाठी हा करार करण्यात आला. दुसरा करार व्यापार आणि गुंतवणुकीसंदर्भातील होता. थोडक्यात, अमेरिकेने आपले सर्व लक्ष या क्षेत्राकडे केंद्रित केलेले आहे. २०११ मध्ये अमेरिकेने संरक्षणदृष्ट्याही या क्षेत्रावर लक्ष केंद्रित केलेले आहे. त्यासाठी अमेरिकेने 'पिव्हॉट टू एशिया' नावाचा उपक्रम हाती घेतला. या उपक्रमानुसार, अमेरिका भविष्यामध्ये आपल्या नौदलापैकी २० टक्के नौदल आशिया-प्रशांत क्षेत्रामध्ये ठेवणार आहे. अमेरिकेच्या या सर्व भूमिकेबाबत, हालचालींबाबत चीनला आक्षेप आहे. चीन आणि अमेरिका यांच्यातील या चढाओढीचे, प्रभावाच्या राजकारणाचे प्रतिबिंब यंदाच्या अपेक राष्ट्रांच्या परिषदेमध्ये पडलेले दिसून आले.

चीनचे राष्ट्राध्यक्ष शी झिनपिंग यांनी या क्षेत्रावरील अमेरिकेचा प्रभाव कमी करण्याचे ठरवले आहे. त्यासाठी त्यांनी 'एशिया फॉर एशियन' म्हणजेच आशियाई लोकांसाठी आशिया आहे असा नारा दिला आहे. त्यानुसार, आशियामध्ये सध्याची जी प्रचलित व्यवस्था आहे ती शीतयुद्धकालीन आहे. तसेच ती अमेरिकेच्या प्रभावाखालील आहे. ही व्यवस्था मोडून काढून नवीन व्यवस्था (न्यू सिक्युरिटी मेकॅनिझम) निर्माण करण्याची आवश्यकता आहे. ज्या व्यवस्थेमध्ये आशियाई राष्ट्रांचे प्रश्न हे आशियाई राष्ट्रेच सोडवतील, त्यासाठी अमेरिका वा युरोपची मदत घेतली जाऊ नये, असे झिनपिंग यांचे म्हणणे आहे. यासाठी त्यांनी दोन उपक्रम हाती घेतले आहेत. भारत आणि चीनमधील पंचशील धोरणाचे पुनरुज्जीवन करण्याचा आणि त्याद्वारे आशियाई राष्ट्रांना एकत्रित करण्याचा पहिला उपक्रम त्यांनी हाती घेतला आहे. दुसरा उपक्रम म्हणजे मॅरिटाईम सिल्क रूटच्या माध्यमातून आशियाई राष्ट्रांना जोडणे.

बीजिंग येथे पार पडलेली अपेक परिषद

अमेरिका-चीन यांच्यातील या संघर्षाचे, चढाओढीचे, प्रभावाच्या राजकारणाचे पडसाद या परिषदेमध्ये उमटले. मुख्य म्हणजे, शी झिनपिंग यांनी चीनच्या अध्यक्षपदाची सूत्रे हाती घेतल्यानंतरची अपेक राष्ट्रांची ही पहिली परिषद संपन्न झाली. या परिषदेला सर्व म्हणजे २१ राष्ट्रांचे सदस्य उपस्थित होते. त्याचबरोबर त्यांनी भारत, पाकिस्तान आणि बांगलादेश या तीन राष्ट्रांना निरीक्षक म्हणून बोलावण्यात आले होते; भारताने या परिषदेला उपस्थिती लावली नाही; पण पाकिस्तान आणि बांगलादेशचे सदस्य या परिषदेला उपस्थित राहिले.

या परिषदेमध्ये आर्थिक एकीकरण, नाविन्यपूर्ण विकासाला चालना देणे, आर्थिक सुधारणा, समुद्र आणि सडक मार्गांनी कनेक्टिव्हिटी साधणे आणि साधनसंपत्तीचा विकास करणे या पाच नवीन क्षेत्रांबाबत परस्परांना सहकार्य करण्याचा निर्णय घेण्यात आला. याशिवाय पुढील पाच मुद्द्यांसंदर्भातील महत्त्वाचे करार या परिषदेमध्ये करण्यात आले.

१) संपूर्ण आशिया प्रशांत क्षेत्रामध्ये मुक्त व्यापार क्षेत्र निर्माण करणे.

२) भ्रष्टाचाराविरुद्ध सामूहिक जाळे करणे.

३) पर्यावरणाच्या प्रदूषणासाठी कारणीभूत असणाऱ्या कार्बनचे उत्सर्जन कमी करणे

४) माहिती आणि तंत्रज्ञान क्षेत्रावरील जकात कमी करणे

५) दहशतवादासंदर्भातील गुप्तचर माहितीची देवाणघेवाण करणे

या पाच मुद्द्यांसंदर्भातील महत्त्वाचे करार या परिषदेमध्ये करण्यात आले.

यापैकी सुरुवातीचे दोन प्रस्ताव चीनने मांडले होते आणि ते संमतही करण्यात आले.

■

मध्य आशिया आणि भारत

गेल्या काही वर्षांमध्ये अमेरिका, चीनसह संपूर्ण जगाचे लक्ष मध्य आशियाकडे लागून राहिले आहे. याचे कारण या भागात असणारी तेल, नैसर्गिक वायू आणि युरेनिअम यांची विपुलता. पंतप्रधान नरेंद्र मोदी यांनीही मध्य आशियाचे वाढते महत्त्व लक्षात घेऊन जुलै २०१५ मध्ये मध्य आशियामधील पाच देशांचा दौरा केला. याच दौऱ्यादरम्यान त्यांनी शांघाय सहकार्य संघटनेच्या बैठकीला उपस्थिती लावली. त्यानंतर या संघटनेच्या २३ आणि २४ जून २०१६ रोजी पार पडलेल्या सोळाव्या वार्षिक परिषदेमध्ये भारत आणि पाकिस्तान या दोन देशांना पूर्ण सदस्य म्हणून सामावून घेण्यास मान्यता मिळाली आहे. मध्य आशियाई देशांशी संबंध विकसित करण्यासाठीच्या भारताच्या प्रयत्नांना या सदस्यत्त्वामुळे बळकटी मिळणार आहे.

मध्य आशियाचे वाढते महत्त्व

गेल्या काही वर्षांमध्ये अमेरिका, चीनसह सर्वच देश मध्य आशियात आपले हात-पाय पसरवण्याचा प्रयत्न करत आहेत. याचे कारण या भागात तेल, नैसर्गिक वायू आणि युरेनिअम यांचे प्रचंड मोठ्या प्रमाणात साठे आहेत. ते मिळवण्यासाठी जगभरातील देशांमध्ये स्पर्धा लागलेली आहे. या भागांवर प्रभाव असणाऱ्या देशांचा अफगाणिस्तानवरही प्रभाव राहणार असल्याने या मोठ्या महासत्तांमध्ये चढाओढ सुरू आहे. भारताचे अटल बिहारी वाजपेयी यांच्या नेतृत्त्वाखालील राष्ट्रीय लोकशाही आघाडी सरकारच्या काळात म्हणजेच १९९८ ते २००३ मध्ये या भागावर प्रभाव वाढवण्याचे प्रयत्न सुरू झाले होते. मध्य आशियातील देशांबरोबर मैत्रीचे संबंध प्रस्थापित करण्यामध्ये वाजपेयी यांचे महत्त्वाचे योगदान होते. त्यावेळी संरक्षण करार, युरेनिअम पुरवठ्याचा करार, ताझकिस्तानमध्ये भारताच्या सहकार्याने अद्ययावत संरक्षण विमानतळ बांधण्याची प्रक्रिया सुरू झाली होती. भविष्यातील वाढती ऊर्जेची गरज पूर्ण करण्याबरोबर त्या भागावरील भारताचा प्रभाव वाढविणे हा त्यामागचा उद्देश होता. या देशाबरोबरचे संबंध घनिष्ट करण्यासाठी भारत गेल्या १५ वर्षांपासून प्रयत्न करत आहे.

याच्या पुढचे पाऊल म्हणून पंतप्रधान नरेंद्र मोदी यांनी जुलै २०१५ मध्ये मध्य आशियातील कझाकीस्तान, किर्गीस्तान, ताझकिस्तान, तुर्कमेनिस्तान आणि उज्बेकीस्तान या पाच देशांना भेटी दिल्या. मोदी यांचा हा दौरा प्रामुख्याने संरक्षण, आर्थिक आणि व्यापारी दृष्टीने महत्त्वाचा ठरला.

पाच देशांचे भौगोलिक स्थान

मध्य आशियातील पाच देशांचे भौगोलिक स्थान सामरिकदृष्ट्या खूपच महत्त्वाचे आहे. खास करून ताझकिस्तानच्या सीमा चीन, अफगाणिस्तान आणि पाकव्याप्त काश्मीरला लागून आहेत. चीनची ५५० किलोमीटर सीमारेषा, अफगाणिस्तानची एक हजार किलोमीटर सीमारेषा तर पाकव्याप्त काश्मीरची १६ किलोमीटर सीमारेषा ताझकिस्तानच्या सीमेला लागून आहे. त्यामुळे ताझकिस्तान हा सामरिकदृष्ट्या खूपच महत्त्वाचा देश आहे. या देशाशी आपले चांगले संबंध प्रस्थापित झाले तर अफगाणिस्तानातील हालचाली तसेच पाकव्याप्त काश्मीरमध्ये सुरू असलेल्या चीनच्या कुरापतींवर आपल्याला लक्ष ठेवता येणार आहे.

ऊर्जास्त्रोतांनी समृद्ध देश

ताझकिस्तानखेरीज अन्य चार देश भारतासाठी ऊर्जेचे मोठे स्त्रोत आहेत. भूगर्भवायू, नैसर्गिक वायू आणि तेल यांचे फार मोठे साठे या देशांमध्ये आहेत. भारताला आगामी काळात साधावयाच्या विकासासाठी ऊर्जेची मोठी गरज आहे. ही गरज भागवण्यासाठी अणुउर्जेचा पर्याय अवलंबावा लागणार आहे. यासाठी भारताला मोठ्या प्रमाणावर अणुइंधनाची म्हणजेच युरेनिअमची आणि अणुतंत्रज्ञानाची गरज आहे. केंद्र सरकारने

हे अणुइंधन मिळवण्यासाठी विविध देशांशी बोलणी केली आहेत. जपानच्या दौऱ्यावर असताना मोदी यांनी तेथेही आण्विक तंत्रज्ञानासंबंधी बोलणी केली होती. तसेच ऑस्ट्रेलिया, कॅनडा या देशांसोबतही युरेनिअमचा पुरवठा करण्याबाबत भारताने करार केले आहेत. आपल्या देशात अणुभट्ट्यांची संख्या मोठ्या प्रमाणावर वाढणार आहे. त्यासाठी २०२० पर्यंत भारताला सुमारे २० हजार टन युरेनिअमची गरज लागणार आहे. कझाकिस्तान हा देश युरे-निअमच्या उत्पादनात आघाडीवर आहे. युरेनिअम चा पुरवठा करण्यासाठी भारताने या देशाशी यापूर्वीच एक करार केलेला आहे. हा करार वाढवण्यासाठी या भेटीदरम्यान मोदींनी प्रयत्न केले.

शांघाय सहकार्य संघटना आणि भारत

जुलै २०१५ मधील दौऱ्यादरम्यान मोदी हे 'शांघाय को-ऑपरेशन ऑर्गनायझेशन' बैठकीला उपस्थित राहिले. शांघाय सहकार्य संघटनेच्या बैठकीसाठी पाकिस्तानचे पंतप्रधान नवाज शरीफ हेदेखील उपस्थित होते. शांघाय सहकार्य संघटना हा गट आर्थिक आणि लष्करी भूमिकांमध्ये महत्त्वाचा असला तरी लष्करी दृष्ट्या त्याचे महत्त्व अधिक आहे. ही संघटना १९९६ साली प्रस्थापित झाली. चीन आणि रशियाने या संघटनेच्या स्थापनेसाठी पुढाकार घेतला. मध्य आशियातील देश या संघटनेचे सदस्य आहेत. या संघटनेत सध्या चीन, रशिया, कझाकिस्तान, उज्बेकीस्तान आणि तझाकिस्तान असे एकूण पाच सदस्य आहेत. ही संघटना स्थापन झाली तेव्हा चीनला दहशतवादाचा मोठा धोका होता. चीनच्या शिनशियांग (Xingiang) या प्रांतात असलेल्या उघूर (Uyghurs) नामक अल्पसंख्यांक मुस्लिम जमातीकडून दहशतवादी कृत्ये होत होती. त्याच काळात रशियात चेचेन्या या भागातही प्रचंड दहशतवादी कारवाया वाढल्या होत्या. याचवेळी मध्य आशियातील 'फर्गना व्हॅली' (Fergana Valley) ही कडव्या मूलतत्ववाद्यांचे केंद्र बनले होते. त्यामुळे चीन, रशियासह मध्य आशियाला दहशतवादाचा धोका होता. १९९६ मध्ये अफगाणिस्तानमध्ये तालिबानचे शासन आले. यामुळे हा कडवा इस्लामचा प्रचार वाढण्याची शक्यता होती आणि तो नियंत्रणात आणण्यासाठीच शांघाय सहकार्य संघटनेची स्थापना करण्यात आली.

या संघटनेच्या स्थापनेत चीनचा पुढाकार फार मोठा होता. युरोपियन राष्ट्रांनी अमेरिकेच्या नेतृत्वाखाली 'नाटो' नावाची लष्करी संघटना १९४९ मध्ये काढली. त्यामागे एक सामूहिक सुरक्षा

Indicative Map
Not to Scale

मध्य आशिया

सेना उपलब्ध होईल आणि अनेक देशांना संरक्षण देता येईल अशी भूमिका होती. अशाच पद्धतीने आशिया खंडातही एखादी सामूहिक सुरक्षा संघटना विकसित केली जावी अशी चीनची भूमिका होती. ज्याप्रमाणे 'नाटो' संघटना विकसित होऊन एक मोठी सुरक्षा फौज म्हणून पुढे आली त्याचप्रमाणे शांघाय सहकार्य संघटनाही पुढे यावी असा चीनचा उद्देश होता. याच काळात रशियाचे विघटन होऊन रशिया अमेरिका आणि युरोपकडे ओढला गेला; पण त्यांच्या पदरात काहीच पडले नाही. दरम्यान, रशियामध्ये राष्ट्रवादी भावना उदयास आली. त्यामुळे चीन आणि रशियाने पुढाकार घेऊन ही संघटना स्थापन केली. नंतरच्या काळात या संघटनेला उतरती कळा लागली होती. आता मात्र अचानकपणे या संघटनेला ऊर्जितावस्था प्राप्त झाली आहे.

अलीकडील काळात संपूर्ण आशियामध्ये राष्ट्रवादी भावना उदयास येत आहे. त्याचे प्रतिनिधीत्व करण्याचा प्रयत्न चीनकडून जोरदारपणे होत आहे. त्यामुळेच त्यांनी मॅरेटाईम सिल्क रूट, वन बेल्ट वन रूट अशा योजना आणून आशियातील देशांना एकत्र करण्याच्या व त्यांच्यात समुद्रमार्गाने, जमीनीच्या मार्गाने व्यापार वाढवण्याच्या महत्त्वाकांक्षी योजनांची घोषणा केली. याचबरोबर 'ब्रिक्स'च्या पार्श्वभूमीवर एशियन इन्फ्रास्ट्रक्चर बँकेची घोषणा त्यांनी केली. जागतिक बँकेकडून आशियातील देशांना निधीपुरवठा करताना दुजाभाव केला जात असल्याने त्याला एक प्रकारचा शह देण्यासाठीच या बँकेची स्थापना झाली. आशियातला राष्ट्रवाद वाढविणे आणि आशियातला अमेरिकेच्या वाढत्या हस्तक्षेपाला प्रतिबंध घालणे हा यामागे उद्देश होता. शांघाय सहकार्य संघटनेला उर्जितावस्था देण्यासाठीच्या चीनच्या प्रयत्नांमागेही तोच उद्देश आहे.

गेल्या काही वर्षांपासून शांघाय सहकार्य संघटनेचा सदस्य बनण्यासाठी भारत आणि पाकिस्तान प्रयत्न करत आहेत. जुलै २०१५ मध्ये झालेल्या बैठकीमध्ये या दोन्ही देशांना सामावून घेण्याचा निर्णय घेण्यात आला. त्यानंतर या संघटनेची सोळावी वार्षिक बैठक २३ आणि २४ जून २०१६ रोजी पार पडली. यामध्ये भारत आणि पाकिस्तान या दोन देशांना पूर्ण सदस्य म्हणून सामावून घेण्यास मान्यता मिळाली. यासंदर्भातील मेमोरेडंम ऑफ ऑब्लिगेशनवर स्वाक्षरी केल्यानंतर हे सदस्यत्त्व मिळाले आहे. २०१७ मध्ये होणाऱ्या वार्षिक बैठकीमध्ये या दोन देशांना सामील होता येणार आहे. भारत या संघटनेमध्ये २००४ पासून निरीक्षक म्हणून काम करत आहे. भारताने २०१४ मध्ये या संघटनेचे पूर्ण सदस्यत्व मिळावे असा प्रस्ताव सादर केला होता. याउलट पाकिस्तानने २००६ मध्येच या सदस्यत्त्वासाठीची मागणी करणारा प्रस्ताव दाखल केला होता. भारताची आर्थिक ताकद वाढत आहे. त्यामुळे आशिया खंडाला एकत्र करण्यासाठी भारताकडे दुर्लक्ष करता येणार नाही. भारताला वगळून आपल्याला हे करता येणार नाही, हे चीनने ओळखले आहे. मॅरेटाईम सिल्क रूटचा प्रकल्प आणि आशियातील अमेरिकेचा हस्तक्षेप कमी करायचा असेल तर या संघटनेला भारताची गरज आहे. त्यामुळेच या संघटनेत भारताच्या समावेशाला त्यांनी हिरवा कंदील दाखविला आहे. भारताचे वाढते सामर्थ्य, वाढती आर्थिक ताकद यामुळे भारताला या संघटनेत घेण्यात आले आहे; पण प्रश्न असा पडतो की भारत आणि पाकिस्तान या दोन्ही देशांना या संघटनेमध्ये का समाविष्ट करण्यात आले? याचे मुख्य कारण म्हणजे या संघटनेला आपला भौगोलिक विस्तार करायचा आहे. ही संघटना प्रामुख्याने युरेशियन संघटना म्हणूनच ओळखली जाते. पण आता संघटनेला दक्षिण आशियातही याचा विस्तार करायचा आहे. त्यासाठीच भारत आणि पाकिस्तानला सामील करून घेण्याचा निर्णय घेतला गेला. भारत आणि पाकिस्तानच्या समावेशाने संघटनेची ताकद प्रचंड वाढणार आहे. रशिया, भारत आणि चीन या बलाढ्य राष्ट्रांनी 'नाटो'सारखी एखादी लष्करी संघटना बनविण्याचा प्रयत्न केला तर ही संघटना जगातील सर्वांत शक्तीशाली संघटना ठरेल.

या संघटनेतील सदस्यत्त्वासाठीच्या भारताच्या प्रस्तावाला रशियाने पाठिंबा दिला; तर पाकिस्तानला चीनने पाठिंबा दिला. अलीकडील काळात अफगाणिस्तान आणि मध्य आशियामध्ये वर्चस्व प्रस्थापित करण्यासाठी चीन पाकिस्तानच्या माध्यमातून जोमाने प्रयत्न करत आहे. पाकिस्तानसोबत इकोनॉमिक कोरिडॉर विकसित करून चीन पाकिस्तानशी असलेले

मैत्रीसंबंध अधिक घनिष्ट करू पहात आहे. याच मैत्रीशृंखलेतील एक पाऊल म्हणून शांघाय सहकार्य संघटनेमधील सदस्यत्त्वासाठी पाकिस्तानला चीनने दिलेल्या पाठिंब्याकडे पाहावे लागेल.

भारताला फायदा काय?

१) मध्य आशियाई देशांशी संबंध विकसित करण्यासाठीच्या भारताच्या प्रयत्नांना या सदस्यत्त्वामुळे बळकटी मिळणार आहे. भारत आणि अफगाणिस्तान यांच्यातील मैत्रीसंबंधांमागे तसेच अफगाणिस्तानला भारताकडून देण्यात येणाऱ्या मदतीमागे प्रामुख्याने मध्य आशियामध्ये प्रवेश मिळणे हा हेतू आहे. शांघाय संघटनेचे सदस्य झाल्यानंतर आखातातील देशांशी मैत्रीपूर्ण संबंध बनवणे भारताला सुकर ठरणार आहे. या सदस्यत्वामुळे मध्य आशियामध्ये भारताला अधिकृतरित्या प्रवेश मिळाला आहे. आतापर्यंत यासाठी अफगाणिस्तानची मनधरणी करावी लागत होती. आता ती करावी लागणार नाही.

२) भारताच्या दहशतवादविरोधी लढ्याच्या दृष्टिकोनातूनही या सदस्यत्वाला महत्त्व आहे. या संघटनेने दहशतवादविरोधी विभागीय संरचना तयार केली आहे. इस्लामिक मूलतत्ववादाचा धोका या संघटनेतील देशांबरोबर भारतालाही आहे. त्यामुळे भारत या संघटनेचा सदस्य बनल्यानंतर गुप्तचर माहितीची देवाणघेवाण अधिक व्यापक प्रमाणावर होणार आहे. त्याचप्रमाणे काही संयुक्त कवायती, सरावही होणार आहेत. अशा पद्धतीच्या संयुक्त संरचनेचा भारताला फायदाच होणार आहे.

३) आर्थिक दृष्टीनेही हे सदस्यत्व फायदेशीर आहे. आज चीन, रशिया, भारत हे तिन्ही देश 'ब्रिक्स'सारख्या संघटनेचे सदस्य आहेत. त्याचप्रमाणे शांघाय सहकार्य संघटनाही आर्थिक सहकार्याचा एक मंच उपलब्ध करून देणार आहे.

आव्हाने कोणती आहेत?

या सर्व जमेच्या बाजू असल्या तरी हे सदस्यत्व मिळाल्यानंतर काही आव्हानांनाही सामोरे जावे लागणार आहे. याचे कारण भारताबरोबरच पाकिस्तानलाही हे सदस्यत्व मिळाले आहे. आज या दोन्ही देशातील संबंधांमधील अस्थिरतेमुळे 'सार्क'सारख्या संघटनेला आपली उद्दिष्टपूर्ती करता आलेली नाही. कारण भारताच्या कोणत्याही प्रस्तावाला पाकिस्तानचा विरोध असतो. आता या शत्रुत्वाचे प्रतिबिंब शांघाय सहकार्य संघटनेतही पडण्याची शक्यता आहे. त्यामुळे हे भारतासाठी एक आव्हान असणार आहे. दुसरी गोष्ट म्हणजे, दहशतवादाविरोधात संयुक्त विभागीय कारवाई करण्याबाबतचा प्रस्ताव भारताने ठेवल्यास त्याला पाकिस्तान आणि चीन यांच्याकडून विरोध होणार हे उघड आहे. कारण गेल्या तीन वर्षांपासून भारत-अमेरिका संबंध सुधारत असल्याने रशिया आणि चीन यांचा ओढा पाकिस्तानकडे वाढत चालला आहे. आंतरराष्ट्रीय राजकारणातील ही बदलती समीकरणे पाहता भारताला या व्यासपीठाचा वापर पाकिस्तानविरोधात करता येण्याच्या शक्यता फार कमी आहेत. इतर देशांबरोबर भारत व्यापारी संबंध प्रस्थापित करू शकेल; मात्र पाकिस्तानने आजही भारताला मोस्ट फेवर्ड नेशन असा दर्जा दिलेला नसल्याने त्यांच्यासोबत व्यापार करताना अडथळा निर्माण होणार आहेत. असे असले तरी पाकिस्तान हा दहशतवादाची निर्यात करणारी फॅक्टरी बनला असल्याचे दाखवून देऊन भारत इतर देशांचे मतपरिवर्तन करू शकतो. पाकिस्तानवर नियंत्रण ठेवल्यास दक्षिण आशिया आणि युरेशियातील दहशतवादावर नियंत्रण ठेवू शकतो हे इतर देशांना पटवून देता आले तर भारताला या सदस्यत्वाचा दहशतवादविरोधातही फायदा होऊ शकतो.

■

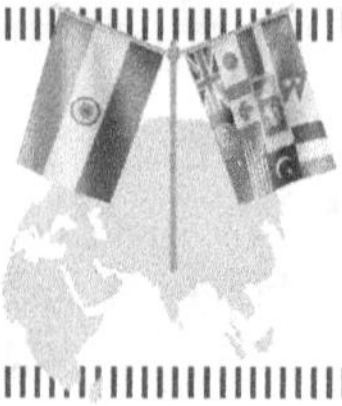

उत्तर कोरियाच्या अणुचाचण्या ब्लॅकमेलिंगचा नवा प्रवाह

उत्तर कोरिया हा देश अलीकडील काळात सातत्याने जागतिक पटलावरील चर्चेत येत आहे. याचे प्रमुख कारण आहे ते या देशाकडून केल्या जाणाऱ्या अणुचाचण्या आणि क्षेपणास्त्र परीक्षणे. वास्तविक, या चाचण्यांमागे शक्तीप्रदर्शनापेक्षाही सौदेबाजी किंवा ब्लॅकमेलिंगची रणनीती असल्याचे दिसून येते. एकीकडे दक्षिण कोरिया, जपानला धमकावतानाच त्या माध्यमातून अमेरिकेकडून निधी लाटणे हा उत्तर कोरियाचा उद्देश दिसून येतो. गेल्या काही वर्षांत आंतरराष्ट्रीय राजकारणात हा एक प्रवाहच निर्माण झाल्याचे दिसून आले आहे. असे प्रकार थांबवायचे असल्यास आंतरराष्ट्रीय पातळीवरून कडक निर्बंध लादले जाण्याची गरज आहे.

सध्या उत्तरपूर्व आशिया हा सातत्याने आंतरराष्ट्रीय राजकारणातील चर्चेच्या केंद्रस्थानी आहे. त्यामागे असणाऱ्या कारणांमध्ये विभागीय सत्ताकारण हे प्रमुख कारण आहे. काही वर्षांपूर्वी जपानने लष्करीकरणाचा निर्णय घेतला. जपानमधील शिंजो ॲबे (Shinzo Abe) यांचे शासन प्रखर राष्ट्रवादी विचारांचे आहे. जपानच्या राज्यघटनेतील कलम ९ नुसार जपानला कोणत्याही प्रकारचे लष्कर उभारण्याची किंवा लष्कर विकसित करण्याची आणि लष्कराला बाहेर पाठवण्याची बंदी होती; पण हे कलमच काढून टाकण्याचा विचार शिंजो ॲबे यांनी सुरू केला होता. त्यामुळे जपान पुन्हा एकदा चर्चेत आला होता. त्यानंतर उत्तर पूर्व आशियाला चर्चेत ठेवणारा दुसरा देश म्हणजे उत्तर कोरिया होय. हा देश क्षेपणास्त्रांच्या परीक्षणामुळे, हायड्रोजन बॉम्ब विकसित केल्यामुळे आणि अमेरिकेला धमक्या देत असल्यामुळे अलीकडील काळात चर्चेत आला आहे. उत्तर कोरियाच्या या युद्धखोर भूमिकेमुळे तेथील वातावरण अतिशय तणावपूर्ण बनलेले आहे. उत्तर कोरियाच्या या क्षेपणास्त्र स्पर्धेमुळे आणि अणुपरीक्षणामुळे उत्तर पूर्व आशियातील शस्त्रास्त्र स्पर्धा वाढण्याची शक्यता आहे.

उत्तर पूर्व आशियाचे ध्रुवीकरण

मुळातच उत्तर पूर्व आशियाचे पूर्णपणाने ध्रुवीकरण झालेले आहे, हे आपण लक्षात घेतले पाहिजे. या ध्रुवीकरणामध्ये महासत्तांचा मोठा हस्तक्षेप आहे. यातील एका गटामध्ये जपान, दक्षिण कोरिया आणि फिलिपाईन्ससारखे देश असून त्यांचे नेतृत्त्व अमेरिका करत आहे. हे देश पूर्णतः अमेरिकाधार्जिणे आहेत. दुसरा गट हा उत्तर कोरियाचा आहे. उत्तर कोरियाच्या सीमारेषा चीनला भिडलेल्या असल्यामुळे स्वाभाविकपणे चीन आणि उत्तर कोरिया हे मित्र आहेत. सुरुवातीच्या काळात उत्तर कोरियाला सोव्हिएत रशियाचे समर्थन होते. उत्तर कोरियामध्ये एक साम्यवादी गट आणि दुसरा भांडवलशाही गट असे चित्र फार पूर्वीपासून होते. सन २००० नंतर उत्तर कोरिया हा अण्वस्त्रनिर्मिती प्रसारबंदी कराराचा सदस्य होता. पण नंतर त्यांनी आपले सदस्यत्त्व काढून घेतले आणि आपला अण्वस्त्र कार्यक्रम सुरू केला.

उत्तर कोरियाचे लक्ष्य कोण?

उत्तर कोरियाला सध्या फार मोठ्या नैसर्गिक संकटाचा सामना करावा लागत आहे. त्यामध्ये प्रामुख्याने दुष्काळाचे संकट आहे. तेथे फार मोठ्या प्रमाणात गरीबी, बेकारी आहे. इतरही अनेक समस्या आहेत. असे असताना दुसरीकडे मात्र उत्तर कोरिया हा अण्वस्त्रांचा विकास करत आहे. तो करण्यामागचे विशेष कारण म्हणजे दक्षिण कोरियाला धमकावणे हा मुख्य उद्देश आहे. केवळ दक्षिण कोरियाच नाही तर त्यांचे लक्ष्य जपानही आहे. हे दोन देश जेव्हा एकाच लक्ष्याच्या समोर येतात तेव्हा त्यात आपसूकच अमेरिकाही समोर येते. त्यामुळे या धमक्या केवळ दक्षिण कोरियाला नसून जपान आणि अमेरिकेलाही असतात. बराक

ओबामांनी घोषित केलेल्या 'पीव्हॉट टू आशिया' या कार्यक्रमानुसार अमेरिका प्रशांत महासागरामध्ये आपल्या नौदलापैकी २० टक्के नौदल तैनात करणार होता. यामागचा उद्देश म्हणजे एकीकडे चीनच्या विस्तारवदाचा सामना करणे, चीनचा समुद्रातील वाढता हस्तक्षेप रोखणे हा होता. त्याचबरोबर यामागे उत्तर कोरियाचा सामना करणे हाही एक उद्देश होता. त्यानंतर ओबामांनी दहशतीखाली असणाऱ्या या सर्व देशांचा दौराच केला होता. ते जपान, दक्षिण कोरिया आणि व्हिएतनामच्या दौऱ्यावर गेले होते. यातून त्यांनी एक प्रकारे उत्तर कोरियाला इशारा दिला होता.

उत्तर कोरिया अण्वस्त्रधारी का बनला?

आता प्रश्न येतो तो उत्तर कोरियाला अण्वस्त्रधारी होण्याची गरज का भासू लागली? त्याचे एक महत्त्वाचे कारण म्हणजे अमेरिकेचा फार मोठा नाविक तळ हा प्रशांत महासागरात आहे. १९५० च्या दक्षिण कोरियन युद्धादरम्यान अमेरिका आणि सोव्हिएत रशिया हे दोन्ही देश मदतीला होते; पण युद्धानंतर ज्या भागात अमेरिकेचे नौदल होते आणि ज्या भागात सोव्हिएत रशियाचे नौदल होते त्यांनी त्या त्या भागात आपला प्रभाव पाडायला सुरुवात केली. अशा प्रकारे अनेक देशांचे ध्रुवीकरण झाले. त्यामध्ये कोरियाही होता. १९५० च्या कोरियाच्या युद्धानंतर या देशाची विभागणी उत्तर कोरिया आणि दक्षिण कोरिया अशी झाली. उत्तर कोरिया हा साम्यवादाच्या प्रभावाखाली राहिला, तर दक्षिण कोरिया लोकशाहीच्या प्रभावाखाली राहिला. तेव्हापासूनच दक्षिण कोरियामध्ये अमेरिकेचे सैन्य आहे. या सैन्यामुळे उत्तर कोरियाला सातत्याने एक प्रकारची भीती वाटत होती. म्हणूनच हे सैन्य प्रथम काढून घ्यावे ही उत्तर कोरियाची मागणी आहे. अमेरिकेचे दक्षिण कोरियातील लष्करी अस्तित्व हा दक्षिण आणि उत्तर कोरियातील एकीकरणाचा अडथळा आहे, असे उत्तर कोरियाचे म्हणणे आहे. उत्तर कोरियाचे आण्विक कार्यक्रम विकसित करण्यामागचे हेच प्रमुख कारण आहे. ही गोष्ट त्यांनी खुलेपणाने सांगितली आहे आणि त्यानुसार ते क्षेपणास्त्रांचा विकास करत आहेत. त्यामुळे उत्तर कोरियाचे प्रमुख लक्ष्य हे अमेरिका आहे. दक्षिण कोरियाच्या माध्यमातून त्यांना प्रामुख्याने अमेरिकेला संपवायचे आहे.

ब्लॅकमेलिंगचा नवा प्रवाह

अलीकडच्या आंतरराष्ट्रीय राजकारणात आण्विक कार्यक्रमासंदर्भात एक नवीन प्रवाह तयार झालेला दिसत आहे. अनेक देश आण्विक सामर्थ्य वाढवण्याकडे वळू लागले आहेत. अण्वस्त्रांचा वापर हा सौदेबाजीचे किंवा ब्लॅकमेलिंगचे साधन म्हणून करण्याकडे राष्ट्रांचा कल वाढत आहे. याची सुरुवात प्रामुख्याने उत्तर कोरियापासूनच झाली होती. उत्तर कोरियाने २००६ आणि २००९ असे दोन वेळा अणुपरीक्षण केले. २००९ मध्ये जे अणुपरीक्षण झाले त्यावेळी अमेरिकेने चीनच्या मदतीने उत्तर कोरियाशी बोलणी केली आणि उत्तर कोरियाला फार मोठी आर्थिक मदत देऊ केली. ती दुष्काळग्रस्त परिस्थितीसाठी मानवतावादी दृष्टिकोनातून केली गेली होती. ही मदत देताना त्यानंतर उत्तर कोरिया पुन्हा अण्वस्त्रांचा आणि क्षेपणास्त्रांचा विकास करणार नाही अशी अटही घालण्यात आली होती. परंतु उत्तर कोरियाला त्याची सवयच लागली. मदतीचे हप्ते संपल्यानंतर पुन्हा एकदा अशा पद्धतीने परीक्षण करायचे, पुन्हा एकदा चर्चा करायची आणि चर्चेदरम्यान आर्थिक मदत केली तर आम्ही परीक्षण थांबवू अशी अट घालायची असे प्रकार घडत गेले. थोडक्यात, आर्थिक मदत किंवा निधी लाटण्याचे साधन म्हणून उत्तर कोरियाने अणुचाचण्या करण्यास सुरुवात केली. त्याचे अनुकरण प्रामुख्याने इराणने केले. अमेरिका आणि इराणमध्ये जो आण्विक करार झाला त्यामध्ये जवळपास १० अब्ज डॉलर्स इतकी मदत अमेरिकेने इराणला दिली गेली. त्यानुसार इराणने आपला अणुकार्यक्रम थांबवण्याचे मान्य केले आहे. असा प्रयत्न पाकिस्ताननेदेखील करून पाहिला. पाकिस्ताननेही २००० ते २०१५ या काळामध्ये जवळपास १६ अब्ज डॉलर्स इतकी प्रचंड आर्थिक आणि लष्करी मदत अमेरिकेकडून घेतलेली आहे. पाकिस्ताननेही अशाच पद्धतीचे सौदेबाजीचे राजकारण केलेले आहे.

उत्तर कोरियाला चीनची चिथावणी

अमेरिकेच्या नाविक तळाचे प्रशांत महासागरात वाढते अस्तित्व उत्तर कोरियाला धोक्याचे वाटत आहे. त्यामुळेच हा देश वारंवार युद्धखोरीची भाषा करताना दिसत आहे. पण दुसरीकडे असाही

भास निर्माण झाला आहे की उत्तर कोरियाच्या या आक्रमकतेला चीनचीसुद्धा चिथावणी असू शकते. त्यामागचे कारण म्हणजे ज्या-ज्यावेळी उत्तर कोरियाकडून असे काही प्रकार घडतात त्या-त्यावेळी अमेरिका चीनच्या माध्यमातून उत्तर कोरियावर दबाव आणते. ज्या-ज्यावेळी अमेरिका आणि उत्तर कोरियात करार झाले त्यावेळी त्यांच्यात चीनने मध्यस्थी केली होती. थोडक्यात, उत्तर कोरियाचे असे प्रकार वाढल्यामुळे चीनचे महत्त्व वाढत जाते हे लक्षात घेतले पाहिजे. उत्तर कोरियाचा प्रश्न कायमचा मिटला तर चीनला कोणी विचारणार नाही. त्यामुळे चीनदेखील हा प्रश्न सतत जिवंत कसा राहील यासाठी प्रयत्न करत असतो.

राष्ट्रांच्या या ब्लॅकमेलिंगच्या रणनीतीमुळे आज जागतिक पटलावर अण्वस्त्रसज्ज बनण्याची स्पर्धाच सुरू झाली आहे. अण्वस्त्र प्रसारबंदीची आंतरराष्ट्रीय संस्थात्मक रचना आहे ती एनपीटी आणि सीटीबीटी या करारांच्या माध्यमातून तयार करण्यात आलेली आहे. पण ही यंत्रणा किती अपयशी ठरलेली आहे हे या स्पर्धेतून दिसून येते. आजघडीला या यंत्रणेचे कोणीच ऐकत नाही असे दिसून येत आहे. प्रत्येक देश आपले आण्विक सामर्थ्य वाढवण्यासाठी प्रयत्न करू लागला आहे. याचा अर्थ ही आंतरराष्ट्रीय रचना खिळखिळी आणि कमकुवत झालेली आहे.

कडक निर्बंधांची गरज

यामागे प्रामुख्याने मोठ्या सत्तांचे राजकारणच आहे. चीन, फ्रान्स यांसारखे देशही अणुपरीक्षण करतच आहेत. तसेच ही राष्ट्रे इतर राष्ट्रांना अण्वस्त्र तंत्रज्ञान देण्याचाही प्रयत्न करत आहेत. त्यामुळे केवळ छोट्या राष्ट्रांना याबाबत जबाबदार धरता येणार नाही. सद्यस्थितीत एकच गोष्ट समोर येते ती म्हणजे आज उत्तर कोरिया थांबले तर भविष्यात जपानकडून अशी कृती घडण्याची शक्यता नाकारता येत नाही. हे सातत्याने वाढतच राहणार आहे. यावर नियंत्रण आणण्यासाठी पुन्हा एकदा आंतरराष्ट्रीय पातळीवर जनमत विकसित होणे आवश्यक आहे. संयुक्त राष्ट्रसंघटनेने यामध्ये पुढाकार घेऊन अशा युद्धखोर देशांवर कडक आर्थिक निर्बंध टाकणे गरजेचे आहे. पण अनेकदा राजकीय भूमिकांमुळे सर्व राष्ट्रे याबाबत सहकार्य करत नाहीत. परिणामी, आर्थिक निर्बंध टाकले तर त्यामुळे हा उद्देश यशस्वी होत नाही. म्हणूनच आर्थिक निर्बंध टाकल्यानंतर सर्व देशांनी त्याबाबत सहकार्य करणे आणि हे निर्बंध मोडल्यास त्या देशाला वाळीत टाकणे असे उपाय केल्यास अण्वस्त्रांचा होणारा प्रसार थांबवता येऊ शकेल. तसेच संयुक्त राष्ट्र संघानेही याबाबत अत्यंत महत्त्वाची भूमिका निभावण्याची गरज आहे. ■

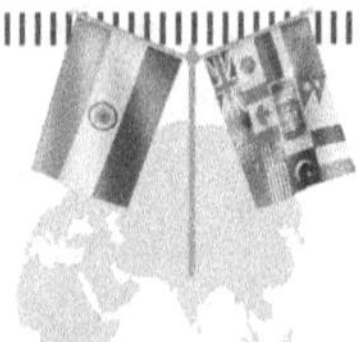

म्यानमारमध्ये लोकशाही

सहा दशकांच्या प्रदीर्घ संघर्षानंतर म्यानमारमध्ये लष्करी राजवट संपुष्टात येऊन मे २०१६ मध्ये तेथे लोकशाही पद्धतीने निवडून दिलेल्या शासनाच्या हाती सत्ता सुपूर्द करण्यात आली. भारताच्या 'ॲक्ट ईस्ट' या धोरणानुसार दक्षिण पूर्व आशियाई देशांशी आर्थिक आणि व्यापारी संबंध सुधारण्याच्या एकूण प्रक्रियेमध्ये म्यानमारचे महत्त्व आहे. त्यामुळे हे सत्तांतर भारतासाठी उपकारकच ठरलेले आहे. मात्र तिथल्या राजकीय आर्थिक आणि सामाजिक व्यवस्थेवर लष्कराचा प्रभाव कायम आहे. लष्कराच्या अधिपत्याखाली आणि नेतृत्वाखालीच म्यानमारची नवी राज्यघटना लिहिली गेलेली आहे. राज्यघटनेमध्ये लष्कराने स्वतःसाठी, लष्कराची अग्रगण्य भूमिका कायम रहावी यासाठी विशेष तरतुदी करुन घेतलेल्या आहेत. त्यामुळे नवे शासन कशा पद्धतीने टिकणार, हे पाहणे आवश्यक आहे.

म्यानमार हा १९६२पासून पूर्णपणे लष्करी

राजवटीखाली होता. सहा दशके तेथे लष्करी राजवट होती. ती संपुष्टात येऊन म्यानमारमध्ये पहिल्यांदा लोकशाही पद्धतीने निवडून दिलेल्या शासनाच्या हाती सत्ता गेलेली आहे. म्यानमारमध्ये गेल्या ६० वर्षांत केवळ दोनदाच लोकशाही पद्धतीने निवडणुका पार पडल्या. पहिली निवडणूक ही १९९० मध्ये पार पडली. ही निवडणूक झाल्यानंतरही तेथे लष्करी राजवटच राहिली. त्यामध्ये लोकशाही पद्धतीने निवडून आलेल्या आंग सान स्यू की यांना लष्कराने सत्ता हस्तांतरित करण्यासाठी नकार दिला. त्यामुळे लोकशाही पद्धतीने निवडणुका होऊनही तेथे लोकशाहीचे शासन मात्र प्रस्थापित होऊ शकले नाही.

त्यानंतर नोव्हेंबर २०१५ मध्ये म्यानमारमध्ये अशा प्रकारच्या निवडणुका झाल्या. या निवडणुकानंतर आलेल्या शासनाकडे लष्कराने सत्ता हस्तांतरित केली. म्यानमारमधील अंतर्गत लढा आणि त्याचबरोबर आंतरराष्ट्रीय दबाव या दोन्हींच्या माध्यमातून हे संक्रमण घडून आले. १९९० मध्ये आंग सान स्यू की यांना बहुमत मिळाले असूनही त्यांना सत्ता स्थापू दिली नाही आणि त्यांना नजरकैदेत ठेवले गेले. ही कैद दीर्घकाळ राहिली. तीन दशके त्यांचा संघर्ष चालू राहिला. या काळात मोठमोठ्या देशांनी म्यानमारवर निर्बंध टाकले होते. म्यानमारचा दर्जा एक प्रकारे दहशतवादी राष्ट्र असा झाला होता. अखेरीस आंतरराष्ट्रीय दबावापुढे म्यानमारमधील लष्करी शासन झुकले आणि त्यांनी ही सत्ता हस्तांतरित केली.

आंग सान स्यू की

आंग सान स्यू की का बनल्या नाहीत राष्ट्राध्यक्ष?

सत्ता हस्तांतर होऊनही आंग सान स्यू की या तेथील राष्ट्राध्यक्ष बनल्या नाहीत. वास्तविक, त्यांनीच या देशांत लोकशाही मार्गाने लढा दिला होता. पण लष्कराच्या अधिपत्याखाली म्यानमारमध्ये लागू झालेल्या नव्या राज्यघटनेने काही तांत्रिक मुद्दे उपस्थित करुन आंग सान स्यू की यांना अध्यक्ष पदापासून दूर ठेवले गेले. त्यामुळेच त्यांचे अधिकृत उमेदवार हितन क्यांव हे म्यानमारचे अध्यक्ष बनले.

लोकशाही टिकणार का?

हे स्थित्यंतर झाल्यानंतरही म्यानमारमध्ये लोकशाही तग धरु शकेल का, हा महत्वाचा मुद्दा आहे. याचे कारण तेथे असणारे लष्कराचे प्राबल्य. तिथल्या राजकीय आर्थिक आणि सामाजिक व्यवस्थेवर लष्कराचा प्रभाव आजही कायम आहे. तसेच लष्कराच्या अधिपत्याखाली आणि नेतृत्वाखालीच म्यानमारची नवी राज्यघटना लिहली गेलेली आहे. राज्यघटनेमध्ये लष्कराने स्वतःसाठी, लष्कराची अग्रगण्य भूमिका कायम रहावी यासाठी विशेष तरतुदी करुन घेतलेल्या आहेत. राज्यघटनेत लष्कराला विशेष अधिकार दिलेले आहेत आणि याच राज्यघटनेवर आधारित लोकशाही राज्य म्यानमारमध्ये अस्तित्त्वात आलेले आहे हे विसरता कामा नये. म्यानमारचा संरक्षण अधिकारी हा लष्कर प्रमुखच असेल अशी तरतूद राज्यघटनेमध्ये करण्यात आली आहे. तसेच म्यानमारच्या संपूर्ण राजकीय प्रक्रियेत, परराष्ट्र धोरणात लष्कराची अग्रगण्यता असेल अशा स्वरुपाची तरतुददेखील त्यामध्ये करण्यात आली आहे. म्यानमारच्या संसदेमध्येसुद्धा लष्करासाठी राखीव जागा ठेवण्यात आलेल्या आहेत. याचाच अर्थ लष्कराचे प्राबल्य अजूनही मोठे आहे. त्यामुळे नवे शासन कशा पद्धतीने टिकणार, हे पाहणे आवश्यक आहे.

नव्या सरकारपुढी आव्हाने

म्यानमारधील सरकारपुढे काही प्रमुख आव्हाने आहेत. त्यामध्ये लष्कराचा पगडा कमी कसा करायचा हे या शासनासमोरचे पहिले आव्हान आहे. यासाठी तेथे पुन्हा एकदा जनमत एकत्र

होऊन घटना दुरुस्तीसाठी काही योजना कराव्या लागतील. दुसरा मुद्दा आहे तो म्यानमारमध्ये वांशिक हिंसाचार. अनेक वर्षांपासून हा देश वंशिक हिंसाचाराला बळी पडलेला आहे. विशेषतः म्यानमारमधील बुद्धीस्ट आणि म्यानमारमधील अल्पसंख्याक रोहिंग्या मुस्लिम यांच्यामधला संघर्ष हा खूपच बिकट स्वरुपाचा आहे. या रोहिंग्या मुस्लिमांना आंतरराष्ट्रीय पातळीवरील मुलत्तववादी मुस्लिमांचे समर्थन मिळत आहे. त्यामुळे या गोष्टीला आंतराष्ट्रीय महत्व प्राप्त झाले आहे. त्याचे परिणाम बांगलादेश आणि भारतातही उमटत आहेत. त्यामुळे अशा स्वरुपाच्या वंशिक संघर्षावर हे शासन कशा प्रकारे नियंत्रण ठेवते हे पहावे लागणार आहे.

तिसरे आव्हान हे आर्थिक स्थैयाबाबतचे आहे. कारण लष्करी राजवटीच्या काळात आंतरराष्ट्रीय स्तरावरून म्यानमारला बहिष्कृत केले असल्यामुळे म्यानमारच्या आर्थिक विकासावर मोठे परिणाम झाले होते. त्या काळात काही करार झाले असले तरी म्हणावी तशी आर्थिक प्रगती झाली नाही. त्यामुळे येत्या काळात म्यानमारचा आर्थिक विकास घडवून आणण्यासाठी धोरणात्मक दिशा ठरवणे, उपाययोजना करणे हे नव्या सरकारपुढील प्रमुख आव्हान आहे. याखेरीज दारिद्र्य निर्मूलन, जनतेचा जीवनस्तर उंचावणे, बेरोजगारी निर्मूलन, प्रशासन लोकापर्यंत घेऊन जाणे यांसारख्या प्रश्नांवरदेखील या शासनाला लक्ष केंद्रित करावे लागणार आहे.

म्यानमार आणि भारत

पूर्वीपासूनच आंग स्यान स्यू की यांना भारताने समर्थन राहिलेले आहे. तेथे लष्करी राजवट असल्यामुळे तेथे बऱ्याच काळापर्यंत भारताने म्यानमारकडे पाठ फिरवली होती. ज्यावेळी म्यानमार आसियान संघटनेचा सदस्य बनला आणि भारताने ॲक्ट ईस्ट धोरण राबवायला सुरुवात केली तेव्हापासून भारताला म्यानमारकडे लक्ष देण्याशिवाय पर्याय नव्हता. भारताच्या परराष्ट्र धोरणात म्यानमारला आर्थिक आणि व्यापारी महत्व प्राप्त झाले तेव्हा म्हणजे १९९४ नंतर आपण म्यानमारकडे लक्ष वळविले आणि या देशासोबतचे आर्थिक संबंध घनिष्ट करायला सुरुवात केली. गेल्या दोन ते तीन वर्षात म्यानमार बरोबर ऊर्जा क्षेत्र, व्यापार क्षेत्र, इंधनाच्या संदर्भातील विविध करार करण्याची प्रक्रिया सुरू झाली आहे.

म्यानमार हा दक्षिण आशिया आणि दक्षिण पूर्व आशिया यांना जोडणारा देश असल्यामुळे म्यानमारचे सामरिक महत्व फार मोठे आहे. हा देश बंगालचा उपसागर आणि दक्षिण हिंद समुद्र यांना जोडणारा दुवा आहे. त्यामुळे भारतासाठी म्यानमारचे महत्व खुप आहे. दक्षिण पूर्व देशांशी भारताचा व्यापार हा प्रामुख्याने समुद्र मार्गाने होत आहे. परंतु या व्यापारावर काही निर्बंध येत आहेत. कारण चीनचा नाविक हस्तक्षेप वाढत आहे. त्यामुळे भारत आता पर्यायी मार्ग शोधत आहे. हा पर्यायी मार्ग रस्त्यांचा आहे. म्यानमारच्या माध्यमातूनच दक्षिण पूर्व आशियाई राष्ट्रांचा विकास केला जाणार आहे. काही महिन्यांपूर्वी भारत आणि आसियान यांच्यामध्ये द्विवार्षिक बैठक पार पडली. या बैठकीला पंतप्रधान नरेंद्र मोदी उपस्थित राहिले होते. या बैठकीमध्ये उत्तरपूर्व राज्यांच्या माध्यमातून म्यानमार, कंबोडिया, थायलंड असा जवळपास २७०० किलोमीटरचा एक रस्ते मार्ग विकसित करण्याच्या प्रस्तावाला मान्यता दिली गेली. साधारण २०१८ पर्यंत हा मार्ग पूर्ण करण्याचे उद्दिष्ट ठेवण्यात आले आहे. त्यामुळे भविष्यात भारताला म्यानमारशी चांगले संबंध ठेवावेच लागतील. ■

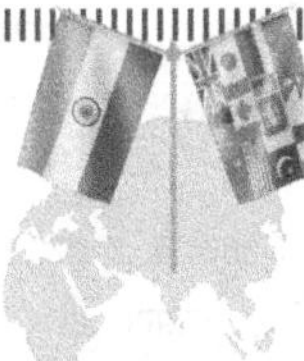

भारत आणि दक्षिण पूर्व आशियाई देश

युपीए सरकारच्या काळात केवळ व्यापारी व आर्थिक दृष्टिकोनातूनच या देशांशी असलेल्या संबंधांकडे पाहिले गेले. मात्र, मोदी सरकारने व्यापारी, आर्थिक दृष्टिकोनाबरोबरच संरक्षणाच्या दृष्टीनेही दक्षिणपूर्व आशियाई देशांकडे पाहण्यास सुरुवात केली आहे. त्या दृष्टीने भारताने आता या देशांमध्ये संरक्षण भूमिका पार पाडायला सुरुवात केली आहे. पूर्वी अमेरिकेचे परराष्ट्रमंत्री क्लिंटन यांनी एक वक्तव्य केले होते. दक्षिणपूर्व आशिया हा जगातील आर्थिक आणि व्यापारी व्यवहाराचे केंद्रस्थान बनेल. त्यामुळे त्याकडे केवळ 'लूक ईस्ट' म्हणून त्या भागाकडे पाहू नका तर त्या भागाशी भागिदारी विकसित करा. त्या दिशेने आता भारताची पावले पडताना दिसत आहेत.

भारताची लूक ईस्ट पॉलिसी

नरेंद्र मोदी यांच्या नेतृत्वाखालील सरकारने दक्षिण पूर्व आशियाला आपले प्राधान्य क्षेत्र म्हणून निवडले आहे. दक्षिणपूर्व आशियाशी आपले आर्थिक आणि संरक्षणात्मक संबंध अधिक घनिष्ट करण्यासाठी भर दिला आहे. १९९४ मध्ये पी. व्ही. नरसिंहराव पंतप्रधान असताना भारताने 'लूक इस्ट पॉलिसी' म्हणून एका धोरणाची आखणी केली होती. कारण तोपर्यंत दक्षिणपूर्व आशिया हा भारताच्या परराष्ट्र धोरणात दुर्लक्षित राहिला होता. भारताचे लक्ष फक्त पश्चिमेकडे म्हणजे युरोपियन देश व महासत्तांकडेच होते. परराष्ट्र धोरणामध्ये परराष्ट्र आर्थिक आणि व्यापारी दृष्टिकोनातून दक्षिणपूर्व आशियाई देशांचा फारसा विचार होत नव्हता. पण १९९० च्या दशकामध्ये दक्षिणपूर्व आशियाने प्रगती घडवून आणली आणि एशियन टायगर्स म्हणून हे देश पुढे आले. या प्रगतीमुळे या देशांशी भारताचे आर्थिक संबंध सुधारण्याच्या उद्देशाने 'लूक इस्ट पॉलिसी'ची आखणी करण्यात आली. मोदी यांच्या नेतृत्त्वाखालील सरकारने या धोरणाला आणखी बळकटी मिळण्यासाठी या पॉलिसीचे रुपांतर 'ॲक्ट इस्ट पॉलिसी'त केले. केवळ शाब्दिक नुतनीकरण करून न थांबता त्यांनी काही धडक कृती योजना आखण्यास सुरुवात केली. याअंतर्गतच भारताचे राष्ट्रपती प्रणव मुखर्जी हे काही महिन्यांपूर्वी व्हिएतनामच्या भेटीवर जाऊन आले. भारताने संरक्षण सामग्रीच्या खरेदीसाठी व्हिएतनामला १०० दशलक्ष डॉलर्सची आर्थिक मदत जाहीर केली. त्यानंतर उपराष्ट्रपती हमीद अन्सारी यांनी चार आशियाई देशांचा दौरा केला. त्याचप्रमाणे भारताच्या परराष्ट्रमंत्री सुषमा स्वराज ह्या देखील अशा दौऱ्यांवर जाऊन आल्या. तत्पूर्वी गतवर्षी पंतप्रधान मोदी यांनी याच देशांचा दहा दिवसांचा दौरा केला होता. दक्षिण आशियाई देशांबाबत एकाच वर्षात राष्ट्रपती, पंतप्रधान, परराष्ट्रमंत्री यांचे दौरे यापूर्वी कधीच झालेले नव्हते.

दक्षिण पूर्व आशियाई देशांशी संबंध का महत्त्वाचे?

युपीए सरकारच्या काळात केवळ व्यापारी व आर्थिक दृष्टिकोनातूनच या देशांशी असलेल्या संबंधांकडे पाहिले गेले. मात्र, मोदी सरकारने व्यापारी, आर्थिक दृष्टिकोनाबरोबरच संरक्षणाच्या दृष्टीनेही दक्षिणपूर्व आशियाई देशांकडे पाहण्यास सुरुवात केली आहे. त्या दृष्टीने भारताने आता या देशांमध्ये संरक्षण भूमिका पार पाडायला सुरुवात केली आहे. अर्थात ते गरजेचेही आहे. कारण, भारताचा दक्षिणपूर्व आशियाशी होणारा ५० टक्के व्यापार हा प्रामुख्याने दक्षिण चीन समुद्रातून होतो. दक्षिण चीन समुद्र हा सध्या एक सामरिक स्पर्धेचे केंद्र बनला आहे. ही स्पर्धा सध्या चीन आणि दक्षिणपूर्व आशियामध्ये सुरू आहे. दक्षिण चीन समुद्रामध्ये चीनचा फार मोठ्या प्रमाणावर हस्तक्षेप आहे. हा संपूर्ण दक्षिण चीन समुद्र आपल्या वर्चस्वाखाली आणण्याचा चीनचा प्रयत्न आहे. दक्षिण चीन समुद्रातील अनेक बेटांवर आणि द्वीपांवर चीनने आपला दावा सांगितलेला आहे. त्यामुळे या संपूर्ण

क्षेत्रामध्ये एक प्रकारची असुरक्षितता निर्माण झालेली आहे. तसेच चीन आणि इतर आशियाई देश यांच्यातील परिस्थिती तणावपूर्ण बनलेली आहे. अमेरिकेने यामध्ये उडी घेतल्याने हा तणाव आणखी वाढला आहे. दक्षिणपूर्व आशियांची बाजू घेत पुन्हा एकदा अमेरिकेने चीनच्या विरोधात दंड थोपटले आहेत. परिणामी, हा संघर्ष अधिक चिघळलेला आहे.

दक्षिण आशियाई देशांना भारताकडून अपेक्षा

या सर्व परिस्थितीमुळे दक्षिण पूर्व आशियाई देश हे भारताकडे केवळ आर्थिक आणि व्यापारी दृष्टिकोनातून न पाहता, चीनच्या वाढत्या लष्करी वर्चस्वाला शह देण्यासाठी एक समांतर सत्ता म्हणून किंवा लष्करी सत्ता म्हणून पाहात आहेत. त्यामागची कारणेसुद्धा तशीच आहेत. सध्या अमेरिकेत आर्थिक मंदी आहे, त्याचबरोबर अमेरिका हा पश्चिम आशियामध्येही गुंतलेला आहे. इस्लामिक स्टेटविरूद्ध सिरियामध्ये लढण्यामध्ये अमेरिका मग्न आहे. अशा परिस्थितीत ही महासत्ता आपल्या प्रश्नांकडे किती गांभीर्याने पाहू शकेल, एखादा संघर्ष झाल्यास ती मदतीला येईल का याविषयी दक्षिणपूर्व आशियाई देशांमध्ये खूप मोठी साशंकता आहे. वस्तुतः, जपान त्यांच्या मदतीला येऊ शकतो. पण जपानविषयीही या देशांमध्ये संशयाचे वातावरण आहे. कारण जपानमधील लष्करी हुकूमशाहीमुळे आशियामध्ये दुसरे महायुद्ध घडले. या युद्धाची झळ संपूर्ण दक्षिणपूर्व आशियाई देशांना भोगावी लागली आहे. त्यामुळे जपानवरही त्यांचा विश्वास नाही. अशा स्थितीत चीनच्या वर्चस्वाशी सामना करणारा देश म्हणून त्यांच्या आशा भारताकडे लागून राहिलेल्या आहेत. भारताबाबत हे देश खूप उत्साही आहेत.

भारताने दक्षिणपूर्व आशियामध्ये फक्त व्यापारी आर्थिक गुंतवणूक नको तर संरक्षणात्मक दृष्टीने इथे गुंतवणूक करावी असे या देशांना वाटते आणि भारतालाही आता ते हवे आहे. कारण आतापर्यंत भारत हा प्रामुख्याने संरक्षणात्मक सामग्री आयात करणारा देश होता. आता भारताला संरक्षण क्षेत्रातील उत्पादन उद्योगांमध्ये प्रवेश करायचा आहे. त्यातूनच भारत आता शस्त्रास्त्र निर्यातीकडे वळण्याच्या तयारीत आहे. भारतीय बनावटीच्या संरक्षण साधन सामग्रीचे गुंतवणुकीचे क्षेत्र म्हणजे दक्षिणपूर्व आशिया आहे. सध्या भारत हिंदी महासागरातील अनेक बेटांना आपण बनवलेल्या पाणबुड्या, लढाऊ जहाजे देत आहे. त्याचप्रमाणे आपण आता दक्षिणपूर्व आशियाकडे पाहत आहोत. आजघडीला भारत आणि दक्षिणपूर्व आशिया यांच्यातील व्यापार हा ७६ अब्ज डॉलर्सचा आहे आणि तो १०० अब्ज डॉलर्सपर्यंत वाढवण्याचे भारताचे उद्दिष्ट आहे. सध्या भारताची दक्षिणपूर्व आशियामधील गुंतवणूक खूप मोठी आहे. भारतात होणाऱ्या गुंतवणुकीपैकी १० टक्के गुंतवणूक ही दक्षिणपूर्व आशियाई देशांमधून होते. भारताची इतर देशांमध्ये असलेली गुंतवणुक विचारात घेतली तर त्यामध्ये दक्षिणपूर्व आशिया हा आघाडीवर आहे. त्याचबरोबर केंद्र सरकारने हाती घेतलेल्या मेक इन इंडिया, डिजिटल इंडिया, १०० स्मार्टसिटींचा विकास या प्रकल्पांच्या दृष्टीने दक्षिणपूर्व आशिया आपल्यासाठी उपयुक्त आहे.

मोदींचा मलेशिया आणि सिंगापूर दौरा

पंतप्रधान नरेंद्र मोदी यांनी दीड वर्षांच्या काळात दोन वेळा दक्षिणपूर्व आशियाई देशांचा दौरा केला. नोव्हेंबर २०१५ मध्ये ते चार दिवसांच्या दौऱ्यावर गेले होते. या दौऱ्यातील पहिल्या भागात त्यांनी मलेशियाला भेट दिली. मलेशियामध्ये ते भारत-आसियान परिषदेला उपस्थित राहिले. आसियान हा एक प्रमुख व्यापारी संघ असून या संघातर्फे दरवर्षी अशा बैठकांचे आयोजन केले जाते. अमेरिका, रशिया, युरोपियन महासंघ, जपान, चीन अशा महत्त्वाच्या अर्थव्यवस्थांबरोबर 'आसियान'च्या वार्षिक बैठका होत असतात. या बैठका गुंतवणूक व व्यापारासाठी अत्यंत महत्त्वपूर्ण मानल्या जातात. याचप्रकारे त्यांची भारताबरोबरही वार्षिक परिषद असते. या बैठकीतील पंतप्रधानांची उपस्थिती ही फार महत्वाची बाब होती. त्याचप्रमाणे इस्ट एशिया समिट हीदेखील एक महत्वाची संघटना आहे. या संघटनेमध्ये ब्रुनेई, कंबोडिया, इंडोनेशिया, लाओ, मलेशिया, मॅनमार, फिलिपाईन्स, सिंगापूर, थायलंड आणि व्हिएतनाम या आसियान व्यापारी संघाच्या दहा सदस्य देशांबरोबरच ऑस्ट्रेलिया, जपान, चीन, न्यूझिलंड, दक्षिण कोरिया, रशिया आणि अमेरिका यांचा समावेश आहे. २००५ मध्ये ही संघटना स्थापन झाली. परस्परांमध्ये सामूहिक पातळीवर व्यापार कसा वाढवता येईल यासाठी प्रयत्न करणे

हे या संघटनेचे उद्दिष्ट आहे. थोडक्यात, व्यापार, गुंतवणूक आणि आर्थिक प्रश्नांशी निगडित ही संघटना आहे. या संघटनेच्या स्थापनेपासून भारत त्याचा सदस्य आहे. भारत आणि दक्षिणपूर्व आशिया यांच्यातील संरक्षण संबंध घनिष्ट करण्यासाठी या दोन्ही परिषदा महत्त्वपूर्ण आहेत.

आसियान परिषदेत काय घडले?

भारत आणि दक्षिणपूर्व आशियाई देशांमधील समुद्र मार्गाने होणाऱ्या व्यापारातील अडचणी लक्षात घेता हा व्यापार भविष्यात रस्तामार्गाने व्हावा, अशी भारताची इच्छा आहे. नोव्हेंबर २०१५ मध्ये झालेल्या आसियान परिषदेत भारताच्या मागणीनुसार भारत, बांगलादेश, म्यानमार, कंबोडिया आणि लाओ यांना जोडणारा जवळपास अडीच हजार किलोमीटरचा मोठा रस्ता विकसित करण्याचा निर्णय घेण्यात आला. या रस्तामार्गाद्वारे भारत आणि दक्षिणपूर्व आशिया हे जोडले जाणार आहेत. हा प्रकल्प २०१८ पर्यंत पूर्ण करण्याचे उद्दिष्ट ठेवण्यात आले आहे. याचबरोबर दक्षिणपूर्व आशियाई देशांशी असणारा व्यापार १०० अब्ज डॉलर्सपर्यंत नेण्याचा निर्णय या परिषदेत घेण्यात आला. तसेच भारत आणि आसियान यांच्यात मुक्त व्यापारक्षेत्र निर्माण करण्याचा महत्त्वपूर्ण निर्णयही घेण्यात आला.

भारत आणि सिंगापूर

सिंगापूरचा दौरा हा प्रामुख्याने आर्थिक दृष्टिकोनातून महत्त्वाचा होता. भारत आणि सिंगापूर यांच्या राजनैतिक संबंधांना ५० वर्षे पूर्ण होत आहेत. सध्या भारतात होणाऱ्या एकूण परदेशी गुंतवणुकीमध्ये मॉरिशस नंतर दुसऱ्या क्रमांकाची गुंतवणूक सिंगापूरकडून होते. सिंगापूरची भारतामधील गुंतवणूक ही १३.९ टक्के आहे. त्याचबरोबर भारताकडून परदेशांत केल्या जाणाऱ्या गुंतवणुकीमध्ये सर्वाधिक गुंतवणूक आपण सिंगापूर-मध्ये आहे. ही गुंतवणूक साधारणतः ३५ अब्ज डॉलर्स एवढी आहे. आपल्याला जी १०० स्मार्ट शहरे विकसित करायची आहेत, त्या प्रद्धतीच्या स्मार्ट सिटीचे मॉडेल सिंगापूरने ८०-९० च्या दशकामध्ये विकसित केलेले आहे. त्याचे अनुकरण आपण सिंगापूरकडून करणार आहोत. त्यामुळे भारतातील शहरीकरण आणि शहरीकरणाशी निगडीत समस्या यांचा अभ्यास करणे आणि कौशल्य विकास हे दोन मुख्य उद्देश सिंगापूर दौऱ्यामागे होते. त्याचबरोबर आपण सिंगापूरबरोबर सामरिक भागिदारीचा करार केला आहे. याला इंडिया-सिंगापूर स्ट्रॅटेजिक पार्टनरशिप असे म्हणतात. हा अतिशय महत्त्वपूर्ण करार मोदींच्या भेटीदरम्यान झाला. फार पूर्वी अमेरिकेचे परराष्ट्रमंत्री क्लिंटन यांनी एक वक्तव्य केले होते. दक्षिणपूर्व आशिया हा जगातील आर्थिक आणि व्यापारी व्यवहाराचे केंद्रस्थान बनेल. त्यामुळे त्याकडे नुसते 'लूक इस्ट' म्हणून त्या भागाकडे पाहू नका तर त्या भागाशी भागिदारी विकसित करा. हे आता खऱ्या अर्थाने पूर्णत्वाला जाते आहे असे आपल्याला म्हणावे लागेल. ■

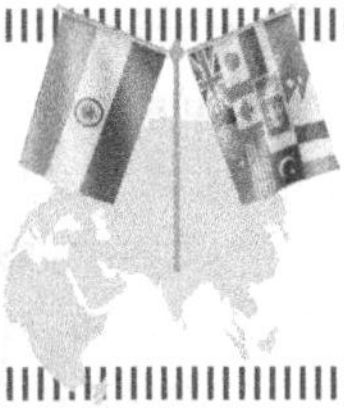

समुद्र बनतोय केंद्रस्थान

भारतासाठी संरक्षण आणि व्यापाराच्या दृष्टीने सागरीसुरक्षा महत्त्वाची ठरत आहे. आंतरराष्ट्रीय पटलावर दक्षिण चीन समुद्र आणि हिंदी महासागरातील चीनच्या वाढत्या वर्चस्वामुळे नाविक स्वातंत्र्याचा मुद्दा ऐरणीवर आला आहे. आज दक्षिण चीन समुद्र हा आशियाई राजकारणाचे केंद्र बनला आहे. भारताने भूसीमारेषेवर सुरक्षा यंत्रणा कडक बनवली आहे. आता भविष्यात प्रचंड मोठ्या सागरीसीमारेषेवर लक्ष केंद्रित करणेही गरजेचे आहे. त्यादृष्टीने भारताचे प्रयत्न सुरू आहेत. वाजपेयींच्या काळात ज्याप्रमाणे सागरमाला प्रकल्प हाती घेण्यात आला होता, तशा प्रकारचा प्रकल्प राबवण्याची आता गरज आहे.

आजघडीला जगामध्ये जवळपास ९० टक्के

व्यापार हा समुद्रमार्गाने होतो. त्यामध्ये होणारी आर्थिक उलाढाल ६ खर्व डॉलर्स इतकी आहे. येत्या काळात तो आणखी वाढण्याची शक्यता आहे. याचे कारण अद्यापही दोन राष्ट्रांना जोडणारे रस्तेमार्ग पुरेशा प्रमाणात विकसित होऊ न शकल्यामुळे व्यापारासाठी सागरी मार्गाचा वापर करणे अपरिहार्य ठरत आहे. भारताबाबत हे वास्तव अधिक ठळकपणाने जाणवते. भारत आणि बांगलादेश यांच्यामध्ये ४००० किलोमीटरहून अधिक लांब भूसीमारेषा आहे. असे असूनही दोन्ही देशांमधील बहुतांश व्यापार हा सागरी मार्गाने होतो. तसाच प्रकार दक्षिण पूर्व आशियाई देशांबाबत दिसून येतो. या देशांशी भारताचा होणारा व्यापारही प्रामुख्याने समुद्रमार्गानेच होतो. पश्चिम आशियामधून जगभरातील विविध देशांना तेल निर्यात केले जाते. यापैकी जवळपास ६० टक्के तेलवाहतूक ही सागरीमार्गाने होते. त्यामुळे सागरी मार्गांची सुरक्षा हा महत्त्वाचा आणि कळीचा मुद्दा बनलेला आहे. सागरी मार्गांना प्रामुख्याने दोन गोष्टींमुळे धोका निर्माण होतो. समुद्र लुटारू हे अनेकदा व्यापारी जहाजांची लूट करतात. त्याचप्रमाणे ते अनेकदा अपहरणही करतात. आफ्रिकेमध्ये अशा प्रकारच्या लुटारूंचे प्रमाण हे जास्त आहे. आता ते हिंदी महासागरामध्ये प्रवेश करण्याचा प्रयत्न करत आहेत. त्यामुळे पश्चिम आशियामधून अरबी समुद्र व हिंदी महासागराच्या माध्यमातून जी तेलाची आयात-निर्यात होते किंवा जो व्यापार होतो त्याला या समुद्रलुटारूंपासून मोठा धोका निर्माण होत आहे. साहजिकच, त्यासाठी भारताला योग्य ती खबरदारी घेणे आवश्यक आहे.

सागरी सुरक्षिततेसाठी खबरदारी

हिंदी महासागरामध्ये जी राष्ट्रे आहेत त्यांच्याबरोबर आपल्याला संरक्षणसंबंध प्रस्थापित करता येऊ शकतात. त्याचप्रमाणे टेहळणी करणाऱ्या जहाजांसंदर्भात काही संयुक्त करार करता येऊ शकतात. तसेच अनेक राष्ट्रांबरोबर संयुक्त नाविक कवायतीही (जॉईंट नॅव्हल एक्सरसाईज) करता येऊ शकतात. या माध्यमातून सागरी धोक्याचे व्यवस्थापन करून समुद्रमार्गे होणारा व्यापार सुरळित राखण्यासाठी प्रयत्न करता येऊ शकतात. अलीकडील काळात भारत अनेक देशांबरोबर अशा प्रकारच्या संयुक्त नाविक कवायती करत आहे. यामध्ये अमेरिका, जपान, ऑस्ट्रेलिया यांसारख्या देशांचा समावेश आहे. पंतप्रधान नरेंद्र मोदी यांनी मॉरिशस, श्रीलंका, सेशेल्स यांसारख्या काही महत्त्वाच्या बेटांना भेटी दिल्या होत्या. या देशांना भारतीय बनावटीच्या काही युद्धनौका भेट देण्यात आल्या आहेत. सागरी सुरक्षेच्या दृष्टीने संबंध प्रस्थापित करण्याच्या दृष्टीने त्या महत्त्वाच्या आहेत.

चीनचा वाढता हस्तक्षेप

आज चीन टप्याटप्प्याने आणि अतिशय नियोजनबद्धपणे हिंदी महासागरामध्ये हस्तक्षेप करण्याचा प्रयत्न करत आहे. या महासागरांतर्गत येणाऱ्या देशांमध्ये अनेक साधनसंपत्तीच्या विकासाचे प्रकल्प चीनकडून राबवले जात आहेत. पाकिस्तान, श्रीलंका, बांगलादेश या भारताच्या तीन शेजारी देशांमध्ये बंदर विकासाचे मोठे प्रकल्प चीनने घेतलेले आहेत. हिंदी महासागरामध्ये आपला प्रभाव वाढवण्यासाठी मॅरिटाईम सिल्करूटसारखा प्रकल्प राबवण्यास चीनने सुरुवात केली आहे. त्यासाठी अब्जावधी डॉलर्सची तरतूद करण्यात आली आहे. त्यामुळे संपूर्ण हिंदी महासागरामध्ये भारताला वेढलेल्या देशांच्या सुरक्षिततेसंदर्भामध्ये विचार करणे आवश्यक आहे.

दक्षिण चीन समुद्र

सध्या आंतरराष्ट्रीय समुदायाचे लक्ष हे दक्षिण चीन समुद्राकडे आहे. हा समुद्र आर्थिक, व्यापारी आणि संरक्षणदृष्ट्या महत्त्वाचे क्षेत्र आहे. दक्षिण चीन समुद्राचे आर्थिक, भौगोलिक आणि सामरिक स्थान महत्त्वाचे आहे. मुख्य म्हणजे दक्षिण चीन समुद्रामध्ये तेल आणि वायूचे मोठे साठे आहेत. या समुद्रामध्ये मासेमारीला प्रचंड वाव आहे. सामरिक दृष्टिकोनातून पाहता, पश्चिम आशियातून येणारी सर्व तेलवाहू जहाजे ही हिंदी महासागरातून दक्षिण चीन समुद्रात जातात आणि तिथूनच त्यांना पॅसिफिक समुद्राकडे म्हणजे जपानकडे जाता येते. त्यामुळे हा एक ट्रांझिट रूट आहे. पार्टली बेट आणि पॅरासल बेट या दोन समुद्रांमध्येच हा समुद्र आहे. सर्व जहाजे आणि युद्धनौका या दोन बेटांमधूनच जातात. सध्या या दोन बेटांच्या मालकी हक्कावरून चीन आणि दक्षिण पूर्व आशियामध्ये संघर्ष सुरू आहे. या संघर्षामध्ये चीन, व्हिएतनाम,

फिलिपाईन्स, मलेशिया आणि भारत तसेच तैवान, ब्रुनेई या राष्ट्रांचे आर्थिक आणि संरक्षण हितसंबंध गुंतलेले आहेत. या समुद्रामध्ये सध्या चीन आणि काही दक्षिणपूर्व आशियाई राष्ट्रांमध्ये सागरी सीमारेषांवरून वाद सुरू आहे. भारताचा दक्षिण पूर्व आशियाई आणि उत्तर पूर्व आशियाई देशांशी होणारा व्यापार हा दक्षिण चीन समुद्रातूनच होतो. दक्षिण चीन समुद्र व्यापारी आणि सामरिक दृष्ट्या भारतासाठी अतिशय महत्त्वाचा आहे. या समुद्रावर चीनचा प्रभाव वाढला तर त्याचा नकारात्मक परिणाम भारताच्या व्यापारावर होऊ शकतो. तसेच या प्रभावाचा इतर सर्व राष्ट्रांनाही त्रास होणार आहे. कारण अपेक , आसियान, ईस्ट एशिया समिट या तीनही संघटना दक्षिण चीन समुद्राशी निगडित आहेत. सध्या दक्षिणपूर्व आशियामधील देश या संपूर्ण क्षेत्रामध्ये चीनला आव्हान देऊ शकणारा देश म्हणून भारताकडे पहात आहेत. या देशांना भारताकडून मदतीची अपेक्षा आहे. म्हणूनच व्हिएतनामसारख्या देशाने भारताला तेलउत्खननाचे अधिकार दिलेले आहेत. भारताला अशा प्रकारची परवानगी दिल्याबद्दल चीनने तीव्र नाराजी प्रकट केलेली आहे. मात्र तरीही व्हिएतनाम आपल्या भूमिकेवर ठाम आहे.

सागरी मार्गाने होणारे दहशतवादी हल्ले

भारताला जवळपास १२०० नॉटिकल मैल इतकी सागरी समुद्ररेषा आहे. आपल्याकडे जवळपास १५०० बेटे आहेत. त्याचप्रमाणे २.४ दशलक्ष चौरस मीटरचा एक्स्लुझिव्ह मॅरेटाईम झोन आहे. या क्षेत्रामध्ये आपल्याला मच्छिमारी करण्याचा आणि उत्खननाचा अधिकार आहे. समुद्रसीमारेषा मोठी असल्यामुळे अलीकडील काळात एक मोठा धोका निर्माण झाला आहे. हा धोका म्हणजे सागरी मार्गाने होणारे दहशतवादी हल्ले. मुंबईवर २००८ मध्ये झालेल्या दहशतवादी हल्ल्यामध्ये आलेले अतिरेकी हे सागरी मार्गानेच आलेले होते. त्याचप्रमाणे काही महिन्यांपूर्वी गुजरातमध्ये पोरबंदरजवळ भारताच्या दिशेने येणारी एक दहशतवादी नाव उद्ध्वस्त करण्यात आली होती. त्यांचाही मनोदय मुंबईप्रमाणे हल्ला करण्याचा होता. दहशतवादाचा हा नव्याने समोर येत असलेला प्रकार भीषण आणि धोकादायक आहे. त्याचा मुकाबला करण्यासाठी भारताला आपली सागरी सुरक्षा बळकट करणे आवश्यक आहे. सध्या भारत 'मेक इन इंडिया' या प्रकल्पांतर्गत आपली नाविक सुरक्षा वाढवण्याचा प्रयत्न करत आहे. यासाठी मोठ्या प्रमाणावर गुंतवणूकही केली जात आहे. भारताला आता आपल्या देशात बनवलेली युद्धनौका आणि जहाजे निर्यात करायची आहेत. परकीय गुंतवणूकदारांनी भारतामध्ये या क्षेत्रात गुंतवणूक करावी अशी भारताची इच्छा आहे. थोडक्यात, मेक इन इंडियाच्या दृष्टिकोनातूनही सागरी सुरक्षेकडे पाहिले जात आहे.

भारताने पाकिस्तान-बांगलादेशांलगतच्या भूसीमारेषेवर सुरक्षा यंत्रणा कडक बनवली आहे. मात्र आता भविष्यात प्रचंड मोठ्या सागरीसीमारेषेवर लक्ष केंद्रित करणेही गरजेचे आहे. त्यादृष्टीने भारताचे प्रयत्न सुरू आहेत. २००० सालामध्ये तत्कालीन पंतप्रधान अटलबिहारी वाजपेयी यांनी सागरी सुरक्षेसंदर्भामध्ये एक सागरमाला नावाचा प्रकल्प हाती घेतला होता. नंतर मात्र हा प्रकल्प पुढे येऊ शकला नाही. आता पंतप्रधान नरेंद्र मोदींनी हा प्रकल्प पुढे नेणे आवश्यक आहे. ■

म्यानमार संबंधातील नवे प्रश्न

सप्टेंबर २०१७ मध्ये पंतप्रधान नरेंद्र मोदी यांचा तीन दिवसीय म्यानमार दौरा पार पडला. त्यांचा हा पहिलाच द्विपक्षीय दौरा होता. यापूर्वी म्यानमारला एखाद्या गटाच्या बैठकीसाठी ते गेले होते. म्यानमारच्या दृष्टीने भारताचे सामरिक आणि आर्थिक स्थान मोठे आहे. म्यानमारसोबत भारताची १६०० किलोमीटरची सीम रेषा संलग्न अथवा जोडली गेलेली आहे. म्यानमारचा पश्चिम भाग आणि आपली पूर्वोत्तर राज्ये परस्परांना जोडली गेलेली आहेत. त्यामुळेच आपल्याला पूर्वोत्तर राज्यांचा विकास करायचा असेल तर म्यानमारशी घनिष्ठ संबंध ठेवावे लागतील. नरेंद्र मोदी शासनाने सत्तेत आल्यानंतर 'लूक ईस्टफ' धोरणामध्ये बदल करून 'अॅक्ट इस्ट' हे धोरण अवलंबिले आहे. हे धोरण यशस्वी होण्यासाठी भारताला म्यानमारकडे लक्ष केंद्रीय करावे लागेल. किंबहुना अॅक्ट ईस्ट या धोरणाची सुरुवातच म्यानमारपासून करावी लागेल. कारण म्यानमार हा 'गेटवे ऑफ असियान' आहे असे म्हटले जाते. आसियानमधील दहा देशांशी संपर्क साधताना आपल्याला म्यानमारपासूनच सुरुवात करावी लागेल.

काही वर्षांपूर्वी म्यानमारमध्ये लष्करी राजवट होती. त्या काळामध्ये भारताचे म्यानमारकडे दुर्लक्ष झाले होते. त्याच काळात चीनने म्यानमारशी संबंध विकसित करून तिथे साधनसंपत्तीचा विकासही केला. आज म्यानमारसधील एकंदरीतच साधनसंपत्तीच्या विकासात चीनचा मोठा वाटा आहे. थोडक्यात भारताच्या म्यानमारकडील दुर्लक्षाचा फायदा चीनने मोठ्या प्रमाणात उचलला आहे. आता मात्र म्यानम ारला विविध देशांशी संबंध प्रस्थापित करून विविधता आणायची आहे. त्यामुळे म्यानमार नवनवीन देशांशी संबंध प्रस्थापित करण्यास उत्सुक आहे आणि त्याचा फायदा भारताने घ्यायला हवा.

भारताने गेल्या काही वर्षापासून म्यानमारकडे लक्ष केंद्रीत केले आहे. तेथे गुंतवणूक करत भारताने काही प्रकल्प हाती घेतले आहेत. पण भारताने म्यानमारबरोबरचे संबंध मजबूत करण्याकडे लक्ष दिले असले तरी त्यात सुधारणा झालेली नाही. त्यामागे काही कारणे आहेत. भारत- म्यानमार यांच्यादरम्यानचा व्यापार सुमारे तीन अब्ज डॉलरचा आहे. म्यानमारकडून भारत डाळींची आयात करत होता; मात्र आता ती बंद केली आहे. दुसरीकडे भारताच्या म्यानमारशी जोडल्या गेलेल्या १६०० किलोमीटरच्या सीमारेषेवर व्यापाराचे काही मार्ग खुले करण्याचा प्रयत्न भारताने केला होता; पण म्यानमारने त्याला विरोध केला आहे. गेल्या वर्षी ब्रिक्स परिषदेला म्यानमारच्या आंग सान स्यू की आल्या होत्या. मात्र त्यांनी भारताविषयी नाराजी व्यक्त केली होती. ह्या नाराजीचे कारण म्हणजे भारताकडून दिल्या जाणाऱ्या आश्वासनांची पूर्तता होत नाही. त्यामुळे आन स्यान स्यू की या चीनकडे झुकलेल्या दिसतात.

दोन्ही देशांचे संबंध सुरळित होण्यामध्ये कोणत्या समस्या आहेत ते समजून घ्यायला हवे. आज भारत-अफगाणिस्तानात विकासात्मक भूमिका पार पाडतो आहे. तिथे रेल्वे, रस्ते. शाळा, महाविद्यालये, रुग्णालये आदी लोकोपयोगी कामांत सहयोग करत आहे. तशीच भूमिका भारताने म्यानमारमध्ये पार पाडावी अशी अपेक्षा व्यक्त केली जात आहे. ज्याप्रमाणे अफगाणिस्तान हा मध्य आशियाचे प्रवेशद्वार आहे तसाच म्यानमार हा आसियानचे प्रवेशद्वार आहे. असे असूनही भारताचे म्यानमारकडे पुरेसे लक्ष नाही. आज भारतातील फार थोड्या कंपन्यांनी म्यानमारमध्ये गुंतवणूक केलेली आहे. दोन वर्षांपूर्वी भारत, थायलंड आणि म्यानमार यांच्या दरम्यान १७०० किलोमीटरचा रस्ता विकसित करण्याचा संकल्प करण्यात आला. हा प्रकल्प २०१७ मध्ये पूर्ण होणार होता. त्यामध्ये भारताकडून जवळपास ९० बोगदे बांधले जाणार होते; मात्र याबाबत कोणतेही काम झालेले नाही. त्यामुळे भारताकडून आश्वासने मोठी दिली जातात; पण पूर्ततेच्या पातळीवर निराशाजनक कामगिरी असते. आवश्यक ती कारवाई होत नाही

किंवा त्यासाठी आवश्यक लागणाऱ्या निधीची तरतूद अर्थसंकल्पात केली जात नाही.

वस्तुतः म्यानमारमध्ये दोन क्षेत्रांमध्ये भारताला खूप पाठिंबा मिळू शकतो. एक म्हणजे जलविद्युत प्रकल्प. यासाठी भारतीय कंपन्यांनी रस दाखवायला हवा. पण भारतीय कंपन्या पुढाकार घेत नाही. दुसरे क्षेत्र आहे तेल उत्खननाचे. यामध्येही भारताने रस दाखवला पाहिजे. कारण म्यानमारमध्ये तेलाचे विपुल साठे आहेत. पण त्याही क्षेत्रात भारताचे योगदान नाही. त्यामुळे तिथले सामान्य नागरिक अजूनही भारताच्या कक्षेत येत नाहीत. भारताने दिलेल्या आश्वासनांच्या पूर्ततेतील कमतरता दूर करायला हव्यात. भारताने मध्यंतरी अफगाणिस्तानला आठवा सार्क सदस्य देश म्हणून सामील करून घेतले होते. तशाच प्रकारे म्यानमारला सार्कचा नववा देश म्हणून सामील केले पाहिजे. आज म्यानमार हा सार्कमध्ये निरीक्षक म्हणून सहभागी आहे; मात्र त्याला पूर्ण वेळ सदस्य करून घेतले पाहिजे.

सध्या म्यानमारला रोहिंग्या मुसलमानांची समस्या भेडसावते आहे. तिथल्या आराकान प्रदेशात हे रोहिंग्या मुसलमान मोठ्या प्रमाणात राहात आहेत. तिथे त्यांची आराकान रोहिंग्या सॅल्वेशन आर्मी नावाची एक संघटना आहे. त्यांनी पोलिसांवर आणि लष्करावर हल्ले केले आहेत. त्यात लष्कराने दिलेल्या प्रत्युत्तरामध्ये अनेक रोहिंगे मुसलमान मारले गेले आहेत. आज भारतामध्ये ४० हजार रोहिंग्या मुसलमान आहेत आणि त्यांना पुन्हा म्यानमारमध्ये पाठवण्याचे धोरण भारताने आखले आहे. मात्र संयुक्त राष्ट्राच्या मानवअधिकार संघटनेने यावरुन भारतावर टीका केली आहे. भारताचे रोहिंग्यांबाबतचे धोरण मानवतेला धरून नाही, असे म्हटले आहे. त्यामुळे रोहिंग्यांचा प्रश्न संवेदनशीलतेने हाताळला गेला पाहिजे.

या सर्व परिस्थितीच्या पार्श्वभूमीवर म्यानमार पुन्हा चीनच्या प्रभावाखाली जाणार नाही याचीही काळजी घेणे अत्यंत गरजेचे आहे. त्या दृष्टीकोनातून भारताने अधिकाधिक विकास प्रकल्प राबवून म्यानमारचा विकास करणे आवश्यक आहे. भारत - म्यानमार - थायलंड (IMT) हा रस्ते प्रकल्प भारताने लवकरात लवकर पूर्ण केला पाहिजे. कारण हा प्रकल्प चीनच्या 'वन बेल्ट वन रोड'ला पर्याय आहे.

आणखी एक मुद्दा म्हणजे, भारताच्या उत्तर पूर्व भागात बोडो उग्रवादी गटाकडून बंडखोरी होत होती. हे बंडखोर पश्चिम म्यानमारमध्ये आश्रय घेत असत. सध्या म्यानमारमधील शासनाने या अतिरेक्यांविरोधात तीव्र कारवाई केलेली आहे. त्यामुळे म्यानमारकडून ही बंडखोरी मोडून काढण्यासाठी सहकार्य मिळते आहे. भारताने गेल्या वर्षी थेट सर्जिकल ऑपरेशन करून बोडो अतिरेक्यांची प्रशिक्षण स्थळे उद्ध्वस्त केली होती. त्यासाठी म्यानमारने आपल्याला सहकार्य केले होते. भारताच्या पूर्वोत्तर राज्यांच्या विकासासाठी आणि तिथली बंडखोरी नियंत्रणात ठेवण्यासाठी म्यानमारबरोबरचे संबंध सुधारावे लागतील. या संबधांत सुधारणा झाल्यास पूर्वोत्तर राज्यांमध्ये योग्य त्या साधनसंपत्तीचा विकास करता येईल. उदाहरणार्थ, म्यानमार आणि थायलंडला जोडणारा प्रस्तावित महामार्ग मणिपूरमधून जाणार आहे त्यामुळे मणिपूरचाही विकास होणार आहे. त्यामुळेच भारताने म्यानमार या आपल्या शेजारी राष्ट्राकडे दुर्लक्ष करता कामा नये. गेल्या वर्षी म्यानमारचे राष्ट्रपती भारतात येऊन गेले होते आणि यावर्षी मोदींचा दौरा झाला आहे. दोन्ही देशांतील संबंध अजूनही घनिष्ट करता येऊ शकतील याचा विचार भारताने करायला हवा.

■

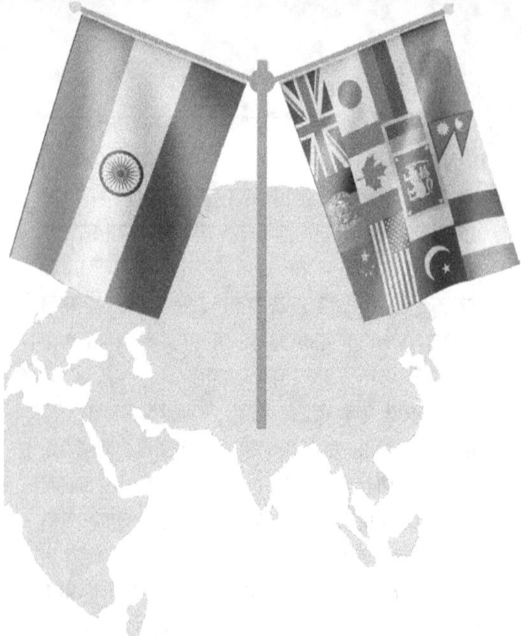

विभाग ४

भारत व पश्चिम आशिया

इस्त्राईल-पॅलेस्टाईन संघर्ष

इस्त्राईल आणि पॅलेस्टाईन यांच्यामध्ये ऑगस्ट २०१४ मध्ये झालेल्या भीषण संघर्षामध्ये जवळपास दीड हजारांहून अधिक लोक मारले गेले. अशाच स्वरुपाचा संघर्ष २००८ आणि २०१२ मध्येही झाला होता. हा संघर्ष असुरक्षिततेतून निर्माण होतो. या संघर्षामागचे मूळ कारण म्हणजे इस्त्राईल आणि पॅलेस्टाईन ही दोन्हीही राष्ट्रे परस्परांचे अस्तित्व मान्य करत नाहीत. त्यामुळे त्यांच्यामध्ये छोट्या-मोठ्या चकमकी या सातत्याने सुरु असतात आणि त्यातून एकमेकांचे बदले घेतले जातात. या दोन राष्ट्रांच्या संघर्षाचा इतिहास जवळपास १०० वर्षांचा आहे. ज्यू लोकांना त्यांची स्वतःची भूमी नव्हती. पण जगभर विखुरलेला ज्यू लोकांचा समुदाय हा अतिशय श्रीमंत, शक्तीशाली आणि बलशाली होता. पहिल्या महायुद्धानंतर म्हणजे १९२० नंतरच त्यांनी आम्हाला स्वतंत्र भूमी देण्यात यावी यासाठी मागणी करायला सुरुवात केली होती.

सर्व काही तेलासाठी :

पश्चिम आशियामध्ये मूळच्या अरब भूमीवर इस्त्राईलला स्वतंत्र भूमी देण्यासंबंधी अमेरिका व युरोपियन राष्ट्रे यांच्यात जी खलबते झाली व निर्णय झाले त्यामागे तेलाचे राजकारण खूप मोठ्या प्रमाणावर होते. कारण पश्चिम आशिया हा तेलाचा खूप मोठा स्त्रोत आहे आणि पश्चिम आशियामध्ये आपला एखादा प्रतिनिधी देश असावा, असे युरोपियन राष्ट्रांना सातत्याने वाटत होते. त्यातूनच त्यांनी जवळपास २००० वर्षांपासून अरब लोकांची भूमी असलेल्या पॅलेस्टाईनमधील काही भूभाग इस्त्राईलला देण्याचा निर्णय १९४५ मध्ये संयुक्त राष्ट्र संघटनेच्या व्यासपीठावरून करार करून घेतला. या करारानुसार एका आयोगाची नेमणूक करण्यात आली व या आयोगाने दिलेल्या निर्णयानुसार १९४८ मध्ये अरब भूमीचे विभाजन करून स्वतंत्र इस्त्राईल हे राष्ट्र निर्माण करण्यात आले. सुरुवातीला केवळ २० टक्केच भूमी

इस्त्राईलला देण्यात आली; पण अरबांकडे ८० टक्के भूमी होती. पण आता हे चित्र पूर्ण बदलले आहे. आता ईस्त्राईलकडे ८० टक्के भूमी आहे आणि अरबांकडे २० टक्के भूमी उरली आहे.

ईस्त्राईलचे विस्तारवादी धोरण व दुष्परिणाम

इस्त्राईलने इजिप्त, जॉर्डन आणि लेबनॉनबरोबर तीन महत्त्वाची युद्धे केली. या युद्धामध्ये विजय मिळवून इस्त्राईलने विस्तारवाद केला आणि या राष्ट्रांचे अनेक भूप्रदेश जिंकून घेतले. इस्त्राईल हा देश पश्चिम आशियावर लादला गेलेला देश आहे. तेथील भूमी ही त्यांची नाही. असे असताना आता ईस्त्राईलची अरेरावी सुरू झालेली आहे. याचे कारण अमेरिकेमध्ये ज्यू धर्मियांची एक फार मोठी लॉबी आहे. त्यामुळे अमेरिकेकडून इस्त्राईलमधील ज्यू लोकांना सातत्याने आर्थिक आणि शस्त्रास्त्रांची मदत करण्यात येते. अमेरिकेची आणि युरोपियन राष्ट्रांची भूमिका ही नेहमीच इस्त्राईलला सकारात्मक स्वरुपाची राहिलेली आहे. दुसरीकडे अरब देश हे पॅलेस्टाईनच्या बाजूने उभे ठाकतात, त्यांना मदत करतात. त्यातूनच हा संघर्ष गेली ५० वर्षे चिघळत चाललेला आहे. परंतु गरीब पॅलेस्टाईन नागरिकांना याची सर्वात मोठी किंमत मोजावी लागत आहे. कारण सततच्या या संघर्षामुळे पॅलेस्टाईनचा आर्थिक विकास होऊ शकलेला नाही. तेथे बेरोजगारी मोठ्या प्रमाणावर आहे. याविरुद्ध संयुक्त राष्ट्र संघाने अनेकदा आवाज उठवला; परंतु त्याबाबत कोणताही तोडगा निघू शकलेला नाही. भारत-पाकिस्तानमध्ये ज्याप्रमाणे काही काळ शांतता चर्चा चालते आणि नंतर पुन्हा गोळीबार होतो आणि मग चर्चा विस्कळित होऊन जाते. तसाच प्रकार या दोन राष्ट्रांमध्येही दिसून येतो. गेल्या २५ वर्षांपासून ईस्त्राईल-पॅलेस्टाईनमध्ये शांतता बोलणी चाललेली आहेत. पण अद्यापही ती यशस्वी झालेली नाहीत. यामागचे कारण म्हणजे पॅलेस्टाईनमधील हमास आणि फताह या पूर्वी ज्या दहशतवादी संघटना होत्या त्या आता सत्तेत आलेल्या आहेत. त्यामुळे इस्त्राईलमध्ये असुरक्षिततेची भावना निर्माण झालेली आहे. त्यातूनच मग एखादी अपहरणाची घटना घडते आणि दोघांमध्ये युद्ध सुरू होते.

भारताची भूमिका :

या संपूर्ण प्रकरणाबाबत भारताने काय भूमिका घ्यावी, यावरून आपल्या संसदेमध्ये नेहमीच प्रचंड गदारोळ होत असतो. पॅलेस्टाईनची स्वतंत्र भूमीची जी मागणी आहे तिला समर्थन देणे, ही भारताची पारंपरिक भूमिका राहिलेली आहे. त्याचवेळी इस्त्राईल आणि पॅलेस्टाईन यांच्यातील संघर्ष हा शांततेच्या आणि चर्चेच्या माध्यमातून सुटावा अशीही भारताची सुरुवातीपासून भूमिका राहिलेली आहे. मात्र या हिंसाचाराच्या प्रकरणामध्ये इस्त्राईलचा जाहीर निषेध करण्याचे भारत टाळत आला आहे. त्याचप्रमाणे संयुक्त राष्ट्रसंघामध्ये इस्त्राईलविरुद्ध कोणतेही विधेयक मांडण्यास वा तशा प्रकारच्या विधेयकाला समर्थन देण्यास भारत तयार नाही. तसेच इस्त्राईलकडून होणारी शस्त्रास्त्र खरेदी थांबवण्यासही भारत तयार नाही. भारताची ही भूमिका वास्तविक व्यावसायिक आहे. पण इस्त्राईलबाबत अशी भूमिका भारत का घेत आहे? तर रशियानंतर इस्त्राईल हा भारताला शस्त्रास्त्र पुरवठा करणारा सर्वात मोठा देश आहे. १९९२ नंतर म्हणजे पी. व्ही. नरसिंहरावांच्या काळापासून भारताने इस्त्राईलकडून मोठ्या प्रमाणावर आणि उघडपणे शस्त्रास्त्र घेण्यास सुरुवात केली. तोपर्यंत भारताने इस्त्राईलवर बहिष्कार टाकलेला होता. पॅलस्टाईन प्रश्नामुळे तोपर्यंत भारताचे इस्त्राईलबरोबर संबंध नव्हते; पण १९९२ नंतर आपल्या संरक्षण हितसंबंधांमध्ये आणि राजकीय हितसंबंधांमध्ये फारकत करण्यात आली. त्यानुसार भारताने अशी भूमिका घेतली, की आम्ही पॅलेस्टाईनला मदत करत राहू, पॅलेस्टाईनच्या मागणीला भारताचे समर्थनही राहील; पण ईस्त्राईलबरोबरचे संरक्षण संबंध आम्ही चालू ठेवू. त्यानंतर पी. व्ही. नरसिंहरावांच्या काळापासून आपण ईस्त्राईलकडून शस्त्रास्त्र खरेदी सुरू केली.

आजघडीला भारताने रशिया, फ्रान्स आणि इस्त्राईल या तीन देशांबरोबर संरक्षण करार केलेले आहेत. या तीन देशांपैकी भारतामध्ये इस्त्राईलकडून शस्त्रास्त्र, संरक्षण साधनसामग्री आणि संरक्षण तंत्रज्ञानाची सर्वाधिक आयात केली जाते. राजीव गांधींच्या काळामध्ये आपण स्वित्झर्लंडकडून ज्या बोफोर्स तोफा विकत घेतलेल्या होत्या या तोफांचे बॉम्बगोळे हे बनवणारा इस्त्राईल हा जगातील अग्रगण्य देश आहे. भारत-पाकिस्तान

यांच्यामध्ये झालेल्या कारगिल युद्धाच्या काळात इस्त्राईलने मोठ्या प्रमाणावर भारताला बॉम्बगोळे पुरवले होते आणि एक प्रकारे उघडपणे भारताची बाजू उचलून धरलेली होती. त्यामुळे भारत हा नेहमीच इस्त्राईलबाबत अनुकूल भूमिका घेत आलेला आहे. युपीए शासनाच्या काळातही भारताने इस्त्राईलविरोधी भूमिका घ्यावी, अशी मागणी करण्यात आली होती; पण त्या सरकारनेही अशी भूमिका घेतली नाही. आताही आपण त्या भूमिकेवर ठाम आहोत. ■

भारत-इस्त्राईल संबंध नव्या वळणावर

केंद्रीय गृहमंत्री राजनाथ सिंह यांचा इस्त्राईल दौरा नोव्हेंबर, २०१४ महिन्यामध्ये संपन्न झाला. भारताची अंतर्गत सुरक्षा हे या दौऱ्याचे पहिले उद्दिष्ट होते. तसेच गेल्या काही महिन्यांमध्ये पश्चिम आशियात धार्मिक मूलतत्त्ववादाचा धोका वाढत आहे. अल्-कायदा आणि इसिस या दहशतवाद्यांनी तेथे आपले पाय विस्तारण्यास सुरुवात केलेली आहे. भारतातूनही काही तरुण या संघटनांना सामील होण्याची भीती आहे. या पार्श्वभूमीवर इंटरनेट तंत्रज्ञानाच्या माध्यमातून या कारवायांवर नजर ठेवता येण्यासाठी इस्त्राईलकडून काही मदत घेता येणे किंवा तशा प्रकारच्या तंत्रज्ञान भारतामध्ये आणता येणे शक्य आहे का याची चाचपणी करणे हा या दौऱ्यामागचा आणखी एक हेतू होता. अशाच प्रकारे कृषी, अंतराळ आणि संरक्षण या क्षेत्रामध्ये तंत्रज्ञानाचे हस्तांतरण करता येईल का यासाठीचे प्रयत्न करणे हा यामागचा तिसरा हेतू होता.

संबंध का महत्त्वाचे?

- भारताचे आतापर्यंत रशिया, फ्रान्स आणि इस्त्राईल या तीन देशांबरोबर संरक्षण करार झालेले आहेत. भारतात होणाऱ्या शस्त्रास्त्रांच्या आयातीपैकी सर्वाधिक आयात ही रशियाकडून होते आणि त्याखालोखाल म्हणजे दुसऱ्या क्रमांकाची आयात ही इस्त्राईलकडून होते. भारताला मानवरहित युद्धवाहने, लष्करी हेलिकॉप्टर्स, विमाने, छोटी शस्त्रास्त्रे, तोफगोळे यांसाठीची मदत इस्त्राईलकडून केली जाते. तसेच भारत आणि पाकिस्तान सीमारेषेवर नियंत्रण ठेवण्यासाठीची सर्व उपकरणेही आपण इस्त्राईलकडून आयात करतो. त्यामुळे इस्त्राईल हा भारताचा संरक्षणाच्या क्षेत्रातील खूप मोठा भागीदार आहे. भारत आणि इस्त्राईलमधील सध्याचा व्यापार हा १० अब्ज डॉलर्स इतका आहे. हिऱ्यांचा व्यापार, कृषीक्षेत्र आणि संरक्षण या तीन क्षेत्रांमध्ये या दोन देशांमध्ये सहकार्य करार आहेत. आता यामध्ये अंतराळक्षेत्राचा समावेश होणार आहे. तसेच सायबरसुरक्षेच्या क्षेत्रामध्येही आता दोन्ही देशांमधील सहकार्य वाढवण्यासाठी सध्या प्रयत्न सुरू आहेत. भारतामध्ये इंटरनेटचे जे जाळे विखुरलेले आहे त्यावर मॉनिटरिंग करणे किंवा नियंत्रण ठेवण्यासंदर्भातील अतिशय अत्याधुनिक आणि चांगले तंत्रज्ञान इस्त्राईलकडे आहे. त्याची भारताला सध्या खूप गरज आहे.
- त्याचबरोबर दोन्ही देश हे लवकरच मुक्त व्यापारक्षेत्र विकसित करण्यासंदर्भातील एक करार करणार आहेत. हे व्यापारक्षेत्र निर्माण झाले तर इस्त्राईलमधून भारतात येणाऱ्या वस्तूंवर जी जकात लावली जाते ती कमी होणार आहे. त्यामुळे इस्त्राईलमधील वस्तू भारतात स्वस्त दरात उपलब्ध होतील. तशाच प्रकारे भारताची इस्त्राईलला होणारी निर्यातही वाढणार आहे आणि तिथेही जकातीचे दर कमी केले जाणार असल्याने इस्त्राईलमध्ये भारताच्या वस्तू स्वस्त दरात उपलब्ध होऊ शकणार आहेत.
- तसेच आरोग्याच्या क्षेत्रातील तंत्रज्ञानाबाबतही इस्त्राईल खूप प्रगत आहे. विशेषतः,

विविध किरणांचा वापर करून रोगनिदान करण्याबाबतचे अत्याधुनिक तंत्रज्ञान इस्त्राईलमध्ये आहे. या तंत्रज्ञानाचा वापर भारतातील आरोग्यसुविधांसाठी करता येणे शक्य असल्यामुळे त्याच्या हस्तांतरणासाठी प्रयत्न करणे हादेखील राजनाथसिंह यांच्या दौऱ्याचा एक हेतू होता.

- दोन्ही देशांनी आपला व्यापार वाढवून तो आता १५ अब्ज डॉलर्सपर्यंत नेण्याचे उद्दिष्ट ठेवले आहे. भविष्यातील व्यापार हा प्रामुख्याने शिक्षण, अंतराळक्षेत्र, कृषीक्षेत्र आणि सायबर टेक्नॉलॉजी या क्षेत्रांमध्ये तंत्रज्ञानाचे हस्तांतरण यासंदर्भात होणार आहे.

राजनैतिक संबंधांची पायाभरणी :

आतापर्यंत इस्त्राईलकडे आपण इस्त्राईल-पॅलेस्टाईल संघर्षाच्या दृष्टिकोनातून पहात होतो. इस्त्राईल हा १९४८ मध्ये निर्माण झालेला देश आहे. इस्त्राईलची निर्मिती करण्यासाठी संयुक्त राष्ट्र संघटनेने एक आयोग नेमला होता आणि त्या आयोगाचा भारत एक सदस्य होता. पण पॅलेस्टाईनच्या भूमीचे विभाजन करण्याला आणि इस्त्राईल व पॅलेस्टाईल ही दोन स्वतंत्र राष्ट्रे निर्माण करण्याला भारताचा विरोध होता. भारताची इच्छा होती, की त्यांच्यामध्ये एक संघराज्य असावे आणि त्यामध्ये ज्यू लोक आणि पॅलेस्टाईल लोकांना स्वायत्तता असावी; परंतु तसे झाले नाही आणि १९४८ मध्ये स्वतंत्र इस्त्राईलची निर्मिती झाली. त्यावेळी स्वतंत्र इस्त्राईलला भारताने राजनैतिक मान्यता दिली. पण ती मान्यता देऊनही भारताने इस्त्राईलसोबत राजनैतिक संबंध प्रस्थापित केले नाहीत. म्हणजे भारत हा पडद्याआडून इस्त्राईलला सहकार्य करत होता, असे म्हणता येईल. १९६५चे युद्ध, १९७१ चे युद्ध आणि १९९९ चा कारगील संघर्ष या तिनही वेळेला इस्त्राईलने भारताला मोठी मदत केलेली आहे; पण दोघांमधील हे संबंध उघडपणे नव्हते. भारताच्या परराष्ट्र धोरणामध्ये शीतयुद्धोत्तर काळामध्ये परिवर्तने झाली. त्यातील पहिले परिवर्तन म्हणजे आदर्शवादापेक्षा राष्ट्रीय हितसंबंधांना महत्त्व प्राप्त झाले आणि भारताने इस्त्राईलकडे विचासरणीच्या दृष्टिकोनातून न पाहता किंवा पॅलेस्टाईनच्या संघर्षाच्या दृष्टिकोनातून न पाहता राजकीय दृष्टिकोनातून पाहण्यास सुरुवात केली. तत्कालीन पंतप्रधान पी. व्ही. नरसिंहराव यांनी पहिल्यांदा भारताच्या या दोन्ही राष्ट्रांबाबतच्या भूमिकेमध्ये फारकत केली आणि त्यांनी सांगितले, की स्वतंत्र पॅलेस्टाईनच्या निर्मितीला भारताचा पाठिंबा असेल; पण याचा अर्थ भारत इस्त्राईलशी संबंध तोडणार नाही, त्यांच्याशी संबंध कायम राहतील. म्हणून भारताने पहिल्यांदा १९९२ मध्ये इस्त्राईलसोबत राजनैतिक संबंध प्रस्थापित केले. इस्त्राईलची राजधानी तेल अविव येथे भारताने आपला दूतावास सुरू केला. १९९२ नंतर या दोन्ही देशांचे राजनैतिक संबंध विकसित होत आहेत.

काही महिन्यांपूर्वी इस्त्राईलकडून पॅलेस्टाईनमध्ये मानवाधिकारांचे मोठ्या प्रमाणावर उल्लंघन झाले. त्याचा निषेध करण्याबाबत संसदेने ठराव करावा, अशी मागणी भारतात करण्यात आली. पण तसा ठराव मंजूर झाला नाही. असा ठराव सातत्याने होत आलेला आहे; पण भारताने कधीही उघडपणाने इस्त्राईलविरोधी भूमिका घेतलेली नाही. कारण भविष्यात भारताला इस्त्राईलशी असणारे संबंध महत्त्वाचे आहेत. याला आणखी काही पैलू आहेत. एक म्हणजे इस्त्राईल व अमेरिका हे दोघेही घनिष्ट मित्र आहेत. आता भारताचे अमेरिकेबरोबरचे संबंध दृढ होत असताना भारत-इस्त्राईल संबंध विकसित होत आहेत, हे विशेष महत्त्वाचे आहे. तसेच या तिनही राष्ट्रांना दहशतवादाचा धोका आहे. तसेच या तिघांनाही आपल्या देशांच्या संरक्षणक्षेत्राचा विकास करायचा आहे. त्यामुळे या दृष्टिकोनातूनही भारत-इस्त्राईल संबंधांकडे पाहणे आवश्यक आहे. ■

अमेरिका-इराण अणुकरार : कारणे आणि परिणाम

करारामागची पार्श्वभूमी

१९८० च्या दशकापासून इराण अण्वस्त्रांचा विकास करत आहे, असा आरोप केला जात होता. इराणमध्ये १९७९ मध्ये इस्लामिक क्रांती घडून आली आणि त्यानंतर तेथे अतिशय कडवे शासन प्रस्थापित झाले. या कडव्या शासनाचे प्रामुख्याने अमेरिकेबरोबर वाद सुरू झाले. या कडव्या शासनाने इराणकडेही अणुबॉम्ब असला पाहिजे, अशी इच्छा बाळगण्यास सुरुवात केली. विशेषतः आयातुल्लाह खोमिनी यांसारख्या नेत्यांनी ही महत्त्वकांक्षा बाळगली. विशेष म्हणजे इराणने अण्वस्त्र प्रसारबंदी करारावर स्वाक्षरी केली; मात्र तरीही इराण गुप्त पद्धतीने अण्वस्त्रांचा विकास करत होता, अशा प्रकारचा संशय संपूर्ण आशियाई देशांना आणि पश्चिमी देशांना होता. त्यामुळे २००६ मध्ये संयुक्त राष्ट्र संघटना आणि युरोपियन युनियन आणि अमेरिका यांनी इराणवर आर्थिक निर्बंध टाकले. इराणने आपला अण्वस्त्र विकासाचा कार्यक्रम त्वरित थांबवावा यासाठीच हे आर्थिक निर्बंध लादले गेले. या आर्थिक निर्बंधांचे अतिशय नकारात्मक परिणाम इराणच्या अर्थव्यवस्थेवर झाले. २०११ मध्ये इराणमध्ये प्रति दिवशी २२ लाख बॅरल तेलाचे उत्पादन होत असे. २०१३ मध्ये ते कमी होऊन ७ लाख बॅरलवर आले. त्यामुळे इराणची तेलाची निर्यात पूर्णपणे ठप्प झाली. तसेच इराणच्या चलनाचे ४० टक्क्यांनी अवमूल्यन झाले. या आर्थिक निर्बंधांचा फटका इराणमधील आरोग्य क्षेत्राला बसला. अमेरिका आणि युरोपकडून मोठ्या प्रमाणावर होणारा औषधांचा पुरवठा थांबवला गेला. याची मोठी किंमत सामान्य इराणी नागरिकांना मोजावी लागली.

आर्थिक निर्बंध दूर करण्यासाठी इराणचे प्रयत्न

त्यामुळे या आर्थिक निर्बंधांमधून मुक्तता मिळावी यासाठी इराणचे प्रयत्न सुरू होते. यासंदर्भात नोव्हेंबर २०१२ मध्ये इराणचे राष्ट्राध्यक्ष हसन रौहानी यांनी पुढाकार घेतला. आमच्यावरील आर्थिक निर्बंध दूर केले जाणार असतील तर इराण आपला अण्वस्त्र विकासाचा कार्यक्रम थांबवण्यास तयार आहे, अशी भूमिका रौहानी यांनी मांडली. त्यानंतर यासंदर्भातील चर्चा सुरू झाली आणि ऑगस्ट २०१३ मध्ये इराण आणि अमेरिका यांच्यामध्ये ऐतिहासिक स्वरुपाचा अणुकरार झाला. या करारानुसार अमेरिकेकडे इराणने ७ अब्ज डॉलर्सची मागणी केली. याबदल्यामध्ये युरेनियमचा विकास थांबवणे, अण्वस्त्रनिर्मिती थांबवण्याचे आणि आयएईएला (इंटरनॅशनल ॲटोमिक एनर्जी एजन्सी)ला अणुप्रकल्पांची तपासणी करण्याचे अधिकार देण्याचे इराणने मान्य केल्या. हा करार अंतरिम करार होता आणि जून २०१५ पर्यंत तो अंतिम करण्यात यावा, असे ऑगस्ट २०१३ मध्ये ठरवण्यात आले होते. त्यामुळे ही मुदत संपण्यासाठी काही काळच शिल्लक राहिला असल्याने यासंदर्भात काही तरी पावले टाकणे गरजेचे ठरले होते, त्यासाठीच हा ताजा करार करण्यात आला. वास्तविक, अमेरिका आणि इराण यांच्यात मागील १८ महिन्यांच्या काळात या कराराला अंतिम स्वरुप देण्यासंदर्भातील वाटाघाटी, चर्चा, तडजोडी सुरू होत्या. अमेरिकेकडून या मोहिमेची जबाबदारी परराष्ट्र मंत्री जॉन केरी यांच्यावर सोपवण्यात आली होती. मार्च महिन्यामध्ये सलग सहा दिवस जॉन केरी इराणमध्ये होते. त्यांनी हा करार घडवून आणला. अंतिम करार जून २०१५ मध्ये घडणार आहे. त्याची पूर्वतयारी म्हणून हा करार झाला. या कराराने तीन प्रमुख गोष्टी साधल्या गेल्या आहेत. एक म्हणजे, इराण आपला युरेनियमचा विकास ७५ टक्क्यांनी कमी करणार आहे. दुसरी गोष्ट म्हणजे विकसित युरेनियमच्या साठ्यामध्ये इराण ४० टक्क्यांनी कपात करणार आहे. तिसरी गोष्ट म्हणजे इराणवरील आर्थिक निर्बंधांची पकड अंशतः ढिली करण्याचे मान्य

करण्यात आले आहे. त्यामुळे ऑगस्ट २०१३ मध्ये झालेला करार आणि ताजा करार यामध्ये फारसे अंतर नाही. पण तरीही या कराराला महत्त्व आहे. मुख्य म्हणजे केवळ आर्थिक निर्बंधांमुळे पिचून जाऊन इराण या करारासाठी तयार झाला असे नाही, तर त्यामागे सखोल पार्श्वभूमी आहे, ती लक्षात घेणे आवश्यक आहे.

इराणच्या सहमतीची कारणमिमांसा

सध्या संपूर्ण पश्चिम आशियामध्ये मोठ्या प्रमाणात वांशिक ध्रुवीकरण घडून आलेले आहे. हे ध्रुवीकरण शिया आणि सुन्नी या दोन पंथियांमध्ये झालेले आहे. गेल्या वर्षभरापासून 'इस्लामिक स्टेट' या प्रामुख्याने धार्मिक मूलतत्त्ववादी संघटनेने आपला प्रभाव प्रचंड वाढवत इराक आणि सिरियामधील काही भागावर आपले राज्य स्थापन केले आहे. तसेच सुन्नीबहुल राष्ट्रांचा या संघटनेला पाठिंबा आहे. कारण ही संघटना प्रामुख्याने शिया मुस्लिमांचा विरोध करणारी आहे. त्यामुळे या संघटनेचा प्रसार पश्चिम आशियामध्ये जर वाढला तर ते इराणसाठी धोकादायक ठरणारे आहे. इराणला हा प्रसार नको आहे. म्हणूनच अमेरिकेने इस्लामिक स्टेटविरोधात सुरू केलेल्या लष्करी मोहिमेला इराणने पाठिंबा दिलेला आहे. इराणप्रमाणेच इराकमध्येही शिया पंथियांची संख्या मोठी आहे. तेथे शिया सैन्यही आहे. आता इराणने इराकच्या माध्यमातून इस्लामिक स्टेटवर हल्ले करण्यास सुरुवात केली आहे. इस्लामिक स्टेटचा धोका वाढू नये यासाठी अमेरिकेला समर्थन देणे इराणसाठी अपरिहार्य आहे. इराणने केलेल्या ताज्या कराराचा विचार या पार्श्वभूमीवरदेखील करणे आवश्यक आहे.

अमेरिकेचा बहुउद्देशीय दृष्टिकोन

पश्चिम आशियामध्ये काही वर्षांपूर्वी झालेल्या अरब स्प्रिंगमुळे लोकशाही स्थित्यंतर घडण्याऐवजी त्याचे दोन प्रमुख नकारात्मक परिणाम घडून आले. पहिला परिणाम म्हणजे पश्चिम आशियामध्ये शिया आणि सुन्नींमध्ये वांशिक ध्रुवीकरण झाले. दुसरा परिणाम म्हणजे धार्मिक मूलतत्त्ववादी आणि दहशतवादी संघटनांचा प्रभाव पुन्हा एकदा प्रचंड प्रमाणात वाढण्यास सुरुवात झाली. या दोन्हीही गोष्टी अमेरिकेसाठी धोकादायक होत्या. त्यामुळेच अमेरिकेला पुन्हा एकदा पश्चिम आशियामध्ये हस्तक्षेप करणे भाग पडले. येमेन, इराक, सिरीया यांसारख्या सर्वच देशांमध्ये सध्या शिया आणि सुन्नी यांच्यातील वाद हा प्रमुख बनला आहे. हे प्रश्न सोडवण्यासाठी इराणचे सहकार्य प्राप्त करणे गरजेचे आहे. येमेनमध्ये ३५ टक्के शिया मुस्लिम आहेत. तोच प्रकार इराकमध्येही आहेत. त्यामुळेच वाढत्या मूलतत्त्ववाद्यांना रोखण्यासाठी अमेरिकेला इराणची गरज आहे. दुसरे महत्त्वाचे कारण म्हणजे अफगाणिस्तानमध्ये अमेरिकेने केलेल्या लष्करी हस्तक्षेपामागचा मुख्य उद्देश हा तेथे स्थैर्य नांदावे, हा होता. तसेच तालिबानला नियंत्रण करणे हादेखील एक हेतू त्यामागे होता. परंतु १० वर्षे तेथे लष्करी सैन्य ठेवूनही अफगाणिस्तानमध्ये शांतता आणि स्थैर्य प्रस्थापित झाल्याचे दिसत नाही. किंबहुना, तालिबान हे पूर्णपणे नेस्तनाबूत झालेले नाही. त्यामुळे या हस्तक्षेपावरून ओबामा यांच्यावर मोठ्या प्रमाणात टिका होत आहे. आता अमेरिकेला अफगाणिस्तानमध्ये जे गमावले आहे ते इराणच्या माध्यमातून कमावायचे आहे. म्हणजेच अफगाणिस्तानातील हस्तक्षेपामुळे झालेले आर्थिक नुकसान, गेलेली प्रतिष्ठा हे इराणला अणुबॉम्ब बनवण्यापासून परावृत्त करण्यामध्ये यशस्वी ठरल्याचे दाखवून भरून काढायचा ओबामांचा इरादा आहे. अमेरिकेने अफगाणिस्तानातून सैन्य काढून घेतल्यानंतर तेथे पुन्हा एकदा तालिबानचे पुनरुज्जीवन होण्याची शक्यता आहे. इराण हा अफगाणिस्तानचा सर्वात मोठा शेजारी आहे. त्यामुळे अमेरिकेला इराणची मदत गरजेची वाटत आहे. यामागचे आणखी एक कारण म्हणजे आजवर अफगाणिस्तानात शांतता आणि स्थैर्य नांदावे यासाठी अमेरिकेला पाकिस्तानशिवाय पर्याय नव्हता. पण आता अमेरिकेचा पाकिस्तानवर फारसा विश्वास उरलेला नाही. अमेरिकेला आपल्या अफगाणिस्तानच्या धोरणामधील पाकिस्तानचे महत्त्व कमी करायचे आहे. यासाठीच अमेरिकेने इराणला उचलून एक नवी खेळी खेळली आहे. तिसरा महत्त्वाचा भाग म्हणजे, इराणवर आर्थिक निर्बंध टाकल्यामुळे त्यांच्या तेल निर्यातीवर बंधने आणल्यामुळे तेलाच्या क्षेत्रात सौदी अरेबियाची मक्तेदारी निर्माण झाली होती. ही मक्तेदारी कमी करण्यासाठी म्हणून देखील अमेरिकेने इराणवरील

आर्थिक निर्बंध शिथील करण्याचे पाऊल उचलले आहे.

इस्त्राईल, सौदी अरेबिया आणि रशिया,चीनला उत्तर

शीतयुद्ध काळापासून पश्चिम आशियामधील अमेरिकेचे धोरण हे प्रामुख्याने सौदी अरेबिया आणि इस्त्राईल या दोन राष्ट्रांना अनुसरून राहिले आहे. या दोन्ही राष्ट्रांना इराणकडून धोका असल्याने अमेरिकेचे धोरण हे नेहमीच इराणला विरोध करणारे राहिले आहे. परंतु आता अमेरिकेने इराणची बाजू घेण्यास सुरुवात केल्याने सौदी अरेबिया आणि इस्त्राईल हे दोन्हीही देश नाराज झाले आहेत. इस्त्राईलची नाराजी तर इतकी तीव्र स्वरुपाची बनली आहे की, त्यांचे नेते बेंझामिन नेत्यानाहू यांनी मध्यंतरी अमेरिकन काँग्रेसमध्ये केलेल्या भाषणामध्ये बराक ओबामा यांना इराणसोबतच्या अणुकराराच्या मुद्द्यावरून एक प्रकारे धमकावण्याचा प्रकार केला. यातून एक गोष्ट स्पष्ट झाली, ती म्हणजे अमेरिकेच्या पश्चिम आशियातील धोरणावर अमेरिकेतील ज्यू लोकांच्या लॉबीचा प्रचंड मोठा प्रभाव होता. त्यामुळे अमेरिकेला स्वतंत्रपणे निर्णय घेता येत नव्हते. परंतु पहिल्यांदाच हा प्रभाव नाकामी ठरल्याचे इराणसोबतच्या अणुकरारामुळे दिसून आले आहे. बराक ओबामांनी ज्यू लॉबीचा दबाव झुगारून देत इस्त्राईलला आव्हान दिले. सौदी अरेबियाचाही या कराराला विरोध होता. पण तरीही या करारासाठी ओबामांनी अमेरिकेशी सौदी अरेबियाशी असलेली मैत्री पणाला लावली. याचे कारण काय? तर सौदी अरेबियाचे दुटप्पी वागणे. सौदी अरेबिया एकीकडे अमेरिकेशी मैत्री बांधून होता, तर दुसरीकडे पश्चिम आशियामध्ये धार्मिक मूलतत्त्ववादी संघटनांना आर्थिक रसद पुरवत होता. त्यामुळे अमेरिकेच्या दृष्टीने सौदी अरेबियाला धडा शिकवणेही गरजेचे होते. या करारामुळे अमेरिकेने चीन आणि रशियालाही एक प्रकारे मात दिलेली आहे. पश्चिम आशियाच्या राजकारणामध्ये अमेरिका हा आजवर इस्त्राईल आणि सौदी अरेबियाची बाजू घेत होता आणि इराणची बाजू रशिया उचलून धरत होता. सिरिया, इराक, इजिप्तच्या प्रश्नांबाबत रशिया आणि चीनने अमेरिकेच्या विरोधी भूमिका घेत इराणची बाजू उचलून धरली होती. पण या अणुकरारामुळे अमेरिकेने रशिया आणि चीन या दोघांनाही उत्तर दिले आहे. एकंदरीतच, या अणुकरारामुळे पश्चिम आशियातील पारंपरिक राजकारणाचा कायापालट करून टाकला आहे.

भारतासाठी हा करार का फायद्याचा आहे?

या अणुकराराचे भारताने स्वागत केले आहे. याचे कारण या करारामुळे भारताचे तीन फायदे होणार आहेत.

१) अमेरिकेने टाकलेल्या निर्बंधांमुळे व अमेरिकेच्या भारतावरील दबावामुळे इराण-मधून भारतात होणारी तेलाची मोठी आयात ही निम्म्यावर आली होती. याचा भारताला आर्थिक फटकाही बसला होता. पण आता या अणुकरारामुळे इराणवरील आर्थिक निर्बंध सैल होणार आहेत. त्यामुळे भारत आता इराणकडून पूर्वीप्रमाणे तेल आयात करू शकणार आहे.

२) इराण आणि अमेरिका हे दोघेही भारताचे मित्र आहेत. परंतु अमेरिकेने इराणवर निर्बंध टाकल्यामुळे भारताची अवस्था अवघडल्यासारखी झाली होती. कारण इराण हा भारताचा पारंपरिक मित्र आहे. इराणपाठोपाठ सर्वाधिक शिया मुस्लिमांची संख्या भारतात आहे. दुसरी महत्त्वाची गोष्ट म्हणजे भारताला अफगाणिस्तानशी संपर्क करायचा असेल तर तो इराणच्या माध्यमातूनच करावा लागतो. कारण अफगाणिस्तानच्या पूर्वेला पाकिस्तान व पश्चिमेला इराण आहे. तसेच इराणमधून तेल वाहून नेणाऱ्या एका पाईपलाईनचा एक प्रकल्प सध्या आकाराला येतो आहे. ही पाईपलाईन अफगाणिस्तानच्या माध्यमातून येणार होती. परंतु अमेरिकेने निर्बंध टाकल्यामुळे या प्रकल्पामध्ये अडथळा निर्माण झाला होता. म्हणूनच हा अणुकरार व्हावा आणि हे निर्बंध कमी व्हावेत, अशी भारताची इच्छा होती.

३) सध्या पाकिस्तानकडे असलेल्या अणुबॉम्बमुळे भारताला राष्ट्रीय सुरक्षेचे प्रश्न निर्माण झाले आहेत. अशा वेळी इराणच्या रुपाने दुसरा इस्लामिक बॉम्ब तयार झाला असता तर भारताचा धोका भविष्यामध्ये वाढला असता. आपल्या परिसरामध्ये एकाच वेळी दोन-दोन इस्लामिक बॉम्ब भारतासाठी डोकेदुखी ठरले असते. आता झालेल्या करारामुळे इराण भविष्यामध्ये अणुबॉम्ब बनवणार नाही. त्यामुळे त्याही अंगाने भारताचा फायदा झाला आहे. म्हणूनच

भारताने या कराराचे स्वागत केले आहे आणि हा भारतासाठी राजनैतिक विजय आहे. याचे कारण या करारामुळे अफगाणिस्तानच्या राजकारणामध्ये पाकिस्तानचे महत्त्व कमी होणार आहे. आता तेथे इराणचे महत्त्व वाढले तर स्वाभाविकपणे भारताचेही महत्त्व वाढणार आहे. कारण इराण आणि भारत या दोघांनाही तेथे तालिबानचे पुनरुज्जीवन नको आहे. त्यामुळेच भारताची ही 'डिप्लोमॅटिक विन' आहे. असे असले तरी आता जून २०१५ मध्ये जेव्हा अंतिम अणुकरार होणार आहे तेव्हा भारताने आपली राजनैतिक ताकद वाढवणे आवश्यक आहे. तसेच भारताने इराणचे मतपरिवर्तन करण्याचे प्रयत्न केले पाहिजेत आणि भारत ते करू शकतो. अर्थात, या कराराचे भवितव्य अजूनही काहीसे धुसर आहे. कारण इराणमधील कडव्या विचारधारेच्या गटांचा आणि अमेरिकेतील रिपब्लिकन पक्षाचा या कराराला विरोध आहे. तसेच अमेरिकन काँग्रेसदेखील इराणवरील निर्बंध हटवण्यास तयार नाही. त्यामुळे अंतिम करार हा कसा होतो, याकडे जगाचे लक्ष लागून राहिले आहे. पण तो होणे हे जगासाठी गरजेचे आहे.

■

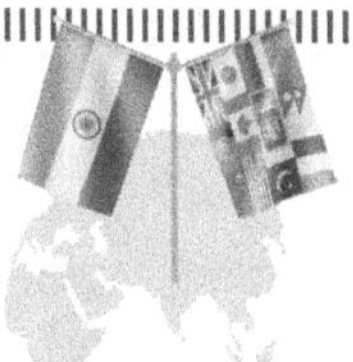

येमेनमधील संघर्ष आणि भारत

गरज भारताने ॲक्ट वेस्ट पॉलिसी आखण्याची

सध्या संपूर्ण जगामध्ये आखाती प्रदेश हा कमालीचा असुरक्षित, हिंसक आणि अशांत बनला आहे. काही वर्षांपूर्वी या संपूर्ण प्रदेशात एका राजकीय सत्तांतराची, लोकशाहीच्या दिशेने संक्रमण होण्याची एक चळवळ सुरू झाली होती. तिला 'अरब स्प्रिंग' असे म्हणतात. या चळवळीकडे पाहण्याचा संपूर्ण जगाचा अतिशय सकारात्मक दृष्टिकोन होता. परंतु लवकरच या चळवळीचे रुपांतर शिया आणि सुन्नी पंथियांच्या वांशिक संघर्षात झाले. याबरोबरच कट्टर मूलतत्त्ववादी सुन्नींचा वाढता प्रभाव, त्याचप्रमाणे अल कायदा, इस्लामिक स्टेट यांसारख्या संघटनांचा वाढता प्रभाव यामध्ये त्याचे रुपांतर झाले. ही परिस्थिती आणखी गुंतागुंतीची बनण्याचे एक कारण म्हणजे गेल्या चार-पाच वर्षात लोकशाहीसाठी जी चळवळ सुरू झाली होती त्याचे रुपांतर मोठ्या यादवी युद्धामध्ये होऊ लागले. या यादवी युद्धामध्ये पश्चिमी राष्ट्रांचे हितसंबंध दुखावले गेल्यामुळे अमेरिका आणि युरोपियन युनियन यांचा हस्तक्षेप या भागात वाढला. त्यानंतर हे संघर्ष आणखी हिंसक बनले. सध्या तेथील आदिवासी वा मागासलेले समूह सत्तेसाठी संघर्ष करत आहेत; तर दुसरीकडे तेथील शिया व सुन्नी पंथियांमधील पारंपरिक वादही सुरू आहेत. या आदिवासी गटांतील काहींना शियापंथीय पाठिंबा देतात तर काही आदिवासी गटांना सुन्नीपंथियांचा पाठिंबा मिळतो. यामध्ये त्यांना आर्थिक मदत दिली जाते आणि परिणामी संघर्षाची तीव्रता वाढते. तसेच बऱ्याचशा सुन्नी राष्ट्रांची अमेरिकेशी मैत्री आहे. त्यामुळे या राष्ट्रांना धोका निर्माण होतो त्यावेळी अमेरिका आणि सोबत युरोपियन युनियन त्यामध्ये सहभागी होते. युरोपियन युनियन आली की नाटो ही लष्करी संघटनादेखील आपसूक सहभागी होते.

आखातामध्ये शीतयुद्ध काळातील राजकारणाची प्रतिबिंबेदेखील पडताना दिसतात. सध्या संपूर्ण आखाती प्रदेश हा जसा शिया आणि सुन्नी यांच्यामध्ये विभागला गेलेला आहे, तसाच तो एकीकडे युरोपियन युनियन, अमेरिका आणि नाटो विरूद्ध रशिया आणि चीन अशा स्वरुपातही विभागला गेलेला आहे. त्यामुळे संयुक्त राष्ट्रांना आणि त्याच्या सुरक्षा परिषदेलाही यासंदर्भात ठोस प्रकारची पावले उचलणे अवघड होऊन बसले आहे. याचा फायदा धार्मिक मूलतत्त्ववादाने प्रभावित असणाऱ्या दहशतवाद्यांना होतो आहे. ओसामा बिन लादेन संपुष्टात आल्यानंतर त्याची अल-कायदा ही संघटना संपुष्टात येण्याच्या मार्गावर होती. पण तिचे पुनरूज्जीवन आता पुन्हा झाल्यासारखे आहे. कारण त्याचा आर्थिक भाग इतर मुलतत्त्ववादी संघटना उचलत आहेत. या सगळ्या संघर्षाचा फायदा इस्लामिक स्टेटसारख्या कडव्या मूलतत्त्ववादी संघटनेने घेतलेला दिसत आहे. या संघटनेने वेगाने आपले पाय पसरले असून त्यांनी सिरिया आणि

इराकमधील काही भागांमध्ये स्वतंत्र राजवट स्थापन केली आहे. तसेच इजिप्त, लिबिया, सिरीया, इराक, येमेन अशी राष्ट्रे या संघटनेच्या प्रभावाखाली आलेली आहेत. त्यामुळे ही राष्ट्रे अस्थिरता, अशांततेच्या गर्तेत सापडत चालली आहेत.

संपूर्ण शीतयुद्धाच्या काळामध्ये संपूर्ण आखाती प्रांत हा अरब आणि इस्त्राईल यांच्या संघर्षामुळे प्रकाशात होता. या देशात खनिज पदार्थ आणि पेट्रोलियम पदार्थ मोठ्या प्रमाणात असल्यामुळे यामध्ये पश्चिमी राष्ट्रांचे हितसंबंध गुंतलेले होते. त्यामुळे पश्चिमी राष्ट्रांची भूमिका यात महत्त्वाची होती. त्याचप्रमाणे अमेरिकेला तेथील राजकारणात आपला सहभाग हवा होता. त्यामुळे त्यांनी तेथील राजेशाहीला व एकाधिकारशाहीवादी राजकीय व्यवस्थांना मोठ्या प्रमाणात समर्थन दिले. अमेरिकेच्या समर्थनावर व शस्त्रास्त्रांच्या पुरवठ्यावर या राजवटी दीर्घकाळ टिकून राहिल्या. तथापि, शीतयुद्धानंतर लोकांमध्ये या हुकुमशहांविरुद्धचा असंतोष वाढू लागला. कारण तेथे वाढत्या विषमतेमुळे मोठी सामाजिक दुही निर्माण झाली होती. एकीकडे अतिश्रीमंतांचा एक वर्ग तयार झाला होता; तर दुसरीकडे बऱ्याच लोकांचे अतिशय मूलभूत प्रश्नही सुटत नव्हते. गरिबी, भूकमारी, बेरोजगारी हे प्रश्न गंभीर बनले होते. या खदखदत्या असंतोषाचे रुपांतर अरब स्प्रिंगमध्ये झाले. त्यातून जुलमी आणि राजेशाही गटाचा संघर्ष सुरू झाला. या संघर्षानंतर तेथे शांततापूर्ण लोकशाही सत्ता स्थापन होईल, अशी शक्यता होती. परंतु वांशिक संघर्ष, धार्मिक मूलतत्त्ववाद व विविध आदिवासी गटांमधील यादवी यांमुळे हे शक्य नाही असे दाखवून दिले. ईजिप्त, लीबिया आणि सिरीयामध्ये तेच घडले आणि सध्या येमेनमध्येही तोच प्रकार सुरू आहे.

आखाती देशांमधील सीमारेषांची पुनर्राखणी करण्याचे प्रयत्न दोनदा घडून आले. पहिला प्रयत्न पहिल्या महायुद्धानंतर झाला. त्यावेळच्या व्हर्सायच्या तहानुसार आखाती प्रदेशातील अंतर्गत सीमारेषा नव्याने अधोरेखित करण्यात आल्या. यामागे पश्चिमी राष्ट्रांचे हितसंबंध होते. या सीमारेषा अधोरेखित केल्यामुळे खलिफाचे साम्राज्य पूर्णपणे नेस्तनाबूत झाले. शिया-सुन्नी संघर्षाच्या माध्यमातून या सीमारेषा पुन्हा आखण्याचे प्रयत्न सुरू आहेत. या संघर्षाच्या प्रभावामुळे पूर्ण आखाती प्रदेश शिया आणि सुन्नी अशा दोन वांशिक पंथांमध्ये विभागला गेला आहे व त्यांच्या संघर्षाचे पडसाद सिरिया, इराक, इस्लामिक स्टेट या सर्वच देशांमध्ये पडत आहेत. येमेनमध्येही तसेच काहीसे घडत आहे.

येमेन हा देश भरपूर तेलाचे साठे असणारा असला तरीही तेथे अतिशय गरिबी आहे, बेरोजगारीचे प्रश्न आहेत. या देशातील विविध आदिवासी गट (ट्रायबल ग्रुप्स) २०११ नंतर सत्ता स्थापन करण्यासाठी आणि तेलाच्या स्त्रोतांवर मालकी हक्क स्थापन करण्यासाठी प्रयत्न करत आहेत. या आदिवासी गटांना एकीकडे सुन्नी राष्ट्रांनी मदत करायला सुरुवात केली, तर दुसरीकडे शिया राष्ट्रांनी काही आदिवासी गटांना मदत करायला सुरुवात केली आहे. आता आणखी एक समस्या निर्माण झालेली आहे ती म्हणजे सौदी अरेबिया येमेनमध्ये लष्करी हस्तक्षेप करू लागला आहे. सौदी अरेबिया हे मोठे सुन्नी राष्ट्र आहे. येमेनशी या देशाच्या सीमारेषा भिडलेल्या आहेत. येमेनमधील जो आदिवासी गट इराणच्या मदतीने मोठा झालेला आहे, त्याचे नाव हौथी असे आहे. या गटाविरुद्ध आता लष्करी मोहिम सुरू झालेली आहे. या गटाला प्रामुख्याने इराणचा पाठिंबा असल्यामुळे तिथे पुन्हा एकदा शिया आणि सुन्नी संघर्ष पेटला आहे. थोडक्यात, आखाती प्रदेशामध्ये एक प्रकारचे ध्रुवीकरण दिसू लागलेले आहे. प्रत्येक राजकीय संघर्षाला आता वांशिक दृष्टिकोनातून पाहिले जात आहे. यामध्ये पश्चिमी राष्ट्रांच्या हस्तक्षेपामुळे या प्रश्नाची व्याप्ती आणखी वाढत चाललेली आहे. त्याची तीव्रता आणि गांभीर्यही वाढत चाललेले आहे.

२०११ नंतर साधारणपणे आखाती प्रदेशातील हिंसाचार वाढून वांशिक संघर्षही वाढलेला दिसतो. २००२-०३ नंतर इराकमध्ये जो लष्करी हस्तक्षेप केला होता, त्याची फार मोठी किंमत अमेरिकेला चुकवावी लागली. त्यामध्ये अमेरिकेचे मोठे आर्थिक बळ खर्च झाले, सैन्य कामी आले. त्यामुळे अमेरिकेचे एकूणच जनमत या अशा हस्तक्षेपाच्या विरोधात गेले. त्यामुळे २०१२ मध्ये अमेरिकेने आपले सैनिक इराकमधून काढून घेतले आणि पुन्हा आखातामध्ये आपल्याला लष्करी हस्तक्षेप करायचा नाही असा निर्णय घेतला. २०१२ नंतर अमेरिकेने या भागाकडे दुर्लक्ष करायला सुरुवात केली. याचे दुसरे कारण म्हणजे अमेरिकेतच आता तेलाचे साठे सापडायला सुरुवात झाली आहे आणि अमेरिका हा जगातील सर्वांत जास्त तेलसाठा असणारा देश बनला. त्यामुळे आखाती देशातील तेलासाठी होणारा मूळ हस्तक्षेप हे कारण बाजूला झाले. अमेरिकेने आखाती देशांमधील हस्तक्षेप कमी केल्यामुळे तेथे मध्यस्थी करणारे कोणी

उरले नाही. परिणामी तेथील संघर्ष तीव्र होत गेले. त्यामुळेच इस्लामिक स्टेटसारख्या संघटनांचा प्रभाव वाढला.

आखातातील या संघर्षाच्या झळा अथवा त्याचे सर्वाधिक परिणाम हे भारताला सहन करावे लागत आहेत. कारण भारताची पूर्ण अर्थव्यवस्था कच्च्या तेलाबाबत या राष्ट्रांवर अवलंबून आहे. भारतातील तेलाच्या एकूण गरजेपैकी ७० टक्के गरज ही आखाती देशातून भागवली जाते. तसेच जवळपास ७० लाख भारतीय हे आखातात राहतात. ही संख्या हिमाचल प्रदेश आणि उत्तराखंड या दोन राज्यांच्या एकूण लोकसंख्येइतकी आहे. या भारतीयांकडून वर्षाकाठी जवळपास ३० अब्ज डॉलर्सचे परकीय चलन भारतीय अर्थव्यवस्थेला मिळते. त्यामुळे ७० लाख भारतीयांच्या सुरक्षितेला हे प्राधान्य असणे आपल्यासाठी गरजेचे आहे. परंतु तसे ते नाही, हे दुर्दैव म्हणावे लागेल.

युपीए सरकारच्या दहा वर्षांच्या कार्यकाळात तत्कालीन पंतप्रधान मनमोहन सिंग हे केवळ एकदा (२०१० मध्ये) सौदी अरेबियाच्या भेटीला गेले होते. गतवर्षी झालेल्या सत्तांतरानंतर केंद्रात मोदी सरकार सत्तेवर आले. यानंतरच्या संसदेच्या पहिल्या अधिवेशनामध्ये झालेल्या राष्ट्रपतींच्या अभिभाषणामध्ये त्यांनी आखाती देशांचा उल्लेख देखील केला नव्हता. आखाती देशात एवढे हितसंबंध गुंतलेले असताना देखील भारताने आजवर यासंदर्भातील कोणत्याही स्पष्ट धोरणाचा विकास केला नाही. भारताचे यासंदर्भातले धोरण हे तात्पुरत्या स्वरूपाचे राहिलेले आहे. म्हणजे आखाती देशात संघर्ष झाला की विमाने पाठवणे, तेथील भारतीय नागरीकांना मायदेशी आणण्याची व्यवस्था करणे अशी भारताची भूमिका राहिली आहे. आजही भारताचा एकही मित्र देश आखाती प्रदेशात नाही. आखाती प्रदेशातला तेलाचा व्यापार नियंत्रित करणाऱ्या 'गल्फ को ऑपरेशन कौन्सिल' या संघटनेतील एकाही देशाबरोबर भारताचे संरक्षण संबंध नाहीत. ही संघटना सहा देशांची मिळून तयार केलेली आहे.

या देशात ज्यावेळी संघर्ष निर्माण होतो त्यावेळेला आपल्याला अनेकदा खाजगी एजंटची मदत घ्यावी लागते. त्यांच्या मदतीने आपण तेथील भारतीयांना सोडवतो. काही महिन्यांपूर्वीच इस्लामिक स्टेटने ४२ भारतीय परिचारिकांना ओलिस ठेवले होते. त्यांची सुटका करून आणताना भारताची बरीच दमछाक झाली. आजही सिरिया आणि इराकमध्ये आपले ४० कामगार बेपत्ता आहेत, त्यांचा शोध लागलेला नाही. आताही येमेनमध्ये ३५००भारतीय नागरिक अडकले असून त्यांना सुखरुप बाहेर काढण्यासाठी. आपल्याला सौदे अरेबिया मदत करत आहे. यापैकी फक्त ३५० लोकांना मायदेशी आणण्यात आपल्याला यश आलेले आहे. सौदी अरेबिया भारताला का मदत करत आहे? तर त्यांनी येमेनमध्ये लष्करी हस्तक्षेप केलेला आहे आणि हा हस्तक्षेप अमेरिका आणि युरोपिय युनियन यांच्या मदतीने चाललेला असल्यामुळे हा देश भारताला मदत करत आहे.

या पार्श्वभूमीवर भारताने संपूर्ण आखाती प्रदेशासाठी एक स्पष्ट धोरण तयार करणे गरजेचे आहे. किंबहुना परराष्ट्र मंत्रालयामध्ये एक स्वतंत्र उपखाते तयार करणे गरजेचे आहे. भारताचे सध्याचे धोरण महासत्तांना अनुसरून आहे. भारत आजवर कधी अमेरिका आणि युरोपियनची बाजू उचलून धरतो तर कधी रशिया आणि चीनची. बरेचदा भारत यामध्ये न गुंतण्याचा प्रयत्न करतो. म्हणजेच भारताची भूमिका बरेचदा तटस्थ स्वरुपाची असते. त्यामुळेच भारताने इस्लामिक स्टेटला दहशतवादी संघटना म्हणून घोषित करण्यास बराच उशिर केला. भारत १९९४ पासून लूक ईस्ट पॉलिसी राबवत आहे आणि आता नरेंद्र मोदींनी त्याचे रुपांतर 'ॲक्ट ईस्ट' पॉलिसीमध्ये केले आहे. यामागचा उद्देश दक्षिण पूर्व आशियाई राष्ट्रांसोबतचे संबंध सुधारणे हा होता. दक्षिण पूर्व आशियाई देशांसोबतचा व्यापार १०० अब्ज डॉलर्स इतका आहे; परंतु आखाती प्रदेशाबरोबरचा भारताचा व्यापार २०० अब्ज डॉलर्स इतका आहे. असे असूनही भारताने आजवर 'ॲक्ट वेस्ट पॉलिसी' तयार केलेली नाही. आता नरेंद्र मोदींनी अशा प्रकारची 'ॲक्ट वेस्ट' धोरण तयार करण्याची आवश्यकता आहे. दुसरी गोष्ट म्हणजे आखाती राष्ट्रांमध्ये आपले जवळचे मित्र राष्ट्र तयार करून त्यांच्याशी संरक्षण संबंध प्रस्थापित करणे गरजेचे आहे. सौदी अरेबिया हा एकमेव असा इस्लामिक देश आहे जो पाकिस्तानवर प्रभाव टाकू शकतो. त्यामुळे पाकिस्तानला शिस्त लावण्यासाठीही या संबंधांचा उपयोग होऊ शकतो. त्याचबरोबर दहशतवादासंदर्भातील गुप्तवार्ता मिळण्याच्या कामीही यामुळे मोठी मदत होणार आहे. तसेच तेलाचे व्यवहारही सुरळीत होण्यास त्यामुळे मदत होणार आहे. म्हणूनच, केंद्र सरकारने आता तातडीने 'ॲक्ट वेस्ट' पॉलिसी आखणे गरजेचे आहे.

■

भारत आणि संयुक्त अरब आमिराती (युएई)

संयुक्त अरब आमिराती ही आखातातील सर्वाधिक वेगाने विकसित होणारी अर्थव्यवस्था आहे. ही अर्थव्यवस्था वेगवेगळे प्रयोग करत असते. यामध्ये पर्यावरण संरक्षणाचे प्रयोग, पाणीबचतीचे वा पाणीपुनर्वापराचे प्रयोग, स्वच्छता, स्मार्ट सिटीज्, स्वच्छता यासंदर्भातील प्रयोगांचा समावेश होतो. या देशाकडे ८०० अब्ज डॉलर्स इतक्या प्रचंड मोठ्या प्रमाणावर साधनसंपत्ती निधी (इन्फ्रास्ट्रक्चर फंड) आहे. या निधीची भारताला गरज आहे. याखेरीजही हे राष्ट्र भारतासाठी महत्त्वाचे आहे. पंतप्रधान नरेंद्र मोदी यांनी ऑगस्ट २०१५ मध्ये या देशाला भेट दिली. मोदींनी एका अरब राष्ट्राला दिलेली ही पहिली भेट होती. त्यांचा दौरा आर्थिक, व्यापारी व सामरिक दृष्ट्या महत्त्वाचा ठरला आहे. या दौऱ्यामध्ये अनेक महत्त्वपूर्ण करार करण्यात आले.

इस्लाम हा राष्ट्रीय धर्म असणारे जवळपास ५५ देश वा राष्ट्रे आहेत. युएई हे मुस्लिम राष्ट्र (इस्लामिक रिपब्लिक) असले तरी ते जहाल विचारांचे राष्ट्र नाही. हा देश बहुसंस्कृतावादी आहे. ज्याप्रमाणे जगभरातील देशांमधून असंख्य नागरिक अमेरिकेमध्ये आले आणि या नागरिकांनी आपल्या योगदानातून अमेरिकेचा विकास केला तशाच पद्धतीने युएईमध्ये बाहेरच्या देशांमधून आलेल्या नागरिकांची संख्या मोठी आहे. साहजिकच,अशा प्रकारच्या रचनेमुळे या देशाची प्रमुख विचारधारा ही जहाल किंवा कडवी नाही. युएईला 'मिनी इंडिया' असे म्हटले जाते. याचे कारण तेथील एकूण लोकसंख्येपैकी ३० टक्के लोकसंख्या ही भारतीयांची आहे. आजमितीला संयुक्त अरब अमिरातीमध्ये सुमारे २७ लाख भारतीय स्थायिक झालेले आहेत. त्यामध्ये वेगवेगळ्या स्तरातील भारतीयांचा समावेश आहे. यामध्ये बिहार, तमिळनाडू आणि केरळ या तीन राज्यांमधून गेलेल्या बहुसंख्य भारतीय कारागीरांचा समावेश आहे. या कामगारांनी युएईच्या विकासाला फार मोठा हातभार लागला आहे. आज युएई तंत्रज्ञानाच्या दृष्टिकोनातून पुढे गेलेला दिसत आहे, आधुनिक शहरे तेथे विकसित झालेली आहेत. यामागे सॉफ्टवेअर, इंजिनिअरींगचे प्रशिक्षण घेतलेल्या मध्यमवर्गीय वा पांढरपेशी भारतीयांचे योगदान मोठे आहे.

युएईसोबत व्यापारी संबंध

संयुक्त अरब आमिराती हा भारताचा तिसऱ्या क्रमांकाचा व्यापार भागीदार आहे. भारताचा सर्वाधिक व्यापार हा अमेरिकेबरोबर आहे. हा व्यापार साधारणपणे ८० अब्ज डॉलर्स इतका आहे. त्याखालोखाल चीनचा क्रमांक असून चीनसोबत भारताचा साधारण ७० अब्ज डॉलर्सचा व्यापार आहे. त्याखालोखाल असणाऱ्या युएईसोबत भारताचा सुमारे ६० अब्ज डॉलर्सचा व्यापार आहे. दुसरीकडे युएईच्या दृष्टिकोनातून भारत हा दुसऱ्या क्रमांकाचा व्यापारी भागीदार आहे. युएई हा तेलनिर्यातीमध्ये आघाडीवर असणारा देश असून भारताला तेलनिर्यात करणाऱ्या देशांमध्ये युएई सहाव्या क्रमांकांवर आहे. त्यामुळे मोदी यांचा हा दौरा आखण्यामागे व्यापारी दृष्टिकोनही होता हे लक्षात घ्यावे लागेल.

आणखी एक महत्त्वाचा मुद्दा म्हणजे भारताला प्रतिवर्षी साधारणतः १०० अब्ज डॉलर्सचे परकीय चलन (फॉरेन रेमिटन्सेस) मिळते. यापैकी जवळपास २० टक्के परकीय चलन एकट्या युएईमधून येते. त्यामुळे आर्थिक दृष्टिकोनातून हा देश भारतासाठी महत्त्वाचा आहे. तसेच युएईमधील शहरे ही अतिशय प्रगत, श्रीमंत आणि तंत्रज्ञानसमृद्ध आहेत. यामध्ये दुबई, अबूधाबी, मसदर यांसारख्या शहरांचा समावेश होतो. यापैकी मसदर हे तंत्रज्ञानाच्या दृष्टीने जगातील सर्वाधिक प्रगत शहर म्हणून ओळखले जाते. अबूधाबी या शहराकडे ८०० अब्ज डॉलर्स इतका प्रचंड विकासनिधी आहे. जगामध्ये

इतका प्रचंड विकास निधी कोणाकडेच नाही. हा विकासनिधी अबूधाबी कोठेही गुंतवू शकते. त्यामुळे या शहराकडे जगाचे लक्ष आहे. दुसरीकडे दुबई हे व्यापारी केंद्र असून जगातील सर्वात मोठ्या इमारती या शहरात आहेत. त्यामुळे विकासासाठी आवश्यक असणाऱ्या भांडवलाचा मोठा खजिना वा स्रोत म्हणून युएई भारतासाठी महत्त्वाचा आहे. युएई ही आखातातील सर्वाधिक वेगाने विकसित होणारी अर्थव्यवस्था आहे. ही अर्थव्यवस्था वेगवेगळे प्रयोग करत असते. यामध्ये पर्यावरण संरक्षणाचे प्रयोग, पाणीबचतीचे वा पाणीपुनर्वापराचे प्रयोग, स्वच्छता, स्मार्ट सिटीज्, स्वच्छता यासंदर्भातील प्रयोगांचा समावेश होतो.

सामरिक महत्त्व

युएईची निवड करण्याचे आणखी एक कारण म्हणजे या देशाचे भौगोलिक स्थान. हिंदी महासागराच्या पश्चिम भागावर नियंत्रण प्रस्थापित करण्यासाठी युएईची मदत मोठ्या प्रमाणावर उपयोगी ठरणार आहे. याच भागावर खूप मोठा प्रभाव पाडण्याचे प्रयत्न सध्या चीनकडून वेगाने सुरू आहेत. चीनचा हा विस्तारवाद रोखण्यासाठी संयुक्त अरब अमिरातीबरोबर संरक्षणसंबंध प्रस्थापित होणे आवश्यक होते. नरेंद्र मोदी यांनी ऑगस्ट २०१५ मध्ये युएईचा दौरा केला. ३४ वर्षांनंतर भारतीय पंतप्रधानांनी या देशाला भेट दिली. मोदी यांचा पश्चिम आशिया दौऱ्याची सुरुवात युएईपासून झाली. युएई भेटीमागे तीन प्रमुख कारणे होती.

- या देशाकडे असणारा प्रचंड मोठा विकासनिधी भारतामध्ये कसा गुंतवता येईल यासाठी प्रयत्न करणे. कारण या निधीच्या माध्यमातून मेक इन इंडिया, स्मार्ट सिटीज, क्लीन इंडिया डिजिटल इंडियासारख्या प्रकल्पांना चालना मिळणार आहे.
- भारताला असणारी ऊर्जेची गरज लक्षात घेता या ऊर्जापुरवठ्यामध्ये सातत्य असणे आवश्यक आहे. त्यादृष्टीने या दौऱ्यामध्ये प्रयत्न करण्यात आले.
- युएईसोबतच्या संरक्षणसंबंधानुसार दोन्ही देशांमध्ये काही संरक्षण करार झाले. याव्यतिरिक्त दहशतवादाचा मुकाबला करण्यासंबंधातील महत्त्वपूर्ण करार या दौऱ्यामध्ये करण्यात आले.

भारत आणि युएईमध्ये एका बाबतीत परस्पर हितसंबंधांची व्यापकता आहे. ती म्हणजे दहशतवादाचा आणि खास करून इस्लामिक स्टेट या दहशतवादी संघटनेचा. युएई हे इस्लामिक गणराज्य असले तरी ते कडवे नाही. त्यांनाही इसिसचा खूप मोठा धोका आहे. कारण आयसिस ही अतिशय जहाल आणि कडवी दहशतवादी संघटना आहे. त्यांना राज्य ही संकल्पना मान्य नाही. इसिसला आखातामधील सर्व सीमारेषा पुसून टाकून पूर्ण आखात हे आपल्या नियंत्रणाखाली आणायचे आहे. युएईमध्ये केवळ मुस्लिम लोकसंख्या नाही. तेथे ख्रिश्चन आणि हिंदूंचे प्रमाणही मोठे आहे. या सर्वधर्मिय लोकसंख्येला टिकवून ठेवायचे असेल तर त्यांनाही भारताप्रमाणेच इस्लामिक स्टेटचा सामना करावा लागणार आहे. यादृष्टीनेही दोन्ही देशांचे संबंध महत्त्वपूर्ण आहेत.

'लूक वेस्ट' पॉलिसीची गरज

असे असले तरी भारताने आता केवळ युएईसोबत संबंध प्रस्थापित करून थांबता कामा नये. आज संपूर्ण आखातामध्ये जवळपास १ कोटींहून अधिक भारतीय आहेत. युएईमध्ये २७ लाख भारतीय असले तरी त्यांना तेथील नागरिकत्त्व देण्यात आलेले नाही. हा युएई आणि अमेरिकेमधील फरक आहे. अमेरिकेमध्ये असणाऱ्या १७ लाख भारतीयांना 'ग्रीन कार्ड' वा अमेरिकन नागरिकत्त्व दिले गेलेले आहे; मात्र युएईमध्ये तसे झालेले नाही. त्यामुळे या सर्व भारतीयांना कधी ना कधी भारतात परत यायचे आहे. दुसरी गोष्ट म्हणजे युएईमधील कामासंदर्भातील वा रोजगारासंदर्भातील अटी अतिशय खराब आहेत. आपल्याकडून तेथे जाणाऱ्यांमध्ये अकुशल कामगारांचे प्रमाण मोठे आहे.

नरेंद्र मोदी शेख महंमद बीन सोबत

हे कामगार सातत्याने तेथे शोषणाला बळी पडतात. त्यांच्याकडून वेठबिगारीचे काम करून घेतले जाते. त्यामुळे या वर्गाच्या समस्या या महत्त्वाच्या आहेत. त्यासंदर्भातही काही पावले उचलली जाणे आवश्यक आहे. तसेच गल्फ कोऑपरेशन कौन्सिलच्या सहा सदस्य देशांपैकी युएई एक आहे. याखेरीज कुवेत, सौदी अरेबिया आदींचा समावेश आहे. त्यामुळे भारताने 'लूक ईस्ट' पॉलिसीप्रमाणे 'लूक वेस्ट' अशी पॉलिसी आखणे गरजेचे आहे. त्याचप्रमाणे आखातात वारंवार निर्माण होणारी असुरक्षितता, अस्थिरता, अशांतता लक्षात घेता तेथे आपला एक मित्र राष्ट्र तयार करणे हे भारतासाठी गरजेचे आहे. तसेच या देशांसोबत भारताचे अद्यापही संरक्षण करार झालेले नाहीत. येत्या काळात असे करार करणे गरजेचे आहे. कारण त्यामुळे या भागातून दहशतवादासंदर्भातील गुप्तचर माहिती (इंटेलिजन्स इनपुटस्) मिळू शकते. आगामी काळात तेथील भारतीयांचे प्रश्न सोडवण्यासाठी प्रयत्न करणे गरजेचे आहे. त्यासाठी या देशांबरोबर मैत्रीपूर्ण संबंध प्रस्थापित करणे हे भविष्यात होणाऱ्या आर्थिक विकासासाठी, तेलसुरक्षेसाठी, ऊर्जासुरक्षेसाठी आवश्यक आहे. ■

आखाती देशांतील भारतीय कामगारांची सुरक्षा

जगभरातील निर्वासितांचा विचार केला तर आखाती देशांमधील भारतीयांचे प्रमाण तब्बल ६० टक्के आहे. सौदी अरेबिया, कतार, बहारिन, कुवेत, ओमान, संयुक्त अरब अमिराती या आखाती देशांमध्ये जवळपास ८० लाख भारतीय आहेत. भारतातून या देशांमध्ये रोजगारासाठी जाणाऱ्यांचे प्रमाण मोठे आहे. विशेषतः तेथील तेलकंपन्यांमध्ये, बांधकाम क्षेत्रातील कंपन्यांमध्ये अनेक भारतीय कामगार कार्यरत आहेत. मात्र गेल्या काही वर्षांत या कामगारांच्या शोषणाचा, पिळवणुकीचा, सुरक्षेचा प्रश्न सातत्याने समोर येत आहे. या कामगारांनी कंपन्यांशी केलेल्या करारांमुळे आपत्कालीन परिस्थितीत त्यांना मायदेशी परत आणणे अवघड होऊन बसते. म्हणूनच भारताने आता 'लूक वेस्ट' पॉलिसी आखून या धोरणामध्ये तिथल्या कामगारांच्या सुरक्षेसाठी अत्यंत ठोस कायदे बनवले पाहिजेत.

आखातात भारतीय कामगार

आखाती देशांमध्ये तेलसंपन्नता आहे. तेथील वाळवंटामध्ये असलेल्या खनिज तेलाच्या विपुल साठ्यांमुळे या क्षेत्रातील बहुतांश देशांचे अर्थकारण तेलधिष्ठित आहे. साधारणपणे, १९७० च्या दशकामध्ये इंधनाच्या किंमती वाढण्यास सुरुवात झाली. तेव्हा त्याला 'ग्रेट गल्फ बूम' असे म्हटले गेले. प्रचंड प्रमाणात तेलाचे उत्पादन, आंतरराष्ट्रीय बाजारात वधारत जाणारे इंधनदर यामुळे आखाती देशांमध्ये बांधकाम व्यवसायाला चालना मिळाली. त्यासाठी त्यांना कामगारांची गरज होती. या रोजगारनिर्मितीमुळे या देशांमध्ये खूप मोठ्या प्रमाणात स्थलांतर झाले. जगातल्या इतर देशांसाठी आखाती देश हा आकर्षणाचा विषय झाला. ही संधी भारत सरकारने साधली आणि १९८३ मध्ये निर्वासित कायदा तयार केला. त्यानंतर अनेक भारतीयांचे स्थलांतर व्हायला सुरुवात झाली. आखाती देशांतील पाच देशांमध्ये लाखांच्या संख्येने भारतीय लोक स्थलांतरित होऊ लागले आणि ते तिथेच स्थायिक होऊ लागले. आज सौदी अरेबिया, कतार, बहारिन, कुवेत, ओमान, संयुक्त अरब अमिराती या देशांमध्ये जवळपास ८० लाख भारतीय आहेत. जगभरातील निर्वासितांचा विचार केला तर आखाती देशांमधील भारतीयांचे प्रमाण तब्बल ६० टक्के आहे.

१९८३ चा कायदा प्रामुख्याने दोन गोष्टींसाठी करण्यात आला. एक म्हणजे बेरोजगारी आणि दुसरे म्हणजे या कामगारांकडून भारतात पाठवल्या जाणाऱ्या पैशांमधून मिळणारे परकीय चलन. हा

कायदा केल्यानंतर २००१ मध्ये सर्वसमावेशक असा इमिग्रेशन ॲक्ट बनवला गेला. त्याचबरोबर भारत सरकारने मिनिस्ट्री ऑफ ओव्हरसिझ अफेअर असे एक स्वतंत्र खाते त्यासाठी निर्माण केले. त्याअंतर्गत आपण पाच देशांशी करार केले. त्यानुसार आखाती देशांमधील तेल उद्योग आणि बांधकाम उद्योग यांमध्ये कामगार पाठवायला सुरुवात केली. मध्यंतरी, कतारमध्ये फुटबॉलचा विश्वचषक झाला. त्यावेळी भारताने कतारशी केलेल्या करारांतर्गत पाच लाख लोक भारतातून या स्पर्धेच्या तयारीसाठी पाठवले होते.

आखातात जाणाऱ्यांची संख्या वाढण्याचे कारण

भारतातून आखाती देशांमध्ये जाणाऱ्या कामगारांपैकी सर्वाधिक संख्येने कामगार सौदी अरेबियामध्ये जातात. आजघडीला तिथे ३० लाख कामगार राहतात त्यातून भारताला सुमारे ७० अब्ज डॉलर्सचे परकीय चलन दरवर्षी मिळते. आपण चीनचा विचार केला तर चीनला चीनी निर्वासितांकडून ६४ अब्ज डॉलर इतके परकीय चलन मिळते. भारतातून या देशांमध्ये जाणाऱ्यांची संख्या वाढण्याचे मुख्य कारण म्हणजे आपल्याकडील बेरोजगारी. आपल्याकडे २००१ ते २०१५ या काळात आठ कोटी लोक ग्रामीण भागातून शहराकडे स्थलांतरीत झाले. त्यातील ८० टक्के लोक बांधकाम क्षेत्रात गेले. हे सर्व किमान कौशल्य असणारे होते. आखाती देशांमध्ये भारताच्या तुलनेत बांधकाम क्षेत्रात मोठी बूम आहे. त्यामुळे हे कामगार फार मोठ्या प्रमाणात करारावर सह्या करून आखातात जाऊ लागले.

फसवणुकीच्या घटना

याची दुसरी बाजू आत्मपरीक्षण करायला लावणारी आहे. आखाती देशांमध्ये भारतीय कामगारांचे बरेच हाल होतात. आपल्या ८० लाख भारतीय कामगारांपैकी ३० लाख कामगार हे बेकायदेशीर कागदपत्रांच्या आधारे गेले असल्याचा अंदाज आहे. त्यामुळे त्यांना तिथे पाठवणाऱ्या खासगी कंपन्यांकडून कामगारांची फसवणूक केली जाते. या कामगारांना तिथे कोणत्या अवस्थेत राहावे लागेल, किती पगार मिळेल हे सांगितले जात नाही. परिणामी, अनेकदा भारत सोडून तिथे गेल्यावर भीषण वास्तवाला सामोरे जावे लागते. अनेक कंपन्यांकडून ही फसवणूक आजही होत आहे. बोगस कागदपत्रांच्या आधारे गेलेल्या अशा कामगारांना मदत करणे भारतीय दूतावासाला शक्य होत नाही.

मायदेशी आणण्यात अडचणी

मध्यंतरी, सौदी अरेबियातील तेल उत्पादक कंपन्यांमध्ये कामाला असणारे सुमारे १० हजार कामगार यामुळे अडचणीत सापडल्याची माहिती पुढे आली होती. त्यातील सुमारे २५०० कामगारांना गेल्या सात महिन्यांपासून पगार मिळालेला नसल्याने त्यांच्यावर भूकमारीची वेळ आली होती. या भारतीय कामगारांना कामावरुन काढून टाकलेले नव्हते; पण तेलउद्योगांना होणाऱ्या तोट्यामुळे त्यांना पगार दिला गेला नाही; तर काही ठिकाणी पगारकपात करण्यात आली. त्यामुळे त्यांच्या पोटापाण्याचा प्रश्न गंभीर बनला. आजघडीला सौदी अरेबियामध्ये ३० लाख भारतीय कामगार आहेत. या कामगारांना मायदेशी परत आणण्यामध्ये काही कायदेशीर अडचणी असतात. हे कामगार ज्या कंपन्यांमध्ये कामाला आहेत त्या कंपन्या या कामगारांच्या कागदपत्रांवर सही करत नाहीत तोपर्यंत भारतीय दुतावासाला आपात्कालीन व्हिसा देता येत नाही. बहुतांश कंपन्यांमध्ये या कामगारांनी कामासाठी काही वर्षांचे करार केलेले असतात. त्या कराराची मुदत पूर्ण होत नाही तोपर्यंत या कामगारांना परत येता येत नाही. नोकरी मध्येच सोडून जाण्यासाठी कंपनीची परवानगी असणे आवश्यक आहे; तरच त्यांना त्या देशातून बाहेर पडून भारतात परतता येते. या प्रकारच्या अटींमुळे, मुदतीमुळे भारतीय दुतावासही काही करु शकत नाही.

कामगार प्रचंड दडपणाखाली

आज आखातातील बांधकाम क्षेत्रात काम करणाऱ्या कामगारांना १२-१२ तास काम करावे लागते. मात्र त्यांना कोणत्याही प्रकारची वैद्यकीय सेवा मिळत नाही. पेन्शन मिळत नाही. इतकेच नव्हे तर कामाच्या ठिकाणचे वातावरण चांगले नसते, त्यांना दिले जाणारे अन्नधान्य निकृष्ट दर्जाचे असते. त्याबरोबर वेतनमानही कमी

असते. या असुविधा असूनही त्यांच्यावर कामाचा ताण प्रचंड असतो. ठरावीक वेळेत त्यांना दिलेले उद्दिष्ट पूर्ण करायचे असल्यामुळे हे कामगार सतत दडपणाखाली असतात. परिणामी, आखातातील भारतीय कामगारांच्या अकाली मृत्यूचे प्रमाणही वधारले आहे. मध्यंतरी याबाबत एक पाहणी करण्यात आली आहे. ही पाहणी भारतातून अमेरिकेत गेलेले निर्वासित आणि आखाती देशात गेलेले निर्वासित यांची तुलना करणारी होती. त्यामधून आखाती देशातील भारतीय लोकांमध्ये हृदयविकाराचा झटका येण्याचे प्रमाण कितीतरी पटीने जास्त असल्याचे लक्षात आले होते आणि त्याचे मूळ कारण हे कामासाठीचा दबाव, ओझे, दडपण हे आहे. ॲमनेस्टी, ह्यूमन राईट वॉच यांसारख्या आंतरराष्ट्रीय मानवाधिकार संस्थांनीही भारतीय कामगारांना किती वाईट परिस्थितीचा सामना करावा लागतो यासंदर्भात मोठे अहवाल सादर केले आहेत.

महावीर यादवचे उदाहरण

यासंदर्भात एक उदाहरण पाहूया. महावीर यादव नामक एक भारतीय कामगार आखातात गेला होता. बांधकाम क्षेत्रातील हा कामगार २०१० मध्ये बेपत्ता झाला आणि २०१६ मध्ये त्याचा हृदयविकाराच्या झटक्याने मृत्यू झाला अशी बातमी मिळाली. हा मृत्यू देखील तणावामुळेच झाला होता.

अलीकडील काळात अशा प्रकारच्या घटना वाढताहेत. त्यामुळेच भारत सरकारने याविषयी काही पावले उचलण्यास सुरुवात केली आहे. मोदी सरकार सत्तेत आल्यानंतर या सरकारने फेब्रुवारी २०१५ मध्ये 'मदत' नावाचे पोर्टल काढले. आखाती देशात काम करणाऱ्या निर्वासितांनी आपल्या समस्या, अडचणी या पोर्टलवर टाकाव्यात असे आवाहन करण्यात आले. २०१५ मध्ये या पोर्टलवर ७००० हजार तक्रारी आल्या होत्या आणि विशेष म्हणजे त्यातील २५०० तक्रारी या एकट्या सौदी अरेबियातून आल्या होत्या. या तक्रारी येण्याचे कारण म्हणजे सौदी अरेबियातून आल्या होत्या. तेथील जटिल कायद्यांमुळे इथल्या कामगारांची अवस्था बिकट बनत आहे.

लूक वेस्ट पॉलिसीची गरज

पंतप्रधानांनी आखाती देशांना दिलेल्या भेटींमध्येही निर्वासितांच्या समस्या हा मुद्दा मांडला होता. आखातातील कामगारांच्या सुविधा, संरक्षण यांच्यासाठी ठोस पावले उचलणे आवश्यक आहे. या सर्व कामगारांच्या हक्कांचे संरक्षण करण्यासाठी, त्यांची फसवणूक होऊ नये यासाठी या आखाती देशांमध्ये काही संस्थात्मक संरचना उभारली गेली पाहिजे. त्याचप्रमाणे भारताने आता प्राधान्याने 'लूक वेस्ट पॉलिसी' तयार केली पाहिजे. या धोरणामध्ये तिथल्या कामगारांच्या सुरक्षेसाठी अत्यंत ठोस कायदे बनवले पाहिजेत. त्यामुळे खासगी कंपन्या, दलाल यांच्याकडून या कामगारांची होणारी फसवणूक टळू शकेल. आपत्कालीन परिस्थितीमध्ये या कामगारांना देशात परत आणता येईल असे कायदे बनवले पाहिजेत. प्रसंगी त्या देशांवर दबाव टाकून, आपले राजनैतिक कसब पणाला लावून, मुत्सद्देगिरी दाखवून असे कायदे करुन घेतले पाहिजेत. ■

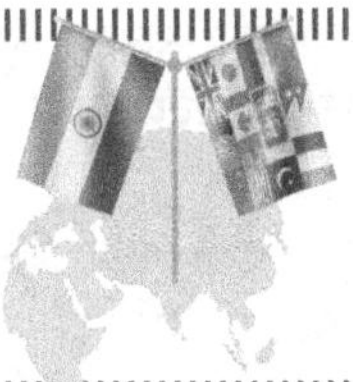

भारत आणि कतार नरेंद्र मोदी यांचा कतार दौरा

कतार हा मुळातच भारताचा महत्त्वाचा व्यापारी भागीदार आहे. भारत आणि कतार यांच्यातील संबंध हा भूर्गभ वायूच्या व्यापारामुळे घनिष्ट झालेले दिसून येतात. कतार हा संरक्षणाच्या दृष्टीनेही भारतासाठी महत्त्वाचा आहे. कतारकडे मोठ्या प्रमाणावर भांडवल आहे आणि हा पैसा त्यांनी आपल्याकडे गुंतवावा अशी भारताची इच्छा आहे. मेक इन इंडियासारख्या प्रकल्पांच्या माध्यमातून कतारने भारतात भरीव गुंतवणूक करावी असे आवाहन भारताने केलेले आहे. कतारकडूनही याला सकारात्मक प्रतिसाद मिळाला आहे.

केंद्र सरकारने 'लूक वेस्ट' या धोरणाला अलीकडे अधिक महत्त्व देण्यास सुरुवात केली आहे. भारताने पूर्वेकडील देशांशी आपले राजनैतिक संबंध दृढ करण्यासाठी लूक ईस्ट हे धोरण अवलंबिले आहे आणि त्या धोरणांतर्गत या देशांशी आर्थिक आणि राजनैतिक संबंध विकसित केले आहेत. पूर्वेकडील देशांशी असलेल्या व्यापार १०० अब्ज डॉलरपर्यंत पोहोचला आहे. याच धर्तीवर भारताने आपला रोख पश्चिम आशियातील देशांकडे वळवला आहे. त्यादृष्टीने महत्त्वाचे असलेले पश्चिम आशियाई राष्ट्रांबरोबरचे धोरण आकाराला येत आहे. या धोरणाचा भाग म्हणून भारताने पश्चिम आशियातील देशांसोबतचे संबंध दृढ करण्यासाठी प्रयत्न करण्यात येत आहेत. आपल्याकडील सुन्नी मुस्लिम समुदाय हा भारत आणि आखाती देशांना जोडणारा महत्त्वाचा दुवा आहे. भारताने बुद्धिझमच्या साहाय्याने सांस्कृतिक राजनयाच्या माध्यमातून पूर्वेकडील देशांशी संबंध विकसित केले आहेत, त्याचप्रमाणे इस्लाम धर्मसंस्कृतीच्या माध्यमातून पश्चिम आशियाई देशांशी संबंध घनिष्ट करण्याचा प्रयत्न सरकार करत आहे. या धोरणाचाच एक भाग म्हणून पंतप्रधान नरेंद्र मोदी स्वतः संयुक्त अरब अमिराती, सौदी अरेबिया आणि इराण या तीन पश्चिम आशियाई राष्ट्रांना भेटी देऊन आले. त्यानंतर जून महिन्यामध्ये त्यांनी कतारला भेट दिली.

कतार आणि भारत

कतार हा मुळातच भारताचा महत्त्वाचा व्यापारी भागीदार आहे. भारत आणि कतार यांच्यातील संबंध हा भूर्गभ वायूच्या व्यापारामुळे घनिष्ट झालेले दिसून येतात. कतार हा लिक्विफाईड नॅचरल गॅसचा सर्वात मोठा पुरवठादार आणि निर्यातदार देश आहे. आपल्याला कतारकडून लिक्विफाईड नॅचरल गॅस पुरवला जातो. जवळपास ६५ टक्के एलएनजी आपण कतारकडून आयात करतो. त्याचप्रमाणे भारत कतारकडून खनिज तेलाचीही आयात करतो. त्यामुळे तेल आणि वायू संदर्भात भारत आणि कतार यांचे व्यापारी संबंध अनेक वर्षांपासून चालत आलेले आहेत. कतार आणि भारत यांच्यातील व्यापार सुमारे १५ अब्ज डॉलर्सचा आहे. यातील १४ अब्ज डॉलर्सचा भूर्गभ वायू आणि तेल आपण कतारमधून आयात करतो; तर भारताकडून केवळ १ अब्ज डॉलर्सच्या खाद्यपदार्थ, अन्नधान्य, कडधान्य, मशिनरी, व्यावसायिक तंत्रज्ञान यांची निर्यात केली जाते. कतारची लोकसंख्या जवळपास २५ लाख इतकी असून त्यामध्ये ९० टक्के लोक हे परदेशी नागरिक आहेत. या परदेशी नागरिकांमध्येही भारतीय निर्वासित लोकांचे प्रमाण सुमारे ५ लाख इतके आहे. गेल्या काही वर्षांपासून खूप मोठ्या प्रमाणात भारतीय कतारमध्ये जात आहेत. यामध्ये प्रामुख्याने कामगार वर्गाचे-त्यातही बांधकाम क्षेत्रातील कर्मचाऱ्यांचे- प्रमाण अधिक आहे. भारतातील बांधकाम कंपन्यांनी कतारमध्ये कंत्राटे घेतलेली आहेत. या बांधकामांसाठी हजारो भारतीय कामगार तिथे सध्या काम करताहेत. तेथे या कामगारांना अनेक समस्यांना तोंड द्यावे लागते. आपल्याकडून गेलेल्या या निर्वासित कामगारांना

तिथे खूप हाल अपेष्टा भोगाव्या लागतात. कामाचे जास्त तास, कामाच्या ठिकाणी उत्तम व्यवस्था नसणे, सक्तीने काम करवून घेणे, कमी वेतन देणे अशा अनेक माध्यमातून तेथे कामगारांचे शोषण केले जाते. कतारमध्ये कामगार संरक्षण विषयक कायदे खूप कमी आहेत. त्यामुळे या कामगारांची मोठ्या प्रमाणात पिळवणूक होते. पंतप्रधानांच्या भेटीमागे या कामगारांच्या संरक्षणाचे कायदे करण्यासाठी कतार कशा पद्धतीने मदत करू शकेल, कायदे करू शकेल हा एक उद्देश होता. यासाठीच पंतप्रधानांच्या या दौऱ्यात कतारची राजधानी दोहा इथे काम करत असलेल्या सर्व कामगारांचे संमेलन भरवण्यात आले. भारत हा कतारबरोबर चर्चा करून कामगार रक्षणाचे कायदे बनवेल, हे पंतप्रधानांनी तेथे स्पष्ट केले.

भारत आणि कतार यांच्या संबंधादरम्यान दहशतवाद हा देखील महत्त्वाचा मुद्दा आहे. हवाला रॅकेटच्या माध्यमातून देशाबाहेर जाणारा पैसा दहशतवादी कारवायांसाठी, शस्त्रास्त्र खरेदीसाठी काळ्या बाजारात आणला जातो. हवाला रॅकेटमधील ही देवाणघेवाण बऱ्याचदा कतारमधून होत आलेली दिसून येते. मोदी यांच्या भेटीदरम्यान कतारसोबत जे सात करार झालेले आहेत, त्यामध्ये हवालामार्फत होणारी ही आर्थिक देवघेव कशी थांबवता येईल आणि हा पैसा दहशतवादी संघटनांना पुरवणे कसे रोखता येईल यावर गांभीर्याने विचार केला गेला.

कतारचे राजकीय प्रमुख शेख नमीन बिन हमद अल खानी हे २०१५ मध्ये भारताच्या दौऱ्यावर आले होते. त्यांनी आपल्याला पाच अब्ज कोटी डॉलरची गुंतवणूक करण्याचे मान्य केले आहे. कतार आणि भारताचे संरक्षण संबंध हे २००८ पासून सुरू झाले. कतारला तत्कालीन पंतप्रधान मनमोहनसिंग यांनी भेट दिली होती. त्यावेळी नाविक क्षेत्राच्या संरक्षणासाठी दोन्ही देशांमध्ये करार करण्यात आला. भारताने संयुक्त नाविक कवायतींच्या माध्यमातून कतारला प्रशिक्षण देण्यास सुरुवात केली. कतार हा संरक्षणाच्या दृष्टीने भारतासाठी महत्त्वाचा आहे. कतारचे भौगोलिक स्थान आहे भारतासाठी महत्त्वाचे आहे. कतारकडे भांडवल मोठ्या प्रमाणावर आहे आणि हा पैसा त्यांनी आपल्याकडे गुंतवावा अशी भारताची इच्छा आहे. मेक इन इंडिया'सारख्या प्रकल्पांच्या माध्यमातून कतारने भारतात भरीव गुंतवणूक करावी असे आवाहन भारताने केलेले आहे. कतारकडूनही याला सकारात्मक प्रतिसाद मिळाला आहे.

■

मोदींचा इस्त्राईल दौरा

पंतप्रधान नरेंद्र मोदी यांचा ऐतिहासिक इस्त्राईल दौरा जुलै महिन्यामध्ये नुकताच पार पडला. या दौऱ्यादरम्यान कृषी, अंतराळ संशोधन, जलसंधारण, तंत्रज्ञान आणि अंतर्गत सुरक्षा आदी सात महत्त्वपूर्ण करारांवर स्वाक्षऱ्या करण्यात आल्या. यातून दोन्ही देशांदरम्यान सहकार्याचे एक नवे पर्व निर्माण झाले आहे. आजवर इस्त्राईलशी मैत्रीसंबंधांमध्ये विचारसरणी, धर्मावर आधारित अडथळा होता. आता भारत त्यातून पूर्णपणे बाहेर आला आहे. इस्त्राईलबरोबर हितसंबंधावर आधारित संबंधाचा विकास करण्यासाठी भारत प्रयत्नशील आहे. भविष्यातील संकटामध्ये इस्त्राईल पाठिशी उभा राहणार असल्यामुळे दहशतवादाच्या प्रश्नावर दोन्ही देश आपली रणनीती विकसित करु शकतात.

पंतप्रधान नरेंद्र मोदी यांचा इस्त्राईल दौरा जुलै महिन्यामध्ये पार पडला. भारत व इस्त्राईल या दोन्ही देशांच्या मैत्रीची आवश्यकता समजून घेतली पाहिजे. सर्वसाधारणपणे दोन देशांतील परस्पर संबंधात ताणतणाव, चढउतार निर्माण होतात. मात्र इस्त्राईल-भारत यांच्याबाबत परिस्थिती वेगळी आहे. आजवर या दोन्ही देशांच्या संबंधात चढउतार आले नाहीत. या संबंधात सातत्य आहे आणि कालानुरुप हे संबंध घनिष्ठ होत आहेत. आजवर भारत जेव्हा संकटात सापडला तेव्हा इस्त्राईलने भारताला मदतीचा हात पुढे

केला आहे. भारत आणि इस्राईल यांच्या संबंधांचे दोन टप्प्यात वर्गीकरण करता येईल.

पहिला टप्पा : १९४८-१९९२

या काळात दोन्ही देशांत छुपे संबंध होते. कारण पॅलेस्टाईनच्या मुद्याला भारताचा भावनिक पाठिंबा होता. तसेच भारतात अरब राष्ट्रांकडून तेलाची आयात होते. अरब देशात अनेक भारतीयही नोकरीनिमित्त राहतात. त्यामुळे या देशांना दुखावून चालणार नव्हते. पॅलेस्टाईनच्या मुद्यावर यासर अराफत यांच्याशीही भारतीय नेत्यांचे वैयक्तिक सबंध होते. त्यामुळे भारताने उघडपणे इस्राईलशी संबंध प्रस्थापित करणे टाळले. असे असूनही इस्राईल भारताला सातत्याने पाठिंबा देत आला आहे. १९६२ मध्ये झालेले भारत-चीन युद्ध, १९६५चे भारत-पाकिस्तान युद्ध, १९७१ मधील बांग्लादेशची निर्मितीचे भारत-पाक युद्ध, कारगीलचे युद्ध या सर्वांमध्ये इस्राईलने आपल्याला मोठ्या प्रमाणात संरक्षण साधनसामुग्री पुरवलेली आहे. उघड संबंध नसतानाही परस्पर सहकार्य सुरु राहिले आहे.

शीतयुद्ध संपल्यानंतर प्रत्येक राष्ट्राच्या परराष्ट्र धोरणात राजकीय विचारसरणीपेक्षा आर्थिक हितसंबंध महत्त्वाचे बनले. प्रत्येक देशाने त्या धोरणाला वेगळे वळण देण्याचा प्रयत्न केला. भारतानेही आपल्या परराष्ट्र धोरणात बदल करत ते अधिकाधिक व्यावसायिक आणि हितसंबंधांना धरून आखण्याचा प्रयत्न केला. याच संबंधांमधून इस्राईल आणि पॅलेस्टाईन संबंधातील धोरण आखले गेले. भारताने इस्राईलबरोबरचे धोरण हे हितसंबंधावर आधारीत आहे असे स्पष्ट केले कारण दोन्ही देशांदरम्यान व्यापक हितसंबंध आहेत. त्यामुळे दोन्ही देश परस्पर सहकार्य करू शकतात. पॅलेस्टाईनबरोबर आपले भावनिक नातेसंबंध आहेत आणि ते पुढे तसेच चालू राहतील. थोडक्यात दोन्ही देशांबरोबरील संबंधांमधला फरक भारताने स्पष्ट केला गेला. पॅलेस्टाईनबरोबरचे संबंध तसेच ठेवूनही इस्राईलबरोबरचे संबंध प्रस्थापित केले जाऊ शकतात या स्वरुपाची मानसिकता भारतामध्ये विकसित झाली आणि १९९२ पासून इस्राईलशी उघड राजनैतिक संबंध प्रस्थापित करण्यात आले. त्यानंतर या दोन्ही देशांच्या सहकार्य, मैत्री आणि व्यापार या दोन्हीमध्ये मोठ्या प्रमाणावर विकास करण्यात आला.

दुसरा टप्पा : १९९२ -२०१७

या २५ वर्षांच्या काळात या दोन्ही देशांतील संबंध हे संरक्षण, सायबर क्षेत्र, दहशतवाद, जलव्यवस्थापन, शेती, शिक्षण, सांस्कृतिक अशा अनेक क्षेत्रात दोन्ही मोठ्या प्रमाणात वृद्धींगत होत गेलेले दिसून येतात. आज दोन्ही देशांतील व्यापार १० अब्ज डॉलरपर्यंत पोचला आहे आणि आता मोदींच्या दौऱ्यामध्ये झालेल्या करारांमुळे भविष्यात त्यात वाढ होण्याची शक्यता आहे. भारत आणि इस्राईल दोन्ही देशांचा तौलनिक अभ्यास केल्यास काही ठळक बाबी जाणवतात. आकारमान आणि लोकसंख्या या दोन्ही बाबतीत दोन्ही देशांत प्रचंड भिन्नता आहे. भारताची लोकसंख्या १२५ कोटी आहे तर इस्राईलची लोकसंख्या अवघी ९० लाख. आकारमानानेही भारत इस्राईलपेक्षा बराच मोठा आहे. असे असतानाही इस्राईल नवीन शोधांमध्ये आणि आर्थिक विकासात पुढारलेला देश आहे. आज इस्राईलमध्ये ६००० स्टार्टअप्स आहेत. तसेच ३५०० हायटेक कंपन्या आहेत. इस्राईलचे सरंक्षण तंत्रज्ञान हे आज सर्व जगामध्ये मोठ्या प्रमाणावर निर्यात होते. आपल्यात आणि इस्राईलमध्ये साम्य एकच आहे की भारत १९४७ मध्ये स्वतंत्र झाला तर इस्राईलची निर्मिती १९४८ साली झाली. दोन्ही देशांच्या निर्मितीनंतर ज्या समस्यांचा सामना दोन्ही देशांना करावा लागला त्या कमीअधिक प्रमाणात सारख्याच होत्या. दोन्ही देशांना स्वातंत्र्यानंतर युद्धाचा, दहशतवादाचा, अंतर्गत अस्थिरतेचा सामना करावा लागला. आज दक्षिण आशियामध्ये भारतात ज्या समस्यांचा सामना करावा लागतो आहेत त्याच प्रकारच्या समस्यांचा सामना इस्राईलला पश्चिम आशियात करावा लागत आहे. भारताप्रमाणेच इस्राईललाही दहशतवादाचा वेढा पडला आहे. इस्राईलमध्ये हमास आणि हिजीबुल्ला या संघटना कारवाया करत आहेत; भारतात लष्कर ए तय्यब्बा आणि जैश ए मोहम्मद आहेत. पण दहशतवादाचे स्वरुप सारखेच आहे. समस्यांमधील समानतेमुळे दोन्ही देशांना परस्पर सहकार्याला भरपूर वाव आहे. त्याव्यतिरिक्त भारतात ज्यू लोकांना नेहमीच आदर मिळत गेला आहे. त्यांच्याबरोबर नेहमीच सहकार्याचे सबंध राहिले आहेत. विसाव्या शतकाच्या पूर्वार्धात जगभरात ज्यू लोकांना अत्यंत वाईट वर्तणूक दिली गेली. त्यांच्यावर अन्याय झाले. त्यांच्या मुलभूत मानवी हक्कांचे उल्लंघन झाले.

मात्र भारत या सर्वाला अपवाद होता. भारतामध्ये ज्यू लोकांना नेहमीच आदराची वागणूक दिली गेली. त्यामुळे ज्यू लोकांबरोबर भारताचे भावनिक नाते निर्माण झाले आहे.

आज दोन्ही देशांना फक्त सीमापार दहशतवादाचाच सामना करावा लागतो असे नाही तर दोन्ही देशांना आंतरराष्ट्रीय दहशतवादाचा सामना करावा लागतो. त्यात इस्लामिक स्टेट, अलकायदा या दोन्ही दहशतवादी संघटनांचा भारत इस्राईल दोघांनाही समान धोका आहे. त्यामुळे अंतर्गत सुरक्षेच्या प्रश्नावर सहकार्य करण्यासाठी दोन्ही देशांना कमालीचा वाव आहे. त्याचसंदर्भाने पंतप्रधान नरेंद्र मोदी यांच्या दौऱ्याची आखणी करण्यात आली.

मोदींच्या दौऱ्याचे निमित्त

१९४८ मध्ये इस्राईलच्या निर्मितीनंतर ७० वर्षांच्या कालखंडानंतर भारतीय पंतप्रधान इस्राईलच्या भेटीवर गेले असल्याने या दौऱ्याकडे केवळ देशाचेच नव्हे तर संपूर्ण जगाचे लक्ष होते. ह्या दौऱ्याचे वैशिष्ट्य म्हणजे या भेटीत दुसऱ्या देशाचा दौरा नव्हता. याला 'स्टँड अलोन' म्हणजेच एकदेशीय दौरा म्हटले जाते. यापूर्वी भारतातील वरिष्ठ पदावरील व्यक्ती इस्राईलच्या भेटीवर जाताना पॅलेस्टाईनलाही भेट देत असे. इस्राईल-पॅलेस्टाईन यांच्यामध्ये समतोल साधण्याचा त्यामागे हेतू असायचा. मात्र मोदींचा दृष्टीकोन वेगळा आहे. मोदी फक्त इस्राईलच्या भेटीवर गेले. त्यातूनच भारताचे इस्राईलबाबत बदलले धोरण, भारताच्या परराष्ट्र धोरणातील इस्राईलचे वाढते महत्त्व या गोष्टी अत्यंत स्पष्टपणे अधोरेखित होतात. ही एक अत्यंत महत्त्वाची म्हणावी लागेल. इस्राईलची निर्मिती १९४८ मध्ये झाली असली तरी भारताचे इस्राईलशी संबंध १९९२ मध्ये प्रस्थापित झाले. दोन्ही देशांमधील राजनैतिक संबंधांना २५ वर्षे पूर्ण झाल्याच्या निमित्ताने हा दौरा आखण्यात आला होता. हा अमृतमहोत्सव साजरा करण्यासाठी मोदींनी इस्राईलला भेट दिली. या दौऱ्यामध्ये काही प्रमुख उद्दिष्टे होती.

दहशतवादविरोधी तंत्रज्ञान

दहशतवादाचा सामना करण्यासाठी इस्राईलने जे तंत्रज्ञान विकसित केले आहे त्याला तोड नाही. इस्राईलची दहशतवादाविषयी झीरो टॉलरन्स पॉलिसी आहे. दहशतवादाशी समझोता नाही यावर इस्राईल ठाम आहे. त्यासाठी या देशामध्ये विशेष तंत्रज्ञान विकसित करण्यात आले आहे. उदाहरणार्थ, भारतात काश्मीरमध्ये जशी दगडफेक होते, तसाच प्रकार इस्राईलमध्येही घडतो. त्यामुळेच दगडफेक करणाऱ्या युवकांचा सामना करण्यासाठी नर्फ गन विकसित करण्यात आली आहे. ही गन दगडफेक करणाऱ्यांना अचूक टिपते. तसेच काही वेळा दहशतवादी निष्पाप लोकांचे अपहरण करून सौदेबाजी करतात. अशा वेळी लपून बसलेल्या किंवा सार्वजनिक ठिकाणी आश्रय घेतलेल्या दहशतवाद्यांना ठार करण्यासाठी त्यांनी 'कॉर्नर हूक' नावाची यंत्रणा विकसित केली आहे. दडून बसलेल्या दहशतवाद्याला हेरून त्याचा खात्मा करण्याचे काम ही यंत्रणा करते. काश्मीरमधील दहशतवादी कारवायांना आळा घालण्यासाठी ही यंत्रणा प्रभावी ठरणार आहे. तसेच इस्राईलने सीमारेषांवर कुंपण घातले असून तेथे सुरक्षेसाठी रोबोटस तैनात केले आहेत. दिवसरात्र ते गस्त घालत असतात. थोडीजरी हालचाल झाल्यास हे रोबो त्वरीत नियंत्रण कक्षाला कळवतात. भारत-पाकिस्तान सीमारेषेवर अशा प्रकारच्या रोबोटची नितांत गरज आहे. त्यांच्या साहाय्याने भारताला घुसखोरी थांबवता येणार आहे.

इस्राईलबाबत एक सर्वांत महत्त्वाचा पैलू म्हणजे हा एकमेव देश आहे जो भारतात दहशतवाद पसरवणाऱ्या पाकिस्तानचा उघड निषेध करतो. त्याचप्रमाणे पाकव्याप्त काश्मिरमध्ये जैश-ए-मोहम्मद, लष्कर-ए-तयब्बाच्या प्रशिक्षण कार्यक्रमांवरही इस्राईल उघडपणे टीका करतो. अशा प्रकारची हिंमत अमेरिकाही दाखवत नाही. दहशतवादाबद्दल अमेरिकेचे धोरण दुटप्पी आहे. अमेरिका एखाद्या दहशतवादाचे नाव जागतिक दहशतवादी म्हणून घोषित करते; परंतु अमेरिका पाकिस्तानला मदतही करत असते. इस्राईल मात्र भारताच्या पाठीशी ठामपणे उभा राहून पाकिस्तानचा निषेधच करत असतो. त्यामुळेच इस्राईलसोबतचे मैत्रीपर्व आणि या देशाशी झालेले करार यांचे वेगळेपण अधिक आहे. दोन वर्षांपुर्वी केंद्रीय मंत्री राजनाथसिंग इस्राईलच्या दौऱ्यावर गेले होते तोही दौरा अंतर्गत सुरक्षेसाठीच होता. मोदींचा दौरा शेती, अंतराळ संशोधन, सायबर दहशतवाद, मेक इन इंडिया आणि अंतर्गत सुरक्षा या दृष्टीने महत्त्वाचा ठरला.

गुप्तचर संघटनांचे सहकार्य

सध्या भारताला आंतरराष्ट्रीय दहशतवादाचा धोका वाढला आहे. तो धोका सोशल मिडीयाच्या माध्यमातून वाढतो आहे. त्याचा सामना करण्याची

प्रणाली इस्त्राईलकडे आहे. त्याचाही उपयोग भारताला मोठ्या प्रमाणावर होऊ शकतो. दोन्ही देशांना एक व्यासपीठ मिळेल त्यातून दोन्ही देशांना सहकार्य वृद्धींगत करता येईल आणि भारताल नवे तंत्रज्ञान शिकता येईल. उरीवरील हल्ल्यानंतर भारतीय लष्कराने पाकव्याप्त काश्मीरमध्ये सर्जिकल स्ट्राईक केला होता. त्याबाबतचे ज्ञानही भारत इस्त्राईलकडून शिकला होता. असे सर्जिकल स्ट्राईक इस्त्राईलने अनेक वेळा केले आहेत. भारताला अंतर्गत सुरक्षेसाठी याची मदत होणार आहे. याशिवाय इस्त्राईलची मोसा आणि भारताची रॉ या गुप्तचर संघटनांमधील सहकार्य आगामी काळात वाढणार आहे. आंतरराष्ट्रीय दहशतावादाच्या दृष्टीने ते फार महत्त्वाचे आहे. या भेटीतून हे साध्य होईल.

तंत्रज्ञान हस्तांतरण

भारत इस्त्राईलकडून मोठ्या प्रमाणावर क्षेपणास्त्रे, रणगाडे, रडार यांची आयात करतो. छोट्या शस्त्रास्त्रांची आयात करतो. अमेरिका, फ्रान्स किंवा रशिया यांच्याकडून घेतल्या जाणाऱ्या शस्त्रास्त्रांमध्ये आणि इस्त्राईलकडून घेण्यात येणाऱ्या शस्त्रास्त्रांमध्ये एक गुणात्मक फरक आहे. हा फरक आहे तंत्रज्ञानाचा. कारण इस्त्राईल वगळता कोणताही देश आपल्याला तंत्रज्ञानाचे हस्तांतरण करत नाही. आज मेक इन इंडिया अंतर्गत संरक्षण क्षेत्रात गुंतवणुक आकर्षित करण्याचा मोदी शासनाचा प्रयत्न आहे. त्यासाठी इस्त्राईलकडून होणारे तंत्रज्ञानाचे हस्तांतरण अत्यंत उपयुक्त ठरणार आहे. त्यातून सरंक्षण क्षेत्रात मेक इन इंडिया यशस्वी करू शकतो. तसेच संरक्षण साधनसामग्रीबाबत केवळ आयात करणारा देश न राहता निर्यात करणारा देश बनण्याची भारताची धडपड सुरू आहे. हे उद्दिष्टही इस्त्राईलच्या तंत्रज्ञानाच्या हस्तांतरणामुळे शक्य होऊ शकणार आहे. औद्योगिक तंत्रज्ञानातील संशोधन आणि विकासासाठी ४० कोटी डॉलर्सचा निधी (टेक्नॉलॉजी इनोव्हेशन फंड) उभारण्याचा निर्णय दोन्ही देशांनी घेतला आहे. याचा भारतातील उद्योगजगताला मोठा फायदा होणार आहे.

इस्त्राईलच्या कृषी तंत्रज्ञानाची मदत

इस्त्राईलने कृषीक्षेत्रात केलेली क्रांती जगाला अचंबित करणारी आहे. अत्यंत कमी पाण्यात शेती कशी करायची, दुष्काळी परिस्थितीत जलव्यवस्थापन कसे करायचे, समुद्राच्या पाण्याचे रुपांतर कसे करायचे या सर्वांचे तंत्रज्ञान इस्त्राईलने विकसित केले आहे. ते भारताला शिकता येणार आहे. २०१८ ते २०२० या तीन वर्षांच्या कृषी विकास सहकार्य कार्यक्रमाची घोषणा या दौऱ्यादरम्यान करण्यात आली आहे. भारतातल्या राज्यांमध्ये पाण्याची गरज भागवण्यासंदर्भात करार करण्यात आले असून जलशुद्धीकरणालाही त्याची मदत होणार आहे. इस्त्राईलने अंतराळ संशोधन क्षेत्रातही क्रांती केलेली आहे. मोदींच्या भेटीदरम्यान छोट्या सॅटेलाईटपासून वीजनिर्मिती करण्यासंदर्भातही करार करण्यात आले आहेत. तसेच इस्त्रो आणि इस्त्राईलमध्ये आण्विक घड्याळ विकसित करण्यासाठीच्या सहकार्याची योजना आखण्यात आली आहे. तसेच जीईओ आणि एलईओ ऑप्टिकल लिंकसंदर्भात करार करण्यात आले आहेत. दोन्ही देशांच्या जनतेमध्ये थेट संबंध वाढावेत यासाठी इस्त्रायलमध्ये सांस्कृतिक केंद्र उभारण्याचा निर्णय भारताने घेतला आहे.

एकूणच, पंतप्रधानांच्या भेटीनंतर दोन्ही देशांदरम्यान सहकार्याचे एक नवे पर्व निर्माण झाले आहे असे म्हणणे वावगे ठरणार नाही. भारताचे उघड धोरण आहे की इस्त्राईलबरोबर मैत्री, सहकार्य करायचेच आहे. आजवर इस्त्राईलशी मैत्रीसंबंधांमध्ये विचारसरणी, धर्मावर आधारित अडथळा होता. आता भारत त्यातून पूर्णपणे बाहेर आला आहे. इस्त्राईलबरोबर हितसंबंधावर आधारित संबंधाचा विकास करण्यासाठी भारत प्रयत्नशील आहे. भविष्यातील संकटामध्ये इस्त्राईल पाठिशी उभा राहणार असल्यामुळे दहशतवादाच्या प्रश्नावर दोन्ही देश आपली रणनीती विकसित करु शकतात.

■

विभाग ५

भारत व प्रभावी सत्ता

भारत-अमेरिका संबंध

जगातील सर्वांत जुनी लोकशाही असलेली अमेरिका आणि जगातील सर्वांत मोठी लोकशाही असलेला भारत या दोन्ही देशांमधील संबंध शीतयुद्धकाळामध्ये अनेक प्रश्नांवरून तणावपूर्ण होते. दोन्ही देशांचा जागतिक राजकारणाकडे पाहण्याचा दृष्टिकोन भिन्न होता. भारत हा आदर्शवादी दृष्टिकोनातून जागतिक राजकारणाकडे पाहत होता, तर अमेरिका हा हितसंबंधांच्या आणि वास्तववादी दृष्टिकोनातून जगाच्या राजकारणाकडे पाहत होता. दृष्टिकोन वेगवेगळा असला तरी दोघांमध्ये शत्रुत्व नव्हते. म्हणजेच संबंध ताणले गेलेले होते, पण तुटलेले नव्हते. भारताच्या अलिप्ततावादी धोरणाबाबत अमेरिकेला अनेक आक्षेप होते. दुसरीकडे भारताचा कल हा अमेरिकेपेक्षा रशियाकडे अधिक होता. त्यामुळे दोन्ही देशांमधील संबंधांच्या विकासाला फारसा वाव मिळालेला नव्हता. शीतयुद्धाचा शेवट झाला आणि दोन्ही देशांमधील संबंधांच्या एका नव्या पर्वाला सुरुवात झाली. १९९१नंतर दोन्ही देशांमधील संबंध सुधारण्यास सुरुवात झाली. याचे प्रमुख कारण भारतीय परराष्ट्र धोरणामध्ये घडून आलेले बदल हे होते.

यातील पहिला बदल म्हणजे, भारताच्या आर्थिक उदारीकरणाच्या धोरणाचा परिणाम परराष्ट्र धोरणावर झालेला होता. भारताच्या परराष्ट्र धोरणामध्ये आर्थिक आणि व्यापारी संबंधांना महत्त्व प्राप्त झाले होते.

दुसरा बदल म्हणजे संपूर्ण दक्षिण आशियामध्ये काही नवीन प्रवाह विकसित झाले होते. त्यामध्ये अण्वस्त्रीकरणाचा प्रवाह हा महत्त्वाचा होता. १९९८मध्ये भारत आणि पाकिस्तान हे दोन्ही देशही अण्वस्त्रधारी बनले. त्याचबरोबर त्या काळात दहशतवादासारखा प्रश्नही गंभीर बनू लागला होता. चीनचा आक्रमकतावाद ही या काळात वाढता होता. या सर्वांमधून भारत आणि अमेरिका या दोन्ही देशांमध्ये सहकार्यासाठी एक

वाव निर्माण झाला होता.

काही मुद्दे असे आहेत ज्याबाबत या दोन्ही देशांमध्ये हितसंबंधांची परस्परव्यापकता (शेअर्ड इंटरेस्ट) आहे. या हितसंबंधांच्या परस्परव्यापकतेमधूनच दोन्ही देशांचे संबंध घनिष्ठ होण्यास सुरुवात झाली. यामध्ये सर्वांत महत्त्वाचे योगदान तत्कालीन पंतप्रधान अटलबिहारी वाजपेयी यांनी दिले. या काळात हितसंबंधांच्या परस्परव्यापकतेमध्ये काही नवी क्षेत्रे समाविष्ट झाली आणि त्यामध्ये दहशतवादाचा मुकाबला करणे, चीनच्या वाढत्या आक्रमकतावादाचे प्रतिरोधन करणे, अफगाणिस्तानमध्ये शांतता आणि स्थैर्य निर्माण करण्यासाठी प्रयत्न करणे, तेलवाहतूक करणारे वाहतुकीचे समुद्रमार्ग त्यांचे संरक्षण करणे यांचा समावेश झाला. या मुद्द्यांमुळे अमेरिकेचा भारताकडे पाहण्याचा दृष्टिकोन बदलला. चीनचा 'काउंटर वेट' म्हणून भारताला पुढे आणायला अमेरिकेने सुरुवात केली.

भारत आणि अमेरिका यांच्यातील संबंध कसे आहेत यावर भारताची आशिया खंडातील भूमिका आणि प्रभाव हे निर्धारित होतात; तर पाकिस्तान, अफगाणिस्तान, चीन यांच्याशी असलेले भारताचे संबंध हे अमेरिकेबरोबर असलेल्या संबंधांवर निर्धारित आहेत. त्यामुळेच भारताचे अमेरिकेशी संबंध घनिष्ठ होत चालल्यापासून चीनचा भारताकडे पाहण्याचा दृष्टिकोन बदलल्याचे दिसून येते. १९९८मध्ये भारत आणि अमेरिका संबंध सुधारण्यासाठी खूप मोठ्या प्रमाणावर प्रयत्न सुरू झाले. हे प्रयत्न २००३पर्यंत चालले. यानंतर केंद्रामध्ये संयुक्त पुरोगामी आघाडीचे सरकार आले. या सरकारच्या कार्यकाळात तत्कालीन पंतप्रधान मनमोहन सिंग यांनी अमेरिकेचे राष्ट्राध्यक्ष जॉर्ज बुश आणि नंतर बराक ओबामा या दोघांशीही संबंध सुधारण्यासाठी प्रयत्न केले. याच काळामध्ये म्हणजे २००६मध्ये दोन्ही देशांदरम्यान ऐतिहासिक अशा नागरी अणुऊर्जा करारावर स्वाक्षऱ्या झाल्या. २००९पर्यंत या दोन्ही देशांदरम्यानचे संबंध सुरळीत सुरू होते; परंतु संयुक्त पुरोगामी आघाडी सरकारच्या दुसऱ्या पर्वात म्हणजेच युपीए-२ च्या कार्यकाळात या दोन्ही देशांदरम्यानच्या संबंधांमध्ये तणाव निर्माण होण्यास सुरुवात झाली. त्याची कारणे अशी :

- भारत-अमेरिकेमध्ये जो नागरी अणुऊर्जा करार झाला तो प्रत्यक्षात आणण्यासाठी पंधराव्या लोकसभेमध्ये आण्विक उत्तरदायित्त्वाचे विधेयक मंजूर होणे गरजेचे होते. याचे कारण अणुऊर्जेसाठी लागणारे तंत्रज्ञान आणि युरेनियम (न्युक्लिअर फ्युएल) हे अमेरिकेकडे आहे आणि ते भारताला विकून अमेरिकेला खूप मोठ्या व्यापाराच्या संधी मिळणार होत्या; पण हे विधेयक मंजूर झाले नाही. परिणामी, अमेरिकेचे आर्थिक नुकसान झाले.
- विमाक्षेत्रामध्ये सुधारणा होणे अमेरिकेला अपेक्षित होते, त्या झाल्या नाहीत.
- रिटेल मार्केटिंगबाबतच्या विधेयकात अपेक्षित सुधारणा न झाल्यामुळे अमेरिकेमधील वॉलमार्टसारख्या बहुराष्ट्रीय साखळी कंपन्यांना, मॉल्सना भारतामध्ये व्यापारावर मर्यादा आल्या.
- भारताने संरक्षणक्षेत्रामध्ये शस्त्रास्त्र विकत घेण्यासाठी जे व्यापार केले त्यामध्ये अमेरिकेला डावलून रशिया, फ्रान्स आणि इस्त्राईल या राष्ट्रांवर भर दिला. त्यामुळे अमेरिकेला खूप मोठा आर्थिक फटका बसला.
- इंटेलेक्च्युअल प्रॉपर्टी राईटस् याबाबत भारतामध्ये ठोस अशा प्रकारचे कायदे नसल्यामुळे अमेरिकेला व्यापारी नुकसान सहन करावे लागले.
- औषध व्यवसायामध्ये या दोन देशांना व्यापार वाढवण्यामध्ये मोठ्या संधी आहेत; पण भारतामध्ये आरोग्यक्षेत्र दुर्लक्षित आहे. त्यामुळे त्यावरील खर्च कमी आहे. तसेच अमेरिकेला या क्षेत्रामध्ये भारतात व्यापार करण्यासंदर्भातही अनेक बंधने येत आहेत.
- भारतामध्ये जी कररचना आहे ती परकीय गुंतवणुकीसाठी अतिशय घातक अशा प्रकारची आहे. या कररचनेमध्ये सुधारणा केली जावी अशी अमेरिकेची मागणी होती, ती पूर्ण झाली नाही.
- अमेरिकेच्या नॅशनल सिक्युरिटी एजन्सीने २०१०मध्ये भारतीय जनता पक्षाच्या काही लोकांची हेरगिरी करण्याचा प्रयत्न केला होता. मुख्य म्हणजे त्याचवेळी त्यांनी इतरही काही दहशतवादी संघटनांवर वॉच ठेवण्याचा प्रयत्न

अमेरिकेचे राष्ट्राध्यक्ष यांच्याशी चर्चा करताना भारताचे पंतप्रधान नरेंद्र मोदी

सुरू केला होता. त्यातून अमेरिका भाजपाकडे दहशतवादी दृष्टिकोनातून पाहत आहे, असा आरोप काही जणांकडून करण्यात आला. या हेरगिरीच्या प्रकरणावरून पुन्हा एकदा भारत-अमेरिका संबंध तणावाचे बनले.

- याशिवाय भारतीय दूतावासातील अधिकारी देवयानी खोब्रागडे यांना ज्याप्रकारची वागणूक दिली गेली त्यावरून दोन्ही देशांचे संबंध कमालीचे तणावपूर्ण बनले.

भारताला अमेरिकेची गरज का आहे?

- पुढील पाच वर्षांमध्ये साधनसंपत्तीच्या विकासासाठी भारताला ५०० अब्ज डॉलर्सची गरज आहे. यापैकी बरीचशी गरज ही अमेरिकेकडून आर्थिक गुंतवणुकीच्या माध्यमातून भागवली जाण्याची शक्यता आहे.
- भारताला अमेरिकेकडून भांडवल आणि तंत्रज्ञान या दोन गोष्टी प्रामुख्याने हव्या आहेत. यापैकी तंत्रज्ञानाची गरज ही भारतातील मॅन्युफॅक्चरिंग इंडस्ट्रीच्या आणि साधनसंपत्तीच्या विकासासाठी आहे.
- भारताला शिक्षणक्षेत्र, पर्यटन, हवामान, पर्यावरण आणि ऊर्जा या क्षेत्रांमध्ये अमेरिकेच्या अद्ययावत, प्रगत आणि अत्याधुनिक तंत्रज्ञानाची आणि गुंतवणुकीची गरज आहे.
- भारतापुढे सध्या ऊर्जानिर्मितीचे मोठे संकट उभे आहे. त्यासाठीचा एक पर्याय म्हणून भारताने अणुऊर्जे वर भर देण्यास सुरुवात केलेली आहे. या अणुऊर्जानिर्मितीसाठी भारताला अमेरिकेच्या अणुइंधनाची आणि अणुतंत्रज्ञानाची आवश्यकता आहे. कारण या क्षेत्रातील कंपन्यांवर अमेरिकेची मक्तेदारी आहे.
- गेल्या काही वर्षांमध्ये संपूर्ण आशिया खंडामध्ये वेगाने वाढणारा चीनचा विस्तारवाद आणि आक्रमकतावाद रोखण्यासाठी भारताला अमेरिकेची गरज आहे.
- संयुक्त राष्ट्रांच्या सुरक्षा परिषदेचे कायमस्वरूपी सदस्यत्त्व प्राप्त करण्यासाठी भारत अनेक वर्षांपासून प्रयत्नशील आहे. अमेरिकेच्या सहकार्याशिवाय ते मिळू शकत नाही. त्यामुळे त्यासाठीही भारताला अमेरिकेची गरज आहे.
- याशिवाय सागरीमार्गांच्या रक्षणासाठीही भारताला अमेरिकेची मोठी आवश्यकता भासणार आहे.

■

भारत-अमेरिका संबंधाचे नवे पर्व

पंतप्रधान नरेंद्र मोदी यांच्या अमेरिका दौऱ्याकडे भारतासह जगाचेही लक्ष लागून राहिलेले होते. या भेटीमध्ये मोदी यांनी अमेरिकेतील उद्योगपतींना, गुंतवणूकदारांना, तेथे स्थायिक झालेल्या भारतीयांना भारतातील बदललेल्या परिस्थितीची माहिती देऊन येथे गुंतवणूक करण्यासाठी, विकासामध्ये सहभागी होण्यासाठी आवाहन केले. तसेच संयुक्त राष्ट्रसंघाच्या आमसभेत पाकिस्तानवर प्रत्यक्ष टीका करणे टाळून दहशतवादाविरुद्ध लढण्यासाठी सर्वच देशांनी एकत्र येण्याचे आवाहन केले. मोदी आणि ओबामा यांच्या भेटीमध्ये संरक्षण सहकार्य करार, ऊर्जा सहकार्य करार यांसारखे काही करार झाले; पण सामरिक भागीदारी, आण्विक उत्तरदायित्व करार, कररचना सुधारणा, रिटेलमधील परकीय गुंतवणूक, टीएफएवरील (ट्रेड फॅसिलिटेशन ॲग्रीमेंट) स्वाक्षरीचा प्रश्न यांबाबत केवळ घोषणा करण्यात आल्या; प्रत्यक्ष करार मात्र झाले नाहीत. ही नवी सुरुवात असल्यामुळे ओबामा आणि मोदी या दोघांनीही वादग्रस्त मुद्दे, करार हे टाळणेच पसंत केल्याचे दिसते. या योजना, ही आश्वासने मोदी कशा प्रकारे पूर्ण करतात हे पाहणे महत्त्वाचे ठरणार आहे.

व्यक्तिगत संबंध विकसित करण्याकडे कल

नरेंद्र मोदी यांचा पाच दिवसांचा अमेरिका दौरा नुकताच संपला. या भेटीची पूर्व तयारी बऱ्याच दिवसांपासून सुरू होती. अमेरिकेचे परराष्ट्रमंत्री जॉन केरी आणि संरक्षणमंत्री चक हेवियन यांना भारताच्या भेटीवर पाठवले होते. गेल्या तीन महिन्यांत भारताचे चीन आणि जपानबरोबर सुधारलेल्या संबंधांमुळे अमेरिकेचे भारताकडे आकर्षण वाढले होते. या दौऱ्यामागे मोदी यांचे काही प्रमुख उद्देश होते.

- संयुक्त राष्ट्रांच्या आमसभेच्या ६९ व्या अधिवेशनामध्ये अभिभाषण करण्यासाठी नरेंद्र मोदी अमेरिकेला गेले होते; परंतु त्यांना इतरही काही गोष्टी साध्य करायच्या होत्या. यापैकी एक म्हणजे जपानचे पंतप्रधान शिंझो ॲबे आणि चीनचे अध्यक्ष शी झिनपिंग यांच्यासोबत ज्याप्रमाणे नरेंद्र मोदी यांनी व्यक्तिगत संबंध विकसित केले त्याचप्रमाणे त्यांना अमेरिकेचे राष्ट्राध्यक्ष बराक ओबामा यांच्यासोबत व्यक्तिगत संबंध विकसित करायचे होते. अलीकडील काळात आण्विक उत्तरदायित्वाच्या प्रलंबित विधेयकायामुळे आणि देवयानी खोब्रागडे प्रकरणामुळे भारत-अमेरिका संबंधांमध्ये तणाव निर्माण झाला होता. भारत आणि अमेरिका संबंधांचा इतिहास पाहिला तर दोन्ही देशांच्या पंतप्रधानांच्या व्यक्तिगत संबंधांना फार महत्त्व आहे. माजी पंतप्रधान अटलबिहारी वाजपेयी आणि बिल क्लिंटन यांच्यातील व्यक्तिगत संबंध फार महत्त्वाचे होते. त्याचप्रमाणे मनमोहन सिंग आणि जॉर्ज डब्ल्यू. बुश यांच्यातील संबंधही महत्त्वाचे होते. या संबंधांचा भारत-अमेरिका संबंधांवर सकारात्मक परिणाम झाला होता. हे लक्षात घेऊनच मोदी यांना ओबामांशी व्यक्तिगत संबंध विकसित करायचे आहेत.
- दुसरा उद्देश म्हणजे अमेरिकेमध्ये जो नागरी समाज आहे- ज्याला सिव्हिल सोसायटी म्हणतात- त्यांच्याकडे प्रचंड पैसा आणि तंत्रज्ञान आहे. या दोन्हीचीही भारताला नितांत आवश्यकता आहे. म्हणूनच त्यांनी भारतात गुंतवणूक करावी यासाठी त्यांना आवाहन करण्याचा आणि ती गुंतवणूक करण्यासाठी भारत आता बदललेला आहे, गुंतवणूक करणे सोपे झाले आहे, येथील नोकरशाहीचे अडथळे आता राहिलेले नाहीत हे त्यांना सांगण्याचा मोदी यांचा उद्देश होता.
- आणखी एक बाब म्हणजे अमेरिकेत स्थायिक झालेल्या भारतीयांची संख्या सध्या सुमारे ३० लाख आहे. अमेरिकेत जगभरातील

विविध देशांमधून आलेल्या लोकांच्या मोठ्या समुदायांमध्ये भारतीयांचा समुदाय हा तिसरा सर्वांत मोठा समुदाय आहे. अमेरिकेतील सर्वांत जास्त श्रीमंत वांशिक समुदाय आहे. त्यांचे दरडोई उत्पन्न ८३ हजार डॉलर इतके आहे. अमेरिकेतील ४० टक्के हॉटेल्स गुजराती लोकांच्या मालकीचे आहेत. या ३० लाखांपैकी १७ लाख लोकांना अमेरिकेचे नागरिकत्व मिळालेले आहे. अमेरिकेच्या राजकारणामध्ये आणि परराष्ट्र धोरणामध्ये 'लॉबी सिस्टिम'ला प्रचंड महत्त्व आहे. जे लोक संघटित रूपाने एकत्रित येतात आणि त्यांच्या दबावतंत्राचा वापर करतात त्यांना विशेष महत्त्व आहे. उदाहरणार्थ, ज्यू लोकांची लॉबी अमेरिकेमध्ये प्रबळ आहे. अमेरिका ईस्त्राईलविरोधात कोणताही निर्णय घेत नाही, याचे कारण या ज्यू लोकांच्या लॉबीचा दबाव हेच आहे. नरेंद्र मोदी यांना अमेरिकेत वसलेल्या ३० लाख भारतीयांच्या समुदायाला एकत्र करून संघटित करून, राजकीयदृष्ट्या संघटित करून एक लॉबी तयार करता येऊ शकते का, याची चाचपणी करायची होती. त्यामुळेच मॅडिसन स्क्वेअर येथे मोदी यांच्या भाषणाचे आयोजन करून या भारतीयांच्या समुदायाला आवाहन करण्यात आले. या भारतीयांची राजकीयदृष्ट्या संघटित होण्याची प्रक्रिया सुरू झाली होती. ती आता मोदींमुळे गतिमान झाली.

- यानंतरचा उद्देश म्हणजे, मोदी यांना भारतामध्ये पायाभूत सुविधांचा विकास घडवून आणायचा आहे. त्यांनी अमेरिकेला जाण्यापूर्वी २५ सप्टेंबर, २०१४ रोजी 'मेक इन इंडिया' हा एक प्रकल्प जाहीर केला. या प्रकल्पाचा मुख्य हेतू हा भारतातील मॅन्युफॅक्चरिंग इंडस्ट्रीचा विकास करणे हा आहे. भारताची आयात खूप जास्त आहे आणि निर्यात खूप कमी आहे. याचे प्रमुख कारण म्हणजे भारतात मॅन्युफॅक्चरिंग गुड्सचे प्रमाण कमी आहे. भारताची एकूण अर्थव्यवस्था पाहिली तर मॅन्युफॅक्चरिंग इंडस्ट्रीचा हिस्सा केवळ १५ टक्के आहे. याउलट चीन आणि दक्षिण कोरियामध्ये तो ९० टक्के आहे. भारतात जर मॅन्युफॅक्चरिंग इंडस्ट्रीचा विकास करायचा असेल तर त्यासाठी रस्तेबांधणी, रेल्वेबांधणी आदी पायाभूत सुविधांचा विकास करणे आवश्यक आहे आणि यासाठीच नरेंद्र मोदी हे वेगवेगळ्या देशांमधून परकीय भांडवल आणण्यासाठी प्रयत्न करत आहेत. नुकत्याच झालेल्या जपान दौऱ्यामधून त्यांनी जपानकडून भारतात होणाऱ्या ३५ अब्ज डॉलर्सच्या गुंतवणुकीची हमी मिळवली. चीनकडून त्यांनी २० अब्ज डॉलर्स गुंतवले जाण्याचे आश्वासन घेतले. अशाच प्रकारे अमेरिकेतील गुंतवणूकदारांना आवाहन करणे आणि त्यांच्याकडून येणाऱ्या गुंतवणुकीतून भारतातील पायाभूत सुविधांचा विकास करणे हे एक या दौऱ्याचे प्रमुख उद्दिष्ट होते.

दौरा कसा पार पडला?

अमेरिकेवर ११ सप्टेंबर, २००१ रोजी मोठा दहशतवादी हल्ला झाला होता आणि त्यामध्ये न्यूयॉर्कमधील वर्ल्ड ट्रेड सेंटरची इमारत कोसळली होती. त्या ठिकाणी आता एक स्मृतिस्थळ बांधण्यात आले असून नरेंद्र मोदी यांनी आपल्या दौऱ्याची सुरुवात या स्मृतिस्थळाला भेट देऊन केली. यातून दहशतवादाच्या विरोधाला आमचे प्राधान्य आहे, असा संदेश त्यांनी दिला. अमेरिका आणि भारत या दोन्ही देशांना दहशतवादाचा प्रचंड मोठा त्रास आहे. त्यामुळेच मोदी यांनी दहशतवादावर कठोर टीका केली. यानंतर मोदी यांनी अमेरिकेतील प्रमुख १० उद्योगपतींची एक बैठक बोलावली आणि त्यांना भारतातील बदललेली परिस्थिती सांगण्याचा प्रयत्न केला. त्यानंतर त्यांनी युनोच्या आमसभेमध्ये अभिभाषण केले. या अभिभाषणाचे खास महत्त्व आहे. साधारणपणे या आमसभेची ज्या-ज्यावेळी अधिवेशने होतात त्यावेळी पाकिस्तान आणि भारत ही दोन्ही राष्ट्रे एकमेकांवर टीका करतात. यामध्ये प्रथम पाकिस्तानच्या पंतप्रधानांचे भाषण होते, त्यात ते भारतावर टीका करतात आणि त्यानंतर भारताचे पंतप्रधान आपल्या भाषणातून या टीकेला उत्तर देतात. यावेळीही पाकिस्तानच्या पंतप्रधानांनी 'भारताला आमच्याशी चर्चा करण्याची इच्छा नाही, त्यामुळेच त्यांनी शांतता चर्चा खंडित केली आहे' असे सांगत भारतावर टीका केली. साहजिकच, नरेंद्र मोदीही आता या टीकेला उत्तर देताना पाकिस्तानला कठोर बोल सुनावतील अशी अपेक्षा होती. पण मोदी यांनी तसे केलेले नाही. पाकिस्तानने अशा

प्रकारची परिस्थिती निर्माण करावी, की जेणेकरून आपल्याला चर्चा पुढे घेऊन जाता येईल, असे सांगत मोदी यांनी पाकिस्तानवर कोणतीही प्रत्यक्ष टीका करणे टाळले. या अभिभाषणात त्यांनी संपूर्ण भर दहशतवादावर दिला. दहशतवाद हा केवळ भारत, पाकिस्तान यांच्यापुरता मर्यादित प्रश्न नाही, तर तो आंतरराष्ट्रीय मुद्दा आहे. त्यामुळेच जागतिक स्तरावर सर्व राष्ट्रांनी एकत्र येऊन त्याचा सामना करणे गरजेचे असल्याचे त्यांनी सांगितले. भारताने पहिल्यांदाच दाखवलेला मोठेपणा, हे मोदी यांच्या अभिभाषणाचे वैशिष्ट्य म्हणावे लागेल.

यानंतर त्यांनी मॅडीसन स्क्वेअरमध्ये २० हजार भारतीयांसमोर भाषण केले. या भाषणातून त्यांनी भारताचे चित्र कसे बदलले आहे, गुंतवणूकदारांसाठी भारतातील चित्र कसे सकारात्मक बनले आहे आणि भविष्यातील योजना कोणकोणत्या आहेत यांविषयीची माहिती दिली. यामध्ये आरोग्य, स्वच्छता यांबाबतच्या योजना, आर्थिक उदारीकरणाचा कार्यक्रम गतिमान करण्याबाबतच्या योजना यांविषयी विस्तृतपणाने भाष्य केले. हे मुद्दे केवळ तेथे आलेल्या भारतीयांसाठीच न जाता संपूर्ण अमेरिकेतील नागरिकांपर्यंत पोहोचले.

संरक्षण क्षेत्राच्या दृष्टीने महत्त्वाचे :

या भेटीचा सर्वांत महत्त्वाचा टप्पा म्हणजे अमेरिकेचे राष्ट्राध्यक्ष बराक ओबामा यांच्याशी मोदी यांची झालेली भेट. या भेटीदरम्यान चार प्रमुख मुद्द्यांवर त्यांच्यामध्ये करार झाले.

- यातील पहिला मुद्दा म्हणजे भारत आणि अमेरिकेमध्ये १० वर्षांसाठी संरक्षण सहकार्य करार झाला. अशाच प्रकारचा संरक्षण करार भारताने यापूर्वी रशिया आणि फ्रान्स यांच्यासोबत केलेला आहे. आता अमेरिका हा तिसरा देश आहे. या करारामागचे उद्दिष्ट काय आहे? तर भारत आणि अमेरिका संरक्षण सामग्रीचे संयुक्त उत्पादन (जॉईंट प्रॉडक्शन) आणि संयुक्त विकास (जॉईंट डेव्हलपमेंट) करणार आहे. यामध्ये अँटी टँक मिसाईल, लष्करी हेलिकॉप्टर्स अशा स्वरूपाच्या सामग्रींचे संयुक्त उत्पादन केले जाणार आहे. त्यासंदर्भामध्ये तंत्रज्ञानाचे हस्तांतरण अमेरिकेकडून भारताला होणार आहे आणि ही फार महत्त्वाची गोष्ट आहे. कारण आतापर्यंत अमेरिकेकडून अशा प्रकारचे हस्तांतरण होत नव्हते. आता मोदी यांच्या भेटीदरम्यान झालेल्या करारामधून काही क्षेत्रासाठी अमेरिकेकडून तंत्रज्ञानाचे हस्तांतरण होईल, काही कामासाठी संयुक्त उत्पादन होईल आणि पुढे या तंत्रज्ञानाचा फायदा घेत भारत स्वतंत्रपणे उत्पादन करेल. याप्रकारे दहा टप्प्यांमध्ये याचा विकास होणार आहे.
- नरेंद्र मोदींचा लष्करी आधुनिकीकरणावर अधिक भर आहे. त्यांनी संरक्षण क्षेत्रामध्ये त्यांनी परकीय गुंतवणूक आकर्षित करण्याचा प्रयत्न केला आहे. यासाठी त्यांनी संरक्षण क्षेत्रामध्ये परकीय गुंतवणुकीची असलेली २६ टक्क्यांची मर्यादा वाढवून ती ४९ टक्क्यांपर्यंत वाढवली आहे. त्यामुळे आता अमेरिकेला भारतातील संरक्षण क्षेत्रात गुंतवणुकीच्या संधी हव्या आहेत. गेल्या दहा वर्षांत अमेरिकेला १० अब्ज रुपयांचे कॉंट्रॅक्ट्स भारताने दिलेले आहेत आणि आता अमेरिकेला पुढील दहा वर्षांसाठी आणखी १० अब्ज रुपयांचे कॉंट्रॅक्ट्स हवे आहेत. त्यातून अमेरिकेतील गुंतवणूकदार या क्षेत्रात गुंतवणूक करतील. मोदी-ओबामा यांच्या भेटीमध्ये दहशतवादाविरोधात लढण्यासाठी संयुक्त यंत्रणा (जॉईंट मेकॅनिझम) तयार करण्याचे ठरवण्यात आले आहे. त्यानुसार अफगाणिस्तान आणि सीरिया, इराक या अरब राष्ट्रांमधील दहशतवाद्यांच्या विरोधात दोन्ही देश कसे सहकार्य करू शकतात याविषयी चर्चा झाली. विशेषतः अफगाणिस्तानमधून अमेरिकेने सैन्य माघारी घेतल्यानंतर तेथे भारत तेथे कशा प्रकारची संरक्षण भूमिका बजावू शकेल, तेथे तालिबान्यांचे वर्चस्व स्थापित होऊ नये यासाठी भारत काय प्रयत्न करू शकेल याबाबत दोन्ही देशांनी चर्चा करण्याचे ठरवले आहे.
- तिसरा मुद्दा म्हणजे, समुद्रमार्गांचे संरक्षण. सागरी मार्गांचे संरक्षण फार महत्त्वाचे आहे; कारण या मार्गानेच मोठ्या प्रमाणात तेलवाहतूक होत असते. हिंदी महासागर, प्रशांत महासागर यांनंतर ही तेलवाहू जहाजे अमेरिकेकडे जातात. या मार्गांवर चीनचा खूप मोठा धोका निर्माण झालेला आहे. त्यामुळेच समुद्रमार्गांचे संरक्षण दोघांना संयुक्तपणे कसे करता येईल याबाबत

विचार करण्याचे दोन्ही देशांनी ठरवले आहे. त्याचबरोबर 'क्लीन एनर्जी' म्हणजे स्वच्छ ऊर्जेच्या क्षेत्रामध्ये सहकार्य, पर्यटन आणि शिक्षण यासंदर्भातही चर्चा झाल्या आहेत. याशिवाय काही मुद्दे आहेत ज्यांबाबत नरेंद्र मोदी यांनी ओबामा यांना आश्वासन दिले आहे; पण करार कोणते झालेले नाहीत. वास्तविक, ते होतील अशी अपेक्षा होती. आण्विक उत्तरदायित्त्वाचे विधेयक, भारतामधील कररचना सुधारणा, भारतातील भांडवली बाजार सुधारणा, भारतातील विमाक्षेत्र सुधारणा आणि रिटेल मार्केट सुधारणा, आऊटसोर्सिंगचा प्रश्न, भारतीय विद्यार्थ्यांना अमेरिकेमध्ये व्हिसा मिळण्यात येणाऱ्या अडचणी या सर्वांबाबत ठोस अशा स्वरूपाचे काहीही झालेले नाही.

- विश्व व्यापार संघटनेच्या व्यासपीठावर 'ट्रेड फॅसिलिटेशन अॅग्रीमेंट' या करारावर भारताने स्वाक्षरी करण्यास नकार दिला. त्यामुळे तो करार प्रत्यक्षात येऊ शकलेला नाही. अमेरिकेची अशी इच्छा आहे की भारताने तात्काळ त्यावर स्वाक्षरी करावी. पण अशा प्रकारची कोणतीही ठोस घोषणा भारताकडून झालेली नाही. नरेंद्र मोदी यांनी पत्रकार परिषदेमध्ये आण्विक उत्तरदायित्वाचे विधेयक मंजूर करण्याचा विचार करू, ट्रेड फॅसिलिटेशन अॅग्रीमेंटवर स्वाक्षरी करण्याचा विचार करू असे सांगितले आहे. म्हणजेच याबाबत प्रयत्न करू असे सांगण्यात आले आहे, करार कोणतेही झालेले नाहीत. या भेटीच्या सुरुवातीला 'सीएनन' या वृत्तवाहिनीवर फरीद झकारिया यांनी एक मुलाखत दिली होती. या मुलाखतीमध्ये त्यांनी सांगितले होते की, या भेटीदरम्यान भारत अमेरिकेबरोबर सामरिक भागीदारीचा (स्ट्रॅटेजिक पार्टनरशिप) करार करेल. असा करार अमेरिकेने जपान आणि इंग्लंडबरोबर केलेला आहे. भारतानेही तो करावा अशी अमेरिकेची ही खूप दिवसांपासूनची मागणी आहे; पण भारत त्याला सातत्याने नकार देत होता. सीएननच्या मुलाखतीमध्ये मोदी यांनी आम्ही यासाठी तयार आहोत, असे सांगितल्यामुळे त्यांच्या ओबामांशी झालेल्या भेटीमध्ये हा करार होईल, अशी अपेक्षा होती; मात्र तोही करार झालेला नाही.

थोडक्यात, या भेटीमधून काय साधले याचा विचार केला तर असे दिसते की, दोघांनीही ज्या करारांना भारताच्या संसदेची आणि अमेरिकेच्या सिनेटची मान्यता मिळवण्यात अडचणी येणार नाहीत, ज्या करारांमुळे दोन्ही देशांमधील लोकांचा विरोध होणार नाही, जे सहजशक्य आहेत असे करार केले. वादग्रस्त प्रश्न आहेत त्यांना सध्या हात घालायचा नाही, असे धोरण या दोघांनीही अवलंबलेले दिसते. कारण सध्या या नव्या संबंधांची सुरुवात आहे. भविष्यात कदाचित याबाबतचे करार होतीलही; पण सध्या तरी 'सहज तोडता येण्यासारखी फळे काढलेली आहेत' अशी भूमिका या दोघांनीही घेतल्याचे दिसत आहे.

आता नरेंद्र मोदी यांनी ज्या प्रकारची आवाहने तेथे केलेली आहेत, ज्या प्रकारच्या योजना तिथे सांगितलेल्या आहेत, जी आश्वासने दिलेली आहेत ती ते कशा प्रकारे पूर्ण करतात हे पाहणे महत्त्वाचे ठरणार आहे. याचे कारण आण्विक उत्तरदायित्व, कररचना, रिटेलमधील परकीय गुंतवणूक यांबाबतच्या विधेयकांमधील सुधारणांना भारतात प्रचंड मोठा विरोध आहे. हा विरोध लक्षात घेऊन ते या सुधारणा कशा प्रकारे घडवून आणतात यावर भारताचे आणि अमेरिकेचे भविष्यातील संबंध अवलंबून असणार आहेत. मोदींसाठी हा कसोटीचा काळ आहे. ज्या मुद्द्यांवर भारत आणि अमेरिका या दोन देशांमध्ये दुरावा आहे, तणाव आहे असे मुद्दे जोपर्यंत दूर केले जात नाहीत तोपर्यंत संबंध सुधारणार नाहीत.

■

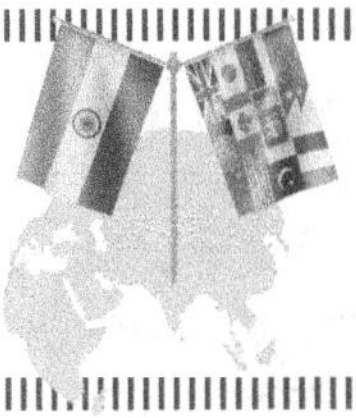

अमेरिकेचा भारताकडे पाहण्याच्या दृष्टिकोनातील फरक

नरेंद्र मोदी यांचे सरकार केंद्रात आल्यापासून भारताने परराष्ट्र धोरणाकडे आणि आंतरराष्ट्रीय राजकारणाकडे पाहण्याचा दृष्टिकोन बदलला आहे. आशिया खंडातील आणि आंतरराष्ट्रीय पातळीवरील सर्व घडामोडींवर प्रभाव टाकण्याचा प्रयत्न भारताकडून केला जात आहे. भारताने दक्षिण आशियाच्याही पुढे जाण्याचा प्रयत्न सुरू केला आहे. शी झिनपिंग यांची भारतभेट, मोदींचा जपान दौरा आदींमधून याची प्रचिती येते. तसेच ब्रिक्स बँकेची स्थापना हे अमेरिकेच्या प्रभुत्त्वाखाली असलेल्या आंतरराष्ट्रीय नाणेनिधी आणि जागतिक बँक या दोन्हीही वित्तसंस्थांना आव्हान देणारी आहे. या ब्रिक्स बँकेसाठी १०० अब्ज डॉलर्सचा निधी उभारला जाणार असल्याने आर्थिक मदतीसाठी भारताला अमेरिकेची गरज भासणार नाही. दुसरीकडे चीनने भारताला शांघाय सहकार्य संघटना आणि अपेकचे सदस्य बनण्यासाठी प्रस्ताव दिलेला आहे. त्याचबरोबर आसियानसारख्या संघटनेने भारताबरोबर म्यानमारमध्ये स्वतंत्र बैठक घेतली. या बैठकीत भारतासोबत मुक्त व्यापार क्षेत्र तयार करण्याचा निर्णय घेण्यात आला. तसेच रस्ते विकासाचे प्रकल्प हाती घेतले गेले. याशिवाय भारत हा ईस्ट एशिया समिट या शक्तीशाली समूहाचा सदस्य आहे. त्याचबरोबर जी-२० देशांच्या परिषदेमध्ये भारताने मांडलेल्या काळ्या पैशांच्या मुद्दयाला सर्व सदस्य राष्ट्रांनी सहमती दर्शवली. इतकेच नाही तर जपान आणि ऑस्ट्रेलियानेही भारताकडे पाहण्याचा दृष्टिकोन बदलला आहे. आण्विक क्षेत्रामध्ये हे दोन्हीही देश भारताला सहकार्य करण्यास तयार झाले आहेत. तसेच भारत आता अनेक ठिकाणी गुंतवणूक करू लागला आहे. या सर्व गोष्टींवरून आता असे दिसते आहे की, आंतरराष्ट्रीय पटलावर भारताचे महत्त्व वाढायला सुरुवात झाली आहे. या सर्वांचा परिणाम अमेरिकेचे भारताबाबतचे धोरण बदलण्यामध्ये झाला आहे. भारत नकाराधिकार वापरून संपूर्ण आंतरराष्ट्रीय समुदायाला वेठीस धरू शकतो हे ट्रेड फॅसिलिटेशन कराराच्या निमित्ताने अमेरिकेच्या लक्षात आले आहे. त्यामुळेच नरेंद्र मोदी यांनी भारताच्या प्रजासत्ताक दिनानिमित्त निमंत्रण दिल्यानंतर काही तासांमध्येच अमेरिकेचे राष्ट्राध्यक्ष बराक ओबामा यांनी तात्काळ ते स्वीकारले आणि येण्याची तयारी दर्शवली. अमेरिका ही जगातील सर्वात मोठी महासत्ता आहे. त्यामुळे या राष्ट्राचा प्रमुख हा किती व्यस्त असेल याची कल्पना साऱ्यांनाच आहे. अशा राष्ट्रप्रमुखाने केवळ भारताची ताकद वाढते आहे एवढ्या एका मुद्दयावरून भारताच्या निमंत्रणाला तात्काळ सकारात्मक प्रतिसाद दिला असे म्हणणे योग्य ठरणार नाही.जागतिक राजकारणाच्या दृष्टिकोनातून विचार केल्यास या तत्परतेची कारणमीमांसा लक्षात येऊ शकते.

अमेरिका-रशियामधील वाढता तणाव :

सध्या आंतरराष्ट्रीय राजकारणाची समीकरणे झपाट्याने बदलत आहेत आणि अनेक अनपेक्षित घटना जागतिक स्तरावर घडत आहेत. त्यातून पुन्हा एकदा शीतयुद्धकालीन परिस्थिती निर्माण होते की काय असे वातावरण निर्माण झालेले आहे. अमेरिका आणि रशिया यांच्यातील वाढत्या तणावामुळे नवे शीतयुद्ध होण्याची शक्यता वाढू लागलेली आहे. अमेरिका आणि रशिया यांच्यातील तणाव पराकोटीला जाण्यामागे युक्रेन, क्रीमिया, जॉर्जिया आणि मलेशियन विमान पाडण्याची घटना ही चार प्रमुख कारणे आहेत. अमेरिका आणि युरोपियन महासंघाने रशियावर आर्थिक निर्बंध लादले असून रशियादेखील झुकण्यास तयार नाही. रशियानेही चीनशी जवळीक साधण्याचा प्रयत्न केलेला आहे. त्यामुळे शीतयुद्धाच्या काळात ज्याप्रमाणे दोन गट तयार झाले होते तसेच दोन गट आता अस्तित्त्वात येताना दिसत आहेत. अलीकडेच रशियाचे अध्यक्ष व्लादिमिर पुतीन हे जी-२० राष्ट्रांच्या परिषदेतून मध्यातून निघून गेले. त्यासाठी त्यांनी वैयक्तिक

अमेरिका-रशिया तणावपूर्ण संबंधांच्या पार्श्वभूमीवर

हे कारण दिले असले तरी एखाद्या राष्ट्राचा प्रमुख अशा प्रकारचे कारण देऊ शकत नाही; पण या घटनेवरून हे संबंध किती तणावपूर्ण बनले आहेत याची कल्पना साऱ्या जगाला आली. अमेरिका आणि रशिया यांच्यातील तणावाच्या पार्श्वभूमीवर निर्माण झालेल्या परिस्थितीचा भारतावर काय परिणाम होणार हे पाहणे आवश्यक आहे. कारण भारत हा सुरुवातीपासून शीतयुद्धकाळातील मित्र राष्ट्र होता. त्यामुळे भारत आणि रशियातील व्यापार हा मोठा आहे. रशियावर आंतरराष्ट्रीय पातळीवर निर्बंध लादायचे असतील अमेरिकेला भारताच्या मदतीची गरज भासणार आहे. शीतयुद्धकाळाप्रमाणे भारत पुन्हा रशियाच्या बाजूने ओढला जाऊ नये यासाठी अमेरिका प्रयत्नशील आहे.

इसिसच्या मुकाबल्यासाठी भारताची मदत आवश्यक :

दुसरी गोष्ट म्हणजे अमेरिका पश्चिम आशियामधून बाहेर पडण्याचा प्रयत्न करत होता; परंतु मूलतत्त्ववादामुळे अमेरिकेची पूर्ण शक्ती पश्चिम आशियाकडे ओढली गेलेली आहे. इसिससारख्या संघटनांनी इराण, सीरिया आदी राष्ट्रांमध्ये धुमाकूळ घातल्यामुळे अमेरिकेला इच्छा नसतानाही या भागात आपली शक्ती खर्च करावी लागत आहे. अमेरिकेने इसिसच्या विरोधात पश्चिम आशियामध्ये लष्करी मोहीम सुरू केली आहे. ही लष्करी मोहीम अमेरिकेला पुढे व्यापक बनवायची आहे. तसेच या मोहीमेला आंतरराष्ट्रीय समुदायाची अधिमान्यता मिळवणे आवश्यक आहे. सध्या अमेरिका, इंग्लंड, फ्रान्स ही तीनच राष्ट्रे इसिसविरुद्ध लढत आहेत आणि इसिसही त्यांच्याविरुद्ध कारवाया करत आहे. या युद्धमोहिमेसाठी अमेरिकेला आता भारताची गरज आहे. याचे कारण भारतीय सैन्य गनिमी कावा तंत्रामध्ये पारंगत आहे. त्यामुळे भारताने शांतीसैन्य तेथे पाठवावे, अशी अमेरिकेची इच्छा आहे. ते शक्य नसल्यास भारताने उघडपणे या युद्धमोहिमेला समर्थन द्यावे, अशी अमेरिकेची मागणी आहे. त्यासाठी त्यांनी प्रयत्न चालवले आहेत.

चीनकडून आशियामध्ये अमेरिकेच्या वर्चस्वाला दिले जाणारे तगडे आव्हान :

चीनने मागील वर्षापासून संपूर्ण आशिया खंडामध्ये अमेरिकेविरुद्ध वातावरणनिर्मिती करण्यास सुरुवात केली आहे. चीनचे राष्ट्राध्यक्ष शी झिनपिंग यांच्या मते, आशिया हा आशियन लोकांसाठी आहे. शीतयुद्धकाळात आशिया खंडामध्ये सत्तासमतोलाची जी रचना होती ती अमेरिकेच्या प्रभावाखाली होती. ती रचना आपण मोडकळीत काढली पाहिजे आणि नवी रचना संपूर्ण आशियासाठी तयार केली पाहिजे. या नव्या रचनेमध्ये आशियाई लोकांचे प्रश्न आशियातील लोकच सोडवतील. युरोपीय राष्ट्रांची त्यासाठी मदत घेतली जाणार नाही, असे झिनपिंग यांचे म्हणणे आहे. यासाठी चीन आशियातील देशांना एकत्र करण्याचा प्रयत्न करत आहे. त्यासाठी त्यांनी पंचशील धोरणाचा वापर करण्यास सुरुवात केली आहे. तसेच आशियातील देशांना मोठ्या प्रमाणात आर्थिक मदत करण्यास सुरुवात केली आहे. यासाठी सागरी संरक्षण निधी या नावाने ४९५ अब्ज डॉलर्स इतका प्रचंड निधी उभा केला असून या निधीच्या माध्यमातून आशियाई देशांच्या बंदरांचा, साधनसंपत्तीचा विकास केला जात आहे. नुकत्याच झालेल्या सार्क परिषदेमध्ये चीनने दक्षिण आशियाई देशांना १५० अब्ज डॉलर्स देण्याची तयारी दर्शवली आहे. त्यापैकी यावर्षी ३० अब्ज डॉलर्स देण्याचे चीनने मान्य केले आहे. भारतातही मोठ्या प्रमाणावर साधनसंपत्तीचा विकास करण्यासाठी चीनकडून गुंतवणूक करण्यात येणार आहे. एकूणच, आशिया खंडातील अमेरिकेचे संपूर्ण अस्तित्त्व मिटवण्यासाठी चीनने प्रयत्न सुरू केले आहेत. त्यातून चीन आणि अमेरिकेमधील तणाव

वाढू लागला आहे. याचे प्रतिबिंब नुकत्याच झालेल्या अपेक (एशिया पॅसेफिक इकॉनॉमिक कॉर्पोरेशन) परिषदेमध्ये पडल्याचे दिसून आले. या बैठकीमध्ये चीनने पुढाकार घेऊन अमेरिकेच्या हितसंबंधांच्या विरोधात जाणारे दोन ठराव मंजूर करून घेतले. यातील पहिला ठराव होता संपूर्ण आशिया खंडामध्ये मुक्त व्यापार क्षेत्र तयार करण्याचा. या मुक्त क्षेत्रामुळे चीनचा व्यापार वाढणार आहे. दुसरा ठराव होता तो भ्रष्टाचाराच्या विरोधात मोठी आंतरराष्ट्रीय फळी निर्माण करण्याचा. या दोन्ही ठरावांबाबतचे प्रस्ताव चीनकडून मांडण्यात आले आणि चीनने आपल्या राजनैतिक शक्तीच्या जोरावर ते मंजूर करून घेतले. ही बाब अमेरिकेसाठी नामुष्कीजनक होती. या पार्श्वभूमीवर चीनच्या या आशियामधील मोहिमेमध्ये भारत समाविष्ट होऊ नये अशी अमेरिकेची इच्छा आहे. तसेच अमेरिकेने भारताला नेहमीच चीनच्या वाढत्या आक्रमकतावादा विरोधात काऊंटरवेट म्हणून उभे करण्यासाठी प्रयत्न केले आहेत. पण आता भारत त्या मनःस्थितीत दिसत नाही. भारताला चीनशीही संबंध सुधारायचे आहेत. त्यामुळेच शी झिनपिंग भारतात येऊन गेले. त्यांनी भारतात गुंतवणुकीसंदर्भातील अनेक आश्वासने दिली आहेत. त्यातून भारत पुन्हा चीनकडे ओढला जातो की काय अशी अमेरिकेला धास्ती आहे.

आशिया प्रशांत क्षेत्रातील युतीसाठी अमेरिकेला भारताची गरज :

सध्या अमेरिकेमध्ये आर्थिक मंदी आहे. तसेच ते पूर्णपणे पश्चिम आशियामध्ये अडकून पडलेले आहेत. त्यामुळे आशिया प्रशांत क्षेत्रात चीनचा आक्रमकतावाद आणि विस्तारवाद वाढतो आहे. या क्षेत्रातील फिलिपिन्स, दक्षिण कोरिया, जपान आणि दक्षिण पूर्व आशियाई राष्ट्रे चीनच्या आक्रमकतावादामुळे असुरक्षित बनली आहेत आणि ते अमेरिकेची मदत मागत आहेत. पण अमेरिकेला तिकडे लक्ष देणे शक्य होत नाहीये. त्यामुळे या क्षेत्रात चीनच्या आक्रमकतावादा विरोधात भारत आणि जपानची एक युती तयार व्हावी आणि त्यामध्ये ऑस्ट्रेलिया आणि इतर दक्षिणपूर्व आशियाई राष्ट्रांनी समाविष्ट व्हावे अशी अमेरिकेची इच्छा आहे. जेणेकरून चीनच्या आक्रमकतवादावर नियंत्रण ठेवता येईल. थोडक्यात, आशिया पॅसिफिक क्षेत्रातील राजकारणासाठीही अमेरिकेला भारताची गरज आहे.

अफगाणिस्तानात लष्करी भूमिका बजावण्यासाठी भारताची आवश्यकता :

डिसेंबर २०१४ नंतर अमेरिका अफगाणिस्तानातून बाहेर पडणार आहे. यानंतरच्या काळात तिथे सुरक्षेसंदर्भातील फार मोठे प्रश्न निर्माण होण्याची शक्यता आहे. भारताचे अफगाणिस्तानशी हितसंबंध आहेत. भारताबरोबरच दहशतवादाची समस्या भेडसावणाऱ्या समविचारी राष्ट्रांनी अफगाणिस्तानातील परिस्थितीवर संयुक्त नियंत्रण राखण्यासाठी प्रयत्न करावेत, अशी अमेरिकेची इच्छा आहे. दुसरी गोष्ट म्हणजे अफगाणिस्तानला आता आर्थिक मदतीची मोठी गरज आहे. सध्या अमेरिका एकटा पाच अब्ज डॉलर्स अफगाणिस्तानला देत आहे. यापुढील काळात अमेरिकेला ही मदत देणे कठीण जाणार आहे. त्यामुळे अफगाणिस्तानला मदतीसाठी जपान, भारत आणि इतर युरोपियन राष्ट्रांकडे मदतीच्या दृष्टीने पहात आहे. तसेच भारत सध्या अफगाणिस्तानमध्ये विकासात्मक भूमिका बजावत आहे. लष्करी भूमिका बजावत नाहीये. ती बजावावी, अशी अमेरिकेची इच्छा आहे.

भारताशी व्यापारसंबंधांमधून आर्थिक फायदा मिळवण्याचे उद्दिष्ट :

अमेरिकेमध्ये सध्या आर्थिक मंदीमुळे बेरोजगारी प्रचंड वाढली आहे. अशा स्थितीत अमेरिकेला व्यापाराच्या संधी असणे फार आवश्यक आहे. भारत ही प्रचंड मोठी बाजारपेठ असल्याने इथे अमेरिकेला व्यापाराच्या संधी मोठ्या प्रमाणावर मिळू शकतात. २०१० मध्ये बराक ओबामा भारतात आले असताना त्यांनी १२ अब्ज डॉलर्सचे करार भारतासोबत केले. त्यातून अमेरिकेमध्ये जवळपास ५० हजार नोकऱ्या निर्माण झाल्या. म्हणजेच भारतासोबत व्यापार करून अमेरिकेत रोजगारसंधी निर्माण होत आहेत. त्यामुळे ओबामा यांना भारतासोबत व्यापार वाढवायचा आहे. यासाठी चार क्षेत्रे अमेरिकेने निवडली आहेत. यातील पहिले क्षेत्र आहे अणुऊर्जेचे. भारताला सध्या वीजेची प्रचंड गरज असून ती पूर्ण करण्यासाठी आगामी काळात अणुऊर्जेवर भर देण्यात येणार आहे. त्यासाठी अणुप्रकल्पांची संख्या वाढवण्यात येणार आहे.

अणुऊर्जेच्या आणि अणुतंत्रज्ञानाच्या क्षेत्रामध्ये अमेरिका हा मोठा निर्यातदार देश मानला जातो. विशेषतः, अणुइंधन पुरवठादार म्हणून अमेरिकेची ओळख आहे. त्यामुळे भारतात अणुऊर्जेच्या क्षेत्रातून अमेरिकेला व्यापारवाढीच्या संधी आहेत. पण भारतीय संसदेत आण्विक उत्तरदायित्वाचे विधेयक अद्याप मंजूर झालेले नाही. त्यामुळे अमेरिकेच्या गुंतवणुकीच्या संधींवर मर्यादा आली आहे. दुसरे क्षेत्र आहे विम्याचे. विमा सुधारणा विधेयकही अद्याप प्रलंबित असून यंदाच्या हिवाळी अधिवेशनात ते मांडण्यात आले आहे. विमाक्षेत्रामध्ये परकीय गुंतवणुकीची मर्यादा ४९ टक्क्यांपर्यंत नेण्यासाठी शासनाचा प्रयत्न आहे. त्यातून अमेरिकेला गुंतवणुकीच्या संधी उपलब्ध होणार आहेत. अशाच प्रकारे रिटेल मार्केटिंगच्या क्षेत्रातही अमेरिकेला भारतात व्यापाराच्या संधी आहेत; पण त्याबातबचे विधेयकही संसदेत प्रलंबित आहे. चौथे क्षेत्र आहे ते शस्त्रास्त्रांचे. अमेरिका हा शस्त्रास्त्र निर्यातदार देश म्हणून ओळखला जातो. अमेरिकेच्या एकूण अर्थव्यवस्थे-मध्ये शस्त्रास्त्र निर्यातीतून मिळणाऱ्या पैशाचा वाटा मोठा आहे. पण अलीकडील काळात या क्षेत्रात प्रचंड स्पर्धा निर्माण झाली आहे. या क्षेत्रात आता अमेरिकेबरोबरच इस्त्राईल, फ्रान्स रशिया आणि चीन हे देशही सहभागी झालेले आहेत. त्यामुळे अमेरिकेला याबाबतचे कंत्राट मिळवण्यासाठी बरेच प्रयत्न करावे लागत आहेत. भारताची आर्थिक स्थिती सुधारल्यामुळे आपण आता लष्कराच्या आधुनिकीकरणावर भर देण्यास सुरुवात केलेली आहे. यासाठी नव्या सरकारने ६० हजार कोटींची तरतूद करण्यात आली आहे. तसेच भारताने संरक्षण क्षेत्रातील परकीय गुंतवणुकीची मर्यादा २६ टक्क्यांवरून ४९ टक्क्यांपर्यंत वाढवली आहे. यातून अमेरिकेला मोठ्या व्यापारसंधी मिळणार आहेत. भारत रशियाकडून सर्वाधिक प्रमाणात शस्त्रास्त्रांची आयात करत आला आहे. त्याखालोखाल इस्त्राईल आणि फ्रान्सचा क्रमांक आहे. पण अमेरिकेकडून भारत फारशी शस्त्रास्त्रे खरेदी करत नाही. आता भारताने या क्षेत्रात आम्हाला संधी द्यावी अशी अमेरिकेची इच्छा आहे. नरेंद्र मोदी यांनी अमेरिका दौऱ्यामध्ये तीन अब्ज डॉलर्सच्या करारावर स्वाक्षरी केली. त्याअंतर्गत भारत आणि अमेरिका 'जॅव्हलीन' नावाचे मानवरहित विमान संयुक्तरित्या विकसित करणार आहे. यातून अमेरिकेला खूप मोठा नफा मिळणार आहे. थोडक्यात, आर्थिक कारणांमुळेही अमेरिका भारताच्या जवळ येण्याचा प्रयत्न करत आहे.

आगामी निवडणुकांसाठी अमेरिकेतील भारतीयांची गरज :

अमेरिकेमध्ये आगामी काळात राष्ट्राध्यक्षपदाच्या निवडणुका होणार आहेत. नुकत्याच झालेल्या सिनेटसाठीच्या निवडणुकांमध्ये ओबामांच्या डेमोक्रॅटिक पार्टीला मोठा धक्का सहन करावा लागला आहे. या पार्श्वभूमीवरही त्यांना भारताची गरज आहे. याचे कारण ३० लाख भारतीय सध्या अमेरिकेत वास्तव्यास आहेत. या भारतीयांकडे प्रचंड प्रमाणात पैसा आहे. त्यांचे दरडोई उत्पन्न ८३ हजार डॉलर्स इतके प्रचंड आहे. हे लक्षात घेता मतदानासाठी आणि निधी उभारण्यासाठी भारतीयांच्या या समूहाचा फायदा होऊ शकतो, हे ओबामा जाणून आहेत. त्यामुळेच या वर्गाला खुश करण्यासाठीही त्यांनी भारताच्या प्रजासत्ताक दिनाला उपस्थित राहण्याचे मान्य केले आहे.

एकूणच सध्याची पार्श्वभूमी पाहता जागतिक राजकारणामध्ये अमेरिका सध्या एकटा पडत चालला आहे, असे वाटत आहे. तसेच अमेरिकेपुढील अडचणी वाढत आहेत. त्यामुळेच अमेरिकेला भारताची गरज प्रकर्षाने भासत आहे आणि म्हणूनच भारताशी संबंध घनिष्ट करण्यासाठी बराक ओबामा प्रयत्न करत आहेत. त्यामुळे त्यांनी भारताच्या प्रजासत्ताक दिनाच्या निमंत्रणाला तात्काळ सकारात्मक प्रतिसाद दिला असला तरी त्यामागे व्यापक भूमिका आहे, हे लक्षात घ्यावे लागेल. ■

ओबामांचा महत्त्वाकांक्षी आशिया दौरा

अमेरिकेचे राष्ट्राध्यक्ष बराक ओबामा यांचा नुकताच पार पडलेला आशिया दौरा आशिया खंडातील विशेषत: आशिया-प्रशांत क्षेत्रातील सत्ता समतोलाच्या राजकारणाच्या दृष्टीने महत्त्वाचा होता. या दौऱ्यादरम्यान त्यांनी जपान, दक्षिण कोरिया, फिलिपिन्स आणि मलेशिया या राष्ट्रांना भेटी देऊन काही महत्त्वाचे संरक्षण आणि व्यापारी करार केले. या आशिया दौऱ्याची प्रामुख्याने तीन उद्दिष्टे होती.

- चार वर्षांपूर्वी ओबामा यांनी घोषित केलेल्या 'पिव्हॉट टू आशिया' या अमेरिकेच्या नवीन पूर्व आशियासंबंधीच्या धोरणाला बळकटी देण्यासाठी या क्षेत्रातील राष्ट्रांबरोबर सामरिक करार करणे. या नवीन धोरणानुसार अमेरिकेने आपले लक्ष पश्चिम आशियाकडून पूर्व आशियाकडे वळवण्याचे संकेत दिले.
- २१व्या शतकात आशिया-प्रशांत क्षेत्र हे आर्थिक आणि सामरिकदृष्ट्या संपूर्ण जगाच्या आकर्षणाचे केंद्र बनले आहे. या क्षेत्रात एकीकडे व्यापाराच्या उगवत्या संधी आहेत तर दुसरीकडे चीनचा वाढता विस्तारवाद आणि हस्तक्षेपी धोरण यामुळे हे क्षेत्र सातत्याने चर्चेत आहे. या क्षेत्रात आपल्या व्यापारी हितसंबंधांचे संरक्षण करणे आणि चीनच्या वाढत्या सामर्थ्याचे व्यवस्थापन करण्यासाठी अमेरिकेने भविष्यातील आपल्या परराष्ट्र आणि संरक्षण धोरणात या क्षेत्राला अग्रक्रम दिला जाणार असल्याचे घोषित केले. त्यासाठी अमेरिकेने जी मोर्चेबांधणी सुरू केली त्याचा एक भाग म्हणून ओबामा यांच्या आशिया दौऱ्याकडे पाहिले जाते.
- या दौऱ्याचा दुसरा महत्त्वाचा उद्देश होता तो आशिया-प्रशांत क्षेत्रातील राष्ट्रांचा चीनबरोबर जो सीमावादाचा गंभीर प्रश्न प्रलंबित आहे त्यात या राष्ट्रांची मदत करणे किंवा त्यांना मदतीची शाश्वती देणे.

ज्या राष्ट्रांची ओबामा यांनी या दौऱ्यासाठी निवड केली - जपान, दक्षिण कोरिया, फिलिपिन्स व मलेशिया या सर्व राष्ट्रांचे सीमावादाच्या प्रश्नावरून चीनबरोबर संबंध तणावपूर्ण बनले आहेत. पूर्व आणि दक्षिण चीन समुद्रातील अनेक बेटांच्या मालकीहक्कांवरून या राष्ट्रांचा चीनबरोबरचा संघर्ष तीव्र बनला आहे. त्यात केंद्रस्थानी असलेला संघर्ष म्हणजे सेनकाकू बेटावरून चीन आणि जपानमध्ये सुरू असलेला संघर्ष. या संघर्षाचे स्वरूप एवढे तीव्र आहे, की त्यामुळे दोन्ही राष्ट्रांमध्ये युद्धही होऊ शकते. जपान हे अमेरिकेचे मित्रराष्ट्र असून दोन्ही देशांदरम्यान संरक्षण करार झाला आहे. ओबामा यांनी जपान भेटीदरम्यान स्पष्ट केले, की जपानच्या आणि जपानमधील शासनाच्या प्रशासकीय नियंत्रणात येणाऱ्या सर्व भूभागांच्या संरक्षणासाठी अमेरिका वचनबद्ध आहे. त्यात सेनकाकूचाही समावेश होतो. चीन आणि जपानमधील कोणत्याही संघर्षात आपण जपानच्या बाजूने उभे राहू असा स्पष्ट इशारा ओबामा यांनी दिला. ओबामा यांनी फिलिपिन्सच्या भेटीदरम्यान दहा वर्ष मुदतीचा एक महत्त्वपूर्ण संरक्षण करार केला. त्यानुसार फिलिपिन्सची लष्करी तळे भविष्यात अमेरिकन सैनिकांना वापरता येणार आहेत. फिलिपिन्स बरोबरचा अमेरिकेचा हा नवीन संरक्षण करार म्हणजे चीनसाठी धोक्याची घंटाच आहे. ओबामा यांच्या आशिया दौऱ्याचा तिसरा उद्देश होता तो व्यापारवृद्धीचा आणि आर्थिक हितसंबंध साधण्याचा. त्यानुसार अमेरिकेला व्यापारवाढीसाठी गुंतवणुकीच्या मोठ्या संधी उपलब्ध करून देणारे काही महत्त्वपूर्ण करार या भेटीदरम्यान करण्यात आले.

क्रीमियाचा वादग्रस्त प्रश्न :

ओबामा यांच्या आशिया दौऱ्याची पार्श्वभूमी तयार केली ती क्रीमियाच्या वादग्रस्त प्रश्नाने. काही महिन्यांपूर्वी युक्रेनमधील क्रीमिया प्रांत रशियाने आपल्या दबावाच्या राजकारणाच्या आधारे युक्रेनपासून तोडला आणि रशियन संघराज्यात विलिन करून घेतला. रशियाला असे करण्यापासून

रोकण्यासाठी सर्व नाटो संघटनेच्या सदस्यांना विशेष म्हणजे अमेरिकेला पूर्णतः अपशय आले. क्रीमियाच्या प्रश्नावरून अमेरिकेच्या सामर्थ्याविषयी आणि वचनबद्धतेविषयी आशियाई राष्ट्रांमध्ये कमालीचा संशय निर्माण झाला होता. बऱ्याच आशियाई राष्ट्रांचे चीनबरोबर सीमावादाचे संघर्ष चालू आहेत. जर रशियाप्रमाणेच चीननेदेखील आपल्या दबावतंत्राचा, लष्करी सामर्थ्याचा वापर करून दक्षिण आणि पूर्व चीन समुद्रातील वादग्रस्त प्रांत बळकावले तर अमेरिका आपल्या मदतीला धावून येईल किंवा नाही याविषयी अनेक आशियाई राष्ट्रांमध्ये विशेषतः जपान, दक्षिण कोरिया, फिलिपिन्स, मलेशिया, व्हिएतनाम या राष्ट्रांमध्ये संशय निर्माण झाला. परिणामी या राष्ट्रांची असुरक्षितता वाढली. या सर्व राष्ट्रांना अमेरिकेच्या वचनबद्धतेची शाश्वती देणे आवश्यक होते. ते साधण्याचा प्रयत्न ओबामा यांनी आपल्या आशिया दौऱ्यादरम्यान केला. अमेरिका आशिया-प्रशांत क्षेत्रात सक्रिय आहे व चीनविरोधी सीमासंघर्षात त्यांची बाजू उचलून धरण्यास अमेरिका कटिबद्ध आहे हा संदेश या दौऱ्यादरम्यान ओबामा यांना देण्याचा प्रयत्न केला.

'पिव्हॉट टू आशिया' धोरण

गेल्या काही वर्षांत अमेरिकेच्या पुढाकाराने आशिया-प्रशांत क्षेत्रातील राष्ट्रांची विशेषकरून अशा राष्ट्रांची की ज्यांना चीनकडून धोका आहे एक संभाव्य संरक्षण युती आकाराला येत आहे. या युतीमध्ये जपान, दक्षिण कोरिया, फिलिपिन्स आणि व्हिएतनाम या राष्ट्रांचा समावेश आहे. ऑस्ट्रेलियानेदेखील या युतीमध्ये सामील होण्याचे संकेत दिले आहेत. विशेष म्हणजे भारतानेदेखील या युतीचा भाग बनावे अशी जपानसारख्या राष्ट्रांची इच्छा आहे. भारत आणि जपानच्या शासनप्रमुखांच्या गाठीभेटी गेल्या दोन वर्षांत वाढलेल्या दिसत आहेत. जपानची भारतातील व्यापारी व आर्थिक गुंतवणूकदेखील दुपटीने वाढली आहे. अशा स्वरूपाची सामूहिक सुरक्षिततेच्या आधारावर युती तयार करणे अमेरिकेच्या 'पिव्हॉट टू आशिया' या धोरणाचा भाग आहे. २०११ नंतर अमेरिकेने या दिशेने आपले प्रयत्न वाढवल्याचे दिसतात. अमेरिकेचे संरक्षण मंत्री चक हेगेले यांनी नुकतीच आसियान संघटनेच्या सर्व सदस्य-राष्ट्रांच्या संरक्षण मंत्र्यांची एक महत्त्वपूर्ण बैठक हवाई येथे घेतली. तसेच अमेरिकेकडून तैवानला होणारा शस्त्रास्त्र पुरवठा दुपटीने वाढला आहे. या संरक्षण युतीचा मुख्य उद्देश आशिया-प्रशांत क्षेत्रात चीनच्या वाढत्या सामर्थ्याचे, विस्तारवादी धोरणांचे प्रतिरोधन करणे हा आहे. क्रीमिया प्रश्नातील अमेरिकेच्या भूमिकेमुळे या युतीच्या निर्मितीवर प्रश्नचिन्ह लागले होते. हे प्रश्नचिन्ह दूर करण्याचा प्रयत्न ओबामा यांनी आपल्या आशिया दौऱ्यादरम्यान केला.

चीनचा वाढता संरक्षण खर्च आणि अमेरिकाविरोधी उघड भूमिका :

सध्या अमेरिका आणि चीनमधील मतभेद हे सातत्याने वाढत आहेत. सीरिया, इराण, श्रीलंकाच्या प्रश्नांवर चीनने उघडपणे अमेरिकाविरोधी भूमिका घेतली आहे. अमेरिकेच्या संभाव्य धोक्याचा सामना करण्यासाठी चीनने आपल्या संरक्षणखर्चात प्रचंड वाढ केली आहे. सन २००० मध्ये चीनचा संरक्षणावरचा खर्च हा दहा अब्ज अमेरिकन डॉलर्स एवढा होता. तो आता वाढून २०१४ मध्ये १३२ अब्ज अमेरिकन डॉलर्स एवढा झाला आहे. चीनने लष्करी आधुनिकीकरणाचा आणि नौदल सामर्थ्य वाढवण्याचा एक व्यापक कार्यक्रम हाती घेतला आहे. दीर्घ पल्ल्यांच्या आंतरखंडीय आण्विक क्षेपणास्त्रे चीनकडून विकसित केली जात आहेत. मागच्या वर्षी चीनने आपल्या इतिहासात पहिल्यांदाच संरक्षण श्वेतपत्रिका घोषित केली. त्यात चीनने स्पष्ट केले, की कोणत्याही परकीयशक्तीला आशिया-प्रशांत क्षेत्रात प्रभाव निर्माण करण्यास चीन विरोध करेल. हे अमेरिकेला उघड आव्हान होते. हे करत असतानाच चीनने आपल्या प्रमुख हितसंबंध मुद्द्यांची यादी घोषित केली. ज्याला चीनचे 'कोअर इंटरेस्ट' असे म्हणतात. त्यानुसार तिबेट, तैवान, मकाऊ, हाँगकाँग आणि आता सेनकाकू बेट हे चीनचे प्रमुख हितसंबंध क्षेत्र आहेत. या क्षेत्रांवर चीन आपला हक्क सांगत असून त्यांच्या रक्षणासाठी चीन प्रसंगी लष्करी मार्गाचाही वापर करू शकतो अशी धमकी चीनने दिली आहे. या सर्व घडामोडी पाहता अमेरिकेला आपल्या आणि आपल्या सहकारी राष्ट्रांच्या हितसंबंधांच्या रक्षणासाठी आशिया-प्रशांत क्षेत्राकडे दुर्लक्ष करून चालणार नाही. याचीच शाश्वती देण्यासाठी ओबामा यांच्या या विशेष दौऱ्याचे आयोजन करण्यात आले होते. ■

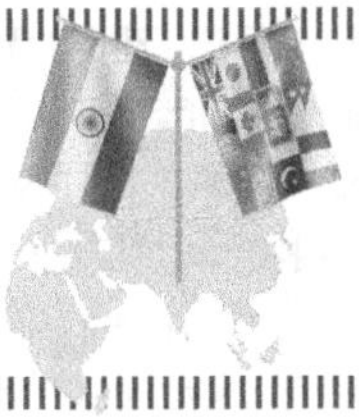

भारत-अमेरिका संरक्षण व्यापारातील सहकार्य

सध्याच्या काळामध्ये संरक्षण क्षेत्रातील व्यापार हे एक नवे क्षेत्र भारत आणि अमेरिका संबंधांमध्ये विकसित झाले आहे. याचे कारण म्हणजे, अमेरिकेचा संरक्षण क्षेत्रातील शस्त्रास्त्रे आणि साधनसामग्रीच्या निर्यातीवर प्रचंड भर आहे. त्यातून अमेरिकेला फार मोठा आर्थिक नफा मिळतो. दुसरीकडे भारताने आपल्या लष्करी आधुनिकीकरणावर भर देण्यास सुरुवात केलेली आहे. त्यासाठी त्यांनी संरक्षणक्षेत्रासाठीची आर्थिक तरतूदही वाढवलेली आहे. त्याचबरोबर संरक्षण क्षेत्रामधील थेट परकीय गुंतवणुकीची मर्यादाही वाढवली आहे. त्यामुळे दोन्ही देशांमध्ये सहकार्याला वाव निर्माण झाला आहे. आतापर्यंत भारत रशिया, फ्रान्स आणि इस्त्राईल या देशांकडून मोठ्या प्रमाणावर शस्त्रास्त्रे आणि संरक्षण साधनसामग्री घेत होता. त्या तुलनेत अमेरिकेकडे भारताने याबाबत कमी लक्ष दिले नव्हते. अमेरिकेला आता ही पोकळी भरून काढायची आहे. त्यामुळे संरक्षण क्षेत्र हे दोन देशांमधील एक फार मोठे क्षेत्र म्हणून पुढे आलेले आहे. संरक्षण क्षेत्रामध्ये व्यापार वाढावा यासाठी काही वर्षांपूर्वी दोन्ही देशांमध्ये एक उपक्रम सुरू झाला. या उपक्रमाचे नाव होते डिफेन्स ट्रेड अँड टेक्नॉलॉजी इनिशिएटिव्ह. संरक्षण क्षेत्रामधील व्यापार वाढवणे आणि संरक्षण क्षेत्रातील तंत्रज्ञानाचे हस्तांतरण करणे यासंदर्भातील हा उपक्रम होता. या उपक्रमाअंतर्गत गेल्या १० वर्षांमध्ये अमेरिकेला भारताकडून १० अब्ज डॉलर्सचे कंत्राट मिळालेले आहे.

संरक्षणक्षेत्रातील सहकार्याचे तीन प्रमुख उद्देश आहेत.

१) डिफेन्स को-प्रॉडक्शन म्हणजेच संरक्षण साधनसामग्रीचे, शस्त्रास्त्रांचे सहउत्पादन.

२) सहविकास : दोन्हीही देशांना संरक्षण क्षेत्रातील अनेक तंत्रज्ञानांचा सहविकास करायचा आहे.

३) तंत्रज्ञानाचे हस्तांतरण : हे हस्तांतरण करण्यासाठी अमेरिकेकडून अनेक बंधने होती. ती बंधने पाळली गेली नाहीत किंवा अमेरिकेच्या मनाप्रमाणे वागले गेले नाही तर अमेरिकन काँग्रेस बहिष्कार (सँक्शन्स) टाकत असे आणि तंत्रज्ञानाचे हस्तांतरण करण्यास नकार देत असे. आता तसे होणार नाही.

या त्रिसूत्रीअंतर्गत आता दोन्ही देशांनी काही गोष्टींचे सहउत्पादन आणि सहविकास करण्यास सुरुवात केलेली आहे.

- जॅवलीन नामक रणगाड्यांवर मारा करणाऱ्या क्षेपणास्त्राचे (अँटी टँक गाईडेड मिसाईल) दोन्ही देश मिळून सहउत्पादन करणार आहेत. या प्रकल्पासाठी साधारणपणे ३ अब्ज अमेरिकन डॉलर्स इतका खर्च अपेक्षित आहे. हा खर्च दोन्ही देश मिळून करणार आहेत.
- एनएस ६० रोमिओ मल्टिरोल हेलिकॉप्टर्सचा विकास
- अपाचे आणि चिनुक या लष्करी हेलिकॉप्टरचा विकास
- सायबर सिक्युरिटी
- मानवरहित युद्धविमानांचा विकास
- युद्धनौकांवर डागल्या जाणाऱ्या मोठ्या तोफांचा सहविकास.

भारत हा जगातील एकमेव असा देश आहे जो संरक्षण क्षेत्रातील ९० टक्के साधनसामग्री आयात करतो. कारण भारतामध्ये त्याची निर्मिती होत नाही. आता भारताला यामध्ये स्वयंपूर्णता साधायची आहे. आजवर भारताने आयात केलेली आहे, आता निर्यात करण्याचे उद्दिष्ट भारताने ठेवलेले आहे. त्यासाठी संरक्षण क्षेत्रातील उत्पादन वाढवण्याची आवश्यकता आहे; पण या उत्पादनवाढीसाठी आवश्यक तंत्रज्ञान भारताकडे नाही. त्यामुळे आता अमेरिका सर्वप्रथम गुंतवणूक करणार आहे. त्यानंतर या शस्त्रास्त्रांचा विकास करणार आहे. त्यापुढे तंत्रज्ञानाचे हस्तांतरण केले जाईल आणि मग नंतरच्या काळात भारत स्वतःच त्यांची निर्मिती करणार आहे. यातून स्वयंपूर्णता तर

साधायची आहेच; पण अमेरिकेमध्ये ज्याप्रमाणे नागरी लष्करी क्षेत्राचा मोठ्या प्रमाणावर विकास झालेला आहे तसाच विकास भारताला करायचा आहे. म्हणजेच अमेरिकेप्रमाणेच लष्कराच्या, संरक्षणक्षेत्राच्या माध्यमातून भारताला आर्थिक नफा कमवायचा आहे. हा यामागील मूळ उद्देश आहे.

नरेंद्र मोदी यांच्या अमेरिका दौऱ्यामध्ये संरक्षणक्षेत्राशी संबंधित अतिशय महत्त्वपूर्ण असे करार झाले. या भेटीदरम्यान एक महत्त्वपूर्ण निर्णय घेण्यात आला. त्यानुसार २००५ मध्ये भारत आणि अमेरिकेमध्ये संरक्षण व्यापार क्षेत्राचे स्वरूप कसे असावे याचे एक धोरण बनवण्यात आले होते. त्याचे पुनरुज्जीवन करण्याचे या भेटीमध्ये ठरवण्यात आले. त्यामुळे रशिया, फ्रान्स आणि इस्त्राईलनंतर आता अमेरिका हा चौथा देश असेल ज्यांच्याकडून भारत संरक्षण क्षेत्रातील साधनसामग्री आयात करेल तसेच तंत्रज्ञानाचे हस्तांतरण करेल. काही महिन्यांपूर्वी अमेरिकेचे परराष्ट्रमंत्री चक हेगेल हे भारताच्या भेटीवर आले होते. त्यादरम्यान त्यांनी संरक्षणाच्या क्षेत्रातील तंत्रज्ञानाच्या हस्तांतरणासंबंधीचे काही महत्त्वाचे करार केले.

■

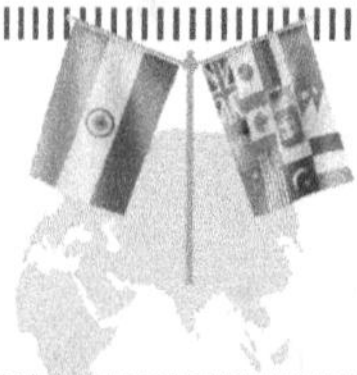

भारत-अमेरिका संबंध : थोडक्यात महत्त्वाचे

- जर भारत अमेरिका संबंध भविष्यात सुधारायचे असतील तर भारताला काही धाडसी पावले उचलावी लागतील.
- भारत-अमेरिका मैत्री ही सामरिक युतीमध्ये (स्ट्रॅटेजिक पार्टनरशिप) परावर्तित व्हावी अशी अमेरिकेची इच्छा आहे. पण भारताची तशी इच्छा नाही. कारण युती केल्यास आपण परराष्ट्रधोरणातील स्वातंत्र्य गमावून बसू असे भारताला वाटते.
- भारताचे अमेरिकेबरोबरचे संबंध हे अलिप्ततावादाच्या विचारसरणीने प्रभावित झालेले आहेत. परराष्ट्र धोरणातून निर्णय निर्मितीचे स्वातंत्र्य (डिसिजन मेकिंग अ‍ॅटॉनॉमी) हे गमवेल की काय अशी भारताला सातत्याने चिंता असते.
- अमेरिकेने अशा प्रकारची युती जपान आणि इंग्लंड या दोन देशांबरोबर केलेली आहे. अशा प्रकारची युती केल्यानंतर जो देश युती करतो त्याला ज्युनियर पार्टनर किंवा कनिष्ठ भागीदार म्हणून काही काळ काम करावे लागते. जपान आणि इंग्लंड या दोन्हीही देशांनी अशा प्रकारे काम केलेले आहे आणि आता त्या दोघांचाही विकास झाला आहे. मात्र, असे काम करण्याची भारताची इच्छा नाही.
- भारताने काही प्रश्नांवर उघड भूमिका घ्यावी अशी अमेरिकेची इच्छा आहे. चीनच्या विस्तारवादाबाबत, चीनच्या लष्करी आधुनिकीकरणाबाबत, चीनच्या इतर देशांबरोबर सुरू असलेल्या सीमावादाबाबतच्या प्रश्नांबाबत भारताने उघड भूमिका घेऊन चीनवर टीका करावी, असे अमेरिकेला वाटते. तसेच तैवान आणि हाँगकाँग या दोन्ही प्रश्नांबाबत अमेरिका ज्याप्रमाणे उघडपणे आवाज उठवतो, तसाच आवाज भारताने उठवावा असे अमेरिकेला वाटते; पण भारत त्यासाठी तयार नाही.
- 'इसिस'ने इराक आणि सीरियामध्ये जो धुमाकूळ घातला आहे त्याविरोधात आजपर्यंत भारताने अधिकृतरित्या कोणतेही प्रतिपादन केलेले नाही. याचे कारण भारतामध्ये मुस्लिमांची संख्या मोठी आहे. त्यांना राग येईल या भीतीने भारत असे करण्याचे टाळत आहे.
- भारताने काही देशांमध्ये आपले शांतीसैन्य पाठवण्यास हरकत नाही.
- भारताने आपल्या आर्थिक उदारीकरणाच्या

कार्यक्रमात लवचिकता आणणे, आण्विक उत्तरदायित्त्वाचे विधेयक, कररचना सुधारणा विधेयक, विमाक्षेत्र सुधारणा विधेयक, रिटेल मार्केटिंग सुधारणा विधेयक ही विधेयके भारतीय संसदेत मंजूर होणे आवश्यक आहे. कारण त्यामुळे अमेरिकेच्या गुंतवणुकीला भारतात वाव मिळणार आहे.

- भारत हा एकमेव असा देश आहे ज्याच्याशी अमेरिकेने नागरी अणु करार केलेला आहे. विशेष म्हणजे भारताने एनपीटी (न्युक्लिअर नॉन - प्रोलिफिरेशन ट्रीटी) आणि सीटीबीटी (कॉम्प्रेहेन्सिव्ह न्युक्लिअर - टेस्ट - बॅन ट्रीटी) या दोन्ही करारांवर स्वाक्षरी केलेली नसतानाही अमेरिकेने हा करार करून एक खूप मोठे धाडसी पाऊल उचलले. तसेच चीनच्या विरोधात काऊंटर वेट म्हणून भारताचा विकास व्हावा यासाठी भारताला अनेक ठिकाणी प्रोजेक्ट केले; परंतु भारताने त्याच्या बदल्यात अमेरिकेला काहीच दिले नाही. याला 'बिट्रेअल ऑफ ट्रस्ट' म्हणतात. म्हणजेच आम्ही भारतासाठी खूप केले; पण भारत काहीच करत नाही, अशी अमेरिकेची भावना आहे. भारत सातत्याने मवाळ धोरण स्वीकारत आहे.
- भारताने अमेरिकेबरोबरचे संबंध सुधारण्यासाठी जे भारतीय अमेरिकेत राहतात त्यांचा लॉबी म्हणून वापर करणे आवश्यक आहे.
- चीनच्या विरोधात आशिया खंडामध्ये अमेरिकेच्या नेतृत्वाखाली जी युती आकाराला येते आहे त्यामध्ये भारताने सहभागी होण्यास हरकत नाही.
- भारताने अफगाणिस्तानमध्ये विकासात्मक कामांबरोबरच संरक्षणात्मक कामांमध्येही भूमिका बजावायला हरकत नाही.

■

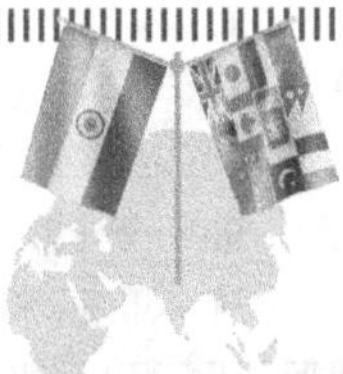

ओबामांच्या भेटीतून काय साधले गेले?

नरेंद्र मोदींनी प्रजासत्ताक दिनाच्या सोहळ्यासाठीचे दिलेले निमंत्रण स्वीकारून अमेरिकेचे राष्ट्राध्यक्ष बराक ओबामा हे भारतभेटीवर येऊन गेले. त्यांच्या या दौऱ्याकडे जगाचे लक्ष लागून राहिले होते. कारण ६५ वर्षांमध्ये पहिल्यांदाच भारताच्या प्रजासत्ताक दिनाच्या सोहळ्याला अमेरिकेचे राष्ट्राध्यक्ष उपस्थित राहिले. त्याचबरोबर अमेरिकेचे एक राष्ट्राध्यक्ष त्यांच्या कार्यकाळात दुसऱ्यांदा भारतात येण्याचीही ही पहिलीच घटना ठरली.

ओबामांच्या भेटीची 'वेळ'

अमेरिकेतील अंतर्गत परिस्थिती आणि आंतरराष्ट्रीय परिस्थिती ओबामांसाठी प्रतिकूल बनत असताना त्यांनी भारताला भेट दिली. युरोपमध्ये क्रामिया, युक्रेन आणि जॉर्जिया या तीन मुद्द्यांवरून अमेरिकेचे आणि रशियाचे संबंध अत्यंत तणावपूर्ण बनलेले आहेत. यासाठी अमेरिकेला प्रचंड शक्ती खर्च करावी लागत आहे. दुसरीकडे आखातामध्ये गुंतून पडण्याची इच्छा नसतानाही त्यांना 'इसिस'च्या वाढत्या आव्हानाला सामोरे जावे लागत आहे. तिसरीकडे, शी झिनपिंग चीनचे राष्ट्राध्यक्ष बनल्यापासून अमेरिकेला आशिया खंडामध्ये चीनच्या वाढत्या सामर्थ्याला, विस्तारवादाला आणि आक्रमकतेला सामोरे जावे लागत आहे. 'एशिया फॉर एशियन्स' असे म्हणत आशिया खंडातील अमेरिकेचा प्रभाव कमी करण्यासाठी झिनपिंग जाणीवपूर्वक प्रयत्न करत आहेत. याचे प्रतिबिंब अपेक संघटनेमध्ये उमटलेले दिसून आले. तेथे अमेरिकेला चीनच्या आव्हानाचा सामना करावा लागत आहे. अंतर्गत पातळीवरही ओबामांसाठी अनुकूल परिस्थिती दिसून येत नाही. ओबामांच्या राष्ट्राध्यक्षपदाच्या या दुसऱ्या पर्वाचा कार्यकाळ संपण्यास दोन वर्षे शिल्लक राहिलेली आहेत. पण सिनेटमध्ये ओबामांच्या डेमोक्रॅटिक पक्षालाही बऱ्यापैकी धक्का बसलेला आहे. अशा

कोंडीत सापडलेल्या परिस्थितीमुळे ओबामा हे भारताकडे एक सहकारी भागीदार म्हणून पहात आहेत. त्यामुळेच त्यांनी भारतभेटीचे निमंत्रण तात्काळ स्वीकारत तीन दिवसांचा भारतदौरा केला. ओबामांच्या या भारत भेटीमध्ये चार प्रमुख क्षेत्रांबाबत ठोस आणि महत्त्वपूर्ण घडामोडी घडल्या. यामध्ये पहिले आहे अणुकरारासंदर्भात दोन्ही देशांमध्ये झालेली सहमती, दुसरे म्हणजे संरक्षणाचे क्षेत्र, तिसरे आहे व्यापाराचे आणि चौथे आहे हवामानाचे. या चारही क्षेत्रांकडे आपण टप्प्याटप्प्याने पाहू.

भारत–अमेरिका नागरी अणुकरार :

ओबामा यांच्या भारतभेटी दरम्यान सर्वात महत्त्वाची घडामोड म्हणजे, भारत आणि अमेरिका या दोन देशांमध्ये २००५ मध्ये झालेल्या नागरी अणुकरारामधील प्रगती होय. आम्हा दोघांमध्ये समझोता झालेला आहे. यामध्ये असणारे अडथळे दूर करण्यात यश आम्हाला आले आहे. यामुळे आण्विक क्षेत्रातील व्यापार आता दोन्ही देशांमध्ये सुरू होणार आहे, असे दोन्ही देशांकडून सांगण्यात आले. या भेटीनंतर भारताच्या परराष्ट्र सचिव सुजाता सिंग यांनी घेतलेल्या पत्रकार परिषदेमध्ये त्यांनी 'द डील इज डन' हा शब्द वापरला. त्यामुळे या करारातील अडथळे दूर झाल्याची शक्यता आहे. मात्र या संदर्भातील कोणत्याही प्रकारचे लिखित स्पष्टीकरण देण्यात आले नाही. अर्थात, कोणत्याही शिखर परिषदांमध्ये अशा प्रकारचे स्पष्टीकरण दिले जात नाही. शिखर परिषदांचे महत्त्व प्रतिकात्मक असते. त्यामध्ये दोन राष्ट्रप्रमुख एकत्र येतात आणि पुन्हा सहकार्य करण्याची इच्छा व्यक्त करतात. ओबामा-मोदी यांच्या भेटीदरम्यानही असेच घडले. दोन्हीही देशांकडून तीव्र राजकीय इच्छाशक्तीदेखील दाखवत नागरी अणुकरार पूर्णत्वाला यावा यासाठी दोन्ही बाजूंनी लवचिक भूमिका घेण्यात आली असण्याची शक्यता आहे. या पार्श्वभूमीवर या नागरी अणुकराराचे स्वरुप, त्याचा प्रवास, त्यातील कायदेशीर आणि तांत्रिक अडचणी आणि या भेटीनंतर या कराराचे भविष्य काय असेल यांविषयी जाणून घेणे औचित्याचे ठरणार आहे.

भारत–अमेरिका नागरी अणुकराराचा इतिहास

भारत-अमेरिका या दोन देशांदरम्यान २००५ मध्ये नागरी अणुकरार झाला. त्यावेळी जॉर्ज बुश हे अमेरिकेचे राष्ट्राध्यक्ष होते. भारतामध्ये मनमोहन सिंग यांच्या नेतृत्त्वाखाली संयुक्त पुरोगामी आघाडीचे सरकार होते. भारताने १९७४ मध्ये पोखरण येथे पहिले अणुपरीक्षण केले. त्यानंतर भारताला आण्विक क्षेत्रामध्ये निर्बंधाचा सामना करावा लागला. भारताला अमेरिका आणि काही युरोपियन देशांकडून मिळणारे आण्विक तंत्रज्ञान, अणूइंधन यावर निर्बंध आले. १९७४ पासून हे तंत्रज्ञान मिळण्याबाबतची मागणी भारत सातत्याने करत आला आहे; मात्र तरीही हे निर्बंध वा बंदी उठवण्यात आली नव्हती. याच दरम्यान १९९८ मध्ये भारताने दुसरी अणुचाचणी केली आणि स्वतः ला अणवस्त्रधारी राष्ट्र म्हणून घोषित केले. त्यानंतर भारतावर असणारे निर्बंध अधिक कडक केले गेले.

भारतासाठी अणुऊर्जा का गरजेची?

भारतातील वाढत्या लोकसंख्येची वीजेची गरज ही झपाट्याने वाढत आहे. सध्या आपला वीजनिर्मितीचा भर हा पूर्णपणे औष्णिक आणि जलविद्युत विद्युत प्रकल्पांवर आहे. मात्र या दोन्ही माध्यमातून वीजनिर्मितीला काही मर्यादा आहेत. तसेच औष्णिक ऊर्जेमुळे होणाऱ्या प्रदुषणाचा मुद्दाही मोठा आहे. वीजेची वाढती मागणी लक्षात घेता दीर्घकालीन दृष्टिकोनातून या पर्यायांचा फारसा वापर व्यवहार्य ठरणे कठीण बनले आहे. विकासाच्या वाढत्या गरजांसाठी भारताला पर्यायी ऊर्जेचे स्त्रोत विकसित करणे आवश्यक आहे. त्यादृष्टीने अणुऊर्जेचे महत्त्व मोठे आहे. सध्या भारतात अणुशक्तीद्वारे होणाऱ्या वीजनिर्मितीचे प्रमाण नगण्य आहे. येत्या काळात ते अधिक वाढवणे गरजेचे आहे. यासाठी भारताला अणुइंधन म्हणजेच युरेनियम आणि न्युक्लिअर प्लांट (रिॲक्टर्स) यांची आवश्यकता आहे. अणुऊर्जेच्या क्षेत्रातील व्यापारावर, निर्यातीवर देखरेख आणि नियंत्रण ठेवणारा एक गट आहे. त्या गटाला न्युक्लिअर सप्लायर्स ग्रुप असे म्हणतात. या गटामध्ये युरेनियम पुरवणारे, न्युक्लिअर रिॲक्टर किंवा तंत्रज्ञान पुरवणारे सर्व देश या समूहाचे सदस्य

अमेरिकन राष्ट्राध्यक्ष बराक ओबामासोबत पंतप्रधान नरेंद्र मोदी

आहेत. भारताने अणुपरीक्षण केल्यामुळे या समूहाने भारतावर बंदी घालण्यात आली होती. ही बंदी कायम ठेवण्यामागे आणखी एक कारण होते. अणवस्त्र प्रसार बंदी करार (एनपीटी)आणि सर्वसमावेशक अणुचाचणी बंदी करार (सीटीबीटी) या दोन्हीही करारांवर भारताने स्वाक्षऱ्या केलेल्या नाहीत आणि या निर्बंधांच्या पार्श्वभूमीवर भारत आणि अमेरिकेमध्ये अणुकरार झाला.

अणुकरारामागची कारणमीमांसा

एनपीटी आणि सीटीबीटी करारावर स्वाक्षरी न करता भारताने विकासात्मक, शांततेच्या कामांसाठी अणुकार्यक्रम सुरू ठेवला होता. भारत या करारांच्या कक्षेबाहेर असल्यामुळे इंटरनॅशनल अ‍ॅटोमिक एनर्जी एजन्सी (आयएईए)ला अचानक भेटी देऊन पडताळणी करण्याचा, अणुभट्ट्यांची तपासणी करण्याचा अधिकार नव्हता. भारताला आयएईएच्या कक्षेत कसे आणले जाईल याविषयी पश्चिमी जग प्रयत्नशील होते. त्यांच्या मते, युरेनियमाचा वापर भारतात विधायक कामांबरोबरच विध्वंसासाठीही केला जाऊ शकतो. त्यापासून अणुबॉम्ब देखील बनवले जाऊ शकतात. त्यामुळे त्यावर नियंत्रण असणे आवश्यक आहे. असे नियंत्रण ठेवण्याचे काम आयएइए ही संघटना करत असते. एनपीटी आणि सीटीबीटी करारावर स्वाक्षऱ्या कराव्यात म्हणून भारतावर दबाव आणणाऱ्या राष्ट्रांमध्ये अमेरिकादेखील होती. पण भारत त्यावर स्वाक्षरी करायला तयार नव्हता. भारताने भविष्यात अणुपरीक्षण करू नये, अणवस्त्रे वाढवू नयेत आणि भारताने आपला अणुप्रकल्प आयएईएच्या नियंत्रणाखाली आणावा यासाठी अमेरिकेने भारताबरोबर एक करार करण्याचे ठरवले व हा करार म्हणजेच भारत-अमेरिका यांच्यातील नागरी अणुकरार होता. या करारामुळे भारताचा अणुकार्यक्रम हा आयएईएच्या देखरेखीखाली आणणे शक्य होणार होते. यामध्ये भारतालाही फायदा होता. एक म्हणजे अणवस्त्रधारी देश म्हणून भारताचे जे स्वयंघोषित स्थान आहे त्याला आंतरराष्ट्रीय समुदायाची मान्यता मिळणार होती. दुसरे म्हणजे भारतावर युरेनियम किंवा अणुतंत्रज्ञान देण्याबाबत घालण्यात आलेली बंदीही उठवली जाणार होती. भारताला या सर्व गोष्टी मुबलक प्रमाणात मिळणार होत्या. त्यामुळेच भारताने अमेरिकेसोबत हा नागरी अणुकरार केला.

नागरी अणुकराराच्या अंतरंगात...

या कराराद्वारे अमेरिकेने दोन आणि भारताने तीन गोष्टी मान्य केल्या. आपल्या देशांतर्गत कायद्यामध्ये बदल घडवून आणण्याचे आणि भारताला वनटाईम वेव्हर देण्याचे किंवा एकदा संधी देण्याचे अमेरिकेने मान्य केले. (वनटाईम वेव्हर म्हणजे ज्या देशाने युरेनियमचा वापर लष्करी कामासाठी केलेला आहे त्यांच्याशी कोणताही आण्विक क्षेत्रातला सहकार्य व्यापार करायचा नाही, असे अमेरिकेचे धोरण

अपेक संघटना बोधचिन्ह

आहे; पण भारताबरोबर व्यापार सुरू करायचा असेल तर कायद्यात बदल करावा लागेल. म्हणून त्याला वनटाईम वेवर अर्थात एकवेळ सूट असे म्हटले गेले आहे.) दुसरी गोष्ट म्हणजे आण्विक पुरवठा किंवा आयात निर्यातीवर नियंत्रण ठेवणाऱ्या न्युक्लियर सप्लायर्स ग्रुप या संघटनेचे सदस्यत्व भारताला देण्यासाठी प्रयत्न करण्यात येतील, असे अमेरिकेने मान्य केले. कारण या सदस्यत्वाशिवाय भारताला युरेनियम किंवा तंत्रज्ञान मिळणे अवघड होते.

भारताने मान्य केलेल्यापैकी पहिली गोष्ट म्हणजे भारताकडून नागरी अणुप्रकल्प आणि लष्करी अणुप्रकल्प यांच्यामध्ये फारकत करण्यात येईल. दुसरी गोष्ट म्हणजे, नागरी अणु प्रकल्प आयएईएच्या परीक्षणाखाली आणले जातील. तिसरी गोष्ट म्हणजे अणुतंत्रज्ञान पुरवणाऱ्या देशांशी व्यापार करण्यासंदर्भात भारतात एक कायदा करण्यात येईल. दोन्ही देशांच्या या मान्यतांनंतर या अणुकरारावर स्वाक्षऱ्या करण्यात आल्या. पण अद्यापही तो संमत झालेला नाही.

आण्विक उत्तरदायित्त्व हा काय प्रकार आहे?

भारताने २०१० मध्ये नागरी आण्विक उत्तरदायित्वाचा कायदा तयार केला. या कायद्याचा मुख्य उद्देश जर आण्विक दुर्घटना झाली तर पीडितांना त्वरित नुकसान भरपाई मिळावी हा होता. त्यासाठी आवश्यक तरतुदी या कायद्यात करण्यात आल्या होत्या. तथापि, हा कायदा आण्विक व्यापारामधला, सहाकार्यामधला किंवा भारत-अमेरिका नागरी आण्विक करारामधील सर्वांत मोठा अडथळा ठरला. या कायद्यामध्ये असणाऱ्या दोन प्रमुख तरतुदींवर अमेरिकेला आक्षेप आहे. पहिली तरतुद म्हणजे १७(ब) या तरतुदीनुसार भारतात एखादी आण्विक दुर्घटना झाल्यास त्याचे उत्तरदायित्व हे पुरवठादारावर असणार आहे. म्हणजेच ज्या बहुराष्ट्रीय कंपन्या भारतामध्ये अण्विक प्रकल्प उभारतील त्यांच्यावर अशा दुर्घटनेच्या उत्तरदायित्त्वाची जबाबदारी कायद्यानुसार असेल. याचाच दुसरा अर्थ या अणुऊर्जेचा वापर करणाऱ्यावर म्हणजेच ऑपरेटरवर ती जबाबदारी नसेल.

ही तरतूद आण्विक व्यापार व सहकार्य यांना नियंत्रित करणाऱ्या चार आंतरराष्ट्रीय करारांच्या विरोधात जाणारी आहे. यातील पहिला करार आहे मिसाईल टेक्नॉलॉजी कंट्रोल ग्रुप, दुसरा ऑस्ट्रेलिया करार, तिसरा आहे वासेनर करार. चौथा करार न्युक्लिअर सप्लायर ग्रुप यांच्याकडून १९९७ मध्ये एक सप्लिमेंट्री कॉम्पेन्सेशन प्रोटोकॉल तयार करण्यात आला होता. या करारांवर विविध देशांनी स्वाक्षऱ्या केल्या आहेत. या करारांनुसार अणुऊर्जानिर्मितीमध्ये एखादी दुर्घटना घडल्यास त्याची जबाबदारी ऑपरेटरची असली पाहिजे, पुरवठादाराची नाही. विशेष म्हणजे या प्रोटोकॉलवर भारतानेही स्वाक्षरी केलेली आहे. आणि असे असूनही २०१० मध्ये त्याविरोधात भारताने कायदा तयार केला आहे. हा निर्णय भारताद्वारे घेतला गेला याचे कारण म्हणजे, भारतात हा आण्विक उद्योग खासगी क्षेत्राच्या हातात नसून तो सरकारी क्षेत्राच्या हातात आहे. भारतामध्ये उभारले जाणारे आण्विक प्रकल्प हाताळण्याचे काम न्युक्लिअर कॉर्पोरेशन ऑफ इंडिया लिमिटेडचे असणार आहे. ही केंद्र शासनाची कंपनी आहे. त्यामुळे अशा प्रकारची दुर्घटना घडल्यास कायद्यानुसार ऑपरेटरला जबाबदार धरले गेले तर भरपाई केंद्र शासनाला द्यावी लागणार आहे आणि हाच यातील कळीचा मुद्दा आहे. कारण अमेरिका, फ्रान्स आदी देशांमध्ये हा उद्योग खासगी क्षेत्राच्या हातात आहे. त्यामुळे तेथील सरकारांवर नुकसान भरपाई देण्याची जबाबदारी नसते. पण भारतातील हा उद्योग केंद्र सरकारच्या हातात असल्यामुळे नुकसान भरपाईसाठी ते जबाबदार ठरू शकतात. त्यामुळे भारताने पुरवठादाराने याबाबतची जबाबदारी घेतली पाहिजे, असा निर्णय घेतला.

नागरी अणुकरारासंदर्भातील कायद्यातील कलम ४६

भारताच्या नागरी अणुकरारासंदर्भातील कायद्यातील कलम ४६ सांगते की, अशी दुर्घटना घडल्यास त्यासंदर्भात आपत्तीग्रस्त नसणाऱ्या, आपत्तीशी संबंध नसणाऱ्या कोणत्याही भारतीय व्यक्तीला अथवा संस्थेला म्हणजेच थर्ड पार्टीला या दुर्घटनेबाबत कंपनीविरोधात फौजदारी गुन्हा दाखल करता येतो. याला थर्ड पार्टी लिटिगेशन असे म्हणतात. याबाबत अमेरिकेचे तीव्र आक्षेप आहेत. कारण दुर्दैवाने अशी घटना घडल्यास त्या कंपनीविरूद्ध शेकड्याने तक्रारी दाखल केल्या जातील. त्यामुळेच अणुक्षेत्रातील कंपन्या व्यापारासाठी पुढे येण्यास तयार नाहीत. या दोन कलमांमुळे या नागरी अणुकराराचे घोडे अडलेले होते.

ओबामांच्या दौऱ्यादरम्यान काय घडले?

ओबामांच्या भारत दौऱ्यादरम्यान या दोन तरतुदींबाबत भारताने काही महत्त्वाच्या सूचना दिल्या आहेत आणि त्या मान्य केल्या गेल्या आहेत. यातील एक महत्त्वाची सूचना म्हणजे, अणुऊर्जानिर्मिती दरम्यान उद्‌भवणाऱ्या संभाव्य दुर्घटनेचा धोका लक्षात घेऊन विम्याचा एक सेतू (इन्शुरन्स पुल) तयार केला जाईल. हा पुल भारतीय विम्या कंपन्या तयार करतील. हा पुल सुरुवातीला किमान१५०० कोटी रुपयांचा असेल. त्यात आवश्यकता पडल्यास काही रक्कम केंद्र सरकारकडूनही दिली जाईल. या न्युक्लिअर पुलद्वारे एक सर्वसमावेशक विमा काढण्यात येईल आणि या विम्याचा हप्ता संबंधित अणुकंपनीकडून अदा करण्यात येईल. म्हणजे विमा हा भारतीय विमा कंपन्यांकडून काढला जाईल आणि हप्ता पुरवठादार कंपनीकडून भरला जाईल. याचाच अर्थ, दुर्घटनाग्रस्तांना भारतीय विमा कंपन्यांकडून ७५० कोटी रुपयांपैकी निधी नुकसानभरपाई म्हणून दिली जाईल आणि उर्वरित ७५० कोटी रुपये भारत सरकारकडून देण्यात येतील. अशा प्रकारची भारताने केलेली सूचना मान्य झाल्याची शक्यता आहे.

अमेरिकेच्या मागण्या कोणत्या आहेत?

यासंदर्भात काही मागण्या अमेरिकेकडून केल्या गेल्या होत्या त्या भारताला मंजूर नव्हत्या. यातील एक मागणी म्हणजे अमेरिकेतील बहुराष्ट्रीय कंपन्यांकडून भारतात उभारल्या जाणाऱ्या अणुप्रकल्पांमध्ये ज्या युरेनियमवर प्रक्रिया केली जाईल ते युरेनियम कोणत्या देशाकडून घेतलेले असले तरी त्यावर देखरेख ठेवण्याचा अधिकार अमेरिकेला असेल. अमेरिकेने ही मागणी करण्याचे कारण म्हणजे असुरक्षितता किंवा अविश्वास. भारतातील अणुप्रकल्पांमध्ये युरेनियमचा गैरवापर होऊ शकतो असे अमेरिकेचे म्हणणे होते. त्यामुळे आमच्या आण्विक प्रकल्पामध्ये येणाऱ्या युरेनियम-वर आमची देखरेख राहिल, असा मुद्दा त्यांनी मांडला; पण भारताने तो खोडून काढत फेटाळला. असे केल्यास आमचे आण्विक सार्वभौमत्व धोक्यात येईल, असे भारताने स्पष्टपणाने सांगितले होते. तसेच तुमचे देखरेखीचे अधिकार आम्हाला मान्य नसून आयएईएच्या देखरेखीचे अधिकार आम्हाला मान्य आहेत, असे भारताचे म्हणणे होते. त्यामुळे या करारामध्ये अडथळे निर्माण झाले होते. आता ओबामा यांच्या भेटीदरम्यान या मागणीबाबत अमेरिकेने लवचिक भूमिका घेतल्याचे, दोन पावले मागे घेतल्याचे दिसत असून भारताचे म्हणणे मान्य केल्याचे सकृतदर्शनी दिसत आहे. या मुद्द्याबाबत अमेरिकेची सहमती मिळवण्याबाबत भारताने कॅनडाचे उदाहरण दिले. काही वर्षांपूर्वी भारताने कॅनडासोबत युरेनियम पुरवठ्यासंदर्भातील अणुकरार केला होता. तेव्हाही कॅनडाने देखरेखीच्या अधिकारांची मागणी केली होती. पण भारताने तेव्हाही हेच सांगितले की, भारत हा एक जबाबदार अण्वस्त्रधारी देश आहे. आजवर भारताने अण्वस्त्रांचा गैरवापर तर दूरच पण त्याबाबत धमकीही दिलेली नाही. भारताचा संपूर्ण अणुकार्यक्रम हा हल्ल्यासाठी नसून प्रतिहल्ल्यासाठी आहे. भारताला शांततेसाठी अणुऊर्जा वापरायची आहे. कॅनडाने भारताची भूमिका मान्य केली. तशीच अमेरिकेनेही ती मान्य केल्याचे दिसत आहे आणि त्यातून या करारातील मुख्य अडथळा दूर झाला आहे.

असे असले तरी तात्काळ अणुव्यापार सुरू होईल असे नाही. आत्ता फक्त अडथळे दूर झाल्याचे दिसत आहे. इतरही अनेक मुद्दे आहेत. मुख्य म्हणजे किंमतीसंदर्भातील वाटाघाटी होणार आहेत.

अणुकंपन्यांना जर विम्याचा हप्ता भरावा लागणार असल्यामुळे या प्रकल्पातून निर्माण होणाऱ्या वीजेची किंमत वाढण्याची शक्यता आहे. दुसरी गोष्ट म्हणजे २०१०च्या आण्विक उत्तरदायित्त्वाच्या कायद्याच्या कक्षेबाहेर जाऊन जर सरकारने काही गोष्टी मान्य केल्या असतील तर त्यांना न्यायालयात आव्हान दिले जाण्याची शक्यता आहे आणि तिथे हे प्रकरण प्रलंबित राहिल्यास या कराराचे भवितव्य पुन्हा अधांतरी राहण्याची भीती आहे. या पार्श्वभूमीवर २०१० च्या कायद्यामध्ये दुरुस्त्या करण्याशिवाय पर्याय नाही. पण तशा प्रकारची दुरुस्ती करता येणे या सरकारला अवघड आहे. याचे कारण त्यासाठी या सरकारकडे राज्यसभेत बहुमत नाही. त्यामुळे मोदी-ओबामा भेटीदरम्यान दोन्ही देशांनी लवचिक भूमिका स्वीकारली असली, करारातील अडथळे दूर झाले असले तरी कायद्यात दुरुस्ती करण्याचे दिव्य पार पाडण्याची खरी कसोटी यापुढील काळात आहे.

संरक्षणाच्या क्षेत्राबाबत काय घडले?

आण्विक क्षेत्राबरोबरच ओबामांच्या भारत दौऱ्यादरम्यान संरक्षणाच्या क्षेत्रामध्ये महत्त्वाच्या गोष्टी घडल्या आहेत. भारत आणि अमेरिकेमध्ये संरक्षण क्षेत्रामध्ये सहकार्य २००५ पासून वाढीस लागले. २००५ मध्ये या दोन्ही देशांदरम्यान संरक्षण सहकार्यासंदर्भात एक अतिशय महत्त्वपूर्ण करार झाला. या करारामध्ये तीन क्षेत्रे निर्धारित करण्यात आली. यातील पहिले क्षेत्र होते मिलिट्री टू मिलिट्री इन्ट्रॅक्शन म्हणजेच दोन देशांच्या लष्करांमधील सहकार्य. दुसरे क्षेत्र होते दहशतवादाचे निर्मूलन (काऊंटर टेररिझम) संदर्भात सहकार्य. तिसरे क्षेत्र होते संरक्षण क्षेत्रातील व्यापार. या कराराची मुदत १० वर्षांपर्यंत म्हणजे २०१५ पर्यंत होती. त्यामुळे या कराराचे नुतनीकरण करणे गरजेचे होते. त्यानुसार या नुतनीकरणाची घोषणा करण्यात आली आहे. या करारामुळे दोन्ही देशांमधील संयुक्त लष्करी कवायती वाढल्या. यांची संख्या इतकी वाढली की, जगातील कोणत्याही दोन देशांमध्ये होणाऱ्या लष्करी कवायतींपेक्षा अधिक कवायती या भारत-अमेरिका या दोन देशांच्या लष्करांदरम्यान होतात. दुसरी गोष्ट म्हणजे दहशतवादाच्या निर्मूलनामध्ये सहकार्य वाढले. यामध्ये प्रामुख्याने गुप्तचर माहितीची देवाणघेवाण (इंटेलिजन्स एक्सचेंज) मोठ्या प्रमाणात वाढली. ही देवाणघेवाण सीआयए आणि रॉ यांच्यामधील देवाणघेवाण संस्थात्मक पातळीवर आली आणि त्यामध्ये उत्तम प्रगती झाली. तिसरे क्षेत्र आहे व्यापाराचे. व्यापाराच्या क्षेत्रामध्ये अमेरिकेकडून काही तंत्रज्ञान भारताला हस्तांतरित केले जाईल अशी अपेक्षा होती. परंतु तसे न घडता विक्रेता आणि खरेदीदार असेच याचे स्वरुप राहिले. म्हणजेच व्यापार वाढला; पण तो अपेक्षेनुसार वाढला नाही. याचे कारण अमेरिका भारताला शस्त्रास्त्रे विकत राहिला आणि भारत त्यांची खरेदी करत राहिला. गेल्या दहा वर्षामध्ये या कराराअंतर्गत भारताने १० अब्ज डॉलर्सची शस्त्रास्त्रे विकत घेतली आहेत. या दहा वर्षांमध्ये संवेदनशील तंत्रज्ञानाचे हस्तांतरण भारताकडे झाले नाही. अमेरिका शस्त्रास्त्रांसंदर्भातील देवाणघेवाण वा व्यापार तीन प्रकारे करते. यातील पहिला प्रकार युती भागीदारांसोबतचे सहकार्य. यामध्ये युती भागीदारी केलेल्या देशांना अमेरिकेकडून संवेदनशील तंत्रज्ञानाचे हस्तांतरण केले जाते. दुसरा आहे भागीदार (पार्टनर). या प्रकारच्या भागीदारांना तुलनेने कमी प्रमाणात संवेदनशील तंत्रज्ञानाचे हस्तांतरण केले जाते. तिसरा प्रकार म्हणजे मित्र, ज्यांना केवळ शस्त्रास्त्रांची विक्री केली जाते. २००५ पूर्वी संरक्षण क्षेत्रात भारत हा अमेरिकेचा मित्र म्हणून भूमिका बजावत होता. पण आता अमेरिकेने भारताला 'पार्टनर' बनवले आहे. त्यामुळे आता काही तंत्रज्ञानाचे हस्तांतरण भारताला केले जाण्याची शक्यता आहे. संवेदनशील तंत्रज्ञानाचे हस्तांतरण केले जाणार नाही, कारण भारत हा युती भागीदार बनलेला नाही.

ओबामा यांच्या भेटीमध्ये या कराराचे पुढील १० वर्षामध्ये नुतनीकरण करण्यात आले आहे. या नुतनीकरणाची अनेक वैशिष्ट्ये पुढीलप्रमाणे

१) यापुढील काळात अमेरिका आणि भारताचे संरक्षणक्षेत्रातील संबंध हे विक्रेता आणि खरेदीदार असे नसतील, तर दोन्ही देश मिळून संयुक्त उत्पादन आणि संयुक्त विकास करतील, असे स्पष्टपणे या करारात नमूद करण्यात आले आहे. यासाठी डीटीटीई (डिफेन्स ट्रेड अँड टेक्नॉलॉजी इनिशिएटिव्ह) असे धोरण आखण्यात आले आहे.

२) या नुतनीकरणामुळे लष्करी कवायतींमध्येही मोठा बदल घडून आला आहे. तो म्हणजे आतापर्यंत अमेरिका आणि भारत या दोन देशांच्या लष्करांदरम्यानच कवायती होत असत.

आता ऑस्ट्रेलिया आणि जपान या दोन देशांचा यामध्ये समावेश करण्यात आला आहे. त्यामुळे यापुढील काळात चार देशांच्या संयुक्त कवायती होणार आहे.

३) दोन्ही देशांदरम्यान हॉट लाईन तयार करण्यात येणार आहे. ही हॉटलाईन भारताचे राष्ट्रपती आणि अमेरिकेचे राष्ट्राध्यक्ष तसेच दोन्ही देशांचे राष्ट्रीय सुरक्षा सल्लागार यांच्यामध्ये असणार आहे. आजवरच्या इतिहासात भारताने प्रथमच अशा प्रकारे एखाद्या देशाबरोबर हॉटलाईन तयार केली आहे.

४) आतापर्यंत दोन्ही देश मिळून प्रादेशिक दहशतवादासंदर्भात विचार करत होते; परंतु आता इस्लामिक स्टेटसारख्या आंतरराष्ट्रीय दहशतवादी संघटनांसंदर्भातही दोन्ही देशांनी सहकार्य करण्याचे ठरवले आहे. तसेच दहशतवादाविरुद्ध जागतिक लढा कसा तीव्र करता येईल यासंदर्भातही पावले टाकण्याचे ठरवले आहे.

व्यापाराच्या क्षेत्रात काय झाले?

सध्या भारत आणि अमेरिकेदरम्यान १०० अब्ज डॉलर्स इतका व्यापार आहे. यामध्ये गेल्या १० वर्षांमध्ये झालेली वाढ ६० टक्क्यांनी वाढ झाली. असे असले अमेरिका त्यांच्या एकूण आयातीपैकी केवळ एक टक्का आयात ही भारतातून करते. निर्यातीबाबतही हे प्रमाण सारखेच म्हणजे एक टक्का आहे. वास्तविक, अमेरिका-चीन या दोन देशांदरम्यानचा व्यापार ५०० अब्ज डॉलर्स इतका आहे. अमेरिका हा भांडवलशाही देश आहे आणि चीन हा साम्यवादी देश आहे. दोन्ही देशांमध्ये संघर्ष आहेत,

वाद आहेत; पण त्यांच्यातील व्यापार मात्र भारत-अमेरिका या लोकशाही राष्ट्रांमधील, मित्र राष्ट्रांमधील व्यापारापेक्षा प्रचंड जास्त आहे. भारतातून अमेरिकेला होणाऱ्या निर्यातीमध्ये माहिती-तंत्रज्ञानाच्या क्षेत्रातून होणारी निर्यात ३५ टक्के आहे. त्यापाठोपाठ हिरे, ज्वेलरी, गारमेंटस्, खाद्यपदार्थ यांची निर्यात होते. युरोपियन महासंघ आणि चीननंतर अमेरिका ही भारताची तिसरी बाजारपेठ आहे. भारत-अमेरिका यांच्यात सहकार्य आहे, व्यापार आहे, दोन्ही देशांत लोकशाही आहे, असे असूनही अमेरिकेकडून भारतात गेल्या १० वर्षांत फक्त ६ टक्के गुंतवणूक करण्यात आली आहे. यासंदर्भातील बहुतांश करार हे कागदोपत्री राहिले. या सर्वांमागचे कारण म्हणजे दोन्ही देशांमध्ये व्यापारासंदर्भात काही निर्बंध आहेत, आयात-निर्यातीसंदर्भात काही अटी आहेत. पर्यावरण, बालकामगार, कामगारांसदर्भातील कायदे, करप्रणाली, उद्योगांना दिली जाणारी सूट यासंदर्भात अमेरिकेच्या काही मागण्या आहेत. माहिती-तंत्रज्ञानाच्या क्षेत्रामध्ये दोन्ही देशांचे सहकार्य व व्यापार वाढलेले आहे. पण हे क्षेत्र वगळता अमेरिकेमध्ये भारतातून केल्या जाणाऱ्या आयातीवर मोठ्या प्रमाणावर निर्बंध टाकलेले आहेत. यामध्ये खाद्यपदार्थ, कापडउद्योग यांचा समावेश आहे. त्यामुळे हे निर्बंध दूर व्हावेत आणि सहकार्य-व्यापार वाढावा यासाठी या दौऱ्यादरम्यान दोन्ही देशांमध्ये द्विपक्षीय गुंतवणूक करार (बायलॅट्रल इनव्हेस्टमेंट ट्रीटी) करण्यात आला. ही मोठी घडामोड आहे. अमेरिकन कंपन्यांनी भारतात गुंतवणूक करावी यासाठी त्यांना आवश्यक असणाऱ्या सोयी-सवलती भारताकडून पुरवल्या जातील अशी हमी या दौऱ्यादरम्यान देण्यात आली. त्याचबरोबर नरेंद्र मोदींचा 'मेक इन इंडिया' या प्रकल्पामध्ये, तसेच पायाभूत सुविधांमध्ये, स्मार्ट सिटी उभारण्यामध्ये गुंतवणूक करण्याचे अमेरिकेने मान्य केले. यासाठी तातडीने केल्या जाणाऱ्या चार अब्ज डॉलर्सच्या गुंतवणुकीची घोषणाही या दौऱ्यादरम्यान करण्यात आली.

पर्यावरणासंदर्भात भारताची ठाम भूमिका

चौथे क्षेत्र आहे हवामान आणि पर्यावरणाचे. ओबामांच्या भारतभेटीपूर्वी अशी अपेक्षा करण्यात आली होती की, अमेरिकेने अलीकडेच चीनसोबत पर्यावरणरक्षणाचा जो करार केला आहे तसाच करार भारतासोबत केला जाईल. परंतु भारताने तसा करार करण्यासाठी नकार दिला आहे. भारताने पर्यावरण रक्षणाबाबत आश्वासने दिली आहेत; परंतु करार झाला नाही. याचाच अर्थ अमेरिकेचा भारतावर जो दबाव होता त्याचा परिणाम झाला नाही. भारताने आपल्या कार्बन उत्सर्जनाबाबतची एक मर्यादा निर्धारित करावी, अशी अमेरिकेची अपेक्षा होती, पण भारताने तसे केले नाही. मात्र दोन्हीही देशांनी पर्यावरणाच्या रक्षणासाठी, कार्बन उत्सर्जन कमी करण्यासाठी प्रयत्न करण्याचे मान्य केले आहे.

या भेटीमधून नरेंद्र मोदी आणि बराक ओबामा यांची 'पर्सनल केमिस्ट्री' किंवा वैयक्तिक मैत्रीबंध

दृढ झाले असल्यामुळे भविष्यामध्ये या दोघांनाही दोन्ही देशांचे परस्परसंबंध विकसित करण्यास वाव आहे. ओबामांच्या या भेटीबाबत काही शंका व्यक्त केल्या जात आहेत. यापैकी एक म्हणजे ओबामांचा अध्यक्षपदाचा कार्यकाळ आता कमी उरलेला आहे आणि त्यांना पक्षामध्ये बहुमत नाहीये; अशा वेळी ते काय करणार, असा प्रश्न उपस्थित केला गेला; परंतु हे म्हणणे चुकीचे आहे. याचे एक कारण अमेरिकेमध्ये सरकार कोणाचेही असले तरी त्यांचे भारताबरोबर संबंध विकसितच होणार आहेत. रिपब्लिकन पक्षाच्या काळात भारत अमेरिकेदरम्यान अणुकरार झाला होता. त्यामुळे दोन्ही देशांमधील घनिष्ट मैत्री रिपब्लिकन पक्षाच्या काळात झाली होती. पण पुढेही ती सुरूच राहिली आणि आता ती आणखी दृढ होणार आहे. त्यामुळे पक्षानुसार विचार करून या भेटीबाबत शंका उपस्थित करणे योग्य ठरणार नाही. दुसरी गोष्ट म्हणजे युक्रेन, क्रामियाच्या मुद्द्यावरून रशियाशी विकोपाला गेलेले संबंध, इसिसविरुद्धची युद्धमोहीम, अफगाणिस्तानातून सैन्यमाघारीनंतर उद्‌भवणारी परिस्थिती या सर्वांमुळे अमेरिकेला भारताची गरज आहे. त्याचबरोबर चीनच्या वाढत्या विस्तारवादाचे आव्हान लक्षात घेता अमेरिकेला भारताच्या सहकार्याची गरज अधिक आहे. यासंदर्भातही या भेटीमध्ये महत्त्वाच्या घडामोडी झाल्या. आशिया प्रशांत क्षेत्रामध्ये भारताचे अस्तित्त्व वाढावे यासाठी अमेरिका प्रयत्न करणार असल्याचे ओबामांनी सांगितले. म्हणूनच त्यांनी 'अपेक' (एशिया पॅसिफिक इकॉनॉमिक कोऑपरेशन) या संघटनेचे भारताला पूर्णवेळ सदस्यत्त्व मिळण्यासाठी अमेरिका प्रयत्न करणार असल्याचेही सांगितले. हे चीनसाठी उघड आव्हान होते. तसेच संयुक्त राष्ट्र संघटनेच्या सुरक्षा परिषदेमध्ये भारताला कायम सदस्यत्व मिळण्यासाठी अमेरिका प्रयत्न करणार असल्याचेही त्यांनी सांगितले. हे सर्व लक्षात घेता बराक ओबामा यांचा हा दौरा भारत-अमेरिका संबंधांमधील एक महत्त्वाचा टप्पा ठरणार आहे यात शंका नाही. दोन्ही देशांदरम्यानच्या सहकार्याचा नवा अध्याय सुरू झाला आहे हे नक्की.

ओबामांची भारतभेट आणि चीन

ओबामांच्या भारतभेटीचे परिणाम आंतरराष्ट्रीय पटलावर दिसून येऊ लागले आहेत. या भेटीमध्ये ओबामा आणि मोदी यांच्या देहबोलीतून अनेक गोष्टी स्पष्ट झाल्या. या दोघांनी मिळून एक संयुक्त कृतीआराखडा तयार केला आहे. त्यानुसार त्यांनी हिंदी महासागर आणि आशिया प्रशांत क्षेत्र या दोन्ही क्षेत्रांमध्ये शांतता राखण्यासाठी संयुक्तरित्या प्रयत्न करण्याचे ठरवण्यात आले आहे. दुसरी गोष्ट म्हणजे आशिया प्रशांत क्षेत्रामध्ये सध्या मोठे वाद सुरू आहेत. हे वाद शांततेने सोडवले जावेत अशी दोघांचीही अपेक्षा आहे. तिसरी गोष्ट म्हणजे आशिया प्रशांत क्षेत्रातील अतिशय महत्त्वाचा समुद्रमार्ग समुद्रसीमा रेषा निर्धारित करण्याच्या वादामुळे धोक्यात आला आहे. हे वादही शांततेने, सामोपचाराने सोडवले जावेत आणि समुद्रमार्ग वापरण्याचे स्वातंत्र्य प्रत्येक देशाला असले पाहिजे, अशी अपेक्षा मोदी आणि ओबामा यांनी व्यक्त केलेली आहे. या तिन्हींमधून अप्रत्यक्षरित्या चीनला इशारा देण्यात आला आहे. चौथी गोष्ट म्हणजे, अमेरिकेला केवळ विभागीय महासत्ता म्हणून भारताला पुढे करायचे नसून आशिया प्रशांत क्षेत्रामध्ये भारताने सकारात्मक भूमिका पार पाडावी, अशी अमेरिकेची इच्छा आहे. त्यासाठी एक महत्त्वाचा निर्णय घेण्यात आला. त्यानुसार भारताची 'लूक ईस्ट' पॉलिसी ही अमेरिकेच्या 'पीव्हॉट टू एशिया' या धोरणाबरोबर एकत्रित करण्याचा निर्णय या कृतीआराखड्यामध्ये घेण्यात आला. त्याचबरोबर अमेरिका- भारत यांच्यादरम्यान चालणाऱ्या लष्करी कवायतींमध्ये आता ऑस्ट्रेलिया आणि जपानचा सहभाग होणार आहे. त्यामुळे या सर्वच राष्ट्रांनी सध्या आशिया प्रशांत क्षेत्राकडे लक्ष केंद्रित केल्याचे दिसत आहे. त्यामुळे या भागात, विशेषतः दक्षिण चीन समुद्रामध्ये भारताने महत्त्वाची भूमिका बजावावी अशी अमेरिकेची इच्छा आहे. परंतु दक्षिण चीन समुद्रामध्ये भारताने हस्तक्षेप केल्यास चीनकडून त्याला कडाडून विरोध दर्शवला जातो. यापूर्वी भारताने अशा प्रकारचा प्रयत्न केलेला आहे. भारताचे राष्ट्रपती प्रणव मुखर्जी यांच्या व्हिएतनाम भेटीदरम्यान व्हिएतनामने भारताला तेलउत्खननाचे अधिकार देण्यासंदर्भातील संयुक्त घोषणा करण्यात आली होती. त्यावेळी चीनकडून त्यावर तीव्र प्रतिक्रिया व्यक्त करण्यात आली होती. त्यानंतर व्हिएतनामचे पंतप्रधान भारतभेटीवर आले होते तेव्हा चीनने आपल्या आण्विक पाणबुड्या श्रीलंकेच्या बेटामध्ये उतरवल्या होत्या. त्यामुळे दक्षिण चीन समुद्रामध्ये भारताने कोणतीही लुडबूड करू नये

अशी चीनची भूमिका आहे; पण आता भारताला अमेरिकेचा पाठिंबा मिळाल्यामुळे आणि जपान सोबत येत असल्यामुळे चीन काहीसा असुरक्षित बनला आहे. ही असुरक्षितता, अस्वस्थता आता उघड आणि स्पष्टपणे दिसून येऊ लागली आहे.

चीनच्या या अस्वस्थतेची दखल खुद्द बराक ओबामा यांनीही घेतली. त्यांनी 'सीएनएन' या वृत्तवाहिनीचे प्रमुख पत्रकार फरीद झकेरिया यांना दिलेल्या मुलाखतीमध्ये भारतभेटीमागची भूमिका स्पष्ट करताना चीनने असुरक्षित बनण्याचे कारण नाही, असे स्पष्टपणाने नमूद केले. भारत-अमेरिका यांची मैत्री चीनच्या पार्श्वभूमीवर नसल्याचे त्यांनी सांगितले. यातून ओबामा यांनी एक प्रकारे 'आम्ही चीनच्या विरोधात नाही' असेच चीनला सांगण्याचा प्रयत्न केला.

ओबामांच्या भारतभेटीमुळे इतरही काही लक्षवेधी घडामोडी गेल्या काही दिवसांत घडल्या आहेत. या भेटीनंतर लगेचच पाकिस्तानचे लष्करप्रमुख राहील शरीफ हे चीनच्या भेटीवर गेले. या भेटीदरम्यान चीनने पाकिस्तान हा आमचा सर्वात घनिष्ठ मित्र (ऑल वेदर फ्रेंड) असल्याचे घोषित करताना आमच्यातील संबंध हे अतिशय घनिष्ठ असल्याचे सांगितले. तसेच आम्ही पाकिस्तानला मोठ्या प्रमाणावर आर्थिक आणि लष्करी मदत देणार आहोत. तसेच पाकिस्तानच्या साधनसामग्रीच्या विकासामध्ये गुंतवणूक करण्याचेही चीनने मान्य केले. चीनची ही काहीशी अपेक्षित, पण आश्चर्यजनक भूमिका हा ओबामांच्या भेटीचा परिणाम होता.

सुषमा स्वराज यांच्या चीनदौऱ्यामध्ये जाणवले ओबामांच्या भारतभेटीचे परिणाम

चीनच्या वाढत्या असुरक्षिततेच्या पार्श्वभूमीवर भारताच्या परराष्ट्रमंत्री सुषमा स्वराज यांचा चार दिवसांचा चीन दौरा आखण्यात आला. त्यांच्या या दौऱ्यामध्येही काही अनपेक्षित गोष्टी घडल्याचे दिसून आले. यातील पहिली गोष्ट म्हणजे चीनचे राष्ट्राध्यक्ष कधीही परराष्ट्र मंत्र्यांना भेटण्यासाठी जात नाहीत; परंतु यावेळी परंपरा मोडून चीनचे राष्ट्राध्यक्ष शी झिनपिंग हे सुषमा स्वराज यांना भेटले. चीनचे राष्ट्राध्यक्ष भारताच्या परराष्ट्रमंत्र्यांना का भेटले? तर अमेरिका, जपान आणि भारत यांची एक युती आकाराला येऊ लागलेली आहे. ही युती आकाराला आली तर ती चीनसाठी धोक्याची ठरणार आहे. त्यामुळे ही युती आकाराला येऊ नये, भारत अमेरिकेकडे, जपानकडे जास्त ओढला जाऊ नये यासाठी चीन प्रयत्नशील आहे. त्यामुळेच झिनपिंग यांनी जुन्या परंपरांना छेद देत भारताच्या परराष्ट्रमंत्र्यांची भेट घेतली.

याच भेटीदरम्यान रशियाचे परराष्ट्रमंत्रीदेखील चीनदौऱ्यावर आले होते आणि रशिया व भारताच्या परराष्ट्रमंत्र्यांची संयुक्त बैठक झाली. या बैठकीमध्ये भारताला शांघाय सहकार्य संघटनेत प्रवेश देण्याचे जवळपास निश्चित करण्यात आले. शांघाय सहकार्य संघटना ही दहशतवादाविरोधात काम करणारी एक महत्त्वाची विभागीय संघटना आहे. या संघटनेचे जवळपास सहा सदस्य आहेत. गेल्या दहा वर्षांपासून या संघटनेचे सदस्यत्त्व मिळण्यासाठी भारत प्रयत्नशील आहे. पण भारत-पाकिस्तान संघर्षामुळे हे सदस्यत्त्व मिळालेले नाही. पण आता ते देण्यास चीन आणि रशियाने मान्यता दिली आहे. त्याचबरोबर सुषमा स्वराज यांनी या दौऱ्यामध्ये सहा पद्धतीने चीनसोबतचे संबंध सुधारण्यात येणार असल्याचे सांगतानाच आम्हाला प्रत्यक्ष कृती करायची असल्याचे स्पष्ट केले. इतका ठाम विश्वास त्यांना चीनला द्यावा लागला. याचे कारण भारताचे परराष्ट्र धोरण हे नेहमीच चीनला नाराज न करण्यास प्राधान्य देणारे राहिलेले आहे. आपण नेहमी अमेरिकेशी, जपानशी संबंध विकसित करताना चीनचा विचार सर्वांत आधी करतो. ही भूमिका आजही कायम असल्याचे दिसते आहे. त्यामुळेच पुन्हा एकदा चीनची समजूत घालण्यासाठी भारताच्या परराष्ट्रमंत्र्यांना चीनभेटीवर पाठवण्यात आले. आशियाच्या राजकारणामध्ये अमेरिकेने फारशी भूमिका घेता कामा नये अशी चीनची इच्छा आहे. आशिया खंड हा आशियाई लोकांसाठी आहे, भारत आणि चीनने मिळून आशिया खंडाचा समतोल साधावा, अमेरिकेला तिथे पाय रोवू देऊ नयेत अशी चीनची इच्छा आहे. अमेरिकेच्या जवळ जाऊन भारत आणि अमेरिका आशिया खंडातील सत्तासमतोलाची जबाबदारी पार पाडतील अशी चीनला धास्ती आहे.

याचदरम्यान दक्षिण आशियाशी निगडित आणखी एक महत्त्वाची गोष्ट घडली ती म्हणजे अमेरिकेने पाकिस्तानला दिल्या जाणाऱ्या आर्थिक मदतीमध्ये मोठ्या प्रमाणावर वाढ केली. ही मदत का वाढवली? याचे एक कारण म्हणजे, २०१५च्या

अखेरपर्यंत अमेरिका अफगाणिस्तानातून आपले सैन्य माघारी नेणार आहे. या सैन्याला परतीचा एकमेव मार्ग आहे आणि तो पाकिस्तानातून जातो. दुसरी गोष्ट म्हणजे, अफगाणिस्तानातून अमेरिकन सैन्य माघारी गेल्यामुळे निर्माण होणारी सामरिक पोकळी पुन्हा एकदा तालिबान भरून काढण्याची शक्यता आहे. तसे झाले तर ते सर्वांसाठीच त्रासदायक ठरण्याची शक्यता आहे. अशा वेळी तालिबानवर नियंत्रण ठेवण्यासाठी पाकिस्तानी लष्कराची आणि सरकारची अमेरिकेला गरज आहे. त्यामुळेच पाकिस्तानावर सातत्याने दबाव ठेवणे आणि पाकिस्तानच्या लष्कराला कुरवाळणे अमेरिकेसाठी आवश्यक आहे.

एकीकडे अमेरिका अल्पकालीन उद्दिष्टासाठी पाकिस्तानच्या पाठीशी उभा राहाताना दिसत असला आणि भारत-अमेरिका यांच्यातील जवळीकीला प्रत्युत्तर देण्यासाठी पाकिस्तान आपला घनिष्ट मित्र असल्याचे चीन सांगत असला तरी या दोघांचेही प्रमुख लक्ष हे भारतावरच आहे. त्यामुळेच रशिया-भारत आणि चीन या तीन देशांच्या परराष्ट्रमंत्र्यांमध्ये झालेल्या बैठकीमध्ये दहशतवादास प्रोत्साहन देणाऱ्या देशांविरोधात एक कडक ठराव संयुक्त राष्ट्रसंघाच्या व्यासपीठावरून करण्याबाबत पुढाकार घेण्याचे ठरवण्यात आले. हा निर्णय म्हणजे पाकिस्तानला स्पष्टपणाने इशारा आहे. याचे कारण रशियाच्या चेचेन्या भागात, चीनच्या शिनशियाँग भागात आणि भारतात दहशतवादाचे विष पसरलेले आहे त्याचे मूळ पाकिस्तानात आहे. एकूणच दक्षिण आशियात वेगाने घडणाऱ्या या घडामोडी भारतासाठी उपकारक ठरणार आहेत; अर्थात त्यांचा फायदा करून घेण्यासाठी भारताला आपल्या परंपरागत अलिप्ततावादी धोरणाला मुरड घालत काही धाडसी निर्णय घ्यावे लागतील एवढे मात्र खरे ! ■

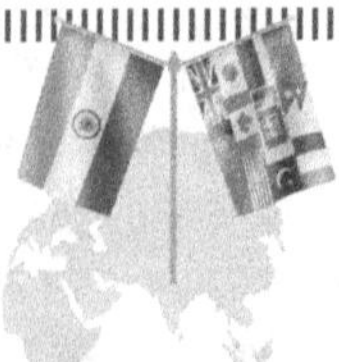

युक्रेन आणि क्रीमियाचा वादग्रस्त प्रश्न

१९४५ मध्ये झालेल्या लाल्टा कॉन्फरन्सनुसार युक्रेन हा पूर्वीच्या सोव्हिएत युनियनचा एक भाग बनला होता. परंतु १९९१ ला रशियाचे विघटन झाले आणि युक्रेन स्वतंत्र बनला. आता युक्रेनचा महत्त्वाचा भाग असलेल्या क्रीमिया येथे अलीकडेच एक सार्वमत घेण्यात आले. हे सार्वमत घेतल्यानंतर तेथील बहुसंख्य लोकांनी रशियासोबत एकीकरण करण्याबाबत कौल दिला. क्रीमियाचे रशियाबरेबर एकीकरण झाले. १९५४ पर्यंत क्रीमिया हा रशियाचा भाग होता. पण नंतर १९५४ मध्ये रशियाचे पंतप्रधान निकिता ख्रुश्चेव यांनी क्रीमियाच्या युक्रेनबरोबरच्या एकीकरणाला परवानगी दिली होती. म्हणजेच १९५४ मध्ये क्रीमियाचे युक्रेनसोबत एकीकरण झालेले होते. सध्या युक्रेन हा दोन मोठ्या बाजूंमध्ये अडकलेला आहे. तेथे सध्या एकाच वेळी दोन शक्ती आणि दोन प्रवाह दिसून येत आहेत. युक्रेनचे विलीनीकरण युरोपियन महासंघामध्ये व्हावे, असा एक प्रवाह आहे; तर युक्रेनचे विलनीकरण रशियामध्ये व्हावे असे म्हणणारा दुसरा प्रवाह आहे. हे दोन्हीही प्रवाह युक्रेनमध्ये सध्या कार्यरत आहेत.

क्रीमियामध्ये रशियन वंशाच्या लोकांची संख्या खूप मोठी आहे. असे म्हटले जाते, की रशियाने लष्कराच्या जोरावर आणि आपल्या जबरदस्तीच्या बळावर हे सार्वमत घडवून आणले. क्रीमियानंतर आता पूर्ण युक्रेनमध्ये अशा प्रकारचे सार्वमत घेण्याचा आणि युक्रेनला आपल्यासोबत जोडून घेण्याचा प्रयत्न सध्या रशियाकडून सुरू आहे. युक्रेनच्या आठ प्रांतांमध्ये रशियाला सार्वमत घ्यायचे आहे. क्रीमियाप्रमाणेच युक्रेनमध्ये रशियन वंशाच्या नागरिकांची संख्या खूप मोठी आहे. युक्रेनमध्ये २५ मे २०१४ रोजी राष्ट्राध्यक्ष पदाची निवडणूक झाली होती. यापूर्वी तेथे यानुकोविच हा रशियाचाच एक हस्तक किंवा एजंट राष्ट्राध्यक्ष होता. यानुकोविच हा रशियाचीच सर्व धोरणे युक्रेनमध्ये अंमलात आणत असे. त्याच्याविरुद्ध युक्रेनमध्ये उठाव झाल्यामुळे यानुकोविचला तेथून पळून जावे लागले. त्यानंतर युक्रेनमध्ये निवडणुका झाल्या आणि परशेनको हा

आता युक्रेनचे राष्ट्राध्यक्ष बनला आहे. परशेनको हा रशियाचा विरोधक आहे. साहजिकच, रशियाला ही निवडणूक मान्य नाही.

युक्रेनमध्ये फुटिरतावादी लोक आहेत. युक्रेनने रशियामध्ये विलीन व्हावे, अशी या फुटिरतावाद्यांची मागणी आहे; तर तेथील लष्कराचा जो गट आहे त्यांची मागणी आहे, की युक्रेनने युरोपियन महासंघामध्ये विलीन झाले पाहिजे. जर युक्रेन हा युरोपियन महासंघामध्ये सामील झाला तर युरोपियन महासंघ, नाटो आणि अमेरिका हे रशियाच्या दारापर्यंत येऊन पोहोचतात. त्यामुळे रशियाला ते नको आहे. त्याचबरोबर युक्रेनमध्ये तेलाचे, नैसर्गिक वायूचे प्रचंड प्रमाणात साठे आहेत. तेथे खनिज संपत्ती मोठ्या प्रमाणावर आहे. या सर्वांचा फायदा रशियाला हवा आहे. त्यासाठी तेथील रशियन वंशाच्या लोकांना लष्करी समर्थन, आर्थिक समर्थन देत आहे. त्यातूनच युक्रेनमध्ये यादवी युद्ध सुरू आहे. हे युद्ध रशियाच्या समर्थनावर काम करणारे फुटिरतावादी आणि युक्रेनचे लष्कर यांच्यात सुरू आहे. या युद्धाचाच एक भाग म्हणजे मध्यंतरी मलेशियन एअरलाईन्सचे एक विमान पाडण्यात आले. हा वाद अत्यंत महत्त्वाचा बनला आहे.

२००८ पासून व्लादिमिर पुतीन यांनी रशियाच्या अध्यक्षपदाची सूत्रे स्वीकारली तेव्हापासून पुतीन यांनी विस्तारवादाची भूमिका घेतलेली आहे. तसेच त्यांची भूमिका ही आक्रमक धोरणांवर आधारलेली आहे. त्यांनी पूर्वी रशियाचा भाग असलेल्या, पण नंतर स्वतंत्र झालेल्या जॉर्जियाचेदेखील रशियासोबत विलीनीकरण घडवून आणले. त्यानंतर आता त्यांनी युक्रेनकडे लक्ष वळवले आहे. परिणामी, युक्रेनच्या प्रश्नावरून संपूर्ण युरोप हा शीतयुद्धकाळाप्रमाणेच पूर्व युरोप आणि पश्चिप युरोप असा विभागला गेलेला आहे. शीतयुद्धाच्या काळामध्ये ज्याप्रमाणे पश्चिम युरोपाचे नेतृत्व अमेरिकेकडे होते तशीच परिस्थिती आता निर्माण झालेली आहे. म्हणजेच युक्रेनच्या प्रश्नावरून अमेरिका आणि रशियामध्ये एक नवे शीतयुद्ध आकाराला येते आहे. या दोन्ही देशांचे संबंध तणावपूर्ण बनलेले आहेत. युक्रेनमध्ये रशियाच्या मदतीने जे यादवी युद्ध सुरू आहे त्यामुळे अमेरिका आणि युरोपियन देश असुरक्षित बनलेले आहेत. त्यातूनच त्यांनी रशियावर आर्थिक निर्बंध घातलेले आहेत. त्याचबरोबर युक्रेनमध्ये हस्तक्षेप न करण्याबाबत रशियाला इशाराही दिलेला आहे.

युक्रेन युरोपियन महासंघामध्ये सामील होण्याला रशियाचा विरोध का आहे? तर युक्रेन हा खनिज संपत्तीचा मोठा स्त्रोत आहे. जर युक्रेन युरोपियन महासंघामध्ये सामील झाला तर पश्चिमी युरोपियन राष्ट्रांची नाटो ही लष्करी संघटना अधिक बळकट होण्याची रशियाला भीती आहे. 'नाटो' या संघटनेने शीतयुद्धाच्या काळामध्ये रशियाच्या विरोधामध्ये संपूर्ण पश्चिम युरोपच्या संरक्षण हितसंबंधांचे रक्षण केलेले आहे. १९९५ नंतर 'नाटो'ने आपला विस्तार सुरू केलेला आहे. त्यांनी १९९१ नंतर सोव्हिएत युनियनमधून वेगळ्या वा स्वतंत्र झालेल्या राष्ट्रांना आपल्याकडे घेण्यास सुरुवात केलेली आहे. त्यांच्या या विस्तारवादी भूमिकेमुळे आणि त्यांच्या पूर्व युरोपमधील वाढत्या शिरकावामुळे रशिया धास्तावलेला आहे. त्यामुळेच रशियाने युक्रेनचा मुद्दा प्रकर्षाने पुढे आणलेला आहे आणि त्यातूनच रशिया विरुद्ध अमेरिका यांच्यातील नव्या शीतयुद्धाचे ढग सध्या युरोप खंडावर घोंगावत आहेत.

अमेरिका व युरोपियन महासंघाने क्रीमिया, युक्रेनच्या प्रश्नावरून रशियाविरुद्ध आर्थिक निर्बंधांची घोषणा केली आहे. त्यानुसार रशियाबरोबरचे सर्व आर्थिक व्यवहार खंडित करण्यात आले आहेत. तसेच पश्चिम युरोपियन राष्ट्रे रशियाकडून ज्या नैसर्गिक वायू व तेलाची आयात करत होते ते आता थांबवण्यात आले आहे. याचा मोठा फटका रशियाच्या अर्थव्यवस्थेला बसला आहे. दुसरीकडे रशियानेदेखील चीनबरोबर आपल्या संबंधांची पुनर्बांधणी करण्यास सुरुवात केली आहे. रशियाचे अध्यक्ष व्लादिमिर पुतिन यांनी २०१३ मध्ये चीनचा दौरा करत चीनबरोबर अनेक आर्थिक आणि संरक्षण करार केले आहेत. अमेरिका व रशिया यांच्यातील या तणावाचे व ध्रुवीकरणाच्या राजकारणाचे प्रतिबिंब संयुक्त राष्ट्रांच्या सुरक्षा परिषदेतही पडताना दिसत आहे. इराण, सीरिया व लिबियाच्या प्रश्नावरून हे उघड होते. ■

नव्या शीतयुद्धाची नांदी ?

शीतयुद्ध हे प्रामुख्याने पूर्व युरोप आणि पश्चिम युरोपमध्ये झालेले होते. १९४५ ते १९९०-९१ मध्ये चाललेल्या या युद्धात अमेरिका आणि सोव्हिएत संघ हे प्रमुख प्रतिस्पर्धी देश होते. सोव्हिएत रशियाच्या विघटनामुळे या शीतयुद्धाचा शेवट घडून आला. या विघटनाच्या प्रक्रियेनंतर १५ छोटी-छोटी राष्ट्रे तयार झालेली होती. सोव्हिएत रशियाच्या विघटनानंतर पूर्व युरोपच्या रक्षणासाठी सामूहिक सुरक्षिततेच्या तत्त्वावर आधारित आणि सोव्हिएत रशियाच्या पुढाकाराने करण्यात आलेला वॉर्सा हा लष्करी करार संपुष्टात आला. तसेच शीतयुद्धाच्या काळात ज्या अनेक छोट्या-मोठ्या लष्करी संघटना निर्माण झालेल्या होत्या, त्याही अस्तंगत झाल्या; पण यामधून एक संघटना मात्र संपुष्टात आली नाही आणि ती म्हणजे नाटो. (नॉर्थ अॅटलांटिक ट्रिटी ऑर्गनायझेशन).

नाटो व युरोपीय महासंघाचे विस्तारवादी धोरण :

शीतयुद्ध संपून सोव्हिएत रशियाचे विघटन झाल्यानंतर गोर्बाचेव्ह यांना संपूर्ण पश्चिम युरोपकडून आश्वासन देण्यात आले होते, की आम्ही नाटो संघटनेचा विस्तार पूर्व युरोपकडे होऊ देणार नाही. तसेच रशियाच्या प्रादेशिक अस्मिता किंवा रशियाचा जो 'प्राईड' होता तो नष्ट होऊ देणार नाही, असेही सांगितले गेले होते. परंतु गेल्या २० वर्षांमधील परिस्थिती अशी आहे, की सोव्हिएत युनियनमधून स्वतंत्र झालेल्या अनेक देशांना युरोपियन महासंघ आपले सदस्य बनवून घेत आहे. त्याचबरोबर बरेचसे देश हे नाटो संघटनेचे सदस्य बनतानाही दिसत आहे. थोडक्यात, नाटो आणि युरोपियन महासंघाचा विस्तार पश्चिम युरोपकडून पूर्व युरोपकडे होताना दिसत आहे. त्यामुळे रशियाच्या आर्थिक आणि सामरिक अशा दोन्हीही हितसंबंधांना प्रचंड मोठा धोका निर्माण झालेला आहे. कारण, या सर्व राष्ट्रांमध्ये रशियाचे केवळ आर्थिक हितसंबंध नव्हते तर, त्या राष्ट्रांमध्ये रशियाचे सैन्यबलही किंवा मिलिट्री एस्टॅब्लिशमेंट होत्या. या भागात आता नाटो आणि युरोपियन महासंघाने पाय पसरायला सुरुवात केल्यामुळे रशियाला धोका निर्माण झाला आहे. या विस्तारीकरणामुळे रशिया दुखावला गेला आहे.

रशियाची आक्रमक भूमिका :

अमेरिकेच्या नेतृत्वाखालील पश्चिम युरोप आणि रशिया यांच्यामध्ये युक्रेन, क्रीमिया, जॉर्जिया आणि मलेशियन विमान पाडले गेल्याची घटना या चार मुद्द्यांवरून सध्या संघर्ष निर्माण झालेला आहे आणि त्यांचे संबंध प्रचंड तणावपूर्ण बनलेले आहेत. रशिया सध्या व्लादिमिर पुतीन यांच्या नेतृत्वाखाली आहे. २०१२ मध्ये त्यांची दुसऱ्यांदा रशियाच्या राष्ट्राध्यक्षपदी निवड झाली. त्यांनी रशियाचा आत्माभिमान आणि सत्ता हे कायम ठेवण्याचा प्रयत्न सुरू केलेला आहे. त्यासाठी त्यांनी आक्रमक धोरण स्वीकारलेले आहे. मात्र, रशियाच्या सीमारेषेवरील युक्रेन आणि जॉर्जिया या दोन स्वतंत्र राष्ट्रांनी युरोपियन महासंघाचा आणि नाटोचा भाग बनण्याची तयारी दर्शवली होती. अर्थातच, ही एक प्रक्रिया असते. यामध्ये पश्चिम युरोपचा पूर्व युरोपशी भागीदारीचा एक करार होतो. याला 'इस्टर्न पार्टनरशिप, म्हणतात. हा करार झाल्यानंतर मग संबंधित राष्ट्राला युरोपियन महासंघाचे सदस्यत्त्व दिले जाते. नंतर त्यांना नाटोमध्ये सहभागी करून घेतले जाते. म्हणजे तीन टप्प्यांमध्ये हे देश या संघटनांमध्ये सामावले जातात. यासाठी युक्रेन आणि जॉर्जियाने तयारी दर्शवली होती; परंतु व्लादिमिर पुतीन यांनी आम्ही कोणत्याही परिस्थितीत हे दोन देश युरोपियन महासंघ आणि नाटोमध्ये जोडले जाऊ देणार नाही असे ठामपणाने सांगितले. यापैकी युक्रेनमध्ये रशियन वंशाचे लोक मोठ्या प्रमाणावर

आहेत. १९९२ मध्ये स्वतंत्र झाल्यानंतर युक्रेनने केंद्राकर्षित धोरण आखण्यास सुरुवात केली; परंतु युक्रेन हे संघराज्याप्रमाणे असावे, तसेच रशियाच्या सीमेवर असणाऱ्या युक्रेनच्या पूर्व भागातील रशियन वंशाच्या लोकांना अधिकाधिक स्वायत्तता द्यावी, असे रशियाचे म्हणणे आहे. रशियाच्या या एकाधिकारशाही धोरणामुळे युक्रेनने युरोपियन महासंघामध्ये जाण्याचा निर्णय घेतला.

क्रीमिया बळकावण्याचा प्रयत्न :

दुसरा भाग आहे क्रीमिया. क्रीमियामध्ये मध्यंतरी सार्वमत घेतले गेले आणि त्यानुसार तो रशियाला जोडला गेला.

युक्रेन आणि क्रीमिया हे दोन प्रांत रशियासाठी अत्यंत महत्त्वाचे आहेत. कारण रशियाची फार मोठी लष्करी साधनसंपत्ती युक्रेन आणि क्रीमियामध्ये आहेत. तसेच अण्वस्त्रनिर्मितीचे प्लांट्सही याच भागांमध्ये आहेत. रशियाची सर्वांत मोठी ताकद हे त्यांचे नौदल आहे. संपूर्ण ब्लॅक सीवर रशियन नौदलाचा प्रभाव आहे. या नौदलाची सुरुवात क्रीमियामधून होते. युक्रेन आणि क्रीमिया हे जर नाटो किंवा युरोपियन महासंघामध्ये सामील झाले तर रशियाच्या नौदलसामर्थ्यावर प्रचंड मोठा परिणाम होणार आहे. त्यामुळे रशियाने युक्रेन आणि क्रीमियाच्या समावेशाला ठाम विरोध दर्शवला आहे आणि क्रीमियाप्रमाणेच आपल्या सामर्थ्याच्या जोरावर रशिया युक्रेनचे आपल्यामध्ये एकीकरण करण्यासाठी प्रयत्न करत आहे. त्यासाठी युक्रेनमध्ये सध्या यादवी संघर्ष सुरू आहे. या संघर्षामध्ये एकीकडे युक्रेनचे सैन्य आहे आणि दुसरीकडे रशियाने समर्थन दिलेले बंडखोर आहेत. हे बंडखोर युक्रेनमध्ये फूट पाडण्याचा प्रयत्न करत आहेत. युक्रेनमधील रशियन भाषा बोलणारा जो बहुसंख्य वर्ग आहे त्यांना रशियाला जोडण्याचा प्रयत्न करत आहेत. या यादवीने तीव्र रूप धारणे केले असून त्यातूनच मलेशियन विमान पाडण्यात आले.

जिनिव्हा करार :

युक्रेनमधील या स्फोटक परिस्थितीबाबत अलीकडेच जिनिव्हामध्ये ऑगस्ट महिन्यामध्ये एक परिषद झाली. या परिषदेमध्ये युरोपियन देशांनी आणि अमेरिकेने युक्रेनला सांगितले, की जर रशियन सैन्याने तुमच्यावर लष्करी हल्ला केला तर आम्ही तुमच्या मदतीला येऊ. याबाबत जो करार झाला त्याला 'जिनिव्हा करार' म्हणतात. हा अतिशय महत्त्वाचा करार आहे. त्यानुसार युरोपियन देशांनी आणि अमेरिकेने रशियावर आर्थिक निर्बंध लादले. युक्रेनमध्ये रशियाने बंडखोरांना समर्थन देऊ नये यासाठी हे निर्बंध टाकले गेले. सध्या युरोपला जो तेलाचा, नैसर्गिक वायूचा जो पुरवठा होतो त्यापैकी ८० टक्के पुरवठा हा एकट्या रशियाकडून होतो. या तेलाची आणि नैसर्गिक वायूची आयात न करण्याचा निर्णय या निर्बंधांतर्गत घेण्यात आला. त्यामुळे रशियाचे फार मोठे आर्थिक नुकसान होत आहे. रशियाचा आर्थिक विकास दर कमी झालेला आहे. त्यांच्या गुंतवणुकीवर, व्यापारावर, निर्यातीवर निर्बंध आलेले आहेत. रशियाला फार मोठी आर्थिक झळ सोसावी लागत आहे. यातूनच रशिया आणि अमेरिका व युरोपियन देश यांच्यामध्ये प्रचंड तणाव निर्माण झाला असून नवे शीतयुद्ध होण्याची शक्यता सध्या निर्माण झाली आहे. यापूर्वी किस्तोनिया, लॅटिव्हिया आणि लिक्वानिया हे तीन देश जे १९९२ पूर्वी रशियाचे भाग होते, ते आता नाटोचा भाग बनले आहेत.

जर युक्रेन हा नाटोचा किंवा युरोपियन महासंघाचा भाग बनला तर परिस्थिती अधिक भीषण बनणार असून ती रशियासाठी सर्वांत मोठी चिंतेची बाब ठरणार आहे. त्यामुळेच रशिया कोणत्याही परिस्थितीमध्ये युक्रेन आणि क्रीमिया वाचवण्यासाठी प्रयत्न करताना दिसत आहे.

■

चीन-रशिया गॅस पाईपलाईन करार

चीन आणि रशिया ही दोन्ही राष्ट्रे सध्या एकत्र येण्याच्या विचारात आहेत. अलीकडेच रशियाचे अध्यक्ष व्लादिमिर पुतीन हे चीनच्या भेटीवर गेले होते. या भेटीमध्ये त्यांनी एक अतिशय महत्त्वाचा गॅस पाईपलाईनचा करार केला. या करारावर गेल्या १० वर्षांपासून दोन्ही देशांमध्ये चर्चा सुरू होती; पण तो प्रत्यक्षात येणे शक्य झाले नव्हते. आता अचानक रशियाने याबाबत पुढाकार घेत, घाई दाखवत हा करार केला आहे. या करारासाठीचा खर्च ४०० अब्ज डॉलर इतका आहे. त्यानुसार ३८ अब्ज क्युबिक मीटर इतका नैसर्गिक वायू रशियाकडून चीनला पुरवला जाणार आहे. त्यासाठी ४००० किलोमीटरची एक मोठी पाईपलाईन टाकण्यात येणार आहे. उत्तर चीन आणि रशियाच्या सीमारेषा एकमेकांना भिडलेल्या आहेत. त्यांच्यामध्ये सीमावादही आहेत. परंतु आता या नव्या करारानुसार रशियातील सैबेरियातून ही पाईपलाईन टाकली जाणार असून त्याद्वारे चीनला नैसर्गिक वायूचा पुरवठा केला जाणार आहे. पुढील ३० वर्षांसाठीचा हा करार आहे. तसेच अनेक व्यापारी करार, आर्थिक करार, उत्खननासंबंधीचे करार, हवाई वाहतुकीसंदर्भातील करार, उत्पादननिर्मितीच्या क्षेत्रासंबंधातील करार असे जवळपास ११ करार दोन्ही देशांदरम्यान नुकतेच करण्यात आलेले आहेत. हे सर्वच करार प्रलंबित असताना अचानकपणाने का झाले? तर मागील काही दिवसांपासून आंतरराष्ट्रीय राजकारणाचे रंग थोडेसे बदलू लागलेले आहेत. पुन्हा एकदा शीतयुद्धकालीन परिस्थिती निर्माण होऊ लागली आहे. युरोपमध्ये अमेरिका आणि पश्चिम युरोपियन

रशियाने काबीज केलेला क्रीमियाचा प्रदेश

रशिया-चीन गॅस पाईपलाईन शुभारंभ

राष्ट्रे हे रशियाच्या विरुद्ध एकत्र येत आहेत आणि रशिया एकटा पडल्यासारखी स्थिती सध्या निर्माण झालेली आहे. युक्रेन आणि जॉर्जियाच्या प्रश्नावरून युरोपियन राष्ट्रांनी आणि अमेरिकेने रशियावर आर्थिक बहिष्कार टाकलेला आहे. युक्रेन आणि जॉर्जिया हे दोन्ही प्रश्न युरोपियन महासंघ आणि नाटो यांनी पश्चिम युरोपकडून पूर्व युरोपकडे सुरू केलेल्या विस्ताराशी संबंधित आहेत. युरोपियन महासंघ आणि नाटोकडून अनेक पश्चिम युरोपमधील राष्ट्रे आपल्याकडे ओढण्यासाठी प्रयत्न सुरू आहेत. त्यामुळे रशिया असुरक्षित बनला आहे. रशियाने दबावाचा वापर करून जॉर्जियाचे एकीकरण करून घेतले आणि आता लष्कराचा वापर करून युक्रेनचे एकीकरण करण्याचा प्रयत्न रशियाकडून सुरू आहे. त्यामुळेच अमेरिका आणि रशियातील तणाव वाढला आहे. युरोपमधील सत्तासंघर्षामध्ये रशिया एकटा पडल्यामुळे तो सध्या चीनच्या जवळ जाण्याचा प्रयत्न करत आहे. सीरिया आणि इराणच्या मुद्द्यावरून संयुक्त राष्ट्र संघामध्ये रशिया आणि चीन एकत्र आलेले आहेत. त्यांनी अमेरिकेच्या विरोधात भूमिकाही घेतलेली आहे. केवळ रशियालाच चीनची गरज आहे असे नाही तर चीनलाही रशियाची गरज आहे. याचे कारण चीनचा आशिया खंडातील विस्तारवाद रोखण्यासाठी अमेरिकेकडून प्रयत्न केले जात आहेत. पुढाकार घेतला जात आहे. चीनच्या विरोधात जपान, फिलिपिन्स, दक्षिण कोरिया, इंडोनेशिया यांची एक युती अमेरिकेच्या नेतृत्त्वाखाली आकाराला येत आहे. अमेरिकेचा हा हस्तक्षेप चीनला रुचलेला नाही. त्यामुळेच त्यांनी रशियाशी मैत्री स्वीकारली आहे आणि या नव्या मैत्रीपर्वाच्या दृष्टीने हा गॅसपाईपलाईनचा करार अतिशय महत्त्वाचा ठरणारा आहे. या कराराचा सर्वाधिक फायदा चीनला होणार आहे. कारण रशिया हा जगात सर्वाधिक नैसर्गिक वायू आणि तेल निर्यात करणारा देश आहे. अमेरिकेने बहिष्कार टाकल्यामुळे रशियाचा युरोपमधील व्यापार सध्या बंद झालेला आहे. त्यामुळे रशियाने तात्काळ चीनशी करार केलेला आहे. जगातील तेल आणि वायूचा सर्वात मोठा ग्राहक म्हणून चीन ओळखला जातो. चीनला या दोन्हीचीही प्रचंड गरज आहे. त्यामुळे रशियासोबतच्या या कराराचा चीनला प्रचंड फायदा होणार आहे. अमेरिका आणि रशिया या दोन्हीही देशांशी संतुलितपणाने व्यवहार करत असल्यामुळे चीनचे सामर्थ्य आगामी काळात आणखी वाढणार आहे.

■

भारत-रशिया संबंधातील नवे पैलू

भारत-रशिया संबंधांना प्रदीर्घ काळाचा इतिहास आहे. सुरुवातीपासूनच रशिया हा भारताचा मित्र राष्ट्र राहिला आहे. शीतयुद्धाच्या काळामध्ये रशियाचे म्हणजे त्यावेळच्या सोव्हिएत युनियनचे आणि भारताचे संबंध खूप चांगले होते; परंतु १९९१ ते १९९६ या काळात दोघांचे संबंध थंडावलेल्या स्थितीत होते; म्हणजे त्यामध्ये तणाव निर्माण झाला नसला तरी संबंध सुधारण्याच्या दृष्टीने काहीही पावले उचलली गेलेली नव्हती. याचे कारण रशिया हा आर्थिक कारणांमुळे युरोप आणि अमेरिकेकडे वळला होता. पण नंतर अमेरिका आणि युरोपकडून अपेक्षित आर्थिक मदत वा लाभ होत नसल्याचे लक्षात आल्यामुळे रशियाची निराशा झाली. त्यातूनच २००० पासून रशिया पुन्हा भारताकडे वळला आणि दोन्ही देशांमध्ये पुन्हा एकदा मैत्रीचे एक नवे पर्व सुरू झाले. त्यातूनच अटलबिहारी वाजपेयींच्या काळापासून दोन्ही देशांच्या पंतप्रधानांदरम्यान दरवर्षी शिखर परिषदा सुरु झाल्या. भारत आणि रशिया यांच्यातील १५ वी शिखर परिषद डिसेंबर २०१४ मध्ये पार पडली. व्लादिमिर पुतिन अशा वेळी भारतामध्ये येऊन गेले जेव्हा रशिया हा अत्यंत आर्थिक अडचणीत सापडलेला आहे.

रशिया अडचणीत

याचे कारण युक्रेनच्या प्रश्नावरून अमेरिका आणि रशिया यांच्यातील संबंध कमालीचे तणावपूर्ण बनलेले आहेत. युक्रेनचा भाग असलेल्या क्रिमियामध्ये आपल्या दबावाचा वापर करून सार्वमत घेतले आणि आपल्या लष्कराच्या जोरावर रशियाने क्रामियाचे एकीकरण करून घेतले. सध्या युक्रेनमध्ये रशियाच्या लष्कराच्या मदतीने यादवीयुद्ध सुरू आहे. या यादवी युद्धाचा एक भाग म्हणून मध्यंतरी मलेशियन एअरलाईन्सचे एक विमान पाडण्यात आले. या सर्व प्रकारामुळे अमेरिका आणि युरोप यांनी एकत्रितपणे रशियावर आर्थिक निर्बंध लादलेले आहेत. याचा खूप मोठा आर्थिक फटका सध्या रशियाला सोसावा लागत आहे. याचे कारण रशिया हा नैसर्गिक वायू आणि तेल यांची निर्यात करणारा जगातील एक मोठा देश आहे. रशियाकडून संपूर्ण युरोपला मोठ्या प्रमाणावर नैसर्गिक वायू आणि तेलाचा पुरवठा केला जातो. रशियाचे फार मोठे व्यापारी हितसंबंध युरोपमध्ये गुंतलेले आहेत. आर्थिक निर्बंध लादल्यानंतर युरोपने रशियाकडून नैसर्गिक वायू आणि तेलाची आयात करणे पूर्णपणे थांबवलेले आहे. तसेच रशियामध्ये असणारे बँकिंग क्षेत्रासारखे सेवाक्षेत्रांचे उद्योगही युरोपने काढून घेतलेले आहेत. याचा रशियाच्या अर्थव्यवस्थेवर नकारात्मक परिणाम झाला आहे. रशियाची अर्थव्यवस्था कोसळली आहे. रुबल या रशियाच्या चलनाचे मूल्यही घटले आहे. तसेच रशियातून फार मोठ्या प्रमाणावर भांडवल बाहेर जाऊ लागले आहे.

रशियाला हवी भारताची बाजारपेठ

आर्थिक पातळीवरील अत्यंत प्रतिकूल परिस्थितीमुळे रशिया सध्या नव्या ग्राहक देशाच्या, बाजारपेठेच्या शोधात आहे. त्याअंतर्गतच रशियाने काही दिवसांपूर्वी चीनबरोबर ४०० अब्ज डॉलर्सचा नैसर्गिक वायू पुरवठा करण्यासंदर्भातील महत्त्वपूर्ण करार केला. वास्तविक, हा करार गेल्या अनेक वर्षांपासून प्रलंबित होता; परंतु त्यावेळी रशिया याबाबत पुढाकार घेत नव्हता. मात्र युरोपने आर्थिक निर्बंध लादल्यानंतर लगेचच रशियाने हा करार पूर्ण केला असून त्यानुसार ४००० किलोमीटरची सैबेरियन पाईपलाईन बांधण्यात येणार आहे आणि त्याद्वारे पुढील ३० वर्षांसाठी चीनला नैसर्गिक वायू आणि तेल चीनला निर्यात केले जाणार आहे. दुसरीकडे रशिया सध्या संरक्षणक्षेत्रातील नव्या करारांच्या शोधात आहे. याचाच एक भाग म्हणून रशियाने काही लढाऊ विमाने, हेलिकॉप्टर्स यासंदर्भात पाकिस्तानसोबत संरक्षण करार

करण्यास सुरुवात केलेली आहे. यानंतर आता ते भारताकडेही एक मोठी बाजारपेठ म्हणून पहात आहेत.

भारत–रशियामधील सामरिक हितसंबंध

भारतासोबत रशियाचे आर्थिक आणि सामरिक हितसंबंध गुंतलेले आहेत. रशिया हा जगातील एकमेव असा देश आहे ज्याच्याशी भारताने संरक्षण युती केलेली होती. स्वतंत्र भारताच्या इतिहासात भारताने कोणाशीही अशा प्रकारची संरक्षण युती (सिक्युरिटी अलायन्स) केलेली नव्हती. पण १९७१ मध्ये ती रशियाशी केली. दुसरी गोष्ट म्हणजे संपूर्ण शीतयुद्धाच्या काळात काश्मीरच्या मुद्द्याबाबत रशियाने भारताला समर्थन दिलेले आहे. ज्या वेळी अमेरिका भारताला अडचणीत आणू पहात होता, त्यावेळी रशिया भारताच्या मदतीला आलेला आहे. तसेच रशियाने भारताच्या आर्थिक विकासामध्ये मोलाचा सहभाग घेतलेला आहे. तसेच भारताच्या संरक्षण क्षेत्राच्या विकासामध्येही रशियाने मोठे योगदान दिलेले आहे. भारताची संरक्षण क्षेत्रातील एकूण आयातीपैकी ७० टक्के आयात आजही रशियाकडून होते. संरक्षण क्षेत्रामधील संवेदनशील तंत्रज्ञानही रशियाने भारताला हस्तांतरित केलेले आहे. उदाहरणार्थ, नुकतेच आपण रशियाच्या मदतीने अरिहंत आण्विक क्षेपणास्त्र विकसित केले आहे. अशा प्रकारच्या हस्तांतरणासाठी अद्याप अमेरिकाही तयार नाहीये. पण रशियाने तयारी दर्शवली हे विशेष आहे.

रशियाला हवी संरक्षण क्षेत्रातील व्यापारवाढ

रशिया हा इतका जुना मित्र असूनही, दोघांमधील संबंध सदृढ असूनही दोन्ही देशांमधील व्यापार अवघा १० अब्ज डॉलर्सचा आहे. त्यातही संरक्षण क्षेत्राचा हिस्सा अधिक आहे. इतर बाबतीतील व्यापार अत्यल्प आहे. आता भारत संरक्षण क्षेत्रातील आयातीसाठीही इतर देशांकडे वळू लागला आहे. भारत रशियावरील आपले परावलंबित्त्व कमी करू लागला आहे. याचे कारण रशियाकडून मिळणारे संरक्षण तंत्रज्ञान हे महागडे ठरू लागले आहे. तसेच ते मिळण्यामध्ये प्रचंड विलंब होत आहे. याबाबतचे उदाहरण म्हणजे ॲडमिरल गोष्काव ही विमानवाहू नौका भारताला मिळण्यास जवळपास १० वर्षे उशिर झाला. परिणामी, त्याची किंमत वाढली आणि भारताला अधिक पैसा खर्च करावा लागला. भारताचे नुकसान सहन करावे लागले. त्यामुळे भारत आता इस्त्राईल, फ्रान्स आणि अमेरिका या तीन राष्ट्रांकडून शस्त्रास्त्रे आणि संरक्षण साहित्य आयात करत आहे. भारतासोबतच्या संरक्षण साहित्य व्यापारामुळे रशियाला फार मोठा पैसा मिळत होता. पण भारताने रशियावरील याबाबतचे परावलंबित्त्व कमी केल्याने रशिया घाबरला आहे. अलीकडेच नरेंद्र मोदी यांनी आपल्या अमेरिका दौऱ्यामध्ये अमेरिकेशी चार अब्ज डॉलर्सचे संरक्षण करार केले आहेत. त्यामुळे रशियाची चिंता अधिक वाढली आहे आणि भारताने हा व्यापार वाढवावा अशी पुतिन यांची इच्छा आहे.

भारतातील अणुऊर्जेचे क्षेत्र आणि रशिया

दुसरा मुद्दा म्हणजे भारत आणि रशियामध्ये आणखी एक क्षेत्र विकसित होत आहे ते म्हणजे अणुऊर्जेचे. भारताला युरेनियम हे अणुइंधन पुरवणारा रशिया हा एक महत्त्वाचा देश होता. १९९८ मध्ये भारताने अणुपरीक्षण केल्यानंतर रशियाने हे अणुइंधन देणे थांबवले होते. पण नंतर रशियाने युरेनियम देण्यास सुरुवात केली होती. आता रशियाच्या सहकार्याने भारत आगामी काळात म्हणजे २००२ पर्यंत जवळपास १७ अणुभट्ट्या उभारणार आहे. यासंदर्भातील भारत-रशियाचा व्यापार हा सुमारे ४५ अब्ज डॉलर्सचा असणार आहे. सध्या रशियाच्या मदतीने तामिळनाडूतील कुडानकुलम येथे दोन अणुप्रकल्प कार्यान्वित झालेले आहेत. त्यातून वीजनिर्मितीची प्रक्रिया सुरू झालेली आहे. तेथेच आता आणखी दोन प्रकल्प उभारण्यात येणार आहेत.

रशियाशी व्यापाराचे नवे क्षेत्र

भारतात असलेले हिऱ्याला पॉलिश करण्याचे आणि त्याला पैलू पाडण्याचे कौशल्य किंवा तंत्रज्ञान जगात कोठेही नाही. त्यामुळे आता रशिया भारताला कच्च्या स्वरुपातील हिरे देणार आहे आणि भारतात त्याला पॉलिश करून, ते कापून परत रशियाला दिले जाणार आहेत. हिऱ्यांच्या एका आंतरराष्ट्रीय प्रदर्शनाला मोदी आणि पुतिन या दोघांनाही भेट दिली. त्यामुळे हिऱ्यांच्या क्षेत्रात रशियाशी व्यापाराचे नवे क्षेत्र खुले झाले आहे.

या तीन क्षेत्रांशिवाय इतर क्षेत्रांमधील व्यापार

व्लादीमीर पुतीन आणि नरेंद्र मोदी

वाढण्यासाठी भारतात प्रलंबित असलेली विमा सुधारणा विधेयक, आण्विक उत्तरदायीत्त्वाचे विधेयक, करसुधारणा, रिटेल मार्केटिंग यांसारखी विधेयके मंजूर होणे आवश्यक आहे. ती झालेली नसल्यामुळे रशियाच्या गुंतवणुकीला मर्यादा येत आहेत. तसेच पायाभूत सुविधा आणि साधनसंपत्तीच्या विकासामध्येही रशियाने गुंतवणूक करावी अशी भारताची इच्छा आहे. थोडक्यात, सध्या दोन्ही देशांमधील व्यापार कमी असला तरी भविष्यात तो वाढण्याच्या शक्यता आहेत. रशियासमोर असलेल्या आर्थिक अडचणींच्या पार्श्वभूमीवर भारताने या संधींचा फायदा घेण्याची गरज आहे. कारण आता आपली सौदेबाजीची क्षमता वाढलेली आहे. त्याचा फायदा घेऊन रशियाशी व्यापार करताना आपण आपल्या पदरामध्ये काही चांगले लाभ पाडून घेऊ शकतो. या व्यापारी संबंधांबरोबरच इतर काही राजकीय कारणेही पुतिन यांच्या भेटीमागे आहेत.

मोदी-पुतिन शिखर परिषद आणि अमेरिका

भविष्यामध्ये रशिया आणि अमेरिका यांच्यातील संबंध अधिक तणावपूर्ण बनले आणि खऱ्या अर्थाने नव्या शीतयुद्धासारखी परिस्थिती निर्माण झाली तर भारत अमेरिकेच्या बाजूने ओढला जाऊ नये अशी रशियाची अपेक्षा आहे. मात्र त्याच वेळी क्रिमियाबाबत भारताने उघडपणाने कोणतीही भूमिका घेतलेली नसल्याने अमेरिका आणि युरोपियन राष्ट्रांमध्ये भारताविषयी प्रचंड नाराजी आहे. पंतप्रधान मोदी आणि व्लादीमीर पुतिन यांच्या भेटीबाबत तर अमेरिकेने उघडपणाने ही नाराजी व्यक्त केली. विशेषतः, या भारत-रशियाने करारासंदर्भात निवडलेली वेळ योग्य नाही असे अमेरिकेकडून म्हटले गेले. अमेरिका आणि युरोपने रशियावर आर्थिक निर्बंध लादलेले असताना भारतानेही त्यामध्ये सहभागी व्हायला हवे असे अमेरिकेचे म्हणणे आहे. भारत आणि अमेरिकेचे संबंध सध्या सुधारत आहेत आणि त्यामुळेच भारताने रशियासोबत कोणताही व्यापार करू नये असे अमेरिकेला वाटते. बराक ओबामांनी याबाबत स्पष्टपणाने भारताला संदेश दिला; परंतु आमचे सर्वांसोबत चांगले संबंध राहतील, असे भारताने स्पष्ट केले.

दहशतवादाबाबत हवेत संयुक्त प्रयत्न

सध्या भारताप्रमाणे रशिया हादेखील दहशतवादाला बळी पडलेला देश आहे. गेल्या दहा वर्षापासून रशियातील चेचेन्या प्रांतामध्ये इस्लामिक दहशतवाद मोठ्या प्रमाणावर वाढत आहे आणि आता धार्मिक मूलतत्त्ववादाने मोठी उसळी घेतलेली आहे. या दहशतवादाला अफगाणिस्तानातील तालिबान, अल्-कायदा, पाकिस्तानची आयएसआय यांसारख्या संघटनांचा पाठिंबा आहे. १९९६ ते २००२ या काळात अफगाणिस्तानात तालिबान्यांची राजवट असताना चेचेन्यामध्ये दहशतवाद प्रचंड वाढला होता. या दहशतवाद्यांना प्रशिक्षण देण्याचे काम तालिबान राजवटीने केलेले होते. डिसेंबर २०१४ नंतर अमेरिका आणि नाटोचे सैन्य अफगाणिस्तानातून माघारी जाणार आहेत. यानंतर जर तेथे तालिबानचे पुनरुज्जीवन झाले आणि तेथे तालिबानची सत्ता आली तर ती भारत आणि रशियासाठी मोठी डोकेदुखी ठरणार आहे. या पार्श्वभूमीवर भारत रशिया या प्रश्नाबाबत संयुक्तरित्या काही प्रयत्न करू शकतात का याबाबतही त्यांना विचार करायचा आहे.

शांघाय सहकार्य संघटनेमधील सदस्यत्त्वाबाबत

तिसरा मुद्दा म्हणजे रशियाबरोबर चीनचा शीनशियांग प्रांतही दहशतवादाने प्रभावित आहे. तसेच मध्य आशियाई देशांतील फरगना व्हॅलीमध्येही दहशतवाद मोठ्या प्रमाणावर आहे. त्यामुळेच या दहशतवादाचा संयुक्तपणे मुकाबला करण्यासाठी रशिया, चीन आणि आणखी मध्य आशियाई राष्ट्रे यांनी मिळून शांघाय सहकार्य संघटनेची स्थापना केलेली आहे. भारत सध्या

यामध्ये निरीक्षकाच्या भूमिकेत आहे; पण या संघटनेचे सदस्यत्त्व मिळवण्यासाठी भारत गेल्या अनेक वर्षांपासून प्रयत्न करत आहे. पण भारताला ते दिले गेलेले नाही. आता चीनने भारताच्या सदस्यत्त्वाला पाठिंबा दिलेला आहे. चीनच्या राष्ट्राध्यक्षांनी भारताला सदस्यत्व मिळवण्यासाठी आम्ही प्रयत्न करू असे आश्वासन ब्रिक्स परिषदेदरम्यान दिले आहे. त्यामुळे आता रशिया त्यासाठीही प्रयत्न करण्याची शक्यता आहे.

भारताची सौदेबाजीची क्षमता वाढली

पूर्वी रशिया आणि चीन ही साम्यवादी राष्ट्रे होती, त्यांच्यात सहकार्य होते; मात्र त्याकाळात सीमावादामुळे भारत-चीनमध्ये सहकार्य संबंध नव्हते. पण आता भारत आणि चीन यांच्यामधील संबंध सुधारत आहेत. दोन्ही देशांतील व्यापार सध्या वाढतो आहे. त्यामुळे आता भारत-चीन आणि रशिया यांच्यात एक प्रकारची युती भविष्यात आकाराला येऊ शकेल यासाठी पोषक वातावरण सध्या आहे. चीन आणि भारत यांसारख्या देशांशी मैत्री घनिष्ट करून आणि व्यापार वाढवून रशिया हा अमेरिका आणि युरोपच्या आर्थिक आणि राजकीय दबावाचा मुकाबला करण्याचा प्रयत्न करत आहे. रशियापुढील आर्थिक अडचणीचा भारताने अत्यंत हुशारीने फायदा उठवण्याची गरज आहे. ■

भारत-जपान संबंध

पंतप्रधान नरेंद्र मोदी यांचा ऑक्टोबर २०१४ मधील पाच दिवसांचा दौरा भारत-जपान संबंध सुधारण्याच्या दिशेने पडलेले एक ऐतिहासिक पाऊल होते. हा एक ऐतिहासिक असा दौरा होता. त्याकडे केवळ भारत आणि जपान या दोन देशांमधील संबंधांच्या दृष्टिकोनातूनच पाहून चालणार नाही. कारण या दौऱ्याचे अत्यंत दूरगामी परिणाम आशिया खंडाच्या सत्तासमतोलाच्या राजकारणावर होणार आहेत. त्यामुळेच त्या दृष्टिकोनातूनच या दौऱ्याकडे वा जपानभेटीकडे पाहावे लागेल. यापूर्वी मोदी यांनी दक्षिण आशियामधील नेपाळ आणि भूतानचा दौरा केला होता; परंतु मोदी हे पहिल्यांदाच दक्षिण आशिया सोडून बाहेरच्या उपखंडामध्ये द्विपक्षीय पातळीवर चर्चेसाठी गेले होते. त्यांनी यासाठी जपानची निवड केलेली होती.

भारतामध्ये ज्याप्रमाणे नरेंद्र मोदी यांचे एनडीए शासन बहुमताने निवडून आलेले आहे आणि त्यांचा जसा राष्ट्रवादी विचार आहे तशाच प्रकारे जपानचे पंतप्रधान शिंझो ॲबे यांच्या शासनालाही तेथील जनतेने फार मोठा कौल देत बहुमताने निवडून दिलेले आहे आणि सध्या जपानमध्ये प्रचंड राष्ट्रवादी भावना आहे. कारण त्यांचा चीनसोबत खूप मोठ्या प्रमाणावर सीमावाद सुरू आहे. सेनकाकू या बेटाच्या मुद्द्यावरून चीन आणि जपानमधील संघर्ष इतक्या पराकोटीला पोहोचला आहे, की दोघांमध्ये कोणत्याही क्षणी युद्धाचीही शक्यता नाकारता येत नाही. त्यामुळे मोदी यांच्या दौऱ्याकडे जपान हा संरक्षणाच्या दृष्टिकोनातून पाहत होता. चीनशी भविष्यात जर तसा संघर्ष झालाच तर भारत आपल्याला कशी मदत करू शकेल हे जाणून घेणे हा जपानचा मोदी यांच्या दौऱ्यातील उद्देश होता.

भेटीमागे भारताचा उद्देश :

भारताचे या भेटीमागे तीन महत्त्वाचे उद्देश होते. पहिला म्हणजे भारतामध्ये ज्या पायाभूत सुविधांच्या विकासाच्या योजना आखण्यात आलेल्या आहेत, त्यासाठी जपानची आर्थिक गुंतवणूक आणि तंत्रज्ञान येणे हे फार महत्त्वाचे होते. त्यामुळे जपानकडे या तंत्रज्ञानाबाबत आणि गुंतवणुकीबाबत मागणी करणे हा एक हेतू या दौऱ्यामागे होता. दुसरी गोष्ट जपान आणि भारत यांच्यामध्ये एक अणुकरार प्रलंबित आहे. अमेरिका आणि भारत यांच्यामध्ये जसा अणुकरार झाला होता, तसाच करार भारत आणि जपानमध्ये गेल्या

पाच वर्षांपासून प्रलंबित आहे. तो करार पूर्ण करणे हा दुसरा उद्देश होता आणि तिसरा उद्देश म्हणजे भारत आणि जपान यांच्यामध्ये संरक्षण करारावर स्वाक्षऱ्या होणार होत्या. या करारानुसार ज्याचा शांततेसाठीही आणि युद्धासाठीही उपयोग येईल (ज्याला ड्युअल युज टेक्नॉलॉजी) अशा प्रकारचे तंत्रज्ञान आणि काही लढाऊ विमाने, युद्धविमाने जपान भारताला देणार आहे.

या तीन उद्दिष्टांपैकी पहिले जे पायाभूत सुविधांचे उद्दिष्ट आहे ते पूर्णपणे यशस्वी झालेले आहे. याचे कारण जगभरातील जे देश भारतात आर्थिक गुंतवणूक करतात त्या देशांच्या यादीत जपान आज चौथ्या स्थानावर आहे.२०१३ मध्ये जपानने भारतामध्ये दोन अब्ज डॉलरची गुंतवणूक केलेली आहे. आता मोदी यांनी केलेल्या करारानुसार पुढच्या पाच वर्षांमध्ये जपान ३५ अब्ज अमेरिकन डॉलर इतकी प्रचंड गुंतवणूक भारतात टप्प्याटप्प्याने करणार आहे. ही गुंतवणूक कशासाठी होणार आहे? तर मुंबई-दिल्ली इंडस्ट्रीयल कॉरिडॉर, चेन्नई-बंगळुरु इंडस्ट्रीयल कॉरिडॉर यांच्या उभारणीसाठी आणि पूर्ण देशभरात जी १०० स्मार्ट शहरे विकसित करण्याची मोदी यांनी बजेटमध्ये घोषणा केली होती त्यांच्या उभारणीसाठी जपानकडून गुंतवणूक करण्यात येणार आहे. तसेच अहमदाबाद-मुंबई यादरम्यान प्रस्तावित असलेल्या बुलेट ट्रेनमध्ये जपान गुंतवणूक करणार आहे. त्याचबरोबर भारतामध्ये रेल्वेचे रुळ बांधणे, रस्ते बांधणी करणे यामध्येही जपान गुंतवणूक करणार आहे.

याशिवाय भारतातील ऐतिहासिक वास्तूंचे जतन करण्याच्या कामीही जपानकडून भांडवली गुंतवणूक केली जाणार आहे. या ऐतिहासिक वास्तूंच्या जतनासंदर्भात मोदी यांच्या जपानभेटीमध्ये एक विशेष करार करण्यात आला, ज्याला वाराणसी-क्योटो करार असे म्हणतात. क्योटो शहरामध्ये अनेक पारंपरिक, ऐतिहासिक ज्या वास्तू आहेत, त्या जपानने उत्तम पद्धतीने जतन करून ठेवलेल्या आहेत. तशाच पद्धतीचे तंत्रज्ञान जपानने भारताला द्यावे अशी आपण मागणी केली होती आणि जपानने ती पूर्ण केली आहे. त्यामुळे या सर्व माध्यमांतून येत्या पाच वर्षांच्या कालावधीत ३५ अब्ज डॉलरची गुंतवणूक जपानकडून भारतात होणार आहे. दुसरा मुद्दा आहे अणुकराराचा, जो होणे अपेक्षित होते; पण तो झालेला नाही.

अणुकरार का महत्त्वाचा आहे?

तर जपान हा जगातील एकमेव असा देश आहे ज्या देशाने अणुबॉम्बचे चटके सहन केलेले आहेत. १९४५ मध्ये जपानवर अणुबाँब टाकण्यात आला होता. तेव्हापासून जपान हा पूर्णपणे अणुबॉम्बच्या विरोधातील देश आहे. भारत आणि जपान यांच्यादरम्यानचा अणुकरार झाल्यास अणुभट्ट्यांसाठी आवश्यक ते तंत्रज्ञान, इंधन आणि स्पेअरपार्ट्स जपान भारताला देणार आहे. वास्तविक हा करार मनमोहन सिंग सरकारच्या काळातच होणार होता. परंतु जपानने त्यासंदर्भात दोन महत्त्वाच्या अटी घातल्या होत्या. यातील पहिली अट म्हणजे भारताने अण्वस्त्र प्रसारबंदी करारावर स्वाक्षरी करावी. ती भारताने केलेली नाही आणि दुसरी अट म्हणजे भारताने भविष्यात कोणतीही अण्वस्त्र चाचणी करणार नाही, असे जपानला वचन द्यावे. या दोन अटींची पूर्तता होत नाही तोपर्यंत हा अणुकरार होणार नाही. २०१२ पर्यंत भारत व जपान यांच्यामध्ये सकारात्मक पद्धतीने वाटाघाटी सुरू होत्या; पण २०१२ मध्ये घडलेल्या जपानमध्ये घडलेल्या फुकुशिमा दुर्घटनेमुळे हा करार प्रलंबितच राहिला. त्यावर चर्चाच झाली नाही. आता नरेंद्र मोदी यांच्या भेटीत करारावर स्वाक्षऱ्या झालेल्या नसल्या तरी त्याबाबत बोलणी झालेली आहेत. पुढील पाच वर्षांच्या काळात हा करार होण्याची खूप शक्यता आहे.

भारताला जपानबरोबरच हा अणुकरार का करायचा आहे?

अणुइंधन देणारे इतरही अनेक देश जगभरात आहेत. भारत त्यांच्याशी करारही करू शकतो. अमेरिका आणि फ्रान्सशी यापूर्वी भारताने तसा करार केलेलाही आहे. पण या दोन्ही राष्ट्रांचीच इच्छा आहे, की भारताने जपानशी करार करावा. याचे कारण अमेरिका व फ्रान्स ज्या अणुभट्ट्या, त्यांचं तंत्रज्ञान आणि स्पेअरपार्ट देणार आहेत ते बनवण्याचे काम जपानी कंपन्या करत असतात. जपानच्या तोशिबा कंपनीची यामध्ये मक्तेदारी आहे. त्यामुळेच तुम्ही थेट जपानशी करार करा, त्यामुळे हे स्पेअर पार्ट्स मिळायला त्रास होणार नाही, असे अमेरिका व फ्रान्सचे म्हणणे आहे. ही

बाब लक्षात घेता आणि जपानची या क्षेत्रातील प्रचंड मोठी मक्तेदारी पाहता आपल्याला हा करार होणे अधिक आवश्यक आहे. तिसरा मुद्दा होता संरक्षण विषयक करारांचा, जो झालेला आहे. त्यानुसार जपान भारताला काही युद्धविमाने देणार आहे. म्हणजेच या दौऱ्यातील तीनपैकी दोन उद्दिष्टे सफल झालेली आहेत, असे म्हणता येईल.

काही अपवादात्मक परिस्थिती :

पंतप्रधान नरेंद्र मोदी यांच्या दौऱ्यामध्ये दोन अपवादात्मक गोष्टी पाहायला मिळाल्या. यातील पहिली गोष्ट म्हणजे मोदी यांनी दौऱ्याचा प्रारंभ करण्यापूर्वी जपानी प्रसारमाध्यमांशी संवाद साधला आणि त्यांच्याशी केलेल्या वार्तालापामध्ये त्यांनी पाकिस्तानवर जबरदस्त टीका केली. वास्तविक असे कधीच घडत नाही. जपानी प्रसारमाध्यमांसमोर पाकिस्तानवर टीका करण्यामागचे कारण काय? तर भारत-पाक सीमेवरचा तणाव सध्या प्रचंड वाढलेला आहे आणि एखाद्या कारगील युद्धासारख्या घटनेची शक्यताही नाकारता येत नाही, अशी स्थिती आहे. अशा प्रकारचे युद्ध झाले तर नेहमीच चीन हा पाकिस्तानच्या मदतीला धावून जातो. पण आता जर असे युद्ध झाले तर जपान भारताच्या मदतीला धावून येईल. म्हणून जपानसमोर मोदींनी आपली बाजू मांडली.

दुसरी एक अपवादात्मक गोष्ट म्हणजे जपानमधील एका पत्रकार परिषदेत बोलताना मोदी यांनी चीनच्या विस्तारवादावर टीका केली. काही राष्ट्रे अठराव्या शतकातील साम्राज्यवादाचा अवलंब करत आहेत, हे चुकीचे आहे, असे ते म्हणाले. ही चीनवर उघड आणि स्पष्ट टीका होती, जी अनेकांना आश्चर्यकारक वाटणारी असू शकते. कारण, आपल्याला जपानकडून जशी गुंतवणूक हवी आहे तशीच ती चीनकडूनही हवी आहे. चीन ती

संरक्षणाच्या दृष्टिकोनातून भारत-जपान भेटी दरम्यान एकत्र आलेले भारताचे पंतप्रधान नरेंद्र मोदी आणि जपानचे पंतप्रधान शिंझो ॲबे

करायलाही तयार आहे; पण चीनविरोधात वक्तव्य केल्यामुळे मोदी आता चीनसोबतच्या संबंधात समतोल कसा राखतात, हे पाहावे लागणार आहे.

चीनचा जो विस्तारवाद वाढतो आहे त्याचा सामना एकेका देशाने स्वतंत्रपणे करणे शक्य नाही. कारण चीनचे सामर्थ्य मोठे आहे. त्यामुळेच जपानच्या नेतृत्वाखाली एक प्रकारची युती आकाराला येत आहे. त्यामध्ये जपान, दक्षिण कोरिया, फिलिपिन्स, इंडोनेशिया यांचा समावेश होण्याची शक्यता आहे. इतके दिवस भारत या युतीसोबत जाण्यास तयार नव्हता. आता मात्र याबाबत सकारात्मक घटना घडल्या आहेत. भारत आणि ही युती चीनच्या आक्रमकवादाला विरोध करणारी आहे. भारत हा युतीचा भाग बनू शकतो, हेदेखील या दौऱ्यातून स्पष्ट झाले आहे. त्यामुळेच, चीनला धमकावण्यासाठी, त्यांच्यावर दबाव टाकण्यासाठी आणि आशिया खंडातील जे सत्तासमतोलाचे राजकारण आहे त्यावर परिणाम करण्यासाठी हा दौरा अत्यंत महत्त्वाचा मानावा लागेल. ■

जपानचे नवे लष्करी धोरण

जपान हा जगातील एकमेव असा देश आहे ज्या देशाकडे स्वतःचे लष्कर नाही. त्यांच्याकडे स्वतःचे पोलीस दल (सेल्फ डिफेन्स फोर्स) आहे. दुसऱ्या महायुद्धापूर्वी जपान हा लष्करीकरणावर भर देणारा देश होता. जपानमध्ये लष्करी हुकूमशाही होती आणि या लष्करी हुकूमशाहीच्या युद्धपिपासून वृत्तीचे गंभीर परिणाम चीनसह अनेक आशियाई राष्ट्रांना सहन करावे लागले. त्यातूनच दुसरे महायुद्ध घडून आले असे म्हटले जाते. त्यामुळेच दोन अणुबॉम्ब टाकून जपानला शांत करावे लागले, असे म्हटले जाते. दुसऱ्या महायुद्धाच्या काळात अमेरिकेने जपानला आपल्या ताब्यात घेतले व अणुबॉम्ब टाकल्यानंतर हा देश संपूर्ण बेचिराख झालेला होता. त्यानंतर जपानमधील लष्करी राजवट पूर्णपणे संपुष्टात आणली गेली आणि तिथे लोकशाही व्यवस्था प्रत्यक्षात आली. त्यानंतर जपानमध्ये एक राज्यघटना आणली गेली. वास्तविक, ही राज्यघटना अमेरिकेने लिहिलेली असून ती जपानवर लादण्यात आली. त्या राज्यघटनेमध्ये असलेल्या कलम नऊनुसार जपान स्वतःचे लष्कर तयार करणार नाही, असे ठरवण्यात आले. तसेच जपान भविष्यात कधीही इतर राष्ट्रांशी युद्ध करणार नाही आणि जपान युद्धासाठी आपले सैन्य वा पोलीस कधीही इतर राष्ट्रांमध्ये पाठवणार नाही, असेही या कलमानुसार ठरवण्यात आले. जपानला लष्करी होण्यापासून परावृत्त करण्यासाठी हे कलम ठेवण्यात आले. त्यानुसार आतापर्यंत जपान या कलमाला बांधील होता आणि त्यानुसार त्यांच्याकडे लष्कर नव्हते.

आता जपानमध्ये शिंझो ॲबे यांचे राष्ट्रवादी शासन आलेले आहे. जपानचे सेन काकू बंदरावरून चीनशी असणारे वाद विकोपाला गेले असून त्यांच्यामध्ये युद्ध होण्याची शक्यता निर्माण झालेली आहे. चीनने दक्षिण पूर्व आणि उत्तर पूर्व समुद्रामध्ये आपला विस्तार सुरू केलेला आहे. या सर्व परिस्थितीमुळे शिंझो ॲबे यांनी एक कमिटी तयार केली. या कमिटीने ११ तास चर्चा केली आणि त्यांनी या कलम नऊमध्ये सुधारणा करण्याचे सुचवले. त्यानुसार जपान आपले सैन्य इतर देशांच्या रक्षणासाठी पाठवेल असे ठरवण्यात आले. म्हणजेच जपानचा प्रत्यक्ष संबंध असो अगर नसो, जपान प्रत्यक्ष युद्धामध्ये ओढला जाईल किंवा जाणारही नाही, पण इतर देशांच्या रक्षणासाठी जपानकडून आपले सैन्य पाठवले जाईल असा निर्णय घेण्यात आला.

वास्तविक, जपानची राज्यघटना ही जगातील शांततेची राज्यघटना म्हणून ओळखली जाते. त्यादृष्टीने कलम नऊचे फार महत्त्व आहे. तथापि, जपानकडून नव्याने अर्थ लावण्याचा जो प्रयत्न होतो आहे त्याचे आशियाई राष्ट्रांसाठी विशेषतः उत्तर व दक्षिणपूर्व आशियाई राष्ट्रांसाठी सकारात्मक व नकारात्मक अशा दोन्ही प्रकारांचे परिणाम होणार आहेत. सकारात्मक परिणाम म्हणजे फिलिपिन्स, व्हिएतनाम, इंडोनेशिया यांसारख्या राष्ट्रांचे चीनबरोबर जे सीमावाद सुरू आहेत त्यांना आता जपानचे लष्करी सहकार्य मिळू शकते. नकारात्मक परिणाम म्हणजे जपानमध्ये पुन्हा एकदा लष्करी राजवटीचे पुनरुज्जीवन होण्याचा मार्ग मोकळा होऊ शकतो. यामुळे आशियाई राष्ट्रांमध्ये एक प्रकारची भीतीदेखील आहे. त्यामुळे हे देश जपानकडे संशयानेदेखील बघत आहेत.

दुसऱ्या महायुद्धाच्या पूर्वीपर्यंत जपानमध्ये विस्तारवादावर आधारलेली लष्करी राजवट होती. त्यामुळे जपानचे धोरण हे आक्रमक असायचे. अनेक राष्ट्रांवर जपानने आक्रमणे केलेली होती. चीननेही जपानवर आक्रमण केलेले होते. त्यामुळे जपानच्या लष्करीकरणाला सर्वच देश घाबरत होते. जपानमध्ये लोकशाही व्यवस्था आली आणि राज्यघटनेत कलम नऊचा समावेश झाल्यामुळे सर्व राष्ट्रांनी सुटकेचा निःश्वास टाकला. मात्र आता

त्यांनी कलम नऊवर पुनर्विचार करण्याचा निर्णय घेतल्यामुळे पुन्हा एकदा असुरक्षिततेचे वातावरण निर्माण झालेले आहे.

हा निर्णय जपानने का घेतला?

यामागे चीनचे वाढते सामर्थ्य, आक्रमक विस्तारवाद आणि जपानशी असलेले त्यांचे भांडण हे एक कारण होते आणि दुसरे कारण म्हणजे अमेरिकेची उदासीनता. अमेरिका आणि जपान यांच्यामध्ये १९५०मध्ये एक संरक्षण करार झालेला होता. त्यानुसार जपानच्या रक्षणाची पूर्ण जबाबदारी अमेरिकेने घेतलेली होती. अमेरिकेने जपानला सांगितले होते की, तुम्ही लष्कर तयार करू नका. तुम्ही केवळ शिक्षणावर, सामाजिक विकासावर खर्च करा. तुमच्या रक्षणाची जबाबदारी आम्ही घेऊ. म्हणजेच जपानवर कोणीही आक्रमण केले तर ते अमेरिकेवर केलेले आक्रमण असे मानले जाईल आणि अमेरिका त्याला प्रत्युत्तर देईल, असे ठरवण्यात आले. त्यानुसार अमेरिकेने आपले जवळपास दोन लाख सैन्य जपानमध्ये ठेवले. त्याचा खर्च अंदाजे १० अब्ज डॉलर्स प्रतिवर्ष इतका आहे आणि तो जपानकडून दिला जातो. त्यामुळेच अमेरिकेच्या सैन्यावर इतक्या प्रचंड प्रमाणात पैसा खर्च करण्यापेक्षा आपणच आपले सैन्य तयार का करू नये अशी जपानची भूमिका बनली. त्यातच अमेरिका सध्या इस्लामिक, अरब राष्ट्रांमध्ये आणि तेथील दहशतवादी संघटनांशी झुंजण्यामध्ये कमालीचा गुंतलेला आहे. त्यातूनच त्यांचे जपानकडे दुर्लक्ष झालेले आहे. तसेच चीनला थेट आव्हान देण्याची अमेरिकेची तयारी नाही. याचे कारण या दोन देशांमध्ये असलेला प्रचंड प्रमाणातील व्यापार.

त्यामुळे अमेरिका जर आपल्याला मदतीला येत नसेल तर आपण का पुढाकार घेऊ नये असा विचार करून जपानने या कलम ९ बाबत पुनर्विचार सुरू केला आहे.

■

महत्त्व ऐतिहासिक अणुकराराचे

भारतापुढे सध्या विजेचे मोठे संकट उभे आहे. त्यामुळेच भविष्यात आपण वीजनिर्मितीच्या अपारंपरिक स्त्रोतांवर भर दिला नाही तर भारताच्या विकासावर नकारात्मक परिणाम होतील. अणुविजेत भारताच्या भविष्यातील गरजा भागवण्याचे सामर्थ्य आहे. त्यामुळेच अणुऊर्जेची व्याप्ती वाढवण्यासाठी भारताने अणुइंधन पुरवणाऱ्या देशांशी करार करण्याबाबत पावले टाकण्यास सुरुवात केली आहे. मात्र अण्वस्त्रप्रसारबंदी करारावर स्वाक्षरी करत नाही तोपर्यंत हे देश भारताशी करार करण्यास तयार नाहीत. त्यामुळेच भारत व अमेरिका यांच्यातील नागरी अणुकरार प्रलंबित आहे, जपाननेही या कराराबाबत सध्या असमर्थता दाखवली आहे; मात्र त्याच वेळी ऑस्ट्रेलिया आणि भारत यांच्यातील अणुकरारावर नुकत्याच स्वाक्षऱ्या करण्यात आल्या आहेत. हा करार अनेक अर्थांनी ऐतिहासिक आणि महत्त्वपूर्ण ठरणारा आहे. हा करार होण्यामागे अनेक आंतरराष्ट्रीय संदर्भही कारणीभूत आहेत, हे लक्षात घ्यावे लागेल.

ऑस्ट्रेलियाचे पंतप्रधान टोनी ॲबोट हे २०१४ मध्ये दोन दिवसांच्या भारत दौऱ्यावर आले होते. त्यांचा हा दौरा भारतासाठी अत्यंत महत्त्वाचा ठरला. याचे सर्वांत प्रमुख कारण म्हणजे या दौऱ्यामध्ये भारत आणि ऑस्ट्रेलिया या दोन देशांमध्ये अणुऊर्जा करारावर स्वाक्षऱ्या करण्यात आल्या. यामुळे भारताच्या अणुऊर्जा संयंत्रांसाठी आवश्यक असणाऱ्या अणुइंधनाचा म्हणजे युरेनिअमचा पुरवठा वाढणार आहे. या पार्श्वभूमीवर सर्वप्रथम भारताला अणुऊर्जेची गरज का आहे आणि ऑस्ट्रेलियासोबतचा हा करार त्यासाठी कसा फायदेशीर ठरणार आहे, हे जाणून घेणे आवश्यक आहे.

भारतातील वीजसंकट आणि अणुऊर्जा

भारताला आपली वाढती लोकसंख्या आणि विकासाच्या गरजा लक्षात घेता अणुविजेच्या निर्मितीवर लक्ष केंद्रित करणे आवश्यक आहे. सध्या भारतात निर्माण होणाऱ्या एकूण विजेपैकी अणुविजेचा वाटा केवळ दोन टक्के एवढा आहे. याची तुलना आपण जर फ्रान्स व जर्मनी या दोन युरोपियन राष्ट्रांबरोबर केली तर भारतात अणुविजेचे उत्पादन किती नगण्य आहे हे स्पष्ट होते. कोळसा किंवा पाणी या माध्यमातून भारतात निर्माण होणारी सध्याची वीज वाढत्या लोकसंख्येच्या गरजा पूर्ण करू शकत नाही. आजही भारतात ३० टक्क्यांहून अधिक खेडी अशी आहेत की, जिथे अद्याप वीज पोहोचलेलीच नाही. विजेचा तुटवडा हा पुढील काळात अधिक जाणवणार आहे. जर भारताने वेळीच सावध होऊन वीजनिर्मितीच्या अपारंपरिक स्त्रोतांवर भर दिला नाही तर भारताच्या विकासावर मोठे नकारात्मक परिणाम होतील. अणुविजेत भारताच्या भविष्यातील गरजा भागवण्याचे सामर्थ्य आहे.

भारतात सध्या अणुविजेच्या निर्मितीसाठी २० अणुभट्ट्या आहेत. त्यासाठी सध्या प्रतिवर्षी ४०० टन युरेनिअमची गरज आहे. भविष्यात अणुभट्ट्यांची ही संख्या मोठ्या प्रमाणावर वाढणार आहे. २०३२ सालापर्यंत ३२ अणुभट्ट्या निर्मितीच्या भारताच्या योजना आहेत. स्वाभाविकपणे भारताची युरेनिअमची गरजही वाढणार आहे. केवळ २०२० पर्यंत भारताला २००० टन एवढ्या युरेनिअमची गरज भासणार आहे. ही गरज लक्षात घेता भारताने युरेनिअमच्या पुरवठ्यासाठी यापूर्वीच कॅनडा व कझाकिस्तान या देशांबरोबर महत्त्वपूर्ण अणुकरार केले आहे. पण ते पुरेसे नव्हते.

अणुइंधन आणि ऑस्ट्रेलिया

जागतिक पातळीवर युरेनिअमचा साठा असणारे जे देश आहेत त्यापैकी ऑस्ट्रेलिया चौथ्या क्रमांकावर येतो. जगातील एकूण युरेनिअमच्या साठ्यांपैकी एकट्या ऑस्ट्रेलियाकडे ४० टक्के एवढा युरेनिअमचा साठा आहे. ऑस्ट्रेलियामध्ये प्रतिवर्षी ७ हजार टन एवढे युरेनिअमचे उत्पादन होते. एवढ्या मोठ्या प्रमाणात युरेनिअमचा उत्पादन करणारा ऑस्ट्रेलिया हा कॅनडा व कझागिस्ताननंतरचा तिसऱ्या क्रमांकाचा देश आहे. युरेनिअमच्या जागतिक व्यापारातही ऑस्ट्रेलियाचा वाटा फार मोठा आहे. त्यामुळेच ऑस्ट्रेलियाबरोबर युरेनिअमच्या पुरवठ्यासाठी करार होणे आवश्यक होते.

भारत–ऑस्ट्रेलिया कराराचा पूर्वेइतिहास

भारत व अमेरिका यांच्यातील नागरी अणुकरार प्रलंबित असताना, जपानमध्ये भारताबरोबर अणुकरार करण्यास सध्या असमर्थता दाखवलेली असताना ऑस्ट्रेलियाचा भारताबरोबर झालेला अणुकरार निश्चितच ऐतिहासिक म्हणावा लागेल. या अणुकरारामध्ये भारत व ऑस्ट्रेलियामध्ये सामरिक भागीदारीचे नवीन पर्व सुरू झाले आहे. या दोन राष्ट्रांमधील संबंध हे आता आता केवळ आर्थिक, व्यापारी किंवा शैक्षणिक पातळीपुरते मर्यादित राहिलेले नसून संरक्षण क्षेत्रातही उभय देशांमधील संबंध घनिष्ठ होताना दिसत आहेत. ऑस्ट्रेलिया- भारत यांच्यातील नुकत्याच झालेल्या करारानुसार ऑस्ट्रेलिया भारताला अणुविजेच्या निर्मितीसाठी युरेनिअमचा पुरवठा करणार आहे.

१९९८ साली भारताने अणुपरिक्षण करुन स्वत:ला अण्वस्त्रधारी राष्ट्र म्हणून घोषित केल्यानंतर ज्या अनेक देशांनी भारतावर बहिष्कार टाकला त्यात ऑस्ट्रेलियादेखील होता. ऑस्ट्रेलियाने भारताला युरेनिअमचा पुरवठा करणे थांबवले. तथापि गेल्या एक दशकात भारताने एक जबाबदार अण्वस्त्रधारी राष्ट्र म्हणून जी प्रतिमा विकसित केली त्यामुळे प्रभावित होऊन अमेरिका, कॅनडा, जपान व ऑस्ट्रेलिया या राष्ट्रांनी भारताविषयीचा आपला दृष्टिकोन बदलला. या राष्ट्रांपैकी अमेरिकेने प्रथम पुढाकार घेत भारताबरोबर नागरी अणुकरार केला. हा करार जरी प्रत्यक्षात आलेला नसला तरी त्यामुळे अणुइंधन, तंत्रज्ञान विकसित आणि निर्यात करणाऱ्या अनेक राष्ट्रांच्या दृष्टिकोनात बदल घडून आला. याच प्रभावांतर्गत ऑस्ट्रेलियाने २०१२ साली भारताला युरेनिअमची निर्यात करण्यावर जो बहिष्कार टाकला होता तो उठवला.

ऑस्ट्रेलिया का तयार झाला?

आता साहजिकच प्रश्न पडतो तो ऑस्ट्रेलियाने हा बहिष्कार उठवून तो या करारासाठी का तयार झाला? हा करार गेल्या एक दशकापासून प्रलंबित

होता. भारत जोपर्यंत अण्वस्त्रप्रसारबंदी करारावर स्वाक्षरी करत नाही किंवा भविष्यात अणुचाचणी न करण्याचे लिखित आश्वासन आंतरराष्ट्रीय समुदायाला देत नाही तोपर्यंत भारताबरोबर असा करार करायचा नाही अशी ऑस्ट्रेलियाची भूमिका होती. याच स्वरूपाची भूमिका जपाननेदेखील घेतली होती. जपान या भूमिकेवर आजही ठाम आहे. पंतप्रधान नरेंद्र मोदी यांचा नुकताच जपान दौरा पार पडला. या दौऱ्यादरम्यान भारत व जपानमध्ये अनेक क्षेत्रांत महत्त्वपूर्ण करार झाले. मात्र अणुकरारावर स्वाक्षऱ्या झाल्या नाहीत, हे लक्षात घ्यायला हवे. ऑस्ट्रेलियाने मात्र आपली भूमिका बदलली. एकूणच भारत आणि ऑस्ट्रेलिया यांच्यातील परस्परसंबंध गेल्या ६० वर्षांपासून सुरळीत नव्हते. अनेक प्रश्नांवरून उभय देशांमध्ये वाद होता. शीतयुद्धाचे राजकारण, भारताचे अलिप्ततावादी धोरण, ऑस्ट्रेलियाच्या भारताविषयीच्या धोरणावर वंशवादाचा असलेला प्रभाव, भारताची बंदिस्त समाजवादी अर्थव्यवस्था, भारताकडून अण्वस्त्र प्रसारबंदी करार आणि सर्वसमावेशक अणुचाचणी बंदी करार यावर स्वाक्षरी करण्यास दिला गेलेला नकार आणि भारतातून ऑस्ट्रेलियामध्ये शिक्षणासाठी गेलेल्या विद्यार्थ्यांवर वंशवादी दृष्टिकोनातून झालेले हल्ले यामुळे उभय देशांमधील संबंध तणावपूर्ण बनले होते. तथापि २००४ नंतर दोन्ही देशांमधील संबंध सुधारण्याच्या प्रक्रियेने वेग पकडला.

भारत-ऑस्ट्रेलिया संबंध आणि चीन

भारताचा आर्थिक विकास, भारताची मोठी मध्यमवर्गीय बाजारपेठ, परकीय गुंतवणुकीसाठी अनुकूल वातावरण या आर्थिक घटकांबरोबरच गेल्या एक दशकात आशिया-प्रशांत क्षेत्रात घडलेल्या अनेक घडामोडी ऑस्ट्रेलियाचा भारताविषयीचा दृष्टिकोन बदलण्यास कारणीभूत ठरल्या. यापैकी एक महत्त्वाची घडामोड म्हणजे चीनचा वाढता संरक्षण खर्च, लष्करी आधुनिकीकरणाचे चीनचे प्रयत्न, प्रशांत महासागरात चीनकडून वाढता नाविक हस्तक्षेप, चीनचे विस्तारवादी धोरण, सीमावादाच्या प्रश्नावर चीनने दक्षिण-पूर्व व उत्तर-पूर्व आशियाई राष्ट्रांबरोबर घेतलेले आक्रमक धोरण यामुळे या क्षेत्रातील अधेक राष्ट्रे असुरक्षित बनली. त्यापैकी ऑस्ट्रेलियादेखील आहे. मागच्या वर्षी ऑस्ट्रेलियाने संरक्षणावरील आपली श्वेतपत्रिका घोषित केली होती. त्यात चीनच्या वाढत्या विस्तारवादाचा धोका नमूद करण्यात आला होता. याच पार्श्वभूमीवर गेल्या काही वर्षांपासून जपान, दक्षिण कोरिया, फिलिपिन्स, व्हिएतनाम, मलेशिया यांसारखी राष्ट्रे चीनच्या विरोधात एकत्र येण्याची प्रक्रिया सुरू झाली होती. या संभाव्य युतीमध्ये ऑस्ट्रेलियादेखील भविष्यात सहभागी होण्याची शक्यता आहे. हाच प्रकार भारताच्या बाबतीतदेखील आहे. भारतदेखील भविष्यात या युतीचा भाग बनू शकतो. सागरी मार्गांच्या सुरक्षेसाठी यापूर्वीच भारत-ऑस्ट्रेलिया यांच्यात महत्त्वपूर्ण करार झालेले आहेत. २०१२ साली 'इंडियन ओशन रिम' या संघटनेची नवी दिल्ली येथे बैठक झाली. या बैठकीदरम्यान भारत व ऑस्ट्रेलियाने समुद्रमार्गाच्या सुरक्षेसाठी अनेक योजना येत्या काळात हाती घेण्याचा निश्चय केला.

भारत व ऑस्ट्रेलिया यांच्यातील हा अणुकरार एकूणच दक्षिण आशियाच्या सत्ता समतोलाच्या राजकारणावर परिणाम करणारा आहे. यामुळे चीनच्या भारताकडे बघण्याच्या दृष्टिकोनात निश्चितच बदल होणार आहे. या दोन देशांमधील व्यापारी व संरक्षण क्षेत्रातील भागीदारी आशियाई राजकारणावर दूरगामी परिणाम करणारी आहे.

■

युरोप दौऱ्यातून काय साधले ?

नरेंद्र मोदींच्या या परराष्ट्र धोरणाच्या तिसऱ्या टप्प्यामध्ये प्रामुख्याने युरोपियन देशांवरती लक्ष केंद्रीत करण्याचे ठरवण्यात आले होते. त्यानुसार मोदी यांनी एप्रिल २०१५ मध्ये फ्रान्स, जर्मनी आणि कॅनडा या तीन देशांच्या नऊ दिवसांचा दौरा केला. या दौऱ्यातून काय साधले याचा विचार करताना त्यामागची पार्श्वभूमी आणि या तीन देशांचे महत्त्व लक्षात घेणे आवश्यक आहे.

दौऱ्याची पार्श्वभूमी

फ्रान्स आणि जर्मनी हे युरोपियन महासंघ या शक्तिशाली व्यापारी संघटनेचे सदस्य आहेत. कॅनडा हा महासंघाचा सदस्य नसला तरी त्याचाही वेगळ्या दृष्टीने विचार करावा लागणार आहे. नरेंद्र मोदी यांचा हा संपूर्ण दौरा प्रामुख्याने तीन दृष्टिकोनातून आखण्यात आला होता. हे तीन दृष्टिकोन म्हणजे केंद्र शासनाने हातामध्ये घेतलेले तीन प्रकल्प होत. त्यातील पहिला प्रकल्प म्हणजे 'मेक इन इंडिया' दुसरा प्रकल्प म्हणजे 'क्लिन इंडिया' आणि तिसरा प्रकल्प हा 'डिजिटल इंडिया' असा आहे. सध्या भारत हा एक उद्योगप्रधान देश म्हणून पुढे येऊ इच्छित आहे. आगामी काळामध्ये उद्योगधंद्यांना प्रचंड प्राधान्य देऊन भारत हा मॅन्युफॅक्चरींग हब म्हणून पुढे आणण्याचा प्रयत्न मोदी सरकारकडून कसोशीने सुरू आहे. ही बाब जगाला दाखवण्यासाठी ते विविध देशांच्या दौऱ्यांवर जात आहेत. उपरोक्त तीनही प्रकल्प यशस्वी होण्यासाठी परकी गुंतवणूक मोठ्या प्रमाणात येणे आवश्यक आहे. त्यामुळे विदेशी गुंतवणूकदारांना आकर्षित करण्याबरोबरच या प्रकल्पांसाठी आवश्यक असणारे तंत्रज्ञान आकर्षित करणे हा या दौऱ्यामागचा मुख्य उद्देश होता. या तीन प्रकल्पांव्यतिरिक्त आणखी काही उद्देश दौऱ्यामागे होते. मोदी सरकारला देशामध्ये १०० स्मार्ट सिटीज विकसित करायच्या आहेत. त्या दृष्टीनेही या तीन देशांमधील गुंतवणूकदारांना आवाहन करणे हा दौऱ्यातील एक भाग होता. या दौऱ्याची आखणी अतिशय पद्धतशीरपणे केली होती. तिन्ही देशांकडून काही नेमक्या गोष्टी आपल्याला अपेक्षित होत्या. फ्रान्सकडून आपल्याला अणुऊर्जा आणि संरक्षण क्षेत्रामध्ये सहकार्य हवे होते. जर्मनीकडून प्रामुख्याने उद्योगधंद्यांसंदर्भात लक्ष दिले जाणे अपेक्षित होते आणि कॅनडाकडून अणुऊर्जेसाठी अत्यावश्यक असलेले युरेनियम जास्तीत जास्त कसे मिळेल हे अपेक्षित होते. प्रत्येक देशांसाठी तीन दिवसांचा वेळ नियोजित ठेवण्यात आला होता.

युरोप दौऱ्याची सुरुवात

या दौऱ्याची सुरुवात फ्रान्सपासून झाली. या दौऱ्यात तीन महत्त्वाच्या गोष्टी घडून आल्या. त्यातील पहिली गोष्ट म्हणजे भारताने फ्रान्सकडून 'राफेल 'कंपनीची युद्धविमाने खरेदी करण्याचा महत्त्वपूर्ण निर्णय घेतला आहे. ही विमान आगामी दोन वर्षात भारताच्या हवाई दलात दाखल होणार आहेत. यासंदर्भात काही वर्षापूर्वी भारत आणि फ्रान्समध्ये करार झाला होता. त्यानुसार अशा प्रकारची १२६ युद्धविमाने फ्रान्स भारताला पुरवणार होता. परंतु त्यामध्ये अनेक अडचणी निर्माण झाल्या. परिणामी हा करार पूर्णत्वाला येत नव्हता. आता मात्र ३६ विमाने त्वरीत देण्याचे फ्रान्सनेदेखील मान्य केले आहे. उर्वरित विमानांचा संयुक्त विकास भारतामध्ये करण्यात येणार आहे. त्यासाठी तंत्रज्ञानाच्या हस्तांतरणासही सहमती दर्शवण्यात आली आहे. फ्रान्सभेटीतील दुसरा करार अणुऊर्जेच्या संदर्भातील होता. हा करार महाराष्ट्रातील जैतापूर येथे उभारण्यात येणाऱ्या अणुऊर्जा प्रकल्पासंदर्भात होता. हा प्रकल्प फ्रान्सच्या मदतीने विकसित केला जात आहे. या प्रकल्पासाठी फ्रान्सची अरेव्हा ही कंपनी त्यांचे तंत्रज्ञान पुरवत आहे. 'न्युक्लियर पॉवर कॉर्पोरेशन ऑफ इंडिया' आणि 'अरेव्हा' कंपनी यांच्यामध्ये महत्त्वपूर्ण करार झाला. त्यामुळे जैतापूर प्रकल्प लवकरच पूर्णत्वाला येण्याच्या आशा पल्लवित झाल्या आहेत. मुळात,

यामध्ये अणुऊर्जेची किंमत ठरवणे हा महत्त्वाचा भाग होता आणि ती अडचण होती. ती अडचण आता दूर झालेली आहे. फ्रान्स दौऱ्यात तिसरा जो करार झाला तो भारतीय रेल्वे आणि फ्रेंच रेल्वे या दोघांमध्ये झाला. भारतामध्ये दिल्ली आणि चंदिगढ या सुपरफास्ट रेल्वेप्रमाणे आणखी काही वेगवान रेल्वे सुरू करता येऊ शकतात का, यादृष्टीने हा करार महत्त्वाचा ठरणार आहे.

जर्मनी भेटीमध्ये काय घडले?

या दौऱ्याचा दुसरा टप्पा होता जर्मनी. जर्मनी हा संपूर्ण युरोपमधला सर्वात मोठा उद्योगप्रधान देश आहे. जर्मनीच्या संपूर्ण अर्थव्यवस्थेमध्ये उद्योगक्षेत्राचा सहभाग सर्वांत मोठा आहे. मागील काळापासून संपूर्ण युरोप आर्थिक मंदीच्या लाटेमधून जात आहे. ही मंदी अद्यापही पूर्णपणे दूर झालेली नाही. असे असताना या मंदीची झळ जर्मनीला मात्र फारशी पोहोचलेली नाही. जर्मनीकडे कारनिर्मिती उद्योग, उद्योगासाठी लागणारे कौशल्य, तंत्रज्ञान या गोष्टी उत्तम आहेत. तसेच युरोपियन व्यापारी महासंघात असणाऱ्या २८ देशांपैकी भारताचा सगळ्यात मोठा व्यापार भागीदारी हा जर्मनी आहे. भारत आणि जर्मनी यांच्यादरम्यानचा सध्याचा व्यापार हा १६ अब्ज डॉलर्स इतका आहे. भारतामध्ये जे देश गुंतवणूक करतात त्यामध्ये जर्मनी हा आठव्या क्रमांकाचा सगळ्यात मोठा देश आहे. मोदी सरकारच्या 'मेक इन इंडिया' या महत्त्वाकांक्षी प्रकल्पाच्या पूर्ततेसाठी आदर्श असणारा देश म्हणजे जर्मनी हा आहे. जर्मनीकडे उद्योगाच्या विकासासाठीचे उत्कृष्ट प्रकारचे तंत्रज्ञान आहे. ते तंत्रज्ञान आपल्याला प्राप्त करण्यासाठी या दौऱ्याची प्रामुख्याने आखणी केली गेली होती. या दौऱ्यादरम्यान एक उद्योग परीषद (हॅन हॉवर बिझनेस समिट) भरवण्यात आली होती आणि भारताला त्यामध्ये भागिदार बनवण्यात आले. ही परीषद जागतिक पातळीवर अत्यंत महत्त्वाची मानली जाते. या परिषदेमध्ये ४०० भारतीय कंपन्यांनी भाग घेतला. पंतप्रधान नरेंद्र मोदींनी स्वतः या उद्योग परिषदेला हजेरी लावली होती. यामध्ये पंतप्रधानांनी जर्मनीमधील मोठ्या उद्योगपतींना भारतात जास्तीत जास्त गुंतवणूक करण्याचे आवाहन केले. जर्मनीने सौर ऊर्जेच्या क्षेत्रातही अतिशय नेत्रदीपक प्रगती केली आहे. या भेटीत भारतातर्फे सौर ऊर्जेच्या संदर्भात एक महत्त्वपूर्ण करार जर्मनीसोबत करण्यात आला. आधुनिक तंत्रज्ञानाद्वारे सौरऊर्जेचा वापर जास्तीत जास्त कसा करता येईल, या दृष्टीने हा करार महत्त्वाचा आहे.

जर्मनी भेटीचे राजकीय महत्त्व

जर्मनी दौऱ्याचे राजकीय महत्त्व देखील मोठे आहे. भारत आणि जर्मनी हे दोन्ही देश गेल्या वीस वर्षांपासून संयुक्त राष्ट्र संघटनेच्या सुरक्षा परिषदेचे कायम सदस्य बनण्यासाठी प्रयत्न करत आहेत. त्यासंदर्भात ज्या चार देशांची नावे चर्चेत आहेत त्यामध्ये जर्मन, भारत, ब्राझिल, जपान यांचा समावेश आहे. त्यामुळे भारत आणि जर्मनी या दोन्ही देशांनी मिळून संयुक्त राष्ट्र संघटनेच्या लोकशाहीकरणासाठी आणि सुरक्षा परीषदेच्या विस्तारासाठी संयुक्त प्रयत्न करण्याचे मान्य केले आहे, हा महत्त्वाचा मुद्दा देखील लक्षात घेतला पाहिजे. विशेष म्हणजे, या दौऱ्यामध्ये पंतप्रधान नरेंद्र मोदींनी यासंदर्भात एक महत्त्वाचे निवेदन केले. आम्ही आता सुरक्षा परिषदेचे सदस्यत्व मिळण्यासाठी भिक मागणार नाही, तर तो आमचा हक्क आहे, हा डावललेला हक्क आम्हाला दिला गेला पाहिजे असे मत मोदींनी आग्रहपूर्वक मांडले. हा देखील दौऱ्यातील महत्त्वाचा पैलू आहे.

या दौऱ्याकडे भारताच्या युरोपियन महासंघाशी असणाऱ्या संबंधाच्या दृष्टीने पहावे लागेल. युरोपियन महासंघ हा भारताचा फार मोठा व्यापार भागिदार आहे. भारताचा या व्यापार संघाबरोबरचा सध्याचा व्यापार हा १०५ अब्ज डॉलर इतका आहे. हा आकडा भविष्यात वाढत जाणार आहे. २००७ पासून युरोपियन महासंघ आणि भारत यांच्यामध्ये मुक्त व्यापाराचा करार (फ्री ट्रेड ॲग्रीमेंट) करण्यासाठी भारत प्रयत्नशील आहे. परंतु अनेक तांत्रिक अडचणींमुळे तसा करार अद्यापही होऊ शकलेला नाही. या अडचणी कररचना, व्यावसायिकांचे आदानप्रदान या संदर्भातील आहेत. आता हा प्रलंबित मुक्त व्यापार करार लवकरात लवकर पूर्ण झाला पाहिजे, अशी मागणी भारताने केली आहे. याबाबत जर्मनीच्या अंजला मार्केन यांनी दोन्ही बाजूंनी लवचिकता दाखवून तांत्रिक मुद्द्यांची लवकरात लवकर पूर्तता केल्यास हा महाकरार होऊ शकतो, असे संकेत

दिले आहेत. त्यामुळे या दृष्टीने देखील हा दौरा महत्त्वाचा होता. यामध्ये भारताने आपल्यासाठी आधार व्यवस्था उभ्या करण्याचा प्रयत्न केला.

चार दशकानंतरची कॅनडा भेट ठरली महत्त्वाची

मोदी यांच्या दौऱ्यातील तिसरा देश कॅनडा हा होता. या दौऱ्याचे मुख्य वैशिष्ट्य म्हणजे चार दशकांनंतर भारतीय पंतप्रधान कॅनडा दौऱ्यावर गेले. १९७३ साली इंदिरा गांधींनी शेवटचा कॅनडा दौरा केला होता. कॅनडाचे महत्त्व म्हणजे, तेथे खूप जास्त भारतीय स्थायिक झालेले आहेत. त्यांचा कॅनडाच्या अर्थव्यवस्था विकासात फार मोठा वाटा आहे. अणुऊर्जेसाठी उपयुक्त असणाऱ्या युरेनियमचा कॅनडात मोठा साठा आहे. जगातील पहिल्या पाच युरेनियम तयार करणाऱ्या देशांमध्ये कॅनडाचा समावेश होतो. भारतातील अणुभटट्यांची संख्या २०२० मध्ये वाढणार आहे. त्यामुळे भारताला मोठ्या प्रमाणात म्हणजे जवळपास २२ हजार टन युरेनियम लागणार आहे. युरोपदौऱ्याचे सर्वांत महत्त्वपूर्ण वैशिष्ट्य म्हणजे कॅनडासोबत युरेनियमच्या पुरवठ्यासंदर्भात एक महत्त्वपूर्ण करार पूर्ण करण्यात आला आहे. या करारानुसार कॅनडा पुढील पाच वर्षांमध्ये ३००० टन युरेनियम भारताला देणार आहे. वास्तविक, यासंदर्भातील प्राथमिक करार २०१२ मध्येच झाला होता. परंतु त्याला प्रशासकीय बाबींची पूर्तता करून पूर्ण रूप देणे बाकी राहिले होते. ते या दौऱ्यादरम्यान पूर्ण झाले आहे. मुख्य म्हणजे, युरेनियमचा पुरवठा केल्यानंतर त्याचा वापर ऊर्जानिर्मितीसाठीच केला जात आहे का यावर देखरेख ठेवली जाते. हे काम प्रामुख्याने इंटरनॅशनल ॲटोमिक एनर्जी एजन्सी (आयएईए) करत असते. परंतु अमेरिकेसारखे देश स्वतः ही देखरेख करण्याची मागणी करताना दिसतात; परंतु आता कॅनडाने आयएइएमार्फत देखरेख केली जाण्यास संमती दर्शवली आहे. त्यामुळे हा करार अमेरिका, ऑस्ट्रेलिया या अणुइंधन पुरवठा करणाऱ्या इतर देशांसाठीही आदर्श ठरू शकतो. याशिवाय, कॅनडातील मोठ्या उद्योगपतींची भेट घेऊन मोदींनी त्यांना भारतात गुंतवणूक करण्याचे आवाहन केले आहे. शिक्षण, ऊर्जा, विज्ञान व तंत्रज्ञान आणि शहर विकास या पाच क्षेत्रांत कॅनडाबरोबर महत्त्वपूर्ण करार झाले आहेत. एकूणच, भारताने हाती घेतलेल्या प्रमुख चार प्रकल्पांच्या दृष्टीने पंतप्रधानांचा हा दौरा अतिशय महत्त्वपूर्ण राहिला.

आता अंतर्गत सुधारणांची गरज

असे असले तरी या दौऱ्यांच्या अपेक्षित व सकारात्मक फलनिष्पत्तीसाठी भारताने दोन पावले पुढे जाऊन पुढाकार घेणे गरजेचे आहे. आज ज्या प्रकारच्या परकीय गुंतवणुकीची आपण अपेक्षा करत आहोत, त्या गुंतवणुकीसाठी आवश्यक सुधारणा भारतात होणे गरजेचे आहे. भारताच्या संसदेमध्ये करसुधारणा विधेयकासारखी अनेक विधेयके प्रलंबित आहेत. जैतापूर अणुप्रकल्पाला अजूनही विरोध होत आहे. तसेच भारत-अमेरिका अणुकारार कागदोपत्री अजून पूर्ण झालेला नाही. त्यामुळे जोपर्यंत भारत अंतर्गत सुधारणा घडवून आणत नाही. तोपर्यंत अपेक्षित साध्य प्रत्यक्षात साकारणार नाही. या सुधारणा झाल्यास भविष्यात या दौऱ्यांचा भारताला बराच फायदा होणार आहे.

■

अमेरिकेतील सत्तांतर : नवे प्रवाह आणि संभाव्य परिणाम

जगभरातील प्रसारमाध्यमांचे, विश्लेषकांचे, सर्वेक्षणांचे आणि मतदानपूर्व व मतदानोत्तर चाचण्यांचे निष्कर्ष चुकीचे ठरवत रिपब्लिकन पक्षाचे उमेदवार डोनाल्ड ट्रम्प हे अमेरिकेचे ४५ वे राष्ट्राध्यक्ष बनले आहेत. हिलेरी क्लिंटन विरुद्ध ट्रम्प यांच्यामध्ये झालेली ही निवडणूक ऐतिहासिक ठरली आहे. निवडणूक काळातील प्रचारामधून आणि निकालामधून अमेरिकेची वाटचाल एका वेगळ्या दिशेने होत असल्याचे दिसत आहे.

अमेरिका ही आज एकमेव जागतिक महासत्ता आहे. साहजिकच, तेथील राजकीय घडामोडींचा आंतरराष्ट्रीय राजकारणावरही परिणाम होत असतो. तीच गोष्ट अमेरिकन राष्ट्राध्यक्षांच्या निवडणुकीबाबतही लागू होते. त्यामुळेच या निवडणुकांकडे जगाचे लक्ष लागून राहिलेले असते. यंदाच्या निवडणुकीत आश्चर्यकारकरित्या रिपब्लिकन पक्षाचे उमेदवार डोनाल्ड ट्रम्प विजयी झाले आहेत. यंदाच्या निवडणुकांसाठी प्रक्रिया जुलै २०१६ मध्ये सुरू झाली होती. ही प्रक्रिया २० जानेवारीपर्यंत संपेल आणि त्यानंर डोनाल्ड ट्रम्प राष्ट्राध्यक्षपदाची सूत्र हाती घेतील.

जून २०१६ मध्ये युरोपियन महासंघातून बाहेर पडण्यासाठी घेण्यात आलेल्या सार्वमतामध्ये ब्रिटनमधील जनतेने 'ब्रेक्झिट'च्या बाजूने कौल देऊन जगाला एक अनपेक्षित धक्का दिला होता. ट्रम्प यांच्या विजयामुळेही जगाला अशाच प्रकारचा अनपेक्षित धक्का बसला. राष्ट्राध्यक्षपदाच्या निवडणुकीची तयारी सुरू झाल्यापासून ट्रम्प यांच्या वादग्रस्त वर्तनाची आणि वक्तव्यांची अमेरिकेसह जगभरात चर्चा होऊ लागली होती. कधी स्थलांतरीतांच्या मुद्यावरून तर कधी महिलांच्या मुद्यावरून ट्रम्प कायम वादग्रस्त ठरत गेले. दुसरीकडे डेमॉक्रेटीक पक्षाच्या उमेदवार हिलरी क्लिंटन यांनी त्या तुलनेत अतिशय संयत आणि मुद्देसूद पद्धतीने प्रचार करत बरीच मजल मारली होती. रिपब्लिकन पक्षाचे उमेदवार म्हणून निवडून आले असले तरी ट्रम्प यांना पक्षातून विरोध होता. निवडणूक जवळ येईपर्यंत रिपब्लिकन पक्षातील एकेक दिग्गज त्यांची साथ सोडत गेला. तरीही ट्रम्प यांनी आपली वाटचाल काही थांबवली नव्हती. प्रचाराच्या शेवटच्या दिवसांत होणाऱ्या मतचाचण्यांमध्येही अधिकांश वेळा हिलरी क्लिंटन लोकप्रियतेत आघाडीवर दिसल्या. अमेरिकेतील बहुतांश विचारवंतांनी, अभ्यासकांनी, तिथल्या निवडणूक पूर्वअंदाज वर्तवणाऱ्या सर्वेक्षणांनी राष्ट्राध्यक्षपदी हिलेरी क्लिंटन यांचीच वर्णी लागेल, असे अंदाज वर्तवले होते. तरीही ट्रम्प यांनी माघार घेतली नाही. अखेर अमेरिकेच्या ४५व्या राष्ट्राध्यक्षपदी त्यांची निवड झाली आहे. हा निकाल म्हणजे आंतराराष्ट्रीय समूहाला बसलेला अनपेक्षित धक्का आहे. या निवडणुकांच्या आणि निकालाच्या निमित्ताने अमेरिकेच्या राजकारणात एक वेगळा विचारप्रवाह वर येताना दिसतो आहे. हा विचारप्रवाह अमेरिकेच्या आंतरराष्ट्रीय संबंधांवर दूरगामी परिणाम करणारा आहे. परराष्ट्र धोरणावरही याचे परिणाम होणार आहेत.

अमेरिकन समाजाचे ध्रुवीकरण

या संपूर्ण निवडणुकीमधून अमेरिकन समाजामध्ये एक प्रकारे ध्रुवीकरण झाले असल्याचे आपल्याला दिसून येते. हे ध्रुवीकरण वेगवेगळ्या पातळीवर घडून आले आहे. मुळातच डोनाल्ड ट्रम्प आणि हिलरी क्लिंटन हे दोघेही भिन्न विचारप्रवाहांचे नेतृत्त्व करत होते. हिलरी ज्या मतप्रवाहाचे नेतृत्त्व करत होत्या तो एक सातत्य राखणारा प्रवाह होता. गेल्या दोन दशकांपासून अमेरिकेचे परराष्ट्र धोरण ज्या दिशेने सुरू आहे तेच पुढे घेऊन जाण्याचा, त्यामध्ये सातत्य राखण्याचा हिलरी यांचा प्रयास होता. अमेरिकेने या २० वर्षांमध्ये परराष्ट्र धोरणामध्ये प्रामुख्याने तीन उद्दीष्टांना प्राधान्य दिले आहे.

अ) परराष्ट्र धोरणाचा वापर करुन अमेरिकेने भांडवलवादाची कास धरली आहे. भांडवलवादी देशांचे हितसंबंध जोपासण्यासाठी परराष्ट्र धोरणाचा उपयोग करुन घेतला आहे.

ब) गेल्या दोन दशकांपासून मुक्त व्यापार धोरणासाठी परराष्ट्र धोरणाचा वापर करुन इतर देशांनी तो स्वीकारावा यासाठी अमेरिकेने दबावतंत्राचा वापर केला आहे.

क) अमेरिकेचा इतर खंडात करत असलेला हस्तक्षेप हे एक प्रमुख उद्दिष्ट या काळात दिसून आले. जगभरामध्ये अमेरिकेचे सुमारे ५०० लष्करी तळ आहेत. त्यांचा वापर करुन अमेरिका इतर राष्ट्रांच्या धोरणावर दबदबा राखण्याचा, प्रभाव टाकण्याचा, नियंत्रण आणण्याचा प्रयत्न करीत असते. हिलरी क्लिंटन या परराष्ट्र धोरणातील सातत्याचे प्रतिनिधित्त्व करत होत्या. त्यामुळे निवडून आल्या असत्या तर ही धोरणे त्यांनी पुढे सुरु ठेवली असती.

डोनाल्ड ट्रम्प मात्र पूर्णतः या विरोधात होते. किंबहुना, या तीनही गोष्टींना त्यांनी आव्हान दिले होते. त्या खंडीत करण्याच्या बाजूने त्यांची संपूर्ण मांडणी राहिली. ही मांडणी करताना ट्रम्प यांनी गर्भश्रीमंत लोकांपेक्षा गरीब, बेरोजगार लोकांच्या प्रश्नांना वाचा फोडण्याचे काम प्राथमिकतेने केले.

काऊबॉय बेल्टचा प्रभाव

भौगोलिक दृष्ट्या अमेरिकेकडे पाहिल्यास पूर्वेकडे वॉशिंग्टन डीसीसारखे राजधानीचे शहर आहे तर पश्चिमेकडे कॅलिफोर्निया, टेक्सास आहे. या दोन्ही टोकांकडील प्रदेशामध्ये खूप मोठ्या प्रमाणात प्रगती झालेली दिसते. मात्र मध्यवर्ती अमेरिकेचा भाग हा तितकासा विकसित नाही. पूर्व आणि पश्चिम या भागात वैचारिक, शैक्षणिक, आर्थिक या प्रकारची प्रगल्भता दिसते. परंतु या मध्यवर्ती पट्टयामध्ये बेरोजगारीचे प्रमाण मोठे आहे. या पट्ट्याला काउबॉय बेल्ट किंवा बायबल बेल्ट म्हटले जाते. तसेच हा भाग व्हाईट बेल्ट म्हणूनही ओळखला जातो. याचे कारण इथे गोऱ्या लोकांचे प्रमाण अधिक आहे. हाच पट्टा रिपब्लिकन पक्षाचा बालेकिल्ला राहिलेला आहे. या भागामध्ये ख्रिश्चन धर्मियांची संख्या अधिक असून हे ख्रिश्चन प्रामुख्याने कडवे ख्रिश्चन म्हणून ओळखले जातात. या वर्गाच्या प्रश्नांना ट्रम्प यांनी हात घातला.

या निवडणुकांमध्ये आफ्रिकन अमेरिकन ज्यांना आपण ब्लॅक अमेरिकन म्हटले जाते ते, मुसलमान, आशियाई तसेच इतर स्थलांतरीत लोक हिलरी क्लिंटन यांच्याकडे ओढले गेले होते; तर 'व्हाईट बेल्ट'मधील लोकांचा ओढा हा ट्रम्प यांच्याकडे होता. साऊथ कॅरोलिना, ओहयो, फ्लोरिडा ही त्यांचे प्रतिनिधीत्त्व करणारी राज्ये आहे. डोनाल्ड ट्रम्प यांनी प्रचारासाठी या भागावरच लक्ष केंद्रीत केले होते. आजवरचा इतिहास पाहिला तर हा पट्टा नेहमीच रिपब्लिकन पक्षाच्या समर्थनार्थ पुढे आलेला दिसतो. अमेरिकेतील ट्विन टॉवर्सवर ९/११ चा दहशतवादी हल्ला झाल्यानंतर २००४ च्या निवडणुका झाल्या. त्यावेळीही जॉर्ज बुश यांना समर्थन देण्यासाठी हा 'व्हाईट बेल्ट'च प्रामुख्याने पुढे आला होता. यंदाच्या निवडणुकीमध्येही या समूहाने मोठ्या संख्येने बाहेर पडून ट्रम्प यांना मतदान केले आणि त्यांच्या या पाठिंब्यामुळेच ट्रम्प यांचा विजय सुकर झाला.

ट्रम्प आणि रेगन

ट्रम्प यांचा विजय हा विचारसरणीचा विजय आहे असे म्हणावे लागेल. ट्रम्प हे काही मुरलेले वा कसलेले राजकारणी नाहीत. किंबहुना, रुढार्थाने ज्यांना राजकीय व्यक्तिमत्त्व म्हटले जाते त्या संकेतांना छेद देणारे ट्रम्प यांचे व्यक्तिमत्त्व आहे. ते बांधकाम व्यावसायिक आहेत. त्यांना राजकारणाचा अनुभव नाही. आजवरच्या कारकिर्दीमध्ये त्यांना राजकीय नेतृत्त्व करण्याची संधीही मिळालेली नाही. एक करमणूक करणारे आणि प्रभावी वक्ते म्हणून त्यांची ओळख आहे. ट्रम्प यांना जागतिक राजकारणाचाही अनुभव नाही. तसेच ते समजून घेण्याइतकी राजकीय प्रगल्भताही त्यांच्यामध्ये नाही. असे असूनही अशा उमेदवाराला अमेरिकन लोकांनी पसंती दिली आहे, हे लक्षात घ्यावे लागेल. अनेकांच्या दृष्टीने हा आश्चर्याचा भाग ठरला असला तरी अमेरिकेमध्ये हे पहिल्यांदाच घडलेले नाही. अमेरिकेचे ४० वे राष्ट्राध्यक्ष बनलेल्या रोनाल्ड रेगन यांची प्रतिमाही काऊ बॉय अशीच होती. ते हॉलीवूड अभिनेते होते. मात्र तरीही ते राष्ट्राध्यक्ष बनले. रेगन हेदेखील रिपब्लिकन पक्षाचे होते. त्यामुळे अमेरिका एका अर्थाने एका विचारसरणीमध्ये विभागली गेली असल्याचे स्पष्ट होते. राष्ट्राध्यक्षपदासाठीच्या दोन प्रमुख दावेदारांमध्ये एक जागतिकीकरणाला महत्त्व देणारा होता, तर दुसरा स्थानिकांना, भूमीपुत्रांना महत्त्व देणारा. यामध्ये जागतिकीकरणाच्या बाजूने असणाऱ्या उमेदवाराला मतदारांनी नाकारले आहे, हा एक बदल लक्षात घ्यायला हवा.

पुरुषप्रधान प्रवृत्ती

यानिमित्ताने एक गोष्ट लक्षात घेतली पाहिजे की, आपल्याकडे अमेरिकन समाज अतिशय आधुनिक

विचारांचा, लोकशाहीवादी, पुढारलेला आहे असे म्हटले जाते किंवा तसा समज आहे; मात्र वस्तुस्थिती तशी नाही. त्यामुळेच जगातील सर्वांत जुनी लोकशाही असणाऱ्या या देशामध्ये आत्तापर्यंत एकही महिला राष्ट्राध्यक्ष झाली नाही. इतकेच नव्हे तर अमेरिकेच्या संपूर्ण न्यायव्यवस्थेमध्ये फक्त चार महिला न्यायाधीश आहेत. त्यादेखील ओबामांच्या काळात नेमल्या गेल्या आहेत. थोडक्यात अमेरिकन संस्कृती ही पुराणमतवादी आणि पुरुषप्रधानच आहे. राष्ट्राध्यक्षपदाच्या निवडणूक प्रचारामध्ये हिलरी क्लिंटनविषयी केली गेलेली वक्तव्ये अत्यंत मानहानीकारक होती. डोनाल्ड ट्रम्प यांनी वादचर्चांपूर्वी महिलांविषयी अश्लाघ्य टीका केली होती. याउलट हिलरी क्लिंटन यांनी महिलांचा मान कसा ठेवला जाईल याचा विचार मांडला होता. हिलरी या विजयी झाल्या असत्या तर ही निवडणूक २०० वर्षांच्या अमेरिकेच्या लोकशाहीला कलाटणी देणारी ठरली असती. पण तसे झाले नाही. आजही अमेरिकेत महिलेचे राष्ट्राध्यक्ष बनणे पुढारलेल्या अमेरिकेला मान्य नाही हेच यामधून दिसून आले. बराक ओबामा यांच्या निमित्ताने एका कृष्णवर्णीय व्यक्तीला पसंती देणाऱ्या अमेरिकन समाजाला एक महिला अध्यक्ष होणे पचनी पडलेले नाही. त्यामुळेच सर्वांत जुनी लोकशाही असणाऱ्या आणि प्रगत समजल्या जाणाऱ्या या महासत्तेमध्ये आजही मध्ययुगीन, सरंजामी, पुरुषप्रधान प्रवृत्तीच नांदत असल्याचे चित्र यानिमित्ताने पहायला मिळाले.

स्थलांतरितांविरोधातील रोष

आपण राष्ट्राध्यक्ष पदाच्या निवडणूक प्रचारादरम्यान गाजलेली प्रकरणे पाहिली तर ती अमेरिकेच्या अंतर्गत राजकारणविषयक होती. त्यातील महत्त्वाचा मुद्दा होता स्थलांतरीतांचा. ट्रम्प यांनी हा मुद्दा लावून धरायचा प्रयत्न केला होता. स्थलांतरीतांमुळे अमेरिकेचे फार मोठे नुकसान झाले आहे, ही मांडणी ते सातत्याने करत गेले. तसेच मुसलमान स्थलांतरिताविषयी अमेरिकन लोकांच्या मनात राग आहे, असे सांगत ट्रम्प यांनी भारत, चीन, व्हिएतनाम या तीन देशांना प्रामुख्याने अमेरिकेचे रोजगार हिरावून घेण्यासाठी जबाबदार धरले. त्यातूनच ट्रम्प यांनी आपण अध्यक्ष बनल्यानंतर व्हिसाच्या अटी तीव्र करु अशा स्वरुपाची वक्तव्ये केली होती. याखेरीज दहशतवादाविरोधात तीव्र भूमिका घेतली होती. त्याचबरोबर अमेरिकेचे हस्तक्षेपवादी धोरण कमी करु अशीही भूमिका घेतली होती. त्यामुळेच आता राष्ट्राध्यक्ष बनल्यानंतर ते अशा स्वरुपाची धोरणे राबवतील का किंवा राबवू शकतात का हे पाहणे महत्त्वाचे ठरते.

परराष्ट्र धोरण बदलेल?

मुळात आपण लक्षात घेतले पाहिजे की, अमेरिकेत राष्ट्राध्यक्षांचा परराष्ट्र धोरणावरील परिणाम हा नेहमीच चर्चेचा विषय राहिलेला आहे. याचे कारण अमेरिकेचे परराष्ट्र धोरण एकटा अध्यक्ष ठरवत नाही. त्यातील अध्यक्षांचा सहभाग हा २५ ते ३० टक्क्यांपर्यंत मर्यादित आहे. अमेरिकेच्या परराष्ट्र धोरणनिश्चितीमध्ये काही महत्त्वाच्या संस्था, समूह, थिंक टँक यांची महत्त्वाची भूमिका असते. अमेरिकेमधील शस्त्रास्त्र उद्योगाचे हितसंबंध, तिथल्या बहुराष्ट्रीय कंपन्या, संरक्षण विभाग, परराष्ट्र विभाग, विविध समुदायांचे दबावगट, वैचारिक तज्ज्ञ या सर्वांचे हितसंबंध यामधून अमेरिकेचे परराष्ट्र धोरण आकाराला येत असते. त्यामुळे एकट्या ट्रम्प यांच्या निवडीमुळे अमेरिकेच्या परराष्ट्र धोरणामध्ये आमूलाग्र बदल होईल, असे घडण्याची शक्यता नाही. कारण एकटा राष्ट्राध्यक्ष अमेरिकेचे परराष्ट्र धोरण बदलू शकत नाही. त्याचे उदाहरण म्हणून बराक ओबामांच्या पहिल्या निवडणुकांकडे पाहता येईल. त्यांनीही अशाच प्रकारे काहीशी बचावात्मक भूमिका घेतली होती. अमेरिकेच्या आर्थिक विकासावर भर देऊ आणि इतर देशांतील हस्तक्षेप कमी करु असे आश्वासन दिले होते; पण प्रत्यक्षात तसे झाले नाही. ओबामांच्या काळातच पिव्हॉट टू एशिया हा प्रचंड मोठा प्रकल्प हाती घेतला गेला. आशिया प्रशांत क्षेत्रामध्ये फार मोठी सामरिक गुंतवणूक करण्यात आली. आंतरराष्ट्रीय प्रकरणांतही अमेरिकेने लक्ष घातले. तसेच मित्र राष्ट्रांना मदत केली. म्हणजेच ओबामादेखील अमेरिकेची आंतरराष्ट्रीय राजकारणातील गुंतवणूक थांबवू शकले नाहीत. त्यामुळेच क्लिंटन यांच्यापासून सुरु असलेले परराष्ट्र धोरण आजही सुरु असलेले पाहायला मिळते. आता डोनाल्ड ट्रम्प यांनी प्रचारादरम्यान लोकांना आकर्षित करण्यासाठी वक्तव्ये केली असली तरी ते अमेरिकेचे परराष्ट्र धोरण नसेल. त्यांची वक्तव्ये ही केवळ लोकानुरंजनाचा भाग बनून राहतील. त्यांची वक्तव्ये आणि प्रत्यक्ष धोरणे यामध्ये बरेच अंतर आपल्याला भविष्यात दिसून येईल. ट्रम्प यांनी निवड झाल्यानंतरच्या 'व्हिक्टरी स्पीच' मध्ये मित्र राष्ट्रांना संरक्षण देणे ही अमेरिकेची जबाबदारी

आहे, असे म्हटले आहे. त्याचबरोबर प्रचारादरम्यान हिलरी क्लिंटन यांच्यावर पातळीहीन टीका करणाऱ्या ट्रम्प यांनी हिलरींचे अभिनंदन करुन त्यांच्याविषयी गौरवाद्गारही काढले आहेत. हे घूमजाव परराष्ट्र धोरणामध्येही दिसून येईल.

भारतावर काय परिणाम होईल?

मुळातच अमेरिकेत रिपब्लिकन पक्ष आणि डेमोक्रॅटिक पक्ष या दोन्हींमध्ये भारताबाबत सहमती आहे. भारतासोबतचे संबंध हे सकारात्मक आणि चांगले ठेवण्याची त्यांची तयारी आहे. दुसरीकडे भारताचेही या दोन्ही पक्षांशी चांगले संबंध राहिलेले आहेत. गेल्या दीड दशकांच्या काळात अमेरिका आणि भारत संबंधांमध्ये एक प्रकारचे सातत्य राहिले आहे. दोन्ही पक्षांच्या सत्ताकाळामध्ये या संबंधांमध्ये प्रगतीच झालेली पहायला मिळते. याचे कारण भारत आणि अमेरिकेच संबंध हे व्यक्तिसापेक्ष नाहीत. त्यामुळे ट्रम्प यांच्या निवडीनंतरही ते तसेच राहतील अशी अपेक्षा आहे. मात्र तरीही काही बाबतीत आपल्याला दक्ष रहावे लागेल. हिलेरी क्लिंटन यांना भारत-पाकिस्तान संबंधांची जाण होती. त्या भारतभेटीवर आलेल्या होत्या. त्यामुळे भारतीय विचारसरणी, आंतरराष्ट्रीय राजकारण आणि परराष्ट्र धोरण याविषयी त्या सूज्ञ होत्या. त्यामुळे हिलरी विजयी झाल्या असत्या तर त्यांच्याबरोबर चर्चा करणे भारताला सोपे गेले असते. मात्र ट्रम्प यांना भारताबाबत किती जाण आहे याविषयी साशंकता आहे. प्रचारादरम्यान ट्रम्प यांनी केलेली विधाने ही शंका उपस्थित करतात. भारतातील हिंदूंनी मला मित्र समजावे असे ते म्हणाले होते. कदाचित भारत हा केवळ हिंदूंचा देश आहे असे ट्रम्प यांना वाटत असावे; पण प्रत्यक्षात भारतामध्ये १७ कोटी मुसलमानही राहतात. ट्रम्प यांचे सल्लागार भारतासाठी नवीन असतील. त्यामुळे त्यांचा कल कळण्यासाठीही थोडा कालावधी जाईल. मात्र भारताशी संबंध हे त्यांच्यासाठीही महत्त्वाचे असतील, यात शंका नाही.

भारताच्या अपेक्षा

भारताच्या अमेरिकेकडून काही अपेक्षा आहेत. आज दोन्ही देशांमधील व्यापार १०० अब्ज डॉलर्स इतका आहे. तो ५०० अब्ज डॉलर्सपर्यंत घेऊन जाणे हा एक उद्देश आहेच. त्याचबरोबर सरंक्षण क्षेत्राच्या विकासासाठी, साधनसंपत्तीच्या विकासासाठी, मेक इन इंडियासाठी फार मोठ्या प्रमाणावर अमेरिकन तंत्रज्ञान आणि भांडवल यांची भारताला गरज आहे. त्यासाठी भारत सातत्याने प्रयत्नशील आहे. त्याचप्रमाणे अणुपुरवठादार देशांच्या समूहाचे (एनएसजी) सदस्यत्व मिळविण्यासाठी आपल्याला अमेरिकेची गरज आहे. संयुक्त राष्ट्र संघाचे कायम स्वरुपी सदस्यत्व मिळण्यासाठीही अमेरिकेच्या मदतीची गरज आहे. त्याचबरोबर दोन्ही देशांदरम्यान झालेल्या नागरी अणुकरारासंदर्भातही भारताला अमेरिकेची गरज आहे.

गेल्या दीड शतकांपासून अमेरिका चीनकेंद्री दृष्टीकोनातून भारताकडे पाहात आली आहे. संपूर्ण आशिया खंडामध्ये चीनला तगडा प्रतिस्पर्धी म्हणून भारताचा विकास व्हावा अशी अमेरिकेची अपेक्षा आहे. त्यामुळेच अमेरिका भारताच्या विकासाला मदत करतो आहे. भारतानेही चीनचा प्रतिस्पर्धी म्हणून भूमिका मान्य केली आहे. त्यामुळे अमेरिका आणि भारत या दोन्ही देशांदरम्यान एक समजूतदारपणा पाहायला मिळतो. डोनाल्ड ट्रम्प या समजुतदारपणाला धक्का देणार नाहीत.

व्हिसा प्रक्रियेबाबत चिंता

भारताच्या दृष्टीने एका गोष्टीची चिंता राहणार आहे. आपल्याकडील एच१बी या व्हिसावर अमेरिकेत जाणाऱ्या भारतीय लोकांना ग्रीन कार्ड देण्याची मागणी मोठ्या प्रमाणात केली जात आहे. अमेरिकेमध्ये जाणारे जवळपास ७० टक्के भारतीय या व्हिसावर जातात. या लक्षावधी भारतीयांना ग्रीन कार्ड मिळण्याच्या प्रक्रियेत ट्रम्प अडसर ठरु शकतात. अर्थात हा प्रश्न चर्चेने सोडवता येईल.

पाकिस्तानबाबतचे धोरण कसे असेल?

राष्ट्राध्यक्ष बनल्यानंतर ट्रम्प यांच्यापुढे काही आव्हाने आहेत. त्यापैकी एक म्हणजे पाकिस्तानसंदर्भातील. ट्रम्प हे मुस्लिमविरोधी आहेत, असे त्यांच्या भाषणातून दिसून आले आहे. मात्र पश्चिम आशियातील अनेक राष्ट्रे अमेरिकेची मित्रराष्ट्रे आहेत. ट्रम्प यांनी मुसलमानांना अमेरिकेत येऊ देणार नाही असे वक्तव्य केले होते. त्यावेळी सौदी अरेबियाचे काय असा प्रश्न विचारला गेला. तेव्हा त्यांनी फक्त श्रीमंत मुसलमानांना अमेरिकेत प्रवेश देईन असे म्हटले होते. यावरून त्यांचा वैचारिक गोंधळ लक्षात येतो. त्यामुळेच ते अध्यक्ष बनले तरी पाकिस्तानबाबतच्या धोरणात फार बदल होणार नाही. याचे मुख्य कारण

म्हणजे पाकिस्तानातील अण्वस्त्रे. ती आहेत तोपर्यंत अमेरिका पाकिस्तानवर नेहमीच दबाव कायम ठेवेल. कारण पाकिस्तानातील एकूण अस्थिरतेची परिस्थिती आणि या देशाचा बेजबाबदारपणाचा इतिहास पाहता ही अण्वस्त्रे अमेरिकेसाठी नेहमीच डोकेदुखी ठरणार आहेत. त्यामुळे अमेरिका पाकिस्तानला बाजूला टाकणार नाही. तसेच चीनबाबत म्हणता येईल. चीनविरोधातील मोर्चेबांधणी ट्रम्प यांना सुरुच ठेवावी लागणार आहे. त्याव्यतिरिक्त चीनविरोधी मित्र राष्ट्रांना अमेरिकेला मदत करावीच लागणार आहे.

रोजगारनिर्मितीचे आव्हान

अमेरिकेतील बेरोजगारांसाठी एक कोटी रोजगार निर्मिती करणार असल्याचे ट्रम्प यांनी म्हटले आहे. अर्थात ही रोजगारनिर्मिती कशी करणार हे सांगितलेले नाही. अमेरिका इतर देशांतील गुंतवणूक वाढवत नाहीत तोपर्यंत अमेरिकन लोकांसाठी रोजगार निर्मिती होणार नाही. त्यामुळे ट्रम्प यांची जागतिकीकरणाविरोधातील भूमिका संयुक्तिक नाही. म्हणूनच अमेरिकेची प्रवृत्ती असलेल्या जागतिकीकरण, हस्तक्षेपवादी भूमिका, शस्त्रास्त्रांचे अर्थ-राजकारण यामध्ये ट्रम्प कोणताही बदल करु शकणार नाही. त्यामुळे अमेरिकेच्या पूर्वीच्या धोरणातील सातत्य पुढेही कायम राहण्याची शक्यता नाकारता येत नाही.

■

जपान-भारत मैत्रीपर्व दृढतेच्या दिशेने

जपान हा आशियाई राष्ट्रवादाचे प्रतिनिधीत्व करणारा देश आहे. १९०५ मध्ये रशिया आणि जपान यामध्ये झालेल्या ऐतिहासिक युद्धात जपानने रशियाचा पराभव केला होता. त्यामुळे आशिया खंडातील स्वातंत्र्य चळवळींचे एकमेव प्रेरणास्थान हे जपान होते. म्हणूनच भारताला जपानबद्दल नेहमीच आकर्षण राहिले आहे. गेल्या दीड-दोन वर्षांत भारत आणि जपान यांच्यातील संबंध जलदरित्या सुधारत आहेत. याचा दाखला म्हणजे जपानचे पंतप्रधान शिंझो ॲबे यांनी एका वर्षांत दोनवेळा भारताला भेट दिली. डिसेंबर २०१५ मध्ये ॲबे यांच्या भारतभेटीमध्ये झालेल्या महत्त्वपूर्ण करारांमुळे दोन्ही देशांतील मैत्रीपर्व अधिक दृढ बनणार आहे.

गेल्या दीड-दोन वर्षांत भारत आणि जपान यांच्यातील संबंध जलदरित्या सुधारत आहेत. याचा दाखला म्हणजे जपानचे पंतप्रधान शिंझो ॲबे यांनी एका वर्षांत दोन वेळा भारताला भेट दिली. त्याचबरोबर नरेंद्र मोदी यांचाही जपानला दीर्घ दौरा झालेला आहे. तसेच राष्ट्रीय सुरक्षा सल्लागार, परराष्ट्र मंत्री, परराष्ट्र सचिव यांचेही सातत्याने जपानचे दौरे होत आहेत. याशिवाय पंतप्रधान नरेंद्र मोदी आणि ॲबे यांची बहुराष्ट्रीय संघटनांच्या व्यासपीठांवरही अनेकदा भेट झाली आहे. त्यामुळे या दोन राष्ट्रप्रमुखांमधील वैयक्तिक स्तरावरील मैत्रीसंबंध किंवा पर्सनल बाँडिंगही वृद्धिंगत होताना दिसत आहेत. भारत आणि जपान या दोन्ही देशांना जवळ आणण्यास आशिया खंडातील काही सामरीक आणि आर्थिक घडामोडीही कारणीभूत आहेत.

सामरिक घडामोडी

- सध्या चीन आणि जपान यांच्यामधील संबंध हे कमालीचे तणावपूर्ण बनलेले आहेत. यामागे मुख्य कारण आहे ते सेनकाकू बंदर. सेनकाकू बेटांबाबतचा संघर्ष हा सध्या पराकोटीला पोहोचलेला आहे. या मुद्यावरून जपान आणि चीन या दोन्ही देशांमध्ये युद्ध होण्याची शक्यताही नाकारता येत नाही. चीनने आपल्या लष्कराचे प्रचंड मोठ्या प्रमाणावर आणि वेगाने आधुनिकीकरण केले आहे. २०१२ मध्ये चीनचा लष्करावरील खर्च १२ अब्ज डॉलर्स इतका होता. २०१५ पर्यंत हा खर्च वाढवत १४२ अब्ज डॉलरपर्यंत नेला आहे. लष्कराच्या आधुनिकीकरणाबरोबरच चीनच्या विस्तारवादी आणि हस्तक्षेपवादी भूमिकेमुळे आशिया खंडात कमालीची असुरक्षितता पसरलेली आहे. विशेषतः दक्षिणपूर्व आशिया, उत्तरपूर्व आशियामध्ये ही असुरक्षितता जास्त प्रमाणात वाढली आहे.

चीनच्या विस्तारवादाला बळी पडलेल्या देशांमध्ये भारत आणि जपान हे दोन्ही देश आहेत. चीनचा भारताबरोबर जसा सीमावाद आहे तसाच तो जपानबरोबरही आहे. त्यामुळे भारत आणि जपान यांच्या परस्पर हितसंबंधांची व्यापकता ही चीनशी संबंधित आहे.

- १९५५ मध्ये अमेरिका आणि जपान या दोन देशांमध्ये सामूहिक सुरक्षेच्या पातळीवर महत्त्वपूर्ण करार झालेला होता आणि हा करार आजतागायत अस्तित्वात आहे. आजही अमेरिकेचे ४० हजार सैन्य हे जपानच्या ओकीनावा बंदरात आहे आणि ते जपानच्या संरक्षणाची काळजी घेत आहेत. जपानवर कोणत्याही प्रकारचे आक्रमण झाले तर ते आपल्यावरील आक्रमण मानून अमेरिका जपानच्या मदतीला जाईल, अशा प्रकारची तरतूद या करारात आहे. अमेरिका-जपान या दोन देशांची मैत्री ही अतिशय घनिष्ट आहे आणि आता भारताचे अमेरिकेशी संबंध सुधारत आहेत. अमेरिकेशी मैत्री हा घटक जपान आणि भारत या देशांमधील साम्य घटक आहे. त्यामुळेही दोन्ही देशांना जवळ येण्यासाठी आणखी संधी मिळाली आहे.
- सध्या भारताला आणि अमेरिकेला दहशतवादाचा प्रत्यक्ष धोका आहे, तसा जपानला सध्या नसला आणि जपान जरी दहशतवाद्यांच्या हिटलिस्टवर नसला तरी इस्लामिक स्टेट या संघटनेबरोबर लढण्यासाठी अमेरिकेबरोबर युती करणाऱ्या देशांमध्ये जपानचाही समावेश आहे. जपान अमेरिकेला दहशतवादाविरुद्ध लढण्यासाठी आर्थिक साहाय्य करत आहे. त्यामुळे जपानही इस्लामिक स्टेटसारख्या संघटनांच्या हिटलिस्टवर आहेच. मध्यंतरी बांगलादेशमध्ये मदतकार्य करणाऱ्या एका जपानी व्यक्तीची (एड वर्कर) हत्या झाली. या हत्येची जबाबदारी इस्लामिक स्टेटने स्वीकारली होती. त्यामुळे दहशतवादाचा घटकही भारत आणि जपान यांना एकत्र आणण्यासाठी हातभार लावत आहे.

जी-२० हा या दोघांच्या मैत्रीतील चौथा घटक आहे. चीन हा आशियाखंडात जास्त शक्तीशाली बनत असल्याचे चित्र सध्या निर्माण झाला आहे. त्यातून चीन आणि इतर आशियायी देश यांच्यात सत्तासमतोल कसा राखता येईल हा प्रश्न निर्माण झाला आहे. भारत आणि जपान मिळून आशिया खंडात हा समतोल करू शकतात. याचे कारण आशियामध्ये चीनचा सामान करू शकणारे हे दोनच देश आहेत. त्यामुळे या दोन देशांकडे जी-२ या दृष्टिकोनातून पाहिले जाते आहे. त्यातूनच भारत-जपान मैत्रीपर्व अधिक घट्ट होत चालले आहे.

आर्थिक घडामोडी

जपान आणि भारत यांचे संबंध सुधारण्यास आर्थिक घडामोडीही कारणीभूत आहेत. जपानमधील बहुराष्ट्रीय कंपन्यांना गुंतवणुकीसाठी बाजारपेठेची गरज आहे. त्यांना भारतासारखी उत्तम बाजारपेठ मिळू शकणार नाही. दुसरीकडे भारतालाही जपानकडून भांडवल आणि तंत्रज्ञान हवे आहे. जगभरात जपानचे तंत्रज्ञान हे अव्वल मानले जाते. त्यामुळेच भारताला या तंत्रज्ञानाची गरज आहे. दोन्ही देशांमध्ये व्यापारसंबंध सुधारण्यासाठी सध्या नवनवी क्षेत्रे तयार होत आहेत. यामध्ये संरक्षणाचे क्षेत्र महत्त्वाचे ठरणार आहे.

२०१० पासून भारत आणि जपान यांच्यात वार्षिक बैठका होत आहेत. यामध्ये दोन्ही देशांचे पंतप्रधान परस्परांच्या देशांना भेटी देत आहेत. या बैठकांमधून आणि भेटींमधून रशियाप्रमाणेच आपले आता जपानबरोबरचे संबंधही सदृढ आणि घनिष्ट होत आहेत. जपान आणि रशिया हे केवळ दोनच देश आहेत, ज्यांच्याबरोबर आपल्या राष्ट्रप्रमुखांच्या दरवर्षी बैठका होतात. डिसेंबर २०१५ मध्ये याच बैठकीसाठी शिंझो ॲबे भारतभेटीवर आले होते. ही भेट अत्यंत फलदायी ठरली. या भेटीमध्ये झालेल्या १४ करारांपैकी तीन करार अत्यंत महत्त्वाचे आहेत.

अ) अणुकरार : गेल्या १० वर्षांपासून जपान व भारत यांच्यामध्ये प्रलंबित असणाऱ्या नागरी अणू

जपानचे राष्ट्राध्यक्ष शिंझो ॲबे व मोदी

ऊर्जा करारावर या भेटीदरम्यान स्वाक्षऱ्या झाल्या. अणूऊर्जा आणि अणू ऊर्जा तयार करण्यासाठी लागणारे रिॲक्टर्स या क्षेत्रात जपानची मक्तेदारी आहे. फ्रान्स, अमेरिका यांसारख्या देशांमध्येही अणुऊर्जेसाठी जपानचे रिॲक्टर्स वापरले जातात. मित्सुबिशी ही या क्षेत्रातील मक्तेदारी असलेली सर्वांत मोठी कंपनी आहे. आपल्याला जपानकडून अशा प्रकारचे न्युक्लिअर रिॲक्टर्स हवे आहेत. भारताने फ्रान्स आणि अमेरिकेबरोबर नागरी अणुकरार केलेले आहेत. हे करार पूर्णत्त्वाला नेण्याच्या दृष्टीने जपानसोबतचा अणुकरार महत्त्वाचा आहे. आतापर्यंत जपान भारताबरोबर असा अणुकरार करण्यास तयार नव्हता. त्यास काही तात्विक मुद्दे कारणीभूत होते. जपान हा जगातील एकमेव देश आहे जो अणुहल्ल्याला बळी पडला आहे. १९४४ मध्ये जपानवर अणूबॉम्बचा हल्ला झाला होता. या हल्ल्यानंतर जपानने शांततेची राज्यघटना तयार केली. त्यानुसार जपानने आजपर्यंत सैन्यही तयार केलेले नाही. जपानमध्ये फक्त पोलिस दलच आहे. याच राज्यघटनेतील कलम नऊनुसार जपानला आपले तंत्रज्ञान हस्तांतरीत करण्यास मज्ञाव करण्यात आला आहे. त्याचबरोबर सैन्य तयार करणे, आपले सैन्य दुसऱ्या देशात पाठवणे यासाठीही हे कलम मज्जाव करते. आजही ही घटना लागू आहे. दुसरे कारण म्हणजे भारताने सीटीबीटी आणि एनबीटी या करारांवर स्वाक्षरी केलेली नाही. १९९८ मध्ये भारताने पोखरण येथे अणुचाचणी घेतली. त्यामुळे जपान आणि भारत यांचे संबंध जास्त खालावले गेले. यामुळेच त्यांनी भारताला अणूतंत्रज्ञान देण्यास नकार दर्शवला होता; पण गेल्या १५ वर्षांत भारताने स्वतःला एक जबाबदार अणवस्त्रधारी देश म्हणून पुढे आणले आहे. भारताने आजवर कधीही अणूबॉम्बविषयी धमक्या दिलेल्या नाहीत. त्याचबरोबर अमेरिकेने भारताबरोबर केलेल्या नागरी अणुकराराचाही जपानवर फार मोठा सकारात्मक प्रभाव पडलेला आहे. त्यामुळेच जपानने हा करार करण्याची तयारी दाखवली.

अणुऊर्जेचा वापर वीजनिर्मितीसाठीही होतो, तसेच त्यापासून अणुबॉम्बही बनवता येतो. त्यामुळेच आपण दिलेल्या अणुतंत्रज्ञानाचा भारत यापैकी कशासाठी आणि कसा वापर करणार याबाबत जपानला साशंकता होती. या गोष्टींवर निरीक्षण आणि नियंत्रण कोण ठेवणार हाही जपानपुढे प्रश्न होता. त्यामुळेच २००३ पासून हा करार प्रलंबित होता. पण याबाबत अमेरिकेने एक सूचना केली आणि जपाननेही ती मान्य केली. त्यानुसार एका स्वतंत्र संस्थेकडून या अणू प्रकल्पांचा वापर वीजनिर्मिती किंवा शांततेसाठीच होतो आहे याचे निरीक्षण व परीक्षण करावे, असे ठरवण्यात आले. यासंदर्भातील इतर मुद्दे यथावकाश पुढे येतील. पण या कराराला जपानने मान्यता देणे ही गोष्ट भारतासाठी महत्त्वाची आहे.

ब) संरक्षण : शिंझो ॲबेंच्या दौऱ्यातील सर्वांत मोठी गोष्ट म्हणजे संरक्षण क्षेत्रातील अत्यंत संवेदनशील तंत्रज्ञान भारताला हस्तांतरण (टेक्नॉलॉजी ट्रान्स्फर) करण्याबाबत जपानने दर्शवलेली सहमती. आजवर हे तंत्रज्ञान देण्यास जपान तयार नव्हता. याचे कारण भारताकडून ते सुरक्षित राहील याची खात्री जपानला नव्हती. भारताकडून दुसऱ्या देशाला ते दिले जाईल, अशी भीती जपानला वाटत होती. पण त्यालाही जपानने मान्यता दिली आहे. भारताने संरक्षण क्षेत्रातील गुंतवणुकीची मर्यादा ही २७ टक्क्यांवरून १०० टक्क्यांवर नेलेली आहे. यामुळे जपानमधील शस्त्रास्त्र निर्मिती करणाऱ्या अनेक कंपन्यांना भारतात कारखाने काढण्यास मदत मिळणार आहे. आता जपान आपले तंत्रज्ञान हस्तांतरण करणार असल्याने पहिल्यांदा भारतात जपानच्या मदतीने शस्त्रास्त्रे निर्माण केली जाणार आहेत. भविष्यात भारत स्वतंत्रपणे त्याचा अभ्यास करणार आहे. त्यामुळे हे नवे क्षेत्र आता पुढे येत आहे.

जपान आणि भारत या दोन देशांमधील संबंध आजवर सुरळीत सुरू आहेत. आजवर त्यामध्ये वितुष्ट आलेले नाही. किंबहुना भारताला जपानविषयी नेहमीच आदर वाटत आलेला आहे. यामध्ये बुद्धिझम हा सर्वांत ऐतिहासिक मुद्दा आहे. त्याचबरोबर भारत नेहमीच जपानकडे अभिमानाने पाहात आला आहे. याचे कारण जपान हा आशियाई राष्ट्रवादाचे प्रतिनिधीत्व करणारा देश आहे. १९०५ मध्ये रशिया आणि जपान यामध्ये झालेल्या ऐतिहासिक युद्धात जपानने रशियाचा पराभव केला होता. युरोपियन राष्ट्राचा पराभव करणारे जपान हे एकमेव आशियाई राष्ट्र आहे. त्यामुळे आशिया खंडातील स्वातंत्र्य चळवळींचे एकमेव प्रेरणास्थान हे जपान होते. म्हणूनच भारताला जपानबद्दल नेहमीच आकर्षण राहिले आहे. येत्या काळात दोन्ही देशातील संबंध येणाऱ्या काळात जास्त घनिष्ट होण्याची शक्यता आहे.

■

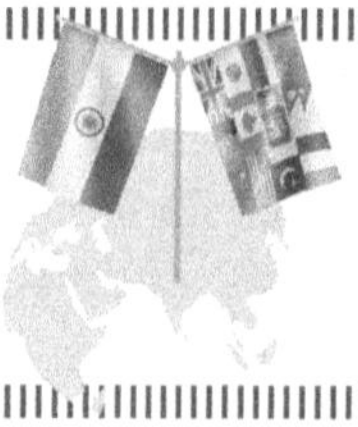

ब्रेक्झिट : दूरगामी परिणाम करणारे स्थित्यंतर

सरत्या वर्षातील आंतरराष्ट्रीय पातळीवरील सर्वांत मोठी आणि महत्त्वाची घटना म्हणून ब्रिटनने युरोपीयन महासंघातून बाहेर पडण्याच्या घटनेकडे पहावे लागेल. ब्रिटनमध्ये २३ जून २०१६ रोजी घेण्यात आलेल्या सार्वमतामधून 'ब्रेक्झिट'ला कौल मिळाला आणि त्यानुसार इंग्लंड आता युरोपियन युनियनमधून बाहेर पडला आहे. 'ब्रेक्झिट' ही ऐतिहासिक आणि क्रांतिकारी घटना आहे. या निर्णयाचे दूरगामी परिणाम संपूर्ण जगावर होणार आहेत. विसाव्या शतकातील काही सिद्धांत किंवा प्रारुपांना ब्रेक्झिटमध्ये तडा गेला आहे. त्यामुळेच येत्या काळामध्ये आंतरराष्ट्रीय राजकारणात नवे प्रवाह निर्माण होण्याची शक्यता आहे.

युरोपियन महासंघाचा इतिहास

युरोपिय राष्ट्रांमध्ये संघर्षाचा शेकडो वर्षांचा इतिहास आहे. पहिले आणि दुसरे महायुद्ध प्रामुख्याने युरोपिय भूभागावर लढले गेले. या पार्श्वभूमीवर संपूर्ण युरोप खंडाचे एकत्रित हित साधण्याच्या दिशेने काही रचनात्मक बांधणी करता येईल का या विचारातून पन्नासच्या दशकामध्ये युरोपिय महासंघाचे प्रारूप उदयाला आले. ही संकल्पना प्रामुख्याने सामूहिक हितावर आधारलेली होती. परस्पर सहकार्याने सामूहिक कल्याण साधण्याच्या उद्देशातून ती अस्तित्वात आली. यामागे काही सामाजिक आणि भूराजकीय कारणे होती. मुळातच, हे प्रारूप एकीकरणाचे होते आणि यानंतरच्या काळात इतर काही व्यापारसंघ विकसित व्हायला सुरुवात झाली होती. हे व्यापारसंघ आर्थिक एकीकरणाच्या दिशेने

प्रवास करणारे होते. यामध्ये दक्षिणपूर्व आशियातील 'आसियान', दक्षिण आशियामधील 'सार्क', लॅटिन अमेरिका आणि अमेरिका यांच्यामध्ये निर्माण झालेली 'नाफ्ता' यांचा समावेश करता येईल. पुढे या व्यापारसंघांमधील परस्परसंबंध महत्त्वाचे बनले. एखादे राष्ट्र कोणत्या व्यापारसंघाचे सदस्य आहे यावर त्या राष्ट्राचे महत्त्व ठरायला लागले. जे मोठे, चांगले व्यापारसंघ आहेत त्यांच्यात सामील होण्यासाठी राष्ट्रांमध्ये चढाओढ निर्माण झाली. त्यातून राष्ट्रांपेक्षा व्यापारसंघ महत्त्वाचे ठरणारा एक सिद्धांत निर्माण झाला. व्यापार संघाचे उत्तम प्रारुप बनल्यामुळे राष्ट्रांना त्याचा फायदा झाला. विशेषतः इंग्लडचा विचार करता १९७४ मध्ये हा देश युरोपियन महासंघाचा सदस्य झाला. तेव्हा इंग्लंडची आर्थिक परिस्थिती खालावलेली होती. त्याचवेळी या महासंघाचे सदस्य असणाऱ्या फ्रान्स आणि जर्मनी या देशांची आर्थिक स्थिती उत्तम होती. मात्र महासंघाचा सदस्य बनल्यानंतर इंग्लंडने या दोन्ही देशांना मागे टाकले. थोडक्यात, व्यापारी महासंघाचा सर्वच सदस्य देशांना फायदा झाल्याचे दिसून येईल.

जगातील व्यापारी महासंघांचा इतिहास पाहिला तर आजपर्यंत एकही देश महासंघाचे सदस्यत्व सोडून बाहेर पडलेला नाही. असियान किंवा युरोपियन महासंघ वा इतर कोणत्याही महासंघामध्ये अशी 'एक्झिट' कोणा देशाने घेतल्याचे उदाहरण नाही. त्यामुळे इंग्लंड हा पहिला देश आहे जो महासंघातून बाहेर पडला आहे. म्हणूनच इंग्लंडच्या या निर्णयाचे दूरगामी परिणाम काय होतील याचा विचार केला पाहिजे.

'ब्रेक्झिट'नंतर काही नवीन प्रवाह समोर येताना दिसताहेत. हे प्रवाह विसाव्या शतकातील आर्थिक एकीकरणाच्या सिद्धांताला धक्का देणारे आहेत. त्याचबरोबर याचे आर्थिक परिणामही होणार आहेत. विशेषतः, ज्या देशांचे इंग्लंडशी

आर्थिक, व्यापारी संबंध होते त्यांचे नुकसान होणार आहे. यामध्ये प्रामुख्याने अमेरिका आणि भारत यांचा समावेश आहे. कारण या दोन्हीही देशांचा युरोपिय महासंघाशी होणारा व्यापार हा इग्लंडच्या माध्यमातून होत होता. त्यामध्ये मोठ्या प्रमाणात सूट मिळत होती. 'ब्रेक्झिट'नंतर आता ती बंद होणार आहे.

सामाजिक आणि सांस्कृतिक परिणाम

ब्रेक्झिटमुळे होणाऱ्या आर्थिक परिणामांची चर्चा जगभरातच मोठ्या प्रमाणात होत आहे; मात्र त्यापलीकडे जाऊन या निर्णयामुळे होणारे सामाजिक आणि सांस्कृतिक परिणाम हे फार मोठ्या धोक्याची किंवा संकटांची चाहूल देणारे आहेत. संपूर्ण युरोपासाठीच नाही तर जगासाठी ही धोक्याची घंटा असू शकते. कारण महासंघातून बाहेर पडण्याचा हा विचार एकट्या इंग्लंडमध्येच नाही इतरही काही देशांमध्ये रुजताना दिसतो आहे. अमेरिकेवर ११ सप्टेंबर २००१ मध्ये वर्ल्ड ट्रेड सेंटरवर झालेल्या हल्ल्यापासून हा विचार रुजतो आहे. कारण हा हल्ला इस्लामिक मूलतत्ववाद्यांनी घडवून आणला होता. या हल्ल्यानंतर संपूर्ण युरोपमध्ये ध्रुवीकरणाचे वातावरण तयार झाले. युरोपियन देश हे आजवर निर्वासितांचे स्वागत करत आले आहेत. युरोपला निर्वासितांची भूमी असेही म्हटले जाते. संयुक्त राष्ट्र संघटनेच्या १९५५ च्या निर्वासितांच्या अधिकारासंदर्भातील करारावर बहुतांश पश्चिम युरोपियन देशांनी स्वाक्षरी केली आहे. त्यामुळे या देशांमध्ये येणाऱ्या निर्वासितांना अन्न, वस्त्र, निवारा या प्राथमिक गरजा पुरवण्याचे मानवी हक्क बहाल केले जातात. परिणामी, आशिया, आफ्रिका खंडातील अस्थिरता असणाऱ्या देशातील अनेकांनी युरोपीय देशांमध्ये स्थलांतर केले आहे. विशेष करून आखातातील ज्या इस्लामिक देशांमध्ये राजकीय अस्थिरता आहे तेथील अनेक लोक युरोपात स्थायिक झाले आहेत. असे असले तरी या स्थलांतरित निर्वासितांचे युरोपियन समाजाबरोबर एकीकरण होऊ शकले नाही. फ्रान्स, इग्लंड आणि इतर युरोप देशांना इस्लामिक देशांतून आलेल्या लोकांना आर्थिक विकासाच्या प्रवाहात सामावून घेणे शक्य झाले नाही. त्यातूनच या इस्लामिक समाजात असंतोष वाढीला लागला. या असंतोषाला खतपाणी मिळाले ते अलीकडच्या काळात वाढत चाललेल्या इस्लामिक मूलतत्त्ववादाचे. याचा वापर सुरुवातीला अल् कायदाने करून घेतला. नंतरच्या काळात तालिबानने आणि आता आयसिससारखी संघटनाही याच असंतोषाला बळ देऊन आपले ईप्सित साध्य करून पहात आहे.

निर्वासितांचा प्रश्न बिकट बनणार

गेल्या काही महिन्यांपासून सीरिया आणि इराकमध्ये युद्ध सुरू आहे. त्यामुळे ग्रीस आणि तुर्कस्तानच्या माध्यमातून अनेक निर्वासित लोक इग्लंडमध्ये पोहोचताहेत. या निर्वासितांच्या पुनर्वसनाचा प्रश्न जटिल बनत चालला आहे. किंबहुना, तेथील जनतेमध्ये या निर्वासितांबद्दल एक प्रकारचा तिरस्कारही निर्माण होतो आहे. निर्वासितांबाबत युरोपियन महासंघाची भूमिका सकारात्मक आहे. परंतु सदस्य राष्ट्रांची आणि तेथील जनतेची भूमिका काही प्रमाणात नकारात्मक आहे. मात्र महासंघाच्या निर्णयामुळे इंग्लंडला या निर्वासितांना सामावून घ्यावे लागत होते; पण आता युरोपमध्ये धार्मिक राष्ट्रवाद प्रखरतेने वाढतो आहे. त्याने उग्र रूप घ्यायला सुरुवात केली आहे. या प्रखर धार्मिक राष्ट्रवादातून संकुचित मानसिकता तयार झाली आहे. या निर्वासितांमुळे आमचे केवळ आर्थिक नुकसानच होते आहे आहे असे नाही तर आमच्या संस्कृतीवरही घाला घातला जात असल्याची भावना तेथील जनतेमध्ये तयार होऊ लागली आहे. त्यातूनच एक प्रकारची अनिश्चितता निर्माण झाली आहे. या निर्वासितांना आपलेसे का करायचे अशा प्रकारची भावना युरोपिय देशांमध्ये वाढीस लागली असून त्याचेच प्रतिबिंब 'ब्रेक्झिट'मध्येही दिसून आले.

रिनॅशनलायझेशन ऑफ युरोप

आज संपूर्ण युरोपमध्ये रिनॅशनलायझेशन ऑफ युरोपची (Renationalisation of Europe) प्रक्रिया सुरू झाली आहे. त्यात राष्ट्रीयत्वाचा मुद्दा प्रखर बनला आहे. पूर्वी युरोपियन महासंघाच्या निर्मितीनंतर विभागीय सार्वभौमत्त्वाला महत्त्व प्राप्त झाले होते. राष्ट्रीय सार्वभौमत्त्वाची संकल्पना ही विभागीय सार्वभौमत्त्वामध्ये समाविष्ट झाली होती. परंतु आता विभागीय सार्वभौमत्त्व ही संकल्पना मागे पडत प्रखर राष्ट्रवादाची संकल्पना जोर पकडत आहे. परिणामी, इंग्लंडप्रमाणेच येत्या काळात

नेदरलँड, फ्रान्स हे दोन्ही देशही महासंघातून बाहेर पडण्याची शक्यता आहे. तसे झाल्यास युरोपियन महासंघाला तडे जातील.

प्रखर राष्ट्रवादाची भावना वाढणार

येत्या काही काळात युरोपमध्ये १९२० च्या दशकातील परिस्थिती पुन्हा निर्माण होण्याची भीती आहे. १९२० सालचा युरोप हा प्रखर राष्ट्रवादाने भारलेला होता. त्या युरोपमध्ये परकीयांविरोधी आकस होता, धार्मिक राष्ट्रवादाची संकल्पना दृढ होती, राष्ट्रवादावर आधारित हल्ले होण्याचे प्रमाण जास्त होते. १९५० मध्ये इंग्लंडमध्येही अशीच परिस्थिती निर्माण झाली होती. त्यामुळेच या प्रखर राष्ट्रवादी भावना अशाच प्रकारे वाढत गेल्या आणि इतर काही राष्ट्रे महासंघातून बाहेर पडली तर युरोपचे चित्र पुन्हा एकदा भेसूर बनण्याची शक्यता आहे. तसे झाल्यास १९२०-३० च्या दशकातील वंशवाद युरोपमध्ये पुन्हा उसळी मारून जन्माला येऊ शकतो. त्यातून परकीय आणि निर्वासित नागरिकांवर प्राणघातक हल्ले होण्यास सुरुवात होऊ शकते. वास्तविक, हे टाळता येणे शक्य होते; पण इग्लंड बाहेर पडल्यामुळे याची सुरुवात होण्याच्या शक्यता बळावल्या आहेत. इंग्लंडनंतर फ्रान्स आणि नेदरलँड हे देशही बाहेर पडण्याच्या मार्गावर आहेत. या परिस्थितीत जर्मनीचे महत्त्व वाढताना दिसते आहे. जर्मनीचे महत्त्व वाढणे हीदेखील एका नव्या धोक्याची सुरुवात आहे असे म्हणता येईल. दुसऱ्या महायुद्धादरम्यान जगाने धोकादायक जर्मनी अनुभवला आहे. तसाच अनुभव पुन्हा येऊ शकतो. त्यामुळे जर्मनीचे महत्त्व वाढणे ही चिंतेची बाब आहे. कारण नाझीवादासारखे घटक सध्या डोके वर काढत आहेत, त्यांचेच लोण इतर राष्ट्रांतही पसरू शकते.

'ब्रेक्झिट'मुळे झालेल्या आणि होऊ शकणाऱ्या आर्थिक, सामाजिक नुकसानीची चर्चा करताना एक गोष्ट लक्षात घेतली पाहिजे की, इंग्लंडच्या या निर्णयाचा फायदा रशियाला होणार आहे. युरोपियन महासंघ खिळखिळा होणे हे रशियाच्या पथ्यावर पडणार आहे. कारण याच महासंघाने रशियावर आर्थिक निर्बंध घातले आहेत. आगामी काळात ते कमकुवत होऊ शकतात. दुसरी गोष्ट म्हणजे युरोपियन महासंघाचा विस्तार पश्चिमेकडून पूर्वेकडे होत होता. संयुक्त रशियाचा भाग असणारे पूर्वेकडील देश युरोपियन महासंघाचा भाग बनत होते. परिणामी, युरोपियन महासंघ हा आपल्या उंबरठ्याशी आला असल्याचे रशियाची भीती होती. ब्रेक्झिटमुळे युरोपियन महासंघ कमकुवत होणार असल्याने त्याचा फायदा रशियाला होऊ शकेल. आणखी एक परिणाम म्हणजे, सध्या इस्लामिक मूलतत्त्ववाद्यांविरोधात नाटोच्या माध्यमातून सर्वच युरोपियन देश इराकमध्ये लढताहेत. येत्या काळात या लढाईमध्ये एकवाक्यता न राहण्याची शक्यता आहे. त्यामुळे ही लढाईदेखील कमकुवत होण्याच्या शक्यता दिसू लागल्या आहेत. आज एकूणच जागतिक पातळीवरील व्यापारी संघांचा आणि त्यातील स्पर्धेचा विचार करता या व्यापारी संघांमध्ये चढाओढ निर्माण झालेली आहे. 'ब्रेक्झिट'नंतर आसियान किंवा अपेक या व्यापारी महासंघाच्या तुलनेत युरोपियन महासंघ काहीसा मागे पडण्याची शक्यता आहे.

सारांश रुपाने सांगायचे झाल्यास, १९७० च्या दशकामध्ये सामूहिक विकासाची जी संकल्पना मांडली गेली होती ती मागे पडून राष्ट्रे पुन्हा एकदा राष्ट्रीय सार्वभौमत्त्वाला, राष्ट्रीय हितसंबंधाना अधिक महत्त्व द्यायला सुरुवात करण्याच्या खुणा आता दिसू लागल्या आहेत. असे झाल्यास युरोपची वाटचाल पुन्हा एकदा संघर्षाकडे होईल. युरोपात वंशवाद, राष्ट्रवाद ही संकल्पना वाढीस लागेल. त्याचे परिणाम संपूर्ण जगावर होतील. ■

ओबामांची आठ वर्षे : एक दृष्टिक्षेप

'यस वी कॅन' असा नारा देत महासत्तेच्या सर्वोच्चपदावर एकदा नव्हे दोनदा विराजमान झालेल्या बराक ओबामा यांच्या दुसऱ्या पर्वाची सांगता होत आहे. दहशतवादाचा मुकाबला करताना अमेरिकेची कमीत कमी सैनिक हानी व्हावी यासाठी ते दक्ष राहिले. ओसामा बिन लादेनला संपवण्याची कारवाई असो वा इसिसविरोधातील कारवाई असो. त्यांचे हे धोरण स्पष्टपणे दिसते. इराणसारख्या कट्टर देशाला अणुकार्यक्रमाच्या बाबतीत आक्रमकता सोडून द्यायला भाग पाडण्यात ओबामा यशस्वी ठरले. तसेच गेल्या वर्षी क्युबाबरोबर अमेरिकेचे संबंध प्रस्थापित करण्यातही ते यशस्वी ठरले.

अमेरिकेचे राष्ट्राध्यक्ष बराक ओबामा यांचा राष्ट्राध्यक्षपदाचा दुसरा कार्यकाळ लवकरच संपतो आहे. साधारणतः आठ वर्षांपूर्वी बराक ओबामा यांनी जॉर्ज बुश (धाकटे) यांच्याकडून अमेरिकेच्या राष्ट्राध्यक्ष पदाची सूत्रे स्वीकारली होती. तो दिवस होता २० जानेवारी २००९. बराक ओबामांच्या रुपाने अमेरिकेला इतिहासात पहिल्यांदा अश्वेत अथवा कृष्णवर्णिय राष्ट्राध्यक्ष मिळाला. आठ वर्षांपूर्वी जेव्हा ते राष्ट्राध्यक्ष बनले तेव्हा एक नवी आशा आणि अपेक्षा अमेरिकन समाजातच नव्हे तर संपूर्ण जगात त्यांच्याबद्दल होती. 'येस वी कॅन' असा नारा देऊन निवडून आलेल्या ओबामा यांनी अध्यक्षपदावर निवड झाल्यानंतर आपल्या पहिल्या भाषणात 'संधी आणि आशा' या दोन शब्दांचा वापर केला होता. त्यांच्या कारकिर्दीचे मूल्यमापन करताना या दोन्ही परिप्रेक्ष्यातून करणे आवश्यक ठरेल.

बराक ओबामा - अमेरिकेचे ४४ वे राष्ट्राध्यक्ष

अमेरिकेत रिपबल्किन आणि डेमोक्रॅटिक असे दोन प्रमुख पक्ष आहेत. १९९० नंतरच्या काळात दोन्ही पक्षांना सत्तास्थापनेसाठी आठ वर्षांचा कालावधी मिळत असल्याचा एक प्रवाह दिसून आला आहे. यावेळी हा प्रवाह कायम राहणार की हिलरी क्लिंटन यांची निवड होऊन हा प्रवाह खंडित होणार याचे उत्तर आणखी काही महिन्यांनी मिळणार आहे. अमेरिकेत पहिल्यांदाच राष्ट्राध्यक्ष पदासाठी महिलेला उमेदवारी दिली गेली आहे. मात्र केवळ त्या एका मुद्दयावर हिलेरी यांना मते मिळतील असे नाही. बराक ओबामा आणि डेमोक्रॅटिक पक्षाने गेल्या आठ वर्षामध्ये अंतर्गत राजकारण आणि परराष्ट्र धोरण यांच्यामध्ये जे काम केले आहे ते या निवडणुकीमध्ये महत्त्वाचे ठरणार आहे.

आठ वर्षांपूर्वीची परिस्थिती

अमेरिकेच्या राष्ट्राध्यक्ष निवडीमध्ये परराष्ट्र धोरणाची भूमिका अत्यंत महत्त्वाची आहे. अमेरिकेत परराष्ट्र धोरणासाठी राष्ट्राध्यक्ष आणि अंतर्गत धोरणासाठी उपराष्ट्राध्यक्ष आहेत असेही म्हटले जाते. इतक्या उच्च पातळीवर राष्ट्राध्यक्षाला परराष्ट्र धोरणाविषयी भूमिका बजावावी लागते. ओबामांनी राष्ट्राध्यक्षपदाची सूत्रे स्वीकारली त्यावेळची परिस्थिती अत्यंत वेगळी होती. त्यावेळचे अमेरिकेचे परराष्ट्र धोरण हे जहाल आणि हस्तक्षेप करणारे होते. आंतरराष्ट्रीय राजकारण आणि इतर देशांचे अंतर्गत राजकारण या दोन्हींमध्ये अमेरिकेचा हस्तक्षेप वाढला होता.

विशेषतः, ९ /११ च्या दहशतवादी हल्ल्यानंतर अमेरिकेने दहशतवादाविरोधात आंतरराष्ट्रीय युद्ध पुकारले होते. त्याआधारावर अफगाणिस्तान आणि इराक या दोन देशांमध्ये अमेरिकेने लष्करी हस्तक्षेप केला. हे करत असताना संयुक्त राष्ट्र संघटनेचे सर्व नियम धाब्यावर बसवले गेले. अमेरिकेच्या संशयाच्या फेऱ्यात आलेल्या प्रत्येक देशावर त्यांनी आर्थिक निर्बंध लादले गेले. वेळ पडल्यास प्रत्यक्ष हस्तक्षेप करण्यास कोणतीही तमा अमेरिकेने बाळगली नाही. या जहाल धोरणांमुळे संपूर्ण जगभरात अमेरिकेविरुद्ध नाराजी होती. विशेषतः, इस्लामिक जगतामध्ये अमेरिकेविरोधात टोकाचा आणि प्रतिकूल मतप्रवाह निर्माण झाला. परिणामतः अमेरिकेच्या अधिकाऱ्यांवर, दूतावासावर हल्ले केले गेले. अल् कायदाने अमेरिकेला पहिल्या क्रमाकांचा शत्रू ठरवले. एकंदरीतच, अमेरिकेची प्रतिमा डागाळली होती. दुसरीकडे चीनने २००१ नंतर आपल्या लष्करी आधुनिकीकरणाची प्रक्रिया गतिमान करण्यास सुरुवात केली होती. संरक्षणावरील खर्च दुप्पट केला होता. त्याचबरोबर चीनने विस्तारवादी आणि हस्तक्षेपाचे आग्रही धोरण स्वीकारले होते. एकीकडे इस्लामिक जगतातील नाराजी, चीनचा वाढता विस्तारवाद आणि लष्करी आधुनिकीकरणाची नीती या साऱ्या पार्श्वभूमीवर ओबामांनी सत्तासूत्रे हाती घेतली होती. त्यामुळे त्यांना दोन्ही बाजूंनी संघर्ष करावा लागणे अपरिहार्य होते.

हस्तक्षेपवादी धोरणावर नियंत्रण

आपल्या कारकिर्दीदरम्यान ओबामांनी अमेरिकेच्या हस्तक्षेपवादी धोरणावर नियंत्रण आणण्याचा निर्णय घेतला. आखाती प्रदेशाच्या दौऱ्यादरम्यान अमेरिका आता देशांतर्गत पातळीवर हस्तक्षेप करणार नाही आणि तसेच ज्या ठिकाणी अमेरिकेने लष्करी हस्तक्षेप केला आहे तिथून लष्कर मागे घेतले जाईल, असे जाहीर केले. त्यानुसार त्यांनी २०१२ पर्यंत इराकमधून आपले लष्कर मागे घेतले. २००२ मध्ये अफगाणिस्तानात करण्यात आलेला लष्करी हस्तक्षेपही मागे घेण्याचा निर्णय घेतला आणि २०१५ पर्यंत तो अंमलात आणला. हे दोन्ही अत्यंत महत्त्वाचे निर्णय मुत्सद्दीपणाने राबवण्यात ते यशस्वी ठरले.

चीनच्या आक्रमकतावादाचा सामना

दुसरा महत्त्वाच मुद्दा होता तो चीनचा. चीनच्या आक्रमक रणनीतीचा सामना कसा करायचा हे बराक ओबामांपुढे महत्त्वाचे आव्हान होते. त्यासंदर्भात २००९ मध्ये एका महत्त्वाच्या धोरणाची घोषणा केली त्याला पिव्हॉट टू एशिया म्हणतात. या धोरणानुसार, आशिया खंडामध्ये आणि विशेषतः आशिया-प्रशांत क्षेत्रामध्ये जास्तीत जास्त लक्ष देण्याचा निर्णय अमेरिकेने घेतला. या धोरणांतर्गतच अमेरिका आपल्या नौदलाच्या २० टक्के नौदल आशिया-प्रशांत क्षेत्रात तैनात करणार आहे. या माध्यमातून चीनच्या विस्तारवादाला आळा घालण्याचा अमेरिकेचा इरादा आहे. दक्षिण चीन समुद्रातील चीनच्या हस्तक्षेपाचा धोरणावर नियंत्रण ठेवणे हाही त्यामागील मुख्य उद्देश होता. हा निर्णय घेताना जपान, दक्षिण कोरिया, व्हिएतनाम, इंडोनेशिया यांसारख्या देशांबरोबर अमेरिकेने आपले लष्करी संबंध घनिष्ट केले. म्यानमारसोबतचे संबंध सुधारून त्यांना मोठ्या प्रमाणावर मदत केली. या माध्यमातून एक प्रकारे चीनची कोंडी करण्यासाठीची एक कडी विकसित केली. हे सर्व करत असतानाच चीनसोबतचे संबंध विकोपाला जाणार नाहीत याची काळजीही अमेरिकेने घेतली. 'कॅरॉट अँड स्टीक' या नीतीनुसार चीनबरोबरील व्यापारी संबंध कायम ठेवले. एकीकडे आर्थिक संबंधाचे गाजर दाखवायचे आणि दुसरीकडे लष्करी कडी करुन चीनला रोखायचे असे ओबामांच्या चीनविषयीच्या धोरणाचे सूत्र राहिले.

इराण–अमेरिका संबंधांचे नवे पर्व

ओबामांच्या आठ वर्षांच्या कार्यकाळातील सर्वांत महत्त्वाचा मुद्दा म्हणजे इराण-अमेरिका संबंधांचे नवे पर्व. आतापर्यंत सौदी अरेबियासारखे सुन्नीबहुल देश अमेरिकेचे मित्र समजले जात असत. अशा देशांना अमेरिका लष्करी मदतही देऊ करायची; पण ओबामांनी या धोरणाला अचानकपणाने कलाटणी दिली. त्यांनी शियाबहुल राष्ट्र असणाऱ्या इराणबरोबर घनिष्ट संबंध प्रस्थापित करण्याचे प्रयत्न केले. इराणबरोबर केलेल्या आण्विक करारामुळे आणि त्यांच्यावर लादण्यात आलेले आर्थिक निर्बंध काढून टाकल्यामुळे पश्चिम आशियातील सत्तासमतोलाची समीकरणे पूर्णपणे बदलून गेली आहेत. सुन्नी मुस्लिम देशांची एकाधिकारशाही कमी करण्याचा प्रयत्न ओबामांनी केला. आण्विक प्रसारबंदी कार्यक्रमामध्येही ओबामांचे योगदान महत्त्वाचे राहिले.

एकीकडे इराणला अण्वस्त्र विकासापासून परावृत्त करतानाच दुसरीकडे उत्तर कोरियावरही आर्थिक निर्बंध लादून त्यांना नियंत्रणात ठेवले. याखेरीज कुख्यात आंतरराष्ट्रीय दहशतवादी आणि अल् कायदाचा म्होरक्या असलेल्या ओसामा बिन लादेनला पाकिस्तानात जाऊन ठार मारण्याची मोहीमही ओबामांच्या काळातच राबवली गेली. अल् कायदाचा प्रमुख ओसामा बिन लादेन याच्या मृत्यूने अल् कायदा आणि तालिबान काही अंशी दुबळे पडले. त्याचबरोबर अनेक वर्षांपासून प्रलंबित असलेल्या पर्यावरणासंबंधीच्या कराराला मूर्त रुप देण्यासाठीही ओबामांनी प्रयत्न केले आणि पॅरिस परिषदेमध्ये या करारावर सर्व देशांच्या स्वाक्षऱ्या झाल्या.

क्युबासोबत संबंध

गेल्या वर्षी क्युबाबरोबर अमेरिकेचे संबंध प्रस्थापित करण्यातही ओबामा यशस्वी ठरले. क्युबात फिडेल कॅस्ट्रो यांनी पन्नास वर्षांपूर्वी क्रांती घडवून आणून सत्ता हस्तगत केली तेव्हापासून अमेरिका आणि क्युबा यांचे संबंध तणावपूर्ण किंबहुना शत्रुत्वाचेच राहिले होते. कॅस्ट्रो यांची सत्ता उलथून टाकण्याचे अनेक प्रयत्न अमेरिकेने केले. पण त्यात यश आले नाही. आता कॅस्ट्रो वृद्धत्वाने जर्जर आहेत. पुढील काळात क्युबाची धुरा कुणाच्या खांद्यावर येईल, तेथे कॅस्ट्रो यांच्या विचारातून प्रस्थापित झालेली कम्युनिस्ट राजवट त्यांच्यानंतर राहते की तेथे लोकशाहीचे वारे वाहू लागतात याविषयी कोणतीच निश्चितता नाही. या पार्श्वभूमीवर ओबामा यांनी क्युबाबरोबर संबंध सुरळीत करण्याच्या दिशेने पावले टाकली आणि क्युबानेही त्याला प्रतिसाद दिला.

भारत–अमेरिका संबंध नव्या उंचीवर

भारताच्या दृष्टीने विचार करायचा झाल्यास, ओबामांच्या काळामध्ये दोन्ही देशांच्या संबंधांमध्ये घनिष्टता निर्माण झाली. विशेषतः गेल्या दोन-अडीच वर्षांमध्ये भारत अमेरिका अधिक जवळ आले. ओबामा आणि पंतप्रधान नरेंद्र मोदी यांच्यात विकसित झालेल्या मैत्रीपर्वामुळे दोन्ही देशांच्या परस्पर संबंधांमधील अनेक किल्मिषे, अडथळे दूर झाले. गेल्या अडीच वर्षांमध्ये ओबामा आणि मोदी यांच्यामध्ये वेगवेगळ्या व्यासपीठांवर पाच ते सहा वेळा भेटी झाल्या. ओबामांनी दोन वेळा भारताला भेट दिली. २००५ मध्ये झालेल्या नागरी अणु कराराला पूर्णत्त्व देण्यासाठी, त्यातील तांत्रिक अडथळे दूर करण्यासाठी या भेटींमधून प्रयत्न केले गेले.

पाकिस्तानशी अपरिहार्य जवळीक

असे असले तरी पाकिस्तानबाबत ओबामांचे धोरण मवाळ राहिले. किंबहुना, त्याबाबत ओबामांची दुटप्पी भूमिका समोर आली. बुश यांच्या काळात अमेरिका आणि पाकिस्तानचे संबंध जितके जवळीकीचे नव्हते तितके ते ओबामांच्या काळात झाले. अमेरिकेकडून पाकिस्तानला देण्यात येणारी लष्करी मदत ओबामांच्या काळात दुप्पट झाली. अमेरिकेकडून पाकिस्तानला जवळपास दहा अब्ज डॉलर्सची मदत दिली गेली. अर्थात, त्यामागे कारणही तसेच होते. अफगाणिस्तानातून सैन्यमाघारीचा निर्णय प्रत्यक्षात अमलात आणण्यासाठी अमेरिकेला पाकिस्तानच्या मदतीची आवश्यकता होती. कारण अफगाणिस्तानच्या पश्चिमेला इराण हा देश आहे आणि तिथून अमेरिकन लष्कर नेणे शक्य नव्हते. त्यामुळे अमेरिकेला पाकिस्तानशिवाय दुसरा पर्याय नव्हता. त्याचप्रमाणे मध्य आशिया आणि अफगाणिस्तान-मध्ये अमेरिकेचा प्रभाव वाढवण्यासाठीही अमेरिकेला पाकिस्तानची गरज होती. त्यामुळेच त्यांनी पाकिस्तानबरोबर मवाळ धोरण स्वीकारले होते. ओबामांच्या या धोरणाविरोधात भारतात नाराजी होती. म्हणूनच हा समतोल साधण्यासाठी अमेरिकेने भारताला अण्वस्त्र पुरवठादार देशांमध्ये सदस्यत्त्व देण्यासाठी, संयुक्त राष्ट्राच्या सुरक्षा परिषदेचे सदस्यत्व देण्यासाठी, मिसाईल टेक्नॉलॉजी कंट्रोल रेजिमचे (एमटीसीआर) सदस्यत्व मिळण्यासाठी ओबामांनी जोरदार प्रयत्न केले. या माध्यमातून भारताची नाराजी दूर करण्याचा प्रयत्न करण्यात आला. थोडक्यात कोणतीही टोकाची भूमिका न घेता अमेरिकेच्या परराष्ट्र धोरणात समतोल राखण्याचा प्रयत्न ओबामांच्या कार्यकाळात झाला. ओबामांनी केलेल्या कामगिरीवर हिलरी क्लिंटन यांना मते मागावी लागणार आहेत. त्यावर अमेरिकन जनता त्यांना कौल देते की नाही हे पाहणे औत्सुक्याचे ठरणार आहे.

■

मोदींचा न्यूयॉर्क-आयर्लंड दौरा

पंतप्रधान नरेंद्र मोदी यांनी ऑक्टोबर २०१५ मध्ये न्यूयॉर्क आणि आयडर्लंड दौऱ्यावर गेले होते. आयर्लंड हा देश 'क्लीन इंडिया' मोहिमेसाठी महत्त्वाचा ठरणारा आहे. आयर्लंडचा दौरा आटोपल्यानंतर पंतप्रधान मोदी हे अमेरिकेच्या दौऱ्यावर गेले होते. तेथे न्यूयॉर्क आणि सिलीकॉन व्हॅलीला त्यांनी भेट दिली. न्यूयॉर्कमधील भेट ही बहुपक्षीय राजनयाच्या दृष्टीने महत्त्वाची होती; तर सिलिकॉन व्हॅलीची भेट ही द्विपक्षीय राजनयाची होती. न्यूयॉर्कमध्ये त्यांनी संयुक्त राष्ट्रसंघाच्या ७० व्या अधिवेशनाला, तसेच शाश्वत विकास परिषदेला उपस्थिती लावली; तर सिलीकॉन व्हॅलीचा दौरा डिजिटल इंडियाच्या आणि तंत्रज्ञानाच्या माध्यमातून प्रशासनामध्ये गतिमानता आणण्याच्या दृष्टीने महत्त्वाचा होता.

आयर्लंड दौरा

पंतप्रधान नरेंद्र मोदी ऑक्टोबर २०१५ मध्ये सात दिवसांच्या परदेश दौऱ्यावर गेले होते. या दौऱ्यामध्ये मोदींनी सर्वप्रथम आयर्लंडला भेट दिली. भारताचे पहिले पंतप्रधान पं. जवाहरलाल नेहरू यांनी १९५६ मध्ये आयर्लंडला गेले होते. त्यावेळी सुवेझ कालव्यासंदर्भात आंतरराष्ट्रीय स्तरावर वाद सुरू होता, त्यावेळी नेहरूंनी आयर्लंडला धावती भेट दिली होती. त्यानंतर गेल्या साठ वर्षांमध्ये एकाही भारतीय पंतप्रधानाने आयर्लंडला भेट दिली नाही. आयर्लंड हा देश नुकताच आर्थिक मंदीतून सावरला आहे. या देशाला स्थैर्य प्राप्त होत आहे. आयर्लंडमध्ये मोठ्या प्रमाणावर भारतीय नागरिक राहतात. मोदी सरकारच्या 'क्लीन इंडिया' या महत्त्वाकांक्षी अभियानासाठी आवश्यक असणाऱ्या अनेक मोठमोठ्या औषध कंपन्या आयर्लंडमध्ये आहेत. आरोग्य क्षेत्रामध्ये दोन्ही देशांना मोठी संधी आहे. भारतातून अनेक विद्यार्थी शिकण्यासाठी अमेरिकेला जातात. त्यामुळे दोन्ही देशांमध्ये सहकार्य संबंधांसाठी शिक्षणाचे क्षेत्रही महत्त्वपूर्ण आहे. तसेच व्यापाराच्या दृष्टीनेही मोदींचा दौरा महत्त्वपूर्ण होता.

अमेरिका दौरा

आयर्लंडचा दौरा आटोपल्यानंतर पंतप्रधान मोदी हे अमेरिकेच्या दौऱ्यावर गेले होते. तेथील चार दिवसांच्या दौऱ्याची दोन भागांमध्ये विभागणी करण्यात आलेली होती. पहिला भाग हा न्यूयॉर्कमधला, तर दुसरा भाग हा सिलिकॉन व्हॅलीतील होता. न्यूयॉर्कमधील भेट ही बहुपक्षीय राजनयाच्या दृष्टीने महत्त्वाची होती; तर सिलिकॉन व्हॅलीची भेट ही द्विपक्षीय राजनयाची होती.

संयुक्त राष्ट्रसंघाचे ७० वे अधिवेशन

या भेटीमागे संयुक्त राष्ट्र संघाचे ७० वे अधिवेशन हेही कारण होते. गेल्या दोन दशकांपासून संयुक्त राष्ट्रसंघातील सुधारणा आणि सुरक्षा परिषदेचा विस्तार याबाबतची मागणी भारताकडून केली जात आहे. १५ सप्टेंबर २०१४ रोजी झालेल्या संयुक्त राष्ट्र संघटनेच्या ६९व्या अधिवेशनात आमसभेने सुरक्षा परिषदेचा विस्तार तसेच या संघटनेत सुधारणा घडवून आणण्यासाठी काही महत्त्वाची पावले उचलली होती. त्यामध्ये यासंदर्भातील वाटाघाटींचा मसुदा मंजूर करण्यात आला होता. ७०व्या अधिवेशनात या मसुद्यावर चर्चा झाली. आमसभेमध्ये आंतरराष्ट्रीय समुदायाला उद्देशून भाषण करणे, त्यातून पर्यावरण रक्षण, गरिबी, भूकबळी, शाश्वत विकास आदी मुद्यांबाबत भारताची भूमिका संपूर्ण जगासमोर खंबीरपणे मांडण्यात आली. एकविसावे शतक भारताचे असून भारताला डावलून जगातील कोणतीही संघटना प्रभावीपणे काम करू शकत नाही, हा मुद्दा मोदी यांनी प्रभावीपणे मांडला. संयुक्त राष्ट्रसंघाच्या सुरक्षा परिषदेमध्ये भारताचा कायम सदस्य बनण्याच्या प्रक्रियेला चालना मिळाली आहे. यासंदर्भात भारताचे धोरण

काय असायला हवे, यासंदर्भात जी-४ नावाची संघटना स्थापन करण्यात आलेली आहे. या संघटनेत भारत, जर्मनी, जपान आणि ब्राझिल या चार देशांचा समावेश होतो. या संघटनेची स्थापना २००४ मध्ये झाली. हे चार देश सुरक्षा परिषदेच्या कायम सदस्यत्वासाठीचे दावेदार आहेत. व्यक्तिगत प्रयत्न करण्याऐवजी सामूहिक प्रयत्न करण्यासाठी हे चारही देश एकत्र आलेले आहेत. २००४ पासून त्यांचा हा प्रयत्न सुरू आहे. परंतु सुरक्षा परिषदेच्या विस्ताराला कोणताही कालावधी निश्चित करण्यात आलेला नव्हता. तसेच सुरक्षा परिषदेचे सध्याचे पाच कायम सदस्य या गोष्टीला विरोध करत होते. यामुळे मधल्या काळात त्यांच्या प्रयत्नांमध्ये शिथिलता आली होती. आमसभेने हा मसुदा स्वीकारल्यानंतर या जी-४ सदस्यांची नव्याने बैठक संपन्न झाली. यापूर्वीची बैठक २००४ मध्ये झाली होती. तब्बल ११ वर्षांनंतर ही दुसरी बैठक झाली. या बैठकीमध्ये सुरक्षा परिषदेचा विस्तार कशा पद्धतीने व्हावा, त्यामध्ये आपले स्थान निश्चित कसे करता येईल यासंदर्भातील पुढील योजना निर्धारित केली गेली. सुरक्षा परिषदेच्या विस्तारासाठी असलेल्या आंतरशासकीय समूहाच्या गेल्या दोन दशकांपासून ज्या वाटाघाटी सुरू होत्या त्यांना नोव्हेंबर २०१५ पासून नव्याने सुरुवात झाली आहे.

शाश्वत विकास परिषद

न्यूयॉर्कमध्ये तीन दिवसीय शाश्वत विकास परिषद पार पडली. या परिषदेसाठी १९३ देशांचे प्रतिनिधी उपस्थित होते. त्याचबरोबर विश्व बँक आणि आंतरराष्ट्रीय नाणेनिधीपासून अनेक आंतरराष्ट्रीय वित्तीय संस्थांचे प्रतिनिधी, तसेच ख्रिश्चन धर्मगुरूही या परिषदेला उपस्थित होते. या परिषदेमध्ये पंतप्रधान नरेंद्र मोदी यांनी भाग घेतला. या परिषदेमध्ये आगामी १५ वर्षांसाठीची शाश्वत विकासाची उद्दिष्टे निर्धारित केली गेली आहेत. तसेच यामध्ये १५० हून अधिक उपउद्दिष्टे आहेत. १ जानेवारी २०१६ पासून ती लागू झाली असून २०३० पर्यंत ती पूर्ण करावयाची आहेत. यामध्ये गरिबी निर्मूलन, भूकबळी, निर्वासितांचा प्रश्न, पर्यावरणाचे रक्षण, शिक्षण अशा १७ उद्दिष्टांच्या पूर्ततेसाठी सर्व राष्ट्रे व्यक्तीगत आणि बहुपक्षीय स्तरावरती प्रयत्न करणार आहेत. त्यासाठी विश्व बँक आणि आंतरराष्ट्रीय नाणेनिधी या संस्था आर्थिक मदत करणार आहेत. पंतप्रधान मोदी यांनी या परिषदेला उपस्थिती लावून या उद्दिष्टांच्या पूर्ततेसाठीची कटिबद्धता बोलून दाखविली. या शाश्वत विकासाचा सर्वाधिक फायदा भारताला होणार आहे. कारण भारतात बेरोजगारी, उपासमारी, गरीबी आणि अशिक्षितांची समस्या मोठ्या प्रमाणावर आहे. न्यूयॉर्कमध्ये मोदी यांनी 'फॉर्च्युन फाइव्ह हंड्रेड' समूहातील उद्योगपतींसोबत चर्चा करून भारतामध्ये गुंतवणूक करण्यासाठी त्यांना आवाहन केले.

सिलीकॉन व्हॅली

न्यूयॉर्कनंतर मोदींनी सिलिकॉन व्हॅलीला भेट दिली. सिलिकॉन व्हॅली म्हणजे कॅलिफोर्निया, हे अमेरिकेचे दुसरे टोक आहे. या भागाला भेट देणारे नरेंद्र मोदी हे पहिले भारतीय पंतप्रधान ठरले. प्रामुख्याने 'डिजिटल इंडिया' या मोहिमेसाठी ही भेट फार महत्त्वाची होती. या प्रकल्पाअंतर्गत येणाऱ्या फेसबुक, गुगल, व्हॉट्सॲप या सोशल मीडियाच्या आणि ॲडोबसारख्या सॉफ्टवेअर्सच्या माध्यमातून भारतीय प्रशासन अधिक गतिमान करून त्यामध्ये आणखी पारदर्शकता आणण्याच्या दृष्टीने या साधनांचा वापर कसा वाढवता येईल यासाठी मोदींनी आपली भूमिका मांडली. त्यांनी फेसबुकचे प्रमुख मार्क झुकेरबर्ग यांची फेसबुकच्या मुख्यालयात तर गुगलचे सीईओ सुंदर पिचई यांची गुगलच्या मुख्यालयात भेट घेतली. ॲडोबच्या कार्यालयालाही त्यांनी भेट दिली. तसेच माहिती तंत्रज्ञान क्षेत्रातील महत्त्वाच्या उद्योगपतींशीही मोदी यांची चर्चा झाली.

इंटरनेटच्या माध्यमातून भारताला जोडणे आणि लोकांना सुविधा पुरविणे, प्रशासन गतीमान करणे ही 'डिजिटल इंडिया' प्रकल्पाची मुख्य उद्दिष्टे आहेत. त्याला गतीमानता देणे हा सिलिकॉन व्हॅलीच्या भेटीमागचा उद्देश होता.

- या दौऱ्यादरम्यान 'गुगल'ला भारतातील पाचशे रेल्वे स्टेशनवर वायफाय सेवा पुरविण्याच्या प्रस्तावाला संमती मिळाली.
- या ठिकाणी एक गोष्ट लक्षात घेतली पाहिजे की, संपूर्ण जगभरात फेसबुकचे सर्वाधिक वापरकर्ते भारतात आहेत. देशात जवळपास १३ कोटी भारतीय फेसबुकचा वापर करतात. त्यामुळेच प्रशासनात गतीमानता आणण्यासाठी मोदी

यांनी फेसबुकवर भर देण्याचे ठरविले आहे.

- सिलिकॉन व्हॅलितील सुमारे १६ टक्के कंपन्यांचे मालकी हक्क भारतीयांकडे आहेत. सिलिकॉन व्हॅलीत जर हे प्रमाण १६ टक्के आहे, तर मग भारतात अशी वातावरणनिर्मिती केल्यास भारतातील माहिती तंत्रज्ञान क्षेत्राचा विकास गतीने होऊ शकतो, हा विचार करून तेथे कशा प्रकारच्या सुविधा देण्यात आलेल्या आहेत, याचा मोदींनी आढावा घेतला. तशाच प्रकारच्या सुविधा भारतातील माहिती तंत्रज्ञान क्षेत्राला देण्याचा त्यांचा विचार आहे. भारतामध्ये बंगळुरु आणि हैदराबाद ही दोन शहरे आयटी क्षेत्रासाठी खूप प्रगत मानली जातात. या शहरांचे सिलिकॉन व्हॅलीशी अतिशय घनिष्ट संबंध आहेत. या दृष्टिकोनातून भारतात विकसित केल्या जाणाऱ्या शंभर स्मार्ट सिटीसाठी कशा प्रकारचे आयटी पार्क निर्माण करता येतील यादृष्टीनेही या भेटीचा फायदा होणार आहे. डिजिटल इंडिया, स्किल इंडिया, क्लीन इंडिया, मेक इन इंडिया या महत्त्वाकांक्षी प्रकल्पांसाठी अमेरिकन तंत्रज्ञान आणि भांडवलाची भारताला गरज आहे. त्यामुळे हा दौरा तंत्रज्ञान आणि भांडवलाच्या मागणीसाठी आखण्यात आलेला होता.

मोदींच्या दौऱ्यापूर्वी दोन दिवस आधी भारताच्या परराष्ट्रमंत्री सुषमा स्वराज या अमेरिकेला पोहोचल्या होत्या. त्यांनी अमेरिकेचे परराष्ट्रमंत्री जॉन केरी, अमेरिकेचे उद्योगमंत्री आणि इतर विभागांबरोबर चर्चा केली. त्यातून दोन महत्त्वाची उद्दिष्टे पुढे आली.

- सध्या भारत आणि अमेरिका यांच्यामध्ये असणारा १०० अब्ज डॉलर्सचा व्यापार ५०० अब्जांपर्यंत नेण्यासाठी प्रयत्न करण्यात येणार आहेत.
- यापुढील काळात दहशतवादविरोधी लढा आता अमेरिका आणि भारत संयुक्तपणे लढणार आहेत. पाकिस्तानच्या भूमीवरून भारताविरोधी कारवाया करणाऱ्या दाऊद इब्राहीम, मसूद अझहर, झाकी-उर-रहमान-लखवी, हाफिज सईद यांच्यासह इतर दहशतवादी संघटनांविरुद्ध कारवाई करण्यासाठी भारत आणि अमेरिका संयुक्तपणे प्रयत्न करणार आहेत, याचा पुनरुच्चार मोदींच्या भेटीदरम्यान करण्यात आला. एकंदरीतच भारत-अमेरिका संबंध घनिष्ट करण्यासाठी हा दौरा अतिशय महत्त्वाचा ठरला, असे म्हणता येईल

■

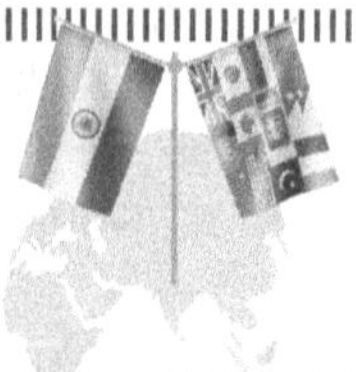

मोदींचा इंग्लंड-तुर्कस्तान दौरा

पंतप्रधान नरेंद्र मोदी यांनी नोव्हेंबर २०१५ मध्ये इंग्लंड आणि तुर्कस्तानचा दौरा केला. इंग्लंड दौऱ्यामध्ये संरक्षण, पर्यावरण, सेवाक्षेत्र, उर्जा आणि आरोग्य या क्षेत्रांमध्ये नऊ अब्ज डॉलर्सचे करार करण्यात आले. तुर्कस्तानमध्ये जी-२० परिषदेला मोदींनी उपस्थिती लावली. दहशतवादाच्या विरोधात जागतिक पातळीवर संयुक्त फळी उभी करण्याची गरज असून या प्रश्नाबाबत सुरू असलेले राजकारण थांबवणे आवश्यक असल्याचे मत या परिषदेमध्ये मोदी यांनी मांडले. याबाबतच्या प्रस्तावाला सर्व सदस्य राष्ट्रांनी सहमती दर्शवली, ही अतिशय महत्त्वाची बाब ठरली. कोणताही भेदभाव न करता सर्व दहशतवादी संघटनांचा सामूहिकरित्या सामना केला गेला पाहिजे या भारताकडून सातत्याने केल्या जाणाऱ्या मागणीचे महत्त्व जगाच्या लक्षात येत आहे, हे यातून दिसून आले.

पंतप्रधान नरेंद्र मोदी यांचा इंग्लंड आणि तुर्कस्तानचा पाच दिवसांचा दौरा ऑक्टोबर २०१५ मध्ये संपन्न झाला. तब्बल दहा वर्षांनंतर भारतीय

पंतप्रधान इंग्लंडच्या भेटीला गेले. यापूर्वी २००६ मध्ये तत्कालीन पंतप्रधान डॉ. मनमोहन सिंग हे इंग्लंडच्या दौऱ्यावर गेले होते. या दौऱ्यादरम्यान मोदी यांनी इंग्लंडच्या संसदेमध्ये भाषण केले. अशा प्रकारे ब्रिटिश पार्लमेंटमध्ये भाषण करणारे नरेंद्र मोदी हे पहिले भारतीय पंतप्रधान ठरले.

भारत-इंग्लंड संबंध

भारताच्या दृष्टीने आर्थिक आणि व्यापाराच्या दृष्टीने इंग्लंडचे स्थान महत्त्वाचे आहे. भारताचे इंग्लंडबरोबरचे संबंध अतिशय जुने आहेत. या संबंधांना एक प्रकारे प्रतिकात्मक महत्त्वही आहे. इंग्लंडमध्ये स्थायिक झालेल्या भारतीयांची संख्या १७ लाख इतकी आहे. या भारतीय समुदायाचा इंग्लंडच्या आर्थिक विकासामध्ये महत्त्वाचा वाटा आहे. त्यामुळे आर्थिक आणि व्यापारी दृष्टिकोनातून या दौऱ्याची आखणी करण्यात आली होती.

इंग्लंड दौऱ्यामध्ये काय झाले?

- मेक इन इंडिया, डिजिटल इंडिया किंवा क्लीन इंडिया या सरकारच्या महत्त्वाकांक्षी प्रकल्पांसाठी आवश्यक भांडवल आणि तंत्रज्ञान कशा पद्धतीने मिळवता येईल यासाठी प्रयत्न केले गेले.
- भारत आणि इंग्लंडला काही क्षेत्रांमध्ये आर्थिक सहकार्यासाठी तसेच व्यापारासाठी चांगली मुभा किंवा वाव आहे. इंग्लंडमध्ये क्लीन एनर्जीच्या क्षेत्रामध्ये अतिशय प्रगत तंत्रज्ञान विकसित झालेले आहे. संरक्षण क्षेत्र, विमा क्षेत्र आणि सेवा क्षेत्रामध्येही इंग्लंडने प्रगती साधलेली आहे. येत्या काळात या सर्वच क्षेत्रांमध्ये आर्थिक सहकार्य आणि व्यापार कसा वाढवता येईल, यादृष्टीने या दौऱ्यामध्ये चर्चा झाल्या.
- संयुक्त राष्ट्र संघटनेच्या सुरक्षा परिषदेच्या कायम सदस्यत्त्वासाठी भारत सध्या जोरदार प्रयत्न करत आहे. इंग्लंड हा सुरक्षा परिषदेचा कायम सदस्यत्त्व असणारा देश असल्याने भारताला इंग्लंडचे समर्थन मिळणे अत्यंत आवश्यक आहे. त्यासाठीही या दौऱ्यामध्ये प्रयत्न करण्यात आले.
- दहशतवादाविरुद्ध लढण्यासाठीही भारताला इंग्लंडच्या सहकार्याची गरज आहे. विशेषतः, इंग्लंडने पुढाकार घेऊन दहशतवादाविरुद्ध जागतिक फळी निर्माण करावी अशी भारताची अपेक्षा आहे.

नरेंद्र मोदींनी आपल्या परदेश दौऱ्यांमध्ये त्या-त्या देशांमध्ये वास्तव्यास असणाऱ्या भारतीय वंशाच्या नागरिकांशी संवाद साधला आहे. अमेरिका, ऑस्ट्रेलिया, युएई या दौऱ्यांमध्ये मोदींच्या सभांना प्रचंड गर्दीही झाल्याचे दिसून आले आहे. अशाच प्रकारे इंग्लंड भेटीदरम्यानही त्यांनी वेम्बले स्टेडियमवर जमलेल्या ७० हजार भारतीयांपुढे भाषण केले आणि त्या सर्वांना भारतामध्ये गुंतवणूक करण्यासाठी आवाहन केले. या दौऱ्यादरम्यान नऊ अब्ज डॉलर्सचे महत्त्वपूर्ण करार झाले. यामध्ये संरक्षण, पर्यावरण, सेवाक्षेत्र, उर्जा आणि आरोग्य या क्षेत्रांचा समावेश आहे. ही या दौऱ्याची उपलब्धी म्हणावी लागेल.

तुर्कस्तान दौरा

तीन दिवसांचा इंग्लंडचा दौरा संपवून नरेंद्र मोदी हे तुर्कस्तानच्या दौऱ्यावर गेले. पॅरिस येथे इस्लामिक स्टेटने केलेल्या दहशतवादी हल्ल्यामुळे या दौऱ्याला वेगळी कलाटणी मिळाली. तुर्कस्तानमध्ये जी-२० देशांच्या परिषदेसाठी ते उपस्थित राहिले. जी-२०च्या आजवरच्या परिषदांमध्ये प्रामुख्याने आर्थिक घडामोडींवर चर्चा होत असे. मात्र २०१५ मध्ये झालेल्या परिषदेमध्ये पहिल्यांदाच राजकीय आणि सामाजिक घटकांवर चर्चा झालेली आहे. त्यामध्ये मुख्य मुद्दा होता दहशतवादाचा. जी-२० चे सदस्य देश असलेल्या अमेरीका, भारत, इंग्लंड, रशिया, फ्रान्स यांसारख्या देशांना कमी-अधिक फरकाने व्यक्तीगतरित्या दहशतवादाचा सामना करावा लागत आहे. त्यामुळेच परिषदेला उपस्थित असणाऱ्या सर्वच सदस्य राष्ट्रांच्या प्रमुखांमध्ये दहशतवादाबाबत चर्चा घडून आली. यामध्ये पंतप्रधान नरेंद्र मोदींची भूमिका ही महत्त्वाची ठरली. मोदी यांनी दहशतवादाच्या चर्चेची सुरुवात केली. दहशतवादाच्या विरोधात जागतिक पातळीवर संयुक्त फळी उभी करण्याची गरज असून या प्रश्नाबाबत सुरू असलेले राजकारण थांबवणे आवश्यक असल्याचे मत मोदी यांनी मांडले. यासंदर्भात मोदींनी मांडलेल्या प्रस्तावाला जी-२० च्या सर्व देशांनी समर्थन दिले. त्यामध्ये इस्लामिक स्टेटविरुद्ध जागतिक फळी

तयार करण्याबाबत सहमती दर्शवण्यात आली. त्याबरोबरच केवळ दहशतवादी संघटनांवर कारवाई करून चालणार नाही तर या संघटनांना आर्थिक आणि नैतिक समर्थन देणाऱ्या राष्ट्रांविरुद्धदेखील कारवाई करणे गरजेचे आहे, असा मुद्दाही यामध्ये चर्चिला गेला. आजवर दहशतवादाच्या प्रश्नावर जागतिक पातळीवर सहमती तयार होत नव्हती. अनेकदा दहशतवादाचा अर्थ काय आहे, यावरूनच वादविवाद होत होते. याचे कारण दहशतवादाच्या २१६ वेगवेगळ्या व्याख्या आहे. त्यावरून अनेकदा हे वाद होत होते. कोणत्याही देशामध्ये दहशतवाद निर्माण करणारा व्यक्ती हा दुसऱ्या देशामध्ये स्वातंत्र्यसैनिक म्हणून ओळखला जातो. त्यामुळे दहशतवादाविरोधी एकवाक्यता निर्माण होण्यात अडचणी येत असत. परिणामी, त्याविरुद्ध जागतिक आघाडी निर्माण करणे अवघड बनले होते. पण या बैठकीमध्ये दहशतवादाच्या प्रश्नावरून राजकारण केले जाऊ नये याबाबत सहमती झाली. हे या परिषदेचे एक फार मोठे फलित ठरले. त्यामुळे मोदींचा हा दौरा भारताला आर्थिक आणि व्यापाराच्या दृष्टीकोनातून फायदेशीर ठरणारा होताच; पण त्याहीपुढे जाऊन दहशतवादाबाबत भारताचे जे म्हणणे होते, त्याचे गांभीर्य जगाच्या लक्षात आले, ही या दौऱ्याची प्रमुख उपलब्धी ठरली. भविष्यामध्ये दहशतवादाचा सामना हा कोणत्याही एका देशाला करता येणार नाही. त्यासाठी जागतिक पातळीवर सामुहीक प्रयत्न होणे सामूहिक गरजेचे आहे, ही भारताची अनेक वर्षांपासूनची मागणी आहे. या मागणीला जगभरातील प्रमुख देशांनी पाठिंबा दिला. त्याचप्रमाणे दहशतवादामध्ये चांगला आणि वाईट दहशतवाद, प्रादेशिक वा आंतरराष्ट्रीय दहशतवाद असा भेदभाव केला जावू नये, सर्व दहशतवादी संघटनांचा सामूहिकरित्या सामना केला गेला पाहिजे या भारताच्या मागणीचे महत्त्व जगाच्या लक्षात आले, ही या दौऱ्याची एक प्रमुख फलनिष्पत्ती म्हणावी लागेल. ■

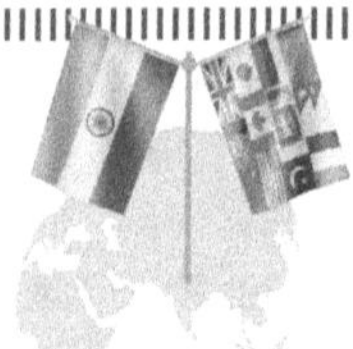

भारत-अमेरिका लिमोआ करार

भारत आणि अमेरिका यांच्यातील संरक्षण संबंध २००५ पासून घनिष्ट होण्यास सुरुवात झाली. २०१५ मध्ये अमेरिकेने भारताला संरक्षण भागीदार असा दर्जा दिला. अमेरिका कोणत्याही देशाला अशा पद्धतीने दर्जा देते तेव्हा त्या देशासोबत एक करार केला जातो. त्यानुसार भारत आणि अमेरिका यांच्यामध्ये ऑगस्ट २०१६ मध्ये लॉजिस्टिक एक्स्चेंज मेमोरेन्डम ऑफ ॲग्रीमेंट (लिमोआ) या करारावर स्वाक्षऱ्या झाल्या. हा करार म्हणजे दोन्ही देशांच्या संरक्षणसंबंधातील माईलस्टोन करार आहे.

भारत आणि अमेरिका यांच्यादरम्यान ३० ऑगस्ट २०१६ रोजी एका महत्त्वाकांक्षी करारावर स्वाक्षऱ्या करण्यात आल्या. दोन्ही देशांच्या संरक्षण संबंधातील ही एक ऐतिहासिक स्वरुपाची घटना ठरली आहे. या कराराची पायाभरणी जूनच्या दौऱ्यादरम्यान झाली होती. पंतप्रधान नरेंद्र मोदी अमेरिकेच्या दौऱ्यावर गेले असताना अशा प्रकारचा करार करण्याविषयी दोन्ही देशांनी इच्छाशक्ती दाखवली होती. भारत आणि अमेरिका या दोन्ही देशांमधील पायाभूत लष्करी सोयी, सेवा, पुरवठा ह्या परस्परांना वापरण्यासाठी संमती देणारा हा करार आहे. लॉजिस्टिक एक्स्चेंज मेमोरेन्डम ऑफ ॲग्रीमेंट (लिमोआ) असे या कराराचे नाव आहे. ह्या करारावर दोन्ही देशांचे संरक्षणमंत्री भारताकडून मनोहर पर्रीकर आणि अमेरिकेचे जॉन कार्टर यांनी स्वाक्षऱ्या केल्या आहेत. या करारान्वये अन्न, पाणी, वाहतूक, इंधन, कपडे, वैद्यकीय सेवा, सुटे भाग आणि साहित्य, दुरुस्ती आणि देखभाल सेवा, प्रशिक्षण सेवा आणि अन्य पायाभूत वस्तू व सेवा परस्परांना मिळणार आहेत. विमानांची दुरुस्ती आणि इंधन पुरवठ्यासाठीही दोन्ही देशांना

परस्परांचा भूभाग, हवाई आणि नौदलाचा तळ वापरता येणार आहे.

चुकीचा प्रचार

लिमोआ करारावर स्वाक्षऱ्या झाल्या असल्या तरी यामधील एक सर्वांत महत्त्वाची गोष्ट लक्षात घेतली पाहिजे. ती म्हणजे, अशा प्रकारच्या लष्करी सोयी-सुविधा या विनंतीवरुन आणि पूर्वपरवानगीनेच वापरता येणार आहेत. दोन्ही देशांच्या आपापसांतील संमतीनेच ही प्रक्रिया घडणार आहे. याचाच अर्थ, करार झाला म्हणून विनाअट किंवा सरसकट या सोयीसुविधांचा वापर करता येणार नाही. त्याचबरोबर या करारामुळे अमेरिका भारतात कायमस्वरुपी लष्करी तळ उभारणार आहे किंवा अमेरिकेचे सैन्य भारतात उपस्थित राहणार आहे, असाही त्याचा अर्थ नाही. मात्र तरीही आपल्याकडे या करारामुळे भारत आता अमेरिकेच्या अधिपत्याखाली गेला आहे, भारताने आपले लष्करी- संरक्षण सार्वभौमत्त्व किंवा स्वायत्तता गमावली आहे, भारत आता अमेरिकेचा लष्करी तळ बनणार आहे, अशा प्रकारच्या प्रतिक्रिया व्यक्त करून एक चुकीचे आणि निराशाजनक चित्र उभे केले गेले. वस्तुतः, या करारामध्ये लष्करी तळ उभारण्याचा मुद्दा अंतर्भूत नाही. केवळ लष्करी तळ पूर्वपरवानगीने वापरण्याविषयीचा हा करार आहे.

'लिमोआ'ची पार्श्वभूमी

अटल बिहारी वाजपेयी यांच्या सरकारच्या काळातच म्हणजे २००२ मध्ये या कराराबाबतचा विचार सुरु झाला होता. पण त्याला सातत्याने विरोध होता. याचे कारण भारत अमेरिका यांच्यातील संबध घनिष्ट नव्हते. २००५ पासून भारत आणि अमेरिका यांच्यातील संरक्षण संबंध घनिष्ट होण्यास सुरुवात झाली. गेल्या दोन वर्षांच्या काळात दोन्ही देशांतील संबंधांचे नवे पर्व सुरू झाले. २०१५ मध्ये अमेरिकेने भारताला संरक्षण भागीदार असा दर्जा दिला. अमेरिका कोणत्याही देशाला अशा पद्धतीने दर्जा देते तेव्हा त्या देशासोबत एक करार केला जातो. या करारानुसार प्रामुख्याने अमेरिकतील संरक्षण तंत्रज्ञान वापरण्याचे अधिकार सदर देशाला मिळतात. भारताने हा करार केल्यामुळे अमेरिकेतील ९० टक्के संवेदनशील संरक्षण तंत्रज्ञान हे आता भारताला वापरता येणार आहे. त्याचबरोबर दोन्ही देश मिळून काही संयुक्त उपक्रमही राबवत आहेत. त्याचबरोबर काही संरक्षण साधनांचे उत्पादनही भारतात होणार आहे. त्याचप्रमाणे अमेरिकेकडून भारताला तंत्रज्ञानाचे हस्तांतरणही होत आहे. यासंदर्भात अब्जावधी डॉलरचे करारही झाले आहेत. गेल्या पंधरा वर्षात दोन्ही देशांमधील संबंध सुधारण्याच्या दृष्टीने झालेल्या प्रयत्नांची पुढची पायरी म्हणजे लष्करी तळ वापरण्याची संमती देणारा हा करार आहे. एका अर्थाने भारत-अमेरिका लष्करी संबंधांमधील 'माईलस्टोन' असे या कराराचे वर्णन करावे लागेल. तंत्रज्ञान आणि सामग्रीचे आदानप्रदान करण्यास अमेरिकेने मान्यता दिल्याने भारत हा अमेरिकेचा अत्यंत जवळचा संरक्षण सहकारी बनला आहे.

कराराचे महत्त्व आणि संदेश

सामरिक दृष्टीने विचार करता, भारत आणि अमेरिका या दोन्ही देशांनी भविष्यातील काही धोके लक्षात घेऊन हा करार केलेला आहे, असे म्हणता येईल. या धोक्यांमधील सर्वात महत्त्वाचे लक्ष्य आहे चीन, अमेरिका किंवा भारताने याबाबत स्पष्टपणाने उल्लेख केलेला नसला तरी २००९ नंतर चीनच्या सागरी सामर्थ्याचा, विस्तारवादाचा आणि आक्रमकतेचा सामना करण्यासाठी अमेरिकेने 'पीव्हॉट टू एशिया' हे धोरण तयार केले होते. त्या आधारावर अमेरिका आशिया प्रशांत महासागराच्या क्षेत्रात आपले ६० टक्के नौदल काही वर्षात आणणार आहे. यामागे मुख्य हेतू हा चीनला शह देणे हा आहे. दक्षिण चीन समुद्रातील चीनचा वाढता हस्तक्षेप हा सध्या एक केंद्रबिंदू बनला आहे. दक्षिण चीन समुद्रावर चीनने अधिपत्य गाजवले तर संपूर्ण प्रशांत महासागरावर चीनचे अधिपत्य निर्माण होणार आहे. त्यामुळे चीनला वेळीच रोखण्याची गरज निर्माण झाली आहे. चीनने दक्षिण चीन समुद्रात लष्करासाठी काही कृत्रिम बेटे निर्माण केली आहेत. तशाच पद्धतीने अमेरिकेला आता नव्या बेटांची गरज आहे. चीनचा सामना करण्यासाठी जवळ असणाऱ्या भारतातील लष्करी सुविधांचा वापर अमेरिकेसाठी अधिक फायदेशीर ठरणार आहे. त्या दृष्टीकोनातून या कराराकडे पाहिले जात आहे.

गेल्या एक दशकापासून भारत आणि अमेरिका हे संयुक्त कवायती करत आहेत.

यासाठीही या कराराचा फायदा होणार आहे. त्याचप्रमाणे गेल्या दोन वर्षांच्या काळात भारताने 'मेक इन इंडिया' अंतर्गत देशातील संरक्षण क्षेत्राच्या आधुनिकीकरणासाठी जोरदार मोहीम उघडली आहे. या आधुनिकीकरणालाही या करारामुळे चालना मिळणार आहे. त्याचबरोबर या करारामुळे चीन आणि पाकिस्तान या दोन्ही देशांना एक योग्य आणि सूचक संदेश मिळाला आहे. दुसरीकडे दहशतवादी संघटनांनाही हा संदेश गेलेला आहे. भविष्यात दहशतवादामुळे आणीबाणीचा प्रसंग निर्माण झाल्यास अथवा अल् कायदा, इसिस यांसारख्या संघटनांकडून घातपात घडवण्याचा प्रयत्न झाल्यास भारतातील लष्करी सुविधांचा वापर करुन अमेरिका त्यांच्यावर कारवाई करु शकते, हे या कराराचे एक महत्त्व लक्षात घ्यायला हवे.

भविष्यात सामरिक युती शक्य?

'लिमोआ' करारामुळे भारत आणि आणि अमेरिका हे दोन्ही देश सामरिक युतीच्या दिशेने जात आहेत. वास्तविक, भारत अमेरिका मैत्री ही सामरिक युतीमध्ये (स्ट्रॅटेजिक पार्टनरशिप) परावर्तित व्हावी अशी अमेरिकेची इच्छा आहे. पण भारताची तशी इच्छा नाही. कारण युती केल्यास आपण परराष्ट्रधोरणातील स्वातंत्र्य गमावून बसू असे भारताला वाटते. आजवरच्या काळात भारताचे अमेरिकेबरोबरचे संबंध हे अलिप्ततवादाच्या विचारसरणीने प्रभावित राहिलेले आहेत. सामरिक युतीमुळे संरक्षण धोरणातील निर्णय निर्मितीचे स्वातंत्र्य (डिसिजन मेकिंग अ‍ॅटॉनॉमी) हे गमावले जाईल अशी भारताला सातत्याने चिंता असते. अमेरिकेने अशा प्रकारची युती जपान आणि इंग्लंड या दोन देशांबरोबर केलेली आहे. अशा प्रकारची युती केल्यानंतर जो देश युती करतो त्याला ज्युनियर पार्टनर किंवा कनिष्ठ भागीदार म्हणून काही काळ काम करावे लागते. जपान आणि इंग्लंड या दोन्हीही देशांनी अशा प्रकारे काम केलेले आहे आणि आता त्या दोघांचाही विकास झाला; पण असे काम करण्याची भारताची इच्छा नाही. परंतु गेल्या काही दिवसांतील घडामोडी आणि 'लिमोआ' करारावर झालेल्या स्वाक्षऱ्या पाहता ही युती दृष्टीक्षेपात येताना दिसत आहे. चीनचे वाढते वर्चस्व आणि दहशतवाद या दोन्हींची पार्श्वभूमी आणि भारताच्या लष्करी आधुनिकीकरणाच्या दृष्टीने हा करार अत्यंत महत्त्वपूर्ण आहे. ■

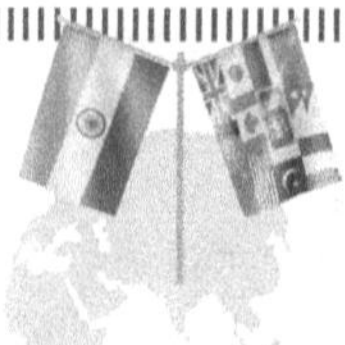

भारत-फ्रान्स संबंध

पूर्वी भारताचे फ्रान्सबरोबरचे संबंध हे प्रामुख्याने आर्थिकदृष्ट्या महत्त्वाचे होते. पण गेल्या काही वर्षांत या संबंधांना वेगवेगळे आयाम प्राप्त झालेले आहेत. फ्रान्स हा भारतासाठी केवळ व्यापारी भागीदार राहिलेला नसून संरक्षण आणि अणुऊर्जा प्रकल्पांसाठी महत्त्वाचा देश म्हणून पुढे येत आहे. २०१६च्या प्रजासत्ताक दिनाच्या सोहळ्याला फ्रान्सचे राष्ट्राध्यक्ष फ्रान्सिस ओलांद (Francis Oland) उपस्थित राहिल्यामुळे दोन्ही देशांच्या संबंधांचा एक नवा अध्याय सुरू झाला आहे.

भारत आणि फ्रान्स यांच्यातील संबंधांमध्ये आजवर कधीही चढउतार राहिले नाहीत. ते नेहमीच सौहार्दाचे, मैत्रीचे राहिले आहेत. पूर्वी फ्रान्सबरोबरचे संबंध हे प्रामुख्याने आर्थिकदृष्ट्या महत्त्वाचे होते. गेल्या काही वर्षांत या संबंधांना वेगवेगळे आयाम प्राप्त झाले. आज फ्रान्स हा भारतासाठी केवळ व्यापारी भागीदार राहिलेला नसून संरक्षण व अणुऊर्जा प्रकल्पांसाठी महत्त्वाचा देश म्हणून पुढे येत आहे. फ्रान्स हा जगातील बलाढ्य अशा युरोपियन व्यापार संघाचा एक महत्त्वाचा सदस्य आहे. सध्या भारताच्या युरोपियन व्यापारी संघाबरोबर अनेक चर्चा आणि वाटाघाटी सुरू आहेत. गेल्या एक दशकापासून भारत आणि युरोपियन व्यापारी संघांमध्ये मुक्त व्यापार

क्षेत्र निर्माण करण्याबाबत चर्चा सुरू आहेत. या चर्चेमध्ये सातत्याने काही ना काही व्यत्यय येत आहेत. त्यामुळे या चर्चा पूर्णत्वास जात नाहीयेत. अशा वेळी फ्रान्स यामध्ये फार महत्त्वाची भूमिका निभावू शकतो.

संरक्षण क्षेत्राच्या दृष्टीने फ्रान्स महत्त्वाचा

भारताला स्वातंत्र्य मिळाल्यापासून रशिया हा भारताचा संरक्षण सहकारी राहिलेला आहे. १९९० नंतर मात्र भारताने संरक्षणाबाबत रशियावर असलेले अवलंबित्त्व कमी करण्यास सुरुवात केली आणि इतर देशांशी याबाबतचे संबंध वाढवण्यास सुरुवात केली. भारत हा सरंक्षणसामग्री आयात करणारा एक प्रमुख देश आहे. भारतात फार मोठ्या प्रमाणावर संरक्षणसामग्री आणि संरक्षणाविषयीचे तंत्रज्ञान आयात केले जाते. यातील बहुतांश आयात ही पूर्वी फक्त सोव्हिएत रशियाकडून होत होती; पण रशियाकडून संरक्षण सामग्री मिळण्यास होणारा विलंब आणि त्यांच्या वाढत गेलेल्या किमती यामुळे भारताने इतर देशांकडून संरक्षणसामग्री खरेदी करण्यास सुरुवात केली. यामध्ये अमेरिका, इस्त्राईल व फ्रान्स हे प्रमुख तीन देश होते. गेल्या दशकात फ्रान्स हा देश भारतासाठी संरक्षण सामुग्री पुरवणारा एक मोठा देश म्हणून पुढे आला आहे. भारत आणि फ्रान्समध्ये याविषयीचे काही महत्त्वपूर्ण करार झालेले आहेत. आपण फ्रान्सकडून राफेल या लढाऊ विमानांची खरेदी केली आहे. यासाठी अब्जावधी डॉलर्सचा करार फ्रान्सबरोबर करण्यात आलेला आहे. या करारानुसार फ्रान्सकडून भारताला १३० राफेल लढाऊ विमाने पुरवण्यात येणार होती. एप्रिल २०१५ पंतप्रधान नरेंद्र मोदी फ्रान्सच्या दौऱ्यावर गेले होते. या दौऱ्यात २५

भारत फ्रान्स १३० राफेल विमान करार

राफेल विमाने भारताला त्वरीत देण्याचे फ्रान्सने मान्य केले आहे.

भारताने सध्या 'मेक इन इंडिया' या धोरणाच्या माध्यमातून संरक्षणसिद्धता साधण्याचे प्रयत्न सुरू केले आहेत. यासाठी संरक्षण क्षेत्रातील परकीय गुंतवणुकीची मर्यादा वाढवण्यात आली आहे. या क्षेत्रात जगभरातील विदेशी गुंतवणूकदारांना आकर्षित करण्यात येत आहे. येणाऱ्या गुंतवणूकदारांशी संयुक्त भागिदारी करण्यात येणार आहे. त्या दृष्टिकोनातून भारत फ्रान्सकडे आणि फ्रान्स भारताकडे पाहात आहे. भारताला संरक्षण क्षेत्रात पुढील दहा वर्षांसाठी किमान २५० अब्ज डॉलरची गुंतवणूक करायची आहे. याचाच अर्थ तेवढ्या किमतीची शस्त्रास्त्रे आपण आयात करणार आहोत. त्याचबरोबर ही सर्व शस्त्रास्त्रांची आयात प्रामुख्याने 'मेक इन इंडिया' प्रकल्पांतर्गत होणार आहे. त्यानुसार भारतामध्ये संयुक्त भागिदारीतून संरक्षण सामग्रीचे विकसित केली जाणार आहे. त्यानंतर या सामग्रीसाठीचे तंत्रज्ञान भारताला हस्तांतरित करण्यात येणार आहे. संरक्षण क्षेत्रात स्वतःचे संरक्षण तंत्रज्ञान हस्तांतरित करण्यास तयार असणाऱ्या देशांची संख्या कमी आहे. अमेरिका, जपान आणि फ्रान्स या तीन देशांनी भारताला संरक्षणातील असलेले संवेदनशील तंत्रज्ञान हस्तांतरित करण्यास होकार दिला आहे. आता फ्रान्सकडून घेतलेल्या राफेल विमानांचे संयुक्त उत्पादन भारतात होणार आहे. त्यामुळे आपल्या 'मेक इन इंडिया'साठी फ्रान्स हा खूप महत्त्वाचा भाग आहे. भारताला संरक्षण तंत्रज्ञानासाठी आणि संरक्षण क्षेत्रातील गुंतवणुकीसाठी फ्रान्सची गरज आहे.

तंत्रज्ञानाच्या दृष्टीने फ्रान्सची उपयुक्तता

फ्रान्स हा युरोपियन देशांमधील 'मॅन्युफॅक्चरिंग हब' म्हणून ओळखला जातो. या देशात मॅन्युफॅक्चरिंग इंडस्ट्रीचा विकास प्रचंड प्रमाणावर झालेला आहे. संपूर्ण युरोपात जर्मनी आणि फ्रान्स हे मॅन्युफॅक्चरिंग हब म्हणून ओळखले जातात. या देशांकडे उद्योगक्षेत्रासाठीचे प्रगत तंत्रज्ञान आहे आणि त्याचबरोबर उद्योगक्षेत्रासाठी लागणारे मोठे भांडवल देखील आहे. या दृष्टिकोनातूनही फ्रान्स फार महत्त्वपूर्ण देश आहे. भारत आणि फ्रान्स या दोन देशांमध्ये आणखी एक क्षेत्र विकसित होते

आहे, ते म्हणजे नागरी अणुऊर्जा क्षेत्र. भारतात अणुऊर्जेची गरज दिवसेंदिवस वाढत आहे. याचे कारण पाणी आणि कोळसा या पारंपरिक ऊर्जास्त्रोतांमधून होणाऱ्या वीजनिर्मितीला अनेक मर्यादा येत आहेत. त्यामुळेच भारत सध्या पर्यायी ऊर्जास्त्रोतांचा वापर वाढवण्यासाठी प्रयत्नशील आहे. यामध्ये अणुऊर्जाही सर्वांत उत्तम असा पर्याय आहे. यासाठीचे अतिशय प्रगत असे तंत्रज्ञान फ्रान्सकडे आहे. फ्रान्स हा असा देश आहे, ज्या देशात त्यांना लागणारी १०० टक्के वीज ही अणुऊर्जेद्वारे निर्माण केली जाते. जगातील हे एकमेव उदाहरण आहे. यातून वीजेच्या उत्पादनासाठी अणुऊर्जा हा एक उत्तम उपाय ठरू शकतो, हे फ्रान्सने यशस्वीरित्या सिद्ध करून दाखवले आहे. तसेच यासाठी लागणारे अत्याधुनिक आणि अतिशय प्रगत तंत्रज्ञान, अणुभट्ट्या फ्रान्सकडे उपलब्ध आहेत. हे तंत्रज्ञान मिळवण्यासाठी भारत प्रयत्नशील आहे. महाराष्ट्रात जैतापूर येथे फ्रान्सच्या मदतीनेच अणुऊर्जा प्रकल्प उभारला जातो आहे. यासाठी 'आरेवा' ही फ्रान्समधील अग्रगण्य कंपनी आणि न्युक्लिअर कॉर्पोरेशन ऑफ इंडिया यांच्यामध्ये महत्त्वपूर्ण करारही झालेला आहे. याच प्रकारचे अणुऊर्जा प्रकल्प भारताला इतर अनेक ठिकाणी उभे करायचे आहेत आणि यासाठी फ्रान्सचे तंत्रज्ञान खूप महत्त्वाचे ठरणार आहे.

याखेरीज स्मार्ट सिटींच्या विकासासाठी, साधनसंपत्तीच्या विकासासाठी तसेच रेल्वे मार्ग, रस्ते मार्ग, बंदरे यांच्या विकासासाठी फ्रान्सची मदत, गुंतवणूक आणि तंत्रज्ञान खूप गरजेचे राहणार आहे. जपाननंतर फ्रान्स हा जगातील असा एक देश आहे जो उत्तम रेल्वे वाहतुकीसाठी तसेच रेल्वेच्या बांधकामासाठी प्रसिद्ध आहे. जपान रेल्वेप्रमाणेच फ्रेंच रेल्वेही जगप्रसिद्ध आहे. असे हे फ्रान्सचे तंत्रज्ञान आपण भारतात आणू शकतो का, यासाठी सध्या प्रयत्न होत आहेत. भारतातील रेल्वेच्या क्षेत्रामध्येही फ्रान्सच्या गुंतवणुकीला फार मोठा वाव आहे.

यंदाच्या भारतीय प्रजासत्ताक दिनाच्या सोहळ्याला फ्रान्सचे राष्ट्राध्यक्ष फ्रान्सिस ओलांदे उपस्थित राहिले होते. त्यांच्या भेटीतून भारत आणि फ्रान्स यांच्यातील मैत्रीच्या एका नव्या अध्यायाची वाटचाल सुरू झाली आहे. विविध देशांच्या राष्ट्रप्रमुखांशी वैयक्तिक संबंध दृढ झाल्याचा सकारात्मक परिणाम दोन्ही देशांमधील व्यापारी आणि आर्थिक संबंधांवर होत असतो. परराष्ट्र धोरणाचा अतिशय प्राधान्याने वापर केल्यामुळे आणि पंतप्रधान, परराष्ट्रमंत्री आदींनी विविध देशांना दिलेल्या भेटींमुळे आज जगातील अग्रगण्य देश भारतात गुंतवणूक करण्यास तयार आहेत. मात्र ही गुंतवणूक भारतात येण्यासाठी आवश्यक असणाऱ्या आर्थिक सुधारणा भारतात होणे गरजेचे आहे. यासंदर्भात संसदेत प्रलंबित असणारी विधेयके मंजूर करून घेण्यासाठी राजकीय मुत्सद्देगिरी दाखवणे गरजेचे आहे. फ्रान्सबाबत विचार करायचा झाला तर जैतापूरमध्ये होणाऱ्या अणुऊर्जा प्रकल्पाला फार मोठ्या प्रमाणावर विरोध आहे. भारतात अणुऊर्जा प्रकल्पांची संख्या वाढवायची असेल तर जनतेमध्ये अणुऊर्जेसंबंधीची उदासीनता आणि गैरसमज दूर करणे गरजेचे आहे. त्याचप्रमाणे नागरी अणुऊर्जा कायदा लवकरात लवकर पारित होणे गरजेचे आहे. या अंतर्गत सुधारणा झाल्यास भविष्यात फ्रान्स आणि भारताचे संबंध सुदृढ होतील आणि फ्रान्स हा भारताचा मोठा भागिदार म्हणून पुढे येईल.

■

न्युक्लिअर सप्लायर्स ग्रुप (एनएसजी)- भारताची सदस्यत्त्वाची लढाई

न्युक्लिअर सप्लायर्स ग्रुप (एनएसजी) या अणुपुरवठादार गटाच्या सदस्यत्त्वासाठी भारत अनेक वर्षांपासून प्रयत्न करत आहे. सेऊल येथे झालेल्या एनएसजी सदस्य देशांच्या परिषदेमध्ये चीनने भारताच्या सदस्यत्त्वाबाबत काही मुद्दे उपस्थित करत खोडा घातला; मात्र त्यामुळे भारताच्या आशा संपुष्टात आल्या, असे घडलेले नाही. मात्र गेल्या वर्षभरात भारताने याबाबत घेतलेली धडाडी आणि प्रत्यक्ष राजनायाच्या माध्यमातून केलेले प्रयत्न यांमुळे भारताच्या सदस्यत्त्वाचा मार्ग बऱ्याच अंशी मोकळा झाला आहे. अलीकडेच भारत हा मिसाईल टेक्नॉलॉजी कंट्रोल रेजिमचा ३५ वा सदस्य देश बनला आहे. डिसेंबर २०१६ पर्यंत भारताला हे सदस्यत्व मिळेल अशी आशा आहे.

एनएसजीची स्थापना

एनएसजी हा प्रामुख्याने आण्विक शस्त्रास्त्रे, इतर आण्विक साहित्य यांच्या व्यापाराला (न्युक्लिअर कॉमर्स) नियंत्रित करणारा गट आहे. आण्विक व्यापारावर या गटाचे सर्वोच्च नियंत्रण असते. आण्विक व्यापार म्हणजे काय? तर प्रत्येक देशात अणुइंधनाचा विकास करण्यासाठी अणुभट्ट्यांचा विकास करावा लागतो. या अणुभट्ट्यांसाठी अणुइंधन, अणुतंत्रज्ञान, सुटे भाग यांची गरज असते. या सर्व गोष्टींच्या व्यापारावर नियंत्रण ठेवण्याचे काम हा गट करतो. या गटाची स्थापना १९७४ मध्ये झाली आणि या गटाच्या निर्मितीसाठी भारतच कारणीभूत ठरला होता. १९७४ मध्ये भारताने पहिली अणुचाचणी केली. त्यानंतर इतर सहा ते सात देशांमध्ये याविषयी चर्चा सुरू झाली. भारताने अणुपरीक्षण केले त्याअर्थी भारताला कोणाकडून तरी आण्विक साहित्याचा पुरवठा केला गेला असला पाहिजे अशा प्रकारची धारणा निर्माण झाली आणि तीच या गटाच्या निर्मितीला कारणीभूत ठरली. आण्विक साहित्याचा वापर दुहेरी पद्धतीने होऊ शकतो. याला ड्युएल युज टेक्निक म्हणतात. उदाहरणार्थ, युरेनिअम हा अणुइंधनाचा भाग आहे. युरेनिअमचा वापर अणुऊर्जा तयार करण्यासाठी होऊ शकतो जो विकासात्मक वापर आहे. पण त्याचबरोबर युरेनिअमचा वापर अण्वस्त्र निर्मितीसाठीही करण्यात येतो, जो विनाशक ठरू शकतो. त्यामुळे आण्विक साधनसामग्रीच्या वापरावर आणि इतर सर्वच गोष्टींवर नियंत्रण ठेवण्यासाठी या गटाची निर्मिती झाली. त्यानुसार ज्या देशांनी अण्वस्त्र प्रसार बंदी करारावर सह्या केल्या आहेत केवळ त्याच देशांना या गटाचे सदस्यत्त्व देण्याचे ठरवले गेले. १९७४ पासून १९९१ पर्यंत हा गट सुप्तावस्थेत होता. मात्र इराकमध्ये सद्दाम हुसेन याच्याकडून अण्वस्त्रांचा विकास करण्यात येत असल्याची माहिती साधारणपणे १९९१च्या सुमारास समोर आली आणि हा विषय चर्चेला आला. सद्दाम हुसेन अण्वस्त्रांचा विकास करत असेल तर त्याला निश्चितपणे कोणीतरी आण्विक तंत्रज्ञान, साहित्य, इंधन याचा पुरवठा केला आहे, हे स्पष्ट झाले. त्यामुळेच अशा प्रकारच्या आण्विक व्यापारावर निर्बंध आणले पाहिजेत, या विचाराने या गटाला पुन्हा उर्जितावस्था प्राप्त झाली आणि हा गट पुन्हा सक्रीय झाला. त्यानंतर या गटाने नव्याने काही मार्गदर्शक नियम घालून दिले. आण्विक

NSG Nuclear Suppliers Group

न्युक्लिअर सप्लायर्स ग्रुप (एनएसजी)चे बोधचिन्ह

व्यापारावर पूर्णपणे कसे नियंत्रण ठेवता येईल, यासाठी कडक नियम बनवण्यात आले. गेल्या ४० वर्षांमध्ये या गटाचे सदस्य वाढत गेले आहेत. सुरुवातीला ह्या गटात ७ सदस्य होते. आज ही सदस्य संख्या वाढून ४८ पर्यंत पोहोचली आहे.

भारताला या गटाचे सदस्यत्त्व का मिळायला हवे?

भारताने १९७४ च्या अणुपरीक्षणानंतर पुन्हा दुसऱ्यांदा १९९८ मध्ये अणुपरीक्षण केले आणि स्वतःला अण्वस्त्रधारी देश म्हणून घोषित केले. त्यावेळी भारतावर आंतरराष्ट्रीय निर्बंध टाकले गेले. २००२ मध्ये हे निर्बंध शिथिल होण्यास सुरुवात झाली. याच दरम्यान भारत आणि अमेरिकेचे संबंधही सुधारू लागले. २००६ मध्ये भारत-अमेरिका संबंधांमध्ये एक क्रांतीकारी घटना घडली. अमेरिकेन काँग्रेसने आण्विक व्यापार क्षेत्रातील व्यापाऱ्याच्या कायद्यात सुधारणा केली. त्यानुसार अमेरिकेच्या आण्विक क्षेत्राशी निगडीत व्यापारामधील भारताशी संबधित काही अटींमध्ये शिथिलता आणली गेली. त्यामुळे भारत आणि अमेरिका यांच्यामध्ये नागरी अणुकरार अस्तित्वात येण्याचा मार्ग मोकळा झाला. तेव्हापासूनच अण्वस्त्र शस्त्रास्त्र गटात भारताचा समावेश होण्याची प्रक्रिया सुरू झाली. २०१० मध्ये अमेरिकेचे राष्ट्राध्यक्ष बराक ओबामा भारतभेटीवर होते, तेव्हा त्यांनी एनएसजीमध्ये भारताला सदस्यत्त्व देण्याचा पूर्ण प्रयत्न करणार असल्याची अधिकृतरित्या घोषणा केली होती. अमेरिकेपाठोपाठ फ्रान्स आणि इंग्लंड यांनीही त्याच वर्षी भारताच्या एनएसजीमधील प्रवेशाला समर्थन देण्याची घोषणा केली. या तीन प्रमुख राष्ट्रांनी घेतलेल्या सकारात्मक भूमिकेमुळे या संपूर्ण प्रक्रियेला गतिमानता प्राप्त झाली. त्यानंतर भारताच्या सदस्यत्वासाठीच्या चर्चेला प्रारंभ झाला.

भारत हा एक जबाबदार अण्वस्त्रधारी देश आहे. मिसाईल टेक्नॉलॉजी कंट्रोल रेजिम या आंतरराष्ट्रीय करारातील सर्व अटींचे पालन भारत करतो. भारताकडून कोणत्याही प्रकारचे संवेदनशील तंत्रज्ञान इतर कोणत्याही देशाला हस्तांतरीत केले जात नाही. याउलट पाकिस्तानची स्थिती आहे. पाकिस्तान हा बेजबाबदार अण्वस्त्रधारी देश म्हणून जगाला कुपरिचित आहे. इतर देशांना चोरट्या मार्गाने अणुतंत्रज्ञान पुरवल्याचा आरोप पाकिस्तानावर सातत्याने केला गेला आहे. तसेच पाकिस्तानातील अण्वस्त्रे ही असुरक्षित असल्याचे अनेक अहवालही आजवर प्रसिद्ध झालेले आहेत. मात्र भारताबाबत अशी स्थिती नाही. भारताने आंतरराष्ट्रीय नियमांचे-कायद्यांचे काटेकोर पालन केल्यामुळे एनएसजीमध्ये भारताला सदस्यत्त्व मिळू शकते असे अमेरिकेने जाहीर केले आहे.

सेऊलमध्ये झालेल्या परिषदेपूर्वी चार महत्त्वाच्या घटना घडल्या.

१) भविष्यात भारत अणुचाचणी करणार नाही, असे भारताकडून जाहीर करण्यात आले.

२) भारताच्या १४ नागरी अणुभट्ट्या आणि ८ सरंक्षण अणूभट्ट्यांची विभागणी करण्याचा निर्णय घेण्यात आला.

३) विकासात्मक कामासाठी अणुउर्जा तयार करणाऱ्या १४ नागरी अणुभट्ट्यांची पाहणी करण्याचे अधिकार आयएईए म्हणजेच इंटरनॅशनल ॲटोमिक एनर्जी एजन्सीला देण्याचे निर्धारित करण्यात आले. साधारणपणे, अण्वस्त्र प्रसार बंदी करारावर स्वाक्षरी केलेल्या देशांमधील सर्व अणुभट्ट्या या आयएईएच्या नियंत्रणाखाली येतात. या संघटनेचे सदस्य या अणुभट्ट्यांची कोणत्याही क्षणी येऊन पाहणी करू शकतात. भारताने १४ अणुभट्ट्यांच्या पाहणीसंदर्भात होकार दर्शवला आहे. त्याचबरोबर ८ अणुभट्ट्या वेगळ्या केलेल्या आहेत. गेल्याच वर्षी आयएईएच्या पाहणीसंदर्भातील करारावर भारताने स्वाक्षरीही केलेली आहे.

४) भारताने आपले अणुधोरण जाहीर केले असून भारत कधीही संवेदनशील अणुतंत्रज्ञान कोणालाही देणार नाही, तसेच भारत कधीही अण्वस्त्रांनी पहिला हल्ला करणार नाही असे जाहीर केले आहे.

या चारही गोष्टी एनएसजीमधील समावेशासाठी भारताची बाजू भक्कम करणाऱ्या आहेत. देशाच्या समर्थनार्थ महत्त्वाच्या आहेत. त्यामुळेच अमेरिकेने भारताची बाजू उचलून धरली आहे.

चीनचा विरोध का?

भारताने अण्वस्त्र प्रसार बंदी कायद्यावर सही करायला हवी, तरच भारताला सदस्यत्त्व द्यावे,

अशी चीनची भूमिका आहे. चीनच्या विरोधाचे मुख्य कारण वेगळे आहे. सेऊलमधील एनएसजी सदस्यांच्या बैठकीत प्रामुख्याने एका घटनात्मक पण तात्विक मुद्यावर झाली. हा मुद्दा एनएसजीच्या एकूण घटनेशी निगडीत आहे. एनएसजीमध्ये सध्या ४८ सदस्य देश आहेत. या सर्वांमध्ये एक समान दुवा आहे तो म्हणजे या सर्वच देशांनी अण्वस्त्र प्रसार बंदी करारावर (एनपीटी) स्वाक्षऱ्या केलेल्या आहेत. भारताला सदस्यत्व देण्याचा मुद्दा चर्चेला आल्यानंतर चीनने भारताबाबत नेमका हाच घटनात्मक मुद्दा पुढे आणला. कारण भारताने अण्वस्त्र प्रसारबंदी कायद्यावर सही केलेली नाही. त्यामुळे भारताला सदस्यत्त्व देण्यासाठी एनएसजी घटनेच्या परिघाबाहेर जाऊन अण्वस्त्र प्रसारबंदी कायद्यावर स्वाक्षरी न केलेल्या देशाला सदस्यत्व देणार आहे का असा सवाल चीनने उपस्थित केला होता. हा एक तांत्रिक मुद्दा असून त्यावर चर्चा झाल्यानंतरच वैयक्तिक प्रस्तावांचा विचार केला जावा, अशी चीनची भूमिका होती.

अण्वस्त्र प्रसारबंदी कायदा अस्तित्त्वात आल्यानंतर जगातील बहुतेक देशांनी त्यावर स्वाक्षरी केली आहे. केवळ भारत, पाकिस्तान आणि इस्राईल या तीन देशांनी या करारावर स्वाक्षरी केली नाही. भारताला सदस्यत्त्व दिल्यास भविष्यात पाकिस्तान आणि इस्राईल यांच्याकडूनही अशी मागणी केली जाऊ शकते, या तांत्रिक मुद्यावर विचार करण्याची गरज चीनने व्यक्त केली. एनएसजीच्या घटनेनुसार प्रत्येक देशाला नकाराधिकार दिला गेला आहे. त्यामुळे सर्वसमंतीनेच प्रस्ताव मंजूर होतो. एका सदस्य देशाने जरी नकाराधिकाराचा वापर केला तर तो प्रस्ताव मंजूर होऊ शकत नाही. त्यामुळे भारताला सदस्यत्त्व न मिळण्यामध्ये एकट्या चीनचा आक्षेपही पुरेसा होता. परंतु चीनच्या मुद्याला काही देशांनी पाठिंबाही दिला आहे. त्यामुळे या बैठकीत भारताचा प्रस्ताव विचारात घेतला गेला नाही.

सदस्यत्त्वाविना भारत

सेऊल बैठकीनंतर भारताचा खूप मोठा पराभव झाल्याचे चित्र अनेकांकडून रंगवण्यात आले; वास्तविक, तसे समजण्याचे कोणतेही कारण नाही. मुळातच या संघटनेत प्रवेश न झाल्याने भारताचे खूप मोठे नुकसान होणार नाहीये. एनएसजीचे सदस्यत्व मिळाल्यानंतर ज्या पद्धतीचे अणुइंधन, अणुतंत्रज्ञान भारताला मिळणार आहे ते आजही भारताला मिळते आहे. २००८ मध्ये या संघटनेकडून भारताने एक सवलत मिळवली होती. याला वन टाईम वेव्हर असे म्हणतात. या सवलतीच्या माध्यमातून अमेरिका, फ्रान्स, रशिया या देशांमधून अणुभट्ट्यांसंदर्भातील तंत्रज्ञानाच्या हस्तांतरणास भारताला मान्यता मिळालेली आहे. या सवलतीमुळेच भारताने ऑस्ट्रिया, कॅनडा, कझाकिस्तान या तीन देशांसोबत युरेनिअमचा पुरवठा करण्याबाबत करार केलेला आहे. त्यामुळे भारताला युरेनिअमचा पुरवठा आणि अणुभट्ट्यांचे तंत्रज्ञान हे आधीपासूनच मिळत आहे. विशेष बाब म्हणजे, अशा प्रकारची सूट न्युक्लिअर सप्लायर्स ग्रुपमधील इतर कोणत्याही देशाला दिली गेलेली नाही. ती केवळ भारतालाच देण्यात आली. त्यामुळे या संघटनेचे सदस्यत्व न मिळाल्याने भारताचे नुकसान निश्चितच होणार नाहीये; मात्र एक जबाबदार अण्वस्त्रधारी देश अशी भारताची प्रतिमा तयार झालेली आहे आणि एनएसजीच्या सदस्यत्त्वामुळे या प्रतिमेला आंतरराष्ट्रीय अधिमान्यता मिळण्यास मदत झाली असती. सध्या भारताचा अण्वस्त्रधारी देश म्हणून असलेला दर्जा हा डिफॅक्टो आहे, या सदस्यत्वामुळे तो कायदेशीर बनला असता. आशिया खंडातील सत्तासमतोलाच्या शह-काटशहाच्या राजकारणात भारताला बळ मिळाले असते; पण भारताच्या सदस्यत्वाला विरोध झाल्याने हे घडू शकणार नाही.

असे असले तरी आधी म्हटल्याप्रमाणे भारताच्या सर्व आशा संपुष्टात आलेल्या नाहीत हे लक्षात घ्यायला हवे. याचे कारण भारताच्या सदस्यत्त्वासंदर्भात एक ऐतिहासिक आणि महत्त्वपूर्ण निर्णय सेऊलच्या बैठकीत घेण्यात आला. भारताला २०१७ पर्यंत या संघटनेत कशा प्रकारे समाविष्ट करून घेता येईल, भारतासाठी कशा पद्धतीने वाटाघाटी करता येतील, भारताचा समावेश करून घेण्यासाठी कशा पद्धतीने यंत्रणा विकसित करता येऊ शकेल हा मुद्दा या बैठकीत विचारात घेतला गेला असून त्यासंदर्भात एक अत्यंत महत्त्वाची घडामोड घडली. भारताला सदस्यत्व देण्यासाठी अर्जेंटिनाचे राजदूत राफेल ग्रॅसी यांची मध्यस्थ म्हणून नेमणूक करण्यात आली आहे. ग्रॅसी हे डिसेंबर २०१६ पर्यंत भारताबरोबर विविध

विषयांवर चर्चा करणार आहेत. त्यामधून भारताचा प्रवेश कसा सुकर करता येईल या दृष्टीने प्रयत्न करणार आहेत. त्यामुळे अणुपुरवठादार समूहातील भारताचा मार्ग पूर्णपणे बंद झाला आहे असे म्हणता येणार नाही. उलट भारताबरोबर औपचारिकरित्या चर्चा केली जाणार आहे आणि ही आपल्या दृष्टीने ही सकारात्मक बाब आहे.

भारताची धडक मोहिम

भारताने १९९८ मध्ये दुसरे अणुपरीक्षण केले. या अणुपरीक्षणानंतर भारताने प्रत्यक्ष राजनयांतर्गत (डायरेक्ट डिप्लोमसी) एक धडक मोहीम हाती घेतली होती. त्याआधारे तत्कालीन परराष्ट्रमंत्री जसवंत सिंग आणि राष्ट्रीय सुरक्षा सल्लागार ब्रजेश मिश्र यांनी अनेक देशांचे दौरे केले होते. या दौऱ्यांमधून भारताचा अणुकार्यक्रम हा शांततेसाठी, स्वरक्षणासाठी असून भारत हा एक जबाबदार अण्वस्त्रधारी देश आहे हे सांगण्याचा प्रयत्न केला होता. त्यानंतर १८ वर्षांनी एनएसजी सदस्यत्त्वासाठी भारताने पुन्हा एकदा अशाच प्रकारची धडक मोहीम हातामध्ये घेतल्याचे दिसून आले. मोदी यांनी स्वित्झर्लंड, अमेरिका आणि मेक्सिको या देशांचा दौरा ही एनएसजीमधील सदस्यत्त्वासाठीच्या धडक मोहिमेचाच एक भाग होता. चीनची विरोधाची भूमिका वाढत असल्याचे लक्षात आल्यानंतर भारताचे परराष्ट्र सचिव जयशंकरन यांनी १६ आणि १७ जून रोजी चीनला एक गुप्त भेट दिली. या भेटीमध्ये त्यांनी चीनचे मतपरिवर्तन करण्याचा प्रयत्न केला. खुद्द पंतप्रधान, परराष्ट्र मंत्रालय अशा सर्वांकडून या सदस्यत्त्वासाठी जोरदार मोर्चेबांधणी केली गेली. भारताने हाती घेतलेल्या राजनैतिक धडक मोहिमेला बऱ्यापैकी यश मिळाले आहे. या समूहातील ४८ पैकी ४३ देशांचा भारताच्या प्रवेशाला पाठिंबा मिळाला. यामध्ये रशिया, अमेरिका, फ्रान्स, इंग्लड या एनएसजीचे कायम सदस्य असणाऱ्या देशांचा समावेश आहे. हे चारही देश संयुक्त राष्ट्रांची सुरक्षा परिषदेचेही कायम सदस्य आहेत, हे या ठिकाणी लक्षात घ्यायला हवे. नेमकी हीच बाब चीनसाठी एक प्रकारे भीती निर्माण करणारी ठरली आहे.

एनएसजी सदस्यत्त्वामुळे काय साधणार?

आता प्रश्न उरतो तो एनएसजीचे सदस्यत्व मिळाल्यानंतर भारताला काय फायदा झाला असता? आज या संघटनेतील चीनसारख्या सदस्य देशाकडून पाकिस्तानला छुप्या पद्धतीने अणुतंत्रज्ञान, अण्वस्त्र पुरवली जात आहेत. एनएसजीचे सदस्यत्त्व मिळाले असते तर चीनच्या या कृत्याला प्रतिबंध घालण्यासाठी दबाब टाकणे भारताला शक्य झाले असते; पण त्यासाठी आता आणखी काही काळ वाट पहावी लागणार आहे. मात्र ते मिळण्याची घटिका आता समीप आली आहे हे निश्चित. यासंदर्भात आणखी एक महत्त्वपूर्ण घडामोड घडली. एनएसजीचे सदस्यत्व मिळण्यासाठी मिसाईल टेक्नॉलॉजी कंट्रोल रेजिमचे (एमटीसीआर) सदस्यत्व मिळणे गरजेचे आहे. या संघटनेमध्ये ३४ देश आहेत. हे सर्व देश जबाबदार अण्वस्त्रधारी देश आहेत. किंबहुना, जे देश अण्वस्त्रतंत्रज्ञान इतर देशांना हस्तांतरित करीत नाहीत त्या देशांनाच याचे सदस्यत्त्व मिळते. अशा समूहामध्ये ३५ वा सदस्य देश म्हणून भारताला सामावून घेण्यात आलेले आहे. विशेष म्हणजे, चीन आणि पाकिस्तान हे दोन्हीही देश एमटीसीआरचे सदस्य नाहीत. यावरुन आंतरराष्ट्रीय स्तरावर या दोन्ही देशांची विश्वासार्हता नसल्याचे उघड होते. याउलट भारत हा एक जबाबदार अण्वस्त्रधारी देश आहे यावर आता ३४ देशांनी शिक्कामोर्तब केले आहे. या सर्व घटना लक्षात घेता एनएसजीमध्ये भारताचा प्रवेश आता सुकर झालेला आहे. डिसेंबर २०१६ पर्यंत भारताला हे सदस्यत्व मिळेल अशी आशा आहे.

■

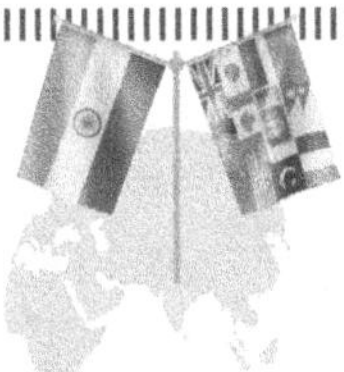

ट्रम्प शासनाचे अफगाणिस्तान धोरण

अमेरिकेचे राष्ट्राध्यक्ष डोनाल्ड ट्रम्प यांनी मध्यंतरी अफगाणिस्तानविषयीचे आपले नवे धोरण जाहीर केले. ट्रम्प यांचे पूर्वसुरी बराक ओबामा यांच्या अफगाणिस्तान धोरणापेक्षा नवे धोरण हे पूर्णतः विरुद्ध आहे. अफगाणिस्तानमध्ये शांतता आणि सुव्यवस्था प्रस्थापित करण्यासाठी तालिबान गटाबरोबर चर्चा करायची आणि त्यांना शासनामध्ये सहभागी करून घ्यायचे हा ओबामांच्या धोरणाचा एक महत्त्वाचा भाग होता. त्यांना संपवून टाकणे किंवा नेस्तनाबूत करणे यापेक्षा त्यांचा सहभाग कसा वाढवता येईल या दृष्टीने प्रयत्न करण्याबाबत ओबामा आग्रही होते. तालिबानने शासनात सहभागी व्हावे अशा दृष्टीने चर्चेचा, करार करण्याचा दृष्टीकोन ठेवून त्यांना समाविष्ट करून घेणे हे ओबामा यांच्या कार्यकाळात ठेवण्यात आलेले उद्दिष्ट होते. ट्रम्प यांचे धोरण मात्र वेगळ्या वाटेने जाणारे आहे. तालिबानबरोबर कोणत्याही प्रकारची चर्चा करायची नाही, शस्त्रास्त्रांचा वापर करून त्यांना नष्ट करायचे अशी ट्रम्प यांची भूमिका आहे. तालिबानचा धोका हा प्रत्येक लोकशाही राष्ट्रांना आहे. त्यामुळे त्यांच्याशी चर्चा करणे, शासनाचा भाग बनवण्याऐवजी तालिबानला संपवणेच आवश्यक असल्याचे ट्रम्प यांचे म्हणणे आहे.

पाकिस्तानला 'लक्ष्य'

दुसरी फरकाची गोष्ट म्हणजे डोनाल्ड ट्रम्प यांनी अफगाणिस्तानमधील अस्थिरतेच्या, अराजकाच्या मुद्द्यावरुन पाकिस्तानवर प्रत्यक्ष टीका केली आहे. यापूर्वीच्या काळात बराक ओबामा आणि जॉर्ज बुश हे पाकिस्तानवर अप्रत्यक्ष टीका करताना दिसून आले. ती टीका थेट अथवा अधिकृत नसायची. अफगाणिस्तानबाबत तर पाकिस्तानवर उघड टीका या दोन्ही नेत्यांनी कधीच केली नव्हती. कारण अफगाणिस्तानात शांतता आणि लोकशाही नांदावी यासाठी पाकिस्तानची मदत घेण्याकडे त्यांचा कल होता. परंतू ट्रम्प यांनी आपल्या अफगाणिस्तान धोरणात पाकिस्तानला उघडउघड ताकीद दिली आहे. त्यांनी सांगितलेले आहे की अफगाणिस्तानातील ४० टक्के भाग तालिबानच्या नियंत्रणाखाली आहे. पाकिस्तानपुरस्कृत जे दहशतवादी गट आहेत विशेषतः हक्कानी समूहासारखे गट हे पाकिस्तान आणि अफगाणिस्तान दोन्ही देशांमध्ये कार्यरत आहेत. त्यामुळे पाकिस्तानचे अफगाणिस्तानच्या बाबतीतील धोरण चुकीचे आहे. वरकरणी पाकिस्तानला अफगाणिस्तानात शांतता आणि स्थैर्य पाहिजे आहे असे सांगत आहे. परंतु पाकिस्तानचा प्रयत्न अफगाणिस्तानात अस्थिरता माजवण्याचाच आहे. हा देश तालिबान आणि हक्कानींसारख्या गटांना समर्थन देतो आहे. अफगाणिस्तानात अमेरिकेच्या माध्यमातून जे लोकशाही शासन निर्माण झालेले आहे त्याला सुरुंग लावण्याचा प्रयत्न पाकिस्तान आणि पाकिस्तानातील दहशतवादी संघटना करत असतात. पाकिस्तानने हे दुटप्पी धोरण सोडले पाहिजे अशा खरमरीत शब्दांत ट्रम्प यांनी पाकिस्तानची कानउघाडणी केली आहे. पाकिस्तानला हा उघड इशारा आहे. असा इशारा आजवरच्या एकाही अमेरिकन राष्ट्राध्यक्षांकडून कधीच दिला गेला नाही.

पाकिस्तानवर टीका का?

आता प्रश्न उरतो तो ट्रम्प यांनी पाकिस्तानवर उघड टीका करण्यामागचे कारण काय?पाकिस्तानची चीनशी वाढती जवळीक, आर्थिक परिक्षेत्र निर्मिती, चीनच्या सहकार्यातून पाकिस्तानची अफगाणिस्तानातील वाढती भूमिका तसेच पाकिस्तानच्या माध्यमातून चीनचा पश्चिम आशियात हस्तक्षेप करण्याचा प्रयत्न करणे या सगळ्या गोष्टींमुळे अमेरिका पाकिस्तानवर नाराज आहे. या सर्वांतून अमेरिका आणि पाकिस्तान यांच्यात विश्वासतूट वाढताना दिसते आहे. ट्रम्प यांच्या नव्या धोरणामध्ये चीनच्या भूमिकेबाबत कोणतेही वक्तव्य केलेले दिसत नाही. ओबामांनी चीनने अफगाणिस्तानात सकारात्मक भूमिका पार पाडावी यावर भर दिला होता. मात्र ट्रम्प यांनी असे कोणतेही वक्तव्य करायचे टाळले आहे.

ट्रम्प यांची अफगाणिस्तानविषयक भूमिका

प्रत्यक्षात यायची असेल तर काही गोष्टी समजून घेतल्या पाहिजेत. अफगाणिस्तानच्या समस्येचे मूळ लक्षात घेतले पाहिजे. पाकिस्तान जोपर्यंत दुटप्पी भूमिका सोडणार नाही किंवा तालिबानला मदत करत राहील तोपर्यंत अफगाणिस्तानचा प्रश्न सुटणार नाही. म्हणूनच ट्रम्प यांनी केवळ टीका करून किंवा इशारा देऊन भागणार नाही तर त्यांनी पाकिस्तानला केली जाणारी विविधांगी मदत थांबवली पाहिजे. इराणप्रमाणे पाकिस्तानवरही आर्थिक निर्बंध घातले गेले पाहिजेत. तसेच अफगाणिस्तान - पाकिस्तान सीमेवर हवाई हल्ले केले गेले पाहिजेत. तिथे कार्यरत असणाऱ्या हक्कानीसारख्या दहशतवादी संघटना नेस्तनाबूत केल्या पाहिजेत. या गोष्टी होत नाहीत तोपर्यंत अमेरिकेचे अफगाणिस्तानचे धोरण प्रत्यक्षात येण्यास मदत होणार नाही.

भारतासंदर्भातील भूमिका

अमेरिकेच्या नव्या धोरणाचा आणखी एक महत्त्वाचा भाग म्हणजे, अफगाणिस्तानात भारताने अधिकाधिक सक्रीय भूमिका पार पाडायला हवी अशी इच्छा ट्रम्प यांनी व्यक्त केली आहे. भारताची भूमिका सर्वसमावेशक असावी अशा स्वरुपाचे विधान त्यांनी केले आहे. त्याचबरोबर भारताने सामरिक भूमिकाही घ्यावी याकडेही त्यांनी लक्ष वेधले आहे. ट्रम्प यांनी आणखीही एक विधान केले असून त्यातून एक उद्देश स्पष्ट होतो. भारत- अमेरिका व्यापारात भारताला मोठा फायदा होतो. हा आर्थिक नफा होत असल्याने भारताने अफगाणिस्तानची आर्थिक बाजू उचलून धरावी अशी अमेरिकेची अपेक्षा आहे अशा अर्थाचे विधान ट्रम्प यांनी केले आहे. भारताने अफगाणिस्तानमध्ये सक्रीय भूमिका राबवावी हा ट्रम्प यांचा आग्रह निश्चितच महत्त्वाचा आहे. मात्र भारताच्या अफगाणिस्तानसंदर्भातील भूमिकेचा विचार करता भारताच्या भूमिकेला पाकिस्तानचा कायमच नकार राहिलेला आहे. १९९०च्या दशकापासून पाकिस्तानने यासंदर्भात विरोध केला आहे. विशेष म्हणजे, त्याला पश्चिम युरोपिय राष्ट्रांचाही पाठिंबा होता. १९९० च्या दशकात अफगाणिस्तानवर अनेक परिषदा, सभा झाल्या. त्या कोणत्याही परिषदांमध्ये भारताने अफगाणिस्तानात महत्त्वाची भूमिका पार पाडावी असे म्हटले गेले नव्हते. १९९६ मध्ये तालिबानने अफगाणिस्तानवर कब्जा केला आणि जगभरात दहशतवादाची निर्यात सुरु झाली तेव्हा मात्र पाकिस्तानची दुटप्पी भूमिका पश्चिम युरोपिय राष्ट्रांच्या आणि अमेरिकेच्या लक्षात आली. तालिबानमार्फत पाकिस्तान अफगाणिस्तानवर नियंत्रण मिळवू इच्छितो हे स्पष्ट झाले. तेव्हापासून पश्चिम युरोपिय राष्ट्रांनी आणि अमेरिकेने भारताच्या भूमिकेवर भर द्यायला सुरुवात केली.

२००२ नंतर जेव्हा तालिबानचा पाडाव झाला. त्यानंतर भारताने देखील अफगाणिस्तानात विकासात्मक भूमिका बजावायला सुरुवात केली आहे. दरवर्षी भारत सुमारे १ अब्ज डॉलरचे कर्ज अफगाणिस्तानला देतो आहे. त्यातून तिथे विकासात्म क, संसाधनात्मक काम होते आहे. रस्ते, रुग्णालये, महाविद्यालये बांधली जात आहेत. २०११ मध्ये भारताने अफगाणिस्तानशी सामरिक सुरक्षेचा कराराही केला आहे. मात्र भारत कोणत्याही परिस्थितीत संरक्षक भूमिका पार पाडायला तयार नाही. ही संरक्षक भूमिका न घेण्यामागे पाकिस्तानला वाटणारी असुरक्षितता आणि पाकिस्तानचा विरोध ही दोन कारणे आहेत. अमेरिकेचे माजी राष्ट्राध्यक्ष ओबामा यांनीही अफगाणिस्तानात भारताने सामरिक भूमिका बजवावी अशी अपेक्षा व्यक्त केली होती. आता ट्रम्प यांनी त्याला पुन्हा दुजोरा दिला आहे. ■

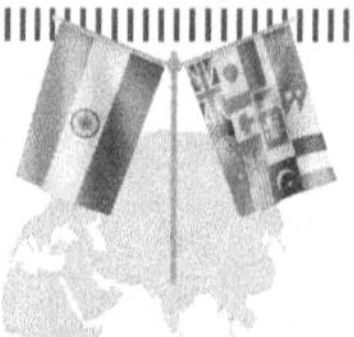

जर्मनीमधील सार्वत्रिक निवडणुकांचा कौल

गेल्या काही महिन्यांपासून युरोपमध्ये संकुचिततावाद किंवा राष्ट्रवादाच्या भूमिकेचा पुरस्कार करणाऱ्यांची संख्या झपाट्याने वाढत चालली आहे. त्यातून एक प्रकारचे ध्रुवीकरण दिसून येऊ लागले आहे. आज युरोपमध्ये सध्या युरोपिय महासंघाला विरोध करणे, या महासंघाचे चलन असणाऱ्या युरोला

विरोध करणे असा एक मतप्रवाह असून दुसऱ्या बाजूला याच्या समर्थनार्थ असणाऱ्यांचा गट आहे. यामध्ये युरोपियन महासंघ या संकल्पनेला विरोध करणारा वर्ग मोठा आहे. त्यामुळे राष्ट्रीय हितसंबंध विरुद्ध विभागीय हितसंबंध असा एक संघर्ष सध्या युरोपमध्ये उभा राहताना दिसत आहे. आपल्या देशाचे हितसंबंध डावलून संपूर्ण युरोप खंडाच्या हितसंबधांसाठी त्याग करण्याऐवजी आपल्या देशाचा विचार केला पाहिजे असे मानणारा गट मोठा होत आहे. अमेरिकेच्या निवडणुकांच्या प्रचारादरम्यान आणि निवडणुकांनंतर सत्ता ग्रहण केल्यानंतर डोनाल्ड ट्रम्प यांनीही अशाच प्रकारे अमेरिका फर्स्ट असा नारा दिला होता. स्वतः च्या देशाच्या गंभीर समस्या सोडून इतर देशांचा विचार का करावा, आम्ही फक्त स्वतःविषयीच विचार करू असे या मतप्रवाहाचे केंद्र आहे. इंग्लंड, फ्रान्स, जर्मनी इत्यादी तुलनेने अधिक श्रीमंत असणाऱ्या देशांमधील एक वर्ग या विचाराचा आहे. संपूर्ण खंडाचा विचार केल्याने आपल्याला त्याग करावा लागतो, शिवाय आर्थिक नुकसान होते. त्यामुळे युरोपिय महासंघात राहू नये असे या वर्गाचे म्हणणे आहे.

दुसरीकडे ज्या निर्वासितांचे लोंढे युरोपात येत आहेत त्या लोंढ्यांना आपण कायमचे थांबवायचे की त्यांना येऊ द्यायचे यावरही मतमतांतरे आहेत. अलीकडील काळात इस्लामिक स्टेट या आंतरराष्ट्रीय दहशतवादी संघटनेने युरोपला लक्ष्य केले आहे. गेल्या दोन वर्षात युरोपवर सातत्याने दहशतवादी हल्ले होत आहेत. हे हल्ले स्थानिक निर्वासितांकडून केले जात आहेत. हे निर्वासित १९६०-८०च्या दशकात आफ्रिका आणि पश्चिम आशिया खंडातून युरोपात आले आहेत. मात्र त्यांच्याबद्दलचा रोष हा खूप जास्त आहे. त्यातही प्रामुख्याने मुस्लिम निर्वासितांविषयी स्थानिक युरोपियन नागरिकांच्या मनात द्वेषभावना आहे. त्यातूनच संपूर्ण युरोपात सामाजिक ध्रुवीकरण झाले आहे. युरोपियन जनतेच्या मनात इस्लामफोबिया किंवा इस्लामची भीती दिसून येत आहे. निर्वासितांविरोधातील ही मानसिकता फ्रान्समध्ये दिसून आली आहे आणि दिवसेंदिवस ती तीव्र होत चालली आहे. मध्यंतरी फ्रान्समधील 'चार्ली हेब्दो'या नियतकालिकावर झालेले हल्ले जगाने पाहिले. मात्र त्यानंतर संपूर्ण फ्रान्स किंवा संपूर्ण युरोपातच याप्रकारची साहित्य निर्मिती होत आहे. निर्वासितांचे लोंढे थोपवले पाहिजेत हा विचार मूळ धरू लागला आह.

साधारण २०१५ पासून निर्वासितांचा प्रश्न अधिक गंभीर बनत गेला आहे. याचे कारण इराक आणि सिरियामधील संघर्ष. या यादवी संघर्षामुळे लक्षावधी लोक युरोपात निर्वासित म्हणून आले. युरोपातील देश मानवाधिकारांना महत्त्व देणारे असल्याने अन्न, वस्त्र, निवारा या किमान मूलभूत गरजा तरी इथे नक्की भागतील याची निर्वासितांना खात्री आहे. त्यातूनच हे स्थलांतर प्रचंड मोठ्या प्रमाणावर घडले. याच दरम्यान २०१५ मध्य जर्मनीमध्ये १० लाख निर्वासितांना आश्रय देण्याचा आणि त्यांच्यासाठी देशाची दारे खुली करण्याचा एक अत्यंत महत्त्वाकांक्षी निर्णय अँजेला मार्केल यांनी घेतला. त्यांच्या या निर्वासितांविषयीच्या उदार धोरणाचे स्पष्ट प्रतिबिंब यंदाच्या निवडणुकीत पडलेले दिसते. संपूर्ण जगाचे लक्ष लागून राहिलेल्या जर्मनीमधील यंदाच्या सार्वत्रिक निवडणुकांमध्ये विद्यमान चान्सलर असलेल्या अँजेला मार्केल यांची चौथ्यांदा निवड करण्यात आली आहे. अँजेला मार्केल यांच्या ख्रिश्चन डेमोक्रॅटिक युनियन पक्षाला ३१ टक्के मते मिळाली आहेत. मात्र ही निवडणूक ऐतिहासिक ठरली आहे. याचे प्रमुख कारण म्हणजे संपूर्ण युरोपमध्य गेल्या काही महिन्यांमध्ये झपाट्याने विकसित होत असलेल्या दोन अत्यंत महत्त्वपूर्ण मतप्रवाहांचे प्रतिबिंब या निवडणुकीत पडलेले दिसून आले. हे धोक्याचे संकेत आहेत.

मार्केल यांची धोरणे युरोपिय महासंघाच्या दृष्टीने पूरक आणि निर्वासितांच्या दृष्टीने सकारात्मक आणि पूरक आहेत. याचे प्रतिबिंब आताच्या निवडणुकांमध्ये पडल्याचे दिसून आले. २०१३ मध्ये झालेल्या निवडणुकांमध्ये मार्केल यांच्या ख्रिश्चन डेमोक्रॅटिक या पक्षाने ४४ टक्के मते मिळाली होती आणि आता त्यांना ३१ टक्केच मते मिळाली आहेत. १३ टक्क्यांनी त्यांचे जनसमर्थन घटले आहे. या पक्षाचे आणि ख्रिश्चन डेमोक्रॅटिक पक्षाचे युती शासन होते. जर्मनीतील या दोन्ही पक्षाचे मताधिक्य घटले आहे. याचे कारण जर्मनीमध्ये २०१३ मध्ये एक नवा पक्ष उदयाला आला. या पक्षाचे नाव आहे एक नवा पक्ष २०१३ मध्ये निर्माण झाला त्याचे नाव आहे 'अल्टरनेटीव्ह फॉर जर्मनी' हा नवा पक्ष नवनाझीवादाला खतपाणी घालणारा आणि त्या विचारांवर चालणारा आहे. युरोपिय महासंघाला, युरोला, मुस्लिमांना, निर्वासितांना, नाटो संघटनेला विरोध करणे हे या पक्षाचे धोरण आहे. हा पक्ष अत्यंत

कडव्या, उजव्या विचारसरणीचा आहे. या पक्षाला जर्मनीमध्ये झालेल्या ताज्या निवडणुकीत १३.३ टक्के मते मिळाली असून एकूण ९४ जागांवर या पक्षाने विजय मिळवला आहे. संसदेतील या पक्षाचा प्रवेश जर्मनीतील लोकशाहीसाठी अत्यंत धोकादायक आहे.

आपण लक्षात घेतले पाहिजे की, जर्मनी हा दुसऱ्या महायुद्धासाठी कारणीभूत ठरला होता. कारण पहिले महायुद्ध ते दुसरे महायुद्ध या दरम्यानच्या काळात जर्मनीत नाझीवादाचा उदय झाला. त्याला हिटलरने खतपाणी घातले. त्यामुळे संपूर्ण जगाला युद्धाला सामोरे जावे लागले. आता पुन्हा एकदा जर्मनीत हा कडवा विचार प्रवाहित होताना दिसत आहे. त्यामुळे जर्मनीच्या लोकशाहीवर प्रश्नचिन्ह निर्माण झाले आहे. जर्मनीतील तब्बल १३ टक्के लोकसंख्या ही पुन्हा एकदा नाझीच्या विचारांवर भिस्त ठेवून वावरत आहे. हे नक्कीच धोकादायक संकेत आहेत. संपूर्ण पश्चिम युरोपातील देशात जो महासंघ विरोधी विचारप्रवाह वाहात आहेत तोच प्रवाह जर्मनीतही आहे. चान्सलर अँजेला मार्केल यांच्या लोकशाहीवादी, सुधारणावादी, उदारमतवादी आहोत या सांगण्यावरच यामुळे प्रश्नचिन्ह निर्माण झाले आहे. मार्केल यांच्या ख्रिश्चन डेमोक्रॅटिक पक्षाला पहिल्यांदाच इतकी कमी मते मिळाली आहेत. ही ऐतिहासिक गोष्ट आहे. या निकालांमुळे जर्मनी महासंघात राहाणार किंवा नाही याबाबत प्रश्नचिन्ह निर्माण झाले आहे.

आव्हाने

निवडणूक निकालांनंतरचे पक्षीय बलाबल पाहिल्यास जर्मनीत कोणत्याही पक्षाला ठोस अथवा निर्णायक बहुमत नाही. परिणामी, तेथे युतीचे सरकार येण्याची शक्यता निर्माण झाली आहे. कारण अँजेला मार्केल यांनी २४६ जागा मिळाल्या आहेत. बहुमतासाठी त्यांना इतर दोन लहान पक्षांना हाताशी धरावे लागेल. एसपीडी या पक्षाने विरोधी पक्षात बसायचे ठरवले आहे. त्यामुळे ग्रीन पार्टीसारख्या दोन लहान पक्षांना हाताशी धरून सरकार स्थापन करावे लागणार आहे. अशा वेळी हे शासन अस्थिर राहण्याची दाट शक्यता आहे. दुसरीकडे अतिउजव्या विचारसरणीच्या पक्षाचा सामना करणे अँजेला मार्केल यांनी कठीण जाणार आहे. तसेच भविष्यात निर्वासितांना पुन्हा स्वीकारणे अवघड जाणार आहे. त्याचप्रमाणे फ्रान्सच्या राष्ट्राध्यक्षांना हाताशी धरून युरोपिय महासंघात सुधारणा करण्याच्या मनोदयाचाही फेरविचार करावा लागणार आहे.

एकुणातच आज युरोपमधील स्थिती पाहिली तर अमेरिकेत ज्याप्रमाणे डोनाल्ड ट्रम्प यांच्यासारखी अतिप्रखर राष्ट्रवादी व्यक्ती अध्यक्षपदी विराजमान झाली आणि त्यांनी फक्त आपल्या राष्ट्राचा विचार करायला सुरुवात केली; तसेच वारे ब्रिटन, फ्रान्स आणि आता जर्मनीमध्येही वाहाताना दिसत आहेत. जागतिकीकरणाचा प्रवाह काहीसा मागे पडून संकुचिततावाद वाढत चालला आहे. पहिले महायुद्धानंतर संकुचिततावाद युरोपात माजला होता. तशा प्रकारचे हे संकेत आहे. हे सर्व कडवे आणि अतिउजवे पक्ष पुन्हा एकदा दुसऱ्या महायुद्धापुर्वी जसा युरोप होता त्याकडे घेऊन जाणार नाहीत ना अशी भीती निर्माण झाली आहे. ही सुरुवात आहे. त्यामुळेच याबद्दल युरोपातील सर्वच सुज्ञ लोकांनी विचार करणे गरजेचे आहे.

■

अमेरिकेतील वाढती वर्णद्वेषी मानसिकता

अमेरिका हा अभिव्यक्ती स्वातंत्र्याचा पुरस्कार करणारा आणि आधुनिक विचासरणीचा देश मानला जात असला तरीही तेथे वर्णद्वेषी मानसिकता किती खोलवर रुजलेली आहे आणि आज एकविसाव्या शतकामध्येही ती मूळ धरून कायम आहे याची अनेक उदाहरणे आजवर पाहायला मिळाली आहेत. अमेरिकेचे मावळते राष्ट्राध्यक्ष बराक ओबामा राष्ट्राध्यक्ष असताना जून २०१५ मध्ये घडलेल्या एका घटनेमध्ये जवळपास ९ कृष्णवर्णीय व्यक्ती मारल्या गेल्या होत्या. डेमोक्रॅटीक पक्षाला त्यांच्या सत्ताकाळात अमेरिकेतील हे वंशवादी समूह नियंत्रणात ठेवण्यात यश आले होते. या समूहांना फारसा वाव मिळाला नाही. मात्र आता

रिपब्लिकन पक्षाच्या कार्यकाळात विशेषतः डोनाल्ड ट्रम्प यांची अध्यक्षपदाची कारकिर्द सुरू झाल्यापासून या वंशवादी समूहांची हिंमत वाढत चालली आहे.

काही महिन्यांपूर्वी अमेरिकेत श्रीनिवासन कुचिभोटला या अभियंत्याची निर्घृण हत्या करण्यात आली. श्रीनिवासन ऑफिसनंतर त्याचा मित्र अलोक मदासानी याच्या समवेत एका बारमध्ये गेले असता ही घटना घडली. गोळीबाराच्या वेळी हल्लेखोर 'माझ्या देशातून निघून जा' असे ओरडत होता. अमेरिकेत घडलेल्या या घटनेचा भारतातूनच नव्हे तर संपूर्ण जगभरातून तीव्र शब्दांत निषेध केला जात आहे. ही घटना अमेरिकेतील बदलत्या सामाजिक परिस्थितीचे वास्तव दर्शवणारी आहे. या घटनेमधून अमेरिकेतील अत्यंत उग्र मानसिकतेच्या प्रवाहाचे संकेत मिळताहेत. हा वांशिक विद्वेषाचा प्रवाह निश्चितच धोकादायक आहे. २० जानेवारी रोजी डोनाल्ड ट्रम्प यांनी राष्ट्राध्यक्षपदाची शपथ घेतली. तेव्हापासून म्हणजेच गेल्या एका महिन्याच्या कालावधीमध्ये अमेरिकेमध्ये वांशिक मतभेदाच्या, विद्वेषाच्या जवळपास ८६५ घटना घडल्या. यामध्ये वंशभेदावरुन शाब्दिक दृष्ट्या टीका-टिप्पणी करून दुखावणे, सार्वजनिक स्थळी निंदा करणे अशा स्वरुपाच्या घटना घडल्या आहेत. मुख्य म्हणजे हे प्रकार कमी होण्याऐवजी अथवा थांबण्याऐवजी वाढतच चालले आहेत.

ही बाब अमेरिकेसाठी धोकादायक ठरणारी आहे. किंबहुना, ही सुरुवात आहे असे म्हटल्यास ते गैर ठरणार नाही. ज्यावेळी डोनाल्ड ट्रम्प यांनी राष्ट्राध्यक्षपदासाठी प्रचाराला सुरुवात केली तेव्हाच या गोष्टीला खतपाणी मिळणार हे स्पष्ट झाले होते. कारण त्यांनी प्रचारात 'अमेरिका फर्स्ट'चा नारा दिला होता. त्यांनी अमेरिकेच्या सर्व उद्योगांना आवाहन केले की आता तुम्ही केवळ आणि केवळ अमेरिकन नागरिकांनाच नोकऱ्या द्या. तुमच्या व्यवसायांसाठी, उद्योगांसाठी लागणारा कच्चा माल अमेरिकेतूनच घ्या आणि उत्पादनही अमेरिकेतच विका. थोडक्यात 'फक्त अमेरिकेचाच' विचार करा असा त्यांचा सल्ला आणि आग्रह राहिला आहे. त्याच धोरणानुसार अमेरिकेतील कंपन्यांनी बाहेरच्या देशातील उमेदवारांना नोकऱ्या देणे बंद करावे असेही त्यांनी सांगितले होते. निर्वासितांना नोकऱ्या दिल्याने स्थानिकांचे रोजगार जातो त्यामुळे बेकारी वाढत आहे. गरीबी वाढत आहे. निर्वासितांना मिळणारा पगार ते मायदेशात पाठवतात. एकत्रितरित्या विचार केल्यास ही रक्कम अब्जावधी डॉलर्सपेक्षा अधिक आहे. या पैशावर ते देश पैशावर मोठे होतात, अशी मांडणी ट्रम्प यांच्याकडून सातत्याने केली जात आहे. त्यातूनच ट्रम्प यांनी अमेरिकेमधील वांशिक समूहाच्या 'हेट कॅम्पेन'ची किंवा द्वेषाच्या राजकारणाची सुरुवात करून दिली आहे. त्याचे उग्ररूप आता दिसू लागले आहे.

डोनाल्ड ट्रम्प यांनी सात मुसलमान देशांमधील नागरिकांना अमेरिकेत येण्यास बंदी घातली. यामध्ये प्रामुख्याने सिरियामधून येणाऱ्या निर्वासितांचा प्रश्न मोठ्या प्रमाणावर होता. अमेरिकेच्या न्यायव्यवस्थेने या आदेशाला स्थगिती दिली. मात्र ट्रम्प या निर्णयावर आजही ठाम आहेत. आज परदेशांतून अमेरिकेत आलेल्या, मात्र अधिकृत कागदपत्रांशिवाय तेथे वास्तव्य करणाऱ्या निर्वासितांची संख्या सुमारे १.२५ कोटी इतकी आहे. गेली अनेक वर्षे हे लोक अमेरिकेत राहात आहेत. त्यांना अमेरिकेच्या बाहेर फेकण्यासाठी डोनाल्ड ट्रम्प यांनी मोठी मोहीम हातात घेतली आहे. त्यांच्या संदर्भात अमेरिका कडक धोरण अवलंबणार आहे हे सूचित करण्यासाठी त्यांनी या अधिसूचनेवर स्वाक्षरी केली. परिणामी, वर्षानुवर्षांपासून अमेरिकेत येणाऱ्या आणि तेथे राहिलेल्या निर्वासितांविरोधात जनभावना पेटू लागल्या. त्या तीव्र झाल्या. त्यातच 'अमेरिका फर्स्ट' ह्या धोरणांमुळे आणि निर्वासितांच्या नोकऱ्यांमुळे अमेरिकन लोकांवर बेकारीची वेळ येते अशा अपप्रचारांमुळे, हाकाट्यांमुळे हा द्वेष अधिक तीव्र झाला. या विद्वेषाला ट्रम्प यांच्या भूमिकांमुळे बळ मिळत चालले आहे. वर्णद्वेषी लोकांची हिंमत वाढत चालली आहे. हा विद्वेष आता प्रत्यक्ष दिसून येऊ लागला आहे.

निर्वासितांबाबत हा भेदभाव करण्यासाठी प्रथम धार्मिक आधार वापरला गेला. त्यासाठी सुरुवातीला मुस्लिम देशांवर बंदी आणली गेली. या बंदीसाठी कारण पुढे करण्यात आले ते दहशतवादाचे. सिरीयासारख्या देशांमधून मोठ्या प्रमाणावर निर्वासित अमेरिकेमध्ये येत आहेत. हे निर्वासित भविष्यात इस्लामिक स्टेट या दहशतवादी संघटनेसाठी काम करतील, असे मानून त्यांच्यावर बंदी घालण्यात आली; मात्र सुरुवातीला या सर्वांकडे धार्मिक दृष्टीकोनातून पाहिले जात आहे असे वाटत असतानाच आता हा विरोध वर्णद्वेषाकडे आणि वंशद्वेषाकडे गेला आहे. अमेरिकेतील सर्वच बिगर गोरे किंवा कृष्णवर्णीय लोक वाईट आहेत, ते अमेरिकेसाठी

हानिकारक आहेत अशाच दृष्टीने त्यांच्याकडे पाहिले जात आहे. थोडक्यात त्यांच्या कातडीचा रंग पाहून भेदभाव केला जात आहे. त्यातून पुन्हा एकदा वर्णद्वेषी मानसिकता उफाळून आली आहे.

भारतीय अभियंत्याच्या हत्येवेळीही तुम्ही मध्य आशियामधून आलेले लोक अशी टिप्पणी हल्लेखोराने केली होती. याचाच अर्थ मध्य आशियामधून येणारे किंवा दक्षिण आशियातून येणारे सर्वच नागरिक वाईट आहेत, असे अमेरिकेतील गौरवर्णीय, श्वेतवर्णीय समाज मानू लागला आहे, हे स्पष्ट होत आहे. वास्तविक पाहता, अमेरिकेतल्या नागरिकांमधील ही जनभावना पूर्णपणे चुकीची आहे. मात्र ती दूर करण्यासाठी कोणतीही पावले उचलली जाताना दिसत नाहीत. त्यामुळेच वर्णद्वेषातून होणारे हल्ले वाढत चालले आहेत.

मागील काळातही अमेरिकेत सदसदविवेकबुद्धीचा वापर न करता अशा स्वरुपाची कृत्ये केली गेली आहेत. ११ सप्टेंबर २००१ रोजी अमेरिकेच्या ट्विन टॉवर्सवर भीषण दहशतवादी हल्ला झाला होता. या हल्ल्यानंतर ओसामा बिन लादेन याची छायाचित्रे सर्वत्र लावण्यात आली होती आणि माध्यमांमधून झळकावण्यात आली होती. या छायाचित्रांमध्ये लादेनच्या डोक्यावर पगडी दिसत होती. त्यातून पगडीधारी शीख लोकांवर अमेरिकेत हल्ले करण्यात आले. वास्तविक, त्या पगडीचा अथवा लादेनचा शीख धर्मियांशी काहीही संबंध नाही. मात्र अमेरिकेतल्या लोकांमध्ये त्यातील फरक ओळखण्याची सारासार विचारबुद्धीही नाही. आताही तोच प्रकार घडत आहे. सिरियासारख्या मुस्लिमबहुल देशांतून येणाऱ्या निर्वासितांबाबत संशयास्पद भावना ठेवताना अनेक अमेरिकन नागरिक आता मध्य आशिया, दक्षिण आशियातून येणाऱ्या सर्वच नागरिकांशी द्वेषाने, तुच्छतेने वागू लागे आहेत. परंतु निर्वासित लोकांनी अमेरिकेच्या आर्थिक विकासामध्ये किती योगदान दिले आहे, त्यांनी अमेरिकेमध्ये कशा प्रकारे रोजगार निर्मिती केली आहे याची त्यांना जाणीव नाही. तसेच ही बाब स्पष्टपणे समोरही आणली गेली नाही.

वास्तविक, डोनाल्ड ट्रम्प यांनी एच१बी व्हिसावर निर्बंध आणण्याचा विचार केला तेव्हा अमेरिकतील आयटी कंपन्यांनीच त्याविषयी नाराजी व्यक्त केली होती. या निर्णयामुळे आमचे म्हणजेच अमेरिकेचेच आर्थिक नुकसान होणार आहे, हे त्यांनी सांगितले. कारण या आयटी कंपन्यांमुळे अमेरिकेमध्ये रोजगाराच्या संधी निर्माण होत आहेत. मात्र ट्रम्प यांना आणि त्यांच्या समर्थनार्थ उभ्या राहणाऱ्या वर्णद्वेषाने आणि नवराष्ट्रवादाने भारावलेल्या श्वेतवर्णीय अमेरिकन नागरिकांना ही बाब लक्षात येत नाहीये. अमेरिकेला नेमका धोका कोणाचा हे ओळखून त्यासाठी काही पावले उचलणे आवश्यक आहे. मात्र तसे घडत नाहीये. भविष्यात अशा प्रकारच्या घटना घडत राहिल्या आणि ज्या निर्वासितांच्या जोरावर अमेरिकेने प्रगती केली आहे त्यांच्यावरच निर्बंध आणले गेले तर त्याची मोठी आर्थिक झळ अमेरिकेलाच सोसावी लागेल. दुसरी महत्त्वाची गोष्ट म्हणजे अमेरिकेकडून अशाच प्रकारचे निर्बंध आणणे चालू राहिले तर हे सर्व निर्वासित युरोपात जाऊ शकतील. अमेरिकेने एच-१बी व्हिसाच्या धोरणात बदल करण्याचा निर्णय घेतल्यानंतर काही दिवसांतच अनेक युरोपीय देशांनी आपली दारे खुली केलेली आहेत. किंबहुना आम्ही या सर्वांचे स्वागत करतो आहोत, अशी भूमिका युरोपियन महासंघाने घेतली आहे. त्यामुळे या नव्या वंशवादाच्या दिशेने सुरू असलेला अमेरिकेचा प्रवास हा या महासत्तेसाठी धोकादायक आणि नुकसानदायक ठरणारा आहे.

■

फ्रान्समधील अध्यक्षपदाच्या निवडणुकांचा कौल

चालू वर्षी मे २०१७ मध्ये फ्रान्समध्ये अध्यक्षपदाच्या निवडणुका पार पडल्या. या निवडणुकांमध्ये फ्रेंच जनतेने बहुमताने उदारमतवादी विचारांचे इमॅन्युअल मॅक्रॉन यांची राष्ट्राध्यक्षपदासाठी निवड केली. मॅक्रॉन यांनी फ्रान्समधील उजव्या विचारांच्या नॅशनल फ्रंट पक्षाच्या मरीन ली पेन यांचा पराभव केला. फ्रान्सच्या जनतेने दिलेला निर्णय हा अनेक अर्थांनी महत्त्वाचा आहे. मागील वर्षी ज्याप्रकारे ब्रेक्झिट घडून आले आणि ब्रिटेनच्या नागरिकांनी युरोपियन युनियनमधून बाहेर पडण्यासाठीच्या निर्णयाला दिलेला कौल पाहून जगाला ज्याप्रकारे धक्का बसला तशाच स्वरुपाचा धक्का फ्रेंच नागरिकांनी मॅक्रॉन यांची निवड केल्यामुळे जगाला बसला. याचे कारण ही निवडणूक ज्या पार्श्वभूमीवर झाली ती पार्श्वभूमी अत्यंत महत्त्वाची होती. युरोपमध्ये सध्या अतिरेकी उजव्या विचारसरणीचा प्रवाह प्रभावी बनत चालला आहे. हा प्रखर राष्ट्रवादाचा प्रवाह युरोपियन महासंघासाठी अत्यंत धोकादायक ठरणारा आहे. ब्रेक्झिटच्या निर्णयानंतर अमेरिकेमध्ये ४५ व्या राष्ट्राध्यक्षपदासाठीच्या निवडणुका झाल्या आणि त्यामध्ये डोनाल्ड ट्रम्प यांची निवड झाली. ट्रम्प हेदेखील अशाच प्रकारच्या प्रखर राष्ट्रवादाच्या विचासरणीचे पुरस्कर्ते आहेत आणि त्यांनीही 'अमेरिका फर्स्ट' अशीच भूमिका घेतली आहे. राष्ट्रांचे सामूहिक हितसंबंध महत्त्वाचे की व्यक्तिगत हितसंबंध महत्त्वाचे असे या विचासरणीतील संघर्षाचे मूळ आहे. त्याचप्रमाणे राष्ट्रांचे सामूहिक सार्वभौमत्व महत्त्वाचे की वैयक्तिक सार्वभौमत्व महत्त्वाचे हा प्रश्नदेखील या संघर्षाच्या मुळाशी आहे.

युरोपमधील पूर्वीची स्थिती

साधारणतः दोन दशकांपूर्वी आंतरराष्ट्रीय राजकारणामध्ये व्यापारी संघ महत्त्वाचे बनले. आंतरराष्ट्रीय संस्था प्रभावी बनल्या. त्यातून राष्ट्रांचे सामूहिक हितसंबंध ही संकल्पना प्रभावी बनली. आपण एकत्र येऊन या भौगोलिक उपखंडाचा विकास साधू शकतो ही संकल्पना अत्यंत महत्त्वाची होती. आपल्या अर्थव्यवस्था मुक्त करून परस्परांच्या आर्थिक सहकार्यामधून सामूहिक विकास साधायचा या संकल्पनेला गेल्या काही वर्षांमध्ये युरोपमध्ये छेद देणाऱ्या घटना सातत्याने घडत होत्या. युरोप-मध्ये काही संस्था, संघटनांचा, गटांचा उदय आणि विकास, युरोपियन जनतेच्या युरोपियन महासंघाकडून असलेल्या अपेक्षा पूर्ण न होणे, संपूर्ण युरोपला ज्या नेतृत्त्वाची गरज होती ते देण्यामध्ये युरोपियन महासंघाला अपयश येणे या सर्वांमुळे युरोपियन महासंघाविरुद्धचा असंतोष कमालीचा वाढत चालला होता. या असंतोषाचे भांडवल तिथल्या प्रखर राष्ट्रवादी गटांकडून केले जात होते. हे प्रखर राष्ट्रवादी गट दुसऱ्या महायुद्धापूर्वी युरोपमध्ये प्रभावी होते. विशेष करून पहिले महायुद्ध संपले आणि दुसरे महायुद्ध सुरू झाले त्या काळात म्हणजे १९२० आणि १९३० च्या दशकामध्ये युरोपमध्ये अतिउजव्या विचारांचे प्रखर राष्ट्रवादी स्वरुपाच्या चळवळी प्रभावी बनल्या. या चळवळींमुळे जगाला दुसऱ्या महायुद्धाचा सामना करावा लागला. जर्मनीमधला नाझीवाद असेल किंवा फॅसिझम असेल यांनी जगाला दुसऱ्या महायुद्धाच्या खाईत लोटले. पहिले आणि दुसरे महायुद्ध हे युरोपमध्येच प्रामुख्याने खेळले गेले. त्यामुळे अशा प्रकारचे कडवे विचार युरोपसाठी धोकादायक ठरू शकतात, हे लक्षात घेऊन साठ वर्षांपूर्वी रोमचा करार अस्तित्त्वात आला. संघर्षामुळे महायुद्ध घडू शकते तर सहकार्यातून आपण काही तरी करू शकतो या विचारातून युरोपियन देशांनी सहकार्याचा मार्ग अवलंबण्याचे ठरवले आणि ते एकत्र आले.

बदलते युरोपिय वातावरण

गेल्या काही वर्षांमध्ये मात्र पुन्हा एकदा युरोपमधील परिस्थिती स्फोटक बनत चालली आहे. युरोपियन महासंघापेक्षा आपण स्वतंत्र राहावे, राष्ट्रांच्या सामूहिक हितसंबंधांपेक्षा वैयक्तिक हितसंबंधांना महत्त्व द्यावे हा

विचार युरोपमध्ये प्रभावी बनत चालला आहे. याचे कारण युरोपियन महासंघाचा विस्तार झाल्यानंतर पूर्व युरोपमधील गरीब देश त्यामध्ये समाविष्ट झाले. पूर्वी पश्चिम युरोपियन देशांच्या अर्थव्यवस्था या कमी-अधिक प्रमाणात सारख्या होत्या. परंतु पूर्व युरोपमधील देश हे अत्यंत गरीब होते. त्यांना सहभागी करून घेतल्यानंतर पश्चिम युरोपमधील देशांच्या कुरबुरी सुरू झाल्या. युरोपियन महासंघाच्या व्यासपीठावरुन जेव्हा या सर्व देशांच्या अर्थव्यवस्था मुक्त झाल्या तेव्हा त्याचा फायदा हा पूर्व युरोपियन देशांना मिळायला लागला. कारण तिथून गरीब नागरिकांचे लोंढे विकसित पश्चिम युरोपियन देशांमध्ये यायला लागले. त्यामुळे तिथल्या स्थानिकांच्या रोजगाराचा प्रश्न निर्माण झाला. त्याचप्रमाणे तिथल्या प्रत्येक देशाच्या सांस्कृतिक ओळखीवरही घाला येऊ लागला. परिणामी, या विकसित देशांमध्ये बचावात्मक, संरक्षणात्मक भावना तीव्र व्हायला लागली. या बचावात्मक भावनेतून तिथे प्रखर उजव्या विचारांचे पक्ष आणि संघटना उदयाला आल्या. याला खतपाणी घातले ते ब्रेक्झिटने. युरोपियन युनियनमधून बाहेर पडण्याचा कौल ब्रिटनच्या जनतेने दिल्यानंतर आता फ्रान्समधील जनताही त्याच पावलावर पाऊल टाकेल अशा शक्यता निर्माण झाल्या होत्या. त्यामुळेच फ्रान्सच्या राष्ट्राध्यक्षपदाच्या निवडणुकांकडे जगाचे लक्ष लागून राहिले होते. फ्रान्समध्ये राष्ट्रवादी विचारांच्या ली पेन यांचा विजय झाला असता तर ब्रेक्झिटप्रमाणेच फ्रेक्झिट घडले असते आणि ते संपूर्ण युरोपसाठी अत्यंत धोकादायक ठरले असते. पण तो अनर्थ टळला.

उजव्या विचारसरणीला नकार

फ्रान्सच्या जनतेने प्रखर उजव्या विचासरणीला नाकारल्यामुळे पुन्हा एकदा युरोपियन म हासंघाच्या संकल्पनेला बळकटी मिळणार आहे. यापूर्वीही नेदरलँड आणि ऑस्ट्रिया या देशांमध्ये मागील महिन्यांमध्ये झालेल्या निवडणुकांमध्ये उजव्या विचारसरणीच्या गटांना फारसे बहुमत मिळालेले नाही. यावरुन युरोपमध्ये दोन विचारप्रवाहांमधील अटीतटीचा संघर्ष सुरू आहे. पहिला प्रवाह उदारमतवादाचा, जागतिकीकरणाला समर्थन देणारा, आर्थिक सहकार्याच्या माध्यमातून विकास साधणारा आहे; तर दुसरा विचारप्रवाह हा व्यक्तिवादी, प्रखर राष्ट्रवादी आणि सामूहिक हितसंबंधापेक्षा वैयक्तिक हितसंबंधांना प्राधान्य देणारा आहे. त्यामुळे फ्रान्सच्या निकालांचा परिणाम केवळ युरोपियन महासंघाच्या भवितव्यावर होणार नसून एकंदरीतच युरोप ज्या पद्धतीने निर्वासितांच्या प्रश्नाकडे पहात आहे त्यावर होणार आहे. फ्रान्समध्ये सध्या निर्वासितांचा प्रश्न अत्यंत गंभीर बनलेला आहे. भविष्यामध्ये इस्लामला फ्रान्समध्ये रोखले नाही तर काही वर्षांनंतर एखादा मुस्लिम या देशाचा राष्ट्राध्यक्ष बनू शकतो, अशा प्रकारचे अतिरंजित चित्र तेथील राष्ट्रवादी विचासरणीचे पक्ष रंगवत आहेत. त्यातूनच फ्रान्समध्ये इस्लामिक स्टेटचे हल्ले वाढलेले आहे. फ्रेंचमधील जनता निर्वासित मुस्लिमांकडे पूर्वग्रहदूषित नजरेने पाहू लागली होती. तेथे एक प्रकारचे ध्रुवीकरण झालेले पाहायला मिळत होते. या अल्पसंख्यांकांमध्ये एक प्रकारची भीती आणि असुरक्षितता दिसून येत होती. पण आता त्यांनी सुटकेचा निःश्वास सोडला असेल.

मॅक्रॉन यांची वाटचाल

मॅक्रॉन यांनी युरोपियन युनियनच्या कार्यपद्धतीमध्ये सुधारणा घडवून आणण्याचे सुतोवाच केले आहे. युरोपियन युनियनच्या कार्यपद्धतीमध्ये एकविसाव्या शतकातील राष्ट्रांच्या गरजा लक्षात घेऊन काही बदल अपेक्षित असल्याचे त्यांनी म्हटले आहे. २००८ च्या आर्थिक मंदीच्या लाटेतून अद्यापही युरोप सावरलेला नाही. त्यामुळे आज जवळपास सर्वच युरोपमध्ये आणि फ्रान्समध्येही बेरोजगारीचा प्रश्न गंभीर बनलेला आहे. त्यातून मार्ग काढण्यासाठी फ्रान्सची अर्थव्यवस्था सुधारणे या तीन उद्दिष्टांच्या दिशेने मॅक्रॉन काम करणार आहेत. मात्र त्यांच्यापुढील राजकीय आव्हाने मोठी असणार आहेत. कारण त्यांचा पक्ष नवखा असून या पक्षाचे आयुर्मान अवघ्या वर्ष-दीड वर्षांचे आहे. त्यांना मिळणारे राजकीय समर्थन फारसे नाही. त्यामुळे त्यांना प्रत्येक पाऊल बचावात्मक टाकावे लागणार आहे. ■

ट्रम्प यांचा आशिया दौरा

अमेरिकेचे राष्ट्राध्यक्ष डोनाल्ड ट्रम्प यांचा पहिला महत्त्वाकांक्षी आशिया दौरा नोव्हेंबरमध्ये पार पडला. जानेवारीमध्ये अमेरिकेची सूत्रे हाती घेतल्यानंतर ते पहिल्यांदा आशियाच्या दौऱ्यावर आले. या १२ दिवसांच्या दौऱ्यादरम्यान त्यांनी पाच देशांना भेटी दिल्या. याखेरीज बहुराष्ट्रीय संघटनांच्या वार्षिक परिषदांमध्येही त्यांची उपस्थितीही लावली. 'आसियान' या संघटनेला ५० वर्षे पूर्ण होत असल्यामुळे होणाऱ्या बैठकीला ट्रम्प उपस्थित राहिले. याखेरीज एशिया पॅसिफिक इकॉनॉमिक को-ऑपरेशन संघटनेच्या वार्षिक बैठकीलाही ते उपस्थित राहिले. ट्रम्प यांच्या या दौऱ्यामध्ये प्रामुख्याने जपान, दक्षिण कोरिया, व्हिएतनाम, फिलिपाईन्स, चीन या देशांचा समावेश होता. हा दौरा पाच नोव्हेंबरपासून सुरु झाला. सुरुवातीचे दोन दिवस त्यांनी जपानला भेट दिली. त्यानंतर दक्षिण कोरिया आणि चीन व त्यानंतर व्हिएतनाम, फिलिपाईन्स अशा प्रकारे हा दौरा पूर्ण झाला.

डोनाल्ड ट्रम्प यांचा हा दौरा सामरिक दृष्ट्या महत्त्वाचा होता. हा उत्तर कोरियाचा आण्विक कार्यक्रम, उत्तर कोरियाचे हुकुमशहा किम जाँग यांच्याकडून सातत्याने दिल्या जाणाऱ्या धमक्या आणि उत्तर कोरिया आणि अमेरिका यांच्यातील वाढता तणाव, आशिया प्रशांत क्षेत्रातील युद्धजन्य परिस्थिती यांची पार्श्वभूमी या दौऱ्याला होती. त्याचप्रमाणे चीनमध्ये कम्युनिस्ट पक्षाच्या १९ व्या परिषदेत शी जिनपिंग यांची पुनर्निवड करण्यात आली असून तेथील राज्यघटनेमध्ये माओनंतरचे सर्वोच्च प्रभावी व्यक्तिमत्व म्हणून झिनपिंग यांची नोंद करण्यात आली आहे; ही देखील पार्श्वभूमी ट्रम्प यांच्या या दौऱ्याला होती. उत्तर कोरियाचा आण्विक कार्यक्रम कशा पद्धतीने नियंत्रणात आणता येईल ह्यासाठीची मोर्चेबांधणी करणे हाही या दौऱ्यामागचा प्रमुख उद्देश होता. ट्रम्प यांनी ज्या देशांना भेटी दिल्या ते सर्व देश उत्तर कोरियाच्या आण्विक कार्यक्रमामुळे प्रभावित होणारे आहेत आणि उत्तर कोरियावर प्रभाव पाडणारेही आहेत. विशेषतः जपान आणि दक्षिण कोरिया या दोन्ही देशांमध्ये अमेरिकेचे लष्करी तळ आहे. हे दोन्ही देश अमेरिकेचे युती भागीदार आहेत. उत्तर कोरियाच्या आण्विक कार्यक्रमामुळे जपान आणि उत्तर कोरिया ह्या दोन्ही देशांना धोका निर्माण झाला आहे. विशेषतः दक्षिण कोरियाला याचा अधिक धोका आहे. उत्तर कोरियावर लष्करी कारवाई करायचे ठरवले तर या दोन्ही देशांच्या सहकार्याची गरज अमेरिकेला लागणार आहे. विशेष म्हणजे दक्षिण कोरियाचे अध्यक्ष मून जे इन यांनी अमेरिकेला काहीही लष्करी कारवाई करायची असल्यास आमची पूर्वपरवानगी घ्यावी लागेल, प्रथम आम्हाला विश्वासात घ्या असे म्हटले आहे. कारण दक्षिण कोरिया हा उत्तर कोरियाच्या क्षेपणास्त्रांच्या, रणगाड्यांच्या माऱ्याच्या पल्ल्यात आहे. त्यामुळे उत्तर कोरियाविरोधात कारवाई झाल्यास त्याची झळ दक्षिण कोरियालाही बसणारच आहे. सध्या दक्षिण कोरिया हा काहीशा भीतीदायक अवस्थेत आहे. त्यामुळेच त्यांनी उत्तर कोरियापुढे समझोत्याचा एक करार ठेवला आहे. अर्थातच ट्रम्प यांनी यावर टीका केली आहे. हा प्रस्ताव म्हणजे उत्तर कोरियापुढे शरणागती पत्करण्याचा प्रकार आहे, हा नेमस्तपणा आहे आणि दक्षिण कोरियानेच नव्हे तर कोणत्याही देशाने अशा प्रकारची भूमिका घेऊ नये. आम्ही त्यांच्या पाठीशी आहोत हा विश्वास अमेरिकेला द्यायचा आहे. त्यादृष्टीने हा दौरा अत्यंत महत्त्वपूर्ण होता. या सर्व पार्श्वभूमीवर अमेरिकेला जपानची मदत महत्त्वाची आहे. त्यामुळे ट्रम्प यांनी जपानचे राष्ट्राध्यक्ष शिंजो ॲबे यांच्याबरोबर अधिक वेळ घालवला. भविष्यात उत्तर कोरियावर कारवाई करायची वेळ आली तर अमेरिकेला मदतीचा हात जपानने द्यावा अशी ट्रम्प यांची अपेक्षा आहे.

ट्रम्प यांच्या आशिया खंडाच्या दौऱ्यातील चीनच्या भेटीबाबत मात्र सर्वत्रच आश्चर्य व्यक्त केले गेले. त्यांच्या चीनभेटीमागे एक भूमिका होती. आज उत्तर कोरियावर नियंत्रण ठेवू शकेल असे आशिया

खंडामध्ये चीन हे एकमेव राष्ट्र आहे. ही बाब अमेरिकेच्या अध्यक्षांना माहीत आहे. उत्तर कोरियाचा अधिकाधिक व्यापार हा चीनबरोबर होतो. या व्यापारावर जोपर्यंत चीन बहिष्कार टाकत नाही तोपर्यंत उत्तर कोरियाला वठणीवर आणणे कठीण आहे. उत्तर कोरियाला चीनच्या माध्यमातून प्रचंड पैसा मिळतो. क्षेपणास्त्र चाचण्यासाठी लागणारा निधीही चीनच्या माध्यमातून उभा केला जातो. संयुक्त राष्ट्राने उत्तर कोरियावर अनेक निर्बंध टाकले आहेत मात्र ते प्रत्यक्षात येऊ शकत नाहीत. कारण चीनचा त्याला पाठिंबा नाही. चीन आणि उत्तर कोरिया यांच्या सीमारेषा परस्परांना मिळालेल्या आहेत. उत्तर कोरियाची ९० टक्के निर्यात ही चीनला केली जाते. त्यामुळे फक्त चीनच आज उत्तर कोरियावर नियंत्रण ठेवू शकतो. तथापि, चीनची तशी तयारी दिसत नसल्यामुळे शी जिनपिंग यांचे मन वळवणे आणि उत्तर कोरियाला धडा शिकवण्यासाठी अमेरिकेने काही कारवाई केल्यास चीनने अमेरिकेबरोबर राहील असे आश्वासन घेणे हा ट्रम्प यांच्या चीन दौऱ्याचा उद्देश होता. उत्तर कोरियाला अण्वस्त्रमुक्त करता येणार नाही; मात्र त्यांच्या अणुचाचण्या आणि क्षेपणास्त्र परीक्षणावर नियंत्रण ठेवण्याबाबत सहकार्य करण्याचे आश्वासन ट्रम्प यांना दिले आहे.

दुसरीकडे, आज फिलिपाईन्स आणि व्हिएतनाम हे चीनच्या विस्तारवादी धोरणाने घाबरलेले आहेत. त्यामुळे त्यांचे चीनबरोबरचे संबंध बिघडलेले आहेत. चीनच्या दौऱ्यानंतर या देशांना आश्वस्त करण्याचे कामही ट्रम्प यांनी केले आहे. चीनच्या विस्तारवादाला घाबरू नका, अमेरिका तुमच्या बरोबर आहे हा विश्वास या देशांना ट्रम्प यांच्याकडून देण्यात आला आहे. ट्रम्प यांचे पूर्वसुरी असणाऱ्या बराक ओबामा यांनीही त्यांच्या कारकीर्दीत असा दौरा केला होता. या दोन्हींमागचा उद्देश स्पष्ट असून आशिया प्रशांत क्षेत्रात अमेरिकेला स्वतःचा प्रभाव वाढवायचा आहे.

या दौऱ्यादरम्यान ट्रम्प यांनी नव्या युतीचे सुतोवाच केले आहे. या नव्या युतीमध्ये भारत, जपान, ऑस्ट्रेलिया, अमेरिका हे चार देश असणार आहेत. या देशांनी दक्षिण चीन समुद्रामध्ये आणि आशिया प्रशांत क्षेत्रात एकमेकांशी सहकार्य करावे अशी अमेरिकेची अपेक्षा आहे. या युतीचा रोख हा प्रामुख्याने चीनकडे आहे. या क्षेत्रात मोठ्या प्रमाणात वाढत चाललेल्या चीनच्या आक्रमकतेला शह देण्यासाठी, त्याचा विरोध करण्यासाठी, प्रतिरोधन करण्यासाठी म्हणून ही युती अस्तित्वात येते आहे. यासंदर्भातील सुतोवाच केल्यानंतर प्रथमच ट्रम्प मोदींशी संवाद साधला. ट्रम्प यांनी जपानमध्ये भाषण करताना आशिया प्रशांत हा शब्द न वापरता जाणीवपूर्वक इंडो -पॅसिफिक हा शब्द वापरला आहे. त्यातून भारताचे या क्षेत्रातील योगदान वाढले पाहिजे असे संकेत त्यांनी दिले आहेत. नरेंद्र मोदींच्या नेतृत्वाखालील भारताची आर्थिक प्रगती वेगाने होत आहे, विकासदर वेगाने वाढतो आहे असे म्हणून त्यांनी भारताची प्रशंसा केली होती. थोडक्यात हे देश आणि अमेरिका भारताकडे आशेने पाहाताहेत आणि त्यामुळे जगात भारताने आपली भूमिका वाढवणे गरजेचे असल्याचे ट्रम्प यांचे मत आहे. ही बाब भारतासाठी फार महत्त्वाची आहे.

डोनाल्ड ट्रम्प यांनी सत्तासुत्रे हाती घेतल्यानंतर 'अमेरिका फर्स्ट' हे धोरण स्वीकारले आहे. गेल्या ८ महिन्यांच्या कालावधीत ट्रम्प यांनी अनेक आंतरराष्ट्रीय करारातून माघार घेण्याचे सुतोवाच केले आहे. त्यामुळे आशिया खंडात चीनचा प्रभाव वाढू लागला आहे. परिणामी अनेक देश घाबरले आहेत. त्यामुळे येथे अमेरिकेला एक आश्वस्त वातावरण निर्माण करणे आवश्यक होते. ह्या दौऱ्याच्या माध्यमातून हीच गोष्ट ठसवण्याचे प्रयत्न ट्रम्प यांनी केला. मध्यंतरी जपान आणि दक्षिण कोरिया यांनी स्वसंरक्षणाचा विचार करावा, स्वतःचे अणुबॉम्ब तयार करावेत. अमेरिका त्यांचे रक्षण करणार नाही, असे वक्तव्य केले होते. त्याचबरोबर ओबामांच्या काळात आखल्या गेलेल्या पीव्हॉट टू एशिया या कार्यक्रमांतर्गत अमेरिकेचे २० टक्के नौदल हे आशिया प्रशांत क्षेत्रात ठेवले जाणार होते; पण त्यासंदर्भातही पुनर्विचार करण्याचे सूतोवाच ट्रम्प यांनी केले होते. ट्रान्स पॅसिफिक पार्टनरशिप या बहुराष्ट्रीय करारातूनही त्यांनी माघार घेण्याचे सुतोवाच केले होते. अलीकडेच युनेस्कोतून अमेरिकेने माघार घेतली आहे. या सर्वांमुळे कोणत्याही आपत्कालीन परिस्थितीत अमेरिका आपल्या पाठीशी राहील का अशा स्वरुपाच्या भीतीचे वातावरण आशिया खंडातील देशांमध्ये होते. अशा परिस्थितीत हा दौरा आखण्यात आला. या दौऱ्यातून आशिया खंडाच्या संरक्षणाविषयीची अमेरिकेची बांधिलकी पुन्हा एकदा दिसून आली आहे. उत्तर कोरिया हे तात्कालीक कारण असले तरीही या दौऱ्याच्या माध्यमातून अमेरिकेने पुन्हा एकदा आशिया खंडाकडे लक्ष वळवले आहे. अलीकडेच अफगाणिस्तान आणि दक्षिण आशिया

विषयीचे अमेरिकेचे धोरणही नुकतेच जाहीर करण्यात आले आहे. त्यात भारताला त्यांनी महत्त्वाचे स्थान दिले आहे . या सर्व गोष्टी महत्त्वाच्या आहेत. कारण अमेरिकेने माघार घेतल्यामुळे आशियातील सत्तासम तोलाच्या राजकारणामध्ये जी पोकळी निर्माण होणार आहे ती पोकळी भरण्यास चीन भरून काढण्याची शक्यता आहे. ही बाब भारतासाठीही धोकादायक ठरू शकते. त्यामुळे अमेरिकेचे लक्ष पुन्हा एकदा आशिया खंडाकडे वळणे, अमेरिकेने आशिया प्रशांत क्षेत्रात पुन्हा एकदा मोर्चेबांधणी करणे हे भारतासाठी सामरिकदृष्ट्या महत्त्वाचे आहे.

असे असले तरी ट्रम्प यांच्या दौऱ्यातून एक धोकाही समोर येतो आहे. या दौऱ्यामुळे उत्तर कोरियाला चिथावणी मिळणार आहे. त्यातून उत्तर कोरियाची अरेरावी वाढू शकते. किम जोंग पुन्हा अणुपरीक्षण करू शकतो आणि त्यातून जगाला आव्हानही देऊ शकतो. त्यामुळे येणाऱ्या काळात काय घडते हे पहावे लागेल. कदाचित या दौऱ्यामुळे आशिया प्रशांत क्षेत्रावर पुन्हा एकदा युद्धाचे ढग जमा होण्याची शक्यता आहे.

■

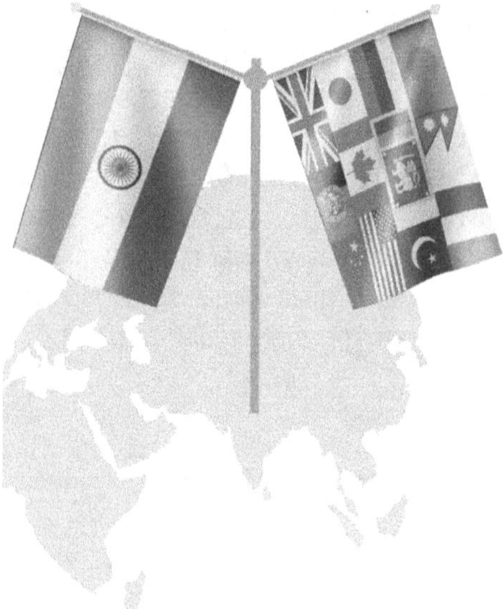

विभाग ६

भारत व आंतरराष्ट्रीय संघटना

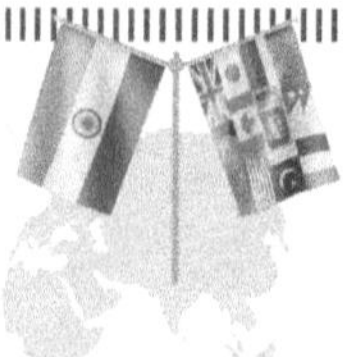

ट्रेड फॅसिलिटेशन ॲग्रीमेंट आणि भारत

आंतरराष्ट्रीय पातळीवरील व्यापाराची प्रक्रिया सुलभ व्हावी, त्यामध्ये येणारे जकात, कर यांसारखे जे अडथळे आहेत ते कमी केले जावेत आणि त्यातून व्यापार वाढावा यासाठी विश्व व्यापार संघटनेचा ट्रेड फॅसिलिटेशन ॲग्रीमेंट (व्यापार सुलभीकरण करार) करण्यात येणार आहे. हा करार पूर्णत्वास आला तर पुढील पाच वर्षांमध्ये जगाच्या अर्थव्यवस्थेमध्ये एक ट्रिलियन डॉलर्सने वाढ होणार आहे. त्याचबरोबर त्यातून कोट्यवधी नोकऱ्या तयार होणार आहेत. थोडक्यात, आंतरराष्ट्रीय व्यापार सुरळीत करणारा हा कारारआहे. या करारामध्ये कृषिक्षेत्राशी निगडित एक मुद्दा आहे आणि तो या सध्या वादाचा बनलेला आहे. १९९०-९१ नंतर कृषिक्षेत्राचा मुद्दा गॅट करारांतर्गत विश्व व्यापार संघटनेमध्ये समाविष्ट करण्यात आला. त्यापूर्वी कृषी हा घटक यामध्ये अंतर्भूत नव्हता.

मागील काही महिन्यांपासून हा करार हा वादाचा मुद्दा बनला आहे. भारताने याबाबत नकाराधिकाराचा वापर केला होता आणि भारताची ही भूमिका आंतरराष्ट्रीय टीकेचे लक्ष्य बनली होती. विश्व व्यापार संघटनेच्या घटनेनुसार प्रत्येक करारावर प्रत्येक राष्ट्राची संमती आवश्यक आहे. जर एखाद्या राष्ट्राला त्यावर आक्षेप असेल तर तो नकाराधिकाराचा वापर करू शकतो आणि तसा नकाराधिकाराचा वापर जर एखाद्या राष्ट्राने केला तर तो करार पूर्णत्वाला येऊ शकत नाही. अशाच प्रकारे भारताने नकाराधिकाराचा (व्हेटो) वापर केल्यामुळे ट्रेड फॅसिलिटेशन ॲग्रीमेंट रखडला होता.

हा करार प्रत्यक्षात आल्यानंतर आंतरराष्ट्रीय पातळीवर एक मुक्त व्यापार क्षेत्र निर्माण होणार असून त्याचा फायदा प्रामुख्याने अमेरिका आणि युरोपीय देशांना म्हणजेच विकसित देशांना होणार आहे. कारण हे विकसित देश आपले

कृषिउत्पन्न मोठ्या प्रमाणावर निर्यात करतात आणि विकसनशील राष्ट्रे ते आयात करतात. जगभरातील १३९ विकसनशील राष्ट्रांपैकी १०५ राष्ट्रे ही कृषी माल आयात करणारी आहेत. या करारानुसार जकात शून्यावर आणली जाणार आहे. त्यामुळे इतर राष्ट्रांच्या कृषी मालासह इतर उत्पादने अतिशय कमी दरांमध्ये आपल्या बाजारपेठेत येणार आहेत. हे दर इतके कमी असतील की त्यांच्यापुढे आपल्या देशातील उत्पादने टिकू शकणार नाहीत. साहजिकच, याचा फायदा विकसित देशांना होणार असल्यामुळे ते देश हा करार पूर्णत्वास नेण्यासाठी प्रयत्नशील आहेत. सध्या विकसनशील देश आणि विकसित देश यांच्यामध्ये या कराराबाबत काही वाद आहेत, मतभेद आहेत; परंतु हा करार प्रत्यक्षात आल्यानंतर अशा प्रकारची कोणत्याही सौदेबाजीला, चर्चांना वाव नसणार आहे.

भारतामधील अनुदान पद्धतीवरून वाद

भारतामध्ये आपल्याकडची गरिबी आणि आपली कृषिप्रधान अर्थव्यवस्था गृहीत धरून आपण कृषिउत्पन्नावर अनेक प्रकारची अनुदाने दिलेली आहेत. तसेच आपल्याला गरिबी गृहीत धरता अन्नधान्याचा साठा करावा लागतो. याला पब्लिक स्टॉक ऑफ फुडग्रेन असे म्हणतात. यासाठी शासन किमान किमतींमध्ये अन्नधान्य विकत घेते आणि ही मिनिमम प्राईस म्हणजेच सबसिडी आहे. ट्रेड फॅसिलिटेशन ॲक्टनुसार, भारत कृषिक्षेत्रावर जे अनुदान देते ते एकूण कृषिउत्पन्न मूल्याच्या १० टक्के असले पाहिजे; परंतु हे कृषिउत्पन्न मूल्य ठरवण्यासाठी जो आधार मानला गेला आहे तो १९८८ चा आहे. म्हणजे १९८८ मध्ये जे कृषिमूल्य होते त्याच्या १० टक्के अनुदान भारत देऊ शकते. परंतु त्यावेळी कृषिमूल्य हे अतिशय कमी होते आणि त्यामुळे अनुदानाची मर्यादाही कमी होती; परंतु आता कृषिमूल्य वाढले आहे. अशा वेळी अनुदानही वाढणे गरजेचे आहे; परंतु विश्व व्यापारसंघ हे मानण्यास तयार नाही आणि भारताचे म्हणणे आहे की आजच्या परिस्थितीत जे कृषीमूल्य आहे त्याच्या १० टक्के देता यावे. आपल्याकडे कोणतेही शासन कृषिउत्पन्नावरील अनुदान काढून घेऊ शकत नाही. कारण तसे केल्यास ते शासन टिकू शकणार नाही. याची अमेरिकेला पूर्णपणे कल्पना होती. त्यामुळेच भारत या करारावर स्वाक्षरी करू शकणार नाही, भारत शेतकऱ्यांच्या विरुद्ध कदापि जाऊ शकणार नाही, हेदेखील अमेरिकेने जाणले होते. म्हणूनच मग या समस्येवर मधला मार्ग काढण्याच्या दृष्टीने वाटाघाटी सुरू झाल्या.

पीस क्लॉज (Peace Clause)चा तोडगा

भारतात सध्या जे कृषिउत्पन्न मूल्यावर आधारित अनुदान दिले जाते ते इतर राष्ट्रांच्या तुलनेत अधिक आहे. तरीही ते कायम ठेवण्यासाठी भारताला २०१७पर्यंत मुदत देण्यात आली. त्यासाठी एक शांततेचा क्लॉज किंवा तरतूद 'पीस क्लॉज' या नावाखाली अंतर्भूत करण्यात आली. याचा फायदा भारताला होणार आहे. यानुसार, भारत इतरांच्या तुलनेत अधिक अनुदान देतो म्हणून त्याविरुद्ध विश्व व्यापार संघामध्ये खटला चालवता येणार नाही. यासाठी मुदत होती ती २०१७पर्यंत. या मुदतीला मागील युपीए शासनाने मान्यता दिली आणि त्यानुसार २०१७पर्यंत आम्ही यावर कायमस्वरूपी तोडगा काढू असे सांगितले. परंतु नरेंद्र मोदी आणि सितारामन यांनी हा निर्णय बदलला आणि त्यावर नकाराधिकाराचा वापर करून आम्हाला ही मुदत मान्य नाही असे सांगितले. भारताने नकाराधिकार वापरल्यामुळे हा करार अस्तित्त्वात येण्याची शक्यता धूसर बनली आणि त्यामुळेच या मुद्द्यावर भारताशी चर्चा सुरू झाली.

या चर्चेमधून आता ही २०१७ पर्यंतची तात्पुरत्या स्वरूपाची मुदत काढून टाकण्यात आली आहे आणि ही भारतासाठी सर्वांत महत्त्वाची बाब आहे. म्हणजेच जोपर्यंत या अनुदानाबाबतच्या समस्येवर भारत तोडगा काढत नाही तोपर्यंत तो सध्या सुरू असलेले कृषिअनुदान कायम ठेवू शकतो, त्यासाठी त्याच्याविरोधात याबाबत कोणीही खटला चालवू शकणार नाही, असे या चर्चेमध्ये ठरवण्यात आले. भारतासाठी कृषिउत्पन्न मूल्यावर दिले जाणारे अनुदान हा भावनिक मुद्दा आहे. त्याचबरोबर हा मुद्दा निवडणुकांमध्ये राजकीय भवितव्य ठरणारा आहे. त्यामुळे कोणतेही शासन याला धक्का लावू शकत नाही. म्हणजेच एकीकडे निवडणुकांचे राजकारण आणि दुसरीकडे अपरिहार्य आंतरराष्ट्रीय दबाव यांमुळे प्रत्येक शासन यातून वेळ मारून नेण्याची भूमिका घेताना दिसते. त्यावर कायमस्वरूपी तोडगा खरोखरच काढला जावा,

यासाठी प्रामाणिक प्रयत्न करताना कोणीच दिसत नाही. मात्र नरेंद्र मोदी यांनी पहिल्यांदा याबाबत पाऊल टाकले आणि सांगितले की, याबाबतच्या चर्चा या सुरूच राहतील; पण त्यासाठी मुदतीच्या बंधनात भारताला अडकवू नका. कारण हा भारतातील शेतकऱ्यांच्या हिताचा प्रश्न आहे.

अमेरिकेचे मतपरिवर्तन का झाले?

असे असले तरी केवळ दोन-चार चर्चांमधून भारताला कायमस्वरूपी 'पीस क्लॉज'चा फायदा देण्यास अमेरिका का तयार झाले? यातून अमेरिकेने नक्कीच काही तरी पदरात पाडून घेतले असणार हे उघड आहे. म्हणजेच यामागे पडद्याआड काहीतरी करार झाल्याची दाट शक्यता आहे. त्यानुसार, भारतामध्ये काही कृषिउत्पन्नांची निर्यात करण्यासाठी, अन्नधान्यांच्या व्यवस्थापनासाठी तंत्रज्ञान निर्यात करण्यासाठी करार झाल्याची शक्यता नाकारता येत नाही. तसेच भारत-अमेरिका द्विपक्षीय चर्चेतून हा मुद्दा सोडवला जाणे वा अशा प्रकारची सवलत भारताला देणे हे विश्व व्यापार संघाच्या नियमांच्या विरुद्ध आहे. कारण यासाठी सर्वपक्षीय चर्चा होणे आवश्यक आहे. त्याशिवाय केवळ अमेरिकेशी याबाबतचा करार केल्यास तो ग्राह्य कसा धरला जाणार? पण त्यामध्येही आता अमेरिका दबावतंत्राचा वापर करून भारताच्या या भूमिकेशी सहमत होण्यास इतर राष्ट्रांना भाग पाडणार आहे. किंबहुना, तशी जबाबदारीच त्यांनी स्वीकारली आहे. अशा प्रकारची जोखीम अमेरिकेने का पत्करली, तर भारत-अमेरिकादरम्यान होणाऱ्या व्यापार करारांमध्ये त्यांना मोठी सूट देण्यात आली आहे. यासाठी भारत-अमेरिका संबंध, अमेरिकेतील एनआरआय समूहाचा दबाव गट आदींचा वापर या चर्चेसाठी झाला असण्याची शक्यता आहे. कृषिउत्पन्नावरील अनुदान कायम ठेवण्यास परवानगी दिली गेल्यामुळे भारताने या करारावर स्वाक्षरी करण्याचा मार्ग मोकळा झाला आहे. त्यामुळे हा ट्रेड फॅसिलिटेशन करार अस्तित्वात येणार आहे.

भारतासमोर पर्याय कोणते आहेत?

हा करार एकदा अस्तित्वात आला की तो कायमस्वरूपी सर्वांना मान्य करावा लागतो आणि हा करार निश्चितपणाने विकसित देशांना फायदेशीर ठरणारा आहे. त्यामुळेच मग प्रश्न असा निर्माण होतो की, जागतिक व्यापार सुरळीत करण्यासाठी ट्रेड फॅसिलिटेशन ॲग्रीमेंट हा एकमेव पर्याय आहे का? याला काही पर्याय असू शकत नाहीत का? वास्तविक, याला पर्याय म्हणून मध्यंतरी एक प्रस्ताव आला आहे. त्याला 'जी३३' प्रस्ताव असे म्हणतात. 'जी३३' हा विकसनशील राष्ट्रांचा एक गट आहे. या गटाने हा प्रस्ताव दिला होता आणि त्यामध्ये विकसनशील राष्ट्रांचे हित लक्षात घेण्यात आले होते. त्यामुळे भारत या प्रस्तावाची मागणी करू शकतो. दुसरी गोष्ट म्हणजे, विकसित राष्ट्रांच्या विरुद्ध सर्व विकसनशील राष्ट्रांना एकत्र घेऊन भूमिका मांडण्याची, नेतृत्व दाखवण्याची संधी मिळू शकते. तिसरी गोष्ट म्हणजे, संयुक्त राष्ट्र संघटनेप्रमाणे विश्व व्यापार संघाचे लोकशाहीकरण करण्याचा मुद्दा भारत मांडू शकतो. कारण युनोप्रमाणेच डब्ल्यूटीओ ही संघटनाही विकसित आणि युरोपीय, श्रीमंत राष्ट्रांच्या वर्चस्वाखाली गेलेली आहे आणि ही राष्ट्रे आता ट्रेड फॅसिलिटेशन करारासारख्या माध्यमातून आंतरराष्ट्रीय व्यापारावर आपली मक्तेदारी निर्माण करण्याचा प्रयत्न करत आहेत. म्हणूनच भारतापुढे या व्यापार संघाच्या लोकशाहीकरणाची मागणी लावून धरणे हादेखील एक पर्याय आहे. तसेच सर्वांत शेवटचा पर्याय म्हणजे भारताने कृषिक्षेत्रासाठी दिल्या जाणाऱ्या अनुदानाचे स्वरूप बदलण्याची आवश्यकता आहे. खरे तर अमेरिका आणि इंग्लंड हे कृषिउत्पन्नावर सर्वाधिक अनुदान देणारे देश आहेत. पण अमेरिकेमध्ये कृषिउत्पन्नासाठी नावीन्यपूर्ण, अभिनव तंत्रज्ञानाच्या वापरावर, प्रयोगांवर अनुदान दिले जाते. त्यामुळे तेथील शेतकरी हा सतत शेतीमध्ये अभिनव प्रयोग करत राहतो. त्यामुळे त्याला या अनुदानाचा फायदा होतो आणि कृषिउत्पन्नही वाढते. पण भारतात मात्र तसे होत नाही. भारतात कृषिउत्पन्न मूल्यावर अनुदान दिले जाते. यासाठी किमान आधारभूत किंमत ठरवले जाते. अमेरिकेप्रमाणे अनुदानाची पद्धत नसल्यामुळे भारतातील अनेक शेतकरी आजही शेतीमध्ये नावीन्यपूर्ण प्रयोग करताना दिसत नाहीत. कारण त्यासाठी अनुदान दिले जात नाही. म्हणूनच भारतातील एकूणच अनुदानाची पद्धत बदलायला हवी.

■

जी-२० परिषदेचे फलित

'जी-२०' हा जगातील आर्थिकदृष्ट्या शक्तीशाली असणाऱ्या राष्ट्रांचा गट आहे. यामध्ये युरोपियन आणि आशियाई अशा दोन्ही राष्ट्रांचा समावेश आहे. या 'जी-२०'ची एक अतिशय महत्त्वपूर्ण बैठक नुकतीच १५ आणि १६ नोव्हेंबर, २०१४ रोजी ऑस्ट्रेलियातील ब्रिस्बेन येथे पार पडली. या बैठकीला वीसही राष्ट्रांचे प्रमुख उपस्थित होते. भारताचे पंतप्रधान नरेंद्र मोदी हेदेखील या परिषदेला उपस्थित राहिले होते.

थोडक्यात पार्श्वभूमी :

'जी-२०' गटामध्ये विकसित आणि विकसनशील अशा दोन्हीही प्रकारच्या राष्ट्रांचा समावेश आहे. विकसित राष्ट्रांमध्ये अमेरिका आणि इतर युरोपियन राष्ट्रांचा समावेश आहे; तर विकसनशील राष्ट्रांमध्ये भारत, चीन यांसारख्या राष्ट्रांचा समावेश आहे. विकसित आणि विकसनशील या दोन्हीही देशांच्या अर्थव्यवस्थांचे प्रश्न हे जवळपास सारखेच आहेत. या वीसही देशांच्या अर्थव्यवस्थांना जागतिक मंदीचा खूप मोठा फटका बसलेला होता. त्यांच्या अर्थव्यवस्थांवर या मंदीचे मोठे नकारात्मक परिणाम झाले होते. त्यामुळे या मंदीच्या चक्रातून अर्थव्यवस्थांना बाहेर काढणे आणि पुन्हा एकदा त्यांचा विकास दर वाढवणे हे त्यांच्यापुढील एक महत्त्वाचे आव्हान होते. याशिवाय या गटापैकी अनेक राष्ट्रांपुढे बेरोजगारीचा प्रश्न, आरोग्याचा प्रश्न, भ्रष्टाचाराचा प्रश्न सोडवण्याचेही मोठे आव्हान आहे. जगाचा जो एकूण विकास दर आहे त्यापैकी ८० टक्के विकास दर हा 'जी-२०' देशांचा आहे. त्यामुळे 'जी-२०' गट हा अतिशय महत्त्वाचा आणि शक्तीशाली आहे.

महत्त्वाच्या मुद्द्यांवर चर्चा :

- ब्रिस्बेनमधील बैठकीमध्ये काही मुद्द्यांच्या पार्श्वभूमीवर चर्चा झाली आणि त्या बैठकीत अनेक महत्त्वाचे निर्णय घेण्यात आले. आर्थिकदृष्ट्या जागतिक मंदीची पार्श्वभूमी या बैठकीला होतीच; पण राजकीय दृष्ट्या युक्रेनचा प्रश्न, त्यावरून अमेरिका आणि रशिया यांचे तणावपूर्ण बनलेले संबंध, चीनचा दक्षिण चीन समुद्रातील विस्तारवाद आणि आक्रमकता, त्यामुळे दक्षिण पूर्व आशियाई राष्ट्रांमध्ये निर्माण झालेली असुरक्षितता यांचीदेखील पार्श्वभूमी या बैठकीला होती. त्याचबरोबर पर्यावरणाच्या रक्षणाचा महत्त्वाचा पण वादग्रस्त विषयही या बैठकीमध्ये चर्चेसाठी आणण्यात यावा, यासाठी ऑस्ट्रेलियावर प्रचंड दबाव होता. याशिवाय गरीबीचा मुद्दाही तितकाच महत्त्वाचा होता. या सर्व मुद्द्यांचे प्रतिबिंब या बैठकीमध्ये उमटलेले दिसले. युक्रेनमधून रशियाने आपले सैन्य काढून घ्यावे, अशी मागणी परिषदेच्या व्यासपीठावरून काही देशांनी केली होती. तसेच काही देशांनी रशियाचे अध्यक्ष व्लादिमीर पुतीन यांना या परिषदेला उपस्थित राहू दिले जाऊ नये असाही सूर आळवला होता. त्यामुळेच रशियाचे अध्यक्ष व्लादिमिर पुतीन यांना ही बैठक अर्ध्यावर सोडून जावी लागली, इथपर्यंत तणावाचे वातावरण या बैठकीदरम्यान होते.
- भारताने या परिषदेमध्ये मुख्य भर हा काळ्या पैशांच्या मुद्द्यावर दिला. कारण काळ्या पैशांची समस्या बहुतांश राष्ट्रांना भेडसावत आहे. करचुकवेगिरी करून देशाबाहेर नेल्या जाणाऱ्या पैशामुळे सर्वच देशांच्या अर्थव्यवस्थांवर नकारात्मक परिणाम होत आहे. त्यामुळेच सर्वच राष्ट्रांनी आपल्या देशामध्ये इतर देशातील व्यक्ती अथवा संस्थांनी गुंतवलेला काळा पैसा उघड करावा, ही मागणी भारताकडून करण्यात आली. काळ्या पैशाचा संबंध हा अंमली पदार्थांचा व्यापार, शस्त्रास्त्रांचा व्यापार आणि दहशतवाद या तिघांशी आहे. या तिन्ही समस्या राष्ट्रांच्या अर्थव्यवस्थांवर प्रतिकूल

जी-२० परिषद ब्रिस्बेन (ऑस्ट्रेलिया)

परिणाम करत आहेत.

- वास्तविक, यापूर्वीही जी-२० च्या परिषदेमध्ये काळ्या पैशाची चर्चा झालेली आहे; परंतु यावेळी प्रथमच काळ्या पैशाच्या मुद्द्यावर सर्व राष्ट्रांची सहमती तयार झाली आणि भारताची मागणी सर्व सदस्य राष्ट्रांनी मान्य केली. त्यातूनच 'ॲटोमॅटिक इन्फर्मेशन एक्स्चेंज सिस्टम ऑन ब्लॅक मनी' अशी एक प्रणाली निर्माण करण्याचा निर्णय घेण्यात आला. या निर्णयानुसार २०१७ पर्यंत सर्वच सदस्य राष्ट्रे आपापल्या देशांमध्ये इतर राष्ट्रांमधील व्यक्ती अथवा संस्थांकडून गुंतवल्या गेलेल्या काळ्या पैशाचे बँक खाते क्रमांक, त्याचे तपशील जाहीर करणार आहेत. ही अतिशय महत्त्वाची बाब आहे. बहुराष्ट्रीय पातळीवर पहिल्यांदा अशा प्रकारचा ठराव करण्यात आला आहे. त्यामुळेच काळ्या पैशांबाबतचा निर्णय घेतला जाणे हे या जी-२० परिषदेचे फलित म्हणावे लागेल. भारतामध्ये काळ्या पैशाचा मुद्दा कळीचा बनलेला आहे. भारताचे २५ लाख कोटी रुपये काळ्या पैशाच्या रुपात परराष्ट्रांमध्ये संचित करण्यात आलेले आहेत. हा पैसा कर न भरता भारताबाहेर गेलेला आहे. त्यामुळे या बैठकीतील प्रणाली निर्माण करण्याचा निर्णय भारतासाठी नक्कीच फायदेशीर ठरणारा आहे.
- याशिवाय २०१८ पर्यंत जगाचा एकूण विकास दर (जीडीपी) दोन टक्क्यांनी वाढवण्याचा निर्णय या बैठकीमध्ये घेण्यात आला. वास्तविक, फेब्रुवारी २०१४ मध्ये सर्व सदस्य राष्ट्रांच्या वित्तमंत्र्यांची एक बैठक झाली होती. त्यामध्ये हा निर्णय घेण्यात आला होता; परंतु त्यावर सर्व सदस्यांची सहमती झालेली नव्हती. ती या परिषदेमध्ये झाली आणि तसा ठराव संमत करण्यात आला. याशिवाय, साधनसामुग्रीचा विकास, आरोग्य, रोजगार यासंदर्भातील सहकार्य करण्याबाबत काही महत्त्वपूर्ण करारही या बैठकीत करण्यात आले आहेत, त्यांचाही फायदा भारताला होणार आहे. ■

'ब्रिक्स' परिषदेची सकारात्मक फलनिष्पत्ती

भारत, रशिया, दक्षिण आफ्रिका, ब्राझील आणि चीन या पाच देशांची २०१४ ची 'ब्रिक्स' (BRICS) परिषद ही अतिशय महत्त्वाची ठरलेली आहे. खासकरून भारताच्या दृष्टीने या परिषदेतील निर्णयांचे सकारात्मक परिणाम दिसून येणार आहेत. ब्रिक्स देशांतर्गत स्थापण्यात येणाऱ्या ब्रिक्स डेव्हलपमेंट बँकेच्या माध्यमातून आंतरराष्ट्रीय नाणेनिधी (आयएमएफ) आणि जागतिक बँक यांची मक्तेदारी मोडून काढून समांतर वित्तीय व्यवस्था निर्माण केली जाणार आहे आणि या बँकेचे अध्यक्षपद भारताला मिळालेले आहे. याशिवाय पंतप्रधान मोदी यांच्या चीन आणि रशियाच्या राष्ट्राध्यक्षांशी झालेल्या भेटीही अत्यंत सकारात्मक ठरल्या आहेत. त्यामुळे येत्या काळात ब्रिक्सच्या व्यासपीठाच्या आधारावर भारत आशिया खंडाच्या राजकारणावर पुन्हा प्रभाव पाडू शकणार आहे.

'ब्रिक्स' महत्त्वाची का?

ब्राझीलमधील फोर्टालेझा येथे १५ आणि १६ जुलै रोजी ब्रिक्स देशांची परिषद पार पडली. या परिषदेमध्ये काही महत्त्वपूर्ण निर्णय घेतले गेले. मुख्य म्हणजे ७२ मुद्द्यांचा एक महत्त्वाचा ठराव पारित करण्यात आला. त्यामध्ये दोन महत्त्वाचे निर्णय घेतले गेले. त्यापैकी एक म्हणजे ब्रिक्स डेव्हलपमेंट बँक स्थापन करण्याचा निर्णय आणि दुसरा म्हणजे राखीव निधी (कंटींजन्सी रिझर्व्ह अॅरेंजमेंट) निर्माण करण्याचा अतिशय क्रांतिकारी असा निर्णय घेतला गेला. या दोन्ही निर्णयांकडे बघण्याआधी आपल्याला ब्रिक्स या संघटनेविषयी जाणून घेणे अतिशय महत्त्वाचे ठरते. ब्रिक्स ही संघटना २००९ साली उदयास आली. याचे पाच सदस्य देश असून त्यात भारत, रशिया, ब्राझील, चीन आणि दक्षिण आफ्रिका या राष्ट्रांचा समावेश होतो. यातील काही राष्ट्रे गेल्या ३० ते ४० वर्षांपासून सहा ते सात टक्क्यांनी विकासदर गाठत आलेली आहेत. विकसनशील अर्थव्यवस्था असूनही या राष्ट्रांचा विकासाचा दर अतिशय उत्तम असा राहिलेला आहे. या राष्ट्रांची सगळ्यात महत्त्वाची गरज आहे ती भांडवली गुंतवणुकीची आहे. यातील सर्वच राष्ट्रांनी आर्थिक उदारीकरणाचा कार्यक्रम सुरू केला असल्यामुळे यांना परकीय भांडवलाची गुंतवणूक साधनसामग्रीच्या विकासासाठी तसेच औद्योगिक विकासासाठी खूप आवश्यक आहे.

या पाच राष्ट्रांमधील रशिया हा देश खनिज तेल आणि नैसर्गिक वायू उत्पादनाच्या बाबतीत अतिशय आघाडीवर आहे. चीन हा देश तयार वस्तूंच्या बाबतीत फारसा आघाडीवर आहे. ब्राझील हा देश कृषी उत्पन्नामध्ये आघाडीवर आहे. दक्षिण आफ्रिका हा पर्यटनामध्ये आघाडीवर आहे; तर भारत हा मूलत: तंत्रज्ञानामध्ये आघाडीवर आहे. या देशांनी जर एकत्रितपणे विचार केला तर हे सर्व देश परस्परांना मदत करून आपल्या सर्व क्षेत्रांची देवाणघेवाण करू शकतात आणि आपला आर्थिक विकास उत्तम पद्धतीने साधू शकतात.

इकॉनॉमिक पॉवर ब्लॉक :

जागतिक लोकसंख्येमध्ये या पाच देशांचा वाटा ५० टक्के आहे. आर्थिक परिस्थितीचा विचार केला तर जगाच्या एकूण व्यापारामध्ये या पाच राष्ट्रांचा हिस्सा हा २० टक्के इतका आहे. तसेच एकूण जागतिक उत्पन्नामध्ये या पाच देशांचा वाटा २४ ट्रिलियन डॉलर इतका आहे. त्यामुळे हे पाच देश एकत्र आले तर फार मोठा इकॉनॉमिक पॉवर ब्लॉक किंवा एक अतिशय उत्तम अशी आर्थिक वित्तीय संस्था म्हणून पुढे येऊ शकतात.

ब्रिक्स डेव्हलपमेंट बँक

आता ब्रिक्स डेव्हलपमेंट बँक आणि या बँकेने निर्माण केलेला राखीव याबद्दल जाणून घेऊ. या बँकेचे बीज भांडवल ५० अब्ज अमेरिकन डॉलर इतके असणार आहे. त्यामध्ये असणाऱ्या पाचही देशांचे भांडवल हे समान असणार आहे. या ब्रिक्स डेव्हलपमेंट बँकेचे मुख्यालय चीनची आर्थिक

राजधानी शांघाय येथे असणार आहे. या बँकांचे अध्यक्षपद दर सहा वर्षांनी बदलत राहणार आहे. यापैकी पहिल्या सहा वर्षांसाठी हे अध्यक्षपद भारताकडे येणार आहे. त्यानंतर हे अध्यक्षपद दक्षिण आफ्रिकेकडे, मग ब्राझीलकडे, त्यानंतर रशियाकडे आणि शेवटी चीनकडे जाणार आहे.

ब्रिक्स परिषदेत एकत्र आलेले सदस्य राष्ट्रांचे राष्ट्रप्रमुख

बँक काढण्याची गरज का पडली?

ही बँक काढण्याची गरज का पडली याला एक पार्श्वभूमी आहे. जगामध्ये सगळ्या देशांत जे डेव्हलपिंग प्रोजेक्ट्स आहेत, या डेव्हलपमेंट प्रोजेक्ट्सना वित्तपुरवठा करण्याचे काम प्रामुख्याने जागतिक बँक आणि आंतरराष्ट्रीय नाणेनिधी (आयएमएफ) यांच्याकडे आहे. दुसऱ्या महायुद्धानंतर युरोपियन देशांमध्ये जो ब्रिटनवूड करार झाला त्या करारातून विश्व बँक आणि आंतरराष्ट्रीय नाणेनिधीचा जन्म झाला. या दोन्ही संस्था या आंतरराष्ट्रीय वित्तीय संस्था असून त्यांनी एक राजवट तयार केली. त्याला 'रेजीम' असे म्हणतात. ही राजवट म्हणजे सगळ्या देशांना वित्तपुरवठा करण्याचे, कर्ज पुरवठा करण्याचे काम या दोन्ही संस्था करतात. पण सुरुवातीपासूनच या संस्था पाश्चिमात्य राष्ट्रांच्या म्हणजे विकसित राष्ट्रांच्या आणि अमेरिकेच्या प्रभावाखाली राहिलेल्या आहेत. यांचा प्रभाव असल्यामुळे विकसनशील राष्ट्रांना निधी देताना नेहमी दुजाभाव केला जातो. हा दुजाभाव असल्यामुळे अनेकदा विकसनशील राष्ट्रांमधील जे प्रमुख विकासाचे प्रकल्प आहेत ते पूर्ण करण्याचे स्वप्न अपूर्ण राहते. ते पूर्ण करण्यासाठी निधी उपलब्ध होत नाही. यामध्ये अमेरिकेच्या परराष्ट्र धोरणाशी संबंधित राजकारण कारणीभूत आहे. अमेरिकेच्या राष्ट्रीय हितसंबंधांना गृहीत धरून वागणारी जी राष्ट्रे आहेत त्या राष्ट्रांना मदत करणे किंवा जी राष्ट्रे अमेरिकेच्या बॅड बुकमध्ये आहेत किंवा अमेरिकेच्या दृष्टीने वाईट राष्ट्रे आहेत अशा राष्ट्रांना हे निधी मिळू न देणे अशा पद्धतीने या संपूर्ण वित्तीय संस्थांचा वापर मुख्यत्वेकरून अमेरिकेच्या हितसंबंधांच्या दृष्टीने राजकीय पद्धतीने करण्यात येत होता. त्यामुळे पाश्चिमात्य राष्ट्रे, आयएमएफ आणि वर्ल्ड बँक यांची एक मक्तेदारी निर्माण झाली होती. या मक्तेदारीचा अतिशय नकारात्मक परिणाम हा सर्व विकसनशील राष्ट्रांना सहन करावा लागत होता.

ही मक्तेदारी कमी करणे आणि मुख्य म्हणजे अमेरिकन डॉलरचे जे राज्य आहे ते कमी करणे अत्यंत गरजेचे आहे. ते कमी करण्यासाठी एक समांतर वित्तीय व्यवस्था निर्माण करणे अतिशय गरजेचे होते आणि अशी व्यवस्था निर्माण करता येऊ शकते का, हा विचार सर्वप्रथम भारताने २०१२ साली दिल्लीमध्ये ब्रिक्सची जी परिषद झाली, त्यामध्ये मांडला. त्यामध्ये अशी समांतर वित्तीय व्यवस्था म्हणजे अशा प्रकारची बँक जिच्या आधारे केवळ या पाच सदस्य-राष्ट्रांमध्येच नाही तर सर्व विकसनशील आणि गरीब राष्ट्रांना, त्यांच्यामधील सर्व विकासाच्या प्रकल्पांना आपण वित्तीय पुरवठा करू शकतो का, या दृष्टीने ही संकल्पना भारताने पहिल्यांदा मांडली. त्यानंतर दोन वर्षांत बऱ्याच मोठ्या घडामोडी घडल्या. याबाबत बऱ्याच चर्चा झाल्या आणि त्यानंतर आता ही बँक प्रत्यक्षात अस्तित्वात आलेली आहे. या बँकेचा प्रमुख उद्देश या पाच सदस्य देशांमधील विकासाच्या प्रकल्पांना आर्थिक मदत करणे तसेच सर्व विकसनशील आणि गरीब राष्ट्रांमधील विकासाच्या प्रकल्पांनादेखील आर्थिक मदत करणे हा आहे.

या बँकेच्या उभारणीसाठी जो राखीव निधी उभारण्यात आलेला आहे तो संकटकाळी वापरण्यात येणार आहे. अनेकदा आर्थिक मंदीचे संकट येते, बरेचदा गुंतवणूकदार एखाद्या देशामधून आपली गुंतवणूक तात्काळ काढून घेतात, त्यामुळे अर्थव्यवस्थांवर अतिशय नकारात्मक परिणाम होतो. ज्यावेळेला अर्थव्यवस्थांवरती असा

नकारात्मक परिणाम होतो त्यावेळच्या मदतीसाठी ५० अब्ज अमेरिकन डॉलर जो निधी खास राखून ठेवण्यात आलेला आहे त्यातून अडचणीत आलेल्या एखाद्या अर्थव्यवस्थेला या निधीमधून मदत मिळू शकते. अशा स्वरूपाची व्यवस्था निर्माण होणे हे फार गरजेचे होते.

गरजेतून निर्माण झालेली समांतर वित्तीय व्यवस्था :

आंतरराष्ट्रीय वित्तीय संस्थांचे लोकशाहीकरण आणि विकेंद्रीकरण ही आजच्या जगाची गरज आहे. भारताने सातत्याने याबाबत मागणी करूनही अशा प्रकारचे लोकशाहीकरण झालेले नव्हते. त्यामुळे या प्रकारची समांतर वित्तीय संस्था काढणे आवश्यक होते. ती आता निर्माण झालेली आहे. ही बँक अमेरिकेच्या मक्तेदारीला, वर्ल्ड बँक आणि आंतरराष्ट्रीय नाणेनिधीसारख्या संस्थांना आव्हान देऊ शकेल यासाठी निर्माण केली आहे. पण या ब्रिक्सच्या पाच देशांमध्ये चीनसारखे बलाढ्य राष्ट्र आहे. हे राष्ट्र इतर उर्वरित चार देशांच्या मानाने फार पुढे आहे. त्यामुळेच यामध्ये चीनची मक्तेदारी या बँकेमध्ये निर्माण होऊ शकते की काय अशी एक शक्यता आहे. त्यामुळे भारताला एकीकडे अमेरिकेच्या मक्तेदारीला तर दुसरीकडे चीनच्या मक्तेदारीलादेखील आव्हान द्यायचे आहे.

एक देश, एक मत :

या बँकेवर चीनची मक्तेदारी निर्माण होऊ नये म्हणून भारताने 'एक देश, एक मत' हा एक महत्त्वाचा मुद्दा यामध्ये मांडला. दुसरे म्हणजे ५० अब्ज डॉलरचे जे बीजभांडवल आहे त्यापैकी १० अब्ज डॉलर भांडवल प्रत्येक देश देणार आहे. त्यामुळे प्रत्येक देशाचे समान मत असेल. बँकेच्या व्यवस्थापनामध्ये प्रत्येक देशाला समान वाटा आहे. त्यामुळे त्याचे मुख्यालय जरी शांघायमध्ये असले तरी त्याचे अध्यक्षपद भारताकडे आहे आणि आता भारत हे मुख्यालय दिल्लीमध्ये आणण्यासाठीही प्रयत्न करणार आहे. थोडक्यात, भविष्यात चीनच्या आव्हानाला थोपवण्यासाठी हे प्रयत्न भारताकडून केले जाणार आहेत.

'ब्रिक्स' एक नवीन व्यासपीठ :

भारताला याचा तिसरा एक फायदा आहे. यापूर्वी भारताने अशा प्रकारच्या बहुराष्ट्रीय संघटनांच्या आधारे जागतिक राजकारणावर प्रभाव पाडण्याचा प्रयत्न केला होता. त्यापैकी एक महत्त्वाची संघटना होती ती अलिप्त राष्ट्रांची संघटना- ज्याला 'नॉन अलायन्मेंट मूव्हमेंट' म्हटले जाते- जी आता कालबाह्य ठरलेली आहे. दुसरी संघटना होती ती राष्ट्रकुल. परंतु त्यालाही आता गळती लागलेली आहे. पण आता भारतासाठी एक नवीन व्यासपीठ उपलब्ध आहे. ब्रिक्सच्या व्यासपीठाच्या आधारावर भारत पुन्हा एकदा १९५०-१९६० मध्ये आशिया खंडाच्या राजकारणावर जसा प्रभाव होता तसा प्रभाव पुन्हा पाडू शकतो.

मोदींची पहिली आंतरराष्ट्रीय परिषद :

भारताचे पंतप्रधान नरेंद्र मोदी हे पहिल्यांदाच अशा प्रकारच्या आंतरराष्ट्रीय परिषदेला गेले. यादरम्यान त्यांच्या चीन आणि रशियाच्या प्रमुखांशी झालेल्या चर्चा अत्यंत महत्त्वाच्या होत्या. पहिल्यांदा ते चीनच्या राष्ट्राध्यक्षांना भेटले आणि नंतर रशियाचे राष्ट्राध्यक्ष व्लादिमीर पुतिन यांना भेटले. यापैकी चीनच्या राष्ट्राध्यक्षांशी झालेली भेट आर्थिक आणि व्यापारी दृष्टीने फार महत्त्वाची झाली. चीनला भारतामध्ये अनेक विकास प्रकल्पांमध्ये आणि साधनसामग्रीच्या प्रकल्पांमध्ये गुंतवणूक करायची आहे. विशेष म्हणजे चीनला भारतामध्ये अनेक इंडस्ट्रीयल पार्क निर्माण करायचे आहेत. तसेच भारतामध्ये रेल्वेसाधनसामग्री अधिक अत्याधुनिक करण्याच्या दृष्टीने चीनला गुंतवणूक करायची आहे. भारत आणि चीनमधला सध्याचा व्यापार हा १०० अब्ज डॉलरपर्यंत पोहोचलेला आहे. परंतु यामध्ये मोठ्या प्रकारचा व्यापार असमतोल (ट्रेड इम्बॅलन्स) आहे. म्हणजे चीनकडून आपल्याकडे होणारी निर्यात ही खूप जास्त आहे आणि भारताकडून चीनमध्ये होणारी निर्यात ही फार कमी आहे. याचे कारण चीनने व्यापारासाठी खूप अटी घालून ठेवलेल्या आहेत. चीनने सॉफ्टवेअर आणि फार्मास्युटिकल हे दोन विभाग अजून खुले केलेले नाहीत. आता नरेंद्र मोदी यांनी चीनला या दोन क्षेत्रांतील व्यापारांच्या अटी शिथिल करण्याचे आवाहन केले आहे. तसे झाल्यास भारताची निर्यात वाढेल आणि व्यापार असमतोल कमी करता येईल. सध्या हा असमतोल साधारणतः ४० अब्ज डॉलर एवढा आहे. हा असमतोल समतोलात बदलणे गरजेचे आहे.

दहशतवादाविरुद्ध एकत्रित कृती :

या भेटीदरम्यान सीमावादाच्या प्रश्नावरही नव्याने बोलणी सुरू झाली. यामुळे एक नवे चॅनेल मिळाले आहे. याशिवाय आणखी एका महत्त्वाच्या प्रश्नावर ब्रिक्समध्ये चर्चा झाली. तो म्हणजे दहशतवादाचा प्रश्न होय. हा प्रश्न आतापर्यंत ब्रिक्सच्या व्यासपीठावर चर्चिला गेला नव्हता. पण आता भारताने चीनला दहशतवादाच्या प्रश्नामध्ये लक्ष घालण्याचे आवाहन केले आहे. यामागे कारण म्हणजे चीनचा पाकिस्तानवर फार प्रभाव आहे आणि पाकिस्तानामध्ये निर्माण होणाऱ्या जिहादी चळवळींमुळे चीनलाही मोठा त्रास सहन करावा लागला आहे. चीनमधील शीनशियांग भाग अशाच प्रकारच्या इस्लामी मूलतत्त्वावादी दहशतवादाला बळी पडलेला आहे. तसेच रशियाचा चेचेन्या हा भागही अशा प्रकारच्या चळवळींना बळी पडलेला आहे. त्यामुळे या दोघांनाही दहशतवादाची चिंता आहे. त्यामुळे आता रशिया, चीन आणि भारत हे तिन्ही देश मिळून दहशतवादाविरुद्ध एकत्रितरित्या कृती करू शकले तर ती फार चांगली गोष्ट राहणार आहे. यादृष्टीने एक महत्त्वाची घडामोड म्हणजे चीनच्या राष्ट्राध्यक्षांनी शांघाय सहकार्य संघटनेमध्ये लक्ष घालण्याचे आवाहन केले आहे. ही अतिशय महत्त्वाची संघटना असून दहशतवादाच्याविरुद्ध लढा देणारी ती जगातील एकमेव संघटना आहे. या संघटनेमध्ये रशिया, चीन आणि उझबेकिस्तान, कझाकिस्तान, कैरजीस्तान यांसारख्या मध्य आशियाई राष्ट्रांचा समावेश आहे. या संघटनेचे सहा सदस्य आहेत. भारताला आतापर्यंत या संघटनेचे सदस्यत्व बहाल करण्यात आले नव्हते. ही संघटना १९९६ साली तयार झाली. त्यानंतर भारताने या संघटनेचे सदस्य बनण्याबाबत अनेकदा मागणी केली होती; पण आता प्रथमत: चीनच्या राष्ट्राध्यक्षांना याबाबतचे संकेत दिले आहेत आणि या परिषदेत भारताला या संघटनेत लक्ष घालण्याचे आवाहन केले.

'ॲपेक' बैठकीत भारताला आमंत्रण :

दुसरी एक महत्त्वाची घटना म्हणजे ॲपेक (एशिया पॅसेफिक इकॉनॉमिक कॉर्पोरेशन) या बलाढ्य संघटनेत ज्यामध्ये जपान, दक्षिण कोरिया, ऑस्ट्रेलिया, अमेरिका, चीन यांसारख्या राष्ट्रांचा समावेश आहे. या संघटनेची बैठक नोव्हेंबर महिन्यांमध्ये चीनमध्ये होणार आहे. या बैठकीलादेखील उपस्थित राहण्याचे आमंत्रण चीनच्या राष्ट्राध्यक्षांनी नरेंद्र मोदींना दिलेले आहे. भारताच्या पुढे येण्याला चीन मदत करतो आहे, ही घटना पहिल्यांदाच घडलेली आहे. ही अतिशय सकारात्मक गोष्ट आहे. त्यादृष्टीनेही याकडे पाहावे लागणार आहे.

भारतासाठी हितावहच :

चीनच्या राष्ट्राध्यक्षांशी भेटीनंतर मोदी यांनी रशियाच्या राष्ट्राध्यक्षांची भेट घेतली. यामध्ये तामिळनाडू येथील कुडानकुलम या अणुऊर्जा प्रकल्पासाठी रशियाने मदत करावी असे आवाहन त्यांनी केले. या प्रकल्पासाठी आवश्यक असणाऱ्या अणूइंधनासाठी (न्युक्लियर फ्युएल) रशियाने मदत करावी असे त्यांनी म्हटले आहे. पहिल्या दोन भागांना रशियाने मदत केली आहे. परंतु 'न्युक्लियर रिॲबलिटी बिल' भारताच्या संसदेत मंजूर झालेले नसल्यामुळे रशियाने कुडानकुलम प्रकल्पातील तिसऱ्या भागाला अणुइंधन देण्यास नकार दिला आहे. त्यामुळेच अणुइंधनासाठी रशियासोबतचे संबंध घनिष्ठ करणे आपल्याला गरजेचे आहे आणि त्यादृष्टीने मोदी यांची भेट महत्त्वाची ठरलेली आहे. असाच प्रकार दक्षिण आफ्रिका आणि ब्राझीलबरोबरसुद्धा आहे. त्यामुळे आपल्याला द्विपक्षीय आणि बहुपक्षीय अशा दोन्ही पातळींवर ब्रिक्सची ही परिषद भारतासाठी अतिशय हितावह आणि उपकारक अशी राहिलेली आहे. एक सकारात्मक परिस्थिती यातून उदयाला आलेली आहे असे वाटत आहे.

■

मानवाधिकार सभेत भारताची भूमिका

संयुक्त राष्ट्राच्या मानव अधिकार सभेत २५ जुलै, २०१४ रोजी इस्त्राईलविरोधी एक महत्त्वपूर्ण ठराव मंजूर करण्यात आला. या ठरावाद्वारे इस्त्राईलला गाझा क्षेत्रात मानव अधिकारांच्या उल्लंघनासाठी तसेच आंतरराष्ट्रीय मानवतावादी कायदा (जो युद्ध गुन्ह्यांशी संबंधित आहे) मोडल्याबद्दल दोषी ठरवून निपक्ष चौकशीची मागणी करण्यात आली. एका आंतरराष्ट्रीय चौकशी समितीची स्थापना करून इस्त्राईलद्वारे गाझापट्टीत निष्पाप नागरिकांच्या ज्या मोठ्या प्रमाणावर हत्या करण्यात येत ओहत त्याची चौकशी केली जावी व दोषी आढळल्यास कठोर कारवाई करावी अशी स्पष्ट मागणी या ठरावाद्वारे करण्यात आली.

मानवतावादी कायद्याचे उल्लंघन :

इस्त्राईल आणि पॅलेस्टाईनमध्ये सक्रिय असणाऱ्या हमास संघटनेमधील संघर्षाने गेल्या काही दिवसांपासून गंभीर वळण घेतले असून या संघर्षात आत्तापर्यंत नऊशेहून अधिक लोकांना आपला प्राण गमवावा लागला आहे. त्यापैकी बहुतेक पॅलेस्टाईन नागरिक आहेत. मृतांमध्ये महिला आणि लहान मुलांचा समावेश लक्षणीय आहे. केवळ एवढेच नाही, तर इस्त्राईलकडून केल्या जाणाऱ्या द्रोण आणि क्षेपणास्त्र हल्ल्यात गाझा पट्टीतील दवाखाने, शाळा, सार्वजनिक ठिकाणे, पिण्याच्या पाण्याचे साठे यांचे मोठ्या प्रमाणावर नुकसान होत आहे. या सर्व गोष्टी आंतरराष्ट्रीय मानवतावादी कायद्याच्या उल्लंघन करणाऱ्या आहेत. इस्त्राईलचा संघर्ष हा हमाससबरोबर आहे. पण किंमत मात्र सामान्य पॅलेस्टाईन नागरिकांना चुकवावी लागत आहे. याची गंभीर दखल संयुक्त राष्ट्राच्या मानव अधिकार सभेने घेतली.

संयुक्त राष्ट्राची मानव अधिकार सभा ही मानव अधिकारांचे संरक्षण आणि प्रसाराच्या क्षेत्रात काम करणारी सर्वोच्च आंतरराष्ट्रीय संघटना आहे. या सभेची सदस्यसंख्या ४६ एवढी आहे. यापूर्वी या सभेने श्रीलंकेला तेथील वांशिक संघर्षात झालेल्या मानव अधिकारांच्या उल्लंघनासाठी चांगलेच धारेवर धरले होते. या सभेने श्रीलंकाविरोधात मंजूर केलेल्या तीन महत्त्वपूर्ण ठरावांमुळे श्रीलंकेला मोठ्या नामुष्कीचा सामना करावा लागला. आता या सभेचे लक्ष्य इस्त्राईल आहे. सभेच्या ४६ सदस्यांपैकी २७ सदस्यांनी इस्त्राईलविरोधीच्या ठरावावर स्वाक्षरी केली. स्वाक्षरी करणाऱ्यांमध्ये चीन, रशिया, दक्षिण आफ्रिका, ब्राझिल आणि त्याबरोबर भारत हे देश महत्त्वाचे आहेत. ही पाचही ब्रिक्स संघटनेची सदस्यराष्ट्रे आहेत. त्यांनी इस्त्राईलविरुद्ध केलेल्या मतदानामुळे या ठरावाला अतिशय महत्त्व प्राप्त झाले आहे. अपेक्षेप्रमाणे अमेरिकेने या ठरावाला विरोध केला. तथापि अमेरिकेचा हा विरोध ब्रिक्स देशांच्या भूमिकेमुळे निष्प्रभ ठरल्याचे चित्र आहे.

भारताच्या भूमिकेबद्दल आश्चर्य :

भारताने इस्त्राईलविरोधात भूमिका घेत अनेकांना बुचकळ्यात पाडले आहे. भारत आणि इस्त्राईलची वाढती मैत्री, दोन्ही देशांमधील गेल्या काही वर्षांमध्ये घनिष्ठ झालेले संबंध लपण्यासारखे नाहीत. १९९० नंतर भारत-इस्त्राईल संबंधात सुधारणा होण्यास प्रारंभ झाला. त्याचे श्रेय जाते ते तत्कालीन पंतप्रधान पी. व्ही. नरसिंहराव यांना. शीतयुद्धापासून चालत आलेल्या भारताच्या नेहरूवादी परराष्ट्र धोरणाला बगल देत नरसिंह राव यांनी राष्ट्रीय हितसंबंधांना अग्रक्रम देणारे, विचारसरणीपेक्षा व्यावसायिकतेवर भर देणारे परराष्ट्र धोरण आखले. या बदललेल्या परराष्ट्र धोरणाचे प्रतिबिंब भारत-इस्त्राईल संबंधात पडले. पश्चिम आशियात पॅलेस्टाईन नेते यासिर आराफात यांच्याशी मैत्रीशिवायदेखील भारताचे काही हितसंबंध असू शकतात या दृष्टीने पहिल्यांदा विचार केला जाऊ लागला. नरसिंह राव यांनी केवळ इस्त्राईलबरोबर राजनैतिक संबंधच प्रस्थापित केले नाहीत तर भारताची संरक्षण सज्जता मजबूत

बनवण्यासाठी इस्त्राईलचा उपयोग करून घ्यायला सुरुवात केली. भारताने इस्त्राईलकडून संरक्षण साहित्य, उपकरणे आणि शस्त्रास्त्रांची मोठ्या प्रमाणावर आयात सुरू केली. १९९९ च्या कारगिल युद्धात भारताकडून मोठ्या प्रमाणावर वापरण्यात आलेल्या बोफोर्स तोफांसाठीचा दारूगोळा (बॉम्बशेल्स) इस्त्राईलकडून मागवण्यात आला. आज केवळ संरक्षणच नाही तर कृषी, पर्यटन तंत्रज्ञान, शिक्षण, व्यापार आदी अनेक क्षेत्रांत दोन्ही देशांचे संबंध घनिष्ठ आहेत.

भारताद्वारे समतोल साधण्याचा प्रयत्न :

नरसिंहराव यांच्या काळापासून इस्त्राईल-पॅलेस्टाईन संघर्षाकडे पाहण्याच्या भारताच्या भूमिकेत एक महत्त्वाचा बदल घडून आला. यापूर्वी इस्त्राईलबरोबरच्या संबंधांचा बळी देऊन स्वतंत्र पॅलेस्टाईन राज्याच्या निर्मितीला पाठिंबा देणे, पॅलेस्टाईन जनतेच्या मागण्या, त्यांच्या मानव अधिकारांच्या उल्लंघनाचे आणि विकासाचे प्रश्न उचलून धरणे, त्यासाठी आंतरराष्ट्रीय जनमत तयार करणे यावर भारताचा भर होता. भारताची ही पॅलेस्टाईनविषयीची भूमिका आजही कायम आहे; पण इस्त्राईलबरोबरच्या संबंधांचा बळी देऊन नाही. भारताला आता आपल्या भूमिकेत समतोल साधायचा आहे. हा प्रश्न शांतता आणि चर्चेच्या माध्यमातून सुटावा ही भारताची भूमिका आहे. पण इस्त्राईलबरोबरचे संबंध किंवा भागिदारी तोडण्यास भारत तयार नाही. हे सध्याच्या राष्ट्रीय लोकशाही आघाडी शासनाने संसदेत घेतलेल्या भूमिकेतून स्पष्ट होते. इस्त्राईलकडून गाझापट्टीत होत असलेल्या हल्ल्यांचा निषेध करणारा ठराव भारतीय संसदेने मंजूर करावा आणि इस्त्राईलकडून शस्त्रास्त्रे विकत घेणे भारताने त्वरित थांबवावे अशी मागणी विरोधकांनी केली. या दोन्ही मागण्या शासनाकडून धुडकावण्यात आल्या. हा संघर्ष शांततेच्या आणि चर्चेच्या माध्यमातून सोडवला जावा याच पारंपरिक भूमिकेचा पुनरुच्चार परराष्ट्रमंत्र्यांकडून संसदेत झाला. या ठिकाणी एक महत्त्वाची गोष्ट लक्षात घेणे गरजेचे आहे आणि ती म्हणजे यापूर्वीच्या यूपीए शासनाच्या दहा वर्षांच्या काळात असे प्रसंग दोनदा आले. विरोधी पक्षांकडून विशेषत: साम्यवादी पक्षांकडून अशाच प्रकारची इस्त्राईलविरोधी मागणी केली गेली. यूपीए शासनाकडूनही या मागण्या धुडकावण्यात आल्या. यावरून एक गोष्ट स्पष्ट होते आणि ती म्हणजे भारतात शासन यूपीएचे असो वा एनडीएचे इस्त्राईलबरोबरचे संबंध हे कायमच राहणार. इस्त्राईलविरोधात स्पष्ट भूमिका घेण्याची शक्यता भविष्यात नाही.

बदलता दृष्टिकोन :

मग प्रश्न पडतो की भारताने मानव अधिकार सभेत इस्त्राईल विरोधात मतदान का केले? भारताच्या या भूमिकेकडे आंतरराष्ट्रीय दृष्टिकोनातून पाहावे लागेल. गेल्या काही वर्षांत भारताने मानव अधिकार, नि:शस्त्रीकरण, पर्यावरण यांसारख्या प्रश्नांवर आंतरराष्ट्रीय संस्था, संघटनांच्या व्यासपीठांवरून स्पष्ट आणि मानवतावादी भूमिका घ्यायला सुरुवात केली आहे. ही भूमिका भारताच्या बदलत्या महत्त्वाकांक्षेशी निगडित आहे. भारताला आंतरराष्ट्रीय राजकारणात एक दक्षिण आशियाई सत्ता म्हणून नव्हे; तर विभागीय सत्ता म्हणून पुढे यायचे आहे. संयुक्त राष्ट्राच्या सुरक्षा परिषदेत कायम सदस्यत्वासाठी भारत प्रयत्नशील आहे. भारताला यासाठी आपल्या पाकिस्तानकेंद्रित परराष्ट्र धोरणातून मुक्त करत मानवतावादी दृष्टिकोनातून काही आंतरराष्ट्रीय प्रश्नांवर भूमिका घेणे आवश्यक आहे. भारताच्या इस्त्राईलविरोधीच्या भूमिकेकडे त्या दृष्टिकोनातून पाहायला हवे. इस्त्राईलकडून होत असलेल्या आंतरराष्ट्रीय मानवतावादी कायद्याच्या, मूलभूत मानव अधिकारांच्या उल्लंघनाच्या घटना स्पष्टपणे समोर येत आहेत. आंतरराष्ट्रीय जनमत मोठ्या प्रमाणात इस्त्राईलच्या विरोधात गेले आहे. त्यामुळे भारताने घेतलेली भूमिकाही संयुक्तिकच आहे. यापूर्वी भारताने श्रीलंका आणि इराणच्या प्रश्नावर अशाच स्वरूपाची भूमिका आंतरराष्ट्रीय व्यासपीठांवरून घेतली होती. भारताच्या या भूमिकेकडे राष्ट्रीय दृष्टिकोनातून नाही तर बदलत्या आंतरराष्ट्रीय राजकारणाच्या दृष्टिकोनातून पाहायला हवे.

■

हार्ट ऑफ एशिया परिषद

'हार्ट ऑफ एशिया' या परिषदेला 'इस्तंबूल प्रक्रिया' असेही म्हणतात. हार्ट ऑफ एशिया ही १४ राष्ट्रांची संघटना आहे. या १४ राष्ट्रांना सहकार्य करणारे इतर १६ राष्ट्रे आहेत. या १६ राष्ट्रांबरोबर १० विभागीय आणि आंतरराष्ट्रीय संघटना आहेत. यामध्ये सार्क, नॅटो, युरोपियन महासंघ, युनायटेड नेशन्स आदींचा समावेश आहे. दरवर्षी 'हार्ट ऑफ एशिया' या संघटनेची परिषद आयोजित केली जाते. हार्ट ऑफ एशियाच्या माध्यमातून अधिकृतरित्या भारताला अफगाणिस्तानात आपली भूमिका पार पाडता येणार आहे. पाकिस्तानसोबतची शांतता चर्चेची प्रक्रिया सुरळितपणे चालू ठेवण्यासाठीही हे एक उत्तम व्यासपीठ आहे.

इस्तंबूल प्रक्रिया

'हार्ट ऑफ एशिया' या परिषदेला 'इस्तंबूल प्रक्रिया' असेही म्हणतात. इस्तंबूल ही तुर्कस्तानची राजधानी. या संघटनेची स्थापना आणि पहिली परिषद ही इस्तंबूलमध्ये झाली. या परिषदेची स्थापना का झाली? तर १९९६ ते २००२ या काळामध्ये तालिबानचे साम्राज्य होते. या काळामध्ये केवळ दक्षिण आशियाच दहशतवादाला बळी पडला असे नाही तर संपूर्ण जगाला याची किंमत मोजावी लागली. कारण तालिबानी राजवटीच्या काळात अफगाणिस्तान हा दहशतवादाचे एक मोठे केंद्र बनला. तसेच दहशतवाद्यांना निर्यात करणारी एक फॅक्टरी म्हणून अफगाणिस्तान ओळखला जाऊ लागला. त्यानंतर अफगाणिस्तानमध्ये सातत्याने यादवीयुद्ध झाले आणि ते आजही काही प्रमाणात सुरूच आहे. त्यामुळे या राष्ट्रामध्ये लोकशाही शासन जर टिकले नाही, अफगाणिस्तान जर पुन्हा धार्मिक मूलतत्त्ववादाला आणि दहशतवादाला बळी पडला तर त्याचे अतिशय घातक परिणाम संपूर्ण जगावर होण्याची शक्यता आहे. म्हणूनच अफगाणिस्तानमध्ये शांतता आणि स्थैर्य टिकवणे हे एकट्या अमेरिकेची जबाबदारी नसून ती सामूहिक जबाबदारी आहे. यासाठी विभागीय सहकार्याच्या माध्यमातून अफगाणिस्तानमध्ये शांतता आणि स्थैर्य टिकवणे आवश्यक आहे. यासाठीची प्रक्रिया ही 'इस्तंबूल प्रक्रिया' म्हणून ओळखली जाते.

'हार्ट ऑफ एशिया' ही १४ राष्ट्रांची संघटना आहे. या १४ राष्ट्रांना सहकार्य करणारी इतर १६ राष्ट्रे आहेत. या १६

राष्ट्रांबरोबर १० विभागीय आणि आंतरराष्ट्रीय संघटना आहेत. यामध्ये सार्क, नॅटो, युरोपियन महासंघ, युनायटेड नेशन्स आदींचा समावेश आहे. दरवर्षी 'हार्ट ऑफ एशिया' या संघटनेची परिषद आयोजित केली जाते. २०११ मध्ये या परिषदेची पहिली परिषद इस्तंबूलमध्ये झाली; तर दुसरी परिषद अफगाणिस्तानातील काबूलमध्ये झाली. तिसरी परिषद मध्य आशियातील कझाकिस्तानमध्ये झाली. चौथी परिषद चीनमध्ये पार पडली; तर पाचवी परिषद डिसेंबर २०१५ मध्ये पाकिस्तानात इस्लामाबादमध्ये पार पडली. या परिषदेला भारताच्या परराष्ट्रमंत्री सुषमा स्वराज उपस्थित राहिल्या होत्या.

'हार्ट ऑफ एशिया'साठीचा मूळ प्रस्ताव अमेरिकेने मांडला होता. अफगाणिस्तानातील शांततेसाठी सामूहिक राजकीय सल्लामसलतीची गरज आहे आणि ती घडून यावी हा यामागचा एक उद्देश होता. तसेच अफगाणिस्तानात कशा प्रकारची सुरक्षायंत्रणा तयार केली जावी आणि त्यासाठी पैसा कसा उभा करायचा या सर्व गोष्टींना मार्ग दाखवण्यासाठी विभागीय चर्चा करण्यासाठी हे व्यासपीठ तयार करण्यात आले.

सामारिक दृष्ट्या अत्यंत महत्त्वाचा असणारा अफगाणिस्तान सध्या मात्र अशांतता आणि हिंसेच्या गर्तेत सापडला आहे. अफगाणिस्तानमध्ये गेल्या अनेक वर्षांपासून तालिबान, अल् कायदा आणि आता इस्लामाकि स्टेट यांसारख्या संघटना आपल्या शक्तीप्रदर्शनासाठी मोठ्या प्रमाणावर हिंसाचार घडवून आणत आहेत. या हिंसाचारावर नियंत्रण ठेवणे एकट्या अफगाणिस्तानला शक्य नाही. त्यासाठी

अफगाणिस्तान आणि इतर काही राष्ट्रांनी मिळून सामूहिक प्रयत्न करणे गरजेचे आहे. इस्लामिक स्टेट या दहशतवादी संघटनेने इराक आणि सिरियामधील काही भूभागावर आपले साम्राज्य प्रस्थापित केलेले आहे. या संघटनेच्या हिंसाचाराचे चटके संपूर्ण जगाला बसत आहेत. अफगाणिस्तानमध्ये अशाच प्रकारच्या एखाद्या दहशतवादी संघटनेने पुन्हा एकदा आपले साम्राज्य प्रस्थापित केल्यास त्याची खूप मोठी किंमत जगाला चुकवावी लागू शकते. साधारणपणे दोन दशकांपूर्वी जेव्हा अफगाणिस्तानमध्ये तालिबानची धार्मिक मूलतत्त्ववादी राजवट होती त्यावेळेला अफगाणिस्तानसह संपूर्ण जगाला त्याची किंमत चुकवावी लागली होती. याची पुनरावृत्ती होऊ नये याची काळजी घेणे आवश्यक आहे. ही पुनरावृत्ती टाळण्यासाठी हार्ट ऑफ एशियासारख्या परिषदांचे आयोजन केले जाते.

हार्ट ऑफ एशिया - सहावी परिषद (भारत)

'हार्ट ऑफ एशिया'ची सहावी परिषद एप्रिल २०१६ मध्ये भारतामध्ये पार पडली. भारताच्या दृष्टीने ही अत्यंत महत्त्वाची घडामोड होती. अफगाणिस्तानमध्ये भारत जी भूमिका पार पाडत आहे त्या भूमिकेला अधिमान्यता मिळण्याच्या दृष्टीने ही परिषद महत्त्वाची होती. त्याचबरोबर भविष्यामध्ये अफगाणिस्तानातील भारताची ही भूमिका कशा प्रकारे वाढवली जाईल या दृष्टीनेही या परिषदेचे योगदान महत्त्वाचे होते. दिल्लीमध्ये झालेल्या परिषदेमध्ये प्रामुख्याने काही प्रश्न आणि मुद्दे चर्चिल गेले.

१) अफगाणिस्तानातील दहशतवादाचा सामना आंतरराष्ट्रीय पातळीवरून सामूहिक पद्धतीने करावा.

२) दहशतवादी संघटनांना आपले साम्राज्य वाढवण्यासाठी अंमली पदार्थांच्या व्यापारातून पैसा उपलब्ध होत असतो, हे लक्षात घेऊन अंमली पदार्थांच्या व्यापारावर निर्बंध कसे आणता येतील...

३) अफगाणिस्तानातील डबघाईला आलेल्या साधनसंपत्तीचा पुन्हा एकदा विकास करण्यासाठी कशा प्रकारे निधी उभा करता येईल...

४) अफगाणिस्तानच्या अर्थव्यवस्थेचा विकास कसा करता येईल, अफगाणिस्तानसोबतचा इतर देशांचा व्यापार कसा वाढवता येईल...

५) अफगाणिस्तानवर एखादी आपत्ती अचानकपणे ओढावल्या सर्वांनी एकत्रितरित्या त्याचा सामना कसा करता येईल ...

६) अफगाणिस्तानातील सामाजिक व राजकीय विकास साधण्यासाठी तेथे शिक्षणाचा प्रसार महत्त्वाचा आहे, त्यादृष्टीने इतर राष्ट्रे कशा प्रकारची भूमिका बजावू शकतात,

या सहा गोष्टींवर चर्चा आणि विचारविनिमय करण्यात आला.

भारताला संधी

अफगाणिस्तानमध्ये तालिबान शासन निर्माण करण्यामध्ये मुख्य भूमिका पाकिस्तानची होती. अफगाणिस्तान हा भारताचा जुना मित्र आहे. सोव्हिएत रशियानंतर भारताचा एकमेव संरक्षण करार हा अफगाणिस्तानबरोबर २०११ मध्ये झाला आहे. सामूहिक सुरक्षिततेबाबत हा करार करण्यात आला. त्यानुसार अफगाणिस्तानचे राष्ट्रप्रमुख दरवर्षी भारतभेटीवर येतील अशी तरतूद करण्यात आली. तसेच अफगाणिस्तान जेव्हा जेव्हा संकटात असेल तेव्हा भारत त्यांच्या मदतीला

हार्ट ऑफ एशिय - सहावी परिषद - २०१६ (भारत)

जाईल असेही ठरवण्यात आले आहे. असे असले तरी अफगाणिस्तानमध्ये भारताची संरक्षण भूमिका वाढावी हे पाकिस्तानला रुचत नाही. त्यामुळेच अशा प्रकारचे प्रयत्न भारताकडून ज्या-ज्यावेळी केले जातात तेव्हा पाकिस्तानकडून त्यामध्ये आडकाठी निर्माण केली जाते. अफगाणिस्तानात प्रभाव वाढला तर भारताला मध्य आशियाची बाजारपेठ ही मोठ्या प्रमाणावर उपलब्ध होणार आहे. कारण मध्य आशियाई देश हे अफगाणिस्तानच्या सीमारेषेवर वसलेले आहेत. भूगर्भवायूचे आणि तेलाचे प्रचंड साठे मध्य आशियामध्ये आहेत. त्यामुळे मध्य आशियाई देश हे अतिशय महत्त्वाचे आहेत आणि अफगाणिस्तानच्या माध्यमातून भारत त्यांच्यापर्यंत सहज पोहोचू शकतो. भारताने एका महत्त्वाकांक्षी पाईपलाईनचा प्रकल्प हाती घेतला आहे. ही पाईपलाईन इराण, अफगाणिस्तान, पाकिस्तान आणि भारत अशी जाणार आहे. हा प्रकल्प यशस्वी बनवण्यासाठी अफगाणिस्तानमध्ये भारताची महत्त्वपूर्ण भूमिका असणे आवश्यक आहे. त्यासाठी भारत सातत्याने प्रयत्नशील आहे. हार्ट ऑफ एशियाच्या माध्यमातून भारताला ही संधी मिळते आहे.

हार्ट ऑफ एशिया हे भारतासाठी उत्तम व्यासपीठ आहे. भारत अफगाणिस्तानात आपली भूमिका उत्तम प्रकारे बजावण्याचा प्रयत्न करत आहे. सध्याची भारताची भूमिका विकासात्मक आहे. पण भविष्यामध्ये भारताला संरक्षण भूमिकाही अफगाणिस्तानात पार पाडायची आहे. यामध्ये सर्वांत मोठा अडथळा ठरणार आहे तो पाकिस्तान. अफगाणिस्तानातील भारताचे कार्यक्षेत्र विस्तारू न देण्यासाठी पाकिस्तान प्रयत्नशील आहे. अमेरिका व चीनची हाताशी धरून पाकिस्तान हे प्रयत्न करत आहे. मात्र 'हार्ट ऑफ एशिया'च्या माध्यमातून अधिकृतरित्या भारताला अफगाणिस्तानात आपली भूमिका पार पाडता येणार आहे. 'हार्ट ऑफ एशिया'मध्ये पाकिस्तानही सदस्य असल्याने भारताच्या भूमिकेला त्यांनाही समर्थन द्यावे लागणार आहे. त्यामुळे भारताचा या परिषदेतील सहभाग हे सामारिक दृष्ट्या एक महत्त्वपूर्ण पाऊल आहे. दुसरी गोष्ट म्हणजे, पाकिस्तानसोबतच्या विश्वासनिर्मितीच्या प्रक्रियेच्या दृष्टिकोनातूनही 'हार्ट ऑफ एशिया' परिषद भारतासाठी महत्त्वपूर्ण ठरत आहे. मागील काळात दोन्ही देशांमध्ये खंडित झालेली शांतता चर्चेची प्रक्रिया पाचव्या परिषदेच्या माध्यमातून पुन्हा सुरू झाली होती. या परिषदेमध्ये परराष्ट्रमंत्री सुषमा स्वराज यांच्या उपस्थितीत शांतता चर्चा कशा प्रकारे सुरू करता येईल यासंबंधीचे वेळापत्रक तयार करण्यात आले होते. पठाणकोट हल्ल्यानंतर खंडित झालेली शांतता चर्चा पुन्हा सुरू करण्याच्या दृष्टीने भारताने या सहाव्या परिषदेकडे पाहिले होते. अहमद अजिज चौधरी हे या परिषदेला उपस्थित राहिले होते. त्यामुळे परराष्ट्र सचिव पातळीवरील खंडित झालेली चर्चेची प्रक्रिया काही प्रमाणात का होईना पण सुरू झाली, हे लक्षात घ्यायला हवे. म्हणूनच अफगाणिस्तानात सामारिक विस्तार करण्याच्या दृष्टीनेच नव्हे तर पाकिस्तानसोबतची शांतता चर्चेची प्रक्रिया सुरळितपणे चालू ठेवण्यासाठीही 'हार्ट ऑफ एशिया' हे एक उत्तम व्यासपीठ आहे. त्यादृष्टिकोनातूनच भविष्यातही भारताने या परिषदेकडे पाहणे आवश्यक ठरते. ■

सार्क संघटना : उद्दिष्टपूर्तीत अपयशी

नोव्हेंबर २०१६ मध्ये पाकिस्तानातील इस्लामाबादमध्ये होणारी 'सार्क' संघटनेची १९ वी परिषद होणार होती. परंतु ती रद्द करण्याचा निर्णय नेपाळ या देशाने घेतला. नेपाळ हा सध्या या संघटनेचा अध्यक्ष देश आहे. ही परिषद रद्द होण्यास भारत आणि पाकिस्तान या दोन देशांतील संघर्ष कारणीभूत ठरला. उरीतील हल्ल्यानंतर भारताने अत्यंत आक्रमक अशी पावले उचलण्यास सुरुवात केली आणि त्याअंतर्गत भारताने यंदाच्या परिषदेला उपस्थित न राहाण्याचा निर्णय घेतला. यामागे पाकिस्तानकडून पसरवला जाणारा दहशतवाद हे मुख्य कारण होते. भारताच्या या भूमिकेला

अफगाणिस्तान, भूतान यांनी त्वरीत पाठिंबा दिला. त्यानंतर श्रीलंकेनेही पाठिंबा दिला. त्यामुळे ही परिषद रद्द करण्याशिवाय गत्यंतरच नव्हते.

'सार्क'ची अपयशांची मालिका

सार्क ही संघटना ही सातत्याने भारत आणि पाकिस्तान यांच्यातील द्विपक्षीय संघर्षाला बळी पडते आहे. विशेषतः पाकिस्तानच्या आडमुठ्या आणि कुरापतखोर भूमिकांचा परिणाम या संघटनेच्या उद्दिष्टांच्या पूर्ततेवर होत आहे. ज्या उद्दीष्टांसाठी या संघटनेची स्थापना करण्यात आली होती त्यापैकी कोणतीही उद्दिष्टे पूर्ण होत नाहीयेत. स्थापनेपासून म्हणजेच १९८४ ते २०१६ या ३२ वर्षांच्या काळात सातत्याने सार्कला अनेक अपयशांचा सामना करावा लागतो आहे. सार्कची स्थापना करण्यात आली तेव्हा दोन प्रमुख उद्दिष्टे ठेवण्यात आली होती. त्यापैकी एक म्हणजे दक्षिण आशियाई देशांचा आर्थिक व सामाजिक विकास साधणे. दुसरे म्हणजे दक्षिण आशियाई देशांच्या ज्या समान समस्या आहेत त्यांवर संयुक्त तोडगा काढणे. याशिवाय मुक्त व्यापार क्षेत्र निर्माण करणे हेही उद्दिष्ट ठेवण्यात आले. परंतु ही उद्दिष्टे आजही कागदावरच राहिली आहेत. सार्कनंतर अस्तित्त्वात आलेले काही राष्ट्रसंघ आहेत. त्यांनी केलेल्या नेत्रदीपक प्रगतीशी तुलना केल्यास सार्क खूपच पिछाडीवर आहे. युरोपियन महासंघ हा सार्कच्या नंतर नावारुपाला आला; परंतु तो अधिक गतिमान झाला. त्याचबरोबर ॲपेक, नाफ्ता या दोन संघटना, ऑर्गनायझेशन ऑफ आफ्रिकन युनिटीसारखी संघटना या सर्वांनी कमालीची प्रगती केली आहे. दुसरीकडे 'सार्क'च्या पूर्वी काही वर्षे स्थापन झालेल्या 'आसियान' या संघटनेनेही नेत्रदीपक प्रगती केली आहे. मात्र भारत आणि पाकिस्तान

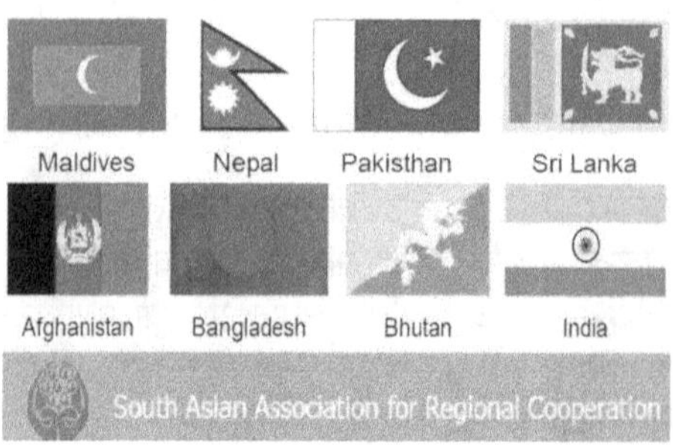

सार्क संघटना सदस्य देश

यांच्यातील संघर्षांमुळे 'सार्क'च्या प्रगतीला एक प्रकारे खिळ बसली आहे.

'सार्क'चा इतिहास

संपूर्ण दक्षिण आशिया उपखंडातील म्हणजेच भारत, पाकिस्तान, नेपाळ, भूतान, श्रीलंका, बांगलादेश, मालदिव या राष्ट्रांच्या एकूण विकासासाठी १९८४ मध्ये सार्क परिषदेची निर्मिती करण्यात आली. दक्षिण आशिया उपखंड हा सुरुवातीला एकच होता. नंतरच्या काळात राजकीय विभागणी झाली आणि त्यातून नव्या राष्ट्रांची निर्मिती झाली. १९३५ मध्ये म्यानमार भारतापासून वेगळा झाला, त्यानंतर १९४७ मध्ये भारत पाकिस्तानची निर्मिती झाली. पुढे १९७१ मध्ये बांगलादेश वेगळा झाला. राष्ट्रे स्वतंत्र झाली असली तरी एकाच उपखंडातील असल्यामुळे इथल्या प्रत्येक राष्ट्रातील लोकांच्या आर्थिक आणि सामाजिक समस्या या साधारणपणे सारख्याच आहेत. या देशांतील गरीबी, बेरोजगारी, उपासमारी, भिन्न जीवनस्तर, महिला अत्याचार, कुपोषण हे सर्व प्रश्न एकसारखेच आहेत. दक्षिण आशिया हा जगातील सब-सहारन उपखंडानंतर सगळ्यात मागासलेला उपखंड आहे. या ठिकाणी लोकसंख्या अधिक आहे; पण त्यातुलनेत प्रगती झालेली नाही. त्यामुळे 'सार्क'मधील सात देशांनी आपले द्विपक्षीय राजकीय प्रश्न बाजूला ठेवावे आणि समान उद्दीष्टे साध्य करण्यासाठी आणि समान प्रश्नांवर तोडगा काढण्यासाठी एकत्र यावे, त्यासाठी संयुक्त प्रयत्न करावेत, आर्थिक आणि सामाजिक उद्दिष्टांची पूर्तता करावी, यासाठी ही संघटना अस्तित्वात आली. १९८९ नंतर पाकिस्तानने भारताच्या जम्मू आणि काश्मिर भागात दहशतवादाला पाठिंबा देणारे धोरण अवलंबले. दहशतवादाच्या माध्यमातून भारताविरुद्ध छुपे युद्ध म्हणजे प्रॉक्सी वॉर सुरु केले. त्यामुळे या दोन्ही देशांतील संबंध दिवसेंदिवस ताणले गेले. या तणावाचे प्रतिबिंब सातत्याने सार्कच्या परिषदेत पडत गेल्याचे दिसून येते. आजवर सार्क परिषदेत अनेक महत्त्वपूर्ण निर्णय घेतले गेले. उदाहरणच द्यायचे झाल्यास १९९३ मध्ये साऊथ एशियन फ्री ट्रेड असोसिएशनची स्थापना करण्याचा निर्णय घेण्यात आला. हा निर्णय अत्यंत महत्त्वपूर्ण होता; परंतु असे अनेक निर्णय कागदोपत्री राहिले. ते प्रत्यक्षात येऊ शकले नाहीत. कारण प्रत्येक वेळी

या निर्णयांना भारत किंवा पाकिस्तान यांच्या हितसंबंधांमुळे अडथळा निर्माण होत गेला. दोन्ही देशांतील द्विपक्षीय संघर्षामुळे सार्क संघटना पिछाडीवर पडली.

सार्क परिषदेवर सावट

सार्क संघटनेला जवळपास ३२ वर्षे झाली आहेत. दरवर्षी सार्क परिषदेची बैठक होणे अपेक्षित आहे. असे असूनही आजवर केवळ १८ परिषदाच झालेल्या आहेत. यावरुन सार्क परिषदा होण्याची वारंवारिता कमी असल्याचे लक्षात येते. याखेरीज सार्कमधील देशांचा एकमेकांशी असणारा व्यापारही अत्यंत नगण्य आहे. भारताच्या एकूण व्यापाराच्या तुलनेत तो अत्यल्प आहे. याचे प्रमुख कारण म्हणजे व्यापारासाठी आवश्यक असणाऱ्या रेल्वेमार्ग, रस्ते किंवा हवाई मार्ग यांसारख्या पायाभूत सुविधांचा विकास सदस्य देशांदरम्यान झालेला नाही. उदाहरणच घ्यायचे झाल्यास, भारत आणि नेपाळ यांच्या दरम्यान बसवाहतूक आहे. भारताची इतर कोणत्याही देशांबरोबर अशा प्रकारची बसवाहतूक नाही. भारत आणि बांगलादेश यांच्यादरम्यानचा बहुतांश व्यापार हा जलमार्गाने होतो. वास्तविक, दोन्ही देशांदरम्यान ४ हजार किलोमीटरची सीमारेषा आहे; परंतु रस्तेमार्ग विकसित झालेले नसल्यामुळे या सीमारेषेवरुन खूप कमी व्यापार होतो. अशाच प्रकारे हवाई मार्गांचाही विकास झालेला नाही. पाकिस्तान व अफगाणिस्तानला भारतातून आठवड्यातून एकच विमान जाते. या सर्वांमुळे सार्कसारखी विभागीय आर्थिक संघटना निर्माण करुनही या देशांच्या आर्थिक परिस्थितीमध्ये अद्यापही कसलाच बदल झालेला नाही.

सार्क का अपयशी ठरली?

भारत आणि पाकिस्तान या दोन्ही देशांच्या द्विपक्षीय संघर्षाची पार्श्वभूमी सार्कच्या अपयशाला कारणीभूत आहेच; परंतु या अपयशाला अन्यही कारणे आहेत.

- पहिले कारण म्हणजे दक्षिण आशिया उपखंडाची भौगोलिक स्थिती हे होय. आपण युरोपियन महासंघ किंवा आसियान या संघटनांचा विचार केल्यास या संघटनांचे सदस्य देश पूर्वी वेगळे होते आणि नंतर ते एकत्र आले आणि त्यांनी संघटना निर्माण केल्या. पण दक्षिण आशिया हा एकसलग उपखंड होता. त्यांच्यामध्ये राष्ट्रांच्या सीमारेषा अधोरेखित झालेल्या नव्हत्या. नंतरच्या काळात स्वतंत्र सार्वभौम राष्ट्रे निर्माण झाली. आता पुन्हा ही राष्ट्रे सार्क संघटनेच्या माध्यमातून एकत्र येण्याचा प्रयत्न करत आहेत. असा प्रकार इतर कोणत्याही खंडात घडलेला नाही. विभागल्यानंतर पुन्हा एकत्र येणे ही प्रक्रिया खूप अवघड असते. त्याचा सामना सार्कला करावा लागतो आहे.
- असियान किंवा युरोपीयन महासंघ या संघटनांच्या घटनांमध्ये काही तरतुदी आहेत. त्यानुसार दोन राष्ट्रांमध्ये संघर्षाचा मुद्दा निर्माण झाल्यास तो सोडवण्यासाठी उर्वरित सर्व देश पुढाकार घेतात. म्हणजेच द्विपक्षीय प्रश्न सोडवण्यासाठी सर्व सदस्य देश प्रयत्नशील राहतात. अशा प्रकारची तरतूद सार्कच्या घटनेमध्ये नाही. त्यामुळे भारत आणि पाकिस्तान यांच्यामध्ये संघर्ष निर्माण झाल्यास तो सोडवण्यासाठी इतर सदस्य देश सार्कचे व्यासपीठ वापरत नाहीत. सार्कच्या व्यासपीठावर राजकीय प्रश्न चर्चिले जाऊ शकत नाही. आसियान या संघटनेमध्ये अशा प्रकारच्या प्रश्नांवर चर्चा होते. उदाहरणार्थ, व्हिएतनाम आणि चीन यांच्यातील द्विपक्षीय प्रश्नावर असियानमध्ये चर्चा होते. पण तसा प्रकार सार्कमध्ये दिसून येत नाही. ही मर्यादा सार्कच्या मार्गातील एक अडथळा ठरली आहे.
- सात सदस्यांच्या सार्क परिषदेमध्ये सदस्य देशांपैकी दोन किंवा तीन देश एकत्र येऊन एका उपविभागीय संघटनेची निर्मिती करण्याची परवानगी आहे. त्यामुळेच बिमस्टेकसारखी संघटना सार्कच्या अंतर्गत निर्माण झाली. अशा प्रकारच्या परवानगीमुळे सार्कच्या मूळ उद्दिष्टांकडे दुर्लक्ष होत आहे. आपण जर इतर संघटनांचा विचार केला तर अशा प्रकारे उपविभागीय संघटनेच्या निर्मितीची तरतूद कोणत्याही संघटनेमध्ये नाही.
- आर्थिक हितसंबंध आणि व्यापार वाढीसाठी सार्कची स्थापना झाली असली तरी त्यामध्ये राष्ट्रांच्या राजकीय हितसंबंधांनाच महत्त्व दिले जात असल्याने सदस्य देशांमध्ये कोणत्याही

प्रकारचे सहकार्य होताना दिसत नाही.

- असियान समूहातील देशांचे आकारमान कमी अधिक प्रमाणात सारखे आहे. युरोपीय महासंघातील देशांबाबतही अशीच परिस्थिती आहे. सार्कमध्ये मात्र परिस्थिती वेगळी आहे. इथे जवळपास तीन चतुर्थांश भाग हा भारताने व्यापलेला आहे. एक चतुर्थांश भागात उर्वरित छोटी राष्ट्रे आहेत. परिणामी, ही राष्ट्रे धास्तावलेली आहेत. ही धास्ती प्रामुख्याने भारताविषयी आहे. भारताच्या अधिक जवळ गेल्यास आपल्या सार्वभौमत्त्वावर घाला घातला जाऊ शकतो अशी भावना या राष्ट्रांमध्ये दिसून येते. परिणामी, या राष्ट्रांनी त्यांच्या अर्थव्यवस्था आजही खुल्या केलेल्या नाहीत. तसे केल्यास भारतातील वस्तू आपल्या बाजारपेठेत विक्रीला येतील आणि आपल्याकडील स्थानिक उत्पादनांवर घाला येईल, स्थानिक रोजगाराला फटका बसेल अशी भीती या देशांना वाटते. उदाहरणच घ्यायचे झाल्यास बांगलादेशात ज्यूटचे उत्पादन मोठ्या प्रमाणात घेतले जाते. त्याचप्रमाणे आपल्याकडे ईशान्य भारतातही ज्यूटचे मोठ्या प्रमाणावर उत्पादन होते. चहाबाबतही तीच स्थिती आहे. साखरेच्या उत्पादनात पाकिस्तान आणि बांगलादेश अग्रेसर आहेत. भारतातही साखर उत्पादन विपुल आहे. परिणामी, मुक्त व्यापारव्यवस्था केल्यास भारताच्या सर्व वस्तू आपल्या स्थानिक बाजारपेठेत येऊन वर्चस्व निर्माण करतील, आपली अर्थव्यवस्था पूर्णपणे कोलमडू शकते अशी अनाठायी भीती या देशांना वाटते. भारताविषयी या सर्वच देशांना एक प्रकारची असुरक्षितता वाटते आहे. याचाही परिणाम सार्कच्या उद्दिष्टपूर्तीवर आणि यशावर होत आहे.
- सार्कच्या सदस्य देशांमध्ये परस्पर विश्वासार्हतेची कमतरता आहे. केवळ भारत आणि पाकिस्तानच नव्हे तर बांगलादेश आणि पाकिस्तान, नेपाळ आणि भूतान, भारत-श्रीलंका, भारत-नेपाळ यांच्यातही परस्पर संघर्ष सुरु आहे. थोडक्यात, संघटनेतील प्रत्येक सदस्य देशाचा एकमेकांशी संघर्ष सुरू आहे. त्यामुळे सर्वच सदस्यांमध्ये विश्वासतुटीची समस्या दिसून येते. परस्परांना एकमेकांविषयी भीती आणि असुरक्षितता वाटते आहे. त्यामुळे सार्कला एकत्र येणे किंवा महत्त्वाकांक्षी प्रकल्पाचे निर्णय घेणे या गोष्टी शक्य होत नाहीत. परिणामी, इतर व्यापार संघटनांच्या तुलनेत सार्कची प्रगती ढिम्म झालेली आहे.

जगातील इतर देशांबरोबर भारताचा व्यापार बलाढ्य आहे; मात्र सार्क देशांबरोबर भारताचा व्यापार ०.४ टक्के इतकाच आहे. याचे कारण सार्कमधील गरीब देशांकडून काहीही मिळणार नाही, याची खात्री भारताला आहे. त्यामुळे भारतही याबाबत फारसा उत्साही नाही. याबाबत भारताकडून पुढाकारही घेतला जात नाही. सार्क संघटना अस्तित्त्वात आली तेव्हा भारताची आर्थिक परिस्थिती खूपच वाईट होती. त्यामुळे त्याकाळी भारताला पुढाकार घेता आला नाही. आता परिस्थिती पालटल्यानंतर सार्क देशांमधील व्यापाराला चालना मिळावी म्हणून भारत प्रयत्नशील आहे. परंतु भारताच्या या प्रयत्नांना पाकिस्तानकडून सातत्याने खोडा घातला जात आहे. त्यामुळे सार्कच्या प्रगतीत अडथळेच अधिक निर्माण होत आहेत.

- सार्क देशांतील आर्थिक आणि राजकीय या दोन्ही हितसंबंधांमध्ये फारकत करण्यासाठी तीव्र राजकीय इच्छाशक्तीची आवश्यकता आहे. प्रत्येक वेळी आर्थिक सहकार्याआड राजकीय हितसंबंध आणि अडचणी येत आहेत. त्यामुळे दोहोंमध्ये फारकत होत नाही तोपर्यंत सार्कला यश मिळणार नाही. त्यामुळे या बाजूने विचार करणेही गरजेचे आहे. तीव्र राजकीय इच्छाशक्ती दाखवून, राजकीय अडवणुकीची भूमिका बाजूला ठेवून, या सदस्य देशांतील लोकांचा विचार करून प्रयत्न करणे गरजेचे आहे. तरच सार्कला भविष्यात यश मिळू शकते.

■

नववी ब्रिक्स समिट : भारताचा वरचष्मा

गोल्डमन सॅचस् या कंपनीचे अर्थतज्ज्ञ जिम ओ-नील यांनी २००१ मध्ये सर्वप्रथम ब्रिक्स हा शब्द नावारुपाला आणला होता. यामध्ये ब्राझील, रशिया, भारत आणि चीन यांचा समावेश होता. २००९ मध्ये या संघटनेची पहिली बैठक पार पडली आणि २०१० मध्ये संस्थात्मक रुपात ही संघटना अस्तित्वात आली. यामध्ये माजी पंतप्रधान मनमोहनसिंग यांचे प्रयत्न खूप महत्त्वाचे होते. या संघटनेचा जन्म पाश्चिमात्य जग प्रामुख्याने जगातील महासत्ता असलेल्या अमेरिकेच्या प्रभुत्वाखाली असलेल्या वित्तीय संघटनांच्या मक्तेदारीला आव्हान देण्याच्या हेतूने झाला. आंतरराष्ट्रीय नाणेनिधी (आयएमएफ) किंवा जागतिक बँक यांना पर्याय म्हणून ही संघटना नावारुपाला आली होती. त्यावेळी जी-७ ही संघटना अधिक प्रभावी होता. आंतरराष्ट्रीय वित्तीय संस्थांवर हा समूह नियंत्रण करत होता. त्यामुळे जागतिक विकास प्रकल्पांना जो पतपुरवठा केला जायचा त्यातही आंतरराष्ट्रीय राजकारण केले जायचे. विकसनशील देशांना त्यातून दूर ठेवला जायचे. त्यामुळे ब्राझील, रशिया, चीन भारत या विकसनशील अर्थव्यवस्थांनी एकत्र येण्याचा निर्णय घेतला. थोडक्यात, एक पर्यायी सक्षम व्यासपीठ म्हणून ब्रिक्स आकाराला आले होते. २०१० मध्ये ब्रिक्स मध्ये दक्षिण अफ्रिकाही यात सामील झाला आणि संघटनेला पूर्ण रूप प्राप्त झाले.

शियामेन परिषदेचे वैशिष्टे

२०१० पासून दरवर्षी या संघटनेच्या शिखर परिषदा होत आहेत. गतवर्षी या संघटनेची ८ वी बैठक भारतात गोव्याची राजधानी पणजी येथे झाली होती. त्याला चीनचे राष्ट्राध्यक्ष शी जिनपिंग हे देखील उपस्थित होते. यंदाची ब्रिक्स परिषद चीनमधील शियामेन येथे ३ ते ५ सप्टेंबरदरम्यान पार पडली. आजवरच्या ब्रिक्स परिषदांमध्ये दहशतवादाचा निषेध व्हायचा; परंतु त्यामध्ये कोणत्याही दहशतवादी संघटनांचा नामोल्लेख नसायचा. विशेष करून पाकिस्तान पुरस्कृत किंवा पाकिस्तानच्या भूमीवरून कार्यरत असणाऱ्या दहशतवादी संघटनांचे नाव तर आजवर कधीच या परिषदेमध्ये घेतले गेले नाही. मात्र ब्रिक्सच्या इतिहासामध्ये पहिल्यांदा पाकिस्तानच्या भूमीवरून सक्रिय असणाऱ्या आणि इतर देशांमध्ये - विशेषतः भारत व अफगाणिस्तानमध्ये - कारवाया करणाऱ्या हक्कानी नेटवर्क, जैश ए मोहम्मद आणि लष्करे तैय्यबा या दहशतवादी संघटनांची नावे ब्रिक्सच्या जाहीरनाम्यात घेण्यात आली. ही बाब ऐतिहासिक आहे. याचे मुख्य कारण म्हणजे चीनमध्ये झालेल्या परिषदेत हे घडले. पाकिस्तान हा चीनचा ङ्ऑल वेदर फ्रेंडफ असल्यामुळे आजवर चीननेच या पाकपुरस्कृत दहशतवादाला नेहमी पाठीशी घालण्याचे धोरण स्वीकारले. त्यामुळे चीन पाकिस्तानला अशा पद्धतीने दुखावेल, अशी कल्पनाही कोणी केली नव्हती. इतकेच नव्हे तर पंतप्रधान नरेंद्र मोदी या परिषदेला जाण्यापूर्वी पाकपुरस्कृत दहशतवादाचा उल्लेख ब्रिक्सच्या व्यासपीठावरून भारताने करू नये असे सांगत चीनने एक प्रकारे इशारा दिला होता. असे असूनही या संघटनांची नावे जाहीरनाम्यात येणे हा भारताचा एक मोठा विजय आहे. मोदी यांनी ब्रिक्समध्ये केलेल्या भाषणामध्ये पाकिस्तानातून दहशतवाद्यांची निर्यात कशा प्रकारे होत आहे आणि पाकिस्तान हा दहशतवादाची खाण बनला आहे यावर जोर दिला. भारताच्या या मताला इतर देशांनी पाठिंबा दिल्यामुळेच हा मुद्दा जाहीरनाम्यामध्ये समाविष्ट करण्यात आला.

चीनच्या भूमिका बदलाची कारणमिमांसा

आता प्रश्न उरतो की चीन किंवा ब्रिक्समधील देशांची भूमिका एकाएकी का बदलली? याचे मुख्य कारण म्हणजे पाकिस्तानवर वाढत असलेला दबाव. अमेरिकेचे राष्ट्राध्यक्ष डोनाल्ड ट्रम्प यांनी अलीकडेच त्यांचे अफगाणिस्तान-पाकिस्तान विषयीचे धोरण जाहीर केले आहे. त्यामध्ये त्यांनी पाकिस्तान दहशतवादाची निर्यात करत आहे आणि पाकिस्तानच्या भूमीवरुनच अफगाणिस्तानात तालिबानला समर्थन

दिले जात आहे, पेशावर आणि क्वेटा या दोन शहरांमध्ये दहशतवाद्यांचे अड्डे आहेत असे स्पष्टपणाने जाहीर केले आहे. त्याचबरोबर पाकिस्तान एका बाजूला अमेरिकेकडून भरघोस आर्थिक मदत घेत असून दुसऱ्या बाजूला दहशतवादाला खतपाणी, प्रोत्साहन आणि चिथावणी देत आहे असेही म्हटले असून ही दुटप्पी भूमिका पाकिस्तानने सोडावी असा इशाराही दिला आहे. आजवरच्या अमेरिकन राष्ट्राध्यक्षांनी अशा प्रकारे पाकिस्तानचा स्पष्ट उल्लेख करून कधीही टीका केलेली नव्हती. ट्रम्प यांनी हे धाडस केल्यामुळे स्वाभाविकपणे चीन आणि रशियावरील दबाव वाढला होता. ही एक न लपण्याजोगी गोष्ट होती.

दुसरी गोष्ट म्हणजे, चायना पाकिस्तान इकॉनॉमिक कॉरीडॉर (सीपेक) हा प्रकल्प गिलगिट बाल्टिस्तानपासून ग्वादर बंदरापर्यंत जाणार आहे. या प्रकल्पाच्या उभारणीमध्येही काही दहशतवादी संघटनांकडून आडकाठी आणली जाण्याची शक्यता होती. तसेच चीनच्या शिनशियाँग प्रांतात उघूर या अल्पसंख्यांकांना पाकिस्तानातील मूलतत्त्ववाद्यांकडून चिथावणी दिली जात आहे. चीनच्या बदलत्या भूमिकेला यांचीही पार्श्वभूमी आहे, हे लक्षात घ्यायला हवे.

चीनने ब्रिक्सच्या व्यासपीठावरून पाकपुरस्कृत दहशतवादाचा धिक्कार वा निषेध केला असला तरी प्रत्यक्षातील कृतीमध्ये काय होणार हा सर्वांत महत्त्वाचा प्रश्न आहे. या प्रश्नाचे उत्तर अल्पावधितच मिळणार आहे. ज्या जैश ए मोहम्मदचा उल्लेख ब्रिक्सच्या जाहीरनाम्यात करण्यात आला आहे, त्याच संघटनेचा म्होरक्या असणाऱ्या मौलाना अझहर मसूद याला आंतरराष्ट्रीय दहशतवादी म्हणून घोषित केले जाऊ नये अशी भूमिका संयुक्त राष्ट्रसंघटनेमध्ये चीन सातत्याने घेत आहे. यापूर्वी तीन वेळा तशा प्रकारचा ठराव संयुक्त राष्ट्र संघटनेच्या सुरक्षा परिषदेमध्ये आणला गेला पण चीनने त्यासंदर्भात नकाराधिकाराचा वापर केला. म्हणूनच आता चीनची खरी परीक्षा आहे. ब्रिक्समध्ये एक मताने या संघटनेचा निषेध करताना तिच्याविरोधातील कटिबद्धता चीन दाखवणार का हे पाहावे लागणार आहे. यातून चीनची एक प्रकारे राजकीय कोंडी झाली आहे. शी झिनपिंग त्यातून कशा प्रकारे मार्ग काढतात हे पाहणे औत्सुक्याचे ठरणार आहे.

स्वतंत्र पतमानांकन संस्थेची गरज

शियामेन येथील बैठकीमध्ये कौशल्यविकास, माहिती-तंत्रज्ञान, ऊर्जासुरक्षा, पर्यावरण रक्षण, क्रीडा, संस्कृती, लोकांचा लोकांशी असणारा संपर्क अशा माध्यमातून ब्रिक्समधील सदस्य राष्ट्रांचे परस्परसंबंध कसे बळकट करता येतील याचा विचार झाला आहे. त्याचबरोबर या परिषदेमध्ये नरेंद्र मोदी यांनी स्वतंत्र रेटिंग एजन्सीची गरज प्रतिपादित केली आहे. वेगवेगळ्या आंतरराष्ट्रीय पतमानांकन संस्थांच्या गुणांकनावर भारतीय तसेच ब्रिक्स देशांचे आर्थिक भवितव्य अवलंबून असता कामा नये अशी आग्रही मागणी मोदींनी केली आहे. त्यातून सदस्य राष्ट्रांमध्ये व्यापारवाढीला चालना मिळेल, या देशांच्या अर्थव्यवस्थेचे योग्य मूल्यांकन होईल, आयात निर्यातीला चालना मिळेल आणि चलन सक्षमीकरणासाठी प्रयत्न करता येईल अशी मांडणी त्यांनी केली आहे. स्वतंत्र पतमानांकन संस्थेसाठी गतवर्षी एक समिती नेमण्यात आली होती. ही समिती याविषयीची शक्यता पडताळून पहात आहे. त्यासंदर्भातील आराखडा लवकरात लवकर तयार केला जावा, अशी सूचना मोदी यांनी केली आहे.

'ब्रिक्स' आणि भारत-चीन संघर्ष

१९६२ मध्ये भारत आणि चीनमध्ये जे युद्ध झाले त्यावेळी ब्रिक्ससारखी संघटना नव्हती. आता ब्रिक्सची नववी परिषद चीनमध्ये असल्यामुळे डोकलामचा वाद आणि त्यावरुन उद्‌भवू पहाणारा संघर्ष मिटला आहे. भारत-चीन हे शांघाय सहकार्य संघटना, ब्रिक्स यांसारख्या संघटनांचे सदस्य असल्यामुळे भविष्यात या दोन्ही देशांमध्ये युद्धजन्य प्रसंग उद्‌भवल्यास संघटनांमधील सदस्य देश तो ताण निवळण्यासाठी प्रयत्न करू शकतात. दोन्ही देशांवर दबावही टाकू शकतात. डोकलामच्या उदाहरणातून हे स्पष्ट झाले आहे. ब्रिक्सची परिषद नसतील तर डोकलामचा वाद चिघळला असता. त्यातून ब्रिक्सचे महत्त्व ठळकपणाने समोर आले आहे.

'ब्रिक्स' प्रभावी बनण्यासाठी

अर्थात, ब्रिक्सफ ही केवळ वार्षिक परिषदा घेण्यापुरती औपचारिक राहता कामा नये. ब्रिक्स हा प्रभावी आर्थिक गट म्हणून पुढे आणायचा असेल तर सदस्य देशांनी परस्परांमधले राजकीय मतभेद जाणीवपूर्वक दूर ठेवून आर्थिक सहकार्य वृद्धिंगत

करण्याची इच्छाशक्ती दाखवणे आवश्यक आहे. सर्वसाधारणपणे एखादा व्याापारसंघ अस्तित्त्वात येतो तेव्हा त्यातील सहभागी देशांची आर्थिक, सामाजिक आणि राजकीय पार्श्वभूमी कमी-अधिक प्रमाणात सारखी असते. परंतु ब्रिक्स याला अपवाद आहे. इथे चीनसारखी एकाधिकारशाही राजवट आहे, रशियामध्ये पुतिन यांच्याकडे सत्तेचे एकवटीकरण झालेले आहे आणि तिसऱ्या बाजूला भारतामध्ये लोकशाही आहे. थोडक्यात ब्रिक्सच्या सदस्य राष्ट्रांमध्ये राजकीय वैविध्य आहे. त्याचप्रमाणे ब्रिक्समधील देशांच्या अर्थव्यवस्थाही भिन्न परिस्थितीत आहे. ब्रिक्सचा उदय पश्चिम युरोपला आणि अमेरिकेला आव्हान देण्यासाठी झाला असला तरी या संघटनेच्या पाच सदस्य राष्ट्रांचे पश्चिम युरोप आणि अमेरिकेशी वेगवेगळ्या पातळीवर अत्यंत घनिष्ट संबंध आहेत. इतके वैविध्य असतानाही एखादा समूह किंवा गट यशस्वी होऊ शकतो का याचे उत्तर होय असे आहे. कारण आज जी-७ ही संघटना राहिलेली नाही. उरली आहे ती फक्त ब्रिक्स. २०३० पर्यंत ब्रिक्स ही जगातील सर्वात प्रभावी संघटना बनणार आहे. कारण जगाच्या जीडीपीमध्ये सुमारे ४० टक्क्यांहून अधिक वाटा ब्रिक्स देशांचा असणार आहे. त्यामुळे ब्रिक्समधील सदस्य देशांनी परस्पर हेवेदावे बाजूला सारून ही संघटना सक्षम करण्यासाठी प्रयत्न करण्याची गरज आहे. ■

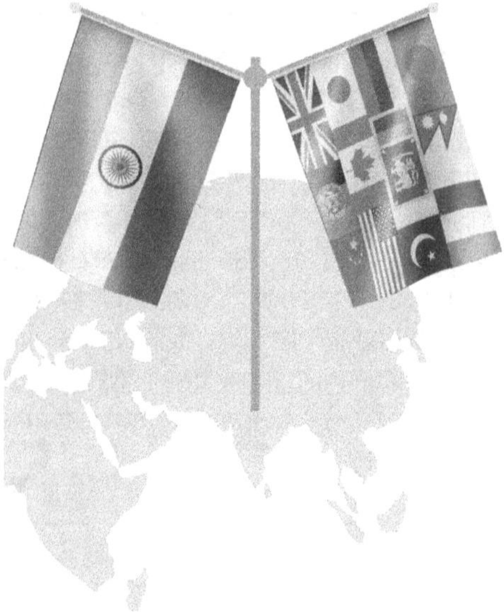

विभाग ७

भारत व दहशतवाद

आंतरराष्ट्रीय दहशतवाद : भारतापुढील एक आव्हान

जागतिक शांततेची प्रतिक्षा अद्याप संपलेली नाही. जागतिक शांततेचा मार्ग सातत्याने अडथळ्यांनी भरलेला आहे. दुसऱ्या महायुद्धानंतर जागतिक शांततेसाठी संयुक्त राष्ट्र संघटनेची स्थापना झाली. पण या संघटनेच्या कार्याला गालबोट लागले. शीतयुद्धाच्या राजकारणाचा १९९०-९१ मध्ये अंत झाला; पण शांतता निर्माण झाली नाही. या वेळी यादवी युद्धे, वांशिक संघर्ष आणि आंतरराष्ट्रीय दहशतवादाने शांतता धोक्यात आणली. काही वर्षांपूर्वी कुख्यात आंतरराष्ट्रीय दहशतवादी ओसामा बिन लादेन मारला गेल्यानंतर काही काळ असे वाटले, की धार्मिक मूलतत्त्ववादाने प्रभावित आंतरराष्ट्रीय दहशतवादाला उतरती कळा लागली आहे. पण हा आशावाद इस्लामिक स्टेट आणि अल्-कायदाने आपल्या हिंसक कारवायांनी मोडीत काढला. हजारो निरपराधांच्या कत्तली करत इस्लामिक स्टेट या संघटनेने इराक व सीरिया या राष्ट्रांचा काही भाग बळकावत इस्लामिक राजवटीच्या स्थापनेची घोषणा केली. संपूर्ण आखाती प्रदेशाचा भौगोलिक व राजकीय नकाशा बदलण्याची महत्त्वाकांक्षा बाळगणाऱ्या या संघटनेचा नेता अबूबक्र-अल-बगदादीने स्वत:ला नवीन इस्लामिक राजवटीचा खलिफा म्हणून घोषित केले. आपल्या विस्तारित इस्लामिक राजवटीच्या कल्पनेत केवळ पश्चिम आशिया नाही तर दक्षिण आशिया आणि विशेषकरून उत्तर भारताचा प्रांतदेखील समाविष्ट असेल अशी घोषणा या संघटनेनी केली. या घोषणेला काही दिवस होत नाहीत तर अल्-कायदा या संघटनेने भारतामध्ये आपली शाखा उघडण्याची घोषणा केली.

संस्थात्मक यंत्रणेचे स्वरूप :

ओसामा बिन लादेनच्या मृत्यूनंतर या संघटनेचे नेतृत्व आयमन-अल-जवाहिरीकडे गेले. अल्-कायदा ही संघटना गेल्या वीस वर्षांपासून अनेक देशांमधून सक्रिय आहे. एखाद्या बहुराष्ट्रीय कंपनीच्या शाखा जशा अनेक राष्ट्रांमध्ये असतात त्याचप्रमाणे

अल्-कायदाच्याही आहेत. पण भारतात मात्र त्यांनी प्रत्यक्ष हस्तक्षेप करण्याचा किंवा येथे शाखा उघडण्याचा प्रयत्न यापूर्वी झाला नव्हता. भारतामध्ये दहशतवादी हिंसाचार पसरवणाऱ्या लष्कर-ए-तैय्यबा, जैश-ए-मोहम्मद या संघटनांचा अप्रत्यक्ष संबंध अल्-कायदाशी होता. २००८ साली मुंबईवर जो दहशतवादी हल्ला झाला त्यातील एक सूत्रधार डेव्हिड हेडली याची जेव्हा भारतीय गुप्तचर संघटनांनी चौकशी केली तेव्हा भारतातील काही दहशतवादी हल्ल्यात अल्-कायदाचा हात असल्याची कबुली त्याने दिली होती. त्याचप्रमाणे अमेरिकन सुरक्षा फौजांनी २००२ मध्ये इराकमध्ये टाकलेल्या एका धाडीमध्ये अल्-कायदाची काही कागदपत्रे हाती लागली. त्यात भारताचा, भारतातील काही व्यक्तींचा उल्लेख होता. हे जरी खरे असले तरी अल्-कायदाचा प्रत्यक्ष हस्तक्षेप अद्यापही भारतात नव्हता. पण काही दिवसांपूर्वी जवाहिरीने एका व्हीडिओ टेपच्या माध्यमातून पंचावन्न मिनिटांचे भाषण देत त्यात उल्लेख केला आहे, की भारतातील काश्मीर, गुजरात, अहमदाबाद, आसाम, बांगलादेश आणि म्यानमार या भागांवर अल्-कायदाचे लक्ष असेल. या भागांमध्ये जिहादची घोषणा करत त्याला प्रत्यक्ष रूप देण्यासाठी एक स्वतंत्र संस्थात्मक यंत्रणा असेल. जसे, एखाद्या बहुराष्ट्रीय कंपनीचे बोर्ड ऑफ डायरेक्टर्स असतात त्याचप्रमाणे भारतासाठी स्वतंत्र सूत्रधार असतील. याची स्वतंत्रपणे जबाबदारी आसिम उमर या दहशतवाद्याला दिली गेली आहे. आसिम उमर हा अल्-कायदाचे पाकिस्तानमधील काम पाहतो.

भारतातील जिहादला प्रत्यक्ष रूप देण्यासाठी एका स्वतंत्र उपसंघटनेच्या स्थापनेची जवाहिरीने घोषणा केली. या संघटनेचे नाव असेल 'कैदत-अल्-जिहाद'. अतिशय पूर्वनियोजित, सूत्रबद्ध पद्धतीने ही व्यवस्था निर्माण करण्यात आली आहे. जवाहिरीच्या या व्हीडिओ टेपने भारताची झोप उडवली आहे. भारताला आणि विशेषकरून केंद्रातील नरेंद्र मोदींच्या नेतृत्वाखालील राष्ट्रीय लोकशाही आघाडी (एनडीए) शासनाला एक मोठे आव्हान अल्-कायदाने दिले आहे. केंद्रात एनडीए शासन येणे आणि नरेंद्र मोदी हे पंतप्रधान बनणे व अल्-कायदाची ही घोषणा होणे हा निव्वळ योगायोग नाही. हे पूर्वनियोजित आहे. ज्या दिवशी नरेंद्र मोदींनी पंतप्रधानपदाची शपथ घेतली त्याच दिवशी अफगाणिस्तानातील हेरातमधील भारताच्या दूतावासावर मोठा दहशतवादी हल्ला झाला. या हल्ल्यात पाकिस्तान-ए-तेहरिक-ए-तालिबान या अल्-कायदाशी संबंधीत संघटनेचा हात होता. हा मोदींसाठी पहिला इशारा होता. जवाहिरीच्या नुकत्याच प्रसारित झालेल्या व्हीडिओ टेपमध्ये गुजरात आणि अहमदाबादचा विशेष उल्लेख आहे हे लक्षात घ्यायला हवे. ही व्हीडिओ टेप अशा वेळी आली आहे, की जेव्हा संपूर्ण पाकिस्तानात राजकीय अस्थिरता आहे, पाकिस्तान लष्कर सत्ता हस्तगत करण्याच्या प्रयत्नात आहे, अफगाणिस्तानातून अमेरिका आणि नाटो संघटनेच्या फौजा निघण्याच्या मार्गावर आहेत, भारतात एनडीएचे शासन सत्तेत आहे, बांगलादेशात जमाते-ए-इस्लामीच्या नेत्यांना फासावर लटकवले जात आहे आणि म्यानमारमध्ये रोहिंग्या या अल्पसंख्याक मुस्लिम समुदायावर अत्याचार होत आहेत. हे गृहीत धरूनच भारत, बांगलादेश व म्यानमारची निवड नवीन जिहादसाठी अल्-कायदाने केली आहे. अल्-कायदाच्या या व्हीडिओ टेपचा आणखी एक विशेष पैलू आहे आणि तो म्हणजे पाकिस्तानचा भारतावर लक्ष केंद्रित करण्याच्या अल्-कायदाच्या या योजनेला पाकिस्तानातील लष्कराचा, आयएसआय या गुप्तहेर संघटनेचा पाठिंबा असल्याचे नाकारता येत नाही. या मागचे एक महत्त्वाचे कारण म्हणजे जवाहिरी सध्या पाकिस्तानमध्ये लपला असल्याची शक्यता आहे. त्याचे निवासस्थान अफगाण-पाकिस्तान सीमारेषेवरील वजिरिस्तान येथे असण्याची शक्यता आहे. अफगाणिस्तानमधील तालिबानची पाकिस्तानातील शाखा जवाहिरीच्या पाठीशी आहे. जवाहिरीने आपल्या भाषणात तालिबानी नेता मुघ उमरचे कौतुक केले आहे. त्याचप्रमाणे एका पाकिस्तानी दशहतवाद्याकडे म्हणजे आसिम उमरकडे भारतातील जिहादची जबाबदारी दिली आहे. अल्-कायदाला जर आपली नवीन योजना प्रत्यक्षात आणावयाची असेल तर प्रथम त्यांना पाकिस्तानमध्ये आपले जाळे विणावे लागेल. आणि हे काम पाकिस्तानी लष्कराच्या सहकार्याशिवाय शक्य नाही. अल्-कायदाला जर भारतात आपले जाळे विणायचे असेल तर त्यांना भारतातील दहशतवादावर मक्तेदारी असणाऱ्या लष्कर-ए-तैय्यबा या संघटनेची मदत घ्यावी लागणार आहे. ही संघटना पाकिस्तानी लष्कर आणि आयएसआयच्या (इंटर-सर्व्हिसेस

इंटेलिजन्स) इशाऱ्यावर चालते हे सत्य लपलेले नाही. पाकिस्तानात सध्या नवाज शरीफ आणि लष्कर यांच्यात प्रभाव आणि सत्तेसाठी संघर्ष चालू आहे. लष्कर आपली बाजू भक्कम करण्याच्या प्रयत्नात आहे. या प्रयत्नांचा भाग म्हणून अल्-कायदाच्या या नवीन योजनेकडे पाहता येते.

'इस्लामिक टेस्ट'चा वाढता प्रभाव

अल्-कायदा आणि विशेषत: जवाहिरीने अचानक दक्षिण आशिया आणि भारताकडे लक्ष केंद्रित करण्यामागे आणखी एक महत्त्वाचे कारण आहे ते म्हणजे अल्-कायदा आणि इस्लामिक स्टेट या संघटनेमध्ये प्रभावासाठी चाललेला संघर्ष. इस्लामिक स्टेट ही अल्-कायदामधूनच निर्माण झालेली संघटना आहे. पण या संघटनेने अतिशय कमी वेळात सुन्नी मुस्लिम जगतात प्रचंड लोकप्रियता कमावली. अत्याधुनिक शस्त्रास्त्रे, प्रचारयंत्रणा, दहा हजार योद्धे यांच्या जोरावर त्यांनी इराक व सीरियामध्ये मोठे यश मिळवले, इस्लामिक राजवट निर्माण केली, दहशतीचे साम्राज्य निर्माण केले, अमेरिका व पश्चिम युरोपीय राष्ट्रांना आव्हान दिले. त्यामुळे त्यांची केवळ लोकप्रियता वाढली नाही तर मोठ्या प्रमाणावर लोकांचा आणि पैशाचा ओघ या संघटनेकडे सुरू झाला. याचा परिणाम म्हणजे अल्-कायदा आणि विशेषत: जवाहिरी असुरक्षित बनला. त्यांना अस्तित्वाचा प्रश्न निर्माण झाला. सुन्नी इस्लामिक राष्ट्रांकडून विशेषत: सौदी अरेबियाकडून जो पैसा अल्-कायदाला पूर्वी मिळायचा तो आता इस्लामिक स्टेटकडे वळला. पश्चिम आशिया आणि एकूणच आखाती प्रदेशात इस्लामिक स्टेट व अबू बक्र अल बगदादीचे वर्चस्व असल्यामुळे जवाहिरीला तेथे पाय पसरण्यास फारसा वाव नव्हता. म्हणून त्याने आपला मोर्चा दक्षिण आशियाकडे वळवला.

परिणाम... भारताची राष्ट्रीय सुरक्षा धोक्यात

कारणे काहीही असोत; पण त्यामुळे भारताच्या चिंता प्रचंड वाढल्या आहेत. भारताच्या राष्ट्रीय सुरक्षेला धोका निर्माण झाला आहे. इस्लामिक स्टेट व अल्-कायदा या दोन्ही संघटनांनी आपले लक्ष भारताकडे वळवले आहे. याचा परिणाम म्हणजे आता प्रचंड पैसा भारताकडे वळवला जाणार. या पैशाच्या आणि अपप्रचाराच्या आधारावर भारतातील मुस्लिम युवकांना आपल्याकडे आकर्षित करण्याचा प्रयत्न या संघटना करणार. त्यासाठी या संघटना सोशल मीडियाचा मोठ्या प्रमाणावर वापर करत आहेत. उर्दू व इतर भारतीय भाषांमधून साहित्य प्रकाशित होत आहे. त्यातून मोठ्या प्रमाणावर माथी भडकवण्याचा प्रयत्न होतो आहे. विशेषत: भारतातील सुशिक्षित मुस्लिम तरुणांवर- इंजिनिअर्स, व्यवस्थापनातील पदवीधर यांच्यावर अधिक डोळा आहे. कल्याणमधील चार मुस्लिम तरुण इस्लामिक स्टेटमध्ये सहभागी झाल्याची बातमी येते ना येते तोच हैदराबादमधील चार मुस्लिम तरुणांना या संघटनेत सहभागी होण्यापासून नुकतेच रोखण्यात आले आहे.

केंद्र शासनाला गाफील राहून चालणार नाही. त्यांना उपाययोजना करताना केवळ सुरक्षेच्या बाजूने नाही तर या समस्येच्या मुळापर्यंत जाण्याची गरज आहे. प्रश्नाची सुरुवात होते ती भारतीय मुस्लिम तरुण अगदी अल्प प्रमाणात का होईना; पण या संघटनांच्या अपप्रचाराला का बळी पडत आहेत? याचे उत्तर आहे ते भारतातील अल्पसंख्याक मुस्लिमांमध्ये अलीकडच्या काळात वाढलेली कमालीची असुरक्षितता. या असुरक्षिततेतून जन्माला आलेली परात्मभाव (एलिनेशन). भारताच्या राजकीय, सामाजिक आणि आर्थिक विकासाच्या प्रक्रियेत मुस्लिमांना सामावून घेण्यात, त्यांना योग्य प्रतिनिधित्व देण्यात आपल्याला आलेले अपयश, मुस्लिमांमधील वाढती गरिबी, बेरोजगारी यामुळे या समस्येत भर पडली आहे. सध्याच्या १६व्या लोकसभेत स्वातंत्र्यानंतर पहिल्यांदाच सर्वांत कमी मुस्लिम खासदार निवडून आले आहेत. यातून बाहेरच्या इस्लामिक जगाला चुकीचा संदेश जातो. याच गोष्टींचे भांडवल जिहादी संघटना करतात. भारतीय मुस्लिमांकडून या संघटनेच्या अपप्रचाराला मिळणारा प्रतिसाद सध्या नगण्य आहे. पण तो भविष्यात वाढू शकतो. त्यासाठी अल्-कायदा किंवा लष्कर-ए-तैय्यबाविरुद्ध लष्करी, पोलिसी कारवाई केवळ पुरेशी नाही; तर या समस्येच्या मुळापर्यंत जाऊन अल्पसंख्याक मुस्लिम समुदायातील वाढती असुरक्षितता, परात्मभाव, अविश्वास कमी करणे गरजेचे आहे. समावेशक धोरणाच्या (इन्क्लुझिव्ह पॉलिसिज) माध्यमातून त्यांच्यातील गरिबी, बेरोजगारी आणि शिक्षणाचे प्रश्न प्रथम सोडवावे लागतील. अल्-कायदा किंवा इस्लामिक स्टेटच्या आव्हानांचा सामना करण्यासाठी केंद्र शासनाला एका सर्वसमावेशक धोरणाच्या आखणीची गरज आहे. ■

अल्-कायदाचे आव्हान

अल्-कायदा या दहशतवादी संघटनेचा म्होरक्या आयमान-अल्-जवाहिरी याने 'अल्-जिहाद इन इंडियन सबकाँटिनंट' या गटाद्वारे भारतीय उपखंडात नवा जिहाद घडवण्याचा इशारा एका व्हीडिओ टेपद्वारे दिला आहे. पश्चिम आशियामध्ये 'इसिस'चे वर्चस्व वाढल्याने अल्-कायदाने आपला मोर्चा दक्षिण आशियाकडे वळवला असून ही भारतासाठी धोक्याची घंटा आहे. भारतातील मुस्लिम तरुणांना सोशल मीडियाचा आधार घेत आपल्याकडे खेचण्यासाठी या संघटनांचे जोरदार प्रयत्न सुरू आहेत. या पार्श्वभूमीवर भारताने अधिक सजग राहतानाच मुस्लिम समुदायामधील वाढती गरिबी, असुरक्षितता, बेरोजगारी दूर करणे, त्यांना समाजाच्या मुख्य प्रवाहामध्ये सामील करणे, ते खोट्या अपप्रचाराला बळी पडू नयेत यासाठी काळजी घेणे आदी पावले तातडीने उचलण्याची गरज आहे.

अल्-कायदा ही एक आंतरराष्ट्रीय दहशतवादी संघटना आहे आणि अल् जवाहिरी हा तिचा प्रमुख आहे. ही संघटना एका बहुराष्ट्रीय कंपनीप्रमाणे काम करते. म्हणजे या संघटनेच्या ५०हून अधिक देशांमध्ये शाखा आहेत. या माध्यमातून ही संघटना विशिष्ट ठिकाणी जिहाद पुकारण्याचा किंवा धर्मयुद्धाचा नारा देत असते आणि एका ठिकाणचे उद्दिष्ट साध्य झाले की ते जिहादी दुसरीकडे पाठवले जातात. बहुराष्ट्रीय कंपन्यांमध्ये ज्याप्रमाणे एका देशातून दुसऱ्या देशात अधिकारी हलवले जातात तशीच पद्धती अवलंबत या आंतरराष्ट्रीय दहशतवादी संघटना कार्य करत असतात. या संघटनेकडून नुकतीच एक व्हीडिओ टेप प्रसारित करण्यात आली आहे. या टेपमधून अल्-कायदाने आता भारतात शाखा उघडण्याची घोषणा केली आहे. त्यांना आता भारतावर लक्ष केंद्रित करायचे आहे आणि भारतात एक नवा जिहाद सुरू करायचा आहे. या संघटनेला दक्षिण आशिया उपखंडामध्ये एक नवीन इस्लामिक राज्य निर्माण करायचे आहे. त्यांचे असे म्हणणे आहे, की दक्षिण आशिया उपखंडामधील जे मुसलमान आहेत त्यांची विभागणी भौगोलिक सीमारेषांमध्ये, राष्ट्रांमध्ये झालेली आहे. म्हणजे काही मुसलमान पाकिस्तानमध्ये आहेत, काही बांगलादेशात आहेत, काही भारतात आहेत आणि काही म्यानमारमध्ये आहेत. त्यांना या चार देशातील मुसलमानांना एकत्रित करून हे नवे इस्लामिक राज्य तयार करायचे आहे. यासाठी भारतीय उपखंडातील सर्व मुस्लिमांनी एकत्र यावे आणि या कारवाईमध्ये योगदान द्यावे असे आवाहन अल्-कायदाने केले आहे.

अल जवाहिरी कोण?

अल्-कायदाचा सध्याचा म्होरक्या असलेला हा अल जवाहिरी कोण? तर २०११ मध्ये या संघटनेचा नेता ओसामा बिन लादेन मारला गेला आणि त्यानंतर जवाहिरीकडे या संघटनेचे नेतृत्व आले. पण २००५ नंतरच्या काळात पश्चिम आशियामधील अल्-कायदाचा प्रभाव हळूहळू कमी होऊ लागला होता. म्हणून मग अल्-कायदामधून काही लोक फुटून बाहेर पडले आणि त्याच्यातून एक इसिस नावाची संघटना अस्तित्त्वात आली. इसिस म्हणजे इस्लामिक स्टेट ऑफ इन इराक अँड लेव्हंट. या संघटनेने इराण आणि सीरियामध्ये इस्लामिक राज्य निर्माण केले. त्याला ते खलिफत असे म्हणतात. या इसिसचा नेता असलेल्या अबू बक्र बगदादीने स्वतःला खलिफा घोषित केलेले आहे.

दक्षिण आशियाकडे लक्ष का वळवले?

आता प्रश्न असा निर्माण होतो, की अल्-कायदाने आणि जवाहिरीने आपले लक्ष दक्षिण आशियाकडे का वळवले? आतापर्यंत ते पश्चिम आशियामध्ये म्हणजे मुख्यतः मुस्लिम राष्ट्रांमध्येच

कार्यरत होते. पण आता पश्चिम आशियामध्ये अबू बक्र बगदादीची सत्ता निर्माण झाली आहे. त्याची लोकप्रियताही अधिक आहे आणि अनेक जिहादी, दहशतवादी संघटनांमधील लोक त्याच्याकडे वळत आहेत. अल्-कायदा आणि इसिस या दोन्हीही सुन्नी संघटना आहेत; पण त्यांच्यात फूट पडलेली आहे. जवाहिरीला पश्चिम आशियामध्ये आपले पाय पसरण्यासाठी वावच उरलेला नसल्याने त्याने आपला मोर्चा दक्षिण आशियाकडे वळवला आहे.

यामागचे आणखी एक कारण म्हणजे इराक, चीन, रशिया, सीरिया आदी संपूर्ण जगभरात ज्या जिहादी चळवळी चालू आहेत त्यांना प्रामुख्याने दोन देशांमधून योद्धे किंवा दहशतवादी पुरवले जातात. यामध्ये पहिला देश आहे पाकिस्तान, दुसरा बांगलादेश आहे आणि आता त्यांचे लक्ष भारताकडे आहे. भविष्यात भारत हा एक महत्त्वाचा स्त्रोत ठरू शकत असल्यामुळे त्यांनी आपले लक्ष दक्षिण आशियावर केंद्रित केले आहे.

तरुणांना भडकावण्यासाठी सोशल मीडियाचा वापर

याबाबत एक गोष्ट लक्षात घ्यावी लागेल, की एका पाकिस्तानी धर्मगुरूंनी इसिसला असे सांगितले होते, की आम्ही दक्षिण आशिया उपखंडातून पाच लाख मुस्लिम तरुण तुमच्याकडे पाठवू.' यानंतर कल्याणमधील चार इस्लामिक तरुण अचानकपणे बेपत्ता झाल्याची घटना समोर आली आणि ते इस्लामिक स्टेट या संघटनेसोबत गेल्याचे दिसून आले. हे चारही तरुण तेथे इराक सरकारविरुद्ध लढत होते आणि यातील एक तरुण अलीकडेच मारला गेला. ही घटना म्हणजे टीप ऑफ आईसबर्ग किंवा हिमनगाचे टोक किंवा एक चाहूल आहे असे म्हणावे लागेल. असे अनेक लोक भारतातून तिकडे जाऊन त्यांना सामील झालेले आहेत. युरोपमधील अमेरिका, इंग्लंड, फ्रान्स, जर्मनी येथूनही अनेक तरुण या संघटनेशी जोडले जात आहेत. याचे कारण म्हणजे या दहशतवादी जिहादी संघटनांनी सोशल मीडियाचा वापर सुरू केला आहे. सोशल मीडियावरून त्यांनी मुस्लिम तरुणांची डोकी भडकवणारे, त्यांना चुकीचा मार्ग दाखवणारे, चिथावणी देणारे त्यांचे साहित्य उर्दुमधून प्रसारित करण्यात सुरुवात केलेली आहे. इंटरनेट, सोशल मीडिया, फेसबुक यावरून ते अशा तरुणांना आवाहन करत आहेत. यामध्येही त्यांचे भारताकडे अधिक लक्ष असण्याचे कारण म्हणजे भारतात सुशिक्षित मुस्लिमांचे प्रमाण अधिक आहे. त्यांनी माहिती आणि तंत्रज्ञानाचे (इन्फर्मेशन अँड टेक्नॉलॉजी) शिक्षण घेतलेले आहेत, त्यांना सॉफ्टवेअर इंजिनिअरींगची, व्यवस्थापन शाखेची जाणीव आहे. त्यांच्याकडेच या संघटनेचे लक्ष आहे. आजवर अल्-कायदाची भारतात शाखा नव्हती. इथे ज्या दहशतवादी संघटना कार्यरत आहेत त्या लष्कर-ए-तैय्यबा, जैश-ए-महम्मद, हरकत-उल-अन्सार, हिज्बुल-मुजाहिद्दीन या आहेत. यापैकी जैश-ए-महम्मद ही संघटना काश्मीरमध्ये कार्यरत आहे. या सर्व संघटना अल्-कायदाकडे प्रशिक्षणासाठी जात असत, पण त्यांचा प्रत्यक्ष या संघटनेशी संबंध नव्हता. आता जवाहिरीच्या टेपपासून अल्-कायदाचा भारताशी प्रत्यक्ष संबंध येण्यास सुरुवात झाली आहे.

भारतासाठी धोक्याची घंटा

अफगाणिस्तानमधून अमेरिकन आणि नाटो सैन्य माघारी गेल्यास तिथे प्रचंड मोठी राजकीय पोकळी निर्माण होईल. त्यामुळे तिथे पुन्हा एकदा तालिबानच्या हातात सत्ता जाण्याची शक्यता आहे. यापूर्वी ज्याप्रमाणे अल्-कायदाने अफगाणिस्तानची भूमी दहशतवादी कारवायांसाठी वापरली होती तशाच पद्धतीने भारतामध्ये नवा जिहाद करण्यासाठी ते अफगाणिस्तानची भूमी पुन्हा वापरू शकतात. ही भारतासाठी प्रचंड मोठी धोक्याची घंटा आहे. आणि म्हणूनच भारतीय मुस्लिम तरूण याकडे आकर्षित होऊ नयेत म्हणून भारतीय शासनाने जाणीवपूर्वक प्रयत्न करणे आवश्यक आहे.

भारताने काय करायला हवे?

सर्वसाधारणपणे या जिहादी संघटनांकडे अशिक्षित, बेरोजगार मुस्लिम तरुण चटकन आकर्षित होत असतात. त्यामुळेच मुस्लिम समुदायामधील गरिबी, असुरक्षितता, बेरोजगारी दूर करण्यावर भर देणे, त्यांना समाजाच्या मुख्य प्रवाहामध्ये सामील करून घेण्यासाठी प्रयत्न करणे, ते खोट्या अपप्रचाराला बळी पडू नयेत म्हणून योग्य ती काळजी घेणे यासाठी शासनाने पावले उचलणे गरजेचे आहे.

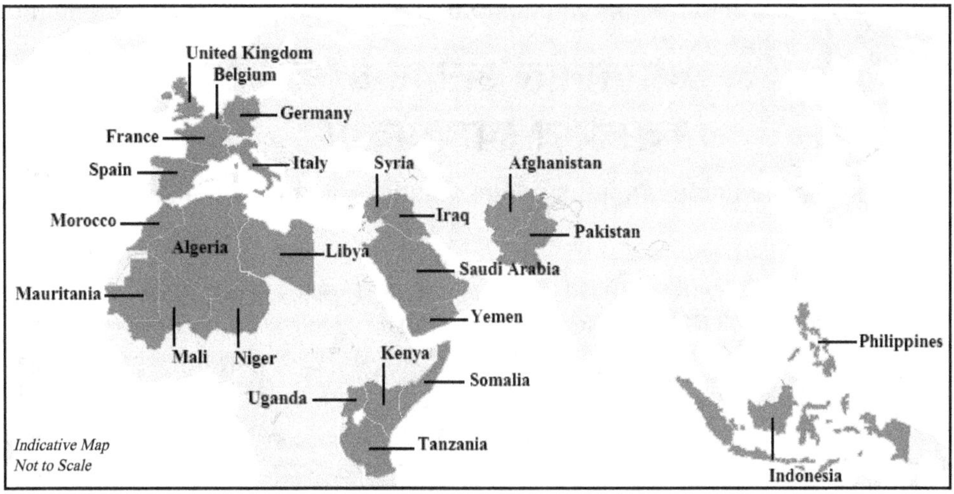

अल्-कायदाच्या लक्ष्यावर असलेली राष्ट्रे

दुसरी गोष्ट म्हणजे भारताने आजवर पश्चिम आशियातील मुस्लिम राष्ट्रांकडे दुर्लक्ष केले आहे. आपले अजूनही कोणत्याही मुस्लिम राष्ट्रांबरोबर संरक्षण करार झालेला नाही. त्यामुळे मध्य आशियामध्ये जेव्हा जेव्हा एखादे संकट उद्‌भवते तेव्हा भारताला एका मध्यस्थाची गरज भासते. यासाठी एखादा सरदार, एखादा राजा यांच्या मदतीने परिस्थिती आटोक्यात आणावी लागते. अलीकडेच इराकमध्ये आपल्या ४२ परिचारिका अडकून पडल्या होत्या. त्यांना मायदेशी परत आणण्यासाठी भारताला सौदी अरेबियाची मदत घ्यावी लागली. सौदी अरेबियाने इस्लामिक स्टेटशी चर्चा केली आणि मग त्यांची सुटका झाली. म्हणजे प्रत्यक्ष प्रभाव पाडण्याची आपली तयारी आज नाही. म्हणूनच या राष्ट्रांमध्ये आपला राजनैतिक प्रभाव पाडण्यासाठी तिथल्या राष्ट्रांसोबत संरक्षण करार करण्यास सुरुवात करणे गरजेचे आहे. यासाठी मुस्लिम राष्ट्रांना विश्वासात घेण्याची गरज आहे. पाकिस्ताननंतर सर्वांत जास्त सुन्नी मुस्लिम भारतात आहेत. त्याचबरोबर इराणनंतर सर्वांत जास्त शिया मुस्लिम भारतात आहेत. आपल्याला याचा फायदा करून घेता आला पाहिजे. पश्चिम आशियाच्या राजकारणात भारताने सक्रिय भूमिका बजावण्याची गरज आहे. मुस्लिम राष्ट्रांविषयी आपण स्पष्ट धोरण आखणे आवश्यक आहे. जवाहिरीच्या टेपनंतर वाढलेला धोका लक्षात घेऊन या सर्वांबाबत गांभीर्याने विचार करून वेगाने पावले उचलली गेली पाहिजेत.

काही दिवसांपूर्वी काश्मीरच्या कुपवाडा जिल्ह्यामध्ये १९ दहशतवादी पकडले गेले. हे दहशतवादी पाकिस्तानातून पाठवले गेलेले नव्हते, तर ते काश्मीरी तरुण होते. म्हणजे भारतीय तरुण आकर्षित होऊन जैश-ए-मोहम्मद या संघटनेला सामील झालेले होते. यापूर्वी असे कधी घडलेले नव्हते. आजवर सीमेपलीकडून दहशतवादी यायचे. ते पाकिस्तानी नागरिक असायचे, पाकिस्तान त्यांना प्रशिक्षण देऊन भारतात पाठवत असे. पण आता भारतातले तरुण दहशतवादाकडे आकर्षित झाल्याचे उदाहरण समोर येणे हीदेखील एक गंभीर बाब असून धोक्याची घंटा आहे. भारतातील मुस्लिम तरुणांना दहशतवादी संघटनांकडे का आकर्षित व्हावे वाटत आहे, याचा विचार करणे गरजेचे आहे. यासाठी या संपूर्ण प्रश्नाकडे सामाजिक, आर्थिक, राष्ट्रीय आणि आंतरराष्ट्रीय दृष्टिकोनातून पाहिले पाहिजे.

■

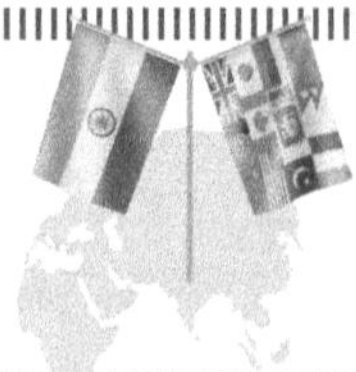

भारतातील अंतर्गत दहशतवाद : स्वरूप व उपाययोजना

दहशतवाद हा एक आंतरराष्ट्रीय प्रश्न आहे. आंतरराष्ट्रीय समुदायांपैकी १९३ पैकी १०० देशांना दहशतवादाच्या समस्येने ग्रासलेले आहे. त्यामुळे हा भारतापुरता मर्यादित असणारा प्रश्न नाही. दहशतवादाचे स्वरुप बदललेले आहे. त्यांचे तंत्र, हिंसा करण्याचे प्रकार, माध्यमे यांमध्ये बदल झालेला आहे आणि ते दिवसेंदिवस प्रगत होत चालले आहे. बहुतांश देश दहशतवादाची समस्या हाताळण्यासाठी, त्याचे नियंत्रण करण्यासाठी पोलिस यंत्रणेवर अवलंबून न राहता सैन्याचा, राष्ट्रीय सुरक्षा दलाचा वापर करतात. आपण मात्र दहशतवादाकडे कायदा आणि सुव्यवस्थेच्या दृष्टिकोनातून पाहत आहोत. त्यामुळे आपल्याला पोलिसांकडूनच त्याचे व्यवस्थापन करण्यावर अधिकाधिक भर द्यावा लागत आहे. आजही आपण दहशतवादाला भारतामध्ये राष्ट्रीय समस्या किंवा राष्ट्रीय सुरक्षेशी निगडित प्रश्न म्हणून पाहत नाही. त्यामुळे आपल्याला सैन्याचा वापर दहशतवादाची समस्या सोडवण्यासाठी करता येत नाही. अमेरिका, इस्त्राईलमध्ये ज्या-ज्यावेळी दहशतवादी हल्ले होतात त्यावेळी तेथे राष्ट्रीय आणीबाणी जाहीर केली जाते. परिणामी, दहशतवाद्यांच्या मुकाबल्यासाठी सैन्याची मदत घेणे शक्य होते. भारतामध्ये मात्र हा केंद्र आणि राज्य यांच्या संघर्षाचा मुद्दा बनला आहे. केंद्राला यातून मार्ग काढायचा आहे. त्यासाठी मागील वर्षी 'नॅशनल काऊंटर टेररिझम सेंटर'ची संकल्पना मांडली. कारण केंद्राला आता याकडे राष्ट्रीय समस्या म्हणून पाहायचे आहे. ही स्थानिक समस्या नाही. कारण भारतामध्ये दहशतवादी कारवाया करणाऱ्या संघटनांचे संबंध हे आंतरराष्ट्रीय संघटनांबरोबर आहेत. भारताच्या राष्ट्रीय सुरक्षेला जेवढा धोका चीनपासून नाही तेवढा दहशतवादाच्या समस्येमुळे आहे.

भारताच्या राष्ट्रीय सुरक्षेला जेवढा धोका चीनपासून नाही तेवढा दहशतवादाच्या समस्येमुळे आहे. केवळ भारताचीच नाही तर अमेरिका, रशिया, चीन, पाकिस्तान, बांगलादेश आणि श्रीलंका यांसारख्या अनेक लहान-मोठ्या राष्ट्रांची सुरक्षा दहशतवादामुळे धोक्यात आली आहे. आंतरराष्ट्रीय राजकारणात आता राष्ट्राराष्ट्रांमध्ये युद्ध होत नाहीत. राष्ट्रांमधील वाढत्या आर्थिक परस्परावलंबीत्वामुळे युद्धाचा घटक आता कालबाह्य झाला आहे. राष्ट्रांमधील युद्ध होत नसली तरी हिंसाचार मात्र थांबलेला नाही. दुसऱ्या महायुद्धात जेवढी मनुष्यहानी झाली नाही तेवढी मनुष्यहानी १९९१ ते २०१३ या काळात झाली आहे. या मागचे मुख्य कारण राष्ट्रांमधील अंतर्गत संघर्ष हे आहे. दहशतवाद हा अशाच स्वरूपाचा एक संघर्ष आहे की ज्यामुळे मोठ्या प्रमाणावर जीवित व वित्त हानी होत आहे.

जागतिकीकरण आणि दहशतवाद

दहशतवाद हा आंतरराष्ट्रीय राजकारणात पूर्वीपासून जरी असला, तरी १९९० नंतर त्याचे एक भीषण रूप जगापुढे आले आहे. दहशतवादाचे स्वरूप पूर्वी राजकीय होते ते आता धार्मिक बनले आहे. १९८९ पासून भारताची अंतर्गत सुरक्षा दहशतवादाच्या प्रश्नामुळे धोक्यात आली आहे. भारतामधील दहशतवादाचे स्वरूप समजावून घेण्यापूर्वी प्रथम जागतिकीकरणाच्या प्रक्रियेमुळे दहशतवादाचे स्वरूप कसे आंतरराष्ट्रीय बनले आहे, दक्षिण आशियामध्ये दहशतवादाचा प्रसार कसा झाला हे थोडक्यात समजावून घ्यायला हवे.

एकविसाव्या शतकात जागतिकीकरणाची प्रक्रिया गतिमान होण्याबरोबरच दहशतवादाचे सक्षमीकरण झाल्याचे दिसते. जागतिकीकरणाच्या प्रक्रियेअंतर्गत ज्याप्रमाणे वस्तूंची सीमापार वाहतूक सुरळीत बनली त्याचप्रमाणे शस्त्रास्त्रे, आरडीएक्ससारखी स्फोटके, अमली पदार्थ,

विध्वंसक शस्त्रास्त्रांचे तंत्रज्ञान यांच्या सीमापार हस्तांतरणाला गती मिळाली. जागतिकीकरणाच्या प्रक्रियेमुळे अनेक दहशतवादी संघटनांची आंतरराष्ट्रीय पातळीवरून कार्य करण्याची क्षमता वाढली. दहशतवादी संघटनांचे सक्षमीकरण एवढ्या मोठ्या प्रमाणात झाले की त्यांच्या आव्हानांचा सामना करणे, एका राष्ट्राला शक्य नव्हते. अल्-कायदासारख्या दहशतवादी संघटनांच्या शाखा ५०हून अधिक राष्ट्रांमध्ये विखुरलेल्या असल्यामुळे त्यांच्यावर कारवाई करण्यासाठी आंतरराष्ट्रीय पातळीवर सामूहिक प्रयत्नांशिवाय पर्याय नव्हता. दहशतवादाच्या रूपाने राष्ट्रांच्या पुढे उभ्या राहिलेल्या शत्रूचे स्वरूप अदृश्य असल्यामुळे त्याविरुद्ध कारवाई करणे अवघड होऊन बसले होते. जसे १९६२ साली भारताला चीन आपला शत्रू असल्याचे व त्याच्याकडून आपल्या भूमीवर आक्रमण झाल्याचे माहीत होते. त्यामुळे चीनच्या आक्रमणाचा प्रतिकार करता आला. तथापि दहशतवादाच्या बाबतीत असे नाही. गेल्या एका दशकापासून भारतावर सातत्याने दहशतवादी हल्ले होत आहेत. पण कारवाई नेमकी कोणाविरुद्ध करायची हा मोठा प्रश्न आहे. कारण दहशतवादी संघटनांचे विशिष्ट असे ठिकाण नाही. दहशतवादाचे स्वरूप अमूर्त असल्यामुळे त्यांच्या विरुद्धची कारवाई अवघड होऊन बसली आहे.

अनेक राष्ट्रे दहशतवादापुढे हतबल होताना दिसत आहेत. सीमापार दहशतवादाच्या समस्येने राष्ट्रांची डोकेदुखी अधिकच वाढली आहे. सीमापार दहशतवादाचे पुरावे देणे किंवा त्याला सिद्ध करणे अवघड असल्यामुळे आणि दहशतवादाला प्रोत्साहन देणाऱ्या राष्ट्रांविरुद्ध दंडात्मक कारवाई करण्यासंबंधीची कोणतीही तरतूद आंतरराष्ट्रीय कायद्यात किंवा संयुक्त राष्ट्र संघटनेच्या घटनेत नसल्यामुळे अनेक राष्ट्र आपल्या शत्रूराष्ट्रांना अडचणीत आणण्यासाठी दहशतवादाच्या साधनांचा सर्रास वापर करत आहेत. पाकिस्तान याचे उत्तम उदाहरण आहे. भारतापुढे समोरासमोर येऊन किंवा युद्ध करून काश्मीरचा, सियाचीनचा किंवा सरक्रिकचा प्रश्न सुटणार नसल्याची कल्पना पाकिस्तानला असल्यामुळे पाकिस्तानने भारताविरुद्ध १९८९ पासून दहशतवादाच्या माध्यमातून हल्ले, युद्ध किंवा प्रॉक्सी वॉर सुरू केले. पाकिस्तानमध्ये गेल्या दोन दशकांपासून भारतात सुरू केलेल्या या छुप्या युद्धामुळे एक लाखाहून अधिक निष्पाप लोकांना आपला प्राण गमवावा लागला आहे.

भारत आणि पाकिस्तानमधील सीमापार दहशतवादाच्या प्रश्नामुळे दोन्ही देशांमध्ये संवादाचे आणि परस्परविश्वास निर्मितीची प्रक्रिया खंडित झाली आहे. पाकिस्तान जोपर्यंत भारतातील दहशतवादी हिंसाचाराला मदत करणे थांबवणार नाही तोपर्यंत पाकिस्तानबरोबर कोणत्याही प्रकारची चर्चा करायची नाही अशी भूमिका भारताने घेतली होती. विशेष म्हणजे माजी पंतप्रधान मनमोहन सिंग यांनी आपल्या पंतप्रधान पदाच्या कालखंडात एकदाही पाकिस्तानला भेट दिलेली नाही. पाकिस्तानला भेट न देण्यामागचे मुख्य कारण सीमापार दहशतवादाचेच होते. नोव्हेंबर २०१३ मध्ये न्यूयॉर्क येथे झालेल्या संयुक्त राष्ट्राच्या आमसभेच्या वार्षिक बैठकीत बोलताना पंतप्रधान मनमोहन सिंग यांनी पाकिस्तानला दहशतवादाचे आंतरराष्ट्रीय केंद्र म्हणून संबोधले होते. सध्या भारत आणि पाकिस्तान यांच्यातील शांतता बोलणी पूर्णत: खंडित आहे. २००८ साली मुंबईवर झालेल्या दहशतवादी हल्ल्याचे हाफीझ सईदसारखे सूत्रधार पाकिस्तानात मुक्त संचार करत आहेत. अलीकडेच पेंटागॉन या अमेरिकेच्या सुरक्षा समितीनेही भारतात आणि अफगाणिस्तानात थैमान घालणाऱ्या दहशतवाद्यांचे मूळ हे पाकिस्तानातच असल्याचे आपल्या अहवालातून स्पष्टपणाने उघड केले आहे. त्यामुळे भारतात होणाऱ्या दहशतवादी हल्ल्यांच्या मागे पाकिस्तानच आहे, या गोष्टीला आता अमेरिकेकडून अधिमान्यता मिळालेली आहे. जोपर्यंत या सूत्रधारांना पाकिस्तान शिक्षा करत नाही तोपर्यंत पाकिस्तानबरोबर चर्चा न करण्याचे भारताचे धोरण आहे.

दक्षिण आशिया : दहशतवादाचे नवीन केंद्र

१९९० च्या दशकात दहशतवादाचे आशिया खंडातील केंद्र पश्चिम आशियाकडून दक्षिण आशियाकडे सरकले. १९६० ते १९९० या कालावधीत पश्चिम आशियात अरब-इस्त्राईल संघर्षावर आधारित दहशतवाद फोफावला.

१९९० च्या दशकात मात्र दहशतवादाचे केंद्र पश्चिम आशियाकडून दक्षिण आशियात आले. यामागील दोन प्रमुख कारणे आहेत. पहिले कारण होते ते १९९६ साली अफगाणिस्तानमध्ये उदयाला आलेली तालिबान राजवट. पाकिस्तानच्या आर्थिक, राजकीय आणि नैतिक समर्थनावर विकसित झालेली आणि कट्टर धार्मिक मूलतत्त्ववादावर आधारलेली अफगाणिस्तानानातील तालिबान राजवट दक्षिण आशियात दहशतवादाच्या प्रसाराला मुख्यत्वे जबाबदार ठरली. या राजवटीअंतर्गत अनेक प्रशिक्षण वर्ग दहशतवाद्यांसाठी चालवले गेले आणि त्यातून प्रशिक्षित झालेल्या दहशतवाद्यांना आफ्रिकेत, रशिया, चीन तसेच भारतात पाठवले गेले. तालिबान राजवटीने अल्-कायदासारख्या आंतरराष्ट्रीय दहशतवादी संघटनेला आश्रय दिला. १९९६ ते २००२ या पाच वर्षांच्या काळात, पश्चिम, मध्य व दक्षिण आशियात धार्मिक मूलतत्त्वावादाने प्रभावित झालेला दहशतवाद बोकाळला. दक्षिण आशियात दहशतवादाचा प्रसार होण्यामागे दुसरे महत्त्वाचे कारण म्हणजे अमेरिकेने आंतरराष्ट्रीय दहशतवादाविरुद्ध जे युद्ध २००१ नंतर सुरू केले, त्याची सुरुवात अफगाणिस्तानमध्ये झाली. ११ सप्टेंबर, २००१ रोजी अमेरिकेवर झालेल्या दहशतवादी हल्ल्यामागचा मुख्य आरोपी ओसामा-बिन-लादेन अफगाणिस्तानमध्ये लपला असल्याची शक्यता असल्यामुळे अमेरिकेने अफगाणिस्तानमधील तालिबान राजवटीविरुद्ध लष्करी मोहीम उघडली होती. या लष्करी मोहिमेला पाकिस्तानने प्रत्यक्ष तर भारताने अप्रत्यक्ष मदत करण्याची घोषणा केली होती. त्यामुळे भारत व पाकिस्तान ही दोन्ही राष्ट्रे अल्-कायदाच्या हिट लिस्टवर आहेत. अशा प्रकारे दक्षिण आशिया दहशतवादामुळे आंतरराष्ट्रीय समुदायाचे लक्ष्य बनला.

दहशतवाद व भारतातील अंतर्गत सुरक्षा

भारताच्या अंतर्गत सुरक्षेला धोक्यात आणणाऱ्या प्रमुख घटकांपैकी दहशतवाद हा एक घटक आहे. १९८९ ते २०१३ अशा दोन दशकांहून अधिक काळात भारतात शेकडो दहशतवादी हल्ले झाले असून त्यात एक लाखहून अधिक लोकांना आपला प्राण गमवावा लागला आहे. असे असूनही दहशतवादाच्या समस्येचा सामना करण्यासाठी राष्ट्रीय पातळीवरून एखादे सर्वसमावेशक धोरण अद्यापही बनवण्यात आले नाही ही अतिशय खेदाची आणि दुर्दैवाची बाब आहे. दहशतवादाच्या समस्येचा सामना करण्यात भारताला येत असलेल्या अपयशाची कारणमीमांसा करण्यापूर्वी प्रथम भारतात दहशतवादाचा प्रसार कसा व का झाला हे समजावून घेणे गरजेचे आहे.

भारतात दहशतवादाचा प्रसार हा दोन टप्प्यांमध्ये घडून आला. पहिला टप्पा हा १९८९ ते २००१ असून या काळात दहशतवादी कारवायांचे क्षेत्र हे मुख्यत्वे भारतातील जम्मू आणि काश्मीर राज्य होते. १९८० च्या दशकाच्या उत्तरार्धात पाकिस्तानचे तत्कालीन लष्करी हुकूमशाह जनरल झिया-उल-हक यांनी भारतातील जम्मू आणि काश्मीर राज्यात अस्थिरता निर्माण करण्यासाठी एक योजना आखली जी 'लाहोर योजना' या नावाने प्रसिद्ध आहे. त्यानुसार काही दहशतवादी संघटनांच्या माध्यमातून जम्मू आणि काश्मीरमध्ये अस्थिर परिस्थिती निर्माण करण्याचे ठरवले गेले. या दहशतवादी संघटनांना पाकव्याप्त काश्मीरमध्ये प्रशिक्षण देण्याची जबाबदारी पाकिस्तानची गुप्तहेर संघटना आयएसआयकडे सोपवण्यात आली. या टप्प्याचे महत्त्वाचे वैशिष्ट्य म्हणजे या टप्प्यातील दहशतवाद हा जम्मू-काश्मीरपुरता मर्यादित होता आणि त्यासाठी पाकिस्तानातून प्रशिक्षित दहशतवादी पाठवले गेले. भारतातील दहशतवादाच्या प्रसाराचा दुसरा टप्पा हा २००१ नंतर सुरू झाला. या संदर्भात पाकिस्तानमध्ये आयएसआयच्या पुढाकाराने जी योजना आखली गेली तिला 'कराची योजना' किंवा 'कराची प्लॅन' असे म्हणतात. त्यानुसार दहशतवादी कारवायांचे क्षेत्र हे केवळ काश्मीरपुरते मर्यादित न ठेवता त्याचा विस्तार संपूर्ण भारतात केला जावा असे ठरवण्यात आले. भारतातील प्रमुख शहरे, व्यापारी केंद्रे, तीर्थक्षेत्रे, धार्मिक उपासनेचे स्थळ आणि हिंदू-मुस्लिम ऐक्यासाठी प्रसिद्ध असलेली ठिकाणे दहशतवादी हल्ल्याची लक्ष्य बनवावीत असे ठरवण्यात आले. या टप्प्याचे दुसरे महत्त्वाचे वैशिष्ट्य म्हणजे पाकिस्तानातून दहशतवादी

पाठवण्याऐवजी भारतातूनच दहशतवादी कसे निर्माण केले जाऊ शकतील यावर भर दिला गेला. पाकिस्तानच्या या प्रयत्नातूनच भारतात इंडियन मुजाहिदीनसारखे गट उदयाला आले. ज्यात स्थानिकांचा समावेश आहे. ज्याप्रमाणे इंडियन मुजाहिदीनच्या उदयात पाकिस्तानची गुप्तहेर संघटना आयएसआयचा हात आहे त्याचप्रमाणे या गटाच्या उदयाला आणखी एक महत्त्वाचे कारण आहे ते म्हणजे भारतातील आणि विशेषकरून गुजरातमधील जातीय दंगलीचे. या दंगलीमध्ये झालेल्या अत्याचाराचा सूड घेण्यासाठी काही मुस्लिम तरुण हे इंडियन मुजाहिदीनसारख्या गटाकडे वळल्याचे दिसते. गेल्या एक दशकात मुंबईत जो दहशतवादी हिंसाचार झाला त्यामागे गुजरातमधील जातीय दंगलीची पार्श्वभूमी होती.

भारतातील अनेक मोठ्या शहरांमधून दहशतवादी हल्ले, बॉम्बस्फोट मालिका सातत्याने होत आहेत. या हल्ल्यामधला धार्मिक अंश हा चिंतेचा घटक आहे. भारतातील दहशतवाद हा धार्मिक मूलतत्त्ववादाच्या भावनेने प्रेरित झालेला दिसतो. अनेकदा आशिया खंडातील धार्मिक संघर्षाचे पडसाद भारतातील दहशतवादी हिंसाचारात उमटताना दिसतात. याचे ताजे उदाहरण म्हणजे बोधगया येथे झालेले बॉम्बस्फोट. या बॉम्बस्फोटाची मुळे ही म्यानमारमधील रोहिंग्या या अल्पसंख्याक मुस्लिम समुदायाच्या प्रश्नात आहे. म्यानमारमधील रोहिंग्या समुदायात आणि तेथील बुद्धधर्मियांमध्ये जो जातीय संघर्ष चाललेला आहे त्याचे पडसाद हे बोधगया येथील बॉम्बस्फोट मालिकेत पडताना दिसतात. त्याचप्रमाणे पश्चिम आशियातील अरब-इस्त्राईल संघर्षाचे पडसाद २००८ साली मुंबईवर झालेल्या दहशतवादी हल्ल्यात पडल्याचे दिसते. या हल्ल्यादरम्यान दहशतवाद्यांनी मुंबईमधील ज्यू लोकांना आणि त्यांच्या निवासस्थानांना लक्ष्य बनवले.

दहशतवादाच्या समस्येच्या व्यवस्थापनाचे आव्हान

भारत गेल्या दोन दशकांपासून दहशतवादी हिंसाचारात होरपळून निघत आहे. तथापि या समस्येचे व्यवस्थापन कसे करायचे याविषयी भारतात एकमत नाही. २००१ साली अमेरिकेवर दहशतवादी हल्ला झाला त्यानंतर आतापर्यंत अमेरिकेवर एकही एवढा भीषण हल्ला झालेला नाही. याचे श्रेय जाते ते अमेरिकेने दहशतवादाविरुद्ध उचललेल्या ठोस पावलांना. दहशतवादी हल्ला झाल्यानंतर अमेरिकेने त्वरित महत्त्वाकांक्षी 'होमलँड सिक्युरिटी ॲक्ट' मंजूर केला. त्याचबरोबर २००५ साली राष्ट्रीय गुप्तहेर कायदा बनवून गुप्तहेर संघटनांची भूमिका निश्चित केली. अफगाणिस्तानवर लष्करी कारवाई करत तेथील तालिबान राजवट नष्ट केली. याचा परिणाम म्हणून अमेरिका स्वत:ला दहशतवादी हल्ल्यापासून वाचवू शकला. भारतात मात्र सातत्याने दहशतवादी हल्ले होत असतानाही या समस्येला आटोक्यात आणण्यासाठी कोणतेही राष्ट्रीय सुरक्षा धोरण किंवा राष्ट्रीय सुरक्षा कायदा राजकीय इच्छाशक्तीच्या अभावामुळे बनवण्यात आला नाही. अशा कायद्याच्या अभावामुळे भारतात दहशतवाद्यांना हिंसाचारासाठी मोकळे रान मिळत आहे. भारतात ज्यावेळी एखादा दहशतवादी हल्ला होतो त्यावेळी केंद्र सरकार व राज्य सरकार, केंद्रीय गुप्तहेर संघटना व राज्याच्या गुप्तहेर संघटना, केंद्रीय गृह मंत्रालय व राज्यांचे गृह मंत्रालय यांच्यात आरोप प्रत्यारोपाचे आणि आपली जबाबदारी झटकण्याचे सत्र सुरू होते. हा वादविवाद चालू असतानाच दुसरा दहशतवादी हल्ला होऊन जातो. २००८ साली मुंबईवर दहशतवादी हल्ला झाल्यानंतर तत्कालीन केंद्रीय गृहमंत्री पी. चिदंबरम यांनी भविष्यात दहशतवादाचा सामना करण्यासाठी एका चतुःसूत्री कार्यक्रमाची घोषणा केली. त्यानुसार (१) भारतात नॅटग्रिड व्यवस्था निर्माण केली जाईल (२) बेकायदेशीर हालचाली प्रतिबंधक कायद्यात सुधारणा केली जाईल (३) पोलीस दलाचे आधुनिकीकरण केले जाईल व (४) राष्ट्रीय दहशतवादविरोधी केंद्राची स्थापना केली जाईल. या चार धोरणांचा समावेश होता. यावर पूर्णपणे कारवाई होऊ शकलेली नाही.

भारतात दहशतवादाच्या प्रश्नाकडे कायदा आणि सुरक्षेचा प्रश्न म्हणून पाहिले जाते. कायदा आणि सुरक्षा हा घटक राज्यांच्या अखत्यारिमधील विषय आहे. त्यामुळे पोलीस यंत्रणेच्या माध्यमातून दहशतवादाचा सामना केला जातो. दहशतवादाच्या समस्येच्या व्यवस्थापनात केंद्र शासनाची आणि

केंद्रीय सुरक्षा दलाची भूमिका महत्त्वाची असायला हवी. तथापि घटनात्मक तांत्रिक अडचणींमुळे हे शक्य होत नाही. म्हणूनच केंद्र शासनाने यावर तोडगा काढण्यासाठी राष्ट्रीय दहशतवादविरोधी केंद्राची (नॅशनल काउंटर टेरॅरिझम सेंटर) कल्पना पुढे आणली. तथापि घटकराज्यांच्या विरोधामुळे ही योजना प्रत्यक्षात आलेली नाही. भारतात दहशतवादाच्या समस्येचे खऱ्या अर्थाने व्यवस्थापन करायचे असेल तर दहशतवादाला कायदा आणि सुरक्षेच्या प्रश्नावरच केंद्रीय गुन्हा (फेडरल क्राईम) मानले गेले पाहिजे व हा गुन्हा रोखण्यासाठी अमेरिकेतील 'होमलँड सिक्युरिटी ॲक्ट'च्या धर्तीवर भारतात एक सर्वसमावेशक राष्ट्रीय कायदा बनवायला हवा. ■

काश्मीरमधील राजकीय असंतोषावर उपाययोजना आवश्यक

प्रंतप्रधान नरेंद्र मोदींची जम्मू आणि काश्मीरची धावती भेट २ जुलै, २०१४ रोजी पार पडली. या भेटीचा मुख्य उद्देश हा प्रामुख्याने विकासात्मक असल्याने अनेक वादग्रस्त मुद्द्यांवर त्यांनी वक्तव्य टाळले. दोन महत्त्वाकांक्षी रेल्वे प्रकल्प आणि एका विद्युत प्रकल्पाचे उद्घाटन आणि त्याचबरोबर जम्मू, कटरा, ऊरी आणि श्रीनगरला भेटी असे या दौऱ्याचे स्वरूप होते. भेटीदरम्यान राज्यातील फुटीरतावादी संघटनांनी बंदचे आव्हान दिले होते. नरेंद्र मोदींनी आपल्या भाषणात जम्मू आणि काश्मीरच्या आर्थिक विकासावर, साधनसामग्रीच्या विकासावर भर दिला. तथापि मोदींनी एक गोष्ट प्रामुख्याने लक्षात घेणे गरजेचे आहे आणि ती म्हणजे काश्मीरच्या केवळ आर्थिक विकासाने तेथील वाढता राजकीय असंतोष शमणार नाही. त्यासाठी आर्थिक उपाययोजनांशिवाय काही ठोस राजकीय स्वरूपाचे निर्णय त्यांना घ्यावे लागणार आहेत.

वाढता राजकीय असंतोष :

यूपीए शासनाच्या दहा वर्षांच्या काळात काश्मीरसंबंधी राजकीय मुद्द्यांवर निर्णय जाणीवपूर्वक टाळले गेले. जम्मू आणि काश्मीर राज्याचा राजकीय दर्जा ठरवणे, केंद्राने १९५२ नंतर या राज्यासाठी केलेल्या सर्व कायद्यांचे पुनर्मूल्यांकन करणे, कलम ३७० संबंधीचा वाद, भारतीय लष्कराचे काश्मीर खोऱ्यातील वास्तव्य, त्यांना बहाल करण्यात आलेले विशेषाधिकार, लष्करावर मानव अधिकारांच्या उल्लंघनाचे होत असलेले आरोप ही काश्मीरमधील वाढत्या राजकीय असंतोषाची मुख्य कारणे आहेत. या बाबतीत गेल्या दहा वर्षांत यूपीए शासनानी कोणताही ठोस निर्णय टाळला. काही समित्या आणि अभ्यासगटांची स्थापना करून या प्रश्नांना बगल देण्याचा प्रयत्न केला. २ जुलै दरम्यान नरेंद्र मोदींनी ज्या आर्थिक विकासाचे स्वप्न जम्मू-काश्मीरला दाखवले तेच मनमोहन सिंग यांनीही यापूर्वीही दाखवले होते. त्यांनी राज्याच्या विकासासाठी ३७ हजार कोटी रुपयांची एक मोठी विकास योजना आखली. त्या अंतर्गत जम्मू-काश्मीरमध्ये शिक्षण, आरोग्य, रोजगार निर्मिती, साधनसामग्रीचा विकास, रस्ते व लोहमार्गाचा विकास, पर्यटनाचा विकास यावर भर दिला होता. रस्ते व लोहमार्गाचा विकास, पर्यटनाचा विकास यांवर भर दिला होता. रस्ते व लोहमार्गाच्या माध्यमातून जम्मू-काश्मीरला उर्वरित भारताशी जोडण्याचा यूपीए शासनाचा प्रयत्न होता. ज्या दोन रेल्वे प्रकल्पांचे उद्घाटन नरेंद्र मोदींनी केले ते यूपीए शासनाच्या काळातच पूर्ण झाले होते. तथापि एक गोष्ट लक्षात घेणे गरजेची आहे आणि ती म्हणजे या सर्व विकासकामांमुळे काश्मीरमधला राजकीय असंतोष कमी झाला नव्हता. मागच्या वर्षी जेव्हा तत्कालीन पंतप्रधान मनमोहन सिंग आणि यूपीएच्या अध्यक्षा सोनिया गांधी यांनी जम्मू-काश्मीरच्या भेटीपूर्वी दहशतवाद्यांनी केलेल्या गोळीबारात आठ लष्कराचे जवान ठार झाले होते. केवळ २०१३ मध्येच चार मोठे दहशतवादी हल्ले काश्मीर खोऱ्यात झाले होते. दहशतवाद्यांना स्थानिकांचे समर्थन

वाढत असल्याचे चित्र दिसत होते. यातून एक गोष्ट स्पष्ट होते आणि ती म्हणजे केवळ विकासकामांनी हा राजकीय असंतोष कमी होणार नाही तर मोदी शासनाला यूपीए शासनाकडून झालेल्या काही चुका दुरुस्त कराव्या लागतील आणि ठोस राजकीय निर्णय घ्यावे लागतील.

कृती करणे आवश्यक होते, पण...

मोदींना पहिले पाऊल उचलावे लागणार ते काश्मीरच्या राजकीय दर्जासंबंधीच्या वादाच्या क्षेत्रात. गेल्या काही वर्षांपासून जम्मू आणि काश्मीर राज्याचा राजकीय दर्जा ठरवण्यावरून मोठा वाद होतो आहे. भारतीय राज्यघटनेतील कलम ३७० अंतर्गत या राज्यासाठी स्वायत्ततेत जी तरतूद करण्यात आली होती, ती स्वातंत्र्योत्तर काळात केल्या गेलेल्या विविध कायद्यांमुळे बोथट बनली. या सर्व कायद्यांचे पुनर्मूल्यांकन करून कलम ३७० अंतर्गत शाश्वत करण्यात करण्यात आलेली स्वायत्तता पुन्हा बहाल करण्यात यावी अशी मागणी जम्मू आणि काश्मीरमध्ये जोर पकडते आहे. या मागणीसाठी एक मोठा उठाव २०१० मध्ये झाला होता. या उठावाला दडपण्याच्या प्रयत्नात केल्या गेलेल्या गोळीबारात अनेक लोक ठार झाले. शेकडोंना तुरुंगात डांबण्यात आले. या उठावाच्या दबावामुळे जम्मू आणि काश्मीरच्या प्रश्नावर राजकीय तोडगा काढण्यासाठी तत्कालीन यूपीए शासनाकडून एक तीन सदस्यीय समिती नेमण्यात आली. त्यामध्ये दिलीप पाडगावकर, राधाकुमार आणि एम. एस. अन्सारी या सदस्यांचा समावेश होता. या समितीने आपला अहवाल २०११ मध्ये सादर केला. त्यात जम्मू-काश्मीरसाठी केंद्राने १९५२ नंतर जे सर्व कायदे केले त्यांच्या पुनर्मूल्यांकनासाठी एका घटनात्मक समितीच्या स्थापनेची मागणी केली गेली. त्याचप्रमाणे या राज्याला काही विशेष अधिकार बहाल करण्यात यावेत अशीही शिफारस करण्यात आली. या समितीच्या शिफारशींवर कोणतीही कारवाई अद्याप झालेली नाही. २००४ साली यूपीए शासन सत्तेत आल्यानंतर तत्कालीन पंतप्रधान मनमोहन सिंग यांनी ऑल पार्टीज हुरिअत कॉन्फरन्सबरोबर बोलणी आणि वाटाघाटी करण्यास प्रारंभ केला होता. पण या बोलण्यांच्या केवळ दोनच फेऱ्या २००५ आणि २००६ साली पार पडल्या. शेवटची फेरी २००९ साली पार पडली आणि त्यानंतर बोलण्यांची ही प्रक्रिया खंडित झाली. भारतीय लष्कराचे काश्मीर खोऱ्यातील वास्तव्य, त्यांना प्राप्त झालेले विशेषाधिकार, मानव अधिकार उल्लंघनाच्या घटना या संदर्भात कोणत्याही प्रकारची चर्चा २००९ नंतर अधिकृतपणे झालीच नाही.

राजकीय निष्क्रियता जबाबदार :

२००४-२०१४ हे दशक काही अपवादात्मक घटना वगळता काश्मीर खोऱ्यासाठी शांततेचे राहिले. या शांततेचा आणि राजकीय स्थैर्याचा उपयोग केंद्र शासनाला करून घेतला आला असता. अनेक प्रलंबित प्रश्न सुटण्यासाठी पोषक परिस्थिती होती. राजकीय निष्क्रियतेमुळे काश्मीर खोऱ्यातील असंतोष वाढीला लागला. त्याचा उद्रेक २०१० मध्ये होऊन १२० लोक ठार झाले. चिंतेची बाब म्हणजे या राजकीय उदासीनता आणि निष्क्रियतेचा परिणाम म्हणून खोऱ्यातील स्थानिकांची फुटीरतावादी, दहशतवादी संघटनांविषयी सहानुभूती वाढायला लागली. गेल्या काही वर्षांत लष्कराबरोबर झालेल्या चकमकीत जे दहशतवादी मारले गेले त्यापैकी अनेक उच्चशिक्षित काश्मीरी तरुण होते. काहींनी वैद्यकीय, अभियांत्रिकी आणि व्यवस्थापन क्षेत्रातल्या पदव्या घेतल्या होत्या. या दहशतवाद्यांच्या अंत्यविधी कार्यक्रमाला स्थानिकांनी मोठ्या प्रमाणावर गर्दी केली होती. विशेष म्हणजे गेल्या दोन वर्षांत काश्मीर खोऱ्यातील १४ ते २० वयोगटातील अनेक तरुणांना सीमापार करून पाकव्याप्त काश्मीरमध्ये जाताना लष्कराने पकडले आहे. हे युवक दहशतवादी प्रशिक्षणासाठी सीमापार करून जात होते. हे चित्र अतिशय धोकादायक आहे. काश्मीर खोऱ्यातील वाढत्या असंतोषाची आणि त्यातून दहशतवाद्यांसंबंधी वाढत्या सहानुभूतीची गंभीर आणि त्वरित दखल मोदी शासनाला घेणे अत्यावश्यक आहे.

विशेषाधिकारांचा दुरूपयोग होत असल्याचा आरोप :

नरेंद्र मोदींच्या नेतृत्वाखालील राष्ट्रीय लोकशाही आघाडी शासनापुढील दुसरे काश्मीर संदर्भातील एक महत्त्वाचे आव्हान असणार आहे ते या राज्यात भारतीय लष्कराला बहाल करण्यात आलेल्या विशेषाधिकारांचे. हे विशेषाधिकार आर्म्ड

फोर्सेस स्पेशल पॉवर्स ॲक्ट अंतर्गत बहाल करण्यात आलेले आहेत. काश्मीर खोऱ्यातील लष्कराकडून होणाऱ्या अधिकारांच्या उल्लंघनाला हे विशेषाधिकार कारणीभूत असल्याचा आरोप अनेकांकडून होतो आहे. विशेष म्हणजे मुख्यमंत्री ओमर अब्दुल्लादेखील या विशेषाधिकारांच्या विरोधात आहेत. मागच्या वर्षी म्हणजे जुलै २०१३ मध्ये लष्कराकडून केल्या गेलेल्या गोळीबारात चार नागरिक मारले गेले होते. त्यानंतर या विशेषाधिकारांचा दुरुपयोग होत असल्याचा आरोप वाढला. माजी केंद्रीय गृहमंत्री पी. चिदंबरम यांनीही २०१० मध्ये या विशेषाधिकारांविषयी नापसंती व्यक्त केली होती. पण लष्करी अधिकारांचा त्याला स्पष्ट विरोध आहे. त्यांच्या मते सीमापार दहशतवादामुळे लष्कराला असे विशेषाधिकार आवश्यक आहेत. नरेंद्र मोदींनी जम्मू-काश्मीर राज्यातील जे जिल्हे किंवा प्रांत तुलनात्मकदृष्ट्या शांत आणि कमी दहशतवादी हिंसाचार भासणारे आहेत अशा भागातून लष्कराचे विशेषाधिकार काढून घेण्यासाठी विचार करायला हवा.

■

पेंटागॉनच्या ताज्या अहवालाचा अन्वयार्थ

अमेरिकेचा संरक्षण विभाग पेंटागॉन म्हणून ओळखला जातो. या पेंटागॉनतर्फे जागतिक सुरक्षा परिस्थितीवर दर सहा महिन्यांनी एक अहवाल अमेरिकेच्या कॉंग्रेसला सादर केला जातो. त्यावर अमेरिकन कॉंग्रेसमध्ये चर्चा होते आणि पुढील निर्णय घेतले जातात. नोव्हेंबर २०१४ मध्ये पेंटागॉनने सादर केलेल्या अहवालामध्ये प्रामुख्याने दहशतवादाशी संबंधित मुद्द्यांवर भर देण्यात आला आहे. तसेच अफगाणिस्तानातील सद्य परिस्थितीवर या अहवालाचा मुख्य झोत आहे. कारण डिसेंबर २०१४ नंतर अमेरिकेच्या आणि नाटोच्या जवळपास ९० टक्के लष्करी फौजा या अमेरिकेमधून बाहेर पडणार आहेत. त्यामुळे आताची अफगाणिस्तानातील परिस्थिती कशी आहे, तसेच डिसेंबरनंतर अफगाणिस्तानचे भवितव्य कसे असणार आहे हे पाहणे अमेरिकेसाठी महत्त्वाचे आहे. याचे कारण सध्या अफगाणिस्तानात दहशतवादी आणि त्यांचे गट गतिमान होऊ लागले आहेत. विशेष करून अल्-कायदा, तालिबानी आणि हक्कानी या संघटनांच्या अफगाणिस्तानातील कारवाया वाढू लागल्या आहेत. मे २०१४ मध्ये म्हणजे नरेंद्र मोदी यांनी शपथ घेण्याच्या दोन दिवस आधी तेथील हिरात येथे असलेल्या भारतीय वकिलातीवर एक भीषण दहशतवादी हल्ला करण्यात आला होता. हा दहशतवादी हल्ला लष्कर-ए-तैय्यबा या दहशतवादी संघटनेने केला होता. ज्या-ज्या देशांना अफगाणिस्तानामध्ये लोकशाही आणि शांतता टिकून राहावी असे वाटते आहे त्या-त्या देशांना या दहशतवाद्यांनी लक्ष्य करण्यास सुरुवात केले आहे. अल्-कायदा या संघटनेने आता दक्षिण आशियावर लक्ष केंद्रित करायला सुरुवात केली आहे. या संघटनांनी दक्षिण आशियासंदर्भात एक शाखा निर्माण करण्याचे काम सुरू केले आहे. तसेच 'इसिस', आय.एस.आय. चाही धोका वाढलेला आहे. त्यांनाही आता दक्षिण आशियामध्ये पाय पसरवायचे आहेत. त्यामुळेच पेंटागॉनने यंदाच्या अहवालामध्ये दहशतवाद हा विषय केंद्रस्थानी ठेवला होता.

पेंटागॉनच्या यंदाच्या अहवालामध्ये एक प्रमुख गोष्ट नमूद करण्यात आली आहे. ती म्हणजे, अफगाणिस्तानमध्ये पसरणाऱ्या दहशतवादाचे आणि भारताविरुद्ध केल्या जाणाऱ्या दहशतवादी कारवायांचे मुख्यालय हे पाकिस्तानमध्येच आहे. पाकिस्तानमधून प्रशिक्षण घेतलेले, पाकिस्तानकडून आर्थिक साहाय्य व नैतिक पाठबळ मिळालेले दहशतवादी या दोन देशांमध्ये धुमाकूळ घालत आहेत. ही बाब अतिशय महत्त्वाची आहे. कारण

अमेरिकेकडून पहिल्यांदाच हे स्वीकारण्यात आले आहे, की या दोन्ही देशांना भेडसावणाऱ्या दहशतवादाच्या पाठीशी पाकिस्तान आहे. भारताचे लष्कर हे उच्च दर्जाचे असल्याने त्याच्याशी समोरासमोर सामना करणे शक्य नसल्यामुळे दहशतवादाच्या माध्यमातून पाकिस्तान भारताशी छुपे युद्ध (प्रॉक्सी वॉर) खेळतो आहे, हे या अहवालात मान्य करण्यात आले.

भारत हा अफगाणिस्तानमध्ये शांतता, सुरक्षितता आणि लोकशाही नांदावी म्हणून प्रयत्नशील आहे. त्यासाठी अफगाणिस्तानला मोठी आर्थिक मदत भारताकडून केली जात आहे. त्याचबरोबर अफगाणिस्तानातील साधनसंपत्तीच्या विकासामध्ये भारत योगदान देत आहे. त्यासाठी भारत आणि अफगाणिस्तानमध्ये २०११ मध्ये एक महत्त्वपूर्ण करार झाला. त्यानुसार भारताने दोन अब्ज अमेरिकन डॉलर्स इतकी मदत अफगाणिस्तानला केलेली आहे. ही बाब पाकिस्तानला खुपत आहे. भारतामध्ये मोदींचे सरकार केंद्रात आल्यानंतर हिंदू राष्ट्रवादी शासन आलेले आहे, अशी भावना करून घेत, त्याविरुद्धचा आवाज व्यक्त करण्यासाठी त्यांनी मोदींच्या शपथविधीपूर्वी हिरातमध्ये हल्ला केला. कारण त्यांना भीती होती, की भारत पुन्हा एकदा अफगाणिस्तानमध्ये आपली भूमिका द्विगुणित करेल. ती करू नये म्हणूनच हा हल्ला झाला. पेंटागॉनच्या अहवालातही या बाबीकडे लक्ष वेधण्यात आले आहे आणि ती मान्य केली आहे.

अमेरिकेकडून जाहीररित्या पाकिस्तानला पहिल्यांदाच अशा प्रकारे जबाबदार धरण्यात आले आहे. यापूर्वी पेंटागॉन हा अमेरिकेनचा संरक्षण विभाग पाकिस्तानला बराचसा अनुकूल असणारा होता. त्यांच्या यापूर्वीच्या अहवालांमध्ये आंतरराष्ट्रीय दहशतवादी संघटनांविरुद्ध आणि जे अमेरिकेच्या हितसंबंधांविरुद्ध आहेत त्यांच्याबाबतच टीका केली जात होती. मात्र पाकिस्तानमध्ये असलेल्या छोट्या दहशतवादी संघटना याही अल्-कायदासारख्या मोठ्या संघटनांशी जोडलेल्या आहेत, त्यामुळे त्यांच्याकडे दुर्लक्ष करून चालणार नाही, अशी भारताची भूमिका होती आणि वेळोवेळी भारताने ती पेंटागॉनला कळवली होती. परंतु आमचा लढा हा आंतरराष्ट्रीय दहशतवादाविरुद्ध आहे, विभागीय दहशतवादाविरुद्ध नाही, असे सांगून पेंटागॉनकडून, अमेरिकेकडून याबाबत सोयीस्कर विभागणी केली जात होती. त्यामुळे भारताविरुद्ध कारवाया करणाऱ्या पाकिस्तानातील छोट्या दहशतवादी संघटनांविरुद्ध अमेरिका बोलत नव्हता किंवा कारवाई करत नव्हता. पण दहशतवाद हा विभागीय किंवा आंतरराष्ट्रीय असा नसतो. ज्या इस्लामिक, मूलतत्त्ववादी आणि दहशतवादी संघटना पाकिस्तानात आहेत, त्यांचे संबंध अल्-कायदासारख्या मोठ्या संघटनांशी आहेत. त्यांना प्रशिक्षण, शस्त्रास्त्रे, आर्थिक पाठबळ हे पाकिस्तानचे लष्कर आणि त्यांची गुप्तचर संघटना आयएसआय यांच्याकडूनच मिळते, हे भारताने सातत्याने सांगूनही अमेरिका त्याकडे दुर्लक्ष करत होता. आता पहिल्यांदा असे घडले, की लष्कर-ए-तैय्यबा, जैश-ए-महम्मद, जमात उल-दवा या पाकिस्तानातून कार्य करणाऱ्या तीन दहशतवादी संघटना भारत आणि अफगाणिस्तानमध्ये दहशतवाद पसरवत आहेत आणि त्या प्रचंड धोक्याच्या आहेत हे अमेरिकेने हे मान्य केले. अमेरिकेच्या धोरणामध्ये पहिल्यांदा हा बदल झालेला आहे आणि या संघटना वेगळ्या नसून त्यादेखील आंतरराष्ट्रीय तसेच दक्षिण आशियामधील विभागीय शांतता आणि सुरक्षितता धोक्यात आणू शकतात, हे त्यांनी मान्य केले आहे.

दुसरी गोष्ट म्हणजे, गेल्या सहा महिन्यांपासून अमेरिकेची मानसिकता बदलायला लागली होती. त्याचे एक महत्त्वाचे उदाहरण म्हणजे २७ जून, २०१४ रोजी अमेरिकेच्या परराष्ट्र मंत्रालयाकडून एक प्रसिद्धीपत्रक काढण्यात आले. त्यानुसार जमात उल-दवा या संघटनेला 'परराष्ट्रातील दहशतवादी संघटना' (फॉरेन टेररिस्टि ऑर्गनायझेशन) म्हणून घोषित करण्यात आले. जमात उल-दवा ही पाकिस्तानमधील एक महत्त्वाची दहशतवादी संघटना आहे. या संघटनेचा प्रमुख हाफिज सईद आहे जो मुंबईवरील दहशतवादी हल्ल्याचा मास्टर माईंड होता. या हाफिज सईदविरुद्ध भारत सातत्याने ओरडत असूनही तो पाकिस्तानमध्ये उजळ माथ्याने फिरत आहे. त्याविषयी अमेरिकाही बोलायला तयार नव्हती. याच हाफिज सईदने जमात उल दवा ही संघटना स्थापन केली. ही प्रचंड श्रीमंत दहशतवादी संघटना आहे आणि ती जैश-ए-महम्मद, अल्-कायदा, हक्कानी यांना आर्थिक मदत करत असते. या संघटनेचे

मुख्यालय पाकव्याप्त पंजाबमध्ये आहे. विशेष म्हणजे या संघटनेने नवाझ शरीफ यांना निवडणुका जिंकण्यामध्ये पंजाब प्रांतातून खूप मदत केलेली आहे. त्यामुळे जमात उल-दवाचे पाकिस्तानातील राजकीय स्थान महत्त्वाचे आहे, हे लक्षात घ्यावे लागेल. मात्र, ही संघटना पाकिस्तानात राजकीय भूमिका पार पाडत असूनही अमेरिकेने प्रसिद्धी पत्रक काढून ही परकीय दहशतवादी संघटना म्हणून घोषित केले. हेदेखीलच पहिल्यांदा घडले. त्यामुळे हे प्रसिद्धीपत्रक आणि पेंटागॉनचा ताजा अहवाल हे दोन्हीही पाकिस्तानसाठी खूप मोठा धडा आहे. यातून अमेरिकेला आता पाकिस्तानला टार्गेट करायचे आहे, हे स्पष्ट होत आहे.

यापूर्वीही पाकिस्तानवर प्रत्यक्ष वा अप्रत्यक्षपणे टीका करणारे अहवाल सादर केलेले होते. अमेरिकेतील बौद्धिक वर्गालाही ही गोष्ट स्पष्ट झाली आहे, की पाकिस्तान या दहशतवाद्यांच्या पाठीशी आहे. मात्र असे असूनही २००० ते २०१४ या १४ वर्षांच्या काळात अमेरिकेकडून ३० अब्ज अमेरिकन डॉलर्सची मदत करण्यात आली आहे. इतकेच नाही, तर तीन महिन्यांपूर्वी जवळपास ९०० दशलक्ष डॉलर एवढी आर्थिक मदत अमेरिकन काँग्रेसनेच मंजूर केली होती. आता प्रश्न असा निर्माण होतो की, इतके अहवाल सादर करूनही अमेरिका पाकिस्तानविरोधात ॲक्शन का घेत नाही? त्याचे कारण म्हणजे, अमेरिकेला आणि नाटोला डिसेंबर २०१४ अखेरपर्यंत अफगाणिस्तानातून आपले सैन्य माघारी घ्यायचे आहे आणि त्यांचा बाहेर येण्याचा मार्ग (एक्झिट रूट) हा फक्त पाकिस्तानातून जाणारा आहे. अफगाणिस्तानातील सर्व विमाने, युद्धसामग्री, शस्त्रास्त्रे आणि जवळपास एक लाखांहून अधिक सैन्य हे केवळ याच मार्गाने बाहेर पडू शकते. त्यामुळेच अमेरिकेला कोणत्याही परिस्थितीत पाकिस्तानला दुखावता येणार नाही.

दुसरी गोष्ट म्हणजे डिसेंबरमध्ये नाटो आणि अमेरिकेच्या फौजा बाहेर पडल्यानंतर अफगाणिस्तानात जर शांतता आणि सुरक्षितता निर्माण करायची असेल तर त्यासाठी पाकिस्तानच्या लष्कराची मदत घ्यावी लागणार आहे. हे लष्कर जर नियंत्रित ठेवले नाही तर त्यांच्याकडूनच अफगाणिस्तानात धुमाकूळ घातला जाणार आहे. कारण तेथील दहशतवाद्यांना पाकिस्तानी लष्कराचेच पाठबळ आहे. पाकिस्तानच्या लष्कराला अमेरिका, चीन आणि सौदी अरेबिया ही तीन राष्ट्रेच नियंत्रित करू शकतात. त्यामुळे अमेरिकेकडून जर या लष्कराला नियंत्रित ठेवले गेले नाही आणि पुन्हा एकदा तालिबानी राजवट अफगाणिस्तानात येण्याची शक्यता आहे. तसेच अल्-कायदाचे साम्राज्य वाढण्याचा धोका आहे. त्यामुळेच त्यांना हाताशी धरणे अमेरिकेला गरजेचे आहे आणि म्हणूनच अमेरिका त्यांच्याविरोधात कोणतीही कारवाई करताना दिसत नाही.

पेंटागॉनच्या ताज्या अहवालाचा भारताच्या बाजूने विचार करणेही आवश्यक आहे. भारत जवळपास गेल्या दोन दशकांपासून आंतरराष्ट्रीय समुदायाला हे सांगत आहे, की आंतरराष्ट्रीय दहशतवाद आणि राष्ट्रीय पातळीवरील दहशतवाद यांच्यात फारकत करू नका. तुमची मोहीम ही या दोन्ही दहशतवादाविरोधात असली पाहिजे. दुसरी गोष्ट भारताने सांगितली ती अशी, की पाकिस्तान हे या सर्व दहशतवादी कृत्यांचे मुख्य केंद्र आहे. परंतु याकडे आंतरराष्ट्रीय समुदाय सातत्याने दुर्लक्ष करत होता. त्यांचे असे म्हणणे होते, की काश्मीरच्या मुद्यावरून सुरू असलेले हे परस्परांमधील अंतर्गत वाद आहेत. आता मात्र या सर्व दहशतवादाच्या मागे पाकिस्तानच आहे, या गोष्टीला अधिमान्यता (लेजिटिमसी) मिळालेली आहे. सध्या चीननेही पाकिस्तानकडे दुर्लक्ष केलेले आहे आणि आता अमेरिकाही त्यांना टार्गेट करण्याचा प्रयत्न करत आहे. आजवरचा इतिहास पाहिला तर, पाकिस्तान आंतरराष्ट्रीय राजकारणात एकाकी पडतो तेव्हा नैराश्याच्या माध्यमातून त्यांच्याकडून दहशतवादी कारवायांमध्ये वाढ केली जाते. कारण जगाचे लक्ष आकर्षित करण्याचा तेवढा एकच मार्ग त्यांच्याकडे आहे. त्यामुळे आताही पाकिस्तानकडून अशा प्रकारची पावले उचलली जाण्याची शक्यता आहे. ■

नायजेरियातील 'बोको हराम' दहशतवादी संघटना

'बोको हराम' ही नायजेरिया या देशातील एक इस्लामिक दहशतवादी संघटना आहे. ही संघटना अचानकपणाने प्रकाशात आली आहे. याचे कारण या संघटनेने मध्यंतरी नायजेरियातील ३०० शाळकरी-कॉलेजवयीन मुलींचे अपहरण केले आणि त्यांना बळजबरीने मुस्लिम बनवले. इतकेच नाही तर त्यानंतर त्यांनी या मुलींना गुलाम बनवून विकून टाकणार असल्याचे घोषित केले. आजही या ३०० मुली या संघटनेच्या ताब्यात आहेत. नायजेरिया हा भारतासारखाच बहुसांस्कृतिक देश आहे. भारतामध्ये ज्याप्रमाणे विविध पंथांचे, धर्मांचे, जातींचे लोक राहतात, त्याचप्रमाणे नायजेरियामध्ये अनेक वंशांचे लोक राहतात. तेथे मुस्लिम समाजही आहे. बोको हराम या संघटनेचा प्रभाव प्रामुख्याने उत्तर नायजेरियामध्ये आहे. तेथे मुस्लिम बहुसंख्य प्रमाणात आहेत. नायजेरिया हा १९५०मध्ये तयार झालेला देश आहे. त्यापूर्वी ती ब्रिटिशांची वसाहत होती. ज्या काळात तेथे ब्रिटिश होते त्याकाळात तेथे अनेक ख्रिश्चन मिशनरी आले आणि त्यांनी ख्रिश्चन धर्माचा प्रचार व प्रसार सुरू केला. या मिशनरींनी पाश्चिमात्य शिक्षण तेथे आणले. बोको हराम ही संघटना प्रामुख्याने या ख्रिश्चन मिशनरी आणि पाश्चिमात्य शिक्षणाला विरोध करणारी आहे. ही चळवळ १९८५ साली सुरू झाली. त्यावेळी ती 'शादब' म्हणजे विद्यार्थ्यांची चळवळ या नावाने सुरू झाली. २००२मध्ये या शादब चळवळीचे रूपांतर 'बोको हराम'मध्ये झाले. हे रूपांतर करण्यात युसुफ मोहम्मद याने पुढाकार घेतला. आता या संघटनेचे नेतृत्व अबू बक्र शेखू या व्यक्तीकडे आहे. इस्लामिक स्टेट ऑफ इराक अँड सीरिया (ISIS इसिस) या संघटनेचा जो नेता आहे तोदेखील स्वतःला अबू बक्र ही उपाधी लावतो. म्हणजेच अबू बक्र ही पदवी आहे आणि अल बगदादी हे त्याचे नाव आहे. हाच प्रकार नायजेरियातील बोको हराम आणि त्याचा प्रमुख शेखूच्याबाबत दिसून येतो. या संघटनेने उत्तर नायजेरियामध्ये स्वतःचे इस्लामिक

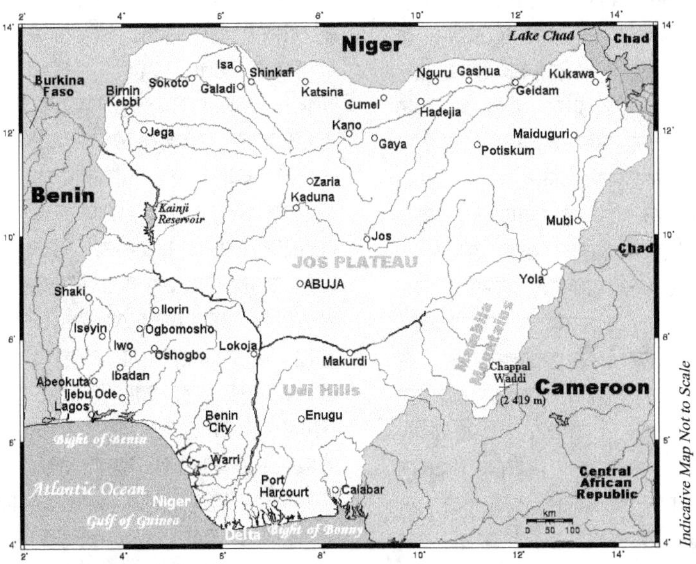

बोको हराम बाधित उत्तर नायजेरिया प्रदेश

राज्य तयार केलेले आहे. त्यावर आधारित शरियाचे नियम त्यांना तयार करायचे आहेत. त्यासाठी त्यांचे जोरदार प्रयत्न सध्या सुरू आहेत.

बोको हराम निर्मितीमागील कारणे :

बोको हराम ही चळवळ का निर्माण झाली, तर त्यांचा पाश्चिमात्य शिक्षणपद्धती, मुलींचे शिक्षण, ख्रिश्चन धर्मप्रसारक यांना त्यांचा विरोध आहे; पण दुसरे एक कारण म्हणजे नायजेरियामध्ये खूप प्रचंड विरोधाभासाची परिस्थिती आहे. तेथे अतिश्रीमंती आणि अतिगरिबी असे दोन्हीही एकाच वेळी दिसून येतात. त्याचबरोबर तेथे सामाजिक, आर्थिक असमानता आहे. भ्रष्टाचार प्रचंड आहे. या सर्वांमधून सुरुवातीला बोको हराम ही सामाजिक आणि राजकीय चळवळ म्हणून पुढे आली.

आता शेखूने त्याचे नेतृत्व करण्यास सुरुवात केल्यानंतर ती मूलतत्त्ववादाकडे वळलेली आहे. यांचा मुख्य उद्देश उत्तर नायजेरियामध्ये शरियावर आधारलेली इस्लामिक राजवट निर्माण करणे हा आहे.

अलीकडेच फ्रान्समध्ये पॅरिस येथे आफ्रिकन देशांची एक परिषद झाली. त्यामध्ये या बोको हरामचा सामना कसा करता येईल, याबाबत विचार करण्यात आला. नायजेरियन सरकार आणि बोको हराम यांच्यामध्ये सध्या जोरदार संघर्ष सुरू आहे. २००९ मध्ये अशाच प्रकारचे युद्ध झाले होते. त्या युद्धामध्ये बोको हरामचे जवळपास १० हजार कार्यकर्ते मारून टाकण्यात आले होते. आता ते याचा बदला घेण्याचा प्रयत्न करत आहेत. त्यासाठीच त्यांनी अपहरण, खंडणी वसुली आदी प्रकार सुरू केले आहेत. ■

इसिस आणि भारतापुढील पेच

इसिसचा वाढता धोका

जवळपास सहा ते सात महिन्यांपूर्वी 'इसिस' नामक संघटनेने इराक आणि सिरियामध्ये आपली राजवट स्थापन केली. तिचा वाढता प्रसार हा अतिशय धोकादायक आणि चिंतानजक ठरत आहे. सर्वात महत्त्वाची गोष्ट म्हणजे इसिस ही आता केवळ एक दहशतवादी संघटना राहिलेली नाही तर तिने स्वयंघोषित शासन स्थापन केलेले आहे. इराक आणि सिरिया या दोन देशांच्या एकूण ३६ टक्के भूमीवर हे राज्य निर्माण झालेले आहे. इसिसच्या या स्वयंघोषित शासनाला समर्थन देणाऱ्या विविध देशांमधील दहशतवादी, कट्टरतवादी, मूलतत्त्ववादी संघटनांची संख्या वाढत आहे. जगभरातील २५ संघटनांनी इस्लामिक स्टेटला व त्यांच्या राजवटीला पाठिंबा दिलेला आहे. यामध्ये लिबियातील काही मूलतत्त्ववादी संघटनांचा समावेश असून यापैकीच एका संघटनेने मध्यंतरी इजिप्तच्या २१ कामगारांना पकडले होते आणि त्यांची हत्या करण्यात आली. सध्या इजिप्त हा मोठ्या आर्थिक संकटात सापडलेला आहे. इजिप्तमधून मोठ्या प्रमाणात कामगारवर्ग पश्चिम आशियातील अनेक देशांमध्ये कामासाठी जात असतात. तशाच प्रकारे फार मोठ्या प्रमाणावर कामगारवर्ग इजिप्तमधून लिबियामध्ये कामासाठी जातो. यापैकीच २१ जणांना इसिसला समर्थन देणाऱ्या संघटनेने पकडून समुद्रकिनाऱ्यावर नेऊन त्यांची अतिशय निर्घृण पद्धतीने हत्या केली. त्यानंतर त्यांनी एक प्रसिद्धीपत्रक काढले आणि सांगितले की, ज्या ख्रिश्चन देशांनी ओसामा-बिन-लादेनला समुद्रामध्ये जलसमाधी दिली त्याच समुद्रामध्ये आम्हाला ख्रिश्चन लोकांचे रक्त मिसळायचे आहे. यासाठीच त्यांनी या २१ जणांच्या समुद्र किनाऱ्यावर माना कापल्या. या घटनेमुळे या संघर्षाला पुन्हा एकदा वांशिक अथवा धार्मिक स्वरूप यायला लागल्याचे स्पष्ट होत आहे. इस्लाम विरुद्ध ख्रिश्चन असे ध्रुवीकरण होत असल्याचे चित्र यातून दिसू लागले आहे. इस्लामिक स्टेटचा प्रमुख अबू बक्र अल बगदादी याचे व्यंगचित्र काढल्याच्या कारणामुळे संतप्त होऊन मागच्याच

महिन्यामध्ये पॅरिसमध्ये शार्ली हेब्दोवरील हल्ल्याचे प्रकरण घडले होते. म्हणजेच फ्रान्समध्येदेखील इस्लामिक स्टेटची दहशत आहे. त्याचबरोबर सध्या युरोपमधून खूप मोठ्या प्रमाणावर मुस्लिम इस्लामिक स्टेटमध्ये सहभागी होऊ लागले आहेत. यासाठी ते तुर्कस्तानच्या माध्यमातून येत आहेत. तुर्कस्तान हा नाटो संघटनेचा सदस्य देश आहे. तुर्कस्तान आणि सिरिया या दोन देशांच्या सीमा एकमेकांना भिडलेल्या आहेत. या सीमारेषा मुक्त आहेत. त्यामुळे युरोपमधील मुस्लिम हे प्रथम तुर्कस्तानमध्ये जातात आणि तेथून ते सिरीयामध्ये येतात व तेथून ते इस्लामिक स्टेटमध्ये सहभागी होत आहेत. दुसरीकडे, पश्चिम आशियामध्येही इसिसचा प्रसार वेगाने होऊ लागला आहे. त्यांचा प्रभाव आता जॉर्डन, लिबिया तसेच सौदी अरेबियाच्या सीमारेषेपर्यंत येऊन पोहोचला आहे. हा प्रभाव पश्चिम आशियातून ते अफगाणिस्तान व दक्षिण आशियामध्ये येण्याची शक्यताही नाकारता येत नाही. त्यामुळे इसिसचा वाढता प्रसार, संघटनेकडून राष्ट्र बनण्याचा त्यांचा प्रवास आणि त्यांची व्याप्ती यामुळे खूप मोठे चिंतेचे वातावरण सध्या निर्माण झालेले आहे.

इसिसच्या रडारवर

१९९६ ते २००१ या पाच वर्षांच्या काळामध्ये अफगाणिस्तानमध्ये तालिबानची राजवट निर्माण झालेली होती. त्यांचे शासन निर्माण झाले होते. तशाच प्रकारचे शासन इसिसकडून स्थापन झाले आहे. तालिबानप्रमाणे हेदेखील स्वयंघोषित आहे. तेलाच्या व्यापारातील प्रचंड प्रमाणातील पैसा इसिसकडे वळवला जात आहे. अनेक देशातील मुस्लिमांना बांधकामक्षेत्रात, तेलाच्या क्षेत्रात येण्यासाठी इसिसकडून आमंत्रण दिले जात आहे. त्यामुळे अनेक मुस्लिम तरुण रोजगारासाठी या संघटनेला जाऊन मिळत आहेत. इसिसच्या वाढत्या प्रचाराचा सर्वांत मोठा धोका हा युरोपला आहे. त्यामुळे अमेरिका, इंग्लंड आणि फ्रान्स यांनी इसिस विरोधात एक युद्धमोहीम सुरू केली आहे. त्या युद्धमोहिमेला जपानने समर्थन दिले होते. त्यामुळे जपानच्या दोन मदतनीसांची इसिसने हत्या केली. जॉर्डनने या मोहिमेला समर्थन दिल्यामुळे इसिसच्या दहशतवाद्यांनी जॉर्डनच्या पायलटला जिवंत जाळून टाकून त्याचा व्हिडिओ प्रसारित केला. त्यामुळे जॉर्डनने इसिसवरील हल्ले वाढवले आहेत. म्हणजेच जे-जे देश इस्लामिक स्टेटविरोधातील मोहिमेसाठी अमेरिकेला सहकार्य करतील ते या संघटनेच्या रडारवर येत आहेत.

भारताची भूमिका

या पार्श्वभूमीवर भारताच्या भूमिकेकडे पाहणे आवश्यक आहे. आज जगातील बहुतांश देशांनी इस्लामिक स्टेटला दहशतवादी संघटना म्हणून घोषित केलेले आहे आणि त्यांनी प्रत्यक्ष वा अप्रत्यक्षपणे अमेरिकेला युद्धमोहिमेसाठी मदतही केलेली आहे. भारताने इस्लामिक स्टेटला दहशतवादी संघटना म्हणून घोषित केलेले नव्हते. अलीकडेच बेकायदा कृत्य प्रतिबंधक कायद्यांतर्गत (अनलॉफुल टेररिस्ट ॲक्टिव्हिटिज प्रिव्हेन्शन ॲक्ट) इस्लामिक स्टेट आणि त्याच्याशी संबंधित संघटनांवर बंदी घालण्याचा निर्णय घेण्यात आलेला आहे. असे असले तरी भारताने इसिसविरुद्धच्या अमेरिका पुरस्कृत लष्करी कारवाईबाबत कोणतेही स्पष्ट धोरण स्वीकारलेले नाही. वास्तविक, नरेंद्र मोदी अमेरिका भेटीवर गेलेले असताना दोन्ही देशांच्या संयुक्त निवेदनामध्ये दहशतवादी संघटना म्हणून भारताने इस्लामिक स्टेटचे नाव घ्यावे, अशी अमेरिकेची इच्छा होती. पण तसा स्पष्ट उल्लेख भारताकडून टाळण्यात आला. त्याचबरोबर ओबामांच्या भारतभेटीनंतरच्या संयुक्त निवेदनामध्येही 'आंतरराष्ट्रीय दहशतवाद' असे म्हटले गेले; परंतु इस्लामिक स्टेटचा थेट नामोल्लेख करणे टाळण्यात आले.

भारताचे धोरण

भारताचे हे धोरण विचारपूर्वक आखले गेलेले आहे. कारण या संपूर्ण प्रकरणामध्ये, कारवाईमध्ये ओढले जाण्याची भारताची इच्छा नाही. कारण भारताचे ६० लाख नागरिक हे आखातामध्ये आणि पश्चिम आशियामध्ये आहेत. या ६० लाख भारतीयांकडून मोठ्या प्रमाणात पैसा भारताला मिळत असतो. त्यामुळे त्यांची सुरक्षितता भारतासाठी महत्त्वाची आहे. तसेच या भागातून मोठ्या प्रमाणावर तेल भारतात आयात केले जाते. त्याचबरोबर भारताचा या भागामध्ये जवळचा म्हणावा असा एकही मित्र देश वा भागीदार नाही.

इसिस दहशतवादी संघटना बाधीत क्षेत्र

त्यामुळे भविष्यात इसिसने या भागातील भारतीय नागरिकांना लक्ष्य करू नये यासाठी भारताकडून ही काळजी घेण्यात आली. तसेच भारताच्या ४२ नर्सेसना इसिसने सोडून दिले होते. त्यामुळे इसिसने थेट वा स्पष्टपणे भारताला आव्हान दिलेले नाही. भारताचे अनेक नागरिक इराक आणि सिरियामध्ये काम करत आहेत. त्यातील काही जण हे इसिसच्या राजवटीमध्ये कामासाठी जाण्याची शक्यता आहे. या सर्वांमुळेच भारताने अमेरिकेच्या युद्धमोहिमेला पाठिंबा दर्शवून थेट धोका ओढवून घेणे टाळले आहे. यामागचे दुसरे एक कारण म्हणजे भारतामध्ये फार मोठ्या प्रमाणावर सुन्नी मुस्लिम आहेत. त्यामुळे भारतासाठी धार्मिक दृष्टिकोनातून संवेदनशील प्रश्न आहे.

नव्या कायद्याची गरज

या सर्वांबरोबरच एक सर्वात महत्त्वाचा मुद्दा सध्या समोर आला आहे, तो म्हणजे भारताने यासंदर्भात एक कायदा करण्याचा. भारताने यासंदर्भात दोन कायदे करणे अपेक्षित होते. एक म्हणजे परकीय देशांमध्ये जाऊन एखाद्या भारतीयाने गुन्हा केला तर त्याला आपण काय शिक्षा द्यायची, यासंदर्भात कायदा करणे आवश्यक आहे. उदाहरणार्थ, भारतातील काही तरुण इस्लामिक स्टेटला जाऊन मिळाले आहेत. तिथे त्यांनी काही जणांची हत्या केली असेल वा युद्धात सामील झाले असतील तर ते भारतात परत आल्यानंतर त्यांना कोणती शिक्षा द्यायची हा प्रश्न आहे. परकीय भूमीवर गुन्हा करून भारतात परतणाऱ्या व्यक्तींना शिक्षा देण्यासाठी आज आपल्याकडे कोणताही स्वतंत्र स्वरुपाचा कायदा नाही. दुसरी गोष्ट म्हणजे, इंटरनेटच्या माध्यमातून 'इसिस'सारख्या एखाद्या संघटनेला समर्थन देणाऱ्यांवर कोणता गुन्हा नोंदवायचा, हाही प्रश्न आहे. कारण यासंदर्भातही भारतामध्ये कोणताही कायदा नाही. मध्यंतरी, इस्लामिक स्टेटच्या संदर्भात एकमेव एफआयआर अरीफ माजिद या तरुणावर दाखल करण्यात आले; मात्र हे एफआयआर दाखल करताना युनोच्या तत्त्वांचा आधार घेतला गेला. संयुक्त राष्ट्रसंघाने इस्लामिक स्टेटला दहशतवादी संघटना म्हणून घोषित केले आहे, त्याला अरीफ जाऊन मिळाला म्हणून त्याच्यावर एफआयआर दाखल करण्यात आले; पण भारताने याबाबत स्वतंत्र कायदा केलेला नाही, जो करणे गरजेचे आहे. याचे कारण भारतातून दररोज शेकडो लोक पश्चिम आशियामध्ये रोजगारासाठी जातात. हे लोक कामगार म्हणून तेथे जातात. यापैकी एखाद्या कामगाराने इस्लामिक स्टेटच्या एखाद्या बांधकाम प्रकल्पामध्ये काम केले आणि पैसा कमावला तर त्याला आपण दोषी मानायचे का? याबाबत आपल्याकडे स्पष्टता नाही. कारण अशा प्रकारचा कामगार हा योद्धा म्हणून इस्लामिक स्टेटकडे जात नाही, तर पोट भरण्यासाठी-रोजगाराचे साधन म्हणून जातो. अशा वेळी त्याला गुन्हेगार ठरवायचे का, याबाबत आपल्याला एक धोरण ठरवावे लागेल. कारण कामगार म्हणून कोणीही बाहेरच्या देशात जाऊ शकते. आज इराक आणि सिरीयामध्ये असे अनेक भारतीय कामगार सध्या कार्यरत आहेत. पण त्यापैकी काही जण इसिसच्या प्रकल्पांमध्ये काम

ासाठी गेले तर त्यांना गुन्हेगार मानायचे की नाही याबाबत तांत्रिक दृष्ट्या स्पष्टता आजघडीला नाही. त्यामुळेच याबाबतच्या स्वतंत्र कायद्याची गरज आज प्रकर्षाने निर्माण झाली आहे. या कायद्यामध्ये इस्लामिक स्टेट अथवा तशा प्रकारच्या दहशतवादी संघटनांवर बंदी घालून, या संघटनेला समर्थन देणाऱ्यांना आणि या संघटनेसाठी कोणत्याही स्वरूपाचे काम करणाऱ्यांना शिक्षा केली जाईल आदी मुद्द्यांचा समावेश करावा लागेल. असा कायदा होत नाही तोपर्यंत हा प्रश्न सुटणार नाही. ■

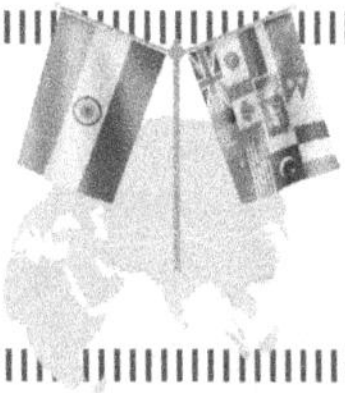

धार्मिक ध्रुवीकरणाचा धोका

फ्रान्सची राजधानी पॅरिस येथील 'शार्ली हेब्दो' या साप्ताहिकावर चालू वर्षाच्या सुरुवातीला म्हणजे ७ जानेवारी २०१५ रोजी झालेल्या दहशतवादी हल्ल्यामुळे जगभरात विशेषतः युरोपमध्ये प्रचंड खळबळ उडाली. तत्पूर्वी सिडनी, पेशावर येथे झालेले हल्ले आणि पॅरिस येथे झालेले हल्ले पाहता यामध्ये एक समान दुवा असल्याचे स्पष्टपणे दिसून येते. हा दुवा म्हणजे धार्मिक मूलतत्त्ववादाने प्रभावित होऊन हे हल्ले करण्यात आलेले आहेत. सिडनीमधील हल्ला अशाच मूलतत्त्ववादाने प्रभावित होऊन करण्यात आला. अमेरिकेने इस्लामिक स्टेट ऑफ इराक अँड सिरिया (इसिस) या संघटनेविरोधात सुरू केलेल्या कारवाईला ऑस्ट्रेलियाने जाहीर केलेले समर्थन हे एक कारण होते. तसेच ऑस्ट्रेलियामध्ये दहशतवादविरोधी कायद्यांची अतिशय कडक अंमलबजावणी सुरू करण्यात आली आहे. याला कठोर विरोध म्हणून सिडनीमधील हल्ला झाला. दुसरीकडे, पाकिस्तानमध्ये धर्माच्या आधारावर कडवे इस्लामिक राष्ट्र प्रस्थापित करू पाहणाऱ्या कट्टरतावाद्यांच्या आणि तालिबानी दहशतवाद्यांच्या विरोधात पाकिस्तान लष्कराने आणि सरकारने जोरदार युद्धमोहीम उघडली होती. त्याला विरोध म्हणून पाकिस्तानी लष्कराला टार्गेट करण्यात येत आहे. पॅरिसमधील हल्ल्यामागेही धार्मिक भावना हाच गाभा आहे. अशा प्रकारच्या धार्मिक मूलतत्त्ववादाने प्रभावित होऊन केल्या जाणाऱ्या हल्ल्यांमुळे दहशतवादाला एक वेगळे स्वरूप प्राप्त झालेले आहे आणि धर्माशी त्याचा संबंध जोडला गेल्यामुळे त्याचे गांभीर्य अधिक वाढले आहे.

पॅरिसमधील ज्या शार्ली हेब्दो या साप्ताहिकावर हल्ला झाला ते तसे पाहिले तर फारसे लोकप्रिय नाही, त्याचे वितरणही फारसे नाही; परंतु उपहासात्मक व्यंगचित्रे काढणे आणि त्या माध्यमातून आपला संदेश, विचार लोकांपर्यंत पोहोचवणे ही या साप्ताहिकाची कार्यपद्धती राहिलेली आहे. २०११ पासून या साप्ताहिकाने उघडपणाने इस्लामविरोधी भूमिका घेतलेली असल्याचे दिसते. २०११ मध्ये प्रेषित मुहम्मद पैगंबरांचे व्यंगचित्र प्रसिद्ध केले होते. त्याच्या संपूर्ण इस्लामिक जगतामध्ये अतिशय तीव्र प्रतिक्रिया उमटल्या होत्या. त्यावेळी या साप्ताहिकाच्या कार्यालयावर पेट्रोल बॉम्बचे हल्लेही करण्यात आले होते. त्यामुळे या साप्ताहिकावर नुकताच झालेला हल्ला हा पहिला हल्ला नाही. या साप्ताहिकाचे संपादक शेरेब (फ्रेंच भाषेत) नावाने ओळखले जातात. २०११ पासून ते अल् कायदाच्या हिटलिस्टवर होते. अल् कायदाकडून त्यांना अनेकदा धमक्याही देण्यात आल्या होत्या; परंतु तरीही शेरेब आणि हे साप्ताहिक हे आपल्या भूमिकेशी ठाम राहिले. मुळातच, फ्रान्समध्ये मूलभूत अधिकार, मानवाधिकार आणि अभिव्यक्ती स्वातंत्र्याला खूप महत्त्व आहे. त्यामुळेच फ्रान्स सरकारला या साप्ताहिकाविरुद्ध अथवा शेरेब यांच्याविरुद्ध कडक कारवाई करता आली नाही; मात्र फ्रान्समधील धार्मिक द्वेष वाढवण्याविरुद्धच्या कायद्याच्या, वर्णवादाविरुद्धच्या कायद्याच्या आधारे कारवाई करण्याचा इशारा त्यांना देण्यात आला होता. मात्र तरीही शेरेब यांनी उपहासाने आपले

विचार मांडण्याचे कार्य सुरूच ठेवले. त्यांना केवळ मुहम्मद पैगंबरांवरच व्यंगचित्रे काढली नाहीत, तर पोप बेनेडिक्ट सोळावे यांचेही व्यंगचित्र रेखाटले होते. धार्मिक वृत्तींवर व्यंगचित्र रेखाटण्याच्या आपल्या या भूमिकेचे समर्थन शेरेब यांनी आपल्या एका मुलाखतीमध्ये अतिशय अजब आणि वादग्रस्त पद्धतीने केले होते. ते म्हणाले होते, मी फ्रान्समध्ये राहतो. त्यामुळे माझ्यावर फ्रान्सच्या कायद्याचे नियंत्रण आहे आणि हा कायदा अभिव्यक्ती स्वातंत्र्याला महत्त्व देणारा आहे. मी कोणत्याही इस्लामिक राष्ट्रामध्ये राहात नसल्यामुळे माझ्याविरुद्ध कोणताही इस्लामिक कायदा कारवाई करू शकत नाही. माझी व्यंगचित्रे, कार्टून्स ही लोकांना हसवण्यासाठी आहेत; पण जर त्यामुळे इस्लामिक लोक हसत नसतील, त्यांना जर वाईट वाटत असेल तर तो माझा दोष नाही. मी मात्र लोकांना हसवण्याचे हे काम सुरूच ठेवणार, असे त्यांनी या मुलाखतीत म्हटले होते.

'शार्ली हेब्दो' वरील या हल्ल्याच्या काही तास आधी त्यांनी एक ट्विट केले होते. 'इसिस'चा प्रमुख अबू-बक्र-अल्-बगदादी हा मारला गेल्याच्या बातम्या मध्यंतरी प्रसिद्ध झाल्या होत्या. त्याचा आधार घेत शेरेब यांनी त्याचे उपहासात्मक व्यंगचित्र काढून ते ट्विट केले. अबू-बक्र ही एक धार्मिक उपाधी आहे. त्याचाही संबंध मुहम्मद पैगंबरांशी आहे. त्यामुळे त्याच्याशी मुस्लिम धर्मियांच्या धार्मिक भावना जोडल्या गेलेल्या आहेत. त्याचे व्यंगचित्र शेरेब याने प्रसिद्ध केल्यामुळे त्याविरुद्धही संतप्त भावना उमटल्या. एकूणच, हे साप्ताहिक संपूर्णपणे वादग्रस्त अशा स्वरुपाचे आहे.

या साप्ताहिकावर हल्ला झाला तो दिवस (७ जानेवारी) आणखी एका कारणामुळे महत्त्वाचा होता. या दिवशी फ्रान्समधील मायकेल हॉल्बेक या लोकप्रिय कादंबरीकाराच्या एका पुस्तकाचे प्रकाशन होणार होते. या पुस्तकाची समीक्षा 'शार्ली हेब्दो'च्या ताज्या अंकामध्ये प्रसिद्ध करण्यात आली होती. या पुस्तकामधील एका भागामध्ये भविष्यामध्ये युरोपमध्ये कशा प्रकारचे चित्र निर्माण होऊ शकेल याचे ठोकताळे मांडत एक भयानक स्थिती दर्शवण्याचा किंवा अंदाज वर्तवण्याचा प्रयत्न करण्यात आला आहे. त्यानुसार, सध्या फ्रान्स आणि एकूणच युरोपमध्ये ज्याप्रकारे इस्लामचा प्रसार होतो आहे, त्यांचा प्रभाव वाढतो आहे त्याचा विचार करता आगामी काही वर्षांमध्ये फ्रान्सच्या राष्ट्राध्यक्षपदी एखाद्या मुस्लिम व्यक्तीची वर्णी लागू शकते. तसेच युरोपियन देशांचा प्रमुख समूह असलेला युरोपियन व्यापारी महासंघही येत्या काळात पूर्णपणे इस्लामी बनू शकतो. सध्या या महासंघामध्ये तुर्कस्तान हा एकच इस्लामिक देश आहे. परंतु सध्या हा महासंघ विस्ताराच्या प्रयत्नामध्ये आहे. या विस्तारीकरणाच्या प्रक्रियेमध्ये मध्य आशिया व आफ्रिकेतील राष्ट्रे यामध्ये समाविष्ट होतील आणि त्याचेही इस्लामीकरण होईल, अशा प्रकारची भविष्यवाणी करण्यात आली होती. हे संपूर्ण चित्र इस्लामला असुरक्षित बनवणारे आणि त्याचा नकारात्मक चेहरा दर्शवणारे होते. त्यामुळे त्याविषयीच्या प्रक्षुब्ध भावनाही यामागे होत्या. या सर्वांमधून बदला घेण्याच्या मानसिकतेतून हा हल्ला करण्यात आला.

इस्लामिक स्टेट या संघटनेने गेल्या चार-पाच महिन्यांमध्ये इराक आणि सिरियामध्ये इस्लामिक राजवट तयार केली आणि त्यांनी जगभरातील सुन्नी मुसलमानांना या संघटनेमध्ये सहभागी होण्याचे आवाहन केले. त्यांच्या या आवाहनाला खूप मोठा प्रतिसाद हा युरोपमधून मिळाला. युरोपमधील मोठ्या प्रमाणावरील लोक विशेषतः तरुण या संघटनेमध्ये सहभागी होण्यासाठी इराक आणि सिरियामध्ये गेले. अर्थातच, ते पर्यटक म्हणून किंवा धार्मिक यात्रेच्या निमित्ताने या देशांमध्ये जातात. पण तेथे ते काही काळ काम 'इसिस'सोबत करून मायदेशी परततात; परंतु परतताना ते एक कट्टरतावादी, मूलतत्त्ववादी विचारसरणी घेऊन परतात आणि अशा लोकांकडून हल्ले होण्याची शक्यता ही अधिक वाढत आहे. 'शार्ली हेब्दो'वरील हल्ल्याप्रकरणी हैमद मुराद आणि सैय्यद क्वाचि व शेरिफ क्वाचि हे सय्यद बंधू अशा तिघांना पकडण्यात आले आहे. यातील एकाने शरणागती पत्करली आहे. या तिघांपैकी एकाला इस्लामचा विखारी प्रचार करण्याच्या आरोपावरून २००५ मध्ये १८ महिन्यांची शिक्षा झाली होती. त्यामुळे गेल्या काही वर्षांपासून फ्रान्समध्ये धार्मिक मूलतत्त्ववाद हा वेगाने आकाराला येत होता.

फ्रान्स हा बहुसांस्कृतिक देश आहे; परंतु अलीकडील काळात तेथे राष्ट्रवादी भावना या प्रखर बनलेल्या आहेत. त्यातून प्रत्येकाने वैयक्तिक धार्मिक भावनांना महत्त्व न देता फ्रान्सच्या राष्ट्रवादी विचारसरणीप्रमाणे वागले पाहिजे अशा अपेक्षा व्यक्त

करण्यात येत आहेत आणि त्यासंबंधीचे कायदे वा नियमही बनवण्यात आले आहेत. उदाहरणच घ्यायचे तर, मुस्लिम स्त्रियांना बुरखा घालून महाविद्यालयांमध्ये जाता येणार नाही, शीख धर्मियांना पगडी घालता येणार नाही अशा प्रकारचे एक प्रकारचे फतवे काढले गेल्याच्या बातम्या मध्यंतरी प्रसिद्ध झाल्या होत्या. थोडक्यात, धार्मिक ओळखीपेक्षा तुमची फ्रान्सचे नागरिक ही ओळख अधिक महत्त्वाची आहे, हे सांगण्याचा, रुजवण्याचा, ठसवण्याचा प्रयत्न फ्रान्समध्ये वाढत आहे. त्याचबरोबर मागील वर्षी फ्रान्समध्ये दहशतवादविरोधी एक कडक कायदा आणण्यात आला आणि त्याअंतर्गत अनेकांना चौकशीसाठी, तपासणीसाठी ताब्यात घेण्यात आली. या सर्वांमधून अनेकांच्या धार्मिक भावना दुखावल्या गेल्या आहेत. पॅरिसमध्ये आजही मुस्लिमद्वेष प्रचंड प्रमाणात असल्यामुळे तेथील अल्पसंख्यांकांना, गरीब निर्वासित मुस्लिमांना झोपडपट्ट्यांचा आसरा घ्यावा लागत आहे. अशा गरीबीच्या, हालाखीच्या ठिकाणी मूलतत्त्ववादाचा प्रसार-प्रचार हा वेगाने केला जातो. अल्पसंख्याकांना, मुस्लिमांना अशा प्रकारे द्वेषभावाची वागणूक दिली गेल्यामुळे फ्रान्समध्ये अनेक जातीय दंगली झालेल्या आहेत. म्हणजे इथेही पुन्हा धर्माचा आधार, धार्मिक भावना हेच मूळ कारण असल्याचे दिसते.

या सर्व पार्श्वभूमीवर सध्या वाढत चाललेल्या हल्ल्यांकडे पाहताना काय दिसते? तर तुम्ही आमच्या धार्मिक भावनांचा अनादर करू नका, त्यांची विटंबना, कुचेष्टा करू नका; अन्यथा आम्ही त्याला हिंस्त्र आणि भयावह प्रकारे उत्तर देऊ, असा संदेश देण्याचा प्रयत्न केला जात आहे. दुसरी महत्त्वाची गोष्ट म्हणजे, या सर्वांमधून जगाचा प्रवास धार्मिक ध्रुवीकरणाकडे होतो आहे की काय अशी भीती वाटू लागली आहे. १९९३ मध्ये सॅम्युअल हंटिंग्टन या हार्वर्ड विद्यापीठातील राज्यशास्त्राच्या प्राध्यापकांनी अशाच प्रकारची एक चिंताजनक भविष्यवाणी आपल्या 'क्लॅश ऑफ सिव्हिलायझेशन' या सिद्धांतामधून केली होती. ते म्हणाले होते, एकविसाव्या शतकामध्ये आर्थिक बाबी हा राष्ट्रांचा संघटित होण्याचा आधार न राहता त्याची जागा धर्म घेईल आणि जगभरातील राष्ट्रे धर्माच्या आधारावर संघटित होऊ शकतात. इस्लामिक स्टेटच्या रुपाने सध्या अशाच प्रकारचे चित्र किंवा प्रयत्न होताना

भारताने सावध राहण्याची गरज

धार्मिक भावनेने प्रेरित होऊन जगभरात घडणाऱ्या या घडामोडींच्या पार्श्वभूमीवर भारताचाही विचार करण्याची गरज आहे. भारत हा एक प्रयोगशाळा आहे. भारत ही बहुसांस्कृतिक देश आहे. भारतामध्येही ख्रिश्चन आणि मुस्लिमधर्मियांचे प्रमाण मोठे आहे. त्यामुळे या घटनांच्या प्रतिक्रिया किंवा प्रतिबिंब भारतातही उमटू शकतात, हे विसरून चालणार नाही. भारत धार्मिक अधिकारांचे रक्षण करण्यात अग्रेसर झालेला असला तरी भारतात धार्मिक क्रांती झालेली नाही. भारतामध्ये आजही मोठ्या प्रमाणावर असलेल्या अल्पसंख्यांकांचे रक्षण केले जाते ही जमेची बाजू आहे. धार्मिक ध्रुवीकरणाच्या प्रकरणामध्ये आतापर्यंत भारत खूप सुरक्षित आहे; परंतु भविष्यामध्ये आपला हा धर्मनिरपेक्षतावाद कायम राहण्यासाठी दक्ष राहण्याची आवश्यकता आहे. त्यासाठी अंतर्गत सुरक्षिततेसाठी कडक पावले उचलण्याची गरज आहे.

दिसत आहे. दुसरीकडे अमेरिकेचीही भूमिका याच धाटणीची आहे. अमेरिकेने इसिसविरोधात आदित्य कारवाई सुरू केली, त्यालाही एक धार्मिक अंग आहे. मुळात इराकच्या प्रकरणामुळे तोंड पोळलेले असल्यामुळे अमेरिकेची इसिस विरुद्ध कारवाई करण्याची, हस्तक्षेप करण्याची आजिबात इच्छा नव्हती; परंतु इराकमधील ख्रिश्चन बहुसंख्य असणाऱ्या मोझिल भागामध्ये इसिसने हल्ला केला तेव्हा त्याविरुद्ध संपूर्ण युरोपमध्ये तीव्र प्रतिक्रिया उमटल्या. या ख्रिश्चनांची मदत केली पाहिजे यासाठी दबाव आणलागेला. त्यातून आधी अमेरिका आणि नंतर इंग्लंड आणि फ्रान्स यांनी इसिसविरुद्धची मोहीम सुरू केली. म्हणजेच यामागे धार्मिक भावना किंवा स्वधर्मियांचे रक्षण ही बाब अधिक प्रबळ बनली असल्याचे दिसून येते आणि आताच्या पॅरिसमधील हल्ल्यामागेही हेच कारण आहे. यातून पुन्हा एकदा धार्मिक ध्रुवीकरण होते की काय, धर्माच्या आधारावर ख्रिश्चन देश एकत्र येऊ शकतात का, इस्लामिक देश एकवटू शकतात का, असे गंभीर प्रश्न उपस्थित होत आहेत. तसे ध्रुवीकरण झाल्यास संपूर्ण जगासाठी त्रासदायक ठरणार आहे. ■

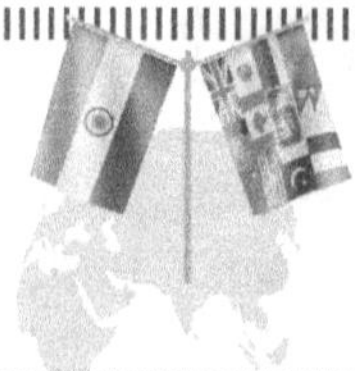

आयसिसचे लक्ष्य दक्षिण आशिया

आयसिस (Islamic State of Iraq and Syria) या आंतरराष्ट्रीय दहशतवादी संघटनेचे सुरुवातीपासूनच मुख्य लक्ष्य हे युरोप होते. मात्र फ्रान्स, बेल्जियमवरील हल्ल्यांनंतर युरोपियन देशांनी आयसिसविरोधातील मोहीम तीव्र केली. तसेच युरोपातून आयसिसला जाऊन मिळणाऱ्या मुस्लिम अल्पसंख्यांक तरुणांवरही कडक निर्बंध आणण्यास सुरुवात केली. परिणामी आयसिसची कोंडी झाली. या संघटनेला कार्यकर्त्यांची, योद्ध्यांची चणचण भासू लागली. त्यादृष्टीने त्यांनी आपला मोर्चा दक्षिण आशियाकडे वळवला आहे.

अलीकडील काळात भारतातील काही राज्यांमधून, विशेषतः महाराष्ट्र व केरळमधून अनेक तरुण बेपत्ता झाल्याच्या तसेच काही तरुणांचा इस्लामिक स्टेटसारख्या आंतरराष्ट्रीय दहशतवादी संघटनेकडे आकर्षित होत असल्याच्या बातम्या पुढे होत आहेत. वर्षभरापूर्वी कल्याणमधील काही युवक इसिसला जाऊन मिळाल्यानंतर तपास यंत्रणा खडबडून जाग्या झाल्या. त्यानंतर बंगळुरुमध्ये आयसिसचा ट्विटर हँडलर पकडला गेला. मधल्या काळात देशाच्या काही भागातून काही तरुणांना संशयित म्हणून पकडण्यात आले. ही मालिका अशीच सुरू असून गेल्या महिन्याभरात घडलेल्या घटनांमुळे आणि समोर आलेल्या वृत्तांमुळे आयसिस दाराशी येऊन पोहोचल्याची भीती निर्माण झाली आहे. केरळ आणि महाराष्ट्रातील मराठवाडा भागातून पकडण्यात आलेल्या तरुणांचा आयसिसशी संपर्क आल्याचे स्पष्ट झाले आहे. मध्यंतरी २० तरुण केरळमधून बेपत्ता झाले होते. त्यापैकी काहींचा संबंध मुंब्रा येथून पकडलेल्या मुत्तबीर शेख या अतिरेक्यासोबत असल्याचे समोर आले आहे. मुत्तबीरने केरळ, हैदरबाद, नांदेड, मालवण आणि कल्याण येथील अनेक तरुणांना सोशल मीडियाच्या माध्यमातून आपल्या जाळ्यात ओढून त्यांना आयसिसमध्ये सामील होण्यासाठी प्रवृत्त केले होते अशी माहितीही पुढे आली आहे. मराठवाड्यातून पकडलेल्या तरुणांकडे स्फोटकेही सापडली आहेत. या सर्व पार्श्वभूमीवर आयसिसविषयीची चिंता दिवसेंदिवस वाढत चालली आहे. याकडे केवळ स्थानिक प्रश्नांच्या परिप्रेक्ष्यातून पाहून चालणार नाही. त्यातील व्यापक आंतरराष्ट्रीय दृष्टिकोन लक्षात घेणे आणि त्यानुसार विचार व उपाययोजना करणे आवश्यक आहे. त्यासाठी सर्वप्रथम आयसिसने आपला मोर्चा युरोपकडून भारताकडे का वळवला आहे हे जाणून घेऊया.

युरोप हिटलिस्टवर

इस्लामिक स्टेटचे सुरुवातीपासून युरोप हे मुख्य टार्गेट होते. याचे कारण अमेरिकेच्या नेतृत्वाखालील नॅटो संघटनेच्या अधिपत्याखाली इराक आणि सिरियामध्ये इसिसच्या ठिकाणांवर मोठ्या प्रमाणावर हवाई हल्ले सुरू आहेत. बहुतांश युरोपियन देश यामध्ये सहभागी आहेत. त्यामुळे युरोपवर आयसिसचा रोष आहे. दुसरा मुद्दा म्हणजे, एकंदरीतच युरोप हा निर्वासितांची भूमी राहिलेला आहे. आफ्रिका आणि पश्चिम आशियामधून फार मोठ्या प्रमाणात मुस्लिम अल्पसंख्याक निर्वासीत म्हणून युरोपमध्ये स्थलांतरित झालेले आहेत. या निर्वासितांच्या काही स्थानिक, सामाजिक आणि आर्थिक समस्या आहेत. अनेक वर्षांपासून त्या प्रलंबित आहेत. त्यातच भर घातली ती आर्थिक मंदीमुळे वाढलेल्या बेरोजगारीने. त्याचप्रमाणे युरोपमध्ये आज एक प्रकारचे ध्रुवीकरण पाहायला मिळते आहे. एकीकडे अत्यंत गरीब, सामाजिक आणि आर्थिक दृष्ट्या मागास असलेले अल्पसंख्याक मुस्लिम आहेत. तर दुसरीकडे अत्यंत प्रगत असलेल्या ख्रिचनधर्मियांचा गट आहे. आर्थिक आणि सामाजिक विकासाच्या प्रक्रियेमध्ये सहभागी करून घेता न आल्याने तेथील अल्पसंख्याक मुस्लिमांमध्ये असंतोष आहे आणि त्याचे भांडवल आयसिससारखी संघटना करत आहे. त्यातूनच

आयसिसला युरोपमध्ये प्रसार आणि प्रचारासाठी पोषक परिस्थिती निर्माण झाली आहे. म्हणूनच गेल्या तीन वर्षांत अमेरिका व युरोपमधील १०० शहरांमधून साधारणतः ३० हजार तरुण आयसिसला जाऊन मिळाल्याची शक्यता आहे.

दक्षिण आशिया लक्ष्य का?

आता प्रश्न असा निर्माण होतो की, युरोपातून भरपूर पाठिंबा मिळत असतानाही आयसिस दक्षिण आशियाकडे आपले लक्ष का वळवत आहे हा? जेव्हा एखाद्या प्रदेशामधून किंवा उपखंडातून एखादी महासत्ता काढता पाय घेते तेव्हा तिथे सत्तेची पोकळी निर्माण होत असते. ही पोकळी भरून काढण्यासाठी अनेकदा मोठी स्पर्धा निर्माण होते. इस्लामिक स्टेटसारख्या संघटनांचा जन्म हा अशा प्रक्रियेमधूनच झालेला आहे हे आपण लक्षात घेतले पाहिजे. २००२ ते २०१२ अशी दहा वर्षे अमेरिकेचे आणि नाटोचे सैन्य इराकमध्ये होते. २०१२ मध्ये हे सैन्य काढून घेतल्यानंतर इराकमध्ये सत्तेची पोकळी निर्माण झाली. ती आता इस्लामिक स्टेटने भरून काढली आहे. अफगाणिस्तानातून अमेरिका आणि नाटोच्या फौजा माघारी फिरल्या आहेत. त्यामुळे तिथे निर्माण झालेली सत्तेची पोकळीही इस्लामिक स्टेटला भरून काढायची आहे. अफगाणिस्तान या देशाचे भौगोलिक स्थान अतिशय महत्त्वाचे आहे. अफगाणिस्तानवर प्रभाव प्रस्थापित झाल्यास दक्षिण आशिया, मध्य आशिया आणि पश्चिम आशिया या तिघांवरही नियंत्रण ठेवता येते. कारण या तिन्ही उपखंडांशी अफगाणिस्तानच्या सीमारेषा जोडलेल्या आहेत. दक्षिण आशियामधील पाकिस्तान,मध्य आशियातील उझबेकिस्तानला आणि पश्चिमेकडे इराणची सीमारेषा अफगाणिस्तानशी जोडलेली आहे. त्यामुळेच इस्लामिक स्टेटने आपले लक्ष हे पश्चिम आशियाकडून दक्षिण आशियाकडे वळवण्यास सुरुवात केली आहे. अफगाणिस्तानात मागील काळात घडलेल्या काही मोठ्या हल्ल्यांची आणि बॉम्बस्फोटांची जबाबदारी इसिसने स्वीकारली होती, हे लक्षात घ्यावे लागेल.

कार्यकर्त्यांच्या शोधात आयसिस

कोणतीही दहशतवादी संघटना कार्यकर्त्यांच्या जोरावरच चालत असते. कार्यकर्ते किंवा पाठीराखे त्यांना आवश्यक असतात. आजवर कार्यकर्त्यांची गरज भागवण्यासाठी इस्लामिक स्टेट प्रामुख्याने युरोपवर निर्भर होती. कारण युरोपमधील स्थानिक निर्वासित अल्पसंख्यांकांमध्ये बेरोजगारीचे, गरीबीचे प्रश्न गंभीर बनलेले असून त्यांच्यामध्ये बहुसंख्यांकांविषयी असंतोष आहे. या असंतोषाचा फायदा इसिसकडून उचलला जात होता; परंतु इसिसने फ्रान्स, बेल्जियममध्ये आणि युरोपमध्ये केलेल्या दहशतवादी हल्ल्यांनंतर इसिसला जाऊन मिळणाऱ्या स्थानिक अल्पसंख्यांक मुस्लिमांवर नियंत्रण आणण्यासाठी कडक उपाययोजना युरोपियन देशांकडून करण्यात येत आहेत. परिणामी, युरोपमधून मिळणारा कार्यकर्त्यांचा ओघ आटण्यास सुरुवात झाली. त्यामुळेच आता कार्यकर्त्यांच्या शोधार्थ भारत, बांगला देश आणि पाकिस्तानकडे आपला मोर्चा वळवला आहे. त्यांना प्रामुख्याने सुशिक्षित आणि नवतंत्रज्ञानाची माहिती असणाऱ्या टेक्नोसॅव्ही तरुणांची गरज आहे.

स्थानिक दहशतवादी संघटनांना आयसिसचे कवच

इस्लामिक स्टेटने भारतात प्रत्यक्ष पाय ठेवलेला नाही. पण भारतातील काही दहशतवादी कृत्यांमध्ये सहभागी असणाऱ्या इंडियन मुजाहीद्दीनसारख्या संघटनांनी आपली बांधिलकी आयसिसला जाहीर केलेली आहे. त्यामुळे इसिसचा अप्रत्यक्ष प्रवेश भारतात झाला आहे. त्यातून या स्थानिक दहशतवादी सघटनांना आंतरराष्ट्रीय दहशवादी संघटनांचे कवच मिळत आहे. भविष्यात याचे खूप गंभीर परिणाम होण्याची शक्यता आहे. कारण इस्लामिक स्टेट ही अतिशय श्रीमंत संघटना आहे. या संघटनेकडे अब्जावधी डॉलर्स आहेत. सौदी अरेबियासारख्या श्रीमंत सुन्नी मुस्लिम राष्ट्रांकडून इसिसला फार मोठे आर्थिक पाठबळ मिळते आहे. हाच पैसा इसिसच्या माध्यमातून भारतातील स्थानिक दहशतवादी संघटनांना मिळू शकतो आणि त्यातून त्यांची ताकद वाढू शकते.

भारतातील मुस्लिम आणि आयसिस

सध्या भारताला आयसिसचा धोका अत्यल्प असला तरी भविष्यात तो वाढणार आहे हे नाकारून चालणार नाही. इसिसच्या वेबसाईट बघण्याचा किंवा इसिसशी संपर्क साधण्याचा प्रयत्न करणाऱ्या तरुणांचा वयोगट पाहिला तर तो १८ ते २५

वर्ष असल्याचे दिसते. हे वय अतिशय सहजपणे आमिषांना बळी पडणारे असते. तसेच सहजपणे माथी भडकवता येऊ शकतात असा हा वयोगट आहे. मात्र त्याचवेळी एक चांगली गोष्ट भारतात दिसून आली आहे, ती म्हणजे भारतातील प्रौढ मुस्लिमांनी इसिसला कडाडून विरोध दर्शवला आहे. देशभरात, महाराष्ट्रात अनेक ठिकाणी मुस्लिम समुदायाने संघटितरित्या आयसिसविरोधात निदर्शने केली आहेत. त्याचबरोबर अनेक पालकांनी आयसिसविषयीचे आकर्षण वाटणाऱ्या आपल्या पाल्यासंदर्भात स्वतःहून पुढे येऊन पोलिसांना माहिती दिली आहे. गतवर्षी काही तरुण कोलकाताच्या माध्यमातून बांगला देशमध्ये आणि तेथून सिरिया, इराकमध्ये जाण्यासाठी प्रयत्नशील होते. त्यावेळी त्यांच्या पालकांनीच पोलिसांना याबद्दलची माहिती दिली होती. यावरून असे दिसते की तरुण वयातील मुले जरी इसिसच्या या अपप्रचाराला, विद्वेषाला, आमिषांना बळी पडत असली तरी प्रौढ मुस्लिम यापासून पूर्णपणाने अलिप्त आहेत आणि ते पोलिसांना सहकार्यच करत आहेत. दुसरी गोष्ट म्हणजे, ग्रामीण भागातील तरुण याकडे फारसे आकर्षित होताना दिसत नाहीत. मुंबई, चेन्नई, बंगळूरु, हैदराबाद आदी शहरी भागातील आणि खास करून या शहरांमध्ये असणाऱ्या मुस्लिमबहुल वस्त्यांमधून त्यांचा प्रभाव वाढतो आहे.

तरुणांमध्ये आकर्षण का?

आता प्रश्न निर्माण होतो तो प्रौढ वर्ग, ग्रामीण भागातील तरुण याच्यापासून लांब असताना शहरांमधील १८ ते २५ वयोगटातील तरुण इसिसकडे का आकर्षित होत आहेत? याबाबतचा अभ्यास करता असे दिसते की, हे सर्व तरुण इसिसकडून दाखवल्या जाणाऱ्या दिवास्वप्नांकडे आकर्षित होत आहेत. १९२०च्या पूर्वी ज्याप्रमाणे संघटित इस्लामिक राजवटीचे साम्राज्य प्रस्थापित होते त्याप्रमाणे आताही सर्व इस्लामिक देश एकत्र आल्यास तसेच साम्राज्य पुन्हा प्रस्थापित होऊ शकते, पुन्हा एकदा खलिफा आणि त्याची खिलाफत अस्तित्वात येऊ शकते, अशा प्रकारचा प्रचार इसिसकडून केला जात आहे. या आमिषांकडे तरुण मुले आकर्षित होतात. जगभरातील मुस्लिम राष्ट्रातील मुस्लिमांशी तुलना करता भारतातील मुस्लिम हा फार सुरक्षित आहे. आज इस्लामिक राष्ट्रांत मोठ्या प्रमाणावर अंतर्गत संघर्ष सुरू आहे. या देशांमध्ये लोकशाही व्यवस्था असणारे देश मोजकेच आहेत. त्यामुळे तिथला तरुणवर्ग हा मोठ्या प्रमाणावर इसिसकडे आकर्षित होतो. पण भारतात तशी परिस्थिती नाही. भारतामध्ये मुस्लिमांना सर्व राजकीय अधिकार दिले गेलेले आहेत. येथील प्रौढ मुस्लिमांना भारतातील परिस्थितीची कल्पना आहे. त्यामुळे ते अशा प्रलोभनांना बळी पडत नाहीत. मात्र तरुणांमध्ये वाढणारे आकर्षण कमी कसे करायचे आणि आगामी काळात या दहशतवादाचा मुकाबला कसा करायचा याचा विचार होणे गरजेचे आहे.

अंतर्गत सुरक्षा बळकट करण्यासाठी

सध्याची आपली दहशतवादविरोधी यंत्रणा, गुप्तहेर व्यवस्था, साधनसामग्री ही प्रादेशिक, सीमापार दहशतवादाला अनुसरून विकसित केलेली आहे. आता एक आंतरराष्ट्रीय दहशतवादी संघटना वेगळ्या माध्यमातून भारतात प्रवेश करण्याचा प्रयत्न करत असेल तर त्यासाठी आपल्याला आपली कार्यपद्धती, तपास यंत्रणा यांमध्ये महत्त्वपूर्ण बदल करावे लागणार आहेत. यासाठी दोन गोष्टींची गरज आहे. त्यातील एक म्हणजे 'कोऑर्डिनेटेड एफर्टस' किंवा समन्वयात्मक प्रयत्न. आपल्या सर्व सुरक्षा यंत्रणांमध्ये केंद्रीय पातळीवर समन्वय असणे गरजेचे आहे. त्याचबरोबर आपण विविध अत्याधुनिक तंत्रज्ञानाचा वापर करणेही आवश्यक आहे. प्रगत तंत्रज्ञान आणि केंद्रीय पातळीवरील समन्वय या दोन मुद्यावर लक्ष केंद्रित करावे लागणार आहे. आपण आज दहशतवादाकडे राष्ट्रीय समस्या अथवा परकीय आक्रमण किंवा आणीबाणी म्हणून पहात नाही. तर त्याकडे कायदा व सुव्यवस्थेचा प्रश्न म्हणून पाहात आलेलो आहोत. कायदा व सुव्यवस्था हा राज्यांचा अखत्यारीतील विषय आहे. त्यामुळे एखाद्या ठिकाणी दहशतवादी हल्ला झाल्यास तो पोलिसांच्या माध्यमातूनच सोडवण्याचा प्रयत्न केला जातो आहे. स्थानिक पोलिसांना दहशतवाद्यांशी लढताना मर्यादा येतात, हे उघड झाले आहे. त्यामुळेच आपण दहशतवादाकडे राष्ट्रीय समस्या म्हणून पाहणे आवश्यक आहे. राष्ट्रीय दृष्टिकोनातून पाहिल्यास त्याचा सामना हा केंद्रीय यंत्रणेमार्फत केला जाईल. त्यासाठी आपण नॅशनल काउंटरटेररिझम सेंटर म्हणजे राष्ट्रीय दहशतवाद विरोधी केंद्र हे प्रथम निर्माण करावे लागेल. त्याचबरोबर राज्याच्या सुरक्षा

यंत्रणा आणि केंद्रीय स्तरावरील सुरक्षा यंत्रणांमध्ये समन्वय प्रस्थापित करण्यासाठी हे केंद्र महत्त्वाची भूमिका बजावेल. तसेच काही केंद्रीय दलांना यामध्ये हस्तक्षेप करण्याचे अधिकार देणे आवश्यक आहे. त्याचबरोबर अत्याधुनिक तंत्रज्ञानाचा वापर मोठ्या प्रमाणावर होणे गरजेचे आहे.

इतर देशांशी इंटेलिजन्स शेअरिंग वाढवण्याची गरज

इस्लामिक स्टेटचा धोका हा फक्त भारतालाच नाही. कारण इस्लामिक स्टेटने आज जगापुढे आव्हान उभे केले आहे. जगातील प्रत्येक देशाला या संघटनेपासून धोका आहे. त्यामुळे भारताला आयसिसविरोधातील लढ्यासाठी इतर देशांची मदत मोठ्या प्रमाणावर मिळणार आहे. हे लक्षात घेऊन आपण आता इतर देशांशी इंटिलिजन्स शेअरिंग किंवा गुप्तचर माहितीच्या आदान-प्रदानावरवर भर दिला पाहिजे. त्याचे फायदे काय होतात हे आताच्या प्रकरणातून दिसून आले आहे. अमेरिकन आणि फ्रेंच गुप्तहेर संघटनांशी साधलेल्या समन्वयामुळे आणि त्यांच्याकडून मिळालेल्या टिप्समुळेच आपण प्रजासत्ताक दिनापूर्वी देशभरातून काही संशयितांना पकडू शकलो, हे लक्षात घ्यावे लागेल. फ्रान्सचे राष्ट्राध्यक्ष प्रजासत्ताक दिनाचे प्रमुख पाहुणे म्हणून भारतात आल्यामुळे पॅरिसप्रमाणे भारतातही दहशतवादी हल्ला होण्याची शक्यता आहे असे फ्रान्सच्या गुप्तेहर संघटनेकडून कळवण्यात आले होते. अमेरिकेनेही यासंदर्भातील महत्त्वपूर्ण गुप्तहेर माहितीचे शेअरिंग केले होते. भविष्यकाळात अशा प्रकारच्या शेअरिंगवर आपल्याला भर द्यावा लागेल. पश्चिम आशियातील काही मुस्लिम राष्ट्रांकडूनही अशा प्रकारची मदत मिळू शकते. त्यासाठी आपल्याला या राष्ट्रांशी असणारे संबंध विकसित करावे लागतील. इस्त्राईल सरकारने सोशल मीडियाच्या माध्यमातून होणाऱ्या दहशतवादाचा प्रसाराचा सामना कशा पद्धतीने करावा याबाबतचे तंत्रज्ञान विकसित केले आहे. त्यामुळे आपण इस्त्राईलची मदत घेणे आवश्यक आहे.

सामूहिक जबाबदारीही महत्त्वाची

हे सर्व करत असतानाच आपल्याकडील मुस्लिमांच्या आर्थिक व सामाजिक प्रश्नांकडे अधिक गांभीर्याने पाहणे आवश्यक आहे. या समाजातील विकासाचे प्रश्न प्राधान्याने सोडवण्यावर, मुस्लिमांमधील दारिद्र्य, बेकारीचे प्रमाण कमी करण्यासाठी उपाययोजना करणे आवश्यक आहे. या समाजाला मुख्य प्रवाहात आणण्यासाठी धोरणात्मक पातळीवर प्रयत्न करणे गरजेचे आहे. त्याचबरोबर दहशतवादाशी लढण्याची जबाबदारी फक्त शासनाची नाही हे लक्षात घ्यावे लागेल. हा 'होम ग्रॉन टेररिझम' आहे. त्यामुळे पब्लिक इंटिलिजन्सही फार महत्त्वाचा आहे. सामान्य लोकांकडून मिळणाऱ्या गुप्तवार्तांचे प्रमाण वाढवणे आवश्यक आहे. तसेच नागरिकांनीही सतर्क, सजग राहून आपली सांघिक जबाबदारी पार पाडणे गरजेचे आहे.

■

डिजिटल टेररिझम : वाढता धोका

सोशल मीडियाचा वापर ही आजच्या जीवनशैलीची गरज बनत चाललेली असताना याच नवसमाजमाध्यमांचा वापर करून वाढत चाललेल्या 'होमग्रॉन टेररिझम' मुळे जगापुढे आव्हान उभे केले आहे. आयसिसने गेल्या काही महिन्यांमध्ये केलेले हल्ले पाहिले तर ते 'सोशल मीडिया स्पॉन्सर्ड' असल्याचे दिसून आले आहे. नवसमाजमाध्यमे आणि त्यातून वेगाने होत चाललेला दहशतवादाचा प्रचार-प्रसार याला डिजिटल टेररिझम म्हटले जात आहे. वास्तविक, सोशल मीडियाच्या वापरातूनच मुस्लिम समाजातल्या पारंपारिक हूकूमशाही, राजेशाही,

एकाधिकारशाही राजवटींविरूद्ध लोकांना एकत्र करून जनहित लोकचळवळी राबवता येतात, हे अरबक्रांतीने जगाला दाखवून दिले. मात्र त्यांचाच नकारात्मक वापर हा जगासाठी विघातक ठरत आहे. हे नवे आव्हान पेलण्यासाठी जगभरातील देशांनी एकत्रित येऊन उपाययोजना करणे आवश्यक आहे.

दहशतवादाची समस्या ही शेकडो वर्षे जुनी आहे. परंतु दहशतवादी संघटना ज्या पद्धतीने आपल्या साधनांचा वापर करत आहेत आणि त्यामध्ये जे सातत्याने बदल होत आहेत, त्यामुळे दहशतवादाचा प्रश्न सातत्याने चर्चेमध्ये येत आहे. आज दहशतवादाची समस्या ही जागतिक बनलेली आहे. दहशतवादी संघटनेला जागतिक बनवण्यामध्ये सोशल मीडियाची महत्त्वाची भूमिका असलेली दिसून येते. आज 'ग्लोबल जिहाद'चा नारा दिला जात आहे. यासाठीही साधन म्हणून सोशल मीडियाचा वापर केला जात आहे. गेल्या अनेक दशकांपासून दहशतवादी संघटना पारंपारिक प्रसारमाध्यमांचा म्हणजेच टीव्ही, रेडिओ, वर्तमानपत्र यांचा वापर करत होत्या. परंतु या प्रसारमाध्यमांवर अंकुश ठेवणे शासनाला शक्य होते. तसेच पूर्वीच्या दहशतवादी संघटनांचे स्वरूप हे प्रामुख्याने राष्ट्रीय आणि प्रादेशिक पातळ्यांपुरते मर्यादित होते. ते जागतिक पातळीवर नव्हते. आताच्या दहशतवादी संघटनांची, प्रामुख्याने इस्लामिक दहशतवादी संघटनांची उद्दिष्ट्ये ही प्रादेशिक किंवा राष्ट्रीय पातळीवरील नसून ती जागतिक स्वरुपाची बनली आहेत. इस्लामिक स्टेट किंवा अल कायदा यांसारख्या दहशतवादी संघटना यांना सर्व इस्लामिक देशांना एकत्र करून इस्लामिक राजवट (इस्लामिक रेजिम) स्थापन करायची आहे. त्यासाठी जगभरातील मुस्लिमांना आवाहन करायचे आहे. अशा वेळी म्हणजेच जागतिक स्वरुपाची उद्दिष्टे समोर ठेवल्यानंतर त्यांच्या पूर्ततेसाठी जगव्यापी साधनांचा अवलंब करावा लागतो. याचे कारण पारंपरिक माध्यमांवर शासनाने नियंत्रण ठेवण्यास सुरुवात केलेली आहे. तसेच आता प्रत्येक राष्ट्रांकडे स्वतःचे सैन्य असल्यामुळे त्या देशात वैयक्तिकरित्या संदेश पोहचवणे कठीण बनले आहे. या सर्वांमुळे दहशतवादी संघटना सोशल मीडियाकडे वळलेल्या आहेत. ग्लोबल जिहाद किंवा जागतिक धर्मयुद्धाचे आवाहन करण्यासाठी त्यांच्याकडून सोशल मीडियाचा वापर मोठ्या प्रमाणावर केला जात आहे.

> २०१४ मध्ये अल् कायदाने भारतीयांची भरती करण्यासाठी 'कायदा अल् जिहाद' या नावाने एक स्वतंत्र शाखा वा संघटना तयार केली. या संघटनेच्या माध्यमातून ते भारत आणि बांगला देशातून अधिकाधिक तरुणांची भरती करण्यासाठी प्रयत्न करत आहेत. अल् जवाहिरीने मध्यंतरी जाहीर केलेल्या व्हिडिओ टेपमधून त्यांना दक्षिण आशियामध्ये इस्लामिक स्टेट तयार करायचे आहे हे घोषित करण्यात आले होते. त्यामुळे या दोन्ही संघटना इंटरनेटच्या माध्यमातून आपले पाय पसरण्यास सुरुवात केलेली आहे, हे उघड झाले. मध्यंतरी प्रसिद्ध झालेल्या काही वृत्तांनुसार, या संघटनांनी त्यांचे साहित्य भारतीय भाषांमधून प्रसारित करण्यास सुरुवात केलेली आहे. त्यांच्या या साहित्याचे अनुवाद तामिळ भाषेत, हिंदीमध्ये झाल्याचेही वृत्त आहे. त्यामुळेच याकडे आपल्याला गांभीर्याने पाहणे गरजेचे आहे.

आज जगभरातील राष्ट्रांपुढे इस्लामिक स्टेट या संघटनेचे आव्हान प्रबळ बनले आहे. ही दहशतवादी संघटना प्रामुख्याने फेसबुक, ट्विटर, ॲपल, मायक्रोसॉफ्ट, याहू, यूट्युब, व्हॉट्स ॲप, इन्स्टाग्राम, टेलीग्राम यांसारख्या साईटस्चा वापर करत आहे. हा वापर प्रामुख्याने पाच उद्देशांसाठी होत आहे.

- या माध्यमांतून दहशतवादी संघटनांना रॅडिकलायझेशन म्हणजे कट्टरतावाद पसरवायचा आहे. आपला संदेश लोकांपर्यंत पोहचवून त्यांचे मतपरिवर्तन करून जगभरातील मुस्लिमांना प्रत्यक्ष आणि अप्रत्यक्षपणे या जिहादी लढ्यामध्ये सहभागी करून घ्यायचे आहे.
- सोशल मीडियाचा वापर करून त्यांना रिक्रुटमेंट वाढवायच्या आहेत. इस्लामिक स्टेटसारखी संघटना ही एखाद्या बहुराष्ट्रीय कंपनीसारखी काम करत आहे. या संघटनेने अनेक देशांमध्ये आपल्या शाखा निर्माण केल्या

आहेत. जगभरात जिहादी कृत्ये करण्यासाठी या संघटनेला योद्ध्यांची, कार्यकर्त्यांची गरज असते. असे तरुण मिळवण्यासाठी सोशल मीडियाचा वापर प्रभावीपणे केला जात आहे.

- मोठ्या प्रमाणावर आर्थिक पाठबळ मिळत नाही, तोपर्यंत कोणतीही दहशतवादी संघटना कोणत्याही प्रकारचे काम करू शकत नाही, असे दहशतवादाचे अर्थशास्त्र सांगते. साहजिकच, संघटनेचा कारभार चालण्यासाठी आणि विस्तारासाठी आवश्यक आर्थिक पाठबळ उभे करण्यासाठी म्हणजेच फंड रेजिंगसाठीही सोशल मीडिया वापरला जातो. इस्लामिक स्टेट ही जगातील सर्वांत श्रीमंत दहशतवादी संघटना मानली जाते. या संघटनेने आपल्याला हवा असणारा सर्व पैसा जमवण्यासाठी, उभा करण्यासाठी सोशल मीडियाचा अतिशय हुशारीने वापर केला गेला आहे. तसेच सोशल मीडियाच्या माध्यमातूनच या पैशाचा विनियोग आणि नियोजनही केले जाते.
- शस्त्रास्त्रांच्या उपलब्धतेसाठी, हल्ले करण्यासाठी, शस्त्रांची निर्मिती कशी करायची याबाबच्या माहितीचा प्रसार करण्यासाठी सोशल मीडियाचा अत्यंत खुबीने वापर केला जातो. यासाठी मार्गदर्शक नंबर देऊन त्या साहाय्याने शस्त्रे मिळवली जातात. संघटनेचा म्होरक्या किंवा प्रमुख हा प्रत्येक ठिकाणी जाऊन दहशतवादी हल्ला अथवा स्फोट करू शकत नाही. त्यामुळेच त्या-त्या प्रदेशातील लोकांचाच अशा हल्ल्यांसाठी आणि स्फोटांसाठी वापर केला जात आहे. याला 'होमग्रॉन टेररिझम' म्हटले जाते. अशा प्रकारचा दहशतवाद हे आजच्या काळातील एक सर्वांत मोठे आव्हान बनले आहे. त्या-त्या देशातील इस्लामिकांनीच त्या देशावर हल्ले करणे, हा प्रकार युरोपीय देशात अधिक प्रमाणात दिसून येत आहे. अशा लोकांना या सर्व प्रकरणामध्ये सामील करण्यासाठी सोशल मीडियावरून आवाहन केले जाते. त्यांची माथी भडकावली जातात. विविध साईटस्‌वरून, संदेशांमधून त्यांना विखारी साहित्य वाचायला दिले जाते. ध्वनीफिती दाखवल्या जातात. त्यातून या तरुणांच्या मनात त्या-त्या देशाविषयीची चीड निर्माण केली जाते. मग अशा तरुणांचे ग्रुप बनवले जातात. त्यांच्यातही पुन्हा सोशल मीडियामार्फत संदेशाची देवाणघेवाण होते. पुढे शस्त्रास्त्रे मिळवून कारवाया कशा पद्धतीने करायच्या याची माहिती दिली जाते. एखाद्या प्रतिष्ठीत स्थळावर हल्ले कसे केले जातात, तसेच एखाद्याचे अपहरण कसे करायचे याचे प्रशिक्षण देण्यासाठी सोशल मीडियाचा वापर होतो आहे. आज एखाद्या देशावर हल्ला करण्यासाठी बाहेरच्या देशातून दहशतवादी पाठवण्याची गरज राहिलेली नाही. हा 'होमग्रॉन टेररिझम' हा प्रामुख्याने सोशल मीडियामुळे वाढलेला दिसून येतो. सोशल मीडियाच्या माध्यमातून कट्टरतावादी विचारसरणी झपाट्याने फोफावत आहे.

सोशल मीडियाच्या क्षेत्रातील गुगल, फेसबुक, स्काईप यांसारख्या बहुतांश कंपन्या या अमेरिकन आहेत. अनेकदा अमेरिका या माध्यमांचा वापर करून आपली भांडवलशाही विचारसरणी इतर देशांवर लादण्याचा प्रयत्न करत होती. ज्याला सांस्कृतिक वसाहतवाद (कल्चरल इम्पॅरिलिझम) असे म्हणतात. आता मात्र त्याच माध्यमांचा वापर करून दहशतवादी संघटना त्यांची विचारसरणी अमेरिकेवर लादण्यासाठी प्रयत्न करत आहेत. त्यालाच 'रिव्हर्स कल्चरल इम्पॅरिलिझम' असे म्हणतात. या उलटलेल्या चालीचे परिणाम अमेरिकेला भोगावे लागत आहेत.

- सोशल मीडियाचा वापर आणखी एका कारणासाठी केला जातो. ते म्हणजे बॉम्ब बनवण्याचे तंत्रज्ञान. अल् कायद्याच्या ग्लोबल इस्लामिक मीडिया फ्रंटने एक बॉम्ब बनवण्याचे मॅन्युअल प्रसिद्ध केले होते. ते प्रत्येक देशादेशांत गेले होते. ते इंटरनेटवर उपलब्ध झाले होते. परिणामी, ते स्थानिक दहशतवाद्यांना प्राप्त झाले होते. आता सोशल मीडियामार्फत याबाबतचे आणखी प्रशिक्षण दिले जात आहे. त्याचा वापर कशा प्रकारे

करायचा याविषयीची नवनवीन माहिती वेगाने पुरवली जात आहे.

कसा होतो वापर?

दहशतवाद्यांकडून होणाऱ्या सोशल मीडियाच्या वापराचे काही टप्पे सांगता येतील.

- आज इस्लामिक स्टेट या दहशतवादी संघटनेकडून दिवसागणिक साधारणतः अडीच हजार ट्विटस् केल्या जातात. या ट्विटस्ना फॉलो करणारे लक्षावधी लोक आहेत. म्हणजेच एका ट्विटद्वारे आपला संदेश अनुयायांपर्यंत चुटकीसरशी पोहोचवला जातो.
- कोणतेही दहशतवादी कृत्य करायचे असेल किंवा त्याचे आयोजन करायचे असेल तर ते फेसबुकच्या माध्यमातून त्याची तारीख आणि वेळ निश्चित केली जाते. उदाहरणार्थ, एखादा उठाव करण्यासाठी फेसबुकमार्फत आवाहन केले जाते. या ठरलेल्या तारखेला आणि ठरलेल्या वेळी प्रत्यक्ष घटना घडवायची आहे, त्यावेळी कशा पद्धतीने समन्वय ठेवला गेला पाहिजे यासाठी ट्विटरचा वापर केला जातो आणि घटना घडवल्यानंतर ती संपूर्ण जगभर पसरवण्यासाठी युट्युबचा वापर केला जातो. या तीन टप्प्यांमध्ये या सगळ्या गोष्टी केल्या जातात.
- १९ ऑगस्ट २०१५ मध्ये फॉले नामक एका अमेरिकन पत्रकाराची गळा कापून हत्या करण्यात होती. या हत्येचा व्हिडिओ तयार करून युट्युबमार्फत तो सगळीकडे पसरवण्यात आला. अशा प्रकारच्या आपल्या कृत्यांना प्रसिद्धी देण्यासाठी सध्या सर्वच दहशतवादी संघटना युट्युबचा वापर करत आहेत. दुसरीकडे आपल्याला सहानुभूती दाखवणाऱ्या लोकांचा वर्ग तयार करण्यासाठी फेसबुकचा केला जात आहे.
- फेसबुक, मायक्रोसॉफ्ट, गुगल, व्हॉट्स ॲप, स्कायपी या सोशल मीडियातील बहुतांश कंपन्या अमेरिकन आहेत. अलीकडील काळात अशा पद्धतीच्या आक्षेपार्ह, माथी भडकावणाऱ्या किंवा दहशतवादी कारवायांचे नियोजन करणाऱ्या काही पोस्ट सोशल साईटस्वर केल्या तर त्या हेरून डिलिट केल्या जातात. त्यासाठी विशिष्ट सॉफ्टवेअर तयार केली गेली आहेत. त्यामुळे सोशल मीडियामध्येही या संघटनांवर आता बंधने येऊ लागली आहेत. म्हणून या संघटनांनी २०१३ नंतर त्यांनी एका वेगळ्या सोशल मीडियाच्या साधनाचा वापर सुरू केला आहे, त्यालाच टेलिग्राम असे म्हणतात. टेलिग्राम चा मोठा फायदा म्हणजे तुम्ही स्वतःची ओळख लपवू शकता. तसेच टेलीग्राममध्ये मेसेजेस ब्लॉक करणे देखील अवघड आहे. त्यामुळेच अलीकडच्या काळामध्ये इस्लामिक स्टेटसारखी संघटना ही टेलीग्रामचा मोठ्या प्रमाणात वापर करते आहे.

इंटरनेट आणि सोशल मीडिया

इंटरनेट आणि सोशल मीडिया यामधील महत्त्वाचा फरक म्हणजे इंटरनेटचा शोध लागल्यापासून म्हणजे काही दशकांपासून दहशतवादी संघटना या इंटनेटचा वापर करत आलेल्या आहेत. त्यामध्ये ओसामा बिन लादेनचे संदेश देण्यासाठी, बॉम्बचे मॅन्युअल तयार करण्यासाठी अल् कायदाने उत्तम पद्धतीने इंटरनेटचा वापर केलेला होता. अफगाणिस्तानमध्ये तालिबानचे शासन आल्यावर १९९६ ते २००१ या पाच वर्षांच्या काळामध्ये तालिबाननेही उत्तम पद्धतीने इंटरनेटचा वापर केला होता. अर्थात, या ठिकाणी एक मुलभूत फरक लक्षात घेतला पाहिजे तो म्हणजे ज्या व्यक्तिला कट्टरतावादी विचारसरणी जाणून घ्यायची आहे, आणि दहशतवादी विचारसरणीशी एकरूप व्हायचे आहे अशा व्यक्तीला इंटरनेटवर सर्चिंग करावे लागते. त्याखेरीज त्याला ही विचारसरणी जाणून घेता येत नाही. म्हणजेच इथे लोकांनी स्वतःहून इंटरनेटला भेट दिली तरच पुढील प्रक्रिया घडते; पण सोशल

सोशल मीडिया

मीडियाचे तसे नाही. तिथे सर्च करण्याची गरज भासत नाही. तुमच्या स्मार्टफोनवर जगभरातील कुठलीही दहशतवादी संघटना त्यांच्या विचारसरणीचा संदेश पाठवू शकते. म्हणजेच इथे सोशल मीडिया लोकांपर्यंत जाऊन पोहोचतो. दोन्हींमधील हा फरक महत्त्वाचा आहे. अर्थात, सोशल मीडियाला काही मर्यादा आहेत. सोशल मीडिया म्हणजे काय हे जाणून घेण्यासाठी तेवढी शैक्षणिक पात्रता, माहिती तंत्रज्ञानाचे आवश्यक ज्ञान असणे गरजेचे आहे. मात्र झपाट्याने होत चाललेला मोबाईलचा वापर आणि मोबाईलवरील इंटरनेटची सुविधा यांमुळे सोशल मीडियामार्फत होणाऱ्या दहशतवादाच्या प्रसाराचा धोका बळावत चालला आहे.

टेक्नोसॅव्ही तरुणांची गरज

दहशतवादी संघटनांना सोशल मीडियामार्फत आपला संदेश, विचारसरणी पोहोचवण्यासाठी, या माध्यमांचे कार्य हाताळण्यासाठी त्यांना तंत्रज्ञानाच्या क्षेत्रात पारंगत असणाऱ्या सुशिक्षित मुस्लिमांची गरज आहे. त्यासाठी ज्या देशामध्ये सुशिक्षित मुस्लिम लोकसंख्या अधिक आहे, अशा देशांकडे या संघटनांचे विशेष लक्ष असल्याचे दिसते. दुर्दैवाने, यामध्ये भारताचाही समावेश आहे. याचे कारण सध्या भारतीय मुस्लिमांमध्ये टेक्नोसॅव्ही मुस्लिम तरुणांचे प्रमाण अधिक असल्याचे दिसून येत आहे. दहशतवादी संघटना भारताकडे 'रिक्रुटमेंट ग्राउंड' म्हणून पहात आहेत. त्यामुळेच आपल्याला अधिक सजग राहण्याची आवश्यकता आहे.

नियंत्रण कसे आणणार?

पॅरिसवरील दहशतवादी हल्ला करण्यापूर्वी इस्लामिक स्टेट आणि अबू बक्र अल् बगदादीकडून ज्या पद्धतीचे मेसेजेस दिले गेले होते ते आता उघडकीस आले आहेत. त्यावरून पॅरिसवरील हल्ला हा 'सोशल मीडिया स्पॉन्सर्ड' होता, हे उघड आहे. ही नवसमाजमाध्यमे आणि त्यातून वेगाने होत चाललेला दहशतवादाचा प्रचार-प्रसार याला डिजिटल टेररिझम म्हटले जात आहे. गतवर्षी अमेरिकेचे राष्ट्राध्यक्ष बराक ओबामा आणि इंग्लंडचे पंतप्रधान कॅमेरून यांच्यामध्ये इंग्लंड येथे झालेल्या बैठकीमध्ये या प्रकारच्या दहशतवादी कारवायांसाठी हा शब्दप्रयोग वापरला आहे. या डिजिटल टेररिझमवर कशा प्रकारे नियंत्रण आणता येईल याचाही विचार सुरु केला आहे. अर्थातच हे काम अतिशय अवघड आहे. याचे कारण दहशतवाद पसरवण्यासाठी वापरल्या जाणाऱ्या विविध साईट्स ब्लॉक केल्या तरीही पुन्हा वेगवेगळ्या नावाने अशा साईट्स काढल्या जातात. त्यामुळे त्यावर नियंत्रण आणणेही कठीण ठरत आहे. अमेरिकेसारखा देश अशी सॉफ्टवेअर ब्लॉक करू शकतो. मात्र भारताकडे अशी सॉफ्टवेअर उपलब्ध नाहीत. त्यामुळे भारताला या बाबतीत अधिक काळजी घेणे आवश्यक आहे.

सारांश, सोशल मीडियाचा वापर चांगल्या आणि वाईट अशा दोन्ही गोष्टींसाठी होऊ शकतो. सोशल मीडियाच्या माध्यमातून लोकशाहीचा संदेश मोठ्या प्रमाणात पसरवला जाऊ शकतो. काही वर्षांपूर्वी घडून आलेली अरब क्रांती किंवा 'अरब स्प्रिंग' हे देखील सोशल मीडियामुळे घडून आले होते. सोशल मीडियाच्या वापरातूनच मुस्लिम समाजातल्या लष्करी हुकूमशाही, राजेशाही, एकाधिकारशाही राजवटींविरुद्ध जनमत एकत्र करून जनहित लोकचळवळी राबवता येतात, वाढवता येतात हे या अरबक्रांतीने जगाला दाखवून दिले. मात्र त्याच वेळी सोशल मीडियाच्या नकारात्मक वापरामुळे जगापुढे आव्हान उभे केले आहे. सोशल मीडियाच्या माध्यमातून मोठ्या प्रमाणात तरुणांची माथी भडवण्याचा प्रकार सुरू आहे. त्यासाठी सर्व देशांनी एकत्र येऊन जागतिक पातळीवर प्रयत्न करणे आवश्यक आहे. कारण सीमारेषेवर सैनिक उभे करून आपण घुसखोरांना रोखू शकतो, समोरून येणाऱ्या शत्रूवर हल्ला करू शकतो; मात्र मुक्त असणाऱ्या सोशल मीडियाच्या माध्यमातून येणारे संदेश रोखणे हे अवघड काम आहे. ■

पाकिस्तानकडील अण्वस्त्रे : जगासाठी चिंतेची बाब

पाकिस्तान हा एक बेजबाबदार अण्वस्त्रधारी देश म्हणून ओळखला जातो. १९९८ पासून आजपर्यंत पाकिस्तानने भारताला किमान ५० वेळा अण्वस्त्रांनी हल्ला करण्याची धमकी दिलेली आहे. पाकिस्तानचा अण्वस्त्रांचा हव्यास दिवसेंदिवस वाढतच चालला आहे. आगामी दहा वर्षांत जगातील सर्वाधिक अण्वस्त्रे असलेल्या पहिल्या तीन देशांमध्ये पाकिस्तानचा समावेश असणार असल्याची भीती अमेरिकेतील दोन महत्त्वाच्या थिंक टँकनी एका अहवालातून व्यक्त केली आहे. पाकिस्तानात असलेली प्रचंड अस्थिरता, अराजकसदृश स्थिती, दहशतवाद्यांचे थैमान, धार्मिक मूलतत्त्ववाद्यांचे प्राबल्य आणि त्यांच्याकडून आजवर भारताला अण्वस्त्र हल्ल्यांबाबत देण्यात येत असलेल्या धमक्या ही सर्व पार्श्वभूमी लक्षात घेता पाकिस्तानातील अण्वस्त्रे ही जगासाठी विनाशकारी ठरू शकतात.

दक्षिण आशियाचे अण्वस्त्रीकरण

साधारणतः १९९८ मध्ये दक्षिण आशियाच्या अण्वस्त्रीकरणाला सुरुवात झाली. १९९८मध्ये भारताने पोखरण येथे दुसरी अणुचाचणी केली. त्याचवेळी पाकिस्ताननेही अणुचाचणी केली होती. त्यावेळी भारत आणि पाकिस्तानने उघडपणे अण्वस्त्र असल्याचे जाहीर केले होते; मात्र पाकिस्तानकडे त्याआधीपासून अण्वस्त्र असल्याचे अनेक पुरावे समोर आलेले आहेत. पाकिस्तानने १९६०च्या दशकातच आपला अणुविकासाचा कार्यक्रम राबविण्यास सुरुवात केली होती. १९६०च्या दशकाच्या उत्तरार्धात झुल्फिकार अली भुत्तो यांनी पाकिस्तानकडे अणुबॉम्ब असला पाहिजे असा आग्रह धरला. नुसता आग्रहच न धरता त्यांनी आपल्यासमोर तसे उद्दिष्टच ठेवले होते. त्यासाठी त्यांनी अमेरिका, इंग्लंड, फ्रांस यांसारख्या ख्रिश्चन देशांकडे अणुबॉम्ब आहेत याकडे लक्ष वेधले होते. त्याचबरोबर इस्त्रायलसारख्या ज्यू देशांकडेही अणुबॉम्ब असण्याची शक्यता होती. त्यामुळे इस्लामिक राष्ट्राकडे अणुबॉम्ब नसल्याने त्यांनी इस्लामिक बॉम्बची संकल्पना पुढे आणली. वास्तविक, पाकिस्तानकडे अणुबॉम्बचे तंत्रज्ञान होते, पण पाकिस्तानकडे पैसा नव्हता. त्यावेळी 'आम्ही गवत खाऊ, पण अणुबॉम्ब बनवू' अशी विधाने पाकिस्तानकडून केली गेली. यासाठी जो पैसा कमी पडत होता त्यासाठी त्यांनी इतर इस्लामिक देशांकडे मदत मागितली. संपूर्ण इस्लामिक राष्ट्रांच्या संरक्षणासाठी हा अणुबॉम्ब असेल, असे सांगून पाकिस्तानने सौदी अरेबियासारख्या अनेक इस्लामी राष्ट्रांकडून पैसे मिळवले.

पाकिस्तानचा अणुविकास कार्यक्रम

पाकिस्तान १९६०च्या दशकापासूनच अणुबॉम्ब बनविण्यासाठी प्रयत्नशील असल्याचे दिसून येते. त्यानंतर पाकिस्तानने उत्तर कोरिया आणि चीनची मदत घेतली. पाकिस्तानच्या अण्वस्त्र विकासामध्ये सगळ्यात जास्त योगदान चीनचे असल्याचे दिसून येते. पाकिस्तानात अणुभट्ट्या बनविण्यापासून, अण्वस्त्र तंत्रज्ञान पुरविणे, अणुबॉम्ब बनविण्यासाठी लागणारे साहित्य पुरविणे आदी सर्व प्रकारची मदत चीनने केली आणि सुरू आहे. याचे प्रमुख कारण म्हणजे शत्रूचा शत्रू तो आपला मित्र ही नीती. चीनचे भारताबरोबर शत्रुत्व होते आणि पाकिस्तानही भारताला आपले पहिले शत्रू राष्ट्र मानते. त्यामुळे भारताचे हे दोन शत्रू एकत्र आले. १९७०च्या दशकापासूनच पाकिस्तान आणि चीनचे आण्विक क्षेत्रातील साटेलोटे सुरू झाले होते. १९८०च्या दशकात जनरल झिया-उल-हक पाकिस्तानचे लष्करी हुकुमशहा होते. तोपर्यंत पाकिस्तानकडे अण्वस्त्र असल्याचे स्पष्ट पुरावे समोर आले होते. १९९०च्या दशकाच्या पूर्वार्धात चीनकडून अनेक क्षेपणास्त्रे पाकिस्तानला मिळाली होती.

एन-११ सारखे क्षेपणास्त्र चीनकडून पाकिस्तानला मिळाल्याचे प्रत्यक्ष पुरावे अमेरिकेच्या उपग्रहांनी टिपलेल्या छायाचित्रामुळे जगासमोर आले होते. त्यानंतर १९९८ मध्ये त्यांनी आम्ही अण्वस्त्रधारी देश असल्याचे जाहीर केले होते.

अमेरिकन थिंक टँकचा अहवाल

कार्निजी एन्डॉव्हमेंट फॉर इंटरनॅशनल पीस, स्टिम्सन सेंटर या अमेरिकेतील दोन थिंक टँक्सनी मध्यंतरी प्रकाशित केलेल्या एका अहवालानुसार पुढच्या दहा वर्षात जगातील सर्वाधिक अण्वस्त्रे असलेल्या पहिल्या तीन देशांमध्ये अमेरिका, रशिया आणि पाकिस्तानचा समावेश असणार आहे. आतापर्यंत क्रमांक तीन आणि चारवर अनुक्रमे इंग्लंड आणि फ्रान्स हे देश होते. त्यांची जागा पाकिस्तान घेणार आहे. आज पाकिस्तानकडे जवळपास १२० अण्वस्त्रे आहेत. पुढील दहा वर्षात ती संख्या ३०० च्या पुढे जाणार आहे असे हा अहवाल सांगतो. ही गोष्ट भारतासाठी आणि जगासाठी ही अतिशय चिंतेची बाब आहे.

चिंतेचे कारण

अण्वस्त्रांचा प्रसार हा प्रामुख्याने व्हर्टिकल न्युक्लिअर प्रोलिफरेशन आणि हॉरिझन्टल न्युक्लिअर प्रोलिफरेशन या दोन पद्धतींनी होतो. ज्यावेळी दोन राष्ट्रांमध्ये आण्विक प्रसार होतो तेव्हा त्यास व्हर्टिकल प्रोलिफरेशन म्हणतात. शीतयुद्धाच्या काळात अमेरिका आणि सोव्हियत रशिया या दोन राष्ट्रांमध्ये जी स्पर्धा होती तिला व्हर्टिकल न्युक्लियर प्रोलिफरेशन असे म्हणतात, तर ज्यावेळी चीन, इंग्लंड, फ्रांससारख्या राष्ट्रांनी अण्वस्त्र बनविण्यास सुरूवात केली त्याला हॉरीझंटल न्यूक्लिअर प्रोलिफरेशन असे म्हटले जाते. दक्षिण आशियात १९९८ मध्ये भारत आणि पाकिस्तानमध्ये व्हर्टिकल न्युक्लिअर प्रोलिफरेशन घडून आले. मात्र आज अनेक कट्टरतावादी, मूलतत्त्ववादी दहशवादी संघटना ही अण्वस्त्रे मिळविण्याचा प्रयत्न करू लागल्याने यापुढील काळात हॉरिझंटल न्युक्लिअर प्रोलिफरेशन सुरु होणार आहे. भारत आणि पाकिस्तान ही दोन राष्ट्रे आहेत. पण दहशतवादी हे राष्ट्र नाही. त्यामुळेच त्यांच्या हातात अण्वस्त्रे लागली, तर त्यामुळे जगाला धोका निर्माण होणार आहे.

भारत आणि पाकिस्तान यांच्या अणुकार्यक्रमातील फरक

भारत एक जबाबदार अण्वस्त्रधारी देश म्हणून ओळखला जातो. भारताने १९९८ मध्ये अण्वस्त्रांची चाचणी केली. त्यानंतर १९९९ मध्ये तत्कालीन पंतप्रधान अटल बिहारी वाजपेयी यांनी संसदेत भाषण करताना भारताचा आण्विक मसुदा मांडला. ते म्हणाले की, यानंतर भारत कधीही अणुचाचणी करणार नाही. तसेच भारत कधीही अण्वस्त्रांनी प्रथम हल्ला करणार नाही. भारतावर कुणी अण्वस्त्र हल्ला केला, तरच अण्वस्त्रांनी प्रतिहल्ला करण्यात येईल. आम्ही स्वरक्षणासाठी आवश्यक असणाऱ्या अण्वस्त्रांचीच निर्मिती करू. तसेच कोणत्याही परिस्थितीत अण्वस्त्र तंत्रज्ञान इतर देशांना देण्यात येणार नाही असेही वाजपेयी यांनी सांगितले. परिणामी, आजही भारताकडे एक जबाबदार अण्वस्त्रधारी देश म्हणून पाहिले जाते. १९९८ नंतर आजतागायत भारताने एकही अणुचाचणी केलेली नाही. शिवाय अण्वस्त्रांनी हल्ला करण्याची धमकीही दिलेली नाही, अणुतंत्रज्ञान हस्तांतरित केलेले नाही. या सर्वांमुळेच अमेरिकेने भारताबरोबर अणूकरार केला. भारत हा एकमेव देश आहे ज्याच्याबरोबर अमेरिकेने अणुकरार केलेला आहे. कारगील युद्धाच्या वेळी पाकिस्तानकडून मोठ्या प्रमाणावर घुसखोरी झाल्याचे माहीत असूनही भारताने चुकूनही अण्वस्त्र वापरण्याची धमकी दिली नव्हती, हे लक्षात घ्यावे लागेल.

या तुलनेत पाकिस्तानकडे पाहिल्यास पाकिस्तान हा बेजबाबदार अण्वस्त्रधारी देश असल्याचे सिद्ध होते. १९९८ पासून आजपर्यंत पाकिस्तानने भारताला किमान ५० वेळा अण्वस्त्रांनी हल्ला करण्याची धमकी दिलेली आहे. पाकिस्तानकडून सातत्याने अशा धमक्या दिल्या गेल्यानंतरही भारताने अशा प्रकारचे वक्तव्य एकदाही केलेले नाही. पाकिस्तानकडे कोणतेही आण्विक धोरण नाही. आम्ही अण्वस्त्रांनी हल्ला करणार नाही असे कोणतेही वचन पाकिस्तानने दिलेले नाही. याउलट आमच्यावर छोटा हल्ला केला, तरीही आम्ही प्रत्युत्तरादाखल अण्वस्त्रांनीच हल्ला करू असेच ते सातत्याने म्हणत आले

आहेत. आम्ही आमची अण्वस्त्रे वाढवतच राहणार आहोत असे पाकिस्तानकडून म्हटले जाते. अण्वस्त्रांचे संरक्षण हा अत्यंत महत्त्वाचा मुद्दा आहे. त्यासाठी अतिशय अत्याधुनिक यंत्रणा असणे आवश्यक ठरते. यासाठी मोठ्या प्रमाणावर आर्थिक निधी लागतो. भारताकडे आर्थिक स्थैर्य असल्याने अशी सुरक्षा यंत्रणा उभारणे शक्य आहे. मात्र पाकिस्तानची अर्थव्यवस्था ढासळत चालली असल्याने तेथे आण्विक सुरक्षेचा प्रश्न गंभीर बनत चालला आहे. भारताची अण्वस्त्रे ही नागरी अधिपत्याखाली आहेत, तर पाकिस्तानची अण्वस्त्रे लष्करी अधिपत्याखाली आहेत. त्यामुळे पाकिस्तानी लष्कराकडून सातत्याने भारतावर कुरघोडी करण्याचा प्रयत्न केला जातो.

जगाला धोका

आज जगभरातील ज्या देशांकडे अण्वस्त्रे आहेत, त्या सर्वच देशांच्या अर्थव्यवस्था सुदृढ आहेत. या सर्व देशांत लोकशाही आणि स्थैर्य आहे. तिथे प्रबळ शासन आहे. या सर्व गोष्टी पाकिस्तानमध्ये दिसत नाही. पाकिस्तानमध्ये लोकशाही असली तरी तिची अवस्था डळमळीत आहे. पाकिस्तानमध्ये कमालीची अस्थिरता असून लष्कराचे प्राबल्य आहे. अमेरिका, फ्रान्समध्ये लष्कराचे प्राबल्य दिसून येत नाही, कारण तिथे सिव्हिलियन रुल आहे. चीनमध्येसुद्धा लष्कर हे कम्युनिस्ट पक्षाच्या हातात आहे. पाकिस्तानमध्ये तशी परिस्थिती नाही. आजघडीला पाकिस्तान हा दहशतवादाचा केंद्रबिंदू बनलेला आहे. पाकिस्तानमध्ये दहशतवाद्यांची प्रशिक्षण शिबिरे आहेत. तेथून जगभरात मोठ्या प्रमाणावर दहशतवाद्यांची निर्यात होते. याखेरीज तेथे लष्कर, दहशतवादी संघटना आणि मुलतत्ववाद्यांचा प्रभाव वाढत चालला आहे. त्यामुळे पाकिस्तानमध्ये इस्लामिक क्रांती होण्याची दाट शक्यता आहे. गेल्या दहा वर्षांत याबाबत अनेक अहवाल आलेले आहेत. पाकिस्तानचे जवळपास अर्धे लष्कर मूलतत्ववादी विचारांचे आहे. या अधिकाऱ्यांकडून पाकिस्तानची अण्वस्त्रे दहशतवादी संघटनांच्या हाती लागण्याची दाट शक्यता आहे. त्यामुळे सर्वच दहशतवादी संघटना पाकिस्तानच्या मागे आहेत. या पार्श्वभूमीवर पाकिस्तानकडे अण्वस्त्रे वाढल्यास त्याचा धोका भारत, अमेरिकेसह संपूर्ण जगाला आहे.

पाकिस्तानवर निर्बंधांची गरज

पाकिस्तान हा अण्वस्त्रांच्या बाबतीत गुन्हेगार देश आहे. कारण पाकिस्तानने अण्वस्त्र तंत्रज्ञानाचे हस्तांतरण केले होते. २००४ मध्ये पाकिस्तानी अण्वस्त्रांचा जनक असलेल्या ए. क्यू. खान याचे रॅकेट पकडण्यात आले होते. त्याने अनेक देशांना अणुतंत्रज्ञान विकल्याचे उघड झाले होते. अण्वस्त्रांबाबत पाकिस्तानचे रेकॉर्ड अतिशय खराब आहे. त्यामुळे जगाने त्वरित काळजी घेऊन पाकिस्तानवर आर्थिक निर्बंध टाकून त्यांची अण्वस्त्रे वाढणार नाहीत याची काळजी घेतली पाहिजे. ही अण्वस्त्रे अमेरिकेने आपल्या नियंत्रणात ठेवणे गरजेचे बनले आहे. गेल्या दहा वर्षांत समोर आलेल्या अनेक अहवालांमधून पाकिस्तानमध्ये धार्मिक क्रांती होण्याची शक्यता व्यक्त करण्यात आलेली आहे. तसे झाल्यास पाकिस्तानची अण्वस्त्रे धार्मिक मूलतत्ववाद्यांच्या हाती लागण्याची शक्यता आहे. तसे झाल्यास भारत, अमेरिकेसह संपूर्ण जगालाच या अण्वस्त्रांचा धोका आहे. त्यामुळेच जगभरातील देशांनी इराणवर ज्याप्रमाणे निर्बंध लादण्यात आले होते तसेच निर्बंध पाकिस्तानवर लादण्याची गरज निर्माण झाली आहे. ■

दाऊदला भारतात आणता येईल?

भारतामध्ये दहशतवादाची चर्चा होते तेव्हा अंडरवर्ल्ड डॉन आणि कुख्यात आंतरराष्ट्रीय दहशतवादी दाऊद इब्राहीमचा उल्लेख केला जातो. याचे कारण १९९३ मध्ये देशाची आर्थिक राजधानी मुंबईमध्ये झालेल्या साखळी बॉम्बस्फोटांची भीषणता आजही सर्वांच्या लक्षात आहे. या स्फोटांचा सूत्रधार दाऊद इब्राहीम होता. गेल्या २० वर्षांपासून तो पाकिस्तानात लपला आहे. त्याला भारतात आणता येणे खरंच शक्य आहे?

मुंबईमध्ये १२ मार्च १९९३ रोजी झालेल्या साखळी बॉम्बस्फोट मालिकेमध्ये जवळपास ३०० जणांना आपले प्राण गमवावे लागले होते आणि ४० कोटींहून अधिक मालमत्तेची हानी झाली होती. या साखळी स्फोटांचा मास्टरमाईंड आणि सूत्रधार हा दाऊद इब्राहीम आहे. गेल्या २० वर्षांपासून तो पाकिस्तानातच लपलेला आहे असे भारतातील प्रत्येक शासनाचे मत आहे आणि त्यांनी ते वेळोवेळी मांडलेले आहे. २००९ मध्ये पी. चिदंबरम यांनीदेखील दाऊद पाकिस्तानातच असून त्याला आता भारतात आणण्याची प्रक्रिया सुरू करण्याची गरज असल्याचे सांगितले होते. इतकेच नाही तर, केंद्रात सत्तेत आल्यानंतर केंद्रीय गृहमंत्री राजनाथ सिंग यांनीही दाऊद पाकिस्तानातच असून त्याला भारतात आणण्याची प्रक्रिया आम्ही लवकरच सुरू करणार आहोत आणि त्यासंदर्भात पाकिस्तानवर दबाव आणणार आहोत, असे सांगितले होते. एकूणच, आजवरच्या सर्वच सरकारांनी दाऊदच्या पाकिस्तानातील वास्तव्याला दुजोरा दिलेला आहे. अलीकडील काळात, खास करून इंडोनेशियातील बाली बेटांवर कुख्यात डॉन छोटा राजन याला अटक झाल्यांतर दाऊद इब्राहीमला भारतात कधी आणणार असा सवाल उपस्थित केला जाऊ लागला. मध्यंतरी काही माध्यमांनी दाऊद हा पाकिस्तानातच असल्याचे प्रबळ पुरावे जाहीर केले. पाकिस्तानातील त्याच्या मिळकतींची, वास्तव्याची आणि इतर अनेक माहिती पुढे आणण्यात आली. त्यानंतर पुन्हा एकदा दाऊदला भारतात आणता येईल का, याबाबतच्या चर्चा सुरू झाल्या.

दाऊद इब्राहीम हा भारतासाठीचा मोस्ट वाँटेड दहशतवादी आहे. २०११ मध्ये भारताने ५० कुख्यात दहशतवाद्यांची एक यादी पाकिस्तानला दिली होती. हे दहशतवादी पाकिस्तानात असून त्यांना तेथे राजाश्रय मिळतो आहे, असे भारताने स्पष्टपणाने सांगितले होते. या ५० जणांच्या यादीमध्ये दाऊद इब्राहीमचे नाव हे आठव्या स्थानावर होते. त्याचप्रमाणे दाऊद इब्राहीम हा पाकिस्तानची आर्थिक राजधानी कराची येथे राहत असल्याचे असंख्य पुरावे यापूर्वीच भारत सरकारकडून पाकिस्तानला देण्यात आले आहेत. त्यानुसार कराचीतील क्लिफ्टॉन रोड येथे दाऊदचे घर आहे. तसेच दाऊदच्या दोन निवासस्थानांचे पत्तेही देण्यात आले होते. इतकेच नाही तर पी. चिदम्बरम यांनी दाऊदच्या घराचा नंबरही आम्ही पाकिस्तानला दिला आहे, दाऊद हा कराचीमधील आणि पाकिस्तानातील आपले पत्ते सातत्याने बदलत असतो; पण तो पाकिस्तानातच आहे हे नक्की आहे. तसेच दाऊदचे सातत्याने दुबईला येणे-जाणे सुरू असते, असे सांगितले होते. काही वर्षांपूर्वी आंतरराष्ट्रीय पोलिसांची संघटना असलेल्या इंटरपोलने दाऊद इब्राहीमविरुद्ध रेड कॉर्नर नोटिस बजावली होती. त्यानंतर दाऊदने दुबईला जाणे थांबवले होते. त्यामुळे आता तो पाकिस्तानातच आहे. तेथील बांधकाम व्यवसायामध्ये दाऊदची खूप मोठी गुंतवणूक आहे. यातून मिळणाऱ्या पैशांचा वापर अंमली पदार्थ, शस्त्रास्त्रे यांच्या खरेदीसाठी केला जातो आणि पुढे हे ड्रग्ज आणि शस्त्रास्त्रे पाकिस्तानातील दहशतवादी संघटनांना दिली जातात. तसेच पाकिस्तानातून भारतासह इतर अनेक देशांमध्ये ज्या जिहादी दहशतवादी कारवाया चालवल्या जातात यांना प्रामुख्याने अर्थपुरवठा हा दाऊदच्या माध्यमातून होतो. यासंदर्भातील अनेक पुरावे भारताने पाकिस्तानला दिले होते.

दाऊद हा भारतासाठीच मोस्ट वाँटेड आहे असे नाही; तर तो एक आंतरराष्ट्रीय दहशतवादी आहे. संयुक्त राष्ट्र संघाने त्याला काही वर्षांपूर्वी आंतरराष्ट्रीय दहशतवादी म्हणून घोषित केलेले आहे. याचे कारण

तो अल् कायदा या दहशतवादी संघटनेबरोबर काम करत होता. पाकिस्तान आणि अफगाणिस्तानमध्ये चालणाऱ्या अल् कायदाच्या दहशतवादी प्रशिक्षण शिबिरांसाठी आवश्यक असणारी शस्त्रास्त्रे आणि पैसा हा दाऊदच्या माध्यमातून पुरवला जात होता. त्याचबरोबर अफगाणिस्तानमध्ये जो तालिबानचा प्रसार झाला त्यामध्येही दाऊदने आयएसआय या पाकिस्तानच्या गुप्तचर संघटनेबरोबर अतिशय जवळून काम केलेले आहे. अफगाणिस्तानमध्ये पाकिस्तानचा प्रभाव वाढावा आणि अफगाणिस्तान हा दहशतवादाचे केंद्र बनावा यासाठी दाऊदने मोठी भूमिका बजावली आहे. त्यामुळेच संयुक्त राष्ट्रसंघाने त्याच्यावर ठपका ठेवला होता. इतकेच नाही तर अमेरिकेनेही परकीय दहशतवाद्यांची जी यादी जाहीर केलेली आहे त्यामध्येही दाऊदच्या नावाचा समावेश आहे. एकंदरीतच, भारताबरोबरच संयुक्त राष्ट्रसंघ आणि अमेरिका यांना दाऊद हवा आहे.

दाऊद पाकिस्तानातच आहे ही काळ्या दगडावरची रेघ आहे. कारण तो पाकिस्तान सोडून जाऊच शकत नाही. याचे कारण त्याच्याविरुद्ध रेड कॉर्नर नोटिस बजावली असल्यामुळे, युरोपियन देशांना आणि संयुक्त राष्ट्र संघाला तो हवा असल्यामुळे तो पाकिस्तानच्या बाहेर पडला तर त्याला तात्काळ अटक होणार आहे आणि त्यानंतर त्याला भारतात हस्तांतरित केले जाणार आहे. त्यामुळेच कोणत्याही परिस्थितीमध्ये तो पाकिस्तान सोडू शकत नाही. तो तेथेच दडलेला आहे. पाकिस्तानमध्ये त्याला राजाश्रय आहे आणि त्यांच्या आयएसआय या गुप्तचर संघटनेचे दाऊदला संरक्षण आहे. हे संरक्षण का आहे? तर गेल्या २० वर्षांपासून दाऊद पाकिस्तानबरोबर आणि आयएसआयबरोबर काम करत आहे. जगभरात दहशतवाद पसरवण्यासाठी आयएसआय ज्या कारवाया करत आले आहे त्याची इत्यंभूत माहिती दाऊदला आहे. त्यामुळे दाऊदला भारताकडे हस्तांतरित केला तर आयएसआयचे सगळे पितळ उघडे पडणार आहे. त्यातून पाकिस्तानचा खरा चेहरा जगापुढे येणार आहे. त्यामुळेच आयएसआय दाऊदचे संरक्षण करत आहे. मध्यंतरी ओसामा बिन लादेनसंदर्भात एक पुस्तक प्रकाशित झाले होते. त्यामध्ये असा दावा करण्यात आला आहे की, लादेन हा पूर्णपणे आयएसआयच्या छत्रछायेखाली होता. तोच प्रकार दाऊदबाबतही आहे.

गेल्या २० वर्षांपासून भारत त्याला ताब्यात घेण्यासाठी प्रयत्न करत आहे. परंतु एक गोष्ट लक्षात घेतली पाहिजे की, केवळ पाकिस्तानवर दबाव आणून दाऊदला भारतात आणता येणार नाही. त्यासाठी आंतरराष्ट्रीय दबाव आणण्याची गरज आहे. यासाठी दाऊद हा आंतरराष्ट्रीय दहशतवादी आहे, केवळ भारतातच नव्हे जगभरातील इतर अनेक देशांमध्ये दहशतवाद पसरवण्यामध्ये दाऊदचा मोठा वाटा आहे हे अधिक प्रकर्षाने आणि ठासून जागतिक स्तरावर मांडण्याचे काम भारताला करावे लागणार आहे. दाऊदचा संबंध हा आंतरराष्ट्रीय दहशतवादी संघटनांशी असल्यामुळे आंतरराष्ट्रीय दहशतवादाचे जर समूळ उच्चाटन करायचे असेल तर सर्वप्रथम दाऊदला नेस्तनाबूत करणे आवश्यक आहे. दाऊदसारखे दलाल हे या दहशतवाद्यांना पैसा आणि शस्त्रास्त्रे उपलब्ध करून देत असतात. त्यामुळे भारताने संयुक्त राष्ट्र संघटनेमध्ये ही मागणी मोठ्या प्रमाणावर उचलून धरणे आवश्यक आहे. त्याचप्रमाणे आपली राजनैतिक ताकद संयुक्त राष्ट्रसंघामध्ये वापरावी लागेल आणि त्यातून पाकिस्तानवर आंतरराष्ट्रीय दबाव आणावा लागेल. इतकेच नाही तर, आंतरराष्ट्रीय गुन्हेगारी न्यायालयामध्ये दाऊद इब्राहीमवर खटला चालवता येऊ शकतो. त्यादृष्टीनेही भारताने प्रयत्न करणे आवश्यक आहे. भारताप्रमाणे दाऊद हा अमेरिकेलाही हवा आहे. नरेंद्र मोदी यांच्या पहिल्या अमेरिकाभेटीदरम्यान दहशतवादासंदर्भात दोन्ही देशांचे मिळून एक संयुक्त निवेदन प्रसारित करण्यात आले होते. त्यामध्ये पहिल्यांदा अमेरिकेने हे मान्य केले की, भारत दाऊद इब्राहीमला ताब्यात घेण्यासाठी जे प्रयत्न करत आहे त्याला अमेरिकेचा पूर्ण पाठिंबा आहे. त्यामुळे यासंदर्भात आपण अमेरिकेशी असलेल्या मैत्रीसंबंधांचा वापर करून, त्यांची मदत घेऊन दाऊदला भारतात आणण्यासाठी जोरदार प्रयत्न करण्याची गरज आहे.

■

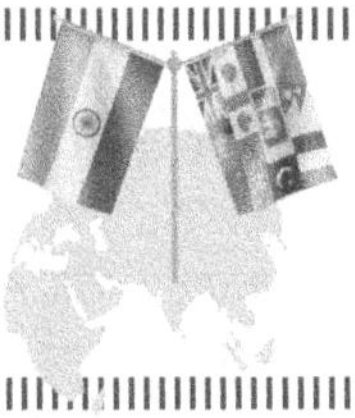

दहशतवाद आणि वाढता हिंसाचार

अलीकडील काळात जगभरात दहशतवादी संघटनांकडून घडवण्यात येणाऱ्या हिंसाचाराचे प्रमाण कमालीचे वाढले आहे. या हिंसाचारामध्ये असंख्य निष्पाप नागरिकांचा बळी जात आहे. आज दहशतवादी संघटनांच्या कार्यपद्धतीमध्ये बदल घडून आला आहे. सध्याचा दहशतवाद हा राष्ट्रीय पातळीपुरता मर्यादित उरलेला नाही. राष्ट्रीय पातळीवरच्या दहशतवादी संघटना त्यांनी आपली बांधिलकी मोठ्या आंतरराष्ट्रीय दहशतवादी संघटनांशी व्यक्त केलेली असल्याने आता त्यांना मोठे पाठबळ मिळाले आहे. त्यामुळेच या दहशतवादाचा सामना करणे हे एका राष्ट्रापुरते मर्यादित राहिलेले नाही. परिणामी, या दहशतवादाचा सामना करण्यासाठी बहुराष्ट्रीय पातळीवर प्रयत्न करणे हे अपरिहार्य बनले आहे.

साधारणतः गेल्या दोन वर्षांमध्ये विविध संघटनांकडून जगाच्या वेगवेगळ्या भागांमध्ये आणि देशांमध्ये फार मोठ्या प्रमाणावर दहशतवादी हिंसाचार आणि हिंसा वाढत आहे. त्यामुळे एकंदरीतच असुरक्षिततेचे वातावरण तयार झाले आहे. आज जगामध्ये १९३ देश आहेत. यापैकी १०० हून अधिक देशांना दहशतवादाचा धोका आहे. हा दहशतवाद राष्ट्रीय आणि आंतरराष्ट्रीय अशा दोन्ही पातळ्यांवरचा आहे. जगभरात फार कमी राष्ट्रे आहेत ज्यांना या दहशतवादाची प्रत्यक्ष वा अप्रत्यक्ष झळ बसलेली नाही.

आजवर आंतरराष्ट्रीय राजकारणामध्ये राज्ये ही केंद्रस्थानी होती. राज्यांचे इतरांसोबतचे संबंध यांनाच महत्त्व होते. राज्यांची एक प्रकारची सत्ता होती. राज्य हे सत्तेचेही केंद्र होते. आता मात्र राज्यांची सत्ता विभागली जात आहे. राज्यांच्या सत्तेला आव्हान देणारे नॉनस्टेट ॲक्टर्स- ज्यांना राज्यके म्हटले जाते- मोठ्या प्रमाणावर निर्माण होत आहे. राज्यांचा हा शत्रू अदृश्य आहे. पूर्वीच्या काळी युद्ध होताना दोन परस्परविरोधी राष्ट्रे समोरासमोर येत असत. त्यामुळे हल्ला कोणावर करायचा हे कळत होते. इथे तशी परिस्थिती नाही. इथे शत्रू हा देशातीलच आहे असे नाही. त्याचे स्थान कोठे आहे याची कल्पना नाहीये. अशा परिस्थितीत हल्ले मात्र होत आहेत. त्याचप्रमाणे पूर्वी युद्धांमध्ये प्रामुख्याने सैन्य मारले जात होते. आता मात्र निष्पाप लोक मारले जात आहेत. या गोष्टी दहशतवाद नावाच्या एकाच घटकामुळे घडत आहेत.

दहशतवाद वाढण्याची कारणे

साधारणतः १९९० ते २००० पर्यंत दहशतवादी घटना हा आशिया आणि आफ्रिका खंडापर्यंत मर्यादित होत्या. २००० नंतर अमेरिका आणि युरोप हे दहशतवाद्यांचे टार्गेट बनण्यास सुरुवात झाली. २००१ मध्ये अमेरिकेमध्ये दहशतवादी हल्ला झाला आणि अशा प्रकारचे हल्ले घडण्यास सुरुवात झाली. सध्या युरोप हे दहशतवाद्यांच्या टार्गेटवर असल्याचे दिसत आहे. आता प्रश्न निर्माण होतो की, दहशतवाद वाढण्यामागची कारणे काय आहेत? आज दहशतवादाला प्रामुख्याने जातीय रंग दिला गेला आहे. याची सुरुवात हस्तक्षेप आणि हस्तक्षेपाला होणारा विरोध या पार्श्वभूमीवर झालेली आहे. अमेरिका आणि युरोपिय राष्ट्रांनी तेल आणि तेलाच्या राजकारणासाठी पश्चिम आशियातील इस्लामिक राष्ट्रांमध्ये फार मोठ्या प्रमाणावर हस्तक्षेप केला. पुढे जाऊन हा हस्तक्षेप सांस्कृतिक स्वरुपाचा बनला. कालांतराने या हस्तक्षेपाला विरोध होऊ लागला आणि या विरोधातून दहशतवादी संघटना पुढे आल्या. यामध्ये अल् कायदासारख्या संघटनेचा उल्लेख करावा लागेल. तसेच अफगाणिस्तानमध्ये १९९६ ते २००१ या काळामध्ये तालिबानची राजवट होती. अफगाणिस्तानमध्ये वांशिक गटांमध्ये असणाऱ्या संघर्षाचा फायदा तालिबानने घेतला.

वांशिक संघर्ष

साधारण २०१०पर्यंत तालिबान पुरस्कृत दहशतवाद ठिकठिकाणी दिसून येत होता. परंतु

२०११ मध्ये अरब स्प्रिंग' नावाने आखातामध्ये लोकशाही चळवळी सुरू झाल्या. या चळवळींचे सुरुवातीला स्वागत झाले. परंतु पुढे या चळवळींचे रुपांतर वांशिक संघर्षामध्ये झाले. हा संघर्ष प्रामुख्याने शिया आणि सुन्नी यांच्यामध्ये होता. या वांशिक संघर्षातून काही दहशतवादी संघटना पुढे आल्या. यामध्ये इस्लामिक स्टेट ही सर्वांत महत्त्वाची आणि मोठी दहशतवादी संघटना आहे. साधारणपणे २०१४ नंतर ही संघटना पुढे आली आणि आज ती जगातील सर्वांत मोठी आंतरराष्ट्रीय दहशतवादी संघटना बनली आहे. किंबहुना, आता ते एक राज्य बनलेले आहे. इराक आणि सिरियाच्या जवळपास ३० टक्के भूमीवर त्यांनी कब्जा मिळवला आहे. इस्लामिक स्टेट ही जगातील सर्वांत श्रीमंत दहशतवादी संघटना आहे. या संघटनेकडे जवळपास ३० हजारांच्या आसपास सैन्य आहे. पॅरिस आणि ब्रसेल्सवर झालेल्या हल्ल्यांची जबाबदारी इस्लामिक स्टेटने घेतली आहे ही संघटना आता प्रामुख्याने युरोपमध्ये विस्तारण्यासाठी प्रयत्नशील असल्याचे दिसत आहे.

दहशतवाद्यांची बदलती कार्यपद्धती

आज दहशतवादी संघटनांच्या कार्यपद्धतीमध्ये बदल घडून आला आहे. पूर्वी दहशतवादी संघटना प्रामुख्याने गनिमी काव्याने हल्ले करत असत. त्यासाठी विशिष्ट देशांमध्ये दहशतवाद्यांना प्रशिक्षण दिले जात होते आणि असे प्रशिक्षित दहशतवादी दुसऱ्या देशांमध्ये पाठवले जात असत. गेल्या काही वर्षांमध्ये दिसणाऱ्या दहशतवादाकडे पाहिले तर इस्लामिक स्टेटसारख्या संघटनेकडे समोरासमोर युद्ध करणारेही दहशतवादी असल्याचे दिसत आहे. त्याचप्रमाणे या दहशतवादी संघटनांना आपले सैन्य इतर देशांमध्ये पाठवण्याची गरज भासत नाही. सोशल मीडियाच्या माध्यमातून या संघटना आपल्या विचारसरणीचा प्रसार करत आहेत आणि त्याआधारे भावनिक व धार्मिक आवाहन करून लोकांची माथी भडकावण्याचे प्रयत्न करत आहेत. त्यामुळे आज अनेक देशांमध्ये या दहशतवादी संघटनांचे अनुयायी किंवा समर्थक किंवा त्यांची विचारसरणी अनुसरणारे लोक तयार होत आहेत. हेच लोक आता दहशतवादी कारवायांमध्ये सहभागी होत आहेत. पॅरिस आणि ब्रसेल्स आदी ठिकाणी झालेल्या हल्ल्यातून ही बाब अधिक ठळकपणे जगापुढे आली आहे.

शक्तीप्रदर्शनामुळे वाढतोय हिंसाचार

आज इस्लामिक स्टेटचे आव्हान हे प्रचंड मोठे झाले आहे. अमेरिकेच्या नेतृत्त्वाखालील नॅटो या लष्करी संघटनेने, रशियाने आणि फ्रान्सने लष्करी हल्ले करूनही इस्लामिक स्टेटवर नियंत्रण आणता आलेले नाही. त्याचबरोबर जगभरातील छोट्या-मोठ्या दहशतवादी संघटना आपली बांधिलकी इस्लामिक स्टेटशी असल्याचे जाहीरपणे सांगत आहेत. इस्लमिक स्टेट किंवा अल् कायदा या प्रामुख्याने सुन्नीबहुल संघटना आहेत. इस्लामिक स्टेटने एकीकडे युरोपला टार्गेट करण्यास सुरुवात केलेली असतानाच दुसरीकडे ही संघटना आशिया खंडामध्ये- प्रामुख्याने दक्षिण आशियामध्ये - शक्तीप्रदर्शन करताना दिसत आहे. त्यातूनच अल् कायदा आणि इस्लामिक स्टेट यांच्यामध्ये संघर्ष सुरू झाला आहे. याचे प्रतिबिंब अफगाणिस्तान, पाकिस्तान आणि बांगला देशात पडताना दिसत आहे. या देशांमध्ये एखादा बॉम्बस्फोट किंवा दहशतवादी हल्ला इस्लामिक स्टेटकडून घडवून आणला जातो, तर त्याचे प्रत्युत्तर अल् कायदाद्वारे तसाच किंवा त्याहून भीषण हल्ला घडवून आणून दिले जाते. या शक्तीप्रदर्शनामुळेदेखील हिंसाचाराचे प्रमाण वाढताना दिसत आहे.

दहशतवादाचा सामना करण्यासाठी

आज दहशतवाद हा राष्ट्रीय पातळीपुरता मर्यादित उरलेला नाही. राष्ट्रीय पातळीवरच्या दहशतवादी संघटना त्यांनी आपली बांधिलकी मोठ्या आंतरराष्ट्रीय दहशतवादी संघटनांशी व्यक्त केलेली असल्याने आता त्यांना मोठे पाठबळ मिळाले आहे. त्यामुळेच या दहशतवादाचा सामना करणे हे एका राष्ट्रापुरते मर्यादित राहिलेले नाही. परिणामी, या दहशतवादाचा सामना करण्यासाठी बहुराष्ट्रीय पातळीवर प्रयत्न करणे हे अपरिहार्य बनले आहे. यामध्ये तीन मुद्दे महत्त्वाचे आहेत.

अ) दहशतवाद म्हणजे काय हे आंतरराष्ट्रीय समुदायाने आणि संयुक्त राष्ट्रसंघाने निर्धारित करणे गरजेचे आहे. तोपर्यंत ही समस्या सुटणार नाही.

ब) दहशतवादाला समर्थन करणाऱ्या राष्ट्रांविषयीचे निकष ठरवणे आवश्यक आहे.

क) दहशतवादाला समर्थन देणाऱ्या राष्ट्रांविरुद्ध आर्थिक निर्बंध टाकण्यासाठी राष्ट्रांनी इच्छाशक्ती दाखवणे आवश्यक आहे. यासाठी संयुक्त राष्ट्रसंघाने प्रयत्न करणे अपेक्षित आहे.

दहशतवाद ही आंतरराष्ट्रीय समस्या बनल्यामुळे आता गुप्तचर माहितीची देवाणघेवाण करणे किंवा त्याबाबत सामूहिक प्रयत्न करणे यासाठी राष्ट्रे तयार होऊ लागली आहेत. यासाठी आंतरराष्ट्रीय पातळीवरून एकमताने आणि कसोशीने प्रयत्न होणे गरजेचे आहे. भारताला ही समस्या १९८० च्या दशकापासून भेडसावत आहे. यामध्ये लाखो जणांना प्राण गमवावे लागले आहेत. परंतु भारताच्या मागणीकडे गांभीर्याने पाहिले गेले नाही. भारतातील दहशतवादाकडे राष्ट्रीय पातळीवरील दहशतवाद म्हणून पाहिले गेले. परंतु, आज भारताची दहशतवादाबाबतची जी मागणी होती, ती जगाला पटलेली आहे. आंतरराष्ट्रीय पातळीवर भारताच्या मागणीची दखल घेतली गेली आहे. आता याबाबत आंतरराष्ट्रीय स्तरावरून कडक पावले उचलली जाणे अपेक्षित आहे.

■

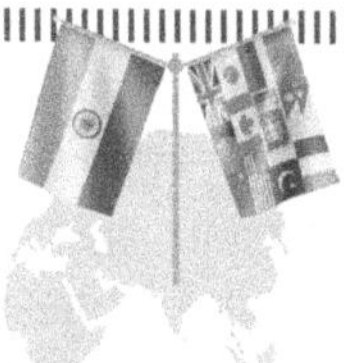

बांगला देश : दहशतवादाची नवी फॅक्टरी

जुलै २०१६ मध्ये झालेल्या भीषण स्फोटांमुळे बांगला देशची राजधानी ढाका हादरली. या स्फोटांमुळे अनेक प्रश्न निर्माण झाले आहेत. या हल्ल्याची जबाबदारी आयसिसने स्वीकारली होती. नव्या कार्यकर्त्यांच्या शोधात असणाऱ्या आयसिसने बांगला देशकडे आपला मोर्चा वळवल्याचे स्पष्ट झाले. बांगला देश हा दक्षिण आशिया आणि दक्षिण पूर्व आशियाला जोडणारा देश आहे.भविष्यात अफगाणिस्तानप्रमाणे बांगला देशही दहशतवाद्यांचा कारखाना बनण्याची भीती आहे. तसे झाल्यास त्याचा धोका दक्षिण पूर्व आशिया आणि दक्षिण आशियाला आहे.

गेल्या काही महिन्यांपासून बांगला देशामध्ये हिंसाचाराचे प्रमाण वाढत आहे. यामध्ये प्रामुख्याने लेखकांना टार्गेट करण्यात येत आहे. गेल्या तीन वर्षांत या देशात चाळीस ब्लॉगर्सच्या (स्तंभलेखकांच्या) हत्या झाल्या आहेत. यामध्ये प्रामुख्याने इस्लामचे टीकाकार, इस्लामिक तत्वांचे पालन न करणाऱ्या व्यक्ती, समलैंगिक, धार्मिक अल्पसंख्याक यांचा समावेश आहे. या स्तंभकारांवर झालेले हल्ले वैयक्तिक असले तरीही त्यांना मारताना अत्यंत क्रूरपणे, ठेचून मारण्यात आले. यामागे दहशत पसरवण्याचा हेतू होता. हे हत्यासत्र सुरूच असताना बांगलादेशची राजधानी ढाका येथे १ जुलै २०१६ रोजी भीषण दहशतवादी हल्ला झाला. या हल्ल्यामध्ये हल्लेखोरांनी काही जणांना ओलीस ठेवले होते. या बेकरीमध्ये प्रामुख्याने परदेशी पर्यटकांचा राबता असतो. त्यामुळेच अतिरेक्यांनी हे ठिकाण निवडले. हल्ल्यावेळी अनेकांना ओलीस ठेवण्यात आले आणि त्यापैकी २० परदेशी पर्यटकांना ठार करण्यात आले. यामध्ये एक भारतीय पर्यटक आणि दोन बांगलादेशी पोलिसांचाही समावेश होता. या हल्ल्याची जबाबदारी इस्लामिक स्टेटने स्वीकारली होती. हा हल्ला पाकिस्तानची गुप्तचर यंत्रणा आयएसआयने केला असल्याचे बांगला देशच्या काही मंत्र्यांकडून सांगण्यात आले होते; मात्र दक्षिण आशियातील इसिसच्या अनेक कारवाया आयएसआयच्या मदतीनेच होत असतात, हेही आपण लक्षात घ्यायला हवे. इसिसचा बांगला देशातील हा पहिलाच हल्ला होता. यापूर्वी अशा प्रकारचे हल्ले प्रामुख्याने पॅरिस, स्वित्झर्लंड, बेल्जियम आणि इस्तंबूलमध्ये केले होते. ढाक्यामध्ये झालेल्या हल्ल्याची कार्यपद्धती या हल्ल्यांशी पूर्णपणाने मिळतीजुळती होती. काही बंदुकधारी व्यक्तींनी येऊन जागेचा ताबा घेणे, परदेशी पर्यटकांना ओलीस ठेवून हत्या करणे असे या कार्यपद्धतीचे स्वरुप होते.

बांगला देशाला टार्गेट का?

इसिसने केलेला हल्ला ही धोक्याची सूचना म्हणायला हवी. आता प्रश्न पडतो की इसिसने बांगलादेशला का टार्गेट केले?या प्रश्नाचे उत्तर जाणून घेण्यासाठी थोडे इतिहासात डोकवावे लागेल. १९७१मध्ये बांगला देश पाकिस्तानपासून वेगळा झाला. त्यानंतर इस्लामिक देश असूनही तिथे धर्मनिरपेक्ष राजवट प्रस्थापित झाली आणि धर्मनिरपेक्ष राज्यघटनाही अमलात आली; मात्र १९७५ मध्ये तिथे लष्करी बंड झाले. लष्करी राजवटीने त्यांच्या मतानुसार तकलादू सरकारे आणली. या सर्व सरकारांवर लष्कराचेच वर्चस्व होते. १९७५-२००९ सालापर्यंत लष्करी वर्चस्वाखालील सरकारांचा काळ राहिला. बांगला देशातील लष्कर हे इस्लामिक धार्मिक मूलतत्ववादाला खतपाणी घालणारे होते. त्यामुळे बांगलादेशात धार्मिक मूलतत्ववाद रुजला. २००९ मध्ये झालेल्या सार्वत्रिक निवडणुकांनतर मात्र बांगला देशातील परिस्थिती बदलली. पंतप्रधान बनलेल्या शेख हसीना यांनी बांगलादेशाला धर्मनिरपेक्ष राष्ट्र बनविण्याचा प्रयत्न केला. या प्रयत्नांचा एक भाग म्हणून १९७१ मध्ये बांगला देशातील सर्वात मोठा पक्ष असणाऱ्या आणि पाकिस्तान धार्जिणे काम करणाऱ्या जमाते इस्लामी या पक्षाच्या नेत्यांना मृत्यूदंडाची शिक्षाही दिली गेली. हसीनांच्या सरकारच्या काळात अनेक धर्मनिरपेक्ष लेखक, कार्यकर्ते, पत्रकार पुढे आले. त्यांनी वाढत्या धार्मिक मूलतत्त्ववादावर टीका करायला सुरुवात केली.

२०१३ मध्ये बांगला देशात साहित्यिक आणि पत्रकारांची शहाबाग चळवळ झाली. या शहाबाग चळवळीअंतर्गत कडव्या धार्मिक मूलतत्ववादावर टीका केली गेली. त्यातूनच बांगला देशामध्ये एक प्रकारचे ध्रुवीकरण घडून आले. दोन गटांमध्ये देशाची विभागणी झाली. एका बाजूला कडव्या मूलतत्त्ववादावर टीका करणारे, देशाला धर्मनिरपेक्ष बनविण्याची मागणी करणारे आहेत; तर दुसरीकडे त्याला विरोध करणाऱ्या स्थानिक संघटना निर्माण झाल्या. या स्थानिक संघटनांचा जमाते इस्लामीचा पाठिंबा आहे. या मूलतत्ववादी संघटनांना पाकिस्तानातील दहशतवादी संघटनांनी आणि हाफिज सईद यांच्यासारख्या दहशतवाद्यांनी खतपाणी घालायला सुरवात केली आहे. बांग्लादेशात हरकत उल जिहाद अल् इस्लामी (हुजी) ही दहशतवादी संघटनाही कार्यरत आहे. ही संघटना हाफिज सईदच्या पुढाकाराने ही संघटना स्थापन झाली आहे. भारतात या संघटनेने अनेक बॉम्बहल्ले घडवून आणले आहेत. भारतातल्या अनेक हल्ल्यात 'हुजी'चा हात होता, हे स्पष्ट झाले आहे. या सर्व पार्श्वभूमीवर इसिसच्या बांगला देशातील प्रवेशाकडे पहावे लागेल.

स्थानिक संघटनांचे आयसिसशी संबंध

बांगलादेशातील मदरशांमध्ये अशा प्रकारे हल्ला करण्याचे प्रशिक्षण देऊन तरुणांची एक तुकडी तयार करण्यात आली होती. धर्मनिरपेक्ष लेखक, साहित्यिक, विचारवंत, कार्यकर्ते, पत्रकार यांच्यावर हल्ले करण्याचे काम हे तरुण करत होते. आता या स्थानिक संघटनांनी आयसिसबरोबर संबंध प्रस्थापित केले आहेत. त्यामुळे त्यांना आयसिसचा पाठिंबा मिळत आहे. आयसिसने बांगलादेशकडे मोर्चा वळवण्याचे कारण म्हणजे ही संघटना आता कार्यकर्त्यांच्या शोधात आहे. इराक आणि सीरियामध्ये आयसिसवर नाटोकडून जोरदार हल्ले होत आहेत. त्यामध्ये आयसिसची मोठ्या प्रमाणावर गळचेपी होत आहे. आयसिसचे शेकडो योद्धे मारले जात आहेत. त्यामुळे त्यांना आता नवीन कार्यकर्त्यांची गरज आहे. दुसरी महत्त्वाची गोष्ट म्हणजे, सध्या युरोपमधील वातावरण तणावपूर्ण बनल्यामुळे तेथील इस्लामिक निर्वासितांवर गुप्तहेर खाते लक्ष ठेवून आहे. युरोपातून तरुण कार्यकर्ते मिळणे आयसिसला अवघड बनले आहे. त्यामुळेच आयसिसने आता दक्षिण आशियाकडे आपला मोर्चा वळवला आहे.

कार्यकर्ते मिळवण्यासाठीची स्पर्धा

पाकिस्तान आणि बांगलादेश ही मोठी इस्लामिक राष्ट्रे आहेत. या दोन्ही देशांमध्ये गरिबी आणि तरुणांची संख्या जास्त आहे. बांग्लादेशाची लोकसंख्या १६ कोटी असून त्यातील ५० टक्के लोकसंख्या तरुण असून त्यांचे सरासरी वयोमान २५ वर्षांच्या आसपास आहे. हीच बाब आयसिसने हेरली आहे. आयसिसला अशा पद्धतीने गरिबीने गांजलेल्या तरुणांची गरज आहे. त्यातच बांगलादेशामध्ये मुळातच ध्रुवीकरण झालेले असल्याने पाकिस्तानपेक्षाही या देशातील

तरुणाई खेचण्यात आयसीसला यश आले आहे. पाकिस्तानमध्ये अल् कायदा, तालिबान, हक्कानी गट या सर्वांचे लक्ष आहे. अफगाणिस्तानात अल कायदा आणि आयसिस यांच्यामध्ये कार्यकर्ते मिळवण्याची स्पर्धा सुरु आहे. तोच प्रकार पाकिस्तानात होत आहे. त्यामुळेच आयसिसने आता बांगला देशकडे आपला मोर्चा वळवला असून चिंताजनक बाब म्हणजे त्यांना तिथे चांगला प्रतिसाद मिळतो आहे.

इसिसचा प्रभाव वाढण्याची शक्यता

खरेतर बांगला देशातील सरकारने या मूलतत्ववादाविरोधात अंतर्गत युद्ध पुकारायला हवे होते; पण तसे न करता तेथील धर्मनिरपेक्ष सरकार काही पावले मागे गेल्याचे चित्र पहायला मिळते आहे. धर्मावर, मूलतत्ववादावर टीका करू नका, समलैंगितकेला पाठिंबा देऊ नका अशा प्रकारे धर्मनिरपेक्षतावाद्यांना सरकार आवाहन करत आहे. ही बाब इसिसच्या पथ्यावरच पडत आहे. येत्या काळात बांगला देशात इसिसचा प्रभाव वाढण्याची शक्यता आहे. ही बाब भारतासाठी चिंतेची आहे.

भारत आणि बांगालादेशादरम्यान ४००० किलोमीटरची सीमा आहे. बांगला देशातून भारतात होणाऱ्या घुसखोरीचे प्रमाण प्रचंड आहे. ईशान्य भारतात फुटिरतावादी संघटनाना बांग्लादेशातील मूलतत्ववादी संघटनांकडून पाठिंबा मिळत असतो. त्यामुळे आयसिसने बांगला देशात तळ ठोकल्यास भारताला पूर्वेकडील सीमेवर बारकाईने लक्ष ठेवावे लागेल. आजघडीला सीमापार दहशतवादाचा धोका पाकिस्तानकडूनच आहे; पूर्वेकडे जास्त धोका नाही. शेख हसिनांनी हा धोका होऊ नये याची काळजी घेतली होती. मात्र आगामी काळात पूर्वेकडूनही भारताला धोका वाढू शकतो. त्यामुळे भारताला अधिक सतर्क राहावे लागणार आहे. बांगला देश हा दक्षिण आशिया आणि दक्षिण पूर्व आशियाला जोडणारा देश आहे. त्यामुळे बांगला देशातील बस्तानामुळे आयसिस दोन्हीकडे धुमाकूळ घालू शकतो. भविष्यात अफगाणिस्तानप्रमाणे बांगला देशही दहशतवाद्यांचा कारखाना बनण्याची भीती आहे. तसे झाल्यास त्याचा धोका दक्षिण पूर्व आशिया आणि दक्षिण आशियाला आहे.

■

आर्म्ड फोर्सेस स्पेशल पॉवर ॲक्ट कायदा (अफस्पा)

आर्म्ड फोर्सेस स्पेशल पॉवर ॲक्ट कायदा (अफस्पा)असावा की नसावा याविषयी सातत्याने चर्चा होत असते. भारतीय लष्कराला दिलेल्या या विशेषाधिकारांविरोधात मणिपूरमधील मानवाधिकार कार्यकर्त्या शर्मिला इरोम यांनी १६ वर्षे उपोषण चालवले होते. ९ ऑगस्ट २०१६ रोजी हे उपोषण सोडण्यात आले. त्यानंतर अफस्पाची चर्चा मोठ्या प्रमाणावर होऊ लागली आहे. भारतामधील एकंदरीतच सीमापार दहशतवादाचे, अंतर्गत बंडखोरीचे रुप पाहता हा कायदा पूर्णपणे काढून टाकणे चुकीचे ठरेल. मात्र त्याच वेळी या कायद्याचा गैरवापर होणार नाही याची काळजी घेणे आवश्यक आहे.

'अफस्पा' का अस्तित्त्वात आला?

आर्म्ड फोर्सेस स्पेशल पॉवर ॲक्ट हा कायदा १९५८ मध्ये अस्तित्वात आला. त्यावेळी डॉ. राजेंद्रप्रसाद देशाचे राष्ट्रपती होते. हा कायदा प्रामुख्याने नागा हिल्ससाठी अस्तित्वात आला. त्यामागे एक पार्श्वभूमी होती. नागालँडमधील रहिवाशांनी आपले स्वतंत्र राष्ट्र असावे अशी मागणी केली होती. स्वतंत्र सार्वभौम नागा राष्ट्र निर्माण करण्यासाठी त्यांनी मोठ्या प्रमाणात बंडखोरी सुरू केली होती. त्याचप्रमाणे तेथे पर्यायी शासन स्थापित केले होते. त्यांच्यावर नियंत्रण ठेवणे तत्कालीन राज्य सरकारला शक्य नव्हते.

त्यामुळे लष्कराच्या माध्यमातून नागांची बंडखोरी रोखण्यासाठी 'अफस्पा'चा कायदा केला गेला. त्यानंतरच्या काळात क्रमाक्रमाने तो संपूर्ण ईशान्य भारतातील सातही राज्यांमध्ये तो लागू करण्यात आला. ईशान्य भारतातील फुटिरतावादी चळवळी, बंडखोरी थोपवणे हे या कायद्यामागचे प्रमुख उद्देश होते.

अफस्पा कोणत्या राज्यांमध्ये आहे?

यामधील एक विशेष बाब लक्षात घेणे आवश्यक आहे. हा कायदा अशा राज्यांमध्ये प्रामुख्याने लावला गेला आहे ज्या राज्यांच्या सीमा आंतरराष्ट्रीय सीमारेषेला भिडलेल्या आहेत. आपण ईशान्य भारताची सीमारेषा पाहिली तर ती म्यानमार, चीन आणि बांगलादेश या तीन शेजारी देशांना भिडलेली आहे. या राज्यांमध्ये ज्या-ज्यावेळी बंडखोरी कारवाया होतात तेव्हा त्यांना बाहेरच्या राष्ट्रांकडून मदत मिळते. त्यामुळे हा प्रश्न अंतर्गत सुरक्षेचा राहात नाही. परिणामी, तो लष्कराच्या माध्यमातून सोडवणे आवश्यक बनते. त्याचा प्रतिकार अतितीव्रपणे करावा लागतो. यासाठीच तिथे हा कायदा सर्वप्रथम लागू करण्यात आला. आणखी एक गोष्ट म्हणजे, चीन, म्यानमार, बांगलादेश या राष्ट्रांमधील अनेक बंडखोरांनी ईशान्य भारतात आसरा घेतला होता. त्यांचा बिमोड करण्यासाठी हा कायदा लागू करण्याव्यतिरिक्त पर्यायच नव्हता. पुढे जाऊन १९८० मध्ये पंजाबमध्ये हा कायदा लागू करण्यात आला. कारण पंजाबची सीमारेषा पाकिस्तानला भिडलेली आहे. त्यानंतर १९९० मध्ये जम्मू-काश्मीरमध्ये तो लागू करण्यात आला. ही सर्व राज्ये आंतरराष्ट्रीय सीमारेषेनजीक वसलेली आहेत, हे साम्य लक्षात घेणे आवश्यक आहे.

'अफस्पा' लागू करण्याबाबतचे निकष

'अफस्पा' कायदा कधी लागू केला जातो त्याचे काही निकष ठरलेले आहेत. ज्यावेळी एखाद्या राज्यातील एखादा भूभाग अशांत असल्याचे तेथील राज्यपाल जाहीर करतात किंवा केंद्रशासित प्रदेश असेल तर तेथील प्रशासक या अशांततेविषयीचा अहवाल केंद्राकडे पाठवतात तेव्हा केंद्राकडून काही विशेष निर्णय घेतले जातात. त्यामध्ये सीमा सुरक्षा दल, सीआरपीएफ अशा फौजा पाठवल्या जातात. अशा प्रकारे सुरक्षा दले किंवा सैन्य पाठवले जाते त्यावेळी त्यांना आपले कार्य प्रभावीपणे पार पाडण्यासाठी कायदेशीर संरक्षणाची गरज असते. ते कायदेशीर संरक्षण 'अफस्पा' हा कायदा देतो. म्हणजेच लष्कराला पाचारण करण्यासाठीची विनंती प्रथम राज्याकडून केली जाते. लष्कर स्वतःहून तेथे येत नाही, हे सर्वप्रथम लक्षात घ्यावे लागेल. त्याचप्रमाणे एखाद्या राज्याला अंतर्गत अशांततेपासून संरक्षण देणे हे केंद्र शासनाचे कर्तव्य आहे अशा प्रकारचे निर्देश भारतीय राज्यघटनेतील कलम ३५५ मध्ये दिले आहेत. त्यानुसार केंद्र शासन अशा पद्धतीने निर्णय घेऊन लष्कर पाठवण्याचा निर्णय घेते. म्हणजेच लष्कर हे केंद्राच्या निर्णयामुळे त्या राज्यांमध्ये जाते. लष्कराला आपले कार्य प्रभावीपणे पार पाडण्यासाठी लष्करी संरक्षणाची गरज असते, त्याला 'इम्प्युनिटी' म्हणतात. यानुसार लष्करी कर्तव्य पार पाडत असताना काही चूक घडली तर त्याला कायदेशीर संरक्षण मिळत असे. असे संरक्षण नसेल त्या ठिकाणी लष्कराला आपली भूमिका पार पाडता येत नाही.

'अफस्पा'ची वैधता

आता मुद्दा येतो तो या संपूर्ण कायद्याची घटनात्मक वैधता आहे की नाही? भारतातील सर्वोच्च न्यायालयाने हे स्पष्ट केलेले आहे की आर्म्ड फोर्सेस स्पेशल पॉवर ॲक्ट हा घटनात्मक दृष्ट्या वैध आहे. हा अधिकार मिळाल्यानंतर लष्कराला आपले अधिकार प्रभावीपणे वापरता येतात. अशांत क्षेत्रामधील सार्वजनिक जागा, तसेच खासगी मालकी हक्काच्या ठिकाणांमध्येही लष्कर प्रवेश करू शकते. त्याचबरोबर अटक वॉरंटशिवायही लोकांना अटक करण्याची परवानगी लष्कराला असते. तसेच ते वाहनांचा शोध घेऊ शकतात, तपास करु शकतात, झाडाझडती घेऊ शकतात. अशांत भागात शांतता प्रस्थापित करण्याच्या हेतूने असे अधिकार प्राप्त दिले जातात. हा या कायद्याचा महत्त्वाचा भाग आहे.

वादाचे मुद्दे आणि आरोप

आता प्रश्न उरतो या कायद्याबाबत प्रश्न का निर्माण झाले? याचे प्रमुख कारण म्हणजे, या विशेषाधिकारांचा लष्कराकडून गैरवापर केला जात आहे, असा आरोप केला गेला. या कायद्याने

दिलेल्या अधिकारांचा गैरवापर करून 'एक्स्ट्रा ज्युडिशिअल किलिंग' अशा स्वरुपाच्या काही हत्या लष्कराकडून झाल्याचेही आरोप झाले. तसेच मानवी अधिकाराच्या उल्लंघनाचे प्रकार लष्कराकडून घडल्याची टीकाही करण्यात आली. तसेच बलात्कार केल्याचे आरोपही लष्करावर झाले आहेत. या कायद्याचे उल्लंघन केल्यास लष्कराविरोधात कारवाई करु नये असे उच्च न्यायालय किंवा सर्वोच्च न्यायालयाने सांगितलेले नाही. दोषी लष्करी अधिकाऱ्यांना शिक्षा करता येते. मध्यंतरी सर्वोच्च न्यायालयाने देखील याबाबतचे निर्देश दिले आहेत.

हेगडे कमिटी

मणिपूरमध्ये आजही 'अफस्पा' कायदा लागू आहे. २०१३मध्ये या राज्यामध्ये लष्कराकडून बळाचा अतिरेकी वापर करून काही एक्स्ट्रॉ ज्युडिशिअल किलिंग करण्यात आल्याचा आरोप झाला. त्याची चौकशी करण्यासाठी न्या. जगदीश हेगडे यांच्या अध्यक्षतेखाली एक आयोग नेमला गेला. या आयोगाने पहिल्यांदा 'अफस्पा'चा काही प्रमाणात गैरवापर होऊ लागल्याचे स्पष्ट केले. लष्कराकडून मानवाधिकार उल्लंघनाच्या, एक्स्ट्रा ज्युडिशिअल किलिंगच्या घटना वाढताहेत असेही या आयोगाने सर्वप्रथम स्पष्टपणाने सांगितले. त्याचबरोबर या कायद्याचा गैरवापर थांबवून त्याची उपयोगिता कशी वाढवता येईल याबाबतच्या सूचना न्या. हेगडे आयोगाने दिल्या. त्यानंतर राजकीय नेत्यांनी काय कायद्याविरोधात मोठ्या प्रमाणात आवाज उठवण्यास सुरुवात केली.

दोन मतप्रवाह

याचदरम्यान मणिपूरमध्ये एका इमारतीच्या बांधकामांवेळी मानवी सांगाडे सापडले. एकाच वेळी अशा प्रकारे सात-आठ सांगाडे सापडल्यामुळे खळबळ उडाली आणि त्याचा आरोप लष्करावर करण्यात आला. या प्रश्नाला आंतरराष्ट्रीय रुप दिले गेले होते. ॲम्नेस्टी इंटरनॅशनल, आंतरराष्ट्रीय मानवाधिकार संघटनांनी 'अफस्पा' कायद्याविरोधात आवाज उठवला आहे. भारताने हा कायदा तात्काळ हटवला पाहिजे, अशी मागणी संयुक्त राष्ट्र संघटनेने केलेली आहे. परंतु भारतामध्ये दोन मतप्रवाह आहेत. लष्कराकडून हा अधिकार काढून घ्यावा असे एका गटाचे म्हणणे आहे; तर दुसरा गट अशा प्रकारच्या अधिकारांची आवश्यकता पटवून देणारा आहे. हा कायदा घटनात्मक दृष्ट्या अवैध असता तर सर्वोच्च न्यायालयानेच कधीच तो रद्द केला असता. पण असे केले नाही. त्याचबरोबर हा कायदा नसता तर बंडखोरी किंवा दहशतवाद यांचा सामना प्रभावीपणे करता आला नसता. आज आपण पाकिस्तान आणि अफगाणिस्तानमध्ये अत्यंत मोठ्या प्रमाणावर, राजरोसपणे आणि सहजपणे बॉम्बस्फोट, दहशतवादी हल्ले होताना पाहतो. स्फोटके वाहून नेणे, नागरी समूहांवर गोळीबार होणे, शेकडो निष्पाप लोकांच्या हत्या होणे हे प्रकार तिथे नित्याचे बनले आहेत. भारतामध्ये असे चित्र दिसून येत नाही. याचे प्रमुख कारण म्हणजे लष्कराने आपल्या सीमारेषा आणि अंतर्गत सुरक्षा व्यवस्था अत्यंत प्रभावीपणे सांभाळलेल्या आहेत. लष्कराला दिल्या गेलेल्या विशेषाधिकारामुळेच हे शक्य झाले आहे, हे नाकारता येणार नाही.

लष्कर आणि जनतेतील संघर्ष

आता मात्र एक मोठा प्रश्न निर्माण झाला आहे. हा प्रश्न आहे लष्कर आणि सामान्य जनतेमधील संघर्षाचा. लष्कराला खासगी ठिकाणी छापा टाकण्याचे, कोणत्याही परवानगीशिवाय ताब्यात घेण्याचे, कोणत्याही घराची झाडाझडती घेण्याचे, वाहने तपासण्याचे अधिकार असल्यामुळे हा संघर्ष वाढीस लागला आहे. मणिपूरमध्ये हा संघर्ष पहायला मिळतो. दुसरा संघर्ष आहे तो पोलिस विरुद्ध लष्कर. हा जम्मू आणि काश्मिरमध्ये हा संघर्ष मोठ्या प्रमाणावर पाहायला मिळतो. तिथे पोलिसांनी लष्कराविरुद्ध एफआयआर दाखल केले आहेत. अशा प्रकारचा संघर्ष ईशान्य भारतात दिसून येत नाही. हादेखील एक महत्त्वाचा भाग लक्षात घ्यायला हवा.

समतोल भूमिकेची गरज

आता मुद्दा उरतो तो लष्कराला आपण कुठपर्यंत दोष द्यायचा हा. मुळात या कायद्याचा उद्देश चुकीचा नाही. दहशतवादाला, बंडखोरीला आपण केवळ कायदा-सुव्यवस्थेचा प्रश्न म्हणून हाताळू शकत नाही. जगभरातील बहुसंख्य देशांनी दहशतवादाला, बंडखोरीला राष्ट्रीय आणीबाणीचे स्वरुप दिलेले आहे. कारण आजचे दहशतवादी,

बंडखोर हे अत्याधुनिक शस्त्रास्त्रांनी सज्ज आहेत. त्यांचे आंतरराष्ट्रीय कनेक्शन्स आहेत. त्यामुळे त्यांचा सामना हा लष्कराकडूनच केला गेला पाहिजे आणि त्यासाठी लष्कराला विशेषाधिकार असायलाच हवेत. मात्र ते करत असताना या अधिकारांचा गैरवापर होऊ नये यासाठी लष्करावर स्पष्ट नजर ठेवणे गरजेचे आहे. अफस्पा लागू केल्यानंतर दर सहा महिन्यांनी त्याचे परीक्षण झाले पाहिजे आणि आवश्यकता नसेल तर तो काढून घेतला पाहिजे असे सर्वोच्च न्यायालयाने म्हटले आहे. त्याची अंमलबजावणी काटेकोरपणे होणे गरजेचे आहे. त्याचप्रमाणे या कायद्याचा गैरवापर करणाऱ्या लष्करी अधिकाऱ्यांवर तीन महिन्यांच्या आत दोषारोप पत्र दाखल करून तात्काळ शिक्षा होणे आवश्यक आहे. जेणे करून त्यांच्याकडून या कायद्याचा गैरवापर होणार नाही. परंतु भारतामधील एकंदरीतच सीमापार दहशतवादाचे, अंतर्गत बंडखोरीचे रुप पाहता आपल्याला अफस्पा हा पूर्णपणे काढून टाकणे पूर्णपणे चुकीचे ठरेल. अफस्पा असायलाच हवा मात्र त्याचा गैरवापर होणार नाही याची काळजी घेणे आवश्यक आहे. त्याचबरोबर जे जे अशांत विभाग शांत झालेले आहेत त्या ठिकाणांमधून अफस्पा काढून टाकण्याबाबतही आता विचार होणे आवश्यक आहे. थोडक्यात, याबाबत समतोल, विवेकी भूमिका घेणे आवश्यक आहे. ■

पठाणकोटवरील हल्ला

भारत-पाकिस्तान यांच्यातील शांतता चर्चा जेव्हा जेव्हा पुढे जाण्याची शक्यता निर्माण होते तेव्हा तेव्हा भारतात दहशतवादी हल्ले होतात हा आजवरचा इतिहास आहे. २०१६ च्या प्रारंभीच पठाणकोटवर झालेल्या हल्ल्यातून हे नव्याने अधोरेखित झाले. या हल्ल्यातून काही प्रवाह दिसून आले, ते जाणून घेणे आवश्यक आहे.

भारताचे पंतप्रधान नरेंद्र मोदी यांनी २५ डिसेंबर २०१५ रोजी लाहोरला भेट दिली. वास्तविक, ते रशिया आणि अफगाणिस्तान दौऱ्यावर गेले होते. अफगाणिस्तानच्या संसद इमारतीचे उद्‌घाटन करून तेथून अचानक त्यांनी लाहोरला भेट दिली. त्या दिवशी नवाझ शरीफ यांचा वाढदिवस होता तसेच त्यांच्या नातीचे लग्नही होते. यानिमित्त शुभेच्छा देण्यासाठी मोदी लाहोरला गेले. या घटनेला संपूर्ण जगभरात फार मोठी प्रसिद्धी मिळाली. याचे कारण २६ नोव्हेंबर २००८ रोजी मुंबईवर झालेल्या दहशतवादी हल्ल्यानंतर भारत आणि पाकिस्तान यांच्यातील शांतता चर्चा पूर्णपणाने थांबलेली होती. मोदी यांच्या लाहोर भेटीनंतर भारत व पाकिस्तानमधील शांतता प्रक्रियेबद्दल एक प्रचंड मोठा आशेचा किरण निर्माण झालेला असतानाच अचानकपणे पंजाबमधील पठाणकोट येथे दहशतवाद्यांनी हल्ला घडवून आणला. पठाणकोटमधील वायुसेनेच्या तळाला दहशतवाद्यांनी लक्ष्य केले. या हल्ल्यासाठी आठ ते नऊ दहशतवादी या तळावर घुसले होत. हे सर्व दहशतवादी 'जैश-ए-महम्मद' या दहशतवादी संघटनेचे होते. या सर्व दहशतवाद्यांचा खात्मा करण्यात भारतीय लष्कराला यश आले; मात्र दहशतवाद्यांशी चकमकीमध्ये सात भारतीय जवान शहीद झाले. या हल्ल्याने भारत-पाकिस्तान शांतता चर्चेवर प्रश्नचिन्ह उपस्थित केले. तसेच या हल्ल्यामुळे केंद्र सरकारच्या पाकिस्तानबाबतच्या भूमिकेवरही टीका झाली. या हल्ल्यामुळे काही प्रवाह पुढे येताना दिसले आणि ते जाणून घेणे आवश्यक आहे.

शांतता चर्चेनंतर हल्ला

आजवरचा इतिहास पाहिला तर जेव्हा जेव्हा भारत-पाकिस्तानमधील शांतता चर्चा सुरू होते, यासाठी दोन्ही देशांचे राष्ट्रप्रमुख पुढाकार घेतात

तेव्हा तेव्हा भारतात अशा प्रकारचे दहशतवादी हल्ले होतात. १९९८ मध्ये तत्कालीन पंतप्रधान अटलबिहारी वाजपेयी हे नवाझ शरीफ यांना भेटले होते. त्यावेळी आग्रा कॉन्फरन्सही झाली होती. दोन्ही देशांतील संबंध आता नव्या वळणावर जाण्याचे संकेत दिसत असतानाच १९९९ मध्ये कारगिलचे युद्ध झाले. अलीकडच्या काळातील उदाहरण म्हणजे, पाकिस्तानचे पंतप्रधान नवाझ शरीफ हे नरेंद्र मोदी यांच्या शपथविधी सोहळ्याला उपस्थित राहिले. त्यावेळी नवाझ शरीफ यांना पाकिस्तानमध्ये फार मोठ्या विरोधाचा तसेच उठावाचा सामना करावा लागला. पुढे काठमांडूमधील सार्क परिषदेदरम्यान मोदी-शरीफ भेट झाली, दोघांनीही परस्परांना हस्तांदोलन केले. त्याच्या दुसऱ्याच दिवशी जम्मू-काश्मीरमध्ये दहशतवादी हल्ला झाला. डिसेंबर २०१५ मध्ये पॅरिस येथील जागतिक पर्यावरण परिषदेत हे दोन नेते पुन्हा भेटले आणि त्यानंतर अनंतनाग येथे हल्ला झाला. त्याचप्रमाणे मोदींच्या लाहोरभेटीनंतर आठ दिवसांतच पठाणकोटचा हल्ला घडून आला. यावरून अशा प्रकारचे हल्ले हा आता एक प्रवाह म्हणून पुढे येत असल्याचे स्पष्ट झाले. अशा हल्ल्यांमागे पाकिस्तानी लष्कराचा हात असतो, हे स्पष्ट झालेले आहे. आजवर अशा प्रकारे झालेले हल्ले ज्या-ज्या दहशतवादी संघटनांनी केले आहेत त्या सर्व संघटनांना पाकिस्तानी लष्कराचे साहाय्य आहे. किंबहुना या हल्ल्यांमध्ये पाकिस्तानी लष्कराचा प्रत्यक्ष-अप्रत्यक्षरित्या सहभागही आहे. यावरून असे लक्षात येते की, पाकिस्तानमध्ये असे काही घटक आहेत ज्यांना दोन्ही देशांमध्ये शांतता चर्चा नको आहे. यामध्ये पाकिस्तानी लष्कर, दहशतवादी संघटना आणि इतर मूलतत्त्ववादी संघटना आहेत.

पंजाबच का?

यामधील दुसरा प्रवाह म्हणजे पंजाबला टार्गेट करण्याचा. अलीकडील काळात पाकिस्तानातील दहशतवादी संघटनांनी पंजाबवर लक्ष केंद्रीत केल्याचे दिसते आहे. याची कारणे जाणून घेणे आवश्यक ठरते. भारत आणि पाकिस्तानमध्ये दोन प्रकारच्या सीमा रेषा आहेत. एक म्हणजे जम्मू-काश्मीरमधील लाईन ऑफ कंट्रोल किंवा प्रत्यक्ष ताबा रेषा. सुरुवातीच्या काळात या भागातून भारतात मोठ्या प्रमाणावर घुसखोरी होत असे. साधारणतः हिवाळ्याच्या दिवसांत ही घुसखोरी व्हायची. पण गेल्या काही वर्षांमध्ये या भागामध्ये कडक सुरक्षा व्यवस्था तैनात करण्यात आली आहे. परिणामी, तेथून घुसखोरी करणे कठीण बनले आहे. त्यामुळे आता दहशतवाद्यांनी दुसरीकडे लक्ष केंद्रित करण्यास सुरुवात केली आहे. भारत-पाकिस्तान यांच्यात दुसरी सीमा आहे ती आंतरराष्ट्रीय सीमा रेषा. ही पंजाबलगत आहे. जम्मूचा छोटासा भाग या आंतरराष्ट्रीय सीमेवर येतो; पण पंजाबमध्ये ही सीमा फार मोठी आहे. हा भाग साधारणतः ५५३ किलोमीटरचा एक पट्टाच आहे. गुरुदासपूर, पठाणकोट ते जम्मू असा हा पट्टा पसरलेला आहे आणि तो आंतरराष्ट्रीय सीमा रेषेला लागून आहे. तसेच या पट्ट्यात एक राष्ट्रीय महामार्गही आहे. एनएच ४४. हा महामार्ग गुरूदासपूर, पठाणकोट आणि जम्मू या आंतरराष्ट्रीय सीमारेषेला समांतर जाणारा आहे. या भागातही फार चांगल्या पद्धतीने आपण संरक्षण कुंपण घालण्यात आलेले आहे. पण काही ठिकाणी भारतातून पाकिस्तानात काही नद्या वाहात जात असल्याने त्या ठिकाणी संरक्षक कुंपणाला अडथळे निर्माण होतात. हिवाळ्याच्या दिवसांमध्ये या भागात प्रचंड प्रमाणात धुके पसरलेले असते. दहशतवादी नेहमी या नद्यांच्या खोऱ्यांचा आणि धुक्याचा आधार घेऊन भारतात घुसखोरी करण्याचा प्रयत्न करतात. भारतात या आंतरराष्ट्रीय सीमेपासून ३० किलोमीटर आत एनएच ४४ हा महामार्ग आहे. धुक्याचा आधार घेत या महामार्गापर्यंत येणे आणि मग बंदुकीच्या धाकाने या महामार्गांवरील एखाद्या वाहनाचे अपहरण करणे आणि त्या वाहनातून पंजाबमध्ये शिरणे असा एक घुसखोरीचा प्रवाह पठाणकोट हल्ल्यामुळे दिसून आला. त्यापूर्वी झालेल्या उधमपूर आणि गुरूदासपूर येथे झालेल्या हल्ल्यामध्येही तो दिसून आला होता. यावरून दहशतवाद्यांनी हल्ला करण्याची ही पद्धतच अवलंबली आहे, असे दिसते.

पंजाबमध्ये महत्त्वाची लष्करी केंद्रे

पंजाबची निवड करण्यामागे दुसरे एक कारण म्हणजे तेथे असलेली आपल्या सैन्याची किंवा सुरक्षा यंत्रणांची प्रमुख आणि महत्त्वाची केंद्रे. ही सर्व केंद्रे प्रामुख्याने गुरूदासपूर, पठाणकोट व जम्मू याच क्षेत्रात आहेत. यामध्ये वायुसेनेच्या

विमानतळाचाही समावेश आहे. त्याचप्रमाणे जम्मू-काश्मीरमध्ये पुरवली जाणारी लष्करी कुमकही पंजाबच्या माध्यमातूनच पुरवली जाते. भारताची अनेक क्षेपणास्त्रे, हॅलिकॉप्टर्स, लढाऊ विमाने, रणगाडे हे पंजाब सीमेवर आहेत. त्यामुळेच पंजाबला लक्ष्य केले जात असल्याचे दिसून येत आहे. पठाणकोटच्या हल्ल्यानंतर गुप्तचर संघटनांनी काही टेलिफोनिक संभाषणांचा तपास केला. त्यामध्येही या दहशतवाद्यांना लढाऊ विमाने आणि हॅलिकॉप्टर्स उद्ध्वस्त करण्याचे आदेश देण्यात आल्याचे स्पष्टपणाने लक्षात आले आहे. थोडक्यात, लष्कराच्या-संरक्षणाच्या दृष्टीने अत्यंत महत्त्वाच्या असणाऱ्या पंजाबमधील या भागाला लक्ष्य करून अतिरेक्यांनी देशाच्या-लष्कराच्या मर्मस्थळावर आघात करण्याचे उद्दिष्ट ठेवले असल्याचे दिसत आहे.

खलिस्तानी चळवळींचे पुनरुज्जीवन

तिसरा प्रवाह म्हणजे खलिस्तानी चळवळींचे पुनरुज्जीवन. पंजाबमध्ये काही वर्षांपूर्वी फोफावलेल्या खलिस्तानी दहशतवादी संघटनेतील दहशतवाद्यांना अलीकडील काळात आयएसआयने हाताशी धरण्यास सुरुवात केली आहे. अशा दहशतवाद्यांना पाकिस्तानात नेऊन त्यांना प्रशिक्षण देऊन पुन्हा एकदा खलिस्तान संघटनेचे पुनरुत्तजीवन करण्याचा प्रयत्न आयएसआय ही पाकिस्तानी गुप्तहेर संघटना करीत आहे. यासाठी पंजाबवर प्रामुख्याने लक्ष केंद्रित करण्यात येत आहे.

जैश-ए-मोहम्मदचे पुनरागमन

पठाणकोटवरील हल्ला जैश-ए-मोहम्मद या दहशतवादी संघटनेने घडवून आणल्याचे स्पष्ट झाले आहे. १९९० च्या दशकात ही दहशतवादी संघटना अतिशय प्रभावशाली बनली होती. या संघटनेच्या कारवायाही वाढल्या होत्या. मात्र गेल्या काही वर्षांमध्ये या संघटनेचा जोर ओसरल्याचे, तिच्या कारवाया कमी झाल्याचे दिसले होते; मात्र ती नव्याने जोर धरू लागली असल्याचे दिसत आहे. लष्कर-ए-तय्यबा, जैश-ए-मोहम्मद यासारख्या जुन्या संघटनांचे पुनरुज्जीवन करून त्यांचा वापर दहशतवादी हल्ल्यांसाठी घेतला जात आहे. या सर्व संघटनांना पाकिस्तानी लष्कर व आयएसआयचीच मदत आहे आणि त्यांच्या पाठिंब्यातूनच हे हल्ले केले जात आहेत.

हल्ले आणि शांतता चर्चा

अनंतनाग, पठाणकोट या ठिकाणी झालेल्या हल्ल्यांनंतर पाकिस्तानशी शांतता चर्चा सुरू ठेवायची का, असा प्रश्न उपस्थित करण्यात आला. या प्रश्नाचे उत्तर होय असे आहे. उलट असे दहशतवादी अडथळे येणारच हे गृहीत धरून ही शांतता प्रक्रिया पुढे नेणे गरजेचे आहे. कारण ही शांतता प्रक्रिया थांबावी यासाठी पाकिस्तानी लष्कर कार्यरत असते. त्यामुळे चर्चा थांबल्यास पाकिस्तानात लष्कराचे महत्त्व जास्त वाढण्यास मदत होते. लष्कराचे वर्चस्व कमी करायचे असेल तर राजकीय नेतृत्वाचे महत्त्व वाढवणे आणि त्यासाठी शांतता चर्चा सुरू ठेवणे गरजेचे आहे. दुसरी गोष्ट म्हणजे, शांतता प्रक्रिया थांबलेली असते त्यावेळी दोन्ही देशांमध्ये अविश्वास, संशय वाढतो. त्यातून युद्धजन्य परिस्थिती निर्माण होते. हा अविश्वास, संशय दूर करण्यासाठीचे व्यासपीठ म्हणून चर्चा गरजेची आहे. मात्र, हे करत असताना दहशतवाद रोखण्यासाठीच्या उपाययोजनांकडे दुर्लक्ष होता कामा नये. अशा प्रकारचे दहशतवादी हल्ले होणार हे गृहीत धरून आपली सुरक्षा यंत्रणा अधिक सक्षम व बळकट करणे, पोलिस रिफॉर्मस, इंटेलिजन्स रिफॉर्मस, राज्यातल्या आणि केंद्रीय गुप्तचर यंत्रणेत समन्वय राखणे, स्थानिक गुप्तचर यंत्रणा सुधारणे, टेहळणी करणारी यंत्रणा सक्षम करणे आवश्यक आहे. आज इस्राईलसारख्या जगभरातील वेगवेगळ्या देशांनी अशा प्रकारचे दहशतवादी हल्ले रोखण्यासाठी यासंदर्भातील अनेक सुधारणा केलेल्या आहेत. अशा देशांचे अनुभव जाणून घेऊन त्यांच्या मदतीने आपली एकूण सुरक्षायंत्रणा भक्कम करण्यावर भर दिला पाहिजे. २००८ मध्ये मुंबईवर झालेल्या हल्ल्यानंतर तत्कालीन गृहमंत्री पी. चिदंबरम यांनी काही महत्त्वाचे सुधारणा कार्यक्रम घोषीत केले होते. त्यांची अंमलबजावणी करणे आवश्यक आहे. त्यामुळे शांतता चर्चा खंडित करणे हा दहशतवादी हल्ले थांबवण्याचा उपाय असू शकत नाही, हे लक्षात घ्यायला हवे.

■

बेल्जियमवरील हल्ला

बेल्जियमची राजधानी ब्रसेल्स येथे २२ मार्च २०१६ रोजी इस्लामिक स्टेट या दहशतवादी संघटनेने भीषण दहशतवादी हल्ला घडवून आणला. बेल्जियमला टार्गेट करण्यामागे आयसिसची रणनीती होती. ब्रसेल्समध्ये नाटो आणि युरोपियन महासंघाचे मुख्यालय आहे. त्यामुळे हा हल्ला एक प्रकारे प्रतिकात्मक स्वरुपाचा होता. अमेरिका आणि युरोपीय देशांकडून इसिसविरुद्ध केल्या जाणाऱ्या कारवायांना दिलेले हे प्रत्युत्तर होते. बेल्जियमच्या निवडीमागे इतरही अनेक कारणे आहेत. ती जाणून घेणे आवश्यक आहे.

बेल्जियमची राजधानी ब्रसेल्स येथील झॅव्हनटेम विमानतळावर २२ मार्च २०१६ रोजी इसिस या दहशतवादी संघटनेने भीषण दहशतवादी हल्ला केला. या हल्ल्यामुळे दहशतवादाचा एक भेसूर चेहरा नव्याने जगापुढे आला. वस्तुतः, अशा प्रकारचा हल्ला होण्याची शक्यता दिसत होती. १३ नोव्हेंबर २०१५ रोजी पॅरिसवर झालेल्या दहशतवादी हल्ल्यामध्ये सहभागी असलेल्या दहशतवाद्यांपैकी बरेच जण हे बेल्जियमचे नागरिक होते. पॅरिस हल्ल्यातील मुख्य आरोपी अब्देस्लम सलाह हा बेल्जियमचा नागरिक आहे. फ्रान्स आणि बेल्जियम यांच्या तपासयंत्रणांकडून पॅरिसवरील हल्ल्यानंतर शोधमोहीम आणि चौकशी मोहीम राबवण्यात येत होती. ही संयुक्त चौकशी मोहीम बेल्जियममध्ये सुरू होती. तेथे मोठ्या प्रमाणावर छापे घालण्यात येत होते. तसेच संशयितांचे अटकसत्रही वेगवान बनले होते. याचा इस्लामिक स्टेट कोणत्या ना कोणत्या प्रकारे याचा बदला घेणार हे अपेक्षित मानले जात होते. ब्रसेल्सवर झालेल्या हल्ल्याने ही अटकळ खरी ठरली.

बेल्जियमच का?

बेल्जियम हे युरोपमधील एक अतिशय छोटे राज्य आहे. साधारण दोन तासांच्या कारच्या प्रवासातून आपण बेल्जियम पार करू शकतो, इतके त्याचे आकारमान छोटे आहे. बेल्जियम चे भौगोलिक स्थान पाहिले तर, फ्रान्स, ग्रीक आणि इंग्लंडच्यामध्ये वसलेले हे राज्य आहे. ब्रसेल्स ही बेल्जियमची राजधानी आहे. बेल्जियमच्या सीमारेषा या मुक्त असल्याने एखादी दहशतवादी कारवाई करून अतिरेकी सहजगत्या बेल्जियममधून बाहेर जाऊ शकतात. बेल्जियम-मधील सुरक्षारक्षकांची संख्याही तुलनेने कमी आहे. ब्रसेल्स या राजधानीच्या ठिकाणी जेमतेम ६०० सुरक्षारक्षक आहेत. त्यामुळे तेथे सुरक्षाव्यवस्था ही काहीशी कमजोर किंवा सहज भेदता येणारी आहे. या उणिवा अचूकपणाने लक्षात घेऊन अतिरेक्यांनी बेल्जियमवर हल्ला घडवून आणला.

ब्रसेल्सवरील हल्ला हा प्रतिकात्मक होता. युरोपियन महासंघाचे मुख्यालय ब्रसेल्समध्ये आहे. त्याचबरोबर इस्लामिक स्टेटविरोधात सिरिया आणि इराकविरुद्ध लष्करी कारवाई सुरू करणाऱ्या नाटो संघटनेचे मुख्यालयही ब्रसेल्समध्ये आहे. त्यामुळे ब्रसेल्सवर केलेला हल्ला हा एका अर्थाने संपूर्ण युरोप आणि अमेरिकेवर केलेला हल्ला आहे, असा संदेश देण्याचा प्रयत्न करण्यात आला.

लोकसंख्येच्या दृष्टिकोनातून ब्रसेल्सचा विचार केला तर या शहराची परिस्थिती पॅरिससारखीच आहे. पॅरिसमध्ये जशी लोकसंख्येची रचना आहे तशीच रचना ब्रसेल्समध्ये आहे. पॅरिसमध्ये २० ते ३० टक्के परकी नागरीक आहेत. तशाच प्रकारे ब्रसेल्समध्ये राहणाऱ्यांमध्ये ३० ते ४० टक्के नागरिक हे परकीय आहेत. यामध्ये मुस्लिमांची संख्या मोठी आहे. पॅरिसप्रमाणेच ब्रसेल्समधील मुस्लिमांध्येही बेरोजगारी, निरक्षरता, गरिबी या समस्या आहेत. गेल्या अनेक दशकांपासून पश्चिम आशियामधून युरोपमध्ये येणाऱ्या बहुतांश निर्वासितांचे आवडीचे ठिकाण हे फ्रान्सपेक्षाही बेल्जियम आणि ब्रसेल्स हे आहे. केवळ इस्लामिक स्टेटनेच इथे लक्ष केंद्रित केलेले नव्हते तर

ब्रसेल्समध्ये अल् कायदाचेही मुख्यालय होते. अल् कायदाने बहुतांश दहशतवादी कारवायांच्या योजना या ब्रसेल्समधून आखल्या होत्या. २००० ते २०१० या काळामध्ये अफगाणिस्तानमध्ये जे-जे हल्ले झाले त्या हल्ल्यांमध्ये सहभागी असणाऱ्या परकीय नागरिकांची पारपत्रे पाहिली गेली तेव्हा त्यातील बरेचसे नागरिक बेल्जियमचे असल्याचे उघड झाले होते. याचाच अर्थ बेल्जियम हा सुरुवातीपासूनच दहशतवाद्यांची फॅक्टरी राहिलेला आहे. असेही सांगितले जाते की अमेरिकेवर ९/११ला झालेल्या दहशतवादी हल्ल्याची बरीचशी योजना बेल्जियममध्ये आखली गेली होती. त्यामुळे गेल्या अनेक दशकांपासून बेल्जियम हे मुस्लिम धार्मिक मूलतत्त्ववादी संघटनांचे मुख्यालय राहिलेले आहे. याचे कारण तेथे मुस्लिम लोकसंख्या मोठ्या प्रमाणावर आहे.

इराक-सिरियामध्ये संघर्ष सुरू झाला तेव्हा इस्लामिक स्टेटला जाऊन मिळण्यासाठी युरोपमधून अनेक मुस्लिम गेले होते, त्यामध्ये बेल्जिममधून जाणाऱ्यांची संख्या सर्वाधिक होती. बेल्जियममधून जवळपास २५० जण गेले होते. त्यातील ७० जण तेथे मारले गेले आणि कमीतकमी १५० लोक परत आले. हे १५० लोक इस्लामिक स्टेटमध्ये योद्धे म्हणून कार्यरत राहिलेले होते. तेथे त्यांनी प्रशिक्षण घेतलेले होते. इस्लामिक स्टेटच्या धार्मिक मूलतत्त्ववादी विचारांनी ते प्रभावित झालेले होते. त्यामुळे युरोपमध्ये झालेल्या दहशतवादी हल्ल्यांची बऱ्यापैकी आखणी ही बेल्जियम आणि ब्रसेल्समध्ये झाली होती. इथून पुढेही ब्रसेल्स हा केंद्रस्थानी राहणार आहे. सौदी अरेबियातील अनेक कडवे धर्मगुरू हे बेल्जियमध्ये स्थायिक झालेले आहेत. त्यांच्याकडून मोठ्या प्रमाणावर कडव्या इस्लामचा प्रसार केला जातो. त्यामुळे बेल्जियममध्ये दहशतवादाची बीजपेरणी आणि अतिरेकी मोहिमांची आखणी करण्यासंबंधीची रणनीती ठरवण्याचे काम सातत्याने सुरूच आहे. अलीकडील काळात युरोपियन देशांना ही बाब लक्षात येऊ लागली आहे. बेल्जियमची संरक्षणक्षमता कमी असल्याने आता त्यांच्या शेजारील देश बेल्जियमशी करार करून संयुक्तरित्या या दहशतवाद्यांविरोधात कारवाई करत आहेत. फ्रान्सनेही अशाच प्रकारे संयुक्त कारवाई सुरू केली होती. इतर देशांनीही अशा प्रकारे कारवाई करण्यापूर्वीच दहशतवाद्यांनी हा हल्ला घडवून आणून एक प्रकारे त्यांच्याविरुद्धच्या या मोहिमांना शह दिला. भविष्यात युरोपमध्ये हल्ले झाले तरी त्याची पाळेमुळे कुठे ना कुठे ही बेल्जियममध्येच शोधावी लागतील. ■

आयसिसचा धोका भारताला

गेल्या काही महिन्यांमध्ये आयसिस या आंतरराष्ट्रीय दहशतवादी संघटनेचा पाडाव होताना दिसत असला तरी ही संघटना अधूनमधून डोके वर काढत असते. आजवर या संघटनेने युरोपला आपले लक्ष्य बनवले होते आणि तिथे हल्ले घडवून आणण्यात येत होते. त्याचबरोबर युरोपमधून लोकांना आयसिसकडे आकर्षित करण्याचा प्रयत्नही सुरु होता. असे असताना ही संघटना भारतातही सक्रिय झाल्याचे चित्र दिसून आले आहे. वस्तुतः आयसिसचे अप्रत्यक्षरित्या भारताकडे लक्ष होतेच. विशेषतः, या संघटनेला भारतातील टेक्नोसॅव्ही तरुणांना आकर्षित करायचे होते. इंटरनेटच्या माध्यमातून दहशतवादाचा प्रसार-प्रचार करण्यासाठी आयसिसला तंत्रज्ञानकुशल मनुष्यबळाची गरज असल्याने आणि भारतामध्ये सुशिक्षित आणि माहिती-तंत्रज्ञान क्षेत्रात प्रावीण्य मिळवलेल्या मुसलमान तरुणांची संख्या मोठी असल्याने आयसिसचा भारतावर डोळा होता. सोशल मीडियाच्या माध्यमातून या तरुणांना आपल्याकडे आकर्षित करुन घेण्याचा प्रयत्न आयसिसकडून केला जात आहे. सिरीया आणि इराक या दोन्ही देशात चाललेल्या युद्धामध्ये लागणाऱ्या योद्ध्यांची गरज पूर्ण करण्यासाठी काही तरुण मिळावेत या

दृष्टीने आयसिस भारताकडे पहात होते. मात्र भारतात दहशतवादी कारवाया घडवून आणण्याचा आयसिसचा प्रयत्न नव्हता. मात्र मार्च महिन्यात ज्या घटना घडल्या त्यामुळे देशाची चिंता वाढली आहे.

मध्यंतरी, लखनऊमध्ये आयसिसशी संबंधित असणारा एक दहशतवादी मारला गेला. ह्या २२ वर्षाच्या तरुणाचे नाव सैफुल्ला होते. चालू वर्षी भोपाळ ते इंदोर ह्या मार्गावरील रेल्वेत झालेल्या बॉम्बस्फोट करण्यात आला, त्यासंदर्भात काही संशयितांना उत्तर प्रदेश आणि कानपूरमधून ९ जणांना ताब्यात घेण्यात आले. या नऊ जणांचा या स्फोटामध्ये हात होता. वास्तविक पाहता, लखनऊमध्ये एक सुफी दर्गा आहे, या दर्ग्यामध्ये बॉम्बस्फोट घडवण्याचा विचार होता. त्याचा सराव करण्यासाठी रेल्वेत बॉम्बस्फोट केला होता.

मध्य प्रदेश आणि उत्तरप्रदेशमधून ज्या लोकांना ताब्यात घेतले होते त्यांच्याकडून अनेक खुलासे करण्यात आले. त्यातून आयसिस भारतात पाय पसरवण्याचा प्रयत्न करीत असल्याचे स्पष्ट झाले आहे. केंद्रीय गृहमंत्री राजनाथ सिंह यांनी दिलेल्या माहितीनुसार देशभरातून आतापर्यंत ६७ तरुणांना ताब्यात घेण्यात आले असून त्यांचा आयसिसचा संबंध असल्याचा संशय आहे. ही बाब अत्यंत चिंताजनक आहे. मध्यंतरी, गुजरातमधून दोन तरुणांना ताब्यात घेण्यात आले होते. हे तरुण गुजरातमध्ये हल्ला करण्याच्या तयारीत होते. तत्पूर्वी अटक करण्यात आलेल्या तरुणांना उत्तर प्रदेश, केरळ, आंध्र प्रदेश, गुजरात आणि पश्चिम बंगाल या राज्यातून यांना ताब्यात घेण्यात आले. त्यांचा वयोगट २० ते २२ दरम्यान आहे. इंटरनेटच्या माध्यमातून इस्लामिक स्टेटचा म्होरक्या अबु बक्र अल बगदादीची भाषणे पाहून हे तरुण प्रभावित झाले असल्याचे स्पष्ट झाले आहे. ते प्रामुख्याने सोशल मीडिया त्यातही ट्विटर आणि फेसबुकवरून आयसिसच्या संपर्कात होते. परंतु इस्लामिक स्टेटने त्यांना पैसा पुरवला असल्याचे दिसून आले नाही. हे तरुण स्वतःच मूलतत्त्ववादी (सेल्फ रॅडिकलाईज) बनले आहेत. हीदेखील एक चिंतेची बाब आहे.

आता प्रश्न उरतो इस्लामिक स्टेटला भारताकडून काय साध्य करायचे आहे? काही महिन्यांपूर्वी बांगला देशची राजधानी ढाका येथे बॉम्बस्फोट घडवण्यात आला होता. हा स्फोट जमाते उल मुजाहिदीन बांगलादेश या दहशतवादी संघटनेने घडवून आणला होता. या संघटनेच्या प्रमुखाचे नाव मोहम्मद मोसीउद्दीन किंवा मुसा आहे. त्याला पश्चिम बंगालमध्ये पकडण्यात आले होते. त्याची चौकशी केल्यावर काही धक्कादायक गोष्टी समोर आल्या होत्या. त्यानुसार इस्लामिक स्टेटने भारतामध्ये परदेशी पर्यटकांना लक्ष्य करण्याची योजना आखली होती. त्याचबरोबर भारतामध्ये कार्यरत असणाऱ्या सुफी किंवा धर्मनिरपेक्ष घटकांना, संघटनांना लक्ष्य करण्याची योजना होती. विशेषतः ज्या ठिकाणी हिंदू मुसलमान एकोप्याने राहतात त्या भागांमध्ये बॉम्बस्फोट घडवून आणण्याचा इसिसचा डाव होता.

बांगलादेशी दहशतवादी संघटनेचा म्होरक्या मुसाला बांगलादेशमध्ये धार्मिक क्रांती घडवून आणायची होती. तिथे इस्लामिक स्टेटचे राज्य स्थापन करायचे आणि नंतर हळूहळू भारत, पाकिस्तान, मलेशिया, इंडोनेशिया या राष्ट्रांमध्ये पाय पसरण्याची त्याची योजना होती. सिरीया आणि इराकमध्ये इस्लामिक स्टेटने जसे बस्तान बसवून पाय पसरायला सुरुवात केली, त्याचप्रमाणे जॉर्डन, लेबनिन असे पाय पसरायला सुरुवात केली, तशाच प्रकारे दक्षिण आशियात आपली पाळेमुळे रोवण्याचा त्याचा कट होता. थोडक्यात, बांग्लादेशला इस्लामिक स्टेटचे मुख्य केंद्र बनवायचे होते. तिथून इतर देशांत आयसिसचा प्रचार आणि प्रसार करायचा होता. यासाठी त्याने भारत बांगलादेश सीमारेषेवर लक्ष्य केंद्रीत केले होते. त्याचप्रमाणे भारताच्या पूर्वेकडून भारत-बांगलादेश सीमेवर दहशतवादी कृत्ये घडवून आणायची आणि बांग्लादेशातील दहशतवादी संघटनेची त्यात मदत घ्यायची, असा इसिसचा डाव होता. जमाते - उल - मुजाहिदिन - बांगलादेश या संघटनेचे जैश ए मोहम्मद आणि लष्करे तय्यब्बा यांच्याशीही संबंध आहेत. त्यामुळे या संघटनांच्या मदतीने पश्चिमेकडेही दहशतवादी कृत्ये घडवून आणण्याची आयसिसची योजना आहे. थोडक्यात, भारताला दोन्ही बाजूंनी अडचणीत आणायचे आहे.

भारतातून तरुणांची भरती करणे, तंत्रकुशल तरुण मिळवणे एवढ्या पुरतेच आयसिसचे लक्ष केंद्रित राहिलेले नाही; त्यांना परदेशी पर्यटकांनाही लक्ष्य करायचे आहे, भारतामध्ये दहशतवादी हल्ले घडवायचे आहेत, हिंदू आणि मुसलमान यांच्यातील वितुष्ट वाढवायचे आहे आणि बांग्ला देशात धार्मिक क्रांती

घडवून आणून दक्षिण आशियात इस्लामिक स्टेटचे राज्य निर्माण करायचे आहे. या विस्तारित उद्देशाने इस्लामिक स्टेट काम करत आहे.

भारताने काय करायला हवे?

या सर्व पार्श्वभूमीवर भारताला आता दक्ष राहणे गरजेचे आहे. आपल्याला अंतर्गत गुप्तहेर यंत्रणा सजग करावी लागणार आहे. इस्राईलसारख्या देशाची मदत घेऊन सोशल मीडियाच्या माध्यमातून होणारा इस्लामिक स्टेटचा प्रसार कसा रोखता येईल ते पाहिले पाहिजे. इस्लामिक स्टेट ही आंतरराष्ट्रीय दहशतवादी संघटना आहे. त्यामुळे तिचा सामना करताना आपल्याला कशा प्रकाराची यंत्रणा विकसित करावी लागेल याचा विचार करावा लागेल. त्यासाठी राष्ट्रीय स्तरावर प्रयत्न होणे गरजेचे आहे. नॅशनल काऊंटर टेररिझम सेंटरसारख्या संस्था निर्माण कराव्या लागतील. तसेच राज्य आणि देश दोन्ही पातळीवरील गुप्तहेर संघटनांमध्ये अधिकाधिक समन्वय कसा वाढवता येईल यावर लक्ष दिले पाहिजे. ■

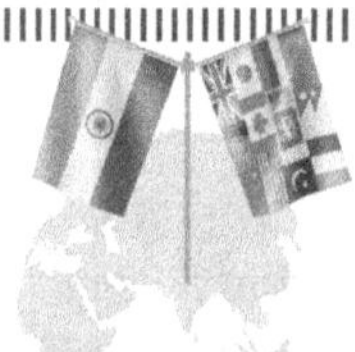

महाबॉम्ब हल्ल्याचा संदेश

अमेरिकेमध्ये डोनाल्ड ट्रम्प यांचे शासन सत्तेत आल्यानंतर एकूणच जगभरात आणि विशेषतः अरब राष्ट्रांमध्ये एक प्रकारची भीती निर्माण झालेली होती. याचे प्रमुख कारण म्हणजे राष्ट्राध्यक्ष ट्रम्प यांचा आक्रमकपणा. या आक्रमकपणाची झलक निवडणूक प्रचार काळातील त्यांच्या भाषणांमधून, चर्चांमधून आणि मुलाखतींमधून हळूहळू येत गेली होती. मात्र तरीही राष्ट्राध्यक्ष बनल्यानंतर त्यांची धोरणे ही आक्रम कपणाची नसतील अशी एक अटळक बांधली जात होती. त्यांच्या सुरुवातीच्या भाषणांमधूनही प्रामुख्याने 'अमेरिका फर्स्ट' हा मुद्दा केंद्रस्थानी होता. तसेच इतर राष्ट्रांमध्ये हस्तक्षेपाची अमेरिकेची पारंपरिक भूमिका आता बाजूला सारली जाईल असे संकेतही त्यातून मिळाले होते. मात्र दहशतवादाबाबत विशेषतः जिहादी दहशतवादाबाबत त्यांनी वाङ्निश्चय केलेला होता आणि त्याबाबतच्या त्यांच्या वक्तव्यांमध्ये सातत्य होते. हे सातत्य आता प्रत्यक्ष धोरणांमध्ये दिसून येत आहे.

काही महिन्यांपूर्वी सिरियामध्ये रासायनिक हल्ल्याचा प्रकार घडून आल्यानंतर अमेरिकेने तेथे क्षेपणास्त्र हल्ला केला. त्यामुळे जगभरात एकच खळबळ उडाली. त्याची चर्चा सुरू असतानाच अमेरिकेने अफगाणिस्तानवर जीबीयू - ४३/बी (मॅसिव्ह ऑर्डनन्स एअर ब्लास्ट बॉम्ब) नावाच्या बिगरआण्विक बॉम्बचा हल्ला केला. हा महाबॉम्ब २००२ मध्ये बनवण्यात आला होता. या अण्वस्त्ररहित महाबॉम्बचे वजन २१ हजार ६०० टन असून त्याची लांबी ३० फूट इतकी आहे. सुमारे ५००० मीटर परिघातील परिसर नष्ट करण्याची क्षमता या बॉम्बमध्ये आहे. या बॉम्बमध्ये ११ टन स्फोटके होती. या बॉम्बला मदर ऑफ ऑल बॉम्ब असे म्हटले जाते. जगाच्या पाठिवर अशा प्रकारचा बॉम्ब असणारा अमेरिका हा एकमेव देश आहे. मुख्य म्हणजे, अमेरिकेने पहिल्यांदाच या बॉम्बचा वापर केला. भुयार किंवा टनेल उद्ध्वस्त करण्यासाठी, डोंगराळ भागातील गुहांमध्ये जे दहशतवादी दडून बसलेले असतात अशांना लक्ष्य करण्यासाठी हा बॉम्ब तयार केला गेला. २००२मध्ये इराकला लक्ष्य ठेवून हा बॉम्ब तयार केला गेला. त्यावेळी अमेरिकेने इराकमध्ये प्रवेश केला होता. इराकमधील डोंगराळ भागात सद्दाम हुसेन यांचे लष्कर लपून बसत होते. त्यांना उद्ध्वस्त करण्यासाठी हा बॉम्ब बनवण्यात आला; मात्र त्यावेळी तो वापरला गेला नाही. मात्र अफगाणिस्तानच्या अचिन जिल्ह्यातील नांगरहार भागात हा हल्ला करण्यात आला.

या सर्व प्रातांला खोरासन प्रांत म्हणून ओळखले जाते. हा सर्व प्रांत डोंगराळ आणि पर्वताळ भाग आहे. तोराबोरा पर्वतरांगही याच परिसरात आहे. या पर्वतरांगांमध्ये असंख्य भुयारे आहेत. या पर्वतरांगाचा आणि तिथल्या भुयारांचा वापर अल् कायदा आणि ओसामा बिन लादेन यांनी २००० ते २०१० या काळात लपण्यासाठी केला होता. तिथे यापूर्वी अमेरिकेने अनेकदा हवाई हल्ले केले आहेत. परंतु

अशा प्रकारे बॉम्बहल्ला केलेला नव्हता. या भागाचे वैशिष्ट म्हणजे तो पाकिस्तानच्या सीमारेषेवर आहे. अफगाणिस्तान आणि पाकिस्तान यांच्या दरम्यान असणाऱ्या ड्युरंड लाईनजवळ हा भाग वसलेला आहे. तो उत्तर वझिरीस्तानचा भाग आहे. १९९६पासूनचा तो दहशतवाद्यांच्या प्रशिक्षणाचे तळ बनलेला आहे. याचा वापर आधी अल कायदाने केला, तालिबानने केला आणि आता इस्लामिक स्टेटकडून या भागाचा वापर होत आहे. ह्या भागात इस्लामिक स्टेटचे ३५०० लढवय्ये आहेत. हे लढवय्ये म्हणजे पाकिस्तानातील पाकिस्तान-तालिबान समूह आणि उझबेकिस्तानमधील नागरिकच आहेत. हा प्रांत प्रशिक्षणाचे एक मोठे तळ बनलेला आहे. पाकिस्तान, बांगलादेश, भारत, इंडोनेशिया, मलेशिया या देशांमध्ये इस्लामिक स्टेटच्या ज्या कारवाया सुरु आहेत त्यांचे नियंत्रण या भागातून केले जाते. अमेरिका आणि नाटोने इराक आणि सीरियामध्ये मोठ्या प्रमाणात लष्करी हल्ले केले आहेत. परिणामी, आयसिसला तिथे विस्तारण्यास जागा नाही. त्यामुळे इस्लामिक स्टेट आपले केंद्र पश्चिम आशियाकडून दक्षिण आशियाकडे वळवण्याच्या प्रयत्नात आहेत. त्यासाठी ही जागा अत्यंत मोक्याची आहे.

दुसरी महत्त्वाची गोष्ट म्हणजे इस्लामिक स्टेटच्या निर्मितीच्या इतिहासाकडे लक्ष दिल्यास अमेरिकेने इराकमधून २०१२ मध्ये आपले सैन्य काढून घेतले. त्यावेळी तिथे सत्तेची पोकळी निर्माण झाली होती. ती पोकळी इस्लामिक स्टेटने भरून काढली. किंबहुना, तेव्हाच या संघटनेचा जन्म झाला. त्यानंतर अमेरिकेने डिसेंबर २०१४मध्ये अफगाणिस्तानातून आपले सैन्य काढून घेतले. त्यामुळे जी पोकळी निर्माण झाली ती भरून काढण्यासाठी सध्या इस्लामिक स्टेट जोरदार प्रयत्न करीत आहे. त्यामुळे अफगाणिस्तानमध्ये तालिबान आणि आयसिस या दहशतवादी गटांमध्ये एक प्रकारचा सत्तासंघर्ष सुरू आहे. अफगाणिस्तानात वर्चस्व निर्माण करण्यासाठी दोन्हींमध्ये मोठीच स्पर्धा आहे. या स्पर्धेमुळेच या दोन्ही संघटना आपआपल्या क्षमतांनुसार बॉम्ब हल्ले करतात. वास्तविक, अमेरिकेचे ८००० सैन्य अफगाणिस्तानात आहेच शिवाय नाटोचेही १० हजार सैन्य तिथे आहे. २०१७ पर्यंत हे सैन्य काढून घेण्यात येणार होते. पण असे संकेत देताना माजी राष्ट्राध्यक्ष बराक ओबामा यांनी 'हे न संपणारे युद्ध आहे' असे म्हटले होते. त्यानंतर हा हल्ला करण्यात आला.

या हल्ल्यातून भविष्यासाठी काही संकेत मिळाले. त्यातील पहिला संकेत म्हणजे नजिकच्या काळात अफगाणिस्तानात अमेरिकेची लष्करी गुंतवणूक वाढणार आहे. दुसरे म्हणजे अमेरिकेचे परराष्ट्र धोरण आता आक्रमक होत असल्याचे यातून स्पष्ट झाले. डोनाल्ड ट्रम्प यांनी प्रचारमोहिमेदरम्यानच मी इस्लामिक किंवा जिहादी दहशतवादाच्या विरोधात आहे आणि तो संपवण्यासाठी प्रयत्न करणार आहे असे सांगितले होते. राष्ट्राध्यक्ष झाल्यावर तो शब्द पाळत त्यांनी हल्ले सुरु केले आहेत. अफगाणिस्तानात झालेला हल्ला हा आजवरचा सर्वांत मोठा बॉम्बहल्ला होता. ज्या संघटना अमेरिकेच्या हितसंबंधाच्या आड येतील त्यांच्याविरोधात अशा प्रकारचे हल्ले करण्यास आम्ही मागेपुढे पाहणार नाही, असा संदेश वजा इशाराही या हल्ल्यातून अमेरिकेने दिला. हा संकेत फक्त इस्लामिक स्टेटसाठी नाही तर हा संकेत उत्तर कोरियासाठी, रशिया, चीन यांच्यासाठी देखील होता. उत्तर कोरियाला नियंत्रणात ठेवण्यात चीन सहकार्य करणार नसेल तर उत्तर कोरियाविरोधातही अमेरिका लष्करी कारवाई करेल, असे वक्तव्य ट्रम्प यांनी केले होते. उत्तर कोरिया क्षेपणास्त्र चाचण्या करण्यापासून मागे हटला नाही तर ट्रम्प अशा प्रकारची कारवाई करण्यास मागेपुढे पाहणार नाहीत हे यातून जगाला दाखवून देण्यात आले. या सर्वांमधून ट्रम्प यांचे आक्रमक धोरण स्पष्ट झाले आहे.

आंतरराष्ट्रीय पडसाद

या सर्व प्रकरणाचा सारांश काढायचा झाल्यास सिरिया असेल किंवा अफगाणिस्तान; या निमित्ताने जागतिक स्तरावर पुन्हा एकदा दोन महासत्ता आमनेसामने उभ्या ठाकलेल्या दिसतात. बराक ओबामा यांच्या कारकिर्दीच्या शेवटच्या टप्प्यात त्यांनी अफगाणिस्तानातून काढता पाय घ्यायचे संकेत दिले तेव्हा रशिया आणि इराण यांनी तिथे आपला प्रभाव वाढवण्याचा प्रयत्न सुरु केला. रशिया आणि इराण तिथल्या तालीबानांना मदत करताहेत. अफगाणिस्तानातच दोन गट आहेत. शासनाचे नियंत्रण नसलेल्या ठिकाणी तालीबान किंवा इस्लामिक स्टेटचे नियंत्रण आहे. रशिया तालिबान गटाला पाठिंबा देते आहे. तालिबान इस्लामिक स्टेटच्या विरोधातआहे. आता अमेरिकेने इस्लामिक स्टेट विरोधात हल्ला केल्यानंतर रशियाचे पंतप्रधान ब्लादीमीर पुतीनही

शक्तीप्रदर्शनासाठी इस्लामिक स्टेट विरोधात हल्ला करु शकतात. त्यामुळे अफगाणिस्तान पुन्हा महासत्तांच्या आपसी संघर्षांचे केंद्रस्थान बनू शकतो. सिरीयात हेच घडत आहे. तिथे यादवी युद्धात रशिया आणि अमेरिका या दोन महासत्ता उतरल्या आहेत. तशाच प्रकारे अफगाणिस्तानातही यादवी संघर्ष सुरू आहे आणि तिथेही आता महासत्ता उतरल्या आहेत. यातून एक प्रकारे ध्रुवीकरण होताना दिसत आहे. आगामी काळात हा सत्तासंघर्ष अधिक भडकणार आहे.

भारतासाठी एक सकारात्मक बाब म्हणजे, इस्लामिक स्टेटला अफगाणिस्तानातच नियंत्रित केले गेले तर त्यांचा प्रसार, कारवाया भारतामध्ये वाढणार नाहीत. हे अर्थातच भारतासाठी दिलासादायक ठरेल. कारण भारतातही इस्लामिक स्टेटने अस्तित्व दाखवायला सुरुवात केली आहे. त्यामुळे ट्रम्प यांची आक्रमकता भारतासाठी काही प्रमाणात उपकारक आहे. मात्र हा संघर्ष चिघळत गेला तर मात्र पुन्हा पश्चिम आशियाच्या सत्तासमतोलाच्या राजकारणावर त्याचा परिणाम होणार आहे. पुन्हा संघर्षमय परिस्थिती निर्माण होईल, तेलाच्या किंमती वाढतील. तिथले स्थायिक झालेल्या भारतीयांवर त्याचा परिणाम होईल आणि पर्यायाने भारतीय अर्थव्यवस्थेवर त्याचा प्रतिकूल परिणाम होऊ शकतो.

या सर्व पार्श्वभूमीवर अमेरिका आणि रशिया या दोन्ही महासत्तांनी इस्लामिक स्टेटविरोधात परस्पर हितसंबधाचे राजकारण न करता संयुक्त प्रयत्न केल्यास ती लवकर संपुष्टात येईल. याउलट या महासत्ता राजकारण करत राहिल्या आणि अफगाणिस्तानचा व्यासपीठ म्हणून वापर केला गेला तर त्यातून आयसिसचा नायनाट होणार नाही. त्यामुळे या दोन्ही महासत्तांनी एका व्यापक हितासाठी एकत्र सामना करणे आणि इस्लामिक स्टेटचा प्रभाव संपवणे आवश्यक आहे. ■

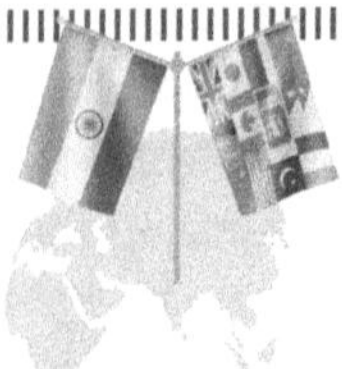

सर्जिकल स्ट्राईक : एक वर्षानंतर...

गतवर्षी भारतीय राजकीय नेतृत्त्वाने आणि लष्कराने पाकिस्तानला एक जोरदार तडाखा देत सर्जिकल स्ट्राईक घडवून आणला. २८ आणि २९ सप्टेंबर २०१६ रोजी पार पडलेल्या या मोहिमेदरम्यान भारतीय लष्कराच्या ७० सैनिकांनी ताबारेषा पार करत पाकव्याप्त काश्मीरमध्ये प्रवेश केला आणि पाकिस्तानच्या भूभागावरील दहशतवाद्यांचे तळ उध्वस्त केले. सुमारे चार ते सात तासांचे हे ऑपरेशन म्हणजेच सर्जिकल स्ट्राईक करून सैनिक कोणत्याही जीवितहानीशिवाय माघारी परतले. या ऑपरेशनचे सर्वांत महत्त्वाचे वैशिष्ट्य म्हणजे सरकारने त्याची जबाबदारी स्वीकारली. भारतीय लष्कराकडून या सर्जिकल स्ट्राईकची जाहीरपणाने आणि अधिकृतरित्या माहिती देण्यात आली. सीमेपलीकडून होणाऱ्या विघातक कारवायांना प्रत्युत्तर देण्यासाठी लष्कर इतर देशाच्या हद्दीत घुसून अशा प्रकारची कारवाई करत असते. मात्र त्याबाबत गोपनीयता बाळगली जाते. पण यावेळी पहिल्यांदा सरकारने अधिकृतरित्या जबाबदारी स्वीकारली होती.

हा सर्जिकल स्ट्राईक करण्यात आला त्यामागे उरीवरील हल्ला हे तात्कालिक कारण होते. उरीमध्ये दहशतवाद्यांनी भारतीय लष्कराच्या तळात प्रवेश करून १९ जवानांची निर्घृणपणे हत्या केली होती. त्यामुळे भारतीय जनमत प्रक्षोभक झाले होते. त्यापूर्वीही असे हल्ले लष्करी तळांवर आणि सीमेवर होतच होते. भारतीय लष्कर, नागरिक यांच्यावर सातत्याने होणाऱ्या या दहशतवादी हल्ल्यांबाबत भारताची प्रतिक्रिया काय आहे, लष्कर प्रत्युत्तरासाठी खरेच तयार आहे का की निमूटपणे भारत हल्ले सहन करत आहे, पाकिस्तानला प्रत्युत्तर देण्याची क्षमता भारताकडे आहे की नाही असे प्रश्न सर्वत्र उपस्थित होऊ लागले होते. थोडक्यात, भारताच्या लष्करी आणि राजनैतिक क्षमतेवरच प्रश्नचिन्ह निर्माण झाले होते. त्यामुळे आपण पाकिस्तानच्या भूमीत शिरून अशा दहशतवादी हल्ल्यांना प्रत्युत्तर देऊ शकतो, तसेच प्रतिहल्ला करू शकतो हे भारतीय जनतेला

सांगणे गरजेचे बनले होते. त्यामुळे सर्जिकल स्ट्राईक हा एक प्रकारे भारतीय जनमानसाच्या मनातील क्षोभाचे प्रतिनिधीत्त्व करणारा होता.

दुसरीकडे पाकिस्तानला धडा शिकवणाराही होता. भारत, आणि पाकिस्तान हे दोन्ही अण्वस्त्रधारी देश आहेत. मात्र १९९८ पासून पाकिस्तान सातत्याने या अण्वस्त्रांचा मुद्दा उपस्थित करून भारताला धमकावत आला आहे. भारताने छोटी कारवाई केल्यास प्रत्युत्तरादाखल अण्वस्त्रांनी हल्ला करू अशा धमक्या पाकिस्तानकडून अनेकदा दिल्या जातात. त्याच वेळी दुसरीकडे दहशतवादी हल्लेही केले जातात. हे हल्ले भारताने सहन करत राहायचे असा संदेश देण्यासाठी पाकिस्तान अण्वस्त्रांचा बागुलबुबा करत आला आहे. मात्र त्यामुळे भारताच्या संयमावर प्रश्नचिन्ह उपस्थित झाले होते. त्याचबरोबर पाकिस्तानच्या या ब्लॅकमेलिंग टेक्निकला छेद देणे गरजेचे होते. हा छेद सर्जिकल स्ट्राईकच्या माध्यमातून दिला गेला.

आम्ही बचावात्मक प्रतिकाराबरोबर (डिफेन्सिव्ह रिस्पाँड) आम्ही हल्लाही (ऑफेन्सिव्ह अॅटॅक) करू शकतो, हे भारताने सर्जिकल स्ट्राईकमधून पाकिस्तानला दाखवून दिले. यामुळे सर्जिकल स्ट्राईक केल्यास भारताला प्रत्युत्तर देऊ या गणितालाही छेद गेला. त्यामुळेच सर्जिकल स्ट्राईक झाला हे पाकिस्तानने मान्यच केले नाही. कारण मान्य केले असते तर पाकिस्तानला मागील काळात दिलेल्या धमक्यांनुसार अण्वस्त्र हल्ला अथवा प्रतिहल्ला करावा लागला असता.

सर्जिकल स्ट्राईककडे आपण प्रतिरोधनाचे साधन म्हणून पाहतो, हे पाकिस्तानला सांगायचे होते. इन्स्ट्रुमेंट ऑफ डेटर म्हणजे या स्ट्राईकमधून पाकिस्तानने धडा घ्यावा आणि भारतावर पुन्हा अशा प्रकारचा सर्जिकल अटॅक करण्याची वेळ आणू नये, हा यामागील सर्वांत महत्त्वाचा उद्देश होता.

पण सर्जिकल स्ट्राईकला एक वर्ष झाल्यानंतर प्रत्यक्षात हा उद्देश सफल झाला आहे का? याबाबत आकडेवारी काय सांगते? साऊथ एशिया टेररिझम पोर्टल या संकेतस्थळावरील आकडेवारीनुसार भारताने सर्जिकल स्ट्राईक केल्यानंतर एक वर्षात दहशतवादी हिंसाचाराच्या ३५० घटना घडल्या आहेत. त्यामध्ये ६८ भारतीय जवान आणि ६३ नागरिक मारले गेले. या हल्ल्यांमध्ये २०० हून अधिक दहशतवादी मारले गेले आहेत. सर्जिकल स्ट्राईकपूर्वीच्या वर्षभरामध्ये ३८ भारतीय जवान शहीद झाले होते; पण नंतरच्या एक वर्षात ६८ जवान मृत्युमुखी पडले. स्ट्राईकपूर्वी जवळपास सीमापार गोळीबाराच्या ३०० घटना घडल्या होत्या तर सर्जिकल स्ट्राईक नंतर त्यामध्ये वाढ होऊन हा आकडा ४५०वर पोहोचला. सीमापार घुसखोरीचे प्रमाण दुप्पट झाले. केंद्रीय गृहमंत्र्यांनी दिलेल्या माहितीनुसार गेल्या वर्षभरामध्ये ३५० घुसखोरीच्या घटना घडल्या. त्याहीपेक्षा महत्त्वाचे कारण म्हणजे सर्जिकल स्ट्राईकमध्ये जो दहशतवादी तळ उध्वस्त केला गेला होता तोही पुन्हा सक्रिय झालेला दिसत आहे. तेथे प्रशिक्षण घेतलेले दहशतवादी पुन्हा भारतात प्रवेश करण्याच्या तयारीत आहेत. याचाच अर्थ, सर्जिकल स्ट्राईकनंतर पाकिस्तानने धडा तर घेतला नाहीच उलट घुसखोरीत वाढच झालेली दिसते. त्यामुळे सर्जिकल स्ट्राईकचे पाऊल असफल ठरले असे मत व्यक्त होत आहे.

वास्तविक सर्जिकल स्ट्राईकनंतर जे डावपेच आखणे आवश्यक होते ते आखले गेले नाहीत. त्यामुळे दहशतवादी कारवायांमध्ये वाढ झाली. दहशतवाद्यांच्याबरोबरच्या लष्करी चकमकी वाढत गेल्या. पाकिस्तानकडून शस्त्रसंधीचे उल्लंघन आणि घुसखोरी वाढत गेली. त्यांच्या बंदोबस्तासाठी प्रतिहल्ला करताना जवान प्राणाशी मुकले. मात्र याचाच दुसरा अर्थ दहशतवाद्यांशी सामना करण्यासाठी आपण अधिक आक्रमक झालेलो आहोत. दुसरी गोष्ट म्हणजे सर्जिकल स्ट्राईकमागची दोन प्रमुख उद्दिष्टे साध्य करण्यात आपण यशस्वी झालो आहोत. पहिले उद्दिष्ट पाकिस्तानला आंतरराष्ट्रीय राजकारणात एकटे पाडणे हे होते. यामध्ये आपण बऱ्यापैकी यशस्वी झालो आहोत. याचे सर्वांत मोठे उदाहरण म्हणजे, भारताच्या सर्जिकल स्ट्राईकचे कौतुक बांगलादेश आणि अफगाणिस्तान या दोन मुस्लिम राष्ट्रांनी उघडपणे केले आहे. त्याचबरोबर पाकिस्तानातील इस्लामाबादमध्ये होणाऱ्या सार्क परिषदेत सहभागी होण्यास सदस्य देशांनी नकार दर्शवला. त्यामुळे ती रद्द करण्यात आली. दुसरीकडे यंदाच्या ब्रिक्स परिषदेतही पाकिस्तानवर उघड टीका करण्यात आली. पाकिस्तानातील लष्करे तैय्यबा आणि जैश ए महम्मद या दहशतवादी संघटनांचा निषेध ब्रिक्सच्या जाहीरनाम्यातून करण्यात आला. त्यापूर्वी अमेरिकेकडून अफगाणिस्तान आणि पाकिस्तानसंदर्भातील धोरण घोषित केले गेले. यामध्ये पाकिस्तानातून दहशतवादाची जगभर निर्यात होते

हे मान्य करण्यात आले आणि ते थांबवण्यासाठी पाकिस्तानला इशाराही देण्यात आला. अलीकडेच पाकिस्तानला देण्यात येणाऱ्या मदतीलाही ट्रम्प यांनी स्थगिती दिली आहे. या सर्वांचा सारांश असा की, पाकिस्तानला आंतरराष्ट्रीय राजकारणात एकटे पाडण्यात भारताला यश मिळाले. अफगाणिस्तान असो किंवा भारत; जगात जिथेही इस्लामी दहशतवाद सुरु आहे त्यामागे पाकिस्तानातील दहशतवादी संघटना आहेत ही भारताची भूमिका आता जगभरातील देश मान्य करू लागले आहेत. या दहशतवाद्यांना पाकिस्तानात प्रशिक्षण दिले जाते आहे आणि पाकिस्तान ही दहशतवाद्यांसाठी स्वर्ग आहे, दहशतवादाची निर्यात करणारी फॅक्टरी आहे याबाबत जागतिक समुदायाचे एकमत होत चालले आहे. सर्जिकल स्ट्राईक नंतरचे हे खूप मोठे यश आहे. पण त्याकडे दुर्लक्ष केले जाते.

सर्जिकल स्ट्राईकचे दुसरे उद्दिष्ट होते लष्कराचे मनोबल वाढवणे. सर्जिकल स्ट्राईक जरी लष्करी कारवाई असली तरीही त्याला सरकारची - राजकीय नेतृत्त्वाची - परवानगी गरजेची होती. ती मिळाल्यामुळे आणि भारताने यशस्वी कारवाई केल्यामुळे लष्कराचे मनोबल वाढले. लष्कराचे मनोबल वाढल्याचा परिणाम गेल्या वर्षभरात दिसून आला आहे. सर्जिकल स्ट्राईक आधीच्या वर्षभरात ७० दहशतवादी मारले गेले होते; मात्र एक वर्षानंतर १९९ दहशतवादी मारले गेले आहेत. सैन्याचे मनोबल वाढल्याने ते अधिक आक्रमक झाले आहेत. पाकिस्तानचे घुसखोरीचे सर्वच प्रयत्न आपण निष्फळ ठरवत आहोत. दहशतवाद्यांबरोबरच्या चकमकी वाढत आहेत, त्यांना पैसे पुरवण्याऱ्यांना सक्तवसुली संचालनायाच्या कारवाईला सामोरे जावे लागत आहे, दहशतवाद्यांना पकडून मारले जात आहे. थोडक्यात भारतीय लष्कर आक्रमक झाले आहे.

आता शेवटचा मुद्दा उरतो तो पाकिस्तानने यातून धडा का घेतला नाही? सर्जिकल स्ट्राईकनंतर लष्करप्रमुखांनी अधिकृतरित्या हे सांगितले होते की, भारत प्रत्येक दहशतवादी हल्ल्याचे उत्तर सर्जिकल स्ट्राईकने देणार नाही. योग्य वेळ आली की आम्ही पाऊल उचलू. अलीकडेच निवृत्त लेफ्टनंट जनरल एस. एस. पनाग यांनी एक लेख लिहिला आहे. त्यामध्ये त्यांनी सर्जिकल स्ट्राईकनंतरचे धोरण कसे असले पाहिजे याबाबत संदिग्धता दिसून येत असल्याचे म्हटले आहे. या कारवाईनंतर हल्ले झाल्यास त्याचा सामना कसा करायचा, सर्जिकल स्ट्राईक करत रहायचे का याबत संदिग्धता आहे. त्यामुळेच पाकिस्तानकडून दहशतवादी हल्ल्याची पुनरावृत्ती घडू नये हे लक्ष्य साध्य झाल्याचे दिसत नाही. इतर सर्व लक्ष्ये आपण पूर्ण केली आहेत; पण पाकिस्तानने धडा घ्यावा हे लक्ष्य कसे साध्य करायचे हा आता कळीचा प्रश्न शिल्लक आहे. गेल्या ३० वर्षांपासून भारताविरोधात पाकिस्तान प्रॉक्सी वॉर म्हणजे दहशतवादाच्या माध्यमातून हल्ले करत आहे. त्याचा मुकाबला करण्यासाठी भारताने पाकिस्तानबाबत एक राष्ट्रीय सुरक्षा धोरण आखणे आवश्यक आहे. आजघडीला ह्या धोरणाचा अभाव आहे. ६८ हून अधिक जवान शहीद झाल्यानंतरही लष्कर शांत का आहे या जनतेच्या मनात उपस्थित होत असणाऱ्या प्रश्नाचे उत्तर द्यायचे असेल तर भारताला पाकिस्तानबाबत एक स्पष्ट धोरण अवलंबावे लागेल.

■

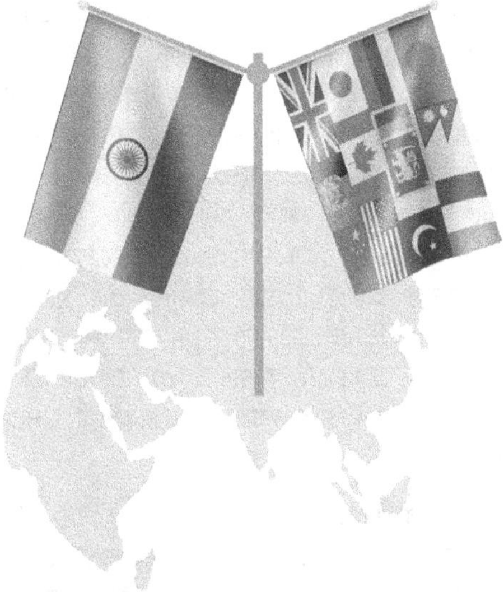

विभाग ८

काही महत्त्वपूर्ण

हाँगकाँगमधील लोकशाही उठाव

ऑगस्ट-सप्टेंबर २०१४ पासून हाँगकाँगमधील लोकशाही उठावांनी जोर धरलेला आहे. विशेष म्हणजे या उठावामध्ये तरुणांचा अधिक सहभाग आहे. या लोकशाही उठावामागचे मुख्य कारण म्हणजे हाँगकाँगमध्ये २०१७ मध्ये मुख्य कार्यकारी अधिकाऱ्याची (चीफ एक्झिक्युटिव्ह ऑफिसर) निवड केली जाणार आहे. या निवडीसाठी हाँगकाँगची पूर्ण जनता मतदान करणार आहे. म्हणजे सार्वत्रिक मतदानाच्या पद्धतीने ही निवड केली जाणार आहे. या नियुक्ती बाबतची तरतूद हाँगकाँगसाठी बनवल्या गेलेल्या स्वतंत्र नियमावलीमध्ये करण्यात आली होती.

उठावामागची पार्श्वभूमी :

हाँगकाँग १९९७ पर्यंत ब्रिटिशांकडे होते. १९९७ ला चीनकडे हाँगकाँगचे हस्तांतरण करण्यात आले. त्यावेळी एक स्वतंत्र नियमावली हाँगकाँगसाठी बनवण्यात आली. त्यानुसार स्पेशल ॲडमिनिस्ट्रेटिव्ह एरिया म्हणजेच चीनचे विशेष प्रशासकीय क्षेत्र म्हणून हाँगकाँगला घोषित करण्यात आले. त्यानुसार चीनने अनेक आश्वासने दिली. चीनने हाँगकाँगबाबत जे धोरण स्वीकारले त्याला 'वन कंट्री, टू सिस्टम्स' म्हणजे 'एक देश, दोन व्यवस्था' असे म्हणतात. याचा अर्थ काय, तर चीन आपल्या देशामध्ये असलेली साम्यवादी व्यवस्था हाँगकाँगवर लादणार नाही; तर हाँगकाँगमध्ये पूर्वापार चालत आलेली लोकशाही व्यवस्था आहे ती चालू राहील. 'वन कंट्री, टू सिस्टम्स' हा फॉर्म्युला १९७८ मध्ये तैवानच्या बाबत चीनने स्वीकारलेला होता. पण तेथे तो प्रत्यक्षात येऊ शकलेला नाही. हाँगकाँगमध्ये मात्र तो प्रत्यक्षात आलेला आहे. १९९७ मध्ये ज्यावेळी हाँगकाँग आपल्या हाती घेतल्यानंतर चीनने असे सांगितले, की तेथे असणारे कायदे कायम ठेवले जातील, तेथे लोकशाही व्यवस्था रुजू केली जाईल. त्याचबरोबर याच नियमावलीनुसार २०१७ मध्ये सार्वत्रिक निवडणुका घेण्याचे ठरवण्यात आले. या

निवडणुकीच्या माध्यमातून हाँगकाँगमध्ये मुख्य प्रशासकीय अधिकाऱ्याची निवड केली जाईल. हा अधिकारी तिथला राज्यकारभार पाहील. त्याची प्रक्रिया सुरू झाली होती. तथापि जून २०१४ मध्ये चीनच्या संसदेने या तरतुदीमध्ये एक बदल केला. त्यानुसार असे ठरवण्यात आले की, मुख्य प्रशासकीय अधिकारी म्हणून निवड होण्यासाठी ज्या पाच व्यक्ती निवडणुकीच्या रिंगणात उतरतील त्यांची नावे चीनमधील कम्युनिस्ट पक्षाच्या पॉलिट ब्युरोकडून निश्चित केली जातील. कम्यनिस्ट पक्षाकडून परवानगी मिळालेल्या त्या पाच व्यक्तींनाच लोक मतदान करतील आणि त्यातील एक या पदावर निवडला जाईल. म्हणजेच, चीनच्या मर्जीतील व्यक्तींनाच परवानगी देण्यात येईल, विरोधात असणाऱ्या व्यक्तीला परवानगी नाकारली जाईल. त्यांना निवडणूक लढवता येणार नाही. थोडक्यात, हाँगकाँगमधील जनतेचे राजकीय स्वातंत्र्य हिरावून घेण्यात आलेले आहे. त्यांना मुक्तपणाने आपला प्रतिनिधी निवडण्याचा जो अधिकार आहे तो डावलला गेलेला आहे. हाँगकाँगमध्ये निर्माण झालेल्या उठावामागे मुख्य कारण हे चीनच्या या निर्णयाला, भूमिकेला विरोध हेच आहे.

लोकशाहीकरणाला बळकटी; पण अजूनही आर्थिक असमानताच :

हाँगकाँगमध्ये लोकशाहीकरणाची प्रक्रिया मूळ धरू लागलेली आहे. १९९१ नंतर म्हणजेच सोव्हिएत रशियाच्या विघटनानंतर ज्या-ज्या देशांनी लोकशाही व्यवस्था स्वीकारली त्या-त्या देशांमध्ये लोकशाहीकरणाची प्रक्रिया मूळ धरू लागली तेव्हा राजकीय संघर्षाचे असे टप्पे येत गेले. पूर्व युरोपमध्ये असे टप्पे येऊन गेलेले आहेत. काही महिन्यांपूर्वी तैवानमध्येही राजकीय अधिकाऱ्यांच्या नेमणुकीबाबत चीनविरोधात 'सनफ्लॉवर क्रांती' नामक आंदोलन उभे केले गेले. हाँगकाँगही आता अशाच प्रकारे लोकशाहीकरणाच्या प्रक्रियेतून जात आहे. मात्र हाँगकाँगच्या जनतेचे प्रश्न हे केवळ राजकीय स्वरुपाचे नाहीत. तेथील जनतेमध्ये एक प्रकारचा असंतोष आहे. हा असंतोष सामजिक आणि आर्थिक गोष्टींमुळेही आहे. हाँगकाँगची जी अर्थव्यवस्था आहे तिला 'क्रॉनी कॅपिटॅलिझम' असे म्हणतात. 'क्रॉनी कॅपिटॅलिझम' म्हणजे मूठभर लोकांच्या हाती अर्थव्यवस्थेची सर्व सूत्रे एकवटलेली असतात. असाच प्रकार रशियामध्येही पाहायला मिळतो. काही मोजक्या भांडवलदार व्यक्ती अर्थव्यवस्था नियंत्रित करतात. या प्रकारामुळे हाँगकाँगच्या सामान्य जनतेला खूप मोठ्या आर्थिक संकटांचा सामना करावा लागत आहे. साधे घर घेणेही हाँगकाँगमधील सामान्य व्यक्तीला शक्य होत नाहीये. कारण सगळी सूत्रे भांडवलदारांच्या हाती आहे. त्यातूनच तेथे आर्थिक असमानता निर्माण झालेली आहे. संपत्तीचे समान वितरण न झाल्याने सामाजिक असमानतादेखील निर्माण झालेली आहे. त्याविरुद्ध हाँगकाँगची जनता सातत्याने विरोध दर्शवत आहे.

आंदोलनाचे पडसाद :

हाँगकाँगमध्ये २००० पासून अनेकदा आंदोलने झालेली आहेत. २००३ मध्ये तेथे पहिले आंदोलन झाले जे मोठ्या आणि व्यापक स्वरुपाचे होते. त्यावेळी चीनने केलेल्या एका घटनादुरुस्तीच्या विरोधात हे आंदोलन होते आणि ते यशस्वी झाले होते. दुसरे आंदोलन २०१२ मध्ये झाले. चीनने हाँगकाँगसाठी तयार केलेल्या एका शिक्षणव्यवस्थेच्या विरोधात हे आंदोलन होते. तेही यशस्वी झाले. मात्र सध्या सुरू असलेल्या आंदोलनाचे स्वरूप थोडे वेगळे आहे. हाँगकाँगमधील मुख्य प्रशासकीय अधिकारी पदाच्या निवडणुकीसाठीचे उमेदवार ठरवण्याचा चीनच्या कम्युनिस्ट पक्षाला अधिकार नाही, असे या आंदोलनातील आंदोलकांचे म्हणणे आहे. त्यांची ही मागणी चीन कितपत मान्य करणार याबाबत सध्या चिंताजनक आहे. या आंदोलनाचे इतरही परिणाम होणार आहेत. कारण तैवानबाबतही असाच प्रकार घडल्यामुळे तेथेही चीनबाबत असंतोष आहे. तेथेही अशाच प्रकारचा राजकीय उठाव सध्या होतो आहे. चीनमध्येही सध्या असंतोषाचे वातावरण आहे. चीनमधील शिनशियाँग या प्रांतातील उघूर या मुस्लिम समुदायाकडूनही सध्या अधिकारांच्या मागणीवरून उठाव सुरू आहे. त्यामुळे हाँगकाँगमधील या आंदोलनाचा, उठावाचा परिणाम तैवान आणि शिनशियांगमधील उठावावर होण्याची शक्यता आहे. त्यातूनच चीनमध्ये सुरू असलेली राजकीय अधिकारांची मागणी गतिमान होऊ शकते.

■

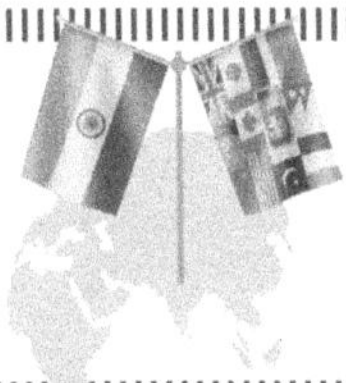

हरितगृहवायू उत्सर्जनासंबंधातील अमेरिका-चीन यांच्यातील करार

अमेरिका आणि चीन हे जगातील सर्वाधिक प्रदूषण करणारे देश आहेत. हरितगृह वायूंचे उत्सर्जन करणाऱ्या जगभरातील देशांमध्ये अमेरिका अग्रणी आहे आणि त्याखालोखाल चीनचा नंबर लागतो; परंतु २०१३ च्या आकडेवारीनुसार हरितगृह वायूंचे उत्सर्जन करणाऱ्या देशांमध्ये चीन हा क्रमांक एकचा देश बनला आहे. एकूण हरितगृहवायूंच्या उत्सर्जनामध्ये चीनचा वाटा २८ टक्के इतका बनला आहे. त्याखालोखाल अमेरिका असून त्यांचा वाटा १४ टक्के आहे. या दोन्ही देशांनी एकत्र येऊन हरितगृहवायूंचे उत्सर्जनाचे प्रमाण कमी करण्याचा निर्णय घेतलेला आहे. यापैकी अमेरिकेने २०२५ पर्यंत हे उत्सर्जन मोठ्या प्रमाणात कमी करण्याचा निर्णय घेतला आहे. त्यानुसार अमेरिकेने २००५ मध्ये असलेल्या हरितगृह वायू उत्सर्जनाच्या पातळीपेक्षा २६ ते २८ टक्क्यांनी ही पातळी कमी करण्याचे निर्धारित केले आहे. २०३० पर्यंत एकूणच उत्सर्जनावर अमेरिका पायबंद घालणार आहे. दुसरीकडे हरितगृह वायू उत्सर्जनाला असणाऱ्या पर्यायांचा वापर करण्याचे चीनने मान्य केले आहे. त्यासाठी जीवाश्मरहित इंधनाचा वापर २० टक्क्यांनी वाढवण्याचे चीनने ठरवले आहे. आतापर्यंत या दोन देशांमध्ये यासंदर्भात सहमती होत नव्हती. याचे कारण चीनचे धोरण आडमुठ्या स्वरुपाचे होते. चीनचे असे म्हणणे होते, की विकसनशील राष्ट्र असल्याने आमच्या गरजा वेगळ्या आहेत. त्यामुळे आम्हाला यामध्ये सवलत देण्यात यावी. मात्र आता पहिल्यांदाच चीनने आपली भूमिका बदलली असल्यामुळे, आडमुठेपणा सोडून दिला असल्यामुळे पर्यावरण रक्षणाच्या दिशेने जी पावले पडत आहेत त्यांना आता वेग येणार आहे.

पर्यावरणाच्या रक्षणासंदर्भात आणि ग्रीनहाऊस गॅसेस कमी करण्यासंदर्भात जो क्योटो करार करण्यात आला होता, त्याची मुदत २०२० मध्ये संपणार आहे. त्यामुळे आता एक नवीन करार करणे गरजेचे आहे. त्यासाठी संयुक्त राष्ट्रसंघाने पुढाकार घेतलेला आहे. त्यासंदर्भातील महत्त्वाची बैठक २०१५ मध्ये पॅरिस येथे होणार आहे. आंतरराष्ट्रीय पातळीवर हरितगृह वायू उत्सर्जनाची पातळी किती असावी यासाठी सर्व राष्ट्रांसाठी समान असणारे एक मानक (स्टँडर्ड) या बैठकीमध्ये ठरवण्यात येणार आहे. त्यादृष्टीने आजवर सहमती होत नव्हती. विकसित राष्ट्रे आणि विकसनशील राष्ट्रे यांमध्ये याबाबत मतभेद होते. यामध्ये भारत आणि चीन यांचे याबाबत एकमत होते. भारताचे हरितगृहवायू उत्सर्जनाचे प्रमाण हे अवघे सात टक्के म्हणजे सरासरीपेक्षाही कमी आहे. त्यामुळे सर्व राष्ट्रांसाठी समान मानक करण्याबाबत भारताचा आक्षेप आहे. जी राष्ट्रे सर्वात जास्त प्रमाणात हरितगृहवायूंचे उत्सर्जन करतात त्यांच्यासाठी एक वेगळे मानक तयार करावे आणि सर्वात कमी उत्सर्जन करणाऱ्या राष्ट्रांसाठी एक वेगळे मानक असावे, असे भारताचे म्हणणे आहे. कारण भारताने आता आर्थिक उदारीकरणाचा कार्यक्रम हाती घेतला आहे. 'मेक इन इंडिया'सारख्या उप्रकमांमुळे भारतात येत्या काळात मॅन्युफॅक्चरिंग इंडस्ट्रीचा विकास होणार आहे. भारताच्या विकासाच्या गरजा मोठ्या आहेत तसेच भारतात गरिबीही अधिक आहे. बेरोजगारी आणि गरिबी दूर करण्यासाठी भारताला औद्योगिकीकरण करावे लागणार आहे. औद्योगिकीकरण वाढले, की हरितगृहवायूंचे उत्सर्जन वाढणार आहे. आजवर भारत आमच्यासाठी हरितगृहवायूंच्या उत्सर्जनासाठीची मर्यादापातळी किंवा मानक हे वेगळे असावे, असे म्हणत होता. चीनचीही हीच मागणी होती; परंतु आता चीन आणि अमेरिका यांच्यामध्ये करार झाल्यामुळे भारतावर दबाव वाढला आहे. भारताने याबाबतचे आपले आडमुठे धोरण बदलावे आणि आंतरराष्ट्रीय स्तरावर जी सामाईक मर्यादापातळी ठरवण्यात आली आहे तिला मान्यता द्यावी, अशी मागणी होत आहे. ही मागणी आणि त्यासाठीचा दबाव लक्षात घेता औद्योगिकीकरण आणि पर्यावरणाचे रक्षण यांचा समतोल कसा साधला जाईल हे पाहण्याचे आव्हान भारतापुढे आहे.

■

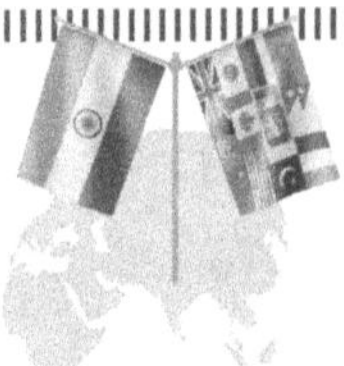

स्कॉटलंडमधील सार्वमत

स्कॉटलंडमध्ये युनायटेड किंगडममधून बाहेर पडण्याच्या मुद्द्यावरून २०१४मध्ये सार्वमत घेण्यात आले. हे सार्वमत फार महत्त्वाचे मानले जाते. या सार्वमतामध्ये स्कॉटलंड हा युनायटेड किंगडममध्येच राहण्याच्या बाजूने कौल देण्यात आला असला तरी याचा जगातील लोकशाही असणाऱ्या सर्व देशांवर प्रभा व पडणार आहे. मुख्यत्वे करून जे बहुलतावादी देश आहेत, ज्या देशांचे भौगोलिक आकारमान खूप मोठे आहेत आणि त्यांच्यामध्ये प्रादेशिक अस्मितांचे प्रश्न तीव्र आहेत, ज्या देशांमध्ये विविध धर्मांचे, पंथांचे लोक एकत्र राहतात अशा देशांसाठी हे सार्वमत आणि या सार्वमतासाठी केली जाणारी मागणी हे दोन्हीही एक प्रकारचा धडा आहे.

नेमकी परिस्थिती काय आहे?

स्कॉटलंड हा देश इ.स. तिसरे शतक ते इ.स. अठरावे शतक या काळात स्वतंत्र देश होता. परंतु १७०७ मध्ये त्यांनी इंग्लंडमध्ये एक करार केला. त्या कराराला 'युनियन ॲक्ट' असे म्हणतात. या युनियन ॲक्टनुसार स्कॉटलंड हा इंग्लंडमध्ये समाविष्ट झाला. तर स्कॉटलंड, नॉर्दर्न, आयर्लंड आणि वेल्स हे तिन्हीही इंग्लंडमध्ये समाविष्ट झाल्यामुळे इंग्लंडचे रूपांतर युनायटेड किंगडम मध्ये झाले. त्यामुळे आपण इंग्लंडला आपण यु.के. (U.K.) असे म्हणतो. त्यानंतर जवळपास ३०० वर्षे स्कॉटलंड इंग्लंडमध्येच आहे. स्कॉटलंडच्या प्रश्नाविषयी १९९९ मध्ये एक स्वतंत्र संसद तयार करण्यात आली. अधिकृतरित्या मार्च २०१७ मध्ये स्कॉटलंड हा इंग्लंडपासून विभक्त होणार आहे. ती तारीख निश्चित झालेली आहे. त्यावर पुनर्विचार केला जाणार आहे. त्यामुळे मार्च २०१६ नंतर पुन्हा एकदा सार्वमत घेऊन स्कॉटलंड इंग्लंडमध्येच राहणार की वेगळा होणार याबाबत निर्णय घेतला जाईल. आता जे सार्वमत घेतले गेले त्याचे कारण स्कॉटलंडच्या नागरिकांमध्ये असंतोष वाढायला लागला होता. या असंतोषामागे इंग्लंडची विषम आर्थिक धोरणे, पक्षपाती धोरणे, आरोग्याविषयीचे धोरणे कारणीभूत होती. यामध्ये आर्थिक कारणांचा मुद्दा अधिक महत्त्वाचा होता. साधारणतः युनायटेड किंगडमच्या एकूण जमिनीपैकी ३२ टक्के जमीन ही स्कॉटलंडची आहे आणि इंग्लंडच्या एकूण लोकसंख्येपैकी ८ टक्के लोकसंख्या ही स्कॉटलंडची आहे. इंग्लंडच्या आर्थिक विकासामध्येही स्कॉटलंडचा वाटा फार मोठा आहे. असे असतानादेखील स्कॉटलंडवासियांना त्याची आर्थिक फळे किंवा फायदे मिळत नव्हते. त्यामुळेच स्वतंत्र स्कॉटलंडची मागणी प्रामुख्याने पुढे आली. आपण जर स्वतंत्र झालो तर आर्थिक विकासाचा प्रश्न, सामाजिक असमानतेचा प्रश्न सोडवता येईल, अशी त्यांची धारणा आहे.

एकूणच युरोपमध्ये सध्या एकीकरणाची प्रक्रिया गतिमान होताना दिसत आहे. युरोपमध्ये युरोपियन महासंघ हा अस्तित्वात आलेला आहे. या युरोपियन महासंघाचे अनेक देश सदस्य बनत आहेत. त्यातूनच युरोपमधील भौगोलिक सीमारेषा पुसट व्हायला लागल्या आहेत. युरोपची अर्थव्यवस्था ही एकीकरणाच्या मार्गावर आहे. त्यासाठीच त्यांनी युरो नावाचे चलन विकसित केलेले आहे. त्याचप्रमाणे त्यांची राजकीय व्यवस्थाही एकीकरणाच्या मार्गावर आहे. एकीकडे, ही एकीकरणाची प्रक्रिया गतीमान होत असतानाच तेथील प्रादेशिक अस्मिता, विशेष करून अल्पसंख्याक समुदायाच्या अस्मिता तीव्र होताना दिसत आहेत. या समुदायांना आपली स्वतंत्र ओळख राहणार नाही, ती पुसली जाईल, अशी भीती वाटते आहे. त्यातूनच त्यांच्यामध्ये असंतोषाचे वातावरण आहे. म्हणजेच एकाच वेळी युरोपमध्ये दोन भिन्न प्रवाह विकसित होताना दिसत आहेत. एकीकडे एकीकरण सुरू असताना दुसरीकडे अनेक देशांमध्ये यादवीसदृश परिस्थिती निर्माण झालेली आहे. यामध्ये काही प्रादेशिक

समुहांचा विरोध मोठ्या प्रमाणावर दिसत आहे. स्कॉटलंडची मागणीही या प्रादेशिक अस्मिता जोपासण्याच्या प्रयत्नातूनच निर्माण झालेली आणि पुढे आलेली आहे.

अंतर्गत राजकारण :

स्कॉटलंडचे अंतर्गत राजकारण पाहिले तर तेथे श्रीमंत आणि गरीब अशी एक प्रकारची दुही निर्माण झालेली आहे. तेथील धनाढ्यांमध्ये प्रामुख्याने व्यापारी, उद्योगपती, विमा-बँकिंग क्षेत्रातील व्यक्तींचा समावेश आहे. त्यांना इंग्लंडबरोबरचे एकीकरण हवे आहे; परंतु स्कॉटलंडमध्ये उदयास येणाऱ्या नवमध्यमवर्गाला इंग्लंडच्या आर्थिक परिस्थितीचे चटके सहन करावे लागत आहेत. हा वर्ग प्रामुख्याने कामगार वर्ग आहे. त्यांना अपेक्षित असे आर्थिक फायदे होत नसल्याने युनायटेड किंगडमपासून वेगळे होण्याची मागणी त्यांच्याकडून केली जात आहे. त्यामुळेच हा सार्वमताचा निर्णय घेण्यात आला. सार्वमताचे महत्त्व काय आणि इंग्लंडने त्याला मान्यता कशी दिली, हे पाहणे फार महत्त्वाचे आहे. युरोपचा जर इतिहास पाहिला तर तेथे आतापर्यंत जे नवीन देश तयार झाले किंवा फुटून वेगळे झाले किंवा ज्यांचे एकीकरण झाले या सर्व घटना होताना तेथे प्रचंड रक्तपात आणि हिंसाचार झालेला आहे. हिंसाचार वा रक्तपाताशिवाय तेथे एकीकरण वा विभक्तीकरण झाल्याची एकही घटना नाही. पण पहिल्यांदाच एक देश लोकशाही मार्गाने स्वतंत्र होण्याचा प्रयत्न करतो आहे. सार्वमत हा प्रत्यक्ष लोकशाहीचा आदर्श नमुना आहे. त्यामुळेच इंग्लंडने सार्वमत घेण्याचा निर्णय घेतला होता. या सार्वमताचा जो निकाल आला त्यातून जवळपास ५० टक्के लोकांनी इंग्लंडमध्येच राहण्याचा निर्णय घेतला. हा निर्णय होण्यामागे स्कॉटलंडमधील धनाढ्य वर्गाचा वाटा सर्वाधिक होता. त्याच लोकांनी इंग्लंडच्या बाजूने मतदान घडवून आणण्यासाठी प्रयत्न केले.

स्कॉटलंडच्या विभक्तीकरणाबाबत अनेक प्रश्न हे अनुत्तरित आहेत. एक म्हणजे स्कॉटलंड जेव्हा फुटून बाहेर पडेल तेव्हा त्यांचे चलन कोणते असेल? युरो चलन स्वीकारेल की इंग्लंडचे चलन स्वीकारेल यासंदर्भामध्ये कोणत्याही प्रकारची स्पष्टता नाही. दुसरी गोष्ट म्हणजे युनायटेड किंगडममधून बाहेर पडल्यानंतर स्कॉटलंड हा युरोपियन महासंघाचा सदस्य बनेल की स्वतंत्र देश बनेल, या स्वतंत्र देशाचे नाव काय असेल या प्राथमिक आणि सर्वात महत्त्वाच्या असलेल्या मुद्द्यांबाबत स्पष्टता नाही. स्कॉटलंडमधील आर्थिक व्यवहार आहेत बँकिंग, विमा यांसारख्या सेवाक्षेत्रातील धनाढ्य वर्गाच्या हातामध्ये आहेत. या वर्गाकडून असा इशारा देण्यात आला की, स्कॉटलंड विभक्त झाल्यानंतर आम्ही आमच्या सर्व गुंतवणुकी तेथून काढून घेऊ आणि आम्ही इंग्लंडला जाऊ. त्यांच्या या धमकीमुळे स्कॉटलंडला आणखी त्रास सहन करावा लागला. त्याशिवाय, इंग्लंडकडून मोठ्या प्रमाणावर आर्थिक मदत ही स्कॉटलंडला केली जात होती, त्यांच्या आरोग्यसेवांचा फायदा स्कॉटलंडच्या नागरिकांना होत होता ते सगळे बंद होणार होते. या आर्थिक कारणांमुळे त्यांनी आपण आणखी काळ का होईना पण इंग्लंडमध्येच राहू असा निर्णय घेतला.

भारताने नेमके काय लक्षात घ्यावे?

भारताने यापासून खूप काही शिकण्यासारखे आहे. भारत हे मोठी लोकशाही असलेले राष्ट्र आहे. भारतामध्ये अनेक अस्मितांची, धर्मांचे लोक एकत्र आलेले आहेत. भारताचे आजवरचे जे यश आहे ते या सर्व लोकांना एकत्र बांधून ठेवण्यामध्ये आहे; पण भारतामध्येही आता फुटिरतावादाची मागणी जोर धरू लागली आहे. अनेक समुदायांकडून भारतापासून वेगळे होण्याची किंवा अधिकाधिक स्वायत्तता देण्याची मागणी होत आहे. भारतावरही अनेकदा सार्वमत घेण्याचा दबाव आणला जातो. विशेषतः काश्मीरच्या बाबत हा दबाव सातत्याने आणला जातो. या पार्श्वभूमीवर आता भारताने यामध्ये काय लक्षात घेणे गरजेचे आहे? तर देशातील प्रादेशिक अस्मिता दुखावल्या जाऊ न देण्याची काळजी घेण्याची गरज आहे. तसेच प्रादेशिक असंतोष वाढवण्यास कारणीभूत ठरणारा प्रादेशिक असमतोल दूर करण्यासाठी पावले टाकणे गरजेचे आहे. याचे कारण भारतात काही राज्ये ही खूप श्रीमंत, विकसित आहेत, तर काही राज्ये ही मागासलेली, गरीब आहेत. हा असमतोल दूर करण्याची गरज आहे, अन्यथा अविकसित राज्ये भारतातून फुटून वेगळे होण्याची मागणी भविष्यात करू शकतात. त्यामुळे विकासाच्या प्रक्रियेमध्ये सर्व राज्यांना समाविष्ट करून घेणे आवश्यक आहे. ज्याला आपण इनक्लुझिव्ह ग्रोथ किंवा

सर्वसमावेशक वा सर्वंकष विकास साधणे गरजेचे आहे.

इंग्लंडने सार्वमताला परवानगी देऊन जगामध्ये एक प्रकारचा पायंडा घातला आहे का, असा प्रश्न उपस्थित केला जात आहे. कारण जगामध्ये असंख्य देशांमधून सार्वमताची मागणी होऊ लागलेली आहे. पण हा पायंडा नाही. कारण कोणतेही राष्ट्र इतक्या सहजपणे सार्वमताला मान्यता देऊ शकत नाही. कारण त्यातून त्या राष्ट्राला प्रचंड मोठी आर्थिक झळ सोसावी लागू शकते. त्यामुळे याकडे पायंडा म्हणून न पाहता त्यातून बोध घेणे गरजेचे आहे. समतोल विकास साधला जाणे आणि अल्पसंख्यांकामध्ये असंतोष वाढू न देणे यासाठी सर्वंकष प्रयत्न करणे हा धडा यातून घेणे उचित ठरणारे आहे.

■

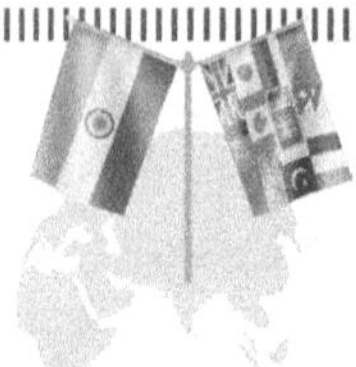

काश्मीर प्रश्नाचे परराष्ट्र धोरणातील पडसाद

जम्मू आणि काश्मीरमधील विधानसभा निवडणुका गतवर्षीच्या अखेरीस झाल्या आणि २३ डिसेंबर २०१४ रोजी या निवडणुकांचे निकाल समोर आले. मुळात ही निवडणूक जाहीर करणे, ती शांततेने घडवून आणणे हे खूप आव्हानात्मक होते आणि ते आव्हान यशस्वीरित्या पार पाडण्यात निवडणूक आयोगाला यश आले ही एक मोठी जमेची बाजू म्हणावी लागेल. ही निवडणूक ऐतिहासिक ठरली. याचे कारण २५ वर्षांमध्ये पहिल्यांदाच जम्मू-काश्मीरच्या निवडणुकीत सरासरी ६६ टक्के मतदान झाले. या विक्रमी मतदानातून काश्मिरी जनतेने एक महत्त्वाचा संदेश दिला आहे.

काश्मीरमधील निवडणुकांची वैशिष्टे

काश्मीरी जनतेने स्थिरतेवर, शांततेवर आणि विचारसरणीपेक्षा विकासाच्या मुद्द्यावर अधिक भर दिला आहे. या निवडणुकीच्या पूर्वी सात ते आठ दहशतवादी हल्ले जम्मू-काश्मीरमध्ये झाले. तसेच निवडणुकीपूर्वी पाकिस्तानकडून जवळपास दोन महिने सीमेपलीकडून गोळीबार झाला. काश्मीरमध्ये मानवाधिकारांचे उल्लंघन होत आहे, काश्मीरमध्ये अस्थिरता आहे, तेथे भारत आपले वर्चस्व गाजवत आहे, असे सांगत पाकिस्तानने संयुक्त राष्ट्रसंघामध्ये भारतावर टीका केली. तसेच ब्रिटिश पार्लमेंटमध्येही भारतावर टीका करणारी चर्चा झाली. हे सर्व प्रयत्न भारताचे जम्मू-काश्मीरमध्ये लक्ष नाही, तेथील लोकांवर अन्याय होतो आहे हे दाखवण्यासाठी करण्यात आले. अशा प्रकारे भारताच्या विरोधात वातावरणनिर्मिती झालेली असतानाही आपण जम्मू-काश्मीरमध्ये निवडणुका घडवून आणल्या आणि तेथे विक्रमी मतदान झाले ही एक मोठी उपलब्धी आहे. तसेच या निवडणुकीच्या दरम्यान पाकिस्तानचा कोणताही मुद्दा चर्चेला आला नाही. तसेच हुरियत कॉन्फरन्स हादेखील निवडणुकीच्या काळातील चर्चेमध्ये दिसून आला नाही. एकूणच, या निवडणुकीमुळे जम्मू-काश्मीरमध्ये लोकशाही स्थित्यंतर घडून आले. एका लोकशाही सरकारकडून दुसऱ्या लोकशाही सरकारकडे सत्ता हस्तांतरित झाली आहे.

काश्मीरचे आंतरराष्ट्रीय महत्त्व

या निवडणुकीकडे केवळ राष्ट्रीय दृष्टिकोनातून पाहता कामा नये; तर त्याकडे आंततरराष्ट्रीय दृष्टिकोनातून पाहणे गरजेचे आहे. तसेच या निवडणुकीकडे केवळ राजकीय दृष्टिकोनातून न पाहता आर्थिक दृष्टिकोनातून पाहणेही आवश्यक आहे. आंतरराष्ट्रीय दृष्टिकोनातून विचार करताना एक लक्षात घेतले पाहिजे, ते म्हणजे काश्मीरच्या प्रश्नावरून भारताला आंतरराष्ट्रीय पातळीवर अनेकदा टीकेचा सामना करावा लागला आहे. तसेच काश्मीरच्या प्रश्नावरून भारताला परराष्ट्र धोरणामध्ये अनेकदा तडजोडी कराव्या लागल्या आहेत. काश्मीर प्रश्नामुळे आपल्याला अनेक

देशांबाबत ताठर भूमिका घेता येत नाही. त्याशिवाय दहशतवादाचा, असुरक्षिततेचा मुद्दा पुढे करत अनेकदा गुंतवणूकदार भारतामध्ये गुंतवणूक करण्यासाठी उत्सुक नसतात, त्याचा अप्रत्यक्ष संबंध हा जम्मू-काश्मीरशी असतो.

काश्मीरमधील शांतता आणि मेक इन इंडिया

आता ही निवडणूक यशस्वी करून दाखवल्यामुळे आणि तेथील जनतेने स्थैर्याला-विकासाला प्राधान्य दिल्यामुळे गुंतवणूकदारांचा आपल्या अर्थव्यवस्थेवरचा विश्वास वाढणार आहे. त्यामुळे भारतातील गुंतवणूक वाढणार आहे. 'मेक इन इंडिया' या मोहिमेअंतर्गत पंतप्रधान नरेंद्र मोदी यांनी परकीय गुंतवणूकदारांना आमंत्रित केले आहे. या मोहिमेलाही चालना मिळण्याची शक्यता आहे. सध्या भारतातील अधिकाधिक राज्ये ही प्रगतीच्या वाटेमध्ये यावीत आणि त्यांचा मेक इन इंडियामध्ये सहभाग व्हावा, अशी केंद्र शासनाची इच्छा आहे. सध्या महाराष्ट्र, गुजरात, राजस्थान, हरियाणा आणि मध्य प्रदेश या पाच राज्यांमध्ये भारतीय जनता पक्षाची सत्ता आहे. या पाच राज्यांचा एकत्रित जीडीपी ३७ टक्के इतका आहे. आता यामध्ये झारखंडचा समावेश झाल्यामुळे एकूण जीडीपीमध्ये जवळपास ४४ टक्के वाटा असणारी राज्ये भाजपच्या नेतृत्त्वाखाली आली आहेत. याचा उपयोग भाजपला मेक इन इंडियासाठी करून घेता येणार आहे. दुसरी गोष्ट म्हणजे राज्यसभेमध्ये भारतीय जनता पक्षाला बहुमत नाही. आता झारखंडसारख्या राज्यांमध्ये भाजपची सत्ता वाढली तर भविष्यात राज्यसभेतील जागा वाढण्यास त्याची मदत होणार आहे आणि त्याचा फायदा विमा सुधारणा विधेयक, आण्विक उत्तरदायित्त्वाचे विधेयक, भारत-बांगलादेश लँड बॉर्डर ॲग्रीमेंट यांसारखी विधेयके मंजूर होण्यामध्ये होणार आहे. त्यातून नरेंद्र मोदी यांच्या आर्थिक सुधारणांच्या कार्यक्रमाला वेग मिळू शकणार आहे.

जम्मू-काश्मीरमधील राजकीय प्राबल्य

जम्मू-काश्मीरची साधारणपणे तीन भागात विभागणी होते. एक म्हणजे जम्मू, दुसरा भाग काश्मीर खोरे आणि तिसरा भाग लडाख. या तिन्ही भागांना आणि खास करून जम्मू आणि काश्मीर या भागांना सत्तेमध्ये समान प्रतिनिधित्त्व मिळणे आवश्यक ठरते. आजपर्यंत जम्मू-काश्मीरच्या सत्तेमध्ये काश्मीर खोऱ्याचे प्राबल्य राहिलेले आहे. जम्मूमध्ये बहुसंख्य हिंदू समाज आहे. सत्ताअसमतोलामुळे या भागातील जनतेमध्ये आपल्यावर अन्याय झाल्याची भावना होती. सत्तासहभागातील ही विषमता दूर करण्याचे आश्वासन नरेंद्र मोदी यांनी या निवडणुकांदरम्यान दिले होते. जम्मूला सत्तेमध्ये योग्य तो सहभाग मिळेल याची काळजी घेऊ असेही मोदी यांनी सांगितले होते. मोदींच्या या आश्वासनाला तेथील जनतेने सकारात्मक प्रतिसाद दिला आणि त्यामुळेच जम्मू भागामध्ये भाजपचे २५ आमदार निवडून आलेले आहेत. आता जम्मू व लडाखच्या राजकीय सबलीकरणासाठी प्रयत्न होणे आवश्यक आहे. जम्मू-काश्मीरमधील पीडीपी-भाजप युतीचे सरकार जम्मू-काश्मीरमधील निवडणुकांमध्ये काँग्रेस आणि नॅशनल कॉन्फरन्स या दोन्ही पक्षांची काश्मिरी जनतेने दाणादाण उडवली. त्यातुलनेने पीपल्स डेमोक्रॅटिक पार्टी आणि भारतीय जनता पक्ष या दोन्ही पक्षांना अनुक्रमे २८ आणि २५ जागा मिळाल्या. पण त्या बहुमताइतक्या नसल्यामुळे जम्मू-काश्मीरमध्ये युतीचे सरकार येणार हे निश्चित झाले होते. पण सत्तासमीकरणे जुळणे हे तितकेसे सोपे नव्हते. याचे कारण पीडीपी आणि भाजप या दोन्हीही पक्षांच्या विचारधारा, भूमिका यांमध्ये महद्अंतर आहे. त्यामुळे तेथे सत्ता स्थापन करण्यासाठी दोन्ही पक्षांमध्ये किमान सहमती कार्यक्रम (कॉमन मिनिमम अजेंडा) तयार होणे गरजेचे होते. मात्र या अजेंड्यावर सहमती होत नव्हती. त्यामुळे सरकार स्थापनेला उशिर होत होता. अखेर ती सहमती झाली आणि त्यानंतर पीडीपी-भाजप युतीचे सरकार तेथे स्थापन झाले.

नव्या सरकारपुढील आव्हाने

या नव्या सरकारपुढे अतिशय मोठ्या आणि महत्त्वाच्या आव्हानांचा डोंगर आहे. तसेच त्यांचा मार्ग काटेरी असणार आहे. सध्या तरी तेथे पीडीपी आणि भाजप यांच्या युतीचे सरकार स्थापन होईल असे दिसते आहे. या दोन्ही पक्षांमधील सामायिक बाब म्हणजे दोन्हीही पक्षांनी निवडणूक प्रचारादरम्यान विकास, सुशासन आणि

भ्रष्टाचारमुक्त प्रशासन या मुद्दयांवर भर दिला होता. मात्र या दोघांमध्ये भविष्यात वादाचे ठरू शकतील असेही काही मुद्दे आहेत.

१) पाकव्याप्त काश्मीरमधून शरण आलेल्या दहशतवाद्यांचे पुनर्वसन हा एक अतिशय वादग्रस्त मुद्दा आहे आणि ते नव्या सरकारपुढे मोठे आव्हान असणार आहे. याचे कारण या शरण आलेल्या दहशतवाद्यांचे पुनर्वसन करण्याची मागणी पीडीपीने केली होती.

२) पाकव्याप्त काश्मीरप्रमाणेच जम्मू-काश्मीरमध्ये सेल्फ रूल किंवा स्वयंशासन किंवा स्वयंराज्य असावे अशीही मागणी पीडीपीने केलेली होती. याला भाजपचा ठाम विरोध आहे. नव्या सरकारच्या प्राथमिकता कोणत्या आहेत?

१) विकास : जम्मू-काश्मीरमधील पीडीपी-भाजप सरकारपुढील पहिली प्राथमिकता ही आहे. याचे कारण या निवडणुकीमध्ये जम्मू-काश्मीरमधील तरुणांनी अतिशय पुढाकार घेऊन मतदान केलेले आहे. या तरुणांना आर्थिक विकास हवा आहे, कौशल्य विकास करणारे शिक्षण हवे आहे, आत्मसन्मान हवा आहे आणि मुख्य म्हणजे रोजगार हवा आहे. त्यामुळे नव्या सरकारने सत्तापदाची सूत्रे स्वीकारल्यानंतर सर्वप्रथम जम्मू-काश्मीरमध्ये विकास प्रकल्प कसे हाती घेता येतील आणि त्यातून रोजगारसंधी कशा निर्माण करता येतील याला प्राधान्य देणे आवश्यक आहे. याचे कारण दहशतवादी संघटना बेरोजगार तरुणांना आपल्या जाळ्यात ओढत असतात, त्यांच्या शोधात असतात. त्यामुळे या दृष्टिकोनातूनही जम्मू-काश्मीरमधील तरुणांचे आर्थिक प्रश्न, रोजगाराचे प्रश्न सोडवले जाणे गरजेचे आहे.

२) सुरक्षितता : विकासानंतरची दुसरी प्राथमिकता आहे ती सुरक्षिततेची. जम्मू-काश्मीरमध्ये सुरळीत पार पडलेल्या निवडणुका, तेथे झालेले विक्रमी मतदान आणि नव्याने आलेले युतीचे सरकार यामुळे पाकिस्तानला सणसणीत चपराक बसली आहे. त्यातून पाकिस्तान असुरक्षित बनला आहे. परिणामी, काश्मीरमध्ये येत्या काळात दहशतवादी कारवाया, अतिरेकी हिंसाचार, घुसखोरी वाढण्याची शक्यता आहे. यासाठी मानसिकदृष्ट्या, संरक्षणदृष्ट्या भारताने सज्ज राहणे गरजेचे आहे.

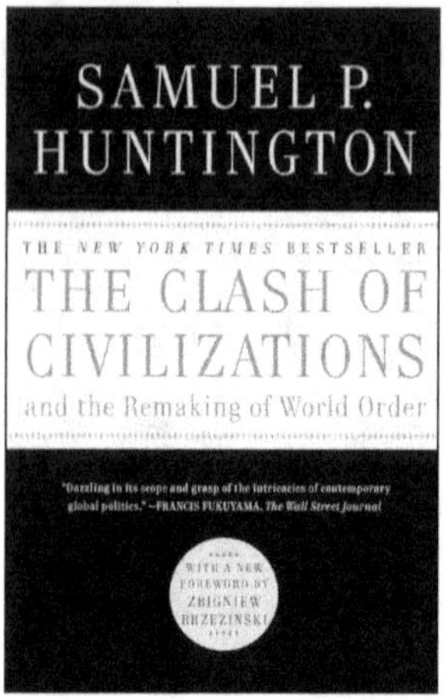

सॅम्युअल हंटिंग्टन लिखित क्लॅश ऑफ सिव्हिलायझेशन

३)अफस्पा : तिसरा मुद्दा आहे आर्म फोर्सेस स्पेशल पॉवर ॲक्ट (अफस्पा)चा. नॅशनल कॉन्फरन्स, युपीएच्या काळामध्ये हा अफस्पा काढून टाकण्याची मागणी सातत्याने झाली आहे. मानवाधिकारांचे उल्लंघन हे या मागणीमागचे सर्वात महत्त्वाचे कारण होते. त्यावेळी गृहमंत्री असलेल्या पी. चिदम्बरम यांनी लष्काराला दिलेले हे विशेषाधिकार काढून घेण्यास नकार दिला होता. याचे कारण तेथील दहशतवादाचा धोका पूर्णपणे टळलेला नाही, तसेच सीमेपलीकडून गोळीबारही थांबलेला नाही. परंतु याबाबत मध्यंतरी एक प्रस्ताव समोर आला होता. त्यानुसार जम्मू-काश्मीरमधील ज्या मोजक्या जिल्ह्यांमध्ये अद्यापही दहशतवादाचा प्रभाव आहे आणि अशांतता आहे तेथेच फक्त अफस्पा लागू ठेवायचा आणि उर्वरित जिल्ह्यांमधून तो काढून टाकायचा. अशा स्वरुपाचा काही उपाय करता येतो का हीदेखील या सरकारपुढील प्राथमिकता राहणार आहे.

४) कलम ३७० : चौथा मुद्दा म्हणजे कलम ३७०चा मुद्दा निदान काही काळ तरी चर्चेला येणार नाही याची काळजी घेतली गेली पाहिजे. कारण हा मुद्दा वादग्रस्त असल्याने तो चर्चेला आल्यास काश्मिरी लोकांच्या भावना भडकू शकतात. त्याचबरोबर काश्मिरी पंडितांच्या पुनर्वसनाकडेही लक्ष देण्याची गरज आहे.

पीडीपीची मनमानी

जम्मू-काश्मीरमधील या सरकारपुढे आव्हानांचा आणि प्राथमिकतांचा मोठा डोंगर असल्यामुळे सत्तेतील दोन्ही पक्षांची जबाबदारी ही मोठी आहे.

ओमर आणि फारूख अब्दुल्ला

परंतु सरकार स्थापनेनंतर अवघ्या पंधरा दिवसातच ही युती कोलमडते की काय अशी परिस्थिती निर्माण झाली. असे होण्यामागे प्रामुख्याने तीन कारणे घडली. यापैकी पहिली गोष्ट म्हणजे जम्मू-काश्मीरचे नवनिर्वाचित मुख्यमंत्री मुफ्ती मोहम्मद सईद यांनी शपथविधीनंतर केलेल्या भाषणामध्ये काश्मीरमधील निवडणुका पार पडण्याचे श्रेय पाकिस्तान आणि हुरियत नेत्यांना दिले. त्यामुळे खूप मोठा वाद निर्माण झाला. वास्तविक, या निवडणुका सुरळीत पार पडण्यामागे आपल्या सुरक्षा यंत्रणांनी मोठी भूमिका बजावली आहे. तसेच काश्मिरी जनतेने विशेषतः तेथील तरुणांनी दहशतवाद्यांच्या, फुटिरतावाद्यांच्या म्हणण्याकडे, दहशतीकडे पाठ फिरवत मोठ्या उत्स्फूर्तपणे मतदान प्रक्रियेमध्ये सहभाग घेतला. यामागे विकासाला प्राधान्य ही भूमिका होती. असे असताना या निवडणुका पार पडल्याचे श्रेय फुटिरतवाद्यांना आणि पाकिस्तानला देणे हे अतिशय चुकीचे आहे. विशेषतः मुख्यमंत्री पदावरील व्यक्तीनेच असे विधान केल्यामुळे या युतीचे भवितव्य काय असेल किंवा यांची वाटचाल कशी असेल याचे चित्र स्पष्ट झाले.

या विधानावरील गदारोळ शमण्याआधीच पीडीपीकडून एक वादग्रस्त मागणी केली गेली. २००२ मध्ये भारतीय संसदेवर झालेल्या दहशतवादी हल्ल्यातील मुख्य आरोपी अफझल गुरू याला फाशी देण्यात आली होती. या अफजल गुरूचे अवशेष आमच्या स्वाधीन करा, अशी मागणी पीडीपीकडून करण्यात आली. यानंतर काही दिवसांतच मुफ्ती महम्मद सईद यांनी मसरत आलम भट या फुटिरतावादी आणि अत्यंत कट्टर अशा हुर्रियत नेत्याला तुरुंगातून मुक्त केले. २०१० मध्ये जम्मू- काश्मीरमध्ये दगडफेकीचे मोठे प्रकरण घडले होते. यामध्ये ११२ जणांचा मृत्यू झाला होता. या संपूर्ण प्रकरणाचा सूत्रधार मसरत आलम भट हा होता. त्यावेळी मसरतला पकडून देणाऱ्यास बक्षिसही जाहीर करण्यात आले होते. त्याचबरोबर सार्वजनिक सुरक्षा कायद्यांतर्गत (पब्लिक सिक्युरिटी ॲक्ट) मसरतला सहा वेळा तुरुंगात ठेवले होते. १८ ऑक्टोबर २०१० पासून तो तुरूंगात होता; मात्र सईद यांनी सत्तेत आल्याबरोबर लागलीच त्याची तुरुंगातून मुक्तता केली. त्याचबरोबर सईद यांनी अशा आणखी शेकडो फुटिरतवाद्यांची तुरुंगातून मुक्तता करण्याची तयारी चालवल्याच्या बातम्याही प्रसिद्ध झाल्या. साहजिकच, या घटनेचे संसदेमध्ये तीव्र पडसाद उमटले. स्वतः पंतप्रधान आणि केंद्रीय गृहमंत्र्यांना याबाबत संसदेमध्ये उत्तर द्यावे लागले. नरेंद्र मोदींनी आम्ही या सुटकेशी सहमत नसल्याचे राज्यसभेत सांगितले. त्याचबरोबर यापुढील काळात राष्ट्रद्रोहासारखे गुन्हे दाखल असलेल्या एकाही फुटिरतावादी नेत्याला मुक्त केल्यास आम्ही ही युती तोडू, अशी ताकीदही मोदींनी सईद यांना दिली. गृहमंत्री राजनाथ सिंग यांनीही, आमच्यासाठी जम्मू-कश्मीरमधील सत्ता महत्त्वाची नसून राष्ट्रीय सुरक्षितता महत्त्वाची असल्याचे सांगितले. थोडक्यात, केंद्र सरकारकडून याबाबत सईद यांची चांगलीच कानउघडणी करण्यात आली.

जम्मू-कश्मीरमधील हे युतीचे शासन एका किमान समान कार्यक्रमावर आधारीत तयार झालेले आहे. त्यामध्ये कलम ३७० चा मुद्दा प्रमुख होता. त्याचबरोबर भारतीय सैन्याला देण्यात आलेल्या विशेषाधिकारांचा मुद्दा होता. तसेच पाकव्याप्त काश्मीरमधील जे घुसखोर भारतात आलेले आहेत, त्यांच्या पुनर्वसनाचा मुद्दाही यामध्ये होता. या आणि अशा स्वरुपाच्या मुद्यावर दोन्ही पक्षांमध्ये सहमती झाली होती; परंतु सार्वजनिक सुरक्षा कायद्यांतर्गत तुरुंगात ठेवण्यात आलेल्या गुन्हेगारांच्या मुक्ततेचा मुद्दा या अजेंड्यामध्ये समाविष्ट नव्हता. त्यामुळे आलमची सुटका हा मुद्दा अजेंडाबाह्य आहे. दुसरी महत्त्वाची गोष्ट म्हणजे अशा प्रकारच्या एखाद्या गुन्हेगाराची मुक्तता केली जाते तेव्हा शक्यतो केंद्रीय गृहमंत्रालयाला त्याची कल्पना देण्याचे संकेत

आहेत. तसेच गुप्तचर खात्यालाही याची माहिती असते. त्याचबरोबर राज्याचे राज्यपालदेखील याबाबतची माहिती केंद्राला कळवत असतात; मात्र आलमच्या सुटकेबाबत असा कोणताही प्रकार घडलेला दिसून येत नाही. यामध्ये मुफ्ती मोहम्मद सईद यांनी पंतप्रधान, गृहमंत्री आणि संपूर्ण केंद्र शासनालाच अंधारात ठेवत एकतर्फी निर्णय घेतल्याचे दिसते. एवढेच नाही तर या निर्णयाची माहिती तेथील उपमुख्यमंत्र्यांनाही नसल्याचे स्पष्ट झाले आहे. ही गोष्ट धक्कादायक आणि चिंतानजक आहे.

वादग्रस्ततेची परंपरा

स्फोटक वा वादग्रस्त वक्तव्ये करणे अथवा देशाच्या सुरक्षेबाबत चिंताजनक ठरणारे निर्णय घेणे हे मुफ्ती मोहम्मद सईद यांच्यासाठी नवीन नाही. त्यांचा राजकीय इतिहास पाहिला तर अशा स्वरुपाची वादग्रस्त विधाने त्यांनी अनेक वेळा केलेली आढळतात. १९८९ मध्ये व्ही.पी.सिंग यांच्या नेतृत्त्वाखालील जनता दलाचे सरकार केंद्रामध्ये होते. त्यावेळी मुफ्ती मोहम्मद सईद यांची मुलगी रुबीना सईद हिचे अपहरण झाले होते. तिला मुक्त करण्यासाठी अतिशय कडव्या पाच दहशतवाद्यांना मुक्त करावे लागले होते. त्यावेळी मुफ्ती मोहम्मद सईद भारताचे गृहमंत्री होते. आपल्या मुलीला सोडवण्यासाठी या कडव्या दहशतवाद्यांची मुक्तता करण्यामध्ये सईद यांनी महत्त्वाची भूमिका बजावली, सरकारवर दबाव आणला असेही त्यावेळी बोलले गेले होते. त्यामुळे त्यांची तुरुंगातून गुन्हेगारांची मुक्तता करण्याची ही परंपरा १९८९ पासूनच सुरू झालेली दिसते. २००२ मध्ये सईद हे याच कारणामुळे पुन्हा चर्चेत आले होते. त्यावेळी जम्मू आणि काश्मीरमध्ये पीडीपी आणि काँग्रेस यांचे शासन सत्तेवर आले होते. त्यावेळीही सत्तेत आल्यानंतर सईद यांनी अनेक फुटिरतावादी नेत्यांना तुरुंगातून मुक्त केले होते.

पीडीपीची राजकीय खेळी आणि भाजपची गळचेपी

आता प्रश्न असा निर्माण होतो की, सईद अथवा त्यांचा पीडीपी हा पक्ष अशा प्रकारचे निर्णय का घेतो? यामागचे पहिले कारण म्हणजे, त्यांना काश्मिरी जनतेचा विश्वास संपादन करायचा आहे. त्यासाठी ते अशा स्वरुपाचे भावनिक निर्णय घेतात. त्यांना जम्मू-काश्मीरमध्ये स्वतःची आणि पक्षाची लोकप्रियता सिद्ध करायची आहे. म्हणूनच काश्मिरी जनतेला खुश करण्यासाठी त्यांच्याकडून असे निर्णय घेतले जातात. परंतु सईद यांच्या या वादग्रस्त भूमिकांमुळे आणि निर्णयांमुळे भारतीय जनता पक्षाची विशेषतः केंद्रीय नेतृत्त्वाची मोठी कोंडी झाली.सईद यांच्या एकांगी निर्णयांमुळे जम्मूमधून निवडून गेलेले भाजपचे आमदार नाराज झाले आहेत. सईद यांच्यावर नियंत्रण आणण्यासाठी हे आमदार सातत्याने केंद्रावर दबाव टाकत आहेत. दुसरीकडे भाजपाच्या नेतृत्त्वावर विरोधी पक्षांचा आणि देशाचाही दबाव वाढत आहे. त्यामुळेच, स्वतः पंतप्रधान नरेंद्र मोदींना 'आम्हाला राष्ट्रप्रेम शिकवू नका' असे म्हणावे लागले. थोडक्यात, त्यांची दोन्हीकडून गळचेपी होऊ लागली आहे.

भाजपाच्या संयमाची कारणमीमांसा

आता पुन्हा प्रश्न असा निर्माण होतो की, इतके सगळे होत असूनही भाजपा इतका शांत का आहे? या पक्षाने वा पक्षनेतृत्त्वाने अजूनही ठोस कृती का केली नाही? याचे महत्त्वाचे कारण म्हणजे जम्मू-कश्मीरमधील निवडणुकीच्या काळात भाजपाने विकासाच्या मुद्यावर मोठा प्रचार केला आणि हा विकास घडवायचा असेल तर शांतता आवश्यक आहे. ही शांतता निर्माण होण्यासाठी लोकांचा विश्वास संपादन करणे आवश्यक आहे. त्यामुळे मुफ्ती मोहम्मद सईद यांच्याविरुद्ध ते ठोस कारवाई करत नाहीत. कारण जम्मू-काश्मीरमध्ये जनतेचा विश्वास मिळवणे भाजपलाही अत्यंत गरजेचे आहे. शासन अडचणीत येईल असे कुठलेही कृत्य या लोकांकडून होऊ नये यासाठी हे महत्त्वाचे आहे. तेथे शांतता निर्माण झाली तरच विकासाचे प्रकल्प राबवणे शक्य आहे. म्हणजे भाजपचा अजेंडा हा विकासाचा असून त्यांना तेथे विकासाचे प्रकल्प राबवायचे आहेत. याचसाठी ते संयम बाळगून अगदी टोकाला जाऊन युती तोडण्याची भाषा करणे टाळत आहेत.

युती तुटल्यास काय होईल?

दुसरी गोष्ट म्हणजे, आताच्या घडीला भाजपाने पीडीपीशी असणारी युती तोडण्याचा निर्णय घेतला

जम्मू काश्मीरचे नवनिर्वाचित मुख्यमंत्री मुफ्ती मोहम्मद सईद

तर त्याचा फायदा पीडीपीलाच होणार आहे. कारण त्यांना नॅशनल कॉन्फरन्स आणि काँग्रेसला हद्दपार करण्यात यश आलेले आहे. तसेच या पक्षाने भावनिक निर्णय घेत, वक्तव्ये करत जनतेवरील आपली पकड्ही घट्ट केलेली आहे. त्यामुळे ही युती तुटली तर त्याचा मोठा फायदा हा पीडीपीलाच मिळण्याची शक्यता आहे. भाजपला मात्र युती तोडायची नसून त्यांना काश्मिरी जनतेला दाखवलेले विकासाचे, शांततेचे स्वप्न पूर्ण करायचे आहे. सर्वांत महत्त्वाचा मुद्दा म्हणजे, जम्मू-काश्मीरमधील हे युती सरकार अपयशी ठरले तर त्याचे फार मोठे परिणाम दिसून येऊ शकतात. याचे कारण जम्मू-काश्मीरचा प्रश्न हा केवळ भारतापुरता मर्यादित नाही. तो आंतरराष्ट्रीय पातळीवरील मुद्दा आहे. दुसरी गोष्ट म्हणजे, पंतप्रधान नरेंद्र मोदी देशोदेशीचे दौरे करून विदेशी गुंतवणूकदारांना, उद्योजकांना भारतात येण्याचे आवाहन करत आहेत. काश्मीरमधील अस्थैर्यामुळे या संपूर्ण प्रयत्नांना खिळ बसू शकते. कारण परदेशी गुंतवणुकदार भारतात कशा प्रकारची शांतता आहे, हे पाहात असतात. भारतातील शांततेचा विषय हा जम्मू-काश्मीरशी अप्रत्यक्षरित्या जोडलेला आहे. त्यामुळे विदेशी गुंतवणूकदारांचा विश्वास वाढविण्यासाठीही काश्मीरमध्ये सरकार स्थिर राखणे गरजेचे आहे. ते टिकवून ठेवण्याची नैतिक जबाबदारी भाजपा पार पाडत आहे. कारण केंद्रात भाजपाचे सरकार आहे.

दोन्ही पक्षांना हवे जबाबदारीचे भान

भाजप आणि पीडीपी हे दोन्ही पक्ष आता एक समन्वय समिती स्थापन करत आहेत. या समन्वय समितीद्वारे संवेदनशील प्रश्नांवर चर्चा करण्यासाठी एकत्रित निर्णय घेतले जाणार आहेत. पण दोन्ही पक्षांनी विशेषतः पीडीपीने आत्मपरीक्षण करणे गरजेचे आहे. जम्मू-काश्मीरमधील एकूणच अस्थिरतेला, हिंसाचाराला, दहशतवादाला तेथील जनता कंटाळलेली होती. त्यांना विकास हवा होता. त्यामुळेच आजवरच्या इतिहासात पहिल्यांदाच विकासाच्या मुद्द्यावरून काश्मीरमधील तरूण वर्ग मोठ्या प्रमाणात मतदानासाठी सहभागी झाला. ऐतिहासिक स्वरूपाचे मतदान झाले. या जनमताचा, जनभावनांचा आदर करत पीडीपीने जबाबदारीने वागणे गरजेचे आहे. कारण शेवटी भारताच्या दृष्टीने जम्मू-काश्मीरमध्ये शांतता निर्माण होणे ही अत्यंत महत्त्वाची गरज आहे. भारताला आंतरराष्ट्रीय पातळीवर यासंदर्भात अनेक बाबतीत उत्तरे द्यावी लागतात. तसेच या ठिकाणी अस्थिर शासन असल्याचा सर्वात मोठा फायदा पाकिस्तानला होणार आहे. त्यामुळेच तेथील सरकार स्थिर राहणे आणि विकासाचे धोरण साध्य होणे आवश्यक आहे. ■

भारत आणि बलुचिस्तान

यंदाच्या स्वातंत्र्यदिनानिमित्त ध्वजारोहणानंतर देशाला संबोधून केलेल्या भाषणामध्ये पंतप्रधान मोदी यांनी एका अत्यंत वेगळ्या विषयाला हात घातला. त्यामधून भारताच्या परराष्ट्र धोरणाला क्रांतिकारी स्वरुपाची कलाटणी मिळणार की काय अशी चर्चाही रंगलेली दिसून आली. स्वातंत्र्यदिनाचे औचित्य साधून केल्या जाणाऱ्या भाषणाचा वापर यापूर्वीच्या काळातही अनेक महत्त्वाचे धोरणात्मक निर्णय जनतेपर्यंत पोचवण्यासाठी किंवा जगाने त्याची नोंद घ्यावी या दृष्टीने पंतप्रधानांकडून केला गेला आहे. पंतप्रधान नरेंद्र मोदी यांनी स्वच्छ भारत योजनेचे सुतोवाच अशाच पद्धतीने २०१५ च्या भाषणातून केले होते. अशाच प्रकारे १९९० च्या दशकात तत्कालीन पंतप्रधान नरसिंह राव यांनी भारताच्या बदलत्या आर्थिक धोरणाची भविष्यातील दिशा लाल किल्ल्यावरून मांडली होती. माजी पंतप्रधान अटलबिहारी वाजपेयी यांनीही जनतेपर्यंत आपली धोरणे पोहोचवण्यासाठी या भाषणाचा उपयोग केला होता. मात्र पंतप्रधान मोदींनी मांडलेल्या मुद्दयांची चर्चा राष्ट्रीयच नव्हे तर आंतरराष्ट्रीय पातळीवर झाली. याचे कारण मोदींनी दहशतवादाचा कडाडून विरोध करतानाच दहशतवादाचे उदात्तीकरण करणारे जे देश आहेत त्यांचे नाव न घेता त्यांच्यावर टीका केली. परंतु हे करत असताना त्यांनी या भाषणामधून बलुचिस्तान, पाकव्याप्त काश्मीर आणि तेथील गिलगिट-बाल्टिस्तान येथे पाकिस्तान लष्कराकडून सुरू असलेली दडपशाही आणि त्यामुळे तेथील नागरिकांच्या मूलभूत हक्कांची होणारी पायमल्ली या मुद्यावर भाष्य केले आहे. पाकिस्तान हा आपल्याच नागरिकांविरोधात लढाऊ विमानांनी हल्ले करत आहे.

मोदींच्या भाषणानंतर पाकिस्तान किंवा बलुचिस्तानच्या अंतर्गत कारभाराविषयी भारताचे धोरण काय आहे, बांगला देशची निर्मितीप्रमाणे बलुचिस्तानबाबत भारताचा काही विचार आहे का, बलुचिस्तानमधील मानवी हक्कांच्या पायमल्लीचा प्रश्न भारत आंतरराष्ट्रीय व्यासपीठावरुन मांडणार आहे का, बांगला देशप्रमाणे बलुचिस्तान मुक्तीचा संघर्ष होऊ शकतो का, बांगला देश मुक्ती संग्रामात तत्कालीन पंतप्रधान स्वर्गीय इंदिरा गांधी यांनी भूमिका पार पाडली होती त्याप्रमाणे बलुचिस्तान प्रश्नी मोदी भूमिका घेतील का असे अनेक प्रश्न उपस्थित केले गेले आणि त्यानुसार तर्कवितर्कही लढवले गेले. वास्तविक, भारताच्या परराष्ट्र धोरणाचा आधार असलेल्या पंचशील धोरणात भारत कधीही आपल्या शेजारील राष्ट्रांच्या किंवा कोणत्याही राष्ट्राच्या अंतर्गत कारभारात ढवळाढवळ करणार नाही याचा स्पष्ट उल्लेख नमूद आहे. त्यानुसार गेली ७० वर्षे भारताची वर्तणूक राहिली आहे. पण आता या पंचशील धोरणाला तिलांजली दिली जाणार का, अशीही चर्चा या निमित्ताने सुरु झाली आहे. त्यामुळे या विषयांचा सांगोपांग विचार केला जाणे महत्त्वाचे आहे.

बलुचिस्तान

बांगला देशाच्या निर्मितीनंतरचा पाकिस्तानातील ४० टक्के भूभाग हा बलुचिस्तान नावाने ओळखला जातो. बलुचिस्तानात कोणत्याही परदेशी नागरिकाला जाऊ दिले जात नाही. आज तो प्रदेश एक प्रकारची युद्धभूमी बनला आहे. पाकिस्तानी लष्कर, गुप्तहेर संघटना, तालिबानी, अल् कायदा, इसिस असे सर्व घटक तेथे आपली ताकद आजमावून पाहात आहेत. त्यामुळे बलुचिस्तानमध्ये निष्पाप लोकांच्या हत्या होत आहेत. याकडे पंतप्रधान मोदी यांनी केवळ लक्ष वेधले. त्यापुढे जाऊन भारत आंतरराष्ट्रीय व्यासपीठावर बलुचिस्तानचा प्रश्न मांडेल अशा स्वरुपाचे कोणतेही धोरण मोदींनी जाहीर केले नाही. त्यावरून भारत बलुचिस्तानच्या अंतर्गत कारभारात ढवळाढवळ करेल किंवा पाकिस्तानला रोखण्यासाठी बलुचिस्तानच्या समस्येचा वापर करेल असा अन्वयार्थ काढता येणार नाही. आता प्रश्न उरतो तो हा मुद्दा मांडण्याचे प्रयोजन काय? याचे कारण पाकिस्तानला

इशारा देणे. हा इशारा अप्रत्यक्षपणाने देण्यासाठीची ही एक युक्ती किंवा टॅक्ट आहे असे म्हणता येईल. पण ते भारताचे धोरण नाही.

पाकिस्तानला इशारा देण्याची गरज पडण्यामागे तीन कारणे आहेत.

१) बुऱ्हान वाणीच्या मृत्यूनंतर काश्मीर खोऱ्यातील परिस्थिती प्रचंड प्रमाणात बिघडत आहे. तेथील हिंसाचार काही केल्या कमी होताना दिसत नाहीये. या हिंसाचारात अनेक जणांचे बळी गेले आहेत. या तणावपूर्ण परिस्थितीचा फायदा घेण्याचा प्रयत्न पाकिस्तानकडून होत आहे. मध्यंतरी, पाकिस्तानच्या पंतप्रधानांनी अत्यंत स्फोटक वक्तव्य केले. काश्मिर आम्ही पाकिस्तानशी जोडणारच अशी जाहीर भूमिका त्यांनी मांडली. याचदरम्यान बहादूर शहा नावाच्या एका जेरबंद करण्यात आलेल्या दहशतवाद्याची चौकशी केल्यानंतर पाकिस्तानी लष्कर आणि आयएसआय काश्मिरमधल्या अस्थिर वातावरणाचा फायदा घेण्यासाठी एक योजना आखत असल्याची माहिती पुढे आली. काश्मीरमधील तणावग्रस्त परिस्थितीचे रुपांतर स्वातंत्र्ययुद्धात कसे करता येईल यासाठी पाकिस्तानचे प्रयत्न सुरु आहेत. १९९० मध्ये अशा प्रकारची मागणी काश्मीरमध्ये मोठ्या प्रमाणावर करण्यात आली होती. त्याला पाठिंबा किंवा चिथावणी कशी देता येईल यासाठीची योजना आयएसआय आणि पाकिस्तानी लष्कर हे दोघेही मिळून आखताहेत. ही गोष्ट धक्कादायक आहे. त्यामुळे पाकिस्तानला रोखणे आणि सज्जड इशारा देणे अत्यंत गरजेचे होते.

२) २००८ पासून भारत आणि पाकिस्तान या दोन्ही देशांतील शांतता चर्चा खंडीत झाली आहे. त्याचे पुनरुज्जीवन करण्याचा प्रयत्न सध्याचे सरकार करताना दिसत आहे. त्याच प्रयत्नाचा भाग म्हणून गेल्या वर्षी पंतप्रधान नरेंद्र मोदी आणि पाकिस्तानचे पंतप्रधान नवाझ शरीफ यांच्यादरम्यान रशियातील उफा या ठिकाणी चर्चा झाली. त्यामध्ये पुढील दिशा ठरवण्यात आली. त्यात दोन्ही देशांतील विश्वासनिर्मितीतील किंवा शांततासंबंधांच्या प्रक्रियेतील अडथळा असणाऱ्या दहशतवाद या मुद्द्यावर पहिल्यांदा चर्चा होईल आणि त्यानंतर काश्मीरसारखे इतर मुद्दे चर्चिले जातील असे ठरवण्यात आले. मात्र नंतर पाकिस्तानने घुमजाव केले. तसेच त्यानंतरच्या काळात या चर्चांबाबत पाकिस्तानने कोणत्याही प्रकारचा पुढाकार घेतलेला दिसून आला नाही. उलट भारताने पुढाकार घेतला तेव्हा त्यात खोडा घालण्याचे काम पाकिस्तानने केले आहे. द्विपक्षीय चर्चा खंडीत झाली तेव्हा भारताने बहुपक्षीय पातळीवर प्रयत्न करून पाहिले. सार्क संघटनेच्यामार्फत चर्चा होऊ शकते का हे चाचपण्यासाठी राजनाथ सिंह पाकिस्तानातील बैठकीला हजर राहिले; पण तिथेही पाकिस्तान आपल्या भूमिकेवर ठाम राहिला. परिणामी, द्विपक्षीय आणि बहुपक्षीय दोन्ही व्यासपीठावरुन भारताचे सर्व प्रयत्न फोल ठरले. याचे कारण पाकिस्तान आपल्या आठमुठ्या धोरणावर अडून बसलेला आहे. अशा वेळी पाकिस्तानला चर्चेसाठी उद्युक्त करणे महत्त्वाचे होते. त्यासाठी पाकिस्तानला अशा प्रकारचा इशारा देण्याचा एक वेगळा प्रयत्न पंतप्रधानांनी केलेला दिसला आणि कदाचित तो यशस्वीही होण्याची शक्यता दिसून आली. पाकिस्तानने त्यांच्या उच्चायुक्तांना बोलावून आपण चर्चेला तयार असल्याचे सांगितले. त्यामुळे भारत-पाक यांच्या दरम्यान चर्चेला सुरुवात व्हावी हा दुसरा उद्देशही साध्य झाला.

३) पंतप्रधानांनी हा इशारा केवळ पाकिस्तानला नव्हे तर चीनलाही दिला. कारण सध्या चीनचा पाकव्याप्त काश्मीरमध्ये आणि बलुचिस्तानमध्ये मोठ्या प्रमाणावर हस्तक्षेप होतो आहे. पाकिस्तान आणि चीन यांच्यादरम्यान ४६ अब्ज डॉलर्सचा आर्थिक परिक्षेत्र निर्मितीचा (चायना-पाकिस्तान इकॉनॉमिक कॉरीडॉर-सीपीइसी) उपक्रम हाती घेण्यात आला आहे. या इकॉनॉमिक कॉरीडॉरला बाल्टिस्तान, गिलगिट या प्रदेशातील नागरिकांचा प्रचंड विरोध आहे. या आर्थिक परिक्षेत्रासाठी पाकव्याप्त काश्मीरमध्ये चीनी लष्कराचे अस्तित्व दिसू लागले आहे. भारतासाठीही हा धोका निर्माण झाला आहे. चीनचे हे आर्थिक परिक्षेत्र पाकव्याप्त काश्मिरपासून बलुचिस्तानपर्यंत पोहोचले आहे. पाकिस्तानातील ग्वादार आणि मर्कान या दोन्ही बंदरांचा वापर चीनला करायचा आहे. बलुचिस्तानमध्ये नैसर्गिक वायू आणि खनिज संपत्ती मोठ्या प्रमाणात साठा आहे. त्याचा वापर चीनला करुन घ्यायचा आहे. त्यामुळे चीन या भागात आपला प्रभाव वाढवत आहे. चीनच्या

या हालचालींकडेही जगाचे लक्ष वेधण्याचा पंतप्रधानांचा उद्देश होता, हेही आपण लक्षात घेतले पाहिजे. त्यामुळेच या भाषणातून चीनलाही इशारा दिला गेला. गेल्या काही महिन्यांपासून इस्लामिक स्टेट सारख्या दहशतवादी संघटनेने आपला मोर्चा दक्षिण आशियाकडे वळवला आहे. ती अफगाणिस्तानच्या माध्यमातून आपले पाय पसरते आहे. ही संघटना कार्यकर्त्यांच्या शोधात आहे. अफगाणिस्तानात प्रभाव वाढवतानाच बलुचिस्तानमध्येही आयसिस विस्तारण्याची शक्यता आहे. गेल्या वर्षी बलुचिस्तानमध्ये जे मोठे बॉम्बस्फोट झाले त्याची जबाबदारीही इसिसने घेतली होती हे विसरता कामा नये. आज बलुचिस्तान हे इसिस व अल् कायदा यांच्या आपापसांतील संघर्षाचे ठिकाण बनले आहे. पाकिस्तानमध्ये या सर्व संघटनांना स्थान मिळाले तर पुन्हा भारतविरोधी कारवायांना जोर येणार आहे. साहजिकच त्यांना रोखणे आवश्यक आहे.

बलुचिस्तानला पाठिंबा हे भारताचे धोरण असू शकत नाही. काश्मीर समस्येचे आंतराराष्ट्रीयीकरण करण्याचे पाकिस्तानचे सततचे धोरण आहे. याबाबत पाकिस्तानची त्रिसुत्री आहे. त्यामध्ये

१) काश्मीरमधील मानवी हक्कांचा प्रश्न आंतरराष्ट्रीय व्यासपीठावरून मांडणे

२) यामध्ये अपयश आले तर सीमेवर गोळीबार करणे

३) या दोन्हीही गोष्टींमध्ये यश आले नाही तर सीमापार दहशतवादाला खतपाणी घालणे.

ही त्रिसूत्री पाकिस्तानकडून अनेक दशकांपासून वापरली जात आहे. पण बलुचिस्तानसाठी भारताचे असे काही धोरण नाही. भारताने पाकिस्तानच्या अंतर्गत कारभारात किंवा पाकिस्तान- अफगाणिस्तानातील परस्पर संबंधांमध्येही भारताने कधी हस्तक्षेप केला नाही.

पाकिस्तानविषयी भारताची तीन धोरणे आहेत. भारताला पाकिस्तान समवेत शांतता आणि सशक्त पाकिस्तान हवा आहे. भारताला चर्चेच्या माध्यमातूनच पाकिस्तानशी शांतता चर्चा करायची आहे. पाकिस्तानबरोबरचे प्रलंबित प्रश्न हे चर्चेतून सोडवायचे आहेत. त्यातही भारताने स्पष्टपणे इशारा दिला आहे, की दहशतवाद आणि चर्चा दोन्ही एकत्रित होऊ शकत नाही. त्यामुळे दहशतवादावर तोडगा काढून मग चर्चा करु अशी भारताची भूमिका आहे. त्यामुळे बलुचिस्तानचा मुद्दा पुढे आणून भारताला या प्रश्नाला बगल द्यायची नाही. भविष्यातही पाकिस्तानविरोधात जाण्यासाठी भारत बलुचिस्तानला हाताशी धरेल असे धोरण असणार नाही.

भारत आणि पाकिस्तान यांच्यातील प्रश्न हे केवळ चर्चेच्या माध्यमातून सुटू शकतील याची कल्पना भारताला आहे. कारण दोन्ही राष्ट्रांना आता युद्ध होणे परवडणारे नाही. दोन्ही देशांकडे अण्वस्त्र संपन्न झाले आहेत. त्यामुळे दोन्ही देशातील छोट्याश्या संघर्षाची झळ दोन्ही देशांना सहन करावी लागू शकते. त्यामुळे आता बलुचिस्तानचा हत्यार म्हणून भारताकडून वापर होण्याची सुतराम शक्यता नाही. त्यामुळे मोदींच्या या भाषणाचा उद्देश म्हणजे पाकिस्तानला सज्जड इशारा देणे आणि पाकिस्ताला चर्चेकडे वळवणे एवढाच होता.

■

अमेरिका–पाकिस्तान लढाऊ विमान खरेदी प्रकरण

अमेरिकन काँग्रेस आणि राष्ट्राध्यक्ष-परराष्ट्र मंत्रालय या दोघांमध्येही पाकिस्तानला मदत करण्याबाबत मतभेद आहेत. या मतभेदांचे प्रतिबिंब सातत्याने या दोन्ही देशांच्या संबंधांमध्ये पडत असते. अमेरिकेने २०१०-२०१४ या चार वर्षांच्या काळात पाकिस्तानला सुमारे ७.५ अब्ज डॉलर्स इतकी मदत केली आहे. अलीकडील काळात अमेरिकेकडून पाकिस्तानला ४५० दशलक्ष डॉलर्सची मदत देण्यात येणार होती. ही मदत प्रामुख्याने ८ एफ १६ श्रेणीतील लढाऊ विमाने खरेदी करण्यासाठी करण्यात येणार होती. मात्र, हा प्रस्ताव अमेरिकी काँग्रेसने फेटाळून लावल्यामुळे दोन्ही देशांच्या संबंधांमध्ये तणाव निर्माण झाला आहे.

पाकिस्तान आणि अमेरिका यांच्या संबधांचा इतिहास पाहिला तर यामध्ये कमालीचे चढउतार नेहमीच पाहायला मिळाले आहेत. शीतयुद्धकाळापासून अमेरिका आणि पाकिस्तान ही दोन्ही मित्रराष्ट्रे आहेत. अमेरिकेच्या नेतृत्त्वाखाली तयार झालेल्या सिएटो आणि सेन्टो या दोन्ही लष्करी संघटनांचा पाकिस्तान सदस्य होता. त्यामुळे शीतयुद्धकाळापासूनच पाकिस्तानला लष्करी मदत मिळत आलेली आहे. शीतयुद्धाच्या काळामध्ये असणारे पाकिस्तानचे सामरिक महत्त्व शीतयुद्धोत्तर काळात संपलेले असले तरी दहशतवादासारखा महत्त्वाचा प्रश्न आज गंभीर बनला आहे. दहशतवादाचा बिमोड करण्यासाठी पाकिस्तानची अंतर्गत क्षमता किंवा ताकद विकसित व्हावी म्हणून अमेरिका पाकिस्तानला मदत देत आहे. त्यासाठी अमेरिकेने २००९ मध्ये एक विशेष कायदा पास केला आहे. त्याला केरी लुगार बर्मन ॲक्ट असे म्हणतात. या कायद्याला एनहान्सिंग पार्टनरशिप विथ पाकिस्तान ॲक्ट असेही म्हटले जाते. या कायद्यांतर्गत अमेरिकेने २०१०-२०१४ या चार वर्षांच्या काळात पाकिस्तानला सुमारे ७.५ अब्ज डॉलर्स इतकी मदत केली आहे. अलीकडील काळात अमेरिकेकडून पाकिस्तानला ४५० दशलक्ष डॉलर्सची मदत देण्यात येणार होती. ही मदत प्रामुख्याने ८ एफ १६ श्रेणीतील लढाऊ विमाने खरेदी करण्यासाठी करण्यात येणार होती. पाकिस्तान अमेरिकेकडून या लढाऊ विमानांची खरेदी करणार होता. या मदतीमागे तीन मुख्य कारणे होती.

१) पाकिस्तानच्या मदतीनेच अफगाणिस्तानात तालिबानचा उदय आणि विस्तार झाला याची अमेरिकेला कल्पना आहे. अफगाणिस्तानला नियंत्रित करण्याची क्षमता पाकिस्तानच्या लष्करात आहे. त्यामुळे पाकिस्तानला आर्थिक मदतीच्या बळावर तालिबानवर नियंत्रण आणण्याचा अमेरिकेचा प्रयत्न आहे.

२) डिसेंबर २०१५ पर्यंत अमेरिकेला अफगाणिस्तातून सैन्य माघारी घ्यायचे होते, त्यावेळी पाकिस्तानची मदत गरजेची होती. कारण अफगाणिस्तान ही लँडलॉक कंट्री आहे. त्यामुळे तिथून सैन्य, साधनसामग्री हलवण्यासाठी पाकिस्तान हे एकमेव माध्यम आहे. त्यासाठी अमेरिकेकडून पाकिस्तानचे हवाई तळांचा वापरही केला गेला. त्यामुळे पाकिस्तानला प्रोत्साहन देणे गरजेचे होते.

३) मध्य आशियामध्ये तेलाचे आणि भूगर्भ वायूचे साठे आहेत. मध्य आशियात वर्चस्व प्रस्थापित करण्यासाठी पाकिस्तान हा उत्तम मार्ग आहे, याची अमेरिकेला कल्पना आहे. पाकिस्तानच्या माध्यामातून मध्य आशियावर वर्चस्व प्रस्थापित करणे अमेरिकेला सोपे जाणार आहे.

या तीन प्रमुख कारणांसाठी अमेरिकेकडून पाकिस्तानला मदत देण्यात येणार होती; परंतु अमेरिकन काँग्रेसने या मदतीला विरोध दर्शवला. परकीय संरक्षण साहाय्य (फॉरेन मिल्ट्री फिनान्स)

नामक योजनेअंतर्गत अमेरिका मित्र देशांना संरक्षण मदत करत असते. या सुविधेअंतर्गतच पाकिस्तानला ४५० दशलक्ष डॉलर्सची मदत पाकिस्तानला देण्यात येणार होती. काही महिन्यांपूर्वी अमेरिका आणि पाकिस्तान यांच्यामध्ये एक करार झाला होता. त्या करारानुसार, ८ एफ १६ जातीची लढाऊ विमाने खरेदी करण्यासाठी लागणाऱ्या रकमेपैकी २७० दशलक्ष डॉलर्स पाकिस्तानने द्यावयाचे होते आणि उर्वरित ४५० दशलक्ष डॉलर्स अमेरिकेकडून देण्यात येणार होते. याचाच अर्थ ७२० दशलक्ष डॉलर्समधून ८ एफ १६ विमाने खरेदी करण्यात येणार होती. मात्र या युद्धविमानांची पूर्ण रक्कम म्हणजेच १०० टक्के रक्कम पाकिस्ताननेच द्यावेत, अमेरिका पैसे देणार नाही, असे कॉंग्रेसने स्पष्ट सांगितले. यासाठी २४ मे ही अंतिम मुदत ठरवण्यात आली. मात्र निधीच्या अडचणीमुळे पाकिस्तान ही रक्कम देऊ शकला नाही; परिणामी हा करार रद्द झाला. अमेरिकन कॉंग्रेसने पाकिस्तानला मदत नाकारण्यामागे भूमिकेमागे तीन कारणे दिली.

१) पाकिस्तानमध्ये हक्कानी नेटवर्क या दहशतवादी समूहाविरोधात कारवाई करण्यासाठी नवाझ शरीफ सरकारला अपयश येत आहे. हा समूह उत्तर आणि दक्षिण वझिरीस्तान या भागात म्हणजेच फेडरली ॲडमिनिस्ट्रर्ड ट्रायबल एरिआ (फटा) येथे कार्यरत आहे. या समूहाचे मुख्यालय उत्तर वझिरीस्तानमध्ये आहे. अमेरिकेच्या दबावामुळे जून २०१५ मध्ये पाकिस्तानने या हक्कानी नेटवर्कविरोधात लष्करी कारवाई सुरू केली. या मोहिमेला 'झर्ब-ए-अज्ब' असे नाव देण्यात आले होते. पण पाकिस्तानकडून या कारवाईबाबत गेल्या काही महिन्यांपासून गांभीर्य दाखवले जात नाहीये. ही कारवाई करण्यामध्ये चालढकल केली जात असल्याचे अमेरिकन कॉंग्रेसचे मत आहे. मुळात अफगाणिस्तान, तालिबान, अल् कायदा, हक्कानी यांसारख्या पाकिस्तानात असणाऱ्या आणि इतर देशांमध्ये दहशतवादी कारवाया करणाऱ्या दहशतवादी संघटनांचा बंदोबस्त करण्यासाठी अमेरिकेकडून पाकिस्तानला मदत देण्यात येत होती; मात्र अशा प्रकारच्या कारवायांमध्ये पाकिस्तानकडून पुरेसे गांभीर्य दाखवले जात नसल्याचे, टाळाटाळ केली जात आहे.

२) मागील काळापासून पाकिस्तान सातत्याने आपली अण्वस्त्रक्षमता वाढवण्याचा प्रयत्न करत आहे. विशेषतः, पाकिस्तानकडून कमी पल्ल्याची क्षेपणास्त्रे (टॅक्टिकल वेपन्स) विकसित करण्यात येत आहेत. एका अंदाजानुसार, २०२० पर्यंत पाकिस्तान हा अमेरिका आणि रशियानंतरचा म्हणजेच जगातील तिसऱ्या क्रमांकाचा अण्वस्त्रधारी देश बनण्याची शक्यता आहे. ही बाब अमेरिकन कॉंग्रेसला मान्य नाही.

३) तिसरे कारण आहे डॉ. शकील आफ्रिदी यांचे. कुख्यात आंतरराष्ट्रीय दहशतवादी ओसामा बिन लादेनचा खात्मा करण्यासाठी केलेल्या ऑपरेशनमध्ये या डॉ. शकील आफ्रिदी यांनी अमेरिकेला फार मोठी मदत केली होती. मात्र पाकिस्तानने या आफ्रिदींना पकडून तुरुंगात डांबले आहे. त्यामुळे अमेरिकन कॉंग्रेस नाराज आहे.

या तीन कारणांमुळे पाकिस्तानला देण्यात येणाऱ्या मदतीला अमेरिकन कॉंग्रेसने विरोध दर्शवला आहे आणि त्यामुळे दोन्ही देशांचे संबंध तणावग्रस्त बनले आहेत. अमेरिका मदत करणार नसेल तर आम्ही चीनकडून लढाऊ विमाने खरेदी करू शकतो अशी धमकी पाकिस्तानने अमेरिकेला दिली आहे.

अमेरिकन कॉंग्रेस आणि राष्ट्राध्यक्ष-परराष्ट्र मंत्रालय या दोघांमध्येही पाकिस्तानला मदत करण्याबाबत मतभेद आहेत. या मतभेदांचे प्रतिबिंब सातत्याने या दोन्ही देशांच्या संबंधांमध्ये पडत असते. या संबंधांचा आजवरचा इतिहास पाहिला आणि निरीक्षण केले तर एकंदरीत असे लक्षात येते की, अमेरिकन कॉंग्रेसने कितीही विरोध केला तरी राष्ट्राध्यक्षांना तिचे मन वळवण्यात यश मिळाले आहे. एफ-१६ विमानांचा व्यवहार त्याला अपवाद ठरला. ■

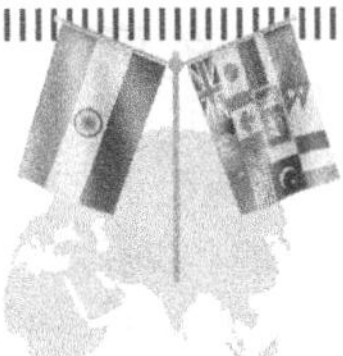

फ्रान्स : आयसिसचे टार्गेट

डिसेंबर २००१४ ते जुलै २०१६ या दीड वर्षांच्या काळात फ्रान्सवर छोटे-मोठे १३ हल्ले झाले आहेत आणि त्यामध्ये सुमारे २३९ जणांचा बळी गेला आहे. हे सर्व हल्ले इस्लामिक स्टेटकडून करण्यात आले असून या हल्ल्यांमधून या संघटनेने आपली क्षमता किंवा ताकद सिद्ध केली आहे. आयसिसच्या रडारवर फ्रान्स येण्याची कारणे लक्षात घेताना आपल्या संरक्षण, आर्थिक आणि सामाजिक दृष्टिकोनातून पाहावे लागेल. त्याचबरोबर आता आयसिससारख्या दहशतवादी संघटनांचा बिमोड करण्यासाठी आंतरराष्ट्रीय स्तरावरून सामूहिक व्यूहरचना करण्याची वेळ आली आहे.

आपण २००३ ते २०१३ या काळाचा विचार केला तर या दहा वर्षांच्या काळात फ्रान्सवर पाच दहशतवादी हल्ले झाले होते; मात्र डिसेंबर २००१४ ते जुलै २०१६ या दीड वर्षांच्या काळात फ्रान्सवर छोटे-मोठे १३ हल्ले झाले आहेत आणि त्यामध्ये सुमारे २३९ जणांचा बळी गेला आहे. यातील पॅरिसवर गतवर्षी झालेला हल्ला हा सर्वात भीषण होता. त्याचबरोबर २६ जुलै या राष्ट्रीय दिनादिवशी आयसिसने फ्रान्सवर घडवून आणलेला हल्लाही अत्यंत भीषण होता. राष्ट्रीय दिनाचा आनंदोत्सव साजरा करण्यासाठी तेथील नागरीक रात्रीच्या सुमारास नीस या शहरामध्ये जमले होते. या गर्दीमध्ये ट्रकच्या साहाय्याने घुसून केलेल्या हल्ल्यामध्ये ८४ जण मृत्यूमुखी पडले. नीस हे लोकसंख्येच्या दृष्टीने फ्रान्समधील पाचव्या क्रमांकाचे मोठे शहर असून तेथील लोकसंख्या सुमारे ३.५ लाख इतकी आहे. नीसमधील हल्ल्यामधील ट्रकचालक जवळपास दोन किलोमीटरपर्यंत लोकांना चिरडत पुढे गेला होता.

आयसिसच्या हिटलिस्टवर फ्रान्स का?

आयसिसच्या रडारवर फ्रान्स येण्याची कारणे लक्षात घेताना आपल्या संरक्षण, आर्थिक आणि सामाजिक दृष्टिकोनातून पाहावे लागेल.

संरक्षणात्मक कारणे : संरक्षण दृष्टिकोनातून पाहिल्यास, नाटो या लष्करी संघटनेने इराक आणि सिरियामध्ये इस्लामिक स्टेटविरुद्ध युद्ध छेडले आहे. तेथे नाटोकडून आयसिसच्या तळांवर हवाई हल्ले केले जात आहेत. सुरुवातीच्या काळात यामध्ये फ्रान्स सहभागी नव्हता; मात्र पॅरिस आणि त्यानंतरच्या हल्ल्यांनंतर फ्रान्स या लष्करी मोहिमेमध्ये सहभागी झाला. फ्रान्सने फार मोठ्या प्रमाणावर हवाई हल्ले करण्यास सुरुवात केली. त्यामुळे इस्लामिक स्टेटचा फ्रान्सवरचा रोष प्रचंड वाढलेला आहे.

सामाजिक कारणे : गेल्या चार-पाच वर्षांपासून आखाती देशांतील मुस्लिम हे एकूणच युरोपमध्ये फार मोठ्या प्रमाणावर स्थलांतरित होत आहेत. आखाती देशांमध्ये असलेली अराजक परिस्थिती, अशांतता, वांशिक संघर्ष आणि हिंसाचार यांमुळे या भागातून स्थलांतरितांचे लोंढे युरोपमध्ये दाखल होत आहेत. युरोपही या स्थलांतरितांना सामावून घेत आहे; परंतु या मुस्लिम अल्पसंख्यांकांना युरोपियन देशांमध्ये आश्रय दिला जात असला तरी आर्थिक आणि सामाजिक विकासाच्या प्रक्रियेमध्ये त्यांना समाविष्ट करून घेतले जात नाहीये. त्यामुळे या अल्पसंख्यांक मुस्लिम निर्वासितांचा विकास होऊ शकलेला नाही. त्यांचा सामाजिक स्तर निम्नच राहिलेला आहे. ही बाब फ्रान्समध्ये अधिक प्रकर्षाने दिसून येते. साहजिकच, या वर्गामध्ये असंतोष आहे.

आर्थिक कारणे : संपूर्ण युरोपमध्ये आर्थिक मंदीची लाट आहे. या लाटेमुळे युरोपियन देशांमध्ये बेरोजगारीचे संकट बिकट बनत चालले आहे. या बेरोजगारीचा फटका या अल्पसंख्यांक मुस्लिम निर्वासितांना बसलेला आहे. असे नोकऱ्या गेलेले बहुतांश तरुण हे इस्लामिक स्टेटच्या प्रचाराला बळी पडत आहेत. फ्रान्समधील ५०० हून अधिक तरुण इराक आणि सिरियामध्ये जाऊन

इस्लामिक स्टेटला मिळाले आहेत. तसेच तेथे प्रशिक्षण घेऊन, काम करून ते पुन्हा फ्रान्समध्ये आणि युरोपमध्ये परतले आहेत आणि त्यांच्याकडून हे हल्ले होत आहेत.

फ्रान्समध्ये ध्रुवीकरण

फ्रान्समध्ये तेथील बहुसंख्यांक ख्रिश्चन नागरिक आणि निर्वासित अल्पसंख्यांक मुस्लिम यांच्यामधील तेढ वाढत चालली आहे. त्यातून फ्रान्समध्ये एक प्रकारचे ध्रुवीकरण दिसून येत आहे. युरोपमध्ये जर्मनीनंतर फ्रान्समध्ये सर्वाधिक मुस्लिम लोकसंख्या आहे. तेथे सुमारे ४७ लाख मुस्लिम वास्तव्यास आहेत. मात्र अलीकडील काळात तेथे अल्पसंख्यांक मुस्लिम निर्वासितांविषयी संशयाचे वातावरण तयार झाले आहे. फ्रान्समधील साहित्यविश्व, कलाविश्वातूनही या संशयाचे प्रतिबिंब पडताना दिसत आहे. तेथील साहित्यकृतींमधून, नाटकांमधून, ग्रंथांमधून, पुस्तकांमधून एक प्रकारचा 'इस्लामफोबिया' तयार केला जात आहे. सध्याची परिस्थिती कायम राहिली तर फ्रान्समध्ये आगामी काळात मुस्लिम राष्ट्राध्यक्ष होईल, अशा प्रकारची भविष्यवाणी गेल्या काही महिन्यांमध्ये प्रकाशित झालेल्या पुस्तकांमधून करण्यात आली आहे. त्यामुळे फ्रान्समधील जनतेच्या मनात या अल्पसंख्यांक मुस्लिमांविषयी अविश्वास निर्माण झाला आहे. परिणामी, हा अल्पसंख्यांक समाज असुरक्षित बनला आहे. या असुरक्षिततेतून त्यांच्यामध्ये असंतोष निर्माण झाला असून त्याचे भांडवल इस्लामिक स्टेटसारख्या संघटना करत आहेत आणि त्यांना आपल्या जाळ्यात ओढत आहेत. त्यामुळेच फ्रान्सला दहशतवादाच्या रुपाने वारंवार झटके बसताना दिसत आहेत.

फ्रान्सची राजधानी असलेल्या पॅरिस शहराची रचना पाहिली तर तेथील मुख्य वस्त्यांमध्ये या अल्पसंख्यांक गरीब मुस्लिमांना स्थान नाही. त्यामुळे त्यांना शहराबाहेर जाऊन त्यांच्या वस्त्या वसवाव्या लागल्या आहेत. त्यांना झिटो असे म्हटले जाते. या झिटोंमध्ये राहणाऱ्या नागरिकांची माथी भडकावण्याचे काम तिथे मोठ्या प्रमाणावर केले जात आहे आणि त्यामुळेच त्यांची पावले हिंसेकडे वळताना दिसत आहेत. सोशल मीडियाच्या माध्यमातून इस्लामिक स्टेटकडून या सर्वांना भावनिक आवाहन केले जात आहे. त्यामुळेच पॅरिस आणि फ्रान्समध्ये दहशतवादी हल्ल्यांचे प्रमाण वाढताना दिसत आहे.

हे हल्ले रोखायचे कसे?

इस्लामिक स्टेटसारख्या दहशतवादी संघटनांचा वाढता प्रसार, विस्तार आणि त्यांची वाढती ताकद लक्षात घेता एकट्या देशाने त्याचा मुकाबला करून चालणार नाही; तर जागतिक स्तरावर सर्व राष्ट्रांनी एकत्रित येऊन एक सामूहिक व्यूहरचना करावी लागणार आहे. गेल्या ३० वर्षांपासून भारत हिंसाचाराला बळी पडला आहे. आजवर युरोपियन देश भारतातील दहशतवादाच्या समस्येकडे दुर्लक्ष करत राहिले. हा भारताचा राष्ट्रीय स्तरावरचा प्रश्न असल्याची त्यांची भूमिका होती. दहशतवाद हा राष्ट्रीय पातळीवरचा असो की आंतरराष्ट्रीय पातळीवरचा, त्याचा विरोध एकजुटीने करणे आवश्यक असल्याचे भारताकडून विविध व्यासपीठांवरून वारंवार सांगण्यात येत होते. आता भारताचे म्हणणे जगाला पटताना दिसत आहे. वास्तविक, यापूर्वीच दहशतवादाविरुद्ध संयुक्त कारवाई करण्याची मागणी भारताने केली होती. आता त्याचा विचार होताना दिसत आहे; मात्र भारताच्या विचाराची दखल पूर्वीच घेतली गेली असती तर कदाचित हे हल्ले घडले नसते.

■

अमेरिकेमधील दहशतवादी हल्ला

जागतिक महासत्ता असलेल्या अमेरिकेवर ९/११ नंतर दहशतवादी हल्ला होणार नाही असा विश्वास संपूर्ण जगाला वाटत होता; मात्र इस्लामिक स्टेटशी संबंधित हल्लेखोराकडून फ्लोरिडामधील नाइट क्लबमध्ये झालेल्या हल्ल्यामुळे या विश्वासाला तडा गेला. या हल्ल्यामुळे अमेरिकेमध्ये नॉन स्टेट ॲक्टर हे स्टेट ॲक्टरपेक्षा वरचढ झाले आहेत हे स्पष्ट झाले. या हल्ल्यामुळे होम ग्रोन टेररिझमचा वाढता धोका अधारेखित झाला.

अमेरिकेमधील फ्लोरिडा प्रांतातील पल्स क्लबमध्ये समलैंगिकांच्या एका संगीत कार्यक्रमामध्ये घुसून हल्लेखाराने भीषण हल्ला केला. हा हल्लेखोर इस्लामिक स्टेटशी संबंधित होता आणि इसिसनेही हा हल्ला आम्हीच घडवून आणल्याचे घोषित केले. ९ सप्टेंबर २००१ रोजी वर्ल्ड ट्रेड सेंटरवर झालेल्या दहशतवादी हल्ल्यानंतर अमेरिकेवर झालेला हा सर्वात मोठा दहशतवादी हल्ला असल्याचे मानले गेले. ९/११चा हल्ला हा अल् कायदाने घडवून आणला होता. अल् कायदा ही आंतरराष्ट्रीय दहशतवादी संघटना होती आणि इस्लामिक स्टेट हीदेखील आंतरराष्ट्रीय दहशतवादी संघटना आहे. तथापि, या दोन्ही हल्ल्यांमध्ये काही गुणात्मक फरक होता.

चारही हल्ल्यातील साम्यस्थळे

मुळात अमेरिकेवर अशा स्वरुपाचे दहशतवादी हल्ले होणार असा इशारा अमेरिकेतील गुप्तहेर काही गुप्तहेर संघटनांनी, संरक्षण खात्यातील अधिकाऱ्यांनी अमेरिकन काँग्रेसला दिला होता. अमेरिकन सिनेट, परराष्ट्र मंत्रालय समिती आणि दहशतवादविरोधी समिती यांनी देखील आपल्या अभिभाषणामध्ये २०१६ या वर्षात अशा प्रकारचा हल्ला हा होण्याची शक्यता प्रतिपादित केली होती. पॅरिस, जीनिव्हा, ऑस्ट्रेलियातील सिडनी या तीन ठिकाणी झालेले हल्ले आणि अमेरिकेवर झालेला हल्ला यामध्ये काही साम्यस्थळे होती.

- एक किंवा दोन व्यक्तींनी समूहावर बेछूट गोळीबार करणे.
- काही नागरिकांना ओलिस ठेवणे.
- या सर्व हल्ल्यांमधील हल्लेखोर हे बाहेरून घुसखोरी करून आलेले नव्हते. ते त्याच देशात, शहरात राहणारे नागरिक होते. त्यांना 'होम ग्रोन टेररिस्ट' म्हणतात. अशा तरुणांची संख्या कमी असली तरी इसिसच्या संपर्कात आल्यानंतर त्यांची माथी भडकवली गेली आहेत. सोशल मीडियातून इसिसकडून जो जहरी आणि विखारी प्रचार केला जातो त्यातून हे युवक प्रभावित होतात आणि त्याकडे खेचले जाताना दिसतात. या नव्या कार्यपद्धतीमुळे इसिसला अशा प्रकारचे हल्ले घडवून आणण्यासाठी बाहेरून माणसे पाठवण्याची गरज भासत नाही. त्या-त्या देशातील माथी भडकलेले युवक इसिसच्या आदेशावर कामे करताना दिसून येत आहेत.

इसिसचे आवाहन

अमेरिकेवर झालेला हल्ला हा रमजान महिना सुरू असतानाच्या काळात झाला. विशेष म्हणजे, मोहम्मद-अल्-अदानी या इस्लामिक स्टेटच्या नेत्याने रमजान सुरू होण्यापूर्वीच अमेरिकेतील आपल्याशी जोडल्या गेलेल्या युवकांना एक अत्यंत घातक असे आवाहन केले होते. रमजानच्या पवित्र महिन्यात अधिकाधिक पुण्य मिळवण्यासाठी अमेरिकेवर क्रूर दहशतवादी हल्ले करावेत, असे तो म्हणाला होता. अमेरिकेवरील हल्ल्यानंतर इस्लामिक स्टेटकडून या हल्ल्याची फार मोठ्या प्रमाणात प्रशंसा केली गेली.

२००१ नंतर म्हणजे जवळपास दीड दशकांनंतर अमेरिकेवर झालेल्या हल्ल्यामुळे जगभरातून चिंता व्यक्त करण्यात आली. ९/११ नंतर अमेरिकेने अत्यंत कडक सुरक्षाव्यवस्थेची यंत्रणा विकसित

केली होती. असे असूनही हा हल्ला झाला. त्यामुळे इतकी बलाढ्य सुरक्षायंत्रणा असलेली अमेरिका स्वतःला इसिसपासून संरक्षित राखू शकत नसेल तर बाकीच्या देशांचे काय होणार हाही मुद्दा चर्चिला गेला आणि जात आहे.

युरोप आणि अमेरिकेतील फरक

गेल्या पन्नास वर्षांपासून फ्रान्स, बेल्जियम यांसह सर्वच युरोपियन देशांमध्ये आलेल्या निर्वासितांना आर्थिक आणि सामाजिक जीवनात समाविष्ट करून घेण्यात युरोपियन समुदायाला अपयश आले होते. त्यांना दुय्यम वागणूक दिली गेली. त्यांना अनेक हक्कांपासून वंचित ठेवले गेले. त्यांच्यामध्ये बेरोजगारीचे प्रमाण जास्त होते. त्यामुळे युरोपातील निर्वासित मुस्लिमांमध्ये प्रचंड असंतोष खदखदत होता. या असंतोषाचे भांडवल करून त्याला खतपाणी घालण्याचे काम इसिसने केले. त्यामुळे युरोपमधून इसिसकडे सहजपणे आकर्षित होणाऱ्यांची संख्या मोठी होती. हा असंतोष, गरिबी, बेरोजगारी यांमुळे युरोपातील हे नागरिक इराक आणि सिरिया या देशांमध्ये जाऊन इसिसला मिळाले होते. इसिसचा उदय इराक आणि सिरियामध्ये २०१२ मध्ये झाला. गेल्या चार वर्षांच्या काळात साधारण ३६५०० दहशतवादी हे इसिसला सामील झाले आहेत. यातील बहुसंख्य दहशतवादी युरोपातून गेलेले आहेत. परंतु अमेरिकेतून इसिसला जाऊन मिळणाऱ्यांचे प्रमाण खूप कमी आहे. याचे कारण म्हणजे अमेरिकेतील मुसलमानांना युरोपातील मुसलमानांसारख्या प्रश्नांना सामोरे जावे लागत नाही. अमेरिकेत मुसलमानांना दिली जाणारी वागणूक चांगली आहे. तेथे त्यांना आर्थिक प्रवाहातही सामील करून घेण्यात आलेले आहे. त्याचप्रमाणे त्यांना मुलभूत अधिकारही देण्यात आले आहेत. एकूणच अल्पसंख्याकांविषयीच्या अधिकाराबाबत अमेरिका संवेदनशील आहे. युरोप आणि अमेरिकेतील मुसलमानांच्या परिस्थितीमधील हा मूलभूत फरक अत्यंत महत्त्वाचा असून तो लक्षात घेणे आवश्यक आहे.

अमेरिकेमध्ये अशा प्रकारची चांगली वागणूक मिळूनही साधारणपणे तेथील ८०० जणांना इसिसविषयी सहानुभुती असल्याची माहिती पुढे आली; पण त्यांना शोधणे हे अत्यंत कठीण आव्हान आहे. याचे कारण इसिसच्या वेबसाईटवरून ही मंडळी लॉग इन करून माहिती घेत असतात. अशा लोकांना हाताशी धरून इसिस आपले मनसुबे पुरे करत आहे. तुलनेने अशा नागरिकांची संख्या कमी असली तरी त्यांचा शोध घेणे प्रचंड अवघड आहे. इसिसने प्रभावित होणाऱ्यांची संख्या वाढत आहे. त्यामुळे भविष्यातही अमेरिकेवर अशा हल्ल्यांची शक्यता नाकारता येणार नाही.

अमेरिकेतील गनकल्चर

या हल्ल्याच्या निमित्ताने आणखी एक मुद्दा पुढे आला तो म्हणजे अमेरिकेतील गनकल्चर. अमेरिकेत एकूणच बंदूक वापरणे आणि त्यासाठीचा परवाना मिळवणे ही अत्यंत सोपी-सुलभ गोष्ट आहे. अमेरिकेतली गन ॲक्ट हा २०० वर्षांपासून चालत आलेला आहे. अमेरिका हे गणराज्य म्हणून स्थापन झाले तेव्हा त्यांच्याकडे फौजा नव्हत्या. त्यामुळे नागरिकांनी स्वरंक्षणासाठी बंदुका वापरण्याचे अधिकार दिले गेले. त्यानंतरच्या काळात अमेरिकेकडे पोलिस यंत्रणा, सैन्य यांची निर्मिती झाली; पण व्यक्तिस्वातंत्र्य कायद्याच्या प्रचंड दबावामुळे गन ॲक्ट काढून घेण्यात आला नाही. त्यामुळे तिथे बंदूक संस्कृती ही खोलवर रुजली आहे. मात्र अलीकडील काळात या कायद्याचा दुरुपयोग अनेकदा करण्यात आला आहे. गेल्या दोन-पाच वर्षांमध्ये शाळा, कॉलेजमध्ये बेछूट गोळीबार करण्यात आल्याच्या आणि त्यामध्ये निष्पापांचे बळी गेल्याच्या अनेक घटना अमेरिकेत घडल्या आहेत; मात्र त्यानंतरही अमेरिकेत शस्त्रपरवाने सहजपणे उपलब्ध आहेत.

अमेरिकेच्या नेतृत्त्वाखाली इराक आणि सिरियामध्ये होत असलेल्या हल्ल्यांमुळे इस्लामिक स्टेटची मोठ्या प्रमाणावर गळचेपी झाली आहे. त्यामुळे येत्या काळात इसिस अधिक आक्रमक होण्याची शक्यता आहे. इतर दहशतवादी संघटनांच्या तुलनेने इसिसची आर्थिक ताकदही मोठी आहे. ९/११चा हल्ला करण्यासाठी अल् कायदा या दहशतवादी संघटनेला सुमारे ३० दशलक्ष डॉलर खर्च आला होता. अल् कायदाचे बजेट हे काही लक्ष डॉलर्स इतके आहे. मात्र जगभरात चाललेल्या दहशतवादी कारवायांना पाठिंबा देणाऱ्या इसिसचे बजेट हे सुमारे २ अब्ज डॉलर्स इतके आहे. त्यामुळे इसिसचा धोका अधिक आहे. पॅरिस,

बेल्जियम आणि जीनिव्हावर यशस्वी हल्ले केल्यानंतर इसिसची हिम्मत आणि आत्मविश्वास प्रचंड प्रमाणात वाढला आहे. त्यामुळेच त्यांच्याकडून भविष्यातही अशा प्रकारचे हल्ले होण्याची दाट शक्यता आहे.

अल् कायदाच्या हल्ल्यांनतर अमेरिकेमध्ये काही निष्पाप मुसलमान आणि शीख लोकांवर हल्ले झाले होते. आताही अमेरिकेतील निर्वासित मुसलमानांवर हल्ले होण्याची शक्यता नाकारता येत नाही. अशातच रिपब्लिकन पक्षाचे डोनाल्ड ट्रम्प अमेरिकेचे राष्ट्राध्यक्ष झाल्याने ते या निर्वासित मुस्लिमांविरुद्ध कडवी आणि कठोर भूमिका घेऊन धोरणे राबवण्याची शक्यता आहे. याबाबत आगामी काळात काय होते हे पाहणे महत्त्वाचे ठरेल.

आंतरराष्ट्रीय स्तरावर एकजूट गरजेची

फ्लोरिडावरील हल्ल्यामुळे बलाढ्य अमेरिकेवर पुन्हा दहशतवादी हल्ला होणार नाही, हा विश्वास फोल ठरला. नॉन स्टेट ॲक्टर हे स्टेट ॲक्टरपेक्षा वरचढ झाले आहेत हे या हल्ल्यामुळे स्पष्ट झाले. दहशतवादाचे स्वरुप आता मर्यादित राहिले नाही. ती एक आंतरराष्ट्रीय समस्या आहे. त्याचा मुकाबला करणे कोणा एका राज्याला अथवा राष्ट्राला शक्य नाही. त्यामुळे कोणताही दुजाभाव न ठेवता आंतरराष्ट्रीय स्तरावर याविरुद्ध मोर्चेबांधणी करावी लागणार आहे. अमेरिकेनेही दहशतवादाविरोधातील दुटप्पी धोरण बदलणे आवश्यक आहे. काही देशातील दहशतवादाकडे दुर्लक्ष करणे आणि आपल्याविरुद्ध कारवाई करणाऱ्या दहशतवादाविरुद्ध मोहीम उघडणे हे धोरण भविष्यात अमेरिकेला बदलावे लागेल. एकूणच जगासाठी ही आत्मपरीक्षणाची वेळ आहे. आंतरराष्ट्रीय स्तरावर एकजुटीने आणि साकल्याने याचा विचार झाला पाहिजे. ■

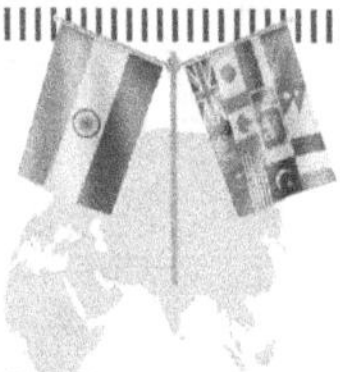

ब्रिटनवरील हल्ल्याचा धडा

सध्या संपूर्ण आंतरराष्ट्रीय समुदाय दहशतवादाच्या नव्या प्रवाहामुळे आणि नव्या रुपामुळे भयावस्थेत आहे. गेल्या दोन-अडीच वर्षांमध्ये इस्लामिक स्टेट या क्रूर आंतरराष्ट्रीय दहशतवादी संघटनेच्या वाढत्या प्रसारामुळे युरोपसह संपूर्ण जगभरात चिंतेचे वातावरण आहे. दक्षिण आशियामध्येही या संघटनेने आपली पाळेमुळे विस्तारण्यास सुरुवात केली असल्याचे दिसून आले आहे. या संघटनेच्या विघातकी प्रचाराला जगभरातील अनेक मुस्लिम तरुण बळी पडत असल्याचे अलीकडील काळात दिसून येत आहे. छोट्या-मोठ्या दहशतवादी संघटनांनी आपली बांधिलकी या संघटनेला असल्याचे जाहीर केले आहे. त्याचबरोबर आयसिसने दहशतवादाच्या एका नव्या प्रवाहाला जन्म दिला असून त्यातून होमग्रोन टेररिझम आणि लोन वुल्फ ॲटॅकची नवी हल्लापद्धती उदयाला आली आहे. आजवर दहशतवादी हल्ल्यांचे स्वरुप हे प्रामुख्याने बॉम्बस्फोटांच्या माध्यमातून मोठी मनुष्य व वित्तहानी घडवून आणणे असे असायचे. आता एखादा व्यक्ती अथवा काही व्यक्ती बंदुकीच्या साहाय्याने जमावामध्ये घुसून त्यांची निर्दयीपणे कत्तल घडवून आणताना दिसत आहेत. २२ मार्च २०१७ रोजी ब्रिटनच्या संसदेबाहेर झालेला हल्ला हा अशाच प्रकारातील होता. दुपारी साधारणपणे पावणे तीनच्या सुमारास लंडनमध्ये वेस्ट मिनिस्टर क्षेत्रामध्ये दहशतवादी हल्ला घडवून आणण्यात आला. या भागामध्ये इंग्लंडमधील अत्यंत प्रभावी राजकारणी, लोकप्रतिनिधी यांची उठबस असते. तसेच शाळा, महाविद्यालये असल्यामुळे हा भाग अत्यंत गर्दीचा आहे. अशा भागामध्ये आणि ब्रिटिश संसदेचे (हाऊस ऑफ कॉमन्स) अधिवेशन सुरू असताना आणि सभागृहामध्ये पंतप्रधान थेरेसा मे यांच्यासह सुमारे ४०० आमदार-खासदार असताना अत्यंत धाडसी स्वरुपाचा हा दहशतवादी हल्ला घडवून आणण्यात आला. वास्तविक पाहता, संसदेचे अधिवेशन सुरू असल्यामुळे या संपूर्ण भागामध्ये अत्यंत कडक सुरक्षाव्यवस्था होती. हे सुरक्षाव्यवस्थेचे रिंगण तोडून काढत हा हल्ला घडवून आणण्यात आला. आजवर इंग्लंडवर अशा प्रकारचा दहशतवादी हल्ला झालेलाच नाही. त्यामुळे हा पहिलाच भीषण दहशतवादी हल्ला ठरला. यापूर्वी ७ जुलै २००५ रोजी सेंट्रल लंडनमधील

अंडरग्राऊंड ट्यूबवर पहिला दहशतवादी हल्ला झाला होता. त्या हल्ल्यामध्ये ५२ जणांचा मृत्यू झाला होता आणि ७०० हून अधिक जण जखमी झाले होते. मात्र मार्च महिन्यात झालेला हल्ला हा अधिक भीषण होता. कारण तो ब्रिटिश पार्लमेंटजवळ झाला. महत्त्वाची गोष्ट म्हणजे, या हल्ल्याच्या बरोबर एक वर्ष आधी म्हणजे २२ मार्च २०१६ रोजी ब्रसेल्सवर दहशतवादी हल्ला झाला होता. त्या हल्ल्यामध्ये ३२ जणांचा मृत्यू झाला होता. त्यानंतर एक वर्षांनी त्याच दिवशी लंडनला टार्गेट करण्यात आले. या हल्ल्यामध्ये वापरण्यात आलेली पद्धत आणि तंत्र पाहिल्यास ती युरोपवर मागील काळात झालेल्या चार हल्ल्यांशी मिळतीजुळती असल्याचे स्पष्टपणाने दिसून येते.

हा हल्ला होमग्रॉन टेररिझम किंवा लोन वुल्फ ॲटॅक पद्धतीचाच आहे. हा हल्ला करणारी व्यक्ती ही आशियाई मुस्लिम आहे. जुलै २०१६ मध्ये नीसमध्ये एका हल्लेखोराने ट्रकच्या साहाय्याने ८४ जणांना चिरडून टाकले होते. तसाच प्रकार संसदेजवळ झालेल्या हल्ल्यादरम्यानही घडला. वेस्टमिंस्टर पुलाजवळ हल्लेखोरांनी सुमारे २० व्यक्तींना चिरडून टाकण्याचा प्रयत्न केला. हा हल्ला बऱ्याच प्रमाणात पूर्वनियोजित होता. त्याखेरीज इतके मोठे सुरक्षेचे कवच भेदणे आणि अचूक वेळ साधणे शक्य झाले नसते. हल्लेखोराने ब्रिटिश संसदेच्या कंपाऊंडमध्येही प्रवेश करण्याचा प्रयत्न केला होता. पण सुदैवाने त्याला रोखण्यात आल्याने अनर्थ टळला.

या हल्ल्याची मोडस ऑपरेंडी पाहणे आवश्यक आहे. हा हल्ला करणारा हल्लेखोर हा निर्वासित आहे. अलीकडील काळात गंभीर बनत चाललेला निर्वासितांचा प्रश्न यानिमित्ताने पुन्हा एकदा उफाळून आलेला पाहायला मिळाला. गेल्या दोन ते तीन वर्षांमध्ये इस्लामिक स्टेटने युरोपला लक्ष्य बनवलेले आहे. याचे एक प्रमुख कारण म्हणजे तेथील निर्वासितांचा गंभीर बनलेला प्रश्न. १९५० ते ६० च्या दशकापासून आफ्रिका आणि आखाती देशांमधून मोठ्या प्रमाणावर निर्वासित युरोपमध्ये स्थायिक झालेले आहेत. त्यांना युरोपच्या राजकीय आणि सामाजिक जीवनात सामावून घेण्यात आले. त्यांना रोजगारही देण्यात आला आणि त्यांच्या अधिकारांचेही रक्षण करण्यात आले. २००८ नंतर मात्र परिस्थिती बदलली. युरोपमध्ये आलेल्या आर्थिक मंदीच्या लाटेमुळे तेथील लोकांना मोठ्या प्रमाणावर रोजगार गमवावे लागले. यामध्ये स्थानिकांचाही समावेश होता. त्यामुळे साहजिकच निर्वासितांविरुद्ध एक प्रकारचा असंतोष निर्माण झाला. एकीकडे युरोपची अर्थव्यवस्था ढासळत असतानाच दुसरीकडे निर्वासितांचे लोंढेच्या लोंढे येऊन धडकत होते. या दोन्ही गोष्टी एकाच वेळी घडत असल्यामुळे स्वाभाविकपणे निर्वासितांविरुद्ध प्रचंड राग निर्माण होत गेला. युरोपमधील बहुतांश देश अमेरिकेच्या नेतृत्त्वाखालील नॅटो संघटनेचे सदस्य आहेत. नॅटो संघटनेने इराक आणि सिरियामध्ये इस्लामिक स्टेटच्या विरुद्ध सुरू केलेल्या हवाई हल्ल्यांमध्ये या युरोपियन देशांचा समावेश आहे. या सर्व गोष्टींचा फायदा इस्लामिक स्टेटने घ्यायला सुरुवात केली. २००८ च्या आर्थिक मंदीनंतर बेरोजगार-बेकार झालेल्या मुस्लिम तरुणांना इस्लामिक स्टेटने हेरायला सुरुवात केली. यातील हजारो तरुण इराक आणि सिरियामध्ये जाऊन मिळाले आणि तिथे प्रशिक्षण घेऊन हे तरुण पुन्हा युरोपमध्ये परतले आहेत. हे तरुण तेथे इस्लामिक स्टेटचा प्रचार-प्रसार करत आहेत. मुळात हे तरुण त्या-त्या देशांचे नागरिक बनलेले असल्यामुळे त्यांची ओळख पटवणे अवघड ठरत आहे.

दुसरी गोष्ट म्हणजे, इस्लामिक स्टेट या देशांमध्ये प्रत्यक्ष प्रवेश करत नसून माहिती-तंत्रज्ञान आणि सोशल मीडिया, फेसबुक, ट्विटर, युट्युबच्या माध्यमातून या तरुणांची माथी भडकावण्याचा आणि आपला संदेश पोहोचवण्याचा प्रयत्न करत आहे. त्यातूनच अशा प्रकारच्या दहशतवादी हल्ल्यांना मूर्त रुप दिले जात आहे आणि तेही त्या-त्या देशांमधील स्थानिकांच्या माध्यमातून ! त्यामुळेच ही अधिक चिंतेची बाब आहे. त्यामुळे याबाबत अधिक गांभीर्याने विचार करण्याची गरज आहे.

इंग्लंडबाबत विचार करायचा झाल्यास इतर युरोपियन देशांच्या तुलनेने तेथे कडव्या विचारांची किंवा संरक्षणात्मक मानसिकता वाढत चालली आहे. या मानसिकतेतूनच 'ब्रेक्झिट' घडून आले. डोनाल्ड ट्रम्प ज्याप्रमाणे 'अमेरिका फर्स्ट' असे म्हणत आहेत त्याचप्रमाणे 'ब्रेक्झिट'ने 'इंग्लंड फर्स्ट'चा नारा दिला. आम्ही आमच्या नागरिकांचे हित प्राधान्याने पाहू असा सूर त्यातून स्पष्ट झाला. अमेरिकेमध्ये निर्वासितांविरोधात जसे एक प्रकारचे विद्वेषाचे वातावरण तयार झालेले आहे तसेच ते इंग्लंडमध्येही झालेले आहे. या सर्वांचे प्रतिबिंब या हल्ल्यामधून दिसून येत आहे. निर्वासितांविरुद्ध कडक धोरण स्वीकारण्याबाबत तेथील शासनावर स्थानिक लोकांचा दबाव वाढत चालला आहे. त्यामुळेच ऑस्ट्रेलिया, जर्मनी यांसारख्या देशांनी निर्वासितांविरुद्ध कडक धोरण अवलंबण्यास सुरुवात केली आहे. थोडक्यात, सध्या

संपूर्ण युरोपमध्ये एक प्रकारचे ध्रुवीकरण झाल्याची परिस्थिती दिसून येत आहे. या ध्रुवीकरणातूनच अशा प्रकारचे हल्ले होताना दिसत आहेत.

आज युरोपमधील प्रत्येक देश युरोपियन महासंघातून स्वतःला मुक्त करण्याचा प्रयत्न करत आहे. किंबहुना, १९२० ते १९४० म्हणजेच पहिले महायुद्ध ते दुसरे महायुद्ध यांच्यादरम्यानचा युरोप पुन्हा एकदा तयार होण्याच्या दिशेने हा सर्व प्रवास सुरु आहे. त्या काळातल्या युरोपमध्ये परकियांवर मोठ्या प्रमाणावर हल्ले होत होते. कडवी विचारसरणी असणाऱ्या अनेक संघटना तयार झाल्या होत्या. तशी परिस्थिती आता युरोपमध्ये पुन्हा सुरू झाली आहे. त्यामुळे भविष्यामध्ये हे ध्रुवीकरण, तेढ वाढत जाणार आहे. या पार्श्वभूमीवर सर्वांनी मिळून सामूहिक पद्धतीने याविरुद्ध लढण्याची गरज आहे. त्याचबरोबर दहशतवादाविरुद्ध लढण्याची पारंपरिक पद्धतीही आता बदलावी लागणार आहे. कारण हा दहशतवाद माहिती-तंत्रज्ञानाच्या आधारे पसरत असल्यामुळे देशादेशांना केवळ सीमारेषांवर फौजा तैनात करून सीमांचे रक्षण करून चालणार नाही. कारण प्रत्यक्ष घुसखोर येऊन हल्ले करत नाहीयेत. स्थानिकांना चिथावणी देऊन त्यांच्यामार्फतच हल्ले घडवून आणले जात आहेत. त्यामुळे युरोपियन देशांनीही याबाबत गांभीर्याने विचार करण्याची गरज आहे.

युरोपियन देशांमधील सीमारेषा या 'कोरस' आहेत. तेथे फारशी कडक सुरक्षाव्यवस्था नाही. एका देशातून दुसऱ्या देशात सहजपणाने तास-दोन तासांत जाता येते. त्यामुळे तिथे हे लोण झपाट्याने पसरण्याची शक्यता आहे. त्याचाही विचार होणे गरजेचे आहे. म्हणूनच संपूर्ण युरोपने सामूहिकरित्या याविरोधात कृती करणे आणि जिहादी दहशतवादी संघटनांची तात्काळ मुस्कटदाबी करणे आवश्यक आहे. ■

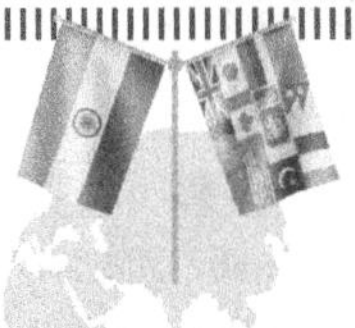

युनेस्को : अमेरिकेची बदलती भूमिका

अमेरिकेचे राष्ट्राध्यक्ष डोनाल्ड ट्रम्प यांनी निवडणूक प्रचार काळापासून आणि सत्तेत आल्यानंतरही अमेरिका फर्स्ट या धोरणाचा पुरस्कार केला आहे. सत्ताग्रहण केल्यानंतरच्या गेल्या पाच सहा महिन्यांमध्ये डोनाल्ड ट्रम्प प्रत्येक आंतरराष्ट्रीय करारातून माघार घेताना दिसत आहेत. काही महिन्यांपूर्वी ट्रान्स पॅसिफिक भागीदारीतून अमेरिकेने माघार घेतली होती. जागतिक तापमानवाढीवरील पॅरीस परिषदेच्या निर्णयामधूनही त्यांनी माघार घेतली होती. आता युनायटेड नेशन्स एज्युकेशनल, सायंटिफिक अँड कल्चरल ऑर्गनायझेशन अर्थात युनेस्को या संघटनेमधून बाहेर पडण्याचा निर्णय ट्रम्प यांनी घेतला आहे.

युनेस्को काय आहे?

संयुक्त राष्ट्राच्या काही संघटना सामूहिक हितासाठी काम करतात. राष्ट्राराष्ट्रांतील सहकार्य वाढवून सामूहिक हितांच्या मुद्द्यावर सहमती तयार करण्याच्या दृष्टीने हे काम महत्त्वाचे आहे. उदाहरणच द्यायचे झाल्यास जागतिक आरोग्य संघटनेचे घेता येईल. ही संघटना आरोग्यहिताच्या कार्याबाबत देशादेशांमध्ये सहमती तयार करण्यासाठी प्रयत्न करते. युनिसेफ ही संघटना लहान मुलांच्या प्रश्नांबाबत सहमती मिळवण्यासाठी प्रयत्नशील असते. तसेच युनेस्को ही सांस्कृतिक आणि शैक्षणिक सुधारणांसाठी काम करते. ही संयुक्त राष्ट्रांची एक महत्त्वपूर्ण संघटना आहे. विविध राष्ट्रांच्या सहकार्यातून शैक्षणिक सुधारणा करण्यासाठी आवश्यक त्या सूचना देण्याचे कार्य ही संघटना करत असते. लोकशाही किंवा उदारमतवादी शिक्षणव्यवस्था निर्माण व्हावी यासाठी सहभागी सर्व राष्ट्रांचे सहकार्य मिळवणे, सहमती मिळवणे हे या संघटनेचे काम आहे. त्यासाठी वेगवेगळ्या प्रकारच्या परिषदा आयोजित करण्याचे काम ही संघटना करत असते. या सर्व कार्यासाठी सहभागी राष्ट्रे आपापला निधी देत असतात. आजवर अमेरिकेने या संघटनेला ५० दशलक्ष डॉलर इतका निधी दिला आहे. पण २०१२ पासून अमेरिकेने हा निधी देणे बंद केले आहे. त्यामुळे युनेस्कोने अमेरिकाचा मतदानाचा अधिकार काढून घेतला. परिणामी, अमेरिकेचा दर्जा हा फक्त निरीक्षक म्हणूनच

राहिला होता. आता अमेरिकेने या संघटनेतून बाहेरच पडण्याचा निर्णय़ घेतला आहे. अमेरिकेपाठोपाठ इस्त्राईलनेही युनेस्कोतून एक्झिट घेण्याचे ठरवले आहे. अमेरिकेने युनेस्कोतून बाहेर पडण्याचा निर्णय पहिल्यांदा घेतलेला नाही. यापुर्वी रोनाल्ड रेगन यांच्या काळात म्हणजे १९८० त्या उत्तरार्धात युनेस्कोतून माघार घेतली होती.

कारणमिमांसा अमेरिकेच्या 'एक्झिट'ची

अमेरिकेच्या 'एक्झिट' मागे तात्कालिक कारण आहे ते इस्त्राईलच्या विरोधात युनेस्कोने घेतलला निर्णय. जुन्या हिब्रू शहराला युनेस्कोने वर्ल्ड हेरिटेज सेंटर म्हणून मान्यता दिली आहे. त्याला इस्त्राईलने कडाडून विरोध केलेला आहे. अमेरिकेनेही याच निर्णयामुळे युनेस्कोतून बाहेर पडण्याचा निर्णय घेतला आहे. या तात्कालीक कारणाला राजकीय कंगोरेही आहेत. ट्रम्प यांचे इस्त्राईलला असणारे समर्थन त्याचप्रमाणे एकूणच पश्चिम आशियातील बदलती सत्तासमीकरणे यांच्या परिप्रेक्ष्यातून या निर्णयाकडे पाहायला हवे. एकीकडे बराक ओबामा यांनी इराणबरोबर अणुकरार करून इस्त्राईलला धक्का दिलेला होता. कारण इस्त्राईल आणि इराण परस्परांचे शत्रु आहेत. मात्र तरीही ओबामांनी इराणबरोबर करार केला होता. ट्रम्प यांनी हा अणुकरार मोडण्याचे संकेत दिलेले आहेत. थोडक्यात त्यांनी इस्त्राईलला पाठिंबा देण्याचे ठरवले आहे. दुसरे कारण म्हणजे अमेरिकेच्या संरक्षण आणि परराष्ट्र धोरणावर ज्यू लॉबीचा प्रभाव वाढत चालला आहे. हा निर्णय याची प्रचिती देणारा आहे.

आर्थिक कारण

याखेरीज आणखी एक कारण सांगितले जाते ते आर्थिक आहे. सध्या अमेरिकेला आर्थिक अडचणीं भेडसावत आहेत. त्यातच युनेस्को अतिरेकी खर्च करते आहे. युनेस्कोने त्याच्या कर्मचाऱ्यांची संख्या वाढवली आहे. युनेस्को आत्ता राजकारणाचे केंद्र झाले असल्याने तिथे घेतले जाणारे निर्णय हे राजकीय हेतूने प्रेरित आहेत. केवळ परिषदा, चर्चासत्र घडवून आणणे या सगळ्याने प्रत्यक्ष साध्य काहीच होत नाही; पण प्रचंड पैसा खर्च होतो असा उघड आरोप अमेरिकेकडून केला जात आहे. त्यातूनच हा निर्णय घेण्यात आला आहे.

मुख्य कारण

यासंदर्भात एक महत्त्वपूर्ण गोष्ट लक्षात घेतली पाहिजे. ती म्हणजे युनेस्कोतून माघार घेणारी अमेरिका संयुक्त राष्ट्र संघ किंवा सुरक्षा परिषद यांमधून माघार घेताना दिसत नाही. कारण युनेस्कोची कार्यपद्धती आणि सुरक्षा परिषदेची कार्यपद्धती वेगवेगळी आहे. सुरक्षा परिषदेत अमेरिकेला व्हेटो म्हणजेच नकारधिकार आहे. त्यामुळे तिथे अमेरिका मनाप्रमाणे निर्णय वळवून घेऊ शकतो. याच निर्णयाधिकारांचा वापर करून अमेरिका मित्र राष्ट्रांचे रक्षण करू शकतो. पण अशी व्हेटो पॉवर किंवा नकाराधिकार अमेरिकेला युनेस्कोमध्ये नाही. युनेस्कोमधील निर्णय बहुमताने घेतले जातात. हे निर्णय अमेरिकेच्या बाजूचे नसल्याने अमेरिकेला त्यांचे राजकारण करता येत नाही. या संघटनेचा वापर करून अमेरिकेला मित्रराष्ट्रांशी हितसंबंध जोडता येत नाहीत. त्यामुळेच अमेरिका दुखावली गेली आहे. मनाजोगे निर्णय घेता येत नसल्याने निधी का द्यायचा असा सवाल करत अमेरिकेने युनेस्कोतून माघार घ्यायचे ठरवले आहे.

परिणाम काय होणार?

असे असले तरी अमेरिकेसारखे देश युनेस्कोतून बाहेर पडण्याचे मोठे परिणाम होणार आहेत. युनेस्कोचे अनेक बहुराष्ट्रीय करार वेगवेगळ्या राष्ट्रांच्या निधीवर अवलंबून असतात. अशा प्रकारे राष्ट्रे बाहेर पडू लागली तर या करारांचे अस्तित्त्व धोक्यात येऊ शकते. तशा शक्यता दिसू लागल्या आहेत. अलीकडेच जपान आणि युनेस्को मध्येही संघर्ष निर्माण झाला आहे. दुसऱ्या महायुद्धाच्या काळात जपानमधील हुकुमशहांनी चीनवर जे आक्रमण केले होते अशा एका जागेला युनेस्कोने वर्ल्ड हेरिटेजचा दर्जा दिला आहे. हा दर्जा दिल्याने जपानही दुखावला गेला आहे. हा देशही युनेस्कोतून माघार घेण्याची शक्यता आहे. असे झाल्यास युनेस्को संघटनेच्या कार्यामध्ये अनेक अडचणी निर्माण होणार आहेत.

यानिमित्ताने एक प्रश्न उपस्थित केला जातो की, खरोखरच या देशांना बाहेर पडणे शक्य आहे का? सार्वभौमत्त्वाला धोका निर्माण होतोय असे सांगून राष्ट्रे यातून बाहेर पडू शकतात. पण त्यामुळे सामुदायिक कल्याणाच्या गोष्टी मागे पडत जाणार आहेत. अलीकडील काळात प्रत्येक राष्ट्र स्वार्थी होत चालले असून सामुदायिक हिताचा विचार करत नसल्याचे दिसून येते. दुसरी गोष्ट म्हणजे ज्या-ज्यावेळी एखाद्या बहुराष्ट्रीय करारामधून अमेरिका माघार घेते तेव्हा ती जागा चीन भरून काढत आहे. ही

गोष्ट अमेरिकेने लक्षात घ्यायला हवी. याचे दीर्घकालीक परिणामही अमेरिकेने विचारात घ्यायला हवेत.

युनेस्कोमध्ये सुधारणांची गरज

असे प्रकार भविष्यात घडू नयेत यासाठी युनेस्कोमध्ये महत्त्वपूर्ण सुधारणा घडवून आणणे गरजेचे आहे. त्यासाठी युनेस्को लोकशाहीपूरक कशी होईल याकडे लक्ष देणे आवश्यक आहे. त्याचप्रमाणे युनेस्कोचे निर्णय हे राजकारण निरपेक्ष असणे आवश्यक आहे. युनेस्को ही सातत्याने इस्राईलच्या विरोधात राहिली आहे. वास्तविक, युनेस्कोनेही दुजाभाव करणारे निर्णय घेणे टाळले पाहिजे. थोडक्यात, युनेस्कोमध्ये सुधारणा होणे आणि त्यातील राष्ट्रांना आपल्या सामूहिक जबाबदारीची जाणीव होणे याची गरज आहे. ■

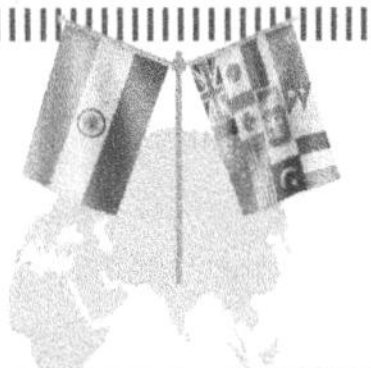

काश्मीरसाठी संवादकाची नेमणूक : कारणे आणि अपरिहार्यता

पाकिस्तानी लष्कराला काश्मिर प्रश्नाचे सुरुवातीपासूनच आंतरराष्ट्रीयीकरण करायचे आहे. त्यामाध्यमातून जगाचे लक्ष वेधणे हाच त्यांचा उद्देश आहे. त्यामुळे स्फोटक विधाने करणे, दहशतवादी पाठवणे, हिंसाचार घडवणे अशा स्वरुपाच्या गोष्टी पाकिस्तानकडून सातत्याने होत असतात. त्यामुळे संवादाला सातत्याने खीळ बसत होती. अलीकडील काळात पाकिस्तान फुटीरतावादी हुरियत नेते, सोशल मिडीया यांच्या माध्यमातून काश्मिरी जनतेला भडकवण्याचा प्रयत्न करीत आहे. अशा वेळी काश्मिरमधील लोकभावना जाणून घेण्यासाठी चर्चा गरजेची आहे. हीच गरज माजी पंतप्रधान अटलबिहारी वाजपेयी यांनी ओळखली होती. एकुणातच विश्वासनिर्मितीची प्रक्रिया, संवादाची गरज त्यासाठी संवादकाची नेमण्याची मुहूर्तमेढ वाजपेयी सरकारने रोवली होती. २००१ आणि २००३ मध्ये त्यांनी दोन संवादक नेमले होते. एक होते के. सी. पंत आणि दुसरे होते एन. एन. व्होरा. त्यानंतर युपीए सरकारने हीच प्रक्रिया सुरु ठेवली होती. २०१० मध्ये युपीए शासनाने तीन सदस्यीय समिती नेमली होती. यामध्ये ज्येष्ठ पत्रकार दिलीप पाडगावकर, माहिती आयुक्त एम. एम. अन्सारी आणि दिल्ली पॉलिसी ग्रुपचे ट्रस्टी राधाकुमार यांचा समावेश होता. मात्र नंतरच्या काळात ही प्रक्रिया खंडित झाली. आता जम्मू-काश्मिरमध्ये पुन्हा एकदा संवादाची प्रक्रिया सुरु करण्यासाठी केंद्राने पुढाकार घेतला आहे. या संवादाच्या प्रक्रियेचे संकेत पंतप्रधान नरेंद्र मोदी यांनी यंदाच्या स्वातंत्रदिनी दिल्लीतून केलेल्या भाषणातून दिले होते. या भाषणामध्ये त्यांनी काश्मिरच्या संदर्भात महत्त्वाचे वक्तव्य केले होते. 'गाली किंवा गोली यांनी काश्मिरचा प्रश्न सुटणार नाही तर गले मिलनेसे म्हणजेच गळाभेटीनेच हा प्रश्न सुटेल' असे ते म्हणाले होते. ही गळाभेटीची म्हणजे संवादाची प्रक्रिया संवादकाची नेमणूक करून सुरू करण्यात आली आहे.

केंद्राने काश्मिरी जनतेबरोबर, नेत्यांबरोबर संवाद साधण्याची घोषणा केली आहे त्यासाठी 'संवादक' म्हणून गुप्तचर खात्याचे निवृत्त अधिकारी दिनेश्वर शर्मा यांची नेमणूक करण्यात आली आहे. त्यांना काश्मिरप्रश्नी शांततेच्या मार्गाने तोडगा काढण्यासाठी आणि तिथे स्थैर्य निर्माण होण्यासाठी त्यांना हव्या त्या लोकांशी चर्चा करण्याचे स्वातंत्र्य केंद्राने दिले आहे. ही अत्यंत महत्त्वाची घडामोड आहे. सुरुवातीपासून मोदी सरकारची हुर्रियत कॉन्फरन्स संदर्भातील भूमिका अत्यंत स्पष्ट आहे. जे पाकिस्तानधार्जिणे, पाकिस्तानकडून आर्थिक सहाय्य घेऊन काश्मिरमध्ये सक्रीय असणाऱ्या, स्वातंत्र्याची मागणी करणाऱ्या, फुटीरतावाद्यांशी कोणत्याही प्रकारची चर्चा करायची नाही अशी भूमिका या सरकारने सुरुवातीपासून घेतली आहे. आता दिनेश्वर शर्मा हुरियतशी चर्चा करतील किंवा नाही हे स्पष्ट केलेले नसले तरी राज्यघटनेच्या चौकटीत राहूनच आणि भारताचे सार्वभौमत्त्व मान्य करणाऱ्या व्यक्ती अथवा गटांबरोबरच चर्चा करण्याची अट घालण्यात आली आहे. त्यामुळे या नेमणुकीतून चर्चेचे, संवादाचे दालन खुले होत आहे ही एक सकारात्मक बाब म्हणावी लागेल.

संवादप्रक्रिया सुरू करण्याची वेळ

आता प्रश्न उरतो तो संवादक नेमून चर्चेसाठी आताची वेळच का निवडली हा. यासंदर्भात दोन महत्त्वाच्या गोष्टी लक्षात ध्यायला हव्यात. गेल्या काही महिन्यांपासून काश्मिरमध्ये हिंसाचार प्रचंड वाढला आहे. तसेच पाकिस्तानकडूश्रन शस्त्रसंधीचे वारंवार उल्लंघन होत आहे. हिंसाचाराच्या शेकडो घटना घडल्या आहेत. सीमापार दहशतवादी घुसखोरीच्या पावित्र्यात आहेत. त्याच वेळी सुरक्षा यंत्रणेकडून दहशतवाद्यांच्या मुसक्या आवळण्याच्या घटनेत वाढ झाली आहे. गेल्या काही महिन्यात सुमारे ८० दहशतवादी मारले गेले आहेत. बुरहान वाणीच्या हत्येनंतर निर्माण झालेल्या विरोधी वातावरणाचा फायदा फुटीरतावाद्यांनी घेतला होता आणि सामान्य माणसांना भडकावून मोठ्या प्रमाणावर दगडफ कीच्या घटना घडल्या होत्या, हिंसाचार वाढला होता. त्यामुळे फक्त लष्करी यंत्रणांकडून काश्मिरमधील हिंसाचार थांबेल अथवा हा प्रश्न सुटेल अशा शक्यता दिसून येत नव्हत्या; त्यासाठी राजकीय तोडगा काढणेही तेवढेच गरजेचे बनले होते. सध्या जम्मू-काश्मिरमध्ये भाजप आणि पीडीपी यांचे आघाडी सरकार आहे. त्यांच्यासाठी संवादकाची नेमणूक महत्त्वाची ठरणार आहे. कारण अलीकडील काळात लष्करी कारवायांविरोधात सामान्य जनता रस्त्यावर उतरू लागली आहे. त्यामुळे सरकारला ही सर्व प्रक्रिया शांततेने सुरु राहणे, लोकभावना जाणून घेणे आवश्यक बनले होते. दुसरी गोष्ट म्हणजे जम्मू-काश्मिरचे पोलिस महासंचालक सुरेश वैद्य यांनी अलीकडेच एका मुलाखतीत एक महत्त्वाचा इशारा दिला होता. बुरहान वाणीच्या मृत्यूनंतर जसा विखारी विरोध काश्मिरमध्ये करण्यात आला तसाच विरोध पुन्हा एकदा होण्याचा धोका निर्माण झालेला आहे. अलीकडेच अबु दुजाना आणि बशीर लष्करी यांना कंठस्नान घालण्यात आले. या दोघांच्या अंत्यविधीला मोठ्या प्रमाणावर काश्मीरी तरुण-नागरिक जमा झाले होते. त्यामुळे तेथे अस्थिरतेचे वातावरण निर्माण झाले आहे . तसेच काश्मिरी तरुण हे दहशतवादाकडे वळताना दिसताहेत. त्यांना वेळीच आवर घालण्यासाठी आणि वणीच्या मृत्यूनंतर झालेला विरोध पुन्हा होऊ नये म्हणून संवाद सुरु करण्याची गरज होतीच.

भूमिकाबदल नव्हे रणनीती

दिनेश्वर शर्मा यांची नेमणूक करून संवादप्रक्रिया सुरू करण्यासाठी शासनाने पुढाकार घेतल्यानंतर अनेकांनी त्याला 'सरकारचा यु टर्न' असे म्हटले आहे. वास्तविक ते चुकीचे आहे. ही एक सुनियोजित रणनीती आहे. आपण लक्षात घेतले पाहिजे की, गेल्या काही महिन्यांपासून केंद्र सरकारने सक्तवसुली संचालनालय आणि एनआयए यांच्या माध्यमातून काश्मीरमधील फुटिरतावाद्यांचे आणि पाकिस्तानच्या मदतीने या भागात दहशतवादाला प्रोत्साहन देणाऱ्या घटकांच्या आर्थिक नाड्या आवळण्यास सुरुवात केली आहे. हुर्रियत कॉन्फरन्सच्या माध्यमातून पाकिस्तानने जे रॅकेट सुरु केले होते ते मोडण्यात यश आले आहे. त्याच वेळी लष्कराच्या कारवाईत १६० दहशतवाद्यांना कंठस्नान घालण्यात आले आहे. अशा परिस्थितीत काश्मीरमधील विघातक गटांना दणका बसला आहे आणि आता त्यांना संवादासाठी आमंत्रित करण्यात येत आहे. त्यामुळे हे सर्व पूर्वनियोजित धोरणाप्रमाणे सुरू आहे.

मुख्य म्हणजे, चर्चेची दारे खुली करताना शासनाने कोठेही दहशतवादविरोधी लष्करी कारवाया थांबवण्यास सांगितलेले नाही. याला कॅरेट अँड स्टीक पॉलिसी असे म्हणतात. म्हणजेच एका बाजूला गाजरही दाखवायचे आणि दुसऱ्या बाजूला हातात छडीही घ्यायची अशी ही भूमिका आहे. लष्करी यंत्रणा दहशतवाद्यांना मारू शकतात पण ते संवाद साधू शकत नाहीत म्हणून संवादासाठी वेगळ्याच व्यक्तीची नेमणूक करण्यात आली आहे. सरकारने नेमलेली व्यक्ती ही राजकारणी नाही. त्यामुळे या धोरणामागे राजकीय लक्ष्य नाही, हे लक्षात घेतले पाहिजे. वास्तविक आत्ता गुजरातच्या निवडणुका आहेत त्यानंतर अशा प्रकारचा निर्णय सरकार घेऊ शकले असते. पण त्याची पर्वा न करता काश्मीरमधील परिस्थितीचा विचार करून केंद्राने धाडसी निर्णय घेतला आहे. म्हणूनच राजकीय हेतूंच्या पलीकडे जाऊन याकडे पाहिले पाहिजे.

चर्चा का गरजेची?

काश्मिरचा प्रश्न सहा दशकांपासून प्रलंबित आहे. भारत आणि पाकिस्तान यांच्यादरम्यान या प्रश्नावरुन युद्धेही झाले आहेत. पाश्चिमात्य राष्ट्रांनी काश्मीर प्रश्नाचा उल्लेख 'न्यूक्लिअर फ्लॅशपॉईंट' म्हणून केलेला आहे. १९७८ नंतर काश्मिर प्रश्नाकडे पाहाण्याचा जगाचा दृष्टीकोन बदललेला आहे. यापुर्वी काश्मिर प्रश्नावरून भारत - पाकिस्तान यांच्या दरम्यान पारंपरिक स्वरुपाचा संघर्ष सुरु असे. मात्र

१९९८ नंतर दक्षिण आशियातील सत्ता समीकरणे बदलली. कारण दोन्ही देश अण्वस्त्रधारी बनले. काश्मिरप्रश्नी दोन्ही देशात भविष्यात काही संघर्ष निमर्ण झाला तर तो पारंपरिक पद्धतीने न होता आण्विक स्वरुपाचा असेल याची फार मोठी किंमत चुकवावी लागणार आहे. हे दोन्ही देशांनाच नव्हे तर संपूर्ण आशियाला याचे परिणाम भोगावे लागणार आहेत. पाकिस्तान अत्यंत बेजबाबदार अण्वस्त्रधारी देश आहे. त्यांच्याकडे अण्वस्त्रांसाठी निधी नाही. त्यावर लष्कराचा ताबा आहे. या सर्व गोष्टी गृहित धरता काश्मिरप्रश्नी पडणारी एखादी ठिणगीचे अणुयुद्धात रुपांतर होऊ शकते याची शक्यता नाकारता येत नाही. हे युद्ध टाळण्यासाठी चर्चा अपरिहार्य आहे. पण हा प्रश्न फक्त चर्चेनेही सुटणार नाही. त्यामुळे चर्चा करताना आपण गाफील राहूनही चालणार नाही. त्यामुळेचर्चाआणिसुरक्षाअसामध्यममार्गठेवावालागणार आहे. यासाठी आपल्याला अंतर्गत सुरक्षा व्यवस्था चोख ठेवावी लागणार आहे. संवादक नेमला गेल्यावर काश्मिरामधून सैन्य माघारी बोलावण्याची मागणी झाल्यास त्याकडे दुर्लक्षच केले पाहिजे. त्याचबरोबर काश्मिरमध्ये लागू असलेला आर्मड् फोर्सस स्पेशल पॉवर ॲक्ट अर्थात अफस्पा हा कायदाही काढून घेता कामा नये. चर्चा सुरु असतानाच तिथे लष्करही तैनात ठेवावे लागणार आहे. केवळ पाकिस्तानने निर्माण केलेल्या जनप्रक्षोभाचा स्फोट होऊ नये यासाठी आणि काश्मीरी जनतेच्या मनात विश्वास निर्माण करण्यासाठी चर्चेचे माध्यम पुढे करणे आवश्यक आहे. चर्चेची अपरिहार्यता असली तरीही पाकिस्तानात जोपर्यंत लोकशाही स्थिर होत नाही, पाकिस्तान दहशतवादी कारवायांना पाठबळ देणे थांबवत नाही तोपर्यंत काश्मीरचा प्रश्न सोडवण्यात यश येईल असे वाटत नाही. पण तरीही चर्चा सुरु ठेवणे गरजेचे असल्याने केंद्राने घेतलेला हा पुढाकार नक्कीच कौतुकास्पद आहे.

आंतरराष्ट्रीय पैलू

या सर्वांमागे एक आंतरराष्ट्रीय दृष्टीकोन आहे. अलीकडील काळात भारताची आंतरराष्ट्रीय स्तरावरील भूमिका वाढत आहे. भारताला कार्यक्षेत्र दक्षिण आशिया पुरते मर्यादित न ठेवता विस्तारायचे आहे. भारताला विभागीय महासत्ता म्हणून पुढे यायचे आहे. पण पाकिस्तान सातत्याने काश्मिर प्रश्नावर आग्रही राहात असल्याने भारताला आंतरराष्ट्रीय भुमिका पार पाडणे अवघड ठरत आहे. काश्मिरात मानवाधिकारांचे उल्लंघन होते असा आरोप मानवाधिकार संघटना करत आलेल्या आहेत. सुरक्षा परिषदेच्या कायम सदस्यत्वासाठी विचार करताना भारताचे मानवाधिकार क्षेत्रातील योगदान तपासले जाईल. त्यामुळे शांततेने तोडगा निघणे भारतासाठी आवश्यक आहे. आणखी एक मुद्दा म्हणजे, अलीकडेच डोनाल्ड ट्रम्प यांनी त्यांचे अफगाणिस्तान आणि दक्षिण आशियाचे धोरण घोषित केले आहे. यामध्ये भारताला प्राधान्य देण्यात आले आहे. अफगाणिस्तानात भारताने सक्रीय भूमिका पार पाडावी असे अमेरिकेला वाटते आहे; पण त्याला पाकिस्तानचा विरोध आहे. त्यामुळे ही शांतता प्रक्रिया काश्मिरप्रमाणे पाकिस्तानबरोबरही सुरु केल्यास अफगाणिस्तानात भारताच्या भुमिकेला जो विरोध होतो आहे तो काही प्रमाणात शिथिल होण्याची शक्यता आहे. ही शक्यताही केंद्राने हा निर्णय घेण्यामागे असू शकतो. काश्मिरबाबत घेतल्या जाणाऱ्या धोरणात्मक निर्णयात लोकसहभाग असावा म्हणून ही प्रक्रिया सुरु केली आहे. ■

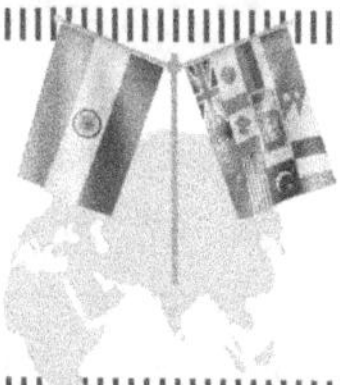

अग्नि-५ ची यशस्वी चाचणी

भारताने तीन दशकांपूर्वी क्षेपणास्त्र विकास कार्यक्रमाची सुरुवात केली. १९८० मध्ये तत्कालीन पंतप्रधान इंदिरा गांधी यांच्या काळाते माजी राष्ट्रपती स्वर्गीय डॉ. एपीजे अब्दुल कलाम यांच्या नेतृत्त्वाखाली भारतीय बनावटीची क्षेपणास्त्र विकसित करण्याचा कार्यक्रम सुरु करण्यात आला. त्याकाळी आण्विक क्षेपणास्त्र विकसित करणाऱ्या देशांनी भारतावर विविध प्रकारचे निर्बंध टाकले होते. या निर्बंधांमुळे भारताला क्षेपणास्त्र विकास कार्यक्रमात मदत मिळत नव्हती. त्यामुळे इंदिरा गांधी यांनी देशातील डिफेन्स रिसर्च

अँड डेव्हलपमेंट ऑर्गनायझेशन (डीआरडीओ)कडे ही जबाबदारी सोपवली. या मोहिमेचे नाव इंटिग्रेटेड गायडेड मिसाईल डेव्हलपमेंट प्रोग्राम असे ठेवण्यात आले. या उपक्रमाअंतर्गत १९८८ मध्ये पहिल्यांदा पृथ्वी या क्षेपणास्त्राचा विकास केला. त्याचा पल्ला २५० ते ५०० किलोमीटर होता. त्यानंतर १९८९ अग्नि-१ ची यशस्वी चाचणी झाली. त्यानंतर अग्नि १, २, ३ आणि ४ यांच्या चाचण्या झाल्या. गेल्या २७ वर्षांमध्ये सातत्याने या चाचण्या सुरु आहेत. अग्नि-५ ची पहिली चाचणी २०१२ मध्ये झाली होती. त्यानंतर २०१५ मध्येही त्याची चाचणी करण्यात आली; पण या चाचणीनंतर या क्षेपणास्त्रामध्ये काही तांत्रिक बदल करण्याची गरज जाणवली. हे बदल करुन गतवर्षीच अंतिम चाचणी घेता आली असती; मात्र त्यावेळी भारत न्यूक्लिअर सप्लायर्स ग्रुपच्या (एनएसजी) सदस्यत्वासाठी प्रयत्नशील होता. तसेच मिसाईल टेक्नॉलॉजी कंट्रोल रेजीम या ३४ देशांच्या समूहाचे सदस्यत्व मिळवण्याच्या प्रयत्नात भारत होता. त्यामुळे भारताने ही चाचणी केली नाही. मात्र अलीकडेच ही चाचणी केली. ती यशस्वी झाल्यामुळे भारताच्या क्षेपणास्त्र विकास कार्यक्रमाच्या प्रगतीत एक मानाचा तुरा रोवला गेला. या यशस्वी परिक्षणामुळे भारत इंटरकॉन्टिनेंटल बॅलेस्टिक मिसाईल (आयसीबीएम)या अत्यंत महत्त्वपूर्ण अशा देशांच्या गटात जाऊन पोहोचला आहे. आजघडीला जगात अमेरिका, रशिया, इंग्लंड, फ्रान्स आणि चीन हे पाचच देश आंतरमहाखंडीय क्षेपणास्त्र विकसित करणारे आहेत. संपूर्ण आशिया खंडात आपला प्रभाव जाणवून देण्याच्या आणि एक विभागीय महासत्ता म्हणून पुढे येण्याच्या भारताच्या प्रयत्नांच्या दृष्टिकोनातून ही एक अत्यंत महत्त्वाची पायरी आहे.

क्षेपणास्त्राचा विस्तृत पल्ला : जगामध्ये २७ देश लघु किंवा मध्यम पल्ल्यांची क्षेपणास्त्रे विकसित करतात. मात्र अग्नी-५ हे दीर्घ पल्ल्याचे क्षेपणास्त्र आहे. या क्षेपणास्त्राच्या साहाय्याने ५८०० किलोमीटर अंतरावरील लक्ष्यावर मारा करता येतो. थोडक्यात चीनमधील प्रत्येक शहर या क्षेपणास्त्राच्या पल्ल्यात येऊ शकते.

बहुलक्ष्यी क्षेपणास्त्र : या क्षेपणास्त्रामध्ये एकाच वेळी एकाहून अधिक अधिक ठिकाणी हल्ला करण्याची क्षमता आहे. ते डागले जाईल तेव्हा एकाच वेळी पाच लक्ष्यांवर विभागले जाते. त्यामुळे त्याला अडवणे अवघड ठरते.

वाहून नेण्यास सुलभ : अग्नि-५ हे क्षेपणास्त्र वाहून नेण्यास अत्यंत सुलभ आहे. एखाद्या मोठ्या ट्रकच्या साहाय्यानेही ते काश्मिर ते कन्याकुमारीपर्यंत नेता येऊ शकते. ही बाब अत्यंत महत्त्वाची आहे. कारण त्यामुळे ते कोठून डागले आहे हे शत्रूला कळूदेखील शकणार नाही.

आण्विक शस्त्रांचा मारा : या क्षेपणास्त्रावरुन साधारण १००० किलो वजनाची आण्विक शस्त्रे लादून मारा केला जाऊ शकतो.

स्वदेशी बनावट : भारताने चार प्रकारची क्षेपणास्त्र विकसित केली आहेत. पृथ्वी, अग्नि, आकाश आणि ब्राम्होस. या चारपैकी अग्नि हे संपूर्ण भारतीय बनावटीचे क्षेपणास्त्र आहे. त्याच्या निर्मितीसाठी आपण कोणत्याही देशाची मदत घेतलेली नाही. पाकिस्तानने शाहीन किंवा आता विकसित करण्यात असलेले तैमूर हे चीन किंवा उत्तर कोरिया यांच्या मदतीने विकसित केले आहे. पण भारताने अग्निची निर्मिती स्वबळावर विकसित केली आहे.

आत प्रश्न असा निर्माण होतो की अग्नि-५ची गरज किंवा त्याच्या निर्मितीचा उद्देश काय आहे हा. या क्षेपणास्त्राचे मुख्य उद्दीष्ट सामरिक प्रतिरोधन स्ट्रॅटेजिक डेटरन्स किंवा धाक निर्माण करणे हे आहे. ते प्रथम हल्ला करण्यासाठी नाही. केवळ धाक दाखवून हे आपले उद्दिष्ट साध्य करणे हा याच्या निर्मितीमागचा हेतू आहे. आजघडीला आशिया खंडात फक्त चीन आणि भारत यांच्यातच स्ट्रॅटेजिक डेटरन्सची क्षमता आहे.

सद्य परिस्थितीत अमेरिकेकडे ट्रायडंट जातीचे, चीनकडे डाँग फेंग, फ्रान्सकडे एम-५१ आणि रशियाकडे एम-३१ आर आणि इंग्लडकडे अमेरिकेसोबत विकसित केलेले ट्रायडंट अशा पद्धतीची क्षेपणास्त्रे आहेत. भारताला मिसाईल टेक्नॉलॉजी कंट्रोल रेजीमचे (एम टीसीआर)सदस्यत्त्व मिळाले आहे; मात्र न्यूक्लिअर सप्लायर्स ग्रुपचे सदस्यत्वाचे प्रयत्न लांबणीवर पडले आहेत. त्यामुळेही भारताने अग्नि-५चे परीक्षण केले. एमटीसीआरचे सदस्यत्त्व मिळणे भारतासाठी महत्त्वाचे होते. जबाबदारीने क्षेपणास्त्राचा विकास करु शकणाऱ्या आणि स्वतःवर नियंत्रण असणाऱ्या देशांनाच हे सदस्यत्त्व देण्यात येते. हे सदस्यत्त्व दिले गेल्यानंतर अशा प्रकारच्या आंतरखंडीय क्षेपणास्त्रांच्या तंत्रज्ञानाचे हस्तांतरण इतर देशांना करता येत नाही; मात्र इतर देशांकडून क्षेपणास्त्राच्या विकासासाठी मदत घेता वा

देता येऊ शकते. तसेच काही प्रमाणात क्षेपणास्त्राची निर्यात करण्याची मुभा या देशांना मिळते. हे सदस्यत्व मिळाल्यानंतर भारत आता रशियाच्या मदतीने विकसित केलेले 'आकाश' हे मध्यम पल्ल्याचे क्षेपणास्त्र निर्यात करण्याच्या विचारात आहे. त्यामुळे भारत आता क्षेपणास्त्रांची निर्यात करणाऱ्या देशांत सामील झाला आहे.

अग्नी-५ हे चीनला डोळ्यासमोर ठेवूनच विकसित करण्यात आले आहे. भारताला इतर शत्रू नसल्याने दीर्घ पल्ल्याचे क्षेपणास्त्र विकसित करण्याची गरज नाही. त्यामुळे भारत १०,००० किलोमीटर पल्ल्याचे क्षेपणास्त्र विकसित करेल की नाही हे सांगता येत नाही. कारण मुळातच क्षेपणास्त्रनिर्मितीसाठी प्रचंड प्रमाणात पैसा खर्च होत असतो. अग्नि-५ हाही अत्यंत महागडा प्रकल्प होता. यासठी भारताला २५०० कोटी रुपये खर्च करावे लागले आहेत. आणखी काही चाचण्यांनंतर हे क्षेपणास्त्र सैन्यात दाखल होईल. अग्निचा विकास भारताने गेल्या २७ वर्षात केला आहे. या चाचणीनंतर जगभरातून विविध प्रतिक्रिया आल्या. यापैकी पाश्चिमात्य जगातून भारताला कोणतीही विरोधी प्रतिक्रिया आली नाही. भारताचा क्षेपणास्त्र विकास कार्यक्रम अत्यंत पारदर्शी आणि जबाबदार असल्याने युरोप किंवा अमेरिकेने विरोध दर्शवला नाही. मात्र चीनने याची धास्ती घेतली असण्याची शक्यता आहे. कारण 'आमचा क्षेपणास्त्र विकास कार्यक्रम भारताला गृहित धरुन केलेला नाही त्यामुळे भारताने चीनची बरोबरी करु नये' अशी प्रतिक्रिया चीनकडून देण्यात आली. पाकिस्तानची भीती बाळगण्याचे कारणच नाही. कारण आपली लघु आणि मध्यम पल्ल्याची क्षेपणास्त्रे त्यांच्यासाठी पुरेशी आहेत. अग्नि-५मुळे आता पूर्व युरोप आणि बीजिंग हे देखील हल्ल्याच्या कक्षेमध्ये आले आहेत. एकुणातच अग्नि विकास कार्यक्रमाने भारताची आंतरराष्ट्रीय स्तरावर प्रतिष्ठा वाढली आहे. सामरिक प्रतिरोधनाच्या दिशेने भारताचा होत असलेला हा प्रवास अत्यंत महत्त्वपूर्ण आणि आश्वासक आहे.

एखाद्या राष्ट्राकडे असलेल्या विविध क्षेपणास्त्रांमुळे आंतरराष्ट्रीय स्तरावरही त्या राष्ट्राचा दर्जा वाढतो. अण्वस्त्र विकासाच्या क्षमतेमुळे राष्ट्राचे आंतरराष्ट्रीय सामर्थ्य वाढते. त्याच पद्धतीने विविध क्षेपणास्त्रे ही सामर्थ्यांचे प्रतीक मानली जातात. या प्रतिकांचा फायदा भारताला आर्थिक आणि व्यापारी हितसंबंध जपण्यासाठी होणार आहे. त्यामुळे केवळ सामरिक दृष्टीनेच नव्हे तर आर्थिकदृष्ट्याही अग्नि-५ भारतासाठी उपयुक्त आहे. शेजारी राष्ट्र म्हणून पाकिस्तानशी तुलना करता त्यांच्याकडे अग्निच्या समकक्ष असणारे शाहीन हे क्षेपणास्त्र आहे. पण त्याचा पल्ला जास्तीत जास्त २५०० किलोमीटर आहे. पाकिस्तानही आता 'तैमूर' नामक आंतरमहाखंडीय क्षेपणास्त्र विकसित करण्याच्या प्रयत्नात आहे. पण त्यासाठी अद्याप अनेक चाचण्या करण्याची गरज आहे. याबाबत चीनचे उदाहरण घेतल्यास चीन भारताच्य कैकपटीने प्रगतीपथावर आहे. चीनचे डाँग फेंग हे क्षेपणास्त्र १२००० किलोमीटर पल्ल्याचे आहे. इतक्या दीर्घपल्ल्याचे क्षेपणास्त्र बनवण्यास भारताला अद्याप आणखी बराच काळ लागणार आहे. मुळात भारताला त्याची आवश्यकता नाही. कारण भारताला कोणावरही हल्ला करायचा नाही. चीनचे अनेक शत्रू आहेत. चीनची स्पर्धा अमेरिकेशी असल्याने त्यांना इतक्या दीर्घपल्ल्याची क्षेपणास्त्रे विकसित करण्याची गरज वाटत आहे. भारताला चीन आणि पाकिस्तान या दोनच देशांची भीती आहे. अग्नि-५ चा पल्ला अधिक असल्याने चीनची १९ शहरे या क्षेपणास्त्राच्या टप्प्यात येतात. त्यामुळे या क्षेपणास्त्राच्या माध्यमातून भारत एकीकडे आपली क्षमता चीनला दाखवून देतो आहे; तर दुसरीकडे चीनच्या विस्तारवादी धोरणामुळे घाबरलेल्या दक्षिण पूर्व आशियातील छोट्या देशांना, उत्तर पूर्व आशियातील देशांना भारताची मदत मिळू शकते असा विश्वासही निर्माण झाला आहे. हा विश्वास निर्माण करण्यात आलेले यश भारतासाठी महत्त्वाचे आहे.

■

डॉ. शैलेंद्र देवळाणकर यांच्याविषयी...

डॉ. शैलेंद्र देवळाणकर हे आंतरराष्ट्रीय संबंध आणि परराष्ट्र धोरण विश्लेषक म्हणून सुप्रसिद्ध आहेत. त्यांनी पुणे विद्यापीठातून पदव्युत्तर पदवी मिळवलेली आहे आणि त्यांना पुणे विद्यापीठाचे यशवंतराव चव्हाण सुवर्ण पदक देऊन गौरवण्यात आलेले आहे. त्यानंतरचे एम.फिल आणि पी.एच.डी हे उच्च शिक्षण त्यांनी दिल्ली येथील जवाहरलाल नेहरू विद्यापीठातून 'आंतरराष्ट्रीय राजकारण व परराष्ट्र धोरण' या विषयातून पूर्ण केलेले आहे. डॉ. देवळाणकर हे गेल्या २० वर्षांपासून या विषयावर संशोधन आणि लेखनाचे काम करत आहेत. यापूर्वी त्यांची १४ पुस्तके प्रकाशित झालेली आहेत. विविध प्रसारमाध्यमांतून ते सातत्याने आंतरराष्ट्रीय घडामोडींचे विश्लेषण करत असतात. ■

www.ingramcontent.com/pod-product-compliance
Lightning Source LLC
LaVergne TN
LVHW050431061026
849532LV00013B/241
9789386204905